संपूर्ण महाभारत

(सुरस मराठी भाषांतर)

खंड - ८

◆ संपादक ◆

प्रा. भालबा केळकर

◆ भाषांतर ◆

रा.भि. दातार, कृ.नी. द्रविड, य.ग. फफे

◆ तपासणारे ◆

बाळकृष्णशास्त्री उपासनी

आठ खंडांची संपूर्ण किंमत : ६०००/-

वरदा बुक्स

'वरदा', सेनापती बापट मार्ग, 397/1, वेताळबाबा चौक, पुणे 411016.

फोन : 020-25655654 मो. : 9970169302

E-mail : Vardaprakashan@gmail.com www.varadabooks.com

मुद्रक व प्रकाशक : वरदा बुक्स
397/1, सेनापती बापट मार्ग, पुणे 411016.

मुद्रण स्थळ : रेप्रो इंडिया लि. 50/2, टी. टी. एम.आय.डी.सी.
इंडस्ट्रियल एरिया, महापे, नवी मुंबई. फोन : 022-27782011

मुखपृष्ठ : धिरज नवलखे

पहिली आवृत्ती : 1904
नवी आवृत्ती : 1 फेब्रुवारी 1982
दुसरी आवृत्ती : ऑक्टोबर 1984
तिसरी आवृत्ती : 15 मार्च 1986
चौथी आवृत्ती : नोव्हेबर 2016

नारायणं नमस्कृत्य नरं चैव नरोत्तमम् ।
देवीं सरस्वतीं चैव ततो जयमुदीरयेत् ।।

ज्या अखिलब्रह्मांडनायकाच्या लीलेने या जगाची यच्चयावत्
कार्ये घडतात, ज्याच्या कृपेने ह्या अनिवार मायामोहाचे
निरसन करिता येते व अल्पशक्ती जीवांना परमपद
प्राप्त करून घेता यावे म्हणून जो त्यास
बुद्धिसामर्थ्य देतो, त्या

परमकारुणिक

श्रीमन्नारायणाच्या चरणी

त्याच्याच कृपेने पूर्ण झालेला हा ग्रंथ
अर्पण असो.

। शुभं भूयात् ।

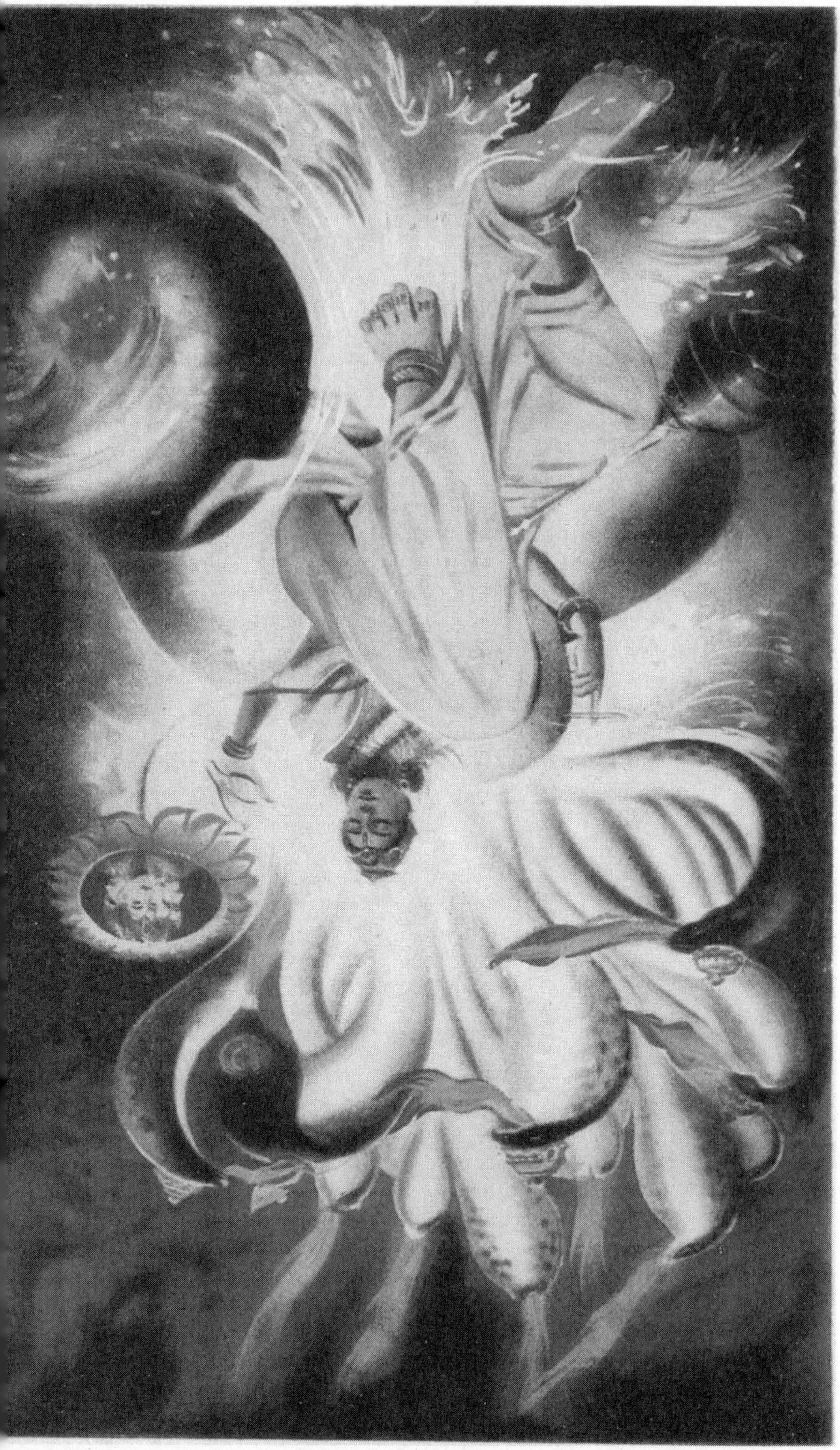

उपसंहार

आपल्याकडे म्हण आहे ना, ‘ पुराणातली वांगी....’ कुणी केली असेल ती असो. पण तिचाही लाक्षणिक अर्थ विधायक पुराण-अभ्यासाला आणि विधायक विचाराला, त्याचप्रमाणे विधायक आणि कल्याणप्रद अशा प्रगतिशील घडणीला उपकारकच ठरतो.

जीवनातल्या धुंधुर्मासाच्या प्रातःकाळी वेदोक्त सुविचारधान्याची रुचीकर भाकरी आणि पुराणातल्या वांग्यांच्या सुसंस्कारांची भाजी यांची जर न्याहारी केली तर पुढलं जीवन कसं आरोग्यशील व बलशाली होते. कारण सुविचाराची उत्साहवर्धक उष्णतेची ऊब शरीराला आणि सुसंस्कारांचा कणखरपणा हृदयाला मिळतो.

आता तुम्हाला वाटेल की काय हे काव्याच्या धर्तीवर कल्पनेचे भटकणे, पण रामायण व महाभारत या स्फूर्तिदायी आणि सदैव सुविचार, सुसंस्कार आणि सन्मार्गदर्शन यांची पखरण करणाऱ्या इतिहासयुक्त महाकाव्यांचाच आपण सदैव आधार घेतो ना, चिंतन करतो ना, मनन करतो ना ? कारण परखड आदर्श आणि व्यवहार-आदर्श म्हणून या दोन ग्रंथांनी भारतीयांची जीवने घडवली आहेत. सन्मती माणसांना समाजाला जीवनातील सन्मार्ग दर्शनाची स्फूर्ती दिली आहे, आणि दुर्मतींना अज्ञानमूलक वृत्तीने समाजाला बुद्धिभेदाचा मार्ग दाखवण्याचा आंधळेपणा प्रकट करावासा वाटेल, असे गूढार्थही ठेवले

आहेत. वरवर वाचून रंजन होईल असे केले आहे, शब्दांच्या ओळीमधल्या अदृष्ट पण सांधेजोड करणाऱ्या ओळी वाचून वादविवाद प्रवृत्त केले आणि ओळीमागच्या ओळी अंतर्मुख मनाने वाचून लाक्षणिक अर्थाने सुसंस्कृतीपूरक प्रकाश पाडून मने समृद्धही केली आहेत.

जे ग्रंथ हजारो वर्षे सतत वाचले जाऊनही, पुन्हा पुन्हा आपल्याला चर्चाप्रवण करतात, प्रत्येकाला एक पैलू दाखवून तोच मोठा आणि सर्वार्थ परिप्लुत असा वाटायला लावतात, त्यांचे चिरस्थायीत्व आणि विशालत्व अवर्णनीय आहे यात शंका नाही.

रामायण

रामचरिताच्या उपसहारात रामराज्याचा लाक्षणिक अर्थ किती उद्‌बोधक आणि जीवन-मार्गदर्शक आहे, ते मी तत्त्वशोधनाच्या प्रयत्नातून म्हटले आहे. त्याचबरोबर वस्तुनिष्ठ संशोधनाचा जो प्रयत्न श्रीलंकेत सध्या चालू आहे, त्याने, मी मांडत असलेल्या लाक्षणिक उद्‌बोधक अर्थाला अनेकविध मार्गांनी पुष्टी देऊन, रामायणाचे विश्वव्यापित्व जास्तच विशद केले आहे. रामाकियान, हिकायत सेरीराम, कंबरामायण इत्यादि दाक्षिणात्य व पौर्वात्य ग्रंथ वाचून, त्या भूभागातले लोककथादी वाङ्मय अभ्यासून, भूभागाचा व तेथील स्थलांचा, प्रचलित नावांचा, भौतिक अवशिष्ट पुराव्यांचा, चालीरीतींचा, वस्तुवापरांचा अभ्यास चिकित्सक वृत्तीने करून, तेथील विद्वानांबरोबर, भाषातज्ज्ञांबरोबर, आदिज्ञानतज्ज्ञांबरोबर चर्चा, वादविवाद व विचारविनिमय करून रामायणकालीन घटनांवर जो प्रकाश पडला आहे व पडतो आहे, त्यातून तर रामायण ग्रंथाचे, घटनांचे ऐतिहासिकत्व तर अबाधितपणे सिद्ध होते आहे, यात मला तरी शंका वाटत नाही. लाक्षणिक अर्थांनाही त्यातून फारच कणखर पुष्टी मिळून मला तर हे आमचे पुराण ग्रंथ, उच्च संस्कृतीदर्शक इतिहासाची ऊब देऊन, नवज्ञानाच्या ग्रहणास आपण योग्य आहोत, अशी आपली भारतीयांची अस्मिता जागवणारेच आहेत, असे मनःपूर्वक वाटते. कुणास तसे वाटत नसेल तर तो त्याचा प्रश्न आहे, वादाची इच्छा मुळीच नाही,

कुणाच्याही विचारस्वातंत्र्याला आव्हान करण्याचीही इच्छा नाही. मलाही माझे असे विचार स्वातंत्र्य आहे, एवढेच नम्रपणे म्हणावयाचे आहे.

रामायणावरील लंकेत चाललेले शोधन पुढील महत्त्वाच्या बाबतीत वस्तुनिष्ठ शोधनाचा प्रकाश पाडते.

रावणाच्या राज्याचा विस्तार आणि त्याचे दशाननत्व (दहा प्रांताच्या राजमुकुटाचे धनीपण) विविध रामायणांच्या मधील राम-रावण युद्धाचे वर्णन, लंकावर्णन, श्रीरामाचा प्रवासमार्ग, पुलस्तीचा पुतळा. रावणाचे सर्वांगीणत्व. रावण संबंधित स्थळे. लंकेत होणारे निरनिराळे उत्सव. ज्योतिर्लिंगाचा अर्थ व कार्य, प्राचीन विमान विद्या. हनुमंताच्या प्रताप खुणा, लंका विध्वंसानंतरची भूमिगत रत्ने, युद्ध-भूमी व निर्णायक युद्ध, युद्धतंत्र. रावणाच्या राज्यातील भौतिक शस्त्र प्रगती, वानरांचा राष्ट्रध्वज, रावणाचा वीणाध्वज. विमानांचा व अग्निबाणांचा वापर, श्रीरामाचे असीम असे युद्धकौशल्य. इंद्रजीत व कुंभकर्ण यांचे यंत्रज्ञान व यंत्रोपयोग, शूर्पणखेचे (स्वरूपखनीचे-सौंदर्य-वतीचे) रामायणातील स्थान, राम-रावणयुद्धाचे जागतिक स्वरूप, रावणाचे अरब आणि मिसरी लोकांशी संपर्क. रावणाच्या मृत शरीराचे गूढ, सीता व बिभीषण यांचे हेरगिरीचे कार्य, रामाचे थोरपण, इत्यादि अनेकविध विषयावर वस्तुनिष्ठ संशोधनाने अनुकूलतापूरित असा पुरावा शोधून जवळजवळ निर्णायक प्रकाश, या नव्या संशोधनाने पाडला आहे, असे म्हणावेसे वाटते. आणि याचे सारे श्रेय, लंकेत हे संशोधन एक भारतीय संशोधक करीत आहेत, त्यांचे आहे. त्या भारतीय विद्वान संशोधकाचे नाव, डॉ. मधुसूदन अनंत चान्सरकर असे आहे.

हे सारे वस्तुनिष्ठ शोधन, मी लावण्याचा प्रयत्न केलेल्या काही लाक्षणिक अर्थांच्या जवळपास येऊन, माझ्या भाविक व वैज्ञानिक प्रस्तावांना पुष्टी देते, याचे मला मनःपूर्वक आणि निःशंक समाधान वाटते. यातही कोणास शंका असल्यास ते त्याचे स्वातंत्र्य आहे. त्याबद्दल चर्चा वा वादविवाद नाही.

महाभारत

महाभारत हा इतिहास आहे, असे अनेक विद्वान आजही मानतात. भारताचार्य, संशोधक–विद्वान म्हणून ज्यांची ख्याती आहे, त्या ' माननीय कै. चितामण विनायक वैद्य ' यांनी हा उपसंहार, महाभारत विषयक वस्तुनिष्ठ संशोधन खंड, म्हणून लिहिला आहे.

विज्ञान विचारातून महाभारतातील अनेकविध घटनांकडे कसे बघता येईल, भाविकतेचा त्याग न करताही कसे बघता येईल, याचा विविध खंडांच्या प्रस्तावनातून मी नम्र प्रयत्न केला आहे. वस्तुवैज्ञानिक, मनोवैज्ञानिक दृष्टीचा विचार आणि ग्रंथांच्या चिरस्थायित्वाची, प्राचीनतेची, मार्गदर्शक घटनांची जाणीव झाल्यामुळे भाविकतेची दृष्टी यातून या प्रस्तावना मी साकार केल्या आहेत, प्राचीन भारत भौतिक प्रगतीत आणि विज्ञान विषयात फार प्रगत होता, याचे उल्लेख आणि पुरावे रसायनशास्त्र, शिल्पशास्त्र, आयुर्वेद, शल्यचिकित्सा, वेदोक्तज्ञान आणि काही भौतिक अवशेष यातून जाणवते, निदान मला तरी जाणवते.

महाभारत हा एक गुंतागुंतीच्या मानवी स्वभावाचे संपूर्ण दर्शन देणारा महान् ग्रंथ आहे, हे ' व्यासोच्छिष्टं जगत्सर्वम् ' या बहुमान्य उक्तीने जाणवून दिले आहे.

व्यासांनी अनेक कूट श्लोक या ग्रंथात घातले आहेत. ते श्लोक आधुनिक विद्वानांना आव्हाने आहेत. ती आव्हाने ज्यांना समजली नाहीत, त्यांचा गोंधळ उडून स्वतःच्या बुद्धीच्या मर्यादेचा राग ते 'व्यास वॉज् ॲन ईडियट ' – ' व्यास मूर्ख होता ' असे विधान करून व्यासांवर काढतात.

याला प्रा. कवीश्वर यांनी आपल्या धर्मभास्करमधील लेखात फार समर्पक उत्तर दिले आहे.

व्यासांनी श्रीगजाननाला, ते निवेदन करणार असलेले महाभारत (अनेकजणांच्या मते जय नावाचा इतिहास) लिहून घ्यावे म्हणून आवाहन केले.

श्रीगजाननाने म्हटले, ' व्यासमुने ! आपल्या सांगण्याचा ओघ खंडित झाल्यामुळे माझे लेखन थांबले, तर मग मी निघून जाईन. '

व्यासांनी श्रीगजाननांच्या अटीला मान्यता दिली आणि निवेदनास प्रारंभ करताना सांगितले, ' मी सांगेन त्या श्लोकाचा मतितार्थ लक्षात घेऊन मग लिहून घ्यावा, ही विनंती. ' श्रीगजाननाने ते मान्य केले.

व्यासांनी निवेदन करताना श्रीगजाननाला विचार करायला लावतील, असे कूट श्लोक सांगून, निवेदनात जुळवाजुळव करून मजकूर सांगण्यास जो खंड पडतो, तो साधून श्रीगजाननाला सतत लिहिते ठेवले व आपला कार्यभाग साधला.

त्यातलेच एक कूट. भारतीय युद्धाचा प्रत्यक्ष युद्धकाल.

भारतीय युद्ध अठरा दिवस झाले, असा उल्लेख आहे.

युद्धाच्या प्रारंभी गीता आणि अठराव्या दिवशी गदायुद्ध. गीताजयंतीच्या तिथीचा उल्लेख स्पष्ट आहे. तो मान्य केला, की पुढल्या घटनांच्या तिथींचा घोटाळा सुरू होतो. द्रोणपर्वात रात्रियुद्धात सेना थकून अंधारात झोपी जाते. आणि उशीरा चंद्रोदयानतर चंद्रप्रकाशात युद्धाला पुन्हा सुरवात होते, असे वर्णन आहे.

गीताजयंतीची तिथी प्रमाण धरली तर रात्रियुद्धाच्या तिथीला उशीरा चंद्रोदय ज्योतिर्गणिताने येत नाही.

तसेच भीम–दुर्योधन गदायुद्धाच्या दिवशी, गीताजयंतीचे वेळी तीर्थयात्रेला गेलेला बलराम, तिथे उपस्थित होता. व तो म्हणतो, ' आज माझा तीर्थयात्रेचा पस्तीसावा दिवस आहे. '

युद्ध तर एकूण अठरा दिवस झाले. मग हे दोन घोटाळे कसे सोडवायचे, हा तज्ज्ञांना प्रश्न पडला. आणि वैतागून ते व्यासांना ' ईडियट ' – ' मूर्ख,' ठरवून मोकळे झाले.

पण प्रा. कवीश्वर म्हणतात की, ' खोलवर विचार केला, तर कूट श्लोकांचे आकलन न झाल्याने, या तज्ज्ञांचीच ' ईडियट ' सारखी स्थिती झाली आहे. कारण–

युद्ध ओळीने अठरा दिवस झाले, असे समजण्याची पहिली चूक होते आहे. कारण मधल्या घटना, म्हणजे भीष्मांनी पांडवांना स्वतःचे मरण सांगणे, नव्या सेनापतीचा अभिषेक, प्रतिज्ञा आणि तिची वार्ता कळून संरक्षणाची सिद्धता होणे, कर्ण-कुंती भेट इत्यादी घटना या युद्धासकट (सूर्योदय ते सूर्यास्त चालणाऱ्या युद्धासकट) सामावणे अवघड आहे. तसेच युद्ध ओळीने अठरा दिवस झाले असा स्पष्ट उल्लेख फारसा कुठे दिसत नाही.

तेव्हा युद्ध हे एका दिवसा आड असे अठरा दिवस झाले. म्हणजे विश्रांतीचे सतरा दिवस धरून युद्धनिर्णय करणारे गदायुद्ध हे पस्तीसाव्या दिवशी येते. इथे बलरामाचे विधान जुळते. तसेच तिथीप्रमाणे ज्योतिर्गणिताने रात्रियुद्धाचे वेळी उशीरा चंद्रोदय येतो.

तेव्हा ' व्यास वॉज् नॉट ॲन ईडियट, ' उलट कूट श्लोकांची योजना करून विद्वानांचा बौद्धिक गोंधळ उडविणारा आणि आपल्या निवेदनाचा ओघ विचारपूर्वक सातत्याने ठेवून श्रीगजाननाला लिहिते ठेवणारा अत्यंत बुद्धिमान इतिहासकार होता.

वानगीदाखल मी हे एक उदाहरण दिले. (याही बाबतीत दुसरे स्पष्टीकरण असेल.) याशिवाय अनेक आधुनिक वस्तुनिष्ठ पुरावे, संशोधनातून पुढे येत आहेत. आणि महाभारत हा विश्वव्यापी महान् सांस्कृतिक ग्रंथ आहे याची सत्यता पटते. फक्त त्यासाठी नम्र असा भाविक आणि श्रद्धात्मक असा वैज्ञानिक दृष्टीकोन आवश्यक आहे असे मला वाटते.

शेक्सपियरची महानता मान्य करणारा एक इंग्रजी विषयाचा प्राध्यापक त्याच्या एका लेखात म्हणतो, ' व्यास शेक्सपियरपेक्षा महान् आहे. कारण शेक्सपियरच्या लेखनात समकालीन समाजस्थितीची छाया फारशी दिसत नाही. किंबहुना नाहीच. पण व्यासांच्या लेखनात सम-

कालीन समाजाचे उद्‌बोधक आणि भविष्य जगाला मार्गदर्शक असे चित्रण स्पष्ट दिसते. म्हणून व्यासांना मी इतरांपेक्षा फार महान मानतो.'

मला वाटते, महाभारताच्या उपसंहारासाठी, 'अलमेतत्'– म्हणूनच व्यासांच्या या इतिहास ग्रंथाचे सार सांगतो व संपवतो.

भारतं सर्वशास्त्राणामुत्तमं भरतर्षभ।
भारतात् प्राप्यते मोक्षस्तत्त्वमेतत् ब्रवीमि तत् ॥

तसेच,

भारतं भवने यस्य तस्य हस्तगतं यशः ॥
श्रीब्रह्मार्पणमस्तु

भालबा केळकर

प्रकाशकाचे निवेदन

प्रस्तुत महाभारत हे चिपळूणकर आणि मंडळी यांनी सन १९०४ ते १९१८ दरम्यान प्रकाशित केलेल्या भाषांतराची नवी आवृत्ती आहे. खुद्द चिपळूणकर आणि मंडळी यांनी १९२१ साली दुसरी आवृत्ती छापली व काही खंडांची तिसरी आवृत्तीही छापली होती. पहिली आवृत्ती पाच हजार प्रतीची होती. प्रारंभी या ग्रंथाला उपोद्‌घात व उपसंहार सुप्रसिद्ध लेखक ह. ना. आपटे लिहिणार होते. पण फक्त उपोद्‌घात त्यांनी लिहिला व उपसंहाराचा प्रस्तुत संपूर्ण खंड श्री. चिंतामणराव वैद्य यांनी लिहिला. ह. ना. आपटे यांचा उपोद्‌घात खंड–१ मध्ये दिलेला आहेच.

याच ग्रंथाची एक आवृत्ती सन १९६८ च्या सुमाराला न. र. फाटक यांच्या संपादकत्वाखाली प्रसिद्ध झाली होती.

सन १९०४ पासून १९४० पर्यंत महाभारताच्या समग्र भाषांतराचे चार प्रयत्न झाले. त्यापैकी ज्या दोघांनी फक्त मराठी भाषांतर दिले त्यांचे प्रयत्न पूर्णत्वाला गेले. चिपळूणकर आणि मंडळींचा प्रकल्प १९१८ पूर्वीच पूर्ण झाला. तसेच मुख्यतः बापटशास्त्री यांनी अनुवादलेले

महाभारत, भारत गौरव ग्रंथमालेतर्फे निघाले ते सन १९३७ पर्यंत पूर्ण झाले. पण वाईचे विद्वान पंडित काशिनाथशास्त्री लेले यांनी मूळ संस्कृत व खाली मराठी असे भाषांतर देण्याचा उपक्रम सन १८९८ मध्ये चालू केला तो सन १९१५ पर्यंत चालला व द्रोणपर्वापर्यंत आठ खंड होऊन अपुराच राहिला. त्याचप्रमाणे यंदे आणि मंडळी या प्रकाशन संस्थेची चिंतामणराव वैद्य यांनी भाषांतरीत केलेली व मूळ संस्कृत श्लोकासह-मराठी भाषांतर देणारी, ग्रंथमालिका सन १९३१ ला सुरू झाली व सन १९३७ पर्यंत भीष्मपर्वापर्यंत आठ खंड प्रसिद्ध होऊन अपुऱ्या अवस्थेत थांबली.

याशिवाय बळवंत त्र्यंबक द्रवीड यांनी २७३१ पृष्ठांत व तीन खंडात 'भारतामृत' या नावाने महाभारत–सार छापले होते. त्याच्या दोन आवृत्या १९०२ ते १९०८ पर्यंत छापून झाल्या.

वरील सर्व प्रकाशकांनी आपापल्या प्रस्तावनांतून जी निवेदने दिली आहेत. त्यात मुख्यतः आर्थिक दूरवस्थेचे व संकटांचे वर्णन आहे, व रसिक वाचकांनी, संस्थानिकांनी सहाय्य द्यावे म्हणून विनंती केलेली आहे.

चिपळूणकर आणि मंडळींनी ग्रंथाची किंमत पहिला खंड छापून होण्यापूर्वीच वाढवली. वनपर्वाच्या दुसऱ्या खंडाच्या प्रस्तावनेत स्वतःच वनवासाला गेल्याइतकी संकटे प्रकाशकावर कोसळली, असे प्रकाशकांनी म्हटले आहे. वनपर्व ग्राहकांच्या हाती जायला ठरलेल्या तारखेपेक्षा बारा महिने उशीर झाला. तसे पाहिले तर या पूर्वीच्या चार प्रकाशकांपैकी कोणत्याच प्रकाशकाने कोणताही खंड दिलेल्या तारखेस ग्राहकांना दिलेला नाही. प्रत्येक वेळी उशीर झालेला आहे. चिपळूणकर आणि मंडळी खंड–२ (वनपर्व) च्या प्रस्तावनेत लिहितात, 'दुःसह मनुष्यहानी, अनन्वित द्रव्यनाश, कल्पनातीत मित्रविरोध, भयंकर प्रतिस्पर्धा आश्चर्यजनक विश्वासघात, विलक्षण शत्रुप्राप्ती, या सर्वांमुळे आमची दशादशा झाली !' सन १९०७ साली पाचव्या खंडाच्या प्रस्तावनेत

चिपळूणकर आणि मंडळी म्हणतात, ‘आतापर्यंत आम्ही इतक्या भयंकर आणि अदृष्टपूर्व संकटातून मार्ग क्रमीत आलो आलो आहो की एकवार सिंहावलोकन केले असता ज्या संकट–कंटकमय मार्गातून आम्ही हा प्रवास केला तो पाहून रोमांच थरारून उभे राहतात. या भयंकर मार्गातून आम्ही दूर आलो कसे याचे आश्चर्य वाटते.’

इतक्या संकटातूनही शेवटी चिपळूणकर आणि मंडळींनी हा प्रकल्प पूर्ण केलाच. शेवटचा खंड वाचकांच्या हाती देताना ते म्हणतात, ‘महाभारताचे शब्दशः मराठी भाषांतर–गद्य वा पद्य हा कालपावेतो प्रसिद्ध झालेले नव्हते, अर्थात मराठी भाषेच्या आरंभकालापासून आज मितीपर्यंत जे कार्य कोणाचे हातून झाले नाही, ते भगवंताने आमचे हातून तडीस नेले याबद्दल अभिमान वाटणे स्वाभाविक आहे. तथापि ही सर्व विश्वसूत्रचालकाचीच कृपा आहे.’

या भाषांतराविषयी गुरुवर्य रामकृष्ण गोपाळ भांडारकर यांचे मत येथे मुद्दाम देत आहोत. ते म्हणतात, ‘श्रीमन्महाभारत या अखिल ग्रंथाचे मराठीत भाषांतर करण्याचा रा. ग. वि. चिपळूणकर आणि मंडळी यांनी चालवलेला हाच, या प्रकारचा मराठीत प्रथम प्रयत्न आहे. या देशात इंग्रज सत्ता स्थापित होण्याचे पूर्वी व पश्चात, या भारतीय युद्धासंबधाने जे जे ग्रंथ लिहिले गेले आहेत त्यात बहुधा उपाख्याने वगैरे गाळलेली असून प्रधान गोष्टींचा सारांश घेतलेला आहे. यामुळे समग्र भारताचे भाषांतर प्रकाशित करून चिपळूणकर मंडळी महाराष्ट्र वाचकांची जी ही सेवा करीत आहेत ती बहुमोल आहे. यास्तव मराठी भाषेची अभिवृद्धी इच्छिणारे जे कोणी असतील त्या सर्वांनी ह्या मंडळींच्या यत्नास साहाय्य करणे उचित आहे. मी या भाषांतरांतील ठिकठिकाणचे भाग वाचून पाहिले, त्यावरून या ग्रंथाची सरणी मला पसंत वाटते. हे भाषांतर करणाराचा उद्देशच मराठीत एक सुरस आणि वाचनीय भाषांतर निर्माण करण्याचा असल्यामुळे मराठी भाषेच्या संप्रदायाला सोडून जाईल, किंवा मराठी भाषेला अननुरूप दिसेल असे

भाषांतर करण्याच्या भरीस ते पडले नाहीत, आणि ही त्यांची करणी मला सर्वांशी संमत आहे. '

ज्यांनी भाषांतराचे व तपासण्याचे काम त्या काळी पार पाडले त्यांची नावे मुखपृष्ठावर दिलेली आहेतच.

असे हे प्रमाणित भाषांतर उपलब्ध असल्यामुळे मी नवीन भाषांतर करून घेण्याच्या उद्योगात पडलो नाही. चिपळुणकर मंडळींचे हे महाभारत १९३६–३७ पर्यंत दुर्मिळ होऊन गेले. भारतगौरव ग्रंथ-मालेचे प्रकाशक १९३७ मध्ये आपल्या महाभारताच्या शेवटच्या बाराव्या खंडाच्या निवेदनात लिहितात, ' बरेच वर्षांपासून चिपळूणकर आणि मंडळींकडील या ग्रंथाचा साठा संपलेला असल्यामुळे, ज्यांच्याकडे बाजारात प्रती होत्या त्या ९० किंवा १०० रु. चे खाली मिळणे अशक्य झाले होते.

१९३७ साली सोन्याचा भाव २५ रु. तोळा होता. म्हणजे आजच्या (१९८२) भावानुसार चिपळूणकर, आणि मंडळींचे महा-भारत सहा ते सात हजार रुपयांना विकले जात होते ! या पार्श्वभूमी-वर या रामायण-महाभारताची आमची छापील किंमत रु. ९०० व सवलत किंमत प्रथम ३२५ नंतर रु चारशे व प्रकाशनानंतर पाचशे पहावी म्हणजे मी किती स्वस्त, हे ग्रंथ दिले ते पटेल.

पूर्वीच्या प्रकाशकांची ही सर्व करुण निवेदने मी वाचली तेव्हा मी कोणत्या प्रकारचे धाडस करीत आहे, हे माझ्या चांगले लक्षात आले व माझी झोप काही दिवस उडाली ! परंतु मला मित्रांची मोठी मदत झाली. नॅशनल पेपर मार्टचे नवनीतभाई व विनोद गांधी, परशुराम प्रोसेसचे सुभाष बर्वे, मुद्राचे सुजित पटवर्धन, प्रमोद प्रिन्टर्सचे प्रमोद बापट, चंदेल प्रिंटिंग प्रेसचे श्री. दिनेश चंदेल, स्वरूप मुद्रणचे सोनावणे व चित्रकार सालकर, नितीन बाईंडिग वर्क्सचे श्री. खैरे व श्रीफल बाईंडिंग वर्क्सचे श्री. कुंजीर ही सर्व मंडळी, माझ्या या प्रकल्पामागे, आपल्या सर्व सहकाऱ्यांनिशी किल्लेकोटाप्रमाणे उभी राहिली, म्हणूनच

ह्या सर्व प्रकल्प सहा महिन्यात वेळेपूर्वीच पूर्ण झाला. तसेच प्रकाशनपूर्व सवलत योजनेत एकूण १५०० ग्राहकांनी भाग घेऊन माझ्यावर प्रचंड विश्वास टाकला, त्यामुळेच हे कार्य वेळेत पूर्ण होऊ शकले. मी या सर्वांचा हृदयापासून ऋणी आहे.

या रामायण–महाभारत ग्रंथाची दुसरी आवृत्ती काढण्याची वेळ लवकरच येईल अशी माझी खात्री आहे.

'वरदा' सेनापती बापट मार्ग, पुणे १६. ह. अ. भावे
३१ मार्च १९८२

तिसरी आवृत्ती

मे १९८२ मध्ये काढलेली पहिली आवृत्ती डिसेंबर १९८३ मध्ये संपली. दुसरी आवृत्ती ऑक्टोबर १९८४ त काढली. तीही १९८५ मध्ये संपली व आता ही तिसरी आवृत्ती १ जानेवारी १९८६ ला काढत आहोत.

या तिसऱ्या आवृत्तीत महाभारताचे दोन खंड – हरिवंश-१ व हरिवंश-२ – असे वाढवले आहेत. तसेच रामायणाचे उपसंहाराचे – दोन खंड वाढवले आहेत. आता महाभारताचे दहा खंड व वाल्मीकि रामायणाचे पाच खंड असे या संचाचे एकूण पंधरा खंड व पृष्ठसंख्या दहा हजार झाली आहे. व्यवसायात अडचणी येतच असतात पण त्यावर मात करून प्रकाशनाचे हे पवित्र कार्य असेच चालू ठेवायचे आहे. जनताजनार्दनाचे सहाय्य व आशीर्वाद मला या कामात साथ देत आहेत व यापुढेही राहतील.

ह.अ. भावे वरदा बंगला, सेनापती बापट मार्ग, पुणे ४११०१६
दि १ जानेवारी १९८६

महाभारताविषयी आणखी काही विचार
(प्रा. भालबा केळकर)

द्रोणजन्म

महाभारतातील द्रोणजन्म

भरद्वाज ऋषी नेहमी कडकडीत आचरणाने वागणारा होता. सर्व ऋषींबरोबर स्नानाकरिता तो गंगानदीवर गेला. तेथे घृताचि अप्सरा–तरुण, सुंदर आणि काममदाने धुंद आणि तुस्त असणारी अप्सरा–स्नानाला आली होती. ती गंगेत स्नान करून ओल्या वस्त्राने बाहेर पडली. तिचे नेसावयाचे वस्त्र तीरावर वाळत घातले होते. अंगप्रत्यंगावर चिकटलेल्या ओल्या वस्त्रात तिला पाहून भरद्वाज ऋषीच्या मनात कामविकार उत्पन्न झाला. ज्ञानी भरद्वाजाचं वीर्यस्खलन झालं. ऋषीनं ते वीर्य एका द्रोणात धरून ठेवलं.

पुढे त्या ज्ञानसंपन्न मुनीला त्या वीर्यापासून त्याच पात्रामधे–'द्रोण' असं पुढं ज्याला नाव दिलं, तो मुलगा झाला.

भरद्वाज हा प्रतापवान आणि अस्त्रविद्येत मोठा पंडित होता.

भरद्वाजपुत्र भारद्वाज-द्रोण हाही तपश्चर्या करून वेद, वेदांग यात निष्णात झाला, आणि अस्त्रविद्येतही प्रवीण झाला.

भरद्वाजाने आग्नेय अस्त्र अग्निवेशास दिले. अग्निवेशाने ते अस्त्र भरद्वाजाचा मुलगा द्रोण याला दिले.

द्रोण जन्माचा अन्वयार्थ

भरद्वाज कडकडीत आचरणाचा ब्रह्मचारी होता.

घृताची अप्सरा ही स्वर्गातली विलासिनी. पण शुचिर्भूततेसाठी गंगेवर आली होती. यात घृताची अप्सरेचं पावित्र्य अभिप्रेत आहे.

घृताची सुंदर आणि उपवर तरुणीसारखी होती. लोभनीय.

भरद्वाजाच्या मनात कामबिकार निर्माण झाला. (काम-इच्छा). त्याला इच्छा झाली. आपली विद्या पुढे नेणारा पुत्र पाहिजे. पण त्याला पुत्र– औरस पुत्र– कसा होणार ? कारण तो ब्रह्मचारी होता. तेव्हा त्यानं आपलं इच्छाशक्तीनं स्खलन केलेलं वीर्य द्रोणात साठवलं आणि ते त्या अप्सरेकडे पाठवलं. आणि–

द्रोण– एक पात्र, टेस्टटचूब. त्यात साठविलेल्या पुरुषवीर्यापासून घृताचीला पुत्र झाला. टेस्टटचूब बेबी होते, त्या पद्धतीनं. घृताची अप्सरा होती. स्वर्गांगना होती. स्वर्ग म्हणजे अनेक विद्यांनी समृद्ध असा लोक. त्या स्वर्गातल्या वैद्यांनी भरद्वाजवीर्याचा उपयोग करून घृताचीच्या पोटी एक बुद्धिमान आणि युद्धविशारद पुत्र– टेस्टटचूब बेबी पद्धतीनं– जन्माला घातला. द्रोणात साठवलेल्या वीर्यापासूनचा पुत्र, म्हणून नाव द्रोण.

द्रोणात साठविलेल्या वीर्यापासून त्याच पात्रात पुत्र झाला, हे सांगताना महाभारतकार मुद्दाम स्त्रीचा उल्लेख टाळतात. स्त्रीचे नाव सांगत नाहीत. आणि केवळ पुरुषवीर्यानं मूल होऊ शकत नाही. याचाच अर्थ द्रोणजन्म हा महाभारत कालातील वैद्यकीय प्रगती दर्शवतो आणि टेस्टटचूब बेबीची पद्धती अमलात आणली जात असावी असी शक्यता दर्शवतो. द्रोणजन्म घृताची अप्सरेच्या पोटी घडवून आणला असेलही. कारण अप्सरा हा स्वर्लोकीचा स्त्रीवर्ग अशा अनौरस पण गुणी संततीला जन्म देणारा मुक्त स्त्रीवर्ग असावा. कलावंतिणींच्या वर्गासारखा. असं अनेक मुनी-अप्सरा कथांवरून जाणवतं. हे शास्त्र प्राचीन भारतात वरंच प्रगत असावं हे डॉ. प. वि. वर्तक यांच्या 'एम्ब्रियॉलॉजी इन एन्शंट इंडिया'' या संशोधन प्रबंधावरून जाणवतं.

द्रोणांनी आपली शस्त्रास्त्र विद्या परशुरामाकडून घेतली. यावरून द्रोण हे जन्मानं ब्राह्मणच मानले गेले, हेही लक्षात येतं. परशुराम मूलतः ब्राह्मणांना आणि फार तर क्षत्रियांना शस्त्रास्त्रविद्या देत असे, हे ज्ञातच आहे.

कृप आणि कृपी जन्म (महाभारतातील वृत्तांत)

शरद्वान हा गौतमपुत्र. याची मती धनुर्वेदात जास्त चालत असे. वेदाध्ययनात त्या मानाने कमी. शरद्वानाने तपश्चर्या करून संपूर्ण अस्त्रे मिळवली. अस्त्रविद्येत आणि तपोबलात त्याचं सामर्थ्य वाढू लागलं.

इंद्रानं जानपदी नावाची अप्सरा पाठवली. ती एकच वस्त्र नेसलेली, अप्रतिम बांध्याची होती. जानपदी– रस्टिक– रानफुलासारखी. म्हणजे वनवासी स्त्रियांसारखी व एकवस्त्रा. (शरद्वानासारख्या ब्रह्मचाऱ्याला (कामविकार-इच्छा) प्रबल पुत्रेच्छा व्हावी यासाठी अशी रसरशीत स्त्रीच दृष्टीला पडणं इष्ट होतं. कारण शरद्वान हा ब्राह्मणपुत्र होता, तरी वृत्तीनं क्षत्रिय होता. शस्त्रास्त्रविद्येवर वेदापेक्षा जास्त प्रीती असणारा होता.)

जानपदीला पाहून त्याची पुत्रेच्छा (कामविकार) प्रबळ झाली. धनुष्य-बाण गळून पडले आणि हातपाय कापू लागले. तो मोठा ज्ञानी व त्याचे तपोबल मोठे, म्हणूनच तो विवेकवान ब्राह्मण मोठ्या नेटाने राहिला. (महाभारतकारांनी इथे मनुष्याची स्खलनशीलता आणि संयमाचे बळ यांचा सुंदर समन्वय दाखवला आहे.) त्याच्या मनाची जी चलबिचल झाली, त्यातून (अत्याचारी कृती न होता, समाजनीतीबाह्य आणि म्हणूनच अविवेकी आत्मकेंद्रित रानवट बलात्कारकृती न होता, वीर्याचा योग्य वापर होण्यासाठी शरभात्यात वीर्यपात झालेला धरला गेला.) वीर्यस्खलन झाले. ते त्याला शरांच्या जुडग्यात (आपण साठवले) पडले, हे कळले नाही. ते वीर्य वापरून जानपदीला (टेस्टट्यूब बेबी पद्धतीने. कारण केवळ पुरुषवीर्यामुळे मुले होण्याची शक्यता नाहीच.) जुळे झाले. एक मुलगा व एक मुलगी.

शरद्वान निघून गेला. जानपदीने ती मुले शंतनूच्या स्वाधीन केली. शरद्वानापासून म्हणजे त्याच्या वीर्यापासून झालेली मुले म्हणून. अर्थात तीही ब्राह्मणच. शरद्वानाची कृष्णाजिने, आश्रम, धनुर्बाण सारीच जानपदीनं पुराव्यादाखल शंतनूला दाखवली.

शंतनूनं कृपावंत होऊन त्या रसरशीत तारुण्याच्या आदिवासी

तरुणीची मुलं सांभाळली, प्रजेची ब्रह्मोद्‌भव संतती म्हणून. एका आदिवासीनं सुप्रजाजननाच्या दृष्टीनं केलेला एक समाजोन्नतीचा प्रयोग म्हणून शंतनूनं त्या प्रयोगाला राजाश्रय दिला.

शरद्वानाला शंतनूचं औदार्य कळलं. आणि त्यानं स्वतः येऊन कृपाला धनुर्वेद दिला. पुढे कृपाचा कृपाचार्य झाला.

समाजोन्नतीच्या दृष्टीनं झालेला हा आंतरवर्गीय संकरप्रयोग कृपाचार्यांच्या रूपानं चिरंजीवत्व पावून एकसंध समाजाच्या दृष्टीनं मार्गदर्शन करत राहिला आहे, असं म्हणावं लागेल.

शंतनूची आंतरवर्गीय संकरप्रयोग दृष्टी मत्स्यगंधेशी विवाह करण्यातही अंशतः असावी काय, असं वाटतं.

कृपाचार्य हा दिलदार वृत्तीचा होता. 'क्रॉस ब्रीड इज फ्रीक्वेंटली मोअर व्हर्च्युअस दॅन दी ओरिजिनल्स' असं म्हणतात. त्या दृष्टीनं कृपाचार्य जास्त विचारी आणि दिलदार वाटतो खरा.

भीष्मांनी 'तुमच्यापेक्षा जास्त चांगला गुरू कौरव-पांडवांना हवा,' असं म्हटल्यावर त्यानं आपण होऊन द्रोणाचार्यांचं नाव सुचवलं आणि गुरूची गादी खाली केली.

युद्धात सेनापतीपद न मिळूनही खंत वाळगली नाही. रात्रिसंहारापासून अश्वत्थाम्याला परावृत्त करण्याचा धर्मशीलतेनं प्रयत्न केला.

म्हणून कृपजन्माच्या कथेचा असा विचार करावासा वाटतो.

मयसभा

भारतात प्राचीन काळापासून शिल्पशास्त्र प्रगत झालेलं आहे. तीन शिल्पसंहिता माहीत आहेत– मय, काश्यप आणि अगस्त्य.

या तीन शिल्पसंहितांची वैशिष्ट्ये दाखवणारी शिल्पेसुद्धा आज उपलब्ध आहेत.

उत्तरेकडून दक्षिणेकडे असं जर शिल्पांचं निरीक्षण करीत आलं तर मय, काश्यप आणि अगस्त्य अशीच वैशिष्ट्ये शिल्पात आढळून येतात.

मय शिल्प हे उत्तर भारतात उत्तरेकडच्या भागातच विशेष आढळतं, असं म्हणायला हरकत नाही.

या दृष्टीनं महाभारत घटनेच्या काळात मयसभा म्हणजे मय-शिल्पाचं वैशिष्ट्य, असं मानायला हरकत नाही.

महाभारतातील सभापर्वात मयासुरानं– अर्जुनानं व श्रीकृष्णानं खांडववनदाहाच्या वेळी अभय देऊन वाचवलेल्या मय दैत्यानं– पांडवांना कृतज्ञतेनं मयसभा ही एक देणगीच दिली. (दैत्य, असुर, राक्षस, यक्ष, किन्नर हे सर्व निरनिराळ्या शिल्पविद्येत प्रवीण होते. कुबेर हा यक्ष असला तरी रावण या राक्षसकुलोत्पन्न आईच्या पोटच्या मुलाचा नातेसंबंधी होता. दैत्य, असुर, राक्षस, यक्ष, किन्नर, गंधर्व हे सारेच धनवानही होते. वैभवसंपन्न होते. या वैभवसंपन्नतेतून वस्तुवैभवाच्या मदातून निर्माण होणाऱ्या दुष्प्रवृत्तीला देववृत्तीच्या विरुद्ध म्हणून असुर-वृत्ती, दैत्यवृत्ती म्हणजे उन्मादवृत्ती म्हणणं हे सयुक्तिक होईल. त्यामुळे असुर, राक्षस, दैत्य इत्यादी कुलातसुद्धा बिभीषण, मारिच, मय, हिंडिबा, घटोत्कच अशांसारख्या सद्‌वृत्त व्यक्ती सापडतात. त्यांपैकी काही तत्त्वज्ञ, काही भौतिक ज्ञानसंपन्न, काही युद्धविद्यातज्ज्ञ, काही विज्ञानतज्ज्ञ सापडतात.)

तसाच मयासुर हा सद्‌वृत्त शिल्पतज्ज्ञ असावा असं वाटतं. त्यानं मयशिल्पाचा उत्कृष्ट नमुना म्हणून मयसभा निर्माण केली आणि पांडवांना कृतज्ञतेनं देणगी दिली.

ही मयसभा उभारण्यासाठी मयासुरानं जी संपत्ती आणली ती हिमालयातून.

हिमालय हे देव आणि दैत्य यांचं निवासस्थान आणि युद्ध-स्थानही. त्याचप्रमाणे वस्तुवैभवाचं आगरही. हिमालय हे पाश्चात्य लेखकांचंही कुतुहल-स्थान आहे. हिमालय हे प्राचीन काळापासून एक गूढ आहे. देवांचं राज्य, श्रीशिवशंकराचं निवासस्थान, पवित्र गंगेचं

जन्मस्थान, अमाप संपत्ती आणि गूढ विद्या याच आगर, तपश्चर्येचं निवांत स्थान, देवदेवतांचं निवासस्थान— एक ना अनेक गूढं हिमालयाशी निगडित आहेत. आजही हिमालय पूर्ण कळलेला नाही. सतत शोध चालू आहे. मयासुरानं बिंदु सरोवराजवळून अमाप संपत्ती आणि आवश्यक उपकरणं आणली, वस्तूही आणल्या आणि रत्नसुवर्णखचित मयसभा बांधली. शिल्पनिर्मितीच्या अनेक किमया त्यात होत्या.

भ्रामक पाणी आणि जमीन— स्फटिक आणि अत्यंत स्वच्छ निव्वळ शंखशुद्ध पाणी वापरून— उभी करणं; भिंत आणि उघडा दरवाजा यांच्या बाबतीत भ्रम होईल अशी बांधणी; वृक्ष, फुलं इत्यादींचा भास रत्नांनी आणि सुवर्णानं निर्माण करणं इत्यादी किमया मयशिल्पाला वैभव प्राप्त करून देत होत्या.

आजही आग्रा येथील लक्ष्मीनारायण मंदिर वैभवाची कल्पना देऊ शकतं. समृद्ध दुकानात आरशांच्या किमयेनं दुकानाचा प्रचंड विस्ताराचा भास निर्माण केला जातो. प्राचीन शिल्प-वैभवाची साक्ष पटवणारी शिल्प-निर्मिती आजही उत्तर भारतात काही ठिकाणी अवशिष्ट रूपात आहे.

या दृष्टीनं पाहिलं तर मयसभेची निर्मिती अशक्य वाटूच नये. ताजमहाल म्हणजे अग्रेश्वर मंदिर आहे. श्री. पु. ना. ओक या मान्यवर संशोधकानं, हे सप्रमाण सिद्ध केलं आहे. यावरूनही मयसभेची निर्मिती अशक्य वाटू नये.

म्हणूनच मयशिल्पाचं वैशिष्टय या दृष्टीनं मयासुराची पांडवांसाठी कृतज्ञतेनं केलेली निर्मिती महाभारताचंही शिल्पवैभव समजायला हवं.

मयासुरानं जेव्हा अर्जुनाजवळ ‘ कृतज्ञता व्यक्त करण्यासाठी काही काम सांगा ’, अशी विनंती केली तेव्हा अर्जुनानं श्रीकृष्णाचा सल्ला घेण्यास सांगितलं. श्रीकृष्णानं त्याला सांगितलं,

“ हे शिल्पिश्रेष्ठा! जर तुझ्या मनात काही विशिष्ट गोष्ट करून आपलं प्रेम व्यक्त करावयाचं असेल, तर धर्मराजाला ह्या ठिकाणी तू आपल्या मनाप्रमाणं एक सभा करून दे. हे असुरवरा ! ही सभा इतकी

अपूर्व झाली पाहिजे की, पाहताक्षणीच प्रेक्षकांची मनं चकित होऊन जावीत. सर्व मानवलोकात कोणासही त्या सभेसारखी दुसरी सभा करता येऊ नये. हे दैतेया ! ह्याशिवाय त्या सभेत देव, दैत्य, मनुष्य इत्यादीकांची चित्रे, प्रतिमा वगैरे ज्या तू करशील, त्यांत असा काही अजब चमत्कार दिसला पाहिजे की, ती चित्रे व त्या प्रतिमा सजीवच आहेत, असा भास होऊन, त्यांच्या ठिकाणी त्यांस अनुसरून असणारे नैसर्गिक धर्म हुबेहूब वास करीत आहेत, असे सर्वांस वाटावे."

मयासुराने सभेकरिता स्थलाची आखणी केली. सभेसाठी जी भूमी त्याने निश्चित केली, ती अशी होती– तिच्यामधे सहाही ऋतूंचे विशिष्ट गुण वसत होते. तो भूप्रदेश अत्यंत रमणीय होता. त्या लोकोत्तर शिल्पीने दहा हजार हात लांब व दहा हजार हात रुंद असा भूप्रदेश मोजून त्यावर त्या सभेचा पाया आखला.

मयासुर अर्जनाला म्हणाला, "पार्था! कैलास पर्वताच्या उत्तरेस मैनाक नामक एक गिरी आहे. त्याच्या समीप बिंदुसर नावाचे रम्य सरोवर आहे. तेथे पूर्वी वृषपर्व दानवाधिपतीने एक दिव्य सभा सिद्ध करून दानवांसहवर्तमान यज्ञानुष्ठान करण्याचे योजिले होते. हे कुंतिपुत्रा ! मी त्या सभेतील भांडागारात धनाचे व रत्नांचे मोठमोठे राशी, मंदिरास रंगविण्याकरिता चित्रविचित्र रंग, नानाविध चूर्णे व इतर अनेक उपकरणे विपुल ठेवली आहेत. हे भारता ! जर ते पदार्थ अद्याप तेथे असतील, तर ते तेथे जाऊन घेऊन यावेत व त्यांच्यायोगे धर्मराजाकरिता मनोहर, दिव्य, सर्वरत्नमंडित व अपूर्व अशी एक अद्वितीय सभा निर्माण करावी, असे माझ्या मनात आहे."

मयसभेतील सरोवराची भ्रामकता

मयसभेत मयासुराने एक अप्रतिम सरोवर निर्माण केले होते. त्यात सुवर्णकमले विपुल असून ती सर्वतोपरी रत्नमय होती. त्या पुष्करणीत रत्नमय कमले विकसित झाली असून त्यात इतस्ततः सुवर्णाची कासवे व मासे संचार करीत होती. त्या सरोवरात अधोभागी पंकाचा (चिखलाचा) किंचित्सुद्धा लेप नव्हता. ह्यास्तव त्या जलाच्या

स्वच्छपणामुळे जलाच्या जागी स्थलाचाच भास होई. इत्यादी.

हिमालयाचे सर्वकालचे गूढत्व, मयसभा व पाश्चात्य

पाश्चात्य लेखकांत हिमालयाच्या गूढत्वाचा फार परिणाम दिसतो. तिथे एक आदर्श वैभवशाली, सुखी, संपन्न वसाहत असावी, असे ते मानतातही. जेम्स हिल्टनची 'लॉस्ट होरायझन' ही कादंबरी हे त्याचं मूर्तिमंत उदाहरण आहे.

राक्षस

समाजरक्षणासाठी निर्माण झालेली एक विशिष्ट कार्य करणारी जमात किंवा कुल. 'रक्ष'पासून राक्षस, असं म्हटलं जातं किंवा त्यांच्या सामर्थ्यावरून, तपश्चर्यावृत्ती दाखवणाऱ्या काही सद्वृत्तांच्या जीवनावरून, त्यांच्या वर्णनावरून जाणवतं.

दैत्य, दानव, राक्षस हे देखणे, सामर्थ्यसंपन्न, पराक्रमी आणि वैभवशाली होते, हे त्यांतल्या अनेक व्यक्तींच्या वर्णनावरून स्पष्ट जाणवतं. उदाहरणार्थ, हिरण्यकश्यपू, हिरण्याक्ष, रावण, बिभीषण, मारिच, माल्यवान, वृषपर्वा, प्रल्हाद, बली, बाणासुर इत्यादी.

बिभीषण रामभक्त होता. रावण शैव होता. प्रल्हाद विष्णुभक्त होता. बली विष्णुभक्तच झाला. मारिच तपस्वी झाला. माल्यवान सद्वृत्त होता.

सर्वांची वर्णने देखणे, सामर्थ्यशाली पुरुष अशीच आहेत.

मग त्यांच्याच बद्दल अकाळविकाळ, नरमांसभक्षक, क्रूर, मायावी, भयानक असे उल्लेख का? याचाही विचार मनात येतो. आणि मनात रुजतोही.

एक म्हणजे त्यांच्या कृत्यावरून, लोककल्याणविरोधी क्रूर कृतीवरून, ऋषिमुनींच्या यज्ञाचा विध्वंस करण्याच्या त्यांच्या वृत्तीवरून,

अनैतिक आणि बलात्कार प्रवृत्तीतून स्त्रीभोग आणि अत्याचारी कर्मावरून आणि सामर्थ्याच्या दुरुपयोगावरून, त्यांच्या अक्राळविक्राळ वर्णनामागे त्यांचा दुर्वृत्त स्वभावच असावा असं वाटतं. ते काव्यात्म वर्णन त्यांच्या स्वभावाचं असावं, यात शंका वाटत नाही.

राक्षस रावण हा वैभवशाली लंकाधीप होता. त्याची पत्नी मंदोदरी ही एक अप्सरेची कन्या होती. हिरण्यकश्यपूची पत्नी कयाधू हीसुद्धा चांगल्या कुळातली होती. बिभीषणाची पत्नी सरमाही तशीच. बाणासुराच्या कन्येनं– उषेनं– श्रीकृष्णाच्या नातवाशी– अनिरुद्धाशी– विवाह केला. श्रीकृष्णानंही तो मान्य केला. तेव्हा दानव, दैत्य, राक्षस हे सुधारलेले, वैभवशाली होते.पण–पण वैभवातून येणारी उन्मत्त वृत्ती त्यांच्यात आली व समाजरक्षण,समाजकल्याण,लोककल्याण, यांऐवजी आत्मकेंद्रित वृत्तीनं ते अत्याचारी झाले. दुष्प्रवृत्त झाले. विलासात भोगवृत्तीनं त्यांच्याकडून बलात्कार होऊ लागले. नरमांसभक्षणसुद्धा होऊ लागले. त्यात त्यांची रुची किती अमानुष आहे, ते जाणवू लागलं. त्यांचे यज्ञ आत्मकेंद्रित फायद्याकरता होऊ लागले. ऋषिमुनींचे लोककल्याणकारी यज्ञप्रकल्प त्यांच्या स्वार्थाआड येऊ लागले आणि म्हणून ते ऋषिमुनींच्या यज्ञाला विध्वंस करून विरोध दर्शवू लागले. म्हणून राक्षसादींचं वर्णन क्रूर, भयानक, आसुरी असं होऊ लागलं ते त्यांच्या स्वभाव विशेषाचं. देखणी, वैभवसंपन्न व्यक्ती ही दुर्वृत्त, क्रूर वागू लागली, स्वार्थाचं थैमान करू लागली की, ती जास्त भयानक वाटू लागते, हे आजही जाणवतं.

द्रौपदीस्वयंवर

धौम्यमुनी पांडवांचे पुरोहित झाले. (लाक्षागृहातून सुटल्यावर पांडव गुप्त–ब्राह्मण–वेषानं हिंडत होते. चित्ररथ गंधर्वाशी त्यांची गाठ पडली. त्यानं पांडवांशी मैत्री केली. धौम्य मुनींना पुरोहित या नात्यानं स्वीकारा असं सांगितलं. त्याप्रमाणे त्यांनी केलं.)

धौम्य पुरोहित झाले, तेव्हा ‘ राज्यलक्ष्मी आणि द्रौपदीही आपणास प्राप्त झालीच असं पांडवांना वाटलं. (याचा अर्थ द्रुपदकन्या द्रौपदीचं स्वयंवर आहे, हे त्यांना माहीत होतं, म्हणूनच ते पांचाल राजधानीत आले, हे उघड आहे.)

धौम्य मुनींनी पुण्याहवाचन केल्यानंतर, नरपतिश्रेष्ठ पांडवांनी द्रौपदीच्या स्वयंवरास जाण्याचा विचार केला.

ते नरश्रेष्ठ पांडव द्रुपदराजाचा महोत्सवसंपन्न देश आणि द्रौपदी अवलोकन करण्याच्या दृष्टीनं, उद्देशानं निघाले. द्रौपदी-स्वयंवरासाठी निघालेले अनेक ब्राह्मणसमुदाय त्यांना भेटले.

ब्राह्मण त्यांना म्हणाले,

“ तुम्ही दिसण्यात सुंदर आणि देवाप्रमाणे तेजस्वी आहात. तेव्हा तुम्हाला पाहून कदाचित दैवयोगानं तुमच्यापैकी एखाद्याला द्रौपदी माळही घालील.” (अर्जुनाकडे बोट करून धर्मराजास ब्राह्मण म्हणाले, “ तसेच हे महात्म्या, हा जो तुझा कांतिमान, सुरूप आणि महाशूर बंधू आहे, त्याची शत्रुविजयाकडे योजना केली तर दैवयोगाने हा त्यांचा पराभव करून द्रव्यही मिळवील.”)

राजा यज्ञसेनाची इच्छा (द्रुपदाची इच्छा) द्रौपदी अर्जुनाला द्यावी अशीच होती. पांडव लाक्षागृहातून सुटले एवढं कानावर आलं होतं. पण शोध लागत नव्हता. म्हणून त्यानं लक्ष्यभेदाचा अवघड पण लावला. अर्जुनाशिवाय कुणाला तो पण जिंकणं शक्यच नव्हतं. त्यायोगे अर्जुनाचा व पर्यायानं पांडवांचा शोध लागेल असा त्याचा उद्देश त्या पणामागे होता. द्रौपदी अर्जुनाची पत्नी व्हावी हीच त्याची इच्छा होती. द्रौपदी स्वयंवरासाठी अवघड ‘ पण ’ अर्जुनासाठीच होता.

द्रुपदपुत्र आणि द्रौपदीचा बंधू धृष्टद्युम्न यानं स्वयंवराच्या प्रसंगी पण जाहीर करताना जे म्हटलं आहे, ते लक्षात घेण्यासारखं आहे. ‘ हा लक्ष्यभेद करणारा **उत्तम कुलातला** असून रूपवान आणि बलवान असावा. असा जो कोणी हे लक्ष्यभेदाचं महत्कृत्य करील, त्याची, ही माझी भगिनी, द्रौपदी, निश्चयानं भार्या होईल.’

आलेल्या राजेमहाराजांची ओळख करून देताना धृष्टद्युम्न म्हणाला

होता, "वीर धृतराष्ट्रपुत्र हे कर्णास बरोबर घेऊन तुझ्याकरता येथे आलेले आहेत."

काही इतर राजे पण जिकण्याच्या बाबतीत पराभूत झाल्यावर कर्ण पुढे झाला. त्यानं पणाला हात घातला. परंतु हे करण्यातच त्यानं चूक केली, हे लक्षात येईल. धृष्टद्युम्नानं 'हा लक्ष्यभेद करणारा **उत्तम कुलातला** असावा,' असं स्पष्ट जाहीर केलं होतं. आणि—

आणि कर्णाला स्वतःचं कूळ (लौकिक कूळ) माहीत होतं. ते लौकिक कूळ 'सारथ्याचं, सूताचं' होत. क्षत्रियाचं नव्हतं. तेव्हा धृष्ट-द्युम्नाची सूचना लक्षात घेऊन धनुर्धर असूनही त्यानं पणाला हात घालायला नको होता.

त्या कर्णाला, सूत कुळातल्या कर्णाला पाहून द्रौपदीने, 'मी सूत जातीच्या पुरुषास वरणार नाही,' असे मोठ्यांदा सांगितले, तर त्यात तिनं लौकिक सत्य काय ते सांगितले. त्यात कर्णाच्या अपमानाचा प्रश्न येत नाही. आणि त्याला तो वाटत असला तर तो त्यानं स्वतःच ओढ-वून घेतला होता.

कर्णानंतर शिशुपाल, जरासंध, शल्य इत्यादी महाबलिष्ठ राजां-नीही पणाला हात घातला. पण त्यांना द्रौपदीनं विरोध केला नाही. याचा अर्थ पण हा मूलतः ब्राह्मण व क्षत्रीय यांच्यासाठी होता. कर्णानं सूतपुत्र असतानाही, पणाला हात घालून, हात दाखवून अवलक्षण करून घेतलं, आणि त्या घडलेल्या प्रसंगाला अपमान म्हणत बसला.

अर्जुनाने धनुष्याला प्रदक्षिणा घातली. श्रीशंकरास प्रणाम केला. श्रीकृष्णाचे स्मरण केले. मग धनुष्यास हात घालून लक्ष्यभेद केला आणि पण जिंकला.

द्रौपदीला, त्यावेळी, अर्जुन हा एक सामर्थ्यशाली ब्राह्मण आहे, येवढंच माहीत होतं. अर्जुन आहे, हे माहीत नव्हतं. तरी तिनं, पण त्यानं जिंकला व तो ब्राह्मण कुलातला आहे, हे जाणून त्याला वरमाला घातली. तो अर्जुन आहे, व 'आपल्याला अर्जुनानं जिंकलं,' हे तिला नंतर कळलं

द्रौपदी ब्राह्मणानं जिंकली हे पाहून राजमंडल द्रुपद्राच्या लग्न-

मंडपावर चालून आले. कर्णासह त्या सर्वांचा अर्जुन व भीम यांनी पराभव केला. श्रीकृष्णाने पांडवांना ओळखलं होतं. पण त्यानं त्यावेळी त्यांना ओळख दिली नाही. इतर राजांची समजूत घातली, 'द्रौपदी ही त्यांना (ब्राह्मणवेषातल्या पांडवांना) न्यायानेच मिळाली आहे. त्यांच्याशी युद्ध करणे अनीतीचे आहे.'

आणि अर्थातच राजे युद्धनिवृत्त होऊन निघून गेले.

पांडव हे ब्राह्मणवेषात हिंडत होते. आपण क्षत्रीय आहोत, हे उघडकीस येऊ नये म्हणून ते, पांचाल राजधानीत, एका कुंभाराच्या घरी उतरले होते. ते द्रौपदी-स्वयंवराला आले होते, हे कुंतीसही माहीत असणारच. भिक्षेच्या मिषाने ते बाहेर गेले, हेही तिला ठाऊक असणारच.

त्यांना परत यायला वेळ लागण्याचं कारण, राजमंडलाशी युद्ध, हे होतं. पण ती कुंभाराच्या घरी असल्यानं स्पष्ट काहीही व्यक्त करू शकणार नव्हतीच.

तिची एक काळजी म्हणजे, स्वयंवराच्यावेळी कौरवांनी त्यांना ओळखून काही अत्याचारी कृत्यानं त्यांना इजा तर केली नाही ना, ही होती.

पांचाल राजधानीत झालेला स्वयंवराचा सोहळा आणि निकाल तिच्या कानी न येणं, हे अशक्यच होतं. लक्ष्यभेदाचा पण अर्जुनानेच जिंकला असणार, राजमंडलाचा पराभव भीमार्जुनांनी केला असणार, हे सारं जाणण्याइतकी ती चाणाक्ष होती. तिला काळजी होती कपट-नीतीनं पांडवांचा घात करू इच्छिणाऱ्या कौरवांची, शकुनीची, कर्णाची.

पांडव द्रौपदीसह कुंभाराच्या घरी आले. युधिष्ठिरानं आपला ब्राह्मणवेष उघडकीस येऊ नये म्हणून 'आई ! भिक्षा आणली आहे,' हे, द्रौपदी बरोबर आणली असतानाही, म्हणणं सयुक्तिकच होतं. कुंतीला आता काळजी होती की, 'अर्जुनानं द्रौपदीला जिंकलं असणार. अर्जुन तर धर्मराज युधिष्ठिर व भीम यांच्यापेक्षा धाकटा. त्याचा आधी विवाह झाला तर पांडवात आपसात विकल्प निर्माण होऊन अनवस्था प्रसंग ओढवेल. वितुष्ट येईल. तेव्हा हे कोडं सोडवणं हे व्यास व कृष्ण यांच्यावर सोपवावं.' म्हणून तिनं काळजी असून प्रथम पांडवांना पाहायला

दाराशी न येता म्हटलं, 'नेहमीसारखी सर्वांनी वाटून घ्या.' आणि मग द्रौपदीला पाहून म्हटलं, 'माझा शब्द वृथा होणार नाही.'

मातेचं भाषण ऐकून युधिष्ठिरानं क्षणभर विचार करून कुंतीस धीर दिला आणि नंतर तो वीर अर्जुनास म्हणाला, 'अर्जुना! द्रौपदीला तूच जिंकून घेतले आहेस. ह्यामुळे या राजकन्येला तुझ्याच योगाने विशेष शोभा येईल. तेव्हा तूच हिचे यथाविधी पाणिग्रहण कर.'

अर्जुनाने उत्तर दिले, 'हे नरेंद्रा! आपण मला अधर्मात पाडू नका. आपला प्रथम, मग भीमाचा नंतर माझा विवाह हेच धर्मसंमत आहे. जे धर्मास अनुसरून व कीर्तीस कारणीभूत असे असेल, व पांचालाधिपती द्रुपद यासही हितकारक होईल, ते आता आपण करा व आम्हाला आज्ञा करा. आम्ही आपल्याच आधीन आहोत.'

तेवढ्यात श्रीकृष्ण आणि बलराम हे कुंभाराच्या घरी आले आणि त्यांनी पांडवांना आपली ओळख दिली. पांडवांना त्यांच्या भेटीमुळे आनंद झाला.

द्रुपदाला काळजी पडली होती. त्याला पांडवांची ओळख पटली नव्हती. तो धृष्टद्युम्नाला म्हणाला, 'अरे! ती कृष्णा (द्रौपदी) कुठे गेली? तिला घेऊन जाणारे कोण? आज धनुष्य सज्ज करून यंत्रभेद करणारा तो वीर कुंतीचा कनिष्ठ पुत्र (अर्जुन) तर नव्हे ना? तू आनंदित दिसतोस. त्यावरून नरश्रेष्ठ अर्जुनाशी आपला संबंध घडलेला असावा, असाही मला संशय येतो.'

धृष्टद्युम्नाने आपल्या सेवकांना पाठवून गुप्तपणे आणलेल्या हकिगतीवरून द्रुपदाला आश्वासन दिले, 'ते गुप्तरूपानं संचार करणारे पांडवच असावेत.'

द्रुपदानं पुरोहित पाठवून पांडवांना द्रौपदीसह राजप्रासादात आणले. युधिष्ठिरानं आपली सर्वांची ओळख दिली. द्रुपद संतुष्ट झाला. 'अर्जुनानं द्रौपदीचं पाणिग्रहण करावं,' असं म्हणाला.

त्यावर धर्मराज युधिष्ठिर (भीमाला आवरण्यासाठी आणि म्हणून खरं म्हणजे त्याला उद्देशून) म्हणाला, 'ममापि दारा कर्तव्या.'

द्रुपद म्हणाला, 'मग तू तिचं पाणिग्रहण कर!'

युधिष्ठिरानं कुंतीचं म्हणणं सांगितलं, ‘सर्वांनी वाटून घ्या! माझं म्हणणं वृथा होणार नाही.’ आणि म्हटलं, ‘द्रौपदी आम्हा सर्वांची राणी होईल.’

द्रुपदाला हे साहाजिकच मान्य होईना. बहुपत्नित्व रूढ म्हणून त्याला मान्य होतं. पण बहुपतित्व लोकरूढीला आणि वेदाज्ञेला विरुद्ध असा अधर्माचार आहे, असं त्याचं रास्त म्हणणं होतं.

युधिष्ठिर म्हणाला, ‘राजा! धर्म फार सूक्ष्म आहे. धर्माची गती जाणण्यास आपण असमर्थ आहोत. मातेची आज्ञा पाळणे जरूर आहे.’

द्रुपद म्हणाला, ‘धर्मा, तू, कुंती व धृष्टद्युम्न काय ते ठरवा.’

तेवढ्यात व्यास आले.

युधिष्ठिरानं त्यांना म्हटलं, “मात्राज्ञेप्रमाणे हिला पाचांनी स्वीकारणे हाच आमचा श्रेष्ठ धर्म असं मी मानतो.’

कुंती म्हणाली, ‘मी असे म्हटले खरे! अधर्माचे तर मला फार भय वाटते; आणि तुमच्या मते माझे हे सांगणे अधर्मरूप असेल तर या पापातून आता माझी सुटका कशी व्हावी?’

व्यास म्हणाले, ‘हे कल्याणी, तू चिंता करू नकोस. अधर्मदोषापासून तू मुक्त होशील. कारण तू सांगितलेस ते सनातन धर्माला अनुसरूनच आहे. द्रुपदा, युधिष्ठिराच्या म्हणण्याप्रमाणे हा धर्म विहित कसा आहे आणि सनातनही कसा आहे, हे सर्वांसमक्ष सांगण्यास मी तयार नाही. याला एकांत पाहिजे.’

असे बोलून भगवान् व्यासमुनी उठले, व द्रुपदाचा हात धरून त्याच्या राजवाड्यात गेले. ही गोष्ट धर्मविहित कशी, हे द्रुपदास समजावून सांगितले.

या साऱ्याच घटनेत बराच गूढार्थ भरला आहे असं वाटतं. व्यासांनी महाभारतात जो अनेक ‘कूट प्रसंग किंवा कूट घटना’ दिल्या आहेत, त्याचा अर्थ लावणंही आवश्यक आहे. कारण महाभारत एक सांस्कृतिक आणि मार्गदर्शक इतिहास मानला जातो. म्हणून वरवर शब्दशः अर्थ घेऊन चालणार नाही. या दृष्टीनं सर्वांगीण विचार करून

या घटनेचा अर्थ नीट लावणं आवश्यक आहे. त्यामुळे सर्वसामान्यांची दिशाभूल आणि बुद्धिभेदही टळेल.

पती आणि पत्नी

पती या शब्दाच्या अर्थापासून प्रारंभ केला पाहिजे असं वाटतं. कारण बहुपतित्व हे त्या काळातही निषिद्ध, अनैतिक आणि अधर्मरूप होतं, हे द्रुपदाच्या बोलण्यावरूनही लक्षात येतं.

पती याचा मूळ अर्थ पालनकर्ता. नंतर त्याचा रूढार्थ जो रुळला तो 'नवरा.'

त्यामुळेच, पत्नी म्हणजे पतीकडून जिचे पालन होते ती. नंतर त्याचा रूढार्थ रुळला तो 'बायको' असा.

आजही आपण 'पती' हा शब्द अनेक अर्थानं वापरतो. उदाहरणार्थ राष्ट्रपती– राष्ट्राचा पालनकर्ता; सेनापती– सेनेचा नायक; कुलपती– कुलाचा, विद्यापीठाचा प्रमुख. इत्यादी. याचबरोबर पती म्हणजे नवरा, हा रूढार्थही आपण मान्य करतो.

'पत्नी' या शब्दाबाबत मात्र आपण अर्थाचा कंजूषपणा स्वीकारतो. स्त्री-स्वातंत्र्याला जसा बांध वसत गेला असेल तसा हा अर्थही सीमित होत होत 'बायको' येवढाच राहिला असेल.

महाभारत काळात जास्त विशाल अर्थही संभवतो. पती या शब्दाशी संबंधित पत्नी हा स्वीकारार्ह होत असेल.

या दृष्टीनं या द्रौपदीच्या बहुपतित्वाबाबत विचार केला तर हे 'कूट' सुटते असं वाटतं.

रामायण, महाभारत, श्रीकृष्णचरित्र आणि बहुपतित्व

भारतीय इतिहास सांगणाऱ्या या तिन्ही महाकाव्यांत असं आढळून येतं की,

बहुपतित्वाचे उदाहरण हे फक्त एकच आणि ते म्हणजे फक्त 'द्रौपदीचं' आहे.

याचा अर्थ बहुपतित्व हे कधीही धर्मविहित नव्हतं, आणि सर्व-

मान्य नव्हतंच. किंबहुना ते अधर्मरूपच होतं. अनैतिकच होतं. या दृष्टीनं प्रजेलाही मान्य झालेल्या द्रौपदीच्या बहुपतित्वाचा अर्थ नीट लावणं आवश्यकच आहे. कारण–

प्रातःस्मरणीय पंचकन्यांत 'द्रौपदीचं' नाव स्मरणीय आणि आदरणीय म्हणून समाविष्ट केलं गेलेलं आहे.

द्रौपदीपती (आणि) पांडव

पांडवांच्या प्रजेनं पांडवांना राजे म्हणून आनंदानं स्वीकारलं होतं. पांडवांच्या प्रजेचं पांडवांच्यावर फार प्रेम होतं. तरीही राजप्रासादातली अधर्मरूप आणि अनैतिक अशी नाती त्यांनी कधीही मान्य केली नसती. कारण 'यथा राजा तथा प्रजा' या तत्त्वाप्रमाणे ती अधर्मरूप, अनैतिक नाती प्रजेतही स्वीकार्य म्हणून पसरून समाजात अनीतिवर्तनाचा एकच हल्लकल्लोळ उडाला असता.

द्रौपदीचं बहुपतित्व जर रूढ अर्थानं घेतलं आणि तसं ते जर असतं तर पांडवांच्या प्रजेनं त्यांना राजपदावर राहू दिलं नसतं.

कारण राजप्रासादातलं रूढार्थ बहुपतित्व हे अनैतिक असून मानलं तर प्रजेतही बहुपतित्वाची अनैतिकता मान्य होऊन रूढ होईल आणि घरोघर अनाचार माजेल. अशी स्थिती प्रजेला कधीच मानवली नसती.

पण पांडवांच्या प्रजेनं पांडवांना प्रेमानं, आदरानं राजपद दिलं. याचाच अर्थ द्रौपदीचं बहुपतित्व हे रूढार्थ बहुपतित्व नाही, हे प्रजेलाही माहीत असणार.

भीष्म, द्रोण, कृप, परशुराम, धौम्य इत्यादी ज्ञानी व मान्यवरांनी याबाबत एकही विरोधी शब्द काढला नाही. पांडवांना अर्धं राज्य देऊन इंद्रप्रस्थाला पाठवताना कौरवांनीही, खळखळ, द्रौपदीच्या बहुपतित्वाचा गवगवा करून केली नाही. राजसूय यज्ञाच्या वेळीसुद्धा कुणीही द्रौपदीच्या बहुपतित्वाबद्दल विरोधी शब्द काढला नाही. शिशुपालानं श्रीकृष्णाला अग्रपूजेचा मान देण्याबद्दल पांडवांची निर्भर्त्सना केली, तरी या द्रौपदीच्या बहुपतित्वाचा हीन व अनैतिक म्हणून उल्लेख केला नाही. द्रौपदी वस्त्रहरणाच्या प्रसंगी कर्णाच्या मुक्ताफळांना कुणीही उचलून

धरलं नाही. दुर्योधनादी कौरवांनीसुद्धा स्पष्टपणे उचलून धरलं नाही. कर्णाची मुक्ताफळं, 'द्रौपदीनं त्याला सूतपुत्र म्हणून नाकारलं', याबद्दलच्या सूडवृत्तीतून निघालेली मूर्ख बडबड होती याची सर्वांनाच जाणीव असणार.

याचाच अर्थ असा होतो की, द्रौपदीचं बहुपतित्व हे रूढार्थ बहुपतित्व असण्याची शक्यता नाहीच. म्हणून द्रौपदीच्या बहुपतित्वाचा सर्वांना मान्य झालेला, म्हणूनच अनैतिक व अधर्मरूप नसलेला, असा अर्थ काय आहे, तो शोधणं आवश्यक आहे.

त्यासाठी पती आणि पत्नी या शब्दांचे वेगवेगळे अर्थ लक्षात घेऊन हे कूट सोडवलं पाहिजे. पती या शब्दाचे जसे, रक्षणकर्ता, पालनकर्ता, मार्गदर्शक, प्रमुख, नवरा असे अर्थ आहेत, तसेच पत्नी या शब्दाचेही अर्थ घेणं आवश्यक ठरतं आणि 'पती' शब्दाच्या घेतलेल्या अर्थाला अनुसरूनही घेणं आवश्यक ठरतं.

या दृष्टीनं आता द्रौपदीच्या बहुपतित्वाचं सर्वमान्य झालेलं असं स्पष्टीकरण काय असावं याचा साकल्यानं विचार करू.

द्रौपदी आणि पांडव

अर्जुनानं पण जिंकल्यामुळे द्रौपदी अर्जुनाचीच रूढार्थानं पत्नी होती. म्हणजे अर्जुन पती– नवरा आणि द्रौपदी पत्नी– बायको असं नातं होतं.

युधिष्ठिरानं अर्जुनालाच तिचा बायको म्हणून स्वीकार कर अशी विनंती केली होती. द्रुपदालाही अर्जुन हाच जावई हवा होता.

धर्माचा अर्थ सूक्ष्म असतो. तो समजून घेतला म्हणजे मग इतर पांडवांच्या द्रौपदीबरोबरच्या नात्याचा अर्थ नीट लागतो आणि द्रौपदीचं बहुपतित्व अनैतिक होतच नाही.

व्यास, द्रुपदाला द्रौपदीचं बहुपतित्व धर्मविहित कसं आहे, हे सांगण्यासाठी, त्याचं सनातनत्व सांगण्यासाठी एकांतात घेऊन गेले, ते त्याचं नैतिक स्वरूप कसं असणार आहे ते पटवून सांगण्यासाठीच.

धर्म आणि भीम

पती याचा अर्थ रक्षणकर्ते, पालक, सल्लागार असा लक्षात घेतला आणि अर्जुनाची रूढार्थानं पतित्वपदी स्थापना पण जिंकणारा म्हणून केली की, धर्म (युधिष्ठिर) आणि भीम हे थोरले दीर होतात.

आपल्या संस्कृतीत थोरल्या दीराचं नातं हे पितृतुल्य असतं. (शिवाय भीमाने हिडिंबा या राक्षस-स्त्रीचा पत्नी या नात्यानं रूढार्थानं स्वीकार केला होता, तो धर्मराज युधिष्ठिर याच्या अनुज्ञेनंच. तेव्हा भीम रूढार्थानं विवाहित होताच.) थोरले दीर या नात्यानं युधिष्ठिर आणि भीम हे द्रौपदीचे पितृतुल्य पती म्हणजे पितृतुल्य रक्षणकर्ते, मार्ग-दर्शक आणि सल्लागार होते.

नकुल आणि सहदेव हे द्रौपदीचे धाकटे दीर होते. ते तिला पुत्रा-प्रमाणे होते. (आपल्या संस्कृतीनं हे नातंही मान्य केलं आहे.) पुत्रा-प्रमाणे ते द्रौपदीचे रक्षणकर्ते आणि सल्लागार होते. म्हणजे पुत्रतुल्य पती होते.

म्हणजेच–

युधिष्ठिर आणि भीम या पितृतुल्य पतींना थोरल्या दीरांना ती कन्यावत् (पत्नी म्हणजे जिच्या पालनाची जबाबदारी त्यांनी घेतली आहे, अशी) होती.

अर्जुनाची, द्रौपदी ही रूढार्थानं पत्नी म्हणजे बायको आणि अर्जुन, द्रौपदीचा रूढार्थानं पती म्हणजे नवरा होता.

नकुल, सहदेव हे द्रौपदीचे पुत्रतुल्य रक्षणकर्ते म्हणजे पती होते. ती त्यांना मातेसमान होती. (पत्नी म्हणजे त्यांनी जिच्या पालनाची जबाबदारी घेतली आहे, अशी) मातावत् होती.

विवाहसंस्कार, मौंजीबंधन (स्त्रियांच्याही पूर्वी मुंजी होत असत), या संस्कारांच्या वेळी अंतरपाटाच्या दोन बाजूंच्या व्यक्ती मानसिक अंतर दूर करून एक होतात (नवरा-बायको, पिता-पुत्र किंवा प्राचीन काळाप्रमाणे पिता-कन्या इत्यादी).

म्हणून द्रौपदीचा पाच पांडवांनी वेगवेगळ्या नात्यांनी

अग्नीच्या साक्षीनं, स्वीकार केला. स्त्रीची तीन नाती द्रौपदीनं पाच पांडवांत वाटून दिली. युधिष्ठिर व भीम यांना कन्या म्हणून, अर्जुनाला बायको म्हणून आणि नकुल व सहदेव यांना माता म्हणून. यामुळेच पांडव द्रौपदीशी एकनिष्ठ राहिले.

नारद, पांडव व द्रौपदी

द्रौपदीला प्रत्येकाच्या रक्षणाखाली वर्षातले दोन महिने बारा दिवस, नारदांनी नियम घालून दिल्याप्रमाणे राहावे लागे. त्यानंतर अग्निदिव्यानं शुद्ध होऊन, म्हणजे मानसशास्त्रतज्ज्ञ ऋषींच्याकडून मानसिक परखड तपासणी होऊन, तिच्या मनात विकल्प उद्‌भव झाला नाही ना, हे तपासून द्रौपदी शुद्ध मनानं दुसऱ्याच्या रक्षणाखाली जात असे. नारदांनी सांगितलेले नियम सारेजण पाळत.

अर्जुनालाच पाची पुत्र झाले. ज्याच्या ज्याच्या रक्षणाखाली द्रौपदी असताना तिला जो जो पुत्र झाला, त्याला त्याला त्या त्या पांडवानं आपला पुत्र मानला. आपापल्या इच्छेप्रमाणे नावं ठेवली.

'ज्याच्या रक्षणाखाली द्रौपदी असेल, त्याच्याशी द्रौपदी काही खाजगी सल्लामसलत करत असेल, तर दुसऱ्यानं तिथं जाऊ नये हा नियम होता. हा नियम मोडल्यास, मोडणाऱ्या पांडवानं ब्रह्मचर्यव्रत घेऊन बारा वर्षं वनवास पत्करावा.' असाही नियम होता.

अर्जुनाकडून नियमभंग आणि त्याचा वनवास

पांडवांचं राज्य अत्यंत समृद्ध, न्यायपूर्ण आणि सुखी असंच होतं. ब्राह्मणादी श्रेष्ठ वर्णापासून गोपालादी कनिष्ठ वर्णापर्यंत सर्व प्रजा सुखी होती आणि पांडवांवर लोभ करीत असे.

अशा राज्यात 'चोरांनी मम धेनु चोरल्या' म्हणून एक ब्राह्मण पांडवांच्या राजप्रासादात येतो. अर्जुन त्या चोरांना शासन करण्यास, धर्म व द्रौपदी शस्त्रागारात एकांतात असताना शस्त्रे आणायला जाऊन नियम मोडतो. वनवासाला (ब्रह्मचर्य पाळण्याचे ठरवून) निघतो.

ही सारीच घटना सरळ अर्थाच्या दृष्टीने असंभवनीय वाटते.

कारण अर्जुनाचे, त्या बारा वर्षांच्या वनवासात प्रत्यक्ष तीन विवाह झाले (ब्रह्मचर्य केवळ द्रौपदीपुरते असा अर्थ घेऊन). नागकन्या उलुपी, मणिपूरची राजकन्या चित्रांगदा आणि श्रीकृष्णभगिनी सुभद्रा या अर्जुनाच्या या बारा वर्षांत झालेल्या नव्या बायका.

अर्जुन वनवास संपवून सुभद्रेला घेऊन इंद्रप्रस्थाला आला. नंतर सुभद्रेला अभिमन्यू आणि द्रौपदीला त्यानंतर पाच पुत्र झाले.

अर्जुनाच्या बारा वर्षांच्या वनवासकाळात ब्रह्मचर्यपालन अर्जुनाला करायचं होतं. पण इतर पांडव तर इंद्रप्रस्थात होते. त्यांना ब्रह्मचर्यपालन सक्तीचं नव्हतं. ते जर द्रौपदीचे रूढार्थानं पती असते, तर त्यांना द्रौपदीपासून मुलं व्हायला काय हरकत होती ? पण ती झाली नाहीत. अर्जुन परत आल्यावर द्रौपदीला पाच मुलं झाली. म्हणजे अर्जुनाची द्रौपदी, रूढार्थानं पत्नी– बायको असली पाहिजे, हेच जास्त सयुक्तिक व सत्य वाटतं.

श्रीकृष्णाची योजना व सुभद्राहरण

पांडवांच्या समृद्ध व सुखी राज्यात चोरी शक्य नव्हती. तेव्हा श्रीकृष्णानं, भावी युद्धाच्या दृष्टीनं पांडवांना जास्त मित्र व्हावेत, यादव-पांडव नातं जोडलं जावं, वनवास व तीर्थयात्रा या योगानं अर्जुनानं जास्त अनुभवी व्हावं, म्हणून अर्जुनाला इंद्रप्रस्थातून बाहेर काढायला श्रीकृष्णानं केलेली ही योजना वाटते. धर्म-द्रौपदी यांचा सल्ला घेऊनही हे त्यानं केलं असेल, बरोब्बर वेळ साधायला. कारण धर्म-द्रौपदी हे शस्त्रागारात एकांताचा व्यवहार करायला कशाला जातील ? राजप्रासाद म्हणजे काही चार खोल्यांचा ब्लॉक नाही. तेव्हा द्रौपदी धर्म या पितृतुल्य पतीच्या रक्षणाखाली असताना, ते शस्त्रागारात खाजगी सल्ला-मसलत करीत असणं आणि अर्जुनाला तिथं जावं लागणं, ही योजना कृष्णाचीच असावी. जावईसुद्धा त्याची बायको आणि त्याचा सासरा काही खाजगी बोलत असताना, मधे जात नाही, ती वर्तणूक अशिष्ट समजली जाते. अर्थातच अर्जुनाकडून नियमभंग करून तो बाहेर वनवासाला निघेल अशी श्रीकृष्णानं योजना केली. व अर्जुनाची नागलोक,

मणिपूर राज्य यांच्याशी नाती जोडली. हनुमंताशी गांठ घालून दिली. आणि सुभद्राहरण करायला लावून अर्जुनाच्या पदरात सुभद्रा टाकली व यादव-पांडव नातं दृढ केलं. पांडवांचा– किंबहुना कुरूकुलाचा वंश पुढे वाढला, तो यादव-पांडव या नात्यातून. सुभद्रेचा नातू, अभिमन्यूचा मुलगा परिक्षिती याच्याकडूनच.

सुभद्रेला घेऊन आल्यावर, द्रौपदी अर्जुनाला म्हणाली, 'नवं बंधन निर्माण झाल्यावर जुनं बंधन शिथिल होतं, नाही ?'

द्रौपदी फक्त अर्जुनालाच असं म्हणाली. इतर पांडवांच्या जीवनात असा प्रसंग आल्याचं, द्रौपदीच्या बाबतीत दिसत नाही.

द्रौपदीनं वनवासात जाताना, कुंती व अंतःपुरातील स्त्रिया यांचा निरोप घेतला. (याचा अर्थ बहुपत्नित्वाच्या चालीमुळे अर्जुनाशिवाय इतर पांडवांच्या बायका, अनुल्लेखनीय अशा, म्हणून महाभारतात उल्लेख नसलेल्या, (कारण दुःशासनादी कौरवांच्या बायकांचाही उल्लेख नाही) अशा असल्या पाहिजेत.)

म्हणूनच द्रौपदीनं अर्जुनाला सुभद्रेबरोबरच्या विवाहाबाबत मारलेला शब्दबाण फार सूचक वाटतो. आणि अर्जुन हाच द्रौपदीचा रूढार्थानं पती असावा असं वाटतं. (अर्जुन एकटाच द्रौपदीचा नवरा आणि धर्म-भीम पितृतुल्य पती आणि नकुल–सहदेव पुत्रतुल्य पती).

लाक्षणिक अर्थही या नात्याला अनुकूल

द्रौपदी ही अग्नीच्या उपासनेची कन्या होती. द्रुपदाला झालेली. धृष्टद्युम्न हा अग्नीच्या उपासनेचा पुत्र होता. द्रौपदी विश्वतेजाचा अंश होती, ती त्यामुळेच.

युधिष्ठिर हा धर्मप्रतीक, भीम हा बलप्रतीक, अर्जुन हा पराक्रमप्रतीक, नकुल-सहदेव हे सौंदर्य व विवेकप्रतीक.

पूर्ण पुरुषाचे हे पाच गुण. त्यांना एकत्र बांधणारं तेज, द्रौपदी. त्यांना मार्गदर्शक तत्त्व– श्रीकृष्ण.

धर्म, बल यांना तेज कन्यावत्, पराक्रमाला पत्नीवत्, सौंदर्य व विवेक यांना मातावत् असतं. हा लाक्षणिक अर्थ पांडव द्रौपदी व

श्रीकृष्ण यांच्यातून निर्माण होतो.

द्रौपदीची स्थाली (सूर्य-स्थाली)

वनवासात द्रौपदीला सूर्यानं प्रसन्न होऊन स्थाली दिली. त्या स्थालीतून सूर्यास्तापर्यंत वाटेल तेवढं अन्न द्रौपदीला मिळत असे. सूर्यास्तापूर्वी भोजने उरकून स्थाली एकदा पालथी घातली की, रात्री त्यास्थालीतून अन्न मिळत नसे. सूर्योदयानंतर पुन्हा अन्नप्राप्ती करून घ्यायला त्या सूर्यस्थालीचा उपयोग होत असे.

महाभारतातील उल्लेख

मुनिजनांशी आश्चर्यकारक गोष्टी करून आनंद पावत व सूर्याने दिलेल्या अक्षय अन्नाच्या योगाने आणि नाना प्रकारच्या अरण्यवासी मृगांच्या मांसाच्या योगाने द्रौपदीचे भोजन होईपर्यंत येणाऱ्या ब्राह्मणांना आणि अन्नासाठी आलेल्या दुसऱ्याही लोकांना तृप्त करीत होते ते महात्मे पांडव वनामध्ये वास करीत होते.

दुर्वासमुनी दुर्योधनाची इच्छा पूर्ण करण्यासाठी वनात युधिष्ठिराकडे आला आणि पाहुणा म्हणून भोजनाच्या अपेक्षेने आन्हिकास गेला.

पांडवांसह सर्वांची भोजने झाली होती. द्रौपदीचेही भोजन झाले होते. त्यामुळे स्थाली आता पालथी घातली होती. दुर्वास आणि त्यांचे सहकारी यांना अन्न कुठून आणायचं, या काळजीनं द्रौपदीनं श्रीकृष्णाचा धावा केला.

श्रीकृष्णानं येऊन तिच्याजवळ 'खायला दे' अशी याचना केली. द्रौपदीनं स्थाली पुढे केली. स्थालीच्या गळ्याशी चिकटून राहिलेली भाजी श्रीकृष्णानं खाल्ली; आणि म्हटलं, "ह्या अन्नाच्या योगानं ऐश्वर्यसंपन्न विश्वात्मा यज्ञभोक्ता देव श्रीहरि संतोष पावो व प्रसन्न होवो."

दुर्वास व इतर मुनी स्नानानंतर आकंठ जेवल्यासारखे ढेकर देऊ लागले. आणि युधिष्ठिराला व्यर्थ त्रास दिला म्हणून शापाच्या भीतीनं पळून गेले. श्रीकृष्ण पांडवांचा पाठीराखा आहे हे त्यांना कळलं, आणि ते घाबरून पळाले.

असं वाटतं की

द्रौपदीची स्थाली (सूर्यस्थाली) ही 'सोलर कुकर'चा प्रकार असावा. पुन्हा पुन: अन्न शिजवण्यास वेळ लागत असावा. म्हणून एकदा अन्ननिर्मिती झाल्यावर सर्वांची भोजने उरकून, द्रौपदीही भोजन करून सूर्यस्थाली पालथी घालत असे.

वनवासातही श्रीकृष्ण आणि पांडव यांच्या भेटीगाठी होत असत. श्रीकृष्णाचे हस्तक पांडवांच्या साहाय्यार्थ सदैव असत असणार.

दुर्वास अवेळी येऊन भोजनाची अपेक्षा करायला लागला. तेव्हा युधिष्ठिरानं त्यांना स्नानादी आन्हिकं उरकण्यास पाठवलं. द्रौपदीला सूर्यस्थालीच्या वापरासाठी वेळ हवा होता. तेवढा घेण्यासाठी आणि अन्नसामग्री गोळा करण्यासाठी श्रीकृष्णहस्तकांचं साहाय्य तिनं घेतलं आणि सिद्धता केली. सहदेवाला नदीवर दुर्वासादी मुनींना बोलावण्यास पाठवलं. त्या सर्वांना आश्चर्य वाटलं असणार. इतक्यात येवढी सिद्धता कशी झाली? सहदेवानं सांगितलं असेल की, श्रीकृष्णाचे हस्तक सहाय्य-कारी झाले. श्रीकृष्णाच्या नावाचा दरारा सर्वांनाच वाटू लागलेला होता. पांडवांना त्रास देणं म्हणजे श्रीकृष्णाची अवकृपा ओढवून घेणं, असं त्यांना वाटलं. त्यांनी, "आमचे पोट भरले आहे, आता भोजन नको." असं सांगून श्रीकृष्णाच्या क्रोधापासून स्वत:ला वाचवण्यासाठी पळ काढला असणार.

दुर्वास मुनी इतरांना म्हणाला, "ज्ञानसंपन्न राजा अंबरीष ह्याच्या प्रभावाचं स्मरण असल्यामुळे मला श्रीहरीच्या चरणाचा आश्रय कर-णाऱ्या मनुष्याची फार भीती वाटते. हे सर्व महात्मे पांडव धर्मनिष्ठ, सदाचारासक्त आणि प्रत्यही केवळ श्रीकृष्णाचाच आश्रय करून असणारे असे आहेत. ते जर क्रुद्ध झाले तर आम्हाला दग्ध करून सोडतील.

तेव्हा शिष्यहो ! त्यांना न विचारताच इथून पळ काढा."

सहदेवाला कुणीच दिसले नाहीत म्हणजे भोजनोत्सुक कुणीच सापडले नाही.

"हे सारं दिवसाच झालं. सूर्यस्थालीनं हे निभावून नेलं. पण दुर्वास मध्यरात्री, सूर्यस्थालीचा उपयोग करता येणार नाही, अशा वेळी येऊन छळतील." म्हणून पांडव चिंता करू लागले. तेव्हा श्रीकृष्णानं हस्तकाकरवी आश्वासन दिलं, 'काळजी करू नका. माझा धसका दुर्वासानं घेतला आहे.

कुंतीची कैफियत (कुंतीच्या भूमिकेतून)

भाग्य कोणतं आणि दुःख कोणतं ?

कुंती म्हणते– (जर म्हणू लागली तर)

"मला पाच पुत्र होते आणि गांधारीला शंभर होते हे खरं. पण मला नेहमी, संख्याबलापेक्षा गुणबलाचं श्रेष्ठत्व महत्त्वाचं आहे, हे लक्षात आलं होतं. मला त्यामुळे पांडव पाच म्हणून कधीही कमीपणा वाटला नाही. गांधारीला शंभर पुत्र होते. पण जाणूनबुजून अंधत्व स्वीकारलेल्या आईचे आणि जन्मांध पित्याचे ते शंभर पुत्र होते. जन्मसंस्कारांनीच जणू काही मती आणि वृत्तीनं अंध. तेही संख्याबलाला भुलणारे आणि गुणबलाबद्दल अज्ञानी.याचा दृश्य परिणाम दुर्योधनानं व माझ्या अर्जुनाने महाभारत युद्धाचे वेळी श्रीकृष्णाकडे सहाय्य मागितले तेव्हा श्रीकृष्णानं विचारलं, "निःशस्त्र मी एका बाजूला आणि एक हजार सशस्त्र यादव योद्धे दुसऱ्या बाजूला, यांपैकी अर्जुना ! तू प्रथम माग तुला कोण हवं ?" माझ्या अर्जुनानं दूरदृष्टी दाखवली. दूरदृष्टीला सत्य दिसतं. सत्य सूक्ष्म असते, धर्म सूक्ष्म असतो, न्याय सूक्ष्म असतो. सत्यप्रतिज्ञ एखादाच असतो. खरा धर्मज्ञ एखादाच. न्यायाची सूक्ष्म दृष्टी असणाराही

एखादाच. बाकी सारे बहुसंख्येवर खरे सत्य, धर्म, न्याय कोणते हे ठरवणारे आंधळेच. माझ्या अर्जुनानं, नावाप्रमाणे सरळ असणाऱ्यानं, डोळे उघडे ठेवून निःशस्त्र श्रीकृष्ण युद्धसाहाय्यार्थ पत्करला. कारण त्याला– त्याच्या सरळ स्वच्छ दृष्टीला सत्य, धर्म, न्याय म्हणजेच श्रीकृष्ण हे उमगलं. या साऱ्यांचं एकवटलेलं मूर्तिमंत सामर्थ्य म्हणजे सत्त्व म्हणजेच श्रीकृष्ण. त्याचं मार्गदर्शनच आपल्याला युद्धात विजयाप्रत नेईल याची त्याला खात्री होती. आणि दुर्योधनानं आनंदानं एक हजार सशस्त्र यादव योद्धे घेतले. निःशस्त्र श्रीकृष्णापेक्षा त्याला संख्या म्हणून तेच फलदायी वाटले. बोलून चालून अंधपिता, आणि आपण होऊन अंधत्व पत्करलेली गांधारी, यांचा ज्येष्ठ पुत्र तो. जन्मतःच गर्दभस्वरानं ज्यानं आपलं आगमन जाहीर केलं तो. ज्याच्या मातामही देशात– गांधार देशात, गर्दभ हेच वाहन आहे, तो, वस्तुवैभव आणि संख्याबल म्हणजेच धर्म, न्याय मानून त्याचं सहाय्य म्हणजे विजय मानणारा असणं हेच साहजिक होतं आणि तसंच त्यानं केलं. असे अंधपुत्र शंभर असण्यापेक्षा पाच डोळस पुत्र असणं, ‘सत्त्वाला मान देणारे, बुद्धीनं अतर्क्य अशा, मार्गदर्शक सत्त्वशील अशा, निःशस्त्र एकाच श्रीकृष्णाला युद्धसाहाय्य म्हणून स्वीकारणारे,’ असे सूक्ष्म दृष्टी असणारे पुत्र असणं हे फार मोठं भाग्य मला मिळालं. मला, गांधारीला अंधवृत्ती शंभर पुत्र असल्याचं दुःख जास्त वाटतं. कारण शेवटी ते कुरू वंशातलेच. त्यांनी कुरूवंशाला या भाऊबंदकीमुळे काळीमा आणला हे दुःख मला आहे. संहार टळावा म्हणून धर्मराज युधिष्ठिरानं आपल्या न्याय्य राज्यहक्काचं बलिदान अन्याय-वेदीवर करायची सिद्धता दाखवली आणि निर्वीर पृथ्वी होऊ नये म्हणून त्यागाची तयारी दाखवली. सहृदय अशा धर्मदृष्टीचं लेणं त्यानं दाखवून, न्यायाची सूक्ष्मता स्पष्ट करण्याकरिता केवळ पाच गावांची मागणी केली. पण दुर्योधनाच्या अंधदृष्टी वृत्तीला ती मागणी म्हणजे विश्वाच्या मागणीएवढी मोठी वाटली. सुईच्या अग्राखाली राहणारी जमीनसुद्धा त्याला फार मोठी वाटून, त्यानं देण्याचं नाकारलं. आणि शेवटी न्याय, धर्म, आणि सत्य यांच्या प्रस्थापनेसाठी अन्याय, अधर्म, असत्य यांच्या प्रतिकाराला सिद्ध होऊन संहार होणं हेच श्रेयस्कर

मानावं लागलं. तेव्हा कुरुवंशाचं भूषणभूत लेणं पांडव ठरले आणि कौरव हे कुरुवंशाचं नाव लावत असून दूषण ठरले. आता सांगा, खंत कुणाला वाटायला हवी ? मला की गांधारीला ? सदसद्विवेकी दृष्टी असलेल्या पाचच मुलांच्या माझ्यासारख्या भाग्यवान आईला, की अंधवृत्तीनं, संहाराला आणि निर्वीर पृथ्वी करायला, अन्याय, अधर्म, असत्य यांची स्वार्थाकरता कास धरणाऱ्या शंभर मुलांच्या दुर्दैवी, अंधत्व आपण होऊन पत्करलेल्या, गांधारीला ? खरं म्हणजे अशा पुत्रांचा नाश झाल्याबद्दल कुठल्याही आईला अटळ मातृप्रेमामुळे क्षणिक दुःख झालं तरी खरं म्हणजे पोटचं पाप नष्ट झालं म्हणून आनंदच झाला. मला कर्णाच्या मृत्यूबद्दल असंच वाटलं. माझ्या सरळ मनाच्या अर्जुनाकडून कर्णासारख्या दंभगर्व-युक्त माझ्याच पोटच्या अज्ञानजन्य पापरूपाचा नाश झाला, म्हणून मला क्षणिक दुःख आणि नंतर अनंताचा– शाश्वताचा आनंद झाला. असं वाटलं, या साऱ्या संहाराला, अनर्थाला अप्रत्यक्ष कारण कर्णच झाला. त्यानं मूर्ख मिंधेपणानं अंधवृत्ती दुर्योधनाला जास्तच अन्यायाच्या दुर्वृत्त वर्तणुकीनं उत्तेजन देऊन स्वार्थांध केलं. त्याला खरी न्यायमार्गाची दृष्टी देऊन डोळसवृत्तीनं पांडवांकडे पाहायला शिकवलं असतं तर कदाचित हा अनर्थ टळला असता. अभिजात अंधवृत्ती कपटी शकुनीपासून त्यानं कौरवांना वाचवलं नाही, तर उलट त्यांच्या साहाय्यानं स्वतः अंधवृत्ती होऊन कौरवांसह पापगर्तेत पडला. आणि मरतानाही आंधळ्यासारखा स्वतः अधर्मानं जन्मभर वागून, मनातल्या न्यूनगंडाच्या शल्याला सारथी करून, जीवनरथचक्र स्वतःच माजवलेल्या कुकर्माच्या चिखलात रुतलं म्हणून धर्मपालन करण्याचा मानभावी उपदेश आव आणून अर्जुनाला सांगू लागला. पण सत्व हे नेहमी सत्य, परखड सत्य प्रकट करून अशा मानभावीपणाची निर्भर्त्सना करून मनाच्या डोळस माणसाकडून त्याला त्याची खरी जागा दाखवून नष्ट करतं. श्रीकृष्णानं अर्जुनाकडून ते सत्कृत्य केलं आणि मला अंतर्यामी शाश्वत समाधानच प्राप्त झालं. आता वाटतं की, मातृप्रेमानं मी अंधवृत्ती होऊन कर्णाला जन्मरहस्य सांगून वाच-वायचा प्रयत्न करत होते, तेही चूकच होतं. नियतीनंच मला यश न देऊन ती चूक दुरुस्त केली. संजयाची विदुला जशी डोळस होती, तसा

डोळसपणा, वस्तुवादी अंधदृष्टीनं जीवनात ठेचकाळून, मग विव्हळत बसून, दुसऱ्याला दोष देत बसण्यापेक्षा, दैवाला दोष देण्यापेक्षा कोणत्याही मुलांच्या मातांनी अंगिकारला पाहिजे, असं मला वाटतं म्हणून मी पांडवांना स्पष्ट सांगितलं. 'अन्यायाकडून, असत्याकडून, अधर्माकडून, वस्तुवादी स्वार्थपरायण जगाच्या, अज्ञानाचं कातडं पांघरलेल्या अंधवृत्तीनं केलेल्या निंदेला भिऊन, दडपले जाऊ नका, लाचारासारखे जगू नका. न्याय, धर्म आणि सत्य रक्षणासाठी धारातीर्थी पडलात तरी चालेल. दुसऱ्याचं न्याय्य ते हिरावून घेऊ इच्छिणाऱ्यांना सुखासुखी ते मिळू देऊ नका. त्यासाठी युद्धाला मागेपुढे पाहू नका. शल्य हा फसवून मिळवलेल्या वचनाला जागण्यासाठी, लौकिक जगाला भिऊन दुर्योधनाच्या पक्षाला मिळाला. पांडवांवर प्रेम असूनही तो अशा मुळातच पापवृत्तीतून जन्मलेल्या वचनाच्या पालनाला, सरळ वचनपालनाचा खरा अर्थ न समजता, सिद्ध झाला. शेवटी भोगवादी माद्रीचा भाऊ होता तो. शेवटी शिक्षा म्हणून दंभगर्वाचं सारथ्य त्याला करावं लागलं. रावणावर प्रेम असून बिभीषणासारखा सत्त्वशील भाऊसुद्धा रामाच्या न्याय्य बाजूला गेला. युयुत्सु धृतराष्ट्राचा दासीपुत्र असून त्याला न्याय्य बाजू कोणती हे पटलेलं असल्यानं, उघडपणे पांडवांकडे आला. पण शल्याला न्याय्य बाजू कळत असूनही तो कौरवांकडे आला, दुर्योधन व कर्ण यांची पांडवांबद्दल दुर्वचनं ऐकत राहिला. शेवटी शल्य मुळात सद्‌वृत्त असून प्रवाहपतितासारखा आंधळ्या वृत्तीनं वागला म्हणून धर्मराज युधिष्ठिराच्या हातून, त्याच्या शक्तीनं त्याला मरण आलं. हे खरं त्याचं सद्‌भाग्य ! धर्मशक्तीनं शल्य नष्ट होऊन जीवनदृष्टी जगाला प्राप्त झाली. फसवून मिळवलेलं वचन, हे मुळात वचन नसतं आणि अर्थात् त्याच्या पालनाची आवश्यकता नसतेच. ते हत्येसाठी गाईला ओढून नेणारं दावं असतं. गाईनं ते दावं तोडूनच पळालं पाहिजे. नेणाऱ्याला शिगांनी ढुशी देऊन आपली सुटका करून घेतली पाहिजे. भीष्म, द्रोण, कृप, अश्वत्थामा यांनाही ते कळलं नाही. कौरवातल्या विकर्णाला हे कळलं होतं. त्यानं त्या दाव्याला ओढून तोडायचा प्रयत्नही केला. पण त्याच्याजवळ तेवढी मानसिक शक्ती नव्हती, हे त्याचं दुर्दैव. त्याची जाण

मला द्रौपदीच्या वस्त्रहरण प्रयत्नाच्या मानहानीच्या प्रसंगी त्यानं जो कडाडून विरोध केला त्यावेळी आली. त्याला त्याच्या जन्मानं अधर्म-प्रेमाची अंधवृत्ती देण्याचा नियतीनं प्रयत्न केला. पण त्यानं नियतीचा अंशतः तरी पराभव केला. बिचाऱ्याचं सामर्थ्य कमी पडलं. कर्णाचं पाशवी सामर्थ्य जरी त्याला असतं, तरी त्यानं इतर भावांना त्या जोरा-वर वठणीवर आणलं असतं.पण विकर्णानं स्वतःच्या दुबळेपणाचं, उघड्या डोळ्यानं भीमाकडून मरण पत्करून, प्रायश्चित्त घेतलं. या दृष्टीनं त्याच्याबद्दल मला धन्यता आणि प्रेम वाटतं. असंही वाटतं कधी कधी की, वृथा गर्वांध कर्णाऐवजी शहाणी जीवनदृष्टी असणारा विकर्ण माझा सहावा मुलगा असता तर फार आनंद वाटला असता."

कुंती वानप्रस्थाला का आली? (तिची भूमिका)

वैभव आणि कर्तव्य

कुंती म्हणते,

"आता तुम्ही विचारता, इतकं जर तुझं तुझ्या मुलांवर प्रेम आहे, माया आहे, त्यांच्याबद्दल अभिमान आहे, तर ते विजयी, वैभव-शाली असताना, त्यांना सोडून वानप्रस्थाला तू का आलीस?" तुमचा प्रश्न मात्र थोडा अस्वस्थ करणारा आहे, हे खरं आहे. अर्थात "मी वैभव सोडून आले, आणि इंद्रप्रस्थ राज्य निर्माण होण्याआधी, लाक्षा-गृहानंतरचा वनवास, द्यूतानंतर पांडव वनवासाला गेल्यामुळे मनाचा वनवास, रात्रिसंहारानंतरचं दुःख, यामुळे मला वैभव प्रिय होतं आणि ते सोडल्याचा पश्चात्ताप आणि खंत मला वाटते आहे, 'असं मला मुळीच म्हणायचं नाही.' माझ्या कर्तबगार अशा पुत्रांनी, अन्यायाचा प्रतिकार करून वैभव मिळवलं, याबद्दल मला अभिमान वाटतो. ते मिळवलं आणि मला माता म्हणून कृतार्थ केलं, यातच ते वैभव भोग-

त्याचा मला आनंद आहे. कर्तृत्वानं, न्याय्य मार्गानं दारिद्र्याचा पराभव आणि वैभवाची प्राप्ती, हा वैभवाचा उपभोग असं मला वाटतं. श्रीकृष्णानं न्याय्यवैभव-प्राप्तीसाठी जीवनातला युद्धधर्म पांडवांना शिकवला. त्यासाठी अन्याय, अधर्म, असत्य यांचा नाश, त्यासाठी युद्धात विजय हीच खरी परिणामी अहिंसा, हे श्रीकृष्णानं प्रस्थापित करून पांडवाना राज्यवैभवाचं स्वामी केलं. इथंच वैभवाचं श्रेय मिळालं, यात शंका नाही. मला क्षणमात्र अस्वस्थ वाटतं, ते धर्मराज युधिष्ठिराच्या मनापासून केलेल्या, ‘ माते ! तू जाऊ नकोस ! आम्हाला तुम्हा साऱ्यांचं छत्र अजून हवं आहे. तुमचं इथलं केवळ अस्तित्व आम्हाला सत्त्राचं सामर्थ्य देतं. तू तुम्ही सारे इथून गेलात, की वैभव असूनही वैभव नसल्यासारखे आम्ही पोरके होऊ ’ या विनवणीची स्मृती झाल्यामुळे. क्षणभर असं वाटतं की, त्यांचं मायेचं छत्र काढून घेऊन आपण त्यांना खरच पोरकं केलं की काय ? पण हे क्षणभरच वाटतं. न्याय्य वैभव-प्राप्ती यासाठी त्यांच्या अस्मितेला सतत उत्साहाचं, प्रयत्नशील वृत्तीच्या जोपासनेचं खतपाणी देण्याचं छत्र आपण धरलं. दुर्वृत्तीला आणि दुर्मार्गाला ऐहिक मोहानं सिद्ध होण्याच्या शक्यतेच्या उन्हानं अंध होण्यापासून त्यांचं रक्षण केलं. धर्म, सत्य आणि न्याय या जीवन कल्याण-त्रयीची त्यांना दृष्टी दिली. धर्मरक्षणासाठी वाटेल ते हाल, कष्ट, वेदना त्याग स्वीकारायची आदर्श प्रिय वृत्ती त्यांच्यात जोपासली. त्यांची दृष्टी आता खरी डोळसही झाली. त्यांना आता आपल्या यशोसूर्याच्या प्रकाशात पुढे जाण्यासाठी प्रवृत्त करणं, उत्साह देणं, मुक्तही करणं, स्वतःचं मार्गदर्शनाचं, मायेचं छत्र प्रजेवर धरून जास्त विशाल कार्याला उत्तेजित करणं, उत्तरदायित्व स्वीकारण्याचं धैर्य दाखवायला आपल्या मायेचा पांगुळगाडा काढून घेणं, स्वतःच्या हातून प्रमाद होऊ नयेत इतके सुसंस्कार पचवले आहेत, भिनवलेले आहेत की नाहीत, यांची स्वयंपरीक्षा घेण्याची संधी देणं, हे माया-मोहाला दूर सारून, थोडा मनाला दृढनिश्चयाचा, संयमाचा लगाम घालून करणं हे प्रत्येक माता-पित्याचं कर्तव्य आहे असं मला वाटतं. स्वार्थासाठी मातापित्यांच्या छायेत शिरून त्यांच्याकरवी स्वार्थ साधणं, त्यांच्या मायेच्या आंधळे-

पणाचा फायदा घेऊन दुष्कृत्य करणं आणि प्रायश्चित्त त्यांना भोगायला लावणं, असा प्रसंग येऊ न देण्याची काळजी मातापित्यांनी घेतली पाहिजे. मुलांच्या भावी कल्याणाच्या दृष्टीनं मुलांच्या वैभवकाळात हे आवश्यकच असतं. म्हणून मी युधिष्ठिराच्या विनवण्यांना अव्हेरून धृतराष्ट्र, गांधारी आणि विदूर यांच्याबरोबर वनात आले. एक जन्मतः अंध, दुसऱ्यानं चुकीच्या समजुतीनं अंधत्व लादून घेतलेलं, जीवनातला महाभयानक प्रमाद केलेला, आणि एकजण चुकीच्या कर्तव्यकल्पनांनी कुठलाच अधिकार आणि मान नसताना, अंधत्वालाच उघड्या डोळ्यांनी चिकटून बसलेला. तिघांनाही आता आयुष्यातला शेवटचा मार्ग तरी कृतार्थतेनं चालायला, अनुभवाची कृपाळू निरपेक्ष दृष्टी लाभलेलं कुणी तरी आवश्यक होतं. म्हणून मी पांडवांना वैभवात राहायला, स्वयंमार्गदर्शक म्हणून प्रवृत्त करायला आणि मनुष्याचं आध्यात्मिक कर्तव्य करायला मुक्त केलं, व जीवनाच्या संध्याकाळी वानप्रस्थाला आले.''

पांडव कुणाचे पुत्र ?

"पांडवांच्या जन्माबद्दल कौरवांनी पसरवलेल्या लोकापवादाला धरून तुम्ही मला हा उपरोधिक प्रश्न विचारला तरीही पांडवांचा जन्म देवतांमुळे झाला, असंच मी सांगते. पण तुमच्या मनातला अर्थ वेगळा आणि माझं उत्तर वेगळ्या अर्थानं दिलेलं आहे. माझा पती शापामुळे दुर्बल मनाचा झालेला होता, पण जिवंत होता. अनवधानानं झालेल्या अपराधाचं प्रायश्चित्त भोगत होता. निपुत्रिकाला स्वर्गवास नाही, ही खंत त्याला होती. मला, पतीचं हे दुःख बघवेना. पण माझी पातिव्रत्याची कल्पना निराळी आहे. पतीचं जीवनातलं उणेपण भरून काढणं आणि अर्धांग म्हणून विकल झालेल्या पती-पत्नी या सांसारिक पूर्णांगाला, जास्त समर्थ करण्यासाठी उरलेलं अर्धांग म्हणून, जास्त उत्तरदायित्व घेऊन त्याच्या रूपानं विकल झालेलं अर्धांग सबल करणं आणि संसार यशस्वी करणं, म्हणजे पत्नीचं खरं कर्तव्य. म्हणजेच पातिव्रत्य, असं मी समजते. पती शापानं दुर्बल झाला, म्हणून मीही तसं दुर्बल होणं, याला मी पातिव्रत्य म्हणत नाही. याला मी सांसारिक आत्म-

केंद्रित अंधत्व म्हणते. आध्यात्मिक बेजबाबदारी म्हणते. ही बेजबाबदारी मी स्वीकारली नाही, तर उलट मी माझ्या पतीला मनोबल देण्यासाठी, देवतांचे उपासना मंत्र दिले. पहिलाच, 'मृत्यूला जिंक,' असं आवाहन करून यमधर्माचा दिला. त्यामुळे मनोबल येऊन, त्यानं वायुचीही उपासना केली, इंद्राचीही केली आणि त्यामुळे त्याच्यापासून मला युधिष्ठिर हा धर्मज्ञ, भीम हा बलवंत, अर्जुन हा पराक्रमी पुत्र असे पुत्र झाले. अश्विनीकुमारांच्या उपासनेनं माद्रीला, त्यानं स्वतःपासून, नकुल हा सौंदर्यवान आणि सहदेव हा विवेकी असे पुत्र दिले. हे सारे माझ्या पतीचे औरस पुत्र. माझा पती राज्यासाठी दिग्विजयानं वैभव विकास करण्यात कौटुंबिक सुखाला ऐन तारुण्यात दुरावला होता. म्हणून आम्हा दोन्ही भार्यांसह, तो हिमगिरीच्या शांत परिसरात सहवास सुखासाठी आला. माद्री सौंदर्यसंपन्न होती. तीव्र इच्छा काय अनर्थ घडवते हे मला कर्णजन्मामुळे कळलं होतं. म्हणून माझ्या पतीला मी संयमशील ठेवलं होतं. कामरत हरिणयुगुल बघून अंतर्मनातल्या अतृप्तीचा परिणाम म्हणून, त्याच्या हातून शरसंधान झालं. हरिणयुगुल मृत झालं. ऋषींकडून त्याला 'रत असताना मृत होशील,' असा भयानक शाप मिळाला. त्याच्या अतृप्त मनाला वेदना होऊ लागल्या आणि ते साहाजिक होतं. म्हणून त्याला निपुत्रिक स्थितीत येणाऱ्या मृत्यूच्या चिंतेतून मुक्त करायला, उपासना मंत्र दिले, निर्मळ मनानं त्यानं विलासाचा आनंद घेतला. कृतकृत्यताही जीवनात माणसाला बेसावध करते. त्याला सौंदर्यवती माद्रीचा सहवास प्रिय होता. तीही कृतकृत्य झाली होती. पण वृत्तीनं भोगवादी होती. रम्य निसर्गात माझ्या पतीने भोगेच्छा प्रकट केल्यावर ती, संयमानं, न बोलता वश झाली असती तर माझा पती रत होऊनही जिवंत राहिला असता आणि आपण शापमुक्त झालो हे त्याला कळलं असतं. पण त्याच्या मृत्यूच्या, आणि नंतरच्या एकाकी जिण्याच्या कल्पनेनं माद्री इतकी भयभीत झाली की, एकदम उतावळेपणानं तिनं माझ्या पतीला शापाची आठवण करून दिली. त्यामुळे भान हरपून, धक्का बसून, तो मृत्युवश झाला. त्याच्या सहवासाशिवाय जगणं तिच्या भोगवादी मनाला अशक्य वाटलं. तिनं सती जाण्याचे, ती प्रमादाची

शिक्षा म्हणूनही, मान्य केलं. याला मी अंधवृत्ती म्हणते. पतीपासून झालेले पुत्र, म्हणजे पतीचंच रूप असं आपण म्हणतो. आणि त्या भावनेशी प्रतारणा करून सतीही जातो. पती देहानं अस्तित्वात नसल्यावरही तो पुत्ररूपानं, तो आता तुमचा उत्तर वयात मायेनं पालन करणारा, रक्षण करणारा मित्र झालेला असतो. पण ही कल्पना भोगेच्छा प्रबळ असणाऱ्यांना कळत नाही. म्हणून माद्री सती गेली. आपणच आता पितृमातृ प्रेम दिलं पाहिजे, ही कल्पनाही मनाला शिवली नाही. आणि सापत्न मुलांना सख्ख्या मुलाचं प्रेम देण्याचं– पिता व माता म्हणून सांभाळ करण्याचं, जीवनात मार्गदर्शन करण्याचं पुण्य, माझ्या पदरात तिनं आपण होऊन टाकलं. म्हणून विशाल दृष्टी असलेला माझा धर्मज्ञ मुलगा युधिष्ठिर, यक्षानं दिलेल्या वराला उत्तर देताना म्हणाला, 'माझ्या कुंतीमातेचा जसा सर्वांत थोरला मी जिवंत आहे, तसाच माझ्या माद्री मातेचा थोरला नकुल जिवंत होऊ दे. मला स्वार्थी वृत्तीनं भीम वा अर्जुन जिवंत झाल्यामुळे मिळणारं त्रैलोक्याचंही राज्य नको आहे.' याला मी खरी जीवनदृष्टी म्हणते. एका दृष्टीनं माद्रीनं माझ्या पतीचं पुत्ररूप माझ्या पदरात देऊन, त्यांची आयुष्यभर सेवा करण्याची, त्यांच्यावर निर्व्याज प्रेम करण्याची संधी दिली. पुत्ररूप पतीकडून ऐहिक सेवा होत असली, तरी पत्नी, पुत्ररूपाला सन्मार्गदर्शन करून, त्याची सेवाच करत असते. हेच खरं पातिव्रत्य मी तरी समजते."

कुंतीनं (जर) परखड प्रश्न केला की, 'गांधारी, तू अंधत्व (कृत्रिम) का पत्करलंस ?'

गांधारीनं (जाण आल्यासारखं जर) उत्तर दिलं, तर ते असं असेल–

'कुंती ! तू अगदी सार्थ प्रश्न विचारलास– 'गांधारी! तू आंधळी का झालीस ? का ?' कुंती ! कुरुकुलातल्या ज्येष्ठ राजपुत्राशी माझा विवाह होणार हे जेव्हा मला समजलं, तेव्हा मी हरखून गेले. मी जास्त विचार करण्याच्या भानगडीत पडले नाही. भीष्मांची कीर्ती आमच्यापर्यंत आली होती. कुरुकुल केवढं मोठं आहे, केवढं थोर आहे, सोमवंश किती पराक्रमी आहे, याची वार्ता आमच्यापर्यंत आली होती. माझे

भावी पती, ज्येष्ठ राजपुत्र, अधिकारी असा कुरुभूषण गुणसंपन्न असणार म्हणून, कुरुवैभवाची साम्राज्ञी होण्याची स्वप्नं मी पाहू लागले. माझ्या माहेरी गांधार देशात, वैभव आणि विलास हीच ऐहिक जीवनाची कृत-कृत्यता आहे आणि ते मिळावं म्हणून कोणतेही कृत्य करायला कुणी मागे पुढे पाहत नाही. एखादा प्रिय मनुष्य जर दुःख भोगू लागला तर त्यांच्यासाठी तसंच दुःख भोगत राहणं, यात प्रत्येकाला महान् कृत्य वाटतं. त्याचं दुःख निवारण्याचा प्रयत्न करून, त्याला आणि स्वतःला सुखी करण्याचा प्रयत्न कुणी करत नाही. याला व्यावहारिक मूर्खपणा म्हणतात. स्वतःपुरतंच पाहाणं, प्रत्येक वस्तू स्वतःच्या भोगासाठीच. दुसऱ्यासाठी वस्तू देऊन त्यांच्या आनंदात आपला आनंद पाहाणं ही वृत्ती म्हणजे व्यावहारिक अज्ञान समजलं जातं. प्रत्येक इंद्रियाचं ऐहिक सुख स्वतः मिळवणं, हे जगण्याचं इतिकर्तव्य म्हणून प्रत्येकजण धडपडतो. ऐहिक सुख नाही म्हणजे तिथं सारी अस्वस्थ होऊन अविचारी वर्तनाला सिद्ध होतात. त्यांच्या जीवनाला आध्यात्मिक डोळसपणा नाही, हे मला आज कळतं आहे. कुंती! मी गांधारराजकन्या! त्या देशाच्या आत्मकेंद्रित स्वार्थी वस्तुवादी, मानवताहीन संस्कृतीतली होते. मला जेव्हा कळलं. विवाहानंतर कळलं की, माझा पती, धृतराष्ट्र ज्येष्ठ राजपुत्र आहे, पण राजा नाही. कारण कुरुकुलाच्या नियमाप्रमाणे, अंधत्वाच्या व्यंगामुळे तो राजपदाचा अधिकारी होऊ शकत नाही. तो जन्मांध आहे. मी सैर-भैर झाले. वंचित झाल्याची मला चीड आली. पण मी आता आर्यावर्ता-तली राजस्नुषा होते, पातिव्रत्याच्या कथा मी ऐकल्या होत्या. पतीकरिता त्यागाला सिद्ध होऊन, पातिव्रत्य हे बिरुद प्राप्त करणाऱ्या स्त्रियांच्या कथा मला माहीत होत्या. म्हणून कुंती ! मी मोठ्या दिमाखानं पाति-व्रत्य सिद्ध करण्याकरिता, 'माझ्या पतीला जन्मांधतेमुळे जर जन्मा-पासून दृष्टीसुख नाही, तर मलाही दृष्टिसुखाचा त्याग केला पाहिजे.' असं म्हणून मी डोळ्यांवर पट्टी बांधून कायमची आंधळी झाले. पट्टीच्या आत डोळे उघडेच होते. पण डोळसपणा जो कायमचा पारखा झाला तो झालाच. कारण मी मनानं आंधळी झाले, अंधवृत्ती झाले. ही जन्माची

चूक मी केली. वंचना झाली म्हणून की भावनेच्या भरात, कोण जाणे ! म्हणून माझ्या हातून अनेक प्रमाद भावनेच्या क्षोभांमुळे झाले. पण माझी चूक मला कधी उमगलीच नाही. आजचाही प्रमाद त्याच भावनेच्या क्षोभात झाला.

कुंती ! तू त्यागमय जीवनात सर्वोच्च आनंद मानून, परार्थासाठी जगणाऱ्या भारतीय संस्कृतीत वाढलेली, संस्कारित मनाची होतीस. तू पांडूच्या मागे मुलांचा सांभाळ करायला,त्याची– पिता म्हणून,व स्वत:ची– माता म्हणून, भूमिका त्यागमय जीवनात वठवलीस. तुझ्या पितृहीन मुलांना पितृप्रेम व मार्गदर्शन दिलंस. तुझी उदात्त मानवतावादी संस्कृती माझ्यात नव्हतीच. मी आत्मसुखाचा ऐहिक विचार केला. पतीला दृष्टीसुख नाही, म्हणून मीही दृष्टीसुख फेकून दिलं. पण कुंती ! तू मुलांच्या पित्याचीही भूमिका वठवून आध्यात्मिक उंचीला गेलीस. आणि मी–

आणि कुंती मी ! माझ्या अंध पतीचेही डोळे होऊन जास्त डोळसपणानं त्याला जीवनात कल्याणकारी साथ द्यायला हवी होती. त्याची, अंधत्वाला मार्गदर्शक काठी व्हायला हवं होतं. म्हणजे मुलांच्या दुर्वृत्तीला हक्कानं आवर घालून सत्याच्या प्रखर प्रकाशाकडे पाहायला लावलं असतं. पण–पण–कुंती, तुझी भारतीय त्यागी जीवनाची, डोळस पातिव्रत्याची मानसिक दृष्टी मला नव्हतीच. म्हणून वस्तुवादी संस्कृतीची मी, ही गांधारी ! वृथा पातिव्रत्याच्या दिमाखात चुकीच्या कल्पना उराशी बाळगून जन्मांध पतीबरोबरच आंधळी झाले. साऱ्या अनर्थाला कारण झाले. कारण मी डोळ्यांवर पट्टी बांधून मनानंही पूर्ण आंधळी झाले.’

श्रीमन्महाभारत-उपसंहार.

अनुक्रमणिका.

(विषयवार विस्तृत)

प्रस्ताव—पृष्ठ १–४

प्रकरण पहिलें—महाभारताचे कर्ते—पृष्ठ ५–३८

प्रकरण दुसरें—महाभारताचा काल—पृष्ठ ३९–७२

अभ्यास व सिद्धान्त रचना ४४, राशि हिंदुस्थानांत आल्या इ.स.पू.२०० त्या पूर्वीचें महाभारत अर्थात् त्याचा काळ इ.स.पू. २५० सुमारें ठरतो ४४, दीक्षिताचें मत चुकीचें ४५,४६,४७, बौद्ध ग्रंथांत राशि नाहींत—गर्गाच्याही नाहींत ४७, महाभारताचा काळ निश्चित सरासरी इ. स. पू. २५० लोक. टिळक यांस संमत गीतारहस्य ४८, अन्तः प्रमाणें—महाभारतांत इतर ग्रंथांचा उल्लेख ४९, नाटकांचा आहे पण कर्त्यांचा नाहीं ४९, ब्रह्मसूत्रपदें यांत बादरायणाच्या वेदान्तसूत्राचा नाहीं ४९, वेदान्तसूत्राचा काळ इ. स. पू. १५० ४९, "ऋषिभिर्बहुधा गीतं" इत्यादि श्लोकाचें मॅक्समुल्लर व अमळनेरकर यांचें भाषांतर चुकीचें ५०, सूत्र शब्दाचा अर्थ बौद्ध सुत्त शब्दाप्रमाणें ५१, बादरायणव्यास व द्वैपायनव्यास निराळा, एक बुद्धानंतरचा व दुसरा पूर्वीचा ५१, भगवद्गीता व वेदान्तसूत्रें एका कर्त्याचीं नाहींत. पहिल्यांत सांख्ययोगाचें मंडन दुसऱ्यांत खंडन ५२, आश्वलायनसूत्र महाभारतानंतरचें ५२-५३, अन्यसूत्रें व मनुस्मृति हल्लींची महाभारतानंतरची ५३, हल्लीचीं पुराणेंही नंतरचीं ५४, गाथा इतिहास आख्यान वगैरे पूर्वी लहान लहान होतीं तीं महाभारतांत आलीं. महाभारत हाच हल्लीं इतिहास ५५, वेद पूर्वीचे ५५, उपनिषदें मुख्य पूर्वीचीं ५६, उपवेद वेदांगें पूर्वीचीं. यास्काचा उल्लेख ५७, दर्शन न्याय वगैरे पूर्वीचीं असावी पण सूत्रें पूर्वीचीं नव्हत ५८–५९, नास्तिकमत पूर्वीचें पण बृहस्पतिसूत्र उपलब्ध नाहीं ६०, "असत्यमप्रतिष्टं ते" इत्यादि श्लोकांत नास्तिकांचा उल्लेख बौद्धांचा नव्हे ६०–६१, अहिंसा मत पूर्वीचें ६२, पांचरात्र मत पूर्वीचें ६२–६३, पण ग्रंथ पूर्वीचा उपलब्ध नाहीं ६३, पाशुपत मत सदरप्रमाणें ६३, दुसरें अन्तःप्रमाण—गद्य व पद्य. गद्य उपनिषदांहून हीन ६४, महाभारतांतील छंद अनुष्टुभ त्रिष्टुभ व इतर त्यांचें प्रमाण ६४, दीर्घ वृत्तें जुनी आहेत. आर्या बौद्ध जैन ग्रंथांतून घेतली ६५, अनुष्टुभ् व त्रिष्टुभ् वैदिक वृत्तें ६५, व्यासाची ही वृत्तरचना नियम सोडून ६६, दीर्घवृत्तें ख्रिस्ती सनानंतर उत्पन्न झालीं हें मत चुकीचें ६७, महाभारतांत बौद्धजैनमताचा निर्देश ६८, ज्योतिष प्रमाण राशींचा उल्लेख नाहीं ६८, हाफकिन महाभारताचा काळ इ. स. ४०० ठरवितो तो चुकीचा ६९, दिनाराचा उल्लेख केवळ हरिवंशांत. हरिवंश हल्लींचा सौतीचा नव्हे ६९, ताम्र पटांचा उल्लेख नाहीं. आश्वलायन—पतंजलि नंतरचे ७०, एडूकांची निंदा ७०, शक यवनांचें कलियुगांत राज्य होईल हे भविष्य शिकंदराच्या स्वारीवरून केलें. त्यांच्या प्रत्यक्ष राज्यावरून नव्हे ७०, शक यवनांची माहिती पूर्वीपासून ७१, रोमक शब्दानें रोमचा उल्लेख नाहीं केसाळ लोकांचा ७१, साम्राज्याची कल्पना अशोकाच्या राज्यावरून नव्हे तर चंद्रगुप्ताच्या किंबहुना नंदाच्या राज्यावरून ७१, हाफकिनच्या मताचा गोषवारा—चार पायऱ्या महाभारताच्या. शेवटची इ. स. ४०० ची ७२, डायान क्रायस्टोस्टोम् याच्या पुराव्याची वासलात कोणीच युरोपियन पंडित लावीत नाहींत तेव्हां महाभारताचा काळ इ. स. ५० च्या अलीकडे येऊंच शकत नाहीं ७२.

प्रकरण तिसरें—भारतीय युद्ध काल्पनिक आहे काय?—७३–७९

भारत इतिहास आहे त्याचा पुरावा पुरे आहे ७३, उल्लेखाभाव लंगडें प्रमाण ७७, पांडव काल्पनिक सद्‌गुणांचें उत्कर्ष नाहींत. पांचांनीं एक स्त्री केल्याची कथा सद्‌गुणांची नव्हे ७४, युद्ध झालें पण पांडव झाले नाहींत हें वेबरचें मत चुकीचें ७५, "क्व पारीक्षिता अभवत्" चा संबंध युद्धाशीं नाहीं ७५. जनमेजयाच्या ब्रह्महत्येचा संबंध युद्धाशीं लागत नाहीं ७६, श्रीकृष्ण मागून भारतांत घातला नाहीं ७६, हापकिनचें मत भारत—कौरवांच्या लढाईचें चुकीचें ७७, "तवैव ता भारत पंचनद्यः" या श्लोकाचा अर्थ ७७-७८, पांडवांची कथा मागाहून दडपणें शक्य नाहीं. पांडव अलीकडे कोठेंच झालेले दिसत नाहींत ७८–७९.

प्रकरण चौथें—भारती युद्धाचा काळ–८०–१२८

काळासंबंधानें पांच मतें. पैकीं इ. स. पू. ३१०१ हें नेहमींच्या पंचांगांत दिलेलें मत ग्राह्म ८०, भारतीयुद्ध कलियुगाचे आरंभीं झालें हें महाभारतांतच वर्णिलें आहे ८१, कलियुगारंभ व श्रीकृष्णाचा काळ एक. श्रीकृष्ण अथवा हिरॉक्लीज याबद्दल मेग्यास्थिनीसनें दिलेल्या पिढ्यांवरून ठरविलेला काळ ८१-८२, कलियुगारंभाचा ज्योतिषांनीं ठरविलेला काळ पिढ्यांवरून व दंतकथेवरूनच ८३, कलियुगारंभ गणितानें आर्यभट्टानें इ. स. ४०० सुमारास ठरविला हें मत चुकीचें ८३, गणिताची माहिती होण्यापूर्वींची मेग्यास्थिनीसची माहिती आहे ८४, पूर्वीं राजांच्या पिढ्या नमूद करीत ८४, वराहमिहिरानें कलियुगवर्ष ६५३ म्हणजे शकपूर्व २५२६ हा युद्धाचा काळ दिलेला चूक आहे ८५, गर्गाचें वचन वराहमिहिरानें चुकीनें लावलें ८६, गर्गानेंही २५२६ ही संख्या गणितानें सप्तर्षिचारावरून काढली हें मत चुकीचें ८७, असा नक्की आंकडा काढण्यास गणिताचें साधन नाहीं ८८, हा आंकडा त्यानें वंशावळीवरूनच दिला ८८, पुराण्यांचे मत काल्पनिक ८९-९०, पुराणांची माहिती ज्योतिषांच्या विरुद्ध ९१, मेग्यास्थिनीस १३५ पिढ्या चंद्रगुप्तापर्यंत देतो व पुराणें ४६ देतात त्यांत मेग्यास्थिनीस अधिक विश्वसनीय ९१, महाभारतांत श्रीकृष्णाची वंशावळ ९२, मेग्यास्थिनीसवर येणारे आक्षेप निर्मूल ९३-९४, पुराणांची माहिती व पिढ्या असंभवनीय ९४-९५, महाभारताशीं विरोध ९५-९६, वैदिक वाङ्मयांतील पुरावा ९६, देवापीचें ऋग्वेदांतील सूक्त. भारतीयुद्ध ऋग्वेदानंतर सुमारें १०० वर्षांनीं ९६, 'सोमकः साहदेव्यः' ऋग्वेदांत वर्णिलेला हाच पांचाल द्रुपदाचा पणजा यावरून तोच काळ ९३-९७, मॅकडोनेलप्रभृतींच्या मतें भारतीयुद्ध यजुर्वेदापूर्वीं. शतपथ ब्राह्मणांत जनमेजय पारीक्षिताचा उल्लेख यावरूनही भारतीयुद्ध शतपथापूर्वीं ९७, भारतांतही शतपथ भारतीयुद्धानंतर रचल्याचा उल्लेख ९८, शतपथाचा काळ निश्चयानें दीक्षितांनीं ठरविला तो कृत्तिका थेट पूर्वेस उगवतात या वाक्यावरूल ज्योतिषगणितानें काळ ३००० इ. स. पू. ठरतो ९७-१००, हा उल्लेख प्रत्यक्ष स्थिति पाहून आठवणीवरून नव्हे १०१, या कालाची इतर प्राचीन देशांच्या मानानें शक्यता १०२, पाश्चात्य विद्वानांनीं वैदिक वाङ्मयाचे भिन्नपणानें ठरविलेले काळ व आमच्या मतें विशेष सयुक्तिक काळ सहस्रांनीं मोजण्याचे ते १०३, वेदांग ज्योतिषाचें प्रमाण १०३-१०४, जरासंधाचा यज्ञ खरा शतपथांत वर्णिलेल्या प्रमाणें पुरुषमेध होता १०४–१०५, तिसरें वैदिक प्रमाण चान्द्रवर्ष गणना द्यूतावरून भरतखंडांत युद्धावेळीं प्रचलित होती १०५, पांडवांनीं वनवास पुरा केला तो चान्द्रवर्षांनीं हा भीष्माचा ठराव योग्य १०६, चान्द्रवर्ष हिंदुस्थानांत केव्हां प्रचारांत होतें १०७, इतर देशांतील वर्षें. तैत्तिरीयसंहितेंत चान्द्रवर्ष चालू आहे. वेदांगज्योतिष काळी चांद्रवर्ष बंद १०८, चांद्रमासांची निराळीं नांवें १०९, मार्गशीर्षादि मास नांवें वेदांत नाहींत तीं सुमारें इ. स. पू. २००० वेळीं प्रचारांत आलीं. तीं आल्यानंतर चांद्रवर्ष साहजिक बंद झालें १०९, टीकाकारानें केलेली चांद्रवर्त्रे वर्धापनादौ वगैरे व्यवस्था चुकीची ११०, पांडवांनीं चान्द्रवर्ष मानानें वनवासाचा करार पुरा केला. ११०-११२, अश्विनांत द्यूत झालें, पांडव ज्येष्ठांत प्रगट झाले यामुळें सौरवर्ष मानानें दुर्योधनास शंका. चान्द्रवर्षमान पांडव पाळीत होते ११२-११३, भारतांत वर्णिलेल्या ग्रहस्थितीवरून युद्धाचा काल काढण्याचा प्रयत्न व्यर्थ ११३, निरनिराळीं विरोधी वचनें ११४, कूट व विरोध यांपैकीं कोणतें खरें मानावयाचें ११५, युद्धापूर्वीच्या कार्तिक अमावास्येस सूर्यग्रहण पडलें ११५, जयद्रथाच्या वधदिवशीं सूर्यग्रहण पडलें नाहीं ११६, पूर्वोक्त तीन काळाच्या कार्तिक व॥ अमावास्येचे स्पष्ट ग्रह ११६, ११७—इ. स. पू. ३१०१ यावर्षी जानेवारींत सूर्यग्रहण पडलें होतें ११८, निरनिराळ्या ग्रहांचीं दोन दोन सांगितलेलीं नक्षत्रें ११८-११९, गणितानें येणाऱ्या नक्षत्राशीं मुळींच जुळत नाहींत ११९, बहुधा हीं दुश्चिन्हें काल्पनिक गर्गसंहितेवरून घेतलीं ११९–१२०, दोनदोन नक्षत्रें दृष्टीवरून जुळतात. मोडकांनीं सायन व निरयण नक्षत्रें मानून ठरविलेला युद्धाचा

काळ इ. स. पू. ५००० चुकीचा १२०, सायन निरयण भेद पूर्वी माहित नव्हता. पूर्वी नक्षत्रें कृतिकादि होतीं. दोनदोन नक्षत्रें भेदचिन्हें दाखविल्याशिवाय सांगणें शक्य नाहीं १२१, वेधावरून भिन्न नक्षत्रें सांगितल्याची समजूत सर्वतोभद्रचक्रावरून १२२—१२३, तीच समजूत नक्षत्रचक्रावरून ग्रहांसह १२४–१२५, महाभारतांतील इतर ग्रहस्थितींचे उल्लेख १२६–१२७, महाभारतांतील संख्याविषयक श्लोक बहुतेक कूट १२८, एकंदर निष्कर्ष भारतीयुद्धाचा काळ इ. स. पू. ३१०१—१२९.

प्रकरण पांचवें—इतिहास कोणत्या लोकांचा–१३०-१५७

ऋग्वेदांतील भरत, भारतांतील भरताहून निराळे. दुष्यन्तपुत्र भरत याचें नांव भारतवर्षं यांत नाहीं. हिंदुस्थानास भारतवर्ष नांव देणारा स्वायंभुव मनूचा वंशज भरत दुसरा १३०, ऋग्वेदांतील भरत सूर्यवंशी क्षत्रिय. त्यांचे ऋषि वसिष्ठ, विश्वामित्र आणि भरद्वाज १३१, महाभारतांतही हा उल्लेख १३१, ऋग्वेदांत ययातिपुत्र यदु तुर्वश, अनु, द्रुह्यु, आणि पुरु यांचा उल्लेख १३२, ऋग्वेदांतील 'दाशराज्ञ' युद्ध भारतीयुद्ध नव्हे १३२, चंद्रवंशी आर्य ही दुसरी आर्यांची टोळी, सेन्सस रिपोर्टांतील उतारा व भाषाभेद १३३, पूरूची ऋग्वेदांतील माहिती १३४, यदु ऋग्वेद व महाभारत यांत १३४-१३५, पांचाल सोमक व सहदेव ऋग्वेद व महाभारत यांत १३५, अनु व द्रुह्यु १३६, ययातीचे चार पुत्रांस शाप १३७, सूर्यवंश चंद्रवंश हीं नांवें १३८, ब्राह्मणकाळीं व महाभारतकाळीं चंद्रवंशीयांचा उत्कर्ष १३७, त्यांचीं राज्यें १३८, पांडव शेवटची चंद्रवंशी शाखा १३८—१३९, नागलोक म्हणजे मूळचे हिंदुस्थानचे रहिवाशी, १४०, त्यांचें स्वरूप प्रत्यक्ष नागाचे भागाहूनचे १४१, नाग आणि सर्प या भिन्न जाती १४२, युद्धांतील विरुद्धपक्षाचे लोक १४२—१४३, हिंदुस्थानांत आर्य आहेत. वेद महाभारत मनुस्मृतीचा पुरावा १४३—१४४, शरीरमापनशास्त्राचा पुरावा १४६–१४८, संयुक्त प्रांतांतील हल्लींचे मिश्र आर्य १४८—१५०, मराठे मिश्रआर्य, शक नव्हेत १५०, राक्षस १५१, पांड्य १५२, संसप्तक १५२—१५३. गण डोंगरी जाती १५३, भारती आर्यांचें शारीरिक स्वरूप १५३—१५४, वर्ण १५५, दीर्घायुष्य १५६—१५७.

प्रकरण साहावें–वर्णव्यवस्था, आश्रमव्यवस्था आणि शिक्षणपद्धति–१५८–२०३

(१) वर्णव्यवस्था—(१५८—१८६)

वर्णाची व्याख्या १५८, वर्णव्यवस्था जुनी १५९, ब्राह्मण व क्षत्रिय १६०-१६१, वैश्य व शूद्र १६२, शूद्रामुळें वर्णांची उत्पत्ति १६३–१६५, वर्णसंकराची भीति १६६, वर्णासंबंधें युधिष्ठिर-नहुषसंवाद १६७–१६८, भारती आर्यांची नीतिमत्ता १६९, ब्राह्मणांचें श्रेष्ठत्व १७०, चातुर्वर्ण्याची ऐतिहासिक उपपत्ति १७१–१७२, महाभारतांतील सिद्धान्त १७३, विवाहाचा निर्बंध १७४, धंद्याचा निर्बंध १७५, ब्राह्मणांचे धंदे १७६–१७७, क्षत्रियांचे धंदे १७८–१७९, वैश्यांचे धंदे १८०, शूद्रांचे धंदे १८१, संकरजातींचे धंदे १८२,१८३, चातुर्वर्ण्य व म्लेंछ, वाल्हिक देशांतील गोंधळ १८४, पुनरालोचन १८५, गोत्रोत्पत्ति १८६.

(२) आश्रमव्यवस्था—(१८७—१९३)

आश्रमाची उत्पत्ति, वर्णन व अस्तित्व १८७– १८८, संन्यास कोणास विहित आहे १८९–१९०, संन्यासधर्म १९१–१९२, गृहस्थाश्रमाची थोरवी १९३.

(३) शिक्षणपद्धति—(१९४—२०३)

प्रकरण सातवें—विवाहसंस्था—२०४—२३१

प्रकरण आठवें—सामाजिक परिस्थिति—२३२—२७८

(१) अन्न—(२३२–२४७)

(२) वस्त्रभूषणें—(२४८—२६२)

(३) रीतिभाती—(२६३–२७८)

प्रकरण नववें—राजकीय परिस्थिति—२७९–३२६

प्रकरण दहावें—सैन्य व युद्ध—३२७–३४७

प्रकरण अकरावें—व्यवहार व उद्योगधंदे—३४८—३६१

प्रकरण बारावें—भूगोलिक माहिती—३६२–३९२

प्रकरण तेरावें—ज्योतिर्विषयक ज्ञान—३९३—४१०

प्रकरण चौदावें—वाङ्मय व शास्त्रें—४११—४२४

प्रकरण पंधरावें—धर्म—४२५–४५२

प्रकरण सोळावें—तत्त्वज्ञान—४५३–४९४

प्रकरण सतरावें—भिन्न मतांचा इतिहास—४९४–५३५

प्रकरण अठरावें—भगवद्गीता विचार—५३५–५७६

परिशिष्ट–५७७–५८०

विषयसूची ५८१–५९१

श्रीमन्महाभारत.

उपसंहार.

नारायणं नमस्कृत्य नरं चैव नरोत्तमम् ।
देवीं सरस्वतीं चैव ततो जयमुदीरयेत् ॥

अर्थः—सर्व लोकांचा शरण्य जो परमेश्वर नारायण (वासुदेव) आणि नरांमध्यें श्रेष्ठ असा जो नर (अर्जुन), तसेंच देवी सरस्वती, यांस नमस्कार करून जय म्हणजे महाभारत ग्रंथाचें निरूपण करावें.

प्रस्ताव.

हिंदुस्थानच्या प्राचीन ग्रंथांमध्यें वेदांच्या खालोखाल ऐतिहासिकदृष्ट्या महाभारताची थोरवी अतिशय मोठी आहे. किंबहुना वेद हे प्राचीन आर्षभाषेमध्यें असल्यामुळें व त्यांतील बहुतेक भाग यज्ञादिकांच्या अनेक वर्णनांनीं व वैदिक देवतांच्या स्तुतींनीं भरलेले असल्यामुळें वैदिक वाङ्मयांतून ऐतिहासिक अनुमानें अस्पष्ट व थोडीं अशीं निघूं शकतात. परंतु महाभारत ग्रंथ लौकिक संस्कृत भाषेंत असून तो बहुतेक सुगम आहे. त्यांत प्राचीन काळच्या अनेक ऐतिहासिक गोष्टी एके ठिकाणीं ग्रथित केल्या गेल्या आहेत. पूर्वीं अश्वमेध वगैरे जे दीर्घ सत्र किंवा पुष्कळ दिवस चालणारे यज्ञ होत असत, त्या यज्ञांत फुरसतीच्या वेळीं अनेक ऐतिहासिक गाथा व आख्यानें गाण्याचा किंवा पठण करण्याचा सांप्रदाय असे. अशा प्रसंगीं पठित झालेलीं अनेक ऐतिहासिक आख्यानें महाभारतांत एकत्र झालेलीं आहेत. याशिवाय महाभारतांत धर्म, तत्त्वज्ञान, व्यवहार, राजनीति वगैरे गोष्टींसंबंधानें इतकें विस्तृत विवेचन जागजागीं आलें आहे कीं, हा ग्रंथ धर्मग्रंथ किंवा राजनीतिग्रंथ झालेला आहे. किंबहुना महाभारताची जी प्रशंसा प्रारंभीं

धर्मे चार्थे च कामे च मोक्षे च पुरुषर्षभ ।
यदिहास्ति तदन्यत्र यन्नेहास्ति न तत्क्वचित् ॥

अशी केलेली आहे, ती योग्य असून प्राचीन काळच्या एकंदर संस्कृत वाङ्मयास महाभारत ग्रंथाचा मोठाच आधार आहे. सारांश, या ग्रंथांतून प्राचीन काळच्या हिंदुस्थानच्या परिस्थितीसंबंधानें आपल्यास फारच विश्वसनीय

व विस्तृत प्रमाणावर ऐतिहासिक माहिती मिळते. या दृष्टीनें महाभारत ग्रंथाचा अभ्यास प्राच्य व पाश्चात्य दोन्ही पंडितांनीं केलेला असून त्याविषयीं आपापलीं निरनिराळीं मतें आपआपल्या ग्रंथांत नमूद करून ठेविलीं आहेत. वेबर, मक्डोनल्ड, हाफमन् प्रभृति अनेक पाश्चात्य विद्वानांनीं या ग्रंथाचें ऐतिहासिकदृष्ट्या खोल परिशीलन केलें आहे. त्याप्रमाणेंच लोकमान्य टिळक, दीक्षित, अय्यरप्रभृति प्राच्य विद्वानांनींही या ग्रंथाचा ऐतिहासिकदृष्ट्या अभ्यास केलेला आहे. प्रत्येक भारती आर्यास या ग्रंथाविषयीं अतिशय पूज्यबुद्धि असून या ग्रंथांतून ऐतिहासिक अनुमानें काय काय निघण्यासारखीं आहेत, याविषयीं जिज्ञासा असणें साहजिक आहे. प्राच्य व पाश्चात्य परीक्षणाच्या दृष्टींत फरक पडणें नैसर्गिक आहे. तथापि त्या सर्वांचा विचार करून या ग्रंथाच्या भाषांतराच्या प्रारंभीं उपोद्घातांत दर्शविल्याप्रमाणें महाभारताचा ऐतिहासिकदृष्ट्या सांगोपांग विचार आपणांस या उपसंहारांत करावयाचा आहे. याप्रमाणें हिंदुस्थानच्या प्राचीन परिस्थितीचा ज्या मुद्यांच्यासंबंधानें आपणांस या ठिकाणीं विचार करतां येण्यासारखा आहे, त्या मुद्यांचें स्पष्टीकरण उपोद्घातांत केलेलें आहे. जे मुद्दे या उपसंहारांत आपल्यास वाचकांसमोर मांडावयाचे आहेत, त्यांचा थोडक्यांत सारांश येणेंप्रमाणें होय. १ महाभारत ग्रंथ कोणीं लिहिला व तो कसा वाढला; २ या ग्रंथाचा काळ अन्तः प्रमाणांनीं व बाह्य प्रमाणांनीं कोणता ठरतो; ३ या ग्रंथांत वर्णिलेलें भारती युद्ध काल्पनिक आहे किंवा ऐतिहासिक आहे; ४ ऐतिहासिक असल्यास तें युद्ध कोणत्या काळीं व कोणांत झालें. असे हे चार मुद्दे ग्रंथसंबंधानें व ग्रंथांत वर्णिलेल्या प्राचीन भारतीकथेसंबंधानें आपल्यासमोर मुख्यतः येतात; व त्यांचा विचार पाश्चात्य व प्राच्य पंडितांनीं विस्तृत रीतीनें केला असून त्या विचारांचें ग्राह्याग्राह्यत्वही आपल्यास पाहिलें पाहिजे. यानंतर या ग्रंथावरून प्राचीन काळच्या परिस्थितीसंबंधानें जी अनेकविध माहिती आपल्यास मिळूं शकते, तिचेही मुद्दे आपल्यास पाडतां येतात. भूगोलिक माहिती, ज्योतिर्विषयक माहिती, सैन्यविषयक माहिती, धार्मिक माहिती, वर्णाश्रमविभाग, चालीरीती व आचार, शिक्षण, अन्न, वस्त्रभूषणें इत्यादि मुद्दे आपल्यास देतां येतील. याशिवाय राजधर्म, व्यवहारनीति व मोक्षधर्म यांसंबंधानें प्राचीन भारती आर्यांनीं जे अप्रतिम सिद्धांत सर्व काळास लागू पडणारे अर्थात् त्रिकालाबाधित असलेले काढले आहेत, ते या लोकोत्तर ग्रंथांत ग्रथित केलेले असून त्यांचा समावेश या निरनिराळ्या विषयांच्या ऊहापोहांत आपल्यास करावयास पाहिजे. याप्रमाणें उपोद्घातांत वर्णिलेल्या अनेक मुख्य मुख्य मुद्यांसंबंधाचें विवेचन सांप्रत या उपसंहारांत वाचकांसमोर मांडावयाचें आहे.

महाभारत ग्रंथांत वर्णिलेल्या परिस्थितीचा संबंध एका बाजूनें वैदिक वाङ्मयाशीं जाऊन पोंचतो, तर दुसऱ्या बाजूनें त्याचा संबंध अर्वाचीन काळांतील बौद्ध व जैन ग्रंथ आणि ग्रीक लोकांचे प्राचीन इतिहासग्रंथ यांशीं येऊन मिळतो. यामुळें वरील विवेचन करतांना आपल्यास जसे वैदिक वाङ्मयांतील आधार घ्यावे लागतील, त्याप्रमाणेंच बौद्ध व जैन ग्रंथांतील, विशेषतः ग्रीक लोकांच्या ग्रंथांतील माहितीशीं आपल्यास मेळ घालावा लागेल. या पुढील विवेचनांत आम्हीं असा प्रयत्न केलेला आहे. महाभारत ग्रंथाचा काळ वास्तविक फारच विस्तृत असल्यानें त्या काळांतील निरनिराळ्या वेळची परिस्थिति वर्णन करतांना

थोडासा असा शब्दभेद योजावा लागला आहे कीं "महाभारतकाळीं" या शब्दानें आम्हीं महाभारताच्या शेवटच्या स्वरूपाच्या काळीं म्हणजे साधारणतः शिकंदरसमकालीन ग्रकि लोकांच्या काळीं असा अर्थ योजिलेला आहे. आणि " भारतीयुद्धकाळीं " हा शब्द महाभारतकाळच्या प्रारंभाला उद्देशून योजिलेला आहे. एकंदर महाभारतकाळाला "भारती काळ" असा सामान्यतः शब्द लाविलेला आहे. एवढी सूचना वाचकांस देणें जरूर आहे. मुख्य विषयाकडे वळण्यापूर्वीं महाभारताच्या विस्ताराचें एक कोष्टक देणें अगत्याचें आहे तें येणेंप्रमाणें:—

अनुक्रमणिकाध्यायांत सांगितलेली.			गोपाळ नारा०		गणपत कृष्णा०		कुंभकोणम्.	
पर्व.	अ०	श्लोक.	अ०	श्लोक.	अ०	श्लोक.	अ०	श्लोक.
१ आदि०	२२७	८८८४	२३४	८६१९	२३४	८४६६	२६०	१०९९८
२ सभा०	७८	२५११	८१	२७१२	८१	२७०९	१०३	४३७७
३ वन०	२६९	११६६४	३१५	१०४९४	३१५	११८५४	३१५	१४०८१
४ विराट०	६७	२०५०	७२	२२७२	७२	२३२७	७८	३५७५
५ उद्योग०	१८६	६६९८	१९१	६५५९	१९६	६६१८	१९६	६७५२
६ भीष्म०	११७	५८८४	१२२	५९६९	१२२	५८१७	१२२	५९०८
७ द्रोण०	१७०	८९०९	२०२	९५७२	२०२	९५९३	२०३	१०१२७
८ कर्ण०	६९	४९६४	९६	४९६४	६६	४९८७	१०१	४९८६
९ शल्य०	५९	३२२०	६५	३६१८	६५	३६०८	६६	३५९४
१० सौप्तिक०	१८	८७०	१८	८०३	१८	८१०	१८	८१५
११ स्त्री०	२७	७७५	२७	८२५	२७	८२६	२७	८०७
१२ शांति०	३२९	१४७३२	३६५	१४९३८	३६६	१३७३२	३७५	१५१५३
१३ अनुशास०	१४६	८०००	१६८	७६३९	१६९	७८३९	२७४	१०९८३
१४ आश्वमेधि०	१०३	३३२०	९२	२७३६	९२	२८५२	११८	४५४३
१५ आश्रमवा०	४२	१५०६	३९	२०८८	३९	१०८५	४१	१०९८
१६ मौसल०	८	३२०	८	२८७	८	२८७	९	३००
१७ महाप्रस्था०	३	३२०	३	११०	३	१०९	३	१११
१८ स्वर्गारोह०	५	२०९	६	३२८	६	३०७	६	३३७
एकंदर	१९२३	८४८३६	२१०९	८४५२५	२१११	८३८२६	२३१५	९८५४५
१९ हरिवंश ✓		१२०००	२६३	१५४८५		१२०००		१२०००
		९६८३६	२३७२	१०००१०		९५८२६		११०५४५

या कोष्टकांत आम्ही महाभारतांत अनुक्रमणिका अध्यायांत (आदिपर्व अध्याय २) जी अध्यायसंख्या व श्लोकसंख्या पर्ववार दिली आहे, ती प्रथम दिली आहे. त्यानंतर ज्या प्रतीवरून भाषान्तर वाचकांपुढें ठेविलें आहे, त्यांतील प्रत्यक्ष अध्याय व श्लोक यांची संख्या पर्ववार दिली आहे. तसेंच पुढच्या रकान्यांत मुंबईकडील जुन्या गणपत कृष्णाजीच्या छापखान्यांत छापलेल्या प्रतींतील श्लोकसंख्या एके ठिकाणीं दिलेली आम्हांस मिळाली ती दिली आहे. याशिवाय नुकतीच मद्रासेकडील एक प्रत कुंभकोणं येथें छापून प्रसिद्ध झाली आहे, त्यांतील पर्ववार अध्याय व श्लोक यांची संख्या मुद्दाम काढून आम्ही वाचकांच्या माहितीकरितां देत आहों. त्याजवरून वाचकांस निरनिराळ्या प्रतींची तुलना करण्यास सोपें पडेल. या कोष्टकावरून वाचकांच्या सहज लक्ष्यांत येईल कीं, महाभारतांत दिलेल्या श्लोकसंख्येपेक्षां मद्रासकडच्या प्रतींत बरेच अधिक श्लोक आहेत. परंतु तशी स्थिति मुंबईकडच्या दोन्ही प्रतींची नाहीं. त्यांतील श्लोकसंख्या बहुतेक सारखी असून महाभारतांत दिलेल्या श्लोकसंख्येशीं जुळती आहे. कुंभकोणंच्या प्रतींत जे अध्याय बारीक टाइपांत संशयित म्हणून दिले आहेत, ते वरील कोष्टकाच्या परिगणनेंत आम्हीं घेतले नाहींत, तरी सुद्धां प्रत्येक पर्वांत बहुधा हजार दोन हजार श्लोक वाढले आहेत आणि हरिवंश बारा हजारच महाभारतात वर्णिल्याप्रमाणें त्यांत आणखी घातलें तर या प्रतींतील श्लोकसंख्या एक लक्ष दहा हजारांवर जाते. अर्थात् महाभारतांत सांगितलेल्या एक लक्ष संख्येहून ही संख्या अधिक बरीच वाढते. या दृष्टीनें पाहतां महाभारताची मद्रासेकडील कुंभकोणंची प्रत आपल्यास या ऐतिहासिक विचारांत घेण्यासारखी नाहीं, असें आम्हांस म्हणण्यास प्रत्यवाय वाटत नाहीं आणि त्याप्रमाणें आम्ही ती विचारांत घेतलीही नाहीं.

मुंबईकडच्या दोन्ही प्रती हरिवंशास सोडून दिलें असतां महाभारतांत दिलेल्या श्लोकसंख्येला धरून आहेत. जरी अध्यायांची संख्या वाढलेली दिसते तरी श्लोकसंख्या एकंदरींत कमीच आहे. यामुळें ऐतिहासिक विचार करण्यास या प्रतींचा उपयोग बराच किंबहुना चांगला आहे असें म्हणतां येतें. याशिवाय चतुर्धर नीलकंठ टीकाकार चौकसपणानें जेथें जेथें गौडांचा पाठभेद असेल तेथें तो देतो आणि एखादा श्लोक गौड पठण न करीत असतील, तर तीही गोष्ट टीकेंत नमूद करतो. या कारणानें नीलकंठाच्या टीकेसहित असलेली मुंबईची प्रत महाराष्ट्र व गौड या दोन प्रांतांस संमत असून ती ऐतिहासिक विचारांत घेण्यास योग्य आहे आणि तीच आम्हीं पुढील उपसंहाराच्या विचारांत उपयोगांत आणली आहे. मुंबईच्या दोन्ही प्रतींत फारच थोडा भेद आहे, आणि एकाच प्रसंगीं हा भेद आम्हांस लक्ष्यांत घ्यावा लागला आहे, एवढी गोष्ट या प्रस्तावांत सांगून आम्हीं उपसंहाराच्या निरनिराळ्या विषयांपैकीं प्रथम महाभारताचे कर्ते या विषयाकडे वळतों.

प्रकरण पहिलें.

महाभारताचे कर्ते.

प्रचलित महाभारतग्रंथ सुमारें एक लक्ष अनुष्टुप् श्लोकांचा असून त्याचा कर्ता कृष्णद्वैपायन व्यास आहे, असें सर्वतोपरी प्रसिद्ध आहे. वास्तविक श्लोकसंख्या महाभारतांत वर्णन केल्याप्रमाणें खिलपर्वासह ९६८३६ आहे आणि खिलपर्व सोडलें तर ८४८३६ आहे. हल्लींच्या उपलब्ध असलेल्या मुंबईकडल्या प्रतींत खिलपर्वाखेरीज ८४५२५ किंवा ८३८२६ संख्या आहे, हें पूर्वीं दिलेल्या कोष्टकावरून वाचकांस कळून येईल आणि हरिवंशासह ती कमीत कमी ९५८२६ आहे आणि जास्तींत जास्ती हल्लींच्या भाषान्तरांत दिलेली १०००१० आहे. सारांश महाभारतग्रंथ जवळ जवळ एक लक्ष आहे ही गोष्ट वस्तुस्थितीला धरून आहे. एवढा मोठा ग्रंथ एका मनुष्यानें लिहिला असावा, हें संभवनीय दिसत नाहीं. यावरून साहजिकपणेंच महाभारताचे कर्ते एकाहून अधिक असावेत, हें अनुमान निघतें. महाभारतांतच वर्णिल्याप्रमाणें हे कर्ते तीन होते—व्यास, वैशंपायन आणि सौति. भारती युद्धानंतर व्यासांनीं जयनामक इतिहास रचला. तो पांडवांचा पणतु जनमेजय याच्या सर्पसत्राच्या वेळीं व्यास-शिष्य वैशंपायन यानें जनमेजयास सांगितला आणि ती कथा तेथें ऐकून सूत लोमहर्षण याचा पुत्र, अर्थात् सौति उग्रश्रवा यानें नैमिषारण्यांत सत्र करीत असलेल्या ऋषींना सांगितला, अशी भारतांतच कथा आहे. अर्थात् जीं प्रश्नोत्तरें वैशंपायन व जनमेजय यांच्या दरम्यान् झालीं, तीं व्यासांच्या मूळग्रंथाहून अधिक असलीं पाहिजेत. तसेंच सौति व शौनकऋषी यांच्या दरम्यान् जीं प्रश्नोत्तरें झालीं, तीं वैशंपायनाच्या ग्रंथाहून अधिक होतीं, हें निर्विवाद आहे. सारांश, व्यासांचा ग्रंथ वैशंपायन यानें वाढविला व वैशंपायनाचा ग्रंथ सौतीनें वाढवून एक लक्षाचा केला. यास प्रमाण "महाभारत एक लक्षाचें या भूलोकीं मीं सांगितलें," असें भारतांतच सौतीचें स्पष्ट वचन आहे. जरी ही सर्व रचना व्यासांचीच आहे हा समज सर्वत्र प्रचलित आहे, तरी तो लक्षणेनेंच घेतला पाहिजे, म्हणजे उपपत्ति बसते. वैशंपायन किंवा सौति यांनीं जें वर्णन केलें किंवा भाग वाढविले, ते व्यासांच्याच प्रेरणेनें व त्यांच्याच मतास धरून असें मानून एक लक्ष श्लोकांचें कर्तृत्व व्यास महर्षींकडे दिलें असतां चालेल. वस्तुतः महाभारताचे कर्ते व्यास, वैशंपायन व सौति असे तिघे होते, असेंच कबूल करावें लागतें. महाभारताचें कर्तृत्व तिघांपेक्षां अधिक कवींकडे देण्याचा पुष्कळ विद्वानांचा कल आहे, परंतु हा तर्क आधाराशिवाय आहे व या एका ग्रंथाला तिघांपेक्षां अधिक कवि पाहिजेत, अशी आवश्यकता दिसत नाहीं.

महाभारत तीन कर्त्यांनीं लिहून हल्लींच्या स्थितीला आणलें, याला अनुकूल आणखी प्रमाणें व गोष्टी आहेत. प्रथम या ग्रंथाचीं तीन नांवें आहेत, असें या ग्रंथावरूनच दिसतें. "जयो नामेतिहासोऽयम्" असें आदिपर्वांत व शेवटच्या पर्वांत सांगितलें आहे. (पान १३७ पुस्तक १—'या भारतइतिहासास जय अशी संज्ञा आहे') अर्थात् हा ग्रंथ मूळचा इतिहास असून त्याचें नांव 'जय' होतें. हाच ग्रंथ पुढें 'भारत' हें नांव पावला व तो विस्तृत झाल्यावर 'महाभारत' असें अ-

१ भा. पु. १ पान १० एकं शतसहस्रं च मयोक्तं वै निबोधत (आ. अ. १. १०९)

न्वर्थ नांव त्यास मिळालें. हीं तीन नांवें तीन कर्त्यांच्या कृतीस चांगलीं लागू पडतात. म्हणजे व्यासांचा ग्रंथ जय, वैशंपायनाचा भारत आणि सौतीचा महाभारत, असें म्हणण्यास हरकत नाहीं. जय म्हणजे पांडवांचा विजय अशा अन्वर्थ नांवाचा इतिहासग्रंथ मूळचा असावा, असें मानणें सयुक्तिक आहे. याच ग्रंथाचें आदिनमन प्रसिद्ध **'नारायणं नमस्कृत्य'** इत्यादि श्लोकांत आहे. हा श्लोक मूळचा व्यासांचाच आहे असें दिसतें, आणि म्हणूनच त्यांत व्यासांचें नांव आरंभीं नसावें असें आम्हीं मानतों. **'देवीं सरस्वतीं व्यासं ततो जयमुदीरयेत्'** असा जो कित्येक पाठ घेतात तो मागाहूनचा असून, या भाषांतराच्या प्रत्येक पर्वाच्या प्रारंभीं **' देवीं सरस्वतीं चैव '** असा जो पाठ दिला आहे, तोच योग्य आहे. व्याकरणदृष्ट्याही ' चैव ' याचीच जरूरी आहे. याशिवाय या नमनाच्या श्लोकांत महाकवीचें कौशल्यही दिसून येतें आणि म्हणूनच तो श्लोक व्यासांचाच असून त्यांनीं आपलें नांव नमनाकरितां दिलेलें नसावें, असेंच मानणें वाजवी दिसतें. ग्रीक कविशिरोमणि ' होमर ' यानें आपल्या इलियड्नामक महाकाव्याच्या प्रारंभीं 'हे वाग्देवते ! अकिलीजच्या क्रोधाचें तूं वर्णन कर.'(cf. Achilles' wrath oh ! heavenly goddess sing.) असें वाक्य घातलें आहे. या वाक्यांत काव्याचा नायक अकिलिज, काव्याचा विषय त्याचा क्रोध व वाग्देवतेचें स्मरण या तीन गोष्टी कवीनें आणल्या आहेत. त्याचप्रमाणें या आपल्या कवीच्या नमनाच्या श्लोकांत काव्याचे नायक नरनारायण, अर्थात् अर्जुन व श्रीकृष्ण, काव्याचा विषय त्यांचा जय अथवा विजय व वाग्देवतेचें स्मरण या तीनच गोष्टी व्यासांनीं आणल्या आहेत. हा नमनाचा श्लोक व्यासांचा असून त्यांच्या ग्रंथाचें नांव जय असावें. आतां भारत हें नांव वैशंपायनाच्या ग्रंथाला कसें जुळतें, हें आपण पाहूं. वैशंपायन वगैरे पांच शिष्यांस व्यासांनीं आपला ग्रंथ शिकविला व त्यांनीं भारतसंहिता पठण केली; किंबहुना प्रत्येक शिष्यानें आपापलीं संहिता निराळी म्हटली, असाही या ग्रंथांत उल्लेख आहे. तेव्हां साहजिकच वैशंपायनाच्या ग्रंथास भारत हें नांव जुळतें. आतां राहिलें नांव महाभारत. हें सौतीच्या एक लक्षात्मक प्रचंड ग्रंथास लागणें युक्तच आहे. भारत आणि महाभारत असे निरनिराळे ग्रंथ एके काळीं प्रसिद्ध असावे असें दिसतें. सुमन्तु, वैशंपायन, पैल वगैरेंचा उल्लेख करतांना ' भारतमहाभारताचार्याः ' असा निरनिराळा उल्लेख आश्वलायनांच्या एका सूत्रांत (आ. गृ. ३. ४. ४) आहे, त्याजवरून वैशंपायनादि ऋषींस भारताचार्य ही संज्ञा प्रचलित होती व भारत आणि महाभारत असे ग्रंथ एका काळीं निरनिराळे प्रसिद्ध होते, अशीं अनुमानें ओघानेंच निघतात.

महाभारताचे कर्ते तीन होते याला आणखी एक प्रमाण असें दिसून येतें कीं, महाभारताला तीन ठिकाणांहून प्रारंभ होतो, अशी समजूत या ग्रंथांतच नमूद केलेली आहे. **" मन्वादि भारतं केचित् "** वगैरे श्लोकांत " मनु, आस्तिक आणि उपरिचर असे या ग्रंथाचे तीन प्रारंभ मानतात " (पुस्तक १ पान ६) असें म्हटलें आहे. राजा उपरिचर ह्या आख्यानापासून (आदिप० अ० ६३) व्यासांच्या ग्रंथाला सुरुवात असावी. आस्तिकाच्या आख्यानापासून (आदि० अ० १३) वैशंपायनाचा ग्रंथाला सुरुवात असावी. कारण, जनमेजयाचा ग्रंथ सर्पसत्राच्या वेळीं पठण झाला, तेव्हां अर्थातच आस्तिकाची कथा प्रथम सांगणें जरूर होतें. आतां सौतीचा प्रचंड

महाभारत ग्रंथ मनु शब्दापासून म्हणजे वैवस्वत या अगदींच प्रारंभींच्या शब्दापासून सुरु होतो, अशी कल्पना साहजिकच बसते.

आतां आपण या तीन ग्रंथांचा विस्तार किती होता, ह्याचा विचार करूं. मूळचा व्यासांचा ' जय ' ग्रंथ किती श्लोकांचा होता, हें सांगणें कठीण आहे. त्याची संख्या ८८०० श्लोक असावी, असा मॅक्डोनल्ड, वेबर इत्यादि पाश्चात्य विद्वानांचा ग्रह आहे. पण हें मत आम्हांला ग्राह्य वाटत नाहीं. कारण, याची मांडणी केवळ तर्कावर आहे. ८८०० या संख्येचा उल्लेख महाभारतांत व्यासांनीं कूट श्लोक घातले, त्या श्लोकासंबंधानें आलेला आहे. मूळचा ग्रंथ इतका असावा याला हें प्रमाण ओढून ताणूनच लावतां घेईल. सरळरीतीनें त्यापासून असें अनुमान निघत नाहीं. आतां हल्लींच्या महाभारतामध्यें ८८०० श्लोक कूट श्लोक निघतील असें वाटत नाहीं. परंतु केवळ सर्व श्लोक कूट नसला तरी एखाद्या शब्दांतच कठीणपणा किंवा गूढार्थ असला, तर तो एकंदर श्लोक सुबोध होत नाहीं हें लक्षांत आणलें म्हणजे ही संख्या विशेष वाढविलेली आहे असें दिसत नाहीं. स्पष्टीकरणार्थ एकदोन उदाहरणें देऊं, म्हणजे ही गोष्ट वाचकांच्या नीट लक्षांत येईल. कूट श्लोकाचें प्रसिद्ध उदाहरण विराट पर्वांतील '**जित्वा वयं नेष्यति चाद्य गावः**' हें होय. याचीं पदें जित्वा, अव, यं, नेष्यति, च, अद्य, गाः, वः अशीं पाडलीं तरच त्याचा अर्थ लागतो. अशा प्रकारचे श्लोक पहिल्या पहिल्या पर्वांत पुष्कळ आहेत. पुढच्या पर्वांमध्यें कमी आहेत. तथापि गूढार्थाचे श्लोक महाभारतांत पुष्कळच आहेत, यांत शंका नाहीं. "**नागैरिव सरस्वती**" असा एकादाच शब्द अप्रसिद्धार्थी (सरस+वती म्हणजे सरोयुक्त) योजलेला असतो. याहून निराळ्या प्रकारचे गूढार्थाचे श्लोक शब्द सरळ दिसले तरी महाभारतांत अनेक आहेत. तेव्हां ८८०० श्लोक जरी भरले नाहींत तरी ही संख्या अतिशयोक्तीची आहे, एवढेंच मानतां येईल. परंतु ही संख्या व्यासांच्या मूळ ग्रंथाची आहे असें अनुमान काढण्यास मुळींच जागा नाहीं. याशिवाय व्यासांनीं रात्रंदिवस उद्योग करून तीन वर्षांनीं आपला ग्रंथ संपविला, असें महाभारतांत स्पष्ट म्हटलें आहे. अर्थात्, अनुष्टुप् श्लोक व्यासांसारख्या प्रतिभासंपन्न संस्कृत कवीला रोज आठाच्या वर करणें सुलभ होतें, असें मानलें पाहिजे. असो. मूळच्या व्यासांच्या ग्रंथाची मर्यादा काय होती हें आपल्यास सांगतां येत नाहीं, असेंच म्हणलें पाहिजे. वैशंपायनाच्या भारताची संख्या २४०००श्लोक असावी. महाभारतांतच असें स्पष्ट म्हटलें कीं, (पान १० पुस्तक १) " भारतसंहिता २४००० श्लोकांची असून राहिलेल्या ७६००० श्लोकांत मागील लोकांच्या मनोवेधक कथा वर्णिलेल्या आहेत. " उपाख्यानांशिवाय बाकी राहिलेला २४००० ग्रंथ भारतसंहिता होय, हें यावरून अनुमान निघतें. संहिता शब्द साद्यंत एक सूत्रानें लिहिलेला ग्रंथ, अशा अर्थाचा द्योतक आहे. याशिवाय व्यासांच्या पांच शिष्यांनीं आपापल्या भारतसंहिता निराळ्या प्रसिद्ध केल्या, या वाक्यावरूनही संहिता शब्दाचा तोच अर्थ निष्पन्न होतो. तेव्हां भारतसंहिता २४००० ची आहे, या वाक्यावरून वैशंपायनानें रच-

---

१ ' अहं वेद्मि शुको वेत्ति संजयो वेत्ति वा न वा ' (पुस्तक १ पान ८) या श्लोकांत मी ' छपवून टाकले ' म्हणजे मोठ्या भारतांत गुप्त करून टाकले, असें व्यास कधींही म्हणणार नाहींत. अर्थात् मीं गूढार्थ श्लोक केले आहेत, असें सौतीनें व्यासांचे तोंडीं वाक्य घातलें आहे.

लेला ग्रंथ २४००० होता, हें स्पष्ट दिसतें. राहिला सौतीचा ग्रंथ. तो किती आहे हें विस्तारानें सांगण्याची जरूरी नाहीं. उपाख्यानें वगैरे घालून त्यानें वैशंपायनाच्या भारताचें सुमारें एक लक्ष श्लोकांचें महाभारत तयार केलें.

आस्तिकाची कथा वैशंपायनाच्या ग्रंथाच्या प्रारंभाला असणें साहजिक आहे, हें पूर्वींच म्हटलें आहे. त्या कथेच्या पूर्वीचे अध्याय केवळ सौतीचे आहेत, हें निर्विवाद आहे. म्हणजे अनुक्रमणिकापर्व, पर्वसंग्रहपर्व, पौष्यपर्व, पौलोमपर्व मिळून बारा अध्याय सौतीचे आहेत, यांत शंका नाहीं. या प्रारंभींच्या अध्यायांत अलीकडच्या ग्रंथरचनेच्या तऱ्हेप्रमाणें सौतीनें प्रस्तावना व उपोद्घात आणि अनुक्रमणिका यांचा समावेश केलेला आहे; व प्रत्येक पर्वामध्यें किती श्लोक आहेत, किती अध्याय आहेत, यांची गणना दिली आहे. यामुळें सौतीच्या ग्रंथाला बहुतेक कायमचें स्वरूप प्राप्त झालें आहे. सौतीनें दिलेल्या संख्येवरून हल्लींच्या महाभारतांतील श्लोक सुमारें एक हजारानेंच कमी पडतात. कांहीं पर्वांत कमी आहेत व कांहींत थोडे जास्त आहेत, पण हें कमीजास्तीचें प्रमाण फार थोडें आहे. भारतटीकाकारही प्रत्येक पर्वाच्या अंतीं कमी ज्यास्ती नमूद करून ठेवतो, व ती लेखकांच्या चुकीमुळें झाली असावी असें लिहितो. पण जेथें सौतीनें सांगितल्यापेक्षां हल्लींच्या प्रतींत ज्यास्ती श्लोक आहेत, तेथें लेखकांची चुकी कशी म्हणतां येईल ? ते लेखकांनीं जाणूनबुजून मागाहून घातले हें उघड आहे. असे ज्यास्ती श्लोक वन व द्रोण पर्वांतच मुख्यतः आहेत. उदाहरणार्थ, आदिपर्वांत २२७ अध्याय सौतीनें सांगितले असून टीकाकार म्हणतो कीं, त्यांत २३७ अध्याय आहेत. पण या अध्यायांत मिळून श्लोकसंख्या एकंदरीनें कमीच, तेव्हां ज्यास्ती अध्याय लेखकांच्या चुकीनें गणिले गेले असतील. पण वन व द्रोण पर्वांत अध्यायही ज्यास्त व श्लोकही ज्यास्त आहेत, हें मागें दिलेल्या कोष्टकावरून वाचकांच्या लक्ष्यांत येईल. पण ही श्लोकसंख्या फारच थोडी म्हणजे वनपर्वांत सरासरी दोनशें श्लोक व द्रोणपर्वांत सरासरी सहाशें श्लोक मिळून आठशें श्लोक दोन्ही पर्वांच्या एकंदर एकवीस हजार श्लोकांत वाढले आहेत. असो. एकंदर महाभारताच्या सौतीनें परिगणित केलेल्या श्लोकांत हल्लींच्या प्रतींत एक हजार श्लोकांची तूटच आहे व एकंदर कमीज्यास्तीचें प्रमाण फार थोडें आहे, याजवरून सौतीच्या ग्रंथांत आज दोन हजार वर्षांत (हा काळ पुढें निश्चित केला आहे.) फारच थोडा फरक झालेला आहे, असें म्हटलें पाहिजे.

सौतीनें आपल्या ग्रंथाचीं प्रथम अठरा पर्वें केलीं, हें प्रसिद्धच आहे. हीं पर्वें त्यानें नवीं केलीं असून वैशंपायनाच्या भारताचीं पर्वें निराळीं आहेत, हें महाभारतांत सौतीनें दिलेल्या अनुक्रमणिकेवरूनच दिसतें. हीं लहान पर्वें शंभर आहेत. एकाच ग्रंथाचे लहान विभाग व मोठे विभाग एकाच नांवांनीं तोच ग्रंथकर्ता कधींही करणार नाहीं. मोठ्या विभागांना निराळें नांव देऊन लहान विभागांना निराळें नांव—जसें कांड व त्यांत अध्याय किंवा सर्ग असें—तो देईल. याजवरून हें स्पष्ट दिसतें कीं, हे दोन विभाग निरनिराळ्या कर्त्यांचे आहेत. अर्थात्, वैशंपायनाचा भारतग्रंथ पर्वांत विभागला असून हीं पर्वें लहान होतीं व सौतीनें अशीं लहान पर्वें एके ठिकाणीं करून आपल्या प्रचंड ग्रंथाचीं अठरा पर्वें केलीं व त्या विभागांस पर्व हेंच नांव ठेवलें. यामुळें ही मौज झाली आहे कीं, एका मोठ्या पर्वांत

त्याच नांवाचीं लहान अथवा उपपर्वें आहेत. उदाहरणार्थ, सौप्तिक पर्वांत सौप्तिक पर्व आहे, सभापर्वांत सभापर्व आहे व आश्वमेधिक पर्वांत आश्वमेधिक पर्व आहे. मूळ वैशंपायनाच्या भारताचीं बरोबर शंभर पर्वें नसावीं, असें अनुमान होतें. कांहीं ठिकाणीं सौतीनें नवीन पर्वें घातलीं आहेत. अनुक्रमणिकापर्व, पर्वसंग्रहपर्व, पौलोमपर्व, पौष्यपर्व हीं चार आरंभींचीं पर्वें सौतीचीं निर्विवाद आहेत, हें पूर्वीं सांगितलेंच आहे. हरिवंश हें पर्व खिलपर्व समजलें जातें (भा. आदि. पा. २७). खिल म्हणजे मागून जोडलेलें. त्याची पर्वसंख्या १८ च्या व १०० च्या बाहेरची आहे. हें सौतीनें ग्रंथाच्या विषयपूर्तीकरितां जोडलें. त्यास खिलपर्व अशी संज्ञा देऊन तें एकोणिसावें पर्व केलें. त्याचीं लहान तीन पर्वें आहेत. या पर्वांचें कर्तृत्व सौतीकडे नसावें असें वाटतें. ‘ मूळ व्यासानें शंभर पर्वें लिहिलीं, परंतु तदनंतर सूतपुत्र लोमहर्षणि यानें नैमिषारण्यांत अठरा पर्वेंच पठण केलीं, ’ असें स्पष्ट वचन महाभारतामध्यें आहे (भा. आदि. पा. २९).

एतत्पर्वशतं पूर्णं व्यासेनोक्तं महात्मना ।
यथावत्सूतपुत्रेण लोमहर्षणिना ततः ॥
उक्तानि नैमिषारण्ये पर्वाण्यष्टादशैव तु ॥
(आ. अ. २-८४)

यावरून अठरा पर्वांचे विभाग सौतिकृत आहेत, हें निर्विवाद आहे.

व्यास, वैशंपायन आणि सौति—हल्लींच्या महाभारताचे ग्रंथकर्ते—ह्या व्यक्ती काल्पनिक नसून खऱ्या आहेत, याविषयीं शंका नाहीं. कृष्णयजुर्वेदकाठकामध्यें पाराशर्य व्यास ऋषींचें नांव आलेलें आहे. व्यास भारती युद्धाच्या समकालीन होते, असें मानण्यास हरकत नाहीं. महाभारतांतील अनेक वर्णनें प्रत्यक्ष पाहिल्यासारखीं दिसतात; व त्यांत कित्येक गोष्टी अशा आहेत कीं, त्या पाठीमागून कोणत्याही कवीनें कल्पना केल्या नसत्या. वैशंपायन हा एक व्यासांचा शिष्य आहे, असें सांगितलें आहे. (कदाचित् तो प्रत्यक्ष शिष्य नसून शिष्यपरंपरेंत असणेंही शक्य आहे.) याचें नांव आश्वलायन गृह्यसूत्रांत आलेलें आहे. हा अर्जुनाचा पणतु जनमेजय याचा समकालीन असणें संभवनीय आहे. एकंदर महाभारताची भाषा प्राचीन वैदिक भाषा व अलीकडची संस्कृत भाषा यांहून भिन्न व प्रत्यक्ष बोलण्यांत येणाऱ्या भाषेप्रमाणें दिसते. निदान निश्चयानें महाभारतांतील कांहीं भागांची भाषा फार जुनी व फार जोरदार अशी आपल्यास भासते. भगवद्गीतेसारखे कांहीं भाग या विधानाच्या समर्थनार्थ पुरे आहेत. आतां आपण सौतीकडे वळूं. सूत हे बहुधा पुराणिकाचा धंदा करीत, हें प्रसिद्ध आहे. लोमहर्षणाचा पुत्र उग्रश्रवा याला सौति म्हणावयाचें कांहीं कारण नाहीं. कारण, सूत हें जातीचें नांव आहे आणि सूतानें शौनकाला अनेक पुराणें सांगितल्याचा उल्लेख पुराणांतून आहेच. हा सूत व हा सौति ऐतिहासिक आहेत किंवा नाहींत, याजबद्दल संशय घेण्यास कारण नाहीं. यांनीं वैशंपायनाचें भारत वाढवून जें महाभारत केलें तें कां व कसें, याचा आपण पुढें विचार करूं. पण हा सौति वैशंपायनाच्या समकालीन नव्हता, असें या ग्रंथाच्या कालनिर्णयावरून ठरतें. तेव्हां ‘ भारती

१ सदरहू उपसंहाराच्या विवेचनामध्यें उल्लेखिलेलीं पानें भाषांतराच्या पहिल्या आवृत्तींतील आहेत. दुसऱ्या आवृत्तींत प्रत्येक पर्वाच्या आरंभीं पान १ पासून सुरुवात करण्यांत आली आहे. तरी ज्यांच्या जवळ दुसऱ्या आवृत्तीचीं पुस्तकें असतील, त्यांनीं त्या त्या पर्वांतील जें पान येईल तें पहावें. प्रत्येक ठिकाणीं पर्वाचा उल्लेख केला आहे.

कथा सर्पसत्राच्या वेळीं वैशंपायनाच्या तोंडून मीं ऐकली,' असें जें भारताच्या प्रारंभीं लिहिलें आहे, (भा. आदि. पा. ३) तें लाक्षणिक किंवा अतिशयोक्तीचें आहे. सौति व वैशंपायन यांमध्यें हजारों, निदान शेंकडों वर्षांचें अंतर असलें पाहिजे. व्यासांचा मूळग्रंथ व वैशंपायनाचें भारत यांमध्यें परिमाणासंबंधानें किंवा भाषेसंबंधानें विशेष अंतर नसावें. परंतु चोवीस हजार श्लोकांचा सौतीनें एक लक्ष ग्रंथ बनविला, त्या वेळेस भाषेसंबंधानें अंतर पडणें कालभेदामुळें साहजिक आहे. सौतीनें आपल्या बुद्धिचातुर्यानें सर्व ग्रंथ एकजीव पूर्वापरसंबद्ध असा केला आहे, तथापि दोनतीन ठिकाणीं चमत्कारिक असंबद्धता उत्पन्न झाली आहे, ती येथें दाखविली पाहिजे. (१) अगदीं ग्रंथाच्या प्रारंभीं सौति उग्रश्रवा, कुलपति शौनकाकडे द्वादशवार्षिक सत्र करीत असतांना आला व "तूं कोठून आलास?" असें विचारलें असतां "जनमेजयाच्या सर्पसत्रांतून आलों व तेथें वैशंपायनपठित व्यासकृत महाभारत ऐकलें," असा कथाभाग दिला आहे. पण आदिपर्व अध्याय चार याच्या प्रारंभीं पुन्हां तोच मजकूर गद्यामध्यें असा सांगितला आहे कीं, सौति शौनकाकडे आला व म्हणाला, "तुम्हांस काय ऐकण्याची इच्छा आहे ?" तेव्हां शौनकानें "भृगुवंशाचें वर्णन कर" असें सांगितलें. (भा. आदि. पा. ९४–९९) आणि पुढें 'सौतिरुवाच' असें न म्हणतां 'सूत उवाच' असें म्हटलें आहे. तेव्हां हा परस्परविरोध कसा ? टीकाकारानें नेहेमींप्रमाणें हे महाभारताचे आरंभ निरनिराळ्या कल्पांतले आहेत, असें या विरोधाचें परिमार्जन केलें आहे. पण तें विशेष समाधानकारक दिसत नाहीं. कदाचित् वैशंपायनांचें भारत वाढविण्याचा प्रयत्न पितापुत्रांनीं दोघांनीं केला. ते दोन्ही निराळे प्रारंभ काल्पनिक असून पितापुत्रांनीं या ग्रंथांत एकमेकांच्या आदरानें तसेच राहूं दिले, असें संभवनीय आहे. सौति हे पुराणिक होते व त्यांनीं आपली पौराणिक माहिती भारताला सर्वमान्य, प्रचंड धार्मिक स्वरूप देण्याच्या कामीं कां व कशी उपयोगांत आणली, याचा विस्तार पुढें सांगूं. पण असा उपयोग करतांना आणखी एक असंबद्धता उत्पन्न झाली आहे, ती आपण आतां पाहूं. (२) तिसऱ्या अध्यायांत एका गद्य ग्रंथाचा अवलंब केला आहे. त्यांतील हकीगत अशीः—" जनमेजय राजा कुरुक्षेत्रांत दीर्घ सत्र करीत असतां एक कुत्रा यज्ञमंडपांत शिरला. त्यास जनमेजयाच्या भावांनीं प्रहार करून बाहेर घालविलें. तेव्हां तो रडत आपल्या आईकडे म्हणजे देवशुनीकडे गेला. तिनें येऊन जनमेजयास शाप दिला कीं, तुला अकल्पित विघ्न उत्पन्न होईल. तो तें सत्र समाप्त करून हस्तिनापुरास आला व आपल्या पापकृत्येचा कोण संहार करील, याचा विचार करूं लागला. तेव्हां त्यानें श्रुतश्रवानामक ऋषीचा पुत्र सोमश्रवा यास पुरोहित केलें. परंतु श्रुतश्रवानें जनमेजयास असें बजाविलें कीं, कोणी ब्राह्मण याचना करावयास आला तर तो मागेल तें हा देईल, असा ह्याचा कडकडीत नियम आहे. तो तुला मान्य असेल तर तूं यास घेऊन जा. जनमेजयानें तें मान्य करून त्यास आपल्या राजधानीस आणिलें व आपल्या भावांस सांगितलें कीं, हा पुरोहित जी आज्ञा करील ती संपूर्ण करावी. पुढें जनमेजय तक्षशिला देश जिंकावयास गेला व त्यानें तो देश हस्तगत केला, आणि तो आपल्या राजधानीस परत आला." (भा० आदि० पान २८) एवढी ही कथा गद्यांत दिलेली असून ती सौतीनें दुसरीकडून घेतलेली असावी, असें आपल्यास दिसतें. परंतु या कथेचा जोड भारती

कथेशीं त्यानें लावून दिलेला नाहीं. यानंतर आरुणीच्या गुरुनिष्ठेची लांबलचक कथा सांगितलेली असून हा अध्याय असाच असंबद्ध राहतो, व सोमश्रवा पुरोहितानें जनमेजयाची पापकृत्या घालविली कीं नाहीं व सोमश्रव्यास कोणत्या ब्राह्मणानें काय मागितलें व त्यानें कसें दिलें आणि त्याचा काय परिणाम झाला, याविषयीं कोठेंच उल्लेख नाहीं. पुढच्या चौथ्या अध्यायांत मागें सांगितल्याप्रमाणें सूत—शौनकांच्या भेटीचा प्रसंग पुन्हां वर्णन केला आहे, व पुढें भृगुवंशवर्णन वगैरे अनेक कथाभाग सुरू झालेला आहे. त्याच्यापुढें आस्तिकपर्व कित्येक अध्यायांत असून सर्पसत्राचीही कथा आहे. या सर्पसत्राचा देवशुनीचा शाप व सोमश्रवा याचा नियम यांच्याशीं कांहींच संबंध लागत नाहीं. किंबहुना, या सर्पसत्राच्या कथेंत सोमश्रवाचें नांवही नाहीं. आस्तिकानें सर्पसत्र बंद करून तक्षकाला जीवदान द्यावें, अशी जनमेजयास विनंति केली व ती जनमेजयानें सर्व ऋषींच्या सांगण्यावरून मान्य केली. (भा० आदि० पा० १२८) तेव्हां **सोमश्रव्यानें** आस्तिकाची विनंति मान्य करून जनमेजयाच्या मताविरुद्ध त्याच्या सर्पसत्रांत विघ्न आणलें, असें म्हणणेंही संभवत नाहीं. सारांश, देवशुनीचा शाप व सोमश्रवा पुरोहित यांची कथा गद्यांत दिलेली तशीच तरंगत राहून ग्रंथांत असंबद्धता उत्पन्न झाली आहे, हें येथें सांगण्यासारखें आहे. अशा प्रकारची असंबद्धता महाभारत ग्रंथामध्यें इतरत्र सांपडणार नाहीं. कांहीं कांहीं ठिकाणीं सौतीनें जेथें जेथें उपाख्यानें घातलीं आहेत, तेथें **असंभाव्यता** कांहीं अंशानें दृष्टीस पडते. परंतु **असंबद्धता** किंवा पूर्वापरविरोध बहुतकरून दिसत नाहीं. कांहीं ठिकाणीं जुन्या तऱ्हेचे श्लोक बनविण्याचा प्रयत्न केला आहे. उदाहरणार्थ, वैशंपायनाच्या भारतांत भारताचा सारांश एका अध्यायांत दिलेला असून सौतीनें पहिल्या अध्यायांत लांब वृत्ताचे ६९ श्लोक ‘ यदाश्रौषम् ’ अशा प्रारंभाचे घातले आहेत, त्यांत धृतराष्ट्राच्या तोंडांतून महाभारताचा सारांश देण्याचा प्रयत्न सौतीनें केला आहे. हे श्लोक जुन्या भाषेसारखे मोठ्या वृत्तांत असून त्यांजवर वैदिक रचनेची छाया पडलेली दिसते. परंतु ही छाया तकलुपी असून हे श्लोक सौतीकृत मागाहून घातले आहेत, हें त्यांत दिलेल्या एकंदर वर्णनावरून स्पष्ट आहे. हे श्लोक सौतीनेंच बनविलेले आहेत. कारण, ते पहिल्या अध्यायांत असून हा सबंध अध्याय सौतीनें जोडलेला आहे. ‘ यदाश्रौषम् ’ इत्यादि ६९ श्लोक जो कोणी वाचील त्यास ते सौतीचे आहेत, अशी खात्री वाटल्यावांचून राहणार नाहीं. ग्रंथांतील एका मुख्य पात्राकडून ग्रंथाचा सारांश वदविण्याची ही एक सुंदर युक्ति आहे खरी; पण अशा प्रकारचा शोक एकंदर भारताची हकीकत सारखी देऊन केलेला असंभवनीय आहे, हें उघड आहे. तो व्यासासारख्या महाकवीच्या कल्पनेंतून कधींही निघाला नसता. त्यांत सौप्तिकपर्वाच्याही पलीकडे ऐषीकपर्वाच्या हकीकतीपर्यंत भाग आलेला आहे. वास्तविक धृतराष्ट्राच्या स्वभावाप्रमाणें उत्तरेच्या पोटांतल्या गर्भावर अश्वत्थाम्याचें अस्त्र पडल्याचा त्यास आनंदच झाला असला पाहिजे, पण तसा यांत दर्शविला नाहीं. शिवाय जे भाग महाभारतांत सौतीनें घातले असें स्पष्ट दिसून येतें, त्यांचाही उल्लेख या विलक्षण श्लोकांमध्यें आहे. यक्षप्रश्नाचें आख्यान सौतीनें मागाहून घातलें हें आम्हीं दाखविणार आहों. या यक्षप्रश्नांच्या हकीकतीचा उल्लेख या श्लोकांत आहे. तसेंच उद्योगपर्वांतील श्रीकृष्णाच्या शिष्टाईच्या वेळचा विश्वरूपदर्शनाचा भाग

हाही मागाहूनचा आहे, असें आम्हीं दाखविणार आहों, त्याचेंही यांत वर्णन आहे. भीष्मानें आपल्या मरणाची युक्ति पांडवांस सांगितली, हाही मागाहूनचा भाग यांत उल्लिखित आहे. सारांश, "यदाश्रौषं" भाग येथें मागून घातला आहे. तो केवळ कथेचा सारांश या दृष्टीनें बरोबर बसतो. पण युद्धानंतर शेवटीं असा शोक यावयास पाहिजे होता. तो शोक या दृष्टीनें भलत्याच ठिकाणीं आला आहे. एकंदरींत हा भाग व्यासांचा नसून सौतीनें मागून बनविलेला असून उपोद्धातांत मुद्दाम घातलेला आहे. असो. याप्रमाणें सौतीचे कांहीं कांहीं ठिकाणीं दोष दिसले, तरी त्यानें महाभारतास जें हें प्रचंड स्वरूप दिलें, त्यांत त्याची विलक्षण बुद्धिमत्ता व करामत दिसून येते. सौति हा सामान्य पुराणिक नसावा. जसा एखादा नामांकित पुराणिक हल्लीं रामायणांतील एखाद्या श्लोकावर तीन तीन तासपर्यंत वक्तृत्वपूर्ण व भक्तिरसप्रधान पुराण सांगूं शकतो, अशा वरच्या कोटीपैकीं सौति असून त्याची एकंदर पौराणिक माहिती प्रचंड होती. व्यवहार, राजधर्म व तत्त्वज्ञान यांसंबंधानें महाभारताच्या कथेचें जें उदात्त स्वरूप महर्षि व्यासांनीं वर्णन केलें आहे, तें स्वरूप सौतीच्या अतिविस्तृत ग्रंथांत कायम आहे. याचमुळें या ग्रंथाची थोरवी सौतीनें जशी वर्णन केली आहे तशी खरोखरच आहे. भारतवृक्ष हा कविजनांचा एक आधारस्तंभ आहे. त्या दिव्य वृक्षाच्या योगानें भूतलावरील रसिक व ज्ञानसंपन्न जनांचें अखंड उपजीवन चालेल; आणि याजवर धर्मरूप व मोक्षरूप स्वादिष्ट फलपुष्पांचा बहार सदोदित कायम राहील. किंबहुना सर्व प्रकारचे कविकल्पनातरंग किंवा नीतिशास्त्रांतील उत्तम धडे घालून देणारे मनोवेधक प्रसंग किंवा असंख्य आत्म्यांस शांतिसुख देणारे तत्त्वज्ञानांतील उदात्त विचार या ग्रंथांत ग्रथित झाल्याकारणानें "सर्व कांहीं महाभारतांत आहे, या ग्रंथांत नाहीं तें इतरत्र सांपडावयाचें नाहीं" अशी जी सौतीची गर्वोक्ति आहे, ती यथार्थ आहे असेंच म्हटलें पाहिजे.

अशा ग्रंथाचा विवेचकदृष्ट्या विचार करणें उपसंहारांत कितपत योग्य आहे, याजविषयीं येथें थोडीशी चर्चा करणें जरूर आहे. कारण, महाभारतांतील अमुक भाग सौतीनें वाढविलेला आहे, अशा प्रकारचें विवेचन सुरू केलें असतां श्रद्धाळु वाचकाच्या मनाची प्रवृत्ति रसभंगाकडे वळण्याचा संभव असतो; पण अशा प्रकारची वृत्ति होऊं देण्याचें कांहीं कारण नाहीं. एक तर ग्रंथाचें खरें स्वरूप आपल्या समोर आल्यानें वाचकांस आनंद झाल्यावांचून राहावयाचा नाहीं. दुसरें, असंभाव्य दिसणाऱ्या गोष्टी मूळस्वरूपांत कशा असाव्या, ही जिज्ञासा प्रत्येक मनुष्यास असतेच; व ती पूर्ण करण्याचें विवेचक ग्रंथकर्त्याचें काम आहे. तिसरें, महाभारतग्रंथाची व महाभारतकथेची विवेचकदृष्ट्या छाननी केल्यावरही त्या ग्रंथाचें व त्या कथेचें राहणारें स्वरूप सुद्धां इतकें मनोहर व उदात्त आहे कीं, व्यासांविषयींची व महाभारताविषयींची वाचकांच्या मनांत असलेली पूज्यबुद्धि यत्किंचितही कमी होत नाहीं, असेंच आम्हांस वाटतें. यासाठीं विवेचक पद्धतीनें विचार करण्यास हरकत नाहीं, असें समजून सौतीनें महाभारताचा विस्तार कां व कसा केला, याचें आपण विवेचकदृष्ट्या विस्तृत रीतीनें उद्घाटन करूं.

सौतीनें महाभारतास हल्लींचें स्वरूप दिल्यावर त्यांत आतांपर्यंत फारच थोडा फरक झाला, हें आम्हीं पूर्वींच सांगितलें आहे. किंबहुना, सौतीनें जसें महाभारत

तयार केलें, तसेंच आपल्या समोर हल्लीं आहे, असेंहि मानण्यास हरकत नाहीं. हें भारताचें महाभारत त्यानें केव्हां तयार केलें हें सांगितलें, म्हणजे सौतीनें महाभारतास प्रचंड स्वरूप कां दिलें, याजविषयीं अनुमान करण्यास सोपें जाईल. शकापूर्वी तिसऱ्या शतकांत महाभारतास हल्लींचें स्वरूप प्राप्त झालें, हा आमचा सिद्धांत बहुतेक सर्वमान्य झाला आहे. याचें विस्तृत विवेचन आपणास पुढें करावयाचें आहे. यावेळची परिस्थिति लक्षांत आणली म्हणजे महाभारत कां तयार केलें गेलें, याचा उलगडा होतो. यावेळीं हिंदुस्थानामध्यें दोन नवीन धर्म उत्पन्न होऊन प्रसार पावत होते. शकापूर्वी सहाशेंच्या सुमारास तीर्थंकर महावीर यानें बहार प्रांतांत जैन धर्माचा प्रथम उपदेश केला, व त्याच सुमारानंतर गौतमबुद्धानें आपल्या बौद्ध धर्माचा प्रथम प्रचार केला. हे दोन्ही धर्म या वेळीं वाढत होते. विशेषतः बौद्ध धर्माचा चारी बाजूनीं विजय होत चालला असून सम्राट् अशोक यानें त्या धर्मास राजसत्तेचें पाठबळ दिलें होतें. यामुळें लोकांमध्यें अनेक प्रकारचीं पाखंड मतें प्रसार पावत होतीं. वेदांविषयींची पूज्यबुद्धि नष्ट होत चालली होती. वेदांचें प्रामाण्य या दोन्ही धर्मांनीं उघडपणें झुगारून दिलें होतें; व आपल्या बुद्धीस जें योग्य दिसेल तेंच धर्म्य, असें लोक म्हणूं लागले होते. ब्राह्मणांविषयींची श्रद्धा कमी होत चालली होती. प्राचीन आर्यधर्मांतील मोठमोठाले नामांकित पुरुष दोन्ही धर्म आपल्यांत ओढूं लागले होते. आमचे धर्म फार जुने असें सिद्ध करण्याकरितां ही त्यांची खटपट होती. जनसमूहामध्यें ज्या व्यक्तींविषयीं आदर होता, त्या व्यक्ती आमच्याच धर्मांतल्या आहेत, असें दाखवून जनसमूहाचें मत आपल्यास अनुकूल करून घेण्यासाठीं हा त्यांचा प्रयत्न होता. उदाहरणार्थ, वेदांतील प्रथम राजर्षि ऋषभ हा आमचा पहिला तीर्थंकर, असें जैनांनीं प्रतिपादन केलें आहे. तसेंच दाशरथी राम हा बुद्धाच्या पूर्वजन्मांतील एक अवतार, असें बौद्ध प्रतिपादूं लागले. श्रीकृष्णाविषयीं मात्र ते अत्यंत तिरस्कार प्रगट करूं लागले. यादव लोक अरिष्टनेमीच्या उपदेशावरून जैन झाले, परंतु श्रीकृष्ण झाला नाहीं, असें एका जैनधर्मग्रंथांत वर्णन केलें आहे; व त्यांतच असें सांगितलें आहे कीं, अरिष्टनेमीनें श्रीकृष्णास म्हटलें " तूं अनेक युगें नरकांत राहिल्यानंतर मनुष्ययोनीमध्यें जन्म घेशील व नंतर तुला जैन धर्माचा उपदेश होऊन तुझा उद्धार होईल. " श्रीकृष्णाविषयीं जैनधर्म किती अनादर पसरवीत होता, हें याजवरून चांगलें दिसतें. वेदांतील इन्द्रादि देवतांचीही याचप्रमाणें दोन्ही धर्मांत पायमल्ली झालेली होती. इंद्रादि देव जैन अथवा बुद्ध यांच्यापुढें हात जोडून उभे राहतात, किंबहुना, त्यांच्या पादतळीं लोळतात, असें हे धर्म प्रतिपादूं लागले होते. वेदांतील यज्ञयागादि कर्मांविषयीं या धर्मांनीं फारच निंदा मांडली होती. या यज्ञांतून पशुहिंसा होत असल्यामुळें व हे धर्म 'अहिंसा परमो धर्मः' या मताचे कट्टे पुरस्कर्ते असल्यामुळें त्यांना हे वैदिक यज्ञयागादि विधि नकोसे झाले होते. सनातन धर्मांतही अहिंसेचा योग्य उपदेश असल्यानें हिंसायुक्त यज्ञांची लोकांस पुढेंपुढें अडचण वाटूं लागून या दोन्ही धर्मांचा प्रसार अधिक होऊं लागला होता. तीर्थें, व्रतें वगैरेविषयीं सुद्धां या धर्मांचा विशेष कटाक्ष असे. तीर्थांत बुडी मारल्यानें जर पुण्य किंवा मुक्ति मिळत असेल, तर बेडूकही पुण्यवान् होऊन मोक्षास जातील, असें सांगून बुद्धानें खुद्द एका काश्यप ब्राह्मणास तीर्थस्नानापासून परावृत्त केलें, ही कथा प्रसिद्ध आहे. असो. तर याप्रमाणें सनातन-

धर्माच्या मतांविषयीं व पूज्य मानलेल्या व्यक्तीं- विषयीं असा अनादर पसरवून हे धर्म प्रसार पावत चालले होते. हा सनातन धर्मावरील घाला भारतीयांच्या इतिहासांत प्रथमच आला होता.

बौद्धांच्या व जैनांच्या धर्मप्रसारामुळें सनातन धर्माच्या एका विशिष्ट भागावर तर फारच जोराचा हल्ला झाला होता. चातुर्वर्ण्याची संस्था ही सनातनधर्माचें एक प्रधान अंग असून त्या व्यवस्थेला बौद्ध धर्मानें व जैन धर्मानेंही झुगारून दिलें. बौद्धसंन्याशी सर्व जातीचे होऊं लागून एकत्र अन्नव्यवहार करूं लागले होते. काश्यपब्राह्मण व उपाली न्हावी हे दोघेही बौद्ध भिक्षु होऊन सर्व लोकांच्या आदरास सारखेच पात्र झाले होते. चातुर्वर्ण्याची जुनी व्यवस्था कायम ठेवून सर्वांस मोक्षधर्मांत सारखे हक्क देण्याची श्रीकृष्णानें लावलेली घडी बिघडून गेली होती. बौद्ध व जैन उपासकही चातुर्वर्ण्यधर्म सोडूं लागले होते. आश्रमव्यवस्थाही याचप्रमाणें बिघडूं लागून चोहोंकडे घोंटाळा उत्पन्न झाला होता. चतुर्थाश्रमाचा अधिकार ब्राह्मणांस व इतर आर्यवर्णांस होता, तो बौद्धभिक्षूंनीं सर्वांसच मोकळा करून दिला, यामुळें अनाडी व पोटभरू हलक्या जातीचे शेंकडो बौद्धभिक्षु लोकांमध्यें भिक्षा मागत फिरूं लागले होते. धर्माचें आचरण म्हणजे केवळ नीतीचें आचरण, असेंच हे धर्म मानूं लागले होते. तत्त्वविचाराच्या बाबतींतही ह्या धर्मांची गति फारच पुढें जाऊन लोकांच्या मतांमध्यें खळबळ उडून गेली होती. परमेश्वर मुळीं नाहींच, निदान परमेश्वर आहे कीं नाहीं याविषयीं विचारच करूं नये, असें हे धर्म उघड प्रतिपादूं लागले. मनुष्याला आत्माही नाहीं, असा सिद्धान्त स्थापित करण्याकडे त्यांची प्रवृत्ति झाली. सारांश, सर्व तऱ्हेनें हे धर्म सनातन धर्ममतांच्या विरुद्ध असून त्यांनीं लोकांमध्यें निरीश्वरवाद व निरात्मवाद प्रचलित केला होता.

शकापूर्वीं तिसऱ्या शतकांत हिंदुस्थानची धार्मिक परिस्थिति अशा तऱ्हेची असून सनातनधर्मावर बौद्ध व जैन धर्मांचे जोराचे हल्ले चालले होते. अशोकाच्या राजसत्तेमुळें बौद्धधर्माला अद्याप विजय प्राप्त झाला नव्हता, किंवा कदाचित् नुकताच प्राप्त झाला असेल. सनातन धर्माची अंतःस्थिति हे हल्ले सहन करण्यास यावेळीं समर्थ नव्हती. आपल्या धर्मामध्यें अनेक मतें प्रचलित झालीं असून त्यांचीं परस्परांशीं भांडणें चाललीं होतीं. शत्रूंच्या हल्ल्यांचा प्रतीकार करण्याकरितां जी एकी व जूट पाहिजे असते, ती या वेळीं सनातनधर्मांत मुळींच नव्हती. कोणी लोक विष्णूस मुख्य देवता मानून पांचरात्रमताचा पुरस्कार करीत होते. कोणी शिवास मुख्य मानून पाशुपतमताचा आग्रह धरून बसले होते. कोणी देवीस मुख्य मानून शाक्तमताचे अनुयायी बनले होते. कोणी सूर्याचे, कोणी गणपतीचे, तर कोणी स्कंदाचे उपासक झाले होते. या सर्व उपासकांमध्यें शत्रुभाव असून केवळ देवतांचाच नव्हे, तर तत्त्वविचारांचाही विरोध होता. यज्ञयागाविषयींही लोकांचीं मतें डळमळूं लागलीं होतीं. तत्त्वज्ञानाच्या बाबतींतही वेदान्त आणि सांख्य यांचा झगडा होता. सर्वांत मुख्य अडचण हीं कीं, सनातनधर्माचे आद्यग्रंथ जे वेद ते लोकांस दुर्बोध झाले होते. लोकांना सुबोध असा एक धर्मग्रंथ कोणचाच नव्हता. महान् महान् पूर्वजांच्या व अवतारी पुरुषांच्या हकीकती विस्कळित असून त्या गाथारूपी लहान लहान आख्यानांत बहुतेक लुप्तप्राय झाल्या होत्या. नीतीचें व धर्माचें शिक्षण देऊन धार्मिक व नीतिमान् होण्याची स्फूर्ति उत्पन्न करणारे स्फूर्तिदायक

ग्रंथ मुळींच नव्हते. ऋषींच्या व राजांच्या वंशावळी विस्काळित होऊन सूत अथवा भाट यांच्या जीर्ण पोथ्यांतून बहुतेक नाहींशा होऊन पराक्रमी पूर्वजांचा बहुशः विसर पडत चालला होता. अशा वेळीं सनातनधर्माला स्वाभाविकच या वाढत्या नास्तिक धर्मांशीं टक्कर देणें अधिकच कठिण होऊन गेलें व बौद्ध आणि जैन धर्मांचा पक्का विजय होईल, अशी भीति सनातनधर्माभिमानी विद्वान् पंडितांस पडली.

येथें असा एक प्रश्न उद्भवतो कीं, यावेळीं आपल्या धर्माचे प्रतिपादक जे अनेक प्रसिद्ध ग्रंथ आहेत, ते अस्तित्वांत नव्हते कीं काय? रामायण कोठें गेलें होतें? मनुस्मृति त्या वेळीं नव्हती कीं काय? वेदान्त, न्याय, सांख्य, मीमांसा यांजवरील सूत्रें काय झालीं होतीं? पुराणें व इतिहास यांचा मागमूस नव्हता कीं काय? या सर्वांचें उत्तर 'नव्हता' असेंच देणें भाग आहे. हल्लींच्या स्वरूपांत असलेले हे ग्रंथ महाभारताच्या मागाहूनचे आहेत. या कालनिर्णयाचा विस्तृत विचार पुढें प्रसंगोपात्त येईल. तूर्त येथें एवढें सांगणें पुरें आहे कीं, हल्लींचें रामायण शकपूर्व पहिल्या शतकातलें असावें. हल्लींच्या मनुस्मृतीचाही काल तोच आहे. वेदान्तसूत्रें, योगसूत्रें हीं शकपूर्व दुसऱ्या शतकांतलीं आहेत. सांख्यसूत्रांचा त्या वेळेस पत्ताच नव्हता. पुराणें हल्लींच्या स्वरूपांत आहेत तशीं त्या वेळीं नव्हतीं. हे सर्व ग्रंथ त्या वेळीं बीजरूपानें असल्यास असावे आणि त्यांचा जो सांगोपांग झालेला विस्तार हल्लीं दिसत आहे, तो महाभारतानंतरचा होय; किंबहुना, महाभारताचें उदाहरण पाहूनच या धार्मिक ग्रंथांस पूर्ण स्वरूप देण्याची स्फूर्ति सनातनधर्मीय आचार्यांस झाली असावी. अर्थात्, या ग्रंथांचें पूर्वस्वरूप काय होतें, हें ऐतिहासिक दृष्टीनें निश्चित करण्यास महाभारत हेंच एकं साधन हल्लीं उपलब्ध आहे.

असो. तर याप्रमाणें अशोककाळीं किंवा त्या सुमारास सनातन धर्मावर जो हल्ला बौद्ध व जैन धर्मांनीं केला, त्याचा प्रतीकार करण्यास सनातनधर्मीयांजवळ कांहींच साधनें नसून शिवाय आपल्या धर्मांत भिन्न भिन्न मतांची ओढाताण चालली होती. अशा वेळीं सौतीनें भारताला महाभारताचें प्रचंड स्वरूप देऊन, सनातनधर्मांचे अन्तस्थ विरोध काढून टाकून, सर्व मतांचा एके ठिकाणीं मेळ बसवून, सर्व कथांचा एके ठिकाणीं संग्रह करून व त्या कथा योग्य जागीं घालून एकंदर ग्रंथास शोभा आणिली, व सनातन धर्माचें उदात्त स्वरूप लोकांच्या मनावर ठसवून सनातनधर्मीयांना जोर आणण्याची महत्त्वाची कामगिरी बजाविली. महाभारतग्रंथ कांहीं तरी एक जगड्व्याळ अवडंबर आहे, अशी पुष्कळांची समजूत आहे; परंतु ती चुकीची आहे. महाभारत हत्तीच्या शरीराप्रमाणें प्रचंड आहे, पण तें त्याचप्रमाणें सुंदर, सुश्लिष्ट व सुबद्ध असून त्याचा एकजीवही आहे व सर्व ग्रंथ एका रज्जूनें बांधलेला आहे. सनातन धर्माचा विरोधरहित उपदेश हा ह्या रज्जूचा मुख्य ताणा आहे; व त्याला आनुषंगिक तत्त्वज्ञान, इतिहास, राजधर्म, व्यवहार व नीति यांचे धागे गुंडाळलेले आहेत. यामुळें असा चमत्कार झाला आहे कीं, महाभारत हा ग्रंथ हल्लींच्या हिंदुधर्मांच्या सर्व शाखांस म्हणजे शैव, वैष्णव, वेदान्ती, योगी वगैरेंस सारखाच पूज्य झाला आहे. व्यासांच्या अप्रतिम कृतीवर ही इमारत उभारलेली असल्यानें व्यासांचें अप्रतिम कवित्व, तत्त्वज्ञान व व्यवहारनैपुण्य यांचीही स्फूर्ति सौतीला प्रोत्साहक झालेली आहे. सौतीनें या उद्देशानें भारताचें महाभारत कसें बनविलें, याचा आपण आतां

वरील विवेचनाच्या अनुरोधानें विस्तृत रीतीनें विचार करूं.

असें विवेचन करणें एक प्रकारचें मोठें नाजुक काम आहे, हें येथें नमूद केलें पाहिजे. व्यासांचा मूळचा ग्रंथ व वैशंपायनाचें भारत यांत फारसा फरक नसावा, हें आम्हीं पूर्वीं सांगितलेंच आहे. पण भारताचे चोवीसहज़ार श्लोक असून महाभारताचे एक लक्ष श्लोक आहेत. तेव्हां इतके अधिक भाग सौतीनें सामील केले, हें आम्हांस कबूल करणें प्राप्त आहे. असें कबूल करतांना वरील विवेचनांत जो ऐतिहासिक भाग दाखविला, त्याशिवाय ज्यास्ती सबळ प्रमाणें दाखवितां येणें शक्य नाहीं. साधारण अनुमानानेंच हा विषय ध्यावयाचा आहे. जे भाग प्रचलित माहितीच्या व अनेक गाथांच्या आधारानें सौतीनें घातले ते व्यासांच्या उदात्त ग्रंथाच्या स्फूर्तीनेंच घातले. तेव्हां त्यांचें कर्तृत्वही एका दृष्टीनें व्यासांकडेच देण्यास हरकत नाहीं. आपल्या विशिष्ट मतसिद्ध्यर्थ एखादा प्रक्षिप्त भाग मधेंच असंबद्ध घुसडून द्यावयाचा त्यांतला हा प्रकार नाहीं. किंबहुना, हिंदुधर्माच्या उदात्त स्वरूपाचेंच ह्यांत अधिक आविष्करण होत असून नवीन जोडलेले भाग मूळग्रंथाचेच आहेत, असें मानण्यास मुळींच हरकत नाहीं.

(१) धर्माचें एकीकरण.

सौतीचा प्रथम उद्देश भारत वाढविण्यांत धर्माचें एकीकरण करणें हा होता. मूळ भारतग्रंथ श्रीकृष्णाच्या प्रशंसापर, अर्थात् विष्णुस्तुतिपर असावा, हें अनुमान उघड आहे. पण हिंदुधर्मांत विष्णूशिवाय इतर देवताही उपास्य आहेत. एकंदर सनातन धार्मिक ग्रंथ असें स्वरूप महाभारतास येण्याकरितां त्यांत इतर देवतांच्याही स्तुति आल्या पाहिजेत व त्याही अशा रीतीनें कीं, भिन्न उपासनांचा विरोध वाढूं नये. याच दृष्टीनें मुख्यतः सौतीनें महाभारताला हल्लींचें स्वरूप दिलें आहे. विशेषतः वैष्णव व शैव या मतांचें एकीकरण त्यानें चांगलें केलें आहे. शांतिपर्व व अनुशासनपर्व हीं मूळच्या भारतांत असावीं कीं नसावीं, हा प्रश्न कित्येक वेळां उपस्थित केला जातो, पण मोठीं पर्वें मूळभारताचीं नव्हेत, हें आपण पूर्वीं ठरविलेंच आहे. तेव्हां हीं पर्वें सौतीचीं आहेत यांत शंकाच नाहीं. यांतील कांहीं विषय मूळभारताचे असावेत, हें उघड आहे. पण धार्मिकदृष्ट्या सर्व मतांचा त्यांत समावेश होण्याकरिता या पर्वांत सौतीनें बरीच वाढ केली. यामुळें महाभारताला धर्मग्रंथाचें स्वरूप पूर्णपणें आलें आहे व महाभारतानंतरचे सर्व ग्रंथ त्यांतील वचनें स्मृती म्हणून आधाराला घेतात. शैव व वैष्णव यांचें सनातन धर्मांत ऐकमत्य करण्यासाठीं सौतीनें महाभारतांत शिवस्तुतिपर अनेक आख्यानें घातलीं आहेत. अनुशासन पर्वामध्यें उपमन्यूचें आख्यान जें घातलें आहे तें याच कारणानें; आणि यांत मौज अशी कीं, ही शंकराची स्तुति श्रीकृष्णाच्या तोंडूनच वदविली आहे. जांबवतीस पुत्र होण्याच्या इच्छेनें त्यानें शंकराची आराधना केली, असें यांत दाखविलें आहे. ज्याप्रमाणें विष्णुसहस्रनाम भारतांत गोंवलें आहे, त्याप्रमाणें तंडीनें सांगितलेलीं शंकराचीं सहस्र नांवें उपमन्यूनें या ठिकाणीं श्रीकृष्णास उपदेशिलीं असून अनेक ऋषींनीं शिवाची आराधना करून वरप्राप्ति करून घेतली, असें म्हटलें आहे. एकंदर सनातनधर्मीयांचें शिव, विष्णु आणि ब्रह्मा यांचें एकीकरण करून धर्मांतील दुही काढून टाकण्याचें जें मत आहे, तें याच आख्यानांत प्रतिपादित केलेलें आहे. परमेश्वराच्या उजव्या बाजूंतून ब्रह्मा उत्पन्न झाला व डाव्या अंगांतून विष्णु उत्पन्न झाला आणि रुद्र मध्यांतून

उत्पन्न झाला, असें यांत वर्णिलेलें आहे. हें उपमन्यूचें आख्यान सौतीनें नवीन जोडलेलें आहे, हें मागीलपुढील संदर्भावरून समजण्यास हरकत नाहीं. यांत श्रीकृष्णानें एक हजार वर्षें तपश्चर्या केली, असेंही म्हटलें आहे. यावरून हें आख्यान मूळच्या भारतांतलें नसावें. भारतांतील कोणत्याही व्यक्तीचें आयुष्य शंभर वर्षांच्या प्रमाणाबाहेर दाखविलेलें नाहीं. अर्थात्, ह्या कल्पना मागाहूनच्या आहेत. शंकराच्या स्तुतिपर अन्य ठिकाणींही अनेक नवीन प्रसंग सौतीनें वर्णिलेले आहेत. द्रोणपर्वांत अर्जुन ज्या वेळेस जयद्रथाला मारण्याची प्रतिज्ञा करतो, त्या वेळेस हें केवळ असंभाव्य काम त्याच्या हातून सिद्धीस नेण्यासाठीं श्रीकृष्णानें शंकराचा वर मिळविण्यास अर्जुनास सांगितलें, व अर्जुनानें समाधीमध्यें शंकराची प्रीति संपादन करून त्याजपासून पाशुपतास्त्र मिळविलें (अध्याय ९०–९३). पण अर्जुनास शंकरापासून पाशुपतास्त्र मिळाल्याची हकीगत किरातार्जुनीयांत वर्णिल्याप्रमाणें वनपर्वांतच आली आहे. तेव्हां हें पाशुपतास्त्र पुन्हां मिळविण्याची कथा चमत्कारिक असून ती सौतीनें मुद्दाम घातली असावी. कारण, यांत शिवस्तुतीचा प्रोत्साहक श्रीकृष्णच दाखविला आहे. सारांश, शिवाचा उपासक श्रीकृष्ण आणि विष्णूचा उपासक शिव, अशी सांगड घालून सौतीनें शैववैष्णवांचा विरोध काढून टाकण्याचा स्तुत्य प्रयत्न केला आहे. अशा प्रकारचीं आणखी कित्येक आख्यानें दाखवितां येतील. सौप्तिकपर्वांत अश्वत्थामा जेव्हां निजलेल्या वीरांचे गळे दाबण्यास निघतो, त्या वेळेस तो प्रथम आपलें मुंडकें कापून शंकरास तुष्ट करीत आहे, असें दाखविलें आहे (सौप्तिकपर्व अध्याय ७). यांतही " कृष्ण मला त्याच्या भक्तीमुळें अत्यंत प्रिय आहे, " असें शंकर म्हणतो. तसेंच या पर्वाच्या शेवटीं लिंगपूजेचा महिमा वर्णन केलेला आहे, व तेथेंही शंकराची प्रशंसा श्रीकृष्णमुखानें वदविली आहे. तात्पर्य, शिवविष्णूंचें ऐक्य सिद्ध करण्याचा सौतीनें ठिकठिकाणीं प्रयत्न केला आहे (सौप्तिकपर्व अध्याय १८). मोक्षपर्वांतील नारायणीय उपाख्यान मूळच्या भारतांतील नसून सौतीनें मागाहून जोडलें आहे (अध्याय ३३४–३४८). हें त्यानें बहुधा पांचरात्र मतांतील संग्रहीत केलें असावें. या-आख्यानांत साहजिकच शंकर विष्णूहून लहान व त्याचा भक्त, असें मूळांत दाखविलें असावें; पण सौतीच्या मतैक्य करण्याच्या प्रयत्नानुसार त्यानें यांत दिलेलें वर्णन थोडेंसें बदललेलें आहे; व नारायणाच्या व शंकराच्या युद्धांत कोणाचा जय होईना, तेव्हां ब्रह्मदेवानें शंकराची विनवणी करून त्यास नारायणाचा भक्त बनविलें. तेव्हां नारायण म्हणाला " जो तुझा भक्त तो माझा भक्त. ज्यानें तुला ओळखलें त्याला माझेंही ज्ञान झालें. तुझ्या व माझ्यामध्यें कांहींएक भेद नाहीं. तुझ्या शूलाच्या प्रहाराचें चिन्ह माझ्या वक्षस्थलावर उमटलेलें असल्यामुळें मला श्रीवत्स असें लोक म्हणतील; आणि माझ्या हाताचें चिन्ह तुझ्या कंठावर उमटल्याकारणानें तुला श्रीकंठ असें म्हणतील " (भा. शांति. पा. ८०२). याप्रमाणें पांचरात्राच्या मताचाही शिवविष्णूंच्या ऐक्याकडे सौतीनें ओघ वळविला आहे.

महाभारतांत देवीची स्तुति सौतीनें घातली आहे, ती भीष्मपर्वांत (अध्याय २३) आहे. वास्तविक ती स्तुति या ठिकाणीं नसल्यास चालेल. कारण, लढाईस उद्युक्त झालेल्या अर्जुनाला युद्धांत जय येईल, असा दुर्गेनें वर दिल्यावर पुढें भगवद्गीतेचा प्रसंगच राहात नाहीं. आम्ही जिंकूं कीं कौरव जिंकतील,

" यद्वा जयेम यदि वा नो जयेयुः " अशी शंकाच मग संभवत नाहीं. हें दुर्गास्तोत्र श्रीकृष्णाच्याच आज्ञेवरून अर्जुनानें जपलें, असें यांत सौतीनें म्हटलें आहे. दुर्गेचा स्तव अन्य ठिकाणींहि आहे. स्कंदाच्या प्रशंसापर व स्तुतिपर भाग सौतीनें वनपर्वांत घातलेला आहे. याप्रमाणें निरनिराळ्या उपास्यदेवतांचें एके ठिकाणीं ग्रथन करून सौतीनें सनातन धर्माचें ऐक्य करण्याचा प्रशंसनीय यत्न केला आहे.

याचबरोबर निरनिराळ्या मतांचें व मोक्षमार्गांचें एकीकरण करण्याचा यत्न सौतीस करावा लागला, हें उघड आहे. निरनिराळ्या उपासनांबरोबर निरनिराळीं तत्त्वज्ञानेंही प्रचलित झालीं होतीं. त्यांचे हल्लींचें प्रमाणभूत ग्रंथ अद्याप उत्पन्न झाले नव्हते, हें पूर्वीं सांगितलेंच आहे. तथापि त्यांचा उपदेश ग्रंथांतून व तोंडानें होत होता, व त्यांचा आपआपसांत जोराचा विरोध चालू होता. हा विरोधही नाहींसा करणें सौतीला जरूर होतें. तसेंच वेदान्त, सांख्य, योग, पांचरात्र, पाशुपत, इत्यादि मतांचें एकीकरण करणें त्याला अवश्य होतें. भगवद्गीता मूळभारतांतील किंवा सौतीनें तयार केली, हाहि प्रश्न अत्यंत महत्त्वाचा आहे. भारत व महाभारत असे दोन भाग निदान आपल्यास मानावे लागतात व व्यासवैशंपायन आणि सौती असे दोन ग्रंथकर्ते तरी निःसंशय धरावे लागतात, हें आम्हीं पूर्वीं सिद्ध केलेंच आहे. परंतु भगवद्गीतेचा प्रश्न शिल्लकच राहतो. आमच्या मतें भगवद्गीता मूळमहाभारतांतील आहे; ती सौतीनें दुसरी कोणीकडून घेऊन महाभारतांत सामील केलेली नाहीं. याचें विस्तारपूर्वक विवेचन आम्हीं शेवटीं करणार आहों. असो, पांचरात्र व पाशुपत या दोन मतांचा फैलाव गीतेच्या वेळेस नव्हता. मात्र वेदान्त, सांख्य आणि योग हीं तीन तत्त्वज्ञानें प्रचलित असून त्यांचें एकीकरण करण्याचा प्रयत्न भगवद्गीतेनें केला आहे. तोच प्रयत्न सौतीनें चालू ठेवून त्यांत या दोन नवीन मतांचाही विचार त्यानें सामील केला. यासंबंधानें अनेक उपाख्यानें व प्रकरणें महाभारतांत सौतीनें घातलीं आहेत; व पूर्वींच्या वेदान्त, सांख्य व योग या मतांचेंही आविष्करण जशी त्यांची वाढ झाली, त्याप्रमाणें केलेलें आहे. अनुगीता हें या प्रकारचें सौतीनें घातलेलें नवीन प्रकरण होय. याशिवाय सांख्य, योग व वेदान्त यांचीं मतें विस्तारानें प्रतिपादन करणारे अनेक अध्याय ठिकठिकाणीं, विशेषतः शांतिपर्वांत घातलेले आहेत. पांचरात्र मताचें आविष्करण पूर्वीं सांगितल्याप्रमाणें नारायणीय उपाख्यान घालून त्यानें केलें. पाशुपत मताचें उद्घाटन मात्र महाभारतामध्यें सौतीनें विस्तारानें केलेलें नाहीं, याचें आश्चर्य वाटतें. कारण, हें मत त्या वेळेस प्रचलित होतें हें निर्विवाद आहे, व सौतीनें त्याचा उल्लेख स्पष्टपणें केला आहे. सौतीच्या महाभारताच्या वेळीं कोणकोणचीं मतें प्रचलित होतीं, हें त्यानें पुढील श्लोकांत सांगितलें आहे.

सांख्यं योगः पांचरात्रं वेदाः पाशुपतं तथा ।
ज्ञानान्येतानि राजर्षे विद्धि नानामतानि वै ॥
उमापतिर्भूतपतिः श्रीकंठो ब्रह्मणः सुतः ।
उक्तवानिदमव्यग्रो ज्ञानं पाशुपतं शिवः ।
पांचरात्रस्य कृत्स्नस्य वेत्ता तु भगवान् स्वयम् ॥
(शां. अ. ३४९. ६४-६८)

अशा रीतीनें पाशुपत व पांचरात्र या दोन भिन्न मतांचा महाभारतांत स्पष्ट उल्लेख आहे. पण हे सर्व एकाच नारायणाचे उपासनामार्ग आहेत, असें सौतीनें पुढें स्पष्ट म्हटलें आहे.

सर्वेषु च नृपश्रेष्ठ ज्ञानेष्वेतेषु दृश्यते ।
यथागमं यथाज्ञानं निष्ठा नारायणः प्रभुः ॥

"हे नृपश्रेष्ठा, इतके जरी भिन्न पंथ आहेत तरी या सर्वांत एक गोष्ट सारखी दिसून येते ती ही कीं, या सर्वांतही आगम व ज्ञान यांना संमत अशी परमगति प्रभु नारायणच होय" (भा. शांति. पा. ८२२).

सांख्य, योग वगैरे निरनिराळ्या तत्त्वज्ञानांचा विरोध नाहींसा करून टाकून सर्वांचें एकमत सौतीच्या महाभारतानें कसें केलें, हें येथें विस्तारानें सांगण्याची आवश्यकता नाहीं. याचें विस्तारानें वर्णन पुढें एका ठिकाणीं यावयाचें आहे. सनातन धर्माचीं इतर अंगें यज्ञयाग, तीर्थें, उपवास, व्रतें व दानें इत्यादिकांचें सविस्तर वर्णन महाभारतांत ठिकठिकाणीं सौतीनें केलें आहे. विशेषतः अनुशासनपर्वांत तें सांगितलें आहे. यज्ञाच्या संबंधानें मोठा महत्त्वाचा प्रश्न हिंसेचा. यज्ञांत पशुवध करावा कीं नाहीं, याजबद्दल सनातनधर्मीय लोकांत बौद्धापूर्वींपासूनच वादविवाद चालू होता व आहे. वैदिकमताभिमानी पशुवध करणें जरूर मानीत. सौतीनें दोघांचेंही मत मान्य करून त्यांचा महाभारतामध्यें समावेश केला आहे. त्यासंबंधानें त्यानें एक अध्याय मुद्दाम घातलेला आहे. त्याचें उदाहरण येथें देण्यासारखें आहे. युधिष्ठिराचा अश्वमेध सविस्तर वर्णन झाल्यावर त्यांतील हिंसेचें वर्णन सामान्यजनसमूहास त्रासदायक वाटत असावें. "अनेक देवतांस उद्देशून अनेक पशुपक्षी स्तंभास बांधले, प्रत्यक्ष उत्कृष्ट मुख्य अश्वरत्नाशिवाय तीनशें पशू यज्ञस्तंभास बांधले होते" वगैरे वर्णन (अश्व० अ० ८८ पा. १४९) ऐकून एका प्रकारें अहिंसा-मतवादी लोकांस बरें वाटत नाहीं. अशा प्रवृत्तीस बौद्ध व जैन धर्माच्या उदयानंतर जास्त जोर आला असावा. असो. याठिकाणीं नकुलाची कथा आली आहे, ती हिंसायुक्त अश्वमेधाची निंदा करण्यासाठीं आली आहे. एका ऋषीनें टिपून आणलेले दाणे विप्र अतिथीस दान देऊन आपण प्राणत्याग केल्याचें वर्णन करून नकुलानें त्या सक्थुयज्ञांत आपलें मस्तक सुवर्णमय झाल्याचें सांगितलें व आपलें बाकीचें अंग युधिष्ठिराच्या यज्ञांत सुवर्णमय होतें किंवा नाहीं, हें पाहण्यासाठीं यज्ञांत येऊन त्यानें लोळण घेतली, पण त्याचा देह सुवर्णाचा झाला नाहीं, असें म्हणून अखेर यज्ञसमाप्तींत त्या यज्ञाची निंदा केली. येथें यज्ञ हिंसायुक्त करावा कीं नाहीं, हा प्रश्न प्रत्यक्ष केला असून वैशंपायनानें वसूच्या शापाची कथा सांगितली व ऋषींनीं अहिंसायुक्त यज्ञच मान्य केला, असें वर्णन आहे (अ० ९१). यानंतरच्या अध्यायांत अगस्त्याच्या यज्ञाची हकीकत आहे, त्यांत बीजानेंच यज्ञ होत होता व इंद्रानें रागावून पर्जन्य बंद केला, तेव्हां अगस्त्यानें 'मी आपल्या सामर्थ्यानें बीजें उत्पन्न करीन' वगैरे प्रतिज्ञा केली. असो. तर हें नकुलाख्यान व हे अध्याय मूळ भारतानंतरचे असावे. भारतकाळीं अहिंसापक्ष इतका प्रबल नव्हता. तो पुढें प्रबल झाल्यामुळें या कथा उत्पन्न होऊन त्या सौतीनें साहजिकच महाभारतांत सामील केल्या. हा पक्ष बहुधा दक्षिणचा असावा. कारण, अगस्त्य दक्षिणेचा ऋषि आहे. पण सर्वांत मौज ही कीं, या कथांनीं वैदिक हिंसाभिमानी पक्षास राग आला. तेव्हां सौतीनें शेवटचा अध्याय आणखी असा घातला कीं, नकुलानें जी निंदा केली ती क्रोधास शाप झाल्यामुळें त्या स्वरूपानें क्रोधानें केली. सारांश, इतकें पाहून जागा झालों अशांतला हा प्रकार सौतीनें केला असून त्यानें दोन्ही पक्षांस राजी ठेविलें आहे.

(२) कथासंग्रह.

महाभारत वाढविण्याचा सौतीचा दुसरा उद्देश कथासंग्रह हा दिसतो. अनेक राजां-

च्या व ऋषींच्या ज्या कथा तोंडीं किंवा लहान लहान गाथांतून विस्कळित रीतीनें प्रचलित होत्या, त्या एके ठिकाणीं आणणें जरूर होतें. सनातनधर्माला त्या कथांपासून एका प्रकारचें प्रोत्साहन मिळणें शक्य होतें. याशिवाय ऐतिहासिक माहिती एके ठिकाणीं करून सनातनधर्मीयांचा पूर्वजांविषयींचा अभिमान जागृत करणें अवश्य झालें होतें. भारती कथेसंबंधानें सुद्धां निरनिराळ्या गोष्टी मागाहून उत्पन्न झालेल्या असाव्या. त्या सर्व एकत्र करून महाभारत म्हणजे प्रचलित कथांचें भांडागारच बनविण्याचा सौतीनें प्रयत्न केला, आणि अशा रीतीनें बौद्ध व जैन लोक हिंदुस्थानांतील प्राचीन प्रसिद्ध पुरुषांच्या कथांना आपलें स्वरूप देण्याचा जो प्रयत्न करीत होते, त्या प्रयत्नास त्यानें आळा घातला. अशा रीतीचीं आख्यानें व उपाख्यानें जीं सौतीनें महाभारतांत घातलीं, तीं सर्व निराळीं काढून दाखविणें येथें शक्य नाहीं. तीं त्यानें अगदींच नवीन बनविलीं, असें मात्र मानतां येत नाहीं. किंबहुना तीं जुनींच होतीं. लोकांच्या समजुतीमध्यें पूर्वींपासूनच तीं आरूढ झालीं असून राष्ट्रीय भावनेशीं तीं एकजीव झालेलीं असावीं आणि म्हणूनच त्यांचा अशा राष्ट्रीय ग्रंथांत संग्रह करणें जरूर होतें. अशा तऱ्हेच्या कथा कोणत्या हें समजून येण्यासाठीं त्यांचीं कांहीं उदाहरणें नमुन्यादाखल खालीं देऊं.

(१) षोडशराजीय उपाख्यान द्रोणपर्वांत आलें आहे. हें एक जुनें आख्यान आहे. हें शतपथ ब्राह्मणामध्यें मूळस्वरूपानें दिसतें. आर्यावर्तांत अश्वमेधकर्ते कोण कोण प्रसिद्ध राजे झाले, त्यांची यादी यांत दिली आहे, व त्यांचें मोठें उत्साहजनक वर्णन केलेलें आहे. हें कदाचित् मूळमहाभारतांतही असूं शकेल. परंतु तें सौतीनें मागाहून घातलें असावें, हें अधिक संभवनीय दिसतें.

(२) रामायण. सबंध रामायणाची हकीगत वनपर्वांतील रामोपाख्यानांत आली आहे. हें पर्व तर निःसंशय सौतीनें घातलेलें आहे. कारण, एवढें मोठें उपाख्यान मूळभारतांत असणें संभवनीय दिसत नाहीं. तें सबंध उपाख्यान वाचलें म्हणजे दुसऱ्या एकाद्या प्रचलित ग्रंथाचें संक्षिप्त स्वरूप येथें दिलें आहे, असें स्पष्ट दिसतें. महाभारतांत वाल्मीकीचा स्पष्ट उल्लेख अन्यत्र आहे, पण ज्या ग्रंथाचा हा संक्षेप आहे तो ग्रंथ हल्लींचें वाल्मीकीचें रामायण नव्हे; तर त्याचें पूर्वींचें मूळस्वरूप असावें, असें निश्चयानें म्हणतां येतें. याचीं कारणें येथें थोडीं-बहुत देतां येतील. वाल्मीकीच्या हल्लींच्या रामायणाचा काळ पूर्वीं सांगितल्याप्रमाणें शकपूर्व पहिलें शतक आणि महाभारताचा काळ शकपूर्व तिसरें शतक आहे, असें पूर्वीं सांगितलेंच आहे. पण याशिवाय या उपाख्यानांतील अन्तः-प्रमाणांवरून ही गोष्ट दृष्टोत्पत्तीस येईल. जों जों काळ जास्ती जातो तों तों कथाभाग अधिक अधिक असंभाव्य दंतकथांनीं भरूं लागतो, ही गोष्ट कोणालाहि सहज पटण्यासारखी आहे. जेवढे चमत्कार कमी तेवढा कथाभाग अधिक जुना, असें सामान्यतः प्रमाण मानण्यास हरकत नाहीं. या दृष्टीनें पाहतां रामोपाख्यानांतील कथाभाग हल्लींच्या रामायणांतील कथाभागांहून कमी चमत्कारांनीं भरलेला आहे. १ प्रथम रामाच्या जन्माकरितां ऋष्यश्रृंगानें केलेल्या पुत्रेष्टीची हकीकत येथें मुळींच दिलेली नाहीं. २ रावणाचा व कुबेराचा संबंध निराळाच दाखविला आहे. दुंदाभिनामक गंधर्वस्त्रीची पुढें मंथरा झाली, हें यांतील विधान मात्र रामायणांत नाहीं, याचें आश्चर्य वाटतें. जटायूच्या भेटीची हकीकत सरळ व निराळी आहे. ३

रामानें समुद्रकाठीं दर्भासनावर बसून समुद्राचें चिंतन केलें, त्या वेळीं समुद्र स्वप्नांत भेटला, प्रत्यक्ष भेटला नाहीं. ४ लक्ष्मणाला शक्ति लागल्याची व मारुतीनें द्रोणागिरी आणल्याची हकीकत यांत नाहीं. ५ कुंभकर्णास लक्ष्मणानें मारलें आहे. ६ इंद्रजितासही त्यानेंच मारलें आहे; पण इंद्रजिताच्या अदृश्य होणाऱ्या रथाची गोष्ट म्हणजे रथासाठीं कुंभिलेस यज्ञ करण्यास जाण्याची कथा यांत नाहीं. सर्वांत मुख्य गोष्ट ही कीं, रावणास रामानें मारिलें तेव्हां ब्रह्मास्त्रानें सरळ मारलें, असें येथें वर्णन आहे. शिरें तुटत असून पुन्हां पुन्हां उत्पन्न होत व रावणाच्या गळ्यांत अमृतकुपी होती, हें वर्णन यांत नाहीं. असो. हा भाग कांहींसा विषयांतराचा आहे. पण सांगावयाचें तात्पर्य हें कीं, वनपर्वांतील रामोपाख्यान हें मूळभारतांतील नसून तें सौतीनें मूळ वाल्मीकिरामायणावरून घेतलें आहे, ही गोष्ट उघड दिसते.

(३) शल्यपर्वांतील सरस्वतीआख्यान हें धडधडीत सौतीनें मागाहून घातलेलें दिसतें. भीम व दुर्योधन गदायुद्धास तयार झाले आहेत आणि भारतीयुद्धाचा ऐन शेवटचा अत्यंत महत्त्वाचा प्रसंग सुरू होत आहे, इतक्यांत सरस्वतीच्या यात्रेहून परत आलेला बलराम तेथें येऊन पोंचला. झालें, गदायुद्धाचें वर्णन बाजूस राहिलें आणि सरस्वतीनदी व तिचें महत्त्व व तिची यात्रा यांचेंच वर्णन जनमेजयाच्या प्रश्नावरून वैशंपायन सांगूं लागले. व तेंही थोडथोडकें नाहीं. हें विषयांतर ऐन युद्धवर्णनाच्या वेळीं सरासरी १९ अध्यायांमध्यें (३५ पासून ५४ पर्यंत आहे) व यांतच दोन तीन उपकथा आलेल्या आहेत. स्कंदाभिषेक व तारकासुराच्या युद्धाचें वर्णन येथें आलेलें आहे. हें सारस्वतोपाख्यान घालणें सौतीस जरूर वाटलें असावें. कारण, प्राचीन काळापासून ज्या सरस्वतीचें माहात्म्य हिंदुस्थानांत मानलें गेलें आहे, तिचें वर्णन महाभारतांत येणें जरूर होतें. पण तें कोणत्या प्रसंगानें घालावें, हें मात्र त्यास चांगलें साधलें नाहीं.

(४) विश्वामित्र ब्राह्मण कसा झाला हें आख्यान.

(५) पौष्य व पौलोमी उपाख्यानें सौतीनें प्रारंभींच घातलीं आहेत, तीं याच प्रकारचीं आहेत. ह्या जुन्या दंतकथेच्या गोष्टी असून त्या या ग्रंथांत सौतीनें सामील करून जतन करून ठेविल्या आहेत.

(६) नलदमयंती आख्यान. हें अतिशय सुंदर आख्यान आर्यलोकांच्या राष्ट्रीय दंतकथांपैकीं आहे. तें मूळभारताचें असावें कीं नाहीं, याजविषयीं निश्चयानें सांगतां येत नाहीं. तथापि तें इतकें लांब आहे कीं, कदाचित् नसावें असें वाटतें. त्यांतील कथा इतकी सुरस वर्णिली आहे कीं, ती महाकवि व्यासांनींच लिहिलेली असावी, असेंही वाटतें. ती कथा पूर्वीं लहान असावी, असें म्हणतां येत नाहीं. यांतील एकंदर वर्णनांत मर्यादेच्या बाहेर किंवा शक्यतेच्या बाहेर किंवा संबंधाच्या बाहेर असें कांहींच दिसत नाहीं. तात्पर्य ही कथा मूळभारताची असावी, असें एकपक्षीं वाटतें. हीच गोष्ट सावित्रीच्या आख्यानाची आहे. हें अति सुंदर आख्यान मूळचें भारताचेंच असावें व तें लहानही आहे. तसेंच त्यांतील वर्णनही नलदमयंतीसारखें सुंदर, मोहक व उदात्त नीतीला पोषक आहे. तात्पर्य, या दोन्ही आख्यानांविषयीं निर्णयात्मक असें कांहींच म्हणतां येत नाहीं. हीं दोन्हीं राष्ट्रीय आख्यानें आहेत, हें सांगणें नको.

असो. तर याप्रमाणें भारत-इतिहासाला सोडून इतर दंतकथा प्रचलित होत्या, त्या महाभारतांत आणण्याचा सौतीनें प्रयत्न केला.

त्याचप्रमाणें व्यासवैशंपायनांच्या काळापासून सौतीच्या काळापर्यंत भारती-इतिहाससंबंधानेंच ज्या अनेक दंतकथा प्रचलित झाल्या होत्या, त्याही यांत सामील करणें जरूर होतें. या सर्व गोष्टी सौतीनें ठिकठिकाणीं सांगितलेल्या आहेत; व त्यांस मुख्य धरूनच त्यानें सर्व ग्रंथ तयार केला आहे. या गोष्टी कोणच्या हें विस्तृत रीतीनें आपण आतां पाहूं. (१) आस्तिकाची कथा ही ह्याचपैकीं आहे. नाग हे मूळचे मनुष्य असून त्यांचें लोकांच्या कल्पनेंत प्रत्यक्ष नाग अथवा सर्प यांत रूपांतर झालें, हें कोणाही विवेचक वाचकाच्या लक्षांत येण्यासारखें आहे. परीक्षितीचा खून करणारा तक्षक हा कोणी तरी मनुष्य असावा, व जनमेजयानें जें सर्पसत्र केलें तें सर्पांचें सत्र नसून नागलोकांचा नायनाट करण्याविषयींचा तो प्रयत्न होता, असें स्पष्ट दिसतें. परंतु सर्पांची कल्पना एकदां प्रचलित झाल्यावर ती कल्पना टाकून देणें शक्य नव्हतें आणि तक्षकाचा व बाकी उरलेल्या नागलोकांचा बचाव आस्तिकानें कसा केला, हें हल्लींच्या उपाख्यानावरून दिसून येईल. (२) अंशावतारवर्णन हेंही ह्याच प्रकारचें आहे. प्रत्येक ऐतिहासिक व्यक्ति कोणत्या तरी देवाचा अवतार किंवा पुत्र आहे, अशी कल्पना बहुतेक प्राचीन लोकांत प्रचलित झाल्याचें आपण इतिहासांत पाहतों. त्याप्रमाणें हिंदुस्थानांतही भारती वीरपुरुषांची अशी उत्पत्ति लावलेली आहे. आदिपर्व अध्याय ५९ व ६६ यांत हें अंशावतारवर्णन सौतीनें प्रचलित समजुतीप्रमाणें केलेलें आहे. कोठें कोठें मूळग्रंथांत याच्या विरुद्ध विधानें सांपडतात; आणि त्यावरूनच ही अंशावताराची कल्पना नवीन आहे, हें आपल्यास दिसून येतें. (३) द्रौपदीनें पांच पति एकदम कसे वरले, याचेंही कारण निरनिराळ्या दंतकथा प्रचलित होऊन त्यांत दाखविलेलें होतें. त्या सर्व दंतकथा सौतीला आपल्या ग्रंथांत सामील करणें प्राप्त झालें. या दंतकथा द्रौपदी हा स्वर्गलक्ष्मीचा अंशावतार, या कल्पनेला धरून आहेत. (४) दुर्योधनाविषयीं चमत्कारिक कथा प्रचलित होणें असंभाव्य नव्हतें. दुर्योधनाला बांधून चित्ररथानें नेलें, ही कथा यापैकींच आहे. दुर्योधन सुटल्यानंतर प्रायोपवेशन करीत बसला व त्यास कृत्या पाताळांत घेऊन गेली, ही कल्पना वेडसर आहे (वनपर्व अध्याय २४१ आणि २५०). (५) दुर्वासानें पांडवांचा छळ करण्याचा प्रयत्न केला, हीहि कथा मागाहून उत्पन्न झालेली असून ती सौतीनें महाभारतांत सामील केली (अध्याय २६१). (६) युद्धाचे वेळीं ‘ मी अमुक अमुक करीन ’ किंवा ‘मी अमुक रीतीनें मरेन,’ हें सेनापतीनें अगोदर सांगणें हें आश्चर्यकारक आहे. तसेंच युद्धसंबंधी पराक्रम अतिशयोक्तीनें भरले जाणें अपरिहार्य आहे. भीमानें द्रोणाचा सबंध रथ सात वेळां उचलून फेंकून दिला, ही कल्पना मागाहूनची आहे. अर्जुनाच्या रथाविषयींची कल्पना अशीच मागाहून उत्पन्न झाली असावी. अर्जुनाचा दिव्य रथ कृष्ण खालीं उतरल्याबरोबर जळून गेला, ही दंतकथा चमत्कारिकच होय. कारण, श्रीकृष्ण हे रथावरून रोजच खालीं उतरत होते. अशा प्रकारच्या चमत्कारयुक्त गोष्टी पुष्कळच आहेत. त्यांतील मूळच्या कोणत्या व सौतीच्या वेळीं कोणत्या नवीन प्रचलित झाल्या होत्या, हें निर्णयात्मक ठरविणें कठिण आहे.

(३) ज्ञानसंग्रह.

महाभारतांत दंतकथांचा संग्रह करण्याचा जसा सौतीचा स्पष्टपणें उद्देश दिसतो, तसाच सर्व प्रकारच्या ज्ञानाचाही संग्रह त्यानें यांत केलेला आहे. राजनीति, धर्म-

शास्त्र, तत्त्वज्ञान, भूगोल, ज्योतिषशास्त्र वगैरे सर्व विषयांची माहिति एकत्र ग्रथित करण्याचा त्याचा हेतु असलाच पाहिजे. याचें धडधडीत उदाहरण सर्व भूगोलाची माहिति, तसेंच भारतवर्षांतील देश व नद्या यांची माहिति भीष्मपर्वाच्या आरंभीं दिली आहे, हें होय. भूमीकरितां कौरव व पांडव युद्ध करणार आहेत, तेव्हां ही भूमि तरी किती व एकंदर भूलोक कसा, हा प्रश्न धृतराष्ट्रानें संजयास केला आहे. हा प्रश्न चमत्कारिक आहे. युद्धाचें वर्णन विचारावयाचें सोडून धृतराष्ट्र भीष्मपर्वाच्या आरंभीं भलतीच माहिति संजयास विचारीत आहे,हें आश्चर्य नव्हे काय ? परंतु भूगोलिक माहिति कोठें तरी देण्याची जरूरी असल्याकारणानें सौतीनें ती येथें घालून दिली आहे. याठिकाणीं पूर्वापरसंबंधही तुटल्यासारखा दिसतो. अध्याय १२ याच्या शेवटीं धृतराष्ट्र व संजय एकमेकांशीं बोलत आहेत, परंतु पुढच्याच अध्यायाच्या प्रारंभीं संजय युद्धभूमीवरून घाबरत परत येऊन भीष्म पडल्याची हकीगत सांगतो. परंतु संजय युद्धभूमीवर गेला केव्हां, याचें वर्णन कोठेंच नाहीं. असो. दुसरें उदाहरण सभापर्वांतील ' कच्चित् ' अध्यायाचें आहे. युधिष्ठिर सभेंत बसला असतांना नारद ऋषि तेथें आले, व युधिष्ठिराला राज्यव्यवस्थेसंबंधानें अनेक प्रश्न विचारूं लागले. "तूं अमुक गोष्ट करतोसना? तूं सैनिकांना वेळच्या वेळीं वेतन देतोसना ? रोज पहांटेस उठून राज्याचा जमाखर्च पाहतोसना ?" वगैरे वगैरे अनेक प्रश्न विचारून युधिष्ठिराची नारद परीक्षाच घेत आहे, असें वाटतें. परंतु या अध्यायांत उत्तम राज्यकारभार कसा करावा, याचे सर्व नियम एके ठिकाणीं मार्मिकपणें ग्रथित केलेले आहेत.ज्योतिषाची माहितीही अशाच रीतीनें वनपर्वामध्यें व शांतिपर्वामध्यें दिलेली असून तेथेंही तिची मोठीशी आवश्यकता आहे, असें दिसत नाहीं. भीमाची व मारुतीची गांठ पडली त्या वेळेस भीमानें चतुर्युगाची माहिति विचारली व ती मारुतीनें सांगितली. सांख्य व योग या तत्त्वज्ञानांचीं मतें ठिकठिकाणीं, विशेषतः शांतिपर्वांत विस्तारानें पुनःपुन्हां दिलीं आहेत. भाषाशास्त्र अथवा rhetoric याचीं कांहीं तत्त्वें सुलभाजनकसंवादांत दिलीं आहेत, तीं फारच मजेचीं आहेत. न्यायशास्त्राचेही कांहीं नियम याच संवादावरून निघतात. सारांश, अनेक शास्त्रविषयक माहिति सौतीनें या ग्रंथांत सामील करण्याचा यत्न केला आहे.

(४) धर्म व नीतीचें शिक्षण.

महाभारतामध्यें सनातन धर्माचें पूर्णपणें उद्घाटन करण्याचा यत्न सौतीनें केला आहे. महाभारत म्हणजे एक धर्मशास्त्र किंवा स्मृति असेंच मागें सांगितल्याप्रमाणें मानलें जातें. धर्माचीं मुख्य तत्त्वें काय आहेत, हें यांत ठिकठिकाणीं सांगितलें आहे. अनुशासन व शांतिपर्वांत यांचा मुख्यतः विस्तार आहे. इतर ठिकाणींही हा विषय घातला आहे. उदाहरणार्थ, उत्तरययाति आख्यान आदिपर्वांत (अध्याय ८६–९३) घातलें आहे, तें मागाहूनचें–सौतीचें आहे. यांतील श्लोक मोठ्या वृत्ताचे असून एकंदर आख्यान मुख्य कथेशीं विशेष संबद्ध नाहीं. परंतु त्यांत सनातनधर्माचीं तत्त्वें थोडक्यांत मार्मिक शब्दांनीं वर्णिलेलीं आहेत, यामुळें हें आख्यान अभ्यासायोग्य आहे. नीतीचीं तत्त्वेंही ठिकठिकाणीं घातलेलीं आहेत. त्याचें मुख्य उदाहरण विदुरनीति हें होय. उद्योगपर्व (अध्याय ३२ ते ३९) विदुराचें हें संभाषण पूर्वापरकथेशीं विशेष संबद्ध नाहीं. तथापि विदुरनीतीचे अध्याय फारच मार्मिक असून व्यवहारचातुर्यानें भरलेले आहेत. तात्पर्य, धर्म व

नीति ह्यांचा उपदेश या ग्रंथांत वारंवार केला असल्यामुळें या ग्रंथाला अपूर्व महत्त्व आलेलें आहे.

(९) कवित्व.

महाभारत हा नुसता इतिहास व धर्मग्रंथच नसून तें एक उत्तम महाकाव्य आहे. आद्यकवि वाल्मीकि यांच्याच जोडीला व्यासमहर्षि यांना सर्व संस्कृत कवींनीं बसविलें असल्याचें प्रसिद्ध आहे. व्यासांच्या मळभारताच्या रसपूर्ण कवित्वाच्या स्फूर्तीनें प्रेरित होऊन सौतीनेंही आपल्या काव्यशक्तीचें प्रदर्शन करण्याचे प्रसंग साधून घेतले, यांत कांहीं आश्चर्य नाहीं. सृष्टिवर्णनें, युद्धवर्णनें व शोकप्रसंग हे कविस्फूर्तीच्या प्रदर्शनाचे मुख्य प्रसंग होत. महाभारतांतील युद्धवर्णनें सौतीनें फारच वाढविलेलीं आहेत. तीं इतकीं कीं, तीं वाचकांस कधीं कधीं कंटाळवाणीं होतात. सृष्टिसौंदर्याचें वर्णनही सौतीनें जागजागीं वाढविलें आहे. विशेषतः वनपर्वांत हिमालय पर्वतांतील देखाव्यांचीं वर्णनें, व गंधमादन पर्वताचें वर्णन, हीं लक्षांत येण्यासारखीं आहेत. शोकवर्णनांत स्त्रीपर्व हें बहुतेक सर्वच सौतीचें असावें. गांधारीला दिव्य दृष्टि देऊन भारती युद्धाची सर्व भूमि कवीनें दाखविली आहे व रणांगणावर पडलेल्या वीरांच्या स्त्रिया पतींचीं प्रेतें मांडीवर घेऊन शोक करीत आहेत, असें यांत वर्णन केलेलें आहे. हें वर्णन चमत्कारिक असून महाकवीला न साजण्यासारखें आहे. गांधारीच्या तोंडांतून असें शोकवर्णन कवीनें करावें, हें अयोग्य दिसतें. अठरा दिवस युद्ध चालू असतां अस्ताव्यस्त पडलेलीं वीरांचीं प्रेतें ओळखण्यासारख्या स्थितींत असणेंही संभवनीय नाहीं. भारती युद्धभूमि सामान्य युद्धभूमीसारखी मर्यादित नसून कित्येक कोस पसरलेली होती हें लक्षांत घेतलें, म्हणजे हा सर्वच देखावा असंभाव्य आहे, हें वाचकांच्या सहज लक्षांत येतें. स्त्रियांनीं युद्धभूमीवर जाणें हेंही अयोग्य दिसतें. याच स्त्रीपर्वांत ' **अयं स रशनोत्कर्षी** ' हा काव्यालंकारग्रंथकर्त्यांनीं उदाहरणार्थ घेतलेला प्रसिद्ध श्लोक असून तो अलीकडच्या कवींच्या अश्लील वर्णनाच्या धर्तीवर आहे. तो सौतीचाच असावा, महाकवि व्यासांचा नसावा, हें उघड आहे. युद्धभूमीवर पडलेलीं वीरांचीं प्रेतें हिंस्त्र पशूंनीं व पक्ष्यांनीं खाऊन छिन्नभिन्न केलेलीं सुंदर आणि वर्णनीय कशीं असतील ? बालवीर अभिमन्यु लढाईत पडून चारपांच दिवस झाल्यानंतर त्याचें मुख सुंदर व टवटवीत कसें दिसूं शकेल ? व त्याची बालस्त्री त्या मुखाचें चुंबन कसें घेऊं शकेल ? तात्पर्य, हें सर्व स्त्रीपर्व सौतीनें बहुतेक नवीन रचलें असून तें अप्रयोजक देखाव्यांनीं व कल्पनानीं भरलेलें आहे. परंतु तें कवित्वदृष्ट्या कमी दर्जाचें नाहीं. सौतीची कवित्वशक्ति व्यासांबरोबरची नसली, तरी बऱ्याच उच्च दर्जाची आहे, हें विराटपर्वांत त्यानें जीं अनेक सुंदर वर्णनें घातलेलीं आहेत, त्यांवरून दृष्टोत्पत्तीस येतें. परंतु स्त्रीपर्वाप्रमाणेंच मनुष्यस्वभावदृष्ट्या हे देखावे येथें असंभाव्य दिसतात. उदाहरणार्थ, उत्तर हा एक भित्रा पोर असून अर्जुनानें त्याला पळून जात असतांना केंसाला धरून ओढलें. परंतु तोच पुढें कवि बनून पांच पांडवांच्या पांच धनुष्यांचीं वर्णनें फार सुंदर रीतीनें करतो, हें आश्चर्य नव्हे काय ? यांतले कांहीं श्लोक कूटश्लोक आहेत हें लक्षांत घेतलें, म्हणजे हीं वर्णनें सौतीनें घातलीं आहेत, हें स्पष्टपणें लक्षांत येईल. कूटश्लोक मूळचे कोणचे असावे, हा एक प्रश्न येथें विचार करण्यासारखा आहे. शब्दालंकारांनीं काव्याला विभूषित करण्याची प्रवृत्ति बहुधा अत्युत्तम कवीची नसते.

हें मनांत आणलें म्हणजे हे श्लोक सौतीचे असावेत, असेंच वाटतें. व्यासांच्या भारतांत कोठें कोठें शब्दचमत्कृति असल्यास असंभाव्य नाहीं; पण ती इतक्या प्रमाणावर नसावी. कर्णपर्व अध्याय ९० याचे शेवटीं जो एक शार्दूलविक्रीडित वृत्तांतील श्लोक ' गो ' शब्दाचा निरनिराळ्या अर्थी वारंवार उपयोग करून कूट बनविला आहे, तो तर सौतीचाही नसावा. तो मागाहून कोणी तरी एखाद्या शब्दचित्रकाव्य रचणाऱ्या कवीनें घुसडला असावा. ८८०० ही कूट श्लोकांची संख्या गर्वोक्तीची असून त्यांत अतिशयोक्ति भरलेली आहे, तथापि असे श्लोक महाभारतांत किती तरी आहेत. याची कल्पना खालील विवेचनावरून लक्षात येईल.

महाभारतांत मध्येंच एखादा गूढार्थक किंवा सहज लक्षांत न येणारा आणि भलताच अर्थ मनांत प्रथम उत्पन्न करणारा शब्द वापरला गेल्यामुळें ठिकठिकाणीं अर्थज्ञानाला कसा अटकाव होतो, याची मौज चौकस वाचकानीं पाहण्यासारखी आहे. सहज शांतिपर्व पुन्हां चाळतांना दहापांच अध्यायांतच खालील श्लोक आम्हांस आढळले ते देत आहों.

१ **चतुर्थो**पनिषद्धर्मः साधारण इति स्मृतिः ।
संसिद्धैः साध्यते नित्यं ब्राह्मणैर्नियतात्मभिः॥
शांति. अ. १७०, ३०)

२ **श्वेतानां** यतिनां चाह एकान्तगतिमव्ययाम्॥
(शांति. अ. ३४९)

३ **सेवाश्रितेन** मनसा वृत्तिहीनस्य शस्यते ।
द्विजातिहस्तान्निर्वृत्ता न तु तुल्यात्परस्परात्॥
(शांति. अ. २९१)

४ यः **सहस्राण्यनेकानि** पुंसामावृत्य दुर्दृशः ।
तिष्ठत्येकः **समुद्रान्ते** स मे गोप्तास्तु नित्यशः॥
(शांति. अ. २८४)

५ **गृहस्थानां** तु सर्वेषां **विनाशमभिकांक्षतां**म्।
निधनं शोभनं तात पुलिनेषु क्रियावताम् ॥
(शांति. अ. २९७)

६ माता पुत्रः पिता भ्राता भार्या मित्रं जनस्तथा।
अष्टापदपदस्थाने दक्षमुद्रेव लक्ष्यते ॥
(शांति. अ. २७८)

असो. याप्रमाणें अनेक श्लोक जागजागींचे देतां येतील. याशिवाय कित्येक आख्यानांत सबंदच्या सबंद श्लोक कूट असतात. उदाहरणार्थ, सनत्सुजाताख्यान पाहण्यासारखें आहे. एखादे ठिकाणीं भलतेंच नांव येतें आणि वाचक बुचकळ्यांत पडतो. उदाहरणार्थ, आश्रमवासिकपर्वांत " इयं स्वसा राजचमूपतेश्च " हा श्लोक पहावा (भा. आश्रम. पा. १९९ टीप). याशिवाय बहुतेक ठिकाणच्या ज्योतिषविषयक उल्लेखांत व आंकड्यांच्या उल्लेखांत कांहीं तरी कूट असून तें उकलण्याचा प्रयत्न कधीं कधीं व्यर्थही जातो, हें आपल्यास पुढील विवेचनावरून जागजागीं दिसेलच. सारांश, महाभारतांत कूट किंवा गूढार्थश्लोकांची संख्या बरीच येईल, असा आमचा अंदाज आहे. बहुतेक प्रत्येक अध्यायांत अशा प्रकारचें एखादुसरें स्थळ असल्याशिवाय रहात नाहीं. आणि कित्येकांत अधिक असून वाचकांस अशीं स्थळें जागोजाग दिसतील. एकंदर अध्याय महाभारतांत सरासरी दोन हजार आहेत, तेव्हां कूट श्लोकांची संख्या कित्येक हजारांवर जाईल.* असो, ही काव्यचमत्कृति

* कूटश्लोकांचीं व कूटशब्दांचीं आणखी कांहीं उदाहरणें देतां येण्यासारखीं आहेत तीं अशीं:—
१ यत्र सा बदरी रम्या **ह्रदो वैहायसस्तथा** ॥
(शांति. १२७ ३)
वैहायसः (मंदाकिन्याः) ह्रदः
२ न **शंखलिखितां** वृत्तिं शक्यमास्थाय जीवितुम् ॥
(शांति. १३०-२९)
शंखे ललाटास्थ्नि.

मूळची कदाचित् व्यासांची असून ती सौतीनेंही आपल्या चातुर्यानें फारच वाढविली आहे, असें दिसून येतें, व त्यावरून सौति हा कांहीं कमी दर्जाचा कवि नव्हता, असें म्हणावें लागतें.

असो. तर याप्रमाणें सौतीनें कवित्वप्रदर्शनाचे निरनिराळे प्रसंग साधून महाभारतांत ठिकठिकाणीं भर घातली आहे, यांत संशय नाहीं. स्त्रीपर्व व विराटपर्व यांत तर हें स्पष्टपणें दिसून येतें पण इतर पर्वांत विशेषतः युद्धपर्वांत अशा प्रकारची भर कांहीं लहानसहान नाहीं, हें कोणासही कबूल करावें लागेल,

सौतीनें (१) धर्ममतैक्य, (२) कथासंग्रह, (३) ज्ञानसंग्रह, (४) धर्म व नीतीचा उपदेश या उद्देशांनीं भारतामध्यें नवीन भर घालून त्यास चांगलें स्वरूप दिलें व सनातनधर्माच्या रक्षणाकरितां व मजबुतीकरितां स्तुत्य प्रयत्न केला. पण त्याबरोबर त्यानें आणखी जी कांहीं भर घातली ती महाभारतास रम्य स्वरूप देणारी नसून कांहीं दृष्टीनें गौणता उत्पन्न करणारी आहे, हें कबूल करावें लागतें. ही गौणता उत्पन्न करणारी भर ज्या उद्देशानें घातली व ज्या तऱ्हेनें घातली, त्याचाही आपण येथें विचार करूं.

(९) पुनरुक्ति.

अनेक प्रसंग पुनरुक्त केल्यानें ग्रंथांत बरीच भर पडलेली आहे. अशी पुनरुक्ति एखा-

---

३ नासतो विद्यते राजन्सह्यारण्येषु गोपतिः ॥
(शांति. १३५-२६)

४ मासाः पक्षाः षडृतवः कल्पः संवत्सरास्तथा ॥
(शांति. १३७-२१)

५ पृष्ठतः शकटानीकं कलत्रं मध्यतस्तथा ॥
(शांति. १००-४३)

६ स्कंधदर्शनमात्रात्तु तिष्ठेयुर्वा समीपतः ॥
(शांति. १००-४६)

७ पारावतकुलिंगाक्षाः सर्वे शूराः प्रमाथिनः ॥
(शांति. १०१-७)

' कुलिंगो भूमिकूस्मांडे मतंगजभुजंगयोः ।'
कुलिंगः सर्पः

८ विरमेच्छुष्कवैरेभ्यः कंठायासं च वर्जयेत् ॥
(शांति. १०३-१०)

कंठायासं मुखरत्वं

९ स्वार्थमत्यन्तसंतुष्टः क्रूरः काल इवान्तकः ॥
(शांति. ११६-११)

१० कुलजः प्राकृतो राज्ञा स्वकुलीनतया सदा ॥
(शांति. ११८-४)

११ अकुलीनस्तु पुरुषः प्राकृतः साधुसंश्रयात् ॥
(शांति. ११८-५)

१२ तैक्ष्ण्यं जिह्मत्वमादाल्भ्यं सत्यमार्जवमेव च ॥
(शांति. १२०-१)

आदाल्भ्यं अभयं

१३ श्लक्ष्णाक्षरतनुः श्रीमान्भवेच्छास्त्रविशारदः॥
(शांति. १२०-७)

१४ लोके चायव्ययौ दृष्ट्वा बृहद्वृक्षमिवास्रवत् ॥
(शांति. १२० ९)

१५ शांतिपर्वांतील १२० अध्याय सबंध कूटश्लोकांचा आहे.

१६ काव्यानि वदतां तेषां संयच्छामि वदामि च ॥
(शांति. १२४-३४)

काव्यानि शुक्रप्रोक्तानि नीतिशास्त्राणि.

१७ स तस्य सहजातस्य सप्तमीं नवमीं दशाम्।
प्राप्नुवन्ति ततः पंच न भवन्ति गतायुषः ॥
(शांति. ३३१-२८)

१८ त्यज धर्ममधर्मं च उभे सत्यानृते त्यज ।
उभे सत्यानृते त्यक्त्वा येन त्यजसि तं त्यज ॥
(शांति. ३२९-४०)

१९ विचार्य खलु पश्यामि तत्सुखं यत्र निर्वृतिः॥
(शांति. १११-३२)

सुखं स्वर्गः

२० मनुष्यशालावृकमप्रशान्तं जनापवादे सततं निविष्टम् ॥ (शांति. ११४-१७)

मनुष्यशालावृकं मनुष्येषु श्वा.

२१ अध्वानं सोऽतिचक्राम खचरः खेचरान्निव ॥
(शांति. ३२५-१६)

दा विषय वाचकांच्या मनावर वारंवार ठसविण्याकरितां केली असल्यास प्रशंसनीय असते; परंतु तसें नसल्यास ही वाचकांच्या कानाला रुचकर लागत नाहीं. अशी पुनरुक्ति या ग्रंथांत बहुतेक सर्व ग्रंथभर झालेली आहे. कधीं कधीं मध्यंतरीं पुष्कळ ग्रंथाचा भाग गेल्यानंतर ही पुनरुक्ति दृष्टीस पडते. याचीं उदाहरणें अनेक देतां येतील. आदिपर्वांत आस्तिकाची कथा दोनदां आली आहे, व दुसऱ्या वेळेला आली आहे ती पहिल्यापेक्षां लांबलचक आहे. काश्यप आणि तक्षक यांचीही कथा पुन्हां सांगितली आहे. वनपर्वांत तीर्थांचें वर्णन दोनदां आलें आहे. बहुधा वैशंपायनाचे वेळीं जीं तीर्थें माहीत होतीं, त्यांपेक्षां अधिक तीर्थें अस्तित्वांत आलीं असावीं. कारण, आर्यांची व्याप्ति दक्षिणेकडे अधिक झाली होती, हें प्रसिद्ध आहे. या पुनरुक्तीमध्यें बहुधा प्रारंभीं कथा अधिक विस्तारानें सांगा, असा जनमेजयाचा प्रश्न असतो आणि त्याप्रमाणें तीच कथा वैशंपायन पुन्हां सांगतो. परंतु कोठें कोठें असाही प्रकार नाहीं. उदारणार्थ, षोडशराजीय आख्यान व्यासानें युधिष्ठिराला अभिमन्यूच्या वधप्रसंगीं शोकसांत्वनाकरितां सांगितलें आहे आणि तेंच आख्यान कृष्णानें युधिष्ठिराला शांतिपर्वांत सांगितलें आहे. तेव्हां ही पुनरुक्ति अक्षम्य दिसते. याच तऱ्हेचा दुसरा प्रकार अनुकरणाचा होय.

(६) अनुकरण.

एखादा कोणताही सुंदर प्रसंग पाहून त्याच प्रकारचा दुसरा प्रसंग वर्णन करण्याची दुसऱ्या कवीची प्रवृत्ति होते. उदाहरणार्थ, कालिदासाच्या सुंदर मेघदूतकाव्यानंतर हंसदूत वगैरे कित्येक काव्यें इतर कवींनीं रचिलीं, हें प्रसिद्धच आहे. याच प्रकारचें अनुकरण करण्याच्या इच्छेनें भारतांतील व्यासांनीं वर्णिलेल्या कित्येक प्रसंगांचें सौतीनें अनुकरण केलेलें दिसतें. याचें मुख्य उदाहरण वनपर्वाच्या शेवटीं घातलेलें यक्षप्रश्न हें आख्यान होय. हें आख्यान नहुषप्रश्नाच्या धर्तीवर (वनपर्व अध्याय १९९) सौतीनें घातलें आहे. यांतही युधिष्ठिरानें आपल्या भावाला सोडविलें आहे. हें यक्षप्रश्नउपाख्यान सौतीनें मागाहून घातलें, असें अनुमान करण्याचीं कित्येक कारणें देतां येतील. सहदेव, अर्जुन, भीम यांनीं पूर्वींच्यांची गति काय झाली हें पहात असतां व यक्ष बजावून सांगत असतां सरोवराचें पाणी पिऊन मरून जावें, हें खरोखर आश्चर्य नव्हे काय ? दुसरें, यक्षानें घातलेले प्रश्नही कोड्यांसारखे आहेत, महाकवीला साजण्यासारखे नाहींत. तिसरें, यक्षानें युधिष्ठिराला अज्ञातवासाचे दिवस विराटनगरांत घालवावे, असें प्रश्नोत्तराच्या अंतीं सांगितलें आणि असें असूनही पुढच्या पर्वाच्या प्रारंभीं अज्ञातवास कोठें घालवावा, याविषयीं युधिष्ठिरास चिंता पडली असें म्हटलें आहे. चवथें, धर्मानें सर्व ब्राह्मणांना निरोप देऊन धौम्याला तेवढे ठेवून घेतलें, असें येथें म्हटलें आहे. असें असूनहि विराटपर्वाच्या प्रारंभीं युधिष्ठिराच्या जवळ सर्व ब्राह्मण अजून आहेतच. सारांश, यक्षप्रश्नाचें उपाख्यान मुळांत नसून सौतीनें मागाहून घातलें असें दिसतें. अनुकरणाचें दुसरें उदाहरण उद्योगपर्वांतील विश्वरूपदर्शन (भा. उद्योग. अ. १३१, पा. ४०६) हें होय. भगवद्गीतेंत आलेलें विश्वरूपदर्शन हें त्या ठिकाणीं योग्य आहे व तें व्यासांच्या मूळभारतांतील आहे. परंतु त्याच्याच अनुकरणानें सौतीनें हें उद्योगपर्वांत घातलेलें विश्वरूपदर्शन अप्रासंगिक दिसतें, व त्याचा दुर्योधन व धृतराष्ट्र यांजवर कांहींच परिणाम झाला नाहीं.

(७) भविष्यकथन.

पुढील होणाऱ्या गोष्टी पूर्वी भविष्यरूपानें सांगणें किंवा त्याजविषयीं आधीं कल्पना सुचविणें ही ग्रंथकाराची एक सामान्य युक्ति आहे. अशा रीतीचीं कित्येक भविष्यें सौतीनें मागाहून घातलेलीं दिसतात. उदाहरणार्थ, स्त्रीपर्वांत गांधारीनें श्रीकृष्णास तुम्हीं सर्व यादव आपसांत लढून मराल, असा शाप दिला. अशा प्रकारचे शाप बहुतेक सर्व ठिकाणीं आहेत. कर्णाच्या रथाचें चाक ऐन युद्धप्रसंगीं खळग्यांत पडेल, असा त्यास पूर्वींचा शाप होता. हे शाप बहुधा मागाहून कल्पिलेले असतात, असें म्हणण्यास हरकत नाहीं. व या शापांशिवाय पुढें होणाऱ्या गोष्टीची पूर्वकल्पना अशा रीतीनें चमत्कारिकपणें केल्याचें दुसरें उदाहरण म्हणजे उद्योगपर्वांतील आठव्या अध्यायांतील शल्य व युधिष्ठिर यांचा संवाद हें होय. (भा. उद्योग. पा. १४२) शल्यास दुर्योधनानें संतुष्ट करून वळवून नेलें हें ज्यावेळेस शल्यानें सांगितलें, त्या वेळेस युधिष्ठिरानें विनंति केली कीं, "आपण कर्णार्जुनाच्या युद्धवेळीं कर्णाचे सारथी व्हाल, त्या वेळेस कर्णाचा तेजोभंग करावा." शल्यानें जबाब दिला "मला कर्णाचें सारथ्य करावें लागेल त्या वेळेस मी त्याचा उत्साहभंग करीन. तेव्हां तुम्हांस त्यास मारतां येईल." भीष्म व द्रोण दोघे मरून कर्णार्जुनांचा कठिण युद्धप्रसंग पडेल, व त्या वेळेस शल्यास तो सारथी करील, या सर्व गोष्टींचें स्वप्न अगोदरच कसें पडलें? आणि अशा प्रकारचा विश्वासघात किंवा मित्रघात करण्याचा उपदेश युधिष्ठिरानें करावा, हें त्यास व शल्यास दोघांसही लज्जास्पद आहे. तात्पर्य, हें येथील पुढचें भविष्य अगोदर सांगण्याचा सौतीचा प्रयत्न वेड्यासारखा आहे. याशिवाय शल्य जो दुर्योधनाकडे गेला तो 'अर्थस्य पुरुषो दासः' या नात्यानें त्याचा अंकित म्हणून गेला. युधिष्ठिराकडे जात असतांना मध्येंच खूष करून त्याला वळवून नेलें असें जें वर्णन आहे, तें असंबद्ध आहे. तिसरें, तेजोभंग झाल्यानें कर्णास मारतां आलें, असेंही पुढें दिसत नाहीं. कर्णानें या तेजोभंगामुळें शूरत्व कमी केलें, असें मुळींच वर्णन नाहीं; किंबहुना, तुझा बाण नीट नेम नसल्यानें लागणार नाहीं, नीट शरसंधान कर, असें शल्यानें योग्य वेळीं कर्णास सुचविल्याचें पुढें वर्णन आहे. अर्थात्, शल्य मित्रघात करीत नाहीं, असेंच पुढें वर्णन आहे. तात्पर्य, हा भाग सौतीनें उगीच वाढविला, हें स्पष्ट आहे. याचें आणखी प्रत्यंतरही पुढें येईल. एकंदरींत प्रचलित असलेल्या अनेक कथा सौतीनें महाभारतांत मागाहून सामील केल्या असाव्या.

(८) कारणें दाखविणें.

शेवटचा मुद्दा हा होय. पूर्वकालीन प्रसिद्ध पुरुषांनीं वाईट गोष्टी कशा केल्या, याजविषयीं कारण दाखविणें जरूर पडतें. उदाहरणार्थ, पांच पांडवांनीं एका द्रौपदीशीं लग्न कसें केलें, किंवा भीमानें दुःशासनाचें रक्त कसें प्राशन केलें, वगैरे दूषणार्ह दिसणाऱ्या कृत्यांचीं कारणें देणें जरूर होतें. अशा प्रकारचीं कारणें ग्रथित केलेल्या दंतकथा सौतीनें महाभारतांत सामील केल्या असल्या पाहिजेत. कथाभागाच्या प्रसंगांत व्यास स्वतः येऊन निरनिराळ्या व्यक्तींस उपदेश करतात किंवा त्यांस आगाऊ सूचना करतात, वगैरे वर्णनें व्यासांच्या मूळ भारतांत नसून सौतीनें मागाहून घातलीं असावीं. दुर्योधनास जन्मल्याबरोबर गंगेंत टाकून दे, असें धृतराष्ट्रास व्यासांनीं येऊन सांगितलें, वगैरे प्रसंग मागाहून रचले असावे. असो, तर याप्रमाणें दोनतीन कारणांनीं सौतीनें जी भर महाभारतांत घातली, ती विशेष

रमणीय दिसत नाहीं. महाभारतांत घातलेली ही नवीन भर अमुकच हें निश्चयानें ठरविणें कठिण आहे, हें येथें कबूल केलें पाहिजे. तरी पण २४००० भारताचें एक लक्ष भारत झालें, तेव्हां पुष्कळ भाग वाढविलेला आहे हें निर्विवाद आहे. तो सौतीनें कसा वाढविला याचें दिग्दर्शन करणें जरूर होतें, म्हणून हा विषय आम्हीं विस्तारानें प्रतिपादन केला आहे. पण सौतीनें केलेल्या एकंदर ग्रंथाच्या उदात्त स्वरूपास त्यामुळें कमतरता झाली नाहीं. व म्हणून सर्व ग्रंथ व्यासांचा आहे असें मानणें गैर नाहीं, असेंच म्हटलें पाहिजे. २४००० भारताचें एक लक्ष महाभारत झालें, तरी त्यांत असंबद्धता किंवा परस्परविरोध बहुतेक नाहींच, ही सौतीची करामत निःसंशय वर्णनीय आहे. सौतीचें कवित्वही कमी दर्जाचें नसून व्यासांच्या कवित्वाची छाया त्याच्यावर पडल्यामुळें सर्व ग्रंथ रमणीय झाला आहे. सारांश, सौतीच्या महाभारतास दोष देण्यास फारशी जागा नाहीं, हें मान्य केलें पाहिजे. दोन ठिकाणीं मात्र सौतीचा हात चुकला आहे व उघडा झालेला आहे. भीष्मपर्वांत युधिष्ठिर शल्यास कर्णाचा उत्साहभंग कर अशी विनंति करतांना 'उद्योगांत' तुम्ही वचन दिलें आहे तें पूर्ण करा असें म्हणतो, ह्याचें आश्चर्य वाटतें. ज्या वेळेस युधिष्ठिरानें ही विनंति रणभूमीवर केली, त्या वेळेस व्यासांचें भारतही नव्हतें आणि सौतीचें महाभारतही नव्हतें ! मग उद्योगांत म्हणजे उद्योगपर्वांत तुम्हीं वचन दिलें, असें युधिष्ठिर कसें म्हणूं शकेल ? (भा. भीष्म. पा. १२०) तसेंच अश्वमेधपर्वांत कुंती श्रीकृष्णाला म्हणते " ऐषीकांत उत्तरेचा पुत्र मृतच जन्मास येईल तर मी त्यास जिवंत करीन, असें तुम्हीं वचन दिलें तें पूर्ण करा. " येथेंही ऐषीकपर्वाचा दाखला कुंतीच्या तोंडांत घातला आहे, तो चमत्कारिक दिसतो. (भा. अश्वमे. अ. ६६ पा. ११७) " यदुनंदना, ऐषीक प्रकरणांत तूं अशी प्रतिज्ञाच केलेली आहेस, " असें म्हणून कुंतीनें महाभारताच्या ऐषीक पर्वाचा दाखला देणें अतर्क्यच आहे. पण ग्रंथ अतिशय मोठा झाल्याकारणानें ग्रंथाच्या प्रकरणांचा दाखला कथेंतील पात्रांनीं देणें अपरिहार्य झालें. अर्थात्, येथें सौतीचें कर्तृत्व व्यक्त झालें, असेंच म्हणावें लागतें. असो.

भारताचें महाकाव्यदृष्ट्या श्रेष्ठत्व.

वाढलेला भाग काढून टाकला किंवा त्याच्याकडे कान्हा डोळा केला असतां व्यासांची मूळ कृति आपल्या समोर एखाद्या अतिसुंदर इमारतीप्रमाणें उभी राहते. या कृतीचें सौंदर्य कसें आहे, याचा आपण येथें थोडासा विचार करणें अप्रशस्त होणार नाहीं. जगतामध्यें जीं चारपांच अत्यंत उदात्त व रमणीय महाकाव्यें आहेत, त्यांहूनही श्रेष्ठ दर्जाचें हें व्यासांचें आर्षमहाकाव्य आहे, असें आपल्यास म्हणतां येतें. महाकाव्याचें लक्षण होमरच्या इलियड्वरून ग्रीक लोकांचा तत्त्वज्ञानी आरिस्टॉटल यानें असें केलें आहेः—" महाकाव्याचा विषय एक असून तो एखादा मोठा अति विस्तृत व महत्त्वाचा प्रसंग असावा. त्यांतील मुख्य मुख्य पात्रें उच्च वर्णांतील असून त्यांचें चरित्र उदात्त असावें. ग्रंथांतील भाषा व वृत्त गंभीर असावीं आणि या काव्यांत नाना प्रकारचीं संभाषणें व वर्णनें असावीं. " हें पाश्चात्त्य विद्वानांनीं महाकाव्याचें दिलेलें लक्षण आपल्या इकडील साहित्यशास्त्रकारांनीं दिलेल्या लक्षणाहून फारसें भिन्न नाहीं. या चार बाबतींसंबंधानें आपण येथें क्रमशः खुलासा करूं.

भारतीयुद्ध हा आपल्या काव्याचा मुख्य विषय आहे. हिंदुस्थानच्या प्राचीन इतिहा-

सांत भारतीयुद्धाहून ज्यास्ती महत्त्वाची गोष्ट कोणतीच नाहीं. हिंदुस्थानची प्राचीन संस्कृति या वेळेस कळसास पोंचली होती. हिंदुस्थानच्या अवनतीला जो प्रारंभ झाला तो याच वेळेपासून. ही अवनति आजपर्यंत हळुहळु वाढतच चालली आहे. यामुळें भारतीयुद्ध म्हणजे कलियुगाचा प्रारंभ असें आपल्या लोकांनीं ठरविलें आहे. सारांश, भारतीयुद्धापेक्षां ज्यास्त महत्त्वाच्या प्रसंगाची कल्पना करतां येणें अशक्य आहे. भारतीयुद्धाच्या प्रसंगाहून अति विस्तृत व ज्यास्त गुंतागुंतीचा प्रसंगही सांपडणें कठिण आहे. या प्रसंगाच्या एकेक अल्प भागावर संस्कृतांतील पंचमहाकाव्यांपैकीं दोन महाकाव्यें रचलीं गेलीं आहेत. भारवीचें किरातार्जुनीय अर्जुनानें मिळविलेल्या पाशुपतास्त्र मिळविण्याच्या कथेवर रचलें गेलें आहे, व माघकाव्य शिशुपालवधावर रचलें गेलें आहे. नैषध काव्यही महाभारतांतर्गत नलदमयंतीच्या कथेवर रचलें गेलें आहे. सारांश, भारती युद्धप्रसंग हा इतका विस्तृत आहे कीं, त्याच्या एकेक शाखेवर एकेक संस्कृत महाकाव्य रचलें जाऊं शकेल. महाभारतामध्यें नुस्ती भारती युद्धकथाच नसून पांडवांचें समग्र चारित्र आहे,' असें कोणी म्हणेल. पण महाभारताचा मुख्य विषय भारती युद्ध असलें तरी हें युद्ध झालें कसें व त्याचा पुढें परिणाम कसा झाला, याचें वर्णन यांत येण्याची आकांक्षा साहाजिजिकच उत्पन्न होते. यामुळें पांडवांचें पूर्वचरित्र व उत्तर चारित्र त्यांत दिलें आहे, असेंच म्हटलें पाहिजे. हीं दोन्ही चरित्रें फार थोडक्यांत दिलीं आहेत, हें येथें लक्षांत घेतलें पाहिजे; म्हणजे आरंभाचीं आदिपर्व, सभापर्व व शेवटचीं आश्रमवासी वगैरे पर्वें हीं लहान लहान आहेत व मधल्या उद्योगपर्वापासून युद्धासंबंधाचीं पर्वें मोठ्या विस्तृत प्रमाणावर आहेत. तात्पर्य, महाभारताचा विषय भारतीयुद्धच मानला पाहिजे. किंबहुना, व्यासांच्याच शब्दांनीं त्यांच्या महाकाव्याचा विषय सांगावयाचा तर तो नरनारायणाचा जय, अर्थात् श्रीकृष्णार्जुनांचा विजय हाच होय, हें नमनाच्या श्लोकावरून व्यक्त होत आहे.

महाभारतींतिल कथानकाचें स्वरूप इतकें विस्तृत आहे, तरी तें एकजीव झालेलें असून त्यांत विस्कळितपणा मुळींच नाहीं. त्यांतील व्यक्ती इतक्या अनेक व निरनिराळ्या स्वभावाच्या आहेत कीं, शेक्सपिअरच्या अनेक नाटकांतील व्यक्ती एका महाभारतामध्यें ग्रथित केलेल्या आहेत. महाभारतांतलि कथानक इतकें विस्तृत आहे तरी त्यांतील विस्तृतपणा याहूनही मोठा होण्यासारखा आहे. किंबहुना, ग्रंथकारानें आपल्या मुख्य विषयाकडे म्हणजे युद्धाकडे लक्ष ठेविलें होतें आणि प्रसंगोपात्त विषयांतर करण्याविषयीं आपलें लक्ष्य गुंतलें जाऊं दिलें नाहीं. याच्या प्रत्ययार्थ एक गोष्ट सांगूं. दुर्योधनाच्या लग्नाची हकीकत भारतांत नाहीं; किंबहुना त्याच्या पत्नीचें नांव संबंध महाभारतांत कोठें आलेलें नाहीं. मग तिच्याविषयीं ज्यास्त उल्लेख किंवा तिचें भाषण किंवा तिची एखादी दुसरी कृति याचें नांवच नको. हें वाचून वाचकांस कदाचित् आश्चर्य वाटेल. अलीकडील कवींनीं दुर्योधनाच्या स्त्रीचें नांव 'भानुमती' असें दिलें आहे व तिच्याविषयीं कांहीं मूर्खपणाच्या गोष्टीहि रचल्या आहेत, पण त्या सर्व खोट्या आहेत. कारण, महाभारतांत तिचें नांवसुद्धां नाहीं. इलियड्मध्यें प्रतिनायक हेक्टर याच्या स्त्रीचें नांव अँड्रोमॅकी असून ज्या वेळेस तो लढाईस जातो आहे त्या वेळचा त्यांच्यामधील करुणायुक्त संवाद त्यांत वर्णिलेला आहे. परंतु भारतांतील प्रतिनायक दुर्योधन याच्या पत्नीचा एखादाही संवाद महाभारतका-

रानें घातला नाहीं, यांत त्याचें विशेष कौशल्य दिसून येतें, असेंच आम्हांला वाटतें. कारण, दुर्योधनाची ज़ी हट्टी व मानी भूमिका व्यासांनीं रंगविली आहे, त्या भूमिकेवर लढाईस निघतांना प्रिय पत्नीचा निरोप घेतेवेळीं त्याच्या डोळ्यांतून एखादाही अश्रुबिंदु निघालेला कवीनें वर्णिला असता, तरी त्यामुळें डाग पडला असता. सारांश, येथें कवीचें चातुर्य विशेष दृष्टीस पडतें, असेंच म्हटलें पाहिजे. परंतु दुर्योधन क्रूर किंवा निर्दय होता, व त्याचें आपल्या बायकोवर प्रेम नव्हतें, असें मात्र यावरून अनुमान करणें बरोबर होणार नाहीं. कारण, ज्या वेळेस गदायुद्ध होऊन मांडी फुटून दुर्योधन रणांगणावर विव्हळत पडला, त्या वेळेस महाकवि व्यासांनीं त्याच्या विलापांत मातापित्यांच्या आठवणीबरोबर बायकोचीही आठवण मोठी खुबीनें घातली आहे, व " हे लक्ष्मणमातः ! तुझी माझ्यावांचून काय गति होईल" असें शब्द त्याजकडून वदविले आहेत. असो. महाभारताचा विषय अतिशय मोठा आहे तरी त्याहूनही तो अतिशय विस्तृत होण्यासारखा आहे, हें यावरून वाचकांच्या ध्यानांत येईल.

महाभारताचें संविधानक अत्यंत विस्तृत असूनही महाकवि व्यासांनीं त्यास संकलित ठेवून दुसऱ्या बाजूला लक्ष दिलें नाहीं, याचें प्रत्यंतर आणखी एक देण्यासारखें आहे. महाभारताचा मुख्य वर्ण्य विषय भारतीयुद्ध हा असल्यानें भारतीयुद्धाव्यतिरिक्त इतर गोष्टी वाढवून व्यासांनीं सांगितल्या नाहींत, याला दुसरें प्रत्यन्तर श्रीकृष्णाचें चरित्र हें होय. श्रीकृष्णाचें चरित्र जितकें भारतीयुद्धाशीं संलग्न आहे, तितकेंच महाभारतांत दिलें आहे. त्याचें बालचरित्र यांत कोठेंच दिलेलें नाहीं. रुक्मिणीविवाहाची सुरस कथा व श्रीकृष्णाच्या इतर विवाहाच्या संबंधीं हकीगती यांत कोठेंच दिल्या नाहींत. त्यांचा अप्रत्यक्ष उल्लेख कोठें कोठें संभाषणांत येतो, परंतु साद्यंत हकीगत यांत कोठेंच दिलेली नाहीं. वाचकांस सामान्यतःही ग्रंथाची उणीव वाटते. परंतु हें तसें नसून यांत कवीचें कौशल्यच आहे. मुख्य विषयाला सोडून दुसऱ्याच विषयाचें वर्णन करीत बसणें हा दोष आहे. म्हणूनच व्यासांनीं श्रीकृष्णाचें चरित्र भारतांत घातलें नाहीं. ही बाह्यतः भासणारी उणीव सौतीनें हरिवंश हें खिलपर्व जोडून भरून काढिली व अशा रीतीनें वाचकांची जिज्ञासा तृप्त केली. असो. महाभारताचा विषय अतिविस्तृत व महत्त्वाचा आहे. ज्या युद्धांत १८ अक्षौहिणी म्हणजे ५२ लक्ष वीर गुंतले होते व एकमेकांशीं इतक्या निकरानें लढले कीं, एका पक्षाचे सात आणि दुसऱ्या पक्षाचे तीन मिळून अवघे दहा वीर जिवंत राहिले, तें युद्ध होमरच्या इलियडच्या युद्धाच्या मानानें फारच मोठें होतें, यांत बिलकूल शंका नाहीं.

पण भारतीयुद्धाचें महत्त्व याहूनही अधिक आहे. हिंदुस्थानांतील बहुतेक सर्व राजे या युद्धांत होते, इतकेंच नव्हे तर हिंदुस्थानांतील सध्यांचीं प्रसिद्ध राजकुलें आपल्या वंशावळी भारती युद्धांतील वीरापर्यंत नेऊन पोंचवतात. यामुळें या युद्धाला राष्ट्रीय महत्त्व आलें आहे, किंबहुना भारतीयुद्धाला हें महत्त्व पहिल्यापासूनच आहे, असें म्हटलें तरी चालेल. कौरवांची संस्कृति उच्च दर्जाची असून कुरूंचें नांव ब्राह्मणांपासूनच्या वैदिक वाङ्मयांत वारंवार येतें. ती सौतीनें वाढविली असें म्हणतां येत नाहीं. श्रीकृष्णाचा संबंध या युद्धाशीं असल्यामुळेंही या युद्धास राष्ट्रीयत्व आलें आहे. कारण, श्रीकृष्ण हा धर्म, नीति व तत्त्वज्ञान या तिन्ही बाबतींत राष्ट्रीय महत्त्वाचा पुरुष होता. याज-

विषयीं आपणांस पुढें विस्तारानें सांगावयाचें आहे. असो, तर ज्याप्रमाणें ट्रोजनयुद्ध हें ग्रीकांस राष्ट्रीययुद्ध वाटतें, त्याप्रमाणेंच भारतीयुद्ध हें भारतवासीयांस राष्ट्रीय महत्त्वाचें वाटतें. या रीतीनें या महाकाव्याचा विषय अत्यंत महत्त्वाचा, विस्तृत व राष्ट्रीय स्वरूपाचा आहे. आतां महाकाव्याच्या दुसऱ्या अंगाकडे म्हणजे बाबीकडे वळूं.

महाभारतांतील व्यक्ति अत्यंत उदात्त चरित्राच्या आहेत, हें विस्तारानें सांगणें नको. युधिष्ठिर, भीम, अर्जुन, कर्ण, द्रोण व सर्वांत श्रेष्ठ असा भीष्म यांचीं चरित्रें धर्म व नीति यांच्या आचरणांत जीविताचाही त्याग झाला तरी पतकरेल, अशा प्रकारचें उदाहरण हिंदुस्थानांतील आर्यलोकांच्या हृत्पटलावर ठसवून देण्यास आज हजारों वर्षें समर्थ झालीं आहेत. श्रीकृष्णाचें चरित्र तर अद्वितीयच आहे. त्याचें इंगित व महत्त्व विस्तारानें वर्णन करावयाचें आहे. त्याचप्रमाणें दुर्योधनाची भूमिकासुद्धां उदाहरण घेण्यासारखी आहे. त्याच्या चरित्राचा ओघ जरी वाईटाकडे वळलेला आहे, तरी त्याचा अढळ निश्चय, त्याचा मानीपणा—जो सार्वभौमत्व किंवा मृत्यु यांच्यामधील पायरीस शिवला नाहीं—त्याचें मित्रप्रेम व एकंदर राजनीति हीं खरोखर वर्णन करण्यासारखीं आहेत. यांत व्यास कवीनें होमर अथवा मिल्टन् यांजवरही कडी केली आहे. होमरचा प्रतिनायक हेक्टर हा अनुकंपनीय स्थितींत आहे. तो जरी आपल्या देशाची सेवा करण्यास तत्पर झालेला आहे, तरी आपल्या प्रेमळ पत्नीचा निरोप घेतांना व आपल्या लहान मुलाचें चुंबन घेतांना त्याचें मनोधैर्य खचलेलें दिसतें. मिल्टनचा प्रतिनायक इतका दुष्ट व जोरदार दाखविला आहे कीं, तो नायकाहूनही उठावदार दिसतो; किंबहुना, काव्याचा तोच नायक आहे असेंहि वाटूं लागतें. असो. महाभारतांतलि स्त्रिया इलियड्मध्यें वर्णन केलेल्या स्त्रियांपेक्षां फारच वरच्या दर्जाच्या आहेत. हेलन्‌ला द्रौपदीच्या नखाचीही सर येणार नाहीं. अँड्रोमॅकीसुद्धां द्रौपदीच्या बरोबरीला पोहोंचत नाहीं. कविश्रेष्ठ व्यास यांनीं द्रौपदीची जी भूमिका वर्णिली आहे, ती खरोखरच अद्वितीय आहे. तिचा धीर व गंभीर स्वभाव, तिचें पातिव्रत्य, तिची गृहदक्षता हीं अनुपम आहेत. इतकें असूनही ती मानवी स्वभावाला सोडून नाहीं. तिला आपल्या पतीविषयीं स्त्रियांस शोभेल असा राग येतो व ती त्यांच्याशीं विवाद करते. ती कधीं कधीं पतिव्रता स्त्रियांस साजेल असा हट्ट धरते. ती खरी स्त्री असून हेक्टरच्या बायकोप्रमाणें सूत कांतीत बसत नाहीं, तर ती रजपूत स्त्रियांस योग्य असें धैर्याचें काम करिते. कौरवसभेंत द्यूतप्रसंगीं तिच्यावर जो अनर्थ ओढवला, त्याप्रसंगीं तिचें मनोधैर्य खचलें नाहीं व तिनें सभेस असा प्रश्न केला कीं, त्यानें सर्व सभासदांना चुप करून सोडलें, व शेवटीं आपल्या पतींस दास्यत्वांतून मुक्त करून ती त्यांच्याबरोबर अरण्यवासास आनंदानें गेली. कुंतीची भूमिका अशीच उदात्त आहे. विदुराच्या घरीं असतांना पांडवांचा अरण्यवास संपल्यानंतर तिनें श्रीकृष्ण भेटीस आले त्यावेळेस त्यांजबरोबर आपल्या पुत्रांस जो निरोप पाठविला, तो रजपूत स्त्रीस साजेल असाच होता. विदुलासंवादरूपी हा निरोप अत्यंत उद्धर्षण आहे. क्षत्रिय पुत्रांनीं मरावें किंवा जिंकावें पण भिक्षा मागूं नये, असा तिनें त्यांत पांडवांस सणसणीत उपदेश केला. हें तिचें करणें स्वतःच्या फायद्यासाठीं नव्हतें. कारण, पांडवांना राज्य मिळाल्यावर ती त्यांच्या येथें फार दिवस राहिली नाहीं, तर धृतराष्ट्राबरोबर वनांत तपश्चर्या करण्यास निघून

गेली. " तूंच आम्हांस लढाईस उद्युक्त केलेंस आणि आतां तूं आमचें ऐश्वर्य न भोगतां वनांत कां जातेस ? " असें भीमानें विचारलें असतां तिनें उत्तर दिलें, " मी आपल्या पतीच्या वेळीं राज्याचें ऐश्वर्य पुष्कळ भोगलें आहे. मीं तुम्हांस जो निरोप पाठविला तो माझ्या हिताकरितां नव्हे, तुमच्या हिताकरितां, तुम्हीं भिक्षा मागूं नये म्हणून. " तिनें पांडवांस केलेला शेवटचा उपदेश तर सोन्याच्या अक्षरांनीं लिहून ठेवण्यासारखा आहे.

धर्मे वो धीयतां बुद्धिर्मनो वो महदस्तु च ।

" तुमची बुद्धि धर्माचरणावर स्थिर असो. तुमचीं मनें संकुचित नसून मोठीं असोत. " सबंध महाभारताचें तात्पर्य एका श्लोकार्धांत सांगावयाचें असेल तर तें हें आहे.

द्रौपदी, कुंती, गांधारी, सुभद्रा, रुक्मिणी इत्यादि महाभारतांतील स्त्रिया उदात्त चरित्राच्या आहेत, पण त्यांत मानवीस्वभावाची चुणुक महाकवि व्यासांनीं दर्शविली आहे. सुभद्रेच्या लग्नसमयीं द्रौपदीनें आपला मत्सर एका सुंदर वाक्यानें अर्जुनास प्रदर्शित केला.

तत्रैव गच्छ कौन्तेय यत्र सा सात्वतात्मजा ।
सुबद्धस्यापि भारस्य पूर्वबंधः श्लथायते ॥
(आदि. अ. २२१. १७)

' पूर्वबंध कितीही मजबूत बांधला असला तरी दुसरा बंध दिला कीं तो ढिला पडणार, ' असें तिनें असूयेनें अर्जुनास म्हटलें. कुंतीचें कर्णाविषयींचें पुत्रप्रेम युद्धानंतरही प्रगट झालेलें आहे. उत्तरेनें बृहन्नडेस लढाईतून चांगलीं चांगलीं वस्त्रें बाहुल्याकरितां घेऊन ये असें सांगितलें, वगैरे उदाहरणें देतां येतील.

महाभारतांतलि एकंदर व्यक्ती उदात्त स्वरूपाच्या आहेत, इतकेंच नव्हे तर त्यांत मधून मधून वर्णन केलेल्या देवतांचें चरित्रही उदात्त आहे. या बाबतींत होमरच्या इलियड्पेक्षां महाभारताचें कौशल्य अधिक आहे. इलियड्मध्यें वर्णन केलेल्या ग्रीक देवता माणसापेक्षांही वाईट रीतीनें वागतात. त्या एकमेकांशीं भांडतात व एकमेकांस मारतात. त्यांचें देवतास्वरूप बहुतेक नष्टप्राय झालेलें आहे. महाभारतांत देवांचें जें वर्णन आहे, तें अशा प्रकारचें नाहीं. मानवी प्राण्यांच्या व्यवहारांत ते सहसा पडत नाहींत. क्वचित् पडल्यास ते देवांप्रमाणेंच वागतात. एक उदाहरण आपण येथें घेऊं. कर्णास सहजकवच होतें तें अर्जुनाकरितां काढून घेण्याच्या इराद्यानें इंद्रानें एक युक्ति योजली. ब्राह्मणानें कांहीं मागितलें तरी त्यास नाहीं म्हणावयाचें नाहीं, असा कर्णाचा पण होता. तो जाणून इंद्रानें ब्राह्मणाचें स्वरूप घेऊन कर्णाजवळ त्याचीं कवचकुंडलें मागितलीं. दानशूर कर्णानें तीं त्यास दिलीं. परंतु इंद्र साधारण मनुष्याप्रमाणें कवचकुंडलें बगलेस मारून निघून गेला नाहीं, तर त्यानें देवस्वभावाप्रमाणें आचरण केलें. तो संतुष्ट होऊन ' तुला वाटेल तो वर माग, ' असें कर्णास म्हणाला. कर्णानें त्याजपाशीं अमोघ शक्ति मागितली व कर्ण ती अमोघ शक्ति अर्जुनावरही चालवील, हें टाऊक असूनही इंद्रानें ती शक्ति त्यास दिली. तात्पर्य, महाभारतांतील देवचरित्र देवाप्रमाणेंच उदात्त आहे. हा भारताचा इलियड्पेक्षां विशेष गुण आहे.

आतां आपण कवीनें आपल्या भूमिकांचे स्वभाव व आपली गोष्ट कशी वठविली आहे, ह्या मुद्याकडे वळूं. स्वभावाचें उद्घाटन निरनिराळ्या वर्णनांनीं, विशेषतः भाषणांनीं होतें. या बाबतींत महाभारताचा दर्जा सर्वांत श्रेष्ठ लागेल. महाभारताचें रमणीयत्व त्यांतील संभाषणांत आहे. त्यांतील संभाषणासारखीं जोरदार भाषणें क्वचितच आढळतील. त्या भाष-

णांनीं निरनिराळ्या भूमिका उत्तम रीतीनें व्यक्त होतात. या भाषणांचीं येथें दोनचार उदाहरणें देऊं. आदिपर्वांतील रंगाच्या वेळीं दुर्योधन, कर्ण, अर्जुन, भीम यांजमधील झालेलीं भाषणें, सभापर्वांतील शिशुपाल व भीष्म यांजमधील भाषणें, वनपर्वाचे प्रारंभीं युधिष्ठिर, भीम व द्रौपदी यांजमधील भाषणें किंवा द्रोणपर्वांत धृष्टद्युम्नानें द्रोणास मारलें त्या वेळेस धृष्टद्युम्न, सात्यकी, अर्जुन व युधिष्ठिर यांजमधील भाषणें हीं पाहण्यासारखीं आहेत. श्रीकृष्णाचें कौरवसभेंतील भाषण सर्वांत शिरोभूत आहे. कर्णपर्वांत कर्णाच्या रथावर चालून जाण्याच्या वेळीं अर्जुनास केलेलें प्रोत्साहक भाषण त्याच तोडीचें आहे. हीं व इतर भाषणें भारताच्या कर्त्याच्या उत्तम कवित्वाची साक्ष पटवितात. भारतांतील व्यक्तींच्या भाषणांचा विशेष हा आहे कीं, तीं सणसणीत व निर्भय असतात. उदाहरणार्थ, विदुर दुर्योधनास जो उपदेश करतो, त्यांत त्याची खरमरीत निर्भर्त्सना करण्यास तो मागें पहात नाहीं. कदाचित् विदुराची वडीलपणाची स्थिति त्यास अनुकूल होती, असें म्हणतां येईल. पण शकुंतलेला असला आधार नव्हता, असें असूनही तिचें भाषण निर्भय व सदाचारसंपन्न सद्गुणी आश्रमवासी मुलीस शोभण्यासारखें आहे. कालिदासाची शकुंतला आणि व्यासांची शकुंतला यांत जमीन अस्मानाचें अंतर आहे. ज्या वेळेस दुष्यन्तानें शकुंतलेस भर राज—सभेंत सांगितलें " मीं तुला कधीं पाहिलेंही नाहीं; मग तुझ्याशीं लग्न करण्याची गोष्टच कशाला?" त्यावेळेस कालिदासाच्या शकुंतलेप्रमाणें ती मूर्छित होत नाहीं; तर 'ज्या तुला सत्याचा आदर नाहीं त्या तुझा सहवासच नको. सत्य पतिपुत्रापेक्षांही अधिक मौल्यवान् आहे,' असें म्हणत ती सभा सोडून जाऊं लागते.

कर्णपर्वांतील शल्य व कर्ण यांजमधील भाषण अशाच प्रकारचें सणसणीत व जोरदार आहे. यांतच हंसकाकीय कथानक आलें आहे तें अतिशय सुंदर आहे. नीतीचें तत्त्व मनावर ठसविण्यासाठीं सांगितलेल्या पशुपक्ष्यांच्या गोष्टींचें हें सर्वांत जुनें व सुंदर उदाहरण आहे. ही तऱ्हा इसॉपनें सुरू केली असें नसून ती प्राचीनतर आहे व व्यासांच्या काव्यांत आलेल्या दोनतीन गोष्टी याचें उदाहरण होत. व्यासांच्या संभाषणांतून अनेक नीतितत्त्वांचा उपदेश वाचकांच्या मनावर ठसतो. व सत्यवादित्व, ऋजुता, स्वकार्यदक्षता, आत्मनिग्रह, योग्य अभिमान, औदार्य इत्यादि सद्गुणांचा परिपोष होतो. महाभारतामध्यें आत्मगत भाषणें नाहींत. पाश्चात्य ग्रंथांमध्यें आत्मगत भाषणें हा एक महत्त्वाचा भाग असतो, किंबहुना, तीं वक्तृत्वपूर्ण करण्याचा त्यांचा कटाक्ष असतो. आपल्याइकडील ग्रंथांत बहुतकरून असलीं भाषणें असत नाहींत, निदान महाभारतांत तरी तीं नाहींत. वस्तुस्थिति पाहिली तर आपण आत्मगत भाषणें करीत नाहीं, चिंता करीत असतों; पण त्यांत शब्दांचा किंवा इतर गोष्टींचा विशेष विचार नसतो. असो. हा प्रश्न निराळा आहे.

महाभारतांतील वर्णनाची शैली उच्च दर्जाची आहे व तीं वर्णनें होमर किंवा मिल्टन्पेक्षां कमी शक्तीचीं नाहींत. हकीगत सांगतांना कोणच्याही प्रकारचा घोंटाळा नसून शब्द सरळ व जोरदार असतात, व देखाव्यांचीं, स्त्रीपुरुषांच्या स्वरूपाचीं, स्वभावाचीं व पोषाखांचीं वर्णनें सुंदर व हुबेहुब असतात. व्यासांचीं प्रत्यक्ष युद्धाचीं वर्णनें तर फारच सरस आहेत, किंबहुना, अद्वितीय आहेत असेंही म्हटलें तरी चालेल. कोठें कोठें वारंवार तेच तेच प्रसंग आल्यामुळें वाचकांस कंटाळा येतो, परंतु हे

प्रसंग बहुधा सौतीनें वाढविलेले असावे. याशिवाय ज्या वेळेस लढाईंत मुख्य शस्त्र धनुष्यबाण होतें व ज्या वेळेस रथींचीं बहुधा द्वंद्वयुद्धें होत, त्या वेळीं युद्धाचे प्रसंग कसे होत, याची कल्पना आपण आपल्या मनासमोर आणली पाहिजे. रथयुद्ध व गजयुद्ध हें हल्लीं शेंकडों वर्षें अस्तित्वांत नसल्यामुळें त्यांतील करामतीची व शौर्याची आपल्यास कल्पना होत नाहीं. यामुळें व्यासकृत वर्णनें कधीं कधीं कंटाळवाणीं व काल्पनिक वाटतात. अशा युद्धांतही जे शेंकडों भिन्न भिन्न प्रसंग उत्पन्न होतात, ते सर्व मोठ्या बारकाईनें व वक्तृत्वानें वर्णन केले आहेत. महाभारतांतील युद्धप्रसंगांचीं पुराणें ऐकून वीररस उत्पन्न झाल्याशिवाय राहात नाहीं, व महाभारताच्या श्रवणापासूनच शिवाजी महाराजांसारख्या वीरांना शौर्याची स्फूर्ति झाली, हें प्रसिद्ध आहे.

सृष्टिसौंदर्याचीं वर्णनें महाभारतांत विपुल नाहींत व तीं रामायणांतील वर्णनाइतकीं सरस नाहींत. तथापि इतर काव्यांहून महाभारताचा दर्जा वरच लागेल. कारण, हीं वर्णनें प्रत्यक्ष पाहणारांचीं आहेत. वनपर्वांतील हिमालयाचें वर्णन जो त्या बर्फाच्छादित उंच प्रदेशांत प्रत्यक्ष राहिला आहे, त्याच्याच तोंडून निघण्यासारखें आहे. द्रौपदी व पांडव हे ज्या एका वावटळींत सांपडले तशा वावटळी हिमालयांतच येतात व तिचें वर्णन या प्रदेशांत राहणाऱ्या कवीनें केल्याप्रमाणेंच सरस व वस्तुस्थितीस धरून आहे. गंधमादनपर्वताचें वर्णन मात्र कदाचित् अतिशयोक्तीनें भरलें असल्यामुळें काल्पनिक वाटेल. पण गंधमादन हा पर्वतही कांहींसा मेरूप्रमाणें काल्पनिक मानावा लागेल.

महाभारतांतील स्त्रीपुरुषवर्णनें फार सुंदर व मर्यादायुक्त आहेत. अलीकडच्या संस्कृत कवींप्रमाणें स्त्रियांच्या सौंदर्याचीं वर्णनें ग्राम्यतेचीं नाहींत. युधिष्ठिरानें द्रौपदीचें केलेलें वर्णन येथें देण्यासारखें आहे. " उंच नाहीं अथवा ठेंगणी नाहीं, लठ्ठ नाहीं किंवा किरकोळ नाहीं, जिचे डोळे व श्वास शरदृतूंतील कमलाच्या पानाप्रमाणें मोठे सुगंधयुक्त आहेत; मनुष्यास आपली स्त्री जितकी सुंदर असावी असें वाटतें तितकी सुंदर, जी माझ्यानंतर झोंपीं जाते व अगोदर उठते, अशी माझी स्त्री द्रौपदी मी पणाला लावतों. " असो. बृहन्नडेच्या वेषांतील अर्जुनाचें वर्णन मजेदार व हुबेहुब आहे. भीष्म व द्रोण यांचें लढाईस जाण्याच्या वेळचें वर्णन किंवा आदिपर्वांतील रंगभूमीवर बोलावण्याशिवाय जाणाऱ्या कर्णाचें वर्णन मनोहर आहे. हीं उदाहरणें विषय समजण्यास पुरीं होतील. आतां शेवटीं आपण या काव्याचें चवथें अंग वृत्त व भाषा यांजकडे वळूं.

महाभारतांतील वृत्त मुख्यतः अनुष्टुप् आहे व उपजाति वृत्तही वारंवार उपयोगांत आणलें आहे. गंभीर कथावर्णनाला व महाकाव्याला हीं वृत्तें सर्वथैव योग्य आहेत. अर्वाचीन संस्कृतांतील सर्व महाकाव्यें याच वृत्तांचा उपयोग करतात. पुराणांत, उपपुराणांत व अन्य साधारण ग्रंथांत अनुष्टुप् छंदाचाच उपयोग केलेला असल्यामुळें हें वृत्त सामान्य झालें आहे. परंतु जुन्या महाकवींचे अनुष्टुप् छंदांतील श्लोक भारदस्त व गंभीर असतात, हें रघुवंशांतील सर्ग एक व चार यांतील श्लोकांवरून कोणाच्याही लक्षांत येईल. महाभारताची भाषा गंभीर व भारदस्त आहे. तसेंच ती सोपी व शुद्ध अशी आहे. सोपेपणा व भारदस्तपणा या दोहोंचा मेळ नेहेमीं एके ठिकाणीं असत नाहीं. अलीकडील महाकाव्यांची भाषा वजनदार आहे, पण हा

गुण साधण्यास सरळपणाचा गुण सोडावा लागला आहे. शब्दांचे रम्य ध्वनि वाचकांस गोड लागतात, परंतु शब्दांचा अर्थ समजण्याकरितां त्यांस थांबावें लागतें व विचार करावा लागतो. अलीकडील पुराणांची स्थिति याच्याहून उलट आहे. त्यांची भाषा सोपी आहे, पण ती अति अशुद्ध आहे आणि ती भारदस्तही नाहीं. महाभारतांत दोन्ही गुण साधले आहेत. त्याची भाषा बोललेल्या भाषेचा अधिपति व प्रतिभावान् कवि जशी भाषा वापरील तशी आहे. आर्नोल्ड्नें असें म्हटलें आहे कीं, मिल्टन्च्या काव्याची भाषा भारदस्तपणांत विषयाच्या भारदस्तपणाला साजेल अशी आहे. परंतु ती शुद्ध व निर्भेळ इंग्रजी नाहीं. त्यांत लॅटिन आणि ग्रीक शब्द व शब्दरचनाही भरल्या आहेत. सारांश, भाषेच्या दृष्टीनेंही महाभारताचा दर्जा मिल्टन्च्या काव्याहून अधिक आहे. ज्या वेळेस संस्कृत भाषा हजारों लोकांच्या बोलण्यांत होती, त्या वेळच्या शुद्ध व सरळ संस्कृत भाषेंत भारदस्त शब्दरचना होणें किती शक्य आहे, हें महाभारतांतील मुख्य मुख्य भागांत आलेल्या भाषेवरून दिसतें.

महाभारतामध्यें जितका भाग मूळचा व्यासांचा आहे, तितक्याची भाषा इतर भागांच्या भाषेहून विशेष सरस, सरळ व गंभीर अशी आपल्यास दिसून येते, हें सांगण्यास प्रत्यवाय नाहीं. सौतीही कमी प्रतिभावान् कवि नव्हता, हें आपण पूर्वी म्हटलेंच आहे. परंतु त्याच्या वेळीं संस्कृत भाषा सामान्य जनसमूहाच्या बोलण्याच्या प्रचारांतून गेलेली होती. यामुळें त्याच्या भाषेंत अर्थातच थोडासा फरक पडणें साहजिक आहे. मूळ व्यासांच्या भारताची भाषा किती भारदस्त, शुद्ध व गोड आहे हें ज्यास पाहणें असेल त्यानें भगवद्गीतेची भाषा पहावी. हा ग्रंथभाग जसा सर्व भारताचें मंथन करून काढलेलें अमृत आहे, त्याचप्रमाणें त्याची भाषाही अमृततुल्य आहे महाभारताचें सर्वांत श्रेष्ठ तत्त्वज्ञान जसें त्यांत भरलें आहे, त्याचप्रमाणें संस्कृत भाषेवरील व्यासांचें प्रभुत्व त्यांत शिखरास पोंचलेलें दिसतें. एकंदर सर्व संस्कृत वाङ्मयामध्यें भाषेच्या दृष्टीनेंही भगवद्गीतेची बरोबरी करणारा एकही ग्रंथ नाहीं. सरळपणा, शब्दरचनेचें शुद्धत्व व एकंदर वाक्यांचे श्रुतिमनोहर व गंभीर ध्वनि हे या भगवद्गीतेच्या भाषेचे अद्वितीय गुण आहेत. या सर्वोत्तम गीतांतील प्रत्येक शब्द व वाक्य सुवर्णमय आहे. कारण, तीं सुवर्णासारखींच लहान, वजनदार व तेजस्वी आहेत.

असो. महाभारताचें श्रेष्ठत्व याहूनही एका गुणानें जगतांतील सर्व आर्ष महाकाव्यांत प्रस्थापित होतें. कोणत्याही महाकाव्याचा अमुक एक जीवात्मा आहे असें आपल्यास सांगतां येत नाहीं. कवि नानाप्रकारांनीं मनाचें रंजन करतो व निरनिराळे प्रसंग व देखावे वर्णन करतो, परंतु त्यांत मनोरंजनापलीकडे त्याचा हेतु नसतो. महाभारतांत एक प्रधान हेतु एकसूत्रासारखा सर्व ग्रंथांत ओंवला गेला आहे व त्यानें या काव्याचा एकजीव झाला आहे. व्यासांच्या डोळ्यासमोर कोणताही प्रसंग वर्णन करतांना धर्म हाच एक व्यापक हेतु नेहेमीं उभा होता. "मनुष्यानें धर्माचें आचरण केलें पाहिजे. मनुष्यानें आपलें ईश्वरविषयक व मनुष्यविषयक कर्तव्य बजावलें पाहिजे. धर्माचरणानेंच त्याचे सर्व उद्दिष्ट हेतु साधतात. या धर्माचरणाहून पराङ्मुख झाल्यानें त्याचे सर्व उद्दिष्ट हेतु नाश पावतात. आपत्ति कशीही येऊन पडो, परिस्थिति कशीही बिघडो, मनुष्यानें धर्म सोडतां कामा नये" असा उपदेश

व्यासांनीं व तदनुरोधानें सौतीनेंही पदोपदीं केला आहे. सर्व महाभारतग्रंथभर धर्माचें नांव दुमदुमून राहिलें आहे. कोणतेंही आख्यान किंवा पर्व घ्या, त्यांत हेंच तात्पर्य भरलें आहे. " **यतो धर्मस्ततो जयः** " या तत्त्वाचा जिकडे तिकडे जयजयकार आहे. असा धर्माचा व नीतीचा कटाक्ष कोणत्याही प्राच्य किंवा पाश्चात्य महाकाव्याचा नाहीं. व्यासांनीं हेंच आपल्या ग्रंथाचें तात्पर्य आहे, हें आपल्या शब्दांनींही सांगितलें आहे. महाभारताच्या शेवटीं भारतसावित्री म्हणून जे चार श्लोक दिलेले आहेत, त्यांत हें ग्रंथाचें हृद्गत व्यासांनीं ग्रथित केलें आहे. त्या श्लोकांपैकीं एक श्लोक आपण येथें घेऊं.

ऊर्ध्वबाहुर्विरौम्येष नच कश्चिच्छृणोति मे ।
धर्मादर्थश्च कामश्च स धर्मः किं न सेव्यते ॥

"अरे, बाहु ऊर्ध्व करून ओरडून मी हा तुम्हांस सांगतों आहें, पण माझें कोणी ऐकत नाहीं. अरे, धर्मापासूनच अर्थ व काम हे मिळतात, मग असा धर्म तुम्हीं कां सेवीत नाहीं ?" हा व्यासांचा कळकळीचा उपदेश या ग्रंथाचें परम तात्पर्य आहे आणि याचमुळें या ग्रंथाचे सर्व जगतांतील ग्रंथांत श्रेष्ठत्व आहे.

येथवर महाभारताचे कर्ते या मुद्यासंबंधानें विस्तृत रीतीनें विचार झाला. हल्लीं महाभारतग्रंथ किती आहे, त्याचा मूळ भाग किती, मूळभागास हल्लींचें स्वरूप कसें प्राप्त झालें आणि ग्रंथाचे कर्ते कोण होत, याजविषयीं विवेचन झालें. त्याचें आपण थोडक्यांत सिंहावलोकन करूं. महाभारत सुमारें एक लक्ष ग्रंथ असून तो एकाच कर्त्याचा असणें संभवनीय नाहीं; अर्थात् त्याचे कर्ते एकाहून अधिक आहेत. दोन कर्ते तर स्पष्टपणें ग्रंथांतच निष्पन्न होतात. व्यास व सौति. व्यासांचें मूळभारत वैशंपायनानें प्रथम प्रसिद्ध केलें, म्हणून तीन मानण्यास हरकत नाहीं. व्यासवैशंपायन यांच्या ग्रंथांत फारसा कमी अधिकपणा नसावा. वैशंपायनाचा ग्रंथ २४००० होता असें दिसतें. मूळग्रंथाचें नांव 'जय' होतें व वैशंपायनानें त्यास 'भारत' हे नांव दिलें. त्यानें भारतसांहिता पठण केली. आश्वलायनसूत्रांत त्यास भारताचार्य म्हटलें आहे. भारतांत कूटश्लोक ८८०० आहेत, अशी आख्यायिका आहे. त्याजवरून व्यासांच्या भारताची ही संख्या असावी, असें कित्येक अनुमान करतात, पण तें बरोबर वाटत नाहीं. याहून ती बरीच मोठी असावी. व्यासांनीं तीन वर्षें सतत उद्योग करून तो ग्रंथ युद्ध संपल्यानंतर रचला, वैशंपायनानें त्यास थोडें वाढवलें आणि २४००० ग्रंथ केला व तो सौतीनें एक लक्ष बनविला. एवढा ग्रंथ बनविण्याचें कारण सौतीच्या वेळची सनातन धर्माची परिस्थिति हें होय. सौतीच्या वेळीं सनातनधर्मावर बौद्ध व जैन धर्मांचे हल्ले होत होते व सनातनधर्मांतही अनेक प्रकारचीं मतें चालू असून त्यांचा एकमेकांशीं विरोध होता यास्तव लहानलहान सर्व गाथा एकत्र करून सर्व मतांचा विरोध काढून टाकून सनातन धर्माचें उज्ज्वल स्वरूप एका ग्रंथांत दिसेल, अशी त्या वेळीं जरूरी होती. हें राष्ट्रीय काम सौतीनें केलें. असें करतांना प्रचलित सर्व दंतकथा त्यानें एकत्र केल्या व इतर रीतीचीहि उपयुक्त भर महाभारतांत घातली. सारांश, धर्म, नीति, तत्त्वज्ञान व इतिहास यांचा एक प्रचंड ग्रंथच सौतीनें तयार केला. त्यानें कोणकोणचे भाग वाढविले हें जरी नक्की सांगतां येत नाहीं, तरी बऱ्याच स्पष्ट रीतीनें अनुमान करतां येतें. या वाढीच्या निरनिराळ्या दिशा कोणत्या, हेंही आपण पाहिलें. शेवटीं कवित्व या दृष्टीनें व्यासांच्या भारताची श्रेष्ठता कशी आहे, याचाही आपण विचार केला. सौतीला भारतांत भर

घालावी लागली, त्यामुळें ग्रंथाचें श्रेष्ठत्व कमी झालें नाहीं. किंबहुना, धर्म, नीति व कथा यांचा संग्रहच सांगोपांग या ग्रंथांत झाला असल्यानें त्यास राष्ट्रीयत्व आलें आहे. साहजिकच पूर्वीच्या परिस्थितीशिवाय ज्या काळीं हा ग्रंथ झाला त्या काळची सर्व परिस्थिति यांत मुख्यतः प्रतिबिंबित झालेली आहे. तो काळ कोणचा व तो पूर्वीं सांगितल्याप्रमाणें अशोकाचाच काळ येतो किंवा नाहीं, याचा आपण आतां पुढील प्रकरणांत विचार करूं.

प्रकरण दुसरें.

महाभारताचा काल.

महाभारताचा काल या प्रश्नांत दोन प्रश्नांचा अन्तर्भाव होतो. महाभारतास जें हल्लींचें स्वरूप प्राप्त झालें आहे तें कधीं प्राप्त झालें ? व दुसरा मूळचें भारत कधींचें ? सौतीनें महाभारतास अनुक्रमणिका जोडून प्रत्येक पर्वाची अध्याय व श्लोकसंख्या दिली आहे. त्याबरहुकूम पाहतां हल्लीं प्रचलित असलेल्या महाभारतांत मुळींच भर पडलेली नाहीं, हें आपण पूर्वींच पाहिलें आहे. तेव्हां हल्लींचें महाभारत व सौतीचें महाभारत एक, असें आपणास निश्चयानें म्हणतां येतें. या ग्रंथाचा काल अन्तस्थ व बाह्य प्रमाणांवरून निश्चयात्मक रीतीनें कायम करतां येतो. महाभारत मूळचें व्यासांचें व तदनंतर वैशंपायनाचें. हे ग्रंथ केव्हांचे ? हा प्रश्नही येथें उत्पन्न होतो. परंतु तो बिकट आहे. तो ठरविण्यास महाभारताचे कांहीं विशिष्ट भागच उपयोगी पडतील. त्यांचा संबंध भारतीयुद्धाशीं जाऊन पोंचतो. या प्रश्नाचा विचार करतांना पुष्कळशी भिस्त अनुमानावर असून विद्वान् लोक या बाबतींत निरनिराळीं अनुमानें काढतात. सबब हा प्रश्न आपण निराळा ठेवून या भागांत पहिल्या प्रश्नाचा विचार करूं.

हल्लींच्या महाभारतांत एक लक्ष श्लोक आहेत, असें महाभारतांतच म्हटलें आहे. प्रत्यक्ष बेरीज जरी दोनचार हजारांनीं कमी होते, तथापि महाभारत एकलक्षात्मक आहे, असें महाभारताच्या वेळेपासूनच लोकांत समजलें जाणें साहजिक आहे. तेव्हां महाभारत ग्रंथ एकलक्षात्मक केव्हां झाला, हें ठरविण्यास बाह्य प्रमाणामध्यें एकलक्षात्मक ग्रंथाचा उल्लेख कोठें सांपडतो, हें पाहिलें पाहिजे. असा उल्लेख दोन ठिकाणीं आढळतो. गुप्तकालांतील एका लेखांत 'शतसाहस्त्र्यां संहितायां' असें म्हटलेलें आहे. या लेखाचा काल[1] इसवी सन ४४९ चा आहे. तेव्हां इ. स. ४०० च्या पूर्वीं महाभारताला हल्लींचें स्वरूप प्राप्त झालें असलें पाहिजे, हें उघड आहे. कित्येक लोक महाभारतास हल्लींचें स्वरूप गुप्तांच्या अमदानींत प्राप्त झालें असें समजतात. परंतु हा समज चुकीचा आहे. कारण, याही पूर्वीं एक लक्ष ग्रंथाचा उल्लेख आढळतो. तो ग्रीकांच्या लेखांत आहे. हा ग्रीक लेखक अथवा वक्ता डायॉनक्रायसोस्टोम् हा होय. हा इसवी सनाच्या पहिल्या शतकांत हिंदुस्थानाच्या दक्षिण भागांत पांड्य, केरल इत्यादि ठिकाणीं आला होता. यानें असें लिहिलें आहे कीं, हिंदुस्थानांत एक लक्ष श्लोकांचें "इलियड्" आहे. इलियड् ज्याप्रमाणें ग्रीक लोकांचें राष्ट्रीय महाकाव्य आहे, त्याप्रमाणेंच महाभारत हें हिंदुस्थानच्या लोकांचें आहे. यानें महाभारताचें नांव जरी दिलेलें नाहीं, तरी त्याचा उल्लेख महाभारतालाच उद्देशून आहे, हें उघड आहे. हा उल्लेख रामायणासंबंधानें असावा अशी शंका येण्याचें कारण नाहीं. कारण, हल्लींचें रामायण जरी त्याच्या वेळीं होतें, तरी तें एकलक्षात्मक नाहीं. तें फारच थोडें म्हणजे सुमारें चतुर्थांश आहे. अर्थात् हा उल्लेख महाभारतासच लागू पडतो. डायॉनक्रायसोस्टोम् याचा

१ उच्चकल्प येथील महाराज सर्वनाथ यांचा संवत १९७ चा लेख (गुप्त इनस्क्रिप्शन्स व्हॉल्यूम ३, पान १३४) यांतील संवत कलचूरी आहे, म्हणजे हा लेख १९७+१७०=३६७ शक म्हणजे इसवी सन ४४५ चा आहे. (दीक्षित पान १०८)

काळ सरासरी ९० इसवी सन मानला तर त्या काळीं दक्षिणेमध्यें पांड्य देशांत महाभारत प्रचलित होतें, हें उघड आहे. यावरून सौतीचें महाभारत यापूर्वीं बरींच वर्षें तयार झालेलें असावें. या ग्रीक वक्त्याचा उल्लेख प्रथम वेबर्नें केलेला आहे व त्याच्या समजुतीप्रमाणें इलियड्शब्दानें महाभारताचाच उल्लेख होतो, असें दिसतें. तो म्हणतो "महाभारताच्या संख्येइतकी मोठी संख्या असलेलें महाकाव्य हिंदुस्थानांत असल्याचा प्रथम पुरावा डायॉनक्रायसोस्टोम् याच्या लेखांत मिळतो." वेबर यापुढें असें म्हणतो कीं, ज्या अर्थीं मेग्यास्थिनीस याच्या ग्रंथांत महाभारताचा कांहीं दाखला नाहीं, त्या अर्थीं महाभारताचा उगम मेग्यास्थिनीसच्या नंतर झाला असावा." पण वेबरची ही येथें चुकी आहे. मेग्यास्थिनीस नांवाचा ग्रिक वकील हिंदुस्थानांत चन्द्रगुप्त सम्राटाच्या दरबारीं होता, हें प्रसिद्ध आहे. म्हणजे त्याचा काळ इसवीसनापूर्वीं ३०० वर्षें होता. त्यावेळीं हिंदुस्थानाची जी माहिती त्यास मिळाली, ती त्यानें इंडिकानामक ग्रंथांत लिहून ठेवलेली आहे. हा ग्रंथ नष्ट झालेला आहे, तरी त्याचे उतारे इतर ग्रंथकारांनीं घेतलेले बरेच आहेत. त्या उताऱ्यांत भारतासारख्या ग्रंथाचा उल्लेख नाहीं हें खरें, तरी पण ज्याअर्थीं त्याचा समग्र ग्रंथ हल्लीं उपलब्ध नाहीं, त्याअर्थीं त्यांत उल्लेख नाहींच असें निश्चयानें म्हणतां येत नाहीं. फार झालें तर त्याच्या वेळीं एकलक्षात्मक महाभारत नव्हतें, असें म्हणतां येईल आणि तें खरोखरी नव्हतेंही. पण भारताचा उगमच नव्हता असें म्हणतां येणार नाहीं. महाभारताचा काल अशोकसमकालीन हा जो आम्हीं धरला आहे तो याचसाठीं. चन्द्रगुप्ताच्या वेळीं एकलक्ष महाभारत नसावें. चन्द्रगुप्ताचा नातू अशोक याच्या वेळीं तें तयार झालें असावें. म्हणजे इ. सनापूर्वीं २५० च्या सुमारास तें उत्तरहिंदुस्थानांत तयार होऊन सुमारें तीनशें वर्षांत तें दक्षिणेमध्यें कन्याकुमारीपर्यंत प्रसार पावलें असावें व तेथें इ. सन ५० च्या सुमारास तें डायॉनक्रायसोस्टोम्च्या नजरेस पडलें असावें.

महाभारताच्या काळाची याप्रमाणें स्पष्टपणें ५० इ. सन ही खालची मर्यादा आहे. डायॉनक्रायसोस्टोम् याची साक्ष अत्यंत महत्त्वाची असून ती फारच सबळ आहे. त्यांत एक लक्ष ग्रंथाचा स्पष्टपणें उल्लेख आहे. अशा स्थितींत या पुराव्याकडे पुष्कळ लोक दुर्लक्ष्य करतात व महाभारताचा काल इ. सन ५०च्या अलीकडे ओढण्याचा प्रयत्न करतात, हें चुकीचें आहे. बहुधा अशा विद्वानांस या पुराव्याची माहितीच नसावी असें वाटतें. प्रसिद्ध जर्मन विद्वान् प्रोफेसर वेबर यास हा पुरावा माहीत होता, हें आम्हीं वर सांगितलेलें आहेच. तेव्हां या पुराव्याची साक्ष खोडून काढल्याशिवाय इ. सन ५० च्या अलीकडे महाभारताचा काळ ओढतां येणें शक्य नाहीं. याकरितां आपण यासंबंधाचा जास्त विचार येथें न करतां महाभारताच्या काळाची वरची मर्यादा कोणती, या प्रश्नाचा विचार करूं. प्रथम महत्त्वाची गोष्ट सांगावयाची अशी कीं, यवनांचा उल्लेख महाभारतांत वारंवार आला आहे. यवन हे मोठे लढवय्ये आहेत, असेंही त्यांचें युद्धकौशल्य वर्णिलेलें आहे. "ज्या यवनराजाला

१ महाभारतामध्यें ग्रीक शब्दांचाही प्रवेश झालेला आहे, असें हॉप्किन्सनें दाखविलेलें आहे. जतुदाहपर्वांत जमिनींतून भुयार खणून नेलें, असें वर्णन आहे. त्या ठिकाणीं भुयाराला सुरंग शब्द लावलेला आहे. 'सुरंगां विविशुस्तूर्णं मात्रासार्धमरिंदमाः।' (भा. आदि. अ. १४८-१२) हा शब्द ग्रीक 'सिरिंजस' शब्दावरून निघालेला आहे, असें त्याचें

वीर्यवान् पाण्डु सुद्धां जिंकूं शकला नाहीं, त्याला अर्जुनानें जिंकिलें. " असें आदिपर्वांत म्हटलें आहे. यवनांचा व आपला जवळचा परिचय अलेक्झँडरच्या वेळेला झाला, हें प्रसिद्ध आहे. याच्यापूर्वीं आपली व यवनांची ओळख दुरूनच होती. त्यांच्या बुद्धिकौशल्याची आपल्यास माहिती किंवा अनुभव नव्हता. तेव्हां साधारणपणें महाभारताच्या काळाची पूर्वमर्यादा अलेक्झँडरची स्वारी म्हणजे सुमारें इ. स. पूर्व ३२० ही धरावयास पाहिजे. इसवी सन पूर्व ३२० पासून इ.स. ५० पर्यंत हल्लींचें एक लक्ष महाभारत तयार झालें, असें सिद्ध मानण्यास हरकत नाहीं.

दुसरा पुरावा ज्योतिषशास्त्रावरून मिळण्यासारखा आहे. ज्योतिषशास्त्राच्या दोन

म्हणणें आहे. हा शब्द ग्रीक असावा असें आम्हां सही वाटतें. पुरोचन हा यवन होता असेंही दिसतें. सुरुंग लावण्याची युक्ति ग्रीक लोकांच्या युद्धकलेची असावी. या जतुदाहपर्वांत विदुर युधिष्ठिराशीं म्लेंच्छभाषेंत बोलून लाक्षागृहांत जाळण्याच्या प्रयत्नाचा त्यास लोकांस न कळेल असा इषारा देतो, असें वर्णन आहे. परंतु पुढें विदुराचें जें भाषण दिलें आहे तें संस्कृतच असून कूटश्लोकांसारखें आहे. विदुर कोणच्या म्लेंच्छ भाषेंत बोलला, हा एक मोठा प्रश्न आहे. टीकाकारानें प्राकृत भाषेंत तो बोलला, असें सुचविलेलें आहे. परंतु वस्तुतः प्राकृत ही म्लेंच्छांची भाषा नव्हे आणि ती तशी असली तरी ती हिंदुस्थानांत सामान्य लोक बोलत असल्याकारणानें इतर लोकांस ती कळत नव्हती, असें मानणें संभवनीय नाहीं. आमच्या मतें ही भाषा ग्रीक असावी. अलेक्झँडरच्या वेळीं कांहीं काळ पंजाबांत राजभाषा म्हणून कांहीं लोक ग्रीक बोलावयास शिकले असावे, व हल्लीं जसें आपण सामान्य लोकांस कळूं नये म्हणून इंग्रजी बोलतों, त्याप्रमाणें गुप्त कारस्थानाकरितां ग्रीक भाषेचा उपयोग होत असावा. सारांश, या प्रकारच्या प्रचारानंतर महाभारत झालें असावें.

गोष्टी या कालनिर्णयाच्या कामीं उपयोगी पडतात. त्या म्हटल्या म्हणजे राशि व नक्षत्रें. आपल्या मूळ आर्यज्योतिषाची घटना नक्षत्रांवर आहे आणि ग्रीक ज्योतिषाची घटना राशींवर आहे. राशि हिंदुस्थानामध्यें केव्हां आल्या, हें ठरविणें बरेंच निश्चयात्मक रीतीनें शक्य आहे. मेष, वृषभ वगैरे राशी महाभारतांत कोठेंच आलेल्या नाहींत, ही एक मोठी महत्त्वाची पुराव्याची बाब आहे. महाभारतांत जेथें कोठें कालनिर्देश आला आहे, तेथें अमुक गोष्ट अमुक नक्षत्रावर झाली, असा आला आहे. रामायणामध्यें रामाचा जन्म सांगितला आहे, त्यांत राम कर्क लग्नावर पांच ग्रह उच्चस्थानीं असतां झाला, असें म्हटलें आहे. यावरून रामायण हें हिंदुस्थानांत राशी प्रचलित झाल्यानंतर हल्लींच्या स्थितींत आलें, हें निश्चयानें ठरतें. महाभारतामध्यें युधिष्ठिराचा जो जन्मकाल सांगितला आहे, तो राशिव्यतिरिक्त आहे. चन्द्र ज्येष्ठा नक्षत्रावर असतांना, अभिजित् मुहूर्तावर युधिष्ठिराचा जन्म झाला, असें सांगितलें आहे. सारांश, महाभारतांत जेथें तेथें

१ भा. आदि. पान २६० यांत युधिष्ठिराचा जन्मकाल दिला आहे, त्यांत " चन्द्र ज्येष्ठा नक्षत्रीं असून सूर्य तूळराशीस असतां आठव्या अभिजित् मुहूर्तावर" वगैरे वर्णन भाषांतरांत आहे. या वाक्यावरून राशींचें नांव महाभारतांत कोठें नाहीं असा जो आमचा मोठा सिद्धान्त आहे, त्यास बाध येतो असें वाचकांस वाटण्याचा संभव आहे. पण येथें 'सुर्य तूळराशीस असतां' हें वाक्य मूळग्रंथाचें नाहीं. हा मजकूर टीकेंतून घेतला आहे. मूळमहाभारतांत वाक्य आहे तें असें—' ऐन्द्रे चन्द्रसमारोहे मुहूर्तेऽभिजितेऽष्टमे। दिवामध्यगते सूर्ये तिथौ पूर्णेऽतिपूजिते।' या श्लोकांत सूर्य तूळराशीस आहे, असें कोठेंच म्हटलें नाहीं. चतुर्धरानें यावर टीका केलेली आहे ती अशीः—' ऐन्द्रे ज्येष्ठानक्षत्रे अ-

नक्षत्रांचा उल्लेख आहे, राशींचा नाहीं. यावरून राशि हिंदुस्थानांत महाभारताच्या मागाहून प्रचलित झाल्या, हें निर्णयात्मक ठरतें. आपला प्राचीन अमुक एक ग्रंथ जुना आहे किंवा नवीन आहे, हें निश्चयात्मक रीतीनें ठरविण्यास राशींचा उल्लेख हें एक महत्त्वाचें ज्ञापक आहे. या उल्लेखावरून पूर्वकालीन व अर्वाचीन असे जुन्या ग्रंथांचे दोन भाग पडतात. तेव्हां हिंदुस्थानांत राशि प्रचलित कधीं झाल्या, याचा आपण आतां विचार करूं.

राशि ह्या आम्ही ग्रीकांपासून घेतल्या ही गोष्ट बहुतेक निश्चयात्मक आहे. 'भारतीय ज्योतिषशास्त्र'-शंकर बाळकृष्ण दीक्षितकृत पा. १३९ यांत राशि आपल्याकडे इ. स. पूर्व ४५० च्या सुमारास घेतल्या गेल्या, असें ठरविलें आहे. "महाभारतांत श्रवणादि गणना आहे, तिचा काल शक ४५० हा होय आणि भारतांत राशी नाहींत, यावरून शकापूर्वीं सुमारें ५०० पर्यंत मेषादि संज्ञा आमच्या देशांत नव्हत्या." शकापूर्वीं ५०० च्या सुमारास मेषादि संज्ञा आमच्या देशांत प्रचारांत आल्या, असें दीक्षितांचें मत आहे. पण या मतामध्यें बराच फेरबदल करावयास पाहिजे. मेषादि राशींच्या संज्ञा आमच्या देशांत आल्या त्या ग्रीकांचा व आमचा दृढ परिचय झाला त्याच वेळेला आल्या, हें निर्विवाद आहे. तेव्हां ग्रीकांचा आमचा परिचय केव्हां झाला, या गोष्टीचा येथें आणखी ऐतिहासिक विचार या विवेचनांत सामील केला पाहिजे.

हिंदुस्थानामध्यें इसवी सन पूर्व ३२३ व्या वर्षीं अलेक्झँडरनें स्वारी केली, त्या वेळेस ग्रीक लोकांचा व आमचा निकट परिचय झाला व त्यांच्या शौर्याची आम्हांस ओळख पटली. परंतु यावेळीं त्यांच्या ज्योतिषशास्त्राचा दृढ परिचय आम्हांस झाला नाहीं. कारण, शिकंदर परत गेल्यावर ग्रीकसत्तेचें उच्चाटण पंजाबांतून चन्द्रगुप्तानें केलें. यानंतर चन्द्रगुप्ताच्या दरबारीं मेग्यास्थिनीस हा ग्रीकांचा वकील होता व यापुढेंही कांहीं दिवस त्यांचे वकील येथें असत. परंतु हा संबंध परराष्ट्रीय संबंधाच्या प्रकारचा होता; अर्थात् यांत विशेष दृढ परिचय होण्यास कारण नव्हतें. शिकंदराच्या पूर्वीं ग्रीक लोकांचा परिचय आम्हांस मुळींच नव्हता असेंही नाहीं. पारसीक (Persian) लोकांचा बादशहा दाराउस व खुश्रू यांनीं पूर्वेस सिंधपर्यंत मुलूख जिंकला असून पश्चिमेस एशियामायनर किनाऱ्यावरील ग्रीक संस्थानेंही जिंकलीं होतीं. या बादशहाच्या सैन्यांत निरनिराळ्या देशांतील फौजा असून ग्रीक लोकांची फौज व हिंदी लोकांचीही फौज होती व आपले हिंदी लोक त्या बादशहाबरोबर ग्रीकदेशापर्यंतही गेले होते, असा ग्रीक इतिहासांत दाखला आहे. सारांश, इसवी सन पूर्व ५०० शें वर्षेपर्यंत ग्रीकांचा आमचा सहवास असल्याचा दाखला आहे. यापूर्वींही कित्येक शतकें व्यापाराच्या संबंधानें त्यांच्याविषयीं आम्हांस माहिती असावी. याशिवाय अफगाणिस्थानामध्यें ग्रीक लोकांची एक फार जुनी वसाहत असल्याचें अलेक्झँडरच्या वेळीं त्याच्या बरोबरच्या ग्रीक

ष्टमे सवंत्सरारम्भात् अभिजितेऽभिजिति त्रिंशन् मुहूर्तस्यान्होऽष्टमे मुहूर्तें दिवा शुक्लपक्षे मध्यगते तुलागते तिथौ पूर्णे पूर्णायां पंचम्यां अयं योगः।' यांत मध्यगते याचा अर्थ 'तुलायनगते' असा करतां येणार नाहीं. हा एक कूटार्थांच्याच प्रकार आहे. दिवा मध्यगते सूर्ये हें कदाचित् टीकाकारास ज्यास्त वाटलें असल्यानें (कारण, अभिजित् मुहूर्तानें त्याचा बोध होतो असें वाटतें.) त्यानें हा अर्थ केला असावा. पण याचा दुसरा अर्थ संभवनीय आहे. कांहीं असो. मूळांत राशीचें नांव नाहीं हें निर्विवाद आहे.

लोकांस आढळून आलें. याच यवन लोकांचें नांव कांबोजादि म्लेंच्छांबरोभर महाभारतांत वारंवार येतें. या लोकांचे आचारविचार पुष्कळ बदललेले होते. तात्पर्य, इसवीसनपूर्व ८००–९०० पासून शिकंदराच्या वेळेपर्यंत म्हणजे इसवी सन ३०० पर्यंत आम्हांस ग्रीक लोकांची माहिती होती असें दिसतें. हे लोक मुख्यतः अयोनियन जातीचे होते. यामुळेंच ग्रीकांस ' यवन ' ही संज्ञा आपल्या प्राचीन ग्रंथांत आहे. एवढा विस्तारानें उल्लेख करण्याचें कारण पाणिनीच्या सूत्रांमध्यें यवनलिपीचा उल्लेख आलेला आहे हें होय. पाणिनीचा काळ शिकंदराच्या पूर्वींचाच असला पाहिजे. त्यांत यवन शब्द कसा आला ? जर यवनांचा परिचय शिकंदराच्या पूर्वीं नसेल तर पाणिनीचीं सूत्रें शिकंदरानंतरच घालावयास पाहिजेत. पण इसवी सन पूर्व ८००–९०० पर्यंतचा हा आमचा परिचय जुना आहे. तेव्हां तेथपर्यंत पाणिनीचा काळ जाऊं शकतो. पण एवढ्या थोड्या परिचयावरून मेषादिराशी हिंदुस्थानांत येणें शक्य नाहीं. कारण, मेषादिराशी आपल्याकडे येऊन ज्योतिषशास्त्राच्या गणितामध्यें सर्वच खळबळ झालेली आहे. यापूर्वींचें वेदांगज्योतिष नक्षत्रादि सत्तावीस विभागांवर रचलेलें आहे आणि त्याअलीकडील हें सर्व ज्योतिषगणित राशी १२ अंश ३० या पायावर रचलें आहे. तेव्हां इतकी उलटापालट होण्यास ग्रीक लोकांचा आमचा एकत्र सहवास झालेला असला पाहिजे. हा केव्हां झाला हें आतां आपण पाहूं.

सेल्यूकसाचा अंमल हिंदुस्थानांतून नाहींसा झाल्यावर इ. स. पूर्व २०० च्या सुमारास बॅक्ट्रियन ग्रीकलोकांनीं हिंदुस्थानावर स्वाऱ्या करून पंजाबावर पुन्हां राज्य स्थापन केलें. हें त्यांचें राज्य १०० वर्षेंपर्यंत हिंदुस्थानांत टिकलें. ग्रीकांचें व शकांचें साहचर्य प्रसिद्ध आहे. ' शकयवनम् ' हा शब्द यामुळेंच प्रचारांत आलेला होता. त्यांचा प्रसिद्ध राजा मिनँडर हा ' मिलिंद ' नांवानें बौद्धइतिहासांत प्रसिद्ध आहे. त्याच्याच प्रश्नांसंबंधानें ' मिलिंद प्रश्न ' हा बौद्धग्रंथ झाला आहे. या ग्रीकांनंतर किंवा त्याच सुमारास शकांनीं हिंदुस्थानावर स्वाऱ्या केल्या. त्याचे दोन भाग. एक पंजाबांतून मथुरेपर्यंत पसरणारा भाग व दुसरा सिंधकाठेवाडमधून उज्जयिनीकडे माळव्यापर्यंत पसरणारा भाग. या शकांबरोबर ग्रीकलोकही होते. कारण, त्यांचीं राज्यें बॅक्ट्रियांतच होतीं. ग्रीकांचीं सर्व शास्त्रें व कला त्यांस अवगत होत्या. या दुसऱ्या टोळीच्या शकांनीं उज्जयिनी जिंकून तेथें आपलें राज्य स्थापिलें व विक्रमाच्या वंशजांनंतर तीच शकांची राजधानी झाली. त्यांनीं येथें शककाल सुरू केला यामुळेंच त्या कालास ' शक ' ही संज्ञा पडली. शकांचें राज्य उज्जनी, माळवा, काठेवाड येथें सुमारें तीनशें वर्षें चाललें. यांच्याच अमदानींत यवनज्योतिष व भारतीज्योतिषशास्त्रवेत्त्यानीं आपली विद्या एकत्र केली व राश्यंशादिघटित ग्रहगणितास प्रारंभ केला. प्राचीन पंचसिद्धांत येथेंच तयार झाले असावे व ते सर्व राश्यंशघटित गणितावर रचले गेले आहेत. पुढील ब्रह्मसिद्धांत, आर्यसिद्धांत, सूर्यसिद्धांत यांचेच पायावर तयार झाले आहेत. सारांश, अर्वाचीन आर्यज्योतिष ग्रीक ज्योतिषाच्या मदतीनें उज्जनी येथें तयार झालें आणि म्हणूनच सर्व भारती ज्योतिषकार उज्जनीच्या रेखांशास शून्य रेखांश मानितात. ज्याप्रमाणें इंग्रजी ज्योतिषी ग्रिनिचचे रेखांश शून्य मानतात, त्याचप्रमाणें आर्यज्योतिषांना उज्जनीरेखांश शून्य झाले आहेत. प्राचीन वेधशाळा राजाश्रयाखालीं तेथें होती, व तेथें ह-

ल्डींच्या आर्यज्योतिषाचा पाया रचला गेला. हा ज्योतिषशास्त्राचा अभ्यास कांहीं एकदोन वर्षांचा नसावा. कारण, ज्योतिषशास्त्रास अगदींच नवीन स्वरूप आलें आहे, तें केवळ ग्रीक लोकांचें अनुकरण करून आलेलें नाहीं. त्याची वाढ स्वतंत्र रीतीची व स्वतंत्र पद्धतीची आहे. त्यांत ग्रहगणित मुख्य आहेच; पण युगादिकल्पना व गणित हें ग्रीकांहून अगदींच भिन्न आहे. त्यांत कल्पाचा आरंभ ठरवितांना अनेक प्रकारचें गणित तयार करावें लागलें आहे. सारांश, शें-दोनशें वर्षें हिंदुस्थानांत पंजाबापासून माळव्यापर्यंत ज्योतिषशास्त्राचा अभ्यास होत आला असावा व त्याचें शेवटचें स्वरूप राजाश्रयाखालीं उज्जनीस कायम झालें असावें.

राश्यंशादि गणित हिंदुस्थानांत आलें तें याप्रमाणें फार झालें तर इ. स. पूर्व २०० च्या सुमारास आलें, असें इतिहासदृष्ट्या ठरतें. पूर्वीं शंकर बाळकृष्ण दीक्षित यांनीं दिलेला ४५० चा काळ याहून पलीकडचा आहे हें खरें; पण तो कमी करून इ. स. पूर्व २०० मानण्यास हरकत नाहीं. कारण, ती पूर्वमर्यादा आहे. म्हणून त्याच्या अलीकडेही हा काळ असूं शकेल. मात्र त्याच्या पलीकडे जाऊं शकत नाहीं, एवढाच त्याचा अर्थ आहे. ऐतिहासिक माहितीवरून राशी वगैरे प्रचलित झाल्याचा हा अलीकडचा ठरविलेला काळ जर मनांत आणिला, तर महाभारत याच्या पूर्वींचें असलें पाहिजे. कारण, त्यांत राशींचा उल्लेख नाहीं. या दृष्टीनें आम्हीं पूर्वीं दिलेला इ. स. पूर्व २५० हा काळ बहुतेक निश्चित ठरतो. मेग्यास्थिनीसच्या ग्रंथांत ज्या अर्थीं महाभारताचा उल्लेख नाहीं, त्या अर्थीं तो इ. स. पूर्व ३०० च्या अलीकडचा असला पाहिजे, हें पहिलें अनुमान. तसेंच ग्रीक लोकांच्या शूरत्वाचें वर्णन महाभारतांत आहे, यावरूनही त्याचा काल शिकंदरच्या स्वारीच्या अलीकडचा असला पाहिजे. अर्थात् इ. स. पूर्व ३०० च्या अलीकडचा असला पाहिजे. आतां आणखी प्रत्यंतराचें प्रमाण राश्यादि प्रचारांत येण्याचा काळ दोनशें इ. स. पूर्व याहूनही अलीकडचा असूं शकेल हें खरें आहे; पण तो फार झालें तर शंभर वर्षें पुढें ओढतां येईल, यापेक्षां जास्त येणार नाहीं. कारण, ज्यांत राशी वगैरेचें गणित आहे असे जुने सिद्धांतग्रंथ इ. स. पूर्व १०० वर्षांहून अर्वाचीन नसावे, असें शंकर बाळकृष्ण यांनीं दाखविलें आहे. तेव्हां फार झालें तर महाभारताच्या काळाची अलीकडची मर्यादा इ. स. पूर्व १०० वर्षें इतकी धरतां येईल.

हा विषय अतिशय महत्त्वाचा असल्याकारणानें सामान्य वाचकांस तो पूर्णपणें कळावा, यासाठीं तो येथें विस्तारानें लिहिणें अवश्य आहे. ज्या ग्रंथांत राशींचा उल्लेख नाहीं, म्हणजे उल्लेख होणें जरूर असून केवळ नक्षत्रांचाच उल्लेख आहे, ते ग्रंथ इसवी सन पूर्व २०० च्या सुमाराच्या पलीकडचे असावे, असें आमचें म्हणणें आहे. कारण, मेषादि राशि या मूळच्या आमच्या नसून त्या आम्हीं ग्रीकांपासून या सुमारास घेतल्या. शंकर बाळकृष्ण दीक्षित यांचा आमचा येथें थोडा मतभेद आहे. तो एवढाच कीं, राशी आम्हीं ग्रीकांपासून घेतल्या नसून इ. स. पूर्व ४४६ च्या सुमारास या राशी आम्हीं शोधून काढल्या असें ते म्हणतात. बाकी यापूर्वीं राशी आपल्यांत नव्हत्या, हें त्यांनाही मान्य आहे. मेष, वृषभ इत्यादि राशींचीं नांवें आणि ग्रीक लोकांच्या राशींचीं नांवें एकच आहेत, हें लक्षांत घेतलें पाहिजे; व त्या आकृति काल्पनिक आहेत. तेव्हां एकच आकृतींच्या कल्पना दोन

ठिकाणीं उत्पन्न होणें हें असंभवनीय आहे. याजवरून राशी ग्रीकांपासून आम्हीं घेतल्या, हें विशेष संभवनीय दिसतें. पण ग्रीकांपासून आम्हीं राशी घेतल्या असें मानलें, तर ग्रीकांच्या पूर्वींचा काळ राशींच्या प्रचाराचा दीक्षितांनीं गणितावरून कसा काढला, हा प्रश्न येथें उद्भवतो व त्याचा येथें विचार केला पाहिजे. राशींची सुरुवात मेषापासून होते व नक्षत्रांशीं त्यांची सांगड घातलेली आहे, ती अश्विनीपासून आहे. तेव्हां वसंतसंपात मेषप्रारंभीं जेव्हां अश्विनीनक्षत्रांत होता, तेव्हां हा मेळ हिंदुस्थानांत घातला गेला असावा, असें अनुमान निघतें. वसंतसंपातास मागें गति आहे. म्हणजे पूर्वीं ज्या काळीं मेष, वृषभ इत्यादि राशींची सुरुवात ज्या बिंदूपासून मानली होती, तो बिंदु अश्विनीनक्षत्रापासून पाठीमागें येत चालला आहे. हल्लीं हा मेषारंभाचा बिंदु रेवतीनक्षत्राच्या मागेंही गेलेला आहे. ही गति सरासरीं ७२ वर्षांनीं एक अंश अशा प्रमाणानें आहे. याजवरून मेषारंभ अश्विनीनक्षत्रांशीं केव्हां होता, हें हल्लींच्या स्थितिवरून आपल्यास निश्चयानें काढतां येतें. असा हिशोब करतांना इसवी सन पूर्व ४४६ हें वर्ष दीक्षितांनीं काढलें आहे. पण येथें आपणास थोडासा नक्षत्रांचा जास्त विचार करावयास पाहिजे.

वेदांमध्यें नक्षत्रांची गणना आहे ती कृत्तिकापासून आहे; म्हणजे कृत्तिका, रोहिणी, मृग वगैरे नक्षत्रगणना जेथें कोठें नक्षत्रांचीं नावें आलेलीं आहेत, तेथें दिलेली सांपडते. पुढें कांहीं एका काळीं भरणी, कृत्तिका अशी गणना असावी, असें दिसतें. या दोन्ही गणना महाभारतामध्यें सांगितलेल्या आहेत. अनुशासनपर्व अध्याय ६४ व ८९ यांत कृत्तिकादि सर्व नक्षत्रें सांगितलीं आहेत. परंतु आणखी एका ठिकाणीं श्रवण सर्व नक्षत्रांच्या प्रारंभीं आहे, असें सांगितलेलें आढळतें. अश्वमेधपर्व अध्याय ४४ यांत ‘ श्रवणादीनि ऋक्षाणि ’ असें म्हटलें आहे. यांत नक्षत्रांचा प्रारंभ श्रवणापासून आहे. म्हणजे श्रवण नक्षत्रावर उदगयन आहे, तेव्हां नक्षत्रांचा प्रारंभ भरणीपासून मानावयास हरकत नाहीं. कारण, वेदांगज्योतिषांत उदगयन धनिष्ठा नक्षत्रावर सांगितलें आहे. अर्थातच कृत्तिकांच्या पूर्वीं सातव्या नक्षत्रावर सांगितलें आहे. तें एक नक्षत्र पूर्वीं आलें म्हणजे साहजिकच एक नक्षत्रप्रारंभ कृत्तिकांच्या मागें सरला. म्हणजे भरणीपासून नक्षत्रप्रारंभ धरूं लागले. याच्यानंतर अश्विनीपासून नक्षत्रप्रारंभ धरूं लागले व तीच पद्धति हल्लीं चालू आहे. म्हणजे अश्विनी, भरणी असाच नक्षत्रांचा क्रम लोकांत प्रचलित आहे. या क्रमाचा दाखला महाभारतांत मिळत नाहीं. यावरून महाभारत याच्यापूर्वींचें आहे, हें उघड आहे. ज्योतिषशास्त्रास नवीन स्वरूप प्राप्त झालें व राशि, अंश इत्यादिकांवर गणित होऊं लागलें, तेव्हांचा हा क्रम आहे हें उघड आहे आणि हाच क्रम सिद्धांतापासून अलीकडच्या सर्व ज्योतिषग्रंथांत दिलेला आढळतो. म्हणजे मेषादि राशींचा आरंभ ज्या वेळीं अश्विनीनक्षत्रांत होता, त्या वेळीं ही पद्धति अमलांत आली हें उघड आहे.

आतां मेषादि राशि आणि अश्विन्यादि नक्षत्रें यांची परिगणना केव्हां सुरू झाली, याचा हिशोब करतांना मेष राशि व अश्विनीचा प्रत्यक्ष तारा यांचा मेळ घालून दीक्षितांनीं गणित केलें आहे, हें पूर्वीं सांगितलेंच आहे. परंतु मेषाचा आरंभ ऐन अश्विनी नक्षत्राशींच होता, तेव्हां ही गणना सुरू झाली, असें मानण्याची जरूरी नाहीं. नवीन गणितपद्धति अमलांत येण्यास बराच काळ लागलेला असावा; म्हणजे हा काळ एखाद्या वर्षा-

चा नाहीं, तर कित्येक वर्षांचा असला पाहिजे. याशिवाय हेंही लक्षांत घेतलें पाहिजे कीं, अश्विनीनक्षत्र तेरा अंशांचें आहे, म्हणजे एक सबंध चक्र ३६० अंशांचें सत्तावीस नक्षत्रांत विभागलें गेलें, म्हणजे एका नक्षत्रास तेरा अंश पडतात. नक्षत्रांचे पादसुद्धां याच कल्पनेनें पाडले गेलेले आहेत. एक मेषरास सव्वादोन नक्षत्रांची असते. म्हणजे अर्थातच सत्तावीस नक्षत्रें बारा राशींत विभागलीं असतां एका राशीला सव्वादोन नक्षत्रें पडतात. यासाठीं नक्षत्रांचे पाद म्हणजे एक चतुर्थांश भाग पाडलेले आहेत. नक्षत्रचक्रास किंवा राशिचक्रास प्रारंभ एका बिंदूपासूनच कल्पनेनें धरावा लागतो. हा प्रारंभ आर्यज्योतिषांत कोणचा धरलेला आहे, यासंबंधानेंही फार मतभेद आहे. सारांश, मेषारंभ ऐन अश्विनीनक्षत्रांत नसतां त्याच्या पाठीमागें कांहीं अंश असला, तरी नक्षत्रगणना अश्विनीपासूनच धरणें शक्य होतें. आमच्या म्हणण्याचा सारांश असा कीं, ज्यावेळेस राशिअंशादि ज्योतिषपद्धति सुरू झाली, त्यावेळेस मेषादि राशींचा प्रारंभ अश्विनी नक्षत्राच्या कांहीं अंश मागें होता, असें मानण्यास हरकत नाहीं. एक अंश मागें हटण्यास संपातबिंदूस बहात्तर (७२) वर्षे लागतात, असा सरासरीनें नियम घेतला, तर तीनशें वर्षांत सरासरी चार अंश होतात. तर अश्विनी नक्षत्राच्या मागें चार अंश मेषारंभ असतांना ही मेषादि गणना आपल्या आर्यलोकांत सुरू झाली, असें मानण्यास कांहीं प्रत्यवाय नाहीं. इसवी सन पूर्व दोनशेंच्या सुमारास राश्यादि पद्धति आमच्या लोकांमध्यें घेतली गेली, असें वरील ऐतिहासिक प्रमाणावरून मानलें, तरी सुद्धां मेषादि राशींचा अश्विनीआदि नक्षत्रांशींच मेळ घालणें संभवनीय होतें. तेव्हां आपल्या इकडे राशींचा प्रचार होण्याचा सुमारें हाच काल मानण्यास हरकत नाहीं.

ग्रीक अथवा यवन लोकांपासून आम्हीं कांहींच घेतलें नाहीं, असा कित्येक लोकांचा आग्रह आहे. परंतु ग्रहगणिताची मुख्य किल्ली आम्हीं ग्रीकांपासून घेतली, असें शंकर बाळकृष्ण दीक्षित यांसही कबूल आहे. अमुक वेळीं अमुक ग्रह आकाशांत कोणत्या ठिकाणीं आहे, हें गणितानें काढण्याची पद्धति आपल्यांत पूर्वीं नव्हती. भारतीयज्योतिषशास्त्रांत ग्रहांची मध्यम स्थिति काढण्याची कला ज्ञात होती, परंतु ग्रहांची प्रत्यक्ष स्थिति मध्यमस्थितीच्या मागें पुढें असते. त्यामुळें मध्यमस्थितीहून स्पष्टस्थिति काढण्यास कांहीं संस्कार करावा लागतो. हा केन्द्रानुसारी फलसंस्कार आम्हीं ग्रीकांपासून घेतला, हें दीक्षितांस मान्य आहे. (भा. ज्यो. पा ५१६) ज्यावेळीं ग्रीकांचा हिंदुस्थानांत प्रवेश होऊन बराच प्रसार झाला असें आम्हीं ऐतिहासिक प्रमाणांवरून दाखविलें आहे, त्याचवेळीं आपल्याकडे हें तत्त्व घेतलें गेलें असावें, असा दीक्षितांचाही अभिप्राय आहे. "हें तत्त्व हिपार्कस्च्या पूर्वीं म्हणजे इसवीसनापूर्वीं तिसऱ्या किंवा दुसऱ्या शतकांत ग्रीकांचा या देशांत बराच प्रचार होता तेव्हां आलें असावें," असें दीक्षितांनीं पान ५१६ भारतीय ज्योतिषशास्त्र यांत म्हटलें आहे. सारांश, इसवी सन पूर्व २०० या सुमारास भारतीय ज्योतिषास ग्रीक ज्योतिषाची मदत मिळून नवीन स्पष्टग्रह काढण्याची पद्धति सुरू झाली, त्याच वेळीं आमच्या लोकांनीं ग्रीक लोकांपासून राशी घेतल्या, असें मानणें सयुक्तिक दिसतें. या पूर्वीं २०० वर्षे राशी आम्हीं आपल्या कल्पनेनें काढल्या असें मानण्याची आवश्यकता नाहीं, व इ. स. पू. २०० च्या सुमारास राशी प्रचारांत आल्या

असें मानलें तरी मेषारंभ अश्विनीताऱ्याच्या मागें सरासरी चार अंशच असल्यामुळें अश्विनीनक्षत्राशींच मेषारंभाचा मेळ घालणें शक्य होतें. इसवी सन पूर्व ४४६ हें अश्विनी ताऱ्याच्या व मेषारंभाच्या मेळाचें वर्ष दीक्षितांनीं काढलें आहे, त्याहून हा काळ म्हणजे इसवी सन पूर्व २०० सुमाराचा काळ २४६ वर्षांनीं अलीकडे आहे. एवढ्या मुदतींत मेषारंभ साडेतीन अंशांनीं (बहात्तर वर्षास एक अंश या हिशोबानें) अलीकडे येतो, पण एवढ्या थोड्या फरकानें मेषादि राशींची व अश्विन्यादि नक्षत्रांची ताटातूट होऊं शकत नाहीं. शिवाय राशींचा प्रचार हिंदुस्थानांत होण्याचा काळ जो इसवी सन पूर्व २०० आम्हीं धरला आहे, तो दीक्षितांच्या मताला विशेष सोडूनही नाहीं. कारण, याचवेळीं त्यांच्याच मताप्रमाणेंही ग्रीक ज्योतिषांचें मुख्य तत्त्व (केन्द्रानुसारी फलसंस्कार) हिंदुस्थानांतलि ज्योतिष्यांनीं घेतलें.

इसवी सन पूर्व ४४५ च्या सुमारास हिंदुस्थानांत राशि प्रचारांत आल्या, हें दीक्षित यांचें मत इतर प्रमाणांवरूनही बरोबर वाटत नाहीं. बौद्ध धर्मग्रंथ त्रिपीटक यांतही राशींचा उल्लेख नाहीं; म्हणजे कोणताही काळ सांगण्याचा प्रकार नक्षत्रावरच आहे. अमुक नक्षत्रावर अमुक काम करावें, अमुक नक्षत्रावर गेलों, अमुक नक्षत्रावर परत आलों, असे उल्लेख महाभारताप्रमाणेंच त्यांत दृष्टीस पडतात.

पुष्येण संप्रयातोऽस्मि श्रवणे पुनरागतः ।

'पुष्य नक्षत्रावर गेलों व श्रवणावर परत आलों,' या बलरामाच्या वाक्याप्रमाणेंच नक्षत्रांचे उल्लेख त्रिपिटकांत आहेत. राशींचे उल्लेख हल्लीं लग्नें व संक्रान्ति यांमध्यें वारंवार येतात, हें आपण लक्षांत घेतलें पाहिजे. लग्नें व संक्रान्तिं राशींवरच बांधलेलीं आहेत. अशीं लग्नें व संक्रान्ति त्रिपीटकांत नाहींत. त्रिपीटकांचा काळ निश्चित आहे. बुद्ध इसवी सन पूर्व ४७५ त मेला आणि त्याच्या नंतर अशोकापर्यंत बौद्धग्रंथ तयार झाले. तेव्हां राशींचा प्रचार अशोकानंतर झाला असावा, असें मानण्यास जागा आहे. दुसरें सरस्वतीआख्यानांत गर्गऋषींचा उल्लेख आहे (अध्याय ३७ शल्यपर्व) तो असाः—" तपश्चर्येच्या योगानें वृद्ध गर्गमुनीनें सरस्वतीच्या पवित्र तीरावर कालज्ञानगति, ताऱ्यांची घडामोड आणि दारुण व शुभकारक असे उत्पात यांचें ज्ञान संपादन केलें. " हा गर्ग बहुधा दुसरा असावा. गर्ग पाराशर नांवाचा एक ज्योतिषी पाणिनीच्या सूत्रांत उल्लेखित आहे, त्याहून हा निराळा असला पाहिजे. म्हणूनच यास ' वृद्ध गर्ग ' म्हटलें आहे, असें वाटतें. हल्लीं उपलब्ध असलेला गर्गसंहिता नांवाचा ग्रंथ आहे तो याचाच वाढलेला किंवा तसाच असो किंवा नसो. त्यांत यवनांनीं साकेताला (अयोध्येला) वेढा दिल्याचा दाखला असल्यामुळें ग्रीक राजा मीनँडर (मिलिंद) याच्या वेळचा म्हणजे इसवी सन पूर्व १४५ असा या ग्रंथाचा शेवटचा काळ ठरतो. या संहितेंतही राशींचें नांव नाहीं. तेव्हां १४५ इसवी सन पूर्वच्या नंतर राशी प्रचारांत आल्या, असें मानावें लागेल. सारांश, इसवी सन पूर्व ४४५ हा राशी प्रचारांत येण्याचा काळ ठरूं शकत नाहीं.

असो, तर याप्रमाणें सौतीच्या महाभारताची म्हणजे हल्लींच्या एक लक्ष ग्रंथाच्या महाभारताची कालमर्यादा अलीकडची व पलीकडची येणेंप्रमाणें ठरते. (१) बाह्य प्रमाण महाराज " सर्वनाथ " यांचा शिलालेख इसवी सन ४४५ यांत " शतसाहस्र्यां भारतीसंहितायां " असा उल्लेख आहे. ही शेवटची मर्यादा. (२) याच्या पूर्वींही हिंदुस्थानांत आलेला ग्रीक वक्ता डायॉनक्रायसोस्टोम् या-

च्या लेखांतील एक लक्ष श्लोकांचें इलियड् ही दुसरी मर्यादा होय. या दुसऱ्या बाह्य प्रमाणावरून महाभारताचा काल इसवी सन ९० च्या अलीकडे येऊं शकतच नाहीं. (३) राशींच्या उल्लेखाचा अभाव. दीक्षितांच्या मतें इ. स. पूर्वी ४४९ च्या सुमारास राशि प्रचारांत आल्या. परंतु आमच्या मतें त्या इसवी सन पूर्व २०० च्या सुमारास किंवा १९० च्या सुमारास आल्या. ही तिसरी मर्यादा. म्हणजे यापूर्वी महाभारत तयार झालें असावें. उल्लेखाचा अभाव हें प्रमाण जरा लंगडें आहे. तथापि राशींचा उल्लेख येणें अवश्य असल्यानें त्याचा येथें समावेश केला आहे. सारांश, इ. स. ४४९ पासून इ. स. ९० व त्यावरून इ. स. पू. २०० येथपर्यंत आपण अलीकडची कालमर्यादा सकुंचित करीत आलों. आतां आपण पलीकडची मर्यादा पाहूं. महाभारतांत ग्रीकांच्या शौर्याची व बुद्धिमत्तेची प्रशंसा स्पष्ट आहे. अशी प्रशंसा शिकंदराच्या स्वारीनंतरच होणें शक्य आहे. अर्थात् शिकंदराची स्वारी इ. स. पू. ३२१ त झाली. त्यानंतरचें महाभारत असलें पाहिजे (हा विचार संपूर्ण करण्यापूर्वी आणखी अंतस्थ व बाह्य साधक प्रमाणें आहेत, त्यांचा आपण पुढें उल्लेख करूं.) या सर्वांचा निष्कर्ष असा कीं, हल्लींचें महाभारत इ. स. पू. ३२० पासून २०० पर्यंत अस्तित्वांत आलें. हाच सिद्धांत लो० टिळक यांनीं आपल्या " गीतारहस्य " ग्रंथांत मान्य केला आहे. हाच निर्णय इतर कित्येक ग्रंथकारांना मान्य आहे. तथापि कांहीं नामांकित पाश्चात्य ग्रंथकार त्याच्या विरुद्ध मत प्रतिपादितात, तरी त्याचाही येथें विचार करणें प्राप्त आहे.

एवढा वेळपर्यंत आम्हीं जें प्रतिपादन केलें, त्यांतील एक विशेष वाचकांस सांगितला पाहिजे. महाभारतांत सौतीच्या कालानंतर कांहींच भर पडली नाहीं. लाखांत दहापांचच श्लोक मागाहूनचे असावे, असा आमचा सिद्धांत आहे. हा सिद्धांत सौतीनें दिलेल्या ग्रंथसंख्येंत पूर्वी सांगितल्याप्रमाणें हल्लीं श्लोकसंख्या कमीच आहे, या मुद्यावर बसविला आहे. या सिद्धान्तावरून असें ठरतें कीं, महाभारतांतील कोणत्याही श्लोकावरून एखादें अनुमान निघणारें असेल तर तें सर्व ग्रंथाला लागू पडतें; तें तेवढ्याच श्लोकापुरतें आहे असें आम्हीं समजत नाहीं. तेवढाच श्लोक मागाहूनचा किंवा प्रक्षिप्त असें आम्ही मानीत नाहीं. प्रक्षिप्त म्हणून कित्येक लोक बाधक वाक्यांतून पळून जाण्याचा प्रयत्न करतात, तसा आम्हीं सहसा करीत नाहीं.[1] महाभारतांत कांहीं भाग जुने आ-

१ सौतीच्या महाभारतानंतर त्यांत कांहीं अधिक प्रक्षेप झाला नाहीं. तेव्हां अमुक वाक्य प्रक्षिप्त असें आम्ही सहसा म्हणणार नाहीं. यांतील सहसा शब्दाचा थोडासा खुलासा करावयास पाहिजे. सौतीनें हरिवंशाची संख्या बाराहजार दिली असून हल्लीं हरिवंशांत संख्या १५४८५ आहे. म्हणजे यांत ३४८५ श्लोक वाढले आहेत. तेव्हां हरिवंशांतील एखादा श्लोक पुढें आल्यास त्या संबंधानें शंका येणें शक्य आहे. हीच गोष्ट वनपर्व व द्रोणपर्व यासंबंधानें थोड्या अंशानें म्हणावी लागेल. वनपर्वांत सौतीनें ११६६४ श्लोक सांगितले आहेत, परंतु हल्लीं ११८५४ आहेत, म्हणजे कायते २०० श्लोक वाढले आहेत आणि द्रोणपर्वांत ८९०९ मुळांत श्लोक सांगितले असून ९५९३ आहेत. तात्पर्य, द्रोणपर्वांत सर्वांत अधिक श्लोकसंख्या वाढली आहे. तेव्हां द्रोणपर्वांतील एखादें वाक्य पुढें आल्यास त्यासंबंधानें शंका प्रदर्शित करण्यास जागा आहे. हें अनुमान आंकड्यावरून बसविलेलें विचारांत घेण्यासारखें आहे. सभापर्व व विराटपर्व यांतही कांहीं श्लोक वाढले आहेत, हें येथें सांगितलें पाहिजे. आरंभीं पा. ३ वर दिलेलें कोष्टक पाहावें. तथापि महाभारतांतील अमुक श्लोक प्रक्षिप्त हें आम्हीं सहसा म्हणणार नाहीं, हेंच खरें.

हेत व कांहीं सौतीच्या वेळचे आहेत. अर्थात्, इसवी सन पूर्व २०० याच्या पुष्कळ पूर्वींचे भाग महाभारतात आहेत. पण त्याच्या अलीकडचा भाग एकही नाहीं, असें आम्हीं मानतों. येथें एवढा प्रस्ताव करून आपण पुढच्या विषयाकडे वळूं.

उपोद्‌घातांत महाभारताचा काळ ठरवितांना अन्तःप्रमाणें सांगितलीं आहेत, त्यांत " महाभारतांत कोणकोणत्या प्राचीन ग्रंथांचीं नांवें आलीं आहेत हें सर्व विविक्त केलें जावें. वेद, उपवेद, अंगें, उपांगें, ब्राह्मणें, उपनिषदें, सूत्रें, धर्मशास्त्रें, पुराणें, इतिहास व काव्यनाटकें यांपैकीं कशाकशांचा उल्लेख महाभारतांत आहे, हें पाहून त्यांतील नामनिर्देशास प्रथमस्थान अन्तःप्रमाणांत दिलें पाहिजे, हें उघड आहे, " असें म्हटलें आहे. याचा ऊहापोह हॉप्‌किन्सनें केला आहे. तरी त्याच्या ग्रंथाचें तात्पर्य जमेस धरून या प्रमाणांचा आपण येथें क्रमशः विचार करूं. काव्यनाटकांचा महाभारतांत उल्लेख असेल, पण नट, शैलूषी इत्यादिकांचा उल्लेख आला तरी कोणत्याही नाटकग्रंथाचा मुळींच नाहीं. यानंतर सूत्रें, धर्मशास्त्रें व पुराणें यांपैकीं कोणत्या ग्रंथांचा उल्लेख महाभारतांत सांपडतो, त्याचा आपण येथें ऊहापोह करूं.

" ब्रह्मसूत्रपदैश्चैव " या गीतेंतील (गी. अ. १३. ४) श्लोकपादांत ब्रह्मसूत्राचें नांव आलेलें आहे. हें ब्रह्मसूत्र कोणतें, हा महत्त्वाचा प्रश्न पुढें येतो. हल्लींचें बादरायणकृत ' वेदान्तसूत्र ' हेंच तें असेल, तर त्याजवरून महाभारताच्या काळाचाच नव्हे, तर जी भगवद्गीता महाभारताचा अतिशय प्राचीन भाग आहे असें आम्हीं म्हटलें आहे, त्या भगवद्गीतेचाही काळ ठरून तीस बरीच अलीकडे ओढावी लागेल. यास्तव या प्रश्नाचा येथें सविस्तर विचार केला पाहिजे. बादरायणाचीं वेदान्तसूत्रें यांचा काळ बहुतेक ठरल्यासारखा आहे. हीं इसवी सनपूर्व १५० पासून १०० पर्यंत तयार झालेलीं असावीं. यांत बौद्ध व जैन मतांचें सणसणीत खंडन आहे. यांत पाशुपत व पांचरात्र मतांचेंही खंडन आहे. तसेंच सांख्य व योग या मतांचेंही खंडन आहे. तेव्हां हा ग्रंथ बौद्ध व जैन मतांच्या पाडावानंतर झालेला असावा. म्हणजे मौर्यवंश उच्छेद पावून पुष्पमित्र व अग्निमित्र ह्या राजांनीं मगधांचें राज्य इसवी सन पूर्व १५० च्या सुमारास काबीज केल्यानंतर हा ग्रंथ झाला असावा. हे सम्राट् पूर्ण सनातनधर्माभिमानी होते. यांनीं बौद्धधर्माचा पाडाव करून यज्ञादि कर्में पुन्हां सुरू केलीं होतीं. त्यांनीं अश्वमेधही केला होता. सारांश, हिंदुधर्माचा त्यांच्या वेळीं पूर्ण विजय झाला होता. या त्यांच्या वेळीं वेदान्ततत्त्वज्ञानाचें प्राबल्य प्रस्थापित झालें होतें. त्यांच्या वेळच्या (इ. स. पू. १००) या ग्रंथांचा उल्लेख महाभारतांतील गीतेच्या श्लोकांत येणें, हें आश्चर्यकारक होय. कारण, महाभारतांत सुद्धां आम्हीं पूर्वीं सांगितल्याप्रमाणें बौद्ध व जैन मताचें खंडन नाहीं; तसेंच पांचरात्र व पाशुपत, सांख्य व योग या मतांचेंही खंडन नसून त्या सर्वांचा मेळ घातलेला आहे. अशा स्थितींत महाभारत वेदान्तसूत्रांच्या पूर्वींचें असावें असें दिसतें. भगवद्गीता त्याही पूर्वींची. तींत वेदान्तसूत्रांचा उल्लेख असल्यास महाभारताचा व भगवद्गीतेचाही काळ इसवी सन पूर्व १५० च्या अलीकडे मानावा लागेल. तेव्हां हें कोडें कसें उलगडतें हा येथें महत्त्वाचा प्रश्न आहे.

गीतेमध्यें वेदान्तसूत्रांचा उल्लेख आहे असें म्हणणारे प्रोफेसर मॅक्सम्युलर आणि प्रो. अंमळनेरकर हे या श्लोकासंबंधानें काय म्हणतात

तें आपण पाहूं. हा श्लोक समग्र असा आहेः—

ऋषिभिर्बहुधा गीतं छंदोभिर्विविधैः पृथक्।
ब्रह्मसूत्रपदैश्चैव हेतुमद्भिर्विनिश्चितैः ॥

प्रो० मजकूर म्हणतात—“ या श्लोकांतील ‘ ब्रह्मसूत्रपदैः ’ हा शब्द वेदान्तसूत्रांना लागू पडतो; मग शंकराचार्यादि टीकाकार कांहीं म्हणोत. वेदान्तसूत्रांत भगवद्गीतेंतील वचनांचा आधार स्मृति म्हणून घेतलेला आहे, तर इतकेंच म्हणतां येईल कीं, हीं वचनें भगवद्गीतेनेंही दुसरीकडून घेतलीं आहेत. किंवा फार झालें तर दोन्ही म्हणजे भगवद्गीता व वेदान्तसूत्रें एकाच वेळचीं किंवा एकाच कर्त्याचीं असें मानतां येईल. हा विषय वेद व स्मृतीमधून ऋषींनीं व आचार्यांनीं प्रतिपादित केलेला आहे, असा या श्लोकाचा अर्थ आहे. ” वरील समग्र म्हणणें चुकीचें आहे हें येथें दाखविलें म्हणजे आपली अडचण मिटेल. “ ब्रह्मसूत्रपदैः ” याचा शंकराचार्यांनीं काय अर्थ केला आहे, हें प्रथम पाहूं. ‘ ब्रह्मणः सूचकानि वाक्यानि पद्यते गम्यते ज्ञायते ब्रह्मेति तानि ब्रह्मसूत्रपदेन सूच्यन्ते ’ अर्थात् ब्रह्माविषयीं विचार केलेल्या उपनिषद्वाक्यांचा येथें आचार्यांनीं समावेश केला आहे. हाच आचार्यांनीं केलेला अर्थ खरा कसा आहे, हें आपण पाहूं. प्रोफेसर मॅक्समुल्लर यांचें म्हणणें त्यांच्याच उलट असें लावतां येईल कीं, भगवद्गीतेंत ब्रह्मसूत्रशब्द वापरला आहे, तो बादरायणांचें वेदान्तसूत्र यासच कसा लागू होतो ? कारण, या सूत्रास ‘ ब्रह्मसूत्र ’ असें नांव कोठेंच दिलेलें नाहीं. आचार्यांनीं त्यास वेदान्त-मीमांसा-शास्त्र म्हटलें आहे तेव्हां जर प्रो० मॅक्समुल्लर असें म्हणत असतील कीं, बादरायणसूत्रांत स्मृति म्हणून घेतलेलीं भगवद्गीतेंतील वाक्यें भगवद्गीतेनें दुसरीकडून घेतलेलीं असावीं, तर आपल्यास असेंहि म्हणतां येतें कीं, पूर्वीं एखादें ‘ ब्रह्मसूत्र ’ असून वेदान्तसूत्रांत तीं सामील केलेलीं असावीं. यापूर्वीं अनेक सूत्रें होतीं, ही गोष्ट निर्विवाद आहे. पाणिनीनें नव्या व जुन्या सूत्रांचा उल्लेख केलेला आहे. असो. दोहोंचे कर्ते एक आहेत हें पुढें सांगितल्याप्रमाणें मानतां येत नाहीं. दुसरें, श्लोकाचा नीट अर्थ केला तर प्रो० मॅक्समुल्लर व अंमळनेळकर म्हणतात तसा त्याचा अर्थही होत नाहीं. या श्लोकांत वेद व स्मृति अशा दोन ग्रंथांचाही उल्लेख नाहीं व ऋषि आणि आचार्य अशा दोन कर्त्यांचाही उल्लेख नाहीं. ‘ऋषिभिः’ ही कर्तरि तृतीया दोन्हीकडे लागू करावयास पाहिजे. म्हणजे ‘ऋषिभिः छंदोभिर्गीतं’ आणि ‘ ऋषिभिः ब्रह्मसूत्रपदैः गीतं ’ असाच अन्वय लावला पाहिजे. ‘ब्रह्मसूत्रपदैः’ ही करणे तृतीया आहे. या वाक्यांत कर्ता सांगितलेला नाहीं, तो ‘ आचार्यैः ’ असा बाहेरून प्रोफेसर मजकूर घेतात, तसा त्यांस घेण्याचा अधिकार नाहीं. ‘ ऋषिभिः ’ हाच कर्ता मागच्या वाक्यांतील घेतला पाहिजे. अर्थात्, यांत ऋषि व आचार्य असे दोन कर्ते सांगितलेले नाहींत. यास्तव वेदान्तसूत्रांचा येथें बोध होऊं शकत नाहीं. वेदान्तसूत्रांचा कर्ता बादरायण यास ‘ आचार्य ’ ही संज्ञा आहे, ‘ ऋषि ’ ही संज्ञा नाहीं. जसा येथें कर्त्यांचा भेद निष्पन्न होत नाहीं, तसा येथें ग्रंथाचा भेदही निष्पन्न होत नाहीं. वेद व स्मृति अशा दोन ग्रंथांचा उल्लेख येथें नाहीं. ‘ छंदोभिः ’ शब्दानें वेद समग्र घेतां येत नाहींत. ‘ छंदोभिः ’ म्हणजे कविताबद्ध वेदमंत्र, अर्थात् वेदसंहिता यांचा बोध होतो; व याच्या उलट साहाजिकच ‘ ब्रह्मसूत्रपदैः ’ या शब्दानें वेदांच्या गद्य भागाचा म्हणजे ब्राह्मणांचाच उल्लेख होतो. तात्पर्य, ग्रंथभेद येथें नाहीं. ग्रंथ वेदच होय. त्याच्या छंदोबद्ध मंत्रभागांत ‘ विविधैः पृथक् ’

म्हणजे निरनिराळ्या ठिकाणीं तुटक व वेदांच्या ब्राह्मणभागांत ‘ विनिश्चितैः हेतुमद्भिः ’ म्हणजे निश्चितार्थानें हेतु अथवा कारणोपपादन देऊन समर्थन केलेलीं ब्रह्मप्रतिपादक वचनें आहेत, त्यांत ऋषींनीं ब्रह्म गाइलेलें आहे, असा या श्लोकाचा अर्थ आहे. तेव्हां ब्रह्मसूत्रपदानें बादरायणाचार्यांनीं केलेल्या वेदान्तसूत्रांचा येथें उल्लेख नाहीं, असेंच ठरतें.

सूत्रशब्दानें विवक्षित अतिशय लहान लहान निश्चयार्थक वाक्यांत सांगितलेले पाणिनीच्या सूत्रासारखे ग्रंथ असा अर्थ उत्पन्न होतो व म्हणूनच वेदान्तसूत्रें येथें घ्यावीं, असा आक्षेप वाचकांच्या मनांत येण्याचा संभव आहे. तात्पर्य सूत्रशब्द गद्य उपनिषद्भागास लागूं शकत नाहीं, असें कदाचित् कोणी म्हणेल. परंतु सूत्रशब्दाचा हा अर्थ अलीकडचा आहे. सूत्रशब्दानें ‘ एक विवक्षित विषय घेऊन प्रतिपादिलेला ग्रंथ ’ असा त्या काळीं अर्थ होता, हें आपल्याला निश्चयानें सांगतां येतें. बौद्धांनीं व जैनांनीं सूत्रशब्द अशाच अर्थी वापरलेला आहे. त्यांचीं सूत्रें अथवा सुत्तें पाणिनीच्या सूत्रासारखीं नसून उपनिषद्भागासारखींच गद्यग्रंथमय आहेत. त्यांचें स्वरूप ‘ हेतुमद्भिः विनिश्चितैः ’ म्हणजे निश्चयस्वरूप सांगितलेले हेतु अथवा ज्यांत उपपत्ति दिलेले सिद्धान्त सांगितले आहेत असेंच आहे. अतिशय लहान वाक्यें त्यांत असावीं, असा त्यांचा निर्बंध नव्हता. तात्पर्य, भगवद्गीता ही पाणिनीच्याही पूर्वींची होती. त्यांतील सूत्रशब्द ब्रह्मजालसुत्त वगैरे बौद्ध सूत्राप्रमाणें असलेल्या उपनिषद्गद्यभागाचाच वाचक आहे, असें मानलें पाहिजे. महाभारताचा व वेदान्तसूत्रांचा कर्ता एकच आहे, हीही कल्पना चुकीची आहे. वेदान्तसूत्रकर्ता व्यास हा बादरायण व्यास आहे आणि महाभारताचा कर्ता द्वैपायन व्यास आहे. महाभारतांत बादरायण हें नांव कोठेंही आलेलें नाहीं. (आदिपर्वाच्या भाषांतरांत क्वचित् प्रसंगीं कृष्णद्वैपायन व्यासास बादरायण शब्दानें संबोधिलें आहे, तरी ही भाषान्तरकाराची चुकी आहे, किंवा त्याचा हा अवतार अशी कल्पना बसविली पाहिजे.) द्वैपायन व्यास हा वेदांचाही संग्रह करणारा व व्यवस्था लावणारा होता, तसा बादरायण व्यास नाहीं. याशिवाय बादरायणाचीं वेदान्तसूत्रें इसवी सन पूर्व १५०–१०० पर्यंतचीं आहेत, असें आपण ठरविलें आहे; निदान तीं बौद्ध व जैन मतानंतरचीं आहेत. परंतु भारताचा मूळकर्ता व वेदांची व्यवस्था करणारा भारतीयुद्धकालीन व्यास (द्वैपायन) हा बौद्धानंतर झाला, हें म्हणणें संभवतच नाहीं. हा व्यास बौद्ध व जैन धर्मांच्या पूर्वीं किती तरी वर्षें होऊन गेला होता. भगवद्गीता हा महाभारताचा अत्यंत जुना भाग असें आपण म्हटलें आहे. सौतीचें महाभारत वेदान्तसूत्रांच्या वेळेपर्यंत कदाचित् कोणी ओढूं शकेल. पण द्वैपायन व्यासास किंवा भगवद्गीतेस तेथपर्यंत कोणीही ओढूं शकणार नाहीं. “ ब्रह्मसूत्रपदैश्चैव ” हा एवढाच गीतेंतील श्लोक मागाहूनचा आहे व वेदान्तसूत्रांच्या वेळचा आहे, असेंही म्हणणें सुयुक्तिक होणार नाहीं. तात्पर्य, ब्रह्मसूत्रपदानें वेदान्तसूत्राचा निर्देश होत नाहीं, असेंच आपल्यास म्हटलें पाहिजे. वेदान्तसूत्रकर्ता बादरायण व्यास व मूळभारतकर्ता द्वैपायन व्यास हे निराळे असून त्यांत हजारों वर्षांचें अंतर होतें. कदाचित् अलीकडे कोणीं त्यांस एक मानिले असल्यास बादरायण व्यास पूर्वींच्या व्यासांचा अवतार असें म्हणून गति लावली पाहिजे. परंतु ऐतिहासिकदृष्ट्या या व्यक्ति भिन्न होत, हें निर्विवाद आहे.

भगवद्गीता व ब्रह्मसूत्रें ऊर्फ वेदान्तसूत्रें यांचा

कर्ता एक होऊं शकत नाहीं, याचें आणखी एक मोठें कारण असें दिसतें कीं, वेदान्तसूत्रकर्त्यानें सांख्य व योग यांचें खंडन केलें आहे. किंबहुना वेदान्तसूत्रकर्त्याचा प्रधान शत्रु सांख्य आहे व त्याचें त्यानें फारच मार्मिक व सविस्तर खंडन केलें आहे. सांख्यांचें खंडन म्हणजे 'प्रधानमल्लनिबर्हण' असें आचार्यांनीं म्हटलें आहे; व त्याबरोबर "एतेन योगः प्रत्युक्तः।" असें योगाचेंही खंडन वेदान्तसूत्रांत आहे. भगवद्गीतेंत याच्या उलट सांख्य व योग मान्य केले आहेत. किंबहुना, सांख्यास अग्र मान दिलेला आहे. तात्पर्य, भगवद्गीतेनें सांख्य व योग पोटाशीं धरलेले आहेत, तर वेदान्तसूत्रानें त्या दोघांसही झुगारून दिलें आहे. अर्थात् दोघांचे कर्ते एक नसावे. किंबहुना, दोघांचा काळहि एक नसावा. महाभारतांतही भगवद्गीतेंतल्या प्रमाणें सांख्य व योग यांचें मुळींच खंडन नसून त्यांचें अंगीकरण आहे. जागजागीं त्यांची प्रशंसा असून त्यांचीं मतें पुनः पुनः विस्तारानें मांडलीं आहेत. त्यांत सांख्यप्रवर्तक कपिल विष्णूचा अवतार आहे, तो वेदान्तसूत्रावरील भाष्याप्रमाणें विष्णूच्या अवताराहून भिन्न मानलेला नाहीं. योगाचाही प्रवर्तक हिरण्यगर्भ अथवा विष्णूचा पुत्र ब्रह्मदेव मानला गेला आहे. अर्थात् महाभारतकाळीं व भगवद्गीताकाळीं दोन्हीं मतें मान्य होतीं. वेदान्तसूत्रांचा काळ यानंतरचा दिसतो. त्यावेळेस हीं दोन्हीं मतें त्याज्य ठरलेलीं होतीं. असो, तर भगवद्गीता व वेदान्तसूत्रें हीं एकाचीं किंवा एकाच काळचीं नव्हत, हें वरील सांख्ययोगांच्यासंबंधानें त्यांमध्यें आलेल्या विवेचनावरून उघड दिसून येतें. शिवाय भगवद्गीतेच्या व वेदान्तसूत्रांच्या वेदान्तमतांतही फरक आहे, पण त्याचें विशदीकरण पुढें अन्य प्रकरणीं येईल.

महाभारतांत कोणत्याही दुसऱ्या सूत्राचा नामनिर्देश नाहीं. आश्वलायन गृह्यसूत्रांतील एकदोन वचनें त्यांत आहेत असें हॉप्किन्सचें म्हणणें आहे; पण त्याचें म्हणणें आम्हांस योग्य दिसत नाहीं. कारण, आश्वलायन गृह्यसूत्रांत भारत व महाभारत अशीं दोन्हीं नांवें आलीं आहेत, हें आपण पूर्वीं पाहिलेंच आहे. अर्थात् आश्वलायनसूत्र महाभारतानंतरचें आहे. जो दाखला हॉप्किन्सनें दिला आहे (भा. आदि. अ. ७४ पा. ६३–६४) तेथें आश्वलायनसूत्राचें नांव नाहीं. " वेदेष्वपि वदन्तीमं " इतकेंच म्हटलें आहे.

अंगादंगात्संभवसि हृदयादधिजायसे ।
आत्मा वै पुत्रनामासि स जीव शरदः शतम् ॥

हा मंत्र कौषीतकिब्राह्मणांत आहे, हें हॉप्किन्सनें कबूल केलेंच आहे. त्याचा पुढचा श्लोक

जीवितं त्वदधीनं मे संतानमपि चाक्षयम् ।
तस्मात् त्वं जीव मे पुत्र सुसुखी शरदां शतम् ॥

हा मंत्र कौषीतकींत नसून आश्वलायन सूत्रांतच सांपडतो, असें तो म्हणतो. परंतु यावरून तो आश्वलायनाचा नव्हे हें उघड आहे. या श्लोकांस मंत्र म्हणून प्रारंभींच म्हटलें आहे. " वेदेष्वपि वदंतीमं मंत्रग्रामं द्विजातयः । " तेव्हां हा श्लोक दुसऱ्या कोठें तरी वेदाच्या भागांत आहे. तो कौषितकींत सांपडत नसला तर हल्लीं अनुपलब्ध असलेल्या अन्य शाखेंतला असला पाहिजे. तात्पर्य, हा श्लोक आश्वलायनांतून घेतला आहे असें कधींही म्हणतां येणार नाहीं. आश्वलायनांत महाभारताचा दाखला प्रत्यक्ष आहे, तेव्हां महाभारतांत आश्वलायनाचा श्लोक येणें शक्यच नाहीं.

अमक्या ग्रंथांत दुसऱ्या ग्रंथाचा दाखला आहे याजवरून रचनाकाल ठरवितां येण्यास दोन गोष्टींचा पुरावा अथवा माहिती पाहिजे. दुसरा ग्रंथ त्याच स्थितींत हल्लीं आहे किंवा

नाहीं हें एक आणि या दुसऱ्या ग्रंथाचा काळ कोणता, हें आपणांस निश्चित माहीत पाहिजे. दुसऱ्या ग्रंथाचा काळ माहीत नसेल तर अशा दाखल्यापासून कांहीं निष्पन्न होत नाहीं. अमुक एका व्यक्तीचें नांव त्यांत असलें तर ती व्यक्ती पूर्वींची एवढें निश्चित होतें. पण त्याचा ग्रंथ जशाचा तसाच आहे, हें निश्चित होत नाहीं. शिवाय, त्या व्यक्तीचाही काळ निश्चितपणें माहित पाहिजे. नाहीं तर त्याजपासून कांहींच अनुमान निघूं शकत नाहीं. या दृष्टीनें विचार करतां तर ज्या दोन सूत्रांचा आम्हीं उल्लेख केला आहे, त्यांचाच विस्तारानें निर्देश करणें आम्हांस जरूर होतें. ह्या दोन्ही ग्रंथांचे कर्ते प्रसिद्ध असून त्यांचे ग्रंथही प्रसिद्ध आहेत व त्या ग्रंथांचा काळही ठोकळ मानानें ठरण्यासारखा आहे. आश्वलायनाचें गृह्यसूत्र व बादरायणाचें वेदान्तसूत्र इ. स. पू. १०० वर्षांच्या सुमाराचें आहे. या दोहोंत महाभारताचा दाखला आहे, म्हणजे आश्वलायनांत महाभारताचें प्रत्यक्ष नांव आहे, व वेदान्तसूत्रांत महाभारताचीं वचनें स्मृति म्हणून आधारास घेतलीं आहेत. अर्थात्, हे दोन्ही ग्रंथ महाभारतानंतरचे साहजिकच ठरतात. आतां महाभारतांत यांचा दाखला दिसतो, पण तो त्यांचा नव्हे हें आम्ही विस्तारानें दाखविलें आहे; व दोन्ही ग्रंथकर्त्यांचीं नांवें महाभारतांत मुळींच नाहींत, हेंही लक्षांत ठेविलें पाहिजे. (अनुशासन. अ. ४ यांत आश्वलायनाचा निर्देश आहे असें हॉप्किन्सनें दाखविलें आहे. पण हा आश्वलायन गोत्रप्रवर्तक आहे, सूत्रकर्ता नव्हे. विश्वामित्राचे जे अनेक पुत्र झाले त्यांपैकीं हा एक गोत्रप्रवर्तक पुत्र होता. अर्थात् हा वेदसंहिताकालचा ऋषि आहे, सूत्रकर्ता नव्हे.)

आतां आपण सामान्यतः ज्या अन्यसूत्रांचा महाभारतांत दाखला सांपडतो, त्यांचा विचार करूं. यापासून महाभारताचा काळ ठरविण्यासंबंधानें कांहींच मदत होत नाहीं, ही गोष्ट वर सांगितलीच आहे. तथापि माहिती एकत्र करणें जरूर आहे. भाविकालांत नव्या शोधांवरून कांहीं कालनिर्णायक माहिती मिळाल्यास त्याचा उपयोग होईल. महाभारतांत अनेक सूत्रांचा निर्देश आहे. सभापर्वांतील 'कच्चित्' अध्यायांत "गजसूत्र, अश्वसूत्र, रथसूत्र आणि शतघ्नीसूत्र यांचा तूं अभ्यास करतोस ना?" असा प्रश्न युधिष्ठिरास केलेला आहे. हीं सूत्रें कोणतीं व कोणाचीं याचा निर्देश नाहीं, पण त्याजवरून अनेक विषयांवर शास्त्रस्वरूपाचीं सूत्रें असून त्या वेळीं त्यांचा अभ्यास होत असे, असें दिसतें. हीं सूत्रें केवळ पाठ करण्यासारखीं लहान वाक्यांचीं नसून विस्तृत स्वरूपाचीं असावीं. (हॉपकिन्स् पा. १६) सूत्रकर्ता व सूत्रकार अशीही संज्ञा अनुशासनपर्वांत आली आहे. सूत्रकार व ग्रंथकर्ता असा निर्देश एके ठिकाणीं आहे. त्याजवरून सूत्र म्हणजे सर्वमान्य ग्रंथ असा विशिष्ट बोध असावा.

असो. धर्मसूत्रांसंबंधानें किंवा धर्मशास्त्रांसंबंधानें बराच उल्लेख आहे. कारण, महाभारतास धर्मग्रंथाचें स्वरूप देण्याच्या कामीं त्यांचा बराच उपयोग झाला असला पाहिजे. नीतिशास्त्र हें नांव बरेच वेळां येतें. त्यांचे कर्तेही शुक्र, बृहस्पति वगैरे अनेक दिसतात. धर्मशास्त्रांचाही वारंवार उल्लेख येतो. एके ठिकाणीं मनूच्या धर्मशास्त्राचा उल्लेख आलेला आहे. मनूचीं वचनें राजधर्म वगैरे सर्व बाबतींत नेहेमीं येतात. परंतु तीं हल्लींच्या मनुस्मृतीमधलीं येतात, असें म्हणतां येत नाहीं. याचबद्दलचा सविस्तर उतारा देण्याची जरूर नाहीं. तो हॉप्किन्सनें दिला आहे. हल्लींची

मनुस्मृति महाभारतानंतरची आहे, हें आम्हीं पूर्वींच सांगितलें आहे.

आतां आपण पुराणांचा विचार करूं. महाभारतांत पुराणांचा उल्लेख बराच आहे. परंतु हल्लींचीं पुराणें महाभारताहून अलीकडचीं आहेत, याबद्दल कोणालाही शंका नाहीं. परंतु भारतापूर्वी पुराण एक होतें किंवा अठरा होतीं, हा येथें महत्त्वाचा प्रश्न आहे. स्वर्गारोहणपर्वीत " अष्टादशपुराणें, सर्व धर्मशास्त्रें आणि अंगांसहवर्तमान चारी वेद या भारतांत एकत्र झालेले आहेत. अष्टादश पुराणांचे कर्ते व वेदांचे केवळ महासागर असे जे महात्मे व्यासऋषि त्यांची ही जिवंत वाणी सर्वांनीं अवश्य श्रवण करावी, " असा उल्लेख आलेला आहे. पुराणें अठरा व त्या सर्वांचे कर्ते व्यास अशी हल्लींची समजूत यांत ग्रथित केलेली आहे. कदाचित् हे श्लोक महाभारतानंतरचे असावे. कारण, एवढ्या अनेक प्रचंड ग्रंथांचें कर्तृत्व एकट्या व्यक्तीकडे असणें संभवनीय नाहीं. तथापि महाभारतापूर्वी अठरा पुराणें लहान स्वरूपांत असल्यास आश्चर्य नाहीं, व या पुराणांचें कर्तृत्व, निदान व्यवस्था वेदांप्रमाणें व्यासांनीं (द्वैपायन) केली असणेंही शक्य आहे. वायुपुराणाचा दाखला वनपर्व अध्याय १९१ श्लोक १६ यांत आलेला आहे. तेव्हां वायुपुराण स्वतंत्र पूर्वींचें मानल्यास हीं १८ निराळीं पुराणें पूर्वी होतीं, असें मानावें लागेल. मार्कण्डेय-समस्यापर्व यांत कलियुगाच्या वर्णनाच्या वेळीं हा दाखला दिलेला आहे. " वायुप्रोक्त पुराणाचें अर्थात् स्मरण करून हें भूतभविष्य मीं सांगितलें आहे, " असें मार्कंडेय म्हणतात. वास्तविक मार्कंडेयानें हजारों युगें स्वतः पाहिलीं होतीं. त्याला वायुपुराणाचें स्मरण करण्याचें कांहीं कारण नव्हतें. असो. पुराणें पूर्वी अठरा असल्यास तीं हल्लींच्या पुराणांहून भिन्न होतीं हें निश्चयात्मक आहे.

आतां आपण इतिहासाचा विचार करूं. इतिहास हा शब्दही महाभारतांत वारंवार येतो. इतिहास ह्या शब्दानें काय घ्यावयाचें, हें निश्चयानें सांगतां येत नाहीं. पुराण व इतिहास यांची जोडी बहुधा एके ठिकाणीं येते. ' इतिहासपुराणं ' असें उपनिषदांतही येतें. पुराण म्हणजे फार प्राचीन व इतिहास म्हणजे जवळची कथा, असा अर्थ घेण्यास हरकत नाहीं. पुराणांमध्यें कथांशिवाय दुसरीही हकीगत येते. देवदैत्यांच्या कथा पुराणांत येतात. इतिहासांत फक्त राजांच्याच कथा येऊं शकतील. आख्यान म्हणजे एक विशिष्ट कथा सांगणारा ग्रंथ असें दिसतें. खुद्द महाभारताला इतिहास, पुराण व आख्यान हे तीनही शब्द लावलेले आहेत. महाभारताशिवाय दुसरे इतिहास कोणते होते, हें कांहीं सांगतां येत

१ मूळपुराण एक असून व्यासांनीं त्याचीं १८ पुराणें केलीं, अशी कल्पना रा. काळे यांनींही केली आहे. या पुराणावर तीन किंवा चार संस्करणें होऊन त्यास हल्लींचें स्वरूप प्राप्त झालें आहे, ही गोष्ट निर्विवाद आहे. बहुधा सौतीच्या काळीं १८ पुराणें असावींत, असेंच दिसतें. मूळचें एकच पुराण असून त्याचीं व्यासांनीं १८ केलीं. हीं आदिपुराणें बारा बारा हजार होतीं, असें म्हटलें आहे. विक्रमाच्या काळीं त्यांस प्रथम संस्करण मिळालें; व पुढें पुराणिकांनीं त्यांस एकंदर चार लक्ष ग्रंथाचें स्वरूप दिलें. सौतीच्या महाभारतानंतर त्याच्याच अनुकरणानें पुढें रामायण व पुराणें यांस चालन मिळालें असावें, हें आम्हीं पूर्वी सांगितलेंच आहे. यानंतर या पुराणांत आणखी कांहीं भाग मिळाले. त्यांत भविष्यद्राजवर्णन घातलें गेलें. तें इसवी सन ३०० पासून ६०० पर्यंत घातलें गेलें असावें, असें कैलकिल-यवन राजाच्या इ. स. ५०० च्या सुमारास झालेल्या राजांच्या वर्णनावरून दिसतें.

नाहीं. द्रोणाचें वर्णन करतांना तो वेद, वेदांग व इतिहास यांचा जाणणारा होता, असें वर्णन केलेलें आहे. याजवरून इतिहास पूर्वी दुसरे कित्येक असावे असें अनुमान निघतें. परंतु ते सर्व महाभारतांत सामील झाल्यानें अर्थात् निराळे दृष्टीस पडत नाहींत व हल्लीं इतिहास शब्दानें महाभारताचाच उल्लेख होतो. कथा व गाथा, आख्यान व उपाख्यान, पुराण व इतिहास इतके भेद दिसतात. यांतील गाथा म्हणजे वंशावळीकारांनीं लिहून ठेवलेल्या ऐतिहासिक श्लोकबद्ध हकीगती होत. आख्यान व उपाख्यान यांत विशेष फरक नाहीं. तथापि उपाख्यानामध्यें दंतकथेचा विशेष अन्तर्भाव करतां येईल. यांपैकीं कोणत्याही ग्रंथाचा ग्रंथकर्त्यासह महाभारतांत नामनिर्देश नाहीं, यामुळें महाभारताच्या कालनिर्णयाच्या कामीं यांचा विशेष उपयोग नाहीं.

सूत्रें, पुराणें व इतिहास यांच्या नामनिर्देशावरून हल्लींच्या महाभारताच्या काळाचा निश्चय करण्याच्या कामीं काय मदत मिळते, हें आपण येथवर पाहिलें व हल्लींचीं गृह्यसूत्रें, वेदान्तसूत्रें, पुराणें व मनुस्मृति महाभारताच्या अलीकडचीं आहेत, हें आपण ठरविलें. आतां वेद व उपनिषदें यांच्यासंबंधाचा विचार करूं. वास्तविक हे ग्रंथ महाभारताच्या पूर्वींचे आहेत हें निश्चयात्मक आहे व यांचा उल्लेख महाभारतांत आल्यास कांहींच आश्चर्य नाहीं. या ग्रंथाचा कालही निश्चयात्मक रीतीनें ठरलेला नाहीं, तरी इसवी सन पूर्व ३०० च्या अलीकडचा खचित नाहीं. तेव्हां हा विचार बहुतेक विषयांतरासारखा आहे. तरी पण या ग्रंथाच्या पूर्तीकरितां या विषयाचा उल्लेख होणें जरूर आहे. तो हॉप्किन्सच्या ग्रंथाच्याच साह्यानें आपण थोडक्यांत येथें करूं. श्रुतीचे सर्व ग्रंथ महाभारतापूर्वीं संपूर्ण झाले होते, हें उघड आहे. यांपैकीं कोणकोणत्या भागाचा यांत नामनिर्देश झाला आहे, तें आपण पाहूं. चारी वेदांचा उल्लेख नांवानें आहे. पण कधीं कधीं अथर्ववेद यांतून वगळला जातो. बहुधा ऋग्वेदापासून गणनेस प्रारंभ होतो. कोठें सामवेदाला अग्रस्थान दिलें जातें. या चोहोंचा मिळून चतुर्मूर्ती वेद होतो. क्वचित् चातुर्विद्य असेंही नांव येतें. पण त्रैविद्य हें नांव अधिक येतें. वेद नष्ट झाल्याची व वेदांचे विभाग केल्याची हकीगत प्रसिद्ध आहे. प्रारंभीं एकच वेद होता, पण कृतयुगानंतर त्रिवेद, द्विवेद, एकवेद, अनृक् असा भेद झाला. वेदांचा भेद अपांतरतमा ऋषीनें केला. वेद दृष्ट, कृत किंवा सृष्ट वर्णिलेले आहेत. "मंत्रब्राह्मणकर्तारः" असें हरिवंशांत म्हटलें आहे. वेदांचा कर्ता ईश्वर आहे. अग्नि व सूर्य हेही वेदकर्ते आहेत. ब्रह्मचानें वेद प्रथम पठण केला. 'स्तुत्यर्थमिह देवानां वेदः सृष्टः स्वयंभुवा' (शांतिपर्व अ० ३२८) पद आणि क्रम यांचाही उल्लेख आहे. 'ऋग्वेदः पदक्रमाविभूषितः ।' असें अनुशासनपर्व अ० ८९ यांत म्हटलें आहे. बाभ्रव्यगोत्र पांचाल गालव हा वामदेवाच्या शिक्षेखालीं उत्तम क्रमपाठी तयार झाला होता. ऋग्वेदाच्या एकवीस हजार शाखा आहेत आणि यजुर्वेदाच्या एकशेंएक शाखा आहेत व सामवेदाच्या एक हजार आहेत. संहिता, ब्राह्मण व आरण्यक यांचाही उल्लेख आहे. संहिताध्यायी असा शब्द आदिपर्व अ० १६७ व अनुशासनपर्व अ० १४३ मध्यें आहे. ब्राह्मणांचा उल्लेख शांतिपर्व अ० २६९ व वनपर्व अ० २१७ यांत आला आहे. तेथें ब्राह्मणांत सांगितलेल्या निरनिराळ्या अग्नींचा उल्लेख आहे. याज्ञवल्क्याचें शतपथ ब्राह्मण याचा नांवानें समग्र उल्लेख आहे. म्हणजे सरहस्य, ससंग्रह, सपरिशेष असा शांतिपर्व अ० ३२९

यांत उल्लेख आहे. दुसऱ्या ब्राह्मणांच्या उल्लेखांत “ गद्यानि ” असा सामान्यतः शब्द उपयोगांत आणला आहे. आरण्यकाचा उल्लेख अनेक जागीं आहे. ‘ गायन्त्यारण्यके विप्राः ’ तसेंच ‘आरण्यकपदोद्भूताः’ वगैरे. आरण्यकाला वेदांचा तत्त्वभाग असेंही म्हटलें आहे. ‘ वेदवादानतिक्रम्य शास्त्राण्यारण्यकानि च । ’ असाही उल्लेख आहे. उपनिषदांचा उल्लेख एकवचनी, बहुवचनी व समूहार्थीं येतो. आरण्यकाप्रमाणेंच उपनिषदांचा वेदाहून निराळा उल्लेख येतो. उपनिषद् याचा अर्थ साधारणपणें रहस्य किंवा गुह्य असाही घेतलेला आहे. महोपनिषद् याचा अर्थ संदिग्ध दिसतो. कारण, ‘ ध्यायन्महोपनिषदं योगयुक्तोऽभवन्मुनिः ’ असें द्रोणपर्वांत भूरिश्रव्यासंबंधानें म्हटलें आहे. तेथें एखाद्या ग्रंथाचा उल्लेख असावा असें दिसत नाहीं; परंतु साधारणपणें उपनिषद् शब्दानें ग्रंथाचा उल्लेख असून त्यांत तत्त्वज्ञानाचा बोध होतो. कोणत्याही उपनिषदांचीं नांवें महाभारतांत आलेलीं नाहींत, हें मोठें निराशाजनक आहे. कारण, उपनिषदें अनेक झालेलीं असून कित्येक उपनिषदें महाभारतानंतरचीं आहेत. दशोपनिषदांचाही उल्लेख नाहीं. तीं महाभारतापूर्वींचीं असें अन्य प्रमाणांनीं जरी निश्चयानें सांगतां येतें, तरी इतरांसंबंधानें तसें म्हणतां येत नाहीं. उदाहरणार्थ, श्वेताश्वतर हें दहाच्या बाहेरचें उपनिषद् आहे. तें केव्हांचें हें ठरविण्यास साधन झालें असतें. या उपनिषदांतील कांहीं वचनें महाभारतांत आढळतात. पण तीं या उपनिषदांतच दुसरीकडून घेतलेलीं दिसतात.

आतां आपण उपवेद व वेदांगें यांकडे वळूं. उपवेद तीन आहेत. आयुर्वेद, धनुर्वेद व गांधर्ववेद यांचा उल्लेख महाभारतांत आहे. चौथा स्थापत्य म्हणून प्रसिद्ध आहे. याचा वास्तुविद्या म्हणून निराळा उल्लेख आदिपर्वांत आहे. या उपवेदांपैकीं कृष्णात्रेय आयुर्वेदाचा, भरद्द्वाज धनुर्वेदाचा आणि नारद गंधर्ववेदाचा, असे कर्ते सांगितले आहेत. (शांति. अ. ३२०) याबरोबर आणखी कर्ते सांगितले आहेत ते असे. बृहस्पतीला वेदांगाचें ज्ञान झालें. शुक्रानें नीतिशास्त्र कथन केलें. गार्ग्याला देवर्षींचें चरित्र समजलें असें लिहिलें आहे. आयुर्वेद ग्रंथाचे विशेष उल्लेख नाहींत. तथापि पित्त, श्लेष्मा आणि वायु यांचा स्पष्ट उल्लेख आहे. भारतीय आयुर्वेदाचा हा मुख्य सिद्धांत फार जुना आहे (शां. अध्याय ३४३). आयुर्वेदाचे आठ भाग आहेत, असें सभा. अ. ५ व अ. ११ यांत सांगितलेलें आहे. शालीहोत्राचाही उल्लेख वनपर्व व विराटपर्व १२ यांत असून हें अश्वाच्या चिकित्सेचें शास्त्र होय, हें उघड आहे. त्यांचे कर्ते मात्र उल्लेखित नाहींत. धनुर्वेदाचा उल्लेख पुष्कळ आहे. हा चार प्रकारचा असून त्याचे १० भाग आहेत, असें म्हटलें आहे. याजवर सूत्र होतें हें कच्चिदाख्यानांत आलेंच आहे. ‘ धनुर्वेदे च वेदे च निष्णातः ’ असें क्षत्रियाचें वर्णन वारंवार येतें, त्यावरून दोहोंचा अभ्यास क्षत्रिय करीत असावेत. किंबहुना वेदांहूनही धनुर्वेदांत प्रवीण असें वर्णन आदि. अ. १३६ यांत आहे. (धनुर्वेदाचा ग्रंथ सध्यां एकही उपलब्ध नाहीं. हीं वर्णनें काल्पनिक नसावींत व महाभारतकालीं धनुर्वेद नांवाचा ग्रंथ दशशाखांचा जरूर असावा—कदाचित् त्यांत अस्त्राचाही प्रकार वर्णिलेला असावा.) गांधर्ववेदाचें वर्णन वनपर्व अ. ९१ यांत आहे. गीत, नृत्त, वादित्र (गाणें, नाचणें व वाजविणें) व सात भेद हे मुख्य विषय त्यांत आहेत. नटसूत्राचा उल्लेख पाणिनींत आहे तो यांत नाहीं. गांधर्ववेदांत नाटकांतले अभिनय नसावेत. गानाचे सप्त भेद यांचा उल्लेख सभा. अ.

११ यांत आहे. मृदंगाचे तीन शब्द व गाण्याचे सप्तसूर यांचा उल्लेख आहे.

वेदांगें सहा प्रसिद्ध आहेत. त्यांचा उल्लेख स्पष्ट आहेः—छंद, व्याकरण, ज्योतिष, निरुक्त, शिक्षा आणि कल्प. पण (यास्काशिवाय) या वेदांगांचे कर्ते कोण, हें मात्र कोठें सांगितलेलें नाहीं. परंतु वेदांगें जीं हल्लीं पठित आहेत तींच महाभारतकालीं प्रसिद्ध व पठणांत येत होतीं कीं नाहीं, हें सांगतां येत नाहीं. यामुळें हा उल्लेखाभाव असावा. तथापि हल्लींच्या वेदांगांचे कर्ते व त्यांचे ग्रंथ हे महाभारताच्या पूर्वींच्या काळचे आहेत, यांत शंका नाहीं. अंगाना उपांगेंही होतीं असें दिसतें. कारण, ' वेदाः सांगोपांगा सविष्टारः । ' असें वन० अ० ६४ यांत लिहिलें आहे. हीं उपांगें कोणतीं याचा मात्र कोठेंच खुलासा मिळत नाहीं व टीकाकारानेंही केलेला नाहीं. शांति. अ. ३३९. २९ यांत पुन्हां " वेदेषु सपुराणेषु सांगोपांगेषु गीयसे " असा उल्लेख आला आहे. असो, अंगांपैकीं ज्योतिष व निरुक्त यांचा अधिक उल्लेख येतो. यास्काच्या निरुक्ताचें व निघंटूचें महत्त्व शांति. अ. ३४३. ७३ यांत वर्णिलें आहे. व येथें कोशाचाही उल्लेख आहे. ज्योतिषाचा उल्लेख उपनिषदांतही नक्षत्रविद्या म्हणून येतो. नक्षत्रजीवी व आयुर्वेदजीवी हे श्राद्धास न बोलावण्यासारखे मानले गेले, याचें कारण काय हें समजत नाहीं. नक्षत्रविद्या व ज्योतिष यांत भेद असावा. फलज्योतिषाची थोडीशी निंदा केलेली दिसते. वन. अ. २०९ " एकाच नक्षत्रावर दोघे जन्मतात पण दोघे सारखेच भाग्यवान् नसतात, किंबहुना, त्यांच्या भाग्यांत फरक फार असतो. " ज्योतिषग्रंथाचा किंवा ग्रंथकर्त्यांचा उल्लेख कोठेंच नाहीं; पण, गर्गाचें नांव सारस्वत उपाख्यानांत आलेलें पूर्वीं उल्लेखिलेंच आहे. शांति. अ. ३४०. ९९ यांत गर्गाचा कालयवनाशीं संबंध जोडलेला आहे. या गर्गाला कालज्ञान असून ज्योतिषांची—ग्रहांची वक्रगति माहीत होती. महाभारतांतील ग्रहांची मालिका पुढील इ. स. ३०० तील ज्ञात असलेल्या मालिकेहून भिन्न होती, हें जेकोबीनें पूर्वीं दाखविलेंच आहे. (म्हणजे सूर्य खालीं असून चंद्र वर असा मानिला आहे.) महाभारतकाळीं कल्पसूत्रें कोणकोणतीं होतीं, याचा कोठें उल्लेख नाहीं. फक्त कल्प एवढें वेदांग उल्लेखिलेलें आहे. तथापि महाभारताच्या पूर्वकालीं श्रौतसूत्रें वेदभेदानें व शाखाभेदानें निरनिराळीं असावीं, एवढें निर्विवाद आहे.

महाभारतामध्यें चार वेदांचा, ब्राह्मणांचा, याज्ञवल्क्यशतपथब्राह्मणाचा, आरण्यकाचा, उपनिषदांचा व सहा वेदांगांचा व तीन उपवेदांचा उल्लेख आला आहे. याजवरून महाभारताच्या कालाच्या निश्चयासंबंधानें कांहींच अनुमान निघूं शकत नाहीं, हें उघड आहे. कारण, एक तर या ग्रंथांच्या ग्रंथकर्त्यांचीं नांवें दिलेलीं नाहींत आणि या ग्रंथांचे व त्यांच्या कर्त्यांचे काळही निश्चित नाहींत, किंबहुना माहीतही नाहींत. बहुधा या ग्रंथांचे काळ फार प्राचीन असल्यानें ते माहीत असले तरीही फारसा उपयोग होत नाहीं. उदाहरणार्थ, वेदांतज्योतिषानंतर महाभारत झालें, या माहितीपासून कांहींच फायदा नाहीं. या ज्योतिषाचा काळ इसवीसन पूर्व १४०० किंवा १२०० मानतात. या काळानंतर महाभारत झालें, या माहितीपासून कांहीं विशेष फायदा नाहीं. कांहीं विशेष फायदा असेल तर तो उलटपक्षीं या ग्रंथांच्या काळासंबंधानें आहे. जसें आरण्यक हा शब्द महाभारतांत आला आहे. पाणिनीच्या वेळीं आरण्यक शब्दाचा अर्थ वेदाचे विशिष्ट भाग असा नसून अर-

ण्यांत राहणारा मनुष्य असा होता. याजवरून वेदाचे आरण्यक भाग पाणिनीनंतर व महाभारतापूर्वी उत्पन्न झाले किंवा हें नांव पावले. असो. महाभारतांत वेदाच्या अमुक भागाचा किंवा उपनिषदांचा उल्लेख नाहीं, यावरून ते भाग त्यावेळीं नव्हते, असेंही अनुमान निघूं शकत नाहीं. उल्लेख आलाच पाहिजे असें असल्याखेरीज उल्लेखाचा अभाव याजपासून कांहींच अनुमान निघूं शकत नाहीं. यामुळें महाभारतापूर्वी कोणते ग्रंथ होते, हें निश्चयात्मक सांगतां येत नाहीं.

या दृष्टीनें पाहतां वेदांतून किंवा उपनिषदांतून प्रत्यक्ष अवतरणें महाभारतांत घेतलीं असल्यास तीं कोणचीं, याचा येथें विचार करणें जरूर नाहीं. कारण यापासून कांहींच अनुमान निघूं शकत नाहीं. हॉप्किन्सनें वेदांतील कांहीं वचनें महाभारतांत जशींच्या तशींच घेतल्याचीं सांपडतील तितकीं उदाहरणें दिलीं आहेत. पण वेद, ब्राह्मण हे सर्व ग्रंथ महाभारताच्या पूर्वीचे, हें ढोबळ अनुमान निघाल्यापासून फायदा काय? तसेंच कठोपनिषदांतून उतारे घेतलेले त्यांत दाखविलेले आहेत, त्यापासूनही कांहीं अनुमान निघूं शकत नाहीं. श्वेताश्वतर उपनिषदापासून कांहीं घेतलेले आहेत व मैत्रायण उपनिषदापासून बरेच उतारे घेतलेले त्यांनीं दाखविलेले आहेत. हीं उपनिषदें दशोपनिषदांच्या बाहेरचीं आहेत. यांचा काल मुळींच माहीत नाहीं. तेव्हां या उपनिषदांनंतर महाभारत तयार झालें, या म्हणण्यापासून कांहींच निष्पन्न होत नाहीं. मैत्रायण उपनिषदांतून महाभारतांत कोणचीं वेदान्ततत्त्वें घेतलीं आहेत, याचा आपल्यास वेदान्त या विषयावर स्वतंत्र विचार करावयाचा आहे, तेथें उहापोह करणें योग्य होईल. तात्पर्य, उपोद्घातांत सांगितल्याप्रमाणें वैदिक ग्रंथांतून कोणतीं अवतरणें महाभारतांत घेतलीं आहेत, याचा येथें निर्देश करणें जरूर नाहीं. गृह्यसूत्रें, धर्मशास्त्रें व पुराणें यांचा जरूर तितका उल्लेख यापूर्वी केलाच आहे. आतां दर्शनें, अनुशासनें, पंथ किंवा मतें यांच्या उल्लेखासंबंधानें उपोद्घातांत लिहिल्याप्रमाणें थोडासा विचार केला पाहिजे.

न्याय, वैशेषिक, सांख्य, योग, पूर्व व उत्तरमीमांसा मिळून जीं सहा दर्शनें होतात, त्यांचा एकत्र उल्लेख महाभारतांत कोठेंच नाहीं. या दर्शनांवरील प्रसिद्ध सूत्रकर्त्यांचाही उल्लेख एका कपिलाशिवाय महाभारतांत नाहीं. न्यायाचा सूत्रकर्ता गौतम, वैशेषिकाचा कणाद, योगाचा पतंजलि, उत्तरमीमांसेचा बादरायण यांचें नांवही महाभारतांत नाहीं. बादरायणाचीं सूत्रें महाभारतानंतरचीं आहेत, हें आपण पूर्वीं पाहिलेंच आहे. त्याचा काळ इ. स. पूर्वी १०० मानल्यास त्याच्या पूर्वीचें महाभारत होय. पतंजलीच्या योगसूत्राचाही काळ याच सुमारास येतो. पतंजलीनें आपल्या महाभाष्यांत, पुष्पमित्राच्या अश्वमेधाचा व यवन राजा मिनॅन्डर (मिलिंद) यानें केलेल्या साकेता (अयोध्या) वरच्या स्वारीचा उल्लेख, हीं दोन्हीं वृत्तें आपल्या वेळीं झालीं अशा रीतीनें, केला आहे. यामुळें पतंजलीचा काळ बहुतेक निश्चित, म्हणजे इ. स. पू. १९०–१०० याच्या दरम्यान् ठरतो. अर्थात् हल्लींचें महाभारत इ. स. पू. १९० च्या पूर्वीचें आहे. पतंजलीचा उल्लेख नाहीं हें प्रमाण कोणी लंगडें म्हणेल, पण तें तसें नाहीं. पतंजलीचें नांव आलेंच पाहिजे होतें असें दिसतें. कारण, योगशास्त्राचा किंवा मताचा उल्लेख महाभारतांत हजारों ठिकाणीं आलेला आहे, व एके ठिकाणीं तर पूर्वी सांगितल्याप्रमाणें योगज्ञानाचा प्रवर्तक हिरण्यगर्भ (ब्रह्मा) असें स्पष्ट

म्हटलें आहे. पतंजलीचीं योगसूत्रें यावेळेस झाली असतीं, तर त्यांचा उल्लेख जरूर आला असता. बादरायणांच्या सूत्रांचीही हीच गोष्ट आहे. कारण, हल्लीं बादरायणाचीं सूत्रें हींच सर्वमान्य वेदतुल्य झालेलीं आहेत. तीं जर महाभारतकाळीं असतीं तर त्यांचा उल्लेख जरूर येता. किंबहुना तसा न येतां वेदान्ताचा प्रवर्तक अपान्तरतमा उर्फ प्राचीनगर्भ आहे, असें सांगितलें आहे. सारांश, योग व वेदान्त यांच्या सूत्रकर्त्यांपूर्वीचें महाभारत असून दोघांची स्थिति समान आहे, म्हणजे दोघांचे कर्ते निराळे सांगितले आहेत. यांचे काळ निश्चित आहेत, आणि त्यापूर्वीचें महाभारत आहे हें प्रमाण आपल्यास बरेंच महत्त्वाचें मिळतें. पूर्वमीमांसासूत्रकर्ता जैमिनि व न्यायसूत्रकर्ता गौतम यांचें नांव महाभारतांत आलें आहे, पण तें सामान्य ऋषी म्हणून आलें आहे; सूत्रकर्ते म्हणून आलेलें नाहीं. अर्थात् गौतमसूत्रें व जैमिनीचीं सूत्रें हीं महाभारतानंतरचीं आहेत. पण न्याय व मीमांसा हीं तत्त्वज्ञानें महाभारताच्या पूर्वीचीं आहेत, असें दिसतें. कारण, न्याय शब्द जरी प्रत्यक्ष वापरलेला नाहीं, तरी त्या विषयाचा उल्लेख येतो. त्याचा उल्लेख हेतुवाद हा शब्दांनीं येतो. नैयायिकांस 'हैतुक' असें म्हटलेलें आहे. (अनुशासन. अ. ३७,१२–१४) नैयायिकांनीं वेदांचें प्रामाण्य मानलेलें नाहीं, यामुळें हें मत वेदबाह्य आहे असेंही येथें प्रामाण्य दिसतें. महाभारतांत वैशेषिकांचें नांव नाहीं, व कणादाचेंही नाहीं. त्याचें नांव फक्त हरिवंशांत एकदां आलें आहे. वैशेषिक हा शब्द गुणांचें विशेषण, चांगलें अशा अर्थी एकदां आला आहे. पूर्वमीमांसेचें नांव शांतिपर्व अ० १९ यांत सांगितलेलें आहे. पाखंडी पंडितांच्या विरुद्ध असलेल्या चांगल्या पूर्वशास्त्र जाणणाऱ्या व कर्में करणाऱ्या लोकांची यांत स्तुति केलेली आहे. यावरून पूर्वशास्त्र म्हणजे कर्मशास्त्र असें महाभारतकालीं मानलें गेलें असावें, व साहजिकच उत्तरशास्त्र म्हणजे वेदान्ताचें शास्त्र असें मानलें गेलें असावें. तथापि या गोष्टीविषयीं शंकेला बरीच जागा आहे. आतां सांख्यदर्शनाबद्दल आपण विचार करूं. सांख्यशास्त्राचा प्रवर्तक कपिल याचें नांव वारंवार येतें, व त्याचे शिष्य अनेक सांगितलेले आहेत. त्यांत आसुरी आणि पंचाशिख हीं नांवें आलेलीं आहेत. असितदेवलाचेंही नांव आलेलें आहे. कपिलाचीं हल्लींचीं सूत्रें अगदीं अलीकडचीं आहेत, हें प्रसिद्ध आहे. परंतु कपिलाचा जुना ग्रंथ कोणताही हल्लीं प्रसिद्ध नाहीं. कपिल हा अग्नि, शिव, विष्णु व प्रजापति यांचा अवतार आहे, असें महाभारतांत मानलें आहे. अर्थातच हा फार प्राचीन काळीं झालेला असून त्याचा काळ आपल्यास मुळींच निश्चयानें सांगतां येत नाहीं. वेदांचा निंदक अशा स्वरूपानें एके ठिकाणीं (शांतिपर्व अ० २६९. ९) कपिलाचें वर्णन आलेलें आहे. कपिल हा अहिंसावादी होता व यज्ञाच्या विरुद्ध होता असेंही दिसतें. तेव्हां कपिलाचा काळ कांहींसा बौद्ध काळाच्या पूर्वीं मानल्यास हा कपिल अलकिडचा मानावा लागेल. पंचाशिखाचा काल निश्चयानें सांगतां येत नाहीं. तथापि बौद्धमतवाद्यांत पंचशिखाचें नांव आलेलें आहे. याचा काल बुद्धाच्या सुमाराचा मानण्यास हरकत नाहीं. बुद्धाच्या व पंचाशिखाच्या नंतर महाभारत झालें हें यावरून निष्पन्न होतें. आणि महाभारताच्या कालाच्या निर्णयासंबंधानें आपणांस मदत होते.

आतां आपण नास्तिक मतांविषयीं विचार करूं. न्याय व सांख्य हे वेदांस न मानणारे असल्यानें कांहींसे नास्तिक आहेत. परंतु त्यांचीं

बरींचशीं मतें मान्य असल्यानें त्यांचा षड्दर्शनामध्यें समावेश केलेला आहे. पक्के नास्तिक म्हटले म्हणजे लोकायत, बौद्ध व जैन हे होत. यांचा महाभारतांत किती उल्लेख आहे, हें आपण पाहूं. यांचा नांवानें कोठेंच उल्लेख नाहीं, हें आश्चर्य आहे. तथापि तीं मतें नास्तिक असल्यानें कदाचित् त्यांचा नांवानें निर्देश करणें योग्य वाटलें नसेल. लोकायत मताचा पुरस्कर्ता चार्वाक याचें नांव महाभारतांत कोठें आलें नाहीं. परंतु युद्धानंतर युधिष्ठिर हस्तिनापुरांत प्रवेश करीत असतां त्याचा उघड धिक्कार करणारा दुर्योधनाचा मित्र ब्राह्मण परिव्राट् चार्वाक नांवाचा आलेला आहे. यावरून चार्वाक नांव निंद्य होतें हें दिसतें. नास्तिक मताचा प्रवर्तक बृहस्पति मानला आहे. आसुर मताचा प्रवर्तक बृहस्पति असावा हें आश्चर्य वाटेल, परंतु असुरांना कुमार्ग लागावा यासाठीं बृहस्पतीनें एक खोटें शास्त्र रचलें, असा कथाभाग उपनिषदांत आलेला आहे. परंतु हा कथाभाग महाभारतांत नाहीं. हा कथाभाग उल्लिखित नसला तरी तो मागचा असें म्हणतां येत नाहीं. लोकायताचें नांव आदिपर्व अध्याय ७० मध्यें आलेलें आहे. लोकायतिक मुख्यैश्च समन्तादनुनादितम् । ४८. येथें कण्वाच्या आश्रमांत लोकायत अथवा नास्तिक पंथाच्या मुख्यांनीं केलेल्या वादापवादांचा गजर चालला होता, असें म्हटलें आहे. यावरून हें लोकायत अथवा चार्वाक मत फार जुनें असावें. आतां बौद्धांचा उल्लेख आहे किंवा नाहीं हें पाहूं. यांचा उल्लेख नांवानें नसला तरी त्यांच्या मताचा उल्लेख कांहीं ठिकाणीं आढळतो. आश्वमेधिकपर्व अ. ४९ अनुगीता यांत अनेक मतें सांगितलीं आहेत, त्यांत कोणी देहाचा नाश झाल्यावर आत्मा नाहीं म्हणतात असें चार्वाकांचे मत प्रथमारंभींच सांगितलें असून पुढें हें संशयित आहे, असें सांगितलें आहे आणि त्याहीपुढें जग क्षणिक आहे असें कोणी मानतात असें सांगितलें आहे. येथें बौद्ध मताचा उल्लेख केलेला दिसतो. कांहीं ठिकाणीं निर्वाण शब्दाचा उपयोग आहे, तेथेंही बौद्धांचाच बोध होतो. (शांति. अ. १६७ श्लोक ४६). सारांश, बौद्धमताचें महाभारतांतील वाढलेल्या भागांत वर्णन आहे असें दिसतें. जैन मताचाही स्पष्टपणें उल्लेख आहे. नग्नक्षपणक आदिपर्वांत उल्लिखित आहे. तसेंच इतर ठिकाणीं नग्न, दिगंबर, वेड्यासारखे फिरणारे लोक उल्लिखित आहेत. तथापि स्पष्टपणें नांवानें उल्लेख नाहीं, व जैन व बौद्ध मतांच्या पूर्वीं त्यांच्याच मतासारखीं मतें अनेक प्रचलित होतीं, हें येथें सांगितलें पाहिजे. तथापि बौद्ध व जैन मतांचा उल्लेख महाभारतांत आहे, असें मानल्यास हरकत नाहीं व महाभारताचा काल ठरविण्यास हें एक साधन उत्पन्न होतें, आणि इसवी सन पूर्व. ४०० च्या अलीकडे महाभारत तयार झालें, असा सिद्धांत ठरतो. हा सिद्धांत आम्हीं ठरविलेल्या काळाला विरुद्ध नाहीं. किंबहुना बौद्ध व जैन धर्माच्या प्रसारामुळेंच भारतास महाभारताचें स्वरूप देणें जरूर पडलें, असें आम्हीं प्रतिपादिलें आहे.

येथें एका अत्यन्त महत्त्वाच्या प्रश्नाचा विचार करूं. भगवद्गीता महाभारताचा अतिशय जुना भाग आहे. त्यांत बौद्ध मताचें खंडन आलें आहे असें कित्येकांचें मत पडतें. अर्थात्, भगवद्गीता ही मूळच्या भारतांतही नसून बौद्ध धर्मानंतरची महाभारताच्या वेळची ठरूं पाहते. परंतु हें मत चुकीचें आहे. भगवद्गीतेंत आसुरस्वभावाचें जें वर्णन आहे तें बौद्ध लोकांचें आहे, व

असत्यमप्रतिष्ठं ते जगदाहुरनीश्वरम् ।

अपरस्परसंभूतं किमन्यत्कामहैतुकम् ॥
या श्लोकांत बौद्ध मताचें दिग्दर्शन केलें आहे, असें या लोकांचें म्हणणें आहे. परंतु हें वर्णन बौद्धांचें नसून चार्वाकांचें अथवा बार्हस्पत्यांचें आहे, असें तेलंगप्रभृति विद्वानांचें मत आहे व तेंच योग्य आहे. कारण, बौद्ध लोक ' अहंकारं बलं दर्पं कामं क्रोधं च संश्रिताः । ' अशा स्वभावाचे नव्हते. आज हा शत्रु मारला, उद्यां तो मारीन, इत्यादि गर्वोक्ति बौद्धांना लागू पडत नाहीं. " ईश्वरोऽहं अहंभोगी सिद्धोऽहं बलवान् सुखी " असे उद्गार त्यांच्या तोंडून निघण्यासारखे नाहींत. संसार सोडून अरण्यांत जाऊन स्वस्थ ध्यानस्थ बसणें हा त्यांचा मोठा पुरुषार्थ होता. " भजन्ते नामयज्ञैस्ते दम्भेनाविधिपूर्वकम् । " हें वर्णनही त्यांस लागू पडत नाहीं. कारण, ते यज्ञाचे कट्टे शत्रु होते. हें वर्णन चार्वाकांना चांगलें लागू पडतें. देह भस्म झाल्यावर पुढें कांहीं नाहीं, या देहांतच काय चैन करावयाची ती करावी, असें मानणाऱ्या चार्वाकांना व असुरांना हें वर्णन चांगलें शोभतें. आतां वरील श्लोकांत बौद्ध मतांचा उल्लेख आहे कीं नाहीं हें पाहूं. जगत् अनीश्वर आहे असें बौद्धांचें मत नाहीं, चार्वाकांचें आहे. बौद्ध ईश्वर आहे किंवा नाहीं याविषयीं विचार करीत नाहींत. जगत् असत्य आहे किंवा मिथ्या आहे असेंही बौद्ध मानीत नाहींत, तर ते जगत् सत्य पण क्षणिक मानतात. चार्वाक जगताला असत्य मानीत नव्हते, हें खरें; परंतु असत्य ह्या शब्दाचा अर्थ ' नास्ति सत्यं यस्मिन् । ' असा केला पाहिजे, म्हणजे जगांत सत्य नाहीं असा अर्थ केला पाहिजे. ' अपरस्परसंभूतं ' या शब्दाचा अर्थ थोडासा संदिग्ध वाटतो. त्याचा अर्थ संयोगजन्य असा भाषांतरांत केला आहे, तथापि दुसरा अर्थ असा दिला आहे कीं, जग ज्या पदार्थांचें झालें आहे ते पृथ्वी, आप्, तेज वायु, आकाश हे एकमेकांपासून उत्पन्न झालेले नाहींत. " कामहैतुकम् " हें शेवटचें विशेषण निश्चयानें चार्वाकांनाच लागू पडतें. जगाचा हेतु काम आहे, दुसरा नाहीं, येथील आयुष्याची इतिकर्तव्यता चैन भोगणें आहे, असें चार्वाक मानतात, बौद्ध मानीत नाहींत हें उघड आहे. तेव्हां ह्या श्लोकांत बौद्धमतांचें दिग्दर्शन नाहीं, हेंच खरें. चार्वाकांचें मत काय होतें हें आपणांस निश्चयानें सांगतां येत नाहीं. तथापि सर्वदर्शनसंग्रहांत माधवानें बृहस्पतीचे श्लोक उतरून घेतले आहेत. पण बृहस्पतिसूत्र उपलब्ध नाहीं. मॅक्समुल्लरनें हिंदुतत्त्वज्ञानावरील आपल्या ग्रंथांत त्याची कांहीं माहिती दिली आहे. तो म्हणतो " बृहस्पतिसूत्रें हल्लीं नष्ट आहेत. त्यांत देहात्मवादी अथवा कामचारी लोकायतिक ऊर्फ चार्वाक इंद्रियांनीं जें प्रत्यक्ष दिसत नाहीं तें मुळींच मानीत नाहींत, त्यांचीं मतें ग्रथित होतीं असें म्हणतात. या अनीश्वरवादी मताचा प्रवर्तक देवांचा गुरु बृहस्पति असावा, हें चमत्कारिक आहे. परंतु ब्राह्मणांत व उपनिषदांत बृहस्पतीनें असुरांना त्यांच्या नाशाकरितां खोटीं व अनर्थकारक तत्त्वज्ञानें सांगितल्याची कथा आढळते. उदाहरणार्थ, मैत्रायण उपनिषद् ७. ९ मध्यें असें वर्णिलें आहे कीं, बृहस्पतीनें शुक्राचें रूप धरून हें खोटें ज्ञान देवांच्या फायद्याकरितां व असुरांच्या नाशाकरितां प्रतिपादन केलें." असो; असुर अथवा पारशी तत्त्वज्ञानही देहास मुख्य मानून चाललें आहे, असें वाटतें. तें कसेंही असो. अशीं अनीश्वरवादी मतें वैदिककाळापासून प्रचलित होतीं, व त्यांचा उल्लेख ऋग्वेदांतील कित्येक सूक्तांत सांपडत असल्याचें मॅक्स्मुल्लर नमूद करतो. मैत्रायण उपनिषदांत सां-

गितलेली कथा चालत आलेली फार जुनी आहे. मैत्रायण उपनिषद् केव्हांचेंही असो, हें आसुरी मत वेदकाळापासून बुद्धाच्या पूर्वीं निःसंशय आहे. भगवद्गीतेंत जें उल्लिखित आहे तें आसुरी म्हणून आहे आणि तें फार जुनें आहे. शिवाय हें वर्णन व मत बौद्धांना मुळींच लागू पडत नाहीं. अर्थात्, भगवद्गीतेंत बौद्ध मताचा उल्लेख आहे, हें म्हणणें चुकीचें आहे आणि गीताही बुद्धानंतरची ठरत नाहीं.

भगवद्गीतेंत अहिंसा मताचा पुरस्कार केला आहे आणि बौद्ध धर्मांतहि अहिंसा मतांतलि पुरस्कार आहे. तसेंच बौद्धांत जातिनिर्बंधाचा अनादर आहे आणि सर्व जातींस सारखेंच भिक्षु होण्याचा अधिकार दिलेला आहे. तसेंच भगवद्गीतेंतही शूद्रांना, किंबहुना श्वपचांना मोक्षाचा अधिकार आहे, असें सांगितलें आहे. यावरून भगवद्गीता बौद्ध धर्माच्या प्रचारानंतरची आहे, असें हे लोक अनुमान काढतात. परंतु तें चुकीचें आहे. अहिंसातत्त्व हिंदुस्थानांत फार प्राचीन काळापासून सुरू आहे. उपनिषदामध्यें त्या तत्त्वाचा उपदेश आहे. उदाहरणार्थ, छंदोग्य उपनिषदांत (प्रपाठक ८, कांड १४)

अहिंसन्सर्वभूतानि अन्यत्र तीर्थेभ्यः ।

असें म्हटलें आहे. अर्थात् भगवद्गीतेंतील हें मत उपनिषदांतून घेतलें आहे, बौद्ध धर्मांतून नव्हे. दुसरें शूद्रांविषयींही. उपनिषदांचें मत त्यास ब्रह्मविद्येचा अधिकार आहे, असेंच अनुकूल होतें. रैक्व व जानश्रुति या छांदोग्य उपनिषदांतील कथेवरून उपनिषत्कालीं विद्वानांची समदृष्टि कशी होती, हें दिसून येतें. उपनिषदापासून हें तत्त्व गीतेंत आलें, बौद्धकालानंतर आलें नाहीं. किंबहुना, बौद्धानंतर सनातनीयांच्या मताचा प्रवाह उलट दिशेनें वाहूं लागला व बौद्धांच्या शूद्र भिक्षूंचा निषेध करण्यासाठींच शूद्रांना ब्रह्मविद्येचा अधिकार नाहीं, असें ठरलें. हें मत बादरायणांच्या वेदान्तसूत्रांत आलें आहे व जानश्रुति व रैक्व या उपनिषत्कथेचा निराळाच संबंध लावून शूद्र शब्दाचा अर्थ निराळा केलेला आहे. सारांश, भगवद्गीता ही बौद्ध मताच्या पूर्वींची व जुन्या उपनिषदांच्या जवळची ठरते. बादरायणाचीं वेदान्तसूत्रें वरील हकीगतीवरून बौद्धमताच्या प्रचारानंतरचीं—बऱ्याच काळानंतरचीं आहेत. भगवद्गीतेचा काळ हल्लींच्या महाभारताच्या काळाहून फार प्राचीन आहे, हें आम्ही स्वतंत्र भागांत सिद्ध करण्याचा विचार केला आहे. असो, येथें महाभारताच्या हल्लींच्या स्वरूपाच्या काळाचा विचार आहे, यांत बौद्धमताचा उल्लेख नांवानें नव्हे तरी स्पष्टपणें दिसतो, यामुळें हल्लींच्या महाभारताचा काळ बौद्धमतानंतरचा म्हणजे इसवी सन पूर्व ४०० च्या नंतरचा आहे, व तो आपल्या पूर्वोक्त मतास विरोधी नाहीं.

आतां सनातन धर्माच्या मतमतांतरांपैकीं कोणकोणत्या मतांचा उल्लेख महाभारतांत आहे व त्यांचे कोणते ग्रंथ उल्लिखित आहेत, हें पाहणें बाकी राहिलें आहे. नारायणीयांतील पंचमहाकल्प हें विशेषण विष्णूस लावलें आहे. यांत पांच मतांचा व त्यांच्या आगमांचा समावेश होतो, असें टीकाकार म्हणतो. म्हणजे शैव, वैष्णव, सौर, शाक्त आणि गाणेश या पांच मतांचा ध्वनि आहे, असें त्याचें म्हणणें आहे. परंतु प्रत्यक्ष उल्लेख पहिल्या तीन मतांचा आहे, हें निर्विवाद आहे. शाक्त व गाणेश या मतांचा किंवा आगमांचा उल्लेख नाहीं. शैवमत पाशुपतज्ञान या नांवानें उल्लिखित आहे आणि त्यांचा कर्ता प्रत्यक्ष शिव म्हणून सांगितला आहे. परंतु त्यांच्या कोणत्याच ग्रंथाचें नांव कोठेंही सांगितलेलें

नाहीं. तसेंच पाशुपतांचीं मतें काय आहेत, हेंही सांगितलें नाहीं. वैष्णवांचें मत एकंदरीनें भागवत या नांवानें उल्लेखिलें आहे. परंतु त्यांचे ग्रंथ कोणकोणते याचा कोठेंच निर्देश नाहीं. पांचरात्रमताचा प्रवर्तक भगवान् स्वतः आहे. हा शब्द विष्णूला किंवा श्रीकृष्णाला लावतां येईल. यामुळेंच या मताच्या लोकांना ' सात्वत ' असें नांव मिळालेलें आहे. पांचरात्राचे ग्रंथ कोणते होते हें कोटेंही सांगितलेलें नाहीं. शांतिपर्वांत नारायणीय उपाख्यान आहे, तें सर्व याच मताचें आहे. मुख्य पंचरात्राशिवाय किंवा नारदपंचरात्राशिवाय दुसऱ्या कोणत्याही ग्रंथांचा उल्लेख नसल्यामुळें कालनिर्णयाच्या संबंधानें विशेष मदत होत नाहीं. ' चित्रशिखंडी ' नांवानें विख्यात असलेल्या सप्तर्षींनीं मिळून मेरुपर्वतावर वेदांचा निष्कर्ष घेऊन एका उत्तम शास्त्राची रचना केली, तें हें पंचरात्र. त्या ग्रंथांत श्रेष्ठ लोकधर्माचें विवरण केलें होतें. हे चित्रशिखंडी म्हणजे मरीचि, अत्रि, अंगिरा, पुलस्त्य, पुलह, क्रतु व वसिष्ठ हे होत, वगैरे वर्णन अध्याय ३३५ शांतिपर्व यांत आहे. हा ग्रंथ एक लक्ष असून अत्युत्तम आहे असें म्हटलें आहे. असो. हा ग्रंथ काल्पनिक नसला तरी हल्लीं प्रसिद्ध असलेले पंचरात्र ग्रंथ हे केव्हां झाले, हें ऐतिहासिकरीत्या ठरणें अशक्य असल्यामुळें महाभारताचा काल ठरविण्यास साधन उत्पन्न होत नाहीं. पाशुपत ग्रंथ महाभारतांत वर्णिलेला नसून पंचरात्र ग्रंथ वर्णिलेला आहे, याजवरून पाशुपत ग्रंथ त्या वेळेस नसावा; असता तर जसा सौतीनें नारायणीय उपाख्यानाचा महाभारतांत समावेश केला, तसा त्याचाही केला असता. असो. सौरउपासनेचा उल्लेख द्रोणपर्व अ. ८२ यांत आहे. ही उपासना ब्राह्मणांची नेहेमींची उपासना गायत्री मंत्रानें केलेली किंवा त्याहून भिन्न होती, हें कळत नाहीं. सौर उपासनेचें मत कांहीं निराळें होतें कीं काय, हेंही समजत नाहीं. सौरमताच्या ग्रंथांचा मुळींच उल्लेख नाहीं. तेव्हां त्याजविषयीं अधिक लिहिणें नको.

असो. तर याप्रमाणें उपोद्घातांत सांगितलेलें पहिलें अन्तःप्रमाण पाहतां त्याजवरून काय निष्पन्न होतें व कालनिर्णयाच्या कामीं काय मदत मिळते, हें आपण पाहिलें. वेद, उपवेद, अंगें, उपांगें, ब्राह्मणें व उपनिषदें यांचा उल्लेख महाभारतांत आहे. परंतु यांचा काल अनिश्चित, ठोकळ मानानें अनेक रीतीनें ठरविलेला व तोही फार प्राचीन काळचा असल्यानें आपल्यास कालनिर्णयाच्या कामीं फारशी मदत होत नाहीं, व यामुळें आम्हीं त्यांतली अवतरणें घेतलीं नाहींत. सूत्रें व धर्मशास्त्रें यांचा उल्लेख महाभारतांत येतो. परंतु कोणाचेंही नांव दिलेलें आढळत नाहीं. मनूचें नांव प्रसिद्ध आहे व तें वारंवार येतें. त्याचीं वचनेंही म्हणून पुष्कळ येतात. परंतु मनुस्मृति महाभारतानंतरची आहे, हें निर्विवाद आहे. आश्वलायन गृह्यसूत्रांतलें एक वचन महाभारतांत आलेलें आम्हीं वर दिलें आहे. परंतु त्याजवरून तें त्या सूत्रांतूनच घेतलें आहे, असें दिसत नाहीं; आणि आश्वलायन सूत्राच्या अगोदर महाभारत झालें असलें पाहिजे. कारण, त्यांत महाभारताचा उल्लेख आहे. ' ब्रह्मसूत्रपदैः ' या शब्दावरून बादरायणांच्या वेदांतसूत्रांचा बोध होत नाहीं व बादरायणांचीं सूत्रें महाभारताच्या वचनाचा आधार घेतात, यावरून तीं त्यानंतरचीं आहेत. न्याय, वैशेषिक यांचा महाभारतांत दाखला नाहीं व सूत्रांचाही उल्लेख नाहीं. सांख्ययोग वारंवार येतात आणि कपिलाचेंही नांव वारंवार येतें. परंतु पतंजलीच्या योगसूत्राचा दाखला नाहीं.

योगशास्त्राचा कर्ता दुसरांच सांगितला आहे. यावरून पंतजली महाभारतानंतरचा. पाशुपत व पांचरात्र या मतांचा उल्लेख आहे, परंतु त्यांचा ग्रंथ कोणताही सांगितलेला नाहीं. सप्तर्षिकृत एकलक्षात्मक पंचरात्रग्रंथ उल्लिखित आहे, पण तो काल्पनिक नसला तर कोणत्या काळाचा आहे, हें माहीत नसल्यानें विशेष फायदा होत नाहीं. सारांश, या अन्तः-प्रमाणावरून निश्चयात्मक सांगतां येतें तें असें कीं, आश्वलायनाचें गृह्यसूत्र, बादरायणाचें वेदान्तसूत्र व पतंजलीचें योगसूत्र यांच्या पूर्वीं महाभारत झालें. या सूत्रांचा काळ विशेषतः पतंजलीचा काळ इसवी सन पूर्व १५०—१०० आहे. अर्थात्, महाभारत याच्या पूर्वींचें ठरतें.

अन्तःप्रमाणांत दुसरें प्रमाण महाभारतांतील छंदाचें व गद्याचें आहे, असें आपण उपोद्घातांत सांगितलें आहे. महाभारतांतील छंद कोणत्या काळांतले आहेत, याचें निरीक्षण करून महाभारताचा काळ ठरूं शकतो कीं काय, हें पाहिलें पाहिजे. या दृष्टीनें पाश्चात्य ग्रंथकारांनीं फारच विस्तृत विचार केलेला आहे. परंतु तो निर्णयात्मक सिद्धान्त काढण्यास फारसा उपयोगी नाहीं. तथापि या विचाराची माहिती वाचकास असणें जरूर आहे. ती देण्यापूर्वीं आपण गद्यांविषयीं प्रथम सांगूं. महाभारतांत गद्य बऱ्याच ठिकाणीं आहे. विशेषतः आदिपर्व, वनपर्व, शान्तिपर्व या पर्वांत आहे. हे गद्यभाग बहुधा सौतीनें स्वतःरचलेले असावेत. क्वचित् पूर्वीं एखाद्या इतिहास वगैरे ग्रंथांपैकीं घेतले असल्यास संभवनीय आहे. पहिल्या पर्वांतील जनमेजयाच्या व देवशुनीच्या कथेचा भाग जुना दिसतो. परंतु वनपर्वांतील व शांतिपर्वांतील गद्य नवीन व सौतीच्या हातचें दिसतें. वेदाच्या ब्राह्मणभागांतील व उपनिषद्भागांतील गद्याहून अगदीं निराळें, असें हें महाभारतांतील गद्य आहे. ब्राह्मणांतील गद्यांत जुने वैदिककालीन शब्द व जुने प्रयोग पुष्कळ येतात. एकंदर भाषा फारच वक्तृत्वपूर्ण असते व तेचतेच प्रयोग व वाक्यें यांची पुनरावृत्ति रसाचा परिपोष करण्यासाठीं केलेली दिसते. महाभारतांतील गद्य याच्या उलट आहे. यांत जुने शब्द व प्रयोग नाहींत, व तें वक्तृत्वयुक्तही नाहीं. ज्या वेळेस संस्कृत भाषा बोलण्यांत नव्हती, अशा वेळीं हें लिहिलेलें आहे असें स्पष्ट वाटतें. हे गद्यभाग बहुतेक सौतीनें लिहिले आहेत, व ते त्यानें मौजेखातर वैचित्र्यासाठीं लिहिले असावे. सारांश, या गद्यावरून अनुमान एवढें निघतें कीं, ब्राह्मण व उपनिषत्कालानंतर बऱ्याच वर्षांनीं संस्कृत भाषा प्रचारांतून गेल्यानंतर महाभारत तयार झालें असावें. अर्थात् इसवी सन पूर्व २०० च्या सुमाराचा काळ जो आम्हीं ठरविला आहे, त्याला या गद्याच्या विचारापासून दुजोरा मिळतो.

आतां आपण पद्याचा विचार करूं. हा विचार हॉप्किन्सनें आपल्या ग्रंथांत इतक्या विस्तृत रीतीनें केला आहे कीं, त्या ग्रंथाचीं १७५ पानें या विषयानें भरलीं आहेत. त्याचा समग्र उल्लेख करणें शक्य नाहीं व त्याजपासून ठोकळ अनुमानाशिवाय ज्यास्त कांहीं निघूं शकत नाहीं. तथापि त्यांतील मुख्य मुद्दे वाचकांपुढें ठेवूं. महाभारतांत मुख्यतः अनुष्टुप् श्लोक आहेत व त्याच्या खालोखाल उपजाति वृत्ताचे म्हणजे त्रिष्टुभ्वृत्ताचे श्लोक आहेत. एकंदरीनें शेंकडा ९५ अनुष्टुभ्, शेंकडा पाचाहून थोडे कमी त्रिष्टुभ् आहेत व बाकी श्लोक इतर वृत्तांत सरासरीं शेंकडा एकपंचमांश आहेत. या एकपंचमांशांत सर्व प्रकारचीं वृत्तें आलीं आहेत. अक्षरवृत्तांत रथोद्धतेपासून शार्दूलविक्रीडितापर्यंत ११ वृत्तांचे मासले आहेत.

मात्रावृत्तांत पुष्पिताग्रा, अपरवक्त्रा, मात्रासमका आणि आर्या, गीति व उपगीति इतकीं वृत्तें आहेत. हीं निरनिराळीं वृत्तें कधीं व कशीं उत्पन्न झालीं, याचा आपल्यास निश्चयानें इतिहास सांगतां येणार नाहीं. कालिदासापासून या सर्व वृत्तांचा उपयोग होत आहे, हें निर्विवाद आहे. हीं वृत्तें वैदिक नव्हेत, पण वैदिक वृत्तांवरून तीं कालिदासाच्या पूर्वीं निघालीं, हें निर्विवाद आहे. आर्यावृत्ताचा उपयोग बौद्ध व जैन ग्रंथांत पुष्कळ प्राचीन काळीं दिसतो. सारांश या वृत्तांच्या उपयोगावरून महाभारताचा काळ ठरविण्यास कांहींच साधन मिळत नाहीं. तरी जो काळ आम्हीं ठरविला आहे त्यास बाधक असेंही त्यांत कांहीं नाहीं. हे निरनिराळ्या वृत्ताचे श्लोक बहुधा सौतीनें रुचिवैचित्र्यासाठीं किंवा महाभारतांत नाहीं असें कांहीं नाहीं, या प्रतिज्ञेच्या पूर्तीसाठीं घातले असावे असें अनुमान होतें. आतां आपण महाभारतांतील मुख्य छंद अनुष्टुभ् व त्रिष्टुभ् यांचा विचार करूं.

अनुष्टुभ् व त्रिष्टुभ् हीं वैदिक वृत्तें आहेत. अनुष्टुभ् वृत्तांतील प्रत्येक पादास आठ अक्षरें असतात व त्रिष्टुभ् पादास अकरा असतात. या अक्षरांचा ऱ्हस्वदीर्घक्रम ठरलेला नाहीं. तथापि अनुष्टुभ् छंदांत पहिल्या पादांतील पांचवें अक्षर बहुधा दीर्घ असावें लागतें व दुसऱ्या पादांतील सातवें अक्षर निश्चयानें ऱ्हस्व असावें लागतें, हा एक विशेष नियम वैदिक अनुष्टुपेक्षां व्यासांच्या व वाल्मिकींच्या अनुष्टुभांत नवीन उत्पन्न झाला. जेव्हां हळुहळु त्रिष्टुभाचा वैदिक काळापासून अलीकडच्या काळांत उपयोग होऊं लागला, तेव्हां त्याचे ऱ्हस्वदीर्घक्रम पक्के कायम होऊन शेवटीं ते रामायणामध्यें व रामायणाच्या अलीकडील काव्यांत इन्द्रवज्रा व उपेन्द्रवज्रा वगैरे वृत्तानें दृष्टीस पडावयास लागले. अनुष्टुभाचे ऱ्हस्वदीर्घक्रम विशेष निश्चित झाले नाहींत, तथापि ऱ्हस्वदीर्घांच्या क्रमानुसार त्याचे निरनिराळे भेद पडतात व अनुष्टुप् वृत्तांत निरनिराळें माधुर्य उत्पन्न होतें. याचा विचार हॉप्किन्सनें विस्तारानें केला आहे, त्याचा उल्लेख मागाहून करूं. अनुष्टुभाचे चार चरण व त्रिष्टुभाचेही चार चरण सामान्यतः मानले जातात. परंतु कधीं कधीं दोन चरण अधिक घातले जातात. अनुष्टुभास साधारणपणें श्लोक ही संज्ञा आहे, व कोणत्याही ग्रंथाची श्लोकसंख्या किती, असा विचार करतांना ३२ अक्षरांचा अनुष्टुप् या मोडणीनेंच करतात, म्हणजे गद्यग्रंथांचेंही माप याच हिशोबानें म्हणजे ३२ अक्षरांचा एक श्लोक अशा हिशोबानें होतें. आतां त्रिष्टुभ् म्हणजे ११ अक्षराचे श्लोक, याच्या नमुन्यासाठीं

' सन्ति लोका बहवस्ते नरेन्द्र । '

इत्यादि पुष्कळ श्लोक देतां येतील. अशा प्रकारचे श्लोक ज्या ज्या ठिकाणीं आहेत ते ते भाग जुने असावे, असा तर्क करतां येतो. भगवद्गीता हा अत्यंत जुना भाग आहे, हें आपण सांगितलेंच आहे. सनत्सुजातीयही अशाच प्रकारचें आख्यान आहे. व्यासांना असे श्लोक बनविण्याची वारंवार स्फूर्ति येते. कधीं कधीं सबंध अध्याय अशा श्लोकांचे असतात, तर कधीं अनुष्टुप् श्लोकांच्या मध्येंच एक-दोन श्लोक येतात. अध्यायाच्या शेवटींही असे श्लोक दृष्टीस पडतात. सरळ जोरदार भाषेंत सहज अर्थ समजण्याजोगे हे श्लोक रचण्याचें सामर्थ्य व्यासांच्या भाषाप्रभुत्वाची साक्ष देतें. रामायणांतील असे श्लोक ज्यास्ती सुबद्ध असले तरी इतके सरळ—अगदीं बोलण्याप्रमाणें नसतात. कालिदासाच्या काव्यापासून तर अ

सले श्लोक कृत्रिम व दुर्बोध असेच असतात. असो. सौतीनेंही असले श्लोक तयार केले आहेत व सौतीस असले श्लोक बनविण्याची हातोटी साधली होती, हें " यदाश्रौषं " इत्यादि ६९ श्लोक या वृत्तांत महाभारताच्या पहिल्या अध्यायांत घातले आहेत, त्याजवरून दिसून येईल. हा सबंध अध्याय व हे श्लोक सौतीचे आहेत, हें पूर्वीं दाखविलेंच आहे. असो, त्रिष्टुभ् वृत्तांतील या श्लोकांवरून महाभारताचा काल कालिदासादिकांच्या पूर्वींचा, इतकेंच नव्हे तर रामायणाच्या पूर्वींचा ठरतो. कारण, रामायणांतील त्रिष्टुभ् श्लोक नियमबद्ध दिसून येतात.

श्लोकाच्या व त्रिष्टुभाच्या रचनेवरून ग्रंथकालनिर्णयाच्या कामीं कशी मदत मिळते, तें आपण पाहूं. महाभारत हा ग्रंथ वैदिक काळापासून तों अर्वाचीन संस्कृताच्या कालापर्यंत तयार झाला, हें आपण पूर्वीं ठरविलेलें आहे; म्हणजे त्यांत कांहीं जुने भाग असून कांहीं नवे भागही आहेत. महाभारतांत त्रिष्टुभाची रचना ऱ्हस्वदीर्घांचा अनुक्रम रामायणकालीं ठरला त्याला सोडून बरीच आहे, हें त्यांतील अनेक श्लोकांवरून दिसतें. " न चैतद्विद्मः कतरन्नो गरीयः । " यांतला ऱ्हस्वदीर्घानुक्रम ठरलेल्याप्रमाणें नाहीं. अशा प्रकारचे श्लोक महाभारतांत शेंकडों आहेत. याजवरून महाभारताचा काळ रामायणाच्या पूर्वींचा ठरतो. " पृच्छामि त्वां धर्मसम्मूढचेताः । " हाही एक चरण लक्षांत घेण्यासारखा आहे. यांत ' मि ' आणि ' सम् ' हीं दोन अक्षरें दीर्घ आहेत. तीं ऱ्हस्व पाहिजेत म्हणजे हा चरण नेहेमींचा बनला असता. ' पृच्छामि ते धर्मविमूढचेताः । ' असा चरण असता, तर तो अलीकडच्या हिशोबाप्रमाणें ठीक झाला असता.

त्रिष्टुभ् श्लोक मूळच्या वैदिक मंत्रावरून घेतले आहेत, हें सांगणें नको. वैदिक त्रिष्टुभांत ऱ्हस्वदीर्घांचा जरी नियम नसतो, तथापि त्यांत पाहिजे तेथें ऱ्हस्व किंवा दीर्घ येईल असें नसतें, वृत्ताच्या माधुर्याला हानि येणार नाहीं असेच ऱ्हस्वदीर्घ योजावे लागतात. ' नमस्ते विष्णवास आकृणोमि । तन्मे जुषस्व शिपिविष्ट हव्यं ॥ ' हा वैदिक त्रिष्टुभ् श्लोकार्ध उदाहरणार्थ घेऊं. यांत प्रत्येक चरणांत अकरा अक्षरें आहेत. परंतु यांतील ऱ्हस्वदीर्घ अलीकडीलच्या त्रिष्टुभ् वृत्तासारखें नाहीं. तथापि यांतला ऱ्हस्वदीर्घक्रम माधुर्याला सोडून नाहीं. असो. वैदिक त्रिष्टुभाच्या अनुकरणानें महाभारतांतील त्रिष्टुभ् अनियंत्रित आहे, व यावरूनच त्याचा काळ बराच मागचा दिसतो. अनुष्टुप् छंदाच्या पहिल्या व दुसऱ्या पादांतील ऱ्हस्वदीर्घांचा अनुक्रम अजूनही ठरलेला नाहीं. तथापि त्यालाही माधुर्याच्या दृष्टीनें कांहीं नियम आहेत. ते नियम कोणते हें अनेक श्लोकांच्या तुलनेवरून विद्वानांनीं काढण्याचा प्रयत्न केला आहे. एक उदाहरण घेऊं. ' दमयन्त्या सह नलो विजहारामरोपमः ।' या ऐवजीं ' विजहार देवोपमः ' असें जर घातलें तर तें चुकीचें होईल, म्हणजे कानाला गोड लागणार नाहीं. याप्रकारची श्लोकांची तुलना करून हॉप्किन्सनें काळासंबंधानें असें अनुमान काढलें आहे कीं, महाभारतांत तीन चार प्रकारचे श्लोक दिसतात. पहिला प्रकार अगदीं अनियंत्रित उपनिषदांतील श्लोकांच्या तऱ्हेवर, दुसरा प्रकार महाभारताचे जुने भागाचा थोडासा कमी अनियंत्रित, तिसरा प्रकार भारतांतील मुख्यतः जोरदार श्लोकांचा, चौथा प्रकार—नवीन वाढलेल्या भागांचा प्रकार हा रामायणाच्या श्लोकासारखा. यांत आणखी एक पांचवा प्रकार महाभारताच्या नंतरचाही हॉप्किन्सनें दाख-

विलेला आहे, परंतु त्याचें उदाहरण जें दिलें आहे तें अनुष्टुप् छंदाचें नसावें, असें वाटतें.

पुरावृताऽभयंकरा मनुष्यदेहगोचराः ।
अभिद्रवन्ति सर्वतो यतश्च पुण्यशीलने ॥

हा श्लोक अनुष्टुप् छंदाचा नाहीं. हा निराळ्या अक्षरवृत्तांतील आहे. सारांश, हॉपृकिन्सच्या मतानेंही छंदावरून महाभारताचा काळ उपनिषत्काळापासून रामायणाच्या काळापर्यंत पोंचतो.

त्रिष्टुभाहून मोठाल्या वृत्ताचे श्लोक साधारणपणें आदिपर्वाच्या प्रारंभीं, शांतिपर्वांत, अनुशासनपर्वांत व हरिवंशांत येतात. इतर पर्वांतही आहेत, पण ते थोडे आहेत. पूर्वीं सांगितलेले भाग सौतीनें वाढविलेले आहेत, हें आम्हीं पूर्वीं सांगितलें आहेच. कर्णपर्वांत एके ठिकाणीं एकदम पंचवीस अर्धसमवृत्तें आलेलीं आहेत व एक शार्दूलविक्रीडित व पांच मालिनीवृत्ताचे श्लोक आलेले आहेत. आर्यावृत्ताचे अनुशासनपर्वांत सहा श्लोक आहेत. येथें असा प्रश्न उद्भवतो कीं, हे श्लोक नवीन छंदःशास्त्राच्या नियमाप्रमाणें शुद्ध आहेत, ते नियम सरासरी इसवी सन ५०० च्या सुमाराचे असावे, असें कित्येकांचें मत आहे; तेव्हां हे श्लोक सौतीचे कसे मानतां येतील ? व यांचा काल इसवी सन पूर्व २०० कसा संभवतो ? परंतु हा इसवी सन ५०० चा काल अलीकडील छंदोग्रंथांचा आहे, छंदांचा नव्हे. हे छंद याच्या पूर्वीं शेंकडों वर्षें अस्तित्वांत येऊन उपयोगांत येत होते. खुद्द रामायणामध्यें त्यांचा उपयोग केलेला आहे. अनेक काव्यग्रंथ इसवी सन-पूर्वकालीन नष्ट झालेले आहेत, त्यांत या वृत्तांचा उपयोग केलेला होता. सारांश, अलीकडचे छंदःशास्त्राचे ग्रंथ अस्तित्वांत येण्यापूर्वीं निरनिराळ्या छंदाच्या कल्पना उत्पन्न झालेल्या असून त्याप्रमाणें सौतीनें श्लोक बनविले व तेच अलीकडच्या ग्रंथकारांना प्रमाणभूत झाले. त्रिष्टुभ् वृत्ताचे जे अनियमित श्लोक आहेत ते महाभारतांपैकीं जुने असून त्या धर्तीवर सौतीनेंही नवीन श्लोक बनविणें शक्य आहे. कालिदासानें शाकुंतलाच्या चौथ्या अंकांत वैदिक धर्तीवर अग्नीच्या स्तुतिपर ऋचा बनविली आहे, हें आपण पाहतों. तात्पर्य, इसवी सन पूर्व २०० च्या सुमारास सौतीनें शार्दूलविक्रीडित वगैरे छंदांत श्लोक बनविणें मुळींच असंभवनीय नाहीं. आतां, आर्यावृत्त मूळचें प्राकृतांत उत्पन्न झालें, तें संस्कृतांत केव्हां घेतलें गेलें ? याचा प्रश्न पुढें कोणी उपस्थित करील. रामायणांत अक्षरछंद बरेच उपयोगांत आणले असून आर्यावृत्ताचे श्लोक नाहींत. यावरून महाभारताचा कांहीं भाग रामायणानंतरचा असें कोणी म्हणेल. परंतु रामायणामध्यें आर्यावृत्त घेतलेंच पाहिजे होतें असें नाहीं. रामायणांत तें वृत्त नसलें तरी तें संस्कृतांत त्यापूर्वीं चालू झालेंच नव्हतें, असें होत नाहीं. महाभारतकाळीं प्राकृत ग्रंथ बरेच निर्माण झालेले होते. त्यांतून आर्यावृत्त संस्कृतांत उपयोगांत येणें संभवनीय आहे. तात्पर्य, महाभारताचा काळ जो आम्हीं इसवी सन पूर्व २५०–२०० ठरविला आहे, त्याच्या विरुद्ध या मोठाल्या छंदांपासून कांहीं प्रमाण निघत नाहीं.

आतां आपण उपोद्घातांतील सांगितलेल्या अन्तःप्रमाणांतील तिसऱ्या प्रमाणाकडे वळूं. आर्यावर्ताच्या धार्मिक किंवा राजकीय इतिहासांतील उलाढालींत बुद्धाच्या धर्ममताचा किंवा ग्रीक लोकांशीं युद्ध झाल्याचा किंवा व्यवहार झाल्याचा काळ निर्णीत आहे. तेव्हां त्याचा कोठें उल्लेख आहे किंवा काय हें पाहणें. हें प्रमाण फार महत्त्वाचें आहे. या प्रमाणावर आपण मुख्यतः महाभारताच्या पूर्व-

काळाची मर्यादा ठरविली आहे. गौतम बुद्धाचा निधनकाळ इसवी सन पूर्व ४७४ हा आहे. अर्थात् बौद्धधर्माचा प्रसार इसवी सन पूर्व ४५०–४०० असा मानतां येईल. महाभारतांत बुद्धाचें नांव मुळींच नाहीं. तथापि बौद्ध भिक्षूंचा व बौद्ध मतांचा निर्देश आहे, हें आपण मागें सांगितलेंच आहे. तीच स्थिति जैनधर्माची आहे. जैनधर्मप्रचारक महावीर हा बुद्धाच्या वेळेस होता. त्याचा धर्मही बौद्धधर्माबरोबरच पसरत होता. महाभारतांत जिनाचें नांव नाहीं, तथापि जैनांचा ‘ क्षपणक ’ म्हणून उल्लेख आहे. यावरूनही हाच काळ ठरतो. ग्रीकांचा व आर्यांचा युद्धप्रसंग शिकंदराच्या वेळेला घडला म्हणजे इसवी सन पूर्व ३०० च्या सुमारास आम्हांस ग्रीकांच्या युद्धकौशल्याची माहिती होती. यवनांचें युद्धकौशल्य महाभारतांत दोनतीन ठिकाणीं वर्णिलेलें आहे. यवनांचा उल्लेखही वारंवार येतो. तेव्हां महाभारत इसवी सन पूर्व ३०० च्या अलीकडील असलें पाहिजे, हें साहजिक ठरतें.

शेवटीं उपोद्घातांतील चवथ्या अन्तःप्रमाणाचा विचार करूं. महाभारतांत ज्योतिषासंबंधाची माहिती काय आहे हें पाहिलें असतां त्याचा कालनिर्णयाच्या कामीं फारसा उपयोग होणार नाहीं, हें आम्हीं विस्तारानें पुढें दाखविणार आहों. आकाशस्थ ग्रहांची व नक्षत्रांची स्थिति महाभारतांत वर्णन केली आहे, त्याजवरून ग्रंथाच्या कथानकाचा काळ ठरविण्याचा कित्येकांनीं यत्न केला आहे, पण तो सिद्धीस गेलेला नाहीं. नक्षत्रें, मास, अयन, पक्ष, इत्यादिकांचीं नांवें महाभारतांत आलीं आहेत, त्यावरून प्राचीन काळाचा बोध होतो व महांभारताच्या कालनिर्णयाच्या कामीं थोडीशी मदत मिळते, परंतु या दृष्टीनें तिचें महत्त्व नसून ती माहिती आम्ही पुढें देणार आहों, तेव्हां ती येथें येण्याची जरूरी नाहीं. ज्योतिषासंबंधीं एकच गोष्ट कालनिर्णयाच्या कामीं उपयोगी पडते, ती आम्ही प्रारंभींच सांगितली आहे. महाभारतांत राशींचा उल्लेख नाहीं, ही निषेधात्मक गोष्ट महत्त्वाची आहे. इसवी सन पूर्व २०० च्या सुमारास राशि इकडे प्रचारांत आल्या व त्यापूर्वींचें महाभारत आहे हें आम्हीं दाखविलें आहे.

आतां आपल्या उपोद्घातांत सांगितलेल्या बाह्य प्रमाणांचा विचार करूं. जे आपले ग्रंथ किंवा शिलालेख महाभारताचा उल्लेख करतात ते अत्यन्त महत्त्वाचे पुरावे होत, हें उघड आहे. या तऱ्हेचा एक पुरावा आम्हीं प्रारंभींच नमूद केला आहे. “ गुप्त इन्स्क्रिप्शन्स् ” व्हॉल्यूम ३ यांतील सर्वनाथाचा शिलालेख इसवी सन पूर्व ४४५ चा एक लक्ष भारत संहितेचा असा स्पष्ट उल्लेख करतो. याशिवाय अन्य प्रमाण अद्याप सांपडलें नाहीं. बाहेरच्या लोकांचे ग्रंथ पाहतां बौद्ध किंवा जैन ग्रंथांत महाभारतग्रंथाचा उल्लेख आम्हांस सांपडलेला नाहीं. परंतु ग्रीक लोकांच्या ग्रंथांपैकीं डायानूक्रायसोस्टोम् या इसवीसनपूर्व ५० च्या सुमारास हिंदुस्थानांत आलेल्या वक्त्याच्या ग्रंथांत एकलक्ष श्लोकांच्या इलियड्चा दाखला आहे, व तो आम्हीं पूर्वीं दिलाच आहे. हा शोध वेबरनें लावलेला आहे. या जर्मन पंडिताच्या शोधामुळें महाभारत इसवी सन पूर्व ५० च्या अलीकडे येऊं शकतच नाहीं. हीं प्रमाणें फारच महत्त्वाचीं आहेत व म्हणूनच आम्हीं त्यांचा उल्लेख आरंभीं केला आहे.

असो, तर याप्रमाणें अन्तःप्रमाणें व बाह्य प्रमाणें यांचा विचार करतां महाभारताचा काळ ग्रीक शिकंदरकाळीं हिंदुस्थानांत इ. स. पूर्व ३०० त आले त्यानंतर व डायानूक्रायसोस्टोम् हिंदुस्थानांत इ. स. पूर्व ५० च्या सु-

मारास आला त्यापूर्वीं, विशेषतः राशी प्रचारांत येण्यापूर्वीं, तसेंच पतंजलीच्या काळापूर्वीं म्हणजे इ. स. पू. १५० च्या पूर्वीं निर्विवाद ठरतो. अर्थात् महाभारताचें हल्लींचें स्वरूप इ. स. पू. २५०–२०० च्या सुमाराचें आहे, असें मानिलें पाहिजे.

महाभारताचा काल पाश्चात्य विद्वानांनीं बराच अलीकडचा ठरविलेला आहे. त्याचीं जीं कारणें हॉपूकिन्सनें दिलेलीं आहेत, त्यांचा आपण आतां थोडासा विचार करूं. महाभारतांत चौसष्ट कला सांगितल्या आहेत, दर्शनांच्या मतांचा उल्लेख आहे, त्रिमूर्तींचा उल्लेख आहे, यजुर्वेदाच्या १०१ शाखा सांगितलेल्या आहेत, ग्रीकि शब्द व ग्रीक लोक यांचा उल्लेख आहे, अठरा पुराणें सांगितलीं आहेत, व्याकरण, धर्मशास्त्र, ग्रंथ, पुस्तकें, लिहिलेले वेद व महाभारताच्या लेखी प्रती यांचें वर्णन आहे. यावरून महाभारत बरेंच अलीकडचें असावें. परंतु यांपैकीं एकाचाही काळ निर्णीत नाहीं. या सर्व गोष्टी इसवी सन पूर्व २०० च्या अगोदर असूं शकतील. तेव्हां हीं कारणें मुळींच उपयोगीं पडत नाहींत. हॉपूकिन्स आणखी म्हणतोः—“ आदिपर्वाचा पहिला भाग व हरिवंश याशिवाय बाकीचा भाग इसवी सन २०० च्या सुमारास झाला असावा. पण हे भाग याहीनंतरचे असावे. कारण, रोमन नाणें ‘ दीनार ’ याचा उल्लेख हरिवंशांत आहे. आणि हरिवंशाचा उल्लेख पहिल्या भागांत आहे. ” येथें असा प्रश्न उपस्थित होतो कीं, रोमन ‘ दीनार ’ नाणें हिंदुस्थानांत कधीं आलें ? तें इसवी सन १००–२०० च्या सुमारास आलें असें मानलें, तरी ज्या ठिकाणीं हरिवंशांत हा उल्लेख आहे, तेवढाच श्लोक मागाहूनचा असें मानलें असतां चालेल. कारण, सबंध महाभारतांत—शान्तिपर्व व अनुशासनपर्वांत सुद्धां दीनारांचा कोठें उल्लेख नाहीं. जेथें तेथें सुवर्णनिष्कांचा उल्लेख आहे. अर्थात् हे भाग व सबंध महाभारत २०० च्या पूर्वींचें आहे. हरिवंशांत एखादा श्लोक मागाहून येणें संभवनीय आहे. हरिवंश हा महाभारताचा भाग संख्येकरितां व श्रीकृष्णाच्या कथेच्या पूर्तीकरितां मागाहून जोडला, हें आम्हीं पूर्वीं सांगितलेंच आहे. परंतु हरिवंश हा ग्रंथ सौतीचा नव्हे. कारण, सौतीनें जी त्याची संख्या दिली आहे, ती ठोकळ मानाची आहे, हें सहज दिसून येतें. हरिवंशाची ग्रंथसंख्या बारा हजार ही ठोकळ आहे व इतर पर्वांच्या ग्रंथसंख्येसारखी नक्की, ६६९८ उद्योगपर्व वगैरेसारखी बारकाईची नाहीं. अर्थात्, हरिवंशाच्यासंबंधानें सौतीनें जिम्मेदारी घेतली नव्हती, असें दिसतें. या खिलपर्वांत १६४८९ श्लोक आहेत, तेव्हां सौतीच्या नंतरही या पर्वांत श्लोकांची मोठीच भरती झालेली आहे, असें मानिलें पाहिजे. तात्पर्य, हरिवंशांत दीनाराचें नांव आलें आहे, एवढ्यावरून महाभारताचा काळ ठरविणें योग्य होणार नाहीं.

दुसरीं कित्येक कारणें हॉपूकिन्सनें दिलीं आहेत त्याजवरून काय ठरतें तें पाहूं. (१) “ अनुशासनपर्वांतील भूदानाच्या प्रशंसापर श्लोकांत ताम्रपटांचा कोठें उल्लेख नाहीं. अग्रहार, परिग्रह वगैरेंचा उल्लेख आहे, परंतु ताम्रपटाचा उल्लेख नाहीं. मनूंतही हा उल्लेख नाहीं. परंतु नारद, विष्णु व याज्ञवल्क्य यांत उल्लेख आहे. याजवरून महाभारताचा काळ ताम्रशासनाच्या पूर्वींचा दिसतो. ” पण किती पूर्वींचा हें यावरून ठरत नाहीं, हें लक्ष्यांत घेतलें पाहिजे. (२) “ आश्वलायनसूत्रांत सुमंतु—जैमिनी—वैशंपायन—पैल—सूत्र—भाष्य—भारत—महाभारत—धर्माचार्याः असा उल्लेख आहे. पण इतर सूत्रांत भारत व महाभारत

यांच्या ऐवजीं इतिहास आणि पुराण असे शब्द आहेत. सांख्यायनामध्यें कांहींही उल्लेख नाहीं. तेव्हां महाभारत अलीकडच्या सूत्रांतच सांगितलें आहे, पूर्वींच्या सूत्रांत नाहीं, यावरून सूत्रकाळीं महाभारत नव्हतें.” परंतु कोणचीं सूत्रें केव्हां झालीं याचा निश्चयात्मक काळ जर आपल्यास ठाऊक नाहीं, तर याजवरून काळासंबंधानें कोणतेंच अनुमान निघत नाहीं, फक्त कांहीं सूत्रें पूर्वींचीं व कांहीं मागाहूनचीं एवढेंच अनुमान निघतें. (३) “पतंजलीच्या महाभाष्यांत ‘असि द्वितीयोऽनुससार पाण्डवम् ।’ असें वाक्य आहे, व इतर ठिकाणींही महाभारताचा दूरचा उल्लेख आहे. याजवरून महाभारत पतंजलीपूर्वीचें असें ठरतें व त्याचा काळ इसवीसन दुसऱ्या शतकापर्यंत जातो.” पण महाभाष्याचा काळ दुसऱ्या शतकाचा हा कोणीं ठरविला? आम्हीं पूर्वींच सांगितलें आहे कीं, महाभारत पतंजलीच्या पूर्वीचें आहे, आणि पतंजलीचा काळ इसवी सन पूर्व १५०–१८० च्या सुमाराचा आहे. तेव्हां हें प्रमाण हॉप्‌किन्सच्या विरुद्ध असून आमच्या मताला अनुकूल आहे. (४) “ज्या काळीं महाभारत लिहिलें गेलें त्याकाळीं बौद्धांचें वर्चस्व नाहींसें झालें असावें. कारण, एडूक अथवा बौद्धांचीं देवस्थानें यांचा निंदापूर्वक उल्लेख केलेला आहे. हें वर्णन वनपर्वांत कलियुगांत काय काय होईल या वर्णनाच्या अध्यायांत आलेलें आहे.” (वनपर्व अ. १९०) ‘पृथ्वी एडूकांनीं भरून जाईल व देवांचीं मंदिरें नाहींशीं होतील.’ या वर्णनावरून बौद्ध धर्माचा ऱ्हास झाल्यावेळीं महाभारत झालें, असें मुळींच होत नाहीं. किंबहुना, बौद्ध धर्माचा विजय ज्यावेळेस होत होता, त्यावेळचें हें वर्णन असलें पाहिजे. बौद्धधर्माच्या ऱ्हासाच्या वेळीं मंदिरांची सरशी होऊन एडूकांचा नाश झाला असला पाहिजे. भा. वन. पा. ३७४ यांत एडूक शब्दाच्या ऐवजीं ‘अस्थिगर्भ भिंती’ केला आहे तो योग्यच आहे. बौद्धांचीं पूजास्थानें अशींच होतीं. (५) “याहीपेक्षां विशेष महत्त्वाचा मुद्दा असा आहे कीं, सदर कलियुगाच्या वर्णनांत शक, यवन, बाल्हीक वगैरे म्लेंच्छ राजे हिंदुस्थानांत राज्य करतील असें सांगितलें आहे. असें सांगणें या लोकांचीं राज्यें हिंदुस्थानांत स्थापित झाल्यावरच होऊं शकतें हें उघड आहे.” सिथियन् (शक) ग्रीक (यवन) बॅक्ट्रियन (बाल्हीक) यांचें राज्य हिंदुस्थानांत इ. स. पू. २०० च्या नंतर स्थापित होऊन तें कित्येक वर्षे टिकलें. अर्थात् इ. स. पू. २०० नंतर बऱ्याच काळानें महाभारत तयार झालें, असें याजवरून अनुमान होणें साहाजिक आहे. परंतु हें अनुमान निघू शकत नाहीं, निदान काढलेंच पाहिजे असें नाहीं. कलियुगाच्या वर्णनांत ज्या गोष्टी प्रत्यक्ष झाल्या त्याच येतात असें नाहीं, तर ज्या भयंकर गोष्टींची कल्पना होऊं शकते त्याही भविष्यरूपानें सांगतां येतात. यामुळें शकयवनांच्या राज्यापूर्वींही महाभारताचा काळ ठरूं शकतो. हिंदुस्थानचा थोडासा प्राचीन इतिहास लक्षांत आणला पाहिजे. हिंदुस्थानावर म्लेंच्छ लोकांच्या स्वाऱ्या पूर्वीं कधीं झाल्याचा उल्लेख नाहीं. सेमीरामीसची स्वारी काल्पनिक आहे. प्रथम ऐतिहासिक स्वारी पर्शियन लोकांची होय, पण ती सिंधु नदीच्या अलीकडे आली नाहीं. दुसरी स्वारी शिकंदरची होय. तिनें पंजाबांत अनर्थ करून राज्य स्थापित केलें. म्हणजे इ. स. पूर्व ३२०–३०० हा काळ. यानंतर बॅक्ट्रियाच्या ग्रीक लोकांनीं इ. स. पूर्व २०० च्या सुमारास पंजाबांत राज्य स्थापित केलें. आमचें म्हणणें असें आहे कीं, महाभारत यापूर्वीं

पांचपन्नास वर्षांत तयार झालें. त्यावेळीं लोकांस शिकंदरच्या स्वारीची आठवण असावी व कलियुगांत म्लेंच्छांचें राज्य होईल, या भयंकर आपत्तीचें भविष्य अलेक्झँडरच्या स्वारीवरून लोकांनीं केलें. म्लेंच्छलोकांमध्यें शक, बाल्हीक, वगैरेंचा उल्लेख व्हावयाचा हें ठरलेलेंच. कारण, हिंदुस्थानच्या बाहेर कोणकोणते म्लेंच्छलोक होते, हें लोकांना बऱ्याच पूर्वकाळापासून ठाऊक असलें पाहिजे. शकांची माहिती शकांचें राज्य झाल्यावरच झाली, असें म्हणतां येणार नाहीं. सारांश, शक, यवन वगैरे म्लेंच्छ पृथ्वीवर राज्य करतील, ही कल्पना अलेक्झँडरच्या स्वारीपासून उत्पन्न होणें शक्य आहे. तात्पर्य हिंदुस्थानांतील ग्रीकांचें दुसरें राज्य अपालोडोटस (इ. स. पूर्व १६०) यानें स्थापित केल्यापूर्वीही असें भविष्य होऊं शकेल. महाभारतांतील भगदत्त हाच अपालोडोटस, ही जी कित्येकांची कल्पना आहे ती चुकीची आहे. हा भगदत्त प्राग्ज्योतिषाचा राजा होता. (४) " एकाच ठिकाणीं महाभारतांत रोमकाचें नांव आलेलें आहे. यावरून रोमक अथवा रोमन लोकांचें नांव महाभारतकारांस केवळ ऐकून ठाऊक होतें. ग्रीक अथवा यवन लोकांच्या प्रमाणें जरी त्यांची विशेष माहिती नसली, तरी रोमन लोकांचें नांव ऐकिल्यावरून महाभारताचा काळ बराच अलीकडचा ठरतो." परंतु रोमन लोकांचें नांव अलेक्झँडरच्या बरोबर आलेल्या ग्रीकांपासूनही ऐकूं येणें संभवनीय आहे. कारण, यावेळींही रोमन लोकांचें राज्य व दरारा बराच वाढला होता. अपालोडोटसच्या वेळेस तो ज्यास्त वाढला होता हें खरें, तथापि नुसतें नांव ऐकून माहीत होण्यास ग्रीकांची पहिली स्वारी पुरेशी आहे. दुसरें, 'रोमक' शब्दानें रोमन लोकांचाच बोध होतो, असें आम्हांस वाटत नाहीं. सभापर्व अध्याय ५१ यांत " द्व्यक्ष, त्र्यक्ष, ललाटाक्ष, औष्णीक, अन्तर्वास, रोमक, पुरुषादक, एकपाद इत्यादि ठिकाणाहून आलेले राजे द्वाराशीं प्रतिबंध झाल्यामुळें बाहेर कुचमत बसलेले माझ्या दृष्टीस पडले, " (भा. आदि. पा. ५६९) असें वाक्य आहे. यांतील मागील पुढील नांवावरून 'रोमक' शब्दाचा 'केंसाळ' असा अर्थ घ्यावा, असें आम्हांस वाटतें. रोमन लोकांकडे संबंध तर मुळींच लागत नाहीं. (५) " महाभारतांत हिंदुस्थानच्या साम्राज्याची जी कल्पना आहे ती वैदिककालीन नसून अगदीं अलीकडची आहे, म्हणजे बुद्धसम्राट् अशोक याच्या साम्राज्याच्या कल्पनेवरून ही कल्पना उत्पन्न झालेली असावी; व असें हें हिंदुस्थानचें साम्राज्य पांडवांच्या माथीं मारलें असावें. मनुस्मृतींत सुद्धां साम्राज्याची कल्पना नाहीं. त्यांतील राजे अगदीं लहान लहान राज्यांचे आहेत. यावरून महाभारत अशोकाचें साम्राज्य झाल्यानंतर तयार झालें असावें. " वैदिक वाङ्मयांत साम्राज्याची कल्पना नाहीं, असें आम्हास वाटत नाहीं. वैदिककाळापासून बौद्धकाळापर्यंत लहान लहान राज्यें होतीं, ही गोष्ट खरी. पण एखादा राजा सर्वांहून बलिष्ठ, सर्वांपासून करभार घेणारा असा होत असे, असें आम्हांस वाटतें. याचें विशेष स्पष्टीकरण पुढें राजकीय प्रकरणांत होणार आहे. परंतु हॉप्किन्सचें हें म्हणणें मान्य केलें तरी, चन्द्रगुप्ताचें साम्राज्य उत्तरहिंदुस्थानाच्या बहुतेक भागावर पर्शियन बादशहांच्या साम्राज्याच्या धर्तीवर किंवा शिकंदराच्या साम्राज्याच्या धर्तीवर स्थापन झालें होतें, असें ऐतिहासिकदृष्ट्या मानावें लागेल. किंबहुना चन्द्रगुप्ताच्या पूर्वींच नंदांनीं हिंदुस्थानांत मगधांचें साम्राज्य स्थापन केलें, असें म्हटलें पाहिजे. अशोकाच्या

वेळीं साम्राज्याची कल्पना हिंदुस्थानच्या लोकांच्या डोक्यांत आली, अशोकापूर्वीं नव्हती हें म्हणणें चुकीचें आहे. सारांश, अशोकाच्या पूर्वीं किंवा अशोकाच्या सुमारास महाभारत तयार झालें, या म्हणण्यास बाध येऊं शकत नाहीं. वरील पांच प्रमाणांवरून हॉप्‌किन्सच्या व आमच्या मतामध्यें जो फरक घडतो तो फार मोठा नाहीं, तरीपण तो महत्त्वाचा आहे. इसवी सन पूर्व १५० च्या नंतर महाभारत झालें, असें वरील हॉप्‌किन्सनें दिलेल्या प्रमाणांवरून प्रथमदर्शनीं दिसतें; पण आमच्या मताप्रमाणें इ. स. पूर्व २५० च्या सुमारास महाभारत तयार झालें, असा जो सिद्धान्त आहे, त्यास वरील प्रमाणांवरून मुळींच बाध येत नाहीं.

असो, पण हॉप्‌किन्सनें आपल्या मताचा जो एकंदर निष्कर्ष दिला आहे, तो फारच चमत्कारिक व असंभवनीय असा आहे. भारताची अगदीं मूळची कथा इ. स. पूर्व ७०० पासून १७०० पर्यंत मागें जाऊं शकेल, असें त्यानें आरंभींच म्हटलें आहे. परंतु महाभारताच्या वाढीचा त्यानें जो काळ दिला आहे, तो येणेंप्रमाणें. कुरुभारतांच्या निरनिराळ्या कथा एकत्र होऊन भारत झालें, त्याचा काळ इ. स. पूर्व ४००. पांडवांची कथा, पुराणांतल्या कथा व श्रीकृष्णाच्या देवत्वाची कथा एके ठिकाणीं होऊन महाभारत तयार झालें, त्याचा काळ इ. स. पूर्व ४००—२००. याच्याहून पुढची वाढ, कृष्णाचें ईश्वरत्व, नीति व धर्म शिकविणारे मोठमोठाले भाग आणि पुराणांतील नव्या व जुन्या गोष्टी, आणि पराक्रमांचीं अतिशयोक्तीचीं वर्णनें हीं घालून झालेली, इ. स. पू. २०० पासून इ. स. २०० पर्यंत. शेवटली वाढ आदिपर्वाचा पहिला भाग, अनुशासनपर्वाचें शांतिपर्वापासून पृथक्करण व हरिवंशपर्व मिळून झाली, ती इ. स. २०० ४०० पर्यंत.

या काल्पनिक वाढींच्या पायऱ्या आपण सोडून देऊन व भारत व महाभारत या दोनच पायऱ्या धरून पहिलीचा काळ इ. स. पूर्व ४०० व दुसरीचा काळ इ. स. २००—४०० असें त्यांचें मत दिसतें. या मताला मुख्य आधार पूर्वोक्त गुप्त शिलालेखांतला घेतला आहे. यांत ४४५ इ. स. च्या लेखांत एक लक्ष भारतग्रंथाचें वर्णन आहे, म्हणून एक लक्ष भारत सौतीचें इ. स. ४०० पर्यंत तयार झालें, असें बहुतेक पाश्चात्य पंडित हॉपूकिन्ससह म्हणतात. पण आम्हांस असें आश्चर्य वाटतें कीं, अनेक बारीक शोधांनीं व माहितींनीं भरलेल्या हॉपूकिन्सच्या ग्रंथांत इ. स. ५० पासून ?० पर्यंत झालेल्या डायान्‌क्रायसोस्टोम् या ?ीक वक्त्याच्या लेखांत हिंदुस्थानांतील एक लक्ष इलियड्चा उल्लेख आहे, या गोष्टीचा कोठेंही मागमूस नाहीं, हें कसें? ही गोष्ट नवी नाहीं. ही गोष्ट वेबरनें अनेक वर्षांपूर्वीं लोकांच्या नजरेस आणली आहे. डायान्‌क्रायसोस्टोम् यास या एक लक्ष ग्रंथाची माहिती मलबार प्रांतांत मिळाली. अर्थात्, महाभारत त्याकाळीं सर्व हिंदुस्थानांत प्रचलित झालें होतें. या गोष्टीवरून महाभारताचा काळ इसवी सनाच्या अलीकडे येणें अशक्य आहे. पाश्चात्य पंडित डायान्‌क्रायसोस्टोम् याच्या पुराव्याची वासलात कशी लावतात, हें जाणण्याची आम्हांस फार उत्कंठा होती; परंतु ती कोठेंच तृप्त झाली नाहीं; किंबहुना हॉपूकिन्सच्या ग्रंथांत त्याचें नांवही नाहीं !!!

प्रकरण तिसरें.

भारतीय युद्ध काल्पनिक आहे कीं काय ?

महाभारताचा काळ निश्चित झाल्यावर महाभारताचा ग्रंथ ज्या पायावर रचलेला आहे तो मूळचा भारतग्रन्थ केव्हां झाला असावा, याविषयीं आपल्या मनांत जिज्ञासा उत्पन्न होते. भारतीयुद्धानंतर हा ग्रंथ निर्माण झाला, हें उघड आहे. हें भारतीयुद्ध कधीं झालें, या प्रश्नाचा साहजिकच येथें उद्भव होतो. या प्रश्नाचा विचार करण्यापूर्वी "भारतीय युद्ध झालेंच नाहीं, ही एक काल्पनिक गोष्ट आहे,' ही कादंबरी असून त्यांत सद्गुणांचा किंवा दुर्गुणांचा उत्कर्ष दाखविणारीं अनेक काल्पनिक पात्रें आहेत," अशी जी पुष्कळ लोकांची कल्पना आहे, त्या कल्पनेचा आपल्यास निरास करावयास पाहिजे. ही कल्पना अनेक विद्वान् पंडितांची आहे. गुजराथी पंडित गोवर्धनराम त्रिपाठी यांचा सन्मान्य ग्रंथ सरस्वतीचंद्र अलीकडे प्रसिद्ध झाला आहे. त्यांत ही रूपकाची कल्पना बऱ्याच चांगल्या रीतीनें सजविली आहे, ती कल्पना केवळ कल्पनाच आहे. परंतु जर्मन पंडित वेबर व रोमेशचंद्र दत्त यांनींही ही कल्पना ऐतिहासिक रीतीनें मान्य केली असून त्याचा आधारही दिलेला आहे. तेव्हां या त्यांच्या म्हणण्यांत कितपत तथ्य आहे, हें आपण पाहूं. वेबरचें म्हणणें असें आहे कीं, "वैदिक वाङ्मयांत भारतीयुद्ध किंवा भारती योद्धे यांचा मुळींच उल्लेख नाहीं. अर्जुन हें नांव ब्राह्मणांमध्यें इंद्राचें आहे. अर्जुनाचा नातु परीक्षित व त्याचा पुत्र जनमेजय यांचा उल्लेख 'पारीक्षित जनमेजय' असा शतपथ ब्राह्मणामध्यें येतो, पण तो अर्जुनाचा पणतु असें कोठेंच सांगितलेलें नाहीं. भारतीय युद्ध ब्राह्मणकाळीं किंवा ब्राह्मणांच्या पूर्वीं झालें असलें पाहिजे. तसें झालें असल्यास ज्या भारती युद्धांत हजारों, नव्हे लाखों वीर मेले व अर्जुन व श्रीकृष्ण यांनीं अनेक पराक्रम केले, त्या भारती युद्धाचा कोठें उल्लेखही नाहीं हें काय? अर्जुनाच्या पणत्वाचा उल्लेख असून अर्जुनाचा स्वतः उल्लेख नाहीं, हें आश्चर्य आहे. अर्थात्, भारती युद्ध काल्पनिक आहे, व भारतांतील व्यक्ति काल्पनिक सद्गुणांच्या मूर्ति कवींनीं तयार केलेल्या आहेत," असें वेबरप्रभृतींचें म्हणणें आहे. तरी या मुद्यांचा आपण विचार करूं.

साधारणरीत्या अमुक एक व्यक्ति झाली कीं नाहीं, किंवा अमुक एक वृत्त घडलें कीं नाहीं, याचा पुरावा कोणत्याही एखाद्या इतिहास मानलेल्या ग्रंथांत त्याचा उल्लेख असणें हा पुरेसा मानला जातो. रोम शहराचा स्थापनकर्ता रोम्युलस हा झाला होता, हें सिद्ध करण्यास रोमचा एखादा जुना इतिहास पुरेसा आहे. मग त्यांत त्याची कथा दंतकथा म्हणून दिलेली असली तरी हरकत नाहीं. त्याचप्रमाणें होमरच्या इलियड्वरून अकिलीज ही ऐतिहासिक व्यक्ति होती, असें सिद्ध मानतां येतें. या न्यायानें भारत हा इतिहास आहे असें त्या ग्रंथांत स्पष्टपणें सांगितलें आहे. तेव्हां या इतिहासाच्या साक्षीपुराव्यावरून पांडव झाले व भारती युद्धही झालें, असें मानण्यास हरकत नाहीं. मात्र कांहीं सबळ कारणांनीं हा पुरावा त्याज्य आहे असें जर सिद्ध होत असेल, तर तो पुरावा टाकून दिला पाहिजे. परंतु हें सिद्ध करण्याकरितां वेबरनें पुढें आणलेलें कारण पुरेसें नाहीं.

उल्लेखाभाव लंगडें प्रमाण.

उल्लेखाभावाचें प्रमाण पुढें करण्याची प्रवृत्ति साहजिक आहे, कारण हें प्रमाण मोठें मोहक आहे. वैदिक वाङ्मयांत भारती युद्धाचा उल्लेख नाहीं, तेव्हां भारती युद्ध झालेंच नाहीं, असें मानण्याकडे मनाची प्रवृत्ति होते. परंतु उल्लेख आलाच पाहिजे होता कीं काय, या गोष्टीचा नेहेमीं विचार झाला पाहिजे. उदाहणार्थ, एखाद्या ग्रंथांत नारायणराव पेशव्यांचा उल्लेख आहे, पण त्या ग्रंथांत नारायणराव पेशव्यांपूर्वी झालेल्या पानपताच्या लढाईचा उल्लेख नाहीं, तर पानपतची लढाई मुळीं झालीच नाहीं, किंवा सदाशिवराव भाऊ किंवा जनकोजी शिंदे हे वीर झालेच नाहींत, असें कोणी अनुमान काढूं शकेल काय? पानपतच्या लढाईनंतर हजारों पुस्तकें लिहिलीं गेलीं आहेत. परंतु त्या सर्वांत त्या लढाईचा उल्लेख आलाच पाहिजे, असें मुळींच नाहीं. आतां सदरहू ग्रंथ मराठ्यांचा इतिहास म्हणून जर असेल, तर त्यांत पानिपतच्या लढाईचें नांव आलेंच पाहिजे, हें उघड आहे. या विचारसरणीनें पाहतां वैदिक वाङ्मयाच्या वेळीं झालेल्या सर्वच गोष्टींचा उल्लेख त्यांत आलाच पाहिजे असें नाहीं. कारण, ब्राह्मणादि ग्रंथ हे इतिहासग्रंथ नाहींत, धार्मिकग्रंथ आहेत. यांत देवांच्या स्तुति व यज्ञादिकांचें वर्णन आहे. त्यांत एखाद्या राजाचें किंवा व्यक्तीचें नांव प्रसंगोपात्त येतें, पण तें आलेंच पाहिजे असें नाहीं. तेव्हां भारती युद्धाचें अगर भारती योद्ध्यांचें नांव त्यांत आलें नाहीं, तर त्यांत मुळींच आश्चर्य नाहीं. तात्पर्य, भारती युद्धाचें किंवा योद्ध्यांचें नांव शतपथ ब्राह्मणांत किंवा इतर वैदिक वाङ्मयांत नाहीं, यावरून तें झालेंच नाहीं असें अनुमान काढणें चुकीचें आहे.

रोमेशचन्द्र दत्त एके ठिकाणीं असेंही म्हणतो कीं, भारती युद्ध झालें हें संभवनीय आहे, पण पांडव हे झालेच नाहींत. पांडवांची कल्पना केवळ सद्गुणांच्या उत्कर्षाची कल्पना होय. परंतु हेंही म्हणणें चुकीचें आहे. महाभारतांतील पांडवांचा इतिहास केवळ सद्गुणांच्याच वर्णनानें भरलेला आहे असें नाहीं. उदाहरणार्थ, पांचा बंधूंनीं एक स्त्री केली, हें वर्णन सद्गुणवर्णन नव्हे. वैदिकवाङ्मयाच्या वेळीं आर्यांत अशी चालही नव्हती. वैदिक ऋषींनीं असें स्पष्ट म्हटलें आहे कीं, यज्ञस्तंभाभोंवतीं जशा अनेक रशना बांधतां येतात, त्याप्रमाणें एका पुरुषाला अनेक स्त्रिया होऊं शकतात, पण एक रशना अनेक यूपांना बांधतां येत नाहीं, त्याप्रमाणें एका स्त्रीस अनेक पति होऊं शकत नाहींत. तात्पर्य, अनेक पतींची चाल त्यावेळेस प्रचारांत नव्हती. मग या काल्पनिक पांडवांनीं असें लग्न कसें केलें? तेव्हां पांडव हे काल्पनिक नाहींत. तसेंच भीम दुःशासनाचें रक्त रणभूमीवर प्यायला, हें अशास्त्र भयंकर कृत्य त्यानें कां केलें? तात्पर्य, पांडव हे सद्गुणाचे पुतळे दाखविले नसून, ते साधारण मनुष्यांसारखे दाखविले आहेत. तेव्हां भारती युद्ध व भारती योद्धे काल्पनिक नाहींत, हें सिद्ध होतें.

येथें कोणी अशी शंका घेईल कीं, भारती युद्धाचें नांव किंवा उल्लेख ब्राह्मणांमध्यें नसावा, हें निदान आश्चर्यकारक तरी आहे. परंतु असेंही म्हणतां येत नाहीं; कारण, भारती कथाही ज्या स्वरूपानें हल्लीं आपल्या समोर आहे, तेवढ्या प्रचंड स्वरूपांत ती त्या वेळीं नव्हती. हल्लीं सौतीनें महाभारतास जें प्रचंड स्वरूप दिलें आहे, तें त्या वेळीं नव्हतें. युधिष्ठिराचा अश्वमेध हा त्या वेळीं इतका प्रसिद्ध नव्हता. युधिष्ठिरानें एकच अश्वमेध केला होता व पूर्वींच्या कित्येक राजांनीं अनेक अश्वमेध

केले होते. श्रीकृष्णाची भक्तिहि त्या वेळीं अल्प प्रमाणांत होती. श्रीकृष्णाच्या भक्तीला धरून चालणारा भागवत पंथ त्या वेळीं उत्पन्नही झाला नसावा, निदान अल्प प्रमाणांत होता. परीक्षिताचा मुलगा जनमेजय व त्याचे तिघे भाऊ यांनीं निरनिराळ्या प्रकारचे चार अश्वमेध केले होते, यामुळें त्यांचें नांव त्या अश्वमेधवर्णनाच्या प्रसंगानें शतपथब्राह्मणांत आलें आहे. या गोष्टीचा विचार करतां आणि भारताचें अल्पत्व व श्रीकृष्णभक्तीचा नुकताच उदय यांचा विचार करतां भारती युद्धाचा किंवा युधिष्ठिरादिकांचा उल्लेख प्रसंगोपात्तही ब्राह्मणांत आला नाहीं, याचें आश्चर्य वाटावयास नको. वैचित्रवीर्य धृतराष्ट्राचा उल्लेख ऐतरेय ब्राह्मणांत आला आहे, हें येथें सांगण्यासारखें आहे. सारांश, भारती युद्धाचा उल्लेख ब्राह्मणांत नाहीं, यावरून भारती युद्ध काल्पनिक ठरत नाहीं किंवा योद्धेही काल्पनिक ठरत नाहींत. रोमेशचन्द्र दत्त युद्ध झालें हें मानतो, परंतु पांडव हे काल्पनिक सद्गुणांच्या मूर्ति अशी कल्पना करतो; पण उल्लेखाचा अभाव हें कारण, दोघांनाही सारखेंच लागू आहे. तेव्हां एक खरें कां मानावें व दुसरें खोटें कां मानावें, हें समजत नाहीं.

वेबरचें मत चुकीचें.

असो. कांहीं लोक युद्ध खरें मानून भारती युद्ध ज्या प्रकारानें झाल्याचें महाभारतांत वर्णन आहे, त्या प्रकारानें झालें नसून निराळ्या प्रकारानें झालें असें मानतात. त्याचाही उल्लेख येथें करणें जरूर आहे. वेबरचें असें मत आहे कीं, या युद्धांत मुख्य जनमेजय होता, व त्याचा ह्या युद्धांत नाश झाला. ही कल्पना त्यानें बृहदारण्यांतील दुसऱ्या एका उल्लेखावरून बनविली आहे. बृहदारण्यांत एके ठिकाणीं 'क्व पारिक्षिताः अभवन्। क्व पारिक्षिताः अभवन्। ' असा एका ऋषीनें याज्ञवल्क्याला प्रश्न केला आहे. अर्थात्, पारिक्षितांचें काय झालें ? असा हा प्रश्न असून त्याजवर वेबरनें आपल्या कल्पनेची इमारत उभारली आहे. "यावरून पारिक्षितांचा त्या वेळीं नाश झाला असला पाहिजे, तथापि त्यांचें ऐश्वर्य व त्यांचें जीवनचरित्र हें लोकांच्या डोळ्यासमोर व ताज्या आठवणींत असलें पाहिजे; व त्याचा आणि त्याच्या कुलाचा अंत कांहीं चमत्कारिक रीतीनें झाला असला पाहिजे," असें वेबर म्हणतो. परंतु या प्रश्नावरून पारिक्षितांचा कांहीं भयंकर रीतीनें अंत झाला, असें अनुमान निघत नाहीं. पारिक्षित कोठें आहेत या प्रश्नांचें उत्तर "ते यत्राश्वमेधयाजिनो यान्ति" वगैरे दिलें आहे. यावरून या प्रश्नाचें तात्पर्य मनांत येतें. पारिक्षित म्हणजे जनमेजय व त्याचे तिघे बंधू यांनीं नुकतेच केलेले अश्वमेध लोकांच्या डोळ्यांसमोर असावेत. तेव्हां अश्वमेधयाजी याला काय गति मिळते, ब्रह्मज्ञान्याच्याच गतीला तो पोंचतो कीं काय ? हें या प्रश्नांतलें इंगित होतें, व अश्वमेध करणारा अध्यात्मविद्येनें मिळणाऱ्याच गतीला पोंचतो, असें याज्ञवल्क्यानें उत्तर दिलें आहे. येथें पारिक्षितांनीं केलेल्या ब्रह्महत्त्येचाही उल्लेख नाहीं, किंवा ती प्रश्नकर्त्याच्या मनांतही नाहीं. शतपथ ब्राह्मणांतील दुसऱ्या दाखल्यांत जनमेजय पारिक्षितानें केलेल्या ज्या ब्रह्महत्येचा उल्लेख आहे, ती ब्रह्महत्या कशी झाली, हें सांगितलेलें नाहीं. परंतु ब्रह्महत्येचा संबंध भारती युद्धाशीं नाहीं. कारण, भारती युद्धांत ब्रह्महत्त्या झालेली नाहीं. द्रोण ब्राह्मण होता, पण तो क्षत्रियाचा धंदा स्वीकारून लढाईत समोर उभा असल्यामुळें अशा ब्राह्मणास मारणें ब्रह्महत्त्या नव्हे, हें उघड आहे. महाभारतांतही द्रोणाला मारल्या-

मुळें ब्रह्महत्त्या घडली, असें कोठें म्हटलेलें नाहीं. असें नसलें तरी ब्रह्महत्त्येचें वर्णन शतपथ ब्राह्मणांत नाहीं, यामुळें त्या ब्रह्महत्त्येचा संबंध भारती युद्धाशीं लावतां येत नाहीं. तात्पर्य, भारती युद्धांत प्रमुख जनमेजय होता व त्याचा त्यांत नाश झाला, ही वेबरची कल्पना चुकीची आहे.

भारती युद्धासंबंधानें आणखी लोकांच्याही अनेक कल्पना आहेत. भारतसंहिता मूळ लहान कथा होती, ती बौद्धधर्मीय असून कर्ण तिचा नायक होता, पुढें ब्राह्मणधर्माचें प्राबल्य झाल्यावर ब्राह्मणांनीं कृष्णपरमात्म्याचा भक्त अर्जुन यास व त्याच्या भावांस प्राधान्य देऊन त्याच्या द्वारें श्रीकृष्ण किंवा विष्णु यांचें प्राधान्य वाढविलें, असें एका जर्मन पंडिताचें मत आहे. टॅल्बॉइस् व्हीलर असें म्हणतो कीं, पांडवयुद्धकालीं श्रीकृष्ण नव्हता; त्याचा जोड मागाहून कथेला दिला आहे. आणखी कित्येक असें म्हणतात कीं, या युद्धांत पांडवांचा विजय झाला नसून दुर्योधनाचा झाला, परंतु या सर्व कल्पना युद्ध नं झाल्याबद्दलच्या नाहींत. तथापि यांचें आपण आतां सविस्तर खंडन करूं.

श्रीकृष्णाचा व पांडवांचा संबंध मुळींच तोडतां येत नाहीं. हा संबंध मूळभारतांत नसून महाभारतांत तो मागाहून जोडला गेला, असें म्हणणें संभवत नाहीं, इतकेंच नव्हे, तर तें ऐतिहासिकदृष्टयाही चुकीचें आहे. श्रीकृष्णाचा व पांडवांचा संबंध मेग्यास्थिनीसच्या ग्रंथावरूनही दृष्टीस पडतो. मेग्यास्थिनीसनें हिंदुस्थानांतील देव हिरॅक्लीज् याचें वर्णन केलें आहे, तो श्रीकृष्णच होय, हें त्यानें दिलेल्या पुढील वर्णनावरून सहज लक्षांत येतें. “ हिरॅक्लीज्‌ची पूजा शौरसेनी लोक करतात व या लोकांचें मिथोरा नांवाचें शहर आहे. ” अर्थात् ‘ हिरॅक्लीज् ’ व ‘ हरि ’ यांची सांगड घालून त्यानें श्रीकृष्णाचें हें वर्णन केलें आहे, हें उघड आहे. त्याला पाण्डिया नांवाची मुलगी होती असें वर्णन केलेलें आहे. हें त्याचें वर्णन गैरसमजुतीचें आहे. परंतु यावरून पांडवांचा व श्रीकृष्णाचा संबंध होता, ही कथा मेग्यास्थिनीसच्या वेळींही प्रसिद्ध होती असें दिसतें. याहीपेक्षां पूर्वींचा पुरावा पाणिनीच्या सूत्रावरून मिळतो. ‘वासुदेवार्जुनाभ्याम् कन् ।’ असें सूत्र आहे. ह्यावरून वासुदेव व अर्जुन यांची त्यावेळीं लोक भक्ति करीत होते, हें उघड दिसतें. सारांश, श्रीकृष्णाचा व भारती कथेचा संबंध जुना असून तो महाभारतरचनाकालीं जुळविलेला नाहीं, हें उघड होतें.

असो. श्रीकृष्णाची व्यक्ति अलीकडची नसून फार जुनी आहे, व त्याचा उल्लेख छांदोग्य उपनिषदामध्यें ‘ कृष्णाय देवकीपुत्राय ’ असा आलेला आहे. जशी जनमेजय पारिक्षिताची बृहदारण्यांत चर्चा आहे, त्याचप्रमाणें समकालीन छांदोग्यांत श्रीकृष्णाचाही उल्लेख आहे. अर्थात्, या दोन्ही व्यक्ती ब्राह्मणकालीन होत, हें उघड आहे. तात्पर्य, श्रीकृष्णाचा भारती युद्धाशीं संबंध असणें कालदृष्ट्याही असंभवनीय नाहीं. जुन्या कथा जशा सांगितल्या आहेत तशा त्या नाहींत असें मानण्याकडे नवीन विवेचकांची साधारण प्रवृत्ति होते; परंतु यथाश्रुत कथा झाली असें मानणें नेहेमीं योग्य असतें. पाहिजे तर त्यांतले चमत्कारिक भाग सोडून द्या, पण कथांचें उलटें सुलटें स्वरूप करणें कधींही सयुक्तिक होणार नाहीं. अर्थात्, भारती कथेची वर वर्णिलेलीं रूपान्तरें माननीय नाहींत, असें कोणीही कबूल करील.

हॉप्‌किन्सचें मत व पंचनद.

युरोपियन पंडितांच्या मताचा कल या दि-

शेनें नेहेमीं वाहतो, हें त्यांच्या आणखी एका कल्पनेवरून चांगलें दिसून येतें. त्यांचें मत असें आहे कीं, महाभारतांत मूळची पांडवांची कथा नव्हती. प्रारंभीं कुरु आणि भारत यांची कथा होती, तींत बौद्ध धर्माचा पाडाव झाल्यानंतर भारतांच्या ऐवजीं पांडव घालून ब्राह्मणांनीं आपल्या धर्माच्या मजबुतीकरितां श्रीकृष्णाची भक्ति त्यांत वाढवून महाभारत बनविलें. " मूळ भारतलोक पंजाबांतले राहणारेच होते आणि भारताच्या ऐवजीं पांडव घालतांना इंद्रप्रस्थ ही त्यांची नवी राजधानी बनविली. " या मताच्या समर्थनार्थ त्यांचें म्हणणें असें आहे कीं, पांडवांचा उल्लेख वैदिक वाङ्मयांत मुळींच नाहीं. त्यांचा उल्लेख प्रथम बौद्ध जातकांत दृष्टीस पडतो. बौद्ध जातकाच्या वेळेला पांडवांची कथा प्रचलित असली पाहिजे, व नंतर मूळच्या भारतांत फेरबदल करून त्यांत पांडवांची कथा सामील केली गेली. याचें निदर्शन चुकून राहिलेल्या जुन्या एका श्लोकावरून होतें, असेंही ते म्हणतात. (वन. अ. ३४) यांत द्यूताची हकीगत पुन्हां सांगत असतां युधिष्ठिराच्या तोंडांत पुढील प्रकारचा श्लोक आहे.

> ब्रवीमि सत्यं कुरुसंसदीह
> तवैव ता भारत पंचनद्यः ।

दुर्योधन मला म्हणाला कीं, तुम्हीं वनवास व व अज्ञातवास संपवून बाहेर आल्यावर " या कौरवांच्या सभेंत मी तुला सत्य सांगतों कीं, हे भारता, हा पंचनद देश तुझाच आहे. " (भा. वन. अ. ४२. पा. ७२) येथें युरोपियन पंडित असा प्रश्न करतात कीं, पांडवांचें राज्य इन्द्रप्रस्थाचें पंजाबाच्या बाहेर यमुना तीरावरचें होतें, आणि तेंच त्यांनीं द्यूतांत गमाविलें होतें. मग वनवास व अज्ञातवासाचा पण पुरा केल्यावर त्यांना पंजाबाचें राज्य परत देण्याचा हा करार कसा ? इन्द्रप्रस्थाचें राज्य परत द्यावयाचें टाकून येथें पंचनद देशाचा संबंध कसा येतो ? " याजवरून मूळांत पंचनद देशाचे राजे भारत व कुरुदेशाचे राजे यांच्यांत द्यूत होऊन लढाई झाली असावी, व पांडव हे पाठीमागून घातले असावे. (हॉप्किन्स पा. ३७४) या ग्रंथाला महाभारत हें नांव तरी कसें आलें ? महापांडव असें नांव कां नाहीं दिलें ? अर्थात्, मूळयुद्धांत भारत लोक असावे व त्यामुळेंच भारत, महाभारत हीं नांवें उत्पन्न झालीं असावीं. असेंही तो आणखी म्हणतो. "

पंचनद देशाचा येथें उल्लेख आला हें सौतीच्या कूटश्लोकांपैकीं एक कोडें आहे, हें येथें कबूल करावयास पाहिजे. पण एवढ्या श्लोकावरून समग्र भारती कथेची उलथापालथ करणें बरोबर होणार नाहीं. शिवाय पंचनद देशाचें नांव दुर्योधनाच्या म्हणण्यांत कसें आलें, याचा खुलासा होणेंही शक्य आहे. हिंदुस्थानाला प्राचीन काळीं स्वतंत्र नांव कांहींच नव्हतें. हिंदुस्थान हें नांव बाहेरच्या लोकांनीं दिलेलें आहे. प्राचीनकाळीं हिंदुस्थानास भरतखंड म्हणत असत, असें पुराणांत सांगितलें आहे. परंतु महाभारतांत तेंही नांव नाहीं. पांडवांनीं सर्व देश जिंकला होता, असें वर्णन आहे. तें जरी मागाहूनचें धरलें तरी पांडवांनीं पंजाब देश जिंकला असलाच पाहिजे. भारती कथा फार प्राचीन काळची मानल्यास हिंदुस्थानचा त्या काळीं पंजाब देश हाच मुख्य भाग होता. पांडव हे सार्वभौम झाले होते. तेव्हां त्यांचा पण सिद्धीस न गेला तर त्यांचें सर्व साम्राज्य कौरवांस मिळणार होतें, अर्थात् सर्व हिंदुस्थान कौरवांच्या ताब्यांत जाणार होतें. अशा दृष्टीनें पंचनद देशाचा उल्लेख येथें असला पाहिजे; म्हणजे मुख्य भागाच्या निर्देशानें सर्व

साम्राज्याचा येथें निर्देश होतो. इंद्रप्रस्थ राजधानीही त्यांतच आली. हल्लींही दिल्लीची राजधानी पंजाबांतच सामील आहे. पंजाबांत निरनिराळे राजे होते, परंतु ते पांडवांचे अंकित होते. अर्थात् पंचनद देशानें भरतखंडाचें साम्राज्य असा अर्थ घेतला पाहिजे. किंवा हा कूटश्लोक निराळ्या रीतीनें लावतां येईल. 'पंचनद्यः' म्हणजे पंजाबांतल्या पांच नद्या नसून हिंदुस्थानांतल्या मुख्य पांच नद्या घ्यावा. सिंधु, सरस्वती, यमुना, गंगा व शरयू या पांच नद्या मिळून त्या वेळचा आपला भारत देश होतो. असो, पूर्वीं भरत व कुरु यांचाच तंटा होता असें मानलें, तरी समग्र पंचनद देश एका राजाच्या अमलाखालीं असणें शक्य नाहीं. हिंदुस्थानांत कोणत्याही काळीं म्हणजे प्राचीन काळीं मोठमोठालीं राज्यें नव्हतीं. अर्थात् कुरूंच्या हस्तिनापुराच्या राज्याप्रमाणेंच भरतांचें एखादें लहान राज्य पंजाबांत घातलें पाहिजे, तेव्हां याही कल्पनेंत पंजाबांतील साम्राज्याचाच उल्लेख मानावा लागतो. तात्पर्य, पंचनद शब्दावर युरोपियन विद्वानांनीं घेतलेली शंका व त्याजवर उभारलेली इमारत टिकूं शकत नाहीं.

पण याहूनही निराळें उत्तर असें आहे कीं, भारताचें महाभारत करतांना पांडवांची गोष्ट कल्पित किंवा प्रचलित असलेली मागाहून दडपण्याचें कोणतेंच प्रयोजन दिसत नाहीं. ज्या वेळेस महाभारत बनविलें त्या वेळेस म्हणजे इसवी सन पूर्व ३०० च्या नंतर, (सर्व पाश्चात्य व प्राच्य विद्वानांना महाभारताची ही कालमर्यादा मान्य आहे.) पांडवांचें कोणतेंच राज्य किंवा लोक प्रसिद्ध नव्हते. इतिहासावरून कोणच्याही पांडवराज्याचें त्यावेळेस अस्तित्व व प्रमुखपणा दिसून येत नाहीं. तेव्हां सबंध हिंदूधर्माच्या संरक्षणाकरितां तयार केलेल्या महाभारतासारख्या ग्रंथांत अप्रसिद्ध व कोणत्याही रीतीनें समाजाचे अग्रणी न मानलेले असे पांडव घुसडून देण्याची ही बुद्धि कोणत्याही राष्ट्रीय कवीस होणार नाहीं. याशिवाय जुने भारत व कुरु यांचें कथानक असतें, तर लोकांमध्यें आदर पावलेलें व राष्ट्रीय झालेलें कथानकच कायम ठेवण्यास कोणची हरकत होती ? किंबहुना कायम ठेवणें हेंच इष्ट होतें, असेंच कोणीही कबूल करील. पांडवांची कथा याप्रमाणें मागाहून घातल्याचें संभवनीय नाहीं. शिवाय पांच पतींनीं एक स्त्री केल्याचीं जीं अनेक कारणें महाभारतांत दिलेलीं आहेत, तीं या गोष्टीचें कसें तरी समर्थन करण्याचें मागाहूनचे प्रयत्न आहेत, असें उघड दिसतें. अर्थात्, पांडवांची कथा मूळ भारताची असून त्यांच्या चमत्कारिक विवाहाचें समाधान मागाहून केलेलें आहे, असेंच म्हटलें पाहिजे. पांडवांची कथा मागाहून घातली आहे, हें म्हणणें यावरूनही टिकूं शकत नाहीं.

मूळयुद्ध भारत व कुरु यांच्यांत होतें हें म्हणणेंही एक प्रकारें वेड्यासारखें दिसतें. कारण, भारत व कुरु हीं दोन नांवें निरनिराळ्या लोकांचीं आहेत, असें कोणत्याही वैदिक वाङ्मयावरून किंवा इतर ग्रंथांवरून दिसत नाहीं. भारत हें नांव भरताचे वंशज या रीतीनें कौरवांसही लागू पडतें. एकंदर सर्व भरताच्या वंशजांस हें नांव लागू होतें; किंबहुना ब्राह्मणकाळीं भारत हें नांव एकंदर आर्यवीरांस लावलेलें दिसतें. तेव्हां भरताचे वंशज कांहीं निराळ्या नांवानें भारत म्हणून प्रसिद्ध होते, असें दिसत नाहीं. महाभारत किंवा भारत हें नांव युद्धाला कां दिलें, याच एक कारण असें सांगतां येतें कीं, कौरव व पांडव हे दोघेही भारतवंशाचे होते म्हणून दोघां-

नाही मिळून भारत हें नांव पडलेलें आहे. किंबहुना पांडवांचे मुख्य साहाय्यकर्ते जे 'पांचाल ' तेही भारत वंशांतले होते. कुरुपांचालांची महती ब्राह्मणभागांतून वारंवार येते, व कुरुपांचालांचें युद्ध होऊन शेवटीं दोघांचें एक राज्य बनलें, असा तर्क कित्येकांनीं केला आहे तोही बसूं शकेल. परंतु कोणत्याही वैदिक वाङ्मयग्रंथांत कुरुभारत अशी आर्य लोकांची जोडी उल्लेखिलेली नाहीं. महाभारताच्या कोणत्याही जुन्या व नव्या भागांत कुरुभारतांचा उल्लेख नाहीं. अर्थात्, कुरुभारतांचें युद्ध मूळग्रंथांत असल्याची ही कल्पना निर्मूल आहे. दोघांच्या युद्धाचें वर्णन करणाऱ्या ग्रंथाचें नांव दोघांच्या नांवानें घटित असलें पाहिजे. अर्थात्, भारत या नांवांत दोन्ही झगडणाऱ्या पक्षांचा उल्लेख येतो, म्हणजे कुरुपांडव किंवा कुरुपांचाल या दोहोंचाही समावेश त्यांत होतो, म्हणून या ग्रंथाला भारत किंवा महाभारत हेंच नांव योग्य दिसतें.

पांडवांची कथा मागाहून जोडली गेली ती कशी जोडली गेली, हें ह्या कल्पनाकारांनाही सांगतां येत नाहीं. पांडवांपैकीं युधिष्ठिराचें नांव पाणिनीमध्यें आलेलें आहे. तेव्हां पाणिनीच्या काळीं पांडु भारत होते, हें मान्य करावें लागतें. पाणिनीचा काळ इसवी सन पूर्व ८०० च्या सुमारास आहे. या सुमाराचे पासून तों इसवी सन पूर्व ३०० पर्यंत ही कथा नवीन उत्पन्न झालेली नाहीं, हें उघड आहे. निदान त्यानंतर ही कल्पना घुसडून कशी दिली असावी, याचें या कल्पनाकारांनाही गूढ पडलेलें दिसतें. ही कल्पना मूळांतच अशक्य व निर्मूल आहे हें मनांत आणलें म्हणजे हें गूढही बाकी रहात नाहीं. पांडव काल्पनिक नाहींत किंवा मागाहूनही घातलेले नाहींत आणि भारतीयुद्ध हेंही काल्पनिक नाहीं, असें ठरल्यावर भारतीयुद्ध केव्हां झालें, या प्रश्नाकडे आपण आतां वळूं.

प्रकरण चवथें.

भारतीयुद्धाचा काळ.

भारतीय युद्ध हें हिंदुस्थानच्या प्राचीन इतिहासाचें निश्चित असें उगमस्थान आहे. बहुतेक सर्व पाश्चात्य विद्वान् भारतीयुद्ध झालें असेंच मानतात, मग तें कोणामध्येंही झालेलें असो. राम—रावणयुद्ध अनैतिहासिक असेल, पण भारतीयुद्ध झालें हें निर्विवाद आहे. हें युद्ध केव्हां झालें याजबद्दल मात्र निरनिराळीं मतें प्रचलित आहेत. हा प्रश्न महत्त्वाचा असून त्याचा निकाल अद्याप झालेला नाहीं. यासंबंधानें जीं निरनिराळीं मतें प्रचलित आहेत त्यांचा आपण येथें निर्देश करूं, व त्यांपैकीं कोणतें मत आमच्या दृष्टीनें ग्राह्य आहे, हें सांगूं.

कालाच्या अनुक्रमानें हीं मतें कोणकोणचीं कशीं आहेत, याचें थोडक्यांत दिग्दर्शन येणेंप्रमाणें. (१) परलोकवासी मोडक यांचें मत असें होतें कीं, इ० स० पूर्व ५००० या सुमारास हें युद्ध झालें. त्यांचें म्हणणें असें आहे कीं, "भारतयुद्धकालीं ग्रहांची स्थिति निरनिराळ्या दोन नक्षत्रांवर महाभारतांत सांगितलेली आहे. एकाच काळीं एक ग्रह दोन नक्षत्रांवर असूं शकत नाहीं, तेव्हां एक नक्षत्र सायन व दुसरें निरयण मानलें पाहिजे. यावरून त्या वेळीं वसंतसंपात पुनर्वसु नक्षत्रांत होता, या हिशोबावर गणित करून पाहतां भारतीयुद्धाचा इ० स० पूर्व ५००० हा काळ येतो" (२) महाभारतावरून भारतीयुद्ध कलियुगारंभीं झालें, असें स्पष्ट दिसतें. श्रीकृष्णानें शल्यपर्वांत दुर्योधनास भीमानें लाथ मारल्याबद्दल भीमाच्या कृत्याचें कारण देतांना "प्राप्तं कलियुगं विद्धि"—'कलियुग लागलेंच असें जाण'—असें म्हटलें आहे. यावरून युद्ध झाल्यावर लौकरच चैत्रांत कलियुग लागलें, असें दाखविलें आहे. अर्थात्, कलियुगारंभकाळीं युद्ध झालें, हा निश्चय आहे. कलियुग सर्व आर्य ज्योतिष्यांच्या मताप्रमाणें इ. स. पूर्व ३१०१ या वर्षीं लागलें. तेव्हां भारती युद्धाचा काळ इ. स. पूर्व ३१०१ हा ठरतो. हेंच मत आम्हांस ग्राह्य वाटतें. (३) आर्यसमाजाचे कांहीं विद्वान्, प्राचीन ज्योतिषकार वराहमिहिर व तदनुसार कित्येक काश्मीरचे पंडित, विशेषतः राजतरंगिणीनामक इतिहासकार कल्हण हे कलियुग सुरू झाल्यावर ६५३ वर्षांनीं म्हणजे इ. स. पूर्व २४४८ या वर्षीं अथवा शकपूर्व २५२६ या वर्षीं भारतीयुद्ध झालें, असें मानतात. (४) रमेशचंद्र दत्त वगैरे प्राच्य विद्वान् व कित्येक पाश्चात्य पंडित इ. स. पूर्व १४०० च्या सुमारास भारतीयुद्ध झालें असें म्हणतात. पुराणांत बृहद्रथ वंशांतील पांडवांचा समकालीन मगधराजा यांजपासून नंदापर्यंतचा काल दिला आहे, त्यावरून हा काल निश्चित होतो असें ते मानतात. (५) शेवटीं मद्रासी विद्वान् बिलंडी अय्यर यानें अन्य प्रमाणांवरून युद्धाचा अगदीं निश्चयात्मक काल इ. स. पूर्व ११९४, १४ आक्टोबर असा ठरविला आहे. याप्रमाणें भारतीयुद्धाचे निरनिराळे काल मानलेले असून त्यासंबंधानें आपणांस येथें सविस्तर विवेचन करावयाचें आहे. प्रथम आपण सर्व ज्योतिष्यांच्या मतानें किंबहुना साधारणपणें सर्व आस्तिक हिंदु लोकांच्या मताप्रमाणें मान्य असलेल्या भारतीयुद्धाच्या कालाचा व त्याजवरील येणाऱ्या आक्षेपांचा विचार करूं.

भारतीयुद्ध व कलियुगारंभ.

भारतीयुद्धापासून कलियुगाला प्रारंभ झाला ही कल्पना महाभारतांतच आहे, हें आम्हीं

वर सांगितलेंच आहे. " प्राप्तं कलियुगं विद्धि " या वचनाशिवायही आणखी दोन तीन वचनें महाभारतांत आहेत. वनपर्वांत भीमबारुति-संवादांत

एतत्कलियुगं नाम अचिराद्यत् प्रवर्तते ।

" लवकरच जें सुरू होईल तें कलियुग होय. " असें म्हटलें आहे. कलिद्वापर यांच्या संधींत भारती युद्ध झालें असें आदिपर्वांत प्रारंभींच म्हटलें आहे.

अन्तरे चैव संप्राप्ते कलिद्वापरयोरभूत् ।
स्यमंतपंचके युद्धं कुरुपांडवसेनयोः ॥

तात्पर्य, भारतीयुद्ध कलियुगारंभीं झालें, ही कल्पना महाभारतकार सौति याच्या वेळीं म्हणजे इ. स. पूर्व ३०० च्या सुमारास पक्की रूढ होती; म्हणजे आज सुमारें २२८० वर्षें चालू आहे. भारतीयुद्धांत नीतिधर्मास सोडून अनेक भयंकर कृत्यें झालीं, पांडवांच्या काळापासून हिंदुस्थानच्या धार्मिक व सांपत्तिक सुस्थितीस उतरती कळा लागली, श्रीकृष्ण परमात्मा पृथ्वी सोडून गेल्यापासून हिंदुस्थानाला दुर्दशा व अवनति प्राप्त झाली, इत्यादि कल्पनांनीं हा समज उत्पन्न झालेला दिसतो. सारांश, भारतीयुद्धाचा काल, कलियुगारंभ व श्रीकृष्णाचा काल यांचा दृढसंबंध व एकीकरण लोकमतामध्यें फार प्राचीनकालापासून आरूढ झालेलें आहे. अर्थात् कलियुगाचा प्रारंभकाल व श्रीकृष्णाचा काल ठरविणें म्हणजेच भारतीयुद्धाचा काल ठरविणें आहे. या तिन्ही गोष्टींचा काल निरनिराळ्या रीतीनें एकाच ठिकाणचा कसा येतो, हें आपल्यास पुढील विवेचनावरून दिसून येईल.

श्रीकृष्णाचा काळ.

श्रीकृष्णाचा काल ठरविण्यास आपल्यास एक महत्त्वाचें साधन बाह्य प्रमाणाचें उपलब्ध आहे. श्रीकृष्णाच्यासंबंधानें हिंदुस्थानांत आलेला मेग्यास्थिनीस यानें फार महत्त्वाची माहिती लिहून ठेवलेली आहे. हा वकील हिंदुस्थानांत चंद्रगुप्ताच्या दरबारीं ग्रीक राजा सेल्यूकस याच्याकडून राहात होता. यानें असें लिहून ठेवलें आहे कीं, " सँड्रकोटस् व डायानिसॉस् यांच्या दरम्यान् १५३ पिढ्या झाल्या आणि त्यांच्या दरम्यान् ६०४२ वर्षें झालीं. डायानिसॉस पासून हिराक्लीज् हा १५ पिढ्या अलीकडे झाला. " चन्द्रगुप्ताच्या वेळीं त्यास जी माहिती हिंदुस्थानांत मिळाली, त्याजवरून त्यानें वरील वर्णन लिहून ठेवलेलें आहे. ग्रीक लोक जेथें गेले तेथें तेथें त्यांनीं त्या वेळीं प्रसिद्ध असलेली ऐतिहासिक माहिती जमा करून ठेवली आहे, हे त्यांचे भावी इतिहासकारांवर मोठे उपकार आहेत. इजिप्त देशांतही त्यांनीं अशीच माहिती मिळवून ठेविली व राजांच्या पिढ्या नमूद करून ठेवल्या. बाबिलॉन येथील पिढ्याही त्यांनीं नमूद करून ठेविल्या आहेत. ही माहिती ढोबळ व अविश्वसनीय आहे, असा कित्येक दिवस समज होता; परंतु अलीकडे मेसापोटेमियांत जे जुने इष्टिकालेख म्हणजे वाळविलेल्या विटांवरील लेख सांपडत आहेत, त्यांजवरून ही माहिती अक्षरशः खरी आहे असें लोकांच्या निदर्शनास आलें आहे. असो. आमच्या म्हणण्याचें तात्पर्य असें आहे कीं, मेग्यास्थिनीसनें चौकशी करून लिहून ठेविलेली माहिती विश्वसनीय आहे. प्राचीन काळच्या इतर देशांप्रमाणें हिंदुस्थानांत राजेलोकांच्या वंशावळी व प्रत्येक राजाचा राज्य करण्याचा काळ हीं काळजीपूर्वक जतन करून ठेविलेलीं होतीं, असें निःसंशय दिसतें. कोणताही शक प्राचीन काळीं चालू नसल्यानें राजांच्या वंशावळी व त्यांचे काळ हेंच काळ मोजण्यास साधन होतें. म्हणूनच ह्या वंशावळी काळजीनें जतन करीत. सारांश, मेग्यास्थिनीसनें दिले-

ल्या पिढ्यांची संख्या आपल्यास इतिहासांत हिशोब करण्यास विश्वसनीय साधन आहे. मेग्यास्थिनीसचा सँड्रकोटम् म्हणजे ऐतिहासिक चन्द्रगुप्त होय. आतां ज्या डायानिसॉस्पासून या पिढ्या मोजल्या आहेत तो कोण असावा, हें आपल्यास निश्चयानें ठरवितां येत नाहीं. पण हिराक्लीज् म्हणजे हरि अथवा श्रीकृष्ण होय, हें आपण पूर्वी दाखविलेंच आहे. हिराक्लीज्ची भक्ति शौरसेनी लोक करतात व त्यांचें मुख्य शहर मथुरा आहे, या मेग्यास्थिनीसनें दिलेल्या माहितीवरून हिराक्लीज् म्हणजे श्रीकृष्ण, असें निश्चयानें ठरतें. डायानिसॉस्पासून हिराक्लीज्पर्यंत १५ पिढ्या झाल्या. त्या वजा करतां हिराक्लीज्पासून चन्द्रगुप्तापर्यंत १५३—१५ म्हणजे १३८ इतक्या पिढ्या चन्द्रगुप्तापर्यंत झाल्या, असें आपणास मेग्यास्थिनीसनें दिलेल्या माहितीवरून कळतें. एवढ्या पिढ्यांना किती वर्षें गेलीं, हें मेग्यास्थिनीसनें सांगितलें नाहीं. तथापि प्रत्येक पिढीला सरासरीनें किती वर्षें जातात, हें जगताच्या इतिहासावरून ठरवितां येतें. एकंदर दर राजाच्या पिढीला २० वर्षें पडतात, असा ऐतिहासिक सिद्धांत आहे. हा सिद्धांत लागू करतां श्रीकृष्ण व चन्द्रगुप्त यांच्या दरम्यान् १३८×२० = २७६० वर्षें ठोकळ मानानें होतात. चन्द्रगुप्ताचा काळ इ. स. पूर्व ३१२ असा ठरला आहे. अर्थात्, श्रीकृष्णाचा काळ या हिशोबानें इसवी स. पूर्व ३०३२ ठरतो. हा काळ कलियुगाच्या आरंभाच्या काळाच्या जवळ जवळ येतो, हें या काळाच्या ऐतिहासिकत्वाबद्दल आपल्यास सबळ प्रमाण मिळतें.

श्रीकृष्णाचा उल्लेख छांदोग्य उपनिषदांत "कृष्णाय देवकीपुत्राय" असा आलेला आहे. श्रीकृष्णानें भगवद्गीतेमध्यें "वेदानां सामवेदोऽस्मि" या वाक्यानें आपलें सामवेदाशीं तादात्म्य केलें आहे. यावरून सामवेदाच्या छांदोग्य उपनिषदांत श्रीकृष्णाचा उल्लेख येणें साहजिक आहे. श्रीकृष्णाचा काळ छांदोग्य उपनिषदापूर्वी बराच असावा. छांदोग्य उपनिषद् केव्हां झालें हें जरी निश्चयानें सांगतां येत नाहीं, तरी तें भाषेच्या प्रमाणावरून दशोपनिषदांपैकींही फार जुनें उपनिषद् आहे असें दिसतें. या उपनिषदांचा काळ सामान्यपणें वेदांगांच्या काळापूर्वी मानला पाहिजे, हें उघड आहे. वेदांगांपैकीं वेदांगज्योतिषाचा काळ निश्चयानें सांगतां येतो. रा. शंकर बा. दीक्षितांनीं आपल्या भारतीय ज्योतिषशास्त्राच्या इतिहासांत वेदांगज्योतिषाचा काळ इसवी सन पूर्व १४१० च्या सुमाराचा ठरविला आहे. अर्थात्, छांदोग्योपनिषदाचा काळ याच्यापूर्वी व श्रीकृष्णाचा काळ त्याही पूर्वी मानला पाहिजे. या पुराव्यावरून श्रीकृष्णाचा जो काळ पूर्वी ठरला आहे, तो बरोबर आहे असें अनुमान होतें. अर्थात्, भारती युद्ध त्या काळीं झालें हें म्हणतां येतें.

कलियुगारंभ.

आतां कलियुगाच्या आरंभाच्या काळाचा विचार करूं. भारतीयुद्ध आणि कलियुगारंभ एकच आहेत, हें आपण पूर्वी पाहिलेंच आहे. कलियुगारंभ केव्हां झाला हेंही आपण पाहिलें आहे. हिंदुस्थानांतील सर्व ज्योतिष्यांच्या मताप्रमाणें कलियुगारंभ ३१०१ इसवी. स. पूर्व असा आहे. हल्लीं कोणत्याही पंचांगांत हाच काळ दिलेला आहे. म्हणजे शके १८३८च्या पंचांगांत कलियुगाला ५०१७ वर्षें झालीं, असें लिहिलेलें आढळेल. आर्यभट्ट, ब्रह्मगुप्त व वराहमिहिर इत्यादि ज्योतिष्यांच्या वेळेपासून पंचांगामध्यें हा काळ लिहिला गेला असावा, हें उघड आहे. यांच्या पूर्वी हाच काळ लिहिला जात असे कीं काय, हा प्रश्न आहे. क-

लियुगाला इतकीं वर्षें झालीं असें जर दरसाल लोकांना माहीत होतें, तर या ज्योतिष्यांच्या पूर्वींच्या कोणत्या तरी ग्रंथांत या काळाचा उल्लेख असावा. दुर्दैवानें असा उल्लेख अद्याप सांपडलेला नाहीं. तेव्हां आर्यभट्टादि ज्योतिष्यांनीं हा काळ दिलेला आहे तो कशावरून? यासंबंधानें दोन मतें होऊं शकतात. एक मत असें कीं, हा काळ दंतकथेनें लोकांस ठाऊक होता, म्हणजे युधिष्ठिरशक ठाऊक होता असें म्हटलें तरी चालेल. आमचें मत असें आहे कीं, इ. स. पूर्वकाळीं किंवा शकपूर्व काळीं युधिष्ठिरशक चालू नव्हता, किंबहुना कोणताच शक चालू नव्हता. परंतु आम्हीं पूर्वीं सांगितल्याप्रमाणें हिंदुस्थानांत या काळीं वंशावळी होत्या. प्राचीनकाळीं सर्व देशांत अशा प्रकारच्या वंशावळी असत, म्हणजे वंशांत अमुक अमुक राजे अमुक वर्षें राज्य करीत होते, अशी माहिती टिपून ठेवलेली असे. अर्थात् युधिष्ठिरापासूनच्या वंशावळी राजांच्या कारकीर्दींच्या वर्षांसह प्रचलित असल्या पाहिजेत. अशाप्रकारच्या वंशावळींवरून युधिष्ठिराला इतकीं वर्षें झालीं, हें आर्यज्योतिषकारांनीं खिस्तीसनाच्या आरंभीं युगपद्धति सिद्धांतस्वरूपानें कायम झाली त्या वेळेस ठरविलें. कारण कलियुगारंभ आणि भारती युद्ध किंवा युधिष्ठिराचें राज्यारोहण हीं एकाच काळीं झालीं, अशी समजूत सर्व आस्तिक हिंदूंची असल्याचें महाभारत ३०० वर्षें या वेळीं स्पष्टपणें सांगत होतें. अशा रीतीनें नवीन सिद्धांतकार पहिला आर्यभट्ट यानें कलियुगारंभ इ. स. पूर्व ३१०१ वर्षें (शक पूर्व ३१७८) हा काल दिला.

कित्येकांचें असें मत आहे कीं, कलियुगारंभ याप्रमाणें दंतकथेवरून किंवा राजांच्या वंशावळीवरून घेतलेला नसून आर्यभट्टानें गणितानें काढला. परंतु हें मत टिकूं शकत नाहीं. रा. शंकर बा. दीक्षित हेही या मताचे आहेत, परंतु त्यांनीं केलेलें विवेचन त्यांच्या इतर मतांच्या विरुद्ध जातें. गणितानें कलियुगारंभ काढण्यास साधन काय होतें? महाभारतयुद्धकालीं अमुक ग्रह अमुक नक्षत्रावर होते, अशा प्रकारचें विधान जमेस धरून त्यावर गणितानें हा काळ काढलेला आहे, असें दिसत नाहीं. कारण, महाभारतांत जी स्थिति सांगितली आहे, ती कलियुगारंभीं जे ग्रह होते त्यांच्याशीं मुळींच जुळत नाहीं. या ग्रहस्थितीविषयीं विस्तारानें पुढें सांगूं. शिवाय महाभारतांत सांगितलेल्या ग्रहस्थितिवरून गणित करून काळ काढला असता तर तो निश्चयानें खराच निघता, हेंही खरें, पण दुर्दैवानें असें मुळींच झालेलें नाहीं. कलियुगारंभीं अमुक ग्रहस्थिति होती, हें पूर्वीं कोठेंच सांगितलेलें नाहीं. मग गणिताला आधार कोणता? रा. दीक्षितांचें व अन्य लोकांचें म्हणणें असें आहे कीं, कलियुगारंभीं सर्व ग्रह मध्यममानानें अश्विनींत होते अशी समजूत पाया धरून असे मध्यममानाचे ग्रह एके ठिकाणीं केव्हां होते, हें आर्यभट्टानें गणितानें काढलें व तो कलियुगारंभ मानला. पण अशी स्थिति कलियुगारंभीं होती हें तरी कोणीं सांगितलें? मध्यमग्रह कांहीं आकाशांत दिसत नाहींत, स्पष्ट ग्रह दिसतात. अर्थात्, अशा प्रकारचें विधान दृक्प्रत्ययानें कोणीं लिहून ठेविलेलें असणें शक्य नाहीं. तेव्हां हें गणिताचें साधन कोणी ज्योतिष्यानें कल्पनेनें बसविलें असलें पाहिजे. कारण, उदाहरण घालतांना उदाहरणाचा पायाही काल्पनिक आणि उत्तरही काल्पनिक अशा प्रकारचें वेडेपण करणारा आर्यभट्ट नसावा. "कलियुगाच्या आणि प्रत्येक युगाच्या आरंभीं सर्व ग्रह अश्विनीच्या आरंभीं

एकत्र असतात, हें ज्योतिषग्रंथांतलें युगारंभाचें लक्षण महाभारतांत किंवा मनुस्मृति या ग्रंथांत किंवा मागील विवेचन केलेल्या कोणत्याही ग्रंथांत नाहीं. उलटें सूर्य, चंद्र, बृहस्पति आणि तिष्य एका राशीस येतात तेव्हां कृतयुग होतें, असें महाभारतांत एका ठिकाणीं सांगितलें आहे." (पा. १४१ दीक्षित) "युगाचें वरचें लक्षण पुराणांतही कोठें सांगितलेलें नाहीं." तेव्हां ही कल्पना आर्यभट्टांनीं स्वतःच केली आणि त्याच्यावर गणित केलें, असें या आक्षेपकांचें अखेरीस म्हणणें असल्याचें दिसून येतें. पण प्रत्यक्ष पाहतां हीही गोष्ट सिद्धीस जात नाहीं. ३१०१ इ. स. पूर्व १७ फेब्रुवारी गुरुवार या मध्यरात्रीं कलियुगास प्रारंभ झाला, असें सूर्यसिद्धान्ताप्रमाणें फाल्गुन कृष्ण अमावास्या गुरुवारीं मध्यरात्रीं कलियुगारंभ दिला आहे त्यावरून ठरतें. त्यावेळचे ग्रह प्रो० व्हिट्ने यांनीं काढलेले व राशंकर बा. दीक्षित यांनीं काढलेले मध्यम व स्पष्ट दीक्षितांनीं आपल्या पुस्तकांत पा. १४२ वर दिले आहेत. त्यावरून असें स्पष्ट दिसतें कीं, सर्व ग्रह मध्यम किंवा स्पष्ट कलियुगारंभीं एकत्र होते, असेंही दिसत नाहीं. हें दीक्षितांनींही कबूल केलें आहे. "कलियुगारंभीं आमच्या ग्रंथाप्रमाणें सर्व ग्रह एकत्र होते असें आहे; पण वास्तविक स्थिति तशी नव्हती. कदाचित् सर्व ग्रह अस्तंगत असतील, परंतु असेंही वर्णन महाभारतादिकांत नाहीं. कलियुगानंतर सूर्यसिद्धान्तादि ग्रंथ होतपर्यंत निदान ३६०० वर्षे गेलीं, त्या काळांत कलियुग अमुक काळीं लागलें असें ठरलेलें होतें, असें दिसत नाहीं. यावरून गणितानें मागाहून कलियुगारंभकाळ काढला असा संशय घेण्यास जागा आहे" असें दीक्षित म्हणतात. पण या काळांत राजांच्या वंशावळी चालू होत्या ही गोष्ट जर रा. दीक्षितांना माहित असती किंवा त्यांच्या लक्षांत येती, तर त्यांनीं असा संशय घेतला नसता. मेग्यास्थिनीसनें दिलेल्या पिढ्यांवरून व वर्षांच्या संख्येवरून ही गोष्ट सिद्ध होते. मेग्यास्थिनीसचा पुरावा फार प्राचीन म्हणजे इ. स. पूर्व ३१२ च्या सुमाराचा आहे. अर्थात् ज्या काळीं आर्यज्योतिष्यांस ग्रहगणित करण्याची माहिती नव्हती, त्या वेळचा आहे. तेव्हां अशा वंशावळी पूर्वकाळीं होत्या हें निश्चयानें ठरतें. पूर्वकाळीं इतिहासही होते व ऐतिह सिक हकीगती व वंशावळी हिंदुस्थानांत लिहून ठेवल्या जात असत, हें निर्विवाद आहे. चिनी प्रवासी हुएनसंग यानें स्पष्ट लिहून ठेविलें आहे कीं, "प्रत्येक राज्यांत हकीगतींचें पुस्तक काळजीपूर्वक लिहून ठेवलेलें असतें." काश्मीरांत अशा प्रकारच्या हकीगती व वंशावळी लिहिलेल्या होत्या, त्यांजवरून बिल्हण कवीनें राजतरंगिणीनामक काश्मीरचा इतिहास लिहिला. हल्लीं सुद्धां रजपुतांच्या वंशावळी भाट लोक काळजीपूर्वक लिहीत असतात. सारांश, मेग्यास्थिनीसनें लिहिलेल्या वंशावळीच्या हकीगतीवरून पूर्वीं वंशावळी असत, हें निर्विवाद आहे. अशा वंशावळींवरून युधिष्ठिरापासून झालेलीं वर्षें लोकांस माहीत असावीं व त्यांजवरून कलियुगाचा आरंभकाल ठरविला गेला, असें आमचें मत आहे. कलियुगारंभकाळ काढण्याचें जें साधन म्हणून दिलें आहे तें काल्पनिक आहे, व तशी प्रत्यक्ष स्थितीही कलियुगारंभकाळीं नव्हती, असें वर दाखविलेंच आहे. तेव्हां कलियुगारंभकाळ गणितानें मागाहून काढला, असें म्हणतां येत नाहीं.

वराहमिहिराचें चुकीचें मत.

कलियुगकाळाच्यासंबंधानें कदाचित् शंका उपस्थित होईल, परंतु मेग्यास्थिनीसनें दिलेल्या माहितीसंबंधानें आपल्यास कोणत्याच

प्रकारची शंका घेतां येत नाहीं. या दोन्हीं-च्या मेळानें भारतीयुद्धकाळ ठरण्यास अडचण नाहीं.पण कलियुगाच्या आरंभीं भारतीयुद्ध झालें नाहीं, असें वराहमिहिर म्हणतो, याचा आप-ल्यास येथें विचार करावयास पाहिजे. वराह-मिहिरानें हें मत गर्गाच्या मतावरून दिलें आहे. गर्गाचें मत त्यानें असें लिहिलें आहे कीं,

षड्द्विकपंचद्वियुतः शककालस्तस्य राज्ञश्च ।

म्हणजे युधिष्ठिराचा काल काढण्यास शकका-लामध्यें षड्द्विक्पंचद्वि म्हणजे ' अंकानां वामतो गतिः ' या हिशोबानें २५२६ मिळ-विले म्हणजे युधिष्ठिराचा काळ निघतो. आप-ण भारती युद्धाचा काळ इ. स. पूर्व ३१०१ अथवा शकपूर्व ३१७९ हा ठरविला आहे. म्हणजे या काळांत व वराहमिहिराच्या काळांत ६५३ वर्षांचा फरक पडतो. हाच काळ राज-तरंगिणीकार बिल्हण यानें आपल्या काव्यरूप इतिहासांत घेतला आहे व

शतेषु षट्सु सार्धेषु त्र्यधिकेषु च भूतले ।
कलेर्गतेषु वर्षाणामभूवन्कुरुपांडवाः ॥

असें स्पष्ट म्हटलें आहे. तेथें त्यानें हेंही म्हटलें आहे कीं, " कालियुगाच्या आरंभीं पांडव झाले अशा वार्तेनें विमोहित होऊन कांहीं काश्मीर-चे इतिहासकार काश्मीरच्या पूर्वीच्या राजां-च्या यादी चुकलेल्या देतात; पण वरील ६५३ कलियुग या वर्षीं पांडव झाल्यानें त्याप्रमाणें मीं राजांच्या यादी दुरुस्त केल्या आहेत. " यावरून हें स्पष्ट दिसतें कीं, बिल्हणाच्या वेळीं पांडव कलियुगारंभीं झाले हें मत प्रचलित होतें. तें झुगारून वराहमिहिराचा आधार देऊन बि-ल्हणानें कलियुगारंभापासून ६५३ व्या वर्षी भारती युद्ध घातलें. परंतु यामुळें महाभारता-च्या वचनांशीं स्पष्ट विरोध येतो. " प्राप्तं कलियुगं विद्धि " या श्लोकानें ६५३ वर्षे कलियुग गेल्यानंतर भारती युद्ध झालें, या म्ह-णण्याचा मेळ बसावयाचा नाहीं. ' कलिद्वापर-योः अन्तरे ' या वचनांत सुद्धां कलियुगाचा प्रारंभ होण्यापूर्वीं भारती युद्ध झालें, असें स्पष्ट दिसतें. अर्थात् कलियुगाचीं ६५३ वर्षे गेल्या-नंतर युद्धाची कल्पना करणें चुकीचें होईल. कित्येकांच्या मतें (विशेषतः आर्यसमाजी लोकांच्या मतें) ६५३ वर्षे हा कलियुगाचा संधिकाल समजून खरें कलियुग अद्याप लागलें नव्हतें असें समजावें आणि महाभारताच्या वचनाशीं मेळ घालावा असें आहे. परंतु अशा रीतीनें मेळ बसूं शकत नाहीं. कारण, कलि-युगाचा संधिकाल जरी याप्रमाणें घेतला तरी द्वापराचें अंतर येऊं शकत नाहीं. द्वापर व कलि यांचे अंतरांत म्हणजे ऐन सांध्यांत युद्ध झालें, असें वर्णन आहे. चैत्र शुद्ध प्रतिपदेला कलियुग लागलें आणि त्याच्या पूर्वीच्या मार्ग-शीर्ष महिन्यांत भारती युद्ध झालें, अशी स्थिति महाभारतांतील वर्णनास योग्य लागू पडते.

सर्व ज्योतिष्यांच्या मताच्या विरुद्ध व म-हाभारतांतील प्रत्यक्ष वचनांच्या विरुद्ध वराह-मिहिरानें हा भारतीयुद्धाचा काळ कसा दिला, हें एक मोठें आश्चर्य आहे. किंबहुना गर्गाचें वचन म्हणून त्यानें हा काळ दिलेला आहे. तरी गर्गानेंही हा काळ कसा दिला? गर्गाचा काळ आपल्यास माहीत नाहीं. गर्गाचा काळ महाभारताच्या नंतर व शककालाच्या पूर्वीं झालेला असावा, असें कित्येक मानतात. परंतु गर्ग महाभारताच्या पूर्वीं झालेला असावा, असें दिसतें आणि महाभारतांत गर्गाचें नांव आलेलें आहे. कोणताही काळ धरला तरी गर्ग शकपूर्व होता, असें निश्चयानें वाटतें. ते-व्हां शककाळांत अमुक वर्षे मिळविलीं म्हण-जे युधिष्ठिराचा काळ निघतो, असा नियम गर्गानें घालून देणें शक्यच नाहीं. गर्गाचें

मूळचें वचन काय होतें हें ठरविण्यास साधन नाहीं. गर्गसंहिता म्हणून जो एक ग्रंथ प्रसिद्ध आहे त्यांत यासंबंधाचें कांहीं वर्णन नाहीं. गर्गानें २९२६ ही संख्या दिली असल्यास त्याचा उलगडा कसा करावा, याचा एक विलक्षण प्रकार रा. अय्यर यांनीं सुचविला आहे. तो असा कीं, शककाल म्हणजे शाक्य मुनिकाल असा घ्यावा. बुद्धाच्या निधनापासून कांहीं ठिकाणीं बुद्ध कालगणना सुरू झाली होती, असें मानल्यास हा काल आमच्या मताला अनुकूल असा येतो; म्हणजे २९२६ यांत निर्वाण शक जो हल्लीं बौद्धांत प्रचलित आहे तो ५४३ इ. स. पूर्व घेतला असतां २९२६ +५४३ म्हणजे इ. स. पूर्व ३०६९ हा काळ श्रीकृष्णाच्या व कलियुगारंभाच्या जवळ जवळ येतो. तथापि आमच्या मतानें शककाल या शब्दानें शाक्यमुनि अथवा बुद्धाचा काल असा अर्थ कधींच घेतला जाऊं शकत नाहीं. बुद्धाला शक हें नांव कोठेंही लावलेलें नाहीं. शक व शाक्य यांचा घोंटाळा करून उपयोग नाहीं. अर्थात्, याची उत्पत्ति निराळी लाविली पाहिजे.

गर्गानें मूळ काळ कशा प्रकारचा दिला होता, हें ठरविणें आतां शक्य नाहीं. गर्ग हा महाभारतापूर्वीं होऊन गेला हें बहुतेक निर्विवाद आहे. त्याचा उल्लेख शल्यपर्वांत सरस्वती आख्यानांत व अनुशासनपर्वांत उपमन्यूच्या आख्यानांत आला आहे. यांत त्याच्या ६४ अंगांच्या ग्रंथाचाही उल्लेख आहे. ' गर्गसंहिता ' म्हणून जो ग्रंथ हल्लीं प्रसिद्ध आहे, त्यांत ४० उपांगें आहेत. अर्थात् हा ग्रंथ बहुधा तो नव्हे. तथापि त्याचीच ही दुसरी आवृत्ति असावी. यांत राशींचा उल्लेख नाहीं, यावरून हाही ग्रंथ पुढें सांगितल्याप्रमाणें शकपूर्वींचा दिसतो. अर्थात् गर्ग हा शकाच्या बराच पूर्वींचा होय. त्याच्या ग्रंथांत शककालाचा उल्लेख येणें शक्यच नाहीं. तेव्हां गर्गाचें वचन असलें तर तें त्यावेळच्या एखाद्या राजाच्या उद्देशानें असलें पाहिजे, म्हणजे युधिष्ठिरास २९६६ किंवा २९२६ वर्षें अमुक राजापर्यंत झालीं, असें त्यानें लिहिलें असावें आणि हा राजा गर्गाच्या वेळचा असावा. गर्ग आणि वराहमिहिर यांच्या दरम्यान् हजार वर्षांचें अंतर दिसतें. कारण, गर्ग इ. स. पू. ४०० च्या सुमाराचा आणि वराहमिहिर इ. स. नंतर ५०० वर कित्येक वर्षांचा. अशा परिस्थितींत एक हजार वर्षांच्या अंतरानें गर्गाच्या वेळच्या राजाचें नांव अप्रसिद्ध असल्यानें वराहमिहिरानें तें नांव शकराजाला किंवा शककालाला लागू केलें, अशी याची उपपत्ति बसूं शकते. वराहमिहिर गर्गज्योतिष्याचें वचन विशेष प्रमाणभूत मानीत असल्यानें इतर ज्योतिष्यांच्या मताविरुद्ध त्यानें भारतीयुद्ध कलिकाल ६५३ या वर्षीं मानलें. बिल्हणानें आपल्या काश्मीरच्या इतिहासाची सांगड त्याजवर घातली. काश्मीरचा राजा पहिला गोनर्द भारतीयुद्धकालीं होता, अशी काश्मीरांत समजूत होती व दुर्योधनाकरितां कर्णानें दिग्विजय केला, त्यावेळेस तो लढाईंत मारला गेला; व त्याचा पुत्र गादीवर बसला. तो अल्पवयी असल्यामुळें भारतीयुद्धामध्यें नव्हता, अशी दंतकथा काश्मीरांत प्रचलित असल्याचें बिल्हणानें लिहून ठेवलेलें आहे. जर भारतीयुद्ध कलियुगारंभीं झालें असें मानलें, तर शक पूर्व २१७९ वर्षांची व्यवस्था गोनर्दापासून झालेल्या राजांची लागली पाहिजे आणि तशी व्यवस्था बिल्हणापूर्वीं लागलेलीही होती. परंतु भारतीयुद्धाचा काळ भलताच मानल्यानें बिल्हणास गोनर्दादि राजांची निराळी व्यवस्था लावावी लागली. गोनर्द पांडवांच्या काळीं होता, ही गोष्ट

काश्मिरच्या इतिहासांत साहजिकच नमूद आहे. कारण, हिंदुस्थानांतील प्रत्येक राजवंश आपला संबंध पांडवसमकालीन योद्ध्यांशीं नेऊन भिडविण्यांत भूषण मानतो. बिल्हणानें प्रचलित असलेल्या राजांच्या वंशावळींत आपल्या नवीन समजुतीप्रमाणें कमी ज्यास्ती केली, ही त्यानें आणखी चूक केली. असो.

गर्गानें २५२६ ही संख्या दिली यावरून निदान एक गोष्ट सिद्ध होते. ती ही कीं, ही संख्या त्यानें कशावरून तरी निश्चित केली. अशी संख्या निश्चित करण्यास दंतकथा, मुख्यतः वंशावळी हेंच साधन असलें पाहिजे, आणि बिल्हणाच्या ग्रंथावरून अशा प्रकारच्या वंशावळी काश्मीरामध्यें भारतीयुद्धकाळापासून चालू होत्या, हें एक प्रत्यक्ष उदाहरण आपल्यासमोर दिसतें. अर्थात्, ही संख्या राजवंशावळीवरून कायम केली गेली, हें निश्चित आहे ह्या संख्येचें महत्त्व या दृष्टीनें मोठें आहे. शकपूर्व ३१७९ ही संख्या वंशावळीवरून शककालाच्या आरंभीं कायम केली, ती अशाच वंशावळीवरून होय. गर्गाच्या वचनांतील राजा भलताच धरून वराहमिहिरानें चूक केली, तरी इसवी सन पूर्व ३१०१ हाच एका वराहमिहिराशिवाय इतर सर्व ज्योतिष्यांनीं मानलेला भारतीयुद्धाचा काळ ग्राह्य ठरतो. याशिवाय या काळाला मेग्यास्थिनीसनें मगध वंशाच्या ज्या पिढ्या चंद्रगुप्तापर्यंत दिल्या आहेत त्यावरूनही दुजोरा मिळतो, हें आपण पाहिलेंच आहे. सारांश, इसवी सन पूर्व ३१०१ हाच भारतीयुद्धाचा सर्वमान्य काळ सिद्ध आहे.

येथें हें सांगितलें पाहिजे कीं, ३१०१ इसवी स० पूर्व हा काळ आर्यभट्टानें कल्पनेनें काढला असा आक्षेप आहे, तसाच शकपूर्व २५२६ हाही काळ गर्गानें कल्पनेनें काढला असें दीक्षितांचें म्हणणें आहे. परंतु यासही कल्पनेशिवाय दुसरा आधार नाहीं. दीक्षित (पा. ११८) म्हणतातः—"सप्तर्षींना गति आहे, ते एक एक नक्षत्रीं १०० वर्षें असतात, असें वराहमिहिरानें सप्तर्षिचारांत सांगितलें आहे आणि त्या समजुतीस अनुसरून हा काळ काढलेला आहे." युधिष्ठिराच्या वेळीं सप्तर्षि मघांत होते व सांप्रतही ते मघांत आहेत. प्रत्येक नक्षत्रीं १०० वर्षें सप्तर्षि असतात, तेव्हां सांप्रत युधिष्ठिरास २७०० वर्षें झालीं असें निष्पन्न होईल. परंतु सप्तर्षींस गति नाहीं म्हणून या कालांत कांहीं अर्थ नाहीं. त्याप्रमाणेंच गर्गवराहोक्त कालांत नाहीं. हा "गर्ग शककालारंभानंतर एक दोन शतकांत केव्हां तरी झाला असावा, त्यास सप्तर्षि मघांच्या सुमारें दिसले म्हणून शकारंभीं युधिष्ठिरास २५२६ वर्षें झालीं असें त्यानें ठरविलें," असें हें दीक्षितांचें म्हणणें आहे, पण तें मान्य करण्यासारखें नाहीं. २५२६ इतका नक्की आंकडा कल्पनेनें कसा ठरवितां येईल? गणिताचा विषय असल्यामुळें यांत ठोकळ गोष्टी मुळींच चालावयाच्या नाहींत, व निराधार व काल्पनिक आंकडे कोणीही ज्योतिषगणितकार कल्पना करूं शकत नाहीं. सप्तर्षींचा फेरा २७०० वर्षांचा असें मानलें तरी त्यांत १७४ वर्षें काय म्हणून कमी करावयाचीं? कारण, सप्तर्षि गर्गालाही मघांत दिसले, तेव्हां ते शकानंतर १७४ व्या वर्षीं गर्गाला दिसले, असें दीक्षितांनीं सुचविलें नाहीं. पण शकानंतर १७४ वर्षांनीं हा काल ठरविला गेला, असेंही मानतां येत नाहीं. कारण, गर्गाचा काळ इतर रीतीनें आपल्यास माहीत असता तर ह्या म्हणण्यांत कांहीं अर्थ दिसला असता. परंतु गर्गाचा काल आपल्यास मुळींच माहीत नाहीं, तेव्हां तोही काल्पनिक धरतां येत नाहीं. सप्तर्षींना गति

नाहीं, ही गोष्ट गर्गवरांहास माहीत नसावी हें संभवनीय नाहीं. अर्थात् ही एक काल्पनिक गति मानलेली आहे, प्रत्यक्ष नव्हे, हें उघड आहे. तथापि या सिद्धांताकरितां क्षणभर मानलें कीं, गर्गवराहांना गति दिसत होती, व गर्ग श० १७४ त गणित करावयास बसला व युधिष्ठिराचा काल गणितानें काढूं लागला. परंतु

असान्मघासु मुनयः शासति
पृथिवीं युधिष्ठिरे नृपतौ ।

ही गोष्ट आधारभूत घेण्यास महाभारतांत वचन नाहीं. मग गर्गानें हें घेतलें कोणीकडून ? बरें, अशी आधारभूत गोष्ट कोठून जरी घेतली, तरी सप्तर्षि प्रत्येक, नक्षत्रांत शंभर वर्षें राहतात ते एका ठिकाणीं नव्हे. ते एका नक्षत्रांतून दुसऱ्या नक्षत्रांत उडून जात नाहींत. तेव्हां गणित, करण्यास युधिष्ठिरकाळीं मघा नक्षत्राच्या कोणत्या बिंदूंत सप्तर्षि होते, हें माहीत पाहिजे होतें. नंतर ऐन त्याच बिंदूवर शक १७४ त मघा नक्षत्रांत गर्गानें आलेले पाहिलें, असें मानावें लागतें. कारण, त्याशिवाय शकारंभीं २५२६ वर्षें युधिष्ठिराला झालीं, असें सिद्ध करणें संभवनीय नाहीं. सारांश. सर्व गोष्टीच काल्पनिक घ्याव्या लागतात, व तशा घेण्यास आधार नाहीं. युधिष्ठिरराज्यारोहणकाळीं सप्तर्षि मघांत अमुक बिंदूंत होते, हें कोठेंही सांगितलेलें नाहीं. तें गर्गानें कल्पनेनें घेतलें असेल, असें मानतां येत नाहीं गर्ग १७४ शककालीं झाला याचाही कोठें पुरावा नाहीं; (किंबहुना, तो शकापूर्वीं झाला असावा, हें आपल्यास निश्चयानें कळतें) हेंही आपल्या सिद्धांताला जुळतें म्हणून काल्पनिक घ्यावयानें, व युधिष्ठिराच्या वेळच्या बिंदूंतच सप्तर्षि गर्गकाळीं शक १७४ त होते, हेंही आपल्या मतास जुळतें म्हणून कल्पनेनें घ्यावयाचें. असो, तर याप्रमाणें बारकाईनें विचार केला असतां युधिष्ठिराचा काल नक्की २५२६ शकपूर्व हा जो गर्गानें दिला आहे, तो त्यानें गणितानें काढला असें म्हणणें संभवत नाहीं. बरें. रा. दीक्षित म्हणतात कीं, सप्तर्षि मघा, पूर्वा, उत्तरा, हस्त, चित्रा यांपैकीं कोणत्याही नक्षत्रीं दिसूं शकतील. मग गर्गाला आपल्या काळीं सप्तर्षि मघांतच होते असें कसें दिसलें? दुसरें, वराहमिहिरासही सप्तर्षि श० ४४४ त मघांतच दिसले, तेव्हां ते गर्गकाळीं शक १७४ त मघांच्या मार्गें असले पाहिजेत. तेव्हां गर्गानें मघांत आपले काळीं सप्तर्षि आहेत असें धरून गणित केलें, हेंही म्हणणें चुकीचें दिसतें. सारांश, गर्गानें हा काळ कल्पनेनें काढला हें म्हणणें सर्वथैव चुकीचें आहे. अर्थात्, त्यास दुसरा आधार वंशावळीचा किंवा प्राचीन दुसऱ्या ग्रंथकाराच्या माहितीचा असला पाहिजे. अशा स्थितींत आम्हीं पूर्वीं जी कल्पना केली आहे, तीच संभवनीय दिसते. गर्गानें आपल्या वेळच्या (अर्थातच शकपूर्व) एखाद्या प्रसिद्ध राजापर्यंत युधिष्ठिराला २५२६ वर्षें झालीं, असें सांगितलें असलें पाहिजे; आणि वराहमिहिरास हजार वर्षांनंतर तो शककालच होय, अशी चुकीनें भ्रांति होऊन त्यानें गर्गाचें वचन म्हणून हा शककालयुक्त युधिष्ठिरकाल दिला असावा. तें कांहीं असो. इतर ज्योतिष्यांच्या मताविरुद्ध या एकट्या वराहमिहिराच्या वचनास, विशेषतः खुद्द महाभारतांतील वचनाविरुद्ध मान्यता देतां येत नाहीं.

पुराणांतील मिळ्या चुकीच्या.

असो, आतां आपण भारती युद्धाच्या प्रतिपादिलेल्या तिसऱ्या काळाकडे वळूं. सर्व ज्योतिष्यांनीं महाभारताच्याच वचनानुरूप कलियुगारंभीं भारतीयुद्ध झालें, असें मान्य करून राजांच्या वंशावळींवरून अथवा प्राचीन चलित परंपरेवरून इ. स. पू. ३१०१ हा जो काल दिला

व ज्यास मेग्यास्थिनीसनें दिलेल्या पिढ्यांवरून चांगलीच बळकटी येते, त्या काळाच्या विरुद्ध अलीकडील कित्येक विद्वानांनीं भारती युद्धाचा इ. स. पूर्व सुमारें १४०० असा जो काल मानला आहे, त्याचा आपण आतां विचार करूं. कित्येक पाश्चात्य विद्वान् हा काल याहो अलीकडे थोडासा ओढतात, पण दोघांचाही मूळ आधार एकच आहे. हा काळ मुख्यतः विष्णुपुराणावरून ठरविण्याचा प्रयत्न केलेला आहे. या पुराणांत असें सांगितलें आहे कीं, "महानंदि याचा शूद्रा राणीपासून झालेला महापद्म नंद नांवाचा पुत्र परशुरामाप्रमाणें सर्व क्षत्रियांचा नाश करील. त्याला सुमाली वगैरे नांवाचे आठ मुलगे होतील, ते महापद्मानंतर राज्य करतील. महापद्म आणि त्याचे आठ पुत्र शंभर वर्षेपर्यंत राज्य करतील. या नंदांना कौटिल्य ब्राह्मण राज्यापासून भ्रष्ट करील आणि कौटिल्य चन्द्रगुप्ताला राज्याचा अभिषेक करील." याच्या पुढें श्लोक आहे तो असाः—

यावत्परीक्षितो जन्म यावन्नन्दाभिषेचनम्।
एतद्वर्षसहस्रं तु ज्ञेयं पंचदशोत्तरम् ॥

अशाच प्रकारचा श्लोक भागवतांतही आहे. पण त्यांत 'शतं पंचदशोत्तरम्' असा पाठ आहे. या श्लोकांत परीक्षिताच्या जन्मापासून नंदाच्या अभिषेकापर्यंत १०१५ वर्षें झालीं, असें वर्णन आहे. भागवतांत १११५ वर्षें झालीं असें आहे. परीक्षिताचा जन्म भारतीयुद्धानंतर ३–४ महिन्यांतच झाला; म्हणजे परीक्षिताचा जन्म व भारतीयुद्ध यांचा काळ बहुतेक एकच होय. भारती युद्धापासून नंदापर्यंत १०१५ वर्षें, नऊ नंदांचीं १०० वर्षें मिळून १११५ वर्षें चन्द्रगुप्तापर्यंत होतात. चन्द्रगुप्ताचा काळ इसवीसन पूर्व ३१२ ठरला आहे. अर्थात्, भारती युद्धाचा काळ १११५+३१२ = १४२७ इसवीसन पूर्व असा येतो. भागवताच्या मताप्रमाणें यांत १०० वर्षें आणखीं मिळविलीं पाहिजेत; म्हणजे भागवताच्या मताप्रमाणें इ. स. पू. १५२७ असा काळ ठरतो. विष्णुपुराणानें दिलेला हा काळ आमच्या मतें मान्य करण्यासारखा नाहीं. विष्णुपुराण अंश चार, अध्याय २४ यांत वरील वचन आहे. परंतु तें अ० २३ यांत दिलेल्या माहितीच्या विरुद्ध आहे. मगधामध्यें जरासंध हा पांडवकालीन राजा होता. जरासंधाचा बाप बृहद्रथ यानें हा वंश स्थापन केला, म्हणून त्याच्या वंशास 'बार्हद्रथ वंश' असें म्हणतात. या वंशाची गणना जरासंधाचा पुत्र सहदेव याजपासून आहे. हा भारती युद्धांत पांडवांतर्फे लढत होता. ह्या बार्हद्रथ वंशाचे राजे मगधांत एकहजार वर्षें राज्य करतील, असें विष्णुपुराण अंश ४ अ० २३ यांत सांगितलें आहे. याच्यानंतर 'प्रद्योत वंश' १३८ वर्षें राज्य करील, असें सांगितलें आहे. याच्या नंतर 'शिशुनागवंश' ३६२ वर्षें राज्य करील, म्हणजे महापद्म नंद व त्याचे आठ पुत्र यांच्या पूर्वीं सहदेवापासून १००० + १३८ + ३६२ मिळून १५०० वर्षें होतात. तर अध्याय २४ यांत भारती युद्धापासून १०१५ वर्षें होतात असें जें सांगितलें आहे, याचा अर्थ काय? तेव्हां हें विष्णुपुराणांतलें अ० २४ मधील वचन बिलकुल मानण्यासारखें नाहीं.

दुसरी गोष्ट अशी कीं, पुराणांमध्यें भविष्यरूपानें जी माहिती सांगितलेली आहे, त्या माहितींत एक मोठा दोष आहे. अमुक वंशाचे अमुक राजे अमुक वर्षें राज्य करतील अशा प्रकारचें भविष्य पुराणकारांनीं जें विस्तारपूर्वक लिहिलेलें आहे, तें अर्थात् ते वंश झाल्यानंतर लिहिलें असलें पाहिजे. बहु-

तेक सर्व पुराणांत अशा प्रकारचीं भविष्यें आहेत. पुराण बहुधा परीक्षित् किंवा जनमेजयाला सांगितलेलें असतें; तेव्हां परीक्षितापासून ज्या काळापर्यंत पुराण रचलें गेलेलें असतें, तेथपर्यंतच्या बहुधा वंशावळी त्यांत भविष्यरूपानें सांगितलेल्या असतात. राजांच्या पिढ्या, त्यांचीं नांवें व त्यांच्या कारकीर्दीची वर्षसंख्या व एकंदर वंशाचीं वर्षें इतकी माहिती या भविष्यवर्णनांत दिलेली असते. यावरून निदान एवढें निश्चयानें सिद्ध होतें कीं, प्रत्येक देशांत आम्हीं पूर्वीं सांगितल्याप्रमाणें राजवंशावळी काळजीपूर्वक लिहिल्या जात असत. आतां पुराणांचा काळ इसवीसनानंतर तीनचार शतकांपासून आठव्या शतकापर्यंतचा आहे. कारण, कांहीं पुराणांत आंध्रभृत्यवंशापर्यंतची माहिती दिलेली आहे, व कांहींत काकटीय यवनापर्यंतची दिलेली आहे. या वंशांची माहिती बहुतेक सर्व पुराणांत एकसारखीच असते. ज्या वेळेस हीं पुराणें अलीकडच्या स्थितींत आलीं, त्या वेळेस हे भविष्याध्याय घातले गेले; परंतु त्या वंशाध्याय घालणारांस या वंशांची माहिती चांगली मिळालेली नव्हती, असें स्पष्ट म्हणावें लागतें. प्रद्योतवंशापासून मगधांचा इतिहास पुराणकारांस बराच विश्वसनीय मिळाला; परंतु त्यांस पाठीमागचा इतिहास व पाठीमागच्या वंशावळी विश्वसनीय मिळाल्या नाहींत, असें दिसतें. प्रद्योतवंशापूर्वीं त्यांनीं बार्हद्रथ वंश एकच दिला आहे व त्यास एक हजार हा ठोकळ आंकडा घालून दिला आहे. यावरून असें स्पष्ट दिसतें कीं, प्रद्योतवंशापूर्वींची माहिती अलीकडच्या पुराणकारांस मिळाली नाहीं. यामुळें त्यांनीं दिलेल्या माहितींत व चन्द्रगुप्ताच्या वेळीं मेग्यास्थिनीसनें मिळविलेल्या माहितींत एवढा जमीनअस्मानाचा फरक पडला आहे. प्रद्योतवंशापासून अलीकडच्या वंशांची माहिती बौद्ध ग्रंथांतही मिळत होती. किंबहुना ही माहिती पुराणांनीं बौद्ध ग्रंथांतूनच घेतली, असें पार्गिटर साहेब म्हणतो. ही माहिती कोठूनही घेतलेली असो, प्रद्योतवंशापूर्वींची माहिती विश्वसनीय नाहीं, असें त्याचें जें एक हजार वर्षें असें ठोकळ मान दिलें आहे त्यावरून आम्हांस स्पष्ट दिसतें. या काळाची माहिती पुराणकारांच्या वेळीं नष्ट झाली असावी, असें आमचें अनुमान आहे. पूर्वींच्या राजांच्या वंशावळी चन्द्रगुप्ताच्या दरबारांत असलेल्या मेग्यास्थिनीसच्या वेळीं अस्तित्वांत होत्या; परंतु इ. स. ४०० च्या सुमारास पुराणकारांनीं पुराणांस चालन दिलें, त्या वेळीं ती माहिती नष्ट झालेली होती. हें असें कां झालें ? याचें मुख्य कारण असें दिसतें कीं, चन्द्रगुप्तापासून पुढें शूद्रवंश राज्य करूं लागला, व सनातन धर्माचा पाडाव होऊन अशोकाच्या वेळेपासून बौद्ध धर्माचाही प्रसार व विजय झाला. आंध्रभृत्य हेही शूद्र राजे होते. शूद्र राजांना प्राचीन क्षत्रिय राजांच्या वंशावळी संभाळून ठेवण्याची इच्छा नसणें साहजिकच आहे. बौद्ध राजांनां तर सनातनधर्मीय क्षत्रिय राजांची कांहींच किंमत नसावी; किंबहुना बौद्ध व जैन लोकांत वर्णविभागाचा लोप झाल्यामुळें व वर्णविभागाचा द्वेष असल्यामुळें क्षत्रियांच्या कथा बुडवून निराळ्या प्राचीन कथा उत्पन्न करण्याचा त्यांनीं सपाटा लावला होता. या कारणानें बुद्ध व जैन महावीर यांच्या पूर्वींच्या राजवंशांच्या वंशावळींचें महत्त्व नाहींसें होऊन त्यांजकडे दुर्लक्ष केलें गेलें; व या वंशावळी नष्टप्राय झाल्या. यामुळेंच बार्हद्रथ वंशाला १००० वर्षें हा एक ठोकळ काळ पुराणकारानीं घालून दिला. हे पुराणकार बहुतेक अजाण होते असेंच म्हटलें पाहिजे. कारण, वि-

ष्णुपुराणांत सुद्धां असें म्हटलें आहे कीं, "परीक्षिताच्या जन्माच्या वेळीं सप्तर्षि मघांत होते आणि तेव्हां या कलियुगास प्रारंभ झाला. यांत १२०० दिव्य वर्षें आहेत." तेव्हां भारतीयुद्धापासूनच कलियुगास प्रारंभ झाला हें पुराणकारांस माहीत होतें, व कलियुगांत १२०० दिव्य वर्षें असतात हेंही त्यांस माहीत होतें. मग कलियुग लागल्यास किती वर्षें गेलीं, याचा सर्व ज्योतिष्यांनीं ठरविलेला काळ त्यांस माहित नव्हता, याचें आश्चर्य वाटतें. हे नवीन पुराणकार व भारतीय ज्योतिषी एकाच काळांत झाले; म्हणजे इसवी सन ४०० पासून ८०० पर्यंत झाले, हें सिद्ध आहे. तेव्हां एका काळांत झालेल्या या पुराणकारानां माहिती अगदीं कमी होती असें दिसतें. असो, एकंदर हकीगतीवरून आम्हांस असें म्हणावें लागतें कीं, या विष्णु व भागवतपुराणोक्त पिढ्या व वर्षें यांचा पुरावा मेग्यास्थिनीसनें दिलेल्या पुराव्यासमोर मानण्याजोगा नाहीं.

मेग्यास्थिनीस व पुराणकार.

मेग्यास्थिनीसनें लिहून ठेवलेली माहिती अधिक विश्वसनीय किंवा पुराणांनीं सांगितलेली माहिती अधिक विश्वसनीय, या मुद्याचा आणखी विस्तारपूर्वक विचार करणें जरूर आहे. प्रथम आपण मेग्यास्थिनीसनें काय माहिती लिहून ठेविली आहे आणि तिजवर काय आक्षेप येऊं शकतात, याचा विचार करूं. मेग्यास्थिनीसचा महत्त्वाचा ग्रंथ नष्ट झाला आहे, हें प्रसिद्ध आहे. तो असता तर आपल्यास राजे लोकांचीं नांवें व वर्षें सुद्धां तपशीलवार मिळालीं असतीं. ज्याप्रमाणें बाबिलोन येथें बेरोसस व इजिप्त येथें मेनेथो यानें तयार केलेल्या वंशावळी अजून प्रसिद्ध असून त्या देशांच्या इतिहासास मदत देत आहेत, त्याप्रमाणें मेग्यास्थिनीसनें लिहून घेतलेल्या वंशावळी आपल्यासमोर यावेळीं असत्या, तर आपल्यास शंका रहातीना. असो. त्याच्या ग्रंथाचे जे उतारे दोन तीन इतिहासकारांनीं घेतले आहेत ते आपण येथें घेऊं.

प्लिनीनें घेतलेला उतारा.

'बॅकसच्या काळापासून अलेक्झँडरपर्यंत १५४ राजांची गणना आहे, आणि त्यांच्या राज्यकाळाचीं अवधि ६४५१ वर्षें आणि ३ महिने आहे.'

अरायनच्या ग्रंथांतील उतारा.

'डायानिसॉस (बॅकस) च्या काळापासून सॅड्रकोटस् (चन्द्रगुप्त) पर्यंत हिंदुस्थानांतील लोक १५३ राजे व ६०४२ वर्षांची अवधि मानतात, परंतु ह्यामध्यें तीन वेळां लोकसत्तात्मक राज्य स्थापिलें गेलें....दुसरें एक ३०० वर्षांचें व आणखी एक १२० वर्षांचें. डायानिसॉस हा हिराक्लीज़हून १५ पिढ्या पूर्वी होता, असें हिंदुस्थानचे लोक सांगतात.'

इजिप्त व बॅबिलोन या देशांत ग्रीक लोकांनीं मिळविलेल्या माहितीप्रमाणेंच ही माहिती राजांच्या राज्यवर्षसंख्येसह तपशीलवार होती, ही गोष्ट वरील उताऱ्यांवरून स्पष्ट दिसते. तिची मजल महिन्यापर्यंत येऊन पोंचली आहे. वरील दोन उताऱ्यांत वर्षांच्या संख्येंत जरी थोडासा फरक आहे, तरी तो महत्त्वाचा नाहीं आणि लोकसत्ताक राज्य म्हणजे बहुधा अराजक काल असावा, असें मानतां येईल.

महाभारतांत किंवा अन्य पूर्वग्रंथांत प्राचीन राजांच्या राज्यवर्षसंख्येचा उल्लेख कोठेंच नाहीं, याजवरून चन्द्रगुप्ताच्या काळीं प्राचीन राजांच्या राज्यवर्षसंख्येसहित वंशावळी निराळ्या असल्या पाहिजेत आणि त्यांजवरून ही माहिती मेग्यास्थिनीसनें घेतली असली पाहिजे. महा-

भारतास शेवटचें रूप मेग्यास्थिनीसनंतर मिळालें, हें आपण पाहिलेंच आहे. यावरून ही माहिती किती जुनी आहे हें आपल्या लक्षांत येईल. आतां या उताऱ्यात सांगितलेला हिराक्लीज् म्हणजे श्रीहरि ही गोष्ट सर्वमान्य होईल, हें पूर्वीं सांगितलेंच आहे, परंतु डायानिसॉस कोण हें निश्चयानें सांगतां येत नाहीं. तथापि तो दाक्षायण मनु असा मेळ घातला असतां त्यापासून महाभारतांत व हरिवंशांत सांगितलेल्या श्रीकृष्णाच्या पिढ्या १९ जमतात, असें म्हणतां येतें (आदि. अ. ७५). तेव्हां मेग्यास्थिनीसनें दिलेल्या माहितीला हा एक अधिक दुजोरा मिळतो, असें म्हणतां येतें.

श्रीकृष्णाची वंशावळ हरिवंशांत दिलीच आहे, पण महाभारतांतही ती आणखी एके ठिकाणीं आली आहे, त्यांत दक्षापासून श्रीकृष्ण १९ वाच आहे. अनुशासनपर्व अ. १४७ यांत ही वंशावळ दिली आहे; ती येणेंप्रमाणेः— १ दक्ष—कन्या दाक्षायणी. २ (विवस्वान्) आदित्य—३ मनु—४ इला—५ पुरूरवा—६ आयु—७ नहुष—८ ययाति—९ यदु—१० क्रोष्टा—११ वृजिनीवान्—१२ उषंगु—१३ शूर—१४ वसुदेव—१५ श्रीकृष्ण. यांतील वृजिनीवान् आणि उषंगु हीं नांवें हरिवंशांत नाहींत. त्यांच्या ऐवजीं देवमीढुष हें नांव आहे. आदि. अ. ७६ याचे आरंभीं ययाति प्रजापतीपासून दहावा असें म्हटलें आहे. तो खुद्द ब्रह्मदेवापासून घ्यावा. ब्रह्मदेवापासून प्रचेताः आणि त्यापासून दक्ष प्राचेतस दक्षाला प्रजापति संज्ञा आहे म्हणून हा संशय येथें उत्पन्न होतो. असो, मेग्यास्थिनीसची माहिती महाभारतकालीन पंडितांकडून मिळालेली होती, हें यावरूनही निर्विवाद दिसतें. सबब त्यानें दिलेल्या १५३ पिढ्या पुराणांच्या शेवटच्या आवृत्तींत दिलेल्या पिढ्यांहून अधिक विश्वसनीय आहेत.

मेग्यास्थिनीसनें दिलेल्या माहितीच्या विरुद्ध असा आक्षेप येणें शक्य आहे कीं, पिढ्यांच्या संख्येच्या मानानें वर्षसंख्या फार मोठी आहे. एकंदरीनें सरासरी राजांच्या दर पिढीस २० वर्षें पडतात, हा हिशोब सर्व जगताच्या इतिहासावरून काढलेला आहे, हें आपण पूर्वीं पाहिलेंच आहे. तेव्हां १५३ पिढ्यांना सरासरी ३०६० वर्षें यावीं, त्या ऐवजीं ६०४२ वर्षें दिलीं आहेत हें कसें? परंतु आर्य लोकांची मेग्यास्थिनीसनें दिलेली माहिती कशी विश्वसनीय आहे, याचें प्रत्यंतर आपण दुसऱ्या देशांच्या राजवंशावळींवरून पाहूं. प्रत्येक देशांत मानवी राजे सुरू होण्यापूर्वीं कांहीं कांहीं देवांश राजे असावयाचेच आणि अशा राजांची वर्षसंख्या जास्त असावयाची, हें आपल्यास दिसून येतें. इजिप्त देशांतील मेनेथो यानें जमविलेल्या राजवंशावळीस मेनिस या मानवी राजापासून सुरवात होते. यापूर्वीं देवांश राजे झाले, परंतु पुढें कोणी झाला नाहीं असें त्यानें लिहिलें आहे. आपलेकडेही श्रीकृष्ण हा ईश्वरी अवतार झाल्यानंतर कलियुगास प्रारंभ झाला. अर्थात् श्रीकृष्णानंतर कोणी ईश्वरी अंश राजा झाला नाहीं. हिराक्लीज् अथवा हरिपर्यंत झालेल्या देवांश राजांच्या १५ पिढ्या वजा देऊन बाकीच्या १३८ पिढ्या मानवी राजांच्या असें धरलें पाहिजे आणि या राजांचा राज्यवर्षांचा काल २० वर्षें घेऊनच आपण त्यांचा काल २७६० वर्षें धरला आहे. हा काल ६०४२ वर्षांत वजा दिला, तर बाकी ३२८२ वर्षें राहतात. इतकीं वर्षें १५ पिढ्यांना धरलीं तर प्रत्येक पिढीस २०० वर्षें पडतात. हीं कांहीं विशेष नाहींत हें आपल्यास दिसून येईल.

वसुदेवाचेंच आयुष्य किती होतें हें महाभारतांत दिलेल्या वर्णनावरून दिसतें. असो. अन्य देशांच्या इतिहासावरून ही वर्षसंख्या मोठी दिसत नाहीं. इजिप्त देशांतील व खाल्डिया देशांतील देवांशराजांनीं फारच वर्षें राज्य केलें, असें वर्णन आहे. आतां आपण ज्यू लोकांची वंशावळ घेऊं. ही अधिक विश्वसनीय व जपून ठेविलेली आहे. यांतसुद्धां मोझिस या मानवी राजापूर्वींच्या प्रजापतींची (पेट्रियार्क) वर्ष-मर्यादा फारच मोठी आहे. पहिल्या भागांत म्हणजे सृष्टयुत्पत्तीपासून जलप्रलयापर्यंत म्हणजे आदामपासून नोआपर्यंत ११ पुरुषांस२२६२ वर्षें दिलीं आहेत; म्हणजे दर पिढीस सुमारें दोनशें वर्षें पडतात. दुसऱ्या भागांत शेमपासून अब्राहमपर्यंत ११ पुरुषांस १३१० वर्षें मानतात; अर्थात् दर पिढीस ११० वर्षें पडतात आणि तिसऱ्या भागांत मोझिसपासून सालोमनपर्यंत १२ पिढ्यांस ४०८ वर्षें दिलेलीं आहेत. हीं मानवी प्रमाणाला धरून आहेत. सारांश, इतर देशांच्या तुलनेनें आपल्यास असें स्पष्ट म्हणतां येतें कीं, मेग्यास्थिनीसनें जी माहिती दिली आहे ती अगदीं संभवनीय असून त्यांतील १९३ पिढ्या ह्या त्यावेळच्या लेखी पुराव्यावरून त्यानें दिलेल्या आहेत आणि यांजवरून हिंदुस्थानचा ऐतिहासिक काल इ० स० पू० ३१०१ पर्यंत जातो, याचें मुळींच आश्चर्य नाहीं. इजिप्तमधील पहिला मानवी राजा इ० स० पू० ३३७० वर्षीं राज्य करूं लागला. इजिप्तमधील सर्वांत मोठा पिरामिड इ. स. पू. २९०० वर्षें बांधला गेला. चीनचा पहिला मानवी राजा इ. स० पू० २०८९ वर्षीं गादीवर आला. इत्यादि प्राचीन देशांच्या इतिहासांवरून हिंदुस्थानांतील भारती आर्यांचे पहिले ऐतिहासिक राजे पांडव व श्रीकृष्ण इ० स. पू. ३१०१ इतके जुने आहेत, यांत नवल करण्यासारखें कांहीं नाहीं.

मेग्यास्थिनीसच्या म्हणण्यावर दुसरा आक्षेप असा काढला जातो कीं, श्रीकृष्णापर्यंत १९ पिढ्या होतात, तितक्याच अवधींत मनूपासून पांडवांपर्यंत ३९ पिढ्या महाभारतांत दिलेल्या आहेत. पण यांतही आश्चर्य करण्यासारखें कांहीं नाहीं. कारण, ह्या कलीपूर्वींच्या राजांच्या पिढ्या असून त्यांची वर्षसंख्याही फार मोठी धरली आहे. हे राजे द्वापरांतील व तत्पूर्वींचे असून त्यांच्या मोठ्या वर्षसंख्येंत निरनिराळ्या शाखेंत १९ व ३९ अशा पिढ्या होण्याचा संभव आहे. एकाच भीष्माच्या देखत विचित्रवीर्य, पांडु आणि युधिष्ठिरादि पांडव अशा तीन पिढ्या झाल्या. तेव्हां मोठ्या आयुर्मर्यादेंत कांहीं शाखांत जास्त पिढ्या होणें शक्य आहे. परंतु मानवी पिढ्या सुरू झाल्यापासून ज्या १३८ पिढ्या आम्हीं धरल्या आहेत, त्यांत निरनिराळ्या शाखेंत दीर्घायुषी व अल्पायुषी राजे मिळून एकंदर वर्षसंख्या सरासरीला २० च येणार हें युक्त आहे. असो. एकंदर गोष्टींचा विचार करतां मेग्यास्थिनीसला हिंदुस्थानांत चंद्रगुप्ताच्या वेळीं जी पिढ्यांची माहिती मिळाली, ती अत्यंत जुनी असून विश्वसनीय आहे, असेंच मानलें पाहिजे.

याउलट परिस्थिति पुराणांत दिलेल्या पिढ्यांची आहे. पूर्वीं सांगितल्याप्रमाणें ही माहिती फार अर्वाचीन म्हणजे इ. स. ४०० सुमाराची, अर्थात् मेग्यास्थिनीसच्या नंतर सातआठशें वर्षांची आहे. या अवधींत शूद्र, बौद्ध व यवन राजे झाले असल्यामुळें प्राचीन क्षत्रियांच्या वंशावळी नष्ट झाल्या असल्या पाहिजेत. किंबहुना या लोकांचा व धर्मांचा जातींविरुद्ध कटाक्ष असल्यानें क्षत्रियांच्या पि-

ढ्या संभाळून ठेवणारे सूत, पुराणिक या अवधींत नष्ट झाले असावेत. अर्थात् पुराणांनीं लिहून ठेविलेली पिढ्यांची व वर्षसंख्येची माहिती अनमानधपक्याची, किंबहुना बौद्ध व जैन माहितीवरून घेतलेली असावी. कारण, बुद्धापासून अथवा जिन महावीराच्या वेळेपासून किंवा थोडे तत्पूर्वीं जे राजे झाले, त्यांचीं दिलेलीं नांवें व वर्षसंख्या पुष्कळ संभवनीय व जुळती अशी पुराणांत दिलेली आढळते आणि तत्पूर्वींची माहिती केवळ काल्पनिक दिसते. तें कसें हें आपण विस्तारानें पाहूं.

पुराणांत हीं सर्व वर्णनें भविष्यरूपानें आलीं आहेत. अर्थात् तीं तीं त्या राज्यानंतरचीं आहेत, यांत शंका नाहीं. त्यांत वर्षसंख्यासुद्धां दिलेली आढळते. तेव्हां तीं त्या राजांनंतरचींच असलीं पाहिजेत, हें निर्विवाद आहे. या रीतीनें विचार करतां आंध्रांतापर्यंत राज्यसंख्या दिलेली आहे. पुढें यवनादि राजे झाले त्यांचे एकंदर काल दिले आहेत, असा सर्वच घोंटाळा झालेला दिसतो. तथापि आपण बार्हद्रथ वंशाचा जास्त विचार करूं. कारण यांच्या पुढें मगधांत झालेले वंश यांची माहिती बौद्ध ग्रंथावरूनही मिळण्यासारखी होती. वायुपुराणांत ही माहिती जास्त विस्तारानें दिलेली आहे ती अशी. प्रद्योतवंशाचे पांच राजे, वर्षसंख्या विष्णुपुराणांत दिल्याप्रमाणें १३८ आहे. पण प्रत्येक राजाची वर्षसंख्या दिली आहे, त्यांची बेरीज १४८ येते. तसेंच त्यापुढें शिशुनाग वंश याचे दहा राजे ३६२ वर्षें राज्य करतील असें सांगितलें आहे. पण राजांचीं नांवें व निरनिराळी वर्षसंख्या दिली आहे, त्यांची बेरीज ३३४ वर्षें येते. असो. याजकडे दुर्लक्ष करून आपण यापूर्वींचा जो बार्हद्रथ वंश त्याचाविषयीं विचार करूं. हा वंश एक हजार वर्षें राज्य करील, असें वर्णन पुराणांचें—बहुतेक सर्व पुराणांचें आहे.

> द्वात्रिंशच्च नृपा ह्येते भवितारो बृहद्रथात् ।
> पूर्णं वर्षसहस्रं च तेषां राज्यं भविष्यति ॥

या वर्णनांत आलेला एक हजार हा ठोकळ आंकडाच संशय उत्पन्न करतो. बरोबर आंकडा आला म्हणजे बहुधा ठोकळ मानानें कांहीं माहिती नसते तेथें तो दिलेला असतो, असें अनुमान होतें. दुसरी गोष्ट, एकच वंश हजार वर्षेंपावेतों चालणें शक्य नाहीं. हें ऐतिहासिक अनुभवाच्या विरुद्ध आहे, व हीं वर्षें मानवी कलियुगांतील वंशांचीं हेंही लक्षांत ठेविलें पाहिजे. बार्हद्रथानंतरच्या पांचशें वर्षांच्या अवधींत दोन वंश झाले. (दोन्ही वंश मिळून १३८+३६२ बेरीज ५०० च येते.) हाही आंकडा ठोकळ आहे. त्यानंतर १०० वर्षांत नंद झाले, हाही आंकडा ठोकळ आहे. असो. बार्हद्रथ वंशाची जी विस्तारपूर्वक माहिती दिली आहे, ती कशी आहे तें आपण तपशीलवार पाहूं. बृहद्रथापासून भारतयुद्धकालीन सहदेव राजापर्यंत दहा राजे वायुपुराणांत दिले आहेत ते असे. (१) बृहद्रथ (२) कुशाग्र (३) ऋषभ (४) पुण्यवान् ५) विक्रान्त (६) सुधन्वा (७) ऊर्ज (८) नभस् (९) जरासंध (१०) सहदेव. येथें बृहद्रथापासून जरासंध नववा आहे. पण 'प्रथमग्रासे मक्षिकापातः' असा कीं, जरासंध हा महाभारतांत बृहद्रथाचाच प्रत्यक्ष पुत्र वर्णिलेला आहे. (भा. सभा. अ. १७ पा. ५०६-५०७) तेव्हां ही पुराणांची माहिती किती चुकीची आहे, याची कल्पना होईल. बृहद्रथाच्या व जरासंधाच्या दरम्यानच्या राजांचीं नांवें हीं काल्पनिक दिसतात. असो. यांची राज्यवर्षसंख्या दिलेली नाहीं. आतां आपण भारती युद्धानंतरच्या राजांचीं नांवें व वर्ष-

संख्या वायुपुराणांत दिली आहे ती पाहूं. ती येणेंप्रमाणें.

(११)	सोमापि	५८ व.
(१२)	श्रुतश्रवा	६४ व.
(१३)	अयुतायु	२६ व.
(१४)	निरामित्र	१०० व.
(१५)	सुकृत्त	५६ व.
(१६)	बृहत्कर्मा	२३ व.
(१७)	सेनाजित्	२३ व.
(१८)	श्रुतंजय	४० व.
(१९)	महाबाहु	३५ व.
(२०)	शुचि	५८ व.
(२१)	क्षेम	२८ व.
(२२)	भुवत	६४ व.
(२३)	धर्मनेत्र	५ व.
(२४)	नृपति	५८ व.
(२५)	सुव्रत	३८ व.
(२६)	दृढसेन	५८ व.
(२७)	सुमति	३३ व.
(२८)	सुचल	२२ व.
(२९)	सुनेत्र	४० व.
(३०)	सत्यजित्	८३ व.
(३१)	वीरजित्	३५ व.
(३२)	अरिंजय	५० व.

एकंदर वर्षे ९९७.

याप्रमाणें ही तपशीलवार यादी मुद्दाम दिली असून भारती युद्धानंतरच्याच २२ राजांची बेरीज ९९७ वर्षें येते. मग ३२ राजांची बेरीज एकहजार वर्षें कशी येईल? याही यादींतील कित्येक राजांचीं नांवें काल्पनिक व राज्यवर्षसंख्याही १०० वगैरे काल्पनिक दिसते. किंबहुना, ‘ द्वितीयग्रासेऽपि मक्षिकापातः ’ या न्यायानें महाभारतांत सहदेवाच्या मुलाचें नांव मेघसंधि आहे (अश्व. अ. ८२ पा. १४०) वरप्रमाणें सोमापि नाहीं. तात्पर्य, एकंदर विचार करतां प्रद्योतवंशापूर्वीं सांगितलेल्या बार्हद्रथ वंशाची पुराणांत दिलेली माहिती केवळ काल्पनिक आहे, असेंच म्हणावें लागतें.

बार्हद्रथ वंशाची कच्ची दिलेली माहिती निराधार आहे असें मान्य केलें, तरी

यावत्परीक्षितो जन्म यावन्नन्दाभिषेचनम् ।
एतद्वर्षसहस्रं तु ज्ञेयं पंचदशोत्तरम् ॥

या श्लोकांत समष्टिरूपानें दिलेली माहिती तरी कां मानूं नये? असा प्रश्न येथें कोणी करील. पण आमच्या मतें, तपशिलाशिवाय असा आंकडा मान्य करण्यास आधार काय? वर्षें मोजल्याची कोणी दन्तकथा असलेली सांगत नाहीं. याला मूळ आधार पिढ्यांचाच असला पाहिजे. आणि फुटकळ वंशाची समष्टि बेरीज १६०० येते, हें वर दाखविलेंच आहे. २२ बार्हद्रथ ५ प्रद्योत १० शिशुनाग आणि ९ नंद मिळून ४६ पिढ्यांना १११५ किंवा १००६ वर्षें कांहीं जास्त नाहींत असें कोणी म्हणेल. पण प्रद्योतापूर्वीं भारती युद्धापर्यंत एकच बार्हद्रथ वंश होता, ही माहिती इ. स. नंतर ५०० च्या सुमारास भविष्यरूपानें सांगणारे हे पुराणकार खरे मानावयाचे? किंवा इ. स. पू. ३०० च्या सुमारास ज्या परस्थ मेग्यास्थिनीसनें येथें येऊन चौकशी करून त्या वेळेस प्रचलित असलेल्या लिहून ठेवलेल्या वंशावळीवरून भारतीयुद्धापासून चंद्रगुप्तापर्यंत १३८ पिढ्या असल्याचें लिहून ठेविलें आहे, तो अधिक विश्वसनीय मानावयाचा? आमच्या मतें जों जों पूर्व पूर्व माहिती किंवा आधार मिळेल, तों तों ती जास्त विश्वसनीय असें मानलें पाहिजे. पूर्व पूर्व माहितीच्या परंपरेनें पाहतां पुराणें शेवटीं, त्यांच्या अगोदर मेग्यास्थिनीस व त्याच्या अगोदर वेदांगें अशी

परंपरा लागते. वेदांगज्योतिषाचा काल इ. स. पू. सुमारें १४०० वर्षें असा रा. दीक्षितांनींच ठरविला आहे. त्यांची ही साक्ष पुराणांना विरुद्ध पडते. कारण, वेदांगज्योतिषापूर्वी बरीच वर्षें भारतीयुद्ध झालें असलें पाहिजे, हें स्पष्ट आहे, पण आपल्यास याच्याही पूर्वीचा पुरावा सामान्यतः सर्व भरतखंडांत मान्य केलेल्या भारतीयुद्धाच्या काळाचा म्हणजे इ. स. पू. ३१०१ चा उपलब्ध होत असून त्यावरूनही मेग्यास्थिनीसच्या पुराव्याची विश्वसनीयता अधिक आहे, ही गोष्ट सिद्ध होते. तरी त्याजकडे आपण आतां वळूं.

वैदिक वाङ्मयांतील प्रमाण.

मेग्यास्थिनीसचा पुरावा विशेष मानण्यासारखा आहे, या गोष्टीस एक अत्यंत महत्त्वाचें सबळ पुराव्याचें साधन वैदिकवाङ्मयावरून कसें उत्पन्न होतें, हें आपण येथें विस्तारानें दाखवूं. ऋग्वेदांतील मंत्रांच्या तपासणीवरून ऋग्वेदामध्यें भारतीयुद्धाचा कोठेंही उल्लेख नाहीं, परंतु भारती योद्ध्यांच्या पूर्वजांचा एक महत्त्वाचा उल्लेख सुदैवानें सांपडतो. भीष्माचा व विचित्रवीर्याचा बाप शंतनु यास देवापि म्हणून एक भाऊ होता. हा देवापि शंतनूहून वडील असून विरक्त असल्याकारणानें राज्यावरील आपला हक्क सोडून अरण्यांत निघून गेला. महाभारतांतील आदिपर्व अ. ७९ यांतही ही गोष्ट स्पष्टपणें सांगितलेली आहे.

देवापिः खलु बाल एव अरण्यं विवेश ।
शंतनुस्तु महीपालो बभूव ॥

ऋग्वेदाच्या ‘ बृहद्देवता ’ ग्रंथांत हीच गोष्ट सांगितलेली आहे. तो श्लोक असा

आर्ष्टिषेणश्च देवापिः कौरव्यश्चैव शंतनुः ।
भ्रातरौ राजपुत्रौ च कौरवेषु बभूवतुः ॥

‘ आर्ष्टिषेण देवापि व कौरव्य शंतनु हे दोघे भाऊ राजपुत्र असून त्यांचा जन्म कौरववंशांत झाला.’ देवापि यास ‘ आर्ष्टिषेण ’ असें म्हटलें आहे, तें तो ऋष्टिषेण ऋषींचा शिष्य झाला होता म्हणून. देवापि हा मोठा तपस्वी असून शंतनूच्या राज्यांत एक वेळ अवर्षण पडलें, त्या वेळेस देवापीनें शंतनूसाठीं पर्जन्याची स्तुति करून पाऊस पाडला, अशी कथा आहे. या वेळीं आर्ष्टिषेण देवापीनें जें सूक्त केलें, तें ऋग्वेदाच्या दहाव्या मंडलामध्यें सामील झालेलें आहे. या दहाव्या मंडलांत अनेक ऋषींचीं शेवटचीं शेवटचीं सूक्तें आहेत असा समज आहे. सारांश, देवापीच्या हकीकतीवरून असें अनुमान निघतें कीं, ऋग्वेदानंतर १०० वर्षांच्या आंत भारतीयुद्ध झालें. कारण, देवापीचा भाऊ शंतनू, शंतनूचा पुत्र भीष्म व विचित्रवीर्य आणि विचित्रवीर्याचे धृतराष्ट्र व पांडु हे पुत्र होत. युद्धकालीं भीष्म म्हातारा असून जिवंत होता, अशीही भारती युद्धाची जोड ऋग्वेदाच्या काळाशीं लागते, ही गोष्ट पार्गिटरसाहेबांनीं जगतासमोर प्रथम आणली आहे. आम्हासही हा पार्गिटरसाहेबांचा सिद्धांत मान्य आहे, इतकेंच नव्हे तर याच गोष्टाचें समर्थन करणारी दुसरी गोष्ट आम्हास सांपडली आहे. महाभारतांत पांचालांना ‘ सोमकाः ’ असें ठिकठिकाणीं म्हटलें आहे. द्रोणानें अश्वत्थाम्यास ‘ पांचालांवर हल्ला कर ’ असें सांगतांना

सोमका न प्रमोक्तव्या जीवितं परिरक्षता ।

‘ आपल्या जीवाचें रक्षण करून सोमकांना सोडूं नको, ’ असें सांगितलें आहे. द्रुपदराजालाही सोमक अशी संज्ञा एके जागीं दिलेली आहे. हे सोमक कोण याचा पत्ता कित्येक दिवस लागत नव्हता. परंतु ऋग्वेदांत ‘ सोमकः साहदेव्यः ’ असा सहदेवपुत्र सोमक याचा उल्लेख एका सूक्तांत आहे, असें वैदिक इण्डेक्सवरून कळलें. ऐतरेय ब्राह्मणांतही

सहदेवपुत्र सोमक यानें एक राजसूय यज्ञ केला व पर्वत व नारद या ऋषींच्या सांगण्याप्रमाणें विशिष्ट रीतीनें सोमरस काढला यामुळें त्यास अत्यंत कीर्ति मिळाली, असें वर्णन आहे. हा सोमक द्रुपदाचा पूर्वज होय. हरिवंश (अ. ३२ पा. १००) यांत सहदेव, सोमक, जंतु, पृषत् आणि द्रुपद अशी पिढी सांगितलेली आहे. धृष्टद्युम्नाला पार्षत व द्रौपदीला पार्षती असें महाभारतांत म्हटलें आहे, त्याचें कारण यावरून समजेल. ' साहदेव्यः सोमकः ' असा उल्लेख ऋग्वेदांत आलेला आहे. सोमक राजसूय करणारा मोठा सम्राट् असल्यानें त्याच्या वंशजाना ' सोमकाः ' असें नांव मिळालें, व तें भारतांत वारंवार येतें. द्रुपद भारतीयुद्धांत होता, याजवरूनही ऋग्वेदानंतर भारतीयुद्ध चारपांच पिढ्यांनीं म्हणजे १००–१५० वर्षांनीं झालें, असें मानण्यास हरकत नाहीं.

यावरून आपल्या अनुमानाचें पहिलें साधक प्रमेय सिद्ध झालें, तें असें. पार्गिटर साहेबांच्या म्हणण्याप्रमाणें भारतीयुद्ध ऋग्वेदानंतर सरासरी १०० वर्षांनीं झालें. आतां आपल्या अनुमानाचा दुसरा साधक भाग देऊं. प्रो. मॅक्डोनेल आपल्या संस्कृतवाङ्मयाच्या इतिहासावरील ग्रंथांत असें म्हणतो. " महाभारताला मूलभूत ऐतिहासिक कथा कुरु व पांचाल या दोन शेजारीं शेजारीं राहणाऱ्या लोकांमध्यें प्राचीन काळीं झालेलें युद्ध ही होय. या युद्धामुळें हे लोक एक झाले. यजुर्वेदांत या दोन्ही जाती एकवटलेल्या उल्लिखित आहेत. काठक ब्राह्मणांत धृतराष्ट्र वैचित्रवीर्य हा राजा सर्वांस माहीत असलेल्याप्रमाणें वर्णिला आहे. यावरून हा महाभारतांत वर्णिलेला युद्धप्रसंग फार मागील काळीं झाला, असें म्हणावें लागतें. हा काळ इसवीसनपूर्व दहाव्या शतकाच्या अलीकडे येऊं शकत नाहीं. " या उताऱ्यांत भारतीयुद्धाच्या काळासंबंधानें वैदिक वाङ्मयांतील प्रसिद्ध पाश्चात्य विद्वानांचें काय मत आहे, हें आपण ग्रथित असलेलें पाहतों. यांतील एक भाग आम्हास मान्य नाहीं. परंतु बाकीचा मान्य आहे. प्रोफेसर मॅक्डोनेलनें यजुर्वेदाचा काळ इसवी सन पूर्व १००० धरला आहे, हा भाग खेरीज करून त्यांचें जें मत आहे तें मान्य केलें पाहिजे. यजुर्वेदांत कुरुपंचालांचा एकत्वानें उल्लेख आहे, व काठक ब्राह्मणांत वैचित्रवीर्य धृतराष्ट्राचा उल्लेख आहे, याजवरून भारतीयुद्ध यजुर्वेदापूर्वीं किंवा काठक ब्राह्मणापूर्वीं झालें असें अनुमान निश्चयानें निघतें. याच अनुमानाला आमच्या मतें आणखी दुजोरा मिळतो तो असा कीं, शुक्लयजुर्वेदाच्या शतपथ ब्राह्मणांत जनमेय पारीक्षिताचा उल्लेख आहे. यावरून यजुर्वेदाच्या व त्यांतील ब्राह्मणांच्या पूर्वीं भारतीयुद्ध झालें असें ठरतें, तें किती वर्षांपूर्वीं झालें हें मात्र यांतून निघत नाहीं.

असो. आपल्या अनुमानाचें प्रथम प्रमेय याप्रमाणें सिद्ध झालें. भारतीयुद्ध ऋग्वेदरचनाकालानंतर शंभर वर्षांनीं व यजुर्वेद आणि शतपथ ब्राह्मण यांच्यापूर्वीं कांहीं वर्षें झालें; ही गोष्ट आपलें पहिलें प्रमेय होय. आतां ऋग्वेदाचा काळ किंवा यजुर्वेदाचा काळ जर ठरवितां येईल, तर आपल्यास भारतीयुद्धाचा काळ सहज ठरवितां येईल. हेंच आपलें दुसरें प्रमेय होय. या प्रमेयासंबंधानें पाश्चात्य विद्वानांचा व आमचा तीव्र मतभेद आहे. पार्गिटर साहेब असें म्हणतात कीं, ऋग्वेदाचें शेवटलें सूक्त देवापीचें व पहिलें सूक्त विश्वामित्राचें असें मानलें, तर देवापि व विश्वामित्र यांजमधील पिढ्यांवरून सरासरी ७०० वर्षांचें अंतर दिसतें, व भारतीयुद्धाचा काळ इसवी सन पूर्व १००० वर्षें घेतला तर ऋग्वेदाचा काळ सरासरी

१०००–१७०० इ० स० पूर्व पर्यंत मागें जातो. प्रोफेसर मॅक्डोनेल यांच्या मताचाच आधार वर घेतलेला दिसतो, म्हणजे यजुर्वेदाच्या रचनेचा काळ इसवी सन पूर्व १००० वर्षें त्यांनें धरलेला आहे. हा जो वेदांचा रचनाकाळ पाश्चत्य पंडितांनीं कायम केला आहे तो कशावरून? त्यांचा आमचा मतभेद होतो तो येथेंच. पाश्चात्य पंडित वैदिक वाङ्मयाला अगदीं अलीकडे ओढण्याचा प्रयत्न करितात व त्याजवरून भरतखंडाच्या प्राचीन इतिहासांतील सर्वच गोष्टी अलीकडे ओढूं पाहतात, ही त्यांची मोठी चूक आहे. असो. पार्गिटर व मॅकूडोनेल यांच्या एका मताला दुजोरा देऊन आपलें पहिलें प्रमेय सिद्ध झालें. तें असें. भारतीयुद्ध ऋग्वेदानंतर व यजुर्वेदाच्या पूर्वीं विशेषतः शतपथ ब्राह्मणाच्यापूर्वीं झालें. तेव्हां ऋग्वेदाचा काळ किंवा यजुर्वेदाचा काळ किंवा शतपथ ब्राह्मणाचा काळ कोणता हें जर आपल्यास निःसंशयानें कळेल, तर भारतीयुद्धाचा काळ निश्चयानें सांगतां येईल, हें उघड आहे. ऋग्वेदाचा काळ ठरविण्यास किंवा यजुर्वेदाचा काळ ठराविण्यास थोडीशी अडचण आहे. ऋग्वेदाचीं निरनिराळीं सूक्तें निरनिराळ्या काळीं झालीं, हें प्रसिद्ध आहे. यजुर्वेदाची ही रचना अशाच प्रकारें कित्येक शतकें होत होती. कारण, ऋग्वेदांतील पुरुषसूक्तांत यजुर्वेदाचा उल्लेख आहे. शतपथ ब्राह्मणाच्या पूर्वीं ऋग्वेदसूक्तांची रचना संपूर्ण होऊन ऋग्वेदाचा एक निश्चित पूर्वापरसंबद्ध असा ग्रंथ तयार झाला होता, हें निर्विवाद दिसतें. प्रोफेसर मॅक्डोनेल हे आपल्या पूर्वोक्त ग्रंथाच्या ४९ पानावर असें म्हणतात कीं, ब्राह्मणांमध्यें ज्या निरनिराळ्या चर्चा ऋग्वेदाविषयीं आहेत, त्यांजवरून असें दिसतें कीं, ऋग्वेदाची संहिता त्या वेळीं एका विशिष्ट प्रकारानें कायमची निश्चित झाली होती; यजुर्वेदांतील गद्य वचनांप्रमाणें त्यांत अनिश्चितपणा नव्हता. शतपथ ब्राह्मणामध्यें एके ठिकाणीं असें स्पष्ट म्हटलें आहे कीं, "यजुर्वेदांतील गद्य वचनांचा पाठ बदलणें शक्य आहे; परंतु ऋग्वेदांतील ऋचांचा पाठ बदलणें अशक्य आहे." इतकेंच नव्हे तर, ब्राह्मणामध्यें ऋग्वेदांतलि अमुक सूक्तांत इतक्या ऋचा आहेत असा उल्लेख आढळतो व हल्लींच्या ऋग्वेदांत तितक्याच ऋचा आहेत. तात्पर्य, ब्राह्मणकाळीं ऋग्वेद हा समग्र ग्रंथ बांधलेला, निश्चित व सर्वमान्य श्रुति असा ठरला होता. ऋग्वेदाची व्यवस्था करण्याचें काम व्यासांनीं केलें व हा व्यास भारतीयुद्धवेळीं होता अशी जी समजूत आहे, ती वरील विधानास धरून आहे. म्हणजे ऋग्वेदानंतर भारतीयुद्ध सरासरी १०० वर्षांच्या आंत झालें व भारतीयुद्धानंतर ब्राह्मणग्रंथ विशेषतः शतपथ ब्राह्मण हा ग्रंथ तयार झाला. महाभारतावरूनही भारतीयुद्धानंतर शतपथब्राह्मण रचलें गेलें असेंच दिसतें. शतपथ ब्राह्मणाची व शुक्लयजुर्वेदाची रचना याज्ञवल्क्यानें केव्हां व कशी केली, याची हकीकत शांति. अ. ३१८ यांत दिलेली आहे ती पुढें येणारच आहे. त्यावरून महाभारतकाळीं सुद्धां हाच समज असलेला दिसतो कीं, भारतयुद्धानंतर शतपथ ब्राह्मण तयार झालें. या शतपथ ब्राह्मणाचा काळ आपल्यास ठरविता येईल काय, हा येथें अत्यंत महत्त्वाचा मुद्दा उपस्थित होतो.

कृत्तिकेचें थेट पूर्वेस उगवणें.

प्रोफेसर मॅक्डोनेल यानें ब्राह्मणांचा काळ इसवी सन पूर्व ८००–६०० पर्यंत दिलेला आहे. पण हा काळ अतिशय भित्रेपणानें अगदीं अलीकडचा ओढलेला आहे. ऋग्वेदाला प्रो. मॅक्डोनेल इ. स. पूर्व १५००–१००० पर्यंत ठरवतो, पण प्रोफेसर जेकोबी इ. स. पूर्व

४००० वर्षेंपर्यंत मागें जात आहे. तें कांहीं असो, शतपथ ब्राह्मणाचा काळ अत्यंत निश्चितपणानें ठरविण्यास एक प्रमाण उपस्थित झालें आहे. त्यावरून त्याचा काळ इसवी सन पूर्व ३००० तीन हजार ठरतो. हा आमचा शोध नाहीं.हा शोध लावण्याचें श्रेय शंकर बा. दीक्षित ह्यांस आहे, व तो त्यांनीं भारतीय ज्योतिष शास्त्रावरील आपल्या इतिहासग्रंथांत नमूद केला आहे. ' इंडियन ॲन्टिकेरी ' या मासिकांत इंग्रजी वाचकांपुढेंही त्यांनीं हा शोध मांडला, परंतु आजपर्यंत त्यांस कोणींही उत्तर दिलें नाहीं. दीक्षितांनीं लावलेला शोध येणेंप्रमाणें आहे. दीक्षित म्हणतात.—"असें निश्चयात्मक सिद्ध करतां येतें कीं, शतपथ ब्राह्मणाचा, निदान ज्या भागांत खालील वाक्य आहे त्याचा काळ इसवी सन पूर्व ३००० सुमार आहे. हें वाक्य असें:—

कृत्तिकास्वादधीत। एता ह् वै प्राच्यै दिशो न च्यवन्ते सर्वाणि ह् वा अन्यानि नक्षत्राणि प्राच्यै दिशश्चवन्ते ।

अर्थः—कृत्तिका नक्षत्रावर अग्नीचें आधान करावें. ह्या कृत्तिका पूर्वदिशेपासून निश्चयानें च्यवत (चळत) नाहींत, बाकीचीं सर्व नक्षत्रें चळतात. या वाक्यावरून त्या काळीं कृत्तिका थेट पूर्वेस उगवत असत. साधारण लोकसमजुतीप्रमाणें सर्वच नक्षत्रें पूर्वेस उगवतात, परंतु वरील वाक्यांत कृत्तिकांचें उगवणें व इतर नक्षत्रांचें उगवणें यांत फरक दाखविला आहे. यावरून व च्यव् धातूवरून या वाक्याचा असा अर्थ दिसतो कीं, कृत्तिका ऐन **पूर्वेच्या बिंदूंत** उगवतांना दिसत, व इतर नक्षत्रें या बिंदूच्या डाव्या किंवा उजव्या बाजूस उगवत असत. ज्योतिष शास्त्रानें याचा अर्थ असा कीं, ज्या वेळीं हें वाक्य लिहिलें गेलें त्यावेळीं कृत्तिका ऐन विषुववृत्तावर होत्या. तसेंच या वाक्यावरूनच हेंही दिसतें कीं, वैदिक ऋषींनीं पूर्वबिंदूचा निश्चय केला होता आणि ते नक्षत्रांचा उदय पहात असत. संपातबिंदूच्या चलनामुळें म्हणजे मागें हटण्यामुळें हल्लीं कृत्तिका पूर्वेस उगवत नाहींत. हल्लींच्या कृत्तिकेच्या स्थितीवरून कृत्तिका विषुववृत्तावर होत्या, त्या वेळचा काळ काढतां येतो. तो काळ इसवी सन पूर्व २९९० येतो. ठोकळ मानानें ३००० घ्यावा. मीं गणित करून हेंही पाहिलें आहे कीं, या वेळीं सत्तावीस नक्षत्रांपैकीं दुसरें कोणतेंही नक्षत्र विषुववृत्तावर नव्हतें; अर्थात् पूर्वेस उगवत नव्हतें. कृत्तिका पूर्वेपासून चळत नाहींत, असा वर्तमानकाळीं प्रयोग आहे, भूतकाळीं नाहीं. अर्थात् या वाक्यांत पूर्वींची गोष्ट सांगितलेली नाहीं. माझें मत असें आहे कीं, या विधानावरून निश्चयात्मक सिद्ध होतें कीं, हें वाक्य इसवी सन पूर्व ३००० याच्या अलीकडे लिहिलें गेलें नाहीं." (इंडियन ॲन्टिकेरी भा. २४ पान २४९.)

दीक्षितांचें वरील म्हणणें आजपर्यंत कोणींही खोडलेलें नाहीं व तें इतकें महत्त्वाचें आहे कीं, तें वाचकांस नीट समजाविलें पाहिजे. कृत्तिका नक्षत्र क्रान्तिवृत्ताच्या उत्तरेस आहे, व त्याचा शर कधींही कमीज्यास्ती होत नाहीं. त्याचे पूर्वेच्या उत्तरेस हल्लीं उगवणें हें पूर्वकाळीं संपातबिंदु दुसऱ्या ठिकाणीं होता तेव्हां नव्हतें. विषुववृत्तावर जेवढे तारे असतात, तेवढेच पूर्वेस उगवतात व संपातबिंदूच्या मागें येण्यामुळें विषुववृत्ताहून तारे सुटतात. ही स्थिति कशी होते हें पुढील आकृतीवरून वाचकांच्या लक्षांत येईल.

इसवी सन १९००

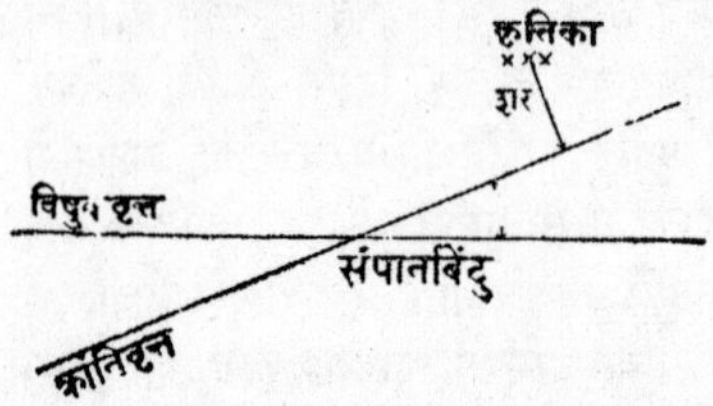

इसवी सन पूर्वी ३०००

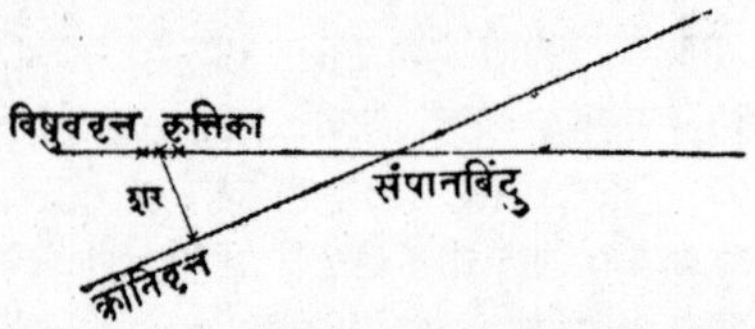

हल्लीं विषुववृत्ताच्या वर उत्तरेस कृत्तिका आहेत. पूर्वी एका काळीं कृत्तिका विषुववृत्तावर होत्या. क्रांतिवृत्ताचा व विषुववृत्ताचा कोन २३॰ अंशांचा आहे आणि कृत्तिकांचा शरही ठराविक व कायमचा आहे. यावरून संपातबिंदु त्या काळीं किती मागें होता हें काढतां येतें. दीक्षितांनीं सरासरी ६८ अंश इ. स. १९०० च्या स्थितीच्या मागें काढला. अर्थात् १९०० च्या पूर्वीं ६८×७२ (दर ७२ वर्षांस एक अंश संपात मागें सरतो या हिशोबानें) म्हणजे ४८९६ वर्षें येतात. यांत १९०० वजा करतां इसवी सन पूर्व २९९६ वर्षांच्या सुमाराम शतपथ ब्राह्मणांतील हें वाक्य लिहिलें गेलें असावें. शतपथ ब्राह्मणापूर्वीं कित्येक शतकें ऋग्वेद तयार होत होता. अर्थात् ऋग्वेदाचा शेवटचा काळ इ. स. पूर्व ३२०० असा धरला असतां चालेल. भारतीयुद्ध ऋग्वेदानंतर १०० वर्षांनीं झालें, तेव्हां त्याचा काळ ३१०१ हा बहुतेक निश्चयानें ठरतो, अशी आमच्या अनुमानाची बांधणी दीक्षितांनीं दिलेल्या काळावर आम्हीं बसविली आहे.

आमच्या म्हणण्याचा सारांश वाचकांपुढें अगदीं थोडक्यात पुन्हां मांडू. ऋग्वेदांत शेवटीं शेवटीं देवापि याचें सूक्त आहे. देवापि हा भीष्माचा बाप शंतनु याचा भाऊ होता. अर्थात् ऋग्वेदानंतर थोड्याच वर्षांनीं भारतीयुद्ध झालें. शतपथ ब्राह्मणांत सबंध ऋग्वेदाचा उल्लेख आहे, आणि जनमेजय पारीक्षित-पांडवांचा पणतु याचाही उल्लेख आहे. तेव्हां भारतीयुद्ध शतपथ ब्राह्मणापूर्वी झालें. शतपथ ब्राह्मणाचा काळ ' कृत्तिका थेट पूर्वेस उगवतात ' या त्यांतील वचनावरून इसवी सन पूर्व ३००० सुमाराचा दीक्षितांनीं ठरविला आहे. तेव्हां भारतीयुद्धाचा काळ इसवी सन पूर्व ३१०१ जो मानला गेला आहे तो योग्य आहे; आणि ऋग्वेदाच्या बांधणीचा काळ सरासरी इसवी सन पूर्व ३२०० ठरतो. अशी ही आमची अनुमानपरंपरा आहे. या अनुमानपरंपरेंत बोट शिरकविण्यास कोठेंच जागा नाहीं, असें आम्हांस वाटतें. भारतीयुद्ध ऋग्वेदानंतर व शतपथ ब्राह्मणापूर्वीं झालें, ही गोष्ट पाश्चात्य पंडित मॅक्डोनेल्प्रभृति सर्वांस मान्य आहे. ते ऋग्वेदाचा व शतपथ ब्राह्मणाचा काळच अगदीं अलीकडे धरतात. पण ही त्यांची चूक आहे. त्यास मजबूत आधार नाहीं. दीक्षितांनीं काळ काढलेला आहे, तो ज्योतिषविषयक उल्लेखावरून गणितानें काढला आहे. तो कधींही हलूं शकणार नाहीं. अशा स्थितींत दीक्षितांनीं काढलेल्या पुराव्यास काय उत्तर देतां येईल, याचा आपण थोडासा विचार करूं.

आठवणीची कल्पना शक्य नाहीं.

दीक्षितांच्या म्हणण्यास आजपर्यंत कोणींच उत्तर दिलें नाहीं; म्हणून त्यास काय उत्तर देतां येईल, हें आम्ही आपल्या कल्पनेनें

मांडतों. अशा प्रकारचें उत्तर अप्रत्यक्ष रीतीनें कधीं कधीं पुढें येतें, म्हणून त्याचा आपणास विचार केला पाहिजे. कित्येक असें म्हणतात कीं, अशा प्रकारचीं विधानें आठवणीवरून केलीं जातात. कृत्तिका पूर्वेस उगवतात ही गोष्ट प्राचीन काळीं ऋषींनीं पाहिली असावी व ती चमत्कारिक असल्यानें लोकांच्या आठवणींत शेंकडों वर्षें राहिली असावी. यामुळें शतपथ ब्राह्मण जरी अलीकडे लिहिलें गेलें असलें तरी त्यांत या गोष्टीचा उल्लेख आला असावा, अशा प्रकारची आठवणीची कल्पना मानून शतपथ ब्राह्मणांतील वचनाचा पुरावा उडवितां येईल.

परंतु आमच्या मतें ही आठवणीची कल्पना बसूं शकत नाहीं. शतपथ ब्राह्मणांतील वाक्य वर्तमानकाळीं आहे, भूतकाळीं नाहीं. कोणी एखादा मनुष्य अमुक काळीं धूमकेतु दिसला होता, असें म्हणूं शकेल; पण धूमकेतु दिसत नसतांना धूमकेतु दिसतो असें म्हणणार नाहीं. कृत्तिका पूर्वेस उगवत असत, त्या सरासरी १००–१५० वर्षें पूर्वेस उगवत होत्या, परंतु संपातबिंदु मागें येत असल्यानें त्या पुढें पूर्वेस उगवत नाहींशा झाल्या, व हल्लींही उगवत नाहींत. इसवी सन पूर्व ३००० च्या वेळीं त्या पूर्वेस उगवत, असें ऋषींनीं पाहिलें. २०० वर्षांत त्यांचें पूर्वेस उगवणें बंद झालें. आतां शतपथ ब्राह्मण पाश्चात्यांच्या मताप्रमाणें इसवी सन पूर्व ८०० च्या सुमारास लिहिलें गेलें असें मानलें, तर जी गोष्ट इसवी सन पूर्व २८०० पासून बंद झाली म्हणजे ज्या कृत्तिका २००० वर्षें पूर्वेस उगवण्याच्या बंद झाल्या होत्या, त्या पूर्वेस उगवतात, असें वाक्य शतपथांत कसें लिहिलें जाईल ? ही आठवणही इतके दिवस लोकांत कशी राहील ? कृत्तिका पूर्वेस उगवतात हें ऋषींनीं इसवी सन पूर्व ३००० च्या सुमारास पाहिलें. एवढें त्यावेळीं त्यांचें ज्ञान होतें, तर आर्यांचें ज्ञान तसेंच पुढें कायम राहिलें असून यज्ञयागादिकर्तें आकाशाकडे पुढेंही पहात असले पाहिजेत; व कृत्तिका पूर्वेस उगवत नाहींत, हेंही त्यांच्या लक्षांत आलें असलें पाहिजे. तेव्हां आठवणीची कल्पना येथें जुळत नाहीं.

कोणी आक्षेपक येथें असें म्हणेल कीं, हल्लीं आपण चैत्र-वैशाख—वसंतऋतु असें जें म्हणतो तें आठवणीनें म्हणतों. प्रत्यक्ष स्थिति पाहिली तर संपात मागें गेल्यामुळें फाल्गुन-चैत्र वसंत म्हटला पाहिजे. पूर्वीं एका काळीं चैत्र हा वसंताचा पहिला महिना होता, आाण त्या वेळीं चैत्र-वैशाख वसंतऋतु इत्यादि पाठ सुरू झाला. हल्लीं स्थिति बदलली आहे तरी आपण पूर्वींप्रमाणें चैत्र-वैशाख वसंतऋतु असेंच म्हणतों, आणि पुस्तकांतही लिहितों. अशाच प्रकारचे धार्मिक गोष्टींत मागचेच नियम कायम राहतात व बदललेल्या स्थितीकडे दुर्लक्ष होतें. हें म्हणणें प्रथमतः संभवनीय दिसलें, तरी येथें लागू पडत नाहीं. कारण, कृत्तिका थेट पूर्वेस उगवतात ही गोष्ट सहजगत्त्या सांगितलेली आहे. ही गोष्ट रोजच्या पाठांतली किंवा धार्मिक विधींतली नाहीं. दुसरें, जेव्हां प्रत्यक्ष स्थिति व मागील काळांतील स्थिति यांत बरेंच अंतर पडतें तेव्हां नेहेमींचे पाठही पुष्कळ वेळा बदलतात. चैत्र-वैशाख वसंतऋतु हा पाठ ऋतु एक महिना मागें ढकलला गेल्यामुळें बदललेला आहे; म्हणजे प्रथम १५ दिवसांचा फरक लक्षांत आला त्या वेळेस महिने पौर्णिमेपासून मोजूं लागून पाठीमागें १५ दिवसांनीं ढकलले गेले. यांहून ज्यास्ती फरक पडला तेव्हां ज्योतिष्यांनीं ' मीनमेषयोर्वसन्तः ' असा पाठ सुरू केला. पूर्वीं वैदिककालीं कृत्तिका-रोहिणी असा पाठ

सुरू होता, तो अलीकडे अश्विनी-भरणी असा सुरू झाला आहे. सारांश, आमच्या मतें दोन हजार वर्षे जी गोष्ट बंद झाली होती, ती हलीं आहे म्हणून शतपथांत कधींही येणार नाहीं. हलींचा कोणताही कवि वैशाखाचें वर्णन वसंतासारखें करणार नाहीं, ग्रीष्मासारखें करील हें उघड आहे.

असो, तर याप्रमाणें आठवणीच्या कल्पनेनें शतपथ ब्राह्मणांतील वाक्याची विल्हेवाट लावतां येणार नाहीं. या वाक्यावरून कृत्तिका थेट पूर्वेस उगवतात ही इसवी सन पूर्व २००० च्या सुमारास दिसणारी गोष्ट वैदिक ऋषींनीं त्यावेळीं पाहिली होती. यावरून त्यावेळीं आर्यांची सुधारणा बरीच पुढें गेली होती. चारी दिशांचे बिंदु त्यांनीं निश्चित केले होते व ताऱ्यांचे उदयास्त यांचे ते दृक्प्रत्यय घेत, हें यावरून सिद्ध होतें. पण यांत आश्चर्य करण्यासारखें कांहींच नाहीं. इजिप्त आणि बॅबिलोन येथील लोक सुधारलेले असून त्यांनीं इसवी सन पूर्व ४००० च्या सुमारास दिशांचे बिंदु कायम केले होते. इजिप्तमधील पिरामीड यांच्या बाजू व बॅबिलोनमधील ‘ झिगुरात ’ अथवा मंदिरें यांचे कोपरे ऐन चार दिशांच्या बिंदूंना धरून आहेत, हें प्रसिद्ध आहे. तर हिंदुस्थानांत इसवी सन पूर्व ३००० च्या वेळीं आर्यांस दिशांचें ज्ञान होतें, हें साहजिक आहे. हिंदुस्थानांत आर्यांनीं पिरामीड बांधिले नाहींत तरी ते यज्ञयाग करीत असत. यज्ञांतील प्राचीदिशासाधन जरूर आहे आणि वर्षसत्र करीत असतांना विषुव दिवसाचें महत्त्व मोठें आहे. त्या दिवशीं सूर्य थेट पूर्वेस उगवतो, तेव्हां प्राचीसाधन करणें इतकें कठीण नव्हतें, असो. ही आर्यांची संस्कृति पुढें कायमच होती व यज्ञयागादि क्रिया चालू होत्या. शतपथ ब्राह्मण इसवी सन पूर्व ८०० च्या सुमारास मानल्यास दरम्यान् २००० वर्षे जर दृक्प्रत्यय बंद झाला नव्हता व कृत्तिका पूर्वेस उगवत नव्हात्या तर त्या पूर्वेस उगवतात असें वाक्य त्यांत कधींही येणार नाहीं. इसवी सन पूर्व ३००० च्या वेळीं दृक्प्रत्यय घेण्यासारखी आर्यांची संस्कृति होती, तर शतपथ ब्राह्मणही लिहिण्याची त्यांची शक्यता होती, असें मानतां येतें. सारांश, ज्या वेळचा हा दृक्प्रत्यय आहे त्या वेळेसच शतपथ ब्राह्मण लिहिलें गेलें असेंच मानलें पाहिजे.

पाश्चात्यानी भित्रेपणानें वैदिक वाङ्मयाचें ठरविलेले काळ.

शतपथ ब्राह्मणाचा इसवी सन पूर्व ८०० हा पाश्चात्य विद्वानांनीं ठरविलेला काळ अगदीं न हलण्यासारखा अशा पुराव्यावरून कायम केला गेला असता, तर आपल्यास थोडाबहुत विचार पडला असता. दोन निरनिराळीं मजबूत आधारावरून ठरविलेलीं मतें आपल्या समोर असल्यानें संशय पडता. परंतु तसेंही नाहीं. वैदिक वाङ्मयाचा काळ पाश्चात्य विद्वानांनीं केवळ अंदाजावरून ठरविलेला आहे, व हे अंदाजही भित्रेपणानें व कंजूषपणानें केलेले आहेत. उदाहरणार्थ, ऋग्वेदाच्या निरनिराळ्या सूक्तांच्या रचनेचा काळ सरासरी पांचशें वर्षें पुरे असें मानून इसवी सन पूर्व १५०० पासून १००० ठरविला आहे, व ब्राह्मणांच्या रचनेला ३०० वर्षें पुरे असें मानून तो काल ८००–५०० पर्यंत ठरविला आहे. ग्रीकांच्या सुधारणेच्या काळाच्या पलीकडे आर्यांच्या सुधारणेस नेण्यास पाश्चात्यांच्या मनाचा कल होत नाहीं. होमर जर इसवी सन पूर्व एक हजार याच्या पूर्वीं जाऊं शकत नाहीं, तर भारताच्या व्यासासही ते त्याच्या मागें नेऊं चाहात नाहींत. परंतु मेनिथो यानें

गोळा करून ठेवलेल्या इजिप्त देशांतील राजवंशावळी व बेरोसस यानें लिहून ठेवलेल्या बॅबिलॉन येथील राजवंशावळी इसवी सन पूर्व-४००० वर्षांपर्यंत मागें जातात. त्यांस भांकड व अविश्वसनीय असें पूर्वी मानीत; पण हल्लीं इजिप्त देशांत सांपडलेल्या शिलालेखांनीं व खाल्डिया देशांत सांपडलेल्या इष्टिकालेखांनीं या वंशावळी खऱ्या ठरत आहेत व इसवी सन पूर्व ४००० वर्षांच्या मागेंही इतिहास जात आहे. ख्रिस्ती लोकांच्या धार्मिक समजुतीप्रमाणें मनुष्याच्या उत्पत्तीचाच काळ इसवी सन पूर्व ४००४ असा मानला आहे. पण अलीकडील पाश्चात्य विद्वान् हा समज सोडून देऊं लागले आहेत, व प्राचीन इतिहासाचे भाग शेंकडोंनीं न पाडतां हजारांनीं पाडूं लागले आहेत. एक इतिहासकार म्हणतो, " मनुष्य व पृथ्वी यांच्या विषयींचें आमचें ज्ञान झपाट्यानें वाढत आहे, व इसवी सन पूर्व ४००४ हा आदमच्या उत्पत्तीचा काळ मागें टाकून इजिप्त इतिहासकार कांहीं पिरामिडांचा काळ त्याच्याही पूर्वींचा मानूं लागले आहेत."

याप्रमाणें हिंदुस्थानचा प्राचीन इतिहासही आतां शेकडोंनीं न विभागतां हजारोंनीं विभागला पाहिजे. इतिहास हा बॅबिलोनच्या इतिहासाप्रमाणें इसवी सन पूर्व ४००० च्याही मागें जातो. प्रोफेसर जेकोबी यानें ऋग्वेदाच्या कांहीं सूक्तांचा काळ ज्योतिष प्रमाणांवरून इसवी सन पूर्व ४००० पर्यंत ठरविलेला आहे. हिंदुस्थानांत पिरॅमीड अथवा शिलालेख किंवा इष्टिकालेख बुद्धापूर्वींच्या इतिहासाची साक्ष देणारे सांपडत नाहींत हें खरें. पण आमचे ऋग्वेदादि वैदिक ग्रंथ पिरामिडांपेक्षांही अधिक भव्य व अभेद्य आहेत. या ग्रंथांत ज्योतिर्विषयक सांपडणारे उल्लेख इतिहासाचा काळ ठरविण्याच्या कामीं शिलालेखांहूनही अधिक विश्वसनीय व निश्चयात्मक आहेत. यामुळें हिंदुस्थानचा प्राचीन इतिहास सहस्रांनीं ठरवितां येण्यासारखा आहे तो असा. ऋग्वेद इ. स. पू. चवथें सहस्र म्हणजे ४००० ३००० पर्यंत. यजुर्वेद व ब्राह्मणें तिसरें सहस्र म्हणजे ३०००–२००० पर्यंत. वेदांगें दुसरें सहस्र म्हणजे २०००–१००० व गृह्य व इतर सूत्रें पहिलें सहस्र म्हणजे १००० ते इसवी सनाच्या सुरवातीपर्यंत. असो. शंकर बा. दीक्षित यांनीं शतपथ ब्राह्मणाचा जो काळ त्यांतील ज्योतिर्विषयक वचनाच्या आधारानें काढला आहे, तो कोणत्याही रीतीनें अमान्य करण्यासारखा नाहीं.

वेदांग ज्योतिषांचें प्रमाण.

शतपथ ब्राह्मणाचा पाश्चात्य विद्वानांनीं ठरविलेला इ. स. पू. ८०० हा काळ चुकीचा आहे, हें अन्य प्रमाणांवरून ही निश्चयात्मक वाटतें. वेदांग ज्योतिष हें शतपथ ब्राह्मणानंतरचें खास आहे. वेदांग ज्योतिषाचा कालही दीक्षितांनीं त्यांतील एका ज्योतिर्विषयक वचनावरून ठरविला आहे. उत्तरायण धनिष्ठांत होतें असें यांत सांगितलें आहे. त्याजवरून दीक्षितांनीं वेदांगाचा काल इ. स. पू. १४०० हा ठरविला आहे. या काळासंबंधानें शंका येऊन प्रो. मॅक्समूलर यांनीं आर्चडीकन प्रॅट यांजकडून उत्तरायण धनिष्ठा नक्षत्रावर केव्हां होत असावें, याजविषयीं गणित करविलें. परंतु त्यानेंही अगदीं अलीकडे काल ओढला तरी इ. स. पू. ११८६ याच्या अलीकडे आणला नाहीं. सारांश, वेदांग ज्योतिषाचा काल १२०० किंवा १४०० इ. स. पू. मानला, तर शतपथ ब्राह्मणाचा काल त्याच्याही मागें असला पाहिजे. अर्थात् इ. स. पू. ८०० होऊं शकत नाहीं. येथेंही पाश्चात्य विद्वान् हाच तर्क करतात कीं, धनि-

ष्ठांतील उदगयनाची आठवण असून वेदांग ज्योतिष अगदीं अलीकडे इ. स. पूर्व ३०० च्या सुमारास झालें, असें ते म्हणतात. धनिष्ठारंभीं उदगयन होतें त्या वेळीं वेदांग ज्योतिषांतील गणितपद्धति कायम केली गेली असेल, पण तो ग्रंथ जेव्हां झाला तेव्हां ती मागची परिस्थिति हल्लींची म्हणून दिली आहे. असें त्यांचें म्हणणें आहे. पण वेदांगांतील ज्योतिषपद्धति त्या वेळीं कायम झाली हें जर खरें; तर त्या वेळींच ग्रंथ झाला हें मानण्यास हरकत कोणती ? दुसरें त्या वेळीं धनिष्ठांत उदगयन होत होतें, तें १००० वर्षांनीं ज्या वेळेस ग्रंथ लिहिला गेला त्या वेळेस तें बदललें असलेंच पाहिजे. म्हणजे धनिष्ठांत उदगयन इ. स. पू. १४०० किंवा १२०० होत होतें आणि ग्रंथ लिहिला ३००त. तेव्हां दरम्यानच्या १००० वर्षांच्या अवधींत तें मागें झालेंच पाहिजे व तें ग्रंथकाराच्या दृक्प्रत्ययास आलेंच पाहिजे. तेव्हां तो धनिष्ठांत उदगयन होतें असें कसें म्हणेल ? व त्यावर रचलेली गणितपद्धति कशी स्वीकारील ? वराहमिहिरानेंही धनिष्ठांत उदगयन होत नाहीं, असें आपल्या वेळच्या स्थितीकरून स्वच्छ म्हटलें आहे. तसें वेदांगज्योतिषकारही म्हणता सारांश, ज्योतिर्विषयक वचनांची व ग्रंथांची अशी विल्हेवाट लावणें शक्य किंवा मान्य होणार नाहीं. सारांश, वेदांग ज्योतिषाचा काल इ. स. पू. १४०० ते १२०० हाच निश्चित ठरतो व यापूर्वीं शतपथ ब्राह्मणाचा असलें पाहिजे, मागाहूनचें असूं शकत नाहीं.

शतपथ ब्राह्मणाला, निदान ज्यांत वरील वाक्य आहे त्या भागांचा इ०स०पू० ३००० निश्चयात्मक काळ ठरतो. सबंध शतपथ ब्राह्मणापूर्वीं ऋग्वेद ग्रंथ संपूर्ण झाला होता, हें निर्विवाद आहे. म्हणजे शतपथ ब्राह्मणाच्या कोणत्याही भागापूर्वीं ऋग्वेद सबंध तयार झाला होता. तेव्हां ऋग्वेदाचा काल इ. स. पू. ३२०० सरासरीनें धरण्यास हरकत नाहीं. ऋग्वेदानंतर १०० वर्षांनीं ठोकळ मानानें भारतीयुद्ध झालें. अर्थात् त्या युद्धाचा इ. स. पू. ३१०१ हा सर्वमान्य काल वैदिक वाङ्मयावरून मजबूत प्रमाणानें सिद्ध होतो.

जरासंधयज्ञ.

भारतीयुद्धाचा काळ याशिवाय निरनिराळ्या अंतर्गत प्रमाणांवरूनहि इसवी सन पू. ३१०१ हाच ठरतो. मेग्यास्थिनीसचा पुरावा, कलियुगारंभाविषयीं ज्योतिष्यांचा पुरावा व वैदिक वाङ्मयांतील पुरावा या तीन मजबूत प्रमाणांवरून हा काळ ठरतो. असें आपण येथवर पाहिलें. भारती परिस्थितीच्या एकंदर स्वरूपावरूनही हाच काळ निश्चयांत येतो. याचीं दोन मुख्य स्वरूपें आपल्यास देतां येतील भारतीयुद्धाच्यापूर्वीं जरासंध हा एक यज्ञ करून त्यांत क्षत्रियांस बळी देणार होता, अशी कथा महाभारतांत वर्णिलेली आहे. ती कथा कांहीं तरी चमत्कारिक व काल्पनिक आहे. असें आपल्यास वाटतें. महाभारतांतही श्रीकृष्णाच्या मुखानें तूं क्षत्रियांना शिवास बळी देण्याकरितां कैदेंत टाकलें आहेस, असें वदविलें आहे. या कथेचें मूळस्वरूप काय आहे? हें अगदींच काल्पनिक आहे कीं काय? याजविषयीं विचार करतां असें दिसतें कीं, यांत ऐतिहासिक सत्य आहे. यांत मूळांत पुरुषमेधाची हकीगत आहे असें दिसतें. पुरुषमेध हा एक काल्पनिक यज्ञ नसून एका काळीं तो प्रत्यक्ष अमलांत होता, असें शतपथ ब्राह्मणांतील त्यासंबंधाच्या वर्णनावरून दिसतें. तो कदाचित् थोडा प्रचारांत असेल परंतु त्याचा एकंदर विधी कसा होता याचें जें बा-

रीक वर्णन त्या ब्राह्मणांत आहे, त्यावरून हा यज्ञ प्रत्यक्ष होत असे असें दिसतें. याची पायरी अश्वमेधाहूनही वर होती व याजपासून पुरुषमेध करणारास अमर्याद राजसत्ता मिळेल, असें याचें फळ सांगितलें आहे. यांतील निरनिराळे विधि व बळी देण्यांत येणाऱ्या पुरुषांची संख्या व वर्णनें आजच्या मित्तीस भयंकर दिसतात; परंतु शतपथ ब्राह्मणकाळीं हा यज्ञ चालू होता असें दिसतें. तो पुढें लवकरच बंद झाला असावा व अश्वमेधाचीही प्रवृत्ति कमी झाली असावी. भारती युद्धाच्या काळीं जरासंध असा पुरुषमेध करणार होता असें दिसतें, व श्रीकृष्णानें त्याच्या उदात्त मतानुसार जरासंधास याच कारणासाठीं मारणें युक्त आहे असें सांगितलें. या पुरुषमेधाच्या हकीकतीवरून भारती युद्ध हिंदुस्थानांत फार प्राचीन काळीं झालें असावें, असें अनुमान निघतें. शतपथ ब्राह्मणाच्या पूर्वीं तें झालें असावें. अलीकडच्या कोणत्याही ग्रंथांत किंवा कथांत पुरुषमेधाची प्रत्यक्ष हकीकत नाहीं. तात्पर्य इसवी सन पूर्व ३१०१ हा जो काळ आपण ठरविला आहे, तो निश्चयात्मक दिसतो.

चंद्रवर्षगणना.

दुसरा एक अत्यंत महत्त्वाचा मुद्दा असा कीं, भारती युद्ध फार प्राचीन काळीं झालें, याचा पुरावा भारती युद्धाच्या कथेंतच आहे. कौरवपांडवांनीं द्यूत खेळून शेवटीं आपसांत एक पण असा मांडला कीं जो पण हरेल त्यानें बारा वर्षें वनवास व एक वर्ष अज्ञातवास भोगावा, व अज्ञात-वासांत प्रकट झाल्यास पुन्हां वनवास भोगावा. या कराराप्रमाणें पांडव पण हरल्यामुळें दुर्योधनाच्या स्वाधीन आपलें राज्य करून वनवासास गेले, व वनवास व अज्ञातवास पुरा केल्यावर प्रकट होऊन दुर्योधनापाशीं आपलें राज्य मागूं लागले. दुर्योधन म्हणूं लागला कीं, 'पांडवांनीं वनवास व अज्ञातवास पुरा केला नाहीं' व पांडव 'पुरा केला' असें म्हणूं लागले. तेव्हां भारती युद्ध या वादामुळें उपस्थित झालें. कांहीं आक्षेपकांनीं या विषयासंबंधानें एक मोठा आक्षेप घेतला आहे. तो असा कीं, पांडव तेरा वर्षांपूर्वीच उघडकीस आले, असें असतां युद्धाचें पाप व्यासानें दुर्योधनाच्या माथीं मारलें आहे. तेव्हां येथें प्रश्न असा उपस्थित होतो कीं, पांडवांनीं आपला करार पुरा केला कीं नाहीं ? हा प्रश्न भीष्मास केला, त्या वेळेस त्यांनीं जें उत्तर दिलें, तें उत्तर मनन करण्यासारखें आहे. "कालगतीनें सूर्यचन्द्रांचा नाक्षत्रिक लंघनकाळाशीं भेद पडतो, यामुळें दर पांच वर्षांनीं दोन महिने अधिक उत्पन्न होतात; व या हिशोबानें तेरा वर्षांत पांच महिनें व बारा रात्री ज्यास्ती होतात." (भा. वि. पा. ८९)) भीष्माच्या म्हणण्याचा सारांश, सौरमानानें तेरा वर्षें भरलीं नाहींत, त्यापूर्वीं पांडव प्रकट झाले; पण चान्द्रवर्षें धरलीं तर तेरा वर्षें पूर्ण झालीं असल्यामुळें पांडवांनीं करार पुरा केला. कित्येक येथें असा आक्षेप घेतात कीं, "भीष्मानें येथें तरफदारी केली. शब्दांचा अर्थ नेहेमींच्या समजुतीप्रमाणें करावयास पाहिजे. चार रुपयांत लांकडाची गाडी विकली पण गाडीवर असलेलीं जळाऊ लांकडें विकलीं तरी गाडी विकली नाहीं, हें उघड आहे. कराराचे वेळीं वर्ष चान्द्र किंवा सौर ठरलें होतें ? निर्णय करतांना आपल्या देशांत पूर्वींपासून महिने चान्द्र असून वर्ष नेहेमीं सौर मानाचें होतें. तेव्हां हा प्रश्नच उपस्थित होत नाहीं असें म्हणावें लागतें. वर्षें सौरच होतीं, परंतु भीष्मानें वर्षें चान्द्र धरून पांडवांच्या तर्फेचा निकाल दिला." हा मुद्दा खरोखरच अत्यंत महत्त्वाचा आहे. भीष्मांनीं खरोखरच लपंडाव केला काय? जर वैदिक काळापासून भरत-

खंडांत सौर वर्ष चालू आहे आणि द्यूताच्या वेळींही सौरवर्ष चालू होतें, तर करारपूर्तीसाठींच केवळ चान्द्रवर्ष धरणें अन्यायाचें होईल. लांकडांच्या गाडीप्रमाणें किंवा गिझनीच्या महंमदानें फरदूसी कवीला दर श्लोकागणीक दिर्हम नाणें देण्याचें कबूल करून करार पुरा करण्याच्या समयीं चांदीचे दिर्हम् मुद्दाम पाडून दिल्याप्रमाणें अन्यायाचें होईल. जर द्यूताच्या वेळीं चान्द्रवर्ष प्रचारांत नसेल तर सत्यनिष्ठ पांडवांनीं लंपडाव केला, न्यायी व सत्यप्रिय भीष्मांनीं पक्षपात केला व जे शेंकडों राजे व लाखों क्षत्रिय पांडवांतर्फे लढले, त्यांनीं डोळे मिटून असत्पक्ष स्वीकारला, असेंच म्हणावें लागेल. सारांश, द्यूताच्या वेळीं सौर व चान्द्र दोन्हीं वर्षें प्रचलित होतीं. अनुद्यूताचे वेळीं वर्ष कोणतें धरावयाचें याचा करार होणें राहून गेलें. शेवटीं वर्ष चान्द्र धरावयाचें कीं सौर धरावयाचें हा वाद उपस्थित झाला. दुर्योधन वगैरे कौरव सौर वर्ष धरणारे असावेत, आणि पांडव चान्द्रवर्षानें चालणारे असावेत, असें मानल्याखेरीज भारतीयुद्धाच्या तंट्याची उपपत्ति यथास्थित लागत नाहीं. दुर्योधन व कर्ण सौरमानाप्रमाणें तेरा वर्षें भरलीं नाहींत असा आग्रह करीत होते, तोही वाजवी आहे; आणि चांद्रमानानें तेरा वर्षें भरलीं असें पांडव म्हणत होते, तेंही वाजवी आणि भीष्मानें पांडवांतर्फे निकाल दिला तोही वाजवी असावा, असें आमचें मत आहे. हल्लीं हिंदुस्थानांत सरकार रोमन सिव्हिल वर्ष मानतें, मुसलमान चांद्रवर्ष धरतात व हिंदु सौर वर्ष धरतात. अशा स्थितींत मुदत व मिति इंग्रजी तऱ्हेनें धरली जाईल, असें मुदतीच्या कायद्यांत स्पष्ट कलम आहे. त्याप्रमाणें द्यूताच्या वेळीं द्यूत खेळणारांमध्यें वर्षासंबंधानें करार झालेला नव्हता. एक पक्ष सौरपर्व मानणारा व दुसरा पक्ष चांद्रवर्ष मानणारा, तेव्हां वर्ष कोणतें धरावयाचें ? कौरवांवर डाव लागला असता तर त्यांनीं तेरा सौर वर्षें काढावीं व पांडवांवर डाव लागला तर त्यांनीं तेरा चांद्र वर्षें काढावीं, हा भीष्माचा निकाल एका दृष्टीनें योग्य आहे. पण तो दुर्योधनानें मानला नाहीं व म्हणून भारती युद्ध झालें. असो, तर मुद्दा हा कीं, द्यूतकाळीं हिंदुस्थानांत हल्लींप्रमाणें चांद्रवर्ष मुळींच चालू नसतें, तरच भीष्मांचा निकाल गैरवाजवी, पक्षपाताचा असें म्हणतां येईल. सारांश, भारती युद्धाच्या तंट्याची योग्य उपपत्ति लागण्यास दोन गोष्टी जरूर मान्य कराव्या लागतात. त्या ह्या कीं, युद्धाच्या काळीं हिंदुस्थानांत चान्द्र वर्ष चालू होतें, व पांडव चान्द्रवर्ष मानणारे होते. या दोन मुद्यांतच भारती युद्धकाळाच्या निर्णयाचें साधन उत्पन्न होतें.

विराटपर्वांतलि हकीकतीवरूनही हा महत्वाचा प्रश्न संशयग्रस्त होता व म्हणूनच त्याचा निकाल भीष्म न्यायाधीशाकडे विचारला गेला, असें दिसतें. भीष्माचें उत्तर येण्यापूर्वीं द्रोण मागील अध्यायांत (विराट. अ. ५१ पा. ८९) म्हणतो “ ज्या अर्थीं अर्जुन प्रकट झाला आहे, त्या अर्थीं पांडवांचा अज्ञातवास वास खास संपला आहे. याकरितां दुर्योधनानें पांडवांचा आज्ञातवास समाप्त झाला आहे किंवा नाहीं, याबद्दल जो प्रश्न केला आहे त्याचा विचार करून, हे भीष्म, यथावत् उत्तर द्यावें. ” जर भारती युद्धकाळीं सौर वर्षच प्रचारांत असतें, तर द्रोणालाही अशा प्रकारची शंका पडतीना. कारण, अज्ञातवास संपला कीं नाहीं, हें कोणालाही गोग्रहणाच्या वेळीं सांगतां आलें असतें. अर्थात् त्या वेळीं चान्द्रवर्षही प्रचलित असून पांड-

व हें वर्ष मानीत होते. आतां अशी परिस्थिति हिंदुस्थानांत केव्हां होती, याचा आपण ऐतिहासिकदृष्ट्या विचार करूं.

हिंदुस्थानांत चांद्रवर्ष केव्हां प्रचारांत होतें?

चान्द्र महिने पौर्णिमा—अमावास्येमुळें सहज लक्षांत येतात, व ऋतूंच्या फेऱ्यामुळें सौर वर्ष लक्षांत येतें. पण बारा चान्द्रमास व एक सौरवर्ष यांचा ठोकळ मेळ जरी बसतो, तरी तो नीट बसत नसल्यानें घोंटाळा उत्पन्न होऊन पूर्वकाळीं अनेक लोकांना पंचाईत पडली. या पंचाईतीमुळें ज्यू व अरब लोकांनीं चान्द्रवर्षच मानलें व सौर वर्ष सोडून दिलें, हल्लीं मुसलमान हेंच मानतात. त्यांचें वर्ष सर्व ऋतूंत चक्कर खाऊन पूर्वजागीं येतें. रोमन लोक प्रारंभीं मार्चपासून १० चांद्र महिने मानीत व पुढें कित्येक दिवस तसेच सोडून सूर्य संपातावर आला म्हणजे पुन्हां चान्द्र मासाप्रमाणें चालत. पुढें कित्येक वर्षांनीं न्यूमा राजानें दर दोन वर्षांस तेवीस दिवस घालण्याचा प्रचार सुरू केला. हे अधिक दिवस धर्मगुरु कोठें तरी घालीत. यामुळें पुष्कळ तंटे पडत. हा घोंटाळा मिटविण्याकरितां जूलियस सीझरनें चांद्रमास व चांद्रवर्ष सोडून ३६५¼ दिवसांचें सौरवर्ष व सौर महिने कमी अधिक दिवसांचे सुरू केले. ग्रीकलोकांतही प्रथम चांद्रमास व चान्द्रवर्ष सुरू होतें. एक महिना एकुणतीस दिवसांचा तर दुसरा तीस दिवसांचा याप्रमाणें ते ३५४ दिवसांचें चांद्रवर्ष पुरे करीत. पुढें ऋतुचक्र चुकू लागलें, तेव्हां सोलन्नें अधिक मास घालण्याची पद्धति सुरू केली. इजिप्शिअन लोकांस सौरवर्षाचे ३६५ दिवस माहीत होते. ते ३० दिवसांचा महिना धरून ३६० दिवसांचें वर्ष पुरें करीत व नंतर ५ दिवस अधिकाचे घालीत. तरी ¼ दिवसाची चूक पडली. यामुळें ३६५×४=१४६० इतक्या वर्षांनीं सर्व ऋतूंत त्यांचें वर्ष फिरूं लागलें. पारशी लोकांचीही ३६० दिवसांनंतर ५ दिवस अधिक घालण्याची पद्धति आहे. सारांश, निरनिराळ्या प्राचीन लोकांत चांद्रवर्ष व सौरवर्ष यांचा मेळ घालण्याची अडचण पडली व निरनिराळ्या रीती अमलांत आल्या. हिंदुस्थानांतही याचप्रमाणें अडचण पडून प्राचीन काळीं निरनिराळ्या रीती अमलांत होत्या व पुढें त्यांचा निरनिराळा निर्गम लागून शेवटीं हल्लींची पद्धति अमलांत आली. त्याचा इतिहास आपण आतां पाहूं.

ऋग्वेदाच्या काळीं ठोकळ मानानें ३० दिवसांचे महिने व १२ महिन्यांचें वर्ष मानीत असावे, असें दिसतें. कारण, ऋग्वेदांत ठिकठिकाणीं बारा अरे आणि ३६० खिळे असलेल्या चक्राचें वर्णन आहे. बारा चान्द्र महिने ३६० दिवसांहून ६ दिवसांनीं कमी पडतात व ऋतुचक्र ५¼ दिवसांनीं अधिक पडतें, ही अडचण ऋग्वेदकाळीं पडली असावी; पण त्याची काय व्यवस्था होती हें कळत नाहीं. तैत्तिरीय संहिता व ब्राह्मण काळीं ही गोष्ट पक्की माहीत होती असें दिसतें. यामुळें वर्षाचे तीन भेद उत्पन्न झाले होते. सावन, चान्द्र व सौर. सावन हें ठोकळ मान पूर्वीपासून होतेंच. त्यांचे बिभाग असे—सहा दिवसांचा एक षडह, पांच षडहांचा एक महिना व बारा महिन्यांचें एक वर्ष या गणनेनें पौर्णिमा व अमावास्या चुकत. तेव्हां एक दिवस मध्यें सोडीत. यामुळें उत्सर्गी व अनुत्सर्गी असा भेद उत्पन्न झाला. कांहीं लोक दिवस सोडीत व कांहीं सोडीत नसत. 'उत्सृज्या नोत्सृज्या इति मीमांसन्ते ब्रह्मवादिनः।' या तैत्तिरीय सांहिता अनुवाकांत याचा ऊहापोह आहे. या सूक्तावरून पाहतां सावन व चांद्र महिना, सावनवर्ष व चांद्रवर्ष हीं दोन्हीं त्या वेळीं प्रचारांत होतीं

असें दिसतें. या तैत्तिरीय सूक्तांतील उतारा देण्यासारखा आहे.

अमावास्यया हि मासान्संपाद्य अहरुत्सृजन्ति ।
अमावास्यया हि मासान् संपत्स्यन्ति ।।

येथें भाष्यकार म्हणतो "यदिदं पक्षद्वयं सावनमासाभिप्रायम् । अथ चान्द्रमासाभिप्रायेण पक्षद्वयमाह ।" वरील अनुवाक 'गवामयनम्' या वार्षिक सत्रासंबंधानें आहे. यांत वर्ष सावनमासांनीं पुरें करतां येतें किंवा चान्द्र मासांनींही पुरें करतां येतें, असें स्पष्ट दिसतें चान्द्रमास दोन प्रकारचे होते. पौर्णिमेवर संपणारे किंवा अमावास्येवर संपणारे. बारा चान्द्र मासांनीं वर्ष संपविणारे लोक तैत्तिरीय संहिताकाळीं व ब्राह्मणकाळीं होते, असें स्पष्ट दिसतें. शतपथ ब्राह्मण (कांड ११, १–१०) अशी चान्द्र वर्षें ३० गेलीं म्हणजे सर्व ऋतुचक्रांतून वर्ष फिरत. तथापि अधिकमास घालण्याचा प्रघात नव्हता असें दिसतें. तात्पर्य हें कीं, तैत्तिरीय संहिता व ब्राह्मण काळीं चांद्रवर्ष धरणारे कित्येक लोक होते असें दिसतें. हाच काळ भारती युद्धाचा होय असें आपण पूर्वीं ठरविलें आहे. ऋग्वेदानंतर व ब्राह्मणाच्या पूर्वीं भारती युद्ध झालें हें पूर्वीं सांगितलेंच आहे.

आतां आपण आर्यांनीं चांद्रवर्ष व सौरवर्ष यांचा मेळ घालून सौरवर्षच प्रचारांत केव्हां आणलें, याचा विचार करूं. वेदांग ज्योतिषांत पांच वर्षांचें एक युग मानून दर अडीच वर्षांनीं एक महिना अधिक घालावा, अशी व्यवस्था केली आहे. ती ही व्यवस्था ठोकळ मानाची असून यांत कांहीं वर्षांनीं दिवस वाढतात; तेव्हां एक क्षयमास धरण्याची पद्धत सुरू केली. वेदांग ज्योतिषाचा काळ इसवी सन पूर्व १४०० च्या सुमाराचा आहे. याच्या नंतर ज्या वेळेस राशि, अंश वगैरे विभागात्मक गणित कायम होऊन नवीन सिद्धांत इसवी सनाच्या प्रारंभाच्या सुमारास अमलांत आले, त्या वेळेस पंच संवत्सरांच्या युगाची पद्धति मोडून ज्यांत सूर्य संक्रान्ति नाहीं तो अधिकमास व ज्यांत दोन सूर्यसंक्रान्ति तो क्षयमास, असा नवीन बारकाईचा सिद्धांत कायम होऊन तो आतांपर्यंत चालू आहे. यावरून चांद्रवर्ष इसवी सनाच्या अलीअडे बिलकूल प्रचारांतून गेलें. हें तर निर्विवाद पण वेदांग ज्योतिषानंतरही चांद्रवर्ष प्रचारांतून गेलें असावें असें स्पष्ट दिसतें. कारण वेदांग ज्योतिषांत चांद्रवर्षाचा मुळींच उल्लेख नाहीं. यावरून वेदांगज्योतिषाच्या बरेंच पूर्वीं भारती युद्ध झालें, असें अनुमान निघतें.

वेदांग ज्योतिषाच्या बरेंच पूर्वीं भारतीयुद्ध झालें, असें अनुमान काढण्यास येथें जागा आहे, त्याजविषयीं आपण आणखी विचार करूं. वैदिक काळीं अधिक मास घालीत तो किती महिन्यांनीं घालीत, हें समजण्यास कांहीं साधन नाहीं असें दीक्षित म्हणतात. वेदांगज्योतिषांत ३० महिन्यांनीं अधिक मास पडत असे. वेदांगकाळीं हा नियम होता तर वेदकाळीं यांबद्दल कांहीं तरी नियम असला पाहिजे. माझ्या मतें भीष्मांच्या वरील वचनांत हा नियम दृष्टीस पडतो. पांच वर्षांनीं दोन महिने एकदम अधिक धरण्याचा सांप्रदाय भारती युद्धकाळीं अर्थात् तैत्तिरीय संहिता व ब्राह्मण काळीं असावा असें माझें मत आहे. याला एक प्रमाण आहे. पांच वर्षांचें युग हें फार प्राचीनकाळापासून चालू आहे. कारण पांच वर्षांची निरनिराळीं संवत्सर, परिवत्सर, इदावत्सर वगैरे नांवें तैत्तिरिय ब्राह्मणांत आलीं आहेत. ऋग्वेदसंहितामंत्रांतही दोन नांवें आहेत. अर्थात् पंचसंवत्सरयुगें

वेदांगज्योतिष्याच्या पूर्वीचीं आहेत. संहिताकाळीं पांच वर्षांनीं दोन महिने एकदम अधिक धरण्याचा सांप्रदाय निघाला असावा. या व्यवस्थेनें ऋतु पुन्हां चुकूं लागले, म्हणून कांहीं वर्षांनीं एक क्षय महिना गाळण्याची पद्धति सुरू झाली. तात्पर्य, दोन अधिक महिने व एक क्षय महिना धरण्याचा सांप्रदाय ब्राह्मणकाळीं असावा. वाजसनेयि संहितेंत बारा महिन्यांच्या बारा नांवाशिवाय संसर्प, मलिम्लुच व अंहस्पति अशीं तीन नांवें दिलीं आहेत. यापैकीं संसर्प व मलिम्लुच हीं नांवें अधिकाचीं आहेत; व अहंस्पति हें नांव क्षयमासाचें आहे, असें ठरलें आहे. अधिक मासाचीं दोन नांवें कां आहेत? हा येथें प्रश्न उपस्थित होतो. बहुधा तीस महिन्यांनीं एक अधिकमास असा वेदांग कालाचा नियम पूर्वीं ब्राह्मणकाळीं नसून पांच वर्षांनीं दोन महिने असाच नियम असावा व त्यास हीं निरनिराळीं नांवें असावींत, असें अनुमान निघतें, सारांश, भीष्मांचें वचन पांचपांच वर्षांनीं दोन अधिकमास निघतात असें आहे. तें वेदांगाच्या पूर्वीचें आहे हें सिद्ध होतें. अर्थात् त्याचा काळ इसवी सन पूर्व ३१०१ असावा.

येथें अशी शंका उत्पन्न होईल कीं, जर पूर्वीं चांद्रवर्ष मानीत होते म्हणजे लौकिक व वैदिक व्यवहारांत धरीत होते, तर त्या महिन्यांचीं नांवें काय होतीं? जर अधिक महिने घातले नाहींत, तर महिन्यांच्या पौर्णिमा अमुकच नक्षत्रावर व्हाव्या, हा नियमही राहणार नाहीं आणि चैत्र, वैशाख इत्यादि नांवें असूं शकणार नाहींत. कारण, हीं नांवें त्या त्या महिन्याच्या पौर्णिमेवर असलेल्या नक्षत्रावरून पडलेलीं आहेत. याचें उत्तर असें कीं, पूर्वीं चैत्र, वैशाख वगैरे नांवें प्रचारांत खरोखरच नव्हतीं. चैत्रादि मासनांवें संहिताब्राह्मणांत कोठेंही आलीं नाहींत, यावरून तेव्हां तीं प्रचारांत नव्हतीं. फाल्गुनी पौर्णिमा इत्यादि संज्ञा प्रचारांत आल्यावरही फाल्गुन वगैरे महिन्यांचीं नांवें प्रचारांत येण्यास बराच काळ लागला. (दीक्षित पा. ३९) पूर्वीं महिन्यांना दोन प्रकारचीं नांवें होतीं. मधु, माधव इत्यादि नांवें होतीं, तसेंच अरुण, अरुणरजा वगैरे दुसरीं नांवें होतीं. तैत्तिरीय ब्राह्मणामध्यें हीं नांवें आलेलीं आहेत. आतां मधु वगैरे नांवें ऋतुवाचक आहेत व चान्द्रवर्ष तर ऋतूंना धरून नाहीं. तेव्हां या दुसऱ्या संज्ञा चान्द्रवर्षांतील महिन्याच्या असाव्या. चैत्र, वैशाख वगैरे संज्ञा ज्या वेळेस सौरवर्ष एकटेंच प्रचलित झालें, त्याचवेळेला अमलांत आल्या. चांद्रवर्ष प्रचारांतून गेल्यानंतर साहजिकच चांद्र महिन्यांचीं पूर्वीचीं नांवेंही नाहींशीं झालीं. तीं इतकीं कीं, त्यांचा हल्लीं कोणास पत्ताही नाहीं. चांद्रवर्ष प्रचारांतून गेल्यावर चैत्रादि संज्ञा प्रचारांत आल्या. ह्या संज्ञा केव्हां प्रचारांत आल्या, हें दीक्षितांनीं ठरविलें आहे. या संज्ञा इसवी सन पूर्व २००० च्या सुमारास प्रचारांत आल्या. (दीक्षित पा. १०२) अर्थात् २००० च्या नंतर चांद्रवर्ष प्रचारांतून गेलें. चांद्रवर्ष प्रचारांत असतांना भारती युद्ध झालें, तेव्हां इसवी सन पूर्व २००० च्या पूर्वीं भारती युद्ध झालें असलें पाहिजे. हल्लींच्या महाभारतांत चैत्र–वैशाखादि मासनांवें उपयोगांत येत आहेत; पण महाभारताचा काळ इसवी सन पूर्व ३०० च्या सुमाराचा आहे, अर्थात् त्या वेळेस चैत्र–वैशाखादि संज्ञाच प्रचारांत होत्या व मागच्या सर्व संज्ञा प्रचारांतून गेल्या होत्या, यामुळें महाभारतांत ह्या संज्ञा नाहींत.

भारतीय युद्धकाळीं पाण्डव लौकिक व्यवहारांत चांद्रवर्ष मानीत होते, असें मानूनच

आपण भीष्मांच्या वचनाचा आदर केला आहे. परंतु दुसऱ्या रीतीनें चतुर्धर टीकाकारानें त्याची व्यवस्था लावण्याचा प्रयत्न केला आहे, तो कितपत योग्य आहे हें आपण पाहूं. तो म्हणतो. "षष्ठ्याधिकशतत्रयदिनात्मा सावनः। स एव द्वादशवार्षिकादिषु गवामयनादिषु उपयुज्यते।" "त्रीणि शतानि पंचषष्ठिदिनानि पंचदश घटिका इत्यादि सौरसंवत्सर मानं स्मार्ते। वर्धापनादौ तु चांद्रेण।" अर्थ- "३६० दिवसाचें सावन वर्ष. तें गवामयन इत्यादि सत्रांत उपयोगांत येतें. ३६५ दिवस व १५ घटका हें सौर वर्षाचें मान. हें स्मार्त म्हणजे स्मृत्युक्तकर्मासंबंधानें उपयोगांत येतें; व वर्धापन (व्याज मोजणें वगैरेंत) चांद्रवर्ष उपयोगांत येतें." ही माहिती चतुर्धरानें आपल्या वेळची दिली आहे, पण ती भारती युद्धाच्या वेळची नाहीं. गवामयनादि सत्रांत सुद्धां चांद्रवर्ष धरावें, असें तैत्तिरीय सांगतें. ३६५¼ दिवसांचें सौरवर्ष वेदांग ज्योतिषाला मुळींच माहीत नाहीं. असो, पण मुख्य आक्षेप असा कीं, श्रौत धर्मांत सावन वर्ष व स्मार्त धर्मांत सौरवर्ष व व्याज, द्यूत वगैरे व्यवहारांत चांद्रवर्ष धरावें असा जर निश्चित नियम होता, तर तो नियम दुर्योधनास माहीत नव्हता काय? व द्रोणास माहिती नव्हता काय? असा नियम होता तर तंटा काय म्हणून? सारांश, ही चतुर्धरानें लावलेली व्यवस्था मान्य करतां येत नाहीं व पांडव चांद्र वर्ष मानीत होते व दुर्योधनादि कौरव सौर वर्ष मानीत होते, असेंच मान्य करावें लागतें.

वरील प्रमाणांवरूनही भारती युद्ध फार प्राचीन काळीं झालें असलें पाहिजे, हें उघड आहे.

पांडवांनीं वनवासाचा करार चांद्रमानानें पुरा केला काय?

याच विषयास संलग्न असा, पांडव वनवासास गेले कधीं आणि प्रकट झाले कधीं? हा प्रश्न असून तो कित्येक लोकांनीं उपस्थित केला आहे. पांडवांनीं वनवास व अज्ञातवास पुरा घालविला किंवा नाहीं, हें जाणण्याची चौकस वाचकांसही इच्छा होईल. हें पांडवांचें करणें चांद्रमानानें तरी जुळतें काय, हेंही पाहिलें पाहिजे. महाभारतांत वर्णिलेली परिस्थिति कांहींशी संदिग्ध आहे. तथापि आपण हा प्रश्न सोडविण्याचा प्रयत्न करूं. पांडव वनवासास गेले कधीं, याचा महाभारतांत कोठेंच उल्लेख नाहीं. द्यूताचा महिना, मिती किंवा ऋतु याचाही उल्लेख महाभारतांत कोठेंच नाहीं. चतुर्धरानें आपल्या टीकेंत ते आश्विन कार्तिक महिन्यांत द्यूत खेळले असावेत, असें गृहीत धरलें आहे. हें त्याचें करणें साधारण व्यवहारास धरून आहे. कारण, दसऱ्यानंतर दिपवाळीपर्यंत द्यूत खेळतात, असा सर्वत्र सांप्रदाय आहे. असो. गोग्रहणाच्या वेळीं प्रथम अर्जुन प्रकट झाला व दुर्योधनादिकांनीं त्यास ओळखिलें, त्याचा नेहमींचा रथही त्यास येऊन मिळाला व त्यानें आपल्या हातांतील चुडे फोडून कानांतील सुवर्णकुंडलें काढून टाकलीं (भा. विराट. पा. ७८) वगैरे वर्णन आहे. हें गोग्रहण झालें कधीं याची मिति महाभारतांत दिली आहे, पण आश्चर्य हें कीं, त्याचा **महिना** येथें सांगितला नाहीं. सुशर्मा वद्य ७ मीस दक्षिण गोग्रहण करण्यास गेला, असें विराटपर्व अ. ३१ (भा. विराट. पा. ५८) यांत सांगितलें आहे व तेथेंच वद्य अष्टमीस (म्ह. दुसऱ्या दिवशींच) कौरव उत्तर गोग्रहणास गेले, असें सांगितलें आहे, पण ही वद्य सप्तमी—अष्टमी कोणत्या महिन्यांतली, हें सांगितलें नाहीं. मार्गशीर्षादि मासांचीं नांवें भारतीयुद्धानंतर प्रचलित झालीं, हें आम्हीं पूर्वीं दाखविलें आहेच. बहुतेक करून जीं चांद्रमासाचीं नांवें

अरुण, अरुणरजा वगैरे त्या काळीं प्रचलित होतीं, त्यांपैकीं एखादें नांव मूळच्या भारतांत असल्यास आश्चर्य नाहीं व हें नांव पुढें गळून गेलें असावें. तें कांहीं असो, ही वद्य सप्तमी ग्रीष्म ऋतूंतली होती, असें दिसतें. कारण या वेळीं ग्रीष्म होता असें वर्णन आहे. (भा. विराट. अ. ४७ पा. ८२) याजवरून ही अष्टमी सौर ज्येष्ठ वद्य अष्टमी असावी, असा निष्कर्ष दिसतो. ज्येष्ठ वद्य अष्टमीस तेरा वर्षें भरलीं नव्हतीं, असें दिसत नाहीं. युधिष्ठिरानें त्या दिवशीं विराट राजाच्या हातचा फांशाचा मार सहन केला, तो त्यास प्रकट होतां येत नव्हतें म्हणून नव्हे, तर त्या वेळीं प्रकट होणें अप्रशस्त होतें म्हणून. योग्य संधि पाहून सर्व पांडव एकदम प्रकट झाले, असें पुढें वर्णन आहेच. याशिवाय प्रारंभीं अध्याय ३१ यांत असें सांगितलें आहे कीं, " पुढें त्या तेराव्या वर्षाच्या अखेरीस सुशर्म्यानें विराट राजाच्या गाई हरण केल्या " (पा. ९८) यांत वद्य सप्तमीस तेरा वर्षें संपलीं होतीं, असें स्पष्ट म्हटलें आहे. अष्टमीस अर्जुन प्रकट झाला तो दोन दिवस मुदतीपूर्वीं नव्हे. दोनच दिवसांची मुदतीची चूक असती तर दुर्योधनानेंही एवढा तंटा केला नसता, हें उघड आहे. दुर्योधनाची समजूत सौरवर्षाच्या मानानें अशी होती कीं, जर आश्विनांत वद्य अष्टमीस किंवा त्या सुमारास द्यूत झालें, तर आश्विनाच्या पूर्वीं ज्येष्ठ वद्य ८ मीस अर्जुन ओळखला गेला, अर्थात् चार महिने अगोदर ओळखला गेला; तेव्हां पांडवांनीं पुन्हां वनवास भोगावा. दुर्योधनाच्या येथील भाषणावरून पांडव किती दिवस अगोदर उघडकीस आले, हें दाखविलें नाहीं. तथापि दोनच दिवसांची मुदत राहिली होती, असें म्हणतां येणार नाहीं. ' वद्य अष्टमीस दुर्योधन वगैरे मंडळी गोग्रहणासाठीं गेली ' या उल्लेखांत महित्याचें नांव नाहीं, यावरून फक्त तिथींचेंच महत्त्व होतें असें कदाचित् वाटण्याचा संभव आहे. पण दशमीस सर्व पांडव प्रकट होऊन विराटाच्या गादीवर बसले, एवढ्यावरून दशमीस मुदत सरत होती असें म्हणतां येत नाहीं. दोनच दिवसांचा फरक नव्हता ही गोष्ट अन्य प्रमाणांवरून सिद्ध करतां येईल. गोग्रहणाचा ज्या वेळीं निश्चय झाला त्या वेळची हकीगत लक्षांत घेतली पाहिजे. अध्याय २९ त पांडवांच्या शोधाकरितां दूत पाठविलेले परत येऊन त्यांनीं असें सांगितलें कीं, " पांडवांचा मागमूस लागत नाहीं. मात्र विराटनगरांत गंधर्वांनीं कीचकास ठार मारलें अशी माहिती मिळते. " या वेळीं दुर्योधन म्हणाला, " पांडवांचा शोध लागलाच पाहिजे. पांडवांचा अज्ञातवासाचा काळ बहुतेक निघून गेला आहे, अगदीं थोडा उरला आहे. ते आपला पण पूर्ण करून आले तर ते आपल्यावर चवताळून येतील. " यांतील वाक्यावरून मुदत नक्की किती बाकी राहिली होती, हें कळत नाहीं हें खरें; परंतु पुढील कर्णाच्या भाषणावरून निश्चित होतें. कर्ण म्हणाला, " राजा, पांडवांचा शोध लावण्यासाठीं दुसरे हुषार, दक्ष गुप्त हेर लौकर पाठविण्यांत यावे. त्यावरून दुर्योधनानें दुःशासनास दुसरे हेर पाठविण्याची आज्ञा केली " (भा. विराट. ९२—ते ९३) तेव्हां दुसरे दूत पाठवून शोध करून आणण्याची अवधि होती. दोनच दिवसांची अवधि असती तर दुसरे हेर पाठविण्यांत अर्थ नव्हता. चार महिने मुदत बाकी असून आठ महिने मुदत संपली होती, असें संभवनीय आहे. याच सभेंत त्रिगर्त राजा होता त्याचा पराभव कीचकानें केला होता. त्यानें विराटावर स्वारी करण्याची सल्ला दिली व त्याप्रमाणें सल्ला ठरून स्वारी झाली. या स्वारींत पांडवांस उघडकीस आणण्याचा वि-

चार मुळींच नव्हता. अर्थात् ही गोष्ट अचानक घडली. असो. वरील सभेच्या हकीकतीवरून त्या वेळीं चार महिन्यांची मुदत बाकी होती, हीच गोष्ट संभवते. चार महिन्यांचा फरक चांद्र सौर मानानें पडला, हेंही उघड आहे. दुर्योधनानें पांडव चार महिने अगोदर ओळखिले गेले असें समजून म्हटलें (भा. विराट. पा. ८१)"अद्यापि अज्ञातवासाचें तेरावें वर्ष संपलें नाहीं. राज्यलोभानें अंध झाल्यानें त्यांस हें भान राहिलें नसेल किंवा **कालगणनेंविषयीं आमचीच समजुत चुकीची असेल.** तर यांत जें कांहीं न्यूनाधिक असेल तें भीष्मांनीं सांगावें " यावरून दुर्योधनासही शंका असावी. पांडव चांद्रवर्ष पाळणारे आहेत, तेव्हां कालगणनेनें कदाचित् त्यांचीं तेरा वर्षें पुरीं झालीं असावीं, असा त्यास संशय होता असें दिसतें. असो. महिन्यांचीं नांवें अश्विन—ज्येष्ठ वगैरे त्या वेळीं सुरू नव्हतींच. परंतु दोघांचे महिने एक नसावे हें उघड आहे. पांच वर्षांनीं दोन महिने ठोकळ मानानें अधिक घालण्याच्या नियमानें भीष्मांनीं सांगितल्याप्रमाणें तेरा वर्षांत दहा वर्षांचे चार महिने अधिक गेले आहेतच, पण पुढें आणखी एक महिना व १२ रात्री वाढल्या आहेत. अर्थात्, चांद्रहिशोबानें पांडवांचीं तेरा वर्षें पुरीं झालीं आहेत, असा भीष्माचा निकाल पडला. एकंदर निष्कर्ष असा कीं, द्यूत आश्विन वद्य ८ मीस सौरवर्षानें झालें. त्यानंतर १३ वर्षांनीं चांद्र महिने मागें हटून चांद्र तेरा वर्षें ग्रीष्मांत सरलीं. सौरवर्ष मानानें ज्येष्ठ वद्य ७ मीस तेरा चांद्रवर्षें पुरीं झालीं. त्या दिवशीं सुशर्म्यानें दक्षिण गोग्रहण केलें. व अष्टमीस कौरवांनीं उत्तर गोग्रहण केलें. ज्येष्ठ वद्य ८ मीस अर्जुन ओळखिला गेला व दशमीस पांडव योग्य रीतीनें विराटसभेंत प्रकट झाले, असा मेळ बसतो. हल्लीं महाभारतांत नुसत्या सप्तमी अष्टमीचा उल्लेख आहे, महिन्याचा उल्लेख नाहीं, यामुळें हा भ्रम उत्पन्न होतो.

असो. यापुढची हकीकत मितीसह थोडीशी जुळविली पाहिजे. विराटनगरांत यापुढें उत्तरेचा व अभिमन्यूचा विवाह झाला, तो आषाढ शुद्ध ११ पर्यंत झाला असावा. श्रीकृष्ण, अभिमन्यु वगैरे द्वारकेहून येऊन हा विवाह झाला. नंतर, सर्व मंडळी जमून उपप्लव्य नामक एक सरहद्दीवरील ठिकाण होतें तेथें राहिली व युद्धसामुग्रीची जमवाजमव चालली. कार्तिक शुद्धांत श्रीकृष्ण शिष्टाईस गेले. त्यांत यश न आल्यानें मार्गशीर्ष शुद्धांत १३ स युद्ध सुरू झालें, तें अठरा दिवस चाललें. त्यांत अभिमन्यु मारला गेला. उत्तरा विवाहाचे वेळीं मोठी असल्याकारणानें तिला गर्भ राहणें संभवनीय आहे. तिचा नवरा युद्धांत मेला तेव्हां ती तीनचार महिन्यांची गरोदर असावी. ती पुढें फाल्गुनांत प्रसूत झाली. त्या वेळीं मुलगा मृत जन्मला. गर्भारपणीं पति वारल्यानें तिला जो धक्का बसला, त्यामुळें असें होणें संभवनीय आहे. तो मृत जन्मला परंतु श्रीकृष्णानें आपल्या दिव्य प्रभावानें त्यास जिवंत केलें. यावेळीं पांडव हस्तिनापुरांत नव्हते; ते हिमालयांत द्रव्य आणण्याकरितां गेले होते. ते परत आल्यावर युधिष्ठिरानें चैत्री पौर्णिमेस अश्वमेधाची दीक्षा घेतली, असें वर्णन आहे. यापूर्वी सुमारें एक महिना परीक्षिताचा जन्म झाला होता, असेंही वर्णन आहे. अर्थात् तो फाल्गुनांत जन्मला. तो कमी दिवसांचा (सहा महिन्यांचा आ. अ. ९५ पा. २१५) झाला असें वर्णन असल्यानें त्याच्या आईबापांचा विवाह निदान आषाढांत झाला असला पाहिजे. असो. तर या संगतीवरून गोग्रहणाचा महिना ज्येष्ठ ठरतो. चतुर्धर टीकाकारानें चैत्र

वद्य १० ला पांडव प्रकट झाले असें लिहिलें आहे, तें अर्थात् चुकीचें आहे. एक तर ऋतु ग्रीष्म होता असें स्पष्ट वचन असल्यानें गोग्रहण चैत्रांत घालतां येत नाहीं. दुसरें द्यूत आश्विनांत झालें असें चतुर्धरानेंच अंदाजानें योग्य लिहिलें आहे. तेव्हां चैत्रापर्यंत सहाच महिने होतात. दुर्योधनाच्या समजुतीप्रमाणें अज्ञातवासाचा अर्धाच काळ गेला होता, बहुतेक गेला नव्हता. तेव्हां दुर्योधनानें बहुतेक काळ गेला असें जें म्हटलें आहे त्याच्या विरुद्ध पडतें. शिवाय पांच महिनेही अधिकाचे होऊन जातात व भीष्मांच्या वचनाशीं मेळ पडत नाहीं. तात्पर्य सर्व गोष्टींचा विचार करतां द्यूताची मिति अश्विन वद्य अष्टमी असून पांडव प्रकट होण्याची ज्येष्ठ वद्य ८ मी योग्य तऱ्हेनें ठरते व जुळून येते. स्त्री० अ० २० पा० ३२ यांत उत्तरेच्या विलापांत "सहा महिनेच आपला माझा समागम होता, सातव्यात आपण निधन पावलां" असें म्हटलें आहे यावरून लग्न वैशाखांत जमत नाहीं ज्येष्ठ वद्य ११ ला जमते म्हणजे मार्गशीर्ष वद्य ११ ला सहा महिने पुरे होतात. हे आश्विन—जेष्ठ वगैरे महिने सौर वर्षाचेच आहेत. ते भारती युद्धाच्या अलीकडच्या पद्धतीप्रमाणें सांगितले आहेत, हें लक्षांत ठेविलें पाहिजे.

असो, वरील विवेचनावरून पांडवांनीं आपला करार चांद्रमानानें पुरा केला, असें दिसतें. तेव्हां चांद्रमानाचें वर्ष पांडव मानीत असा सिद्धांत बळकट होतो; आणि या रीतीनें भारती युद्धाचा काळ जो आम्हीं वैदिककालीन शतपथ ब्राह्मणाच्या पूर्वींचा ठरविला आहे, त्यास दुजोरा मिळतो.

ग्रहस्थितीवरून युद्धाचा काळ काढण्याचा प्रयत्न.

आतां शेवटीं आपणांस महाभारतांत युद्धकाळीं असलेल्या ग्रहस्थितीचें वर्णन विशेषतः उद्योगपर्वाच्या अंतीं व भीष्मपर्वाच्या प्रारंभीं आलें आहे, त्यावरून परलोकवासी मोडक यांनीं भारती युद्धाचा काल ठरविण्याचा प्रयत्न केला, तो कितपत सिद्धीस जातो हें पाहणें बाकी आहे. या विषयाबरोबरच भारती युद्धाची जंत्री अथवा मितिवार हकीकत वगैरे अवांतर मुद्यांचा विचार करतां येण्यासारखा आहे. यासाठीं महाभारतांत निरनिराळ्या ठिकाणीं या विषयासंबंधानें जीं वचनें आलीं आहेत तीं सर्व वचनें येथें आपण एकत्र करूं, म्हणजे सर्व बाजूंनें या विषयाचा संपूर्ण विचार करण्यास ठीक पडेल. प्रथम सांगण्याची गोष्ट ही कीं, श्रीकृष्ण कौरवांकडे शिष्टाईकरितां जाण्यास निघाला तो

कौमुदे मासि रेवत्यां शरदन्ते हिमागमे ।

कार्तिक मासांत रेवती नक्षत्रावर निघाला. (भा. उद्योग. पा. ३२२). या दिवशीं रेवती नक्षत्र होतें, याजवरून हा दिवस शु. १३ चा दिसतो. कदाचित् एकदोन दिवस मागें पुढें असेल. त्यास उपप्लव्याहून हस्तिनापुरास जाण्यास दोन दिवस लागले. चारपांच दिवस त्याचें राहणें हस्तिनापुरांत झालें. हस्तिनापुराहून निघतांना त्यानें कर्णाची भेट घेतली. या भेटींत कर्णाचें भाषण झालें, त्यांत कर्णानें ग्रहस्थिति वर्णन केली आहे ती अशी. "उग्र ग्रह शनैश्चर हा रोहिणी नक्षत्रास पीडा देत आहे. ज्येष्ठा नक्षत्रीं असलेला मंगळ वक्री होऊन अनुराधानामक नक्षत्राशीं संगत होऊं पहात आहे. महापातसंज्ञक ग्रह चित्रा नक्षत्राला पीडा देत आहे. चंद्रावरील चिन्ह बदललें असून राहु सूर्याला ग्रासूं पहात आहे." (भा. उद्योग. अ. १४३ पा. ४३३–३४) यानंतर श्रीकृष्ण परत गेल्यावर दुर्योधनानें आपलें सैन्य हालवून कुरुक्षेत्राकडे पुष्य नक्षत्रा-

च्या मुहूर्तानें प्रयाण केलें. अर्थात् त्या दिवशीं कार्तिक वद्य षष्ठी असावी. कार्तिकांत बहुधा वद्यांत षष्ठी सप्तमीलाच पुष्य नक्षत्र येतें, हें वाचकांनीं लक्षांत ठेविलें पाहिजे. यापूर्वींच्या १४२ व्या अध्यायाच्या शेवटीं श्रीकृष्ण कर्णास म्हणाला. “ चिखल नाहींसा होऊन पाण्याला फार रुचि आली आहे. हवा ही अत्युष्ण व अतिशीत नसून महिना सर्व प्रकारें सुखावह आहे. आजपासून सात दिवसांनीं आयतीच अमावास्या पडत आहे. अमावास्येची देवता इंद्र आहे. अर्थात् युद्धारंभाला ही स्थिति अनुकूल आहे. अमावास्येला युद्धारंभ होऊं द्या. ” (भा. उद्योग. पा. ४३३) यावरून ज्या दिवशीं कृष्ण गेला त्याच दिवशीं दुर्योधनानें आपलें सैन्य हालविलें असें दिसतें. या भाषणाचा व पुढील भीष्माच्या भाषणाचा मेळ घालतांना कार्तिक वद्य अमावास्या १३ दिवसांनीं येऊन पडली असावी. भीष्मपर्वाच्या प्रारंभीं व्यासांनीं धृतराष्ट्रास भेटून त्याजकडून युद्ध थांबविण्याचा प्रयत्न केला, परंतु तो सिद्धीस गेला नाहीं. यावेळीं व्यासांनीं कांहीं अनिष्ट ग्रहस्थिति वर्णन केलेली आहे, ती आपण पुढें देऊं. पण त्यांनीं पुढें असें वर्णन केलें आहे कीं “ १४–१५–१६ दिवसांचाही पंधरवडा पडलेला मीं ऐकिला आहे, परंतु १३ दिवसांचा पंधरवडा याच वेळीं आलेला आहे. हा अश्रुतपूर्व योग होय. याहून एकाच महिन्यांत चंद्र-सूर्यांना ग्रहण लागणें व तेंही त्रयोदशीला लागणें हें तर फारच विपरीत होय. ” (भीष्म. पा. ७) याचा व मागच्या श्रीकृष्णाच्या वचनाचा मेळ घालतां व्यास धृतराष्ट्रास भेटण्यास मार्गशीर्षांत केव्हां तरी गेले होते. शुद्धांतच गेले असावे. त्यापूर्वींचा पंधरवडा तेरा दिवसांचा असून अमावास्येस सूर्यग्रहण झालें होतें. एकाच महिन्यांत दोन ग्रहणें पडलीं होतीं, असें वर्णन असल्यानें कार्तिक पौर्णिमेला चंद्रग्रहण लागलें असावें. श्रीकृष्णाच्या हस्तिनापुरांत असण्याच्या वेळीं हें ग्रहण पडलें असलें पाहिजे. तेथें उल्लेख नाहीं ही गोष्ट महत्त्वाची नाहीं. कदाचित् येथें असेंही बोलणें शक्य आहे कीं, दर्श पौर्णिमासी सोडून ग्रहण लागलें तर ती अतिशयोक्ति आहे. असो. यापुढें युद्धाला आरंभ झाला, त्या दिवशीं

मघाविषयगः सोमस्तद्दिनं प्रत्यपद्यत ।

असें वाक्य आहे. म्हणजे प्रथमदर्शनीं अर्थ घ्यावयाचा तर चंद्र त्या दिवशीं मघा नक्षत्रावर आला. यापुढें शल्यपर्वांत बलराम लढाईच्या शेवटल्या म्हणजे अठराव्या दिवशीं आला, त्या वेळेस तो म्हणतोः—

पुष्येण संप्रयातोऽस्मि श्रवणे पुनरागतः ।

“मी पुष्य नक्षत्रावर गेलों आणि श्रवणावर परत आलों.” (भा. श. पा. १०१) अर्थात् युद्धाच्या अठराव्या दिवशीं श्रवण नक्षत्र होतें, म्हणजे युद्धारंभीं श्रवणाच्या पूर्वींचे अंदाजानें अठरावें नक्षत्र असावें. अर्थात् युद्धारंभीं चंद्र मृग नक्षत्रीं असावा, असें दिसतें. तो मागें पुढें असणेंही शक्य आहे. हें वाक्य मुख्य धरून युद्धारंभ कधीं झाला हें पाहूं. श्रीकृष्ण कार्तिक आमावास्येस युद्ध होऊं द्या असें म्हणाला; पण तसें झालें नाहीं. मार्गशीर्षांत मृगनक्षत्रीं युद्ध सुरू झालें असें दिसतें. अर्थात्, ते दिवशीं पौर्णिमा किंवा शुद्ध चतुर्दशी फार तर त्रयोदशी असावी. भीष्माचें युद्ध दहा दिवस झालें. तेव्हां भीष्म मार्गशीर्ष वद्य दशमीस, नवमीस किंवा अष्टमीस पडले असावे. यानंतर द्रोणाचें पांच दिवस युद्ध, म्हणजे द्रोण मार्गशीर्ष वद्य अमावास्येस किंवा एकदोन दिवस मागें पडला असावा; पण द्रोण वद्य १३ स पडला असें निश्चयानें वाटतें.

कारण, जयद्रथवधानंतर रात्रीं सुद्धां युद्ध चालू राहिलें, असें वर्णन आहे, व पहाटेस रात्र एक प्रहर असतां चंद्रोदय झाल्याचें स्पष्ट वर्णन आहे. तेव्हां ती रात्र द्वादशीची असावी, असें दिसतें. पुढें कर्णाचें दोन दिवस म्हणजे मार्गशीर्ष वद्य अमावस्या व दुर्योधनाचा व शल्याचा एक दिवस पौष शुद्ध १ असा दिवस येतो. यानंतर भारतांत महत्त्वाचें वचन आहे तें भीष्मांच्या निधनाचें त्यांचा अंत माघ महिन्यांत झाला. त्या वेळच्या त्यांच्या वचनाचा व निधनतिथीचा विचार आपण मागाहून करूं. येथपर्यंत आपण ठोकळ मानानें युद्धाची तिथिवार जंत्री तयार केली.

आतां महाभारतांतील वचनांवरून व त्यांत सांगितलेल्या नक्षत्रांवरून व ग्रहस्थितीवरून ऐतिहासिक अनुमान काढतांना ज्या मुख्य अडचणी येतात, त्यांचा प्रारंभीं आपण विचार करूं. पहिली अडचण ही कीं, मूळ भारत सौतीनें वाढविलें हें आपण पूर्वी ठरविलें आहे; तेव्हां मूळच्या भारताचें वचन कोणतें व सौतीनें वाढविलेलें वचन कोणतें? हा प्रश्न उद्भवतो. कारण, मूळच्या भारताचें वचन असल्यास त्यांत बहुधा प्रत्यक्ष स्थिति वर्णन केलेली असल्याचा अधिक संभव आहे. मागाहूनचें वचन असल्यास तें काल्पनिक असल्यामुळें त्यापासून ऐतिहासिक अनुमान निघूं शकत नाहीं. कारण, तसा काळ गणितानें काढला तर तो भरंवशालायक होणार नाहीं. दुसरी अडचण अशी कीं, यासंबंधाचीं कित्येक वचनें सौतीचीं असोत कीं पूर्वीचीं असोत, तीं विरोधी कूटार्थाचीं आहेत यामुळें त्यांचा अर्थ कांहीं निराळा करावा लागतो. असे कूट श्लोक बहुधा संख्येवर रचलेले आहेत. ते सौतीचे असावे असें आमचें अनुमान आहे. हे कूट श्लोक कसे असतात याचें विराटपर्वांतील उदाहरण देण्यासारखें आहे. अर्जुनानें गोग्रहणाच्या वेळेपर्यंत गांडीव धनुष्य ६९ वर्षें धारण केलें, असें त्यांत म्हटलें आहे. (भा. विराट. पां. ७९) पण हीं पासष्ट वर्षें जुळत नाहींत. तें कसें तें आपण अन्यत्र पाहूं. येथें ६९ वर्षें शब्दाचा अर्थ निराळा करावा लागतो, एवढें येथें सांगितलें म्हणजे पुरें आहे. असो, तर या दोन अडचणी आहेत. त्यांचा विचार न केल्यास परस्पर विरोध उत्पन्न होतो व सर्वच वाक्यांची गति लावतां येत नाहीं. आम्हीं मुख्यतः एक नियम असा बांधला आहे कीं, जेथें एखादें वचन साधारणपणें सहजगत्या केवळ नक्षत्राचा उल्लेख करून किंवा तिथीचा उल्लेख करून आलें असेल तें सरळ मानावें, म्हणजे मुख्य अर्थानें मानावें व त्याच्या अनुरोधानें दुसरें वचन लावावें, मग तें मूळचें समजावें किंवा नंतरचें समजावें. अशा रीतीनें या प्रश्नाचा उलगडा लावला पाहिजे. तथापि सर्व वचनें मूळचींच असें समजूनही आम्हीं त्यांचा विचार करणार आहों, व त्यापासून काय निष्पन्न होतें व काय अडचणी येतात, याचेंही दिग्दर्शन करणार आहों.

तर आतां प्रथम गोष्ट ही कीं, वरील श्रीकृष्णाच्या व कर्णाच्या व व्यासांच्या वाक्यांवरून कार्तिक वद्य अमावास्येस सूर्यग्रहण युद्धाच्या पूर्वी पडलें होतें, ही गोष्ट आम्हीं निश्चित मानतों. कार्तिक शुद्ध पौर्णिमेस चंद्रग्रहण पडलें असावें; पण तसा निश्चय नाहीं. कारण, व्यासांच्या म्हणण्यांत दोन्हीं ग्रहणें एकाच दिवशीं पडलीं असा ध्वनि निघतो; पण तसा संभव नाही. कित्येकांनीं अशी कल्पना केली आहे कीं, जयद्रथाच्या वधाच्या वेळीं सूर्यावर श्रीकृष्णानें आवरण टाकिलें असें वर्णन आहे. यावरून त्या दिवशीं सूर्य-

ग्रहण पडलें असावें; पण तो दिवस आपण पूर्वीं पाहिलेंच आहे कीं, अमावास्येचा येत नाहीं, द्वादशीचा येतो. त्या दिवशीं पहांटेस चंद्रोदय झाल्याचें वर्णन आहें. तथापि कदाचित् एक दोन दिवस मागें पुढें तिथि होऊं शकतील, हें मान्य करून तो दिवस जयद्रथवधाचा अमावास्येचा होता असेंही मानलें, तरी एकाच वर्षांत लागोपाठ दोन महिन्यांत सूर्यग्रहण येणें शक्य नाहीं. तेव्हां कार्तिक वद्य अमावास्येचें सूर्यग्रहण खरें किंवा मार्गशीर्ष अमावास्येचें तरी खरें. कार्तिक महिन्यांतील ग्रहण स्पष्ट शब्दांनीं सांगितलें आहे, तेव्हां तेंच खरें मानलें पाहिजे. मार्गशीर्षाचें कल्पनेनें बसविलें आहे. याशिवाय ग्रहणानें सूर्यलोप झाला तर श्रीकृष्णाच्या मायेचें तें महत्त्व काय? ग्रहण खग्रासही असलें पाहिजे, त्याशिवाय काळोख पडावयाचा नाहीं. ग्रहण पडणार हें पूर्वीं माहीत असलें पाहिजे. कदाचित् पूर्वकाळीं ही माहिती नसावी, असें म्हणतां येईल; पण यामुळें दोन्ही पक्ष घाबरून जातील, हें उघड आहे; आणि अर्जुनास व श्रीकृष्णासही अर्जुनाची प्रतिज्ञा फुकट गेली, असें वाटलें पाहिजे होतें. तात्पर्य, जयद्रथाच्या वधाच्या वेळीं सूर्यग्रहण पडलें होतें, ही कल्पना संभवत नाहीं; पण ही कल्पना केतकर या नामांकित ज्योतिषांनीं केली होती, म्हणून त्याचा निर्देश करणें जरूर पडलें. (दीक्षितकृत भारतीय ज्योतिषशास्त्र पा. १२४) असो, तर भारतीयुद्धवर्षीं कार्तिक वद्य अमावास्येस सूर्यग्रहण पडलें होतें, ही गोष्ट साधारणपणें निश्चयात्मक व संशयरहित मानण्यास हरकत नाहीं. या गोष्टीचा कालनिर्णयाच्या कामीं कसा उपयोग होतो, हें आपण पाहूं.

आपणापुढें आलेले भारतीयुद्धाचे मुख्य काळ तीन आहेत. (१) इ. स. पू. ३१०१ हा युद्धाचा काल लोकमतानें मान्य केलेला. (२) गर्ग, वराहमिहिर व तरंगिणीकार यांनीं घेतलेला शकपूर्व २५२६ (३) रा. अय्यर यांनीं घेतलेला २१ आक्टोबर ११९४ इ. स. पू. या तीन कालांच्या वर्षीं कार्तिक वद्य अमावास्येस ग्रहस्थिति कशी होती आणि सूर्यग्रहण पडलें होतें कीं नाहीं, यासंबंधानें आम्हीं गणित करून पाहिलें आहे. त्याचे आंकडे प्रो० आपटे, व्हिक्टोरिया कॉलेज ग्वाल्हेर यांनीं दिले आहेत ते येणेंप्रमाणें:—

कार्तिक वद्य ३० शुक्रवार शके—३१८०

ग्रह.		अंश.		नक्षत्र.
सूर्य....	....२३४°	५६′	२″	ज्येष्ठा.
बुध	....२२५°	३२′	५२	अनुराधा अथवा ज्येष्ठा.
शुक्र....	....२१८°	२६′	३४″	अनुराधा.
मंगळ...	....२५८°	३९′	४३″	पूर्वाषाढा अथवा उत्तराषाढा.

गुरु....	....३५०°	२२'	२२''	रेवती.
शनि...	....३१४°	५५'	८''	शततारका.
राहु....	....२३५°	१८'	२९''	ज्येष्ठा.

(सूर्यग्रहण जरूर झालें. पूर्वीच्या पौर्णिमेस चंद्रग्रहण पडलें नाहीं).

कार्तिक वद्य अमावास्या शुक्रवार शके–२५२७				कार्तिक वद्य अमावास्या रविवार शके–१२७१			
ग्रह.	अंश.		नक्षत्र.	अंश.			नक्षत्र.
सूर्य....२१२°	४'	५८'	विशाखा	२३१°	१३'	३७''	ज्येष्ठा
बुध ....२१४°	२७'	५७''	अनुराधा	२४६°	४१'	४९''	मूळ
शुक्र....२५५°	३८'	२६''	पूर्वा अ. उ. षाढा	२३३°	१८'	५७''	ज्येष्ठा
मंगळ....२९८°	२६'	९''	धनिष्ठा अ. शतता.	२५१°	३५'	२४''	मूळ
गुरु .... १३°	४२'	१०''	भरणी	३२२°	५२'	१२''	पूर्वाभाद्रपदा
शनि.... २४°	१५'	३''	भरणी	२५३°	५४'	२७''	पूर्वाषाढा
राहु ....१६२°	४३'	५८''	हस्त	८८°	५'	२५''	पुनर्वसु

(या दोन्ही वर्षांत सूर्यग्रहण किंवा चंद्रग्रहण शक्य नाहीं.)

हा सूर्यग्रहणाचा पुरावा फारच मजबूत आहे, असें आम्हांस वाटतें. सूर्यग्रहण भारती युद्धापूर्वी झाल्याचा दाखला मूळभारतांतील आहे. तोही सौतीच्या वेळीं घातलेला नाहीं. तर फार जुना भारतकालीन आहे. कोणत्याही वेळचा मानला तरी ज्या काळीं ग्रहगणित करतां येत नव्हतें, त्या काळचा हा दाखला असून तो दंतकथेनें परंपरेनें चालत आला असावा. अर्थात् तो विश्वसनीय आहे. या दृष्टीनें गणित करून पाहतां पहिला सर्वमान्य काळ

सिद्ध आहे, असें आपल्या नजरेस येतें, वराहानें, गर्गानें किंवा तदनुसार कल्हणानें घेतलेला काळ किंवा रा. अय्यर यांनीं ठरविलेला काळ सिद्ध होत नाहीं, असेंच म्हणावें लागतें. पुराणांवरून ठरविलेला चौथा काळ आपणांस गणित करण्याच्या उपयोगाचा नाहीं. कारण, तो काळ ठोकळ असून त्यांत नक्की वर्ष सांगितलेलें नसल्यानें तो आपणांस गणिताकरितां घेतां येत नाहीं. इ. स. पू. १४२५ च्या सुमारास हा काळ येतो, असें आपण मानलें आहे; पण हें ठोकळ प्रमाण आहे. कारण, परीक्षितापासून नंदापर्यंत १०१५ हीं वर्षें सांगितलीं आहेत व ११९५ हीं सांगितलीं आहेत. शिवाय नव नंदांची १०० वर्षें हीं ही ढोबळच आहेत, नक्की नाहींत, आणि चंद्रगुप्ताचा काळ ३१२ इ. स. पू. हाही गणिताच्या निश्चयाचा नाहीं. यामुळें आम्हीं या वर्षाचें गणित करविलें नाहीं, तेव्हां त्या वर्षीं सूर्यग्रहण झालें कीं नाहीं; हें आम्हांस निश्चयात्मक सांगतां येत नाहीं.

असो. भारती युद्धापूर्वीं सूर्यग्रहण पडलें होतें, ही गोष्ट निश्चयात्मक नसून जशीं दुसरीं अरिष्टें वर्णिलीं आहेत, तशा प्रकारचें हें एक अरिष्टसूचक अशुभ चिन्ह सौतीनें घातलें आहे, अशा प्रकारचा एक आक्षेप घेणें शक्य आहे, व त्याचें निरसन होणें कठिण आहे. कारण, या वेळीं कर्णानें व विशेषतः व्यासानें कांहीं अरिष्टसूचक चिन्हें कल्पनेचीं सांगितलीं आहेत, हें आपणांस कबूल करावें लागेल. अशा प्रकारच्या समजुती सर्व काळीं प्रचलित असतात, त्याचप्रमाणें महाभारताच्या रचनेच्या काळीं प्रचलित असाव्या व निरनिराळ्या अशुभसूचक ज्योतिर्विषयक गोष्टी कोणत्या याचा ज्योतिष्यांच्या ग्रंथांत उल्लेख असला पाहिजे, त्यांपैकीं सूर्यग्रहण हें एक आहे हें खरें. पण अशा रीतीनें कोठेंच पाय ठेवण्यास जागा राहणार नाहीं, हें उघड आहे.

आतां आपण महाभारतांत सांगितलेल्या ग्रहस्थितीचा विचार करूं. वरील गणितांत आम्हीं ग्रहांची गणितानें येणारी स्थिति मुद्दाम दिली आहे. त्यांची महाभारतांत सांगितलेल्या स्थितीशीं आपल्यास तुलना करतां येईल. पूर्वीं सांगितलेंच आहे कीं, युद्धारंभकाळीं चंद्र मघा नक्षत्रांत होता. पण बलरामाच्या वाक्यावरून तो मृग किंवा त्याच्या मागेंपुढें एक-दोन नक्षत्रें होता. मंगळ ज्येष्ठा नक्षत्रीं वक्री होऊन अनुराधाकडे जात होता, असें कर्ण म्हणतो. भीष्मपर्वारंभीं व्यासांच्या वचनावरून मंगळ वक्री होऊन मघांत आला आहे. (भा. भीष्म. पा. ६) गुरु श्रवणांत आला आहे व शनैश्चर पूर्वाफल्गुनीला पीडा देत आहे. शुक्र पूर्वाभाद्रपदांत आला आहे, असेंही यांत व्यासांनीं वर्णिलें आहे; पण उद्योगपर्वांत कर्णानें म्हटलें आहे कीं, उग्र ग्रह शनैश्चर रोहिणी नक्षत्रास पीडा देत आहे. तसेंच भीष्मपर्वांत व्यासांनीं पुन्हां म्हटलें आहे कीं, शनि आणि गुरु विशाखेजवळ आहेत. (भा. भीष्म. पा. ६–७) मंगळ वक्रानुवक्र करून श्रवणावर उभा आहे. याशिवाय आणखी कित्येक गोष्टी राहू, केतु व श्वेत ग्रह वगैरेबद्दल सांगितल्या आहेत. पण मुख्यतः आपण शनि, गुरु मंगळ आणि शुक्र यांचा विचार करूं. या ग्रहांचीं निरनिराळीं नक्षत्रें उत्पन्न होतात तीं अशीं. शनि—पूर्वाफल्गुनी (भीष्म.) रोहिणी (उद्योग.). गुरु—श्रवण आणि विशाखा. (भीष्म.) मंगळ—अनुराधा (उद्योग.) वक्रानुवक्रानें श्रवण (भीष्म.) आणि मघा. शुक्र—पूर्वाभाद्रपदा. (भीष्म.) इत्यादि. चंद्र पूर्वीं सांगितल्याप्रमाणें मघा व मृग या नक्षत्रांवर सांगितला आहे. तेव्हां यां-

पैकीं खरी गोष्ट कोणती ? किंवा दोन्ही खऱ्या किंवा दोन्ही खोट्या ? आणि आपण या ग्रहस्थितीचा विचार करतां अमुक खोटी असें मानलें, तरी ती तशी खोटी सौतीनें कशी घातली ? इत्यादि प्रश्न येथें उपस्थित होतात.

इ. स. पू. ३१०१ ची किंवा शकपूर्व २५२६ ची प्रत्यक्ष ग्रहस्थिति अर्थात् त्या मागील वर्षांतील कार्तिक वद्य अमावास्येची हल्लीं गणितानें काढलेली आम्हीं पूर्वीं दिली आहे. तिची व या ग्रहस्थितीची तुलना करतां हे ग्रह काल्पनिक आहेत, असें स्पष्ट दिसतें. युद्ध मार्गशीर्ष पद्यांत झालें व भीष्मपर्वांत सांगितलेली स्थिति त्यापूर्वीं मार्गशीर्षप्रारंभींची आणि कर्णानें सांगितलेली स्थिति कार्तिक वद्यांतील आहे, हीही गोष्ट लक्षांत घेतली तरी मंगळ, गुरु व शनि यांची स्थिति फारशी बदलणार नाहीं, हें उघड आहे. तेव्हां हा फरक फारच मोठा पडतो. स्पष्ट समजुतीसाठीं हें कोष्टकानें दाखवूं.

	कर्ण (उद्योग)	व्यास (भीष्म)	शके–३१८० (गणितानें)	शके–२५२७ (गणितानें)
मंगळ	अनुराधा वक्री	मघा व वक्रानुवक्र श्रवण	पूर्वाषाढा	धनिष्ठा
गुरु	श्रवण	विशाखा	रेवती	भरणी
शनि	रोहिणी	पूर्वाफाल्गुनी	शततारका	भरणी–कृत्तिका

सारांश, कोणत्याच ग्रहाच्या स्थितीचा मेळ नाहीं, हें उघड आहे. मुख्यतः ही गोष्ट लक्षांत घेतली म्हणजे ह्या गोष्टी कल्पनेनेंच सांगितल्या आहेत, असें दिसतें. भारतीयुद्ध ब्राह्मणकाळारंभीं झालें असें खरें आहे, तर त्यावेळीं सातही ग्रह जरी माहीत होते तरी त्यांजकडे विशेष लक्ष नव्हतें, असें वाटतें, व त्यांच्या गतिही निश्चयात्मक माहीत नव्हत्या. ते कोणत्या नक्षत्रीं आहेत हें पाहण्याची माहिती पुढें हळुहळू आर्यांस झाली. वेदांग ज्योतिष काळीं सुद्धां बहुधा ती नसावी. कारण, त्यांत फक्त सूर्यचंद्रांचेंच गणित आहे, ग्रहांचें गणित नाहीं. तथापि पुढें गर्गाच्या वेळेस बरीच माहिती झाली होती, हें उघड आहे. गर्गानें निरनिराळ्या ग्रहांचे चार दिले आहेत. गर्गाच्या मूळच्या ग्रंथांत काय होतें, हें महाभारतांत सरस्वती-आख्यानांत दिलें आहे. कालज्ञानगति, ताऱ्यांची (ग्रहांची) घडामोड व दारुण आणि शुभकारक उत्पात आणि योग यांचें ज्ञान त्यानें संपादन केलें असें यांत म्हटलें आहे. (भा. शल्य. पा. १०९) याच्या नांवाचा जो ' गर्गसंहिता ' ग्रंथ हल्लीं प्रचलित आहे, त्यांतही हीच माहिति आहे. यावरून असें अनुमान निघतें कीं, भयंकर प्रसंग सुचविणारे जेवढे दारुण उत्पात होतात तेवढे भारतीयुद्धाच्या वेळीं होते, असें सौतीनें गर्गाच्या तत्कालीन ग्रंथावरून घेतलें असावें. क्षत्रियांच्या निरनिराळ्या अभिमानी नक्षत्रांवर दुष्ट ग्रह आले होते किंवा त्याच्या दृष्टी होत्या वगैरे वर्णन त्यानें केलेलें दिसतें. या बरोबरच त्यानें कित्येक उत्पातही वर्णन केले आहेत. " वांझोड्या स्त्रियांनाही भयंकर संतति होत

आहे. दोन डोक्यांचे, पांच पायांचे वगैरे भयंकर पक्षीही जन्मास येत आहेत. घोडीला पाडी, कुत्रीला कोल्ही, करभांना कुत्रे होत आहेत. वारंवार भूकंप होत आहेत. राहू, केतू एका जागीं आले आहेत. धेनूंनां रक्ताचा पान्हा येत आहे. पाणी अग्नीसारखें लाल झालें आहे. क्षत्रियानां प्रतिकूल अशा तिन्ही नक्षत्रांनां पापग्रह शीर्षस्थानीं बसला आहे." वगैरे वगैरे वर्णन व्यासांच्या मुखानें भीष्मपर्वाच्या आरंभीं (पा. ६–७) आलें आहे. तें बहुतेक काल्पनिक असून उत्पात ग्रंथावरून घेतलेलें दिसतें. त्यांतील ग्रहस्थितिही काल्पनिक आहे म्हणजे क्षत्रियांच्या इष्टानिष्ट नक्षत्रांवर ग्रह बसविलेले आहेत, असें म्हटलें असतां चालेल. तात्पर्य, त्यांजवरून गणितानें ऐतिहासिक अनुमान निघण्यासारखें नाहीं.

असें मानलें तरी सौतींनें ह्या ज्या ग्रहस्थित्या दिल्या आहेत, त्या त्यानें दोनदोन नक्षत्रावर कशा दिल्या? हा प्रश्न राहतोच. काल्पनिक ग्रहस्थिति वर्णन केली तरी ती समंजस रीतीनेंच केली असेल, हें उघड आहे. व्यासांच्या आणि कर्णाच्या भाषणांत विरोध आहे, एवढेंच नव्हे तर व्यासांच्याच भाषणांत मागें पुढें विरोध दिसतो. आरंभीं मंगळ मघांत वक्री सांगितला, तो पुढें पुन्हां पुन्हां वक्री होऊन बृहस्पतीनें आक्रमिलेल्या श्रवणाचा पूर्णवेध करीत आहे, असें सांगितलें आहे. बृहस्पतिही प्रारंभीं श्रवणांत म्हटला आहे आणि शेवटीं शेवटीं विशाखाजवळ दाखविला आहे (पा. ६–७) तेव्हां अशी दोनदोन नक्षत्रांवर स्थिति कशी सांगितली? मोडकांनीं याजवर असें अनुमान बांधलें कीं, दोन्हीं नक्षत्रें खरीं धरून एक सायन व एक निरयण नक्षत्र मानावें. सायन व निरयण नक्षत्रें कशीं असतात व कशीं कल्पिलीं जातात, हें येथें सांगितलें पाहिजे. प्रत्यक्ष आकाशांत जीं नक्षत्रें दिसतात त्यांस गति नाही, तीं निरयण आहेत. आरंभस्थान हल्लीं अश्विनी आहे. हीं निरयण अश्विनी, भरणी वगैरे नक्षत्रें आकाशांत प्रत्यक्ष दिसतच आहेत, पण संपातबिंदूस मागें चलन आहे, म्हणजे नक्षत्रांस चलन नाहीं, तरी आरंभस्थानास चलन आहे. तें जसजसें मागें जाईल तसतसें आरंभाचें नक्षत्र सायन कल्पित मागें न्यावें. उदाहरणार्थः—रेवतींत संपांत असेल तेव्हां रेवतीला सायन अश्विनी म्हणाव्या किंवा म्हणतात. राशि ह्या सायन व निरयण अशा असतात; निरयण राशि आकाशस्थितीस जुळतात, पण सायन मेष मागें गेल्यानें आकाशांतल्या मेषाशीं जुळणार नाहीं. असो; तर कल्पित सायन नक्षत्र व प्रत्यक्ष निरयण नक्षत्र अशा दोन नक्षत्रांच्या मालिका नेहमीं प्रचारांत असाव्या आणि त्यावरून ही दुहेरी नक्षत्रावरची ग्रहस्थिति सांगितली आहे असें मानावें. यावरून अशी कल्पना बांधली जाऊं शकते कीं, भारतयुद्धकाळीं संपात पुनर्वसूंत असावा. ह्यास साहजिकच अश्विनी हें कल्पित सायन नांव येईल. तेव्हां चंद्र मृगावरही सांगितला आहे आणि मघांवर सांगितला आहे, त्यांत मघा हें खरें निरयण नक्षत्र आणि मृग हें कल्पित सायन. पुनर्वसूंत संपात असल्यानें त्यास जर अश्विनी म्हटलें तर पुनर्वसु, पुष्य, आश्लेषा, मघा चौथें येतें आणि अश्विनी, भरणी, कृत्तिका, रोहिणी, मृग पांचवें येतें. मंगळ एकदां मघांत आणि एकदां ज्येष्ठांत सांगितला आहे. ज्येष्ठा खरें निरयण आणि मघा सायन मानावें (यांतही एक नक्षत्र चुकतें.) कारण, पुनर्वसु अश्विनी म्हटल्या म्हणजे अनुराधा मघा म्हणाव्या लागतात. मंगळ ज्येष्ठांत वक्री होऊन अनुराधांकडे जात होता.

गुरु श्रवणावर सांगितला आहे तो निरयण आणि विशाखाजवळ सांगितला आहे तो सायन. सारांश, सरासरीं सात नक्षत्रें सोडून मागचें दुसरें नांव नक्षत्राचें सांगितलें आहे. यावरून संपात पुनर्वसूंत होता असें मोडकांनीं मानलें व त्याचें गणित करतां हा काळ सुमारें इ. स. पू. ३००० वर्षांचा त्यांनीं काढला.

पण ही कल्पना सर्व नक्षत्रांना बसत नाहीं, इतकेंच नव्हे तर ती ऐतिहासिकदृष्ट्या चुकीची आहे. यांत अनेक ऐतिहासिक चुका आहेत. पहिली चूक ही कीं, पूर्वीं नक्षत्रें अश्विनीपासून सुरू होत नव्हतीं, कृत्तिकापासून होतीं. वेदांत व वेदांगज्योतिषांत तर कृत्तिकापासून सुरू होतातच. पण सौतीच्या महाभारतकाळींही नक्षत्रें कृत्तिकादि होतीं, म्हणजे कृत्तिका हें पहिलें नक्षत्र होतें, अश्विनी नव्हतें. दुसरें, मूळ अयनबिंदूस मागें चलन आहे, ही गोष्टही पूर्वकाळीं माहीत नव्हती. महाभारतकाळीं नव्हती तर नव्हतीच, पण पुढें सुमारें ८०० वर्षांनीं झालेल्या वराहमिहिरास सुद्धां ती माहीत नसावी. सायन आणि निरयण हा भेद अलीकडचा आहे. अयनगति प्रथम हिपार्कस्नें इ. स. पू. १५० या सुमारास शोधून काढली. ती पुढें हिंदुस्थानांतील आर्य ज्योतिष्यांस माहीत होऊन त्यांनीं आपल्या ज्योतिषगणितांत घेतली. तिसरें, एकाच काळीं एक सायन आणि एक निरयण अशीं दोन नक्षत्रें एकाच नांवाचीं सुरू असून त्यांस कांहीं निराळी खूण किंवा नांव नसेल, तर फारच घोंटाळा होईल हें कोणीही कबूल करील. नक्षत्र नुसतें सांगितलें असतें. तें सायन किंवा निरयण हें कसें ठरवावयाचें? ज्यानें त्यानें आपल्या कल्पनेनें ठरवावयाचें कीं काय? असा घोंटाळा कधींही क्षम्य होणार नाहीं. तेव्हां व्यासांसारखा किंवा सौतीसारखाही ग्रंथकार नक्षत्र सांगतांना वारंवार वाचकांस बुचकळ्यांत पाडणार नाहीं, हें उघड आहे. सारांश, महाभारतकाळीं सायन व निरयण नक्षत्रेंच जर असूं शकत नाहींत आणि असलीं तरी तीं अश्विन्यादि नव्हतीं, तर हा सर्व कोटिक्रमच चुकला आहे, हें उघड आहे. याशिवाय सर्व नक्षत्रांच्या स्थिति याप्रमाणें जमत नाहींत. विशेषतः शनीची स्थिति रोहिणी, पूर्वाफल्गुनी आणि विशाखा या तीन नक्षत्रांवर सांगितली आहे. यांतील सायन-निरयण भेद मुळींच सांगतां येत नाहीं. कदाचित् रोहिणी सायन मानल्यास अश्विनीपासून तें चौथेंच येतें. पुनर्वसूपासून पूर्वाफल्गुनी पांचवें येतें. तसेंच मंगळ वक्रानुवक्र होऊन श्रवणावर वक्र झाला, असें तिसरें नक्षत्र सांगितलें त्याची उपपत्ति बसत नाहीं. असो, तर याप्रकारचे आक्षेप या कल्पनेवर म्हणजे सायन-निरयण नक्षत्रकल्पनेवर येतात, त्यामुळें ही कल्पना मान्य होण्यासारखी नाहीं, असें म्हणावें लागतें. ग्वाल्हेरचे रा. विसाजी कृष्ण लेले यांनींही असाच प्रयत्न केला होता, परंतु तो सिद्धीस गेला नाहीं. पांडवांच्या वेळची खरी ग्रहस्थिति कर्ण व व्यास यांच्या भाषणांत आहे, असें रा. शंकर बा. दीक्षित यांचें मत त्यांच्या ग्रंथांवरून दिसतें; पण त्यांनीं त्याजवरून काळ काढण्याचा प्रयत्न केला नाहीं. कारण, त्या ग्रहस्थितीचा मेळ बसवितां येत नाहीं, असें त्यांनीं आपलें मत स्पष्ट नमूद करून ठेविलें आहे (भारती ज्यो. पा. १२४).

वेधांवरून भिन्नग्रहस्थितीची समजूत.

महाभारतात वर्णिलेली ग्रहस्थिति काल्पनिक आहे असें मानलें, तरी काल्पनिक ग्रहस्थिति सांगतांनां दोनदोन तीनतीन नक्षत्रांवर ग्रहस्थिति समंजस मनुष्य कसा सांगेल? हा प्रश्न शिल्लक राहतोच. त्याचा उलगडा होत

नाहीं, असें मानतां येत नाहीं. टीकाकारानें ह्या स्थित्या वेधाच्या कल्पनेनें जुळवून दाखविण्याचा प्रयत्न केला असून हा प्रयत्न बराच सिद्धीस जातो असें आमचें मत आहे. तो कसा हें दाखविण्याचें धाडस आम्ही येथें करतों. हा विषय मनोरंजक असून तो वाचकांपुढें ठेवण्यासारखा आहे. टीकाकारानें **नरपतिविजय** या ज्योतिषग्रंथांतून या विषयाच्या समजुतीसाठीं ‘ सर्वतोभद्रचक्र ’ घेतलें आहे. हा ग्रंथ जुना आहे आणि समरांत विजय किंवा पराभव होईल, हें पाहण्यास याचा उपयोग केला जातो. या चक्रांत चार बाजू असून प्रत्येक बाजूस कृत्तिकापासून सातसात नक्षत्रें घातलेलीं असतात आणि दोन ओळी जास्त कल्पून चार कोपऱ्यांत अ. आ. इ. ई हीं अक्षरें घातलीं आहेत. अशा ‘ सर्वतोभद्र ’ चक्रांत महाभारतांत वर्णन केल्याप्रमाणें सात ग्रह त्या त्या नक्षत्रीं मांडून त्याजवरून इतर नक्षत्रांचा वेध सांगितलेला कसा जुळतो, हें आपण पाहूं. महाभारतांत वेध शब्द नाहीं. पण आक्रम्य, आवृत्य, पीडयन् इत्यादि शब्दांनीं वेधाचा अर्थ उत्पन्न होणें शक्य आहे. हें चक्र व ही स्थिति पुढें दिल्याप्रमाणें आहे.

सर्वतोभद्र चक्र.

(कार्तिक वद्य ३० या दिवशीं महाभारतांत वर्णिलेल्या ग्रहस्थितिसह.)

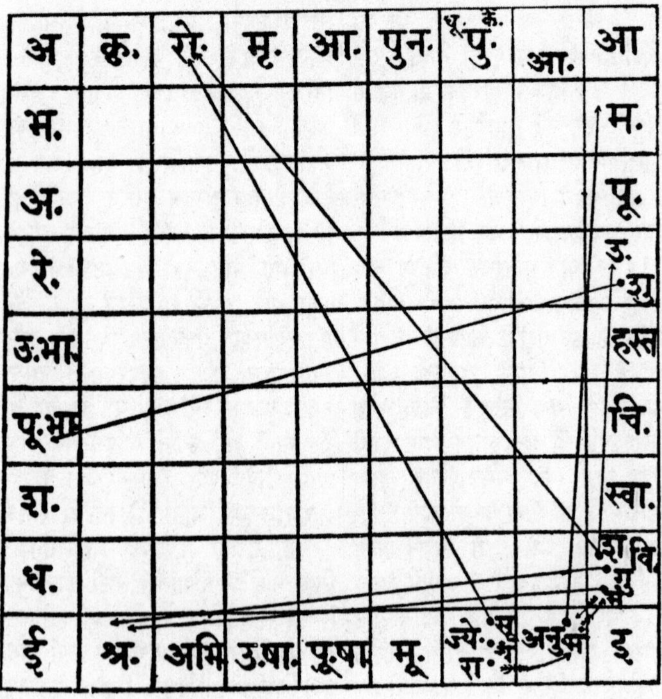

ग्रह अमुक नक्षत्राला पीडा करतो आहे, याचा अर्थ त्या नक्षत्रावर तो आहे किंवा त्या नक्षत्राला संपूर्ण दृष्टीनें तो पहात आहे किंवा त्रिपाद दृष्टीनें म्हणजे $\frac{२}{३}$ दृष्टीनें किंवा अर्धदृष्टीनें पहात आहे, असें धरतां येतें. नक्षत्रें २८ धरून या दृष्टी मोजण्यास फार सोपें आहे. १४ नक्षत्रांवर पूर्ण दृष्टि होते, ९$\frac{१}{३}$ नक्षत्रांवर त्रिपाद आणि ७ नक्षत्रांवर $\frac{१}{२}$ दृष्टि होते, हें वाचकांस सहज कळेल. या रीतीनें विचार करतां सूर्यचंद्र ज्येष्ठा नक्षत्रीं होते, तेव्हां रोहिणी नक्षत्रावर त्यांची पूर्ण दृष्टि जाते. अर्थात् ते रोहिणीला पीडा करतात, हें उघड आहे.

मघास्वंगारको वक्रः श्रवणे च बृहस्पतिः।
या वाक्याची अशीच व्यवस्था लागते. अनुराधावर वक्र गतीनें मंगळ आहे, असें कर्ण म्हणतो. अर्थात्, त्याची दृष्टि मागें सातव्या नक्षत्रावर म्हणजे मघावर जाते. ही मंगळाची दृष्टि पूर्ण समजली जाते. बृहस्पति विशाखांत आहे व त्याची दृष्टि पुढें सातव्या नक्षत्रावर म्हणजे श्रवणावर जाते. सारांश, हें व्यासांचें वाक्य चांगलें लागतें. आतां पुढें व्यासांनीं मंगळाला वक्रानुवक्र करून श्रवणावर सांगितला आहे. अर्थात्, अनुराधाहून विशाखापर्यंत वक्रगतीनें जाऊन मंगळ तेथें फिरला, तेव्हां त्याची चतुर्थ (मंगळाची पूर्ण) दृष्टि सातव्या नक्षत्रावर म्हणजे श्रवणावर पुढें गेली. याप्रमाणें मंगळाच्या तिन्ही नक्षत्रांचा उलगडा होतो. या ठिकाणीं भाषांतरकारानें वेध शब्द वापरला आहे, तो योग्य आहे. (भा. भीष्म पा. ६१) "रक्तासारखा लाल ग्रह फिरून वक्री होऊन बृहस्पतीनें आक्रमिलेल्या श्रवण नक्षत्राचा पूर्ण दृष्टीनें वेध करून बसला आहे." ही मंगळाची दृष्टि पूर्ण आहे, हें ज्योतिष जाणणाऱ्यास सांगणें नको. आतां शनीविषयीं विचार करूं. शनि विशाखेजवळ आहे असें व्यास म्हणतात. तो समीपस्थ आहे, या शब्दावरून येथेंच आहे असें मानलें पाहिजे. आतां शनि रोहिणीला पीडा करीत आहे व तें नक्षत्र विशाखेपासून १६ वें येतें. ही दृष्टि $\frac{१६}{२८}$ म्हणजे $\frac{४}{७}$ ची आहे. त्याचप्रमाणें शनि भग नक्षत्राला पीडा करीत आहे, व तें नक्षत्र २४ वें येतें. तेथें दृष्टि $\frac{२४}{२८}$ अथवा $\frac{६}{७}$ येते; भग नक्षत्र श्रुतिमताप्रमाणें 'उत्तरा' घेतलें पाहिजे, असें टीकाकारही म्हणतो. [भीष्म अ. ३१. १४] ही दृष्टि अलीकडील ज्योतिषांत मानली नाहीं, तथापि गर्गकाळीं मानली असावी. व्यासांच्या वाक्यांत जें वचन आहे तें वेधानेंच लावलें पाहिजे. "मंगळ वक्री होऊन मघांत आला आहे, बृहस्पति श्रवणांत आला आहे. आणि शनैश्वर भग (उत्तरा) नक्षत्राला पीडा देत आहे." अर्थात्, तिन्ही ग्रह वेधानें तीन नक्षत्रांस पीडा देत आहेत असेंच दिसतें. असो आतां शुक्रासंबंधानें विचार करूं. "शुक्र पूर्वाभाद्रपदांत येऊन चमकत आहे," असें येथें म्हटलें आहे. शुक्र सूर्याच्या मागें पुढें जवळ असतो. सूर्य जर ज्येष्ठांत आहे तर शुक्र पूर्वाभाद्रपदांत असूं शकत नाहीं. तो उत्तरांत असावा व तेथून त्याचा वेध पूर्ण दृष्टीनें पूर्वाभाद्रपदावर पोंचतो. असो, तर या निरनिराळ्या दृष्टीनें वेध झालेलीं नक्षत्रें प्राणाभिमानी असून त्यांजवर दुष्टदृष्टि झाल्यानें प्राण्यांचा नाश होईल, असें तत्कालीन ज्योतिष ग्रंथांत सांगितलेलें येथें टीकाकारानें उद्धृत केलें आहे. उदाहरणार्थ, रोहिणी नक्षत्र प्रजापतीचें आहे व त्याजवर सूर्य, चंद्र (अमावास्येचा), राहु आणि शनि इतक्यांची दृष्टि पडली आहे, अर्थात् प्रजेचा नाश होईल. अशा प्रकारचीं वचनें कित्येक ग्रंथांतून टीकाकारानें दिलीं आहेत. आमच्या मतें ही ग्रहस्थिति कल्पित आहे. ती गणित

करण्याच्या उपयोगाची नाहीं हें निराळेंच, कारण त्यांत निश्चित अंश नाहींत.

हाच विषय सर्वतोभद्रचक्र न घेतां वर्तुळाकार नक्षत्रमंडळ घेऊन आणि भीष्म पर्वातील मूळवचनें देऊन वाचकांपुढें पुन्हां मांडूं.

वर्तुळाकार नक्षत्रमंडळ.

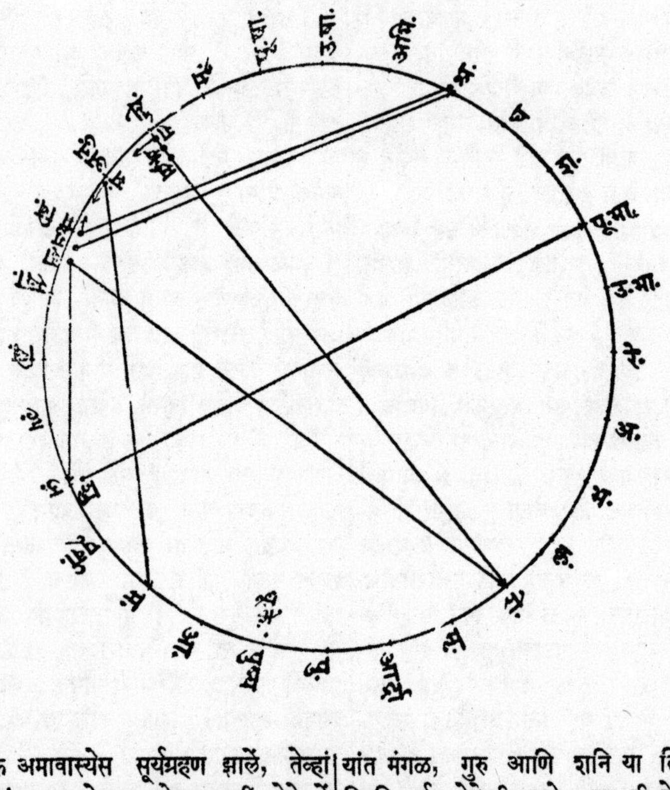

कार्तिक अमावास्येस सूर्यग्रहण झालें, तेव्हां सूर्य, चंद्र, राहू हे ग्रह ज्येष्ठा नक्षत्रीं होते, हें सिद्ध आहे. यानंतर एकदोन दिवसांनींच व्यास धृतराष्ट्रास भेटले. त्यांच्या भाषणांत (भीष्म. अ. ६) जी ग्रहस्थिति आहे ती येणेंप्रमाणें बसवितां येते.

> मघास्वंगारको वक्रः श्रवणे च बृहस्पतिः ।
> भगनक्षत्रमाक्रम्य सूर्यपुत्रेण पीड्यते ॥

यांत मंगळ, गुरु आणि शनि या तिघांची स्थिति वर्णन केलेली आहे, पण ती वेधानेंच जुळविली पाहिजे. कारण, पूर्वीं उद्योगपर्वांत कर्णानें मंगळ ज्येष्ठातून अनुराधांत वक्री होऊन आला आहे, असें सांगितलें आहे. तेव्हां अनुराधांत मंगळ वक्री धरला म्हणजे मागें सातव्या नक्षत्रांत (मघांत) त्याची दृष्टि जाते. त्याचप्रमाणें गुरुची श्रवणांत दृष्टि धरली पा-

हिजे. एका श्लोकाच्या प्रवाहांत पडल्यानें असेंच मानलें पाहिजे. गुरुची मुख्य स्थिति व्यासांनीं पुढें

विशाखायाः समीपस्थौ बृहस्पतिशनैश्चरौ ।

अशी सांगितली आहे. विशाखांत गुरु असून तेथून सातव्या नक्षत्रांत म्हणजे श्रवणांत त्याची दृष्टि जाते. आतां शनीची दृष्टि भगनक्षत्रावर म्हणजे पूर्वाफाल्गुनीवर किंवा उत्तराफाल्गुनीवर आहे. ती टीकाकारास सर्वतोभद्रानें दाखवितां न आल्यानें त्यानें आणखी एका शतचक्राचा अवलंब केला आहे, पण शनि विशाखांतच मानून भग नक्षत्र उत्तराफाल्गुनीचेंही वाचक आहे, असें टीकाकारानें श्रुतिमतानें सांगितलें आहे. तें धरून उत्तराफा. २४ वें नक्षत्र येतें. अर्थात् हा वेध ३ चा आहे.

रोहिणीं पीडयत्येवमुभौ च शशिभास्करौ ।
चित्रास्वात्यंतरे चैव विष्ठितः परुषग्रहः ॥

असें पुढील वाक्य आहे. ज्येष्ठामध्यें सूर्य, चंद्र, राहु आहेत तेथून सरळ १४ नक्षत्रांनीं रोहिणी येते. त्याजवर त्यांची पूर्ण पीडा उघडच आहे. आतां राहु चित्रास्वातीच्या दरम्यान् विष्टित सांगितला आहे, तोही एकाच श्लोकाच्या प्रवाहांत असल्यानें, दृष्टीनेंच असला पाहिजे. राहु उलट चालतो, तेव्हां ज्येष्ठांतून चित्रावर उलट चौथ्या नक्षत्रावर ३ दृष्टि जाते, हें स्पष्ट आहे. मंगळ

वक्रानुवक्रं कृत्वा च श्रवणं पावकप्रभः ।
ब्रह्मराशिं समावृत्य लोहितांगो व्यवस्थितः ॥

या वाक्यानें पुन्हां बृहस्पतीनें आक्रमिलेल्या श्रवणावर सांगितला आहे. तो अनुराधांतून विशाखांत जाऊन तेथें फिरला, तेव्हां अर्थात् त्याची समोर सरळ दृष्टि सातव्या श्रवण नक्षत्रावर गेली. शनीची तिसरी दृष्टि रोहिणीवर सांगितली आहे, ती उद्योगपर्वांत कर्णाच्या भाषणांत आहे. ती विशाखेपासून १६ व्या नक्षत्रावर येते. तीही त्याच्या इतर दृष्टीसारखी नीट लक्षांत येण्यास कठीण आहे. तथापि रोहिणीवर ३ं८ं म्हणजे ३ं दृष्टि जाते, हें उघड आहे. याचसाठीं आम्हीं वर्तुळाकार मंडळ घेतलें आहे. वर्तुळांत चतुष्कोण व सप्तकोण २८ नक्षत्रांत चांगले बसतात, यामुळें ह्या दृष्टी मानणें योग्य आहे. आतां शुक्राचीही दृष्टि सांगितली आहे ती अशीः—

शुक्रः प्रोष्ठपदे पूर्वे समारुह्य विरोचते ।
(भी. अ. ६)

शुक्र सूर्यापासून सात किंवा आठ नक्षत्रांपलीकडे मानतां येत नाहीं. तेव्हां सूर्य ज्येष्ठांत असतां शुक्र पूर्वाभाद्रपदांत धरतां येत नाहीं. याचकरितां त्यास उत्तरांत मानला पाहिजे. याशिवाय तो अस्तंगतही नव्हता आणि त्यास उदित भागांतही (पुढें सांगितल्याप्रमाणें) मानला पाहिजे. सबब त्यास उत्तरांत मानून १४ नक्षत्रांच्या पूर्ण दृष्टीनें तो पूर्वाभाद्रपदास पाहत आहे, असें जुळून येतें. हे सर्व ग्रह सूर्याच्या उदयकाळीं उदित भागांत आहेत, ही गोष्ट येथें लक्षांत घेण्यासारखी आहे.

याप्रमाणें (एका शनीशिवाय) सर्व ग्रहस्थिति निरनिराळ्या नक्षत्रांवर वेधाच्या दृष्टीनें चांगली बसवितां येते. तथापि ही ग्रहस्थिति युद्धकाळीं प्रत्यक्ष पाहून महाभारतांत युद्धाच्या वेळीं असलेली दिली आहे, असें आमच्यानें म्हणवत नाहीं. ती इतकी अनिश्चित आहे कीं, त्याजवरून काळ काढणें गणितरीत्या शक्यच नाहीं, हें दीक्षितांनींही कबूल केलें आहे. सारांश, मोडकांनीं काढलेला काळ तर मान्य होण्यासारखा नाहीं, पण इतर रीतींनेंही ही ग्रहस्थिति युद्धाचा काळ काढण्यास निरुपयोगी आहे. ती कशी कल्पिलेली आहे हें आम्हीं पूर्वींच सांगितलें आहे.

असो. याप्रमाणें भारतीयुद्धाच्या निरनि-

राळ्या मतांप्रमाणें सांगितलेल्या काळांचा विचार करतां सामान्यतः सर्व ज्योतिष्यांनीं मानलेला व आस्तिकमतानें ग्रहण केलेला इ. स. पू. ३१०१ हाच काल ग्राह्य ठरतो, असें आमचें मत आहे. भारती युद्धासंबंधानें वर्णन करतानां ज्योतिर्विषयक इतर अनेक उल्लेख आले आहेत. त्यांचा या प्रकरणांत आपणांस विचार करतां येईल, म्हणून तो आपण आतां करूं. भारती युद्ध सुरू होण्याच्या दिवशीं

मघाविषयगस्सोमस्तादिनं प्रत्यपद्यत ।
दीप्यमानाश्च संपेतुर्दिवि सप्त महाग्रहाः ॥

हा श्लोक आला आहे, याचा प्रथम विचार झाला पाहिजे. कार्तिक वद्य अमावास्येस सूर्यग्रहण झालें, तेव्हां सूर्य व चंद्र ज्येष्ठा नक्षत्रावर होते. पुढें मार्गशीर्ष शुद्ध १३ किंवा पौर्णिमेस युद्ध सुरू झालें असें मानलें, तर चंद्र १३-१४ दिवसांत मघावर जाऊं शकत नाहीं. तेराचौदा दिवसांनीं रोहिणी—मृग नक्षत्र येतें. तेथून मघा पुढें पांच नक्षत्रें आहेत. तसेंच युद्धाच्या शेवटच्या दिवशीं बलराम म्हणतो कीं, मी श्रवणावर येथें आलों. अर्थात् श्रवणाच्या मागें १८ नक्षत्रें अंदाजानें घेतलीं तरी मृगनक्षत्रच येतें, मघा येत नाहीं. मघापासून श्रवण १२ नक्षत्रेंच दूर आहे. अर्थात् मागील पुढील वाक्यांवरून युद्धारंभीं चंद्र मृग नक्षत्रीं होता, असें दिसतें. मग वरील वाक्यांत मघा कशा म्हटल्या ? हें एक गूढ आहे. तसेंच दिवसा सूर्य उगवल्यावर सात ग्रह दीप्यमान आकाशांत दिसूं लागले, हेंही आश्चर्य आहे. सूर्याच्या तेजानें कोणीच ग्रह दिसणार नाहीं. तेव्हां या श्लोकास कूट श्लोक मानला पाहिजे किंवा यांत आश्चर्यकारक गोष्ट असंभाव्य असली तरी नमूद केली आहे, असें मानलें पाहिजे. टीकाकारानें हें कूट मानून "मघाविषयगः" म्हणजे मघांच्या देवता पितृ, त्यांचा विषय म्हणजे पितृलोक, यमलोक अथवा चंद्रलोक आणि चंद्र ही पुन्हां मृगाची देवता आहे, तेव्हां चंद्र मृगांत होता असें ठरविलें आहे. पण हा लपंडाव आहे. यानें श्लोक चांगला लागत नाहीं असेंच मानलें पाहिजे. युद्धारंभीं कृत्तिका नक्षत्र मानतां येईल म्हणजे ज्येष्ठा नक्षत्राच्या सूर्यग्रहणानंतर १३ दिवसांनीं युद्ध झालें असें मानलें, तर ज्येष्ठापासून कृत्तिका तेराव्या येतात. आतां श्रवणापासून मागें कृत्तिका २० व्या येतात, तर १८ दिवसांत २० नक्षत्रें होणें शक्य आहे. आणि कृत्तिकेपासून मघावर चंद्राची ई दृष्टि सात नक्षत्रांची येते, पितृदेवता मघा आहेत, त्यांजवर दृष्टि युद्धारंभीं आलेली वाईट असें तात्पर्य असेल. आमच्या मतें येथें ही दृष्टीच मघावर घ्यावी. असो, सात ग्रह दीप्त निघाले हें संभवनीय होण्यास सूर्यास काळें आवरण पडलें होतें असें मानलें, तरी सातही ग्रह उदित भागांत पाहिजेत. सातांमधील सूर्य अगोदर कमी पडतो. शुद्ध त्रयोदशीस चंद्र सूर्योदयीं वर असणें शक्य नाहीं. तो संध्याकाळीं थोडासा दिसूं लागल, सकाळीं दिसणार नाहीं. बाकी पांच ग्रह उदित भागांत आहेत. मंगळ अनुराधांत, गुरु शनि विशाखेजवळ, शुक्र उत्तरांत, बुध मध्यंतरीं कोठें तरी हें खरें, पण एवढ्यानें सात ग्रह दीप्यमान झाले, हें म्हणणें ठीक नाहीं. घोडीला कुत्रा होऊं लागला, किंवा राहु केतु एके ठिकाणीं आले वगैरे प्रमाणें हा एक असंभाव्य गोष्टीचा उत्पात झाला, असेंच मानलें पाहिजे. किंवा केतु वगैरे सात महाग्रह अन्य कोणतेही कल्पित धरावे.

कर्णवध झाला तेव्हां

बृहस्पतिः संपरिवार्य रोहिणीं
बभूव चंद्रार्कसमो विशांपते।

असें एक वचन आहे. बृहस्पति विशाखेजवळ

आहे, तो फार झालें तर एका महिन्यांत दोन अडीच अंश जातो; म्हणजे एक नक्षत्र सुद्धां पुरें चालत नाहीं. तो विशाखेंतच होता तो रोहिणीला परिवार करून कसा राहील ? व कदाचित् चंद्रासारखा होईल, पण सूर्यासारखा कसा होईल ? हें एक गूढच आहे. दृष्टीनें विशाखेपांसून रोहिणीचा वेध गुरूनें केला, हें संभवनीय आहे आणि म्हणून चंद्र सूर्यासारखा अपकारक झाला, असें म्हणणें असेल. असो. शल्यपर्व अ० ११ यांत

भृगुसूनुधरापुत्रौ । शशिजेन समन्वितौ ।

असें एक वाक्य आहे. यांतील गोष्ट संभवनीय आहे; म्हणजे शुक्र व बुध हे सूर्याजवळ असतात आणि सूर्य एका महिन्यांत ज्येष्ठा मूळ टाकून पूर्वाषाढावर गेला असेल. मंगळही सरळ होऊन अनुराधाहून ज्येष्ठावर आला असेल व तेथें तिघांची गांठ पडणें शक्य आहे. परंतु मंगळ ज्येष्ठावर आहे, हें मानलें पाहिजे. अनुराधांत वक्री होना हीच त्याची मुख्य स्थिति धरली पाहिजे. असो. हा योग अनिष्ट समजला जात असावा.

शेवटलें महत्त्वाचें वाक्य म्हणजे भीष्माचें. (अनुशासन. अ. १६७) भीष्माची जेव्हां देह ठेवण्याची वेळ येऊन उत्तरायण सुरू झालें तेव्हां युधिष्ठिर तेथें गेला असतां

माघोऽयं समनुप्राप्तो मासः सौम्यो युधिष्ठिर ।
त्रिभागशेषः पक्षोऽयं शुक्लो भवितुमर्हति ॥
अष्टपञ्चाशतं रात्र्यः शयानस्याद्य मे गताः ॥

" मला शरपंजरीं पडल्यास आज ५८ रात्री झाल्या. हा माघमास प्राप्त झाला आहे आणि हा शुक्लपक्ष असून ह्या महिन्याचा चौथा भाग संपला आहे, " असें भीष्मानें म्हटलें. (भा. अनुशासन पा. ५०९) आज माघ शुक्ल अष्टमी आहे, असा या म्हणण्याचा निष्कर्ष टीकाकारानें काढला आहे. भारती युद्ध मार्गशीर्ष शुद्ध १३ स सुरू झालें असें धरलें, तर भीष्म मार्गशीर्ष वद्य ८ ला पडले आणि तेव्हांपासून अठ्ठावन्न रात्री मोजल्या तर माघ वद्य ८ मी येते, हें कोडें काय आहे ? हल्लीं भीष्माष्टमी माघ शुद्ध ८ मीच मानतात. त्या अष्टमीस १५ दिवस वजा करून ४३ रात्री येतात. कदाचित् १६ वजा केले तर ४२ येतील. ' अष्टपंच अशतं ' अशीं पदें पाडून ५८ शंभरांत उणे असा अर्थ टीकाकारानें करून ४२ रात्री झाल्या, असें जुळविलें आहे. पण याच्या विरुद्ध एक धडधडीत वचन अनुशासन पर्वांत व त्याच अध्यायांत पूर्वीं आहे. तें हें कीं, युधिष्ठिरानें भीष्माचा निरोप घेऊन गेल्यावर हस्तिनापुरांत पन्नास रात्री घालविल्या, आणि सूर्य उत्तरेस परत वळला असें पाहून उत्तरायण सुरू झालें असें जाणून तो भीष्माकडे जाण्यास निघाला. अर्थातच भीष्माजवळून तो युद्ध संपल्यावर परत गेला, असा बोध येथें आहे. त्याच्या पन्नास रात्री गेल्या, तेव्हां भीष्मांच्या शरपंजरीं ५८ च गेल्या पाहिजेत, ४२ जाऊं शकत नाहींत. तेव्हां हा विरोध कसा ? याचा परिहार होणें बहुतेक अशक्यच आहे. युद्ध मार्गशीर्षांतच न मानतां श्रीकृष्णाच्या म्हणण्याप्रमाणें कार्तिक अमावास्येस सुरू झालें असें मानलें, तर सगळाच घोंटाळा होतो. भीष्माचे दिवस जमत नाहींत ते नाहींतच, कारण यांत ६४ दिवस येतात आणि जयद्रथाच्या वधाच्या रात्रीं पहांटेस चंद्र उगवू शकत नाहीं. ते दिवशीं बहुतेक पौर्णिमा किंवा शुद्ध त्रयोदशी येते, म्हणजे पहांटेस उलटा चंद्राचा अस्त होऊन काळोख होणार ! मार्गशीर्ष शुद्ध ८ युद्धारंभ मानला तर ५८ दिवस येतील, पण त्या दिवशींच्या नक्षत्रापासून १८ व्या दिवशीं बळरामाच्या वचनाप्रमाणें श्रवण नक्षत्र येणार नाहीं. ज्येष्ठा नक्षत्रीं सू-

र्यग्रहण अमावास्येस झालें, त्या कार्तिक वद्य ३० पासून ८ व्या दिवशीं युद्ध सुरू धरलें, तर नक्षत्र पूर्वाभाद्रपदा येतें व तेथून १८ वें नक्षत्र युद्धान्तीं विशाखा येईल. असो. तर हा सर्व घोंटाळा या अनुशासन पर्वांतील ५८ रात्री व ५० रात्रींच्या वचनांनीं केला आहे. माघ वद्यांत शुक्ल पक्ष पंचमीपर्यंत मानतां येईल, पण त्रिभागशेष पक्ष म्हणतां येणार नाहीं. अठ्ठावन्न रात्री म्हणजे सरासरी दोन महिने होतात. तेव्हां माघ वद्य ८ मीच येणार आहे. असो. कांहीं एक खोटें मानावें लागणार आहे. युद्धपर्वांतील वचनें तरी खोटीं, नाहीं तर हीं अनुशासनपर्वांतील खोटीं, असा हा अपरिहार्य विरोध आहे, हें मानावें लागतें.

महाभारतांत निरनिराळ्या ठिकाणीं जी आंकड्यांची संख्या दिलेली आढळते, त्यांत बहुधा कांहीं तरी गूढ किंवा गुह्य असतें असेंच म्हणावें लागतें. येथील ५० व ५८ यांची जशी गति लागत नाहीं, तशी ६५ संख्येची अर्जुनानें आपण गांडीव धनुष्य धारण करीत आहों असें म्हटल्याची उपपत्ति लागत नाहीं, हें आपण पूर्वी पाहिलें आहे. वर्ष म्हणजे पाऊस आणि एका सालांत दोनदां पावसाळा (मोठा व लहान हेमंतात) असें मानून टीकाकारानें ६५ ची येथें निम्मे केली आहे. तसेंच अधिक मासाचा हिशेब करतांना दर पांच वर्षांनीं दोन महिने या हिशोबानें तेरा वर्षांत पांच महिने आणि १२ रात्री हा भीष्मांच्या वचनांतील हिशोब बसत नाहीं. पांच वर्षांनीं २ महिने तर १३ वर्षांनीं $\frac{१३\times२}{५} = ५\frac{१}{५}$ असा हिशोब येतो; अर्थात् ५ महिने आणि ६ दिवस असें उत्तर येतें. पण भीष्म येथें

त्रयोदशानां वर्षाणां पञ्च च द्वादश क्षपाः ।

असें म्हणतात हें कसें ? बारा रात्री म्हणजे ६ दिवस असा अर्थ करणें शक्य आहे. पण तें कांहीं तरी आहे.

आदि. अ. ६१-४२ यांत अर्जुनाच्या पहिल्या वनवासासंबंधानें पुढील श्लोक आहेः—

स वै संवत्सरं पूर्णं मासं चैकं वने वसन् ॥

द्वारकेस अर्जुन आला आणि सुभद्रेचा विवाह झाला; परंतु हा वनवास बारा वर्षांचा होता, असें पुढें वर्णन आहे. तेव्हां वरील पंक्तींत एक वर्ष आणि एक मास कसा सांगितला ? याचें टीकाकारासही गूढ पडलें आहे. त्यानें पूर्ण म्हणजे १० असा अर्थ करून १० वर्षें व अकरा मास अशी खटपट केली आहे, पण ती सिद्धीस जात नाहीं.

त्रयस्त्रिंशत समाहूय खांडवेऽभिमतर्पयत् ।
(उद्योग. ५२. १०)

या वाक्यावरून टीकाकार म्हणतो—उद्योगाच्या वेळीं ३३ वर्षें खांडवदाहाला झालीं होतीं. पूर्वी विराटपर्वांत अर्जुन उत्तरास म्हणतो—हें गांडीव धनुष्य ६५ वर्षें मीं धारण केलें आहे. गांडीव धनुष्य खांडवदाहाच्या वेळीं मिळालें. येथें ३३ वर्षें सांगितलीं आहेत. ६५ ची निम्मे करून ३२॥ येतात. म्हणजे जवळ जवळ येतात. पण १३ वर्षें वनवास वजा करतां खांडवदाहानंतर २० वर्षें इंद्रप्रस्थांत होतात. सुभद्राविवाह खांडवदाहापूर्वी झाला, पण अभिमन्युयुद्धाच्या वेळीं १६ वर्षांचा होता. (आ० अ० ६७) अस्य षोडशवर्षस्य स संग्रामो भविष्यति। अर्थात् विवाहानंतर १७ वर्षांनीं सुभद्रेस पुत्र झाला, असें मानावें लागतें. आदिपर्वांत खांडवदाहापूर्वीं अभिमन्यूची उत्पत्ति सांगितली. मयानें सभा बांधून राजसूययज्ञ होऊन पुढें हस्तिनापुरीं द्यूत झालें. एवढ्या गोष्टीस २० वर्षें लागलीं असें दिसून येतें. राजसूयाच्या वेळीं अभिमन्यु मोठा होता असें वर्णन आहे तो राजे लोकांनां पो-

चवायला गेला होता (भा० आ० पा० ९९९) एकंदरींत हे निरनिराळे काळ ठीक जुळत नाहींत, असें म्हणावें लागतें.

असो. या निरंनिराळ्या ज्योतिर्विषयक उल्लेखांवरून सौतीच्या मनांत असें दाखवावयांचें होतें कीं, प्रजापति अथवा सृष्टि उत्पन्नकर्ता याचीं नक्षत्रें रोहिणी आणि श्रवण, तसेंच भगदैवत उत्तरा नक्षत्र आणि पितृदैवत मघा नक्षत्र यांजवर ग्रहांच्या दुष्टदृष्टि पडल्या होत्या, यामुळ प्रजेच अतिशय नुकसान व संहांर होणार, अस दिसत होतें. सारांश, हीं अरिष्टसूचक वचनें त्यानें काल्पनिक घेतलीं आहेत, असें आमचें मत आहे. अशी ग्रहस्थिति असल्याचें इ. स. पू. ३१०१ या किंवा इतर वर्षीं दिसून येत नाहीं. व ग्रहांच्या स्थिति आम्हीं वरील वचनांवरून म्हणून दिल्या आहेत, त्यांजवरून गणितानें काळ निघूं शकत नाहीं. एकंदर प्रमाणांचा विचार करतां भारती युद्धाचा काळ मेग्यास्थिनीसच्या पुराव्यावरून व शतपथ ब्राह्मणाच्या पुराव्यावरून जो ठरतो, तोच म्हणजे इ. स. पूर्व ३१०१ मान्य केला पाहिजे.

प्रकरण पांचवें.

इतिहास कोणत्या लोकांचा ?

महाभारत ज्या मूळ भारती युद्धाच्या इतिहासावर रचलें गेलें आहे, तें भारतीयुद्ध कधीं झालें, हें आपण आतांपर्यंत पाहिलें. हें युद्ध कोणामध्यें झालें व हा इतिहास कोणाचा आहे, यासंबंधानें आपल्यास आतां विचार कर्तव्य आहे. भारतीयुद्ध कौरव-पांडवांमध्यें झालें, हें तर स्पष्टच आहे. हे कौरव-पांडव कोण, हे लोक कोठून कसे आले, यांचा इतर लोकांशीं संबंध कसा, वगैरे अनेक प्रकारची माहिती आपल्यास या सदराखालीं नमूद करावी लागेल. हा विचार करतांना आपल्यास जसा महाभारताचा आधार घ्यावा लागेल, तसा वैदिक वाङ्मयाचाही आधार घेतला पाहिजे, हें उघड आहे. कारण, भारतीयुद्ध ब्राह्मणकाळीं झालें हें आपण पाहिलें आहे.

प्रथम कौरव व पांडव यांस 'भरत' असें म्हणत असत, म्हणूनच त्यांच्या युद्धास भारतीयुद्ध ही संज्ञा आहे, हें आपण पूर्वीं सांगितलेंच आहे. भरत हें नांव दुष्यन्त-शकुंतलेच्या पुत्राचें आहे. हा त्यांचा पूर्वज होता व तो सार्वभौम असून नामांकित होता, यामुळें त्याच्या कुळांतील उत्पन्न झालेल्या लोकांनां 'भारताः' अशी संज्ञा आहे. हें नांव महाभारतांत दोन्ही पक्षांच्या लोकांनां लावलें जातें. असो. भरत नांवावरून कित्येक पाश्चात्य पंडितांनां असा भ्रम उत्पन्न झाला आहे कीं, ऋग्वेदांत 'भरताः' असें नांव वारंवार येतें, त्या भरतांचा आणि कौरवांचा हा युद्धप्रसंग तर नसेलना ! पण हे ऋग्वेदांतील भरत निराळे हें आपणास लक्षांत ठेविलें पाहिजे. आपल्या इकडेही भरतखंड हें नांव प्रचलित आहे, त्यांतील भरत शब्दाचा असाच गैरसमज आहे. हे दोन्ही समज या पुढील विवेचनावरून दूर होतील. हिंदुस्थानाला भरतखंड असें जें नांव मिळालेलें आहे, तें दुष्यन्त-पुत्र भरत याच्यावरून नव्हे. भागवतांत

प्रियव्रतो नाम सुतो मनोः स्वायंभुवस्य ह ।
तस्याग्नीध्रस्ततो नाभिर्ऋषभस्य सुतस्ततः ।
अवतीर्णं पुत्रशतं तस्यासीद् ब्रह्मपारगम् ।
तेषां वै भरतो ज्येष्ठो नारायणपरायणः ।
विख्यातं वर्षमेतद्यन्नाम्ना भारतमुत्तमम् ॥

अशीं वचनें आहेत. यावरून मनूच्या वंशांत भरत नांवाचा राजा झाला, त्याच्यावरून 'भारतवर्ष' हें नांव पडलें असें स्पष्ट आहे. मत्स्यपुराणांत 'मनुर्भरत उच्यते ।' असें म्हटलें आहे; व मनूलाच भरत संज्ञा दिली आहे. यामुळें 'वर्षं तत् भारतं स्मृतम् ।' (अध्याय ११४) असें म्हटलें आहे. अर्थात् मनूवरूनच भरतवर्ष नांव निघालें, असें स्पष्ट होतें. हिंदुस्थानांत बाहेरून आर्य लोक आले त्यांत प्रथम सूर्यवंशी लोक आले व त्यांच्या भरत नांवाच्या राजावरून या देशास 'भरतवर्ष' हें नांव पडलें असें दिसतें. अर्थात् ऋग्वेदांत 'भरताः' असें जें नांव येतें, तें सूर्यवंशी क्षत्रिय आर्यांचें होय, भारतीयुद्ध ज्यांत झालें त्या लोकांचें नव्हे, हें उघड आहे.

ऋग्वेदांतील भरत म्ह. सूर्यवंशी क्षत्रिय.

ऋग्वेदामध्यें ज्या भरतांचा उल्लेख येतो ते भरत म्हणजे सूर्यवंशी क्षत्रिय होत, असा ऋग्वेदांतील उल्लेखांवरून निष्कर्ष काढतां येतो. मॅक्डोनेल् म्हणतो "ऋग्वेदांत भरत हें नांव एका महत्त्वाच्या लोकांचें आहे. तें विशेषतः तिसऱ्या व सातव्या मंडलांत त्रित्सु आणि सुदास या नांवाबरोबर वारंवार येतें. या भरतांचें पुढें काय झालें हें समजत नाहीं. बहुधा

ते कुरु लोकांत सामील झाले असावे. " भरत शब्दानें दौष्यन्ति भरताची जी कल्पना येते, त्यावरून हा गैरसमज उत्पन्न झालेला आहे. सातव्या मंडलांत वसिष्ठ ऋषींनीं केलेलीं सूक्तें आहेत, त्यांतील उल्लेखांवरून भरत लोकांचे पुरोहित वसिष्ठ ऋषि व तत्कुलोत्पन्न त्रित्सु हे होते. वसिष्ठांनीं भरतांच्या सुदास राजास लढाईमध्यें मदत केली, असें वर्णन आहे. मंडल तीन यांत विश्वामित्राचीं सूक्तें आहेत. विश्वामित्राचा संबंध सूर्यवंशी क्षत्रियांशीं वसिष्ठाइतकाच आहे. विश्वामित्राच्या सूक्तांत भरतांचा उल्लेख पुष्कळ आहे. शतद्रु आणि विपाश यांच्या संगमावर एके प्रसंगीं भरत आले असतां अतिशय पुरामुळें वाट मिळेना, तेव्हां विश्वामित्रानें भरतांकरितां या नद्यांची स्तुति केली, तेव्हां पाणी उतरून भरत पलीकडे गेले, असें एका सूक्तांत वर्णन आहे. सुदास राजाला विश्वामित्रानेंही मदत केली, असें सूक्त तीनमध्यें म्हटलें आहे. या सूक्तांत ' विश्वामित्रस्य रक्षति ब्रह्मेदं भारतं जनम् ' अशी ऋचा आहे, ती फार मौजेची आहे. भारतजनांचें रक्षण विश्वामित्राचें हें स्तोत्र करीत आहे, या वाक्यांतील भारत जन हा शब्द महत्त्वाचा आहे. असो, विश्वामित्राचा संबंध सूर्यवंशाशीं आहे, तसा भरद्वाजाचाही आहे. सहाव्या मंडळांत भरद्वाजाचीं सूक्तें आहेत. त्यांतही भरताचा, भारत लोकांचा, भरतांच्या अग्नीचा व दिवोदासाचा उल्लेख आहे. दिवोदास हा सुदासाचा पिता होता, असें वर्णन ऋग्वेदांत आहे. भरतांचा वसिष्ठ व विश्वामित्र यांच्याशीं संबंध येतो, पण भरद्वाजाचा संबंध काय ? असा पाश्चात्य पंडित प्रश्न करतात, पण भरद्वाजाचा सूर्यवंशाशीं संबंध आहे, हें आपल्यास रामायणावरून ठाऊक आहे. वरील सर्व माहितिवरून रामायणांतील माहितीशीं मेळ घातला असतां ऋग्वेदांतील भरत हे सूर्यवंशी क्षत्रिय होत, असें दिसतें. त्यांचे पुरोहित वसिष्ठ होते व त्यांचे इतर ऋषि विश्वामित्र व भरद्वाज होते. त्यांच्या वंशावळींतही मनूच्या पुढें भरत आहे, व सुदास राजाही आहे. या सर्व गोष्टींवरून वरील अनुमान निश्चयानें निघतें.

असो, तर ऋग्वेदांत भरतांचा उल्लेख येतो, ते भरत महाभारतांतील भरत नव्हेत; हिंदुस्थानांत आलेले प्रथम आर्य भरत लोक होत. ते सूर्यवंशी होते व त्यांच्यामुळें भारतवर्ष हें नांव हिंदुस्थानाला मिळालें; अर्थात् त्यांनीं सर्व ज्ञात देश व्यापून टाकला. हिंदुस्थानांतील लोकांना सामान्यतः भारतजन अशी संज्ञा मिळाली. ब्राह्मणांत भरत शब्दानें सामान्य क्षत्रिय वीर किंवा सामान्य ऋत्विज् ब्राह्मण असा अर्थ होत असे. भारती शब्दाचा अर्थ निरुक्तकारानें ' भरत आदित्यः तस्य इयं भाः भारती । ' असा दिला आहे, त्यावरूनही भारतांचा सूर्यवंशाशीं संबंध येतो. या भारतांचें राज्य पंजाबापासून तों थेट पूर्वेस अयोध्यामिथिलापर्यंत पसरलें.

महाभारतांतील भारत निराळे आणि ऋग्वेदांतील भारत निराळे ही गोष्ट महाभारतांतील पुढील श्लोकावरून दिसते, असें आम्हास वाटतें. " भारताद्भारती कीर्तिर्येनेदं भारतं कुलम्। अपरेये च पूर्वेवै भारता इति विश्रुताः॥ " (१३१ आ० अ० ७४). सदर श्लोकाच्या उत्तरार्धाचा अर्थ टीकाकारानें दिला नाहीं. भाषान्तरांत " आपल्या **पूर्वजांस** व वंशजांस भारत हें नांव दिलें " असा अर्थ केला आहे. (भा० आदि० पा० १७१) पण हा अर्थ समाधानकारक नाहीं. पूर्वजांस भरताचें नांव कसें पडेल ? पूर्वींचे भारत विश्रुत आहेत ते अपरे म्हणजे दुसरे असें येथें सांगितलें आहे.

आमच्या मतें वैदिक भरतांचा उल्लेख येथें असून ते निराळे असें सांगितलें आहे.

ऋग्वेदांत सूर्यवंश हें नांव नाहीं, आणि चंद्रवंश हें नांवही नाहीं, पण चंद्रवंशाच्या मूळ उत्पादकांचीं नांवें ऋग्वेदांत सांपडतात. पुरूरवा, आयु, नहुष, ययाति इतकीं नांवें ऋग्वेदांत सांपडतात. विशेष हें कीं, ययातीचे पांच पुत्र, या पांचांचीं नांवें व त्यापासून उत्पन्न झालेल्या पांच लोकांचीं नांवें, ऋग्वेदांत एके ठिकाणीं आलेलीं आहेत. या एकत्र उल्लेखावरून हे पांच भाऊ होते, असें स्पष्ट दिसतें. पुराणांतील व महाभारतांतील चन्द्रवंशाच्या माहितीला ऋग्वेदांत चांगला आधार सांपडतो. हे चंद्रवंशी क्षत्रिय आर्य असून अग्नीचे उपासक होते. सुर्यवंशी क्षत्रियांप्रमाणेंच ते इंद्रादि देवांचे भक्त होते. हे प्रथम गंगेच्या खोऱ्यांतून सरस्वतीच्या तीरावर आले व तेथें त्यांनीं वस्ती केली. इत्यादि गोष्टी ऋग्वेदांतील ऋचांवरून सिद्ध होतात. ऋग्वेद (१. १०८) यांत "यदिंद्राग्नी यदुषु तुर्वशेषु यद्द्रुह्युष्वनुषु पूरुषु स्थः। अतः परि वृषणा वा हि यातमथा सोमस्य पिबतं सुतस्य। इंद्राग्नींनों, तुम्ही जरी यदूंमध्यें व तुर्वशांमध्यें, तसेंच द्रुह्युंमध्यें, अनूमध्यें व पुरूंमध्यें असाल, तरी येथें या आणि हा काढलेला सोमरस ध्या." असें म्हटलें आहे. यावरून अनेक अनुमानें निघतात. प्रथम हे लोक पूर्वींच्या आर्यांप्रमाणेंच इंद्राचे व अग्नींचे उपासक होते. दुसरें, हे पांच लोक एका वंशाचे असावेत. त्यांतही यदु आणि तुर्वसु हे जवळ होते आणि द्रुह्य अनु व पूरु हे जवळ जवळ होते. चंद्रवंशांतील ययातीच्या दोन बायकांपासून झालेल्या पांच पुत्रांची कथा येथें व्यक्त होते.

या मागाहून आलेल्या चंद्रवंशी आर्यांचा पूर्वींच्या भारतांशीं तंटा लागला, व त्यांच्या कित्येक लढाया झाल्या असें ऋग्वेदावरून दिसून येतें. हे लोक मागाहून आले ही गोष्टी कित्येक ठिकाणीं त्यांच्याविषयीं ऋषींचा राग दिसतो, त्याजवरून दिसते. इंद्रानें दिवोदासाकरितां यदु–तुर्वशांना मारलें, असें एके ठिकाणीं वर्णन आहे. शरयूनदीवरही भरत राजे आणि यदु–तुर्वश यांच्या लढाया झाल्या. एक मोठें युद्ध ऋग्वेदाच्या कित्येक सूक्तांत वर्णिलेलें आहे, त्याचा येथें खुलासा करणें जरूर आहे. या युद्धास 'दाशराज्ञ' असें म्हटलें आहे. हें युद्ध परुष्णी नदीच्या कांठीं म्हणजे हल्लींच्या रावी नदीच्या कांठीं झालें. एका पक्षास भरत व त्यांचा राजा सुदास व त्याचा पुरोहित वसिष्ठ व त्रित्सु आणि दुसऱ्या पक्षास पांच आर्य राजे म्हणजे यदु, तुर्वश, द्रुह्यु, अनु, आणि पूरु आणि त्याचे पांच अनार्य मित्र राजे होतें. या लढाईंत भरतांचा अगदीं मोड होणार होता, व त्यांचें धन त्यांचे शत्रु लुटणार होते. परंतु वसिष्ठानें इन्द्राची स्तुति केली तेव्हां नदीचा पाट फोडून नेत असतां शत्रूंचीं सैन्यें वाहून गेलीं आणि शेवटीं त्यांचेंच सामान भरतांनीं लुटून नेलें. ६००० द्रुह्यु व अनु गाई बैल हांकून नेत असतां रणांगणावर पडले, असें वर्णन आहे. या लढाईचा दाखला आणखी कित्येक सूक्तांत आहे. यावरून पंजाबांतील प्रथम येऊन राहिलेल्या भरतांस जिंकण्याचा प्रयत्न यानंतर आलेल्या यदु वगैरे क्षत्रियांनीं अनार्य राजांच्या मदतीनें केला, असें दिसतें; पण तो ऋग्वेदकाळीं सिद्धीस गेला नाहीं. भारती युद्धाचें मूळ या युद्धांत असावें, अशी कल्पना कित्येकांस येईल, पण हें युद्ध फार प्राचीन काळीं झालें. यांत एका बाजूस भरत म्हणजे सूर्यवंशीय क्षत्रिय व त्यांचे गुरु वसिष्ठ होते व दुसऱ्या बाजूस एकंदर चंद्रवंशीय राजे होते. या युद्धाचा भा-

रती युद्धाशीं संबंध नाहीं. ऋग्वेदांतील युद्ध भरत–पुरूत झालें, पण भारतीयुद्ध कुरुपांचालांत झालें. ते दोघे एका पूरूच्याच वंशांतील लोक होते. पूरूचा ऋग्वेदांत जरी उल्लेख आहे तरी कुरूंचा कोठेंच उल्लेख नाहीं. भारती युद्ध ऋग्वेदानंतर झालें हेंही आम्हीं पूर्वीं सांगितलेंच आहे. आतां कुरु व पांचाल यांच्या विषयीं व त्यांच्या पूर्वजांविषयीं आपल्यास काय माहिती मिळते याजकडे वळूं.

चंद्रवंशी आर्य.

चंद्रवंशाचा मूळ पुरुष महाभारतावरून पुरूरवा हा ठरतो. याच्या पूर्वींचे दोघे चंद्र व बुध आपण सोडून देऊं. पुरूरव्याची आई इला ही होती. हिमालयाच्या उत्तरेकडील वर्षास ‘ इलावर्ष ’ असें म्हणतात. यावरून हे लोक पूर्वीं हिमालयाच्या उत्तरेकडे असावे. पुरूरवा व अप्सरा उर्वशी यांचें वर्णन ऋग्वेदांत पुष्कळ आहे. हा हिमालयांतच होता असें दिसतें. पुरूरव्यानंतर आयु व नहुषाचें नांव आहे. त्यांचाही उल्लेख ऋग्वेदांत आहे. त्याच्या नंतर ययाति. हा मोठा राजा होऊन गेला. याचें वर्णन ऋग्वेदांत आहे. हा आपल्या वंशाचा मुख्य होता. याचें नांव ऋग्वेदांत मनूबरोबर आलें आहे. यानें शुक्रकन्या देवयानी व असुरकन्या शर्मिष्ठा यांच्याशीं लग्न लावलें. वृषपर्वा असुराच्या जवळच ययातीचें राज्य असावें. या दोन्ही स्त्रिया हिमालयाच्या पलीकडच्या म्हणजे पारशीलोकांच्या–असुरांच्या कन्या होत्या. ही कथा ऋग्वेदांत नाहीं, महाभारतांत आहे. पूर्वीं सांगितल्याप्रमाणें यांचे पांच पुत्र ऋग्वेदांत प्रसिद्ध आहेत. हेच पांच पुत्र प्रथम हिंदुस्थानांत आले. ते गंगेच्या खोऱ्यांतून सरस्वतीतीरावर पूर्वीं पसरलेल्या सूर्यवंशीय आर्यांच्या राज्यामध्यें घुसले, असें दिसत आहे. ऋग्वेदकाळीं त्यांनीं पंजाबावर पश्चिमेस व अयोध्येकडे पूर्वेस स्वाऱ्या केल्या, परंतु त्या सिद्धीस गेल्या नाहींत. यामुळें हे लोक सरस्वती तीरावरून गंगा यमुनांच्या किनाऱ्यानें दक्षिणेकडे पसरले. असा त्यांच्या इतिहासाचा क्रम आपल्यास संहिता व ब्राह्मण यांतील वर्णनावरून दिसतो; इतकेंच नव्हे, तर हल्लींच्या हिंदुस्थानांतील लोकांच्या परिस्थितीवरूनही दिसतो. भाषाशास्त्र व शीर्षमापनशास्त्र अशी जीं दोन शास्त्रें लोकांचे प्राचीन इतिहास व वंश सिद्ध करण्याकरितां अलीकडे मदत म्हणून निघालेलीं आहेत, त्यांचे सिद्धांतही या चंद्रवंशी लोकांच्या वरील इतिहासाच्या पुराव्यास अनुकूल पडतात. हल्लींच्या हिंदी भाषांचा अभ्यास डॉ० ग्रीयरसन् यांनीं केलेला आहे. त्यांच्या सिद्धान्तावरून १९११ च्या सेन्सस् रिपोर्टींत पुढील मजकूर नमुद आहे. “ हिंदुस्थानांतील हिंदी आर्य भाषा (संस्कृतोत्पन्न) आर्यांच्या दोन टोळ्यांनीं आणल्या. पहिली टोळी उत्तरहिंदुस्थानच्या मैदानांत पसरल्यानंतर दुसरी टोळी मध्यें घुसली व अंबाल्यापासून दक्षिणेकडे जबलपूर–काठेवाडपर्यंत पसरत गेली. हल्लींच्या पंजाब–राजपुताना आणि अयोध्या प्रांतांतील हिंदी भाषा यांचा वर्ग निराळा पडतो व पश्चिम हिंदी म्हणजे अंबाला–दिल्लीपासून मथुरा वगैरे जबलपुरापर्यंत एक वर्ग निराळा पडून त्याचीच शाखा गुजराथी ही काठेवाडपर्यंत पडते ” या प्रांताला हिंदुस्थानचा मध्यदेश असें म्हणतां येईल. या मध्यदेशांतच चंद्रवंशी क्षत्रियांची वसाहत व वाढ झाली, असेंच आपल्यास ऋग्वेदापासून तों महाभारतापर्यंतच्या ग्रंथांतील इतिहासावरून दृष्टोत्पत्तीस येतें. तें कसें हें आपण विस्तारानें पाहूं.

---

१ महाभारतांत श्रीकृष्ण म्हणतो “ जरासंधाच्या भीतीनें आम्हांस आमचा प्रिय मध्यदेश सो·

पूरु.

दुसऱ्या आलेल्या चन्द्रवंशीय आर्यांत पूरूचें कुळ सर्वांत मोठें होऊन प्रसिद्धीस आलें. ययातीच्या पांच पुत्रांत पूरु हाच मुख्य राजा झाला. "अपौरवातु मही न कदाचित् भविष्यति" असा त्यास बापाचा आशीर्वाद होता. हे पूरु प्रथम सरस्वतीतीरावर येऊन राहिले व तेथून दक्षिणेकडे पसरले. सरस्वतीच्या उभय तीरांवर पूरु आहेत, असें वसिष्ठानें ऋग्वेदांत सरस्वतीच्या सूक्तांत वर्णन केलें आहे. पूरूला दस्यू म्हणजे मूळच्या रहिवाश्यांशीं पुष्कळ लढाई करावी लागली, असें ऋग्वेदावरून दिसतें. पूरु शब्दानें सामान्यतः मनुष्य असा अर्थ घ्यावा, असें यास्कानें सुचविलें आहे, यावरून पूरु प्रबळ असून सर्वत्र प्रसृत झाले होते असें दिसतें. पूरूच्या वंशांत अजमीढ झाला, त्याचा उल्लेखही ऋग्वेदांत आहे. या पूरूचे व इतर चंद्रवंशीयांचे ऋषि कण्व व आंगिरस होते. पूरूच्या कुळांत पुढें दुष्यन्त व भरत झाले. यांचें नांव ऋग्वेदांत नाहीं. परंतु दौष्यन्ति भरताचें नांव ब्राह्मणांत आहे. ब्राह्मणामध्यें अश्वमेधकर्त्यांत भरताचें वर्णन आहे.

अश्वमेधशतेनेष्ट्वा यमुनामनु वाव यः ।
त्रिंशताश्वान्सरस्वत्यां गंगामनु चतुशतान् ॥

असें वर्णन शतपथानुसार महाभारतांत आहे. यावरूनही पूरूंचें राज्य यमुना, सरस्वती व गंगा यांच्या किनाऱ्यानें होतें असें दिसतें. हा भरत महापराक्रमी झाला, परंतु तो ऋग्वेदांतील भरत नव्हे, हें दाखविण्याकरितां 'दौष्यन्ति भरत' असें त्याला ब्राह्मणांत नांव दिलें आहे. या भरताच्या कुळांत कुरु झाला. सरस्वती व यमुना यांच्या मधील मोठ्या मैदानास 'कुरुक्षेत्र' अशी संज्ञा आहे. या ठिकाणीं कुरु हे अत्यंत भरभराटींत आले. येथें आर्यांची संस्कृति अतिशय उन्नतीस गेली. येथील भाषा अत्यंत संस्कृत असें लोक मानूं लागले. येथील व्यवहार व चालीरीती या सर्वांत उत्तम अशी समजूत झाली. अशाविषयींचीं वर्णनें ब्राह्मणांत आहेत. पूरूंची राजधानी हस्तिनापुर गंगेच्या पश्चिम किनाऱ्यावर बसली होती, ही गोष्ट महाभारतावरून दिसते. याच वंशांत कौरव झाले व पांडवांचाही संबंध याच वंशाशीं लागतो. भरत व कुरु यांचा उल्लेख जरी ऋग्वेदांत नाहीं, तथापि ऋग्वेद-सूक्तांच्या अखेरीपूर्वीं ते होते असा पुरावा आहे. कारण, एका शेवटील सूक्ताचा कर्ता देवापि, शंतनूचा भाऊ हा कौरववंशांत झाला होता, हें पूर्वीं एकदां सांगितलेंच आहे.

यदु.

भारतीयुद्धांत चन्द्रवंशी बहुतेक सव राजे होते, यासाठीं आपण इतर शाखांचाही इतिहास पाहूं. यदूच्या लोकांचा नेहेमीं तुर्वशांबरोबर ऋग्वेदांत उल्लेख येतो व त्यांत कण्व-ऋषींचाही उल्लेख येतो. प्रथम यदु-तुर्वश एकत्र असावे. यांच्याबद्दल प्रथम प्रथम "हे इन्द्रा ! तूं यदुतुर्वशांना मार," अशी प्रार्थना वसिष्ठादि ऋषि करतात. परंतु पुढें ते येथील कायमचे रहिवाशी झाले, तेव्हां त्यांचें वर्णन चांगल्या तऱ्हेचें येतें. येथें हें सांगण्यासारखें आहे कीं, ऋग्वेदाचें आठवें मंडल हें काण्व-ऋषींचें आहे. कण्वाच्या निरनिराळ्या वंशांतील ऋषींनीं जीं सूक्तें केलीं, तीं या मंडलांत सामील आहेत. या अनेक सूक्तांत यदु—तुर्वशांपासून आम्हीं गाई घेतल्या वगैरे वर्णन आहे. यावरून चंद्रवंशीयांचे काण्व ऋषि हितचिंतक दिसतात. दुष्यन्त आणि कण्व यांचा संबंध कां आहे, हें यावरून चांगलें लक्षांत

ढून घ्यावा लागला." (भा. सभा. पा. ५०१)
"स्मरंतो मध्यमंदेशं वृष्णिमध्ये व्यवस्थिताः ।"
(सभा. १४. ६०)

येईल. ब्राह्मणांतही भरताचा पुरोहित कण्व आहे. यदु--तुर्वशांचा चांगला उल्लेख करणारे आङ्गिरस ऋषिही आहेत, हें पहिल्या मंडळांतील आङ्गिरसांचा अनेक सूक्तांत दिसेल. छांदोग्य उपनिषदांत देवकीपुत्र कृष्णाला घोर आङ्गिरसानें उपदेश केला, याची संगत वरील हकीगतीवरून चांगली बसते. सारांश, ऋग्वेदकाळीं यदुवंशाचा बराच बोलबाला होता असें दिसतें. यदूचे वंशज यादव हे यमुनातीरीं होते, व त्यांच्याच कुळांत पुढें श्रीकृष्ण झाला. हे यदु--तुर्वश गाईंचीं खिल्लारें बाळगणारे असावे असेंही वाटतें. हीच त्यांची परंपरा पुढें महाभारतांतही दिसून येते. यादवांना राज्याचा अधिकार नाहीं, हा समज याच कारणानें प्रसृत झालेला असावा. असा त्यांस ययातीचा शाप झाल्याचें वर्णन आहे.

तस्मादराजभाक् तात प्रजा तव भविष्यति।
(आदि. ८४. ९)

श्रीकृष्ण हा वसुदेवाचा पुत्र असून वसुदेव गोकुळांत राहत असे, इत्यादि गोष्टी प्रसिद्ध आहेत. पण यादव हे मूळचे गोपाचा धंदा करणारे होते. याची साक्ष एका लहानशा भारतांतील वाक्यावरून चांगली पटते. ज्यावेळेस सुभद्रा अर्जुनाबरोबर इंद्रप्रस्थास गेली, त्या वेळेस त्यानें सुभद्रेस गोपवेशानें द्रौपदीपुढें पाठविली, असें वर्णन आहे. यांत दोन्ही गोष्टी साधल्या. एक तर तिचें रूप अधिक खुललें व दुसरें ती द्रौपदीसमोर बरोबरीच्या नात्यानें किंवा वेशानें गेली नाहीं, यामुळें तिला कौतुक वाटून तिचा रागही कमी व्हावा, हा अर्जुनाचा हेतु दिसतो. असो. तात्पर्य हें कीं, श्रीकृष्णादि यादव जरी द्वारकेंत राज्य करून होते तरी ते मूळचे गोपांचा धंदा करणारे होते. या त्यांच्या स्वभावाचें व धंद्याचें थोडेंसें दिग्दर्शन ऋग्वेदांतील उल्लेखावरूनही होतें, हें वाचकांच्या ध्यानांत येईल. आतां आपण इतर चंद्रवंशीयांविषयीं विचार करूं.

पांचाल.

पांचाल हे पूरूच्या एका दुसऱ्या शाखेंतील वंशज होत, असें हरिवंशावरून दिसतें. यांतील मुख्य पुरुष सृंजय हा ऋग्वेदांत प्रसिद्ध आहे. त्याच्या वंशांत सहदेव व सोमक झाले. हे दोघेही ऋग्वेदांत प्रसिद्ध आहेत. सृंजयाच्या अग्नीची ऋग्वेदांत एके ठिकाणीं प्रशंसा आहे. यावरून तो मोठा यज्ञकर्ता होता असें दिसतें. सोमकानें राजसूययज्ञ करून पर्वत--नारदांच्या सांगण्याप्रमाणें सोमपान निराळ्या तऱ्हेनें केलें म्हणून त्यास कीर्ति मिळाली, असें वर्णन ब्राह्मणांत असल्याबद्दल पूर्वीं सांगितलेंच आहे. यामुळें सोमकाचेंही नांव त्याच्या वंशजांस मिळालें. पांचालांस सृंजय व सोमक असेंही महाभारतांत म्हटलेलें आहे. पांचाल म्हणजे क्रिवि (हे कोण होते हें सांगतां येत नाहीं, पण यांचा उल्लेख ऋग्वेदांत आहे.) असें ब्राह्मणांत एके ठिकाणीं सांगितलें आहे. कदाचित् याजवरून पांचालांस पांच जाति मिळाल्या असाव्या. तुर्वशही पांचालांत मिळाले असावे असें

स सृंजयाय तुर्वशं परादाद्वृची-
वतो दैवबाताय शिक्षन्।

या (ऋ. ६. २७) ऋचेवरून वाटतें. पांचाल हे लोक अनार्यमिश्रित असावे, असा तर्क याजवरून कोणी करील. पण क्रिवि व तुर्वश हे अनार्य होते असें सिद्ध होत नाहीं. कुरु--पांचालांची ब्राह्मणांत नेहेमीं तारीफ येते. कित्येक ठिकाणीं पांचालांचें स्वतंत्र नांव येतें. तेही कुरुप्रमाणें यज्ञकर्ते, विद्वान् व तत्त्वज्ञानाभिमानी होते, असें त्यांतील वर्णनावरून दिसतें. तात्पर्य, पांचालांची संस्कृति कमी दर्जाची नव्हती. हे पांचाल गंगा व यमुना यांच्या दर-

म्यान् हस्तिनापुराच्या दक्षिणेस होते. गंगेच्या उत्तरेसही यांचें राज्य अर्धें होतें, असें महाभारतवारून दिसतें.

अनु व द्रुह्यु.

आतां आपण अनु आणि द्रुह्यु या राहिलेल्या दोन शाखांचा विचार करूं. ऋग्वेद मं० ६, सू० ४६ यांत द्रुह्यु आणि पूरु यांचा उल्लेख आहे. कदाचित् द्रुह्यु हे पूरूच्या धाकट्या शाखेंत म्हणजे पांचालांत सामील झाले असावे. पण हरिवंशाच्या मताप्रमाणें द्रुह्यूचे वंशज गांधार हे आहेत. याच वंशांत शकुनि झाला. हा भारती युद्धामध्यें होता. अनूयाची ऋग्वेदांत मोठी प्रशंसा केलेली आहे. त्याच्या अग्नीची तारीफ केलेली असून तो मोठा यज्ञकर्ता होता, असें दिसतें. ह्याचा वंश पंजाबांतील शिबि औशीनर हा होय. ह्याच वंशांत भारत युद्धकालीन शैब्य झाला, असें पुराणकार मानतात. हरिवंश अ. ३२ यांत जी हकीकत दिली आहे ती थोडीशी निराळी आहे. तुर्वश याचा वंश नाहींसा होऊन तो पूरूच्या वंशांत सामील झाला. त्याला संमता नांवाची एक कन्या होती, तिचा मुलगा दुष्यन्त होय. याप्रमाणें तुर्वशाचा वंश कौरवांत सामील झाला. द्रुह्यूचा वंश गांधार असें म्हटलें आहे, पण अनूला प्रचेता, सुचेता वगैरे पुत्र व पौत्र झाले. त्याचा पुढें वंश सांगितला नाहीं. (भा० पु० ८ पा० १०२) वरील माहितीविरुद्ध आदिपर्वांत एक वचन आहे, त्याचा येथें उल्लेख केला पाहिजे.

यदोस्तु यादवा जातास्तुर्वसोर्यवनाः स्मृताः ।
द्रुह्योः सुतास्तु वै भोजा अनोस्तु म्लेच्छजातयः ॥

यदूपासून यादव झाले, तुर्वसूपासून यवन झाले, द्रुह्यपासून भोज झाले, आणि अनूपासून म्लेंच्छ झाले. (भा० आदि० पा० १९९) या श्लोकांत दिलेली तुर्वसु, द्रुह्यु आणि अनु यांची संतति अगदीं भिन्न आहे. यावरून महाभारतकाळीं यांची संतति कोणती, याजबद्दल फार निराळा समज होता, असें ठरतें. हरिवंशाचें लेखन किंवा परीक्षण सौतीकडून झालें नाहीं, असेंही यावरून दिसतें. असो. यांच्या संतति कोणत्या त्याची माहिती बहुतकरून महाभारतकाळीं बुजाली होती असें दिसतें. प्राचीन ग्रंथांचें ऐतिहासिक प्रामाण्य पाहतां पूर्व पूर्व प्रामाण्य असेंच मानिलें पाहिजे. म्हणजे हरिवंशापेक्षां महाभारताचें प्रामाण्य अधिक, महाभारतापेक्षां वेदांगाचें, वेदांगापेक्षां ब्राह्मणांचें, ब्राह्मणांपेक्षां संहितांचें, विशेषतः ऋग्वेदसंहितेचें प्रामाण्य श्रेष्ठ, असेंच धरलें पाहिजे. द्रुह्यूपासून भोज झाले असावे, हें महाभारतकारांचें म्हणणें मान्य करण्यासारखें आहे. कारण, याच्या विरुद्ध हरिवंशाचें म्हणणें कीं, गांधार लोक त्याजपासून झाले हें नंतरचें आहे. शिवाय गांधारदेश पंजाबाच्याही पलीकडे असल्यानें तेथें चंद्रवंशीय गेले नसावेत. भोजराजे ययातीच्या कुळांत जन्मले असें श्रीकृष्ण सभापर्वांतही म्हणतो, त्याशीं हें जुळतें आहे. गांधार हे बहुधा पूर्वींच्या आर्यांचे वंशज म्हणजे सूर्यवंशी असावे. पुष्कलावती सिंधूपलीकडे भरताच्या मुलानें स्थापन केली, हें रामायणांतील वर्णन या तर्काला अनुकूल आहे. द्रुह्यूपासून भोज झाले. हेच मध्यदेशांत भारती युद्धकाळीं मगध, शूरसेन वगैरे देशांत प्रबळ होते व यांच्याच कुळांत जरासंध, कंस वगैरे झाले होते. तुर्वसूपासून यवन झाले, ही सौतीची माहिती चुकीची आहे. कदाचित् अनु—आर्यन हे एकच असून त्यांपासून यवन झालें, हें म्हणणें संभवनीय आहे आणि तुर्वसूपासून तुर्क अथवा तूर (इराणचे शत्रु तुराण) वगैरे म्लेंच्छ जाति झाल्या, असें मानणें शक्य आहे. परंतु या सर्व समजुती चुकी-

च्या आहेत. यवन व म्लेच्छ जाति आपल्याच पूर्वजांपासून झाल्या, अशा कल्पनांनीं या समजुती उत्पन्न झाल्या. परंतु ययातीची संतति आर्यच असली पाहिजे आणि ती हिंदुस्थानांतच असली पाहिजे. शिवाय ऋग्वेदांतील पुरावा याच्या विरुद्ध आहे. तुर्वश सृंजयांत सामील झाले, असें ऋग्वेदांतील वर्णनावरून दिसतें हें पूर्वी सांगितलेंच आहे. अनु हा मोठा यज्ञकर्ता होता व त्याचा अग्नि प्रसिद्ध होता. त्याचे घरीं इंद्राग्नी नेहमीं येत, वगैरे ऋग्वेदांतील वर्णन पूर्वी दिलेलें आहे. यावरून अनु वैदिक धर्माभिमानी, अग्न्युपासक व इंद्रभक्त होता. म्लेच्छ कोठेंही अग्न्युपासक व इंद्रउपासक असल्याचा दाखला नाहीं. अर्थात् अनूपासून म्लेच्छ उत्पन्न झाले असावे असें संभवत नाहीं. सारांश, अनुवंश कोणता याची माहिती सौतीच्या काळीं नष्ट झाली असावी. हरिवंशासही ती देतां आली नाहीं. यदु आणि पूरु यांच्या वंशांत श्रीकृष्ण आणि कौरवपांडव झाल्यानें त्यांचींच कुळें पुढें प्रसिद्ध राहिलीं. असो, ययातीनें आपल्या पुत्रांस शाप दिले, त्यांचा उल्लेख करण्यासारखा आहे. यदूस तुझी संतति अराजभाक् होईल असा शाप दिला तो यथार्थ पूर्वी सांगितलाच आहे. तुर्वसूला तुझ्या संततीचा उच्छेद होईल असा शाप दिला, तोही वरप्रमाणें ऐतिहासिकरीत्या यथार्थ दिसतो. द्रुह्यूस शाप दिला तो असा. " जेथें घोडे, हत्ती, बैल, पालख्या, मेणे वगैरे मूळींच नाहींत आणि जेथें होड्यांतून आणि नावांतून फिरावे लागतें, तेथें तुला रहावें लागेल

अराजा भोजशब्दस्त्वं तत्र प्राप्स्यसि सान्वयः ।

(भा० आ० अ० ८४–२२) असा प्रदेश कोणता हें समजत नाहीं. हिंदुस्थानांत हा कोणता प्रदेश असावा याचा तर्क होत नाहीं-भोज संज्ञक राजे दक्षिणेंत आहेत तेथें हा प्रकार नाहीं. असो, हें एक गूढ आहे. तथापि द्रुह्यूचे वंशज भोज हें यांतही सांगितलें आहे. अनूला शाप दिला त्यांत तुझी प्रजा अल्पायुषी होऊन तूं अग्नीची सेवा सोडून नास्तिक होशील, हें ऋग्वेदांतील वर्णनास लागू करून अनूचे पुढें यवन झाले ही कल्पना बसूं शकेल. हिंदुस्थानांतील अनूच्या वंशाची स्मृति महाभारतकाळीं राहिली नसावी.

चंद्रवंशीयांचें भिन्नत्व.

असो. सूर्यवंश व चंद्रवंश असे दोन निरनिराळे वंश हिंदुस्थानांत होते ही गोष्ट वैदिक वाङ्मयांत जरीं नमूद नाहीं, तरी महाभारतांत त्याचा उल्लेख स्पष्टपणें दिसतो. श्रीकृष्ण सभापर्वांत असें म्हणतो कीं, " हिंदुस्थानांत ऐल व ऐक्ष्वाक यांच्या वंशांतील १०० कुळें हल्लीं आहेत. त्यांपैकीं ययातीच्या कुळांत जन्मलेले भोज राजे हे गुणवान् असून चारी दिशांस पसरलेले आहेत " (भा. आदि. पा. ४९८) ऐल व ऐक्ष्वाक या शब्दानें चंद्रवंश व सूर्यवंश यांचा बोध होतो, हें उघड आहे. तथापि चंद्र व सूर्य यांचें नांव स्पष्टपणें नाहीं. यावरून महाभारतकाळींही हीं नांवें प्रचारांत आलीं होतीं कीं नाहीं, याजविषयीं थोडासा संदेह उत्पन्न होतो. पुढें पुराणकाळीं हीं नांवें प्रसिद्ध झालीं. दोन वंशांचे आर्य हिंदुस्थानांत आले, ही गोष्ट मात्र ऋग्वेदकाळापासून महाभारतकाळापर्यंत दिसते. प्रथम भरत अगर सूर्यवंशी क्षत्रिय आले. मागाहून यदु, पूरु वगैरे वंशांतील क्षत्रिय हिंदुस्थानांत आले. ब्राह्मणकाळीं या दुसऱ्या वंशांतील क्षत्रियांचा उत्कर्ष दिसतो. तोच तो भारती युद्धाच्या वेळीं असावा. श्रीकृष्णाच्या वचनावरून भारतांत ययातीच्या वंशांतील भोज कुळाचें प्राबल्य जास्ती होतें असें दिसतें. हीं सर्व चंद्रवं-

शी कुळें गंगा, यमुना व सरस्वती या नद्यांच्या कांठानें वसलीं होतीं. पूर्वींचे आर्य पंजाब व अयोध्या-मिथिला प्रांतांत. वसले होते आणि चंद्रवंशीं आर्य त्यांच्यामध्येंच घुसलेले होते. या चंद्रवंशी आर्यांचीं मुख्य कुळें (१) कौरव कुरुक्षेत्रांत; (२) पांचाल गंगेच्या किनारीं त्यांच्या दक्षिणेस; (३) यदु व शौरसेनी भोज मथुरा, यमुनेच्या किनाऱ्यावर; (४) चेदी दक्षिणेस यमुनेच्या कांठीं प्रयागापर्यंत; व (५) मगध गंगेच्या दक्षिणेस अशीं होतीं; याशिवाय (६) अवंति व विदर्भ यांतही भोज कुळें होतीं. हे सर्व चंद्रवंशीय क्षत्रिय होते. भोजांच्या वर्चस्वामुळें यादव श्रीकृष्णासह मध्यदेश सोडून (७) सौराष्ट्र ऊर्फ काठेवाड येथें द्वारकेस जाऊन वसले होते. ते सर्व चंद्रवंशी क्षत्रिय आर्य होते. हे वैदिक धर्माचेच होते, म्हणजे इंद्राग्नीचे उपासक होते. तथापि या व पूर्वींच्या आर्यांत कांहींसा फरक होता. हे क्षत्रिय वर्णानें काळसर असावे. श्रीकृष्ण, अर्जुन, वेदव्यास, द्रौपदी इत्यादिकांच्या वर्णावरून असा तर्क होतो. ते मल्लविद्येचे अभिमानी होते. श्रीकृष्ण, बलराम, दुर्योधन, भीम, जरासंध इत्यादिकांच्या वर्णनावरून मल्लविद्या यांस अधिक प्रिय होती. या लोकांची भाषाही कांहींशी निराळी होती व हा भिन्नपणा हल्लींच्या संस्कृतोत्पन्न मध्यदेशांतील प्राकृत भाषांतही कायम आहे, हें आपण पूर्वीं दाखविलें आहे. या लोकांच्या डोक्याचेंही परिमाण निराळें असावें, याजविषयीं सविस्तर विवेचन पुढें येईल. या लोकांमध्यें चांद्रवर्षानें चालणारे लोक होते, हें आपल्यास अनुमानावरून दिसतें. या लोकांच्या आपसांतील तंट्यामुळें भारतीयुद्ध झालें व दोन्ही बाजूंस मुख्यतः चांद्रवंशी क्षत्रिय होते, असें आपल्यास दिसतें.

पांडव.

आतां आपण पांडव कोण होते, याचा विचार करूं. कौरवांचा राजा प्रतीप, त्याचा पुत्र शंतनु, त्याचा पुत्र भीष्म व विचित्रवीर्य. भीष्मानें आपला राज्यावरील हक्क सोडला, म्हणून विचित्रवीर्य राजा झाला. विचित्रवीर्याचे धृतराष्ट्र व पांडु. धृतराष्ट्र अंध असल्यामुळें पांडु राजा झाला. पांडु, पुढें प्रकृति बिघडून वनांत गेला व राज्य धृतराष्ट्रपुत्र दुर्योधन यास मिळालें. पांडु वनांत गेल्यावर त्यास पुत्रसंतति नव्हती, यामुळें कुंती व माद्री यांनीं देवतांना प्रसन्न करून त्यांच्यापासून पांच पुत्र उत्पन्न करून घेतले, ते पांडव. हे पांडव हिमालयांत वाढले व पांडूच्या मरणानंतर, हिमालयांतील ब्राह्मणांनीं त्यांना हस्तिनापुरांत आणून युधिष्ठिराच्या स्वाधीन केलें. तेथें त्यांचा व दुर्योधनादिकांचा तंटा सुरू झाला. हे पुत्र पांडूचे नव्हेत अशी कल्पना त्यावेळींही असावी, व म्हणूनच हा तंटा हळुहळु वाढून पुढें विकोपास गेला. अशी पांडवांची व भारतीयुद्धाची पूर्वपीठिका महाभारतांत आहे. या कथेंत ऐतिहासिक स्वरूप काय आहे, याचा येथें विचार करावयास पाहिजे. ही कथा काल्पनिक आहे असा जो कित्येकांचा तर्क आहे, तो सर्वथैव चुकीचा आहे. आमच्या मतें पांडव हे चंद्रवंशांतील शेवटच्या शाखेचे हिंदुस्थानांत बाहेरून आलेले आर्यलोक होत. पूर्वीं आपण सांगितलेंच आहे कीं, चंद्रवंशी लोक हिमालयाच्या पलीकडून गंगेच्या खोऱ्यानें हिंदुस्थानांत आले. चन्द्रवंशाचा मूळपुरुष पुरूरवा ऐल म्हणजे इलापुत्र होता आणि हिमालयाच्या उत्तरेकडील भागास ‘ इलावर्ष ’ म्हणतात; म्हणजे हिंदुस्थान जसें भारतवर्ष तसें हिमालयाच्या उत्तरेकडील देशास इलावर्ष ही संज्ञा आहे. अर्थात् चंद्रवंशाची मूळ

भूमि इलावर्ष होती; इतकेंच नव्हे, तर कुरूंचे एक मूळ ठिकाण हिमालयाच्या उत्तरेस होतें, त्यास उत्तरकुरु अशी संज्ञा होती. सारांश कोकणस्थ ब्राह्मण जसे घांटावर आले व विस्तार पावले तरी त्यांची मूळ भूमि हल्लींचें दक्षिण कोंकण होय, त्याप्रमाणें कुरूंची मूळ भूमि हिमालयांत व हिमालयोत्तर भागांत होती, हें अनुमान निघतें. पांडूची प्रकृति बिघडल्यानें तो राज्य सोडून गेला असें जें महाभारतांत वर्णन आहे, तें संभवनीय आहे. पांडु आपल्या कुरूंच्या मूळभूमींत गेला व तेथें बरींच वर्षें राहिला. हिमालयामध्यें तो किती वर्षें राहिला याचें जरी वर्णन नाहीं, तथापि तो इतकें दिवस राहिला असावा कीं, तिकडील आचारविचार सर्व त्याच्या व त्याच्या कुटुंबाच्या अंगवळणीं पडून गेले. चंद्रवंशी क्षत्रियांत त्या ठिकाणीं ज्या चाली रूढ होत्या त्या अर्थातच जुन्या तऱ्हेच्या व हिंदुस्थानांत येऊन राहिलेल्या क्षत्रियांहून भिन्न होत्या. ब्राह्मण व क्षत्रिय दोघांचीही उत्पत्ति एकाच वंशापासून झालेली आहे, ही गोष्ट आम्ही विस्तारानें पुढें सांगणार आहों. असो. पांडूच्या मरणानंतर कुंती आपल्या पांच पुत्रांसह व ब्राह्मण व क्षत्रिय परिवारासह हिमालयांतील कंगाल प्रदेश सोडून आपल्या पूर्वीच्या आठवणीच्या स्थानीं आली, हें साहजिक आहे. पांडवांची उत्पत्ति कशी झाली हा येथें प्रश्न उपस्थित होतो, परंतु नियोगाची चाल त्या वेळीं प्राचीन आर्यांमध्यें म्हणजे हिमालयांतील लोकांमध्यें चालू होती, इतकेंच नव्हे तर ती हिंदुस्थानांतील कुरूंमध्येंही चालू होती, हें विचित्रवीर्याच्या संततीविषयीं जें महाभारतांत वर्णन दिलें आहे, त्यावरूनच सिद्ध होतें. नियोगाच्या चालीबद्दल मनुस्मृतींतही उल्लेख आहे, व तींत ही चाल निंद्य म्हणून ठरविलें गेल्यामुळें ती प्रचारांतून गेली. असो, तर पांडव हे ऐतिहासिक असून हिमालयांतूनच आलेले शेवटचे चंद्रवंशीय क्षत्रिय होत. ज्या गोष्टीवरून हें निर्विवाद ठरतें ती गोष्ट म्हणजे बहुपतिकत्वाची चाल ही होय. पांची पांडवांनीं एका द्रौपदीशीं लग्न कसें लावावें, यासंबंधानें जो वाद झाला तो आदिपर्व अ० १९९ यांत दिलेला आहे. तो येथें घेण्यासारखा आहे. द्रुपद म्हणाला "एकाच स्त्रीला अनेक पति हें कोठें ऐकलें नाहीं. लोकरूढीला व वेदाज्ञेला विरुद्ध असा हा आचार तूं कसा सांगतोस ?" तेव्हां युधिष्ठिरानें उत्तर दिलें "केवळ पूर्वकालीन लोक ज्या मार्गानें गेले त्या मार्गानें आम्ही जातों." "कुलक्रमागत हा आचार आहे" असें त्यानें स्पष्ट सांगितलें. या वाक्यांत पांडवांची उत्पत्ति, हिमालयांत असून तेथें हा आचार रूढ होता, असें स्पष्ट दिसतें. आर्यांत हा आचार फार प्राचीनकाळीं रूढ होता. वेदांना तो संमत नाहीं. यावरून पांडव हे चंद्रवंशांतील अत्यंत जुन्या शाखेचे हिमालयांत राहणारे शेवटचे आलेले लोक होते व ते हस्तिनापुरांत आल्यामुळें त्यांचा व कौरवांचा तंटा झाला. नवीन येणाऱ्या लोकांची शाखा नेहेमीं अधिक उत्साही व तेजस्वी असते, या ऐतिहासिक अनुभवाप्रमाणें पांडव हे अधिक तेजस्वी होते, व त्यांनीं धृतराष्ट्रापासून राज्याचा अर्धा हिस्सा मिळविला. अर्थातच राज्यांतील पडीत भाग म्हणजे यमुनेच्या पश्चिमेकडील प्रदेश त्यांस मिळाला व तेथें त्यांनीं 'इंद्रप्रस्थ' नावाची राजधानी स्थापन केली. याप्रमाणें कौरव व पांडव यांची कथा ऐतिहासिकरीत्या सुसंगत लागते व ती फार प्राचीनकाळचीही असावी, असें अनुमान होतें.

नागलोक.

भारतयुद्धाचा नागलोकांशींही संबंध आहे. हे

लोक ऐतिहासिक आहेत, असें म्हणावयास हरकत नाहीं. ऋग्वेदांत ज्यांना दस्यु किंवा दास म्हणत, तेच हे लोक असावेत. हे लोक हिंदुस्थानचे मूळचे रहिवाशी होत. यांचें स्वरूप दंतकथेनें बदललें म्हणजे ते प्रत्यक्ष नाग अगर सर्प आहेत ही कल्पना पाठीमागून रूढ झाली असावी. आर्यलोकांची जी वस्ती ठिकठिकाणीं झाली, तेथें हे नागलोक पूर्वीपासून वसत होते. पांडवांना यमुनेच्या पश्चिमकिनाऱ्यावर राज्यभाग मिळाला, त्या प्रदेशांत नागलोक राहात असत. हे लोक बहुधा जंगलांत रहात असत व नागांची पूजा करीत असत. पांडवांना राज्य सुस्थित करण्याकारितां हें जंगल तोडावें लागलें व नागलोकांना तेथून हांकून द्यावें लागलें. खांडववन जाळल्याची जी महाभारतांत हकीगत आहे, ती याच प्रकारची आहे. खांडववन जाळून तेथील जमीन लागवडीस तयार करण्याच्या कामीं हा प्रयत्न केला गेला असावा. खांडववनदाहाच्या हकीगतीस ऐतिहासिक स्वरूप देणें असल्यास तें असेंच देतां येईल. खांडववनाचा विस्तीर्ण प्रदेश यमुनाकिनारीं असून तेथें दाट जंगल होतें. त्या जंगलांत नागलोक राहत असत. ते लोक आर्यांच्या वसाहतीस त्रासही देत. यामुळें या लोकांना शिक्षा करून सबंध अरण्य जाळून टाकणें व तेथील सुपीक जमीन वसाहतीस आणणें जरूर पडलें. या कामासाठीं त्यांस नागलोकांशीं युद्धही करावें लागलें. या वनांतील नागलोकांचा अधिपति तक्षक होता. हा तक्षक अर्जुनाच्या हातीं मुळींच लागला नाहीं, असें आदि० अ० २२८ यावरून दिसतें. तक्षकाचें साहाय्य इंद्र करीत होता. त्यास आकाशवाणीनें असें सांगितलें कीं, " इंद्रा, ज्याच्या रक्षणाकारितां इतकी तूं खटपट करीत आहेस तो तुझा मित्र नागराज तक्षक याठिकाणीं मुळींच नाहीं. सांप्रत तो कुरुक्षेत्रास गेला आहे, " (भा० आदि० पा० ४४६) या वाक्यावरून नागांचा राजा तक्षक याचें पारिपत्य करण्याचा अर्जुनाचा विचार होता, परंतु तो त्या वेळीं सांपडला नाहीं. तो आपला देश सोडून कुरुक्षेत्रास गेला होता. त्यानें पुढें पंजाबांत तक्षशिलेच्या जवळ वसाहत केली असें दिसतें. या नागलोकांचें व पांडवांचें जें वैर सुरू झालें, तें दोनतीन पिढ्या चाललें. नागांनीं भारती युद्धांत पांडवांच्या विरुद्ध कौरवांस मदत केली, असें अनुमान करण्यास जागा आहे. कारण, कर्णाच्या भात्यांत खांडवबनदाहांतून सुटलेला अश्वसेन नांवाचा नाग बाण होऊन बसला होता, व तो बाण कर्णानें अर्जुनावर सोडला असतां नेम चुकून फुकट गेला. तेव्हां त्या नागानें कर्णाच्या कानांत पुन्हां येऊन सांगितलें कीं, मला पुन्हां सोड; पण कर्णानें तें ऐकलें नाहीं; अशी कथा भारतांत पुढें वर्णिलेली आहे. या कथेला ऐतिहासिक स्वरूप देणें तर असेंच म्हणतां येईल कीं, नागांनीं अर्जुनाच्या विरुद्ध कर्णास मदत दिली, परंतु ती उपयोगी पडली नाहीं. खांडववन जाळून टाकून अर्जुनानें आपल्यास देशभ्रष्ट केलें, या वैराबद्दलचा सूड अर्जुनाच्या नातवावर तक्षकानें उगवला. परीक्षिताचा अंत तक्षकानें दंश केल्यामुळें झाला अशी जी कथा आहे, त्यांतलें रहस्य हेंच आहे. मूळभारती युद्ध इ० स० पू० ३००० च्या सुमारास झालें, असें मानलें तर महाभारत यानंतर २९००—२७०० वर्षांनीं झालें. इतक्या अवधींत लोकांच्या कल्पनेंत व दंतकथेंत नागलोकांचे प्रत्यक्ष नाग किंवा सर्प झाले, याचें आश्चर्य करावयास नको. महाभारतकालीं नाग म्हणजे सर्पच होते हीच कल्पना रूढ होती. मात्र ते नेहमींच्या सर्पांप्रमाणें के-

वळ पशु नसून देवांश प्राणी होते. ते मनुष्यां- प्रमाणें बोलत चालत, किंबहुना त्यांना निर- निराळ्या दैवी शक्ति होत्या, असें मानलें जात असे. तक्षकानें गुप्तपणें परीक्षिताच्या महालांत शिरून त्याचा खून केला, अशी बहुधा मूळां- त गोष्ट असावी; व तिचें रूपान्तर असें झालें कीं, बोरामध्यें अळीएवढें रूप घेऊन तक्षका- नें प्रवेश केला व एकदम मोठें रूप घेऊन परीक्षिताला दंश केला. याच्या पुढचा भाग याच्याहूनही चमत्कारिक आहे. जनमेजयानें आपल्या बापाचा खून तक्षकानें केला, या त्याच्या कृत्याबद्दल तक्षकास व त्याच्या नाग- लोकांस प्रायश्चित्त देण्याबद्दल मनांत आणलें व एकंदर जगतांतील जेत्या योद्ध्यांचें अनु- करण करून नागलोकांच्या तक्षकाचा देश तक्षशिला जिंकून नागलोक सरसहा मारून टाकण्याचा क्रम सुरू केला. परंतु तो प्रयत्न अखेरीस एका विद्वान् व दयाशील ब्राह्मणा- च्या विनंतीवरून सोडून दिला; इतकेंच नव्हे, तर तक्षकालाही माफी दिली. हा मूळचा कथा- भाग असा असून त्याजवर महाभारतकाळा- पर्यंत सर्पसत्राचें रूपक स्थापिलें गेलें. आदि- पर्वांत जनमेजयाच्या सर्पसत्राची जी सविस्तर कथा आहे, ती अशीच आहे. पण सर्पसत्र म्हणजे काय ? सर्पसत्र अशा प्रकारचें कोण- चेंही सत्र कोणत्याही ब्राह्मणांत किंवा इतर वैदिक ग्रंथांत वर्णिलेलें नाहीं. किंबहुना महा- भारतांतील वचनावरून सर्पसत्र हें जनमेजया- करितांच उत्पन्न केलेलें होतें. (भा० आदि० पा० १२०) आणि या सत्रामध्यें निरनिराळ्या जातीच्या सर्पांच्या आहुती पडावयाच्या होत्या. ऋषींनीं सत्रास प्रारंभ करून सर्पांच्या नांवानें हांक मारून त्याची आहुति देतांच मोठमोठीं सर्पांचीं वेटोळीं अग्नींत येऊन पडूं लागलीं, व जळून भस्म होऊं लागलीं ! शेवटीं तक्षकाची आहुति दिली. तक्षकास इंद्रानें आश्रय दिला होता, पण यावेळीं आस्तिकानें नागलोकांची तरफदारी करून जनमेजयराजास संतुष्ट केलें व सर्पसत्र बंद करवून तक्षकास अभयवचन देवविलें. वरील हकीगतीवरून नागलोक हे मनुष्यच होते असें दिसतें, व ते इंद्राचा आ- श्रय करीत; अर्थात् जेथें पाऊस पुष्कळ पडून जंगल होतें, तेथें राहात असत. त्यांच्या अ- नेक जाती होत्या. त्या जातींचीं जीं नांवें महाभारतांत दिलीं आहेत. त्या नांवांवरून हल्लींचीं कित्येक आडनांवें निघतात, असे रा० राजवाडे यांनीं सिद्ध केलें आहे. नागलोकांच्या पुष्कळ स्त्रिया क्षत्रियांनीं केल्या. अर्जुनानें उलूपी या नागकन्येशीं लग्न केलें होतें. या नागलोकांची मुख्य वस्ती पाताळांत आहे अशी कल्पना आहे, व पाताळांत जाण्याचा रस्ता पाण्यांतून आहे. अर्जुनास उलूपीनें न- दींत स्नान करीत असतां पायानें ओढून पा- ण्यांतून पाताळांत नेलें, असें वर्णन आहे. कि- त्येक ऋषींना नागकन्यांपासून संतति झाल्या- चें वर्णन महाभारतांत आहे. नागलोकांचा कै- वार घेणारा आस्तिक हा एका नागकन्येपासून जरत्कारु ऋषीला झालेला होता. असो, तर एकंदर हकीगतीचा ऐतिहासिकदृष्ट्या विचार करतां नाग मनुष्य असून जंगलांत राहणारे होते, व त्यांचा राजा तक्षक हा खांडववनांत राहणारा असून त्याला तेथून हाकलल्यामुळें तो पांडवांचा कट्टा वैरी झाला, व भारती युद्धांत पांडवांच्या विरुद्ध कर्णास लढाईंत म- दत देत होता.

येथें थोडासा जास्त खुलासा करणें इष्ट आहे. पूर्वीं एके काळीं नाग आणि सर्प असे दोन भेद असावेत, असें दिसतें. भगवद्गीतेंत “ सर्पाणामस्मि वासुकिः ” आणि “ अनंत- श्चास्मि नागानां ” असा भेद सांगितला आहे.

भगवद्गीतेच्या काळीं म्हणजे भारतकाळीं सर्प आणि नाग असे दोन लोक हिंदुस्थानचे होते. त्यांतील सर्प हे सविष म्हणजे आर्यांस त्रास देणारे आणि नाग म्हणजे निर्विष, त्रास न देणारे अर्थात् अनुकूल असा भेद असावा. अनंत हा यामुळेंच नाग असूनही विष्णूच्या शयनार्थीं कल्पिला आहे. पण सौतीच्या काळीं हा भेद राहिला नाहीं, असें दिसतें. कारण, महाभारतांतील आस्तिक आख्यानांत व पौष आख्यानांत हा भेद मुळींच राहिलेला नाहीं. सर्प आणि नाग एकच असें जागजागीं दिसतें. तथापि शेष किंवा अनंत वगैरे नाग हे निराळे आहेत, असें मानण्यास जागा आहे. जनमेजयाच्या सत्रास सर्पसत्र असें नांव आहे. आणि या सर्पसत्रांत विषोल्बण सर्प जळाले आहेत. (आ० अ० ५७) या ठिकाणीं जळालेल्यांचीं नांवेंही दिलीं आहेत. तीं वासुकि, तक्षक, ऐरावत, कौरव्य आणि धृतराष्ट्र यांच्या कुळांतील आहेत, अनंत अथवा शेष याच्या कुळांतील नाहींत. तसेंच हे दोन सर्प आणि नाग लोक निरनिराळ्या ठिकाणीं राहत होते, असाही अंदाज होतो. आदि० अ० ३ यांत उत्तंकानें नाकलोकांत जाऊन नागांची स्तुति केली, तींत महत्त्वाची माहिती उपलब्ध होते.

बहूनि नागवेश्मानि गंगायास्तीर उत्तरे ।
तत्रस्थानपि संस्तौमि महतः पन्नगानिमान् ॥

यांत नाग गंगोत्तर रहात असें दिसतें. कुरुक्षेत्रांत आणि खांडववनांत खांडवदाहापूर्वीं तक्षक व अश्वसेन राहत असत, असेंही दिसतें. यांस जरी सौतीनें नाग म्हटलें आहे, तरी हे सर्प होते असें वरील वर्णनावरून दिसतें. यांच्या विषयीं या स्तुतींत श्लोक आहेत ते असे.

अहमैरावतज्येष्ठ भ्रातृभ्योऽकरवं नमः ।
यस्य वासः कुरुक्षेत्रे खांडवे चाभवत्पुरा ॥
तक्षकश्चाश्वसेनश्च नित्यं सहचरावुभौ ।
कुरुक्षेत्रं च वसतां नदीमिक्षुमतीमनु ॥

तक्षक व अश्वसेन यांचा येथें संबंध व्यक्त होतो. तक्षकास नागराज म्हटलें आहे.

अवसद्यो नागधुर्यं प्रार्थयन्नागमुख्यताम् ।

असेंही त्याचें वर्णन केलें आहे. या एकंदर हकीगतीवरून तक्षक हा सर्पांपैकीं म्हणजे प्रतिकूलांपैकीं असून तो मूळचा खांडववनांतील राहणारा, मोठा महत्त्वाकांक्षी व राजत्वाची इच्छा करणारा नाग होता व त्याचा प्रदेश पांडवांनीं जाळून खालसा केल्यामुळें पांडवांचें आणि त्याचें व अश्वसेनाचें वैर उत्पन्न झालें असें मानतां येतें. असो. नाग आणि सर्प हे मूळचे एकवंशी असले तरी भिन्नजातीय होते, ही गोष्ट भगवद्गीतेवरून दिसते, हें येथें लक्षांत ठेविलें पाहिजे आणि यावरूनही भगवद्गीतेचा काळ सौतीच्या महाभारताच्या पूर्वींचा दिसतो.

युद्धांतील विरुद्ध पक्षाचे लोक.

आतां आपण दोन्ही बाजूला कोण कोण आर्यलोक होते याचा विचार करूं, व त्यावरून काय अनुमान निघतें तें पाहूं. दुर्योधनाच्या बाजूला ११ अक्षोहिणी होत्या. त्यांत कोणकोणते लोक होते हें प्रथम पाहूं. दुर्योधनाच्या बाजूला प्रथम शल्य होता. हा मद्रांचा अधिपति होतो. याचें राज्य पंजाबांत होतें. दुसरा भगदत्त याचें राज्य पूर्वेकडे चीनकिरातांचें होतें. तिसरा, भूरिश्रवा हाही पंजाबांतला राजा होता. चौथा कृतवर्मा हा भोजांचा राजा होता. याचें राज्य काठेवाडाजवळ होतें. पांचवा जयद्रथ हा सिंधदेशाचा राजा होता. सहावा सुदक्षिण हा कांबोज येथील अफगणिस्थानांतील राजा होता. सातवा माहिष्मतीचा नील हा नर्मदेवरील महेश्वरचा राजा; अवंतीचे दोघे राजे ८ व ९; पंजाबांतील कैकय १० आणि ११ वी अक्षौहिणी गांधा-

राचा राजा शकुनि, शिबि, कोसलांचा राजा बृहद्रथ वगैरे राजांची होती. पांडवांच्या बाजूला सात्यकि युयुधान हा यादव द्वारकेंतला होय. दुसरा चेदीचा धृष्टकेतु. हे चेदी यमुना-किनाऱ्यावरील काल्पीच्या जवळच्या भागांत राहणारे होत. मगधांचा जयत्सेन तिसरा. चौथा समुद्रकिनाऱ्यावरील पांड्य. पांचवा द्रुपद पांचालांतला. पांचालांचा गंगायमुनांच्या दरम्यान् अलीगडच्या भोंवतालचा प्रदेश होता. सहावा मत्स्यांतले विराट. मत्स्यदेश जयपूर, धोलपूर वगैरे भागांत होता. सातवे इतर राजे—काशीचा धृष्टकेतु, चेकितान, युधामन्यु, उत्तमौजा वगैरे राजे होते. (उद्योग० अ० १९) एकंदर पांडवांकडे सात अक्षौहिणी व दुर्योधनाकडे अकरा अक्षौहिणी होत्या. असो, या यादीवरून एक मोठें अनुमान असें काढतां येतें कीं, भारती युद्ध पूर्वी आलेले आर्य व मागाहून आलेले आर्य यांच्यामध्यें झालें. किंबहुना उत्तरेकडील व दक्षिणेकडील आर्यांमध्यें हें युद्ध झालें अथवा भोंवतालचे आर्य व मध्यदेशांतील आर्य यांजमध्यें हें युद्ध झालें. दुर्योधनाकडे कुरुक्षेत्रापासून तों पंजाबांतलि गांधार, कांबोजपर्यंत म्हणजे अफगाणिस्थानापर्यंतचे सर्व राजे, तसेंच सिंध देशांतील राजे, काठेवाड व अवंतीपर्यंतचे (उज्जयिनी) राजे व पूर्वेकडे अयोध्या (कोसल) अंग, प्राग्ज्योतिष देशापर्यंत (कर्ण व भगदत्त) राजे होते. आतां याच्या उलट, पांडवांकडे दिल्ली, मथुरा, (शौरसेनी) पांचाल, चेदी, मगध व काशी वगैरे यमुनेच्या किनाऱ्याचे, मध्य देशांतील राजे व द्वारकेंतील श्रीकृष्ण इतके राजे होते. हे सर्व चंद्रवंशीयांचे नवीन आलेले लोक होते, असें मानण्यास हरकत नाहीं. उत्तरेकडच्या लोकांत चन्द्रवंशांतले सर्वांत प्रारंभीं आलेले कुरु हे होते. या दोन्ही पक्षांत बराच मतभेद असावा. दोघांच्या चालीरीतींतही फरक असावा, हें उघड आहे. यांतील भाषाभेद हा हल्लींच्या भाषांतही कायम आहे, ही गोष्ट आपण पूर्वीं पाहिलीच आहे. शिवाय या मध्यदेशांतील लोकांत चान्द्र वर्ष सुरू असावें, असें मानण्यास हरकत नाहीं. ते पांडवांच्या बाजूला याच कारणानें झाले असावे. या दोन वंशास चंद्रवंश व सूर्यवंश अशीं नांवें कां पडलीं, याची एक उपपत्ति या त्यांच्या फरकावरून लागूं शकते. चंद्रवंश चान्द्रवर्षाला मान देणारे व सूर्यवंश सौरवर्षाला मान देणारे ही गोष्ट हीं निरनिराळीं नांवें उत्पन्न होण्यास कारणीभूत झाली असावी.

चन्द्रवंश हें नांव कोणत्याही कारणानें पडलेलें असो, हे लोक ताज्या दमाचे व उत्साही होते. त्यांच्यांत हिंदुस्थानच्या मूळच्या रहिवाश्यांशीं मिळून राहण्याची प्रवृत्ति ज्यास्ती होती. या लोकांत थोडासा काळसर वर्ण जो आला, तो येथील लोकांशीं मिसळल्यामुळें आला; तथापि हे लोक वैदिक धर्माभिमानी होते व हे लोक आर्य जातीचे असावे, यांत मुळींच शंका नाहीं.

हिंदुस्थानांत आर्य आहेत.

पण हिंदुस्थानांत आर्य लोक मुळींच नाहींत असें कित्येकांचें आग्रहाचें म्हणणें आहे, तेव्हां आपण येथें हिंदुस्थानामध्यें आर्य लोक आहेत कीं नाहींत आणि हे चान्द्रवंशीय लोक तरी आर्य होते कीं नाहीं, या प्रश्नाचा विचार विस्तारानें करूं. प्रथम आपण हिंदुस्थानांत आर्य लोक आहेत व होते, याचा वेद व महाभारत यांवरून पुरावा पाहूं. हिंदुस्थानामध्यें आर्य जातीचे लोक होते, हें ऋग्वेदांतलि अनेक उल्लेखांवरून स्पष्ट दिसतें. आर्य शब्द प्रथम जातिवाचकच होता. तो पुढें स्वभाववाचक झाला. ऋग्वेदांत तो जातिवाचकच सांप-

डतो. हा शब्द मूळचे रहिवासी दास या शब्दाच्या विरोधानें वापरलेला आहे. ऋग्वेद मं० १० सू० ३८ यांत ३ री ऋचा अशी आहे—

यो नो दास आर्यो वा पुरुष्टुता
देव इन्द्र युधये चिकेतति ॥

" हे इंद्रा ! जो आमच्याशीं युद्ध करावयास इच्छितो, मग तो दास असो, आर्य असो किंवा अदेव असो " या वाक्यांत तीन जातींचा उल्लेख केला आहे. दास, आर्य व अदेव. आर्य हे हिंदुस्थानांत आलेले आर्य; दास येथील रहिवासी (मूळचे) आणि अदेव म्हणजे असुर, म्हणजे ' झेंदावेस्ता ' यांत वर्णिलेले पार्शी लोक, अर्थात् यांजपासून विभाग होऊन हिंदुस्थानांतील आर्य इकडे आले होते असें दिसतें. सायणाचार्यांच्या वेळीं आर्य हे वंशाचें नांव आहे, ही कल्पना नाहींशी झाली होती. तथापि आर्य म्हणजे त्रैवर्णिक ब्राह्मण, क्षत्रिय व वैश्य हे होत, असें त्यानें सांगितलें आहे, याचेंही तात्पर्य तेंच निघतें. वैदिक काळीं आर्य व दास यांचा विरोध होता. ब्राह्मणकाळींही हा विरोध कायम होता. पुढें हळुहळु दासांचा अन्तर्भाव शूद्रांमध्यें झाल्याकारणानें आर्य व दास असा विरोध नाहींसा झाला, व आर्य आणि म्लेछ असा विरोध उत्पन्न होऊन या निरनिराळ्या जाती आहेत, असें लोकांत मानलें गेलें. तथापि आर्य हें नांव विशिष्ट जातिवाचक आहे, हें महाभारतकाळींही मान्य होतें. हिंदुस्थानांतील निरनिराळ्या लोकांची गणना करतांना आर्य, म्लेछ आणि मिश्र असे तीन लोक महाभारतांत वर्णिलेले आहेत.

आर्या म्लेच्छाश्च कौरव्य तैर्मिश्राः पुरुषा विभो।

(भीष्म. ९–११३.) त्याचप्रमाणें ज्या वेळेस अर्जुनानें अश्वमेधाच्या प्रसंगानें दिग्विजय केला, त्या वेळेस ज्या अनेक राजांनीं त्याचा विरोध केला त्यांत म्लेछ व आर्य असे दोन्ही राजे होते. (अश्वमेध. अ० ७३,)

म्लेच्छाश्चान्ये बहुविधाः पूर्वं ये निकृता रणे ।
आर्याश्च पृथिवीपालाः प्रहृष्टा नरवाहनाः ॥
समीयुः पाण्डुपुत्रेण बहवो युद्धदुर्मदाः ।

(२५–२६) यावरून असें स्पष्ट दिसतें कीं, शिकंदराच्या नंतर सुद्धां महाभारतकाळापर्यंत हिंदुस्थानांत कांहीं राजे आपल्याला आर्य म्हणवीत असत व कांहीं म्लेच्छ मानले जात. हिंदुस्थानच्या लोकांची यादी भीष्मपर्वांत दिली आहे, त्यांत कांहीं राजे म्लेच्छ म्हणून स्पष्टपणें सांगितले आहेत. यावरून जातिवाचक आर्य नांव अद्याप रूढ होतें. आर्यावर्त हा शब्द हिमालय व विंध्य पर्वत यांच्यामधील प्रदेशास लावला जातो. आर्य शब्दानें केवळ जातीचाच भेद दाखविला जात नव्हता, तर भाषाभेदही दाखविला जात असे. ' नार्या म्लेच्छन्ति भाषाभिः । ' असें महाभारतांत एके ठिकाणीं म्हटलें आहे. आर्य लोक भाषा बोलतांना चुकत नाहींत, तसें म्लेच्छ लोक चुकतात, असा या वाक्याचा अर्थ आहे. असो, महाभारतकाळीं आर्य हा जातिवाचक शब्द होता आणि तो म्लेच्छ लोकांच्या विरुद्ध अर्थी वापरला जात होता. मनुस्मृतीमध्येंही हा भेद अद्याप कायम आहे. मनुस्मृतीमध्यें सुद्धां आर्य शब्द जातिवाचक आहे आणि हिंदुस्थानांतील चातुर्वर्ण्याच्या बाहेरचे लोक आर्य नाहींत, अशी त्या वेळची समजूत होती. आर्य देश हिंदुस्थानांत कोणकोणते होते, हें भीष्मपर्वांतील देशगणनेमध्यें सांगितलेलें नाहीं. तथापि उत्तरेकडे पंजाबापासून अंग, वंग देशापर्यंत व दक्षिणेकडे अपरान्त देशापर्यंत आर्य लोक पसरलेले असावे आणि त्याच्या पलीकडे म्लेच्छ लोक पसरलेले असावे. म्लेच्छ लोक किंवा वे-

दबाह्य लोक कोणकोणते, या गणनेमध्यें अंग, वंग, कलिंग, आंध्र या देशांचीही गणना केलेली आहे. यवन, चीन, कांबोज, हूण, पारसीक वगैरे व दरद, काश्मीर, खशीर, पल्हव वगैरे दुसरे म्लेच्छ उत्तरेकडे सांगितले आहेत. यावरून महाभारतकाळीं कोण कोण लोक म्लेच्छ समजले जात होते, हें निश्चयानें कळतें. म्हणूनच आर्यावर्त म्हणजे विंध्य व हिमालय यांच्या मधील देश समजला जात असे. याच्या बाहेरही आर्य लोक होते व संस्कृत भाषाही बोलत. तथापि ते वेदवर्णबाह्य असल्यानें म्लेच्छ समजले जात. त्यांची गणना मनुस्मृतीनें दस्यूंत केली आहे.

मुखबाहूरुपज्जानां या लोके जातयो बहिः ।
म्लेच्छवाच आर्यवाचः सर्वे ते दस्यवः स्मृताः ।

या श्लोकावरून वरील अनुमान निघतें.

भारती युद्धकाळीं हिंदुस्थानांतील आर्यांची वस्ती याचप्रमाणें होती, असें मानण्यास कांहीं हरकत नाहीं. कुरु पांचाल, कोसल, विदेह या लोकांविषयीं ब्राह्मणांमध्यें वारंवार वर्णन येतें. अर्थात् पूर्वेकडे गंगेच्या उत्तरेस अंगापर्यंत आर्यांची वस्ती गेली होती. शौरसेन चेदी आणि मगध यांचें नांव ब्राह्मणांत येत नाहीं. तथापि हे लोक त्या काळीं यमुनातीरीं पसरलेले होते, ही गोष्ट मान्य करण्यास हरकत नाहीं. मत्स्यांचें नांव ऋग्वेदांतही आहे. श्रीकृष्णाची कथा युद्धकालीन आहे हें जर निश्चयानें ठरतें, तर काठेवाड—द्वारकेपर्यंत आर्यांची वस्ती गेलेली असली पाहिजे. वेदामध्यें समुद्राचें वर्णन पुष्कळ आहे. अर्थात् वैदिक ऋषींना सिंधकाठेवाड वगैरेची माहिती असलीच पाहिजे. पंजाब तर आर्यांचें मूळवसतिस्थान होय. तेव्हां पंजाबापासून काठेवाडपर्यंतचा मुलूख पूर्वेस विदेहापर्यंत आर्यांनीं व्यापला होता व यांतील लोकांस आर्य असें नांव वेदांत व महाभारतांत दिलेलें आहे. यावरून हिंदुस्थानांत आर्यलोकांची वस्ती आहे, हें उघड होतें.

शीर्षमापन शास्त्राचा पुरावा.

अमुक लोक अमुक जातीचे आहेत कीं नाहीं, हें ठरविण्यासाठीं शीर्षमापन शास्त्र हें एक नवीन शास्त्र उत्पन्न झालेलें आहे. यावरून अमुक लोक आर्य जातीचे आहेत कीं नाहींत, हें बहुतेक निश्चयानें ठरवितां येतें. एकंदर जगतांतील लोकांच्या मुख्यतः चार जाती मानलेल्या आहेत. आर्य, मांगोलियन, द्रविड व नीग्रो. यांपैकीं साधारणरीत्या आर्य हे गौरवर्णाचे असून उंच असतात. मांगोलियन हे पिवळ्या रंगाचे असून मध्यम उंचीचे असतात. द्रविडीयन हे काळसर वर्णाचे व मध्यम उंचीचे असतात. नीग्रो हे पूर्ण काळ्या वर्णाचे असतात. या अनेक वर्णांच्या व उंचीच्या भिन्न परिमाणापेक्षां डोक्याचें माप व नाकाचें माप हीं दोन मापें शीर्षमापन शास्त्रानें महत्त्वाचीं मानलेलीं आहेत, व त्याजवरून निरनिराळ्या जातींची बहुतेक निश्चयात्मक ओळख पटते. आर्य लोकांचें नाक बहुधा उंच असून लांब असतें, असें अनेक आर्य जातींच्या तुलनेवरून ठरविलेलें आहे, व डोक्याची लांबी ही रुंदीपेक्षां ज्यास्ती असते, असेंही दृष्टोत्पत्तीस आलें आहे. सने १९०१ च्या सेन्ससच्या वेळीं सर हरबर्ट रिस्ले यांच्या सूचनेवरून हिंदुस्थानांतील बहुतेक सर्व भागांतील लोकांपैकीं कांहीं विशिष्ट संख्येचीं शीर्षमापन शास्त्राप्रमाणें परिमाणें घेतलीं, त्यावरून रिस्ले साहेबानें असा सिद्धान्त ठरविला कीं, हिंदुस्थानांतील निरनिराळ्या भागांत आर्य जातीचे लोक कसे दिसतात, त्याची सात विभागानें कल्पना करतां येईल. (१) पंजाब, काश्मीर व राजपु-

ताना यांत बहुतेक सर्वच लोक आर्य जातीचे आहेत (२) संयुक्त प्रान्त व बहार यांत आर्य व द्रविड या जातींचे मिश्रणाचे लोक आहेत. (३) बंगाल व ओरिसा यांतील लोक मांगोलियन व द्रविडीयन या जातींचे बहुतेक असून वरिष्ठ वर्णांत आर्य जात थोडीशी दिसून येते. (४) सिलोनपासून सर्व मद्रास इलाखा, हैद्राबाद, मध्यप्रांत व छोटानागपूर यांमध्यें राहणारे लोक द्रविड जातीचे आहेत. (५) पश्चिमेकडील हिंदुस्थानचा किनारा, गुजराथ व महाराष्ट्र व कोंकण कुर्गपर्यंत, यांत द्रविड व शक यांचें मिश्रण आहे. बाकीचे दोन भाग पश्चिमेकडे बलुचिस्थान व पूर्वेकडे आसाम, ब्रह्मदेश हे असून त्यांत अनुक्रमें इराणी व मांगोलियन जातीचे लोक आहेत; पण ते हिंदुस्थानाबाहेर असल्यानें यांच्याशीं आपल्यास कांहीं कर्तव्य नाहीं. वरील पांच भागांतील लोकांचें जें वर्णन दिलें आहे, तें बहुतांशीं एक भाग खेरीजकरून जीं अनुमानें आपण वैदिक वाङ्मयावरून व महाभारतावरून काढलीं आहेत, त्यांच्याशीं निश्चयात्मक रीतीनें जुळतें. तें कसें हें आपण पाहूं.

पंजाबांत व राजपुतान्यांत आर्य लोकांची वस्ती प्रथमतः झाली, हें वेदांतील अनेक उताऱ्यांवरून आम्हीं पूर्वीं सांगितलेलें आहे. ऋग्वेदांत भरतांचें नांव येतें, ते लोक पूर्वींचे प्रथम आलेले आर्य होत. हे हल्लीं सूर्यवंश म्हणून समजले जातात. यांचे वसिष्ठ, विश्वामित्र व भरद्वाज इत्यादि ऋषि मुख्यतः होते. यांचे भारतकालीन मुख्य लोक म्हटले म्हणजे मद्र, केकय व गांधार हे लोक होते, असें दिसतें. हे लोक वर्णानें अत्यंत गौर व रूपानें सुस्वरूप असे असत. मध्य देशांतील क्षत्रिय बहुतकरून यांतील कन्या मुद्दाम लग्नांत करीत, असें अनुमान होतें. पांडूला माद्री ही स्त्री याच कारणानें केली होती. धृतराष्ट्राची बायको ही गांधार देशांतली मुलगी होती. रामायणांतील दशरथाची स्त्री कैकयी याच कारणानें केली गेली असून ती नवऱ्याची अत्यंत प्रिय होती. सारांश, पंजाबांतील आर्य हे प्रथम आलेले आर्य असून ते वर्णानें गौर व सुस्वरूप होते. लोकमान्य टिळक यांनींही आपल्या " आर्टिक होम इन् दि वेदाज् " या ग्रंथांत अनेक प्रमाणांवरून असें सिद्ध केलें आहे कीं, भारती आर्य हे उत्तरेकडून ध्रुवप्रदेश सोडून दक्षिणेकडे येतां येतां इराणी अथवा असुर यांच्याशीं विवाद होऊन हिंदुस्थानांत पंजाबांत आले; व येथें त्यांनीं ख्रिस्तापूर्वीं ४००० वर्षांच्या सुमारास वस्ती केली. याचें वर्णन त्यांनीं इराणी लोकांच्या ' वेंदिदाद ' या धर्मग्रंथांत असलेलें जगाच्या निदर्शनास आणून दिलें आहे. " आर्य लोकांनीं सप्तसिंधु म्हणजे पंजाब देशामध्यें वस्ती केली. परंतु सैतानानें अतिशय उष्णता व साप या लोकांना त्रास देण्यास उत्पन्न केले," असें त्या ग्रंथांत म्हटलें आहे. सप्तसिंधु म्हणजे पंजाबांतील पांच नद्या व सिंधु व कुभा या होत. ह्या साती नद्यांचीं नांवें ऋग्वेदांत वारंवार येतात. या नद्यांच्या वर्णनावरून व महाभारतांतील लोकांच्या वर्णनावरून पंजाबांत व जवळच्या काश्मीर व राजपुतान्यांत गौरवर्ण व सुंदर स्वरूपांच्या आर्यांची पूर्ण वस्ती झाली. येथें राहणारे मूळचे दस्यु लोक थोडे असावेत, व ते हळुहळु आर्यांच्यां येण्यामुळें दक्षिणेकडे हटले असावे. या द्रविड जातीच्या लोकांची मुख्य वस्ती दक्षिणेकडेच होती, व उत्तरेकडून आर्य लोक जसजसे आले, तसतसे ते दक्षिणेकडेच हटले. यामुळें त्यांचा हल्लींही भरणा दक्षिणेकडच्या भागांत आहे, हें आपण वरील विभागावरून पाहिलें. या द्रविड लोकांचा मुख्य विशेष

शीर्षमापनशास्त्राप्रमाणें असा आहे कीं, त्यांचें नाक बसकें असतें. त्यांचें डोकें आर्य जातींच्या लोकांप्रमाणें लांबटच असतें, परंतु बसकें नाक हें त्यांचें मोठें लक्षांत घेण्यासारखें लक्षण होय; आणि आश्चर्य हें कीं, द्रविडी लोकांचा हा विशेष वैदिक आर्य ऋषींच्याही नजरेस आला व त्यांनीं वेदांमध्यें अनेक ठिकाणीं 'निर्नासिक दस्यु' असें वर्णन केलें आहे. असो; तर पंजाबांतील दस्यु लोक हळुहळु मागें हटले व ऋग्वेदकाळापासून हल्लींच्या काळापर्यंत पंजाबांतील बहुतेक लोक आर्य जातीचे आणि गौर वर्णाचे उंच नाकाचे आहेत. पंजाबाची जमीन अतिशय सुपीक असल्यानें व तेथील हवा निरोगी असल्यानें ब्राह्मण व क्षत्रिय आणि वैश्य अथवा जमीन करणारे शेतकरी वगैरे सर्व लोक पुष्कळ वाढले. यामुळें हल्लीं शूद्र मानल्या जाणाऱ्या पंजाबांतील जाट वगैरे जाती अस्सल आर्य आहेत. आतां आपण दुसऱ्या भागाविषयीं विचार करूं.

हा भाग म्हटला म्हणजे संयुक्त प्रांत व बहार असा रिस्लेनें ठरविला आहे. त्यांत मिश्र जातीचे आर्य आहेत असें त्याचें म्हणणें आहे. बहार प्रांत म्हणजे वैदिककालीन विदेह होय. कोसल म्हणजे अयोध्या. कोसल व विदेह हे ब्राह्मणांत महशूर आहेत. कोसल-विदेह हा रामायणांतील कथाभागाचा मुख्य प्रदेश आहे. यांतील रहिवाशी सूर्यवंशी क्षत्रिय आहेत. त्यांचा संबंध पंजाबाशीं आहे; ही गोष्ट हल्लींच्या तेथील संस्कृतोत्पन्न देशी भाषांवरूनही व्यक्त होते हें पूर्वीं सांगितलेंच आहे. असो, येथील लोक हल्लीं मिश्र असले तरी आश्चर्य नाहीं. तथापि औध हा भाग पूर्वींपासून स्वतंत्र आहे आतां आपण बाकीच्या संयुक्तप्रांताचा विचार करूं. या प्रांतांत मुख्यतः चन्द्रवंशी क्षत्रिय व ब्राह्मण लोकांची वस्ती आहे. ऋग्वेदांतील वर्णनावरूनही चंद्रवंशी लोक प्रथम सरस्वती व गंगेच्या किनाऱ्यावर वसले. कुरु-पांचाल हे ब्राह्मणांतील मुख्य लोक होत. यांचे आचारविचार कांहींसे निराळे असून वैदिकधर्माचा पूर्णोत्कर्ष सरस्वतीतीरावर कुरुक्षेत्रांत झाला, असें वर्णन ब्राह्मणामध्यें आहे. किंबहुना मुख्य आर्यावर्त म्हणजे सरस्वती व दृषद्वती या नद्यांमधील लहानसा प्रदेश होय. हें वैदिकधर्माचें मुख्य ठिकाण आहे, असें लोक मानीत. या भागांतील लोक पंजाबांतील लोकांपेक्षां ज्यास्ती सुधारलेले व ज्यास्ती शुद्धाचरणाचे होते, असा लोकांचा समज होता. ज्याप्रमाणें हल्लीं महाराष्ट्रांत पुणें प्रांत भाषा, सुधारणा, आचार, धर्मशास्त्र इत्यादिकांसंबंधानें मुख्य मानला जातो, त्याप्रमाणें प्राचीनकाळीं कुरुक्षेत्र हें वैदिकधर्माचें व वैदिकसंस्कृतीचें केंद्र मानीत. या प्रांतांतील लोकांच्या मानानें पंजाबांतील आर्य हे कमी सुधारलेले व अशुद्ध आचरणाचे, अशी कल्पना ब्राह्मणकाळापासून तों महाभारताच्या काळापर्यंत म्हणजे सौतीच्या काळापर्यंत चालू होती. याचें उत्कृष्ट उदाहरण महाभारतांतील कर्णपर्वांत शल्य व कर्ण यांचें जें संभाषण दिलें आहे, त्यावरून नजरेस येतें. कर्ण म्हणतो—"मद्र देशांतील लोक अधम व कुत्सित भाषण करणारे असतात. मद्र देशांतील पिता-पुत्र वगैरे सर्वच लोक सोबती, पाहुणे, दास, दासी वगैरे मंडळी एका ठिकाणीं मिसळतात. त्यांतील स्त्रिया पुरुषांशीं स्वेच्छेनें सहवास करतात. त्या देशांत धर्मबुद्धि मुळींच नाहीं. मद्र देशांत आचरणाचा विधिनिषेध नाहीं. स्त्रिया दारू पिऊन धुंद होतात" वगैरे शल्याची पुष्कळ निंदा कर्णानें केली आहे. ती अतिशयोक्तीची आहे, तथापि पंजाबांतील आचार कुरुक्षेत्रांतील आचारांच्या मागें पड-

ला होता, असें स्पष्ट दिसतें. ख्रिस्तापूर्वी साडेतीन हजार वर्षांच्या (३५००) सुमारास चन्द्रवंशी लोक सरस्वतीच्या तीरानें कुरुक्षेत्रांत उतरले व दक्षिणेकडे बहुतेक हल्लींच्या औध प्रान्ताखेरीज बाकीच्या संयुक्त प्रांतभर पसरले; म्हणजे रोहिलखंड, मथुरा, आग्रा, कानपूर, प्रयाग वगैरे ठिकाणीं त्यांची वस्ती होऊन भारतीयुद्धकालीं हे अत्यंत भरभराटीस पोंचले व त्यांनीं वैदिकधर्माची उन्नति पूर्ण केली. हे लोक पूर्ण आर्यजातीचे असावे. येथें हल्लीं मिश्र आर्य कां आहेत हा एक महत्त्वाचा प्रश्न उपस्थित होतो, तो आपण आतां सोडवूं. पण येथें एवढें सांगितलें पाहिजे कीं हें चांद्रवंशीय सूर्यवंशी क्षत्रियांहून कांहीं भिन्न असावेत. त्यांचा वर्ण कांहींसा काळसर होता, कदाचित् येथील हवा अतिशय उष्ण असल्यानें त्यांचा वर्ण बदलला असावा असें म्हणावें तर पंजाबाची हवाही उष्णच आहे. हे लोक मल्लविद्येचे अभिमानी होते असें पूर्वी सांगितलेंच आहे, व हा विशेष हल्लींच्या लोकांतही दृष्टीस पडतो. या लोकांत द्रविड जातीचें मिश्रण कसें झालें याविषयीं असा तर्क केला गेला आहे कीं, हे लोक हिमालयांतून गंगेच्या खोऱ्यानें कठीण रस्त्यानें आल्यामुळें यांच्यांत बायका थोड्या होत्या व हिंदुस्थानांत आल्यावर द्रविड जातीच्या बायका त्यांनीं स्त्रिया करण्यास संकोच केला नाहीं आणि यामुळें गंगा-यमुना यांच्या प्रांतांत हल्लीं जी वस्ती आहे, त्यांत द्रविड जातींचें मिश्रण आहे. या कल्पनेचा उगम महाभारतांतील कित्येक कथांत दिसून येईल.

संयुक्त प्रांतांतील हल्लींचे मिश्र आर्य.

गंगायमुनांच्या प्रवाहाच्या प्रदेशांत पूर्वीची द्रविड जातींची जी वस्ती होती, ती नाग जातीची असावी. यमुनेच्या किनाऱ्यावर तक्षक नाग होता, त्यास अर्जुनानें हांकलून लावला, हें आपण पाहिलें आहे. असाच दुसरा नाग यमुनेच्या किनाऱ्यावर मथुरेच्या जवळ होता, त्यास श्रीकृष्णानें जिंकून हांकलून दिलें. कालियाची जी कथा प्रसिद्ध आहे तिचें स्वरूप ऐतिहासिकरीत्या असेंच मानावें लागतें. त्याच्याही दक्षिणेस वसुराजा उपरिचर यानें चेदीराज्य स्थापन केलें, त्याचीही कथा अशाच प्रकारची दिसते. असो; यावरून नाग जातीचे लोक गंगा-यमुनेच्या प्रदेशांत बरेच होते. नागकन्या उलूपी ही गंगेच्या किनाऱ्यावर राहणारी असून तिच्याशीं अर्जुनानें लग्न केलें. श्रीकृष्णानेंही अनेक स्त्रिया केल्या, त्यांत कित्येक नागकन्या होत्या. शंतनु राजानें निषादकन्या मत्स्यगंधा इच्याशीं लग्न केलें. व्यास महर्षिही याच मत्स्यगंधेचे पोटीं पराशरापासून झालेले पुत्र होते. आस्तिक हा जरत्कारु ऋषीपासून एका नागकन्येला झाला होता. सारांश नागकन्यांशीं लग्नें झाल्याचीं उदाहरणें महाभारतांत कित्येक आहेत. यावरून भारतीयुद्धकालीं चन्द्रवंशीय आर्य व नागलोक ह्यांचा मिलाफ झाल्याची कल्पना उत्पन्न झालेली आहे. या मिलाफामुळें वर्णामध्यें सुद्धां फरक उत्पन्न होऊन आर्य लोकांचा काळसर वर्ण झाला असावा. कृष्णद्वैपायन, श्रीकृष्ण, अर्जुन आणि द्रौपदी यांचा वर्ण काळा वर्णिला आहे.

संयुक्त प्रांतांतील लोकांत द्रविड जातीचें मिश्रण आहे, असें ज्या गोष्टीवरून शीर्षमापन शास्त्राच्या दृष्टीनें रिस्लेनें ठरविलें आहे, त्यांतील मुख्य भाग असा आहे कीं, संयुक्त प्रांतांतील लोकांचें शीर्षप्रमाण मध्यम आहे. कित्येकांच्या डोक्याच्या मापावरून हें अनुमान काढलें आहे. शीर्षप्रमाण मध्यम आहे याजवरून द्रविड जातीचें मिश्रण झालें असावें,

असा रिस्लेचा तर्क आहे. परंतु ह्या त्याच्या तर्काचा आधार चुकीचा आहे असें म्हणावें लागतें. कारण, द्रविड जातीचे जे लोक मुख्यत: मद्रास इलाख्यांत आहेत, त्यांचें डोक्याचें प्रमाण रुंद नसून लांब आहे. एकंदर द्रविडी लोकांचें डोकें लांब असतें, असेंच शीर्षमापनशास्त्रवेत्त्यांनीं ठरविलें आहे, ही गोष्ट सर रिस्ले यांनींही कबूल केली आहे. मग जे आर्य दुसऱ्या टोळीचे हिंदुस्थानांत आले ते आर्य लांब डोक्याचे असून ज्यांच्याशीं त्यांचें मिश्रण झालें असें मानलें आहे, ते द्रविड जातीचे लोकही लांब डोक्याचे; अर्थात् आर्य व द्रविड या जातींच्या मिश्रणानें झालेले लोक मध्यम परिमाणाच्या डोक्याचे कसे असूं शकतील ? हा वरील सिद्धांताच्या विरुद्ध एक महत्त्वाचा आक्षेप उत्पन्न होतो. याचा आपल्यास विचार करावयास पाहिजे.

चन्द्रवंशीय आर्यलोकांची भारतीयुद्धकालीं जीं राज्यें स्थापित झालीं, त्यांत काठेवाडांतील द्वारकेचें श्रीकृष्णाचें स्थान मुख्य होय. या ठिकाणीं यादवांची वस्ती झाली. या ठिकाणीं दाशार्ह नांवाचे लोकही वसल्याचें सांगितलें आहे. अवंती देशांतही चन्द्रवंशीय आर्यांची वस्ती झाली होती व तेथील उज्जयिनी नगरीची स्थापना झाली होती. हें शहर जुनें असून सप्तपुरीपैकीं द्वारकेप्रमाणेंच पवित्र स्थान मानलें गेलेलें आहे. उज्जनीस श्रीकृष्ण विद्याभ्यासाकरितां राहिला होता, अशी आख्यायिका आहे. विदर्भांत म्हणजे वऱ्हाडांत भोजांची राज्यस्थापना असून रुक्मिणी ही विदर्भाच्या भोजाची कन्या होती. सारांश, विदर्भ, माळवा व काठेवाड गुजराथ या प्रांतांत चन्द्रवंशीय आर्यांची वस्ती झाली असून भारतीयुद्धकालीं ते देश प्रसिद्ध होते. येथील लोक मध्यमपरिमाण डोक्याचे नसून रुंदपरिमाण डोक्याचे आहेत हें कसें ? हा एक दुसरा महत्त्वाचा आक्षेप रिस्लेच्या वरील मतावर येतो. या दोहोंचें निरसन आपल्यास करावयास पाहिजे. दक्षिणेकडे महाराष्ट्र वगैरे देशांतही आर्य पसरले होते. त्यांचीं कित्येक राज्यें सह्याद्रीच्या पठारावर वसलेलीं होतीं व हीं राज्यें यदूच्या चार नागकन्यांपासून झालेल्या चार पुत्रांनीं वसविलीं होतीं, असें हरिवंशांत सांगितलें आहे. असो. महाराष्ट्र बाजूस ठेविलें तरी गुजराथ, वऱ्हाड वगैरे प्रांतांत चन्द्रवंशी आर्यांची जी वस्ती झाली ती तेथें हल्लीं वसत आहे. येथील लोकांच्या डोक्याच्या मापाचें प्रमाण मध्यम नसून रुंद आहे हें कसें याचा उलगडा झाला पाहिजे.

डोक्याचें प्रमाण शीर्षमापनशास्त्रवेत्ते कसें घेतात, याजबद्दल थोडासा खुलासा केला पाहिजे. कपाळापासून मागें शेंडीपर्यंत डोक्याची लांबी धरतात व एका कानाच्या वरच्या भागापासून दुसऱ्या बाजूपर्यंत रुंदी धरतात. पहिल्या प्रमाणापेक्षां रुंदीचें प्रमाण बरेंच कमी असले तर डोकें लांब आहे, असें समजलें जातें. तेंच प्रमाण जर बरेंच जवळ जवळ असेल, तर मध्यम प्रमाण समजलें जातें, व रुंदी लांबीहून जास्ती किंवा अगदीं बरोबर असेल, तर डोकें रुंद प्रमाणाचें आहे असें मानलें जातें. अशा रीतीनें एखाद्या जातींतील कित्येक मनुष्यांच्या डोक्यांचीं मापें घेऊन त्याजवरून जी एक सरासरी निघते, त्यावरून हें प्रमाण त्या जातीचें मानलें जातें. असो. वरील दोन गोष्टींवरून ही गोष्ट सिद्ध होते कीं, हिंदुस्थानांत जे दुसऱ्या जातीचे चंद्रवंशी आर्य आले, ते रुंदपरिमाण डोक्याचे होते, असेंच मानलें पाहिजे. कारण, द्रविड जातीचे लोक लांब डोक्याचे असून त्यांचें व रुंद डोक्याच्या लोकांचें जेव्हां मिश्रण होईल, तेव्हांच संयुक्त प्रांतां-

तील मध्यमपरिमाण डोक्याचे लोक उत्पन्न होतील, हें उघड आहे. तसेंच गुजराथ, काठेवाड, विदर्भ इत्यादि प्रांतांत जे लोक आहेत ते रुंद डोक्याचे आहेत, आणि चंद्रवंशी क्षत्रिय या प्रांतांत वसले, असें आपल्यास महाभारतावरून स्पष्ट कळतें. तेव्हां येथील लोक म्हणजे चंद्रवंशी क्षत्रिय हे रुंद डोक्याचे असावे, असेंच मानलें पाहिजे व हें अनुमान वरच्या संयुक्तप्रांतांतील लोकांच्या अनुमानाशीं जुळतें आहे.

डोक्याचें प्रमाण हें निश्चयात्मक वंशाचें लक्षण नव्हे, असें सर्व शीर्षमापनशास्त्रवेत्त्यांनीं ठरविलें आहे. नाकाचें प्रमाण हेंच वंशाचें विशेष लक्षण होय. रुंद डोक्याचे लोक पश्चिमेकडील आर्यांतही आहेत. फ्रेंच, केल्ट, आयरिश वगैरे आर्यजाति रुंद डोक्याच्याच आहेत; अर्थात् आर्यांत रुंद डोक्याच्या जाति कित्येक आहेत. तसेंच लांब डोकें हेंही आर्यवंशाचें मुख्य लक्षण नव्हे. कारण, द्रविड जातीचेंही डोकें लांब असतें. अर्थात् नाकाचें प्रमाण मुख्य मानलें पाहिजे. आर्य जातींत नाक उंच असतें, द्रविड जातींत नाक बसकें असतें व मंगोलियन जातींत नाक डोळ्याच्या पातळींत बरोबर असतें, म्हणजे मुळाशीं अगदीं पसरट किंवा बसकें असतें. चिनी किंवा जपानी लोकांचा चेहरा किती बसका असतो, हें प्रत्येकाच्या पाहण्यांत व लक्षांत असेलच. या नाकाच्या परिमाणाचा विचार करतां चांद्रवंशी क्षत्रिय रुंद डोक्याचे असले, तरी त्यांचीं नाकें उंच असल्यानें ते आर्यवंशाचे आहेत, ही गोष्ट निश्चयानें ठरते. त्यांचा वर्ण जरी काळसर असला तरी ते आर्यवंशाचेच आहेत. त्यांची संस्कृतिही त्याच वंशासारखी आहे. तवर रजपूत व गुजर हे अशा प्रकारचे लोक असून त्यांची वस्ती गंगायमुनांच्याच प्रदेशांत आहे व हेच पांडवांचे व यादवांचे हल्लींचे वंशज आहेत अशी समजूत आहे, ती योग्य आहे असें आमचें मत आहे. हे लोक शरीरानें मजबूत व बांध्यानें उंच असून यांचीं नाकेंही उंच असतात. यामुळें हे आर्यवंशी आहेत याजबद्दल कोणास शंका नाहीं. चंद्रवंशी आर्यांत विशेषतः भारती युद्ध झालें असा आमचा अभिप्राय असून हे लोक आर्य आहेत अशी खातरी पटविण्यासाठीं आम्हीं वरील विवेचन मुद्दाम केलें आहे. कारण, कित्येकांच्या मतें हिंदुस्थानांतील पश्चिमेकडील लोक मुळींच आर्य नसून त्यांत शकजातीचें व द्रविडजातीचेंच मिश्रण आहे. हें विशेषतः महाराष्ट्रांतील लोकांसंबंधानें आहे हें उघड आहे. इकडील मराठे क्षत्रिय व ब्राह्मण हे आर्य नाहींत असें सिद्ध करण्याकडे या मताचा कटाक्ष आहे म्हणजे शक व द्रविड जातीचेंच यांत मिश्रण आहे असें रिस्ले साहेबांनीं मानिलें आहे. परंतु त्यांच्या डोक्याच्या प्रमाणावरून झालेली ही समजूत चुकीची आहे. कारण, चंद्रवंशी आर्य रुंद डोक्याचे असले पाहिजेत, हाच सिद्धांत निश्चयानें ठरतो. महाराष्ट्रांतील लोकांच्या डोक्याचें प्रमाण रुंद असलें तरी त्यांचें नाक बसकें नसून बरेंच उंच असतें. शिवाय हरिवंशावरून महाराष्ट्रांत यादवांचीं राज्यें स्थापित झालीं होतीं असें सिद्ध आहे. यांत नागकन्यांची संतति होती असें वर्णन असल्यानें द्रविड जातीचें थोडेसें मिश्रण आर्य जातींत असेल परंतु पश्चिमेकडील व महाराष्ट्रांतील आर्य लोक विशेषतः चंद्रवंशी आर्य आहेत असाच शीर्षमापनशास्त्रानें व इतिहासानें निर्णय होतो. विदर्भांतील व गुजराथेंतील भोज तर निश्चित आर्य आहेत. असो, आतां संयुक्त प्रांतांतील मध्यदेशाचे लोक मिश्र आर्य आहेत, म्हणजे त्यांच्या नाकांचें परिमाण

उंच नसून मध्यम आहे, या गोष्टीचा विचार करावयास पाहिजे. आम्हीं पूर्वी सांगितलेंच आहे कीं, येथील लोकांत प्रारंभीं प्रारंभीं विशेषतः भारती युद्धकाळीं नागलोकांशीं बराच मिलाफ झाला असावा. या मिलाफामुळें येथील प्रांतांतील लोकांत द्रविड जातींचें बरेंच मिश्रण प्रारंभीं प्रारंभीं झालें असावें, पण असें मिश्रण पुढें होण्याचें बंद पडलें, यांत शंका नाहीं. कारण, जातीचें महत्त्व हिंदुस्थानांतील सर्व लोकांत अतिशय मानलें गेलें असल्यानें असें मिश्रण प्रारंभीं काय झालें असेल तेवढेंच झालें, पुढें झालें नाहीं. असो. भारती युद्ध चंद्रवंशी क्षत्रियांत झालें असें आपण ठरविलें आहे. त्याशिवाय आणखी कोणते लोक यांत सामील झाले होते तें आतां पाहूं.

राक्षस.

पांडवांच्या बाजूनें हिडिंबापुत्र घटोत्कच व दुर्योधनाच्या बाजूनें अलंबुष हे दोन राक्षस होते, असें वर्णन आहे. हे लोक कोण होते ? हा प्रश्न सोडविणें अवश्य आहे. राक्षसांचें मुख्य लक्षण म्हटलें म्हणजे ते नरमांसभक्षक होते, असेंच वर्णन महाभारत, रामायण वगैरेंत आहे. ज्या कित्येक जाति हिंदुस्थानांत पूर्वीच्या लोकांच्या नरमांस खाणाऱ्या होत्या, त्यांचें नांव राक्षस होतें असें दिसतें. या राक्षसांचा म्हणजे यातुधानांचा उल्लेख ऋग्वेदांत सुद्धां आहे. [1]"अप्रिणः संत्वपुत्रिणः" असें त्यांजवर ऋषींचें शापयुक्त वचन आहे. मनुष्यांस विशेषतः परकीय मनुष्यांस खाणाऱ्या या मूळ रहिवाशांच्या जाति राक्षस नांवानें प्रसिद्ध झाल्या. अप्सरा, नाग इत्यादि अनार्य जाति जशा चांगल्या असतें, तशा या अनार्य जाति भयंकर असत. परंतु पुढें लोक कल्पनेनें या दुष्ट जातींसही अप्सरा, नाग, गंधर्व इत्यादिकांप्रमाणें दैवी शक्ति होती असें मानलें गेलें. त्यांना पाहिजेल तें रूप धारण करतां येतें, त्यांना अदृश्य होतां येतें, त्यांची शक्ति विलक्षण असते, वगैरे कल्पना अर्थात् मागाहून निघाल्या असाव्या. त्यांना आकाशांतूनही जातां येतें, असें मानलें गेलें आहे हें सांगावयास नकोच. या जाति भारती युद्धकालीं बहुधा हिंदुस्थानांत थोड्या शिल्लक असाव्या. हल्लीं फक्त अंदमान बेटांत शिल्लक आहेत. एक एक राक्षस दोन्ही पक्षांकडे होते, ही गोष्ट काल्पनिक असावी असें वाटतें. तरी भारती युद्ध ऋग्वेदकाळानंतर लागलीच झालें असें मानलें, तर कांहीं राक्षसजाति या वेळीं हिंदुस्थानांत शिल्लक असाव्या, असेंही मानण्यास हरकत नाहीं. महाभारतकाळीं म्हणजे सौतीच्या काळीं या जाति काल्पनिक होऊन त्यांस अचाट शक्ति होती, असें मानलें जाणें साहजिक आहे.

पांड्य.

पांडवांच्या बाजूला पांड्य राजा लढत होता, असें वर्णन आहे. पण पांड्य अगदीं दक्षिणेकडे असून भारती युद्धकाळीं तो अस्तित्वांत होता किंवा नाहीं, याची शंका आहे. दक्षिणेकडे विदर्भापर्यंत आर्यांची वस्ती भारतीयुद्धकाळीं होती; त्यांच्याही दक्षिणेकडे त्यांची वस्ती झाली नव्हती किंवा तिकडील लोक आर्यलोकांत युद्धांत सामील होण्यासारखे नव्हते, असें वाटतें. तथापि रामानें जर लंकेपर्यंत स्वारी केली होती तर भारतीयुद्धकाळीं दक्षि-

१ हे खाणारे लोक निपुत्रिक होवोत.

२ कर्णार्जुनयुद्धाच्या वेळीं कोण कोण जाति कोणकोणाकडे झाल्या, याचें वर्णन आलें आहे. "असुर, यातुधान (राक्षस), गुह्यक हे कर्णाकडे झाले. सिद्ध, चारण, वैनतेय वगैरे अर्जुनाकडे झाले." (क. अ. ८७ पा. २३३)

णेकडच्या टोंकापर्यंत हिंदुस्थानची माहिती झाली होती यांत नवल नाहीं, असेंच मानलें पाहिजे. तथापि इकडील आर्य लोकांचीं राज्यें अद्याप दक्षिणेंत नव्हतीं. आंध्र, द्रविड वगैरे युद्धांत होते असें जें वर्णन आहे, तें सौतिकाळचें आहे. रामाच्या युद्धाच्या वेळीं आंध्र, द्रविड, पांड्य वगैरे नांवाचे लोक नव्हते, असें मानावें लागतें. कारण, तसें असतें तर ते रामास मदत करते. त्या वेळीं वानर, ऋक्ष वगैरेच लोक मद्रासेकडे होते असें दिसतें. पाणिनीपर्यंत दक्षिणेच्या लोकांचीं नांवें विशेष रीतीनें माहीत नव्हतीं, असें अनुमान कित्येकांनीं केलें आहे. महाभारतकाळीं म्हणजे इ० स० पू० ३०० च्या सुमारास हिंदुस्थानांतील दक्षिणेच्या थेट कोंपऱ्यापर्यंत आर्यांस येथील माहिती झाली होती, यांत शंका नाहीं. बौद्ध व जैन लोकांच्याही पूर्वीं सनातनधर्मी आर्य लोक दक्षिणेकडे पसरले होते, हेंही निर्विवाद आहे. शिव व विष्णु यांची पूजा दक्षिणेंत बुद्धाच्या पूर्वींच स्थापन झाली होती, यांत तिलप्राय शंका नाहीं. कारण, बुद्धाच्या वेळची जीं या देशाचीं वर्णनें आहेत, त्यांवरून ही गोष्ट निष्पन्न होते. शिवाय शिकंदर बादशाहास पंजाबांत दक्षिण देशांची जी कच्ची माहिती इकडील लोकांनीं दिली, ती शिकंदराबरोबरच्या इराटास्थेनिस् या भूगोलज्ञानवेत्त्यानें लिहून ठेविली आहे, त्यांत सिंधुमुखापासून कन्याकुमारीपर्यंत किनारा किती कोस लांब आहे, ही माहिती सुद्धां दिलेली आहे व ती इतकी कच्ची आहे कीं, प्रत्यक्ष वस्तुस्थितीच्या लांबीला पांचदहा कोसांचाच फरक पडतो, असें कनिंगहॅमनें 'हिंदुस्थानचा प्राचीन भूगोल' या आपल्या पुस्तकांत लिहून ठेविलें आहे. अर्थात् सौतीच्या काळीं सर्व हिंदुस्थानची कच्ची माहिती सौतीस ठाऊक होती व त्यावरून देशवर्णनांतील व इतर दिग्विजयांतील वर्णनें व देशांचीं नांवें व नद्यांचीं नांवें त्यानें दिलीं आहेत. असो, पांड्य हे सौतीच्या वेळचे दक्षिण टोंकाजवळ मोठे प्रबळ राजे होते, असें स्पष्ट दिसतें. त्यांचें वर्णन मेग्यास्थिनीसनेंही केलें आहे. पांड्याचा व पांडवांचा कांहीं संबंध आहे, असेंही त्यानें दर्शविलें आहे. हरिवंशांतही पांड्याचा संबंध यदूच्या वंशाशीं मिळविलेला आहे. तेव्हां पांड्य राजे महाभारतकाळीं प्रसिद्ध असल्यानें त्यांचें नांव भारतीयुद्धाच्या लोकांत झालें त्यांच्या यादींत आलें असावें, असें आम्हांस वाटतें. बहुधा प्रत्यक्ष भारती युद्ध ऋग्वेदकाळानंतर झालें, त्या वेळेस हे लोक अस्तित्वांत नव्हते, असें अनुमान आहे.

संसप्तक.

यवन लोक म्हणजे ग्रीक भारतीयुद्धांत नव्हते. त्या काळीं त्यांचा जन्मही नव्हता. भारतीयुद्धांत ते होते असें वर्णन कोठें कोठें आलें आहे. कोठें आलें असल्यास त्यांचें नांव महाभारतकाळीं प्रसिद्ध असल्यानें पांड्यांप्रमाणेंच मागाहून आले असावे, हें उघड आहे. असो, संसप्तक हे लोक कोण होते ? हा एक मोठा मौजेचा प्रश्न आहे. हे लोक कोणत्या देशाचे होते, हें कोठें सांगितलेलें नाहीं. या लोकांचें शौर्य अतिशय असे. हे युद्धांत मरतील पण मागें फिरणार नाहींत, अशी यांची ख्याति होती. याजवरूनच अशी शपथ घेऊन हे युद्धास जात, म्हणून त्यांस 'संशप्तक' म्हणत असें द्रोण० अ० १७ यांत म्हटलें आहे. पण याचें 'संसप्तक' असेंही रूप दिसतें. या सात जाति एके ठिकाणीं राहणाऱ्या असाव्या व एका सैन्यांत गठलेल्या होत्या, म्हणून त्यांस संसप्तक असें नांव मिळालें असावें. ज्यास हल्लीं 'फ्रॉंटियरट्राइब्स्' म्हण-

तात म्हणजे हिंदुस्थानच्या पश्चिम सरहद्दीवरील डोंगरांत राहणाऱ्या आफ्रिदी वगैरे ज्या शूर जाति आहेत, त्या जातीचे हे लोक असावेत असें आमचें अनुमान आहे. पंजाबांतील सर्व लोक अफगाणिस्थानापर्यंतचे दुर्योधनाकडे होते, हें पूर्वीं सांगितलेंच आहे. अर्थात् हेही लोक दुर्योधनाकडे होते. पंचनददेश हाच त्या वेळचा मुख्य आर्यदेश होता, म्हणूनच कौरवपांडवांचा तंटा त्या वेळच्या हिंदुस्थानच्या साम्राज्याबद्दल होता. असो. संसप्तक हे वरील डोंगरी लोक असावेत, असें अनुमान करण्यास जागा आहे. त्रिगर्ताधिपति वगैरे पंजाबांतील लोकच यांत वर्णिलेले आहेत. या संसप्तकांस संसप्तकगण असें म्हटलें आहे आणि नारायणगण व गोपाळ असे आणखी गण यांजबरोबर सांगितलेले आहेत. (भा० द्रोण० पा० ३२७) यावरून हे गण होते म्हणजे राजा नसलेले डोंगरांतील लोक होते, असें अनुमान निघूं शकतें. गण शब्दानें महाभारतकाळीं स्वतंत्र प्रजासत्ताक किंवा अल्पसत्ताक अशा कांहीं विशिष्ट लोकांचा बोध होत होता. संसप्तक गण किंवा उत्सव संकेत गण

गणानुत्सवसंकेतानजयत् पुरुषर्षभः ।
शूद्राभीरगणाश्चैव ये चाश्रित्य सरस्वतीम्।
वर्तयंति च ये मत्स्यैर्ये च पर्वतवासिनः ॥
(सभा. अ. ३२, १०)

वगैरे जे उल्लेख येतात, ते अशाच लोकांचे होत असें आमचें अनुमान आहे. "मालवगणस्थित्या" या शब्दानें शिलालेखांत येणारा मालवगण अशाच लोकांचा होता. हे लोक बहुधा एकाच वंशाचे आणि शूर असत. म्हणूनच संसप्तकांचें आम्हीं सरहद्दीवरील आफ्रिदी वगैरे लोकांशीं तादात्म्य केलें आहे. हे बहुधा स्वतंत्र असून कोणा एका राजाच्या आश्रयाखालीं नांवाचे असावयाचे म्हणूनच यासंबंधानें युधिष्ठिरानें शांति० अ० १०७ यांत स्वतंत्र प्रश्न केला आहे. "हे गण उत्कर्ष कसे पावतात आणि फूट कसे पावतात" असा त्यानें प्रश्न केलेला आहे. यांच्या वर्णनांत या लोकांत कांहीं लोक मुख्य असत असें दिसतें. ऐकमत्य हें त्यांच्या उत्कर्षाचें आधारभूत आहे.

न गणाः कृत्स्नशो मंत्रं श्रोतुमर्हन्ति भारत।
गणमुख्यैस्तु संभूय कार्यं गणहितं मिथः ॥

या श्लोकावरून या गणांच्या सामान्यतः सर्व लोकांच्या सभा असत असें दिसतें, पण गुप्त मंत्र करणें तो गणमुख्यांशीं करावा, असें येथें सांगितलें आहे.

जात्या च सदृशाः सर्वे कुलेन सदृशास्तथा ।
न चोद्योगेन बुद्ध्या वा रूपद्रव्येण वा पुनः ॥
भेदाच्चैव प्रदानाच्च भिद्यन्ते रिपुभिर्गणाः ।

असें म्हटलें आहे. यावरून हे गण एक जातीचे व कुलाचे असत आणि त्यांचा जय केवळ भेदानें होत असे, असें दिसतें. यांची नीलकंठास नीट कल्पना नसल्यानें त्यानें यांस नुसते वीरसमुदाय म्हटलें आहे. पण ते नेहेमीं एक जातीचे असत, हें लक्षांत ठेविलें पाहिजे.

भारती आर्यांचें शारीरिक स्वरूप.

असो. भारतीयुद्ध मुख्यतः चंद्रवंशी आर्यलोकांत झालें. हिंदुस्थानांत आर्यलोक अजून आहेत व महाभारतकाळीं तर निश्चयानें होते. याचें आणखी प्रमाण शरीरवर्णनावरून मिळण्यासारखें आहे. आर्य जातीचे लोक शरीरानें उंच व सुदृढ आणि वर्णानें गोरे असून नाकाडोळ्यानें सुस्वरूप असतात. सबब महाभारतांत लोकांच्या शरीराचें वगैरे कसें स्वरूप आपल्यास दृष्टीस पडतें, हें आपण याच प्रकरणांत पाहूं.

महाभारतकाळीं हिंदुस्थानांतील लोक शरीरानें उंच व मजबूत असत, ही गोष्ट अनेक वर्णनांवरून दृष्टोत्पत्तीस येते. मेग्यास्थिनीस

यानेंही असें वर्णन केलें आहे कीं, " एकंदर एशिया खंडांतील लोकांत हिंदुस्थानचे लोक शरीरानें अधिक उंच व मजबूत आहेत. " त्याचें कारण त्यानें असें सांगितलें आहे कीं, " येथें खाण्यापिण्याची सुबत्ता असल्याकारणानें येथील लोक साधारण उंचीपेक्षा अधिक उंचीचे असतात व त्यांच्या चेहऱ्यावर तेजस्विता असते. " पण एवढेंच कारण पुरेंसें होणार नाहीं. एक तर हे लोक आर्य वंशाचे होते पण हिंदुस्थानांतील लोकांची त्या वेळेस उत्तम वैवाहिक स्थिति होती, हेंही एक कारण आहे. पति व पत्नी विवाहसमर्या पूर्ण वयांत आलेलीं असत आणि दोघांचेंही ब्रह्मचर्य विवाहापूर्वी उत्तम रीतीनें पाळलें जाण्याची आश्रमव्यवस्थेनें पूर्ण खबरदारी घेतली जात असे, यामुळें प्रजा सशक्त व तेजस्वी निपजत असे. आणखी तिसरें कारण असें आहे कीं, भारती आर्यांना विशेषतः क्षत्रियांना शारीरिक बल वाढविण्याचा विशेष नाद असे आणि त्यासंबंधाची कला त्या कालीं बहुतेक पूर्णत्वास गेलेली होती. चन्द्रवंशी क्षत्रियांत मल्लविद्येचा मोठा अभिमान होता. भीम व जरासंध यांच्या प्राणांतिक बाहुयुद्धाचें महाभारतांत सभापर्वांत जें वर्णन दिलें आहे, त्यावरून मल्लविद्या भारतकालीं किती पूर्णत्वास पोंचली होती, हें लक्षांत येईल. (सभा० अ० २३) याशिवाय दुसरीं अनेक मल्लांचीं वर्णनें महाभारतांत आहेत. बलराम व कृष्ण हे दोघेही मोठे मल्ल होते व कंसाच्या पदरीं चाणूर वगैरे कित्येक मल्ल होते, त्यांस त्यांनीं जिंकिलें. जरासंधाजवळ हंस व डिंभक नांवाचे दोन मल्ल होते व हे दोघे आणि जरासंध असे तीन मल्ल तिन्ही लोकांस जिंकण्यास समर्थ आहेत, असें श्रीकृष्णानें म्हटलें आहे. (स. अ. १९ भा. पा. ५०९) विराटराजाजवळही कीचक व त्याचे अनुयायी महामल्ल होते. सारांश, त्या कालीं प्रत्येक वीरास शारीरिक शक्तीची अतिशय जरूरी होती. एकंदर युद्धांतही शारीरिक शक्तीचाच विशेष उपयोग होत असे. गदायुद्ध व गजयुद्ध हें मल्लांसच करतां येण्यासारखें असे. हत्तीशीं केवळ बाहुयुद्ध करणारे श्रीकृष्णभीमासारखे मल्ल त्या वेळेस होते. ह्या गोष्टी या कालीं अशक्य वाटतात, परंतु मनुष्य शारीरिक बल किती वाढवूं शकतो व युद्धांत नैपुण्य किती मिळवूं शकतो, या गोष्टीस बहुतेक मर्यादा नाहीं. गदायुद्ध हेंही मल्लाचेंच काम होतें, व दुर्योधनासारखा सार्वभौम सम्राटही त्यांत प्रवीण होता. धनुर्विद्येला सुद्धां शारीरिक शक्तीची जरूर होती. मजबूत धनुष्य ओढण्यास फारच ताकद लागत असे. सारांश, प्राचीन कालच्या सर्व युद्धांना शारीरिक शक्तीची जरूरी असे. यामुळें क्षत्रिय व ब्राह्मणही शारीरिक शक्ति कमावण्याच्या कलेचा अभ्यास करीत असत. देशांतील अन्नाची सुबत्ताही त्यास अनुकूल असल्यानें हे त्यांचे प्रयत्न चांगलेच सिद्धीस जात, व मूळची बीजशक्तीचीही त्यास मदत मिळत असे.

एकंदर आश्रमव्यवस्था व समाजस्थिति याप्रमाणें अनुकूल असल्यामुळें भारती आर्य स्पार्टन लोकांप्रमाणें शारीरिक शक्तीच्या अनेक व्यवसायांत अग्रणी होते, यांत नवल नाहीं. प्राचीनकाळापासून महाभारतकाळापर्यंत ही त्यांची ख्याति कायम होती. शिकंदरास पोरस राजाचें धिप्पाड व अतिबलसंपन्न शरीर पाहून व त्याचें शूरत्व मनांत आणून त्याजविषयीं जें अतिशय कौतुक वाटलें, त्याचें कारणही हेंच होय. पंजाबांतील व गंगायमुनांच्या प्रदेशांतील आर्यलोक अजूनही उंच व सशक्त असतात, व त्यांच्यांत अजूनही मल्लविद्येचा अतिशय नाद आहे. हा प्राचीनकाळच्या लोक-

स्वभावाचा अजूनही परिणाम चालू आहे, असें म्हटलें असतां चालेल.

हिंदुस्थानांतील भारतीय आर्य जसे सशक्त होते, तसेंच ते सुस्वरूपही होते. त्यांचें नाक उंच व डोळे मोठे असत, असें वर्णन आपल्या ग्रंथांत व ग्रीक लोकांच्याही लेखांत येतें. चिनी प्रवासी हुएनसंग यानेंही असेंच वर्णन केलें आहे. पोरस हा सुस्वरूप होता असें ग्रीक इतिहासकारांनीं वर्णन केलें आहे. पण त्यांनीं सोफिटीस याच्या पुरुषास साजेल अशा सौंदर्याची फारच तारीफ केली आहे. हा सोफिटीस अश्वपति होय हें उघड आहे. रामायणांत व महाभारतांत केकय अश्वपति याचें वर्णन पुष्कळ आहे, व मद्रलोकही याच जातीचे होते. कैकयी व माद्री अतिशय सुस्वरूप होत्या. माद्रीचा पुत्र नकुल हा अतिशय सुंदर होता, असें वर्णन महाभारतांत केलेलें आहे. या अनेक उल्लेखांवरून पंजाबांतील क्षत्रिय विशेष सुस्वरूप असत. ही त्यांची ख्याति महाभारतकाळापर्यंतही होती, हें वरील ग्रीकवर्णनावरून स्पष्ट आहे. अजूनही पंजाबांतील लोक—पुरुष व स्त्रिया—इतर प्रांतांतील लोकांपेक्षां अधिक सशक्त व सुस्वरूप आहेत.

वर्ण.

भारतीय आर्यलोकांचा वर्ण भारतकाळीं व महाभारतकाळीं निराळा असावा, असें अनुमान होतें. प्रारंभींचे आर्य लोक सर्वच गौर वर्णाचे असावे, व पंजाबांतील लोक अजूनही बहुतेक गौरवर्णाचे आहेत. दुसऱ्या म्हणजे पाठीमागून आलेल्या चंद्रवंशीय आर्यांचा वर्ण काळसर व श्याम असावा, हें आम्हीं पूर्वीं सांगितलेंच आहे. श्रीकृष्ण, अर्जुन, द्रौपदी हे काळे होते, किंबहुना द्रौपदीला वर्णावरून ‘ कृष्णा ’ असें नांव पडलें होतें. परंतु हा श्यामवर्ण सुंदर नाकडोळ्यांना शोभाच देत असे, असें म्हटलें पाहिजे. श्याम व गौर वर्णांच्या मिश्रणानें पीतवर्णही उत्पन्न झाला होता. उपनिषदांमध्यें सुद्धां व महाभारतांत आर्यांचे गौर, श्याम व पीत असे तीन वर्ण केलेले आहेत. ब्राह्मण, क्षत्रिय, वैश्य या तिन्ही लोकांत हे तिन्ही वर्ण दिसत होते. महाभारतकाळीं या तिन्ही वर्णांचे लोक हिंदुस्थानांत होते, असें ग्रीक लोकांच्या वर्णनावरूनही दृष्टोत्पत्तीस येतें. महाभारतांत आश्रमवासिपर्वांत पांडवांचें व त्यांच्या स्त्रियांचें जें वर्णन केलें आहे, तें येथें उतरून घेण्यासारखें आहे. धृतराष्ट्रास वनांत भेटण्याकरितां स्त्रियांसह पांडव गेले, त्या वेळेस संजयानें ऋषींना त्यांची ओळख करून दिली त्यांत असें वर्णन आहे— “हा शुद्ध सुवर्णासारखा गौर, धिप्पाड बांध्याचा, ज्याचें नाक मोठें आहे, डोळे विस्तीर्ण व लांबट आहेत, तो हा युधिष्ठिर होय. त्याच्या पलीकडे तप्तसुवर्णासारखा गौर, ज्याचे खांदे पुष्ट व रुंद, बाहु दीर्घ व लठ्ठ आहेत असा हा वृकोदर. त्याच्या मागें श्यामवर्ण, सिंहाप्रमाणें स्कंध उन्नत व नेत्र कमलासारखे दीर्घ असलेला तो वीर अर्जुन होय. रूपांत, शीलांत व बलांत ज्यांची बरोबरी करणारा या संपूर्ण पृथ्वीतलावर कोणी नाहीं, ते दोघे नकुल, सहदेव आहेत. नीलोत्पलासारखी अंगकान्ति असलेली ही कमलपत्राक्षी द्रौपदी आहे. शुद्धसुवर्णासारखी गौरवर्ण ही सुभद्रा होय आणि ही गौरवर्ण नागकन्या उलूपी होय. मधूकपुष्पांच्या वर्णाची ही पांड्य राजकन्या चित्रांगदा होय. चांफेकळीच्या मालेसारखी ही गौर स्त्री जरासंधाची कन्या सहदेवाची प्रिय पत्नी आहे आणि ही इंदीवरश्यामाङ्गी नकुलाची दुसरी भार्या आहे. मुलास मांडीवर घेतलेली ही तप्तसुवर्णगौरी उत्तरा आहे.” (भा० आश्र० अ० २९

पा० १९९) या वर्णनावरून अर्जुन तेवढा काळा होता, बाकीचे पांडव गोरे होते; द्रौपदी, चित्रांगदा व नकुलस्त्री या श्यामवर्णी होत्या, व बाकीच्या स्त्रिया गौरवर्णी होत्या असें दिसतें. हा गौरवर्ण नेहेमीं सोन्याच्या वर्णाचा वर्णन केलेला आहे. तो वर्ण हिंदुस्थानांतील लोकांचा एक विशेषच वर्ण आहे. कारण, तो दुसऱ्या कोणत्याही लोकांत दिसत नाहीं. विशेषतः हल्लीं सुद्धां कित्येक सुंदर स्त्रियांचा जो पीत वर्ण आढळतो, तसा इतर देशांतील स्त्रियांत कोठेंच आढळत नाहीं. आर्य लोकांतील श्यामवर्णही कांहीं निराळ्या प्रकारचा आहे. द्रविड लोकांच्या काळ्या वर्णाहून तो अगदीं निराळा आहे. त्याला महाभारतांत इंदीवराची किंवा मधूक पुष्पाची उपमा दिलेली आहे. असो. मूळचा आर्य लोकांचा शुभ्र किंवा पांढरा वर्ण ‘ कर्पूरगौर ’ अशा विशेषणानें महाभारतांत क्वचित् आढळतो. परंतु महाभारतकाळीं सुवर्णगौरवर्ण अधिक दिसत होता. ग्रीक लोकांनींही आपल्यासारखेच शुद्ध गौरवर्णाचे लोक हिंदुस्थानांत बरेच आढळतात, असें वर्णन केलें आहे.

हिंदुस्थानांतील भारती आर्यांचें नाक उंच असून डोळे मोठे होते, ही गोष्ट केवळ कविवर्णनाची नाहीं. कारण, अजूनही हें लक्षण हिंदुस्थानांतील वरिष्ठ जातीच्या लोकांस बरेंच लागू पडतें. महाभारतांतील हीं वर्णनें केवळ कविकल्पित नाहींत. हुएनसंगनेंही हिंदुस्थानांतील लोकांचें असेंच वर्णन केलेलें आहे. भारती आर्य शरीरानें उंच बांध्याचे होते, हेंही वर्णन महाभारतांत जागजागीं आलेलें आहे. तालवृक्षप्रमाणें सरळ व उंच गेलेला असें वर्णन नेहेमीं येतें. वृषस्कंध किंवा कपाटवक्ष असेंही वर्णन वारंवार येतें, यावरून उन्नतस्कंधाचे व रुंद छातीचे लोक भारती आर्यांत विशिष्ट मानले जात होते. याप्रमाणें भारती आर्यांचे महाभारतकाळीं शारीरिक स्वरूप होतें.

आयुष्य.

आतां आपण भारती आर्यांच्या दीर्घायुष्याबद्दल थोडासा उल्लेख करूं. शरीराची सुस्थिति असल्यामुळें व देशांत सुबत्ता असल्यामुळें, तसेच पंजाब आणि मध्यदेश यांतील हवा निरोगी व कोरडी असल्यामुळें भारती आर्य दीर्घायुषी असत, हें साहजिक आहे. महाभारतांत वर्णन केलेले लोक दीर्घायुषी होते. तपःसामर्थ्यानें हजारों वर्षांचें आयुष्य असलेले ऋषि अपवादक मानले तरी सामान्य लोकही दीर्घायुषी असत, असें स्पष्टपणें दिसतें. श्रीकृष्णाचें वय युद्धासमयीं ८३ वर्षांचें होतें. अर्जुनाचें ६५ किंवा अधिक वर्षांचें होतें. श्रीकृष्ण निजधामास गेले त्या वेळेस त्यांचें वय १०१ किंवा ११९ वर्षांचें होतें. त्या वेळेस वसुदेव—श्रीकृष्णाचा पिता जिवंत होता, तो निदान १४० वर्षांचा असावा. द्रोणाचें वय युद्धसमयीं ८५ वर्षांचें होतें. भीष्माचें १०० च्या वर असावें. सारांश, भारतकाळीं लोकांस दीर्घायुष्य असें. अशी परिस्थिति महाभारतकाळापर्यंतही होती. ही गोष्ट ग्रीक लोकांच्या पुराव्यावरूनही शाबीत होते. हिंदुस्थानांत १४० वर्षांपर्यंत लोक जिवंत राहतात, असें ग्रीक इतिहासकार अरायन यानें लिहून ठेवलें आहे. शंभर वर्षांच्या वरचे लोक बरेच असतात, व त्यांस एक निराळें नाव असतें, असेंही ग्रीकांनीं लिहून ठेवलें आहे. तथापि एकंदर वयाची मर्यादा १०० वर्षें असावी असें महाभारतांतील अनेक उल्लेखांवरून दिसतें. महाभारतकाळीं २०० किंवा ४०० वर्षांचे लोक होते, असें मानणें शक्य नाहीं. शान्तिपर्वांत भीष्मानें सूत किंवा पौराणिक ५० वर्षांचा असावा असें म्हटलें

आहे, म्हणजे ५० वर्षांवर मनुष्याची बुद्धि प्रगल्भ होऊन त्याच्या स्वभावास थंडपणा येतो, असें येथें मानलेलें दिसतें. तसेंच

ये तु विंशतिवर्षा वै त्रिंशद्वर्षाश्च मानवाः ।
अर्वागेव हि ते सर्वे मरिष्यन्ति शरच्छतात् ॥

असें शांतिपर्वांत म्हटलें आहे. (शांति० अ० १०४-२०) जे लोक विशी तिशीच्या आंत आहेत ते सर्व १०० वर्षांच्या पूर्वींच मरणार, या वाक्यावरून आयुष्याची मर्यादा अतिशय म्हटली म्हणजे १२० अगर १३० वर्षें समजली जात असे. यापेक्षां जास्त आयुष्याची गणना कोठें केलेली असेल तर ती अतिशयोक्तीची किंवा अपवादक होय. असो, हल्लींपेक्षां महाभारतकाळीं व भारती युद्धकाळीं भारतीयांची आयुर्मर्यादा चांगलीच दीर्घ होती, असें महाभारतावरून व ग्रीक लोकांच्या पुराण्यावरून निर्विवाद ठरतें.

प्रकरण सहावें.

वर्णव्यवस्था, आश्रमव्यवस्था व शिक्षण.

मागील विवेचनावरून भारती युद्धाचा काळ इसवी सन पूर्व सुमारें ३००० हा ठरत असून तें युद्ध हिंदुस्थानांतील आर्य लोकांमध्यें, विशेषतः चान्द्रवंशीय क्षत्रिय लोकांमध्यें झालें, ही गोष्ट निदर्शनास येईल. या सुमारास भारत ग्रंथाची मूळ उत्पत्ति असून तो ग्रंथ हळुहळु वाढत जाऊन इसवी सन पूर्व २५० च्या मागें पुढें सौतीनें त्यास महाभारताचें स्वरूप दिलें, असें आपण पाहिलें. अर्थात् महाभारत ग्रंथांत इ. सन पूर्व ३०००—३०० पर्यंत हिंदुस्थानची जी परिस्थिति होती त्या परिस्थितीचें प्रतिबिंब समग्रपणें पडलेलें असलें पाहिजे. हिंदुस्थानची माहिती ब्राह्मणकाळापासून तों थेट ग्रीकांच्या स्वारीपर्यंतची जर कोणत्या एका ग्रंथांत असेल तर ती महाभारतांतच आहे. दुसऱ्या कोठेंही ती आपल्यास सांपडूं शकणार नाहीं. हिंदुस्थानचे प्राचीन इतिहास कोणतेही हल्लीं उपलब्ध नाहींत. कांहीं कांहीं माहिती ब्राह्मणें, सूत्रें वगैरे वैदिक ग्रंथांत मिळते, पण ती अर्थात् त्रोटकच असणार, महाभारतासारखी विस्तृत रीतीची माहिती त्यांत मिळणार नाहीं. या दृष्टीनें महाभारताचें महत्त्व फार मोठें आहे. या महत्त्वाचा उपयोग उपसंहारांत करून घेण्याचें आपण पूर्वी उपोद्घातांत ठरविलें आहे. हिंदुस्थानच्या लोकांची प्राचीन काळीं समाजस्थिति कशी होती, येथील चालीरीति कशा होत्या, राजकीय परिस्थिति कशी होती, ज्ञानाची प्रगति किती झाली होती, तत्त्वज्ञानाचा मार्ग कसा व किती आक्रमिला गेला होता, लोकांचे धार्मिक आचार व विचार कसे होते, नीतीची कल्पना काय होती वगैरे अनेक गोष्टींचें विवेचन आपल्यास या उपसंहारांत करावयाचें आहे. त्याकडे आपण आतां वळूं आणि प्रथम हिंदुस्थानांतील लोकांच्या समाजस्थितीचें जें मुख्य अंग वर्णव्यवस्था त्याचा आपण विचार करूं.

वर्णाचें लक्षण.

कोणत्याही देशांत व कोणत्याही लोकांत प्राचीनकाळीं किंवा अर्वाचीनकाळीं ज्या प्रकारची वर्णव्यवस्था हिंदुस्थानांत प्रसृत झालेली आहे, त्या प्रकारची व्यवस्था प्रस्थापित झाल्याचें इतिहास सांगत नाहीं. हिंदुस्थानांतील वर्णव्यवस्था आपल्या इकडील समाजाचें विलक्षण स्वरूप आहे. या व्यवस्थेचें खरें स्वरूप पाश्चात्य लोकांच्या लक्षांत येत नाहीं, व ही व्यवस्था येथें कशी उत्पन्न झाली याचें त्यांस मोठें आश्चर्य वाटतें. हिंदुस्थानांतील वर्णव्यवस्थेसंबंधानें त्यांनीं अनेक सिद्धांत बांधले आहेत; परंतु ते सर्व चुकीचे आहेत, व त्यास महाभारत वगैरे प्राचीन ग्रंथांची जितकी माहिती पाहिजे होती तितकी माहिती त्यांस नसल्यानें अधिक घोटाळा उत्पन्न झाला आहे. सबब त्यांचे विचार आपण एका बाजूस ठेवून महाभारतावरून व महाभारताच्या पूर्वीचें जें वैदिक वाङ्मय व नंतरचें मनुस्मृति इत्यादि वाङ्मय यांच्या तुलनेवरून काय निष्पन्न होतें तें आपण पाहूं. प्रथम वर्णव्यवस्था म्हणजे काय याचा विचार करूं. वर्ण म्हणजे ब्राह्मण, क्षत्रिय, वैश्य व शूद्र या चार जाती होत, हें आपल्यास सकृद्दर्शनीं दिसतें. परंतु हल्लीं एवढ्यानेंच काम भागत नाहीं. हिंदुस्थानांत हल्लीं अनेक जाती आहेत, व महाभारतकाळींही अनेक जाती होत्या. ज्या वेळेस द्रौपदीच्या

स्वयंवरांत कर्ण धनुष्यबाण घेण्यास उठला त्या वेळेस द्रौपदीनें स्पष्ट सांगितलें कीं मी सूताशीं लग्न करणार नाहीं. अर्थात् सूत ही निराळी व कमी दर्जाची जात त्या वेळीं होती. सारांश, महाभारतकाळीं चार वर्णांशिवाय अधिक वर्ण व जाती उत्पन्न झाल्या होत्या. या जाती कशा उत्पन्न झाल्या हा महत्त्वाचा प्रश्न आहे. मेग्यास्थिनीसनें चंद्रगुप्ताच्या वेळीं जो ग्रंथ लिहून ठेवला, त्यांत हिंदुस्थानांत त्या वेळीं सात मुख्य जाती असल्याचें लिहून ठेवलें आहे. तेव्हां वर्ण अथवा जाती यांचें मुख्य स्वरूप काय याचें आपल्यास प्रारंभीं लक्षण ठरविलें पाहिजे. समाजव्यवस्थेचें बारकाईनें निरीक्षण करणारास हें लक्षण ताबडतोब लक्षांत येतें. मेग्यास्थिनीसनें सुद्धां हें लक्षण लिहून ठेवलेलें आहे. तो म्हणतो " कोणत्याही जातीस आपल्या जातीच्या बाहेर परक्या जातीशीं लग्न करतां येत नाहीं. किंवा जातीच्या धंद्याशिवाय दुसरा धंदा करितां येणें शक्य नाहीं. " सारांश, जातींचें लक्षण दोन निर्बंधांवर रचलें गेलें आहे. एक लग्नाचा निर्बंध व दुसरा धंद्याचा निर्बंध. या दोन्ही निर्बंधाशिवाय जातीचें पूर्ण स्वरूप लक्षांत येणार नाहीं. आतां वरील निर्बंध कांहीं बाबतींमध्यें अपवादरूपानें हिंदुस्थानांत प्राचीनकाळीं सुटलेले असत. ते कसे व कां हें आपण पुढें पाहूं. पण जाती म्हणजे एका जातीच्या लोकांनीं दुसऱ्या जातीच्या लोकाशीं लग्न करावयाचें नाहीं व दुसऱ्या जातीचा धंदा करावयाचा नाहीं अशा निर्बंधावर पाडलेले समाजाचे भाग होत. सर्वांचा धर्म एक, सर्वांची राहण्याची भूमि एक, सर्वांचे नैसर्गिक हक्क एक, अशा प्रकारची स्थिति असून हिंदुस्थानांत वर्णव्यवस्था कशी उत्पन्न झाली व इतर देशांत कां झाली नाहीं, या प्रश्नाचें आपल्यास प्रथम उद्घाटन करावयास पाहिजे.

वर्णव्यवस्था जुनी.

कित्येकांचें असें मत आहे कीं ब्राह्मणांनीं अलीकडच्या काळीं लुच्चेगिरी करून व इराणी लोकांतील व्यवस्थेचें अनुकरण करून ही व्यवस्था हिंदुस्थानांत अमलांत आणिली व मनुस्मृति वगैरे ग्रंथांत त्यासंबंधाचे नियम घालून दिले, इतकेंच नव्हे तर ऋग्वेदांत सुद्धां चातुर्वर्ण्याच्या संबंधाचें उल्लेख करणारें सूक्त खोटें मागाहून घुसडून दिलें. परंतु ही कल्पना सर्वस्वीं चुकीची आहे. चार वर्णांची उत्पत्ति विराट पुरुषाच्या चार अवयवांपासून झाल्याचें ज्या पुरुषसूक्तांत सांगितलें आहे, तें सूक्त ऋग्वेदांत मागून घुसडणें संभवनीय नाहीं. ऋग्वेदांतील प्रत्येक सूक्त व त्यांतील संख्या परिगणित असून ती शतपथादि ब्राह्मणांत सांगितलेली आहे. ऋग्वेद हा ग्रंथ अभेद्य रीतीनें याप्रमाणें ब्राह्मणांच्या पूर्वीं म्हणजे भारती युद्धकाळींच इ० सन पूर्व ३००० च्या सुमारास कायम केला गेला होता, असें आम्हीं पूर्वीं सिद्ध केलें आहे. तात्पर्य, वर्णभेदाची कल्पना ब्राह्मणांनीं मागाहून उत्पन्न केलेली नसून ती भारतीय आर्यांच्या आदि इतिहासापासूनच चालू आहे असेंच मानलें पाहिजे. पण या मताचें खंडन करण्यास इतकें लांब जावयासच नको. " वदतो व्याघातः । " म्हणजे बोलतांनाच चूक अशा न्यायानें ब्राह्मणांनीं व्यवस्था उत्पन्न केली या म्हणण्यांतील ब्राह्मण तरी निराळे कोठून आले ? हा प्रश्न प्रथमच उपस्थित होतो. आर्य लोकांत ब्राह्मण, क्षत्रिय, वैश्य हे तीनच विभाग प्रथम तरी कसे पडले ? ब्राह्मणांना हे अधिकार व वर्चस्व कसें मिळालें? हा प्रश्न राहतोच. अर्थात् हें म्हणणें अगदीं चुकीचें आहे व भारती आर्यांच्या प्राचीन इतिहासांतच वर्णव्यवस्थेचें उगमस्थान शोधून काढलें पाहिजे.

आम्हांस असें वाटतें कीं, प्रत्येक समाजांत वर्णव्यवस्थेचें थोडेंबहुत तरी बीज असतेंच. साधारणपणें बापाचा धंदा मुलगा करतो. आणि बहुतेक लग्नव्यवहार बराबरीच्या नात्यानें सारख्याच धंद्याच्या कुटुंबांत होत असतो. अर्थात् एका स्वरूपाची वर्णव्यवस्था प्रत्येक समाजांत असतेच. परंतु त्यास निर्बंधाचें स्वरूप असत नाहीं. असें स्वरूप प्रथमतः उत्पन्न होण्यास कांहीं तरी कारण लागतें. तें कारण, म्हटलें म्हणजे सामाजाच्या धार्मिक कृत्यांना लागणारी विशिष्ट प्रकारची योग्यता हें होय, हें अनेक लोकांच्या इतिसावरून आपल्यास दिसून येईल. धार्मिक कृत्यांची व्यवस्था ज्यांच्याकडे असते त्यांची प्रथमतः निराळी जात तयार होते. इराणी लोकांत सुद्धां मोबेद म्हणून अशी जात प्रथमतः निराळी झाली होती. ज्यू लोकांत देवाची पूजा करणाऱ्यांची जात निराळी झाली होती, म्हणजे त्यांतले लोक इतर लोकांशीं लग्नव्यवहार करीत नसत. रोमन लोकांत सुद्धां धार्मिक कृत्यें करण्याचा ज्या लोकांस अधिकार असे, ते पॅट्रिशियन लोक इतर लोकांशीं लग्नव्यहार करीत नसत. सारांश, सर्व लोकांमध्यें प्रथमतः हा जातिनिर्बंध धार्मिक व्यवस्थेसंबंधानें उत्पन्न होतो व तो पुढें कायम राहण्यास विशेष कारणें नसलीं तरच तो नाहींसा होतो, हें उघड आहे.

ब्राह्मण व क्षत्रिय.

हिंदुस्थानांत भारतीय आर्य ज्या वेळेस प्रथम आले त्यापूर्वीं अशाच प्रकारच्या साहजिक सामाजिक व्यवस्थेनें जातिनिर्बंधाचें बीज त्यांच्यांत उत्पन्न झालें होतें, असेंच कबूल करावें लागेल. प्रथमतः त्यांच्यांत दोन वर्ण उत्पन्न झाले असावे, ब्राह्मण व क्षत्रिय. ब्राह्मणांचें काम आर्यलोकांच्या देवतांच्या स्तुति पाठ करून देवतांचे यज्ञ करण्याचें होतें; व क्षत्रियांचें काम लढण्याचें होतें. दोन्ही धंद्यांना विशिष्ट प्रकारचे व्यासंग जरूर असल्यानें त्यांचे प्रथम धंद्यावरून दोन विभाग पडले. ब्राह्मणांनीं स्तुतिमंत्र वगैरे पाठ करण्याचें काम पतकरलें, हें ऋग्वेदांतील अनेक उल्लेखांवरून सिद्ध होतें. वसिष्ठ लढाईच्या प्रसंगीं इन्द्रादि देवतांची भरतांकरितां स्तुति करतो व सुदास राजा लढतो असें वर्णन ऋग्वेदांत आहे. याच प्रकारचें काम विश्वामित्र, भरद्वाज, कण्व, आङ्गिरस वगैरे करतात व भरतांकरितां स्तुति करून देवतांस संतुष्ट करितात. सारांश, हिंदुस्थानांत ऋग्वेदकालीं भारतीय आर्य आले त्या वेळेस त्यांच्यांत धंद्यावरून दोन जाती पडल्या होत्या, असें दिसतें. परंतु अद्याप ह्या जाती इतर निर्बंधानें जखडल्या गेल्या नव्हत्या, म्हणजे त्यांचे आचारविचार भिन्न नव्हते व त्यांच्यांत लग्नाचेही निर्बंध नव्हते; म्हणजे क्षत्रियांच्या मुली ब्राह्मण करीत असत व ब्राह्मणांच्या मुली क्षत्रिय करीत असत. किंबहुना चन्द्रवंशीय क्षत्रियांपैकीं कित्येक क्षत्रिय आपला क्षत्रियांचा धंदा सोडून ब्राह्मण होत असत, हें महाभारतांतील चन्द्रवंशाच्या हकीगतीवरून स्पष्ट दिसतें. प्रतीपाचा ज्येष्ठ पुत्र देवापि हा क्षत्रियाचा धंदा सोडून वनांत जाऊन तपश्चर्या करूं लागला व त्यानें एक सूक्तही केलें आहे. कण्व हा मतिनार याच्या वंशांत उत्पन्न होऊन ब्राह्मण झाला व त्याचे पुढें सर्व वंशज ब्राह्मणच झाले. हे कण्व कित्येक ऋग्वेदसूक्तांचे कर्ते आहेत.

पण ब्राह्मण हे त्यावेळीं स्वतंत्र धंद्याचा आग्रह करून बसले होते असेंही दिसतें; म्हणजे ब्राह्मणांनींच यज्ञयागादिकांच्या क्रिया कराव्या असा त्यांचा आग्रह होता. वेदविद्या पठण करण्याचें कठीण काम ब्राह्मणांनीं सुरू केलें होतें. यज्ञयागादिकांस लागणारी निरनि-

राळी माहिती व मंत्रतंत्र त्यांनीं जतन करून ठेवले होते, अर्थात् ब्राह्मणांचें काम कठीण झालें असून त्यांना आपली बौद्धिक शक्ति वाढवावी लागली होती. कोणत्याही धंद्यास आनुवंशिक संस्कार फार उपयोगी पडतो हें प्रसिद्ध आहे. अर्थात् ब्राह्मणांचीं मुलें हींच स्मरणशक्तीनें वेदग्रहण करण्यास योग्य असत. यामुळें साहजिकच ब्राह्मणाचा मुलगा हाच ब्राह्मण व्हावा असा आग्रह उत्पन्न होणें अपरिहार्य आहे. पण क्षत्रियांनीं ब्राह्मणांचा हा आग्रह प्रथम चालू दिला नाहीं व त्याजविषयीं मोठा तंटा केला ही गोष्ट आपल्यास वसिष्ठ व विश्वामित्र यांच्या वादावरून स्पष्ट होते. या वादाचीं निरनिराळीं स्वरूपें रामायणामध्यें व महाभारतामध्यें दिसतात, पण सर्वांचें तात्पर्य एकच आहे, तें हें कीं ब्राह्मणाचा मुलगा ब्राह्मण व्हावा आणि क्षत्रियाचा मुलगा क्षत्रिय व्हावा, हा ब्राह्मणांचा आग्रह आणि विश्वामित्राचा आग्रह असा कीं, क्षत्रियाच्या मुलानें जर आपली बौद्धिक शक्ति वाढविली तर त्याला ब्राह्मण कां होतां येऊं नये ? अखेरीस विश्वामित्राचा जय झाला व तो ब्राह्मण झाला इतकेंच नव्हे तर अनेक ब्राह्मणकुलांचा तो प्रवर्तक झाला. आदिपर्वांत वसिष्ठविश्वामित्राची जी कथा दिली आहे, त्यावरून ही कथा फार प्राचीन काळची दिसते. ही कथा सूर्यवंशी क्षत्रियांच्या वेळची व पंजाबांतली आहे. वसिष्ठ ऋषींनीं विपाशा आणि शतद्रु ह्या दोन नद्यांमध्यें आपला प्राण देण्याचा यत्न केला, कारण, विश्वामित्रानें त्याचे शंभर पुत्र मारले होते. परंतु त्या नद्यांनीं वसिष्ठास बुडविलें नाहीं यामुळें त्या नद्यांस विपाशा व शतद्रु हीं नांवें मिळालीं असें (भा. आदि. अ. १७७ पा. ३६४) यांत वर्णन आहे. तसेंच विश्वामित्रानें सूर्यवंशी कल्माषपाद राजा याचा यज्ञ केला असें यांत वर्णन आहे. तात्पर्य, हा तंटा फार प्राचीनकाळचा पंजाबांतील आहे हें यावरून दिसतें व त्यावेळीं जे क्षत्रिय आपल्यास ब्राह्मण ह्मणविण्याची महत्त्वाकांक्षा धरीत त्यांस ब्राह्मण होतां येत होतें; परंतु अशा व्यक्ति फारच थोड्या असाव्या हें उघड आहे व ब्राह्मणांचा धंदा वेद पठण करणें व यज्ञयागादि क्रिया करविणें अत्यंत कठिण असून तो ब्राह्मणांकडेसच अखेरीस राहिला हें पुढें दिसून येईल.

वसिष्ठविश्वामित्राच्या तंट्यांत जातीच्या लग्नविषयक निर्बंधाचें जसें परीक्षण झालें तसें नहुष-अगस्ति या कथेमध्यें जातीच्या दुसऱ्या एका गोष्टीचें परीक्षण झालें. ब्राह्मणाचा धंदा इतरांनीं कां करूं नये या वादाप्रमाणें असा प्रश्न उपस्थित होतो कीं, ब्राह्मणांना इतर जातींचा धंदा करावयास कां लावूं नये ? नहुषानें सर्व ऋषींस आपली पालखी उचलावयास सांगितलें व त्यांस जेव्हां त्याची पालखी खांद्यावर घेऊन जलदीं चालतां येईना तेव्हां त्यास तो मोठमोठ्यानें ' सर्प सर्प ' म्हणजे " चाला चाला " असें म्हणूं लागला. तेव्हां अगस्ति ऋषीनें त्यास ' तूं सर्प हो ' असा शाप दिला आणि तो सर्प होऊन खालीं पडला. (भा. वन. अ. १८१ पा. ३६८९) या कथेंतील तात्पर्य हें कीं, जे बौद्धिक धंदा करतील त्याजवर शारीरिक मेहनत करण्याची सक्ति होऊं शकणार नाहीं .

वैश्य व शूद्र.

असो, तर याप्रमाणें ऋग्वेदकालीं प्राचीन आर्य हिंदुस्थानांत येण्याच्या वेळीं त्यांच्यांत दोन जाती उत्पन्न झाल्या होत्या, परंतु अद्याप त्यांच्यांत कडक निर्बंध झाले नव्हते. जेव्हां ते पंजाबांत आले आणि तेथें त्यांनीं वस्ती केली त्या वेळेस साहजिकच तिसरा

वर्ग उत्पन्न झाला. देशांमध्यें शेतकीचा धंदा मुख्य असून त्याकडे पुष्कळ लोक लागले. हे लोक एकाच जागीं वसले किंवा वसाहत करून राहिले म्हणून त्यास विश् अथवा वैश्य म्हणजे सामान्य लोक म्हणूं लागले. ऋग्वेदांत विश् असा शब्द वारंवार येतो, अर्थात् पंजाबांत तीन जाती उत्पन्न झाल्या. रामायणामध्यें असें वर्णन आहे कीं प्रथम दोन जाती होत्या, व नंतर त्रेतायुगांत तीन झाल्या. त्याचें येथें आपल्यास युक्तत्व दिसतें. सारांश, पंजाबांत सूर्यवंशी क्षत्रियांची वसति झाली त्या वेळेस ब्राह्मण, क्षत्रिय, वैश्य या तीन जाती उत्पन्न झाल्या. यानंतर लवकरच दास अथवा मूळचे रहिवाशी यांचा शूद्र या चौथ्या जातीमध्यें समावेश होऊं लागला आणि वरच्या तीन जाती ह्या आर्यवंशाच्या असून त्यास त्रैवर्णिक अशी संज्ञा मिळाली. येथूनच पुढें जातीच्या कडक निर्बंधाचें स्वरूप उत्पन्न होऊं लागलें.

हिंदुस्थानांत आर्य लोक आले त्या वेळेस त्यांच्यांत जातिनिर्बंधाचें थोडेंसें बीज असून ब्राह्मण व क्षत्रिय या दोन जाती किंवा ब्राह्मण, क्षत्रिय व वैश्य अशा प्रकारच्या धंद्याच्या भेदामुळें उत्पन्न झालेल्या तीन जाती होत्या. अशाच प्रकारचे भेद इराणी लोकांमध्येंही होते. रोमन लोकांतही होते. जर्मन लोकांतही होते. परंतु त्या त्या ठिकाणीं या जातिभेदास विवाहाच्या प्रतिबंधाचें पाठबळ मिळून अभेद्य निर्बंध असलेल्या जातींचा वृक्ष हिंदुस्थानाप्रमाणें कां उत्पन्न झाला नाहीं हा एक मोठा महत्त्वाचा प्रश्न आहे. आर्य लोकांच्या सर्व शाखांमध्यें जातिनिर्बंधाचें बीज थोडेंबहुत तरी होतें. तेव्हां हिंदुस्थानांतच जें जातिनिर्बंधाचें प्राबल्य वाढलें त्याचें कारण हिंदुस्थानची विशिष्ट परिस्थिति हें होय हें उघड आहे. ही परिस्थिति म्हटली म्हणजे बाहेरून येणारे आर्य व हिंदुस्थानांतील राहणारे दास अथवा अनार्य यांच्या मधील महदन्तर हें होय. आर्य गोरे असून नाकाडोळ्यानें सुस्वरूप होते व अनार्य दास हे काळे असून बसक्या नाकाचे होते. यामुळें या दोन वंशांचें मिश्रण होणें संभवनीय नव्हतें. त्यांच्या बौद्धिक शक्तीमध्येंही मोठी तफावत होती. दुसऱ्या आर्यशाखा जेथें जेथें गेल्या तेथें अशा प्रकारची परिस्थिति कोठेंच नव्हती. तेथील पूर्वीचे रहिवाशी बहुतेक आर्यवंशाचेच होते. तेथील लोक आर्यवंशाचेच नसले तरी वर्णानें किंवा बुद्धिमत्तेनें नवीन आलेल्या आर्यांहून फारसे भिन्न नव्हते. जर्मनींत अशा प्रकारचा भिन्नपणा मुळींच दिसला नाहीं. रोममध्यें थोडासा भिन्नपणा होता, परंतु प्रथम कांहीं दिवस लग्नाचा निर्बंध दोन्ही जातींमध्यें राहिला, पण तो लवकरच दूर झाला. ग्रीस, इराणमध्येंही अशी स्थिति होती. हिंदुस्थानामध्यें मात्र हा फरक एवढा मोठा होता कीं दोन्ही जातींचें मिश्रण होणें असंभाव्य झालें आणि दोन्ही जातींमध्यें वाद सुरू झाला तो अद्यापही मिटला गेला नाहीं. तुळशीदासानें आपल्या वेळचें असें वर्णन केलें आहे कीं "वादे शूद्र द्विजनसे हम् तुमसे कछू घाटी। ब्रह्म जाने सो ब्राह्मण आखी दिखावहि दाटी ॥" अर्थ—शूद्र ब्राह्मणांशीं वाद घेतात आम्ही तुमच्याहून काय कमी आहों ! ब्रह्म जाणतो तो ब्राह्मण असें म्हणून त्यांजकडे डोळे वटारून दाखवितात. अशा प्रकारचा हा तंटा त्यावेळेपासून चालू असून त्याजपासून आर्यलोकांमध्यें असणाऱ्या जातींचे निर्बंध फार कडक झाले, व निरनिराळ्या अनेक जाती उत्पन्न झाल्या. या वादाचा इतिहास आपल्यास महाभारतावरून चांगला कळून येतो. हिंदुस्थानांतील या चमत्कारिक परिस्थि-

तीसारखी परिस्थिति इतिहासामध्यें एक दक्षिण आफ्रिकेंत मात्र उत्पन्न झालेली दिसून येते. तेथें गौरवर्ण आर्यांचा कृष्णवर्ण नीग्रो लोकांशीं संबंध येऊन पडल्यामुळें कांहींशी हिंदुस्थानासारखी परिस्थिति उत्पन्न झालेली आहे त्याजवरूनही आपल्यास थोडासा अंदाज करतां येतो.

शूद्रामुळें वर्णांची उत्पत्ति.

हिंदुस्थानांत वर्ण आणि जाती या शब्दांचा एकमेकांशीं जो निकटसंबंध घडला त्याचें तरी कारण हेंच आहे. पाश्चात्य देशांत जित व जेते यांचा एकच वर्ण असल्यामुळें वर्णाला कोणतेंही महत्त्व आलें नाहीं. हिंदुस्थानामध्यें त्यांच्या वर्णामध्यें जमीन अस्मानाचें अंतर असल्यामुळें वर्णाला जातीचें स्वरूप आलें. आर्यवंशाच्या लोकांतही थोडासा वर्णाचा भेद उत्पन्न झाला. वैश्य हे कृषि-कर्म करणारे असल्यानें त्यांचा रंग गोरा जाऊन पिवळा झाला. क्षत्रियांच्या वर्णांतही हवा व व्यासंग यांमुळें फरक पडूं लागला, व रक्तवर्ण झाला. ब्राह्मणांचा वर्ण मूळचा आर्यवर्ण म्हणजे गोराच राहिला. याला अपवाद अनेक कारणांनीं उत्पन्न होतात हें खरें. तथापि ब्राह्मण गोरा, क्षत्रिय तांबडा, वैश्य पिवळा व शूद्र काळा, असा साधारण नियम आहे. विष्णूचे चार युगांत असे चार वर्ण बदलतात अशी समजूत यामुळेंच उत्पन्न झालेली आहे. काळा ब्राह्मण व गोरा शूद्र असा रंगाचा जर भेद असेल तर तो भयंकर अशी जी आपल्यांत कल्पना आहे त्याचें तरी कारण हेंच होय. ह्याप्रमाणें चातुर्वर्ण्य म्हणजे रंगावरून ठरलेल्या चार जाती हिंदुस्थानामध्यें उत्पन्न झाल्या. त्यांच्यांत विरोध कसा वाढत गेला याचा आपण येथें विचार करूं.

प्रारंभीं आर्यलोक हिंदुस्थानांत आले त्यावेळीं त्यांच्यांत तीनच जाती असून लग्ननिर्बंध थोडा होता व ब्राह्मणांनीं तिन्ही वर्णांच्या स्त्रिया करण्यास हरकत नव्हती. क्षत्रियांनीं ब्राह्मणेतर दोन वर्णांच्या स्त्रिया कराव्या. वैश्यांनीं मात्र एक वर्णाच्या म्हणजे वैश्याच्या स्त्रिया कराव्या असा नियम होता. ज्या वेळेस चौथा वर्ण शूद्र समाजांत सामील झाला त्या वेळेस समाजांत शूद्र वर्णाच्या स्त्रिया करण्याच्या संबंधानें साहजिकच मोठा तंटा उपस्थित झाला. बहुतेक लोक साधारणपणें अशा स्त्रिया करण्याच्या विरुद्ध असणें साहजिक आहे. तथापि वैश्य वर्णाचा उद्योग शेतकीचा असल्यानें शूद्रांचा त्यांचा संपर्क विशेष येई व वैश्यांत एकच वर्णाची स्त्री करण्याचा अधिकार असल्यानें त्यांत शूद्र स्त्री करण्याचा प्रघात ज्यास्ती सुरू झाला असावा. क्षत्रियांत त्याहून कमी व ब्राह्मणांत फारच कमी. अशा स्त्रियांपासून उत्पन्न झालेली संतति वर्णानें मिश्र व बुद्धीनें कमी अशीच निपजली पाहिजे हें आपल्यास दिसतें. पूर्वीचा नियम असा होता कीं स्त्री कोणत्याही वर्णाची असली तरी ज्या वर्णाचा नवरा त्याच वर्णाची त्याची संतति; म्हणजे ब्राह्मणास क्षत्रिय किंवा वैश्य स्त्रियांपासून झालेली संतति ब्राह्मणच समजली जात असे. ज्या वेळेस आर्यलोक प्रथम आले त्या वेळेस ब्राह्मण, क्षत्रिय, वैश्य यांमध्यें वर्णाचें किंवा बुद्धिमत्तेचें फारसें अंतर नव्हतें व त्यांच्या खाण्यापिण्याच्या वगैरे बाबतींत कांहींच फरक नव्हता यामुळें वरील नियम योग्य होता. हाच नियम आतां शूद्र स्त्रिया करूं लागले तेव्हां लागू करायचा कीं काय ? हा प्रश्न उपस्थित झाला.

अशा प्रकारचा नियम खरोखरच पूर्वकालीं चालूं होता ही गोष्ट महाभारतांतील एका अत्यंत महत्त्वाच्या श्लोकावरून दिसून येते. अनुशासनपर्व अध्याय ४४ यांत असें सांगि-

तलें आहे कीं ब्राह्मणांनीं तिन्ही वर्णांच्या स्त्रिया कराव्या व त्यास जी संतति होईल ती ब्राह्मणच होईल.

त्रिषु वर्णेषु जातो हि ब्राह्मणाद् ब्राह्मणो भवेत्।
स्मृताश्च वर्णाश्चत्वारः पञ्चमो नाधिगम्यते ॥

तिन्ही वर्णांपासून ब्राह्मणाला ब्राह्मणच होईल हा येथें सांगितलेला नियम पुढें बदललेला आहे हें आपल्या लक्षांत ठेवावयास पाहिजे. महाभारतांतच हा नियम बदललेला दिसतो (भा० अनुशासन० अ० ४८ पान १७३) यांत फक्त दोन स्त्रियाच्याच ठिकाणीं म्हणजे ब्राह्मणी व क्षत्रिया यांच्या ठिकाणीं ब्राह्मणसंतति जन्म पावते असें सांगितलें आहे. मनुस्मृतीमध्यें जो नियम सांगितला आहे तो हाच संकुचित नियम आहे. अर्थात् यावरून असें दिसतें कीं पूर्वीं सढळ नियम होता. तो नियम संकोच होऊन महाभारतकाळीं अर्थात् सौतीच्या काळीं दोन वर्णांत झालेल्या संततीसच ब्राह्मणत्व कबूल केलें गेलें, म्हणजे ब्राह्मणाला ब्राह्मण व क्षत्रिय जातीच्या स्त्रीपासून जी संतति होईल तीच ब्राह्मण समजावी असा नियम चालू झाला. यानंतर हाही नियम संकोच होऊन ब्राह्मणाला ब्राह्मण स्त्रीपासून संतति होईल तरच ती ब्राह्मण समजली जाईल असें याज्ञवल्क्यादि स्मृतींत सांगितलें आहे. सारांश, अनुशासन पर्वांतलें पहिलें वचन बहुधा प्रथम आर्य हिंदुस्थानांत आले त्या वेळीं व ब्राह्मणकाळीं जो नियम होता त्याचें दर्शक आहे. या नियमाचें तात्पर्य असें होतें कीं ब्राह्मणाला तिन्ही वर्णांच्या स्त्रिया करण्याचा अधिकार आहे व त्यांपासून झालेली संतति ब्राह्मणच होय; हा नियम लागू करून ब्राह्मणांनीं शूद्र स्त्री केल्यास त्यांची संतति ब्राह्मण मानायची कीं काय? पराशर ऋषींनीं मत्स्यगंधेपासून व्यास महर्षि उत्पन्न केले ते ब्राह्मणांत अत्यंत बुद्धिमान् व श्रेष्ठ होते. याचेंच अनुकरण करावयाचें कीं काय? किंवा 'न देवचरितं चरेत्।' या न्यायानें व्यास ऋषींचें उदाहरण न घेतां शूद्रस्त्रीपासून झालेली संतति कमी लेखावयाची हा प्रश्न मोठ्या तंट्याचा व वादविवादाचा झाला असला पाहिजे. याचा निकाल सरतेशेवटीं शूद्र स्त्रीच्या विरुद्ध झाला हें साहजिकच आहे. इतक्या भिन्न परिस्थितीच्या वर्णांची संतति कधींही तेजस्वी निपजणार नाहीं. म्हणूनच ब्राह्मणांनीं शूद्र स्त्री करूं नये असेंच ठरत चाललें. "कित्येकांस हा नियम मान्य नाहीं." असें महाभारतांतही म्हटलें आहे. परंतु थोर लोक शूद्र वर्णाच्या स्त्रीच्या ठिकाणीं अपत्योत्पादन करीत नाहींत असेंही त्यांत म्हटलें आहे. (अनु. अ. सदर) एकंदर रीतीनें हा वाद फारच मोठा झाला असें दिसतें. शूद्र स्त्रीच्या ठिकाणीं झालेल्या मुलास दौलतीचा वांटा मिळावा कीं नाहीं हाही प्रश्न उपस्थित होऊन त्याचा निकाल महाभारतकाळीं त्याला १० वांटा द्यावा, असें ठरविलें आहे. परंतु महाभारतानंतरच्या काळीं स्मृत्यादिकांत त्याला मुळींच वांटा देऊं नये असें ठरलें. असो. शूद्र स्त्रीच्या मुलाची जात ब्राह्मणाहून अखेरीस निराळी ठरली हें साहजिकच झालें. कारण, त्यांच्या दोघांच्या वर्णांत व बुद्धिमत्तेंत फारच अंतर होतें. तथापि यांच्या लोक याच्या विरुद्ध होतेच. बीज व क्षेत्र यांचा परस्पर महत्त्वाचा वाद मनुस्मृतीमध्यें पुष्कळच वर्णिलेला आहे. शूद्र स्त्री हें क्षेत्र व ब्राह्मण पति हें बीज यांत महत्त्व कोणाला द्यायचें व किती द्यायचें हा वाद मनुस्मृतींत फारच विस्तारानें मांडलेला आहे. शेवटीं ब्राह्मणापासून झालेली शूद्रस्त्रीसंतति ही ब्राह्मण नव्हे व शूद्रही नव्हे तर निराळी एक जात उत्पन्न होऊन ती निराळ्या दर्जाची ठरली. (अनुशासन प० अ० ४८) यांत या जातीचें नांव

पारशव असें ठरविलें आहे व त्या शब्दाचा अर्थ

परं शवाद् ब्राह्मणस्यैव पुत्रं ।
शूद्रापुत्रं पारशवं विदुः ।
शुश्रूषकः स्वस्य कुलस्य स स्यात् ।
स्वचारित्र्यं नित्यमथो न जह्यात् ॥

' ब्राह्मणाचा शूद्रस्त्रीपासून झालेला पुत्र शवाच्या पलीकडे म्हणून पारशव समजावा. त्यानें आपल्या कुलाची शुश्रूषा करावी. आपलें नित्य कर्म सेवा सोडूं नये' असा सांगितला आहे. या भेदामुळें हळुहळु अन्य वर्णाची स्त्री न करण्याचें तत्त्व वरच्या वर्णांतही शिरूं लागलें. क्षत्रियांनीं शूद्र स्त्री केली असतां तिच्या पोटीं झालेली संतति ही दुसऱ्या वर्णाची आहे असें समजलें जाऊन तिला उग्र हें नांव मिळालें. पण वैश्य वर्णास, वैश्य व शूद्र या दोनच वर्णाच्या स्त्रिया करण्याचा अधिकार होता. त्या दोहोंपासूनही वैश्य प्रजाच उत्पन्न होते असें भा. पा. १७४ अ. अ. ४८ यांत सांगितलें आहे. ही गोष्ट पुढील कोणत्याही स्मृतिकारांनीं मानलेली नाहीं. ही गोष्ट महाभारतकालानंतर बदलली. पण त्यापूर्वी तशी व्यवस्था चालू असल्यानें वैश्य जातींत शूद्रांचें बरेंच मिश्रण झालें. अर्थातच वैश्य वर्ण हा शुद्ध आर्य वर्ण आहे कीं नाहीं याबद्दल थोडीशी शंका उत्पन्न होऊन ब्राह्मण वैश्य वर्णाच्या स्त्रिया करतील तर संतति ब्राह्मण समजली न जातां वैश्य किंवा अंबष्ठ जातींतील होईल असें ठरलें गेलें. सारांश, निरनिराळ्या वर्णाच्या स्त्रिया करण्याच्या संबंधानें थोडथोडा विचार व निर्बंध उत्पन्न होऊं लागला. हें अनुलोम विवाहासंबंधानें झालें. पण प्रतिलोम विवाहासंबंधानें प्रारंभापासूनच विरुद्ध कटाक्ष होता असें दिसतें. वरिष्ठ वर्णाच्या स्त्रिया खालच्या वर्णांनीं करूं नये असा निर्बंध प्रारंभीं नसला तरी लवकरच सरू झाला असावा; कारण, अशा निंद्य विवाहापासून किंवा संबंधापासून झालेली संतति यांचे अगदींच कनिष्ठ वर्ग मानण्यांत आले. क्षत्रियापासून ब्राह्मण स्त्रीला झालेला पुत्र हा सूतजातीचा मानला गेला आणि वैश्याला ब्राह्मणस्त्रीपासून झालेल्या पुत्रास वैदेहक असें मानलें गेलें. ब्राह्मण स्त्रीपासून शूद्रास संतति झाल्यास ती तर फारच निंद्य समजली गेली व त्यास चांडाल मानलें जात असे. सूत आणि वैदेह हे दोघेही आर्य मातापितरांपासूनच उत्पन्न झाले असल्यानें वैदिक संस्काराच्या बाहेर आहेत असें मानलें गेलें नाहीं. पण चांडाल तर अस्पृश्य मानला गेल्यानें गांवांतही राहण्यास योग्य नाहीं असें मानलें जाऊन, त्यानें गांवाच्या बाहेर राहिलेंच पाहिजे असा नियम झाला (अनु० अ० ४८ पा० १७४). हा नियम ब्राह्मणांतही दृष्टीस पडतो त्यावरून तो फार प्राचीन काळापासून प्रचारांत असावा.

वरिष्ठ वर्णाच्या स्त्रिया खालच्या वर्णाच्या लोकांनीं विशेषतः शूद्रांनीं केल्यास त्यापासून भयंकर नुकसान होतें अशा प्रकारची समजूत फार प्राचीन काळापासून चालत आलेली आहे. ही समजूत साहजिक आहे. जेथें दोन वर्णांमध्यें अत्यंत फरक असतो, म्हणजे एक गोरा व दुसरा अतिशय काळा आणि ज्या वेळेस त्यांच्या संस्कृतीमध्येंही फारच अंतर असतें; म्हणजे एक अत्यंत सुधारलेला व दुसरा अगदीं अज्ञानांत पडलेला व अतिशय अमंगळ रीतीनें राहणारा, तेथें अशा वर्णांचें मिश्रण विशेषतः प्रतिलोम मिश्रण म्हणजे उच्च वर्णाची स्त्री व नीच वर्णाचा पुरुष असें मिश्रण निंद्य समजलें जावें यांत आश्चर्य नाहीं. ब्राह्मणकाळापासून तों महाभारतापर्यंत वर्णसंकराची जी अतिशय निंदा केलेली आहे त्याचें कारण हेंच होय. वर्णसंकरापासून चांडालासारखी नीच प्रजा उत्पन्न होते असें लोक मा-

नीत, याचें कारण दोन वर्णांमधील संस्कृतीचें अत्यन्त भिन्न स्वरूप हें होय. भगवद्गीतेंतही वर्णसंकराचें मोठें भय दाखविलेलें आहे. " संकरो नरकायैव कुलघ्नानां कुलस्य च " अशा प्रकारची भगवद्गीतेमध्यें संकराबद्दल शिक्षा सांगितली आहे. वर्णसंकर होऊं न देण्याविषयीं राजानें खबरदारी ठेवली पाहिजे असें समजलें जात असे. वर्णसंकर न होऊं देण्याबद्दल राजांचे परिश्रम लोकांच्या स्तुतीस पात्र होत. सारांश, वर्णसंकराचें मोठें पाप मानलें जात असून त्याजविषयीं लोकांस मोठा तिटकारा असे.

वर्णसंकराची भीति.

वर्णसंकर फार भयंकर आहे ही कल्पना प्रत्यक्ष अमलांत होती, असें हल्लींच्या पंजाबांतील कित्येक लोकांच्या परिस्थितीवरून दिसतें. ब्राह्मणस्त्रीपासून शूद्रास झालेला मुलगा चांडाल आहे अशी कल्पना केवळ धर्मशास्त्राची आहे, वास्तविक अशी संतति चांडाल मानली गेलेली नाहीं, चांडाल म्हणजे येथील मूळच्या रहिवाशांपैकीं अत्यंत कनिष्ठ व अत्यंत वाईट स्थितींतले लोक होत अशी कित्येकांची समजूत आहे. परंतु पंजाबांतील अस्पृश्य जातीमध्यें चूहरा जातीचे जे लोक आहेत त्यांत खरोखरच आर्य जातीचें मिश्रण आहे असें अलीकडे शीर्षमापनशास्त्रावरून निश्चयानें ठरलेलें आहे. अर्थात् ही चांडालांची जात वरीलप्रमाणें उत्पन्न झाली असणें संभवनीय आहे. वर्णसंकराच्या भीतीनें निरनिराळ्या जाती कशा उत्पन्न झाल्या हें चूहरांच्या उदाहरणावरून व्यक्त होईल. प्रतिलोम विवाहाच्या संबंधानें जी भयंकर भीति वर्णसंकराची दाखविलेली आहे त्यामुळें असले विवाह यापुढें बंद पडले असावे इतकेंच नव्हे तर अनुलोम विवाह सुद्धां हळुहळु कमी पडले असावे व अनुलोम विवाहानें उत्पन्न झालेल्या नव्या जाती आपसाआपसांतच विवाह करण्याचा प्रतिबंध मानू लागल्या असाव्या.

वर्णसंकराच्या संबंधानें भीति उत्पन्न होऊन चार वर्ण ब्राह्मण, क्षत्रिय, वैश्य, शूद्र हे आपापल्यांतच विवाह करूं लागले. यात ब्राह्मणांनीं मोठा अन्याय केला असा आक्षेप उत्पन्न होणें साहजिक आहे. ब्राह्मणांचा व शूद्रांचा विवाह झाला असतां संतति होईल ती कमी दर्जाची कां मानावी ? सर्व लोकांस परमेश्वरानें सारखीच बुद्धिमत्ता दिली आहे; ब्राह्मण हे सर्वच अधिक चांगल्या नीतीचे व शुद्धाचरणाचे असतात असें नाहीं; शूद्रांतही नीतिमान्, सदाचरणी व बुद्धिमान लोक आहेत असा आक्षेप साहजिकच निघतो. अमुक एका जातीच्याच लोकांनीं बुद्धीचा मक्ता घेतलेला नाहीं, किंवा सदाचरणाचाही टेंभा मिरविलेला नाहीं. मूर्ख व दुराचारी लोक ब्राह्मणांतही आहेत. तेव्हां वर्णभेद वंशावर अवलंबून नसून स्वभावावर केवळ अवलंबून असावा, अशा प्रकारचे आक्षेप नेहेमीं निघतात, व ते बौद्ध काळींही निघालेले असावे. महाभारतांत यासंबंधाचें एक महत्त्वाचें आख्यान आहे. तें येथें समग्र देण्यासारखें आहे. पूर्वीं नहुष राजास ब्राह्मणांचा शाप झाल्याची हकीगत दिलीच आहे. अर्थात् नहुषाच्या मनावर ब्राह्मणांच्या वर्चस्त्राचें चांगलेंच दडपण पडलें असावें, व त्याच्या समोर ब्राह्मणांचें श्रेष्ठत्व कां ? हा प्रश्न नेहेमीं उभा राहिलेला असावा. युधिष्ठिराचा व सर्प झालेल्या नहुषाचा जो संवाद वनपर्वांत दिलेला आहे तो अतिशय महत्त्वाचा आहे. नहुष म्हणतो " धर्मा, माझ्या प्रश्नाचा योग्य जबाब देशील तर मी तुझ्या बंधूस सोडतो." नहुषानें या वेळीं भीमास धरलें होतें. युधि-

ष्ठिरानें जबाब दिला, " हे सर्पा, विचार; मी शक्तीप्रमाणें उत्तर देईन " नहुषानें विचारलें "ब्राह्मण कोणाला म्हणावें?" युधिष्ठिरानें, ब्राह्मणस्त्रीपासून ब्राह्मणास झालेला तो ब्राह्मण, असा जबाब न देतां एक चमत्कारिकच जबाब दिला. तो मोरोपंताच्या शब्दांनीं आपण देऊं.

तोचि ब्राह्मण जेथें शांति दया, दान, सत्य, तप, धर्म ॥

अर्थात् ब्राह्मणाचें लक्षण त्याच्या उच्च स्वभावाप्रमाणें युधिष्ठिरानें सांगितलें, पण येथें हा वाद संपला नाहीं, नहुषानें याजवर प्रश्न केला.

चातुर्वर्ण्यं प्रमाणं च सत्यं चेद् ब्रह्म चैवहि
शूद्रेष्वपि च सत्यं स्याद् दानमक्रोध एव च।

म्हणजे चातुर्वर्ण्याची व्यवस्था प्रमाण मानली पाहिजे आणि सत्य हेंच जर ब्रह्म अथवा ब्राह्मण्य असेल, तर शूद्राच्या ठिकाणींही सत्य, दान, शान्ति इत्यादि दिसतात. (याची वाट काय ?) ह्याचें उत्तर युधिष्ठिरानें असें दिलें कीं, " जर शूद्रांत हें लक्षण असेल आणि ब्राह्मणांत हें लक्षण नसेल तर तो शूद्रही शूद्र नाहीं व ब्राह्मणही ब्राह्मण नाहीं. ज्या ठिकाणीं हें वृत्त म्हणजे वर्तन दिसेल तो ब्राह्मण समजावा आणि ज्या ठिकाणीं हें वर्तन नसेल तो शूद्र समजावा. " नहुषानें यावर प्रश्न केला ' जर वृत्तावरून तुझ्या मतानें ब्राह्मण ठरतो तर जाति ही व्यर्थ आहे, जोंपर्यंत कृति असणार नाहीं ' यावर युधिष्ठिरानें उत्तर दिलें (व.अ. १८०)

जातिरत्र महासर्प मनुष्यत्वे महामते ।
संकरात्सर्ववर्णानां दुष्परीक्ष्येति मे मतिः ॥
सर्वे सर्वास्वपत्यानि जनयन्ति सदा नराः ।
वाङ्मैथुनमथो जन्म मरणं च समं नृणाम्॥
इदमार्षं प्रमाणं च ये यजामह इत्यपि ।
तस्माच्छीलं प्रधानेष्टं विदुर्ये तत्त्वदर्शिनः ॥
कृतकृत्याः पुनर्वर्णा यदि वृत्तं न विद्यते ।
संकरस्तत्र राजेन्द्र बलवान् प्रसमीक्षितः ॥

युधिष्ठिरानें म्हटलें—" हे सर्पा, मुख्य जाति हल्लीं मनुष्यत्व ही आहे. कारण, सर्व वर्णांचा संकर झाल्यामुळें निरनिराळ्या जातींची परीक्षा करितां येत नाहीं असें मला वाटतें. सर्व वर्णांचे लोक सर्व जातींच्या ठिकाणीं अपत्य उत्पन्न करतात, यामुळें वाणी आणि जन्ममरण एवढेंच सर्वांचें सारखें आहे. ह्याशिवाय ' **ये यजामहे** ' हें आर्षप्रमाण वेदांतलें आहे. त्याजवरून तत्त्वदर्शी लोक शीलाला प्रधान मानतात. जर वृत्त चांगलें नसेल तर वर्ण असून फुकट. कारण, हल्लीं बलवान् संकर दिसतो आहे." ह्या उत्तराचा बारकाईनें विचार केला तर त्यांत वर्ण नाहीं हें कबूल केलेलें नाहीं. वर्णांचा संकर झाल्यामुळें निरनिराळ्या प्रकारच्या लोकांत निरनिराळें आचरण दिसतें. यामुळें प्रथम जर वर्णावरून वृत्त ओळखीत होते, तर आतां वृत्तावरून वर्णास ओळखलें पाहिजे. ब्राह्मणवर्णाचा मनुष्य शीलवान् असलाच पाहिजे असा पूर्वी समज होता, परंतु वर्णसंकरामुळें असा भयंकर प्रकार झाला आहे कीं, " ब्राह्मणांतही वाईट लोक निपजत आहेत. तेव्हां वर्तनाला प्राधान्य दिलें पाहिजे व जे लोक वर्तनानें उत्तम आहेत ते ब्राह्मण समजले पाहिजेत. " अशा प्रकारचा युक्तिवाद युधिष्ठिरानें केला आहे. त्यावरून वर्णाचें अस्तित्व जातितः नाहींसें होत नाहीं. युधिष्ठिराचे म्हणण्याचें तात्पर्य असें कीं, हा जो घोटाळा झालेला आहे हा **वर्णसंकरानें** झालेला आहे. शूद्रामध्यें चांगलीं मनुष्यें निपजलीं, शूद्रांत ज्ञान, दान, दया, सत्य इत्यादि गुण दिसले तरी ते शूद्रजातींतही असे गुण येऊं शकतात म्हणून नव्हे तर शूद्रांत ब्राह्मणांचा संकर झाल्याकारणानें ब्राह्मण जातीचे गुण कांहीं कांहीं शूद्रांत दिसूं लागले. ब्राह्मणांत असत्य, क्रौर्य, अधर्म इत्यादि दुर्गुण दिसले तर ते ब्राह्मणां-

तही वाईट माणसें निपजूं शकतात म्हणून नव्हे तर ब्राह्मणांत शूद्रांचा संकर झाल्याकारणानें असे दुर्गुण दिसतात. सारांश, युधिष्ठिराच्या जबाबांत वर्णाचें जातितः अस्तित्व नाहीं असें मानलें गेलें नाहीं, किंबहुना त्याच्या भाषणावरून वर्णाचेंच अस्तित्व कायम होतें हें उघड आहे.

युधिष्ठिराच्या भाषणांत वर्णसंकराची भीति पूर्ण प्रतिबिंबित आहे हें उघड आहे. वर्णसंकराची जी भीति हिंदुस्थानांतील आर्य लोकांना वाटत होती त्याचें कारण वर्ण अथवा वंश हा मनुष्य स्वभावाचा मुख्य स्तंभ आहे अशी त्यांची कल्पना होती. अमुक वर्णाचे लोक अमुक स्वभावाचेच असा त्यांचा समज होता. वर्ण आणि स्वभाव यांचें नित्य साहचर्य आहे असें ते मानीत. हा सिद्धान्त कितपत खरा आहे हा विषय निराळा आहे. तथापि अशी समजूत भारती आर्यांचीच होती असें नाहीं. हल्लीं युरोपांतील आर्य सुद्धां याच समजुतीचे आहेत. युरोपीयन लोकांच्या जातीची बरोबरी इतर खंडांचे लोक करूं शकत नाहींत अशी त्याची दृढ समजूत आहे. दक्षिण आफ्रिकेमध्यें हिंदुस्थानी किंवा निग्रो लोकांशीं युरोपियन लोकांचें जें आचरण आहे तें याच कारणामुळें आहे असें मानण्यास हरकत नाहीं. आर्य जातीची बरोबरी इतर जातीचे लोक करूं शकणार नाहींत असें जर्मन, फ्रेंच वगैरे लोक मानतात. त्यांत विशेषतः जर्मन लोकांचा असा कटाक्ष आहे. शौर्य, बुद्धिमत्ता इत्यादि कामांत जर्मनांची बहुतेक लोकांवर सरशी आहे, असा त्यांस अभिमान आहे; व्यवहारज्ञान, राजकार्यास अवश्य लागणारे गुण, व्यापाराला लागणाऱ्या चढाओढीचें सामर्थ्य हेंही आर्य वंशांत ज्यास्ती असून इतर खंडांचे इतर वंशाचे लोक त्यांची बरोबरी करूं शकणार नाहींत; असें इंग्लिशादि पाश्चात्य आर्य म्हणविणारे लोक समजतात. तात्पर्य, आर्य वंशाचे लोक कांहीं विशिष्ट सामर्थ्याचे असतात; व हें सामर्थ्य व आर्य वंश यांचा नित्य संबंध आहे, असा पाश्चात्य देशांत समज हल्लींही आहे.

भारती आर्यांची नीतिमत्ता.

पण, पाश्चात्य आर्यांपेक्षांही अधिक उदात्त व उदार कल्पना भारती आर्यांची होती. भारतीय आर्यांनीं आर्यवंशी लोकांस जें उच्च मानलें होतें तें केवळ त्यांच्या शौर्यामुळें, व्यवहारचातुर्यामुळें, बुद्धिमत्तेमुळें, उद्योगामुळें किंवा इतर सामर्थ्यामुळें नव्हे तर आर्यलोक नीतिमत्तेमध्यें सर्वांहून श्रेष्ठ आहेत अशी त्यांची कल्पना होती. किंबहुना आर्य शब्दाचाही अर्थ जातिवाचक होता तो बदलून श्रेष्ठ नीतिवाचक असा अर्थ पूर्वीच्या ग्रंथांत वारंवार येतो. चांगलें आचरण तें आर्य आचरण व वाईट ते अनार्य असें तें समजत होते. भगवद्गीतेंमध्यें अनार्यजुष्ट हा शब्द अशाच अर्थानें आलेला आहे. "स्त्रीणामार्यस्वभावानाम्" असें म्हणतांना आर्य स्त्रिया आर्य स्वभावाच्या म्हणजे पतिदैवत आहेत असें ते मानीत. सारांश, आर्यवंशी लोक शौर्यानें किंवा बुद्धिमत्तेनें श्रेष्ठ आहेत तसेंच ते नीतिमत्तेनेंही श्रेष्ठ आहेत असा त्यांचा दृढनिश्चय होता. युधिष्ठिरानें ब्राह्मणाचें जें वर्णन दिलें आहे, त्यापेक्षां नीतिमत्तेचें अधिक उदात्त चित्र काढतां येणार नाहीं. सत्य, दया, शान्ति, तप, दान इत्यादि सद्गुणांची वसति ब्राह्मणाच्या ठिकाणीं असलीच पाहिजे, अशी भारती आर्यांची समजूत होती. "उत्क्रानृतऋषिर्यथा" अशी उपमा दिलेली वाचून ब्राह्मणांच्या सत्यवादित्वाची कल्पना आपल्या समोर उभी राहते. तोंडांतून अनृत भाषण निघालेला ऋषि जसा निस्तेज पडतो

अशी उपमा ज्या अर्थीं घेतली आहे त्या अर्थीं ब्राह्मणांचें सत्यवादित्व भारतीय युद्धकाळीं किंवा महाभारतकाळीं मान्य असलें पाहिजे. ब्राह्मणांच्या ठिकाणीं जे गुण सांगितलेले आहेत ते गुण नेहेमीं ब्राह्मणजातीच्या मनुष्यांत असलेच पाहिजेत, असा भारतीय आर्यांचा समज होता. जातीचे गुण सहजच स्वभावसिद्ध असले पाहिजेत. ते बदलले, तर त्याच्या जातींतच बदल असला पाहिजे अशा समजुतीनें युधिष्ठिरानें गुणावरून जातीचें परीक्षण करितां येईल असें ठरविलें व त्याप्रमाणें त्यानें उत्तर दिलें. अशाच प्रकारची एक अत्यंत महत्त्वाची गोष्ट उपनिषदांत आहे. सत्यकाम जाबाल हा एका ऋषीकडे उपनयनासाठीं (शिक्षणासाठीं) गेला, त्यावेळेस त्याच्या गुरूंनीं त्यास ‘ विचारिलें तुझें नांव काय व तुझी जात कोण?’ तेव्हां त्यानें सांगितलें—माझी आई असें म्हणाली कीं ‘ तुझा बाप कोण होता हें मला ठाऊक नाहीं, ’ त्या वेळेस ऋषीनें म्हटलें “ (ज्या ठिकाणीं हजारों लोक खोटें बोलतील त्या ठिकाणीं) तूं सत्य बोलतोस यावरून तूं ब्राह्मणाचा मुलगा आहेस असा माझा निश्चय आहे ” यावरून ब्राह्मणांच्या सत्यवादित्वाविषयीं प्राचीन काळीं किती उदात्त कल्पना होती याचें दिग्दर्शन होतें. इतकेंच नव्हे तर ब्राह्मण आणि सत्य यांचें साहचर्य आहे अशी त्या वेळेस दृढ समजूत होती.

वर्णाचा आणि स्वभावाचा नित्य संबंध असल्या कारणानें वर्णांत जर मिश्रण झालें तर स्वभावांतही मिश्रण झालेंच पाहिजे अशी भारती आर्यांची समजूत होती. वर्णसंकर म्हणजे स्वभावसंकर असें भारती आर्य मानीत. शूद्र जातीचा स्वभाव अनार्य अर्थात् वाईट असलाच पाहिजे असें अनेक हकीगतीवरून त्यांचें मत कायम झालें होतें. म्लेच्छ व इतर वर्णबाह्य जाती दुष्ट आहेत अशी त्यांची खात्री होती. वर्ण शब्दानें वंश हा अर्थ घ्यावयाचा असें वरील वर्णनावरून दिसून येईल. वर्णसंकरासंबंधानें भारतीय आर्यांत अतिशय द्वेष असल्या कारणानें जातीच्या संबंधानें त्यांच्यांत अनुकूल मत उत्पन्न होऊन निरनिराळ्या जातींत विवाहबंधन उत्पन्न झालें व जातीचें बीज भारतीसमाजांत पूर्णपणें मुरलें गेलें. ब्राह्मण, क्षत्रिय व वैश्य यांचेही स्वाभाविक धर्म निरनिराळे कायम झाले. जाती स्वभावसिद्ध आहेत, ही कल्पना भगवद्गीतेंतही आहे व हा भेद ईश्वर निर्मित आहे असें त्यांत स्पष्टपणें म्हटलें आहे. ‘चातुर्वर्ण्यं मया सृष्टं गुणकर्मविभागशः । ’ असें भगवद्गीतेंत सांगितलें आहे. निरनिराळ्या जातीचे गुण स्वभावसिद्ध निराळे असतात ही गोष्ट यांत मान्य केलेली आहे. याच कारणानें वंशाचा भेद म्हणजे जातीचा भेद, वर्ण म्हणजे जात, असा निर्बंध कायम होऊन हिंदुस्थानांत निरनिराळ्या जाती कायम झाल्या.

वरील युधिष्ठिरनहुष-संवादांतलि वर्णन कोणत्या वेळचें आहे हें ठरविण्याची साहाजिक इच्छा उत्पन्न होते. ‘हल्लीं सर्व वर्णांचे लोक सर्व जातींच्या ठिकाणीं अपत्य उत्पादन करतात’ हें जें युधिष्ठिरानें म्हटलें आहे हें कोणत्या वेळचें ? महाभारताच्या पूर्वकाळीं जातिनिर्बंध बहुतेक सर्व काळीं अमलांत असून चोहोंकडे वर्णसंकर चालला आहे असें जें युधिष्ठिरानें म्हटलें तें कोणत्या काळास अनुलक्षून म्हटलें हें ठरविलें पाहिजे. याचा बहुधा कटाक्ष बौद्ध लोकांवर असावा. बौद्ध लोकांनीं जातीचे निर्बंध झुगारून देऊन सर्व जात एक करण्याचा प्रचार सुरू केला होता. अशा वेळच्या स्थितीचें हें वर्णन असावें. किंवा चंद्रवंशी आर्य लोक प्रथम हिंदुस्थानांत आले त्यावेळीं

प्रारंभीं प्रारंभीं वर्णांच्या संबंधानें विशेष खबरदारी न घेतां निरनिराळ्या वर्णांच्या लोकांनीं शूद्र स्त्रिया केल्या त्यासंबंधास अनुलक्षून हें वर्णन असावें. या दोन काळाव्यतिरिक्त कोणत्याही काळीं जातीचे निर्बंध ढिले पडले नव्हते. पूर्वीं सांगितलेली सत्यकाम जाबालाची गोष्ट छांदोग्य उपनिषदांत असून ती वरील काळाच्या संबंधाचीच असावी हें उघड आहे. बौद्ध कालांत जो जातिनिर्बंधाचा अनादर झाला त्यामुळें महाभारतानंतर लौकरच जातिसंबंधाचे नियम अधिक कडक झाले असें आपण पूर्वीं पाहिलेंच आहे. असो.

ब्राह्मणांचें श्रेष्ठत्व.

ऋग्वेदकाळापासून म्हणजे इ० स० पूर्व ३००० वर्षांपासून तों महाभारत-काळापर्यंत चातुर्वर्ण्याची संस्था अमलांत असून चार वर्णांशिवाय त्यांच्या मिश्रणानें अधिक वर्ण कसे उत्पन्न झाले हें येथवर आम्हीं सांगितलें. आर्य वर्णांची नैतिक उन्नति फार उच्च स्वरूपाची असून शूद्रांची व म्लेच्छांची तशी नव्हती, हें ह्या विस्ताराचें मुख्य बीज होतें; त्यांतही या विशिष्ट परिस्थितींत ब्राह्मणांच्या आदरानें त्यास कायमचें स्वरूप आलें महाभारतांत ब्राह्मणांच्या संबंधानें सर्व लोकांस अतिशय आदर असावा असें वारंवार जें सांगितलें आहे त्याचें कारण ब्राह्मणांची नीतिमत्ता महाभारतांत अतिशय श्रेष्ठ दर्जाची वर्णिलेली आहे हें होय. सर्वच ब्राह्मणांनीं आपलें आचरण खरोखरच उत्तम ठेविलें होतें कीं नाहीं हें येथें आपल्यास पाहण्याची जरूर नाहीं; पण ब्राह्मणांचें तप, सत्यवादित्व, शान्ति यांचें जें वर्णन महाभारतांत केलें आहे त्यावरून तत्कालीन ब्राह्मणांच्या संबंधानें लोकांचा समज कसा होता हें चांगलें दिसून येईल. कण्व ऋषींचें महाभारतांत आदिपर्वांत जें वर्णन आहे त्यावरून ब्राह्मणांनीं वेदविद्या पठण करणें व इंद्रियदमन करून तप करणें हेंच आपलें जगतांतील इतिकर्तव्य समजलें होतें. वसिष्ठ व विश्वामित्र यांच्या तंट्याच्या हकीगतीवरूनही ब्राह्मण व क्षत्रिय यांच्यामधील भेद काय हें स्पष्ट दिसून येईल. इंद्रियदमन, शान्ति व तप हीं ब्राह्मणांचीं विशेष कर्तव्यें आहेत असें मानलें जात होतें. विश्वामित्रानें वासिष्ठाची कामधेनु हरण केली तरी सुद्धां त्यास राग आला नाहीं. वसिष्ठाचे शंभर पुत्र विश्वामित्रानें मारले तरीही त्यानें आपला ब्रह्मदंड उचलला नाहीं. विश्वामित्राची स्थिति याहून उलट दाखविली आहे. त्याच्या शान्तीचा भंग तत्काल होत असे. त्यानें तपश्चर्या शेकडों वर्षें केली तरी मेनका पाहतांच तो कामवश झाला. याप्रमाणें वारंवार शान्ति व इंद्रियदमन यांचा भंग झाला तरी त्यानें ब्राह्मण्य मिळविण्याचा पुन्हां पुन्हां यत्न केला. अखेरीस शान्ति व इंद्रियजय हे जेव्हां त्यानें मिळविले तेव्हांच तो ब्राह्मण झाला. अशा अनेक कथा महाभारतांत आहेत. जरत्कारु ऋषीनें केवळ तपाकडे लक्ष देऊन विवाह करण्याचा विचार सोडून दिला. परंतु पितरांच्या आज्ञेवरून एक पुत्र होईपर्यंत गृहस्थाश्रम स्वीकारून पुत्र झाल्यानंतर संसार सोडून तपश्चर्या केली. अशीं अनेक उदाहरणें सांगतां येतील. ब्राह्मणाचे ठिकाणीं शान्ति, दया, दान, सत्य, तप, धर्म हे गुण खरोखर वसत होते, असें युधिष्ठिरानें सांगितलेल्या लक्षणावरून कसें सिद्ध होतें हें आपल्यास दिसून येतें. वरील सद्गुणांवरून ब्राह्मणांच्या विषयीं लोकांचा आदर होता, इतकेंच नव्हे तर ब्राह्मणांस त्यांच्या तपःसामर्थ्यामुळें विलक्षण शक्ति आहे असें लोक मानीत. वसिष्ठाप्रमाणें नानाप्रकारचीं सुखसाधनें केवळ आपल्या इच्छेनें आपल्याकरितां नव्हे, तर लोकांच्या उपयोगाकरितां उत्पन्न करण्या-

चें सामर्थ्य ब्राह्मणांस आहे अशी समजूत असणें साहजिक आहे. सदाचरण व तप यांत कांहीं विलक्षण सामर्थ्य आहे असें इतिहासाच्या काळांतही अनेक वेळां निदर्शनास येतें. मग प्राचीनकाळीं त्यांच्या संबंधानें याहूनही अधिक कल्पना असल्यास आश्चर्य नाहीं. वसिष्ठाचें सामर्थ्य पाहून विश्वामित्रानें "धिग्बलं क्षत्रियबलं ब्रह्मतेजोबलं बलम् ।" असे उद्गार काढले. असो. तर याप्रमाणें ब्राह्मणांचें सदाचरण, इंद्रियदमन, शान्ति, संसाराविषयीं विरक्तता इत्यादि गुणांनीं आध्यात्मिक तेज साहजिकच वाढलें जाऊन त्यांच्या विषयीं लोकांमध्यें पूज्यभाव उत्पन्न झाला व ब्राह्मणांचें श्रेष्ठत्व सर्व वर्णांमध्यें कायम झालें व याचमुळें वर्णविभागास एका प्रकारानें अधिक मदत झाली.

चातुर्वर्ण्याची ऐतिहासिक उत्पत्ति.

हिंदुस्थानच्या प्राचीन काळापासून ऐतिहासिकरीत्या विचार करतां वर्णव्यवस्थेची उत्पत्ति कशी झाली ह्याची वरील विवेचनावरून वाचकांस कल्पना होईल. हिंदुस्थानांत आर्य लोक प्रथम आले त्यावेळेस त्यांच्यांत ब्राह्मण व क्षत्रिय असे दोन भेद झाले होते. ब्राह्मणांकडे वेदविद्या पठण करून यज्ञयागादिकांच्या वेळीं आर्त्विज्य करण्याचें कठीण काम आल्यामुळें त्यांच्याकडे मोठेपण येऊन त्यांची स्वतंत्र जात बहुतेक बनली होती. विश्वामित्राच्या हकीगतीवरून ही जात अद्याप अभेद्य नव्हती, म्हणजे दुसऱ्या क्षत्रिय जातीच्या मनुष्यांस इच्छा व सामर्थ्य असल्यास त्यांस ब्राह्मण होतां येत असें. आर्यांची पंजाबांत येऊन वस्ती झाल्यानंतर ज्या लोकांनीं शेतकीचा स्थायी धंदा पत्करला त्यांची साहजिकच निराळी जात बनली. ती विश् अगर वैश्य होय. पंजाबांत याप्रमाणें निरनिराळ्या मुख्य धंद्यावरून तीन जाती ब्राह्मण, क्षत्रिय, वैश्य अशा बनल्या. पण अद्याप तीन वर्ण नव्हते. तिन्ही जातींचे लोक आर्य असून त्यांचा एकच वर्ण होता; तो गौरवर्ण होय आणि या भिन्न जातींत परस्पर विवाह होत म्हणजे बहुधा अनुलोम तऱ्हेनें ब्राह्मण तिन्ही वर्णांच्या स्त्रिया करीत व क्षत्रिय दोन वर्णांच्या स्त्रिया करीत. यानंतर हळुहळु आर्यांची वसति हिंदुस्थानांत वाढूं लागली, व चंद्रवंशीय आर्यही हिंदुस्थानांत आले; व गंगायमुनेच्या प्रदेशांत त्यांचीं राज्यें स्थापित झालीं. यावेळीं हिंदुस्थानांतील मूळच्या रहिवाशांचा आर्यलोकांच्या समाजव्यवस्थेंत शिरकाव होऊन त्यांचा उपयोग साधारण सर्व प्रकारचें दास्यत्व करण्याकडे होऊं लागला आणि शूद्र म्हणजे तिन्ही जातींची शुश्रूषा करणारी चौथी जात उत्पन्न झाली. हळुहळु वरिष्ठ जातीच्या लोकांनीं शूद्र स्त्रियाही करण्यास प्रारंभ केला. वर्णाची उत्पत्ति येथें झाली. आर्य जातीचे लोक गोरे असून शूद्र जातीचे लोक काळे होते. यामुळें वर्णाला जातीचें स्वरूप आलें. पाश्चात्य देशांतही ज्या वेळेस आर्य पाश्चात्यांचा निग्रो लोकांशीं संबंध आला त्या वेळेस कलर अथवा वर्ण यास जातीचें स्वरूप आलें, असें आपण पाहतों. त्याचप्रमाणें वैदिक काळीं कृष्णवर्ण शूद्रांच्या संबंधानें वर्ण म्हणजे जात हा भेद उत्पन्न झाला. शूद्र वर्णाच्या स्त्रिया कराव्या कीं नाहीं, याजविषयीं तंटा उपस्थित होऊन शूद्रस्त्रीसंतति कमी दर्जाची ठरली आणि यामुळें निरनिराळ्या जाती आणखी उत्पन्न झाल्या. कारण, आर्य लोकांची संस्कृति व बुद्धिमत्ताही शूद्रांच्या बुद्धिमत्तेहून व संस्कृतीहून उच्च असल्यामुळें शूद्रास्त्रीपासून झालेल्या संततीस कमी मानण्याचा प्रघात पडून उग्र, पारशव इत्यादि जाती उत्पन्न झाल्या. वैश्यांनीं शूद्रस्त्री केल्या-

स त्यांची संतति वैश्यच मानली जात असल्यानें वैश्य जातींत वर्णाचा बराच फरक पडून वैश्यवर्ण पिंवळा ठरला गेला. क्षत्रियांच्या वर्णीतही असाच फरक पडत गेला व क्षत्रियांचा वर्ण तांबुस अशी समजूत झाली, परंतु हे वर्ण म्हणजे रंग साधारणरीत्या ठोकळ मानाचे होत; अपवादरहित नव्हते असेंच समजलें पाहिजे.

सर्वांत मुख्य गोष्ट ही कीं आर्य जातीच्या लोकांत व शूद्र जातीच्या लोकांत वर्णाचा व संस्कृतीचा जसा फरक होता तसा नीतिमत्तेचाही फरक होता व ही आर्यांची समजूत फारच उदात्त होती. आपल्याकडे मोठेपण त्यांनीं घेतलें तें केवळ जेते म्हणून त्यांनीं घेतलें नाहीं, तर आपण नीतीनेंही शूद्रांच्याहून श्रेष्ठ आहों अशी त्यांची कल्पना होती व त्यांचें आचरणही त्याच प्रकारचें खरोखरच श्रेष्ठ होतें. आर्य म्हणजे सर्व गुणांनीं युक्त असा पुरुष होय आणि अनार्य म्हणजे वाईट गुणांनीं युक्त असें ते समजत. आर्य शब्दाचा बहुतेक अर्थ बदलून त्याचा नीतिमत्तेशीं संबंध झाला. यामुळें, आर्यांचा व अनार्यांचा संबंध अतिशय अनिष्ट, कारण त्यापासून नीतीचाही बिघाड होईल अशी त्यांची समजूत होती. वर्णसंकरासंबंधानें त्यांस जी भीति वाटे त्याचें कारण हेंच होतें कीं आर्य वर्णाचे लोक नीतीनें उच्च असून शूद्र वर्णाशीं त्यांचा संकर झाल्यास त्यांची संतति आचरणानेंही नीच होईल. अर्थात् ब्राह्मण, क्षत्रिय, वैश्य यांनीं शूद्र स्त्री करूं नये, असा निर्बंध झाला. या निर्बंधाच्या कमीअधिकपणामुळें ब्राह्मण, क्षत्रिय, वैश्य यांच्यांतीलही भेद अधिकाधिक वाढूं लागला. ब्राह्मणांचें आचरण अतिशय श्रेष्ठ असल्यानें त्यांच्या विषयीं विशेष आदर समाजामध्यें वाढूं लागला. ब्राह्मणांची शान्ति, त्यांचें तप, त्यांची संसाराविषयीं विरक्तता इत्यादि गुणांनीं त्यांचा वर्ण श्रेष्ठ ठरला. येणेंप्रमाणें चातुर्वर्ण्याची उत्पत्ति ऐतिहासिकरीत्या दिसते. ब्राह्मण, क्षात्रिय, वैश्य व शूद्र हे चार वर्ण आनुवंशिक स्वभावामुळें उत्पन्न झाले व त्यांच्यांत प्रतिलोम विवाहाविषयीं तर विशेष खबरदारी घेतली गेली. ब्राह्मण स्त्रीपासून शूद्र पतीस झालेली संतति अतीशय निंद्य ठरून त्यांची गणना चांडाळांत झाली, त्याचप्रमाणें क्षत्रिय स्त्रीपासून शूद्रास झालेली संतति धर्मबाह्य निषाद मानली गेली. वरच्या तीन वर्णांत प्रतिलोम विवाहानें झालेली संतति निराळ्या जातीची परंतु वरील शूद्र संततीप्रमाणें धर्मबाह्य समजली गेली नाहीं. असो. याप्रमाणें वर्णाचा व निरनिराळ्या जातींचा उगम ऐतिहासिकरीत्या लागतो. आतां महाभारतांत वर्णाची उपपत्ति कशी सांगितली आहे, हें आपण पाहूं व याचा वरील उपपत्तीशीं मेळ घालूं.

महाभारतांतील सिद्धान्त.

शान्तिपर्व अध्याय १८८ यांत असें वर्णन केलेलें आहे कीं, ब्रह्मदेवानें प्रथम ब्राह्मणच निर्माण केले व तदनंतर त्यांना स्वर्गप्राप्ति व्हावी म्हणून त्यानें सत्य, धर्म, तप, वेद, आचार आणि शुचिर्भूतपणा हीं निर्माण केलीं. नंतर ब्राह्मण, क्षत्रिय, वैश्य आणि शूद्र हे मनुष्यांतील आणि सत्त्वादि गुणांनीं युक्त असे इतरही प्राणिवर्णांतील वर्ण त्यानेंच उत्पन्न केले. ब्राह्मणांचा वर्ण शुभ्र होय. क्षत्रियांचा रक्त, वैश्यांचा पीत आणि शूद्र कृष्णवर्ण असतात. असें सांगितल्यावर अशी शंका काढली आहे कीं "ब्राह्मणादि चार वर्णांत जो परस्पर भेद आहे त्यास कारण जर श्वेतादि वर्ण असतील तर मग सर्वच वर्ण संकीर्ण आहेत. कारण, प्रत्येक वर्णांत निरनिराळ्या रंगाचे लोक आहेत. रंगावरून वर्णभेद मानतां येत नाहीं. इतर कार-

णामुळेंही वर्णांत भेद मानतां येत नाहीं, कारण, ब्राह्मणादि सर्व वर्णांत काम, क्रोध, भय, लोभ, क्षोभ, चिंता या सर्वांचा सारखाच अंमल आहे. मग वर्णभेद असण्याचें कारण काय? ब्राह्मणादि सर्वेही वर्णांच्या शरीरांतून घर्म, मूत्र, मल, कफ, पित्त, रक्त हे सारख्याच रीतीनें बाहेर पडतात; मग वर्णभेद मानण्याचें कारण काय?" याचें उत्तर भृगूनें असें दिलें आहे कीं, "सर्व जग प्रथम ब्राह्मणच होतें; पण कर्माच्या अनुरोधानें त्यास वर्णाचें स्वरूप आलें. ब्राह्मणांपैकीं जे रजोगुणी होते ते विषयोपभोगाची प्रीति, कोपिष्ठपणा, साहस कर्माची आवड यामुळें क्षत्रिय झाले. रज व तम यांच्या मिश्रणामुळें जे ब्राह्मण पशुपालन व कृषि करूं लागले ते वैश्य बनले आणि जे तमोगुणी असल्यामुळें हिंसा व असत्य यांजवर आसक्त झाले आणि हव्या त्या कर्मावर उपजीविका करूं लागले ते शूद्र झाले. सारांश, कर्माच्या योगानें एकाच जातीचे निरनिराळे वर्ण बनले." (भा० पु० ६ पान ३८६) या विवेचनामध्यें वर्णाची उपपत्ति सत्त्वरजतमावर लावलेली आहे. तिचेंही तात्पर्य, वरील ऐतिहासिक उपपत्तीशीं मिळतें आहे. सत्त्वाचा रंग शुभ्र असतो, रजाचा रंग तांबडा असतो व तमाचा रंग काळा असतो. रज व तम यांच्या मिलाफाचा रंग पिंवळा असतो. सत्त्वरजतमांच्या काल्पनिक रंगावरून वर्णाची कल्पना केली आहे, तथापि त्यांतला स्वभावभेद हा मुद्दा सुटलेला नाहीं. ब्राह्मण सत्त्वशील असतात व शूद्र तमोयुक्त असतात, क्षत्रिय रजोयुक्त असतात इत्यादि वर्णनांत वर्णाच्या स्वभावभेदाचें अस्तित्व यांत मान्य केलें आहे. दोन वंशांच्या निरनिराळ्या नीतिमत्तेवरूनच त्यांचा उच्च नीच भाव ठरविण्याचा यांत प्रयत्न केला आहे. मूळ जात एक होती व पुढें निरनिराळ्या स्वभावावरून वंशाचा वर्णाचा भेद पडला ही गोष्ट यांत मान्य केलेली दिसते. गुण हे वर्णाला स्वाभाविक आहेत हा सिद्धांत विशेषतः ब्राह्मण व शूद्र या वर्णांनाच लागू पडेल. एक सत्त्वप्रधान तर दुसरें तमःप्रधान असें ठरलें गेलें होतें. ब्राह्मणाच्या ठिकाणीं सत्य, तप वगैरे गुण जे युधिष्ठिराच्या उत्तरांत आहेत तेच येथें सांगितलेले आहेत, हें उघड आहे.

विवाहबन्धन.

असो. चातुर्वर्ण्याची उत्पत्ति कशीही असो. महाभारताच्या पूर्वकाळापासून हिंदुस्थानांत चातुर्वर्ण्य व्यवस्था होती हें निःसंशय आहे. ह्या व्यवस्थेचें मुख्य बीज जो वर्णाचा फरक किंवा संस्कृतीचा फरक तो महाभारतकालीन स्थितींत नव्हता हें मान्य करावें लागेल. कारण, वरील शांतिपर्वाच्या उताऱ्यांतच सर्व वर्णांत सर्व रंग सापडतात व कामक्रोधादिकांचें प्राबल्य सर्व ठिकाणीं आहे असें कबूल केलें आहे. तथापि या दोन्ही गोष्टींचें थोडें तरी स्वरूप महाभारतकाळींही कायम असलेंच पाहिजे. त्याशिवाय ब्राह्मणाविषयींची पूज्यबुद्धि कायम राहिली नसती. तथापि ही गोष्ट बाजूस ठेवून या वर्णांत आपसांत लग्नाचे निर्बंध महाभारतकाळीं होते हें मान्य केलें पाहिजे. ब्राह्मण, क्षत्रिय, वैश्य आणि शूद्र या चारी वर्णांत विवाहाची मनाई होती, किंबहुना, क्षत्रिय, वैश्य, शूद्रही साधारणपणें आपल्याच जातींत विवाह करीत होते. मेग्यास्थिनीसनें या वेळचें जें वर्णन लिहून ठेविलें आहे त्यावरूनही हाच बोध होतो. तो म्हणतो, "या जाति आपल्यांतच विवाह करतात. ब्राह्मणांस मात्र त्यांच्या उच्च वर्णामुळें सर्व जातीच्या स्त्रिया करण्याची परवानगी आहे." कदाचित् ही त्याची माहिती अपुरी असेल आणि क्षत्रिय, वैश्य हे

आपणांहून कनिष्ठ जातींच्या स्त्रिया करीत असतील. परंतु महाभारतकालीं असे अनुलोमविवाह ब्राह्मण प्रत्यक्ष करीत असत ही गोष्ट एकंदर पुराव्यावरून स्पष्ट आहे व अनु० पर्व अ० ४४ यांत स्पष्ट वचनही आहे. पूर्वकालीं ब्राह्मणांची तिन्ही वर्णांच्या स्त्रियांपासून झालेली संतति ब्राह्मण मानली जात असे; पण पुढें पुढें हा नियम संकुचित होऊन महाभारताच्या वेळीं ब्राह्मण व क्षत्रिय या दोन स्त्रियांपासून झालेली संतति ब्राह्मण समजली जाई. विलोम व अनुलोम संबंधामुळें कांहीं धर्मबाह्य व कांहीं शुद्धाचारयुक्त अशा जाति निर्माण झाल्या होत्या व त्यांतील विवाह त्यांतील लोकांतच होत असत. नीच वर्णांतून उच्च वर्णांत जाण्याचा प्राचीन काळीं रिवाज असे, असें विश्वामित्राच्या उदाहरणावरून दिसतें. पण ही गोष्ट महाभारतकालीं बंद पडली असावी. कारण, विश्वामित्राच्याच संबंधानें एक नवीन कथा अनुशासनपर्व अध्याय ३ व ४ यांत दिली आहे, ती मुद्दाम याच हेतूनें दिली आहे. युधिष्ठिरानें असा प्रश्न अचानक विचारिला " भीष्मा, जर क्षत्रिय, वैश्य व शूद्र यांनां ब्राह्मण्य दुर्लभ आहे तर विश्वामित्र ब्राह्मण कसा झाला ? विश्वामित्राचा प्रताप विलक्षण आहे, त्या क्षत्रियाला हीं लोकोत्तर कृत्यें कशीं करतां आलीं ? व अन्य योनींत प्रवेश न करतां याच देहांत ब्राह्मण्य कसें प्राप्त झालें ?" याचें उत्तर भीष्मानें जें दिलें आहे त्यांत अशी कथा सांगितली आहे कीं, भृगु ऋषीचा पुत्र ऋचीक यास गाधीची कन्या दिली होती. गाधीला पुत्र नव्हता तेव्हां गाधीच्या स्त्रीनें म्हणजे ऋचीकाच्या सासूनें ऋचीकापाशीं पुत्र मागितला. इकडे ऋचीकाच्या स्त्रीनेंही पुत्र मागितला. दोघींस ऋचीकानें चरु मांत्रित करून दिले. आपल्या बायकोस ब्रह्म तेजानें मांत्रित करून चरु दिला व सासूकरितां क्षात्र तेजानें मंत्रित करून दिला. त्या दोघी मायलेकींनीं आपले चरु अदलाबदल करून खाल्ले. यामुळें ऋचीकाला जमदग्नीच्या पोटीं परशुराम हा क्षत्रियांशी ब्राह्मण जन्मला व गाधीच्या स्त्रीला ब्रह्मतेजानें युक्त असा विश्वामित्र झाला अशी या अध्यायांत कथा आहे. ब्राह्मणांत क्षत्रियांचा पराक्रम करणारा परशुराम कसा जन्मला व क्षत्रियांत ब्राह्मणाचा पराक्रम गाजवणारा विश्वामित्र कसा जन्मला या दोन्ही गोष्टींचा येथें खुलासा केला आहे. हा खुलासा मागाहून केलेला दिसतो. पूर्वकाळीं क्षत्रियांचे ब्राह्मण झाल्याचीं कित्येक उदाहरणें आम्हीं प्रारंभीं दिलींच आहेत, पण ही चाल यापुढें बंद पडली असावी. महाभारतकालीं अन्य जातीचा मनुष्य ब्राह्मण होऊं शकत नव्हता असें स्पष्ट दिसतें. किंबहुना, वैश्य हा क्षत्रिय होऊं शकत नव्हता किंवा शूद्र हा वैश्य होऊं शकत नव्हता. कोणत्याही जातीस किंवा वर्णास आपला वर्ण किंवा जाति सोडतां येत नव्हती. निदान चार वर्ण तरी अभेद्य झाले होते व त्यांच्या संकरापासून झालेल्या जातिही अभेद्य झाल्या होत्या. यामुळें समाजांत एका प्रकारचें तंट्याचें स्वरूप कायम झालें होतें हें खरें, तथापि ब्राह्मणवर्णास आपल्याहून खालच्या तिन्ही वर्णांच्या स्त्रिया करण्याचा अधिकार होता. यावरून क्षत्रियांस दोन खालच्या वर्णांच्या स्त्रिया करण्याचा अधिकार असल्यानें समाजांत पक्का तुटकपणा नव्हता. याशिवाय आरंभीं ब्राह्मणांची क्षत्रिय, वैश्य स्त्रीपासून झालेली संतति ब्राह्मण अशी मानली जात होती. ही गोष्ट विरोध कमी करण्यास अनुकूल होती, पण महाभारतकाळींच थोडासा संकोच होऊन ब्राह्मणाला ब्राह्मण व क्षत्रिय स्त्रीपासून झाले-

ली संतति ब्राह्मण असें ठरलें, व वैश्य स्त्रीपासून झालेली संतति निराळी जात झाली.

महाभारतकाळीं कोणकोणत्या जाति अस्तित्वांत होत्या याची गणना शां० अ० २४६ यांत केलेली आहे. (भा. पु. ६ पा. ६९०) मुख्य चार वर्ण असून त्यांचे संकरानें अथवा मिश्रणानें अधिरथ, अंबष्ठ, उग्र, वैदेह, श्वपाक, पुल्कस, स्तेन, निषाद, सूत, मगध, आयोगव, करण, व्रात्य, चांडाल वगैरे प्रतिलोम व अनुलोम विवाहानें झालेले सांगितले आहेत. असो. याच अध्यायांत जातीचें हीनत्व कर्मावर अवलंबून असतें किंवा उत्पत्तीवर अवलंबून असतें याही प्रश्नाचा निकाल केला आहे आणि कर्म आणि उत्पत्ति हीं दोन्हीं कारणें मुख्य आहेत असें सागितलें आहे. "हीन जाति व हीन कर्म हीं दोन्हीं एकाच्या वांट्यास आलीं असलीं तरी त्यानें जातीची परवां न करतां हीन कर्माचा त्याग करावा म्हणजे त्याची उत्तम पुरुषांत गणना करतां येईल. उलट उच्च जाति असून हीन कर्म असेल तर त्या मनुष्याला हीनत्व आणतें" तात्पर्य, कर्माची प्रशंसा योग्य रीतीनें येथें केली आहे पण जातीचें जन्मसिद्धत्व मान्य केलें आहे. येथें प्रश्न उपस्थित केला आहे कीं "अनेक ऋषि हीन जातींत उत्पन्न होऊन श्रेष्ठ वर्ण कसे पावले? आपल्याच जन्मांत उत्तम वर्णाला कसे पोंचले?" याचें उत्तर याच अध्यायांत असें दिलें आहे कीं, 'मुनिजनांनीं आपल्या तपाच्या सामर्थ्यानें वाटेल त्या क्षेत्रांत बीजारोपण करून आपल्या संततीस ऋषित्वास पोंचविलें,' अर्थात् पूर्वीच्या ऋषींचें उदाहरण घेणें न्याय्य नाहीं असें महाभारतकारांचें म्हणणें आहे. सारांश, सौतीच्या वेळीं वर्ण व जाति अभेद्य झाल्या होत्या व ब्राह्मणादि वर्णांत उत्पन्न होणारेच आपल्या उत्पत्तिकर्त्या बापाच्या वर्णाचे मानले जात होते.

धंद्याचा निर्बंध.

याप्रमाणें आपण वर्णव्यवस्थेच्या पहिल्या स्वरूपाची येथवर चर्चा केली. लग्नाचे निर्बंध कोणते व कसे उत्पन्न होऊन प्रारंभीं वैदिक काळीं वर्णव्यवस्थेचें काय स्वरूप असावें व सौतीच्या काळीं म्हणजे महाभारताच्या काळीं त्याचें रूप काय होतें याचा आपण विचार केला. आतां आपण या व्यवस्थेच्या दुसऱ्या स्वरूपाकडे वळूं आणि कोणकोणत्या वर्णास कोणकोणते धंदे करण्याचा अधिकार किंवा मुभा होती हें आपण पाहूं. जातीचे मुख्य दोन निर्बंध आहेत हें पूर्वीं सांगितलेंच आहे. जातीच्या बाहेर जसें लग्न करावयाचें नाहीं, तसेंच जातीच्या बाहेर धंदा करावयाचा नाहीं असा नियम होता. तेव्हां प्रत्येक जातीचे धंदे कोणकोणते ठरलेले होते आणि यास कांहीं अपवाद होते कीं नाहीं, या विषयासंबंधानें पाहतां जो लग्नासंबंधानें अपवाद तोच धंद्यासंबंधानें होता हें पाहून आश्चर्य वाटतें. कोणत्याही वर्णानें आपत्काळीं आपल्या खालच्या वर्णाचा कोणताही धंदा करावा म्हणजे अनुलोम धंदा करावा, वरिष्ठ वर्णाचा धंदा करूं नये, अर्थात् प्रतिलोम धंदा करूं नये असा नियम कडकडीत होता. चारी वर्णांचे धंदे महाभारतांत निरनिराळ्या ठिकाणीं सांगितले आहेत त्यांचें थोडक्यांत वर्णन असें:—ब्राह्मणाचे धंदे सहा होते. पठण—पाठण, यजन—याजन, दान—प्रतिग्रह. यावरून ब्राह्मणास षट्कर्माचा अधिकार आहे असें ह्मणत. क्षत्रियाला यजन, अध्ययन, दान हीं मोकळीं असून त्याचें विशिष्ट कर्म प्रजापालन व युद्ध हें होतें. वैश्यांनाही हीं तिन्हीं कर्में मोकळीं असून त्यांस कृषि, गोरक्षण आणि वाणिज्य हीं तीन कर्में विशिष्ट होतीं. शूद्रास फक्त

तिन्ही वर्णांची शुश्रूषा हेंच काम होते. त्यांस अध्ययन, यजन व प्रतिग्रह बंद होते. किंबहुना शूद्र हा वर्ण आर्य वर्णांच्या बाहेर होता. वेदाध्ययनाचा अधिकार त्रिवर्णांस म्हणजे आर्यांसच होता. वैदिक संस्काराचाही अधिकार त्यांसच होता, अर्थात् आर्य हे निराळे वंशाचे असून त्यांची नीति व संस्कृति, त्यांची बुद्धिमत्ता आणि त्यांचे जेते या नात्यानें अधिकार निराळे होते हें यावरून स्पष्ट दिसतें. शूद्रांनां त्यांनीं समाजव्यवस्थेंत घेतलें, पण तें केवळ शुश्रूषा करण्याकरितां व आपण सर्व एका देशांत राहतो या प्रेमानें, असेंच म्हणावें लागतें. असो. निरनिराळ्या मुख्य व संकर वर्णांचे धंदे काय होते हें आपण विस्तारानें पाहूं आणि त्या प्रत्येकाच्या धंद्याचा निराळा विचार करूं.

ब्राह्मणांचे धंदे.

ब्राह्मणांचें आद्य कर्तव्य अध्ययन हें होतें. वेदांचें अध्ययन करून जतन करण्याचें कठीण काम त्यांनीं पत्करलें होतें. हें काम त्यांच्या पवित्रपणास व मोठेपणास कारणीभूत झालें होतें. वेदाध्ययन व सदाचरण येथेंच त्यांचें इतिकर्तव्य संपलें असें ठिकठिकाणीं महाभारतांत म्हटलें आहे. वेदाचें अध्ययन करणें हें जरी तिन्ही वर्णांना मोकळें होतें तरी ब्राह्मणांनीं तें कर्म उत्तम रीतीनें चालविलें यांत शंका नाहीं. वेदाबरोबर इतर विद्यांचेंही अध्ययन ब्राह्मणांस करावयाचें होतें. कारण, अध्यायनाचें काम ब्राह्मणांचें विशिष्ट कर्तव्य होतें. सर्व वर्णांना ब्राह्मण हे गुरु अध्यापक होते. निरनिराळ्या वर्णांच्या निरनिराळ्या धंद्यास लागणाऱ्या विद्या ब्राह्मणांस शिकाव्या लागत हें यावरून उघड आहे. सारांश, विद्यार्जन करण्याचें व विद्या शिकविण्याचें सर्वांत अतिशय कठीण काम ब्राह्मणांनीं आपल्या अंगावर घेतलें होतें. अर्थात् ब्राह्मणांच्या चरितार्थाचें ओझें समाजांतलि सर्व लोकांवर होतें. अध्ययन व अध्यापन ह्यांचें काम अंगावर घेतल्यानें स्वतःचा चरितार्थ चालविण्याकडे त्यांचें लक्ष असणें शक्य नव्हतें. यामुळें ब्राह्मणांच्या चरितार्थाचा बोजा लोकांवर विशेषतः राजांवर असे.

ब्राह्मणांचें दुसरें कर्तव्य, यजन व याजन. यजन म्हणजे यज्ञ करणें. प्रत्येक गृहस्थाश्रमी ब्राह्मणानें अग्नि ठेऊन रोज अग्नीची पूजा व होम करावा, असा पूर्वकाळीं नियम होता. वैदिककाळीं प्रत्येक ब्राह्मण आपापल्या घरीं अग्नि ठेऊन होमहवन करीत असे. (कैकेय उपाख्यान शान्तिपर्व अ० ७६) यामध्यें कैकेय राजानें असें म्हटलें आहे कीं ‘ माझ्या राज्यांत अविद्वान्, अग्न्याधान न केलेला किंवा यज्ञशील नसलेला एकही ब्राह्मण नाहीं.’ सारांश, अग्नि ठेऊन यजन करणें हें गृहस्थाश्रमी ब्राह्मणांचें मुख्य कर्तव्य होतें असें पूर्वकाळीं मानीत. याजन म्हणजे क्षत्रिय, वैश्य वर्णाचे लोक यज्ञ करतील, तेव्हां ऋत्विजाचें काम ब्राह्मणांनीं करावें असें ठरलें होतें. क्षत्रियांनीं ऋत्विज्य करूं नये, असा नियम होता. विद्वान् ब्राह्मणांचा चरितार्थ चालण्यासाठीं ही समाजव्यवस्था होती. त्याचप्रमाणें दान, प्रतिग्रह यांबद्दल ब्राह्मणास अधिकार होता. प्रतिग्रह म्हणजे दान घेणें हें ब्राह्मणांचें विशिष्ट कर्तव्य होतें, म्हणजे दान घेण्याचा अधिकार ब्राह्मणांशिवाय इतरांस नव्हता. ब्राह्मण वेदाध्ययनामध्यें गुंतलेले असल्यामुळें त्यांस आपला चरितार्थ चालविण्याकडे लक्ष देतां येत नव्हतें, यामुळें त्यांना प्रतिग्रहाचा आधिकार ठेवला होता. समाजांत जे दानधर्म होत असत, त्याचा फायदा ब्राह्मणासच मिळत असे. याप्रमाणें ब्राह्मणांचीं तीन कर्तव्यें व तीन अधिकार होते.

वेदपठण करणें, अग्नि ठेवणें व यथाशक्ति दान करणें हीं त्यांचीं कर्तव्यें होतीं. अध्यापन, याजन व प्रतिग्रह हे त्यांचे अधिकार विशिष्ट होते. या तिन्ही अधिकारांनीं त्यांस द्रव्यप्राप्ति होऊन त्यांचा चरितार्थ चाले. वरील वर्णन केवळ काल्पनिक आहे किंवा ऐतिहासिक आहे, हा महत्त्वाचा प्रश्न आहे. वर्णविभागाच्या वर्णनांत नेहेमीं महाभारतांत हें वर्णन येतें; परंतु वस्तुस्थिति कशी होती हें पाहिलें पाहिजे. ब्राह्मणांचे विशिष्ट अधिकार इतर वर्णांनीं चालविल्याचें महाभारतांत कोठेंही उदाहरण सांपडत नाहीं. विश्वामित्रानें सूर्यवंशी त्रिशंकु व कल्माषपाद वगैरे राजांचें याजन केलें म्हणजे यज्ञ चालविले. परंतु तो त्या वेळीं ब्राह्मण झाला होता. प्रतिग्रह इतरांनीं घेतल्याचीं उदाहरणें कोठेंही नाहींत. अध्यापनही ब्राह्मणच करीत असत. इतर वर्णांस त्या त्या वर्णाच्या विद्या ब्राह्मणच शिकवीत. कौरवांस धनुर्विद्या शिकविण्याकरितां ब्राह्मण द्रोणास नेमलें होतें. वरील कैकेयोपाख्यानांत असें म्हटलें आहे कीं, माझ्या राज्यांत क्षत्रिय कोणाकडे याचना करीत नाहींत व अध्यापन करीत नाहींत. दुसऱ्याचें यज्ञकर्मही चालवीत नाहींत. (भाषा० पुस्तक ६ पा० १९३) सारांश, महाभारत कालापर्यंत ब्राह्मणांचे विशिष्ट अधिकार इतरांनीं बळकावले किंवा चालविले नव्हते. आतां ब्राह्मणांचीं स्वतःचीं कर्तव्यें ब्राह्मण कोठपर्यंत चालवीत हें पाहूं. वेदाध्ययन करणें व अग्नि सिद्ध ठेवणें हीं कर्तव्यें सर्वच ब्राह्मणांनीं चालविलीं होतीं असें दिसत नाहीं. अशा कर्मांचा त्याग करणारे ब्राह्मण-समाजांत होते. असें स्पष्ट म्हटलें आहे कीं वेदाध्ययन न करणारे व अग्न्याधान न करणारे ब्राह्मण शूद्रतुल्य असल्यामुळें धर्मनिष्ठ राजानें त्यांजकडून कर घ्यावा व वेठीचींही कामें करवावीं. यावरून स्वकर्मनिष्ठ ब्राह्मणांना कर माफ होते व वेठही माफ होती असें दिसतें. नहुष राजानें ऋषींना आपली पालखी उचलावयास लावलें, हा अर्थात् त्यानें गुन्हा केला असो, पण केवळ ब्राह्मण या नात्यानें ब्राह्मणांना दिलेल्या सवलतींचा फायदा कोणतेही ब्राह्मण भोगूं शकत नाहींत हें तत्त्व महाभारतकाळीं मान्य होतें. स्वकर्तव्य न करणारे ब्राह्मण प्रत्यक्ष शूद्रतुल्य मानले जात. ब्राह्मण इतर कामें करीत त्यांचाही उल्लेख या अध्यायांत आहे. (शान्ति० प० अ० ७६) वेतन घेऊन पूजा करणें, नक्षत्रज्ञानावर उपजीविका करणें, समुद्रांतून नौकेनें जाणें वगैरे धंदे करणारे, तसेंच पुरोहित, मंत्री, दूत, वार्ताहर, अश्वारूढ, गजारूढ, रथारूढ किंवा पदाति अशी सैन्यांत नौकरी करणारे इत्यादि अनेक धंदे करणारे ब्राह्मण त्यावेळीं असत. राष्ट्रामध्यें ब्राह्मण चोरी करूं लागला म्हणजे तो राजाचा अपराध मानीत. "वेदवेत्ता ब्राह्मण चौर्यकर्म करूं लागला तर राजानें त्याचा चरितार्थ चालवावा. तसें करूनही जर तो त्या कर्मापासून परावृत्त होणार नाहीं तर त्याला राष्ट्रांतून हाकून द्यावें." याप्रमाणें ब्राह्मण निरनिराळे धंदे हल्लींप्रमाणेंच त्या काळीं करीत होते असें म्हणावें लागतें.

अशाप्रकारचे धंदे जे ब्राह्मण करीत असत ते आपत्तीमुळेंच नव्हे, तर केवळ स्वभाववैचित्र्यामुळें करीत असत असें दिसतें. ब्राह्मणांच्या अंगीं स्वभावतः जो वैराग्याचा व शांतीचा प्रभाव असावयास पाहिजे तो कमी झाला होता, व लोकांची प्रवृत्ति निरनिराळीं कामें करून आपली व्यावहारिक स्थिति उत्कर्षास पोंचविण्याचा साहजिक मोह ब्राह्मणांस पडत होता. ब्राह्मणानें आपत्ति आली असतां आपल्या खालच्या वर्णाच्या धर्माचें अवलंबन करून चरितार्थ चालवावा अशी परवानगी होती. म्हणजे

ब्राह्मणानें क्षत्रियाचें कर्म करून सैन्यांत नोकरी करावी अशी त्यास परवानगी होती. प्राचीन काळीं क्षत्रियवृत्तीचे ब्राह्मण पुष्कळच असले पाहिजेत. एक तर, ब्राह्मणक्षत्रिय यांमधील भेद प्राचीन काळीं थोडा होता व दुसरें ब्राह्मण क्षत्रियस्त्रिया पुष्कळ करीत यामुळें क्षत्रियोत्पन्न ब्राह्मण साहजिक क्षत्रिय वृत्तीकडे जात. आपत्काळीं ब्राह्मणांनीं वैश्य धर्माचा अवलंब करावा कीं नाहीं ? असा प्रश्न युधिष्ठिरानें भीष्मास केला आहे. (शान्तिप० अ० ७८) ब्राह्मणानें अशा वेळीं कृषि व गोरक्षण यांजवर उपजीविका करावी असें भीष्मानें सांगितलें आहे. मात्र ब्राह्मण क्षात्रधर्मानें वागण्यास असमर्थ असेल तरच या रीतीनें उपजीविका करावी असें म्हटलें आहे. किंबहुना, क्रयविक्रयाचाही धंदा करावा असें होतें, पण मद्य, मीठ, पशु, मांस व शिजलेलें अन्न यांचा विक्रय करूं नये असें सांगितलें आहे. अर्थात् महाभारतकाळीं ब्राह्मण शिपायाचा धंदा करीत होते इतकेंच नव्हे तर शेती, गोरक्षण, दुकानदारी इत्यादि धंदे हल्लींप्रमाणें तेव्हांही करीत, बहुधा आपत्प्रसंगानें करीत असें दिसतें.

क्षत्रियांचें कर्म.

आतां आपण क्षत्रियांच्या धंद्याकडे वळूं. त्यांस अध्ययन, यजन व दान यांचा अधिकार होता, म्हणजे वेदाध्ययन करून आपल्या घरीं अग्नि ठेऊन होमहवन करण्याचा व यथाशक्ति दान देण्याचा त्यांस अधिकार होता. पण हे त्यांचे धंदे नव्हते, म्हणजे उपजीविका अगर चरितार्थ चालविण्याचे ब्राह्मणाप्रमाणें हे त्यांचे मार्ग नव्हते. क्षत्रिय पूर्वकाळीं वेदाध्ययन चांगलें करीत व होमहवनही स्वतः समजून करीत असें मानण्यास हरकत नाहीं. वेदपारंगत व यजनशील अशा क्षत्रिय राजांचीं पुष्कळ वर्णनें महाभारतांत आहेत. पूर्वोक्त कैकेय आख्यानामध्यें असें स्पष्ट म्हटलें आहे कीं माझ्या राज्यांत क्षत्रिय अध्ययन करितात, व स्वतः यज्ञ करितात. पूर्वकाळीं ब्राह्मणांची व क्षत्रियांची बहुतेक बरोबरी वेदाध्ययनांत असे, हें ब्राह्मणांतील व उपनिषदांतील अनेक वर्णनावरून दिसतें, पण हळुहळु वेदविद्या जसजशी कठीण झाली व यज्ञयाग जसजसे क्लिष्ट झाले तसतसें हें काम विशेष जातीचेंच होऊन क्षत्रियांत त्याची प्रवृत्ति कमी झाली. महाभारतकाळीं क्षत्रियांचें वेदप्रावीण्य कमी झालें असावें. कारण, युधिष्ठिर हा वेदांत प्रवीण होता व यज्ञादि कर्मांत कुशल होता, याबद्दल त्याची तारीफ होण्याऐवजीं एक-दोन ठिकाणीं महाभारतांत त्याची निंदाच केलेली आढळते. सामान्यतः सर्व क्षत्रियांची वेदांत प्रवीणता महाभारतकाळीं असती तर अशी निंदा करण्याचें कोणाच्याही मनांत आलें नसतें. अर्थात् सौतीच्या वेळीं वेदविद्या पठण करण्याचें काम क्षत्रियांत कमी पडलें होतें. असो. क्षत्रियांचा विशिष्ट धंदा म्हणजे प्रजापालन व युद्ध. युद्धांत शौर्य करण्याचें काम क्षत्रियाचेंच होतें. तें काम पूर्वीपासून ते उत्तम रीतीनें बजावीत होते. क्षत्रियांची ' युद्धे चाप्यपलायनं ' अशी वृत्ति साहजिक होती. शस्त्राचा धंदा त्यांनींच चालविला होता. पण कित्येक ब्राह्मणही या धंद्यांत होते. शिवाय विशेष आपत्तीच्या प्रसंगीं सर्व जातींनीं शस्त्रग्रहण करावें अशी शास्त्राची परवानगी होती. याशिवाय लढाईच्या कामास जितके लोक तयार होतील तितके पाहिजेच आहेत. हा धंदा असाच आहे कीं, त्यांत शूरांचाच रिघाव आहे. यामुळें ज्यास शूरत्व असेल त्यास तो धंदा करण्यास मुभा दिलीच पाहिजे, हें उघड आहे. महाभारतकाळीं बहुतेक क्षत्रिय याच धंद्यांत होते. आपत्प्रसंगानेंही क्षत्रियानें

कधीं याचना करूं नये असा लोकांचा कटाक्ष असे यामुळें व याचना हा ब्राह्मणांचा स्वतः होऊन कबूल केलेला धंदा असल्यानें तो प्रतिलोम या दृष्टीनेंही क्षत्रियांस मोकळा नव्हता. क्षत्रियांस फक्त आपत्प्रसंगीं वैश्यवृत्ति मोकळी होती, म्हणजे शेती व गोरक्षण यांपैकीं कोणतेंही काम क्षत्रियांस करावयास पाहिजे होतें व त्याप्रमाणें शेती करणारे क्षत्रिय महाभारतकाळीं होते किंवा नाहीं हें निश्चयानें सांगतां येत नाहीं, तथापि असावेत असें अनुमान करण्यास जागा आहे. असो, क्षत्रियांचा युद्धाशिवाय धंदा म्हटला म्हणजे प्रजापालन हा होता. राज्य करणें हें क्षत्रियाचें कर्म आहे, हा त्यांचा विशेष अधिकार आहे असा निर्बंध होता. राज्यें त्या वेळेस लहान लहान होतीं हें प्रसिद्ध आहे. अशा सर्व लहान राज्यांत क्षत्रियच राज्य करीत. महाभारतकाळीं किंवा त्यापूर्वीं बहुतेक सर्व राजे क्षत्रिय होते. क्षत्रियाशिवाय इतर वर्णांस राज्य करण्याचा अधिकार नव्हता. इतर वर्णांनीं आर्य देशांत राज्य केल्याचा दाखलाही महाभारतांत कोठें नाहीं. म्लेच्छ राजे व आर्य राजे अर्जुनानें अश्वमेधप्रसंगीं जिंकले असें वर्णन आहे. हे म्लेच्छ राजे हिंदुस्थानांत त्या काळीं कोण कोण होते हें सांगतां येत नाहीं. हे म्लेच्छ राजे बहुधा हिंदुस्थानच्या बाहेरचे होते. या काळीं म्लेच्छ ही संज्ञा उत्तरेकडील शकयवनांना होती इतकेंच नव्हे तर दाक्षिणेकडील आंध्र, द्रविड, चोल, केरल वगैरेंना सुद्धां होती, अर्थात् अद्याप यांचा अंतर्भाव आर्यावर्तांत नव्हता व तेथें आर्य वस्तीही नव्हती. अशा देशांत प्रजाही म्लेच्छ व राजेही म्लेच्छ असले पाहिजेत व हें योग्य होतें. असो. या प्रश्नाचा अधिक विचार अन्यत्र आपण करूं. पण येथें एवढी गोष्ट सांगितली पाहिजे कीं, आर्य प्रजेच्या देशांत क्षत्रियच राज्य करीत. ब्राह्मण किंवा वैश्य यांनीं राज्य केल्याचा दाखला महाभारतांत नाहीं. शूद्र राजाचें वर्णन एका उपनिषदांत आहे, व निषादाधिपति गुह याचें वर्णन रामायणांत आहे पण हीं लहान लहान राज्यें त्या लोकांचीं म्हणजे शूद्रांचीं व निषादांचींच असावींत असें अनुमान आहे. असो. तर राज्य करण्याचा हक्क क्षत्रियांचाच होता, तो महाभारतकाळीं वैश्यांनीं किंवा ब्राह्मणांनीं बळकावला नव्हता. हा अधिकार चंद्रगुप्तानें किंवा नवनंदानें प्रथम बळकावला. चंद्रगुप्तकाळीं किंवा त्यानंतर लौकरच महाभारत झालें त्यांत "नंदान्तं क्षत्रियकुलं" या वचनाचा पुढील पुराणाप्रमाणें कोठेंच उल्लेख नाहीं, हें साहजिक आहे. महाभारतापर्यंत परंपरा क्षत्रिय राजांचीच होती. ही परंपरा पुढें पक्की बिघडली. चंद्रगुप्तानें राज्य बळकावल्यावर अनेक शूद्र व ब्राह्मण राजे झाले. पुढें शकयवन झाले. पुढें आंध्र झाले. सारांश, राज्य, निदान सार्वभौमत्व पुन्हां क्षत्रियांच्या कुळांत हिंदुस्थानच्या इतिहासांत आलें नाहीं. तथापि लहान लहान क्षत्रियांचीं राज्यें हिंदुस्थानांत नेहमीं होतीं. "दानमीश्वरभावश्च क्षात्रकर्म स्वभावजं" या गीतेंतील वाक्याप्रमाणें राज्य करण्याची वृत्ति ही क्षत्रियांत इतकी सहज व मुरलेली आहे कीं हल्लींही क्षत्रियांस राज्य असल्यावांचून, मग तें कितीही लहान असो, एका गांवाचें का असेना, समाधान वाटत नाहीं. याच सहज प्रवृत्तीला अनुसरून युधिष्ठिराचें प्रसिद्ध मागणें होतें, "आम्हां पांच भावांनां निदान पांच गांवें तरी दे" असें जें त्यानें शेवटचें मागणें मागितलें त्यांत सहज स्वभावाचें पूर्ण प्रतिबिंब उतरलें आहे. असो. तर याप्रमाणें क्षत्रियाचा राज्य करणें हा सहज धंदा व उद्योग होता. कारण, त्यांस भिक्षा

मागावयाची नाहीं, शेतीही करावयाची नाहीं. दोन्ही गोष्टींत हलकेपणा वाटत असे. तेव्हां अगदीं गरीब स्थितींतल्या लोकांनां शिपाईगिरी होती, पण वरिष्ठ लोकांना कोठें तरी राज्य असलेंच पाहिजे व हा त्यांचा राज्य करण्याचा हक्क त्यांनीं महाभारतकाळापर्यंत चांगला जतन केला होता. त्यांत ब्राह्मण किंवा वैश्य शिरले नव्हते.

वैश्यांचें कर्म.

आतां वैश्यांच्या साहजिक धंद्याविषयीं लिहूं. कृषि,गोरक्षण आणि वाणिज्य हे वैश्याचे मुख्य धंदे आहेत असें भगवद्गीतेंत सांगितलें आहे. महाभारतांत शांतिपर्वांतही हीच गोष्ट सांगितलेली आहे. शेतीचा धंदा वैश्यांचा पूर्वकाळीं होता व गोरक्षणाचा म्हणजे गवळ्यांचाही धंदा त्यांचाच होता. ही परिस्थिति फार प्राचीनकाळची आहे. हल्लीं हे दोन्ही धंदे वैश्यांत नाहींत. गोरक्षणाचा धंदा अनेक शूद्र लोकांकडे गेलेला आहे व शेतीचा धंदाही शूद्र, रजपूत व ब्राह्मण यांजकडे गेलेला आहे, पण हा धंदा प्राचीन काळीं आर्यवर्णी वैश्य करीत असत यांत संदेह नाहीं. सौतीच्या काळीं ही परिस्थिति बदलली असावी. कारणं, त्याकाळीं शूद्रांची स्थिति बरीच सुधारलेली होती असें पुढील विवेचनावरून दिसून येईल. वाणिज्य हा धंदा मात्र वैश्यांनीं ठेविला आहे. तो पूर्वकाळापासून आद्यापपर्यंत त्यांचेचकडे आहे. या धंद्यांत इतरांचा प्रवेश फार थोडा आहे. हजारों वर्षांच्या आनुवंशिक संस्कारांनीं वैश्य आपला धंदा करण्याच्या कामांत अत्यंत तरबेज झाले आहेत, तेव्हां व्यापारांत त्यांच्याशीं स्पर्धा करण्यास इतर वर्ण शक्त नाहींत. असो. ह्या विचाराची दिशा बाजूस ठेवून वैश्य आपला विशिष्ट धंदा वाणिज्य हा पूर्वकाळापासून महाभारतकाळापर्यंत करीत होते. पूर्वी बहुधा वैश्याच्या जातींत बरेच लोक सामील असून हल्लीं ही जात संकुचित झाली आहे, म्हणजे कृषि करणाऱ्या अनेक वैश्य जाति शूद्रांत गणना होऊं लागल्या असाव्यात. यांचें कारण वेदाध्ययन व यजन हे जे दोन अधिकार ब्राह्मण क्षत्रियांप्रमाणें वैश्यांसही होते ते त्यांनीं आपले चालविले नाहींत. क्षत्रियांत वेदाध्ययन कांहीं तरी टिकलें असावें. पण वैश्यांत तें बरेंच कमी झालें असावें, तथापि ते अगदीं लुप्त नव्हते. व्रजांतील गोपगोपी ह्या वैश्य जातीच्या होत्या व गोपांनीं यज्ञ केल्याचें वर्णन भागवतांतही आहे याशिवाय शेतीच्या धंद्यांत शूद्रांशीं नेहमीं सहवास येऊन पडल्यामुळें ही वेदाध्ययनाची प्रवृत्ति कमी झाली असावी. अशा कारणांनीं कित्येक वैश्य जाति हल्लीं शूद्रांत मोडूं लागल्या आहेत त्या महाभारतकाळीं नसाव्या. जाट हे कृषि करणारे व गूजर गोरक्षा करणारे मूळचे वैश्य असावे. कारण, हे लोक स्वरूपानें पूर्णपणें आर्य आहेत यांजबद्दल शीर्षमापनशास्त्रवेत्ते यांचेंही भिन्न मत नाहीं. असो. महाभारतांतील हीं वर्णनें प्रत्यक्ष स्थिति द्योतक आहेत किंवा परिगणित होत आलेलीं पुढें चालत आलीं आहेत हें सांगतां येणें कठीण आहे. तथापि पूर्वकाळीं कृषि व गोरक्षा हे वैश्यांचे धंदे प्रत्यक्ष होते हें उघड आहे.

> नच वैश्यस्य कामः स्यान्न रक्षेयं पशूनिति ।
> वैश्ये चेच्छति मान्येन रक्षितव्याः कथंचन ॥
> (२७ शां० अ० ६०)

सौतीच्या काळीं यांत थोडासा फेरबदल झाला असावा आणि वैश्यांचा धंदा व्यापार किंवा वाणिज्य हाच राहिला असावा.

शूद्रांचें कर्म.

आतां आपण शूद्रांचा विचार करूं. प्राचीनकाळीं शूद्रांची स्थिति केवळ दासांची

होती. त्यांनीं त्रैवर्णिकांची शुश्रूषा करावी असें ठरून त्याप्रमाणें ते करीत होते. त्यांस अध्ययन किंवा यजन याचा अधिकार नव्हता, इतकेंच नव्हे तर द्रव्यसंचयाचाही नव्हता. त्यांस पोटभर अन्न घालणें व जुनी झालेलीं वस्त्रें त्यांस देणें एवढेंच मालकाचें कर्तव्य होतें. ही स्थिति पुढें बदललीच असली पाहिजे. शूद्रांची संख्या उत्तरोत्तर जशी आर्यांची वस्ती दक्षिणेकडे कमी होत गेली तशी वाढली असावी. याशिवाय हे लोक शेती अधिक करूं लागले असावे. दक्षिणेकडील राष्ट्रांत वैश्य आर्य कमी असल्यानें शेतीचा धंदा बहुतेक शूद्रांवर पडला. अर्थात् त्यांची परिस्थिति बदलली. शूद्रांस धनद्रव्य मिळविण्याचा अधिकार मिळाला. शां० अ० ६० यांत शूद्रानें राजाची परवानगी घेऊन द्रव्यसंचय करावा असें सांगितलेलें आहे, पण ही परवानगी नेहमींचीच झाली. हळुहळू द्रव्याबरोबर यज्ञयागादि करण्याचा अधिकार मिळाला व दान देण्याचाही अधिकार मिळाला. मात्र शूद्रांनीं यज्ञिय व्रत आचरण न करतां अमंत्रक यज्ञ करावे.

> स्वाहाकारवषट्कारौ मंत्रः शूद्रे न विद्यते ।
> तस्माच्छूद्रः पाकयज्ञैर्यजेताव्रतवान् स्वयम् ॥
> (३८ शां० अ० ६०)

शूद्राला स्वाहाकार व षट्कार व वेदमंत्र यांचा अधिकार नाहीं. ऋग्वेद, यजुर्वेद व सामवेद यांचा अधिकार शूद्रांस नाहीं असें या अध्यायांत म्हटलें आहे. यजन-दान-यज्ञाचा अधिकार सर्व वर्णांना आहे. श्रद्धायज्ञ सर्व वर्णांना विहित आहे वगैरे वचनांवरून असें दिसतें कीं, आर्य धर्मांतील बहुतेक क्रियांचा—श्राद्धादिकांचा सुद्धां अधिकार शूद्रांना महाभारत पूर्वकालापासून मिळाला होता. ही स्थिति शूद्र म्हणजे केवळ दास अशा परिस्थितींतून निघून शूद्रांना स्वतंत्र धंदा, शेती वगैरेचा अधिकार मिळाला व ते द्रव्यसंपादन करूं लागले, तेव्हांपासून आली हें उघड आहे. पण त्रैवर्णिक आर्य यांनीं आपल्या वैदिक कर्माचा अधिकार शूद्रांस दिला नाहीं. तिन्ही वर्णच फक्त अध्ययनाचे अधिकारी होते; अर्थात् वैदिक समंत्रक क्रियाही त्यांसच समजणें शक्य होते. असो. तर याप्रमाणें शूद्रांचा धंदा व कर्माधिकार वैदिक काळाहून महाभारतातकाळापर्यंत बऱ्याच वरच्या दर्जास येऊन पोंचला होता.

संकरजातीचे धंदे.

निरनिराळया वर्णांच्या संकरापासून उत्पन्न झालेल्या जातींचीं विशिष्ट कर्तव्यें अथवा धंदे काय होते हें पाहू. मुख्य प्रतिलोम विवाहापासून उत्पन्न झालेली जात सूत यांची होती. यांची उत्पत्ति ब्राह्मण स्त्रीपासून क्षत्रिय पतीस झालेली संतति अशी दिलेली आहे. (अनुशासनपर्व अध्याय ४८) सूतांचा धंदा राजांचे स्तुतिपाठ करण्याचा असा येथें दिलेला आहे. या सूतांचा पुराणें पाठ करून तीं सांगण्याचाही धंदा होता असें दिसतें. महाभारत सांगणारा हा लोमहर्षण सूताचा मुलगा होता. याला पौराणिक असेंच म्हटलें आहे. पुराणामध्यें राजांच्या वंशावळी असावयाच्या. राजांच्या व ऋषींच्या[१] वंशावळी ठेवण्याचें काम सूतपौराणिकांकडे होते. हल्लींचे भाट हेही त्याच धंद्याचे आहेत. तेही वंशावळी ठेवतात व राजांच्या स्तुती करतात. भाटांची जात ब्राह्मणाप्रमाणेंच पूज्य मानलेली आहे. भागवतांतील एका हकीगतीवरून असें दिसतें कीं, लोमहर्षण हा ब्राह्मण होता असें मानण्याचें विशेष कारण नाहीं, कारण सूतांनां वेदाचा अधिकार होता असें स्पष्ट दिसतें. कर्ण हा सूत

१ सूतास भृगुकुळाची वंशावळ सांग असा आदिपर्वांत शौनकाचा प्रथम प्रश्न आहे.

अधिरथिपुत्र असून वेदपठण करीत असे. कुंती त्यास भेटावयास गेली तेव्हां तो भागीरथी-तीरावर ऊर्ध्वबाहु वेदघोष करीत होता (उद्यो. अ. १४४ पा. ४३८). ब्राह्मण व क्षत्रिय या दोन वरिष्ठ वर्णांतून उत्पन्न झाली असल्या-मुळें सूतांची जात ब्राह्मणासारखीच मानलेली असावी, व हल्लींही रजपूत राज्यांत भाट व ब्राह्मण यांस सारखाच मान आहे.

सूतांचा आणखी एक धंदा होता, असें दि-सतें. ते सारथ्यही करीत. रथ हांकलणें हें सू-तांचें काम होतें. अधिरथी असेंही त्यास नांव होतें. कर्ण हा अधिरथीचा मुलगा होता. म्ह-णजे तो एका सारथ्याचा पुत्र होता. म्हणूनच त्यास द्रौपदीनें वरिलें नाहीं. सूतांना धंदा कोणता द्यावा याच्या विचारांत त्या वेळची परिस्थिति लक्षांत घेतां आईबापांच्या दोघांच्या धंद्याप्रमाणें त्यांचा धंदा ठरविण्यांत आला अ-सावा. ब्राह्मणांचा धंदा बुद्धीचा या दृष्टीनें वे-दांच्या खालोखाल पुराणांचें अध्ययन हें सूतां-स सांगितलें असावें; व क्षत्रियांचा धंदा युद्ध तो सूतांचा पिता क्षत्रिय या नात्यानें आला असेल म्हणजे सूतांस सारथ्याचा धंदा सांगि-तला असावा. अशाच प्रकारची व्यवस्था द-क्षिण आफ्रिकेमध्यें युरोपीयन लोकांची नीग्रो स्त्रियापासून जी संतति झाली आहे, त्याच्या संबंधानें केलेली आहे व त्यांना हाच धंदा म्ह-णजे सारथ्य करण्याचा व घोड्याची चाकरी करण्याचा धंदा लावून दिलेला आहे. तसेंच हिंदुस्थानांतही युरोपियन पुरुषापासून एशिया-टिक स्त्रियांस जी संतति झाली आहे त्या युरेशियन लोकांस युरोपियनाहून कमी दर्जाचा लेखणीचा धंदा लावून दिला आहे. हल्लींचे युरोपीयन हे हल्लींचे हिंदुस्थानचे ब्राह्मण क्षत्रि-य होत. यांच्या शूद्र स्त्रीपासून झालेल्या संत-तीस त्यांनीं आपल्या बरोबरचें लेखिलें नाहीं. तर त्यांची त्यांनीं निराळी जात बनविली आहे आणि त्यांनीं त्यांच्याकरितां स्पष्ट नव्हे तरी अप्रत्यक्षपणें निराळा धंदा लावून दिलेला आहे. या उदाहरणावरून प्राचीन काळीं हिंदु-स्थानांत आर्य लोकांत मिश्रवर्ण निराळ्या जा-तीचे व निराळ्या धंद्याचे कसे उत्पन्न झाले हें वाचकांच्या लक्षांत येईल.

असो. वैश्याला ब्राह्मण स्त्रीपासून जी सं-तति झाली त्यास वैदेह असें नांव होतें. याचें काम अन्तःपुरांतील स्त्रियांचें रक्षण करण्याचें होतें. तसेंच क्षत्रिय स्त्रीच्या ठिकाणीं वैश्यापा-सून जी संतति झाली ती मागध होय. या मागधांचें काम म्हटलें म्हणजे राजांचे स्तुति-पाठ करण्याचें होतें. या तिन्ही वरिष्ठ वर्णां-च्या प्रतिलोम विवाहापासून झालेली संतति सूत, वैदेह, मागध या जाती चांगल्या गण-ल्या असून त्यांचें काम राजांचे स्तोत्रपाठ गाणें हें होतें. ‘सूतवैदेहमागधाः’ असें या जातींचें नेहेमीं नांव येतें.

आतां शूद्रापासून वरिष्ठ वर्णाच्या स्त्रियांस जी संतति होते तिच्या धंद्याची आपण व्यवस्था पाहू. वैश्य स्त्रीला शूद्रापासून जी संतति झाली तिला आयोगव म्हणत. ही जात कमी निंद्य होय. यांचा धंदा सुतार-कामाचा होता. क्षत्रिय स्त्रीला शूद्रापासून जी संतति झाली ती अधिक निंद्य निषाद जातीची होय. यांचें काम मासे मारण्याचें होतें; व पारध करण्याचें होतें. पांडवांना दुर्यो-धन ऱ्हदांत लपल्याची जी खबर मिळाली ती निषादांपासून मिळाली असें वर्णन आहे. शे-वटीं ब्राह्मणस्त्रीपासून शूद्राला जी संतति झाली ती अतिशय निंद्य चांडाल होय. त्यांचें काम देहांतशासनाला योग्य अशा अपराध्यांचे शि-रच्छेद करणें हें होतें. अनुलोम जातीपैकीं अं-बष्ठ, पारशव व उग्र या जाती सांगितल्या

आहेत. त्यांचे धंदे (अनु० पर्व पु० ७ अ० ४८) यांत वर्णिलेले नाहींत. तथापि त्यांचा धंदा द्विजांची सेवा करणें हा होता. संकर जातींत सुद्धां सजातीय स्त्रीपुरुषापासून त्यांच्याच जातीची संतति उत्पन्न होते, असें सांगितलें. परंतु या नियमाचें उल्लंघन होऊन उत्तम पुरुष व अधम स्त्री व अधम पुरुष व उत्तम स्त्री यांच्या समागमानें कमी अधिक मानानें निंद्य संतति उत्पन्न होते. विशेषत: प्रतिलोम संतति वाढत जाऊन एकापेक्षां एक हीन अशी पंधरा प्रकारची बाह्यतर संतति निर्माण होते असें येथें सांगितलें आहे. त्यांपैकीं कांहींचीं नांवें येथें देऊं. ब्राह्मण, क्षत्रिय, वैश्य यांचा क्रियालोप झाल्यास त्यांस दस्यु मानतात, अशा दस्यूपासून आयोगव स्त्रीच्या ठिकाणीं जी संतति जन्मास येते ती सैरंध्र असें नांव पावते. यांचें काम पुरुषांनीं राजे लोकांचे अलंकार, पोषाख यांची व्यवस्था ठेऊन उटया लावणें, पादसंवाहन करणें हें होतें; व स्त्रियांचें काम त्याच प्रकारानें राण्यांची सेवा करणें हें होतें. वास्तविकपणें ही संतति दासकुलांतली नव्हे तथापि तिला सेवावृत्ती करण्याचाच नियम होता असें येथें म्हटलें आहे. (पान १७६) सैरंध्री जातीविषयीं दोन शब्द अधिक लिहिले पाहिजेत. ही जात आर्यवर्णी पति व आयोगव स्त्री याजपासून झालेली होती. यामुळें ती बाह्य किंवा बाह्यतर जातीपैकी नसावी. द्रौपदीनें सैरंध्रीचा वेष घेतला होता त्या वेळचें तिचें भाषण असें आहे. “ सैरंध्री नांवाच्या स्त्रिया लोकांच्या घरीं कलाकुसरीचीं कामें करून आपलें पोट भरत असतात. ” या स्त्रिया भुजिष्या आहेत असेंही वर्णन केलेलें आहे, म्हणजे यांच्याबर मालकाची एका प्रकारची जास्त सत्ता असते. यासाठीं सैरंध्रीनें माझे गंधर्व पति आहेत असें सांगितलें होतें. अर्थात् दासीपेक्षां सैरंध्रीची सामान्यत: जास्त दर्जाची स्थिति असावी. असो. या सैरंध्रांचे मागध-सैरंध्र, फासेपारध्यांचें काम करणारे, वैदेह-सैरंध्र, दारु तयार करणारे वगैरे भेद सांगितले आहेत. सैरंध्र स्त्रीपासून चांडालांना जी संतति होते त्यांना श्वपाक म्हटलें आहे. या श्वपाकांचें नांव भगवद्गीतेंतही आलेलें आहे. ह्या जाति बहुधा गांवाच्या बाहेर राहणाऱ्या अतिशय नीच धंदा करणाऱ्या मूळच्या गलिच्छ रहिवाशांपैकीं असाव्यात व कुत्रीं, गाढवें इत्यादिकांच्या निषिद्ध मांसावर उपजीवन करणाऱ्या असाव्यात. आयोगवस्त्री व चांडाल यांजपासून पुक्कस ही जाति उत्पन्न होते व ही घोडे, हत्ती यांचें मांस खाते व प्रेतावरील वस्त्रांनीं देह आच्छादन करिते व खापरांत जेवते असें वर्णन केलेलें आहे. श्वपाकांचा धंदा स्मशानामध्यें प्रेत राखण्याचा होता. या अनेक अतिशय निंद्य जातींनीं गांवाच्या बाहेर रहावें असा नियम तेव्हांही होता व हल्लींही अमलांत आहे. वर्णसंकराचें जें भयंकर निंद्यत्व महाभारतांत वर्णन केलें आहे त्याची कल्पना वरील विवेचनावरून होईल. संकरजातीची संख्या अनंत आहे असें म्हटलें आहे. तथापि मुख्य संख्या १९ असून त्यांत सर्व भेदोपभेदांचा अन्तर्भाव होतो असें सांगितलें आहे, त्या कोणत्या होत्या हें सांगितलें नाहीं. तथापि सूत, वैदेह, मगध या प्रतिलोम व अंबष्ठ, पारशव या अनुलोम जाति चातुर्वर्ण्यांत व सनातन समाजांत सामील असून निषाद, चांडाल व पुक्कस इत्यादि बाह्य व बाह्यतर अनार्य जाति होत्या. त्यांतही आर्य जातीचें थोडें तरी मिश्रण असावें. कारण, ह्या म्लेच्छ जातीहून भिन्न होत्या, अशी कल्पना होती. यांची वस्ती आर्यावर्तांतच असून त्या इतर वर्णांना धरून होत्या व त्यांचा धर्म सनातन

धर्मान्यातिरिक्त नसून त्या सर्वांस सनातन धर्माचे मुख्य नियम लागू होते. ते चातुर्वर्ण्याच्या बाहेर होते तथापि त्यास सोडून नव्हते. त्यांस अनार्य असें म्हटलें आहे तरी ते म्लेच्छ नव्हते. आर्य शब्द जातिवाचक त्रैवर्णिक अर्थी आहे व आर्य संस्कार ज्यांना होतात त्या अर्थी आहे, अर्थात् या निंद्य जाति त्रैवर्णिकाच्या बाहेर व अशुद्ध आचरणाच्या होत्या. तथापि त्या त्रैवर्णिकांस किंवा त्यांच्या समाजास व धर्मास सोडून नव्हत्या. असो. तर चातुर्वर्ण्य हें हिंदुस्थानांतील समाजव्यवस्थेचें एक प्रधान अंग असून जेथें चातुर्वर्णाची व्यवस्था नाहीं तो देश म्लेच्छ होय असें मनुस्मृतींत स्पष्ट सांगितलें आहे. मग तेथील लोक आर्य भाषा बोलणारे असले तरी हरकत नाहीं. महाभारताच्या अथवा सौतीच्या काळीं वर्णव्यवस्था मध्यदेशांत पूर्णपणें अमलांत होती असें दिसतें. हिंदुस्थानच्या कोणकोणत्या भागांत वर्णव्यवस्था पूर्णपणें चालू होती याचें अनुमान कर्णपर्वांतील कर्णाच्या शल्यनिंदापर भाषणावरून करतां येण्यासारखें आहे. मत्स्य, कुरु, पांचाल, नैमिष, चेदि इत्यादि देशांतील लोक शाश्वत धर्माचें पालन करतात परंतु मद्र देशांतील व पांचनंद देशांतील लोक धर्माचा लोप करतात असें क० अ० ४९ यांत म्हटलें आहे. (भा० पु० ९ पा० ११४) याचेच पूर्वी असेंही म्हटलें आहे कीं, बाल्हीक देशांत प्रथम मनुष्य ब्राह्मण होतो. मग क्षत्रिय, मग वैश्य, मग शूद्र, मग नापित होतो आणि ह्याप्रमाणें तो नापित झाला तरी तो पुन्हां ब्राह्मण होतो आणि ब्राह्मण झाल्यावर त्याचाच गुलाम होतो. याजवरून पंजाबांत वर्णव्यवस्था कांहीं ढिली पडली असल्याचें अनुमान होतें. या भाषणांत अतिशयोक्ति आहे हें निर्विवाद आहे तरी पण वर्णव्यवस्थेचें स्वरूप जितकें कुरु यांच्यांत कडकडीत होतें तितकें पंजाबांत नसावें. व आश्चर्य हे कीं, हलींही खाण्यापिण्याच्या बाबतींत पंजाबांत फारसा निर्बंध नाहीं. याशिवाय कारस्कर, महिषक, कालिंग, केरल, कर्कोटक इत्यादि दुर्धर्मी लोकांशींही संपर्क करूं नये असें पा० ११३ वर म्हटलें आहे. यांत कित्येक दक्षिणेकडील देशांचें नांव आहे. अद्याप या देशांत आर्य लोकांची वस्ती कमी होती, पूर्णपणें झाली नव्हती असें वाटतें. कदाचित् हे देश जैन व बौद्ध धर्मांच्या छायेखालीं या वेळीं बरेच आले असावे. या धर्मांनीं जातिभेदास आपणच फाटा दिला होता हें पूर्वी सांगितलेंच आहे. तथापि हिंदुस्थानांत चातुर्वर्ण्याच्या व्यवस्थेचें जें पूर्ण प्राबल्य झालें त्याची छाया इतर हिंदुस्थानांतील देशांत पडल्यावांचून राहणें अशक्य होतें. यामुळें हळुहळू हिंदुस्थानच्या सर्व भागांत चातुर्वर्ण्याची व्यवस्था प्रबल झाली व कडकडीतपणें अमलांत आली. पंजाबाचा संपर्क म्लेच्छ देशाशीं विशेष असल्यानें मात्र त्या व्यवस्थेंत थोडासा ढिलेपणा होता. तो लग्नव्यवहाराच्या बाबतींत, खाणें पिणें किंवा धंदा याच्या बाबतींत होता हें आपण वर पाहिलेंच आहे.

पुनरालोचन.

हिंदुस्थानांतील वर्णव्यवस्थेचें स्वरूप व तिचा इतिहास याप्रमाणें आहे. थोडक्यात सारांश असा कीं, प्राचीन आर्य हिंदुस्थानांत आले तेव्हां ब्राह्मण व क्षत्रिय अशा दोन धंद्यांच्या जाति त्यांत असाव्या. लग्नाचा निर्बंध अद्याप नव्हता. पंजाबांत वस्ती झाली तेव्हां वैश्य म्हणजे शेतकी व गोरक्षा करणारा ही तिसरी जात उत्पन्न झाली. लवकरच शूद्रांची जात येथील पूर्वीच्या रहिवाशांची समाजांत सामील झाली. त्यांचा वर्ण काळा असल्यानें व संस्कृति व नीति कमी असल्यानें वर्णश-

ब्दाला जातिवाचक महत्त्व आलें. शूद्रस्त्री करूं लागल्यामुळें (मध्यदेशांत शूद्रांची वस्ती अधिक असावी, व येथील नागलोकांच्या स्त्रिया रूपानेंही बऱ्या असाव्या) वर्णांची भिन्नता अधिक कायम झाली. वैश्य शेतकरी असून शूद्रांशीं त्यांचा नेहेमीं संबंध येत असल्यामुळें वैश्यांनीं शूद्र स्त्रिया अधिक केल्या व अशा स्त्रियांची संतति वैश्यच मानूं लागल्यानें वैश्य वर्णांत थोडा कमतरपणा आला. तसा क्षत्रियांतही आला. ब्राह्मणांनीं शूद्रास्त्रीसंततीस निराळी जात ठरविली, त्याच अनुकरणानें हळुहळू इतर अनुलोमवर्ण जाति उत्पन्न झाल्या. प्रतिलोम विवाहाविषयीं किंवा संततीविषयीं फारच तिटकारा असल्यानें त्या जातीविषयीं विशेषतः शूद्रोत्पन्न संततीविषयीं अत्यंत निंद्यत्व मानलें गेलें. परंतु सूत, वैदेह, मागध या आर्योत्पन्न संकर जाति वरच्या दर्जाच्या समजल्या गेल्या. असो. या निरनिराळ्या वर्णांचे धंदेही निरनिराळे ठरले. अध्यापन, याजन, प्रतिग्रह हा ब्राह्मणांचा धंदा विशेष ठरला, युद्ध व राज्य करणें हा क्षत्रियांचा ठरला, कृषि, गोरक्ष्य, वाणिज्य हा वैश्यांचा ठरला, आणि दास्य हा शूद्रांचा ठरला; पण आपत्प्रसंगीं आपल्या खालच्या वर्णाचा धंदा करण्याची मोकळीक होती यामुळें कित्येक ब्राह्मण, क्षत्रिय, शेतकरीही बनले आणि कित्येक क्षत्रिय वैश्यवाणीही बनले. वैश्यांनीं शेती व गोरक्ष्य सोडून वाणिज्यच ठेविलें. मिश्र जातींचेही निरनिराळे धंदे कायम झाले. असा महाभारतकाळांतील थोडक्यांत निष्कर्ष आहे.

आतां महाभारतकाळानंतर वर्णव्यवस्थेचें स्वरूप कसें बदललें हें आपण थोडक्यांत पाहूं. म्हणजे महाभारतकाळीं कशी व्यवस्था होती, याचें आपल्यास चांगलें ज्ञान होईल. बौद्ध धर्माचा कटाक्ष जातिव्यवस्थेविरुद्ध असल्यानें जातीच्या निर्बंधांत पुष्कळ घोंटाळा उत्पन्न झाला; यामुळें ज्या वेळेस हिंदु धर्माची सरशी झाली त्या वेळेस जातिनिर्बंधाचे नियम पुन्हां कडकडीत झाले व पहिल्याप्रमाणें निरनिराळ्या वर्णांच्या स्त्रिया करण्याची पद्धत बंद पडली. महाभारतापुढील स्मृतीमध्यें असा निर्बंध झाला कीं ज्या त्या वर्णांनीं आपापल्या वर्णाच्याच स्त्रिया कराव्या व सवर्णा स्त्रीपासून उत्पन्न झालेली संतति मात्र त्या वर्णाची समजली जाईल. ब्राह्मणानें इतर वर्णाच्या स्त्रिया करणें बंद झालें व क्षत्रियानेंही अन्य वर्णाच्या स्त्रिया करणें बंद झालें. यामुळें निरनिराळ्या वर्णांच्या मिश्रणापासून नवीन उत्पन्न होणाऱ्या जाती होत नाहींशा झाल्या. या वर्णव्यवस्थेच्या कारणानें उत्पन्न होणारा जातीचा गर्व हा इतर समाजावर परिणाम करूं लागला; म्हणजे अनार्य जातींतही जातिभेद उत्पन्न होऊं लागला. हिंदुस्थानांत प्रत्येक जातीस असें वाटतें कीं आम्ही दुसऱ्या कोणत्या तरी जातीहून श्रेष्ठ आहोंत व अशा प्रकारचा अभिमान जेथें जेथें कांहीं शक्ति किंवा द्रव्य यांच्या कारणानें महत्त्व आलें असेल तेथें तेथें वाढून निरनिराळ्या जाती उत्पन्न होऊं लागल्या. अशा रीतीनें प्रत्येक जातींत पोटभेद उत्पन्न होऊं लागले, व लग्नाचे निर्बंध तेवढ्या जातींतही उत्पन्न झाले. याशिवाय देशभेदानेंही जातिभेद मानण्यांत येऊं लागला. निरनिराळ्या देशांत खाण्यापिण्याच्या, आचाराच्या व इतिहासाच्या भेदामुळें एकमेकांविषयीं संशय उत्पन्न होऊं लागला यामुळें पोटभेदास अधिक निर्बंधाचें स्वरूप प्राप्त झालें. हल्लीं उदाहरणार्थ ब्राह्मणांचे अनेक पोटविभाग झाले आहेत. मुख्यतः ब्राह्मणांचे दशविध म्हणजे पंचद्राविड व पंचगौड असे दहा भेद झाले आहेत. परंतु महाभारतांत या दहा भेदांचें नांवही नाहीं.

महाभारतांत जेथें जेथें ब्राह्मणांचें नांव येतें तेथें तेथें कोणताच देशभेद दाखविलेला नसतो. अमुक ब्राह्मण गौड किंवा कान्यकुब्ज किंवा दाक्षिणात्य आहे असें वर्णन कोठेंच येत नाहीं. मग हल्लीं महाराष्ट्र ब्राह्मणांत देशस्थ, कोंकणस्थ इत्यादि पोटभेदाचेही पोटभेद झालेले आहेत त्यांचें नांव कशाला? क्षत्रियांचेही पोटभेद महाभारतांत झालेले दिसत नाहींत. चंद्रवंशी किंवा सूर्यवंशी असा सुद्धां भेद व्यक्त झालेला दिसत नाहीं. यादव, कौरव, पांचाल इत्यादि देशभेद सांगितलेले दिसतात, पण ते हल्लींच्या क्षत्रियांच्या पोटभेदासारखे नव्हत. किंबहुना, त्या सर्वांचा आचार व धंदा एक असून सर्वांचे परस्पर विवाह होत होते. वैश्यांचे पोटभेदही कोठें सांगितलेलें दिसत नाहींत. हे सर्व पोटभेद श्रीमच्छंकराचार्यानंतरचे आहेत असें अनुमान करण्यास जागा आहे. बौद्ध धर्माचा पक्का पाडाव झाल्यानंतर ज्या वेळेस हिंदुधर्मसमाजाची पुनर्घटना झाली त्या वेळेस प्रत्येक देशांत व प्रत्येक भागांत राहणाऱ्या लोकांस इतर भागांतील लोकांसंबंधानें खाण्यापिण्याचे आचार व वर्णाची शुद्धता यासंबंधानें संशय असल्यानें निरनिराळ्या पोटजाती इसवी सन ८०० च्या सुमारास उत्पन्न झाल्या, व हल्लींपर्यंत त्या विवाहनिर्बंधानें जखडल्या असल्यामुळें अस्तित्वांत आहेत. सारांश, कनोजे, महाराष्ट्र, गुजराथी ब्राह्मण, किंवा राठोड, मराठा वगैरे क्षत्रिय, किंवा महेश्री, अगरवाल, महाराष्ट्र वगैरे वाणी असे पोटभेद जे हल्लीं प्रचलित आहेत, त्यांचा निर्देश महाभारतांत नाहीं. महाभारतांत ब्राह्मण, क्षत्रिय व वैश्य हे वर्ण भेदरहित होते. तसेंच संकरवर्णही सूत, मागध वगैरे एकच असून, त्यांच्यात पोटभेद नव्हते असें दिसतें.

गोत्रोत्पत्ति.

याच जातींच्या विषयाला संबद्ध असा आणखी एक प्रश्न आहे, त्याची माहिती शान्तिपर्व अ० २९१ यांत अशी दिली आहे—"मूळारंभीं चारच गोत्रें उत्पन्न झालीं. तीं अङ्गिरा, कश्यप, वसिष्ठ व भृगु हीं होत. मग त्यांपासून प्रवर्तकांच्या कर्मभेदानें अन्य गोत्रें उत्पन्न झालीं व त्यांच्या तपःप्रभावानें प्रवर्तकांचीं नांवें त्या गोत्रांस पडलीं. कालगतीनें या भिन्न गोत्रांचें विवाहादि श्रौतस्मार्त विधींत सुज्ञ लोक अवलंबन करूं लागले" (भाषा० पु० ६ पान ६९१) या उताऱ्यावरून महाभारताच्या पूर्वकाळापासून गोत्रांची प्रवृत्ति आहे व त्यांचा उपयोग लग्न वगैरे श्रौतस्मार्त कर्मांत होत असे हें उघड आहे; पण यांत दिलेली माहिती बरीच चमत्कारिक आहे. ब्राह्मण, क्षत्रिय, वैश्य या तिन्ही वर्णांत प्रत्येक कुटुंबास गोत्र आहे अशी हल्लीं समजूत आहे. क्षत्रियांतील व वैश्यांतील कुटुंबांच्या गोत्रांची परंपरा कायम आहे किंवा नाहीं ही गोष्ट कदाचित् संशयित असेल, पण ब्राह्मणांच्या अनेक पोटजातींत श्रौतस्मार्तादि कर्में परंपरेनें सारखीं चालत आहेत व त्यांत गोत्रोच्चार नेहेमीं होत आहे. ही परंपरा महाभारतकाळापूर्वींपर्यंत जाऊन पोंचते हें वरील उताऱ्यावरून स्पष्ट आहे. पण मूळचीं गोत्रें हल्लीं आठ समजलीं जातात; तीं यांत चारच सांगितलीं आहेत हें कसें? आणि प्रवर्तकांच्या कर्मभेदानें तरी गोत्रें कशीं उत्पन्न होतील, हा एक गूढ प्रश्न आहे. गोत्र याचा अर्थ अपत्य असा पाणिनीनें दिला आहे. तेव्हां गोत्रपरंपरा ही वंशपरंपराच होय. सप्तर्षि व अगस्ति हे मूळचे गोत्रप्रवर्तक होत व त्यांच्या कुळांत जे कोणी पुढें विशिष्ट प्रसिद्ध ऋषि झाले त्यांचीं नांवें गोत्रांत आणखी

चालूं झालीं; पण तीं कर्मभेदानें झालीं असें दिसत नाहीं. त्यांच्या तपःप्रभावानें चालूं झालीं हें म्हणणें शक्य आहे. असो. गोत्राचा उच्चार व अवलंब कालगतीनें चालूं झाला हेंही म्हणणें लक्षांत येत नाहीं असा अवलंब एका काळीं नव्हता, असें यावरून दिसतें. आणखी एक गोष्ट येथें सांगण्यासारखी अशी आहे कीं सूर्यवंशी व चंद्रवंशी क्षत्रियांची जी वंशावळ दिलेली आहे त्यांत या गोत्रप्रवर्तकांचीं नांवें येत नाहींत. मग त्या त्या वंशांतील क्षत्रियांना हीं गोत्रांचीं नांवें कशीं आलीं ? याशिवाय कित्येक ब्राह्मणकुळें चन्द्रवंशी क्षत्रियांपासून उत्पन्न झालेलीं आहेत त्यांचा वरील गोत्रांशीं संबंध कसा जुळतो हा एक प्रश्न आहे. विश्वामित्र क्षत्रिय असून ब्राह्मण झाल्यावर त्यानें कित्येक गोत्रें त्याच्या मुलांच्या द्वारें प्रवृत्त केलीं त्यांचाही संबंध कसा जुळतो हें पाहण्यासारखें आहे. असो. वरील उताऱ्यावरून एवढी गोष्ट निर्विवाद आहे कीं हल्लींची गोत्रपरंपरा व त्यांचा उपयोग, याची प्रवृत्ति महाभारतपूर्वकाळापासून म्हणजे इ० स० पूर्व ३०० च्या पूर्वीपासून आहे.

२ आश्रमव्यवस्था.

ज्याप्रमाणें हिंदुस्थानांतील समाजाचें वर्णव्यवस्था हें एक विलक्षण अंग आहे त्याचप्रमाणें आश्रम-व्यवस्था हेंही एक महत्त्वाचें अंग आहे. पण दोहोंचा इतिहास अगदीं भिन्न आहे. वर्णव्यवस्थेला प्रारंभ होऊन तिचा कसा कसा विकास झाला हें आपण पाहिलें; व हल्लीं वर्णव्यवस्थेला अभेद्य व प्रचंड स्वरूप कसें प्राप्त झालें आहे हेंही आपण सांगितलें. आश्रम-व्यवस्थेचा इतिहास याच्या उलट आहे. आश्रमव्यवस्था पूर्वी उत्तम स्थितींत असून तिचा हळुहळु ऱ्हास झाला; व हल्लीं ती बहुतेक लुप्तप्राय आहे. महाभारतकाळीं तिची स्थिति कशी होती याचें आपण विवेचन करूं.

वर्णव्यवस्थेचें बीज जसें प्रत्येक समाजांत असतें तसें आश्रमव्यवस्थेचेंही बीज बहुतेक प्रत्येक समाजांत असतें. प्रत्येक समाजांत निरनिराळे वर्ग धंद्याप्रमाणें असतात, व बहुधा त्याच वर्गांत विवाहसंबंध होतात. परंतु अशा वर्णव्यवस्थेस अभेद्य धार्मिक निर्बंधाचें रूप येत नाहीं. त्याचप्रमाणें मनुष्यानें लहानपणीं विद्याभ्यास करावा, तरुणपणीं संसार करावा आणि म्हातारपणीं संसारांतून निवृत्त होऊन केवळ ईश्वराचें भजन व चिंतन करावें, अशी प्रत्येक समाजांत कल्पना असते; परंतु तीस धार्मिक निर्बंधाचें स्वरूप येत नाहीं. आर्यांनीं याही समजुतीस आपल्या समाजांत कायमचें रूप दिलें, व वर्णव्यवस्थेप्रमाणें आश्रमव्यवस्था ही धर्माची बाब ठरविली. ही व्यवस्था तीन वर्णांनाच लागू होती, म्हणजे आर्य लोकांनाच ती सांगितलेली होती. चार आश्रम प्रत्येक आर्यवर्णीयास पाळले पाहिजेत असें प्रथम ठरविलें गेलें. हे आश्रम म्हणजे आर्यलोकांनीं आपल्या समाजास अतिशय उन्नत अवस्थेस नेण्याचे जे शहाणपणाचे प्रयत्न केले त्यांचेंच फळ होय. पण हे आश्रम यथायोग्य रीतीनें पाळण्यास आध्यात्मिक निग्रहाची व सामर्थ्याची जरूर आहे; यामुळें प्रारंभीं ही व्यवस्था अतिशय फायदेशीर झाली तरी हें आध्यामिक सामर्थ्य हळुहळु कमी पडत गेल्यामुळें आश्रमव्यवस्थेला हळुहळु कमीपणा आला यांत आश्चर्य नको. असो. महाभारतांत आश्रमव्यवस्थेचें जें वर्णन केलें आहे तें प्रथम येथें देऊं.

हे आश्रम चार आहेत. ब्रह्मचर्य, गार्हस्थ्य, वानप्रस्थ व संन्यास. पहिल्या आश्रमांत सात आठ वर्षांचा मुलगा झाल्यावर उपनयन संस्कारानें त्याचा प्रवेश होतो. या आश्रमांत विद्यार्जन करावयाचें आहे. या संबंधानें विस्तृत

रीतीचें विवेचन आपण पुढे शिक्षणाविषयाखालीं करूं. येथें एवढें सांगणें पुरें आहे कीं विद्यार्थ्यानें हा विद्याभ्यास गुरुगृहीं भिक्षा मागून करावयाचा असा नियम असे. बारा किंवा त्याहून अधिक वर्षें हा विद्याभ्यास करावयाचा असे. ब्राह्मण, क्षत्रिय व वैश्य या तिघांनींही वेदविद्या पठण करून आपापल्या धंद्याची विद्या शिकण्याची होती. बारा वर्षांनंतर ब्रह्मचर्य संपवून गुरूची आज्ञा घेऊन गृहस्थाश्रम स्वीकारावयाचा नियम असे. विवाह करून, प्रत्येकानें आपआपला संसार निराळा मांडून, अग्नीची सेवा व अतिथींचें पूजन करून कुटुंबाचें पोषण करावें असा या गृहस्थाश्रमाचा मुख्य धर्म होता. गृहस्थाश्रमाचीं कर्तव्यें विस्तारानें सांगितलीं आहेत, तीं आपण पुढें पाहूं. गृहस्थाश्रम संपवून मुलाबाळांच्या स्वाधीन संसार करून मनुष्यानें वनांत जावें, बायको जिवंत असल्यास तिला बरोबर घेऊन जावें व वनांत राहून चतुर्थाश्रम घेण्याची पूर्वतयारी करावी, हा वानप्रस्थ म्हणजे वनांत प्रस्थित झालेल्या मनुष्याच्या स्थितीचा तिसरा आश्रम होय. आणि याप्रमाणें कांहीं वर्षें देहाचे क्लेश सोसण्यास मन तयार झाल्यावर केवळ परमेश्वरचिंतन करण्याकरितां आयुष्य घालविण्यासाठीं घेतलेला चौथा आश्रम संन्यास होय. या चार आश्रमांचें स्थूलपणें असें स्वरूप होतें.

वर वर्णिल्याप्रमाणें हे आश्रम प्रत्यक्ष अमलांत होते किंवा नाहीं आणि महाभारतकाळीं ते कोणकोणत्या लोकांस मोकळे होते याचा आपण विचार करूं. गुरुगृहीं राहून ब्रह्मचर्याश्रमांत विद्या संपदान करण्याचें काम बहुधा पूर्वकाळीं ब्राह्मणविद्यार्थी करीत, असें महाभारतांतील व उपनिषदांतील अनेक वर्णनांवरून दिसतें. ऋषींच्या येथें मोठमोठ्या शाळा असत, व त्यांत ब्राह्मणविद्यार्थी आपला उदरनिर्वाह भिक्षेनें किंवा इतर रीतीनें करून विद्याभ्यास करीत. क्षत्रियांचीं किंवा वैश्यांचीं मुलें विद्याभ्यास करण्यास गुरुगृहीं जात असत किंवा नाहीं, याचा चांगला पुरावा महाभारतांत मिळत नाहीं. श्रीकृष्णानें उज्जयिनीस गुरुगृहीं राहून विद्याभ्यास केला असें वर्णन हरिवंशांत व भागवतांत आहे. पांडवांचा व दुर्योधनादिकांचा विद्याभ्यास आपल्या घरींच झाला. त्यांच्या घरीं—द्रोणाचार्य विद्या शिकविण्यास ठेवले होते. ब्रह्मचर्याश्रमाचा एक मुख्य भाग म्हणजे गुरुगृहीं राहणें हें कमी होऊन त्याच्या ऐवजीं हा दुसरा विधि चालू झाला. हळुहळु निरनिराळ्या क्षत्रिय व वैश्य लोकांत ब्रह्मचर्याश्रमाची महती कमी झाली आणि हल्लींप्रमाणें नुसता उपनयन संस्कार मात्र महाभारतकाळीं बाकी राहिला असावा. आतां गृहस्थाश्रमाकडे वळूं. गृहस्थाश्रमाचा मुख्य विधि विवाह आहे, तो कधीं लुप्त होणें शक्य नाहीं. तो सर्व वर्णांत व सर्व जातींत आहेच. त्याजबद्दल विशेष सांगावयास नको. पण गृहस्थाश्रमाचा दुसरा मुख्य भाग अग्नीची सेवा हा होता. अग्नीचें आधान करून नित्य यजन करणें हें गृहस्थाश्रमाचें मुख्य कर्तव्य आहे. तें ब्राह्मणलोक बहुधा करीत असें दिसतें. क्षत्रिय लोकही करीत असेंही म्हणावयास हरकत नाहीं. श्रीकृष्ण शिष्टाईकरितां गेला असतांना, विदुरगृहीं असतांना, सभेस जाण्यास निघाला, त्या दिवशीं प्रातःकाळीं, स्नान करून जपजाप्य करून त्यानें अग्नीला आहुति दिली असें वर्णन महाभारतांत आहे. (उ० अ० ९४ पा० ३४३ पु० ३) वसुदेव वारल्यावर

१ उपनिषदांतही हाच अवधि दिसतो " स ह द्वादशवर्ष उपेत्य चतुर्विंशतिवर्षः सर्वान् वेदानधीत्य महामना एयाय " छां. ६ सं० प्रपा० ६

त्याचें उत्तरकार्य करतांना त्याच्या शिबिरापुढें अश्वमेधसंबंधी छत्र व प्रदीप्त अग्नि चालविले होते असें वर्णन आहे. तसेंच पांडव वनवासांत असतांना त्यांचें गृह्याग्नीचें सेवन नित्य होत असल्याचें वर्णन आहे. ज्या वेळेस पांडव महाप्रस्थानास गेले त्या वेळेस त्यांनीं गृह्याग्नि उदकांत विसर्जन केला असें वर्णन आहे. (पान २४० महाप्रस्थानिक पर्व) सारांश, भारती-युद्धकालांतील सर्व क्षत्रिय गृह्याग्नि बाळगीत होते असें स्पष्ट दिसतें. महाभारतकाळीं म्हणजे सौतीच्या काळीं काय व्यवस्था होती हें सांगण्यास साधन नाहीं. तथापि ज्या अर्थीं अग्नीची सेवा मोठी भानगडीची झाली होती त्या अर्थीं अनेक क्षत्रिय अग्निविरहीत झाले असावे, असें मानण्यास हरकत नाहीं. ब्राह्मणांनीं सर्वांनींच अग्निसेवा चालविली होती असें नाहीं. त्यांच्यापैकीं कित्येकांनीं ती सोडली असावी. अग्नि न बाळगलेल्या ब्राह्मणांना शूद्रवत् वागवावें असें सांगितलें आहे. आतां गृहस्थाश्रमाचें तिसरें अंग अतिथिपूजा तें सर्वांनीं चालविलें होतें. असो. गृहस्थाश्रम सर्वांस मोकळा होता, व तो अनेक ब्राह्मण व क्षत्रिय यथाशास्त्र चालवीत असत. आतां वानप्रस्थाचा विचार करूं. वनामध्यें जाण्याचा व तपश्चर्या करण्याचा तिन्ही वर्णांस अधिकार होता, व तिन्ही वर्णांचे लोक वानप्रस्थ होत असत. धृतराष्ट्र वनांत गेल्याचें वर्णन आहे. तो आपल्या पत्नीसह व कुंतीसह वनांत तपश्चर्येस गेल्याचें सांगितलें आहे. रामायणांत एका वानप्रस्थ वैश्याचेंही वर्णन आहे. ब्राह्मण वनांत जाऊन तपश्चर्या करीत असल्याचीं शेकडों उदाहरणें महाभारतांत आहेत. वनांत जाण्याची इच्छा साहजिकच संसार झाल्यानंतरची आहे, व ज्यांना ईश्वरानें अधिक आयुष्य दिलें आहे, त्यांनाच शक्य आहे. अर्थात् वानप्रस्थाची संख्या नेहेमी कमी असावयाची. तथापि तिन्ही वर्णांस वानप्रस्थाचा अधिकार होता व वानप्रस्थ लोक महाभारतकाळापर्यंत होत होते असें म्हणण्यास हरकत नाहीं. वानप्रस्थाचा अधिकार शूद्रास नाहीं असें महाभारतांत स्पष्ट नाहीं; पण राजाज्ञेनें शूद्राला सर्व आश्रमाचा अधिकार आहे, असें शां० अ० ६३ यांत सांगितलें आहे. रामायणांत तपश्चर्या करणाऱ्या शूद्राचें रामानें पारिपत्य केल्याची कथा आहे. याजवरून शूद्रांना या आश्रमाचा अधिकार नव्हता असें वाटतें. वास्तविकपणें आश्रमधर्म तीन वर्णांकरितांच सांगितले आहेत. असो. आतां आपण चौथ्या आश्रमाकडे वळूं.

संन्यास कोणास विहित आहे.

भारती आर्यांची मानसिक प्रवृत्ति पहिल्यापासूनच संसारत्यागाकडे अर्थात् संन्यासाकडे आहे. या बाबतींत त्यांचा व पाश्चात्यांचा मोठा फरक आहे. विरक्त होऊन केवळ परमेश्वरचिंतन करण्याचें कार्य अनेक भारती आर्यांनीं करून वेदांतासारखीं तत्त्वज्ञानें जगतास उपदेशिलीं. आयुष्याचा उरलेला भाग इंद्रियदमन करून वेदान्तविचारांत घालविणें हें, म्हातारपणीं संसारांत चिकटून राहून संसारांतील अनेक विषयवासनांत देह दुर्बल झाल्यानंतरही मनाला लोळूं देण्यापेक्षां शतपट बरें असें त्यांस वाटे. यामुळें संन्यासाश्रम आर्यांनीं प्रचलित केला होता. प्राच्य व पाश्चात्य संस्कृतींत जो फरक होता व आहे तो हाच. हिंदुस्थानांत केवळ भिक्षा मागून चरितार्थ चालविणारे व वेदान्तज्ञानाचा विचार करणारे संन्यासी शेकडों सांपडतात, तसे इतरत्र कोठें सांपडावयाचे नाहींत; पारशी लोकांतही नाहींत व युरोपियन लोकांतही नाहींत. सारांश, संन्यासाश्रम हा भारती आ-

र्यसमाजाचा विशेष अलंकार प्राचीनकाळापासून आहे. या आश्रमाचा अधिकार प्रारंभीं तिन्ही वर्णांस होता; किंबहुना, संसाराच्या दुःखानें पोळलेल्या शूद्रालाही वेदान्तज्ञानाकडे वळून आपल्या राहिलेल्या आयुष्याचें सार्थक करण्याची इच्छा होणें साहजिक आहे. आणि प्राचीनकाळीं शूद्रही वेदान्तज्ञानाचे अधिकारी असून चतुर्थाश्रमाचेही अधिकारी होते; परंतु पुढें पुढें संन्यासाश्रमाचे कठिण धर्म पाळण्याचें ब्राह्मणांशिवाय इतरांस अशक्य होऊं लागलें व त्यामुळें इतर वर्णांस संन्यासाचा अधिकार आहे कीं नाहीं हा प्रश्न उपस्थित झाला असावा. शान्ति० अ० ६१ यांत संन्यास घेण्याचा अधिकार ब्राह्मणांसच आहे असें म्हटलें आहे; पण अध्याय ६३ मध्यें असें सांगितलें आहे कीं, "पुराणादिद्वारां वेदान्त श्रवण करण्याची इच्छा करणारा, त्रिवर्णसेवारूपी स्वकर्म यथाशक्ति केलेला, प्रजोत्पत्ति झालेला, राजानें अनुज्ञा दिलेला शूद्र तीन वर्णांच्याच योग्यतेचा असून त्यास सर्व आश्रम विहित आहेत." सारांश, "स्वधर्माचें आचरण ज्यानें केलें आहे अशा शूद्राला, वैश्याला आणि क्षत्रियाला संन्यासाश्राम विहित आहे." (भा० पु० ६ पा० १२४) शूद्राला आणि वैश्याला राजाची अनुज्ञा घेऊन संन्यासाश्रम स्वीकारण्याविषयीं येथें सांगितलें आहे याचें आश्चर्य वाटतें. "क्षत्रियालाही सर्व कर्मे केल्यानंतर पुत्रास किंवा दुसऱ्या एखाद्या अन्यगोत्री क्षत्रियास राज्य अर्पण करून संन्यास घेण्यास हरकत नाहीं" असें सांगितलें आहे. राजानें वेदान्तश्रवणाच्याच हेतूनें भिक्षावृत्तीचें अवलंबन करावें, अन्नप्राप्तीच्या इच्छेनें मात्र अवलंबन करूं नये, असें यांत म्हटलें आहे. "संन्यासाश्रमरूपी कर्म ब्राह्मणांवांचून इतर क्षत्रियादि तीन वर्णांस नित्य नाहीं, तर अन्तःकरणास विक्षेप पाडणाऱ्या कर्मांचा त्याग करणें हा काम्य संन्यास विहित आहे." असें टीकाकार म्हणतो.

हा विषय महत्त्वाचा व वादग्रस्त असल्यानें मूळवचनासह येथें देण्यासारखा आहे. शां० अ० ६१ यांत "वानप्रस्थं भैक्ष्यचर्यं गार्हस्थ्यं च महाश्रमम्। ब्रह्मचर्याश्रमं प्राहुश्चतुर्थं ब्राह्मणैर्वृतम्॥" असा प्रारंभीं श्लोक आहे. यांत भैक्ष्यचर्य म्हणजे संन्यास असून तो चतुर्थ आश्रम ब्राह्मणांनीं वृत म्हणजे अंगिकारला आहे. इतरांना वर्ज्य आहे असें यावरून होत नाहीं. याचा आणखी खुलासा अ. ६३ यांत केला आहे "यश्च त्रयाणां वर्णानामिच्छेदाश्रमसेवनम्। चातुराश्रम्ययुक्तांश्च धर्मांस्तान् शृणु पाण्डव"॥ ११.॥ असें सांगून शूद्राला प्रथम राजाज्ञेनें व सर्व कृत्यें झाल्यावर अधिकार आहे असें सांगितलें आहे. "आश्रमा विहिताः सर्वे वर्जयित्वा निराशिषम्। भैक्ष्यचर्यां ततः प्राहुस्तस्य तद्धर्मचारिणः॥ तथा वैश्यस्य राजेन्द्र राजपुत्रस्य चैव हि"॥१४॥ अर्थात् राजपुत्रास अथवा क्षत्रियाला भैक्ष्यचर्य संन्यासाश्रम मोकळा आहे असें स्पष्ट सांगितलें आहे. वैश्याला "कृतकृत्यो वयोतीतो राज्ञः कृतपरिश्रमः। वैश्यो यच्छेदनुज्ञातो नृपेणाश्रमसंश्रयम्॥" यानें राजाची परवानगी अवश्य सांगितली आहे; पण क्षत्रियाला त्याचीही जरूरी नाहीं. राजानें केव्हां चतुर्थाश्रम घ्यावा हें पुढें सांगितलें आहे. "राजर्षित्वेन राजेन्द्र भैक्ष्यचर्या न सेवया। अपेतगृहधर्मोऽपि चरेज्जीवितकाम्यया" या श्लोकांत राजाला भैक्ष्यचर्या मोकळी केली आहे. तथापि राजधर्म म्हणजे प्रजापालनधर्म हा सर्वांत श्रेष्ठ आहे, तो धर्म चालविणाऱ्या राजाला सर्व आश्रमाचें फळ मिळतें असें वर्णिलें आहे तें योग्यच आहे. "महाश्रयं बहुकल्या-

णरूपं क्षात्रं धर्मं नेतरं प्राहुरार्याः । सर्वे धर्मा राजधर्मप्रधानाः सर्वे वर्णाः पाल्यमाना भवन्ति॥" वगैरे राजधर्माची स्तुति योग्य आहे.

एकंदर वचनांवरून ब्राह्मणवर्णच संन्यासास अधिकारी आहे असें महाभारतकाळापर्यंत ठरलें नव्हतें. तथापि असा आग्रह त्या काळीं उत्पन्न झाला होता असें दिसतें. कारण, अनेक ब्राह्मण-संन्यासी शास्त्रमार्ग-विहित रस्त्यानें संन्यास धर्म स्वीकारीत व संन्यासाचे विशिष्ट धर्म पाळीत, पण इतर वर्णांचे लोक संन्यासाश्रम योग्य रीतीनें न घेतां ते नुसताच संन्यासाचा वेष स्वीकारीत; किंबहुना, कित्येक शूद्र चरितार्थ चालविण्याच्या हेतूनेंही भिक्षावृत्तीचें अवलंबन करीत असें दिसतें. संन्याशासच भिक्षा मागण्याचा अधिकार होता, इतरां कोणासही नव्हता ही गोष्ट लक्षांत घेतली पाहिजे. कित्येक आळशी शूद्रही भिक्षु ऊर्फ संन्यासी बनत; यामुळें इतर वर्णांनीं संन्यास घेउं नये असा आग्रह उत्पन्न झाला असावा. तथापि आर्यलोकांच्या साहजिक संसारपराङ्मुख वृत्तीमुळें सर्व वर्णांत अनेक लोक संन्यासी होत असत हें निर्विवाद आहे. महाभारतकाळापर्यंत शेंकडों संन्यासी वनामध्यें राहून तत्त्वविवेचन करीत असत. शिकंदरबादशहाला परमहंसरूपानें अरण्यांत राहणारे निरिच्छ तत्त्ववेत्ते अनेक पुरुष पंजाबांत भेटले होते. यावरून महाभारतांतील वर्णनें प्रत्यक्ष स्थितीचीं आहेत असें म्हणण्यास हरकत नाहीं. बौद्धधर्मानें तर संन्यासाश्रमास आपल्या धर्मांत अग्रस्थान दिलें होतें व हा आश्रम सर्व वर्णांस मोकळा केला होता, यामुळें हजारों शूद्र लोक बौद्ध संन्यासी ऊर्फ भिक्षु बनले व त्यांनीं बौद्ध धर्मास अवनतीस नेलें. हें कसें तें आपण पुढें पाहूं.

संन्यासधर्म.

संन्यासाश्रमाचें उद्दिष्ट—ब्रह्मनिष्ठेचें व्रत योग्य रीतीनें चालावें म्हणून संन्यासाश्रमी मनुष्यानें कोणकोणते धर्म पाळावे याविषयीं फार बारीक नियम पूर्वींपासून होते. "त्यानें सर्वांशीं सदयतेनें वागावें, सर्व इंद्रियें स्वाधीन ठेवावीं व मननशील असावें. कोणाजवळ न मागतां आणि स्वतः तयारी करून न शिजवितां कोणीं अन्न आणून दिल्यास तें ग्रहण करावें. मध्यान्हकाळपर्यंत कांहीं न मिळेल, तर जेथें सर्व माणसांचें भोजन संपलें आहे व जेथें धूरही येत नाहीं, अशा घरीं भिक्षा मागावी. मोक्षविद् मनुष्यानें भिक्षा मागावयाची ती जेथें आदरपूर्वक सर्वरसपूर्ण भोजन घालतील तेथें मागूं नये. जरूरीपेक्षां अधिक मागूं नये. भिक्षेस निघाल्यावर दुसऱ्या भिक्षूजवळील अन्नाची भिक्षा करूं नये. एकांत स्थळीं नेहेमीं संचार करावा. ओसाड घर, अरण्य, वृक्षाचा तळ, नदीतीर यांचा अवलंब करावा. उन्हाळ्यांत एका जागीं एकच दिवस राहावें. पावसाळ्यांत जरूर तर एकच ठिकाणीं मुक्काम ठेवावा. सूर्य दाखवील त्या मार्गानें (जिकडे वाट फुटेल तिकडे) संचार करावा. संग्रह बिलकूल करूं नये. मित्रांबरोबर राहूं नये. जलांत उतरून स्नान करूं नये. पाणी वर काढून स्नान करावें. अहिंसा, ब्रह्मचर्य, सत्य, सरळपणा, अक्रोध, अनसूया, दम आणि चाहाडी न करणें हीं आठ व्रतें पाळावीं. अन्न व वस्त्र यांशिवाय कोणत्याही वस्तूचा स्वकिार करूं नये. शिल्पावर उपजीविका करूं नये. आपण होऊन कोणास उपदेश करूं नये. सामान जवळ बाळगूं नये. सर्व भूतांचे ठिकाणीं समभाव ठेवावा. गतगोष्टींचा शोक करूं नये. केवळ प्रस्तुत गोष्टीचीही उपेक्षा करावी. असा जो निराशी, निर्गुण, निरासक्त, आत्मसंगी

व तत्त्वज्ञ आहे, तो निःसंशय मुक्त होतो" वगैरे वर्णन अनुगीतेंत आहे (आश्व० अ० ४६ भाग ७, पान ८१) या वर्णनांत संन्यासाश्रमाचीं जीं कर्तव्यें सनातनधर्मानें सांगितलीं आहेत त्या बहुतेक कर्तव्यांचा बौद्धधर्मी संन्याशांनीं त्याग केला आणि त्यामुळें बौद्ध भिक्षूंची पुढें अवनति झाली असें आपल्यास दिसून येईल.

बौद्ध संन्यासी एकान्तांत राहण्याचें सोडून संघ करून राहूं लागले ही त्यांनीं पहिली मोठी चुकी केली. संघामध्यें नानाप्रकारच्या दुष्ट कल्पना प्रचलित होतात. उच्चनीचभाव उत्पन्न होतो व परमेश्वराचें भजन व आत्म्याचें चिंतन हें सुटून संघाचा अधिपति होण्याची महत्त्वाकांक्षा उत्पन्न होते. संन्याशानें पडकें घर किंवा अरण्य यांचा आश्रय करावा, हा जो नियम होता तो बौद्धांनीं टाकून देऊन मोठमोठाले राजे लोकांनीं बांधलेले संघाराम यांत वास्तव्य केलें. यामुळें त्यांस ऐषआरामाची संवय लागली. संन्याशांनीं एका गांवांत एकच दिवस राहावें असा नियम होता, त्या ऐवजीं बौद्ध संन्यासी कायमचे रहिवाशी निरनिराळ्या गांवाजवळच्या संघारामाचे झाले. संन्याशांनीं जेथें आदरयुक्त भिक्षा न मिळेल तेथेंच भिक्षेला जावें. बौद्ध भिक्षु याच्या उलट श्रीमंत उपासकाच्या येथें मेजवान्या खाऊं लागले. संन्याशानें द्रव्यसंग्रह किंवा सामानाचा संग्रह करूं नये, परंतु संघारामांतील बौद्ध भिक्षु मोठमोठाले गांव व जमिनी संघारामाच्या व्यवस्थेकरितां इनाम घेऊं लागले. तात्पर्य, संन्याशांचे, सनातनधर्मीयांचे अवश्य व कडकडीत नियम टाकून देऊन बौद्ध भिक्षु होणें, म्हणजे एक पोट भरण्याचा किंवा संस्थानाधिपति होण्याचा धंदा झाला, यामुळें बौद्ध संन्यास लवकरच हास्यास्पद झाला. याचप्रकारची अवनति सनातन धर्मामध्येंही यापुढें झाली व कलियुगांत संन्यास वर्ज्य आहे असा नियम पुराणांनीं प्रचलित केला.

हा इतिहास महाभारताच्या नंतरचा आहे. संन्यासाला अवश्य लागणारे कडकडीत नियम महाभारतकाळीं प्रत्यक्ष आचरणांत असावे असें मानण्यास हरकत नाहीं. 'यत्र सायंगृहो मुनिः' जेथें संध्याकाळ होईल तेथेंच वस्ती करणारे मुनि अगर संन्यासी पूर्वकाळापासून महाभारतकाळापर्यंत होते यांत शंका नाहीं. सनातन संन्याशांचें वस्त्र भगव्या रंगाचें होतें व बौद्धांनीं आपल्या संन्याशांना पिवळें वस्त्र दिलें. भगवें वस्त्र धारण करून भोंदूपणाचा धंदा करणारेही महाभारताच्या वेळीं होते असें राजेलोकांनीं संन्याशाच्या वेशानें आपले हेर निरनिराळ्या ठिकाणीं पाठवावे असा नियम सांगितला आहे, यावरूनच दिसतें. महाभारतकाळीं स्त्रियांनीं संन्यास घेतल्याचीं उदाहरणें आहेत. उपनिषदांत गार्गी, वाचक्नवी वगैरे तत्त्ववेत्त्या ब्राह्मण स्त्रिया वर्णिल्या आहेत, त्याचप्रमाणें महाभारतांत सुलभा नांवाची एक संन्यासिनी वर्णिलेली आहे. तिचा जनकाशीं झालेला वक्तृत्वपूर्ण व तत्त्वज्ञानपूर्ण संवाद शान्तिप० ३२० अध्यायांत वर्णिलेला आहे. यांत शेवटीं तिनें मी क्षत्रिय कन्या आहें, मला योग्य भर्ता न मिळाल्यामुळें गुरूपासून मी मोक्षशास्त्राचें शिक्षण घेऊन नैष्ठिक ब्रह्मचर्याचा आश्रय करून यतिधर्मानें रहात आहें असें तिनें सांगितलें आहे. सारांश, प्राचीनकाळीं क्षत्रियस्त्रिया सुद्धां विवाह न करतां एकदम संन्यास घेत असत, परंतु हा प्रचार महाभारतकाळीं नसावा, असें दिसतें. कारण, ही सुलभा सत्ययुगांतली आहे असें प्रारंभीं सांगितलें आहे.

मोक्षधर्माची प्राप्ति संन्यासाश्रमांतच आहे

किंवा इतर आश्रमांतही आहे हा एक मोठा महत्त्वाचा प्रश्न आहे. याच प्रश्नावर हा सुलभाजनकसंवाद दिलेला आहे. यांतील निर्णय निश्चयात्मक नाहीं. तथापि मोक्षाकडे नेण्यास संन्यासच समर्थ आहे असा यांतील आशय दिसतो. असो. या विषयाचें विवेचन अन्य स्थळीं करूं. संन्याशाचीं बाह्य लक्षणें या संवादांत दिलीं आहेत तीं भगवीं वस्त्रें घेणें, डोई मुंडणें, त्रिदंड धारण करणें व कमंडलु घेणें, अशीं सांगितलीं आहेत. याशिवाय हेंही सांगितलें आहे कीं संन्याशांनीं इतर आश्रमांचे धर्म आचरण करूं नयेत. विशेषतः संन्यासी जर गृहस्थाश्रमी होईल तर तो पतित होईल, अर्थात् आर्यलोकांच्या समाजांतून भ्रष्ट होईल अशी समजूत होती. किंबहुना, यासंबंधानें धर्मशास्त्रांत व वेदान्तसूत्रांतही असेच परिणाम सांगितले आहेत. ज्याप्रमाणें वर्णसंकर हा एक अतिनिंद्य व भयंकर प्रसंग मानला जात असे त्याप्रमाणें आश्रमसंकर हाही भयंकर आहे असें लोक मानीत. या सुलभाजनकसंवादात याच आश्रमसंकराचें भयंकर पातक वर्णिलेलें आहे. खालच्या वर्णांतील पुरुषांनीं वरिष्ठ वर्णांतील स्त्रिया करणें हें जसें निंद्य समजलें जात असे, त्याचप्रमाणें वरिष्ठ आश्रमांतून खालच्या आश्रमांत येणें हें निंद्य समजलें जात असे. यामुळें ही सनातन धर्मांतील संन्यास हा आचरण्यास अतिशय कठीण होता.

गृहस्थाश्रमाची थोरवी.

ब्रह्मचर्य, गार्हस्थ्य, वानप्रस्थ व संन्यास असे हे चार आश्रम एकाहून एक अधिक श्रेष्ठ मानले गेले असले तरी गृहस्थाश्रमाची थोरवी सर्व आश्रमांहून अधिक आहे असें शांतिपर्व अध्याय २४३ यांत वर्णिलें आहे. गृहस्थानें विवाह करून अग्न्याधान करावें व गृहस्थाश्रमास उचित आचरण करावें. होतां होईल तों गृहस्थाश्रम्यानें यजन, अध्ययन आणि दान या तीन कर्मांचेंच आचरण करावें. गृहस्थाश्रम्यानें केव्हांही आपल्याच उपयोगासाठीं अन्न शिजवूं नये व पशूंची व्यर्थ हिंसा करूं नये. त्यानें दिवस, पूर्वरात्रीं किंवा उत्तररात्रीं निजूं नये. सकाळ व संध्याकाळ यांवांचून मध्यें भोजन करूं नये. ऋतुकालावांचून स्त्रीला शय्येवर बोलावूं नये. अतिथीचा सदैव बहुमान करावा. दांभिकपणानें जटा व नखें वाढवून स्वधर्माचा उपदेश करणारा, अविधीनें अग्निहोत्राचा त्याग करणारा जो पुरुष त्याचाही गृहस्थाश्रमी पुरुषाच्या अन्नामध्यें भाग असतो. गृहस्थाश्रमी पुरुषानें घरीं अन्न न शिजविणाऱ्या लोकांना अर्थात् ब्रह्मचारी आणि संन्यासी यांना अन्नदान करावें. त्यानें नेहेमीं विघस आणि अमृत यांचें भक्षण करावें. यज्ञांतलि अवशिष्ट राहिलेलें होमद्रव्य यास अमृत म्हणतात आणि पोष्य वर्गांनीं भक्षण करून राहिलेल्या अन्नाला विघस म्हणतात; अर्थात् गृहस्थानें यज्ञ करून व ब्रह्मचारी, संन्यासी, अतिथि व लहान मुलें, नोकर इत्यादिकांना जेवण घालून मग आपण अन्न सेवन करावें. याप्रमाणें सर्व आश्रमांचा व पोष्य वर्गाचा पोषण करणारा गृहस्थाश्रम असल्यानें त्याची योग्यता सर्वांहून श्रेष्ठ आहे. गृहस्थाश्रम्यानें स्वतंत्र धंदा करून द्रव्य मिळवावें किंवा राजापासून याचन करावें आणि त्याच्या योगानें यज्ञयागादि क्रिया व कुटुंबपोषण करावें. असो. तर कित्येकांच्या मतें गृहस्थाश्रमांतच राहून शेवटपर्यंत कर्मयोगाचें सेवन करीत असावें म्हणजे याच आश्रमांत त्यास मोक्ष मिळेल. किंबहुना, प्रत्येक आश्रम यथासांग आचरण केला असतां त्याच आश्रमांत सद्गति मिळणें शक्य आहे. यासाठीं आश्रमधर्माचें यथायोग्य

सेवन झालें पाहिजे. गृहस्थाश्रमाचें यथासांग सेवन करणें हें किती कठीण आहे याची कल्पना त्याचे वरील आचार पाहिले असतां सहज लक्षांत येईल. गृहस्थाश्रमानें धर्म, अर्थ, काम आणि मोक्ष हे चारी पुरुषार्थ साधूं शकतात. परंतु वृद्धापकाळीं वानप्रस्थ व संन्यास या आश्रमांकडे पुत्रावर भार टाकून वळावें हें उत्तम होय असें महाभारतकारांचें मत दिसतें.

३ शिक्षणपद्धति.

प्राचीनकाळीं हिंदुस्थानांत शिक्षणपद्धति कशी होती? गुरुशिष्य-संबंध कसा असे? साधारण लोकांचें शिक्षण कसें होतें? क्षत्रियांचें कसें होतें? स्त्रियांस काय शिकवीत? राजपुत्रांस काय व कसें शिकवीत? लोकांस धंद्याचें शिक्षण कसें मिळे? इत्यादि प्रश्न आपल्यास या प्रकरणांत सोडवावयाचे आहेत. या प्रश्नांसंबंधानें महाभारतांत संपूर्ण माहिती मिळणें शक्य नाहीं हें उघड आहे. तथापि निरनिराळ्या ठिकाणच्या उल्लेखांवरून आपल्यास यासंबंधानें बरीच माहिती मिळूं शकते आणि ती एकत्र जमवून या विषयाचा ऊहापोह आपण याच (वर्णाश्रम) प्रकरणांत करूं.

प्रथम गोष्ट ही कीं, लोकांस शिक्षण देण्याची जबाबदारी प्राचीनकाळीं ब्राह्मणांनीं आपल्या शिरावर घेतली होती. वर्णव्यवस्थेमध्यें जे अनेक उत्तम नियम होते त्यांत शिकविण्याचें काम ब्राह्मणांनीं करावें हा एक नियम होता. अध्यापन व अध्ययन हीं ब्राह्मणांच्या आद्य कर्तव्यांपैकीं व अधिकारापैकीं होतीं. सर्व प्रकारचें शिक्षण देण्याची शक्ति ब्राह्मणांनीं स्वतः अध्ययन करून संपादावी आणि त्याप्रमाणें त्यांनीं सर्व प्रकारचें शिक्षण लोकांस द्यावें असा निर्बंध प्राचीनकाळीं होता. केवळ धार्मिकच नव्हे तर इतर धंद्यांचें शिक्षणही ब्राह्मणांनींच द्यावें असें होतें व ते देतही असत ही गोष्ट निर्विवाद दिसते. शिक्षण देण्याचें कर्तव्य राजाचें आहे असेंही जरी त्यावेळीं मानीत होते तरी तें स्वतंत्र सरकारी शाळा काढून नव्हे तर ब्राह्मणांचा चरितार्थ चालवून. ब्राह्मणांचा चरितार्थ चालविणें हें समाजाचें कर्तव्य होतें आणि अशा कर्तव्य बजावण्याच्या दृष्टीनें दान घेण्याचा अधिकार ब्राह्मणांसच ठेवला होता हें खरें. तथापि जेथें अशानेंही ब्राह्मणांचा चरितार्थ चालत नसे तेथें राजानें चालविला पाहिजे असा नियम होता. मात्र ही गोष्ट स्वकर्मनिष्ठ ब्राह्मणांनाच लागू होती इतरांना नव्हती. इतर ब्राह्मण 'ब्राह्मणक' असून त्यांस राजानें शूद्रवत् वागवावें असें महाभारतांत सांगितलें आहे. असो. तर याप्रमाणें प्राचीनकाळीं शिक्षणाची व्यवस्था अत्यंत उत्तम असून शिक्षकांचा एक स्वतंत्र वर्गच स्वार्थत्यागाच्या पद्धतीवर तयार झालेला समाजांत असे ही गोष्ट आपण लक्षांत ठेविली पाहिजे. ब्राह्मणांनीं लोकांस प्राचीनकाळीं अज्ञानांत ठेविलें ही गोष्ट चुकीची असून उलट ब्राह्मणांनीं सर्व लोकांचें शिक्षण आपल्या डोक्यावर घेतलें होतें असें त्यांच्या संबंधानें आपल्यास आदरानें म्हणावयास पाहिजे.

वर सांगितल्याप्रमाणें प्राचीनकाळीं शिकण्याच्या सरकारी शाळा नव्हत्या. तर प्रत्येक ब्राह्मणाचें घर ही शिकण्याची शाळा असे. ज्या त्या गुरूच्या गृहीं विद्यार्थी जाऊन शिकत असत आणि गुरूनें विद्यार्थ्यांस आपल्या घरीं शिकवावें असाही नियम होता. ज्याप्रमाणें प्राचीन वर्णव्यवस्थेमध्यें शिक्षकांची पूर्ण सोय केलेली होती त्याप्रमाणें प्रत्येक त्रैवर्णिकानें शिकलेंच पाहिजे असाही नियम वर्णव्यवस्थेंत होता. हल्लीं आपण सक्तीच्या शिक्षणाचा प्रश्न सोडवीत आहोंत. पण प्राचीनकाळीं हा प्रश्न वर्णव्यवस्थेनेंच सोडविला होता. प्रत्येक

ब्राह्मण, क्षत्रिय, वैश्यानें शिकलेंच पाहिजे असा प्राचीन नियम होता. गुरूच्या घरीं जाऊन प्रत्येक त्रैवर्णिक मुलानें शिकावें अशी सक्ति असून त्यासाठीं उपनयन हा संस्कार त्या वेळीं धर्मांत घातलेला अमलांत होता. त्याप्रमाणें प्रत्येक मुलास गुरुगृहीं शिकण्यास जाऊन कांहीं काळपर्यंत राहावें लागत असे. उपनयन-संस्काराचें हल्लीं नुसतें संस्कार-स्वरूप राहून त्यांतलें मुख्य कृत्य नाहींसें झालें आहे. पण तसें महाभारतकाळीं नव्हतें असें वाटतें. निदान भारतीकाळाच्या प्रारंभीं तरी नव्हतें. प्रत्येक मुलास गुरुगृहीं राहून शिक्षण घेण्याची प्राचीनकाळीं सक्ति होती. आतां हें शिक्षण मुख्यतः धार्मिक असे, ही गोष्ट खरी. तथापि, वेदविद्या शिकवली जाऊन शिवाय इतर विद्याही शिकविल्या जात असत हें निर्विवाद आहे; आणि साधारणपणें सर्व प्रकारचें शिक्षण एकाच गुरूच्या गृहीं मिळण्याचा साम्प्रदाय होता. अशा शिक्षणास कमींत कमी बारा वर्षें तरी लागत. परंतु कांहीं ठिकाणीं यांहून ज्यास्ती वर्षेंही लागत व कांहीं ठिकाणीं यांच्याहून कमी लागत. तथापि हा नियम कडकडीत असे कीं, जोंपर्यंत शिष्य अथवा मुलगा विद्या शिकतो आहे तोंपर्यंत त्याचें लग्न होत नसे. जसें गुरुगृहीं जाणें हें एक धार्मिक विधीचें कृत्य होतें त्याप्रमाणेंच विद्या संपवून गुरुगृहाहून परत येणें हेंही एक धर्मविधीचेंच कृत्य होतें. यास समावर्तन अथवा परत येणें असें नांव होतें. हें समावर्तन गुरूच्या परवानगीनें होत असे. म्हणजे मुलगा परीक्षा पास झाला असें गुरूनें सरटिफिकिट दिलें म्हणजे त्याची सुटका होऊन त्यास आपल्या घरीं येण्यास परवानगी मिळे. असें समावर्तन झालें म्हणजे मग त्यास लग्न करण्याची मुभा झाली. यानंतर कित्येक वैराग्ययुक्त ब्रह्मनिष्ट ब्राह्मण लग्न करण्याच्या भरीस न पडतां गुरुगृहींच विद्याभ्यास व तपश्चरण करण्यास राहत आणि संसारांत मुळींच पडत नसत. अशांस नैष्ठिक ब्रह्मचारी म्हणत व ते गुरुगृहीं न राहिले व दुसरीकडे स्वतंत्र राहिले तरी चालत असे. अर्थात् ते आजन्म ब्रह्मचर्य पाळीत व ब्रह्मचाऱ्याचें कडकडीत व्रतही आचरीत. यासच पहिला आश्रम अशी संज्ञा आहे आणि हा आश्रम प्राचीनकाळीं प्रत्यक्ष अमलांत होता हें निर्विवाद आहे. हल्लीं मात्र उपनयन व समावर्तन दोन्ही फार्स झाले आहेत. कलियुगांत दीर्घकाल ब्रह्मचर्य वर्ज्य आहे अशी पुराणांची समजूत आहे, ती एका दृष्टीनें योग्य आहे. कारण, स्मृतिशास्त्रांत सांगितल्याप्रमाणें खरें ब्रह्मचर्य आजकाल पाळलें जाणार नाहीं व जातही नाहीं हें उघड आहे. तथापि प्राचीनकाळीं महाभारतकाळापर्यंत असा ब्रह्मचर्य पाळण्याचा साम्प्रदाय चालू होता, असें मानण्यास हरकत नाहीं. ह्या ब्रह्मचर्याश्रमाचे नियम काय आहेत हें महाभारतांत कित्येक ठिकाणीं सांगितलें आहे. त्यांचा आपण येथें थोडक्यांत सारांश देऊं.

" आयुष्याचा पहिला चतुर्थांश ब्रह्मचर्यानें काढावा. धर्मतत्वाचें ज्ञान संपादन करीत गुरुगृहीं अथवा गुरूच्या पुत्रापाशीं रहावें. गुरूच्या नंतर निजावें व पूर्वीं उठावें. शिष्यानें अथवा दासानें कार्य करण्याचें असेल तें करावें. काम केल्यावर गुरूपाशीं जाऊन अध्ययन करावें. शुचिर्भूत व कार्यदक्ष असावें. गुरूनें भोजन केल्यावांचून आपण भोजन करूं नये. गुरुचरणस्पर्श उजव्या हातानें उजव्या पायास व डाव्यानें डाव्या पायास करावा. जे गंध अथवा रस ब्रह्मचाऱ्यानें सेवन करावयाचे नाहींत ते सेवन करूं नयेत. शास्त्रांत सांगितलेले ब्रह्मचर्याचे सर्व नियम पाळावे. अशा रीतीनें गुरूला प्रसन्न

करून त्यास दक्षिणा देऊन यथाविधि समावर्तन करावें आणि नंतर गुरूच्या अनुज्ञेनें स्त्री करावी" (शां० अ० २४३ भा० पु० ६ पा० ५११)

वरील वर्णनावरून शिष्याच्या भोजनाची सोय बहुधा गुरूच्याच येथें असावी. मात्र शिष्यास गुरूच्या घरीं काम करावें लागत असे. शिक्षणाबद्दल हल्लींप्रमाणें फी नसे ही गोष्ट खरी आणि भोजनाबद्दलही कांहीं द्यावें लागत नसे, परंतु त्याचा हा मोबदला फारच कडक होता. बहुतेक ब्राह्मणविद्यार्थी भिक्षाही मागत असे दिसतें. क्षत्रियवैश्यांना स्मृतींत भिक्षा वर्ज सांगितली आहे. तथापि गुरुगृहीं काम करणें हें सर्वच विद्यार्थ्यांस जरूर होतें आणि याप्रमाणें श्रीकृष्णादिकांनीं सुद्धां काम केल्याचें हरिवंशांत वर्णन आहे. अशा रीतीनें शारीरिक काम करणारा विद्यार्थी शरीरानें सुदृढ झाला पाहिजे. हा एक मोठा फायदाच होता. तथापि कांहीं गुरु शिष्यांस अतिशय त्रास देत असावेत. कारण, आदिपर्व अ० ३ यांत धौम्यऋषि वेदशिष्याला नांगरास सुद्धां लावीत असें वर्णन आहे. " तरी त्यास खेद वाटला नाहीं " (भा. पु. १ पा. ४९) वेदानें आपले गुरुगृहींचे हाल मनांत आणून " आपल्या शिष्यांस गुरुसेवेसारखें दुर्धर काम सांगून मुळींच कष्ट दिले नाहींत. " (पान ४९) असो. प्रत्येक शिष्यास काम कमी ज्यास्ती करावें लागे हें निर्विवाद आहे. गुरूच्या स्वभावानुरूप ज्यास्त त्रासदायक किंवा कमी हें निराळें. गुरूची मर्जी राखून विद्या संपादन करावयाची असे. गुरुकृपेवाचून विद्या यावयची नाहीं असा समज होता. गुरूचा पूर्वकाळीं अत्यंत आदर यामुळें असे. गुरुपत्नी व गुरुपुत्र यांचाही आदर तसाच होता. गुरुपत्नीसंबंधानें शिष्यानें कधींही कुवर्तन करूं नये असाही नियम असणें साहजिक आहे आणि गुरुपत्नीगमनाचें पातक महापातक गणलें असून त्यास देहान्तच प्रायश्चित्त होतें हें अन्यत्र सांगितलेंच आहे. गुरुपत्नीस नमस्कार करणें तो सुद्धां दुरून करावा अशी आज्ञा स्मृतींत आहे. असो. फुकट शिक्षणाची चाल याप्रमाणें प्राचीनकाळीं होती, पण विद्या संपूर्ण झाल्यावर गुरुदक्षिणा देण्याचा प्रघात होता. हल्लींप्रमाणें गुरूची फी व डाक्टरची फी अगोदर घेण्याचा सांप्रदाय जरी नव्हता तरी कार्य झाल्यावर गुरुदक्षिणा देणें जरूर होतें. ही दक्षिणा सामान्यतः दोन गाई अशीच मानलेली होती. तीही अत्यंत कठिण होती असें नाहीं कित्येक गुरुदक्षिणा न घेतांही नुसतें पोंचली म्हणून शिष्यास घरीं जाण्यास परवानगी देत असत. सामान्यतः गुरुगृहीं शिक्षण होत असतां शिष्यास स्वगृहीं जाण्याची परवानगी नसे असें दिसतें. " गुरूपासून केव्हांही दूर राहूं नये " असा नियम होता. तथापि गुरूच्या परवानगीनें शिष्यास घरीं जातां येत असावें. शेवटची परवानगी होण्यास दक्षिणेची अवश्यकता होती. या दक्षिणेसंबंधानें असंभाव्य गोष्टी महाभारतांत अनेक आल्या आहेत. त्या बहुतेक शिष्यांच्या ऐटीनेंच आल्या आहेत असें वर्णनावरून दिसतें. गुरूनें दक्षिणा नको असें म्हटलें असतांही आपल्यास काय दक्षिणा हवी असा अभिमानाचा आग्रह शिष्य धरीत तेव्हां गुरु वाटेल ती दक्षिणा मागत आणि मग शिष्य भ्रमणांत पडत. आदिपर्वांत उत्तंकाची व उद्योगपर्वांत गालवाची अशीच कथा आहे. असो. या कथा अपवादक होत आणि शिक्षण संपल्यानंतर ही गुरुदक्षिणाही ठरलेली असे आणि तेवढी देऊन शिष्य समावर्तनविधि करून नंतर घरीं येऊन गुरूच्या अनुज्ञेनें विवाह करीत.

एकंदर आर्य लोकांच्या शिक्षणाची हींच पद्धत पूर्वकाळीं प्रचलित होती असें दिसतें. प्राचीन किंवा अर्वाचीनकाळीं पाश्चात्य आर्य-देशांतही गुरुगृहीं जाऊन राहून तेथेंच विद्यार्जन करण्याची पद्धति दिसते आणि तिचींच रूपांतरें होऊन तेथील हल्लींचीं बोर्डिंग स्कुलें उत्पन्न झालीं आहेत. विद्यार्जन करीत असतां शारीरिक श्रम करावे लागत, गुरुगृहीं नियमानें रहावें लागे आणि सर्व प्रकारचें कडकडीत व्रत पाळण करणें जरूर असल्यानें अन्नपान वगैरे सात्विक व बेताचें असल्यानें बुद्धि तीव्र व शरीर निकोप होत असे असें मानण्यास हरकत नाहीं. एकाच गुरूपाशीं अनेक विद्यार्थी राहूं शकणें प्राचीनकाळीं शक्य नव्हतें यामुळें शेंकडों मुलें बोर्डिंगांत राहिल्यानें जे दोष उत्पन्न होतात ते पूर्वी होत नसत असें म्हटलें पाहिजे. एका गुरूच्या गृहीं बहुधा चार पांच विद्यार्थी असत, यापेक्षां ज्यास्त विद्यार्थी नसावेत असा अंदाज होतो. कारण सामान्यतः गुरूच्या गृहीं राहण्याची ज्यास्त सोय नसावी. शिवाय गुरुपत्नींनाही अनेक विद्यार्थ्यांच्या भोजनाची उठाठेव होणें शक्य नसावें. प्रत्येक विद्वान् ब्राह्मणास अध्यापनाचा अधिकार असल्यानें अशा शाळा अनेक असाव्यात आणि त्यामुळेंच सर्वांच्या शिक्षणाची सोय शक्य होती असें दिसतें.

गुरूवांचून विद्या शिकण्याचा पूर्वकाळीं साम्प्रदाय नसावा. निदान वेदविद्या तरी गुरूवांचून शिकूं नये असा लोकांचा समज होता. वनपर्वांत (अ० १३८) यवक्रीतानें गुरूवांचून वेदांचें अध्ययन केलें म्हणून त्यास अतिशय दुःख भोगावें लागलें असें वर्णन आहे. (भा. पु. २ पा. २८०) यावरून वेदांची त्या वेळीं पुस्तकेंही असावीं असें अनुमान होतें; कारण, गुरूशिवाय वेद शिकणें तो पुस्तकांवरूनच शिकणें शक्य आहे. असो. सर्वच विद्या गुरूपासून शिकली असतां फलद्रुप होते असा समज पूर्वकाळीं होता. आणि वेदविद्या तर गुरूपासूनच शिकली पाहिजे असा निश्चय होता. वेद गुरूशिवाय चांगले शिकणें शक्यच नाहीं हें उघड आहे. कारण, त्यांचा नीट शुद्ध उच्चार होणें हे पुस्तकांवरून संभवनीय नाहीं. कांहीं तरी गुरुमुख पाहिजे हें उघड आहे.

असो. शूद्रांना वेदविद्येचा अधिकार नव्हता यामुळें शूद्रांना वेद शिकविले जात नसत. पण शूद्र विद्यार्थी इतर विद्या शिकण्याकरितां येत असावे असा अंदाज आहे. शूद्रांना आश्रमधर्म नाहीं असें स्पष्ट सांगितलें नाहीं. चारही वर्णांना संन्यासाश्रम विहित आहे कीं नाहीं हा प्रश्न जसा महाभारतकाळीं अनिश्चित स्थितींत होता त्याप्रमाणें शूद्रांना विद्या शिकवावी कीं नाहीं हाही प्रश्न अनिश्चित दिसतो. त्यांस वेदविद्या शिकवावयाची नाहीं हें तर ठरलेंच होतें; पण इतर विद्या शिकविण्यास हरकत नसावी. या संबंधानें एकलव्याची हकीकत लक्षांत घेण्यासारखी आहे. द्रोणाची कीर्ति ऐकून अनेक राजपुत्र त्यापाशीं धनुर्विद्या शिकण्यासाठीं आले तेव्हां त्यास गुरु करण्यासाठीं व्याधांचा राजा हिरण्यधनु याचा पुत्र एकलव्य त्यापाशीं आला. तेव्हां त्या धर्मज्ञ द्रोणानें त्यास इतर शिष्यांच्या हितास्तव शिष्य म्हणून घेतलें नाहीं असें वर्णन आहे. (आदि० अ० १३२ पान २८२) यांत मुख्य मुद्दा वर सांगितल्याप्रमाणें आहे. हा मुद्दा सर्व लोकांत अद्यापही आहे. जपानचे लोक आपली अस्त्रविद्या दुसऱ्या देशांतील लोकांस शिकवीत नाहींत किंवा जर्मनीचे लोक इंग्रजांस शिकवीत नाहींत. चोहोंकडे तत्व एकच आहे; पण हाच व्याध नसून दुसऱ्या एखाद्या

शूद्र जातीचा असता तर द्रोणानें त्यास शिकविलें असतें. असो, व्याधानें द्रोणास गुरु मानून त्यांचा मातीचा पुतळा करून त्यांस नमस्कार करून धनुर्विद्येचा अभ्यास केला तेव्हां गुरुदक्षिणा मागावयास द्रोणानें कमी केलें नाहीं. असो. जेथें अशा प्रकारची भीति किंवा परराज्यांतील अनार्य लोकांचा विचार आड येत नसेल तेथें शूद्रांनाहीं वेदाशिवाय इतर विद्या शिकवीत असावे असें अनुमान निघतें. असो. त्रैवर्णिकांना तर सर्व विद्या शिकल्याच पाहिजेत अशी सक्ति होती आणि वेदविद्येचाही त्यांस पूर्ण अधिकार होता असें महाभारतावरून स्पष्ट दिसतें. महाभारतकाळानंतर बौद्ध, जैन धर्मांचा प्रसार होऊन जातींचाच घोंटाळा वर्णभेद झुगारल्यामुळें उत्पन्न झाल्यानें आणि वेदविद्येचेंही माहात्म्य या लोकांनीं कमी केल्यानें ही परिस्थिति बदलली असें म्हणावें लागतें. किंबहुना, इतर वर्णांनींच वेद शिकण्याचा क्रम यापुढें सोडल्यानें या परिस्थितींत अन्तर पडलें असें म्हटलें पाहिजे.

पुष्कळ विद्यार्थी एका ठिकाणीं जमून मोठमोठाल्या हल्लींच्या विश्वविद्यालयासारख्या संस्था भारतीकाळांत होत्या किंवा नाहीं हा एक महत्त्वाचा प्रश्न आहे. कण्व कुलपतीचा आश्रम महाभारतांत आदिपर्वांत वर्णिला आहे त्याजवरून अशा विद्यालयाची कल्पना आपल्या समोर उभी राहते. मालिनी नदीच्या काठीं असलेल्या या सुंदर आश्रमांत अथवा ब्राह्मणांच्या वसतींत "अनेक ऋषि ऋग्वेद मंत्रांचें पठण करीत होते. व्रतस्थ ऋषि सामवेद गात होते. साम व अथर्व मंत्रांचें पदक्रमसहित उच्चारण ऐकूं येत होतें. एकाच शाखेंत अनेक शाखांचा समाहार करणारे आणि अनेक शाखांच्या गुणविधींचा एका शाखेंत समवाय करणारे, मोक्षशास्त्र जाणणारे, प्रतिज्ञा, शंका, सिद्धांत इत्यादि जाणणारे, व्याकरण, छंद, निरुक्त, ज्योतिष यांत पारंगत असलेले, द्रव्यगुणकर्म यांची व्यवस्था पूर्ण जाणणारे, कार्यकारण नियमांचे ज्ञाते, पशुपक्ष्यांच्या वाक्यांचें, तसेंच मंत्रांचें रहस्य जाणणारे, नानाशास्त्रांचें आलोडन करणारे व त्यांवर प्रामाणिकपणानें बोलणारे अशा हजारों ऋषींचा गजर नास्तिक पंथांच्या मुख्यांनीं केलेल्या वादविवादांची त्यांत भर पडून फारच मनोहर ऐकूं येत होता" असें मनोहर वर्णन येथें आहे (भा० पु० १ पा० १९८). या वर्णनावरून कोणकोणत्या विद्या व चर्चा आश्रमांत शिकविल्या किंवा केल्या ज़ात असत हें दृष्टोत्पत्तीस येतें. पण अशी विद्यापीठें हीं मूळ शिकण्याची स्थानें नव्हतीं असें वाटतें. शिकलेल्या लोकांस आपल्या विद्वत्तेची परीक्षा देण्याची किंवा तिची जागृति ठेवण्याची हीं स्थानें असावींत असा अंदाज होतो. मुख्य शिक्षण निरनिराळ्या गुरूंच्याच गृहांत दहांपांच विद्यार्थ्यांत होत असावें असें दिसतें.

जेथें कौरव-पाण्डवांसारखे अनेक विद्यार्थी एकाच ठिकाणीं असत तेथें सर्वांस गुरुगृहीं न पाठवितां स्वतंत्र एखादा शिकविणारा ठेवण्याचा साम्प्रदाय असावा. या कारणानें द्रोणाची योजना गुरुस्थानीं हस्तिनापुरांत केल्याचें वर्णन आहे. हीं सर्व मुलें प्रथम कृपाचार्याजवळ वेदविद्या व अस्त्रविद्या शिकलीं, पण द्रोण हा भरद्वाजपुत्र असून अस्त्रविद्या परशुरामाजवळ शिकलेला होता; तो द्रुपदावर रागावून आपला मेहुणा कृप याजवळ येऊन राहिला तेव्हां भीष्मानें त्याची अधिक लायकी पाहून सर्व राजपुत्रांस त्याचे शिष्य करून त्याच्या स्वाधीन केलें. अर्थात् द्रोणाला त्यांनीं राज्यांत नोकर ठेविलें व त्यास गृहधनधान्यादि संपत्ति दिली. हा प्रकार नेहमींच्या उलट

झाला हें उघड आहे. एक तर दोन गुरु राजपुत्रांना झाले. दुसरें, गुरूच्या गृहीं शिष्यानें राहण्याचें त्याच्या उलट शिष्याच्या गृहीं निदान राज्यांत त्याच्या आश्रयानें गुरु राहिला. हा प्रकार अर्थात् अतिशय श्रीमंत व राजपुत्र अशा लोकांसाठींच होता. यांत शिष्यांस घर सोडून दूर रहावें लागत नाहीं हें उघड आहे. असो. द्रोणाजवळ इतर देशांतील राजपुत्र विद्या शिकण्याकरिता येऊन राहिले होते असें वर्णन आहे. द्रोण धनुर्विद्येंत अतिशय विद्वान् असून त्यास कृपाप्रमाणें आचार्य ही पदवी होती. पण दरिद्री असल्यानें किंवा द्रुपदाचा सूड उगविण्याच्या इच्छेनें त्यानें राजसेवा पत्करली असेंच वर्णन आहे.

साधारणपणें गुरूच्याच गृहीं शिष्यानें राहण्याचा सांप्रदाय होता व तेथें राहत असतां मागून आणिलेली भिक्षा गुरूला निवेदन करून नंतर आपला चरितार्थ चालवावा. अर्थात् गुरु आणि शिष्य दोघेही शांत व समाधान वृत्तीचे असावे लागत. (शां० अ० १९१) हा बहुधा ब्राह्मण विद्यार्थ्यांचा व वेदविद्या शिकण्याचा सांप्रदाय असावा. प्रत्येक विद्यार्थ्यास निराळा अग्नि ठेवून सकाळ संध्याकाळ त्याचें पूजन करावें लागत होतें. ‘ उभे सन्ध्ये भास्कराग्निदैवतान्युपस्थाय ’ सकाळ संध्याकाळ सूर्य, अग्नि आणि इतर देवता यांची स्तुति करून तिनदा स्नान करून (त्रिषवणमुपस्पृश्य) गुरूच्या गृहीं स्वाध्यायतत्पर रहावें असेंही शां० अ० १९१ यांत सांगितलें आहे. अर्थात् इतकें कडकडीत व्रत ब्राह्मणांसच शक्य होतें आणि तेंही सर्व ब्राह्मणांस नव्हे. क्षत्रिय, वैश्य यांनाही हाच नियम लागू होता. पण भिक्षेचा नव्हता असें स्मृतीवरून दिसतें. क्षत्रियांना धनुर्विद्या व राजनीति अथवा दण्डनीति हेंही ब्राह्मणच शिकवीत असत आणि वैश्यांनाही वार्ताशास्त्राचें ज्ञान किंवा शिल्पाचें ज्ञान ब्राह्मण गुरूंपासूनच मिळत असे. तथापि या विद्या शिकविणारे लोक राज्यांतही नोकर असावेत असा अंदाज दिसतो, व त्यांचा मुख्य उपयोग राजपुत्र व योद्धे यांस धनुर्विद्या शिकविण्याचा असे. सभापर्वातील कच्चिदध्यायांत पुढील प्रश्न नारदानें विचारला आहे.

> कच्चित् कारणिका धर्मे सर्वशास्त्रेषु कोविदाः।
> कारयंति कुमारांश्च योधमुख्यांश्च सर्वशः॥

यांतील कारणिक शब्द विशेष अर्थी आहे आणि तो सरकारी शिक्षक अशा नात्यानें येथें उपयोजिला आहे. कारयंति याचाही अर्थ शिक्षयंति असा टीकाकारानें केला आहे. अर्थात् योद्धयाचें शिक्षण चांगलें होण्यासाठीं सरकारी शिक्षक ठेविले जात असले पाहिजेत. अशा विद्वान् आचार्यांची फारच तारीफ येथें केली आहे.

> कच्चित्सहस्रैर्मूर्खाणामेकं क्रीणासि पण्डितम्।
> पण्डितो ह्यर्थकृच्छ्रेषु कुर्यान्निःश्रेयसं परम्॥

क्षत्रियांचें शिक्षण मुख्यतः युद्धकलेचें होतें हें सांगावयास नकोच. दुर्योधनादि शंभर धृतराष्ट्रपुत्र आणि पांच पाण्डव यांची परीक्षा द्रोणानें देवविली त्यावेळीं त्यांस काय काय शिकविलें होतें हें आदिपर्वांत वर्णन केलेंच आहे. धनुष्यबाण सर्वांत मुख्य, त्या खालोखाल गदा व नंतर ढाल तलवार होती. या शस्त्रांचे निरनिराळे प्रयोग, तसेंच घोड्यावर, हत्तीवर आणि रथांत बसून निरनिराळ्या शस्त्रांनीं युद्ध करणें वगैरे कौशल्य त्या राजपुत्रांनीं दाखविलें. या सर्व विद्येस गुरूची शिकवणी ही होतीच पण त्याबरोबर प्रत्येक शिष्याची क्रिया अथवा योग्या म्हणजे व्यासंगही स्वतंत्र आहे हें येथें दाखविलें आहे. अर्जुनानें धनुष्याची रात्रीं सुद्धां योग्या करावी असें वर्णन आहे.

विद्याभ्यासंग आणि गुरुकृपा यांबरोबर ईश्वरदत्त योग्यता ही तिसरी असलीच पाहिजे. असो. हें शिक्षण क्षत्रियकुमारांना दिलें जात असे व तें देणारे ब्राह्मण होते. मंत्रादि विधि अस्त्रांत असत हें जरी खरें आहे आणि या मुळें जरी ब्राह्मण शिक्षक असावेत असें मानलें तरी या गोष्टीविरहितही मानवी युद्धविद्येतही ब्राह्मण शिक्षण देण्यास स्वतः योग्य होते आणि त्याप्रमाणें ते शिक्षण देत. कारण शिक्षण देणें हाच त्यांचा धंदा होता व शिक्षणाची जबाबदारी त्यांनीं आपल्या शिरावर घेतली होती.

धंदेशिक्षण.

सामान्य लोकांस धंदेशिक्षण बहुधा त्यांच्या त्यांच्या धंद्याच्या प्रत्यक्ष अनुभवावरूनच मिळत असलें पाहिजे. तथापि विशेष शिक्षण देण्यासाठीं ब्राह्मणच तयार असले पाहिजेत. निरनिराळ्या धंद्याच्या लोकांना ब्राह्मणांनीं आपले वृत्त्युपाय दाखवावे असें वर्णन आहे. त्याचप्रमाणें वार्ता हें शास्त्र कृषिगोरक्ष्यवाणिज्याचें होतें; तेंही शिकविणारे ब्राह्मण होते व तें योग्य रीतीनें शिकविलें जात आहे कीं नाहीं असा प्रश्न युधिष्ठिरास नारदानें केला आहे. निरनिराळ्या विद्या, ज्योतिष, वैद्यक वगैरे बहुधा ब्राह्मणच शिकत असत आणि ते शिकविणारे ब्राह्मणच होते. सर्वविद्या शिकण्यास उत्तेजन देण्याचें काम राजाचें आहे. असा समज पूर्वकाळीं होता आणि हें उत्तेजन देण्याची तऱ्हा म्हटली म्हणजे निरनिराळ्या विषयांत परीक्षा घेऊन त्या त्या विद्यांत प्रवीण असलेल्या लोकांस म्हणजे ब्राह्मणांस राजानें दक्षिणा द्यावी असा साम्प्रदाय पूर्वकाळीं हल्लींप्रमाणेंच होता असें दिसतें. पूर्वी पेशवाईत व हल्लीं कित्येक संस्थानांत विद्वान् ब्राह्मणांस नुसती विद्वत्तेबद्दल दक्षिणा देण्याचा जो साम्प्रदाय होता व आहे तो याप्रमाणें प्राचीनकाळापासून होता असें दिसतें. विद्येस उत्तेजन देण्याची ही एक युक्ति प्राचीन काळची आहे ती त्या काळच्या परिस्थितींत योग्य होती. कारण, दक्षिणा घेणें हें ब्राह्मणाचें कर्तव्य होतें व त्यासाठीं त्यानें विद्या शिकण्याचें व शिकविण्याचें काम पत्करिलें होतें. हीं एक प्रकारची हल्लींची स्कालरशिप अथवा शिष्यवृत्तीचीच चाल होय. यास दक्षिणा न म्हणतां शिष्यवृत्ति म्हटल्यानें त्यांत फरक होत नाहीं. असो. नारदाचा प्रश्न येथें देण्यासारखा आहे.

कच्चित्ते सर्वविद्यासु गुणतोऽर्चा प्रवर्तते ।
ब्राह्मणानां च साधूनां तव नैःश्रेयसी शुभा ॥
दक्षिणास्त्वं ददास्येषां नित्यं स्वर्गापवर्गदाः ॥

(९६ स० अ० ५) यांत गुणतः या शब्दावरून परीक्षा घेण्याची ही वहिवाट असावी असें दिसतें. ही केवळ वेदविद्येची ब्राह्मणांची परीक्षा नव्हती तर सर्व विद्यांची होती आणि ब्राह्मणांचीच नव्हे तर साधूंचीही होती. साधु शब्दानें तत्त्वज्ञानांत प्रवीण असा अर्थ घेतला पाहिजे. कारण, खरे आचरणाचे साधु दक्षिणाही घेणार नाहींत. असो. दक्षिणा अथवा स्कालरशिप देऊन सर्व विद्यांच्या शिक्षणास राजाकडून प्राचीनकाळीं प्रोत्साहन मिळत असे हें निर्विवाद होय.

लहानपणच्या विद्याभ्यासाशिवाय प्रौढ मनुष्यांनीं शिकण्याचे अनेक विषय असत आणि ते शिकणें म्हणजे सत्योग शिकावे लागत. हे विषय मुख्यतः युद्धासंबंधी होते. युधिष्ठिराच्या प्रश्नांत “ तूं स्वतः हस्तिसूत्र रथसूत्र, अश्वसूत्र शिकतोस किंवा नाहीं ” असा प्रश्न केलेला आहे. गृह्णासि म्हणजे शिकणें अर्थात् आचार्यांपासून शिकणें असें टीकाकारानें म्हटलें आहे. या प्रत्येक बाबतींत निर-

निराळे ग्रंथ असून त्या त्या विद्यांत पारंगत असलेले ब्राह्मण किंवा इतर लोक असलेच पाहिजेत व त्यांस आचार्य ही संज्ञा असे. यांजपासून प्रत्येक राजानें सप्रयोग विद्या शिकाव्या असा याचा अभिप्राय दिसतो. निदान युधिष्ठिराच्या युद्धमंत्र्यांस किंवा कुमारांस या विद्या येणें अवश्य होतें.

कच्चिदभ्यस्यते सम्यग् गृहे ते भरतर्षभ।
धनुर्वेदस्य सूत्रं वै यंत्रसूत्रं च नागरम् ॥

असा लागलींच पुढें प्रश्न आहे. युधिष्ठिराच्या गृहीं म्हणजे त्याच्या अधिकाऱ्यांत व कुमारवर्गांत धनुर्वेदाचा अभ्यास झाला पाहिजे असें यांत सुचविलें आहे. हा अभ्यास मोठ्या विद्यार्थ्यांचा आहे व त्या त्या विद्येतील आचार्यांच्या देखरेखी खालीं तो होणें आहे. "यंत्रसूत्रं च नागरं" हे शब्द गूढार्थी निदान आपल्यास न लागण्यासारखे आहेत, तरी त्यांत यंत्राचे—युद्धोपयोगी यंत्रांचें ज्ञान अवश्य सांगितलें आहे. तेव्हां या ज्ञानाचा शास्त्रीय ज्ञानांशीं मेळ असून तें ज्ञान अभ्यासानें वाढवावें लागत असे हें उघड आहे.

असो. तर याप्रमाणें महाभारतकाळीं पुरुषांच्या शिक्षणाची व्यवस्था होती. ब्राह्मण, क्षत्रिय, वैश्य या तिन्ही वर्णांना ब्रह्मचर्य म्हणजे शिक्षण अवश्य असून तो धार्मिक आचरणाचाच एक विषय होता इतकी त्यांत सक्ति होती. विद्यार्थ्यांचें आचरण कसें असावें यासंबंधाचे कडक नियम अमलांत असून ते स्मृतिशास्त्रांतून दिले आहेत. महाभारतांत विस्तारानें दिलें नाहींत पण ते फारच मार्मिक असून सशक्त व सद्धर्मशील विद्यार्थी होऊन विद्यासंपन्न होण्याची त्यांत योग्यता होती. अशी विद्या पूर्ण झाल्याशिवाय विवाह व्हावयाचाच नाहीं असाही निर्बंध होता. सारांश, हल्लींप्रमाणें आश्रमसंकर न होण्याची खबरदारी त्यावेळीं घेतली जात असे. कांहीं विद्या ज्यास्त व्यासंगानें प्राप्त होणाऱ्या प्रौढवयांत शिकावयाच्या व वाढवावयाच्या असतात त्यांस राजाकडून दक्षिणांच्या स्वरूपानें उत्तेजन देण्याची व्यवस्था होती व ते शिकविणारा आचार्यही घरीं ठेवण्याची पद्धत असे. अशा रीतीनें प्रजेच्या शिक्षणाचा योग्य बंदोबस्त राजाकडून होत असे. मुख्यतः शिक्षणाचा बोजा प्रत्यक्ष ब्राह्मणवर्गावर असून राजाकडून त्यास अप्रत्यक्ष मदत मिळत असे असा निष्कर्ष निघतो.

स्त्री--शिक्षण.

आतां स्त्रियांच्या शिक्षणाचा विचार करूं. महाभारतकाळीं उच्च वर्णांच्या स्त्रियांना शिक्षण देण्याची वहिवाट होती असें निःसंशय दिसतें. या स्त्रियांस लिहितां वाचतां येत असावें हें शिक्षण उच्च दर्जाचेंही होतें. द्रौपदीचें वर्णन पण्डिता असें केलेलें आढळतें.

प्रिया च दर्शनीया च पण्डिता च पतिव्रता।
(वन० अ० ९७)

हें शिक्षण कोठें देत असत हा एक महत्वाचा प्रश्न आहे. स्त्रियांच्या शाळा नव्हत्या हें तर निर्विवाद आहे. अशा शाळांचें कोठेंच वर्णन नाहीं. द्रौपदीनें जें भाषण युधिष्ठिराशीं केलें आहे तें खरोखर पण्डित स्त्रीस साजेल असेंच आहे. तें शिकण्यास ती कोठें शाळेंत गेली होती असें वर्णन नाहीं. किंबहुना, ही गोष्ट "मी पित्याच्या जवळ असतांना एका ऋषीपासून ऐकिली" असें म्हटलें आहे. अर्थात् स्त्रियांना शिक्षण आपल्या घरींच मिळत असे. म्हणजे पित्यापासून, भावापासून किंवा वृद्ध सन्मान्य येणाऱ्या लोकांपासून त्यांस शिक्षण मिळत असावें. स्त्रियांना वेदाचें शिक्षण देत नसत असा अंदाज आहे. कारण, त्यांस वेदग्रहणार्थ उपनयनादि संस्कार असल्याचें को-

ठेंच वर्णन नाहीं "पुराकल्पे तु नारीणां मौंजीबन्धनमिष्यते" असें एक वचन मनूचें प्रासिद्ध आहे पण हा प्रकार भारती काळांत चालू असल्याचें महाभारतांत कोठें वर्णन नाहीं. त्यांचें शिक्षण म्हणजे साधारण लिहिणें वाचणें व धार्मिक गोष्टी व विचार सांगणें किंवा कांहीं पाठ म्हणून ऐणें एवढेंच असावें. स्त्रिया सहधर्मचारिणी म्हणजे नवऱ्याबरोबर वैदिक क्रियांच्या अधिकारी होत्या; परंतु वेदविद्या शिकलेल्या नव्हत्या. त्यांनीं वैदिक क्रिया स्वतंत्र केल्याचें महाभारतांत वर्णन नाहीं.

साधारण लिहिणें वाचणें व धर्म यांचें शिक्षण दिलें जात असून क्षत्रिय स्त्रियांना ललितकलांचेंही शिक्षण महाभारतकाळीं देत असत ही गोष्ट विराट पर्वांतील हकीकतीवरून दिसते. विराटकन्या उत्तरा हिला गीत, नृत्य व वादित्र शिकविण्याकरितां बृहन्नडेस ठेविलें होतें; या वर्णनावरून प्राचीनकाळीं क्षत्रिय स्त्रियांस गीत-नृत्य शिकवीत असत. हल्लीं गीत-नृत्य स्त्रियांस शिकविणें निंद्य मानलें जातें, परंतु महाभारत काळीं तें क्षत्रिय कन्यकांस शिकवीत असत. तें शिकविण्यासाठीं विराटाच्या राजवाड्यांत निराळी नृत्यशाळाही बांधली होती असें वर्णन आहे. नृत्य शिकविण्यासाठीं विस्तीर्ण जागा पाहिजे हें उघड आहे, तेव्हां असें शिक्षण देणें श्रीमंत लोकांसच शक्य होतें. हें शिक्षण कुमारिकांना देत असत आणि त्यांच्या विशेष गुणांपैकीं लग्नाच्या वेळीं हाही एक गुण मान्य केला जात असावा. उत्तरेबरोबर राजवाड्यांतील व बाहेरील पणखी कुमारिका शिकत होत्या असें वर्णन आहे. 'सुताश्च मे नर्तय याश्च तादृशीः। कुमारी-पुरमुत्ससर्ज तम्' या वाक्यावरून हें अविवाहित मुलींचें शिक्षण असलें पाहिजे. स्त्रियांना कुमारीदशेंतच शिक्षण देणें योग्य आहे व स्त्रियांना कुमारीदशेंतच शिक्षण देण्याचा सांप्रदाय त्या वेळीं असला पाहिजे. लग्न झाल्यानंतर त्या संसारांत ताबडतोब पडत, तेव्हां शिक्षणाचा वेळ कुमारीदशेंतच होता. स्त्रियांना ब्रह्मचर्याश्रम नव्हता आणि गुरुगृहीं वासही नव्हता. पण त्यांचें शिक्षण पित्याच्या गृहीं शिक्षकाकडून होत असे असें वरील वर्णनावरून दिसतें व हें शिक्षण मुख्यतः ललितकलांचें होतें. त्यांत नृत्यगीतवादित्र हे विषय विशेषतः क्षत्रियकन्यकांचे असत. नृत्यशाळेंत शिक्षण मिळालेल्या मुली आपल्या घरोघर जातात व रात्रीं नृत्यशाळा शून्य असते असें वर्णन "दिवात्र कन्या नृत्यन्ति रात्रौ यान्ति यथागृहं" (वि० अ० २२) आहे. तेव्हां बाहेरच्याही मुली शिकण्यास येत परंतु तेथें राहत नसत हें उघड आहे.

नृत्यगीत शिकविण्यास बृहन्नडेला विराटानें ठेविलें यावरून स्त्रियांना म्हणजे मुलींना हे विषय शिकविण्यास पुरुष ठेवीत नसत असा अंदाज होतो. बृहन्नडेला शिक्षण देण्यास ठेविलें हेंही आश्चर्य करण्यासारखें आहे. कारण हिजडे लोक सर्वतोपरी व्यवहारांत त्याज्य आहेत असें मत नेहमीं असलेलें दिसतें. बृहन्नडा हा पुरुष नसून क्लीब आहे अशीही परीक्षा विराटानें केल्याचें वर्णन आहे. तो खोजा नव्हता हेंही यावरूच उघड आहे. किंबहुना, अन्यत्र वर्णिलेल्याप्रमाणें खोजा बनविण्याची दुष्ट व निंद्य चाल भारती आर्यांत कधींच नव्हती, निदान महाभारतकाळापर्यंत नव्हती. प्राचीन बाबिलोनियन, असिरियन, पर्शियन वगैरे लोकांत ती असून भारती आर्यांत ती नव्हती व अजूनही त्यांत नाहीं हें त्यांस भूषणावह आहे. असो, बृहन्नडा क्लीब आहे अशी परीक्षा करून विराटानें त्यास कुमारींस नृत्य शिकविण्यास अन्तःपुरांत पाठविलें या वर्णनांत

महाभारतकाळीं मुलींस नृत्य शिकविण्यासाठीं क्लीबांचीच योजना करीत असें प्रथम दिसतें. परंतु कालिदासाच्या मालविकाग्निमित्र नाटकावरून तसेंही दिसत नाहीं. मालविकेस नृत्य शिकविणारे दोघे आचार्य गणदास व हरदाम हे क्लीब होते असें वर्णन नाहीं; तेव्हां हें एक गूढच आहे स्त्रियांस नृत्य शिकविण्यास किंवा गाणें शिकविण्यास स्त्रियांचा उपयोग कोठेंच करीत नाहींत हेंही एक दुसरें गूढ आहे. पाश्चात्य देशांतही स्त्रियांस नृत्यगीत शिकविलें जातें; पण तें शिकविणारे पुरुषच असतात. असो. अर्जुन सुदृढ, सुस्वरूप व तरणाताठा असा दिसत असल्यानें तो स्त्रियांचे अलंकार घालून क्लीबवेषानें आलेला खरोखर क्लीबच आहे कीं नाहीं याची परीक्षा विराटानें करविली असाच येथें गर्भितार्थ घेतला पाहिजे असें आमचें मत आहे. कुमारिकांना नृत्यगानादि कला शिकविण्यास पोक्त वयाचे पुरुषशिक्षकच सामान्यतः ठेवीत असावेत असें दिसतें. असो. असें शिक्षण सामान्य स्त्रियांना देणें शक्य नाहीं हें उघड आहे. स्त्रियांना पुरुषांप्रमाणें शिक्षण अवश्य आहे असा कटाक्ष नव्हता. पुरुषांना ज्याप्रमाणें गुरुगृहीं जाऊन शिकलेंच पाहिजे असा नियम होता त्याप्रमाणें स्त्रियांना नियम नव्हता. यामुळें सामान्य स्थितींतील स्त्रिया एकंदरीनें अशिक्षित असाव्या असें दिसतें. ब्राह्मणक्षत्रियांच्या मुली सहज मिळणाऱ्या शिक्षणानें अधिक सुशिक्षित असाव्या मात्र क्षत्रिय मुलींस ललित कला शिकविण्यास त्यांच्या घरीं शिक्षक ठेवीत असत. याप्रमाणें महाभारतकाळीं स्त्रीशिक्षणाची परिस्थिति होती असें आपल्यास एकंदरीनें म्हणतां येतें.

प्रकरण सातवें.

विवाहसंस्था.

समाजपरिस्थितीचें दुसरें महत्त्वाचें अंग वि ाहसंस्था हें होय. भारतकालीन आर्य लोकांत विवाहाच्या चाली कशा होत्या, महाभारतकाळापर्यंत त्यांची उत्क्रांति कशी झाली, पतिपत्नींचा परस्पर संबंध कसा होता, इत्यादि विषयांचें विवेचन आपणास या भागांत करावयाचें आहे. मागील वर्णव्यवस्थेच्या विचारांत या विषयाचें थोडेंसें दिग्दर्शन आलें आहे. तथापि, त्याहूनही हा विषय फार विस्तृत आहे; व कित्येक मुद्यांसंबंधानें मतभेदास जागा आहे. यासाठीं या विषयाचा संपूर्ण ऊहापोह या भागांत केला आहे.

सर्व समाजांच्या उत्क्रांतीच्या इतिहासांत असा एक काळ असलाच पाहिजे कीं त्या वेळीं समाजांत विवाहाचा निर्बंध मुळींच असत नाहीं. अशा प्रकारची परिस्थिति एकेकाळीं भारतीय आर्य समाजाची होती असें महाभारतांत एके ठिकाणीं सांगितलें आहे. ही स्थिति केवळ काल्पनिक स्थिति होती असें मानतां येत नाहीं. आदिपर्व अध्याय १२२ यांत अशी कथा आहे कीं उद्दालक ऋषींचा पुत्र श्वेतकेतु यानें ही विवाहाची मर्यादा घालून दिली. त्याच्या मातेचा हात एका ब्राह्मणानें धरला यामुळें त्यास राग येऊन त्यानें ही मर्यादा घालून दिली. इतर प्राण्यांत न दिसणारी ही मर्यादा मनुष्यांत त्या वेळेपासून चालू आहे. "जी स्त्री भर्त्यव्यतिरिक्त अन्य पुरुषाशीं संगत होईल तिला भ्रूणहत्येचें पातक लागेल," अशी त्यानें मर्यादा घातली; पण त्याबरोबर त्यानें असाही नियम केला कीं, "जो पुरुष आपल्या स्त्रीला सोडून इतर स्त्रीशीं संगत होईल त्यासही हेंच पातक लागेल."

भार्यांन्लथा व्युच्चरतः कौमारब्रह्मचारिणीम्।
पतिव्रतामेतदेव भविता पातकं भुवि ॥
(आदिपर्व अ० १२२ श्लोक २८)

पण आश्चर्य हें आहे कीं हिंदुसमाजांत या दुसऱ्या नियमाची फारशी आठवणही नाहीं. पुरुषास स्त्रीप्रमाणेंच व्यभिचाराचें पातक आहे ही गोष्ट बहुधा ठाऊक नाहीं. असो. धर्मशास्त्रांत प्राचीन ऋषींनीं घालून दिलेला नियम दोघांसही सारखाच लागू व न्याय्य आहे. असो. प्राचीनकाळीं अशा प्रकारची अनियंत्रित व्यवस्था असल्याचें दुसरें उदाहरण उपनिषदांत सत्यकाम जाबालाचें आहे. सत्यकाम जाबालाच्या आईस तो मुलगा कोणाचा हें सांगतां येईना. परंतु तो मुलगा खरें बोलला यावरून ऋषीनें अर्थात् त्याच्या गुरूनें हा ब्राह्मणाचा मुलगा आहे असें ठरविलें. वरील दोन उदाहरणांवरून लग्नाचा निर्बंध पूर्वी मुळींच नव्हता असें मानता येत नाहीं आणि अशा प्रकारची मुभा ऐतिहासिक काळीं कधीं होती कीं नाहीं याबद्दल शंकाच वाटते. तथापि हिंदुस्थानांतील आर्य लोकांत विवाहाला जें अतिउदात्त व पवित्र स्वरूप आलें, त्याचा पाया प्रारंभापासूनच आहे ही गोष्ट विवाहाच्या चालीच्या काल्पनिक उत्पत्ति--कथेवरून वाचकांच्या लक्षांत येईल.

नियोग.

वरील कथा काल्पनिक असो किंवा नसो, नियोगाची चाल हिंदुस्थानांत भारती आर्यांत प्राचीनकाळीं चालू असावी ही गोष्ट निर्विवाद वाटते. बायकोनें नवऱ्यास सोडून मनाला येईल तेव्हां पुरुषाशीं विवाह करावा ही गोष्ट कोणत्याही समाजांत राजरोसपणें चालू असणें शक

नाहीं; पण नवऱ्याच्या परवानगीनें पुत्र प्राप्तीसाठीं स्त्रीनें अन्य पुरुषाशीं संग करावा अशा प्रकारची नियोगाची चाल प्राचीनकाळीं कित्येक समाजांत चालू होती. ज्यू लोकांतही अशी चाल असल्याचें बायबलावरून दिसतें. प्रत्येक समाजांत मृताला पुत्र उत्पन्न करण्याची आवश्यकता प्राचीनकाळीं फार असे. समाजाचें बळ मनुष्यसंख्येवर अवलंबून असल्यामुळें पुत्राची किंमतही प्राचीनकाळीं फार होती. यामुळें ही नियोगाची चाल उत्पन्न झाली असावी. त्यांतही आपल्याच कुटुंबांतील पुरुषापासून संतति व्हावी ही इच्छा कायम असणें साहजिक आहे. यामुळें नियोगांत बहुधा कुटुंबांतील पुरुषाकडेच जाण्याची स्त्रियांस परवानगी असे, व तीही पुत्रप्राप्ति होईतोंपर्यंत. शिवाय नवरा कोणत्याही कारणानें असमर्थ झाला किंवा मृत झाला तरच पुत्र नसल्यास नियोगाची परवानगी असे. कुटुंबांतल्या पुरुषाकडून किंबहुना, नवऱ्याच्या भावाकडून किंवा सान्मान्य ऋषीकडून संतति करून घेण्याची परवानगी असल्यानें प्रजाही हीनसत्त्व किंवा हीनवर्ण निपजण्याची शक्यता नसे. या नियोगाच्या मार्गानें धृतराष्ट्र व पांडु यांची उत्पत्ति झाल्याची कथा महाभारतांत आहे व पांडूसही अशाच नियोगाच्याच मार्गानें धर्म, भीम, वगैरे पांच पुत्र झाले असल्याचें महाभारतांत वर्णन आहे. तत्कालीन इतिहास व अन्य प्राचीन लोकांचा इतिहास मनांत आणतां या कथा असंभवनीय नाहींत, व नियोगाची चाल अतिप्राचीन काळीं आर्यलोकांत चालू होती असें मानण्यास हरकत नाहीं.

पण ही चाल लवकरच बंद पडली असावी. जसजसे समाज वाढले व निरनिराळे देश लोकसंख्येनें गजबजून गेले तसतसा वैवाहिक उच्च कल्पनांस बाध आणणारा हा नियोगाचा प्रघात केवळ पुत्र-प्राप्तीसाठीं चालू ठेवणें अयोग्य वाटलें असावें. अशा अयोग्य रीतीनें मनुष्यबल वाढविण्याची इच्छा हळुहळु समाजांतून नाहींशीं झाली असावी. भारतीय आर्यांत स्त्रियांच्या पातिव्रत्याविषयीं जो अतिशय गौरव उत्पन्न झाला, त्या गौरवामुळें ही प्राचीन नियोगाची चाल निंद्य व गर्हणीय वाटूं लागली असावी व त्यामुळें ती उत्तरोत्तर बंद पडली. महाभारतकाळीं ही चाल बिलकुल प्रचारांतून गेली होती. मनुस्मृतींत नियोग शास्त्रसिद्ध आहे कीं नाहीं याबद्दल बराच वाद दाखविला असून शेवटीं अनेक ऋषींच्या मतें नियोग दोषयुक्त व निंद्य आहे असा निकाल दिलेला आहे. अर्थात् मनुस्मृतीकाळीं व महाभारतकाळीं नियोग प्रचारांत बिलकुल नव्हता. येथें हेंही लक्षांत ठेवलें पाहिजे कीं नियोगाचा प्रचार ज्या प्राचीनकाळीं चालू होता त्या काळींही त्यास अनेक निर्बंध होते. पुत्र नसेल तरच नियोगाची परवानगी असे व तीही पुत्र-प्राप्तीपर्यंतच आणि पतीच्या किंवा कुटुंबांतील माणसांच्या परवानगीनें. तात्पर्य, नियोगास कधींही अनियंत्रित संबंधाचें स्वरूप नव्हतें, हें लक्षांत ठेवलें पाहिजे.

नियोगाची चाल फार प्राचीन काळींच बंद होऊन गेली असावी. कारण, भारतीय आर्यांची व आर्यस्त्रियांची पातिव्रत्याविषयींची कल्पना पूर्वकाळींच फारच उच्च स्थितीस जाऊन पोंचली होती. महाभारतांतील अनेक उदाहरणांवरून व कथांवरून आर्य स्त्रियांच्या पातिव्रत्याविषयीं आपल्या मनावर विलक्षण आदराचा ठसा उमटतो. अशा प्रकारचें भारती आर्य स्त्रियांचे उदात्त चरित्र दुसऱ्या कोणत्याही लोकांत दृष्टोत्पत्तीस येणार नाहीं. ‘स्त्रीणामार्य-स्वभावानां पतिरेकोहि दैवतम् ।’ आर्य स्त्रियांना पति हेंच एक दैवत आहे अशी सम-

जूत त्या वेळच्या आर्य स्त्रियांच्या वर्णनावरून स्पष्ट दिसून येते. सावित्रीचें आख्यान म्हणजे यासंबंधानें आपल्या समोर एक पातिव्रत्य धर्माचा अति उदात्त, मूर्तिमंत सुंदर पुतळा महाभारतांत उभारलेला आहे. त्याचा आज हजारों वर्षें हिंदु स्त्रियांच्या अन्तःकरणावर पूर्ण परिणाम घडत आहे. द्रौपदी, सीता, दमयंती इत्यादि अनेक पतिव्रता स्त्रियांचीं सुंदर चरित्रें आज हजारों वर्षें आमच्या हिंदु लोकांच्या स्त्रियांच्या दृष्टीसमोर महाभारतानें ठेवलेलीं असल्यामुळें पातिव्रत्य हा आमच्या हिंदु स्त्रियांचा अवर्णनीय अलंकार होऊन बसला आहे. महाभारताचे हिंदु समाजावर जे अनेक उपकार आहेत त्यांपैकीं स्त्रियांच्या पातिव्रत्याचे जें अतिशय उदात्त स्वरूप त्यांत वर्णन केलें आहे हा एक मोठा महत्त्वाचा उपकार आहे आणि तो हिंदु समाज कधींही विसरणार नाहीं.

पुनर्विवाहाची बंदी.

असो. पातिव्रत्याच्या उच्च कल्पनेमुळें आर्य लोकांत नियोगाची चाल बंद पडली, इतकेंच नव्हे, तर पुनर्विवाहाची चाल सुद्धां त्याचमुळें आर्य लोकांत म्हणजे त्रैवर्णिकांत बंद पडली. भारतीय आर्यांमध्यें प्राचीन काळापासून पुनर्विवाहाचा प्रवात बंद आहे. जगताच्या पाठीवरील अनेक लोकांत दोनच आर्य जातींत पुनर्विवाहाचा प्रकार बंद असल्याचें आपल्यास इतिहासावरून दिसतें. हिंदुस्थानांतील भारतीय आर्यांत व पश्चिमेकडील जर्मन लोकांच्या एका शाखेंत. रोमन इतिहासकार टॅसिटस जर्मन लोकांचें वर्णन देतांना असें लिहितो कीं, “ कांहीं जर्मन लोकांत स्त्रिया यावज्जीव एकच पति करितात व आपल्या जीवितांतील सुखाचें निधान सर्वस्वीं त्यास समजून त्याजवर अतिशय प्रीति करतात.” यावरून पातिव्रत्याच्या उदात्त कल्पनेनें ही चाल भारतीय आर्यांप्रमाणेंच जुन्या जर्मन लोकांच्या एका जातींत प्रचलित झालेली दिसते. भारतीय आर्यांमध्यें पुनर्विवाहाची बंदी फार प्राचीनकाळापासून महाभारताच्या काळापर्यंत असावी असें ग्रीक इतिहासकारांच्या वर्णनावरूनही आपल्या निदर्शनास येतें. पंजाबांतील आर्य लोकांत पुनर्विवाहाची चाल नाहीं असें शिकंदराच्या बरोबरचे इतिहासकार लिहितात व ते असेंही म्हणतात कीं ही चाल बायकांनीं आपल्या नवऱ्यांस विष घालून दुसरा नवरा करूं नये एवढ्यासाठीं त्या लोकांनीं सुरू केली आहे. हें चमत्कारिक विधान टाकून देण्यासारखें आहे हें निर्विवाद आहे. तथापि महाभारतांतील एका कथेंत या बंदीचा उगम सांगितला आहे, त्यांत कथा आहे ती अशी—दीर्घतमा नांवाचा ऋषि अंध होता. त्याची प्रद्वेषी नांवाची स्त्री त्याच्यासाठीं व मुलासाठीं काम करतां करतां कंटाळून ती त्यांस सोडून जाऊं लागली. तेव्हां तो म्हणाला आजपासून मी अशी मर्यादा ठरवितो कीं, जन्मभर स्त्रीला पति एकच असावा. नवरा जिवंत असो, किंवा नसो, तिला दुसरा पति करतां येणार नाहीं. दुसरा पति केला तर ती पतित होईल. ”

एक एव पतिर्नार्या यावज्जीवपरायणं ।
मृते जीवति वा तस्मिन्नापरं प्राप्नुयान्नरम् ॥

(आदिपर्व अध्याय १०४, भाषान्तर पु० १ पान २२३) या कथेंतील तात्पर्य थोडें बहुत वरच्या सारखेंच आहे. असो, दीर्घतमा ऋषीनें घालून दिलेला हा पुनर्विवाहाचा निर्बंध भारतीय आर्य लोकांत सहसा रूढ झाला नसता. कारण, दीर्घतमास भासलेली अडचण सर्व समाजांना सारखीच लागू आहे. परंतु इतर हजारों समाजांत हा निर्बंध रूढ झाला नाहीं. आमच्या मतें भारती आर्य स्त्रि-

यांच्या अंतःकरणांत पातिव्रत्याच्या ज्या उदात्त कल्पना दृढ झाल्या होत्या त्यामुळेंच दीर्घतम्यानें घालून दिलेला हा नियम भारतीय आर्यांत रूढ झाला. दीर्घतमा हा वैदिक ऋषि आहे तेव्हां हा निर्बंध फार प्राचीन आहे असें मानलें पाहिजे.

पण येथें असा प्रश्न उद्भवतो कीं, हा निर्बंध प्राचीन काळापासून असेल तर पतिव्रताश्रेष्ठ दमयंती ही दुसरा विवाह करण्यास कशी तयार झाली होती ? जर आर्यांत म्हणजे ब्राह्मण, क्षत्रिय, वैश्यांत पुनर्विवाह प्राचीनकाळीं निषिद्ध होता तर दमयंती पुन्हा स्वयंवर मांडण्यास उद्युक्त कशी झाली किंवा बापानेंही तिला परवानगी कशी दिली व राजेलोकही तिच्या दुसऱ्या स्वयंवराकरितां कसे जमले ? या प्रश्नांचें उत्तर थोडेंसें कठीण आहे. तथापि असें दिसतें कीं, पुनर्विवाह त्यावेळीं हिंदुस्थानांत अगदींच बंद होते असें नाहीं. त्रैवर्णांशिवाय इतर वर्णांत व विशेषतः शूद्रांत ते चालू असलेच पाहिजेत व शूद्रांच्या आणि इतरांच्या अनुकरणानें कांहीं आर्य स्त्रिया स्वैर वर्तन करून पुनर्विवाह करण्यास तयार होत असाव्या. पण असे क्वचित् होणारे आर्यांतील पुनर्विवाह लोकप्रशस्त किंवा जातिमान्य होत नसावेत. ज्या वेळेस दमयंती व नल यांची गाठ पडली त्या वेळेस नलानें दमयंतीला डोळ्यांत आसवें आणून हाच प्रश्न केला.

कथं तु नारी भर्तारमनुरक्तमनुव्रतम् ।
उत्सृज्य वरयेदन्यं यथात्वं भीरु कर्हिचित् ॥
दूताश्चरन्ति पृथिवीं कृत्स्नां नृपतिशासनात् ॥
भैमी किल स्म भर्तारं द्वितीयं वरयिष्यति ।
स्वैरवृत्ता यथाकाममनुरूपमिवात्मना ॥
(वन० अ० ७६)

“ भर्त्यास अनुव्रत असलेली कोणती स्त्री दुसऱ्या पुरुषाशीं लग्न करील ? आणि तुझे दूत तर पृथ्वीमध्यें सांगत फिरत आहेत कीं स्वैरपणें वर्तन करणारी दमयंती अनुरूप दुसरा नवरा करणार आहे ” या वाक्यांतील स्वैर वर्तन करणारी हा शब्द महत्त्वाचा आहे. दुसरा पति करणें हें स्वैर वर्तन आहे असें यांत स्पष्ट म्हटलें आहे. यावर दमयंतीनें उत्तर दिलें, त्यांतही हाच भाव व्यक्त आहे. “ तुला ह्या ठिकाणीं आणण्यासाठीं मी हा उपाय शोधून काढला. कारण, दुसरा कोणताही मनुष्य एका दिवसांत शंभर योजनें जाऊं शकत नाहीं. मी तुझ्या पायाची शपथ घेऊन सांगते कीं, मी कोणतीही वाईट गोष्ट मनांत आणलेली नाहीं. जर मी पातक करीत असेन, तर हा वायु माझा प्राण नाश करील. ” (भा० पु० २ पान १६०) तात्पर्य, दमयंतीनें पुनर्विवाह केला असता तर तें पाप झालें असतें व स्वैर वर्तन झालें असतें. अर्थात् त्याकाळीं आर्य क्षत्रिय स्त्रिया पुनर्विवाह करीत नव्हत्या. त्यांतून दमयन्तीस पुत्रसंतानही झालेलें होतें. तेव्हां ती पुनर्विवाह करती तर ती आपल्या जातीहून कमी दर्जाच्या जातीची झाली असती. दुर्योधनानें द्यूत-प्रसंगीं द्रौपदीस दास्यत्व आल्यानंतर असेंच म्हटलें. “ हे द्रौपदी ! तूं आतां दुसरे नवरे कर. ” अर्थात् हा आचार निंद्य, दासींना योग्य असा मानला जात असे. एकंदरींत भारती आर्यांत पुनर्विवाहाची चाल रूढ नव्हती. पति जिवंत असतांना त्यानें टाकून दिल्यामुळें किंवा पति मेल्यावर आर्य स्त्रिया दुसरा नवरा करीत नसत, असें दिसतें.

पुनर्विवाहाची बंदी असण्याला आणखी एक कारण असें दिसतें कीं, भारतीय आर्यांत विवाह संबंधानें आणखी एक अट अशी असे कीं विवाहकालीं वधू ही कन्या म्हणजे अनुपभुक्ता असावी. उपभुक्ता स्त्री विवाहाला योग्य नाहीं अशी त्यांची समजूत होती. महा-

भारतांत एके ठिकाणीं असें स्पष्ट म्हटलें आहे कीं भुक्तपूर्वा स्त्रीशीं लग्न करणें हें पातक आहे. अर्जुनानें मी जयद्रथवध उद्यां सायंकाळपर्यंत केला नाहीं तर अग्निकाष्ठें भक्षीन अशी प्रतिज्ञा केली त्या वेळीं ज्या अनेक शपथा वाहिल्या त्यांत 'भुक्तपूर्वां स्त्रियं येच विन्दतामघशंसिनां ।' जे लोक भुक्तपूर्वा स्त्रिशीं विवाह करणाऱ्या पापी पुरुषास मिळतात ते मला प्राप्त होवोत. अशी एक शपथ त्यानें वाहिली. अर्थात् उपभोग झालेली स्त्री लग्नाला अयोग्य आहे व तिच्याशीं लग्न करणारा पापी असून तो वाईट लोकाला जातो अशी महाभारतकाळीं समजूत होती. अर्थात् उपभुक्त स्त्रियांचा पुनर्विवाह त्या काळीं निंद्य समजला जात असे. महाभारतकाळानंतरही स्मृतिशास्त्रांतून आजपर्यंत असाच नियम आहे, हे प्रसिद्धच आहे. (अनुपभुक्त म्हणजे कन्याच असलेल्या पण विवाह झालेल्या मुलीचा पुनर्विवाह त्या काळीं होत असे किंवा नाहीं या प्रश्नाचा येथें उद्भव होतो, त्याचा आपण पुढें विचार करूं.) साधारणपणें सर्व क्षत्रिय लोकांत किंवा ज्यांस आपल्या वर्णाचा अभिमान आहे अशा लोकांत परपुरुषानें उपभोगिलेली स्त्री लग्नास योग्य नाहीं अशा प्रकारची कल्पना उत्पन्न होणें साहाजिक आहे. विवाहाच्या शुद्धतेची कल्पना जसजशी अधिक वाढत जाईल तसतशी स्त्रियांच्या शुद्धतेसंबंधानें अधिक अधिक चिकित्सा उत्पन्न होत जाईल हें उघड आहे. यामुळें भारतीय आर्यांमध्यें उपभुक्ता स्त्रीविषयीं विवाहाच्या बाबतींत दोष मानला जात असे यांत नवल नाहीं. अशा समजुतीमुळें कन्या हीच विवाहाला योग्य आहे असें आपले इकडील धर्मशास्त्र ठरल्यासारखें दिसतें. गृह्यसूत्रांतून कन्येच्याच विवाहाच्या संबंधानें वचनें आहेत व महाभारतांतही प्रत्यक्ष कोणाही गतभर्तृका स्त्रीचा पुनर्विवाह झाल्याचें म्हणजे प्रत्यक्ष झाल्याचें वर्णन कोठेंच आढळून येत नाहीं. अर्थात् महाभारतकाळीं पुनर्विवाहाची चाल आर्य लोकांत प्रशस्त नव्हती व लग्नामध्यें वधू अनुपभुक्त असावी असा नियम होता.

प्रौढविवाह.

यावरून कदाचित् असें कोणी म्हणेल कीं महाभारतकाळीं मुलींचीं लहानपणींच लग्नें होत असावीं. पण वस्तुस्थिति याच्या अगदीं उलट आहे. महाभारतांत जितकीं म्हणून विवाहाचीं वर्णनें आलीं आहेत त्या सर्व वर्णनांत विवाहाच्या वेळीं कन्या उपवर म्हणजे प्रौढ दशेंत आलेल्या दिसतात. स्वयंवराच्या वेळीं द्रौपदीचें जें वर्णन दिलेलें आहे, त्यावरून ती त्या वेळीं मोठी होती असें स्पष्ट दिसतें. कुंतीला तर तिच्या लग्नापूर्वींच मुलगा झाला होता. सुभद्रेचें अर्जुनानें हरण केलें त्या वेळेस ती पूर्ण वयांत आलेली होती. उत्तरेचें वर्णनही असेंच आहे. किंबहुना, तिचें लग्न झाल्यापासून एक दोन महिन्यांतच ती गरोदर होऊन साहाव्या किंवा सातव्या महिन्यांत तिला भारती युद्ध संपल्यानंतर परिक्षित मुलगा झाला. हा अभिमन्यूचा पुत्र होय. असो. अशा अनेक स्त्रियांच्या वर्णनांवरून असें स्पष्ट दिसतें कीं पूर्व काळीं लग्नांत स्त्रिया पूर्ण वयांत आलेल्या असत. किंबहुना, हा सिद्धांत आणखी एका गोष्टीवरून पक्का ठरतो. लग्नाच्या दिवशींच पतिपत्नींचा समागम होण्याची त्या वेळेस चाल होती, हें निर्विवाद आहे. द्रौपदीच्या विवाहाच्या वर्णनांत असा एक चमत्कार सांगितला आहे कीं द्रौपदीचा प्रत्येक पतीशीं निरनिराळ्या दिवशीं विवाह झाला, त्या वेळीं असा अलौकिक चमत्कार घडून आला कीं 'महानुभावा द्रौपदी प्रतिदिवशीं कुमारीच होत असे.'

(भा० पु० १ पान ३९८) तात्पर्य, द्रौपदीचा पहिले दिवशीं युधिष्ठिराशीं विवाह झाला त्यारात्रींच त्यांचा समागम झाला असला पाहिजे. तो नेहेमीच्या चालीप्रमाणें झाला असून दुसऱ्या दिवशीं दुसऱ्या पांडवाशीं तिचा विवाह झाला त्या वेळेस लग्नाच्या धर्मशास्त्राप्रमाणें वधू कन्या म्हणजे अनुपभुक्ताच असावी त्याप्रमाणें होती, असें या चमत्काराचें वर्णन आहे. धर्मशास्त्रांतही कित्येक ठिकाणीं लग्नाच्या दिवशींच पतिपत्नींचा समागम व्हावा अशी अनुज्ञा आहे. किंवा तिसऱ्या रात्रीं किंवा बाराव्या रात्रीं समागम व्हावा असे आणखी दोन पक्ष आहेत. अर्थात् विवाहाच्या दिवशीं समागम होण्याची चाल रूढ असून धर्मशास्त्राची तशीच आज्ञा आहे; तेव्हां विवाहाच्या वेळीं वधू प्रौढ वयाचीच असली पाहिजे हें उघड आहे. महाभारतकाळीं प्रौढ स्त्रियांचेच विवाह होण्याविषयीं जसें वरील प्रमाणावरून अनुमान निघतें, तसेंच अन्य ऐतिहासिक प्रमाणांवरूनही तेंच दिसून येतें. ग्रीक लोकांनीं अलेक्झँडरच्या वेळचीं हिंदुस्थानचीं जीं वर्णनें लिहून ठेवलेलीं आहेत त्यांवरूनही हाच प्रकार दृष्टोत्पत्तीस येतो. किंबहुना, महाभारतकाळानंतर म्हणजे इ० स० पूर्वीं २९० नंतरचे जे अनेक संस्कृत ग्रंथ इ० स० ८०० पर्यंतचे हल्लीं उपलब्ध आहेत त्यांमध्येंही प्रौढ मुलींच्या विवाहाचींच वर्णनें आपल्यास दिसून येतात. किंबहुना, पतिपत्नींच्या समागमाचें वर्णनही लग्नाच्याच दिवशीं दिलेलें आढळतें. बाणानें हर्षचरित्रांत हर्षाच्या बहिणीच्या लग्नाचें वर्णन सविस्तर व हृदयंगम लिहिलें आहे. त्यांत नवरा सायंकाळीं मिरवत वधूच्या बापाच्या घरीं आला. तेथें मोठ्या दरबारांत स्वागत होऊन मधुपर्कानें त्याची पूजा झाली व विवाहाची योग्य घटी येतांच अंतःपुरांत जाऊन पतिपत्नींचा विवाह झाला. पुढें अग्नीसमक्ष त्यांची सप्तपदी झाली. नंतर भोजनोत्तर मुद्दाम शृंगारलेल्या महालांत पतिपत्नींचा समागम झाला असें त्यानें वर्णन केलें आहे. तात्पर्य हें कीं द्रौपदीच्या विवाहापासून तों हर्षाची बहीण राज्यश्री इच्या विवाहापर्यंत जीं वर्णनें प्रसिद्ध आहेत. त्यात विवाहकाळीं वधू प्रौढ असून विवाहाच्या रात्रींच पतिपत्नी-समागम झाल्याचें वर्णन आहे. अर्थात् विवाह झालेली स्त्री अनुपभुक्ता राहावयाचीच नाहीं असा त्याकाळीं नियम दिसतो.

येथें असा प्रश्न उपस्थित होतो कीं, हीं सर्व वर्णनें क्षत्रिय स्त्रियांचीं आहेत व क्षत्रियांच्या मुली महाभारतकाळीं जशा विवाहसमयीं प्रौढ असत तशा हल्लींही असतात, यांत विशेष नाहीं. स्वयंवर किंवा गांधर्व विवाह करण्याची ज्या स्त्रियांस मोकळीक होती त्या लग्नामध्यें मोठ्या असावयाच्याच. परंतु ब्राह्म विवाहाची व ब्राह्मणांची याहून गोष्ट निराळी आहे. ब्राह्मण स्त्रियांचीं लग्नें कोणत्या वयांत होत असत यासंबंधानें महाभारतांत काय वर्णन आहे हें पाहिलें पाहिजे. या दृष्टीनें विचार करतां ब्राह्मणांच्या मुलींसंबंधानें क्षत्रियांहून कांहीं निराळा नियम होता, असें दिसत नाहीं. किंबहुना, क्षत्रियांच्या मुली ब्राह्मण करीत असत व क्वचित् ब्राह्मणांच्याही मुली क्षत्रिय करीत असत, अशा परिस्थितींत दोन्ही वर्णांच्या मुली सारख्याच वाढलेल्या असत, असें दिसतें. ब्राह्मणांच्या मुलींची विवाहवर्णनें महाभारतांत थोडीं आहेत, तथापि जीं आहेत तीं वरील अनुमानांसच पुष्टि देणारीं आहेत. शुक्रकन्या देवयानी इचें उदाहरण प्रसिद्ध आहे. ती विवाहसमयीं पूर्ण वयांत आली होती हें निराळें सांगावयास नको. शल्यपर्व

अध्याय ३३ यांत एका वृद्ध कन्येची हकीकत दिलेली आहे. त्यांत एक ब्राह्मण कन्या अविवाहित राहून तपश्चर्या करीत होती. आपल्यास म्हातारपण येईतोंपर्यंत त्या वृद्ध कन्येनें विवाह केला नव्हता. तिला सरतेशेवटीं नारदानें उपदेश केल्यावरून तिनें म्हातारपणीं विवाह केला असें वर्णन आहे. ब्राह्मण कन्या उपवर झाल्याचीं आणखींही कित्येक वर्णनें सांपडतील. आदिपर्वांत बकासुर राक्षसाची गोष्ट आहे. तेथें ज्या ब्राह्मणाच्या घरीं पांडव उतरले होते त्याजवर पाळी आली असतां त्याची मुलगी बळी जाण्यास तयार झाली, त्या वेळेस ब्राह्मण त्या मुलीस म्हणाला

बालामप्राप्तवयस मजातव्यंजनाकृतिम् ।
भर्तुरर्थाय निक्षिप्तां न्यासं धात्रा महात्मना ॥

असें तिचें वर्णन करून ब्राह्मणानें आपल्या मुलीस बळी जाऊं दिलें नाहीं. लहान, तरुण न झालेली अशी त्याची मुलगी अविवाहित होती, तिला वय प्राप्त झाल्यावर भर्त्याच्या स्वाधीन करावयाची व तेंही तारुण्याचें लक्षण शरीरावर प्राप्त झाल्यावर लग्न करावयाचें असें या श्लोकावरून दिसतें. अर्थात् ब्राह्मणांच्या मुलीही वयांत आल्यावर महाभारतकालीं त्यांचीं लग्नें होत असत असें दिसतें. मुलींचीं लग्नें मोठेपणीं होत असत तेव्हां अर्थातच मुलांचींही लग्नें मोठेपणीं झालींच पाहिजेत, हें उघड आहे. मुलांचें उपनयन होऊन त्यांचें शिक्षण पूर्ण झाल्यावरच त्यांचें लग्न व्हावें असा सांप्रदाय होता. तेव्हां मुलांचें लग्न मोठेपणीं निदान एकवीस वर्षांनंतर होत असावें हें निर्विवाद आहे.

मुलींच्या लग्नासंबंधानें निराळी परिस्थिति महाभारतकाळानंतर उत्पन्न झाली असावी असें स्मृति-शास्त्रांतून स्पष्ट वयाचा उल्लेख केलेलीं वचनें आहेत त्यांजवरून अनुमान निघतें. महाभारतकाळीं मुलींचीं लग्नें त्या प्रौढवयांत आल्यावरच होत असत; तीं पुढें कित्येक शतकानंतर लहानपणीं होऊं लागलीं. याचा इतिहास किंवा याची उपपत्ति येथें देणें विषयांतर होईल. परंतु स्मृतींमधून मुलींच्या विवाहासंबंधानें जीं वचनें आहेत त्याच प्रकारचीं वचनें महाभारतामध्यें कशीं आहेत हें आपण येथें पाहूं.

त्रिंशद्वर्षो वहेत् कन्यां हृद्यां द्वादशवार्षिकीम् ।

असें मनुस्मृतीचें वचन प्रसिद्ध आहे. म्हणजे तीस वर्षांच्या वयाच्या पुरुषानें बारा वर्षांची हृदयास आनंद देणारी मुलगी करावी. या श्लोकाचा महाभारतांत पूर्वकाळीं " हृद्यां षोडशवार्षिकीम् ।" असा पाठ होता असें कित्येक निबंधग्रंथांत महाभारताचें वचन दिलेलें आढळतें. म्हणजे महाभारतकाळीं मुलींचा विवाह पूर्ण प्रौढदशा आल्यानंतर होत असावा असें स्पष्ट दिसतें. परंतु अनुशासनपर्व अध्याय ४४ यांत जो श्लोक दिला आहे त्यांत अगदींच निराळें रूपान्तर झालेलें आपल्यास आढळतें, व या रूपान्तरांत मनूनें दिलेल्या वयाच्या मर्यादेहूनही कमी मर्यादा दिलेली आहे. त्रिंशद्वर्षो वहेत् कन्यां नग्निकां दशवार्षिकीम् । असा पाठ दिलेला आढळतो, व भाषान्तरांत दहा वर्षांच्या मुलीशीं लग्न करावें असें साहजिकच दिलेलें आहे. (भा० पु० ७ पान १६०) हा पाठ मनूच्याहूनही अलीकडचा आहे व मूळचा पाठ बदलून तो अलीकडच्या परिस्थितींत उत्पन्न झाला आहे, हें अनुमान येथें साहजिक निघण्यासारखें आहे. निबंधकारांनीं घेतलेला महाभारताचा पाठ " हृद्यां षोडशवार्षिकीम् ।" असाच मूळचा असावा. कारण, महाभारतामध्यें मनुस्मृतींत दिलेल्या वचनापेक्षां ही जुनी परिस्थिति सर्व बाबतींत दिसून येते हें आपण

पूर्वी पाहिलेंच आहे. किंबहुना, विवाहाच्या प्रकारांच्या बाबतींतही हाच नियम आहे ही गोष्ट आपल्यास पुढें दिसून येईल. याशिवाय महाभारतांतील दुसरें एक वचन येथें विचारांत घेण्यासारखें आहे. ' वयस्थां च महाप्राज्ञ कन्यामावोढुमर्हसि । ' वयांत असलेल्या मुलीशीं अर्थात् तरुण कन्येशीं विवाह करणें आयुष्यकर आहे, असें अनुशासनपर्वांतच अन्य ठिकाणीं सांगितलें आहे. या वाक्यांतील वयः या शब्दाचा अर्थ वाचकांनीं नीट लक्षांत घेतला पाहिजे. संस्कृतांत वय शब्दाचा अर्थ तारुण्य असा आहे. सामान्य वयाच्या अर्थी मराठीप्रमाणें वय शब्दाचा संस्कृतांत उपयोग होत नाहीं. बाल्य संपल्यानंतर वय प्राप्त होतें, असा संस्कृतांत अर्थ असून मराठींत ' तो वयांत आला ' या वाक्यांत तो अर्थ उपयोगांत आणलेला आहे. मराठींत वय शब्दाचा म्हातारपण असाही कधीं कधीं अर्थ होतो. असो. सांगण्याचें तात्पर्य हें कीं वरील वचनांतलि वयस्थाम् या शब्दाचा अर्थ सामान्यन्यतः लग्नाच्या वयांत आलेली असा घ्यावयाचा नाहीं.' असा घेतल्यास कांहींच बोध उत्पन्न होणार नाहीं हें उघड आहे. वयस्थां म्हणजे तारुण्यांत आलेली कन्या विवाहाला उत्तम व आयुष्यकर असें या वचनांत सांगितलें आहे. कारण, या अध्यायांत आयुष्य वाढविणाऱ्या गोष्टी कोणत्या याचें वर्णन आहे. असो. या वचनाच्या दृष्टीनें पूर्वोक्त वचन पाहतां ' नग्निकां दशवार्षिकीम् ' हा पाठ मागूनचा असून ' हृद्यां षोडशवार्षिकीम् ' हाच मुळचा पाठ असावा असें अनुमान करण्यास कांहींच हरकत नाहीं. महाभारतांतील अनेक वर्णनांवरून हाच पाठ पूर्वकाळचा असावा व महाभारतकाळीं स्त्रियांचीं लग्नें प्रौढ वयांतच होत असावीं, मग त्या स्त्रिया ब्राह्मण किंवा क्षत्रिय कोणत्याही वर्णाच्या असोत, असें आमचें अनुमान आहे.

महाभारतकाळीं पूर्वीच्या काळाप्रमाणें स्त्रीपुरुषांचा विवाह प्रौढ वयांतच होत असे. ब्रह्मचर्याची मुदत बारा वर्षें धरली तरी २१ वर्षांच्या आंत पुरुषांचा विवाह होत नसे आणि चोवीस वर्षांची धरली तर तीस वर्षांपर्यंत वयाची मर्यादा वाढते. स्त्रियांच्या वयाची मर्यादा स्पष्ट सांगितलेली नसली तरी त्या विवाहसमयीं तरुण व उपभोगास योग्य अशाच असत. कारण लग्नाच्या दिवशींच किंवा तिसऱ्या दिवशीं पतिपत्नींचा समागम होण्याची चाल त्यावेळीं रूढ होती.' याप्रमाणें पति व पत्नी योग्य वयांत संसार करूं लागत व त्यांच्यापासून होणारी प्रजा सशक्त व तेजस्वी असे. पति-पत्नींचें योग्य म्हणजे तारुण्याचें वय होण्यापूर्वीं त्यांचा समागम होणें किंवा त्यांचा विवाह होणें याज बद्दल लोकांना अतिशय तिटकारा व भीति वाटत असे. कलियुगामध्यें जे भयंकर प्रकार होतील असें महाभारतांतलि वनपर्वांत वर्णन आहे त्यांत हा भयंकर प्रकार म्हणून वर्णिलेला आहे. स्त्रीपुरुषांना अकालीं विवाह होऊन

१ अनुशासनपर्व अ० १०४ यांत हें वाक्य आलेलें असून भा० पु० ७ पा० ३२१ यावर या वाक्याचा अर्थ असाच चुकीचा केलेला आहे. " विवाहास योग्य झालेल्या कन्येशीं विवाह करावा " असें भाषांतर केलें आहे; पण तें चुकीचें आहे. कारण, एक तर या वाक्यांत अर्थबोध मुळींच होत नाहीं आणि वयस्थ या शब्दाचा अर्थ विवाहास योग्य असा करतां येत नाहीं. अमरकोषांत " वयस्थस्तरुणो युवा " असा वयस्थ शब्दाचा तरुण हा अर्थ स्पष्ट दिलेला आहे.

१ गर्भाधान हा स्वतंत्र संस्कार महाभारतकाळीं मुळींच नव्हता, तो आश्वलायन गृह्यसूत्रांतही नाहीं. पुष्कळ शतकांनंतरच्या बालविवाहाच्या काळांत गृह्यपरिशिष्टांत तो सांगितलेला आहे.

प्रजा उत्पन्न होईल, असें भविष्य कलियुगासंबंधानें केलेलें आहे. अर्थात् असा समागम व विवाह लोकांस निंद्य वाटत असे. विवाहसमयीं कन्या फार मोठ्या असत, यानें एक अप्रत्यक्ष मजेचें प्रमाण खालील श्लोकांत आढळतें.

प्रदानकांक्षिणीनां च कन्यानां वयसि स्थिते।
श्रुत्वा कथास्तथायुक्ताः साशा कृशतरी मया॥
(शान्तिपर्व अध्याय १२८)

तारुण्य आलें असतां आपला विवाह व्हावा अशी इच्छा करणाऱ्या कुमारिकांना तशा प्रकारच्या गोष्टी ऐकून उत्पन्न होणारी आशा मजहून अत्यंत कृश आहे. असें अतिकृश झालेला ऋषभ द्विज म्हणतो. (भा० पु० ६ पान २५९) यावरून असें स्पष्ट दिसतें कीं पुष्कळ मुली तारुण्य आल्यावरही बराच काळ बापानें दान न दिल्यामुळें लग्नाची आशा बहुतेक कृश होऊन खिन्न झालेल्या असत. अशा प्रकारचीं उदाहरणें हल्लीं रजपुतांशिवाय इतर ठिकाणीं सांपडावयाचीं नाहींत. साहजिकच अशा परिस्थितींत मुलीचें पाऊल वाकडें पडण्याची नेहमीं भीति असे. लग्नांत वधू मोठी असून शिवाय कन्या म्हणजे अनुपभुक्त असावी असा धर्मशास्त्राचा व लोकांचा कटाक्ष असे. यामुळें कन्यात्व भंग करण्याचें पातक फार मोठें गणिलें जात असे. जी कन्या आपल्या कन्यात्वाला दोष आणील तिला ब्रह्महत्येचें तीनचतुर्थांश पातक लागेल असें महाभारतांत म्हटलें आहे, आणि बाकीचें पातक कन्यात्व दुष्ट करणाऱ्या पुरुषाला लागतें असें सांगितलें आहे.

त्रिभागं ब्रह्महत्यायाः कन्या प्राप्नोति दुष्यती।
यस्तु दूषयिता तस्याः शेषं प्राप्नोति पाप्मनः॥
(अनु० प० अ० १०६)

मनुस्मृतीमध्यें कन्यात्व दूषण करणाराला राजदंडही सांगितलेला आहे, मग तो त्या कन्येच्या अनुमतीनेंही दोषी झालेला असो. यावरून प्रौढ मुलींचें कन्यात्व कायम राहण्याविषयीं पूर्वकाळीं किती खबरदारी घेत असत याची कल्पना सहज होईल. हल्लीं लहानपणीं लग्नें करण्याची चाल बहुतेक सर्वत्र प्रसृत असल्यानें वरील कन्यात्व दूषणासंबंधाचे नियम बहुतेक माहितच नाहींत व त्यांचें एका प्रकारचें हल्लींच्या परिस्थितींत लोकांस आश्चर्य वाटतें. साधारणपणें मुलीचें दान करण्याचा अधिकार बापास होता, मग मुलगी कितीही प्रौढ झालेली असो. तथापि प्रौढ मुलींचे विवाहास बापाकडून भलताच अडथळा येऊं लागल्यास त्याचाही प्रतिकार महाभारतकाळीं स्मृतींत सांगितल्याप्रमाणेंच होता. ऋतु प्राप्त झालेल्या मुलीनें तीन वर्षेंपर्यंत बाप आपलें प्रदान करील याची वाट पहावी आणि त्याप्रमाणें त्यानें प्रदान न केलें तर तिला स्वतः आपलें लग्न करून घेण्याचा अधिकार आहे असा नियम होता. अनुशासनपर्व पान १६० यांत असें स्पष्ट म्हटलें आहे कीं " जी मुलगी तीन वर्षें थांबून स्वतःच्या विवाहास प्रवृत्त होते तिच्या संततीला किंवा तिच्याशीं विवाह करणाराला कांहीं एक दोष लागत नाहीं; पण जर ती या नियमाच्या उलट वर्तन करील तर तिला प्रत्यक्ष प्रजापति दोष देईल. " यावरून असेंही दिसतें कीं मुलीनें अविवाहित राहूं नये असा धर्मशास्त्राचा व लोकांचा आग्रह असे. ही गोष्ट भारतीय आर्य समाजाच्या शुद्धतेसंबंधानें फार महत्वाची आहे. प्रौढ कन्या अविवाहित राहूं नये, असा समाजाचा आग्रह असल्यानें एकंदर समाजाची नीतिमत्ता चांगल्या तऱ्हेनें कायम राहण्यास हा नियम कारणीभूत होतो. पाश्चात्य समाजांत असा निर्बंध कोठेंही दृष्टीस पडत नाहीं. प्रत्येक स्त्रीचें लग्न झालेंच पाहिजे अशी भारतीय

आर्यांची भावना होती, असें अनुमान महाभारतांतील अन्य श्लोकांवरूनही होतें. ज्या मुलीचें लग्न होत नाहीं त्या मुलीस परलोकप्राप्ति नाहीं असें या वचनांत स्पष्ट म्हटलें आहे.

असंस्कृतायाः कन्यायाः कुतो लोका स्तवानघे।

ज्या स्त्रीनें लग्न न करतां तप केलें त्या स्त्रीला त्या तपापासूनही परलोकाची प्राप्ति नाहीं असा सिद्धांत ठरला होता. या वाक्यांतील वचनाचा सुलभेच्या कथेशीं थोडासा विरोध दिसतो. पूर्वी वर्णन केल्याप्रमाणें सुलभा नांवाची क्षत्रिय संन्यासिनी जनकाच्या राजसभेंत आलेली आपण पाहिली आहे. ही लग्नास योग्य भर्ता न मिळाल्यामुळें नैष्ठिक ब्रह्मचर्याचा आश्रय करून यतिधर्मानें रहात होती. (शां० अध्याय ३२०) ही कथा पूर्वकाळची असावी. त्या वेळेस स्त्रियांना संन्यासव्रत घेण्याची परवानगी होती असें म्हटलें पाहिजे. किंवा संन्यासव्रत घेतल्याशिवाय नुसतें तप करण्याचा अधिकार स्त्रियांस नव्हता असा निर्णय करावयास पाहिजे. महाभारतकाळीं सुलभा, गार्गी इत्यादिकांसारख्या ब्रह्मवादिनी स्त्रिया नव्हत्या असेंच मानण्यास हरकत नाहीं. किंबहुना, स्त्रियांना आश्रम नाहीं, ब्रह्मचर्य, गार्हस्थ्य, संन्यास, वानप्रस्थ या आश्रमांच्या ठिकाणीं विवाह हाच मुख्य संस्कार स्त्रियांना आहे, असा सिद्धांत त्या काळीं प्रस्थापित झाला होता, व त्यामुळें सौतीच्या काळीं प्रत्येक स्त्रीचें लग्न होत असे, असें आमचें अनुमान आहे.

वरील एकंदर हकीकतीवरून प्राचीनकाळापासून महाभारतकाळापर्यंत विवाहाची उत्तरोत्तर उत्क्रान्ति होऊन विवाहाला उदात्त स्वरूप कसें प्राप्त झालें होतें याची कल्पना वाचकांस होईल. सर्व स्त्रियांचे विवाह झालेच पाहिजेत, विवाहकालीं स्त्रिया प्रौढ असाव्या, त्यांचें कन्यात्व कोणत्याही प्रकारें दूषित झालेलें नसावें, विवाहदिवशींच पतिपत्नींचा समागम व्हावा, एकदां पतीचा समागम झल्यावर स्त्रियांनीं त्याच पतीला दैवत मानून रहावें, त्यांस दुसरा पति करण्याचा अधिकार नसावा, अर्थात् स्त्रियांस पुनर्विवाहाची बंदी नवऱ्याच्या जिवंतपणीं किंवा नवरा मेल्यावर असावी, अशा प्रकारचें उत्तम रीतीचें सांसारिक निबंधन त्यावेळीं समाजांत व्यवस्थित झालें होतें. साहजिकच समाजांत पतिपत्नींचें अत्यंत प्रेम व संसारसुख साधत असे. याशिवाय हल्लींच्या समाजांत दिसणारें मोठें व्यंग त्यावेळीं अस्तित्वांतच नव्हतें, हें वरील हकीकतींवरून सहज निष्पन्न होतें. म्हणजे महाभारतकाळीं बालवैधव्याचें दुःख समाजास माहित नव्हतें, यामुळें अनुपभुक्त कन्या विवाहित होऊन विधवा झाल्यास काय करावें हा पूर्वोक्त प्रश्न त्यावेळीं उपस्थित झाला नव्हता. तो प्रश्न या काळानंतर कित्येक शतकांनीं बालविवाहाची चाल रूढ झाल्यामुळें पुढें उत्पन्न झाला एवढें येथें सांगितलें असतां पुरें होईल.

अनेकपत्नी विवाह.

स्त्रियांच्या विवाहाच्या संबंधानें ज्याप्रमाणें अनेक प्रशस्त नियम उत्पन्न झाले त्याप्रमाणें पुरुषांच्या विवाहाच्या संबंधानें मुख्य उत्तम नियम एकपत्नीत्वाचा भारती आर्यांत उत्पन्न झाला नाहीं हें आपल्यास येथें कबूल करावयास पाहिजे. वैदिक कालापासून तों महाभारतकालापर्यंत पुरुषांस अनेक स्त्रिया करण्याचा अधिकार होता व त्याप्रमाणें ते करीतही असत. वेदांत अनेक रशना एका यूपाभोंवतीं बांधतां येतात त्याप्रमाणें एका पुरुषास अनेक स्त्रिया करतां येतात, असें स्पष्टपणें म्हटलें आहे. भारती आर्यांत या प्रकारच्या अनेक स्त्रिया करण्याची चाल इतर सर्व पृथ्वींतील प्राचीन समाजाप्रमाणें प्रत्यक्ष अमलांत होती,

असें महाभारतांतील अनेक राजांच्या वर्णनां-वरून स्पष्टपणें दिसतें. चार पांडवांना द्रौपदी-शिवाय दुसऱ्या कित्येक भार्या होत्या असें वर्णन आहे. श्रीकृष्णाला आठ पट्टराण्या असून शिवाय अनेक दुसऱ्या भार्या होत्या. ही अनेक भार्या करण्याची चाल विशेषतः क्षत्रियांत महाभारतकालापर्यंत चालू असावी असें दिसतें. स्त्रीपर्व सौतीनें वाढविलें आहे असें आपण पूर्वीं पाहिलेंच आहे. विशेषतः युद्धानंतर रणांगणावर पडलेल्या वीरांच्या स्त्रिया पतींचीं प्रेतें घेऊन शोक करीत आहेत हें वर्णन सौतीचें काल्पनिक आहे. त्यांतही त्यानें आपल्या काळच्या परिस्थितीप्रमाणें प्रत्येक राजाला अनेक स्त्रिया असल्याचें जागजागीं वर्णन केलें आहे. त्यांतील एकच श्लोक आपण येथें घेतल्यास पुरे होईल.

श्यामानां वरवर्णानां गौरीणामेकवाससाम् ।
दुर्योधनवरस्त्रीणां पश्य वृन्दानि केशव ॥

या श्लोकांत दुर्योधनाच्या स्त्रियांचे अनेक वृन्द वर्णिलेले आहेत. राजे लोकांना पूर्व काळीं अनेक स्त्रिया करण्याची परवानगी होती, इतकेंच नव्हे, तर शक्यताही होती. कारण, पूर्वीं सांगितल्याप्रमाणें क्षत्रियांना ब्राह्मणेतर तिन्ही वर्णांच्या स्त्रिया करण्याचा अधिकार होता; व सांपत्तिक स्थितीनेंही व राजकीय स्थितीनेंही त्यांस अशा अनेक स्त्रिया मिळणें शक्य होतें. परंतु एकंदर समाजस्थितीचें निरीक्षण केल्यास आपल्याच वर्णाच्या अनेक स्त्रिया प्रत्येक मनुष्यास करतां येणें संभवनीय नाहीं. एकंदर जनसमाजांत पुरुषांची संख्या व स्त्रियांची संख्या ही बहुधा थोड्या अधिक प्रमाणानें सारखीच असते. या कारणानें पुरुषास अनेक स्त्रिया करण्याची परवानगी असली तरी राजे लोकांशिवाय इतरांस अनेक स्त्रिया करणें शक्य नाहीं, हें उघड आहे. राजे लोकांतही अनेक स्त्रिया करण्याची जी पद्धत होती तींतही थोडासा भेद दिसून येतो. बरोबरीच्या राजांच्या मुली या विशिष्ट दर्जाच्या राण्या मानल्या जात असत व त्यांचा विवाह निराळ्या रीतीनें होत असावा. अशा स्त्रिया पट्टराण्या समजल्या जात असून त्यांची संख्या फार थोडी असे. श्रीकृष्णाच्या पट्टराण्या आठ होत्या. वसुदेवाच्याही आठ होत्या. विचित्रवीर्याच्या दोन होत्या. पांडूच्या दोन होत्या. भीमाला द्रौपदी शिवाय शिशुपालाची बहीण ही एक आणखी स्त्री होती. आश्रमवासीपर्वांत याचा उल्लेख आहे. (अध्याय २९) अर्जुनाला सुभद्रा व चित्रांगदा अशा दोन आणखी स्त्रिया होत्या. सहदेवाला जरासंधाची मुलगी आणखी बायको होती व नकुलालाही एक आणखी स्त्री होती.[१] दुर्योधनादि धृतराष्ट्रपुत्रांच्या येथें शंभरच स्त्रिया वर्णिल्या आहेत. तात्पर्य, राजांनाही मुख्य स्त्रिया एक किंवा दोन किंवा फार तर आठ पर्यंत असून बाकीच्या स्त्रिया अनेक असल्या तरी त्यांचा दर्जा फारच कमी असावा. त्यांतही विशेष सांगण्यासारखी गोष्ट ही कीं, महाभारतांत युधिष्ठिराला द्रौपदीशिवाय दुसरी महिषी किंवा स्त्री असल्याचें वर्णन कोठेंच आढळून येत नाहीं. (आदि० अ० ९५ यांत युधिष्ठिराची दुसरी स्त्री देविका सांगितली आहे तिचा विचार पुढें करूं) एकपत्नी व्रताची महती यावरून महाभारतकारांलाही मान्य होती असें म्हणण्यास हरकत नाहीं. महाभारत व रामायण या दोन्ही आद्य राष्ट्रीय ग्रंथांतील आद्य वर्ण्य पुरुष युधिष्ठिर व राम हे दोघेही एकपत्नी व्रताचे

---

१ भाषान्तरांत म्हटल्याप्रमाणें शल्याची नव्हे. शल्य तर पांडवांचा मामा होता, त्याची बहीण कशी वरतां येईल ? शिशुपाल हा जरासंधाचा सेनापति होता व दुर्योधनाचा युद्धापूर्वी होता असें मानलें पाहिजे.

पुरस्कर्ते होते, यावरून एकपत्नी व्रतासंबंधानें भारती आर्यांना किती गौरव होता याची वाचकांस कल्पना येईल.

श्रीकृष्णाच्या संबंधानें येथें थोडासा उल्लेख करणें जरूर आहे. श्रीकृष्णाला १६१०८ स्त्रिया होत्या, असा समज आहे. त्यांपैकीं आठच स्त्रिया पट्टराण्या होत्या आणि बाकीच्या स्त्रिया त्यास एकदम मिळाल्या होत्या. महाभारतांत श्रीकृष्णाच्या सोळा हजार स्त्रियांचा दोन तीन ठिकाणीं उल्लेख आहे त्याचा आपण पुढें निर्देश करूं. ही स्त्रियांची संख्या बहुतकरून अतिशयोक्तीची असावी असें म्हणण्यास हरकत नाहीं. हरि. वि. अ. ६० (भा० पु० ८ पा० ३६९) यांत श्रीकृष्णाच्या आठ स्त्रिया सांगून नववी एक शैब्या सांगितली आहे. त्यांतच आणखी सोळा सहस्र नारी वरल्या असें यापुढें सांगितलें आहे. यांचा जास्त उल्लेख पुढें अध्याय ६३ यांत पा. ३६९ वर केला आहे. नरकासुरानें सोळा हजार एकशें कन्या हरण करून कैदेंत ठेविल्या होत्या त्या अनुपभुक्ता होत्या. नरकासुराला मारून श्रीकृष्णानें त्या जिंकिल्या तेव्हां त्यांनीं होऊन आनंदानें श्रीकृष्णास वरलें असें पा० ३७७ येथें सांगितलें आहे. अर्थात् श्रीकृष्णाला सोळा हजार एकशें आणखी स्त्रिया एकदम मिळाल्या. पण अन्यत्र सोळा हजार स्त्रियांचाच उल्लेख वारंवार येतो, वर शंभर स्त्रियांचा येत नाहीं. उद्योगपर्व अ० १५८ येथें नरकासुराला मारून शार्ङ्गधनुष्य मिळविल्याचा उल्लेख आहे. (भा० पु० ३ पा० ४६२) पण तेथें सोळा हजारच स्त्रिया मिळाल्याचा उल्लेख आहे, तेव्हां शंभर स्त्रिया हरिवंशानें एके ठिकाणीं वाढविल्या असें म्हणतां येतें. असो. या एकदम मिळालेल्या सर्व स्त्रिया मानवी नव्हत्या, निदान आर्य नव्हत्या हें उघड आहे. ही संख्या अतिशयोक्तीची आहे. जैन ग्रंथांतही या संख्येचा उच्चार वारंवार येतो तो यावरूनच येतो. कोणत्याही सुखी राजाचें वैभव वर्णन करावयाचें म्हणजे त्याला सोळाहजार स्त्रिया होत्या असें वर्णन जैन ग्रंथांत येतें. तात्पर्य, ही एक अतिशयोक्ति आहे हें उघड आहे. सालोमनला हजार स्त्रिया होत्या असें वर्णन बायबलांत आहे. आमच्यामतें श्रीकृष्णास आठ आर्य स्त्रिया होत्या, त्यांशिवाय कित्येक अन्य देवराक्षसांच्या काल्पनिक स्त्रिया त्यास होत्या असेंच मानणें सयुक्तिक होईल.

अर्जुनाशिवाय इतर पांडवांच्या दुसऱ्या बायकांविषयींही थोडासा अधिक विचार केला पाहिजे. त्याचा उल्लेख महाभारतांत तीन ठिकाणीं आहे आणि त्यांत परस्पर विरोधही आहे. आदि० अ० ९५, वन० अ० २२ आणि आश्रम० अ० २५ यांत तो आहे. प्रथम युधिष्ठिराच्या देवकानामक दुसऱ्या स्त्रीचें आ० अ० ९५ यांत केलेलें कथन आश्चर्यकारक आहे तें टाकतांही येत नाहीं आणि धरतांही येत नाहीं. तिचा उल्लेख अन्यत्र कोठेंच नाहीं वन किंवा आश्रम पर्वांतही नाहीं. तेंव्हां हें एक कूटच आहे. दुसरें आश्रम. अ. २५ त भीमाची अग्र्य स्त्री ही "श्रीकृष्णाची नित्य स्पर्धा करणाऱ्या चमूपतीची बहीण होय" असें म्हटलें आहे. वन. २२ यांत चेदिपति धृष्टकेतु आपली बहीण घेऊन गेला आणि केकयही निघून गेला असें वर्णन आहे (भा. पु. २ पा. ४८) पण येथें ती नकुलाची भार्या किंवा सहदेवाची भार्या होती असें सांगितलेलें नाहीं. तें टीकाकारानें आदि० अध्याय ९५ याच्या आधारें सांगितलें आहे. पण तें आश्रमवासी पर्वांतील वर्णनाशीं उलट पडतें. तसेंच आदिपर्वांत भीमाची दुसरी भार्या काश्या सांगि-

तली आहे. असो. आश्रमवासि पर्वांत तीन पांडवांची द्रौपदी शिवाय एक एकच भार्या येथें सांगितली आहे. तेव्हां एकाहून अधिक भार्या त्यांस नसाव्या असा अंदाज आहे, असत्या तर त्या धृतराष्ट्राच्या दर्शनास गेल्या असत्या. असले विरोध महाभारतांत कित्येक दिसतात व तींच कित्येक कूटें होत असें म्हणण्यास हरकत नाहीं. चेदिपतीस दोन कन्या असून त्या दोन भीम व नकुल यांस दिलेल्या असतील, किंवा सहदेवाच्या केकय व मगध अशा दोन्ही स्त्रिया असून त्यांपैकीं एक त्यापूर्वीं मेलेली असेल अथवा माहेरीं गेलेली असेल इत्यादि कल्पनांनीं हीं कूटें सोडविणें शक्य आहे.

एका पुरुषानें अनेक स्त्रिया करावयाची चाल वैदिककाळापासून महाभारतकाळापर्यंत थोड्याबहुत प्रमाणानें चालू होती; परंतु एका स्त्रीनें अनेक पति करण्याची चाल प्रारंभीं प्रारंभीं हिमालयांतून नवीन आलेल्या चंद्रवंशी आर्य लोकांत सुरू होती असें द्रौपदीच्या उदाहरणावरून आपल्यास मान्य करावें लागतें. यांत एक विशेष लक्षांत ठेवण्यासारखा हा आहे कीं हे अनेक पति निरनिराळ्या कुटुंबांतील नसून एकाच कुटुंबातले सख्खे भाऊ असत व हल्लींही हिमालयांतील पहाडी लोकांत कित्येक ठिकाणीं ही चाल रूढ आहे, त्यांतही असाच प्रकार आहे. अर्थात् या चालींत कोणत्याही प्रकारचें दुष्टत्व उत्पन्न होत नसून निरनिराळ्या कुटुंबांत वैमनस्य उत्पन्न होण्याची भीति नव्हती आणि विवाहित स्त्रीचे कोणत्याही तऱ्हेनें हाल होण्याचा संभव नव्हता. असो. भारतीय आर्यांत पहिल्यापासूनच या चालीविषयीं प्रतिकूल मत होतें, हें एका वैदिक वचनावरून पूर्वीं सांगितलेंच आहे. कांहीं चन्द्रवंशी आर्यांनीं आणलेली ही चाल भरतखंडांत रुजली नाहीं. महाभारतकाळीं भारती आर्यलोकांत ती बिलकुल रूढ नव्हती. द्रौपदीनें पांच पति कसे केले हें महाभारतकारांस गूढच पडलें होतें व त्याच्या निराकरणासाठीं सौतीनें महाभारतांत दोन तीन गोष्टी घातल्या आहेत. विशेषतः कुंतीनें कांहीं न पाहतां आणलेली भिक्षा वांटून घ्या अशी आज्ञा दिल्यावरून पांच भावांनीं एक स्त्री केली हें म्हणणें फारच चमत्कारिक आहे. युधिष्ठिराच्या म्हणण्याप्रमाणेंच पूर्वकाळीं ही चाल कांहीं लोकांत रूढ होती असें मानलें पाहिजे; पण ती भरतखंडांत महाभारतकाळीं नाहींशी झाली होती हें वरील सौतीच्या प्रयत्नावरून निःसंशय ठरतें.

विवाहाचे प्रकार.

आतां आपण विवाहाच्या निरनिराळ्या प्रकारांकडे वळूं. अलीकडच्या सर्व धर्मशास्त्रग्रंथांत व स्मृतींत व गृह्यसूत्रांतही विवाहाचे आठ प्रकार आहेत असें सांगितलेलें आढळतें. महाभारतांतही (आ० अ० ७४) विवाहाचे आठ प्रकार सांगितले आहेत.

ब्राह्मो दैवस्तथाचार्षः प्रजापत्यस्तथासुरः ।
गांधर्वो राक्षसश्चैव पैशाचश्चाष्टमः स्मृतः ॥

परंतु यांतील दैव आणि आर्ष यांचा ब्राह्मांतच अन्तर्भाव होतो. यांत कन्यादानच आहे. पैशाच हा एक नांवाचा विवाहप्रकार दिसतो. यामुळें विवाहाचे मुख्य पांचच प्रकार समजले पाहिजेत. हेच प्रकार बहुधा रूढ असाव. अनु० अ० ४४ यांत ब्राह्म, क्षात्र, गांधर्व, आसुर व राक्षस असे पांच प्रकार सांगितले आहेत. यांत वर सांगितलेलें दैव, आर्ष, प्राजापत्य यांच्या ऐवजीं क्षात्र सांगितला आहे. व हा पैशाच विवाहाचा शेवटचा प्रकार यांत मुळींच सांगितलेला नाहीं. ऐतिहासिक दृष्ट्या अनुशा० पर्वांत सांगितलेले पांच प्रकार हेच

सर्वत्र रूढ होते व त्यांत तीन प्रशस्त व दोन अप्रशस्त मानले जात होते.

पंचानां तु त्रयो धर्म्याः द्वावधर्म्यौ युधिष्ठिर।

अशा दोन्हीं ठिकाणीं उल्लेख आहे. या निरनिराळ्या प्रकारांचीं जीं नांवें पडलीं आहेत तीं निरनिराळ्या लोकांवरून पडलीं आहेत, हे निःसंशय दिसून येतें. त्याजविषयीं आपण येथें विस्तारानें विचार करूं. निरनिराळ्या लोकांतले हे विवाहाचे प्रकार प्रथम उत्पन्न झालेले असले तरी भारतकाळीं आर्य लोकांत ते प्रत्यक्ष आचरणांत होते, असें महाभारतांतील उदाहरणावरून स्पष्ट दिसतें. शिवाय विवाहसंस्थेचा उत्क्रांतिदृष्ट्या जो उच्च उच्च प्रकार होत गेला त्याच्याच ह्या पांच पायऱ्या आहेत असें म्हटलें असतां चालेल. सर्वांत कनिष्ठ प्रकार राक्षस विवाह हा होय. राक्षस विवाह म्हणजे मुलगी जबरदस्तीनें नेणें. त्याच्याहून उच्च आसुर म्हणजे मुलगी विकत घेणें. त्याहूनही श्रेष्ठ गांधर्व म्हणजे मुलीच्या इच्छेनें विवाह करणें; त्याच्याहून श्रेष्ठ क्षात्र म्हणजे मुलीच्या बापानें मुलीस पण जिंकणारास देणें होय व सर्वांत श्रेष्ठ ब्राह्म म्हणजे सत्कारपूर्वक दान असें म्हणावयास हरकत नाहीं. याचें विस्तृत विवेचन आपण यापुढें करूं.

ब्राह्म, क्षात्र व गांधर्व.

प्रथम ब्राह्म विवाह हा सर्व वर्णांत श्रेष्ठ जे ब्राह्मण त्यांना योग्य सांगितला आहे. कन्येच्या पित्यानें वराला बोलावून आणून त्यास सत्कारानें धनदानादिकांनीं अनुकूल करून कन्या द्यावी असें अनु. पर्व अ. ४४ पा. १९९ यांत सांगितलें आहे. हल्लींही बहुतेक वरिष्ठ वर्गांत हाच प्रकार चालू आहे. कन्येच्या पित्यानें यांत वराची प्रार्थना करावयाची असते व धनदानादिकांनें त्यास संतुष्ट करावायानें असतें. ब्राह्मण लोकांमध्यें महाभारतकाळीं हाच प्रकार चालू होता असें वाटतें व यामुळेंच या प्रकाराला ब्राह्मविवाह हें नांव पडलेलें आहे. दुसरा विवाहाचा प्रकार क्षात्र म्हणून सांगितलेला आहे; पण हा विवाह कोणत्या तऱ्हेनें होतो, याचें येथें वर्णन दिलेलें नाहीं. परंतु हा विवाह बहुतकरून क्षत्रिय जातींत होत असावा म्हणूनच याला क्षात्र असें नांव दिलेलें आहे. हा विवाह ब्राह्मण व क्षत्रिय दोघांसही विहित आहे असें येथें सांगितलेलें आहे. वराची धनादिकांनें पूजा करण्याची चाल ब्राह्मण व क्षत्रिय या दोघांतही सारखीच रूढ असावी. तेव्हां ब्राह्म आणि क्षात्र विवाहांत फरक काय होता हें ठरविणें कठीण आहे. आमच्या मतें या विवाहांत वराच्या तर्फेनें कन्येच्या बापाची प्रार्थना करण्याकरितां जाण्याची वहिवाट असली पाहिजे. अशा प्रकारची वहिवाट पूर्वकाळीं रूढ होती, हें महाभारतांतील अनेक उदाहरणांवरून सांगतां येईल. वरानें कन्यार्थी होऊन मुलीच्या बापाकडे कन्येची मागणी करावी असें अलीकडच्या विवाहविधींतील वाग्दानावरूनही निश्चयानें सांगतां येतें. परंतु क्षत्रिय हा मागण्याकरितां कधींही जाणार नाहीं असें एका ठिकाणीं स्पष्टपणें म्हटलें आहे, तें पुढें येईल. तेव्हां या विवाहप्रकाराला क्षात्र हें नांव कसें पडलें, हें निश्चयानें सांगतां येत नाहीं. क्षत्रियांमध्यें पण लावून विवाह करण्याची जी चाल होती, तिचा या पांच प्रकारांत कोठेंच अन्तर्भाव होत नाहीं. क्षत्रियांनीं किंवा ब्राह्मणांनीं अमुक एक पण जिंकला किंवा अमुक शक्तीचें किंवा कौशल्याचें वीरकर्म केलें, तर त्याला मी आपली मुलगी देईन अशा प्रकारचा पण लावणें, व त्याप्रमाणें पण जिंकणारास मुलगी देणें यांस क्षात्र विवाह म्हणावा असें आमचें मत आहे. अशा प्रकारचे विवाह भारतकाळीं होत असत

ही गोष्ट द्रौपदीच्या विवाहाच्या पणावरूनच सिद्ध होते. सीतेच्या विवाहाच्या पणाविषयींची ही गोष्ट प्रसिद्ध आहे. श्रीकृष्णानेंही मित्रविंदा नांवाची क्षत्रिय कन्या असाच एक पण जिंकून मिळविली असें वर्णन आहे. याप्रकारचे विवाह पूर्वकाळींच होत असत असें नाहीं. तर महाभारतकाळापर्यंत सुद्धां अशा प्रकारचे पणाचे विवाह होत असत. ही गोष्ट शिकंदराच्या वेळेला आलेल्या ग्रीक इतिहासकारांनीं पंजाबांतील कित्येक लोकांच्या संबंधानें लिहून ठेवलेली आहे. अर्थात् शक्तीची व धनुर्विद्येंत प्रविणता मिळविण्याची चढाओढ क्षत्रियांत व ब्राह्मणांतही यामुळें उत्पन्न होऊन भारतीय क्षत्रिय युद्धाच्या कर्मांत निष्णात होण्यास हा विवाहाचा प्रकार फारच अनुकूल होत असावा आणि म्हणूनच तो क्षात्र या नांवानें पांच प्रकारांत स्वतंत्र परिगणित झालेला आहे. अशा चढाओढीच्या परीक्षेंत ब्राह्मणही सामील होत असत, हें द्रौपदीच्या विवाहाच्या हकीगतीवरूनच स्पष्ट दिसतें. कारण, पांडव या वेळीं ब्राह्मणवेषानें आले होते व ब्राह्मणांमध्येंच बसले होते. अर्थात् हा विवाहप्रकार ब्राह्मण व शिष्ट क्षत्रिय यांस विहित होता. या विवाहप्रकारास स्वयंवर असें जरी म्हटलें आहे तरी तो खरोखर स्वयंवर नव्हता. कारण मांडलेला पण जो कोणी जिंकील त्यास कन्या द्यावी लागे आणि हा पण बहुधा कन्येचा बापच लावीत असे. सीतास्वयंवराच्या वेळीं जनकानेंच पण लाविला होता व द्रौपदीस्वयंवराच्या वेळींही तो पण द्रुपदानें लाविला होता. अर्थात् कन्येला लग्न लावण्यासंबंधानें कोणत्याही प्रकारची स्वतंत्रता नव्हती. बाप देईल त्याच्याशीं लग्न करण्याचाच तिला मार्ग मोकळा होता, यामुळें या प्रकारास स्वयंवर अथवा गांधर्वही योग्य रीतीनें म्हणतां येत नाहीं. असो. आतां आपण तिसऱ्या विवाहप्रकाराकडे वळूं. हा विवाह गांधर्व या नांवानें प्रसिद्ध आहे. याचें मुख्य स्वरूप मुलीच्या केवळ इच्छेनें नवरा पसंत करण्याचा तिला अधिकार असणें हें आहे. अशा प्रकारचे विवाह गंधर्व लोकांत रूढ होते म्हणूनच यास गांधर्व विवाह हें नांव पडलें. गंधर्व आणि अप्सरा या मानवी जाती हिमालयांतील राहणाऱ्या मानल्या जाण्यास हरकत नाहीं असें आम्ही पूर्वीं म्हटलेंच आहे. गांधर्व विवाह या लोकांत रूढ असलेला आर्य लोकांत विशेषतः क्षत्रियात प्रचारांत आला. याचें मुख्य उदाहरण दुष्यंत-शकुंतलेचें आहे. परस्परांचें प्रेम जुळून येऊन परस्परांनीं एकमेकांच्या गळ्यांत हार घालणें एवढाच याचा विधि दुष्यंत-शकुंतलेच्या आख्यानांत दिसतो. बापानें इच्छित वरास कन्या देण्याचीही यांत जरूरी नाहीं. हा गांधर्वाचा एक प्रकार आहे. परंतु सामान्य स्वयंवराचा प्रकार हा गांधर्व विधींतच येतो. अनेक राजे जमलेले पाहून त्यांत आपल्यास पसंत वाटेल त्याच्या गळ्यांत माळ घातल्यावर “पित्यानें त्याचें अभिनंदन करून कन्येनें पसंत केलेल्या वरास ही कन्या अर्पण करावी.” (अनुशासन प० पान १९९) याचें उत्कृष्ट उदाहरण नलदमयंतीचें होय. दुष्यंत-शकुंतलेच्या गांधर्व विवाहांत व नल-दमयंतीच्या स्वयंवरांत हा एवढा फरक आहे कीं हा स्वयंवर राजरोस बहुजनसमाजांत होतो; व मुलीचा बाप त्याप्रमाणें मुलीचें दान करतो. अशा प्रकारचा विवाह मुख्यतः क्षत्रियांस सांगितला आहे. हे स्वयंवराचे विवाह पूर्वीं भारतीय आर्यांत खरोखर महाभारतकाळापर्यंत चालू होते हीही गोष्ट शिकंदराबरोबरच्या ग्रीक इतिहासकारांनीं लिहून ठेवलेली आहे. पंजाबांतील कठ जातीच्या क्ष-

त्रियांत स्त्रिया आपापले नवरे पसंत करतात असें त्यांनीं लिहून ठेवलेलें आहे.

आसुर.

आतां आपण आसुर विवाहाकडे वळूं. हा विवाह म्हणजे कन्या विकत घेणें हा होय. " कन्येच्या आप्तांना व खुद्द कन्येला पुष्कळ धनादिक देऊन कन्येला विकत घ्यावें आणि तिच्याशीं विवाह करावा. हा धर्म असुरांचा होय असें ज्ञाते पुरुष सांगतात. " यावरून या विवाहाला आसुर हें नांव पडलें असें महाभारतांतच स्पष्ट वचन आहे. असुर कोण याचा ऐतिहासिक रीत्या विचार करतां ते मूळचे पर्शियन किंवा पारशी लोक होत. शर्मिष्ठा ही असुर कन्या होती, हें आपण पूर्वी सांगितलेंच आहे. ' झंद ' आर्यांत रूढ असलेली ही विवाहाची चाल भारती आर्यांतही रूढ होती. ही गोष्ट महाभारतांतील कित्येक उदाहरणांवरून दिसते. पंजाबांतील कित्येक जातींत आसुर विवाह चालू होते. त्यांपैकीं भारतकाळीं मद्र व केकय या दोन जाती विशेष होत्या. या वंशांतील स्त्रिया मध्य देशांतील क्षत्रिय राजे हे मुद्दाम करीत. त्यांत पांडूला माद्री म्हणजे शल्याची बहिण केली त्यावेळचें वर्णन महाभारतांत केलें आहे तें येथें उतरून घेण्यासारखें आहे. भीष्मानें पांडु राजाचें दुसरें लग्न करण्यासाठीं शल्याच्या नगरास जाऊन त्याजपाशीं माद्रीची मागणी केली. त्यावेळेस शल्यानें उत्तर केलें " आमचा कुलाचार तुम्हांस ठाऊकच आहे. तो आम्हास वंद्य आहे. मी आपल्या तोंडानें बोलून दाखवीत नाहीं. " तेव्हां भीष्मानें त्याची अट मान्य करून सोन्याचे दागिने व गट व रत्नें व हत्ती, घोडे, वस्त्रें, अलंकार, मणि, मोत्यें वगैरे द्रव्य त्यास देऊन संतुष्ट केलें व शल्यानें आपली बहीण त्याच्या स्वाधीन केली. अशाच प्रकारचें वर्णन रामायणांत दशरथाच्या व कैकेयीच्या लग्नाचें आहे. म्हणजे कैकेयीच्या बापाला सर्व राज्य अर्पण करून दशरथानें कैकेयी केली होती. तात्पर्य आसुर विवाह पूर्वकाळीं क्षत्रियांत रूढ होता. विशेषतः ज्या क्षत्रियांचा संबंध असुरांशीं होता, त्यांच्यांत ही चाल कुलपरंपरागत चालू होती. पंजाबांत महाभारतकाळापर्यंत सुद्धां ही चाल सुरू होती असें ग्रिक इतिहासकार प्रत्यक्ष लिहितात. " तक्षशिला नगरींत युवती कन्या बाजारामध्यें विकावयास आणीत व जो अतिशय किंमत देईल त्यास विकल्या जात असत. " असें त्यांनीं लिहून ठेवलें आहे. शल्याच्या वरील उत्तरावरून हा विवाहाचा प्रकार भारती आर्यांत तेव्हां पासूनच निंद्य मानला जात असे हें उघड आहे. हल्लींही कित्येक जातींत आसुर विवाह रूढ असला तरी तो विवाह अप्रशस्त आहे, असेंच लोक मानतात.

राक्षस.

पांचवा विवाहाचा प्रकार राक्षस विवाह होय. हा प्रकार मुख्यत्वेंकरून राक्षस लोकांत रूढ असल्यामुळें त्यास राक्षस हें नांव पडलें हें उघड आहे. या विवाहांत कन्येच्या आप्ताशीं लढून प्रतिपक्षाची मंडळी रडत असतां व कन्या विलाप करीत असतां तिला बलात्कारानें हरण करून नेत असत. राक्षस हे लोक कोण होते याचें आपण पूर्वी दिग्दर्शन केलें आहे. नरमांस भक्षण करणाऱ्या ज्या कित्येक क्रूर जाती मूळच्या रहिवाशांच्या हिंदुस्थानांत लंकेपासून पसरलेल्या होत्या त्यांत हा विवाहप्रकार चालू असला पाहिजे, ही गोष्ट रावणानें केलेल्या सीताहरणावरून आपल्या नजरेस येते. अशा प्रकारचा विवाह क्षत्रिय लोकांस विशेष पसंत पडला असावा. कारण, यांत युद्धांत जे वरिष्ठ असतील त्यांस आपल्या सा-

मर्थ्याचा उपयोग करतां येत असे. याचें महाभारतांतील प्रसिद्ध उदाहरण सुभद्राहरणाचें होय. अर्जुनानें सुभद्रेचें हरण श्रीकृष्णाच्या सल्ल्यानें केलें त्यांत सुभद्रेचा कोणत्याही प्रकारें अनुमोदनाचा भाग नव्हता. यावेळीं श्रीकृष्णानें अर्जुनास म्हटलें " क्षत्रियांनीं स्वयंवर विधीनें विवाह करावा, हें उत्तम; पण स्वयंवर केल्यास सुभद्रा कोणास माळ घालील कोण जाणे. तेव्हां स्त्रीस बलात्कारानें हरण करावें हाच शूर क्षत्रियांस उत्तम मार्ग आहे." सारांश, क्षत्रिय राक्षस विवाह विशेष पसंत करीत. अंबा, अंबालिका व अंबिका ह्या काशीराजाच्या तीन मुली स्वयंवर करीत असतां जबरदस्तीनें भीष्मानें त्यांचें हरण केलें व दोघींचा विवाह विचित्रवीर्य याशीं केला. त्यांत विशेष लक्षांत ठेवण्यासारखी गोष्ट ही कीं अंबा हिनें भीष्मास जेव्हां असें सांगितलें कीं मी मनानें शाल्व राजास वरलें आहे, त्या वेळेस भीष्मानें तिला परत जाऊं दिलें. यावरून मनानें दुसऱ्यास वरलेल्या कन्येचाही प्रतिग्रह करण्यास भारतकाळीं आर्य क्षत्रियांस अडचण वाटे. असें जरी आहे तथापि जबरदस्तीनें विवाहित स्त्रियांचें सुद्धां हरण करून नेण्याचें उदाहरण पूर्वकाळीं दिसून येतें. सीतेचेंच उदाहरण या कामीं पुरें आहे. विवाहित स्त्री अशा रीतीनें जिंकून नेली असतां राक्षस लोकांच्या चालीप्रमाणें त्या स्त्रीवर नेणाराची सत्ता उत्पन्न होत असे व ती नाकबूल असल्यास तिला एक वर्षाची मुदत देत असत पराक्रमानें हरण करून आणलेल्या कन्येला एक वर्षपर्यंत विवाहसंबंधानें प्रश्न करूं नये असें शांतिपर्व अ० ९६ यांत सांगितलेलें आहे. (भा० पु० ६ पान १९?) त्या मुदतीनंतर तिचा जबरदस्तीनें विवाह करीत असत असें दिसतें. परंतु धर्म जाणणारे क्षत्रिय मनानें दुसऱ्यास वरलेल्या स्त्रीचाही प्रतिग्रह करण्यास कबूल नसत, हें वरील भीष्माच्या उदाहरणावरून व्यक्त आहे. जयद्रथानें वनपर्वांत द्रौपदीचें हरण केलें यावरून कांहीं क्षत्रिय विवाहित स्त्रीलाही जबरदस्तीनें धरून नेत असत, हें उघड आहे. परंतु तिच्या आप्तबंधूंना जिंकण्याची त्यांना जरूरी असे. द्रौपदीनें धौम्य ऋषींची या वेळेस प्रार्थना केली, तेव्हां जयद्रथास धौम्यानें जें वाक्य म्हटलें, तें येथें लक्षांत घेण्यासारखें आहे.

नेयं शक्या त्वया नेतुं अविजित्य महारथान् ।
धर्मं क्षत्रस्य पौराणमवेक्षस्व जयद्रथ ॥

'महारथांना (पांडवांना) जिंकल्याशिवाय तुला या द्रौपदीला नेतां येणार नाहीं. पुरातन कालापासून चालत आलेल्या क्षात्रिय धर्माकडे दृष्टि दे.' (वनपर्व अ० २६८ पान ५३९) यावरून क्षत्रियांचा पुराणकाळापासून चालत आलेला धर्म असा असावा कीं दुसऱ्या क्षात्रियास जिंकून त्याची विवाहिता स्त्री सुद्धां हरण करतां यावी. अशा प्रकारची चाल पूर्वकाळीं असावी असा अनेक पुराव्यांवरून समज दृढ होतो. राजे लोकांच्या स्त्रिया जिंकणाऱ्या राजाच्या घरीं दासीसारख्या वागवीत असें महाभारतानंतरच्या कित्येक ग्रंथांवरून दृष्टोत्पत्तीस येतें. विशेषतः ज्या स्त्रिया पट्टराण्या नसत त्या जिंकणाऱ्या राजाच्या स्त्रियांत सामील होण्यास बहुधा हरकत पडली नसावी. असो. राक्षस विवाह हा क्षत्रियांस विशेषतः योग्य आहे असा स्मृतींचा उल्लेख आहे. हल्लींही क्षत्रिय व त्यांच्या खालोखाल असणाऱ्या जाति यांत राक्षस विवाहाचा थोडासा अवशेष दृष्टीस पडतो; म्हणजे लग्नसमारंभास नवऱ्याच्या हातांत तलवार किंवा सुरा देण्याची अद्यापि वहिवाट या जातींत आहे.

हे निरनिराळे विवाह प्रथम निरनिराळ्या

जातींत रूढ असून त्यांस ब्राह्म, क्षात्र, गांधर्व, आसुर व राक्षस अशीं नांवें पडलीं होतीं. तथापि ते भारती आर्यांमध्यें एकाच काळीं रूढ असून सर्वांचें रूपान्तर हळुहळु ब्राह्मविवाहांत होत गेलें. म्हणजे राक्षस विवाहानें जरी कन्येचें हरण करून नेलें असलें तरी शेवटीं त्या पतिपत्नींचा विवाह बहुधा ब्राह्मविधीनें केला जात असे, असें महाभारतांतील अनेक उदाहरणांवरून दिसतें. सुभद्रेला हरण करून नेल्यानंतर अर्जुनास व सुभद्रेस द्वारकेस परत बोलावून आणून त्यांचा विवाह ब्राह्मविधीनें द्वारकेमध्यें झाल्याचें वर्णन आहे. या विवाहाचें मुख्य स्वरूप दान हें आहे. भीष्मानें माद्री विकत आणल्यानंतर पाण्डूचा व तिचा विवाह हस्तिनापुरांत याच तऱ्हेनें केला असला पाहिजे. गांधर्व विवाहानें किंवा क्षात्र विवाहानें म्हणजे स्वयंवरानें किंवा पणानें विवाह जमल्यानंतरही ब्राह्मविधीनें विवाह बहुधा होत असे. अर्जुनानें द्रौपदी जिंकल्यावरही व तिला आपल्या घरीं नेल्यावरही द्रुपदानें दोघांस बोलावून आपल्या घरीं नेऊन त्यांचा विवाह विधिपूर्वक केल्याचें वर्णन महाभारतांत आहे. अर्थात् बहुतेक सर्व विवाहांत ब्राह्मप्रकार म्हणजे दानाचा प्रकार होता. एक दुष्यंत व शकुंतला यांच्या विवाहाचें उदाहरण मात्र वरील विधानाच्या विरुद्ध आहे. त्यांत गांधर्व विवाहानंतर दुसरा कोणताच विधि झाल्याचें वर्णन नाहीं आणि शकुंतलेच्या बापालाही दुष्यंताची भेट झालेली नाहीं. अशा अपवादक उदाहरणाखेरीज बहुतेक सर्व प्रकारच्या विवाहांत ब्राह्मविधि म्हणजे दानविधि नेहेमीं होत असे.

विवाह विधीचें मुख्य अंग सप्तपदी, हें पूर्वकाळापासून मानलेलें होतें असें दिसतें. विवाह विधींत अग्निसमक्ष पतिपत्नींनीं सात पावलें टाकावयाचीं, या विधीस सप्तपदी म्हणतात व पाणिग्रहण संस्कारही या विधीचें एक मुख्य अंग आहे. मंत्र–होमानें सप्तपदी होणें हेंच विवाहाचें पूर्ण करणें आहे, त्याशिवाय विवाह अपूर्ण होय, असा धर्मशास्त्राचा निश्चय महाभारतकाळीं असल्याचें स्पष्टपणें दिसतें. (अनुशासनपर्व पान १६३) याशिवाय मुलीच्या शुल्कासंबंधानें म्हणजे किंमत देण्यासंबंधानें अनेक प्रश्न उत्पन्न होत, त्या प्रश्नांच्या संबधानेंही निरनिराळे विचार महाभारतांत नमूद आहेत त्यांचा येथें विस्तार करण्याची जरूरी नाहीं. जोंवर प्रत्यक्ष पाणिग्रहण व सप्तपदी झाली नाहीं, तोंवर मुलीस दुसरा वर करतां येतो, एवढी गोष्ट खरी व नुसत्या शुल्कदानानें वधू होत नाहीं हा निश्चय होता. असो.

विवाहाचे इतर निर्बंध.

विवाहसंबंधाच्या आणखी ज्या अटी याकाळीं प्रचलित होत्या, त्या येथें थोडक्यांत वर्णन करूं. त्यांचें विस्तारानें वर्णन पूर्वीच्या भागांत झालेलेंच आहे. प्रत्येक वर्णास आपल्या वर्णांतीलच स्त्रिया करण्याचा अधिकार असून शिवाय आपल्या खालच्या वर्णाच्याही स्त्रिया करण्याचा अधिकार होता. म्हणजे ब्राह्मणास क्षत्रिय, वैश्य व शूद्र व क्षत्रियास वैश्य व शूद्र यांच्या स्त्रिया करण्याचा अधिकार होता. पूर्वकाळीं शूद्र स्त्रिया करण्याविषयीं अधिकार असला तरी ब्राह्मणानें शूद्र स्त्री करूं नये असें महाभारतांत पुष्कळ ठिकाणीं म्हटलें आहे. असा विवाह करणें निंद्य समजलें जात असे. किंबहुना पातकही मानलें जात असे. शूद्र स्त्री करणाराला वृषलीपति अशी संज्ञा होती. वृषलीपति हा ब्रह्मकर्मास म्हणजे श्राद्धादिकास किंवा दान घेण्यास योग्य नाहीं असा नियम होता. किंबहुना तो अधोगतीस जाईल, असेंही मानलें जात होतें. अ-

र्जुनानें ज्या शपथा जयद्रथ-वधाच्या प्रतिज्ञेच्या वेळीं घेतल्या असें पूर्वीं सांगितलें आहे, त्यांत “मला वृषलीपति ज्या अधोलोकास जातात, ते लोक प्राप्त होवोत,” अशी एक शपथ घेतली आहे. असो, तर ब्राह्मणांनीं व क्षत्रियांनींही शूद्रा स्त्री करूं नये, असा कटाक्ष त्याकाळीं होता. तथापि ब्राह्मण महाभारतकाळीं तिन्ही खालच्या वर्णांच्या स्त्रिया करीत होते ही गोष्ट निर्विवाद आहे. ऐतिहासिक अवांतर पुराव्यांवरूनही ही गोष्ट सिद्ध होते. मेग्यास्थिनीसनें चन्द्रगुप्ताच्या वेळचें जें वर्णन लिहून ठेवलें आहे, त्यांत ही गोष्ट त्यानें स्पष्टपणें नमूद करून ठेविली आहे. किंबहुना, महाभारत काळानंतरही कित्येक शतकें हा नियम प्रचारांत होता. गुप्त—कालांतील सांपडलेल्या शिलालेखांवरूनही ब्राह्मणांनीं क्षत्रिय स्त्रिया केल्याचे दाखले कित्येक सांपडतात. बाण कवीनें आपल्यास पारशव बंधु असल्याचें हर्षचरित्रांत लिहिलें आहे. तात्पर्य, ब्राह्मण खालच्या वर्गाच्या स्त्रिया करीत असन, ही गोष्ट महाभारतकाळींच नव्हे, तर त्यानंतर कित्येक शतकें चालू होती. प्रथम प्रथम, ब्राह्मण, क्षत्रिय व वैश्य या तीन जातींच्या स्त्रियांपासून झालेली संतति ब्राह्मणच समजली जाई. परंतु पुढें पुढें महाभारतकाळीं ब्राह्मण व क्षत्रिय या दोन स्त्रियांचीच संतति ब्राह्मण मानली जात असे. महाभारतकाळीं व तदनंतर हा नियम लागू होता. गुप्त—काळामध्यें या नियमांतही संकोच झाला असावा व ब्राह्मण पतीला क्षत्रिय-स्त्रीपासून झालेली संतति क्षत्रियच मानली जाऊं लागली असें अनुमान होतें. हळुहळु, गुप्त-कालानंतर तेंही बंद झालें. प्रत्येक वर्णानें आपल्याच वर्णाच्या स्त्रिया कराव्या अशी धर्मशास्त्राची मर्यादा झाली. प्रतिलोम विवाह तर पूर्वीपासूनच बंद होते. खालच्या वर्णाच्या पुरुषानें वरच्या वर्णाच्या स्त्रिया करूं नयेत असा कडक निर्बंध होता. अशा समागमापासून झालेली संतति वर्णबाह्य, निषाद—चांडालादि जातींची मानली जात असे.

सिंहावलोकन.

येथवर महाभारतकालीन भारतीय आर्यांच्या विवाहसंस्थेचे महाभारतावरून व तत्कालीन ग्रीक इतिहासकारांच्या पुराव्यावरून आपण वर्णन केलें, त्याचें थोडक्यांत सिंहावलोकन करूं व हल्लींच्या परिस्थितीशीं त्याची तुलना करूं. (१) फार प्राचीनकाळीं विवाहनिर्बंध कडक नव्हता. तो श्वेतकेतूनें सुरू केला. पत्नी व्यभिचार करील तर तिला भ्रूणहत्येचें पातक लागेल असें त्यानं ठरविलें. हाच विवाह-दृढबंधनाचा पाया. पति व्यभिचार करील तर त्यालाही तेंच पातक आहे असा त्यानें उच्चतम नियम घालून दिला पण तो हल्लीं फारसा मान्य नाहीं. (२) नियोगाची चाल फार प्राचीनकाळीं चालू होती, पण स्त्रियांच्या पातिव्रत्याच्या उच्च कल्पनांनीं बंद झाली. महाभारतकाळीं ती बंद होतीं व हल्लींही आहे. (३) दीर्घतम्यानें त्रैवर्णिका स्त्रियांना पुनर्विवाहाची बंदी प्राचीनकाळीं केली ती पातिव्रत्याच्याच उच्च कल्पनांनीं भारतीय आर्यांत रूढ झाली. उच्च वर्णाच्या स्त्रिया महाभारतकाळीं पुनर्विवाह करीत नव्हत्या. कदाचित् कोणी केल्यास त्या हीन शूद्रतुल्य समजल्या जात असत. ही समजूत अद्यापही हिंदुसमाजांत रूढ आहे. (४) एका स्त्रीला अनेक पति करतां येत नव्हते, पण एका पतीला अनेक पत्नी करण्याचा अधिकार प्राचीन काळापासून महाभारतकाळापर्यंत होता. बहुपत्नीकत्वाचा प्रचार पूर्वकाळीं फारच असावा. पण महाभारतकाळीं तो थोडा होता, व हल्लींही तो थोडा आहे. (५) बहु-पति-

त्वाची चाल अति पूर्वकाळीं क्वचित् होती, ती पुढें नष्ट झाली व हल्लींही रूढ नाहीं. (६) विवाहांत कन्या अनुपभुक्त असावी असा प्राचीनकाळापासून महाभारतकाळापर्यंत आग्रह होता व हल्लीं आहे. (७) पण पतिपत्नीसमागम विवाहाच्याच दिवशीं (अथवा विवाहाच्या तिसऱ्या दिवशीं) पूर्वी होत होता, अर्थात् विवाहसमयीं कन्या उपभोगास योग्य अथवा प्रौढ असत. (८) यावरून पूर्वकाळीं महाभारतकाळापर्यंत लहानपणीं विवाह मुळींच होत नव्हते. बहुधा पुरुषांचे एकवीसपासून तीसवर्षेपर्यंत व स्त्रियांचे पंधरासोळा वर्षांच्या सुमारास अर्थात् तरुणपणींच विवाह होत असत. हल्लीं राजे व क्षत्रिय लोकांशिवाय हा प्रकार अगदीं बदलला आहे. (तो बाण कवीच्या नंतर बदलला असावा असें हर्षचरितावरून अनुमान निघतें.) (९) यामुळें पूर्वी विवाहांत स्त्रिया प्रौढ असल्यामुळें अप्रौढ, अनुपभुक्त विधवांचा प्रश्नच उपस्थित झाला नव्हता. हा हल्लींच्या व महाभारतकालीन स्थितींमधील मोठा व अत्यंत महत्वाचा फरक आहे. (१०) निरनिराळ्या लोकांत प्राचीनकाळीं निरनिराळे विवाहाचे प्रकार सुरू होते व त्या लोकांवरून ब्राह्म, क्षात्र, गांधर्व, आसुर व राक्षस असे विवाहाचे पांच प्रकार भारतीय आर्यांत भारतीकाळांत प्रचलित होते. त्यांतील ब्राह्मविधि म्हणजे दानविधि हा श्रेष्ठ मानला जात होता. हल्लीं बहुतेक तोच प्रचारांत आहे. क्षत्रियांत राक्षसविवाह म्हणजे जबरदस्तीनें कन्या नेण्याचा प्रकार व क्षात्रविवाह म्हणजे शूरत्वाचे पण जिंकून कन्या वरण्याचा प्रकार व गांधर्व विवाह म्हणजे केवळ प्रेमानें वरण्याचा प्रकार फार रूढ होता. महाभारतकाळींही ग्रीक इतिहासकारांच्या पुराव्यावरूनही हाच परिपाठ चालू होता. परंतु हल्लीं हे तिन्ही प्रकार बंद आहेत. हल्लीं आसुर व ब्राह्म हेच दोन किंवा दोहींचें मिश्रण प्रचलित आहे. (११) महाभारतकाळीं सुद्धां ब्राह्मण, क्षत्रिय आपल्या खालच्या वर्णांच्या स्त्रिया करीत असत. हा प्रकार हल्लीं बिलकुल बंद आहे. हा दुसरा महत्वाचा फरक होय. याप्रमाणें महाभारतकाळची व हल्लींची विवाहसंस्थेसंबंधानें भारतीय आर्यांच्या समाजाची परिस्थिति भिन्न आहे.

पतिपत्नींचें नातें.

आतां आपण भारतीकाळांत पतिपत्नींचें नातें कसें होतें याचा विचार करूं. ज्या वेळीं स्त्रिया विवाहसमयीं तरुण वयाच्या असत, ज्या वेळीं आपला पति वरण्याचा त्यांस अधिकार असे, किंवा त्यांस मोठाले शुल्क द्यावे लागत त्या वेळेस पत्नीचा अधिकार कुटुंबांत मोठाच असला पाहिजे, हें उघड आहे. हल्लीं लहान मुलींचें दान करून त्यावर मोठी दक्षणाही द्यावी लागते तेव्हां हल्लीं पत्नीची किंमत बरीच कमी आहे यांत आश्चर्य नाहीं. महाभारतकाळीं स्त्रियांना संसारांत ज्यास्त स्वतंत्रता असून त्यांच्या संबंधानें कुटुंबांत फारच आदर असे. द्रौपदीचेंच उदाहरण आपण घेऊं. ती विवाहसमयीं मोठी होती. स्वयंवरसमयीं राजसभेमध्यें निर्भयपणें ती आली. कर्ण धनुष्य उचलूं लागला त्या वेळेस तिनें त्यास खडखडीत “ सूताशीं लग्न लावणार नाहीं. ” असें सांगितलें. ब्राह्मणरूपी अर्जुनाबरोबर ती पण जिंकल्यावर आनंदानें गेली. पुढें द्यूतप्रसंगीं तिनें आपलें धैर्य खचूं दिलें नाहीं. तिला धर्मशास्त्राची माहिती चांगली होती. ब्रह्मवादिनी व पंडिता हीं विशेषणें कवीनें तिला लाविलीं आहेत. आपल्या पतींबरोबर वनवासांत ती निःशंकपणें गेली.

राजकीय विषयावर तिनें आपल्या पतींशीं अनेक वेळां वादविवाद केला. आपल्या तपानें व तेजानें तिनें विराट-गृहींचे कठिण प्रसंग शुद्धता व पातिव्रत्य बिघडूं न देतां काढले, व शेवटीं युद्धांत जय मिळाल्यावर तिनें आपल्या पतींस राज्य करण्याविषयीं आग्रह केला. अशा रीतीनें तिचा मोठेपणा, स्वातंत्र्य, पातिव्रत्य वगैरे गुण कवीनें वर्णन केलेले आहेत.

पतिव्रताधर्म.

पण द्रौपदीच्याच मुखानें (वनपर्व अध्याय २३३) चांगल्या पत्नीचें आचरण कसें असावें हें कवीनें वर्णन केलें आहे, तेंही येथें उतरून घेण्यासारखें आहे. द्रौपदी सत्यभामेस म्हणते—“मी आपल्या पतींस कसें राजी ठेवलें आहे हें तुला सांगतें—अहंकार आणि क्रोध यांचा त्याग करून पतीला अप्रिय असेल ती गोष्ट केव्हांही स्त्रीनें करूं नये. पतीचें मन राखण्यासाठीं निरभिमानपणानें त्याची शुश्रूषा करावी. वाईट शब्द बोलणें किंवा वाईट तऱ्हेनें उभे राहणें, वाईट तऱ्हेनें पाहणें किंवा बसणें किंवा भलत्याच ठिकाणीं जाणें याविषयीं मी अतिशय भीति बाळगते. माझ्या पतींच्या मनांत काय आहे हें मी पहात बसत नाहीं. मी दुसऱ्या पुरुषाकडे मग तो देव असो किंवा गंधर्व असो, तरुण, श्रीमंत, अलंकृत किंवा सुंदर असो, मुळींच पहात नाहीं. मी पतीच्या पूर्वी भोजन करीत नाहीं किंवा स्नान करीत नाहीं किंवा शयन करीत नाहीं. चाकरमाणसांसंबंधानेंही मी असेंच वर्तन ठेवतें. पति बाहेरून आला म्हणजे स्त्रीनें त्यास उत्थापन देऊन त्याचें अभिनंदन करावें व त्यास पाणी व आसन द्यावें. स्त्रीनें घरांतील भांडीं स्वच्छ ठेवावीं. उत्तम अन्न तयार करावें. पतीस वेळेवर वाढावें. सामानाची जपणूक करावी व घर झाडून स्वच्छ ठेवावें. वाईट स्त्रियांची संगति धरूं नये व आळस टाकून पतीस नेहमीं संतोषवावें. थट्टा कोणाशीं करूं नये. कोणाशीं हंसूं नये. घराच्या बाहेरच्या दरवाजांत उभें राहूं नये. उपवनामध्यें फार वेळ फिरूं नये. पति प्रवासास गेला, तर नियमनिष्ठ होऊन पुष्प व अनुलेपन यांचा त्याग करावा. पति जें खात नाहीं किंवा पीत नाहीं तें आपणही वर्ज करावें. पतीला हितकारक गोष्टी असतील त्या कराव्या. सासूनें जें मला सांगितलें आहे तें रात्रंदिवस आळस न करतां मी अवलंबन करतें. सर्व प्रकारें धर्मनिष्ठ माझे पति त्यांची सेवा क्रुद्ध झालेल्या भुजंगाप्रमाणें भीति बाळगून मी करीत असतें. त्यांच्यापेक्षां अधिक चांगली होण्याचा मी यत्न करीत नाहीं. मी सासूची निंदा करीत नाहीं. कोणत्याही गोष्टींत प्रमाद होऊं देत नाहीं. उद्योगशील नेहेमीं असून मी गुरुजनांची शुश्रूषा करतें. अनेक वेदवादी ब्राह्मणांचा मी सत्कार करतें. चाकरमाणसें जें कांहीं करतात त्याकडेही माझें पूर्ण लक्ष आहे. गोपालापासून व मेषपालापासून सर्व सेवकांची मला माहिती आहे. घरांतील सर्व खर्च व जमेवर माझें काळजीपूर्वक पाहणें आहे. या प्रकारच्या वशीकरणाच्या मंत्रानें मी आपल्या पतींस वश केलें आहे. अन्य वशीकरण मला माहीत नाहीं.” एकंदर कुटुंबांत पत्नीनें कसें वागावें याचें हें एक उत्कृष्ट चित्र आहे. परंतु यांत पत्नीचे कुटुंबांतील जें उदात्त कर्तव्य म्हणजे पतीच्या सुखदुःखाचे विभागी होणें हें या चित्रांत चांगलें दाखविलें नाहीं. पण द्रौपदीचें जें प्रत्यक्ष आचरण महाभारतांत व्यासानें वर्णन केलेलें आहे, तें याहूनही श्रेष्ठ दर्जाचें आहे. ती पांडवांच्या सुखःदुखाची संविभागिनी नेहेमीं दाखविलेली आहे आणि क्वचित् प्रसंगीं पतींशीं वादविवाद व भांडण हट्टही ती करते

असें दाखविलें आहे. असो. स्त्रियांच्या आचरणासंबंधानें अतिशय उदात्त कल्पना भारतीआर्यस्त्रीवर्गाच्या हृदयांत प्राचीनकाळापासून वसत आहेत याजबद्दल महाभारतांतील अनेक वर्णनें व कथा साक्ष देत आहेत. आर्य स्त्रियांचें पतिप्रेम महाभारतकाळीं अवर्णनीय असून पतिपत्नीचें नातें उच्च दर्जाचें होतें यांत संशय नाहीं.

पतिपत्नीचें अभेद्य नातें.

भारती आर्यांत पतिपत्नीच्या नात्यासंबंधानें किती उदात्त कल्पना प्रचलित होती याचें दिग्दर्शन भारतांतील एका प्रसंगावरून चांगलें होतें, त्याचें आपण येथें विवेचन करूं. द्रौपदीवस्त्रहरण-प्रसंगीं द्रौपदीनें एक महत्त्वाचा प्रश्न विचारला. तो असा कीं, "धर्मानें आपला पण प्रथम लावला आणि तो हरल्यावर त्यानें मला पणास लावलें तेव्हां मी दासी झालें किंवा नाहीं ?" या प्रश्नाचें उत्तर भीष्मास देतां आलें नाहीं. किंबहुना, वस्त्र ओढतां ओढतां दुःशासन थकल्यानंतरही द्रौपदीनें तोच प्रश्न विचारला असतां " प्रश्न कठीण आहे उत्तर देतां येत नाहीं " असा भीष्मांनीं जबाब दिला, याचे प्रथमदर्शनी गूढ वाटतें. या जबाबानें कित्येक लोक असाही कोटिक्रम करतात कीं, वस्त्रहरणाचा प्रसंग येथें झालाच नसावा. " द्रौपदी दासी नव्हे अशी वस्त्रहरणाच्या प्रसंगीं प्रत्यक्ष धर्मानें साक्ष दिली असतां भीष्माला तरी शंका राहूं नये. " अर्थात् द्रौपदीवस्त्रहरण काल्पनिक व प्रक्षिप्त आहे, असें आक्षेपकांचें म्हणणें पडतें. किंबहुना, या कथाभागासंबंधानें भीष्माच्या अत्युदात्त चरित्रावर साधारण लोकांच्या मनांतही साशंकपणा उत्पन्न होतो. भीष्माची भूमिका सर्व महाभारतांतील व्यक्तींत श्रेष्ठ असून सर्वांस तिच्याविषयीं मोठा आदर आहे. ज्यानें बापाच्या प्रीतीकरितां आमरण ब्रह्मचर्य स्वीकारलें, जो ज्ञानानें, अनुभवानें आणि नपोबलानें सर्वांचा नेता होता, जो सर्व शस्त्रास्त्र जाणणाऱ्यांमध्यें अग्रणी होता आणि जो धृतराष्ट्राचाही चुलता होता, अर्थात् सर्व कौरवांचा पितामह होता, त्यानें जर द्रौपदीचा प्रश्न योग्य वेळीं योग्य रीतीनें सोडविला असता तर हें भयंकर युद्ध होण्याचा प्रसंगच आला नसता असें पुष्कळांस वाटतें. ज्या भीष्मानें प्रत्यक्ष आपल्या गुरूची धर्माविरुद्ध आज्ञा मानली नाहीं, त्यानें यावेळीं राजसत्तेची हांजी हांजी केली असेंही कित्येकांस वाटूं लागतें. परंतु यावेळच्या प्रसंगाकडे सूक्ष्म दृष्टीनें पाहिलें असता भीष्मानें यावेळीं जें उत्तर दिलें त्यानें त्याच्यावर येणारा हा आक्षेप नाहींसा होतो. इतकेंच नव्हे तर पतिपत्नींच्या संबंधांत एक अति उदात्त नियम त्यानें घालून दिला असेंच आपल्यास दिसून येईल. धर्मानें आपला पण हरल्यानंतर शकुनीच्या प्रोत्साहनानें द्यूतमदान्ध होऊन द्रौपदीचा पण लावला. सर्व सभेनें या गोष्टीचा धिक्कार केला तरी धर्मानें पण माघारा घेतला नाहीं. तो हरल्यानें द्रौपदी कौरवांची दासी झाली. दुर्योधनानें उन्मत्तपणानें तिला सभेंत बोलाविलें. तेव्हां तिनें कौरवांच्या कचाट्यांतून सुटण्याकरितां—आपल्या पतीच्या ताब्यांतून सुटण्याकरितां नव्हे—ती पतिव्रता असल्यानें हा खुबीदार प्रश्न तिनें सभेस विचारला. त्यावेळेस भीष्मानें उत्तर दिलें " ज्याच्यावर आपली सत्ता चालत नाहीं असें द्रव्य पणाला लावतां येत नाहीं; आणि पति कोणत्याही स्थितींत असला तरी त्याची स्त्रीवरील सत्ता नाहींशी होत नाहीं, या दोन गोष्टींचा विचार करतां तुझ्या प्रश्नाचा निर्णय करण्याचें काम नाजूक आहे. "

नधर्मसौक्ष्म्यात्सुभगे विवक्तुं शक्नोमिते प्र-

श्चिमिमं विवेक्तुम् ॥ अस्वाम्यशक्तः पणितुं परस्वं स्त्रियश्च भर्तुर्वशतां समीक्ष्य ॥ (स. अ. ६७ भा. पु. १ पा. ५९६)
या जबाबानें कौरवांस स्फूर्ति मिळाली आणि दुःशासनानें द्रौपदीचें लुगडें ओढलें. पण द्रौपदीचा वाली श्रीकृष्ण जगन्नियंता परमेश्वर—प्रत्यक्ष धर्म--यानें तिची लाज राखिली आणि तिला शेंकडों वस्त्रें नेसविलीं. पण एवढ्यानें द्रौपदीचा प्रश्न सुटला नाहीं. ती दासी म्हणून दुर्योधनाच्या स्वाधीन करावयाची किंवा अदासी म्हणून पाहिजे तिकडे जाण्यास तिला मोकळीक द्यावयाची ? भीष्मानें पूर्वींचाच जबाब दिला. अशा स्थितींत धृतराष्ट्रानें प्रसन्न होऊन द्रौपदीस वर दिले व त्या वरांनीं तिनें आपली व आपल्या पतीची सुटका करून घेतली. यानंतर पुन्हां वनवासाच्या पणानें द्यूत झालें. अशी येथील थोडक्यांत हकीकत आहे.

येथें असा प्रश्न उपस्थित होतो कीं भीष्मानें प्रथम उत्तर दिलें तें योग्य कीं अयोग्य? आणि वस्त्रहरणाच्या चमत्कारानें त्या प्रश्नाचा निकाल लागला किंवा नाहीं ? आमच्या मतें नाहीं असा जो भीष्मानें जबाब दिला त्यांतच एक अतिशय उदात्त तत्त्व भारती आर्य पतिपत्नींस त्यानें घालून दिलें. कारण, भीष्मानें जें प्रथम सांगितलें कीं, पतीची पत्नीवरील सत्ता मनांत आणतां स्वतः जिंकला गेल्यावरही पतीची आपल्या पत्नीवरील सत्ता नाहींशी झाली असें म्हणतां येत नाहीं. पति कोणत्याही स्थितींत असो, पतीच्या सर्व सुखदुःखाची विभागिनी पत्नी आहे, हें उदात्त तत्त्व भारती आर्यांनीं इतक्या पूर्णतेस पोंचविलें कीं, तो दास झाला तरीही त्याची आपल्या बायकोवरील सत्ता नाहींशी झाली असें म्हणतां येत नाहीं, अशी त्यांची भावना होती. आणि याच भावनेनें प्रेरित होऊन आज हजारों वर्षे हिंदुस्थानांतील स्त्री-पुरुष विवाहित आयुष्यांत ऐक्याच्या आनंदाचें सुख भोगीत आहेत. अर्थात् भीष्मानें प्रथम उत्तर दिलें तेंच योग्य व उदात्त तत्त्वास अनुसरून होतें. वस्त्रहरणाच्या वेळीं झालेल्या चमत्कारानें या तत्त्वाचें खण्डण होणें शक्य आहे काय ? द्रौपदी दासी नाहीं असाच धर्मानें निकाल दिला असें मानलें तर हा जो चमत्कार धर्मानें केला तो आपले हातपाय तोडण्यासाठींच केला असें म्हणावें लागेल. युधिष्ठिर यावेळीं मौन धरून बसला याचें तरी कारण हेंच. राजधर्म, आपद्धर्म, मोक्षधर्म सांगणाऱ्या भीष्माला चमत्काराच्या पूर्वीं योग्य निकाल देतां आला नाहीं असें म्हणावें लागेल. वस्त्रहरणाच्या प्रसंगीं जो चमत्कार झाला त्यानें द्रौपदीच्या प्रश्नाचा निकाल केला नाहीं, तर द्यूतप्रसंगीं दासीलाही सभेंत आणूं नये किंवा तिची विटंबना करूं नये असें त्यानें सुचविलें. चमत्काराचा तरी प्रादुर्भाव तेवढ्यापुरताच असतो. चमत्कार होणें म्हणजे पाहिजे तें होणें शक्य आहे, असें मानतां येत नाहीं. असें मानलें तर द्रौपदीनें आपल्या पातिव्रत्याच्या पुण्याईनें दुःशासनास किंबहुना दुर्योधनादि सर्व दुष्टांस भस्म करून टाकलें असतें आणि मग भयंकर युद्धही झालें नसतें. पण चमत्कारांची उत्पत्ति सृष्टिक्रमांत तेवढ्या अनिर्वाह्य अडचणीपुरती असते हें तत्त्व वाचकांनीं ध्यानांत ठेवलें पाहिजे. चमत्कारानें द्रौपदीची लाज राखिली आणि सर्वांच्या हृदयांत तिच्याविषयीं पूज्यबुद्धि उत्पन्न केली. असो, या चमत्कारानें द्रौपदी दासी नाहीं असा अधर्मरूपी जबाब धर्मरूपी ईश्वर कधींही देणार नाहीं असेंच मानलें पाहिजे. पतिपत्नींच्या नात्यासंबंधानें ज्या उदात्त कल्पना महाभारतानें भारती स्त्रीपुरुषांच्या मनांत बिंबविल्या आहेत त्यांस याच्या उलट

समजुतीनें धक्का बसेल. द्रौपदीच्या मुक्ततेबद्दल भीष्मास निकाल देतां येईना तेंच योग्य होतें व अशा अडचणीच्या प्रसंगीं राजानेंच आपले राजाच्या नात्याचे अधिकार उपयोगांत आणले पाहिजे होते आणि त्याप्रमाणें धृतराष्ट्रानें केल्याचेंही महाभारतांत वर्णन आहे. भीष्माचा तो अधिकार नव्हता, तो प्रधान किंवा न्यायाधीश होता. सारांश, वस्त्रहरणाचा प्रसंग प्रक्षिप्तही नाहीं आणि भीष्माच्या उदात्त चरित्रावर कांहीं लोक यासंबंधानें जो आक्षेप आणतात तोही योग्य नाहीं. युधिष्ठिर द्यूतमदानें अन्ध होऊन आपण होऊन खाड्यांत पडला, इतर पांडवांनींही त्यास वेळेवर मना केलें नाहीं यामुळें त्यांची ही सत्ता पुढें आणतां येणें अशक्य झालें आणि जें नलानें केलें नाहीं तें धर्मानें केलें त्यास भीष्माचा काय उपाय ? भीष्मानें आपलें आचरण यावेळींही धर्म व न्याय यांस धरूनच काटेतोल ठेविलें हेंच खरें. असो. याप्रसंगीं भीष्मानें पतिपत्नींच्या नात्याची उदात्त कल्पना कोठवर जाते हें भारती आर्यांस दाखवून दिलें आणि महाभारतकाळापासून आज हजारों वर्षें हाच उदात्त भाव पतिपत्नीच्या नात्यांत पूर्णपणें लोकांच्या हृदयांत व आचरणांत बसला आहे असेंच खरें.

तथापि आश्चर्य हें आहे कीं शिकंदराबरोबर आलेल्या ग्रीक इतिहासकारांनीं भारती स्त्रियांच्या सद्गुणासंबंधानें कित्येक प्रतिकूल लेख आपल्या ग्रंथांत लिहून ठेवले आहेत. एके ठिकाणीं असेंही लिहिलें आहे कीं “ हिंदुस्थानांतील लोक पुष्कळ स्त्रिया करतात. कित्येक नोकरी करून घेण्याकारितां, कित्येक केवळ चैनी करितां आणि कित्येक घर मुलांनीं भरून जाण्याकारितां. यामुळें असा परिणाम होतो कीं स्त्रियांचें सदाचरण जबरदस्तीनें राखून न ठेवलें तर त्या वाईट निपजतात.” एकंदर सर्व जगतांतील अनुभव असाच आहे कीं अनेक स्त्रिया जेथें लहानशा अन्तःपुरांत कोंडून ठेवण्याची चाल आहे तेथें अशा प्रकारचा परिणाम थोडाबहुत तरी दृष्टीस पडावयाचा. परंतु पूर्वकाळीं क्षात्रिय स्त्रियांना कोंडून ठेवण्याची चाल नव्हती व स्त्रियांना पुष्कळ स्वतंत्र व मोकळेपणानें बाहेर फिरण्याची संधि मिळत असे. आमच्या समजुतीप्रमाणें वरील ग्रीक मताचें कारण असें दिसतें कीं, प्रत्येक लोकांत दुसऱ्या लोकांतील स्त्रियांच्या सद्गुणासंबंधानें प्रतिकूल प्रवाद नेहेमीं असतो. अशा प्रकारचे प्रवाद बहुधा खरे असत नाहींत. याचप्रकारचा ग्रीक इतिहासकारांनीं लिहून ठेवलेला हा प्रवाद असावा. कर्ण आणि शल्य यांच्या दरम्यान जी निंदाप्रचुर भाषणें झाल्याचें महाभारतकारानें कर्णपर्वांत वर्णन केलें आहे, त्यांतही कर्णानें मद्र स्त्रियांची व पंजाबांतील इतर वाहिक स्त्रियांची अशाच प्रकारची निंदा केलेली आहे. ही निंदा सर्वथैव अतिशयोक्तीची आहे, यांत शंका नाहीं. तथापि, त्यांत कांहीं तरी मूळाशीं सत्य असल्यास महाभारतकाळीं असा प्रकार कदाचित् पंजाबांत असूं शकेल; व त्यामुळें ग्रीकलोकांचा प्रतिकूल ग्रह समूल असेल. पण आमच्या मतें हाही पूर्वींच्याच सिद्धान्ताचा एक नमुना आहे. म्हणजे कर्णाच्या मनांत पंजाबांतील स्त्रियांविषयीं जो कमीपणाचा अभिप्राय होता तो प्रत्येक समाजांत दुसऱ्या समाजाविषयीं जो गैरसमज असतो त्याचाच परिणाम होता. अर्थात् कर्णपर्वांतील कर्णाच्या भाषणावरून किंवा ग्रीक इतिहासकारांच्या वर्णनावरून भारतीय आर्यस्त्रियांच्या पातिव्रत्याचें जें उच्च स्वरूप महाभारतांत दिसून येतें त्यांत कमतरपणा येत नाहीं.

सतीची चाल.

पण या उच्च स्वरूपाची जर कांहीं निराळी साक्ष पाहिजे असेल, तर ती सतीची चाल ही होय. सतीची चाल भारतीय आर्यांशिवाय इतर कोणत्याही लोकांत रूढ असलेली दिसत नाहीं. निदान तिची फारच थोडीं अन्य उदाहरणें आहेत. सतीच्या धैर्याला पातिव्रत्याची अतिशय उदात्त कल्पना हाच आधार आहे. सतीची चाल हिंदुस्थानांत प्राचीन काळापासून महाभारतकाळापर्यंत प्रचलित असल्याचें दिसून येतें. किंबहुना, ग्रीक इतिहासकारांनींही या संबंधाचा दाखला लिहून ठेविला आहे. पंजाबांतीलच कांहीं लोकांसंबंधानें त्यांनीं असें लिहून ठेवलें आहे कीं, या लोकांतील स्त्रिया पतीच्या चितेवर जळून देहत्याग करतात. असा देहत्याग करण्याचें मनोधैर्य या स्त्रियांस कसें येतें याचें ग्रीक इतिहासकारांस मोठें आश्चर्य वाटे. परंतु त्यांनीं असेंही लिहून ठेवलें आहे कीं असा देहत्याग त्या आपखुशीनें करतात. केटीयस् नांवाचा एक क्षात्रिय सेनापति ग्रीक फौजेंत होता. तो मेला तेव्हां त्याच्या दोन स्त्रियांत सती जाण्याबद्दल तंटा लागला. शेवटीं थोरली स्त्री गरोदर असल्यामुळें तिला सती जाऊं दिलें नाहीं; व धाकटी स्त्री हा मान पावून आनंदानें सती गेली, असें त्यांनीं लिहून ठेविलें आहे. यावरून शिकंदराच्या पूर्वींपासून म्हणजे महाभारतापूर्वींपासून हिंदुस्थानांत सतीची चाल होती व तिजविषयीं अतिशय पावित्र्याची कल्पना प्रचलित असल्याशिवाय खुषीनें सती जाणें शक्य नाहीं. महाभारतांतही पांडूबरोबर माद्री सती गेल्याचें वर्णन आहे. ही माद्रीही मद्र देशांतील पंजाबांतीलच होती. श्रीकृष्णाच्या कित्येक स्त्रिया इन्द्रप्रस्थांत सती गेल्याचें वर्णन महाभारतांत आहे. भारतीयुद्धानंतर दुर्योधनाच्या स्त्रिया सती गेल्याचें किंवा दुसऱ्या राजांच्या स्त्रिया सती गेल्याचें महाभारतांत वर्णन नाहीं. परंतु महाभारतांत दुर्योधनाच्या स्त्रीचें नांवही नाहीं, मग तिच्या सती जाण्याची गोष्ट कशाला? इतर राजांच्याही स्त्रियांचें नांव नाहीं, यामुळें त्यांच्या संबंधानें कांहींच उल्लेख नाहीं. तात्पर्य, हा उल्लेख नसल्यानें कोणतेंही प्रतिकूल अनुमान निघत नाहीं. अर्थात् सतीची चाल फार जुनी असावी. ग्रीक इतिहासकारांच्या पुराव्यावरून महाभारतकाळीं ती होती याजबद्दल मुळींच शंका नाहीं. सतीची चाल हिंदुस्थानात ब्रिटिश अमलापर्यंत कायम होती, पण ती अलीअडे कायद्यानें बंद झाली आहे.

पडद्याची वहिवाट.

याच प्रकरणासंबंधानें महाभारतकाळीं पडद्याची वहिवाट हिंदुस्थानांत चालू होती कीं नाहीं, असा एक प्रश्न नेहेमीं विचारण्यांत येतो. महाभारतांतील कित्येक वर्णनांवरून पडद्याची चाल क्षत्रिय राजेलोकांत महाभारतकाळीं चालू असावी असें अनुमान निघतें. शल्यपर्वांत युद्धाच्या शेवटीं दुर्योधनाच्या स्त्रिया जेव्हां हस्तिनापुरास पळाल्या त्या वेळेस असें वर्णन आहे कीं ज्या स्त्रियांस सूर्यानेंही कधीं पाहिलें नाहीं त्या स्त्रिया आतां उघड्या होऊन पळूं लागल्या. याजवरून राजेलोकांच्या विवाहित स्त्रिया पडद्याच्या आंत राहत असत असें दिसतें. असेंच पुन्हां वर्णन ज्या वेळेस हस्तिनापुरांतून स्त्रिया जलप्रदान देण्याकरितां गंगेवर जाण्यास निघाल्या त्या वेळेसही ज्या स्त्रिया सूर्यानेंही पाहिल्या नाहींत त्या स्त्रिया आतां उघड्या अनेक लोकांच्या दृष्टीस पडत आहेत, असें वर्णन आहे. याजवरूनंही तेंच अनुमान निघतें. परंतु यामध्यें थोडासा विचार

आहे. स्त्रीपर्व अध्याय १० यांत असें वर्णन आहे कीं " प्रत्यक्ष देवांमही ज्यांचें नख कधीं दिसलें नाहीं त्याच स्त्रिया अनाथ झाल्यामुळें नीच लोकांच्याही नजरेस पडत आहेत. " (भाषान्तर पु० ९ पान १६) या वाक्यावरून असें अनुमान होतें कीं ज्या स्त्रियांचे पति जिवंत असत त्याच स्त्रिया पडद्यामध्यें राहात असत. परंतु अनाथ म्हणजे विधवा झालेल्या स्त्रिया बाहेर लोकसमाजांत येत असत. ही चाल महाभारतकाळीं प्रत्यक्षपणें अमलांत होती याविषयीं शंका नाहीं. कारण, ग्रीक इतिहासकारांनींही त्याचें वर्णन केलेलें आहे. मेग्यास्थिनीसनें त्याचा उल्लेख केलेला आहे. कथासरित्सागरांतही नंदांच्या अन्तःपुराचें जें वर्णन केलें आहे, त्यावरूनही अन्तःपुरांत राजे-लोकांच्या स्त्रिया पडद्यामध्यें अशा कोंडून ठेविल्या असत कीं त्यांचें नख देवांच्याही नजरेस पडावयाचें नाहीं. एका वाटसरूनें अन्तःपुराकडे डोळे उचलून पाहिलें म्हणून त्यास पाटलीपुत्रांत देहान्त-शिक्षा सांगितल्याचें कथासरित्सागरांत वर्णन आहे. सारांश, महाभारतकाळीं म्हणजे इ० स० पूर्वी ३०० च्या सुमारास ही पडद्याची चाल राजे-लोकांत पूर्णपणें चालू होती. त्यामुळें महाभारतांत सौतीनें वरील वर्णनें घातलीं आहेत. पण ही चाल प्रारंभापासून भारती आर्य क्षत्रियांत नसावी असें अनुमान आहे. भारती कथेंतील निरनिराळ्या प्रसंगांचें चित्र आपल्या समोर ठेवलें तर फार प्राचीनकाळीं हा पडदा नसावा. सुभद्रा रैवतक पर्वतावर यादवस्त्रियांसह उघडपणें उत्सवांत फिरत होती, म्हणूनच अर्जुनाच्या दृष्टीस पडली. द्रौपदी द्यूतप्रसंगीं धृतराष्ट्राच्या स्त्रियांत बसली होती तेथें दुःशासन किंवा प्रातिकामी दूत यास पडदा असता तर जातां आलें नसतें. तसेंच द्रौपदीलाही भरसभेंत त्यास आणतां आलें नसतें. वनवासामध्यें द्रौपदी उघडपणें पांडवांबरोबर होती व जयद्रथानें तिला दारांत उभी पाहून हरण करण्याचा प्रयत्न केला असें वर्णन आहे. अशा अनेक उदाहरणांवरून भारतीयुद्धकालीं भारती क्षत्रिय स्त्रियांस पडदा नव्हता, असें आमचें मत आहे. साधारणपणें त्या अगदींच बाहेर हिंडत नसत, पण हल्लींची पडद्याची चाल त्या वेळेस मुळींच प्रचारांत नव्हती. रामानें सीताशुद्धिप्रसंगीं असें म्हटलें आहे कीं "विवाह, यज्ञ किंवा संकटाचे वेळीं स्त्रिया लोकांच्या नजरेस पडल्या तरी हरकत नाहीं." म्हणजे अशा प्रसंगानें तरी पूर्वकाळीं स्त्रियांस मुळींच पडदा नव्हता एवढें तरी मान्य केलें पाहिजे. परंतु वर जे द्रौपदीसंबंधाचे प्रसंग वर्णन केलेले आहेत त्यांवरून अन्य प्रसंगानेंही क्षत्रिय राजांच्या स्त्रिया पडद्याशिवाय निःशंकपणें बाहेर फिरत असत व लोकांच्या दृष्टीस पडत असत असें महाभारतांतील वर्णनावरून दिसतें. बहुधा ही पडद्याची रीत पर्शियन लोकांपासून पर्शियन बादशहांच्या अनुकरणानें हिंदुस्थानांतील नंदादि सार्वभौम राजांनीं उचलली असावी, म्हणजे इ० स० पू० ४००-५०० सुमारास घेतली गेली असून महाभातकाळीं ती अमलांत असावी.

दुसरे निर्बंध.

स्मृतिकाळीं विवाहसंबंधानें आणखी निर्बंध असलेले जे आपल्यास दृष्टीस पडतात, ते महाभारतकाळीं होते किंवा कसें याबद्दल आपण येथें विचार करूं. सगोत्र विवाह सशास्त्र नाहीं, हा निर्बंध महाभारतकाळीं होता हें आपण पूर्वींच पाहिलें आहे. गोत्र म्हणजे एका विवक्षित पुरुषापासून झालेली पुरुषसंतति असा त्याचा अर्थ घेतला पाहिजे. विवाह एकाच

जातींत व्हावा, पण एकाच गोत्रांत होऊं नये हा निर्बंध भारती आर्यांच्या समाजांत विशेष दिसतो. गोत्राबरोबर प्रवराचीही बंदी महाभारतकाळीं होती. एकाच प्रवरांत मुलगी करतां येत नाहीं, हा निर्बंध महाभारतकाळीं होता. तो कसा उत्पन्न झाला याची कल्पना महाभारतावरून होत नाहीं. "कालगतीनें प्रवर उत्पन्न झाले" असें महाभारतांत सांगितलें आहे. पण त्याजवरून कांहींच बोध होत नाहीं. प्रवर तीन किंवा पांच असतात म्हणजे तीन गोत्रांत व कांहीं विशिष्ट पांच गोत्रांत विवाह संबंध होत नाहीं. अशीं गोत्रें पूर्वकाळीं कांहीं कारणानें प्रेमानें किंवा द्वेषानें किंवा अन्य कारणांनीं ठरून गेलीं. हें निरनिराळ्या गोत्रांचे प्रवर सूत्रांतून पठित आहेत. मात्र सर्व ठिकाणीं, उदाहरणार्थ सर्व ब्राह्मणांत, मग ते कोणत्याही शाखेचे असोत, गोत्रांचे प्रवर एकच आहेत; यावरून हा प्रवरभेद फार प्राचीनकाळीं अर्थात् महाभारतपूर्वकाळीं उत्पन्न झाला असला पाहिजे.

सगोत्राशिवाय मातेच्या संबंधांतून पांच पिढ्यापर्यंत विवाह वर्ज आहे असा हल्लीं स्मृतिशास्त्राचा नियम आहे. भारतीय आर्यांत हा नियम कितपत लागू होता, हें आपण पाहूं. चन्द्रवंशी आर्यांत हा नियम पाळला जात नव्हता असें आपल्यास स्पष्ट दिसतें. मामाची मुलगी हल्लीं विवाहास वर्ज आहे; पण पांडवकाळीं चन्द्रवंशी क्षत्रियांत ती वर्ज नव्हती, असें अनेक उदाहरणांवरून दिसतें. श्रीकृष्णाचा पुत्र प्रद्युम्न याचा विवाह त्याचा मामा रुक्मी याच्या मुलीशीं झाला. प्रद्युम्नाचा पुत्र अनिरुद्ध याचाही विवाह त्याच्या मामेबहिणीशीं म्हणजे रुक्मीच्या मुलाच्या मुलीशीं झाला. या विवाहांच्या वर्णनावरून मामाच्या मुलीशीं विवाह चन्द्रवंशी आर्य विशेष प्रशस्त मानीत. अर्जुनाचाही सुभद्रेशीं विवाह अशाच प्रकारचा होता. सुभद्रा ही त्याची मामेबहीण होती. भीमाचा विवाह शिशुपालाच्या बहिणीशीं झाला. हाही विवाह अशाच प्रकारचा होता; म्हणजे शिशुपालाची आई व कुंती ह्या बहिणी होत्या. अशा अनेक उदाहरणांवरून मामेबहिणीशीं विवाह करणें हें तेव्हां नेहमींचें होतें. दक्षिणेकडील महाराष्ट्र लोकांत असा विवाह पूर्वी प्रशस्त मानला जात होता, हेंही येथें सांगितलें पाहिजे. ब्राह्मणांत व क्षत्रियांत असे विवाह पूर्वीं इकडे रूढ होते. आपल्यांत सासऱ्यास मामा म्हणण्याचा प्रघात अजूनही चालू आहे. मुंजीच्या वेळेस मुलगा काशीयात्रेस जाऊं लागला म्हणजे त्यास मामाच मुलगी देऊं करतो. मातुलकन्यापरिणय हा महाराष्ट्रीयांचा अनाचार आहे असें धर्मशास्त्रनिबंधांत लिहिलेलें आहे. यावरून महाराष्ट्र लोक चंद्रवंशीं क्षत्रियांचे वंशज आहेत असें मानण्यास हरकत नाहीं. असो, महाभारतकाळीं चंद्रवंशीं आर्यांत मातुलकन्येचा विवाह निषिद्ध मानला जात नव्हता, असें म्हणण्यास हरकत नाहीं.

विवाहासंबंधानें आणखी एक नियम महाभारतकाळीं असा दिसतो कीं ज्येष्ठ भ्रात्याचा विवाह झाल्याशिवाय धाकट्याचा विवाह होऊं नये. असा विवाह करणारास मोठें पाप लागतें असें मानलें गेलें होतें. मात्र ज्येष्ठ बंधु पतित किंवा संन्यासी असेल तर परिवेदन केल्याचें पातक नाहीं असें सांगितलें आहे. (शां० अ० ३४) परिवेत्ता म्हणजे अगोदर लग्न करणारा धाकटा बंधु यानें प्रायश्चित्त घ्यावें असें सांगितलें आहे. ज्येष्ठ बंधूचा विवाह झाल्यावर कृच्छ्र केल्यानें तो मुक्त होतो असें वर्णन आहे. मात्र त्यानें पुन्हां विवाह केला पाहिजे असें येथें सांगितलें आहे. (शां० अ० ३९ भा० पु० ६ पा० ६९) याशिवाय सांगण्यासारखी

गोष्ट अशी आहे कीं स्त्रियांना हा परिवेदनाचा दोष नाहीं म्हणजे लहान बहिणीचें लग्न वडील बहिणीच्या लग्नापूर्वी झालें असतां ती दोषी किंवा पातकी होत नाहीं. स्त्रियांना जेव्हां उत्तम वर मिळेल तेव्हां त्यांचें लग्न करावें, अविवाहित ठेऊं नये, असा कदाचित् अभिप्राय असेल. स्त्रियांचें लग्न झालेंच पाहिजे, पुरुषांचें राहिल्यास चालेल असाही अभिप्राय असावा.

(भा० पु० ६ पा० ६९ सदर—)

प्रकरण आठवें.

सामाजिक परिस्थिति.

(१) अन्न.

भारती काळाच्या प्रारंभीं म्हणजे भारती युद्धाच्या वेळीं आणि भारती काळाच्या अंतीं म्हणजे महाभारतकाळीं भारती आर्यांच्या परिस्थितींत बराच फरक असलेला निरनिराळ्या बाबतींत आपल्यास कसा दिसून येतो, त्यांच्या विवाहपद्धतींत किंवा वर्णव्यवस्थेंत कसा फरक उत्पन्न झाला हें आपण येथवर पाहिलें. अन्नाच्या बाबतींत या काळांत त्यांच्या परिस्थितींत याहीपेक्षां अधिक फरक पडला. भारती काळांत आर्यांच्या चालीरीतींत या बाबतींत फारच मोठा फरक पडल्याचें दिसून येतें आणि हा फरक उपनिषदापासून तो महाभारत-मनुस्मृतीपर्यंत आपल्यास निरनिराळ्या ग्रंथांत पूर्णपणें दिसून येतो. एका दृष्टीनें असा फरक झाला ही गोष्ट आर्यांच्या उन्नतीस कारणीभूत झाली आहे तर दुसऱ्या तऱ्हेनें त्यांच्या अवनतीस कारण झाली आहे असें मानणें भाग पडतें. आध्यामिक दृष्टीनें किंवा नीतीच्या दृष्टीनें पाहिलें असतांना ज्या लोकांनीं केवळ धर्मसमजुतीसाठीं व केवळ आध्यात्मिक उन्नतीसाठीं मांसाहाराचा त्याग केला त्यांच्या दयावृत्तीची व आध्यात्मिक कल्याण करून घेण्याच्या आकांक्षेची तारीफ करावी तितकी थोडी आहे. परंतु व्यावहारिक किंवा राजकीय दृष्टीनें पाहतां मॅक्समुलरनें एकेठिकाणीं म्हटल्याप्रमाणें आपल्या राजकीय स्वातंत्र्याचाही त्याग मान्य करून भरतखंडांतील लोकांनीं वनस्पतीचा आहार मान्य केला आहे असें म्हणण्यास जागा आहे. असो. निरनिराळ्या कारणांनीं भारतीकाळांत भारती आर्यांच्या अन्नांत कसा फरक झाला ही गोष्ट आम्हीं या भागांत विस्तारपूर्वक दाखविण्याचें योजिलें आहे.

प्राचीन वैदिक ऋषि हे यज्ञाचे पक्के पुरस्कर्ते होते, ही गोष्ट प्रसिद्ध आहे. वैदिक क्षत्रियही यज्ञाचे अनेक विधि करीत असत. हे वैदिक यज्ञ सर्व हिंसायुक्त असत. नानाप्रकारचे पशु या यज्ञांत मारले जाऊन हवन होत असत. साधारणपणें प्राचीनकाळीं जसें सर्वच देशांतील लोक मांसान्न भक्षण करीत होते त्याप्रमाणें भारती आर्यही मांसान्न भक्षण करीत असत यांत नवल नाहीं आणि

यदन्नः पुरुषो भवति तदन्नास्तस्य देवताः ।

या न्यायानें वैदिककालीन ब्राह्मण व क्षत्रिय यज्ञांत पशूंचा वध करून त्यांच्या मांसाचे हविर्भाग निरनिराळ्या देवतांस अर्पण करीत असत हेंही साहजिक आहे. या यज्ञाच्या पायऱ्या गवालंभापर्यंत व अश्वमेधापर्यंत गेल्या होत्या, किंबहुना, अश्वमेधाच्याही पलीकडे जाऊन पुरुषमेधापर्यंत यज्ञाची मजल पोंचली होती. तथापि अश्वमेध हा सर्व यज्ञांत श्रेष्ठ मानला जात होता. अश्वमेध करण्यात एका प्रकारचे राजकीय ऐश्वर्य व्यक्त होत असल्यानें सामर्थ्यवान् क्षत्रिय अश्वमेध यज्ञ करीत असत. तसेंच सार्वभौमराजे राजसूययज्ञ करीत. महाभारतांत हे दोन्हा यज्ञ पांडवांनीं केल्याचें वर्णन आहे. असो. पांडवांनीं जो अश्वमेध केला त्याचें वर्णन महाभारतांत केलें आहे, त्यांत शेंकडो प्राणी मारल्याचें वर्णन आहे.

तं तं देवं समुद्दिश्य पशवः पक्षिणश्च ये ।
ऋषभाः शास्त्रपठितास्तथा जलचराश्चये ॥
सर्वांस्तानभ्ययुञ्जंस्ते तत्राग्निचयकर्मणि ।

(अश्व० अ० ८८—३४) या वर्णनावरून युधिष्ठिराच्या यज्ञांत अनेक पशु पक्षी हवनासाठीं

मारले गेले असें स्पष्ट दिसतें. अश्वमेधाच्या विधीमध्यें सुद्धां श्रौतसूत्राप्रमाणें अनेक पशु मारावे लागतात हें प्रसिद्ध आहे. यज्ञामध्यें मारलेल्या पशूंचें मांस ब्राह्मण, क्षत्रिय, वैश्य खात असत, याबद्दल शंका नाहीं. युधिष्ठिराच्या अश्वमेधाच्या उत्सवप्रसंगींही अनेक पशूंची हिंसा होत होती, असें वर्णन महाभारतामध्यें आलेलें आहे.

भक्ष्यखांडवरागाणां क्रियतां भुज्यतां तथा
पशूना वध्यतां चैव नांतं ददृशिरे जनाः ॥

(अश्व० अ० ४१) "अश्वमेध यज्ञांत 'खांडवराग' पक्वान्न तयार करण्यांत किती माणसें गुंतलीं होतीं व किती पशूंचें हनन होत होतें याचा अंत लागला नाहीं." (भा० अश्वमेधपर्व अ० ८९ पान १९१) याशिवाय आणखी कित्येक वर्णनें महाभारतामधील यासंबंधानें देतां येतील. सभापर्व अध्याय ४ यांत मयसभागृह प्रवेश केल्याचे वेळीं दहाहजार-ब्राह्मण-भोजन घातलें, त्यावेळीं धर्मराजानें "उत्तम उत्तम कंदमुळें व फळें, वराहाचीं व हरिणांचीं मांसें, तूप, मध, तिलमिश्रित पदार्थ आणि नानाविध मांसप्रकार इत्यादिकांनीं त्यांचा संतोष केला असें वर्णन आहे." (भा. पु. १ पा. ४६६) यावरून ज्याप्रमाणें पाश्चिमात्य आर्य ग्रीक, जर्मन वगैरे मांस भक्षण करीत होते त्याचप्रमाणें भारती युद्धकाळीं भारती आर्य ब्राह्मण, क्षत्रिय, वैश्य हे मांस खात होते हें निर्विवाद आहे.

मांसान्नत्याग.

परंतु महाभारतकाळीं म्हणजे सौतीच्या वेळीं भारती आर्यांची परिस्थिति बरीच भिन्न झालेली होती व भारती आर्य विशेषतः ब्राह्मण आणि ज्‍ ाही अध्यात्म—मार्गास लागलेले योगी वगैरे यांनीं मांसाहाराचा त्याग केला होता. याशिवाय, बौद्ध, जैन व भागवत मतांचा प्रचार लोकांत बराच होऊन एकंदर जनसमूहांत अहिंसेची महती वाढून मांसनिवृत्तीची या लोकांत बरीच प्रगति झाली होती. अशा काळीं भारतांतील अश्वमेधांचीं वर्णनें व त्यांतील ब्राह्मणसंतर्पणाचीं वर्णनें लोकांस कशींशींच लागत असलीं पाहिजेत. याचमुळें सुवर्णमस्तक झालेल्या नकुलाची कथा सौतीनें येथें मुद्दाम घातलेली आहे आणि पशुवधानें युक्त असलेले यज्ञ व मांसान्न—भक्षण यांची निंदा, एका साध्या वानप्रस्थानें क्षुधित झालेल्या अतिथीस मूठभर सक्तु दिल्यानें जें पुण्य मिळतें त्याहूनही अश्वमेधाचें पुण्य कमी आहे असें दाखवून, करण्याचा प्रयत्न केला आहे. या नकुलाच्या आख्यानावरून भारती युद्धकाळापासून महाभारतकाळापर्यंत लोकांच्या मांसान्नाविषयींच्या प्रवृत्तींत किती फरक पडलेला होता हें नजरेस येतें.

परंतु हा तंटा येथें संपला नाहीं. क्षत्रियांच्या जुन्या चाली व कल्पना बदलणें अतिशय कठीण होतें. अश्वमेधावरची त्यांची प्रीति व श्रद्धा तशीच कायम होती आणि मांसान्न खाण्याचा त्यांचा प्रघात बदललेला नव्हता. कित्येक ब्राह्मणही वैदिक कर्मानुष्ठानास सोडून देण्यास तयार नव्हते आणि क्षत्रियांच्या मदतीला येऊन वेदांत सांगितलेला पशुवध हिंसा होत नाहीं असें प्रतिपादन करीत होते. अशा लोकांच्या समाधानाकरितां नकुलाच्या आख्यानानंतर आणखी एक अध्याय घातलेला आहे व त्यांत जनमेजयानें असा प्रश्न केला आहे कीं महर्षि व्यास व इतर ऋषि यांच्या साहाय्यानें केलेल्या युधिष्ठिर सम्राटाच्या अश्वमेध यज्ञाची निंदा करण्याचें धैर्य नकुलास झालें तरी कसें ? याजवर वैशंपायनानें पुढील कथा सांगितली आहे. इंद्र एकेकाळीं यज्ञ करीत होता. जेव्हां यज्ञांत प्रोक्षण केलेल्या पशूंना

मारण्याची वेळ आली त्या वेळेस मोठ्या करुणायुक्त दृष्टीनें ते पशु ऋषींकडे पाहूं लागले. त्या वेळेस ऋषींस करुणा आली आणि ते इंद्रास म्हणूं लागले " हा यज्ञ धार्मिक नाहीं.

नायं धर्मकृतो यज्ञो नाहिंसा धर्मउच्यते ।
यज बीजैः सहस्राक्ष त्रिवर्षपरमोषितैः ॥

तीन बर्ष ठेवलेल्या धान्यानें इंद्रा तूं यज्ञ कर (म्हणजे पशू मारून यज्ञ करूं नको) " त्या वेळेस तें म्हणणें अभिमानानें ग्रस्त झालेल्या इंद्रास आवडलें नाहीं. तेव्हां निर्जीव पदार्थांनीं यज्ञ करावा किंवा सजीव पदार्थांनीं यज्ञ करावा याबद्दल ऋषि व इंद्र यांमध्यें तंटा लागला. तेव्हां दोघांनीं तो प्रश्न वसुराजाकडे नेला. (हा वसुराजा चंद्रवंशी आर्यांचा वंश-जनक चेदिपति होय) वसु राजास त्यांनीं विचारलें:—यज्ञाविषयीं वेदप्रमाण काय आहे ? पशूंनीं यज्ञ करावा किंवा बीज, पय, घृत, इत्यादिकांनीं यज्ञ करावा ? वसुराजानें प्रमाणांच्या बलाबलाचा विचार न करतां एकदम म्हटलें ' जें सिद्ध असेल त्यानें यज्ञ करावा. ' असें उत्तर दिल्यावर चेदिराजा ऋषींनीं शाप दिल्यामुळें रसातळास गेला. या गोष्टींत पुन्हां हा तंटा मुग्धच ठेवला आहे. कारण, क्षत्रिय हे पशुहिंसायुक्त यज्ञ करणारच आणि तो सशास्त्र असें म्हणणारच. परंतु तो राजा रसातळास गेला, या वर्णनावरून असा यज्ञ निंद्य असें ठरतें तें क्षत्रियांस मान्य नव्हतें. क्षत्रियांचे हिंसायुक्त यज्ञ चालूच होते. बलवान् क्षत्रिय, युधिष्ठिर व जनमेजय यांनींच घालून दिलेल्या उदाहरणाचें अनुकरण करून अश्वमेध यज्ञ करण्याचें सोडून देण्यास तयार नव्हते. तेव्हां अशा लोकांच्या समाधानाकरितां आणखी एक गोष्ट येथें सांगितलेली आहे ती अशी. अगस्त्य ऋषि बारा वर्षांचें सत्र करीत होते आणि त्यांत बीजाहुति देत होते. परंतु इंद्र असंतुष्ट होऊन पर्जन्य पाडण्याचें त्यानें बंद केलें. त्या वेळेस अगस्त्य ऋषींनीं दुसरा इंद्र मी उत्पन्न करीन असें म्हटलें तेव्हां इंद्रानें संतुष्ट होऊन पर्जन्य पाडण्यास सुरवात केली. तथापि इतर ऋषींनीं अगस्त्यांची अशी विनंति केली कीं, यज्ञांतील हिंसा ही हिंसा नव्हे, असें आपण ठरवूं या. याप्रमाणें अगस्त्य मुनींनीं मान्य केलें. परंतु या कथेनेंही क्षत्रियांचें समाधान झालेलें नाहीं आणि सरतेशेवटीं तो नकुल खुद्द धर्म असून त्यानें एकदां क्रोधरूपानें जमदग्नीस त्रास दिला त्यामुळें जमदग्नीच्या शापानें नकुल होऊन त्यानें शापापासून मुक्त होण्यासाठीं युधिष्ठिराच्या यज्ञाची निंदा केली असें सांगितलें आहे.

वरील नकुलाची कथा विस्तारपूर्वक देण्याचें तात्पर्य असें आहे कीं अहिंसाप्रयुक्त यज्ञ करावा, किंवा हिंसाप्रयुक्त करावा या वादाचा निरनिराळ्या प्रकारानें भारतीकाळांत कसा निकाल होत जात होता, याचें यावरून निदर्शन होतें. एकदां या बाजूस तर पुन्हां दुसऱ्या बाजूस याप्रमाणें लोकमताचा प्रवाह चालत होता. हिंसाप्रयुक्त यज्ञ व मांसान्न यांचा अपरिहार्य संबंध होता. जोंपर्यंत लोक धर्मश्रद्धायुक्त असतात तोंपर्यंत धर्माची कास सोडण्यास ते तयार असत नाहींत. मांस खाणें हें आम्ही आपल्या इच्छेनें खातों, याचा संबंध यज्ञाशीं नाहीं, असें म्हणावयास भारती आर्य तयार नव्हते. वेदांत हिंसायुक्त यज्ञाचा विधि आहे तेव्हां यज्ञशिष्ट मांस खाण्यास हरकत नाहीं असा त्यांचा कोटिक्रम होता व यज्ञांत केलेली वेदविहित हिंसा ही हिंसाच नव्हे असें त्यांचें म्हणणें होतें. या मतासंबंधां भारतीकाळांत बरीच भवती न भवती होऊ। अखेरीस महाभारतकाळीं हेंच मत कायम झालें असें दिसतें.

यज्ञांत केलेली हिंसा ही हिंसा नव्हे असें महाभारतकाळीं सनातन धर्मीयांचें मत होतें व हल्लींही अजुनपर्यंत हाच सिद्धांत मान्य केला गेलेला आहे व हल्लींही कोठें कोठें पशुहिंसायुक्त यज्ञ हिंदुस्थानांत होतात. असे यज्ञ हल्लीं अगदीं थोडे होतात ही गोष्ट खरी आहे, परंतु पशुहिंसेचा आग्रह अद्याप सुटलेला नाहीं. असो, महाभारतकाळीं हिंसा-प्रयुक्त यज्ञ पुष्कळ होत असत आणि एकंदर जनसमाजाची स्थिति पाहतांना क्षत्रिय लोक मांसान्न खाणारे होते व अनेक ब्राह्मणही वैदिक धर्माभिमानी असून मांसाहारी होते व इतर लोकांत मांसान्नाचा प्रचार कमी असून विशेषतः भागवत, जैन वगैरे लोकांत मांस खाण्याचा प्रघात बिलकुल बंद होता. वैश्य लोकांत मांसान्न कोठें कोठें सुरू होतें असें कर्णपर्वांतील हंसकाकीय-कथानकांतील एका उल्लेखावरून दिसतें; तो असा. “ समुद्राच्या परतीरास एक वैश्य राहात असे. त्याजवळ धनधान्याची समृद्धि असून तो यज्ञयागादि करीत असे. तो दाता व क्षमाशील असून वर्णाश्रम धर्म उत्तम पाळी. त्याला पुष्कळ पुत्र होते. त्या भाग्यवान् कुमारांचें उष्टें खाऊन वाढलेला एक कावळा होता. त्यास ते वैश्यपुत्र मांस, भात, दहीं, दूध वगैरे पदार्थ देत.” (अ. ४१ भा. पु. ९ पा. १०३) वरील वर्णनावरून श्रद्धायुक्त वैश्य हेही यज्ञयाग करीत व मांसान्न खात असें स्पष्ट दिसतें. महाभारतकाळापर्यंत मांसान्नाचा प्रचार याप्रमाणें यज्ञयाग करणाऱ्या ब्राह्मण—क्षत्रिय—वैश्यांत सुरू होता, पण निवृत्ति—मार्गाचें सेवन करणाऱ्या लोकांत तो नव्हता.

गोहत्येचें महापातक.

एक गोष्ट महत्त्वाची येथें सांगितली पाहिजे कीं भारतीकाळांत गवालंभ हे बिलकुल बंद झाले. भारतीयुद्धकाळीं बैलांचे यज्ञ अश्वमेध—विधीप्रमाणें व इतर वैदिक यज्ञाप्रमाणें होत असत, ही गोष्ट निर्विवाद आहे. पण महाभारतकाळीं गाईंची किंवा बैलांची हिंसा करणें हें अतिशय मोठें पातक आहे असें मानलें जात होतें हेंही निश्चयानें दिसतें. यज्ञांत गाईचें प्रोक्षण करणें हें बिलकुल बंद झालें व कलियुगामध्यें गवालंभ म्हणजे गाई-बैलांचा यज्ञ वर्ज आहे असें शास्त्र ठरलें. इतर पशूंचे यज्ञ म्हणजे मेष, बकरे, वराह वगैरे पशूंचे यज्ञ मान्य होते. याच हिशेबानें मांस खाण्याचा प्रकारही चालू होता व आहे हल्लीं इतर कोणतेंही मांस क्षत्रिय किंवा ब्राह्मण खात असले तरी गोमांस खाणें अतिशय निंद्य व सनातन धर्मापासून भ्रष्ट करणारें आहे अशी सर्व जनसमूहाची कल्पना आहे. मग तो मनुष्य क्षत्रिय असो किंवा अति नीच शूद्र असो. ही परिस्थिति महाभारत काळापासूनच आहे. महाभारतकाळीं गोवध किंवा गोमांस अतिशय निंद्य समजलें जात असें. उदाहरणार्थः—द्रोणपर्वांत अर्जुनानें ज्या कित्येक शपथा वाहिलेल्या आहेत त्यांत असें म्हटलें आहे. (द्रो० अ ७३)

ब्रह्मघ्नानां च ये लोका ये च गोघातिनामपि ।

अर्थात् ब्रह्महत्या करणारे किंवा गोवध करणारे मनुष्य ज्या निंद्य लोकांस जातात ते मला मिळोत असें अर्जुनानें म्हटलेलें आहे अशीं आणखी कित्येक उदाहरणें देतां येतील. गाईला लाथ मारणें सुद्धां पाप आहे असें मान्य झालें होतें. पण याच्या उलट भारती युद्धकाळीं परिस्थिति होती असें महाभारतांतीलच कित्येक उताऱ्यांवरून दिसतें. रंतिदेवानें केलेल्या अनेक यज्ञांत मारलेल्या बैलांच्या चामड्याच्या बाजूनें वाहणारी नदी चर्मण्वती नांव पावली. पण फार लांब कशाला ? संस्कृत नाटकांचा अभ्यास करणाऱ्या विद्यार्थ्यांस भवभूतीच्या उत्तररामचरित्रांतील वसिष्ठ-वि-

श्वामित्राच्या आगमनाच्या वेळीं मधुपर्काचें केलेलें वर्णन लक्षांत असेलच. असो. भारती युद्धकाळीं किंवा वैदिककाळीं गवालंभाचा प्रचार असून महाभारतकाळीं तो बिलकुल बंद झाला किंबहुना, गोवध ब्रह्महत्येप्रमाणें भयंकर पातक आहे असें ठरलें. हा महत्त्वाचा फरक कशामुळें व कसा झाला हें पाहणें अतिशय महत्त्वाचें आहे. महाभारतकाळीं गवालंभ बिलकुल बंद झाला होता ही गोष्ट आपल्यास तत्कालीन अन्य पुराव्यावरूनही दिसून येते. ग्रीक लोकांनीं असें लिहून ठेविलेलें आहे कीं हिंदुस्थानचे लोक बहुतेक वनस्पतींचा आहार करणारे आहेत. अरायन् इतिहासकार लिहितो. "येथील लोक जमिनीची शेतकी करतात, आणि धान्यावर उपजीविका करतात. मात्र डोंगराळ मुलखांतले लोक हे जंगलांतील पशूंची मृगया करून त्यांच्या मांसावर उपजीविका करतात." यांत वन्य मृगयेचे पशु असे शब्द वापरले आहेत यावरून गाईंचा किंवा बैलांचा वध डोंगराळ लोकांतही निषिद्ध होता, असें मानण्यास हरकत नाहीं. गोवध हें पातक मानलें जात होतें असें जरी ग्रीकांच्या वर्णनांत प्रत्यक्ष आलें नाहीं तथापि वरील वाक्यावरून या गोष्टीचा बोध होण्यास हरकत नाहीं. ग्रीक लोकांची स्वारी पंजाबापर्यंत आलेली होती आणि पंजाबामध्यें हा अनाचार महाभारतकालीं शिल्लक होता असेंही अनुमान करण्यास आपल्यास जागा आहे. कर्ण-पर्वांत शल्य आणि कर्ण यांच्या दरम्यान् जो निंदाप्रचुर संवाद वर्णन केलेला आहे त्यांत कर्णानें पंजाबांतील वाहिक देशांतील जो अनाचार वर्णन केला आहे त्यांत राजवाड्यापुढें गोमांसाचीं दुकानें असून तेथील लोक गोमांस, लसूण, मांसयुक्त वडे, विकत आणलेला भात खातात अशी निंदा केलेली आहे. (क० अ० ४४ भा० पु० ५ पा० १११) या वर्णनावरून ग्रीक लोक जेथें शिल्लक होते, तेथें असा अनाचार महाभारतकाळीं चालू होता, असें मानण्यास जागा होते. असो. महाभारताच्या व ग्रीकांच्या पुराव्यावरून महाभारतकाळीं गोवधाचें पाप अतिशय निंद्य समजले जात असे ही गोष्ट निश्चयानें ठरते.

या महत्त्वाच्या निषेधाच्या उत्पत्तीचें कारण काय झालें असावें याचे दिग्दर्शन महाभारतावरून आपल्यास थोडेंबहुत दिसतें तें असें. महाभारतांत सप्तर्षि व नहुष यांच्यामधील तंट्याची एके ठिकाणीं हकीकत दिलेली आहे ती अशी. ऋषींनीं विचारिलें—

य इमे ब्रह्मणा प्रोक्ता मंत्रा वै प्रोक्षणे गवाम् ।
एते प्रमाणं भवत उताहो नेति वासव ॥
नहुषो नेति तानाह तमसा मूढचेतनः ॥

(उ० अ० १७ भा० पु० ३ पा० १५९) अर्थात् ऋषींच्या मतानें गवालंभ हा वेदांत सांगितला असल्यानें तो प्रमाण आहे. पण नहुषानें तो प्रमाण नाहीं असें स्पष्ट उत्तर दिलें. नहुषानें हें उत्तर कोणत्या आधारावर दिलें हें येथें सांगितलेलें नाहीं. पण टीकाकारानें

ब्राह्मणाश्चैव गावश्च कुलमेकं द्विधा कृतम् ।
एकत्र मन्त्रास्तिष्ठन्ति हविरेकत्र तिष्ठति ॥

म्हणजे यज्ञाचे मंत्र ब्राह्मणांच्या ठिकाणीं आहेत आणि यज्ञाचा हवि म्हणजे दूध, घृत आणि शेणगोळे हे गाईच्या ठिकाणीं आहेत म्हणूनच ब्राह्मण आणि गाय दोघेही सारखेच पवित्र व अवध्य आहेत असें येथें सांगितलें आहे. याजवरून ऐतिहासिक अनुमान असें निघतें कीं यज्ञाचें साधन गाई असल्यामुळें त्यांचा यज्ञ वर्ज आहे अशी व्यवस्था प्रथम नहुषानें केली. परंतु ती त्या वेळीं मान्य झाली नाहीं. ही व्यवस्था यापुढें श्रीकृष्णाच्या भक्तीनें मान्य झाली असें आमचें मत आहे.

श्रीकृष्ण हा यादव कुलांतील असून यादव गाई खाणारे नव्हते, कारण त्यांच्या उपजीविकेचें साधन तेंच होतें. श्रीकृष्णानेंही लहानपणी गाई राखलेल्या होत्या व त्यास गाई अत्यंत प्रिय असत. श्रीकृष्णाचें मत जेव्हां प्रचलित झालें आणि श्रीकृष्णाची भक्ति हिंदुस्थानांत वाढली त्या वेळेस गाईच्या संबंधानें अतिशय पूज्य-भाव उत्पन्न होऊन गवालंभ हा हिंदुस्थानांत चोंहीकडे बंद झाला. येथें हें सांगण्यासारखें आहे कीं गाई इराणी लोकांनींही पवित्र मानलेल्या आहेत, तेव्हां गाईच्या पवित्रतेसंबंधानें कल्पना भारती आर्यांबरोबर हिंदुस्थानांत प्रारंभापासून आली असावी. किंबहुना, वरील आख्यानांत नहुषानें प्रथम तक्रार केली असें वर्णन आहे, यावरून चंद्रवंशीय क्षत्रियांमध्यें या निषेधाचा उगम दृष्टीस पडतो. याच वंशांत श्रीकृष्णाचा व यादवांचा जन्म झाला आणि श्रीकृष्णाच्या भक्तीनें एकंदर भारतीय आर्यसमूहांत गवालंभाची प्रवृत्ति बिलकुल बंद झाली. जैन किंवा बौद्ध धर्मांच्या उपदेशाच्या परिणामानें हा निषेध उत्पन्न झाला असें मानतां येत नाहीं. कारण, एक तर बौद्ध, जैन या धर्मांच्या उदयापूर्वींच हा निषेध अमलांत आलेला दिसतो आणि दुसरें असें कीं, या धर्मांना सर्वच प्राण्यांची हिंसा निंद्य होती. मग एकट्या गाईबैलांचीच हिंसा सनातनीय धर्मसमाजांत निंद्य कां मानली जावी याचें कारण सांगतां येणार नाहीं. विशेषतः क्षत्रियांनीं कोणतीच हिंसा निंद्य मानली नसून फक्त गाईचीच हिंसा तेवढी महत् पातक मानली आहे. इतर मेष, छाग, वराह वगैरेंचें मांस ते तेव्हांही खात व अजूनही खातात व अद्याप जे यज्ञ होतात त्यांत मेषादींचेंच हवन होतें. या कारणांनीं हा प्रचार बौद्ध व जैन धर्मांच्या मताच्या परिणामानें पडला असें म्हणतां येणार नाहीं. गाई, बैल सर्व तऱ्हेनें सनातन धर्मास पूज्य झालें होते, त्यांचें दूध दुभतें लोकांस पोषीत होतें. त्यांच्याच साधनानें धान्याची ने आण होत होती व त्यांच्या विषयीं पूज्य-भाव प्रथमपासूनच उत्पन्न असून श्रीकृष्णाच्या भक्तीनें त्यांस अतिशयच महत्त्व आलें होतें. गाईच्या पवित्रतेविषयीं महाभारतांत अनेक स्थळीं वर्णनें आहेत. गाईचें दर्शन प्रातःकाळीं पुण्य मानलें जात असे. अशा सर्व कारणांनीं गाईबैलांची हिंसा महाभारतकाळापूर्वीच बंद झाली हें निर्विवाद वाटतें.

याज्ञिय व मृगयेंतील हिंसा.

असो. इतर पशूंचे यज्ञ पूर्वीप्रमाणेंच होत असून त्यांचें मांस ब्राह्मण व क्षत्रिय खात असत ही गोष्ट निर्विवाद दिसते. पांडवांचा चरितार्थ वनवासांत पुष्कळसा मृगयेवरच होता. द्वैतवनांत ते राहत असतांना अनेक मृगांचा संहार झाल्यानें मृग फार व्याकुळ झाले अशी महाभारतांत कथा आहे. तेव्हां मृगांनीं युधिष्ठिरास स्वप्नांत येऊन आपलें गाऱ्हाणें सांगितलें यामुळें युधिष्ठिरानें द्वैतवन सोडून जाण्याचा निश्चय करून तो दुसऱ्या दिवशीं पांडव, ब्राह्मण यांसह काम्यक वनाकडे पुन्हां निघून गेला असें वर्णन (व० अ० २५८) यांत आहे. “ आम्हां वनवासी मृगांचे कळप आतां थोडेच बाकी राहिले आहेत. बीजरूपानें राहिलेल्यांची तुझ्या अनुग्रहानें अभिवृद्धि होवो. ” अशी मृगांची प्रार्थना ऐकून मरु भूमीचें केवळ मस्तक व तृणबिंदु सरोवराजवळ असलेलें काम्यक वन येथें जाण्याचा त्यानें निश्चय केला. असो. तर याप्रमाणें पांडव वनवासांत मृगयेवरच बहुतेक निर्वाह करीत होते हें उघड आहे. द्रौपदीचें हरण जयद्रथानें केलें त्या वेळेस पांडव मृगयेकरितां गेले होते. तेव्हां त्यांनीं

मृग, वराह मारून आणले होते असें वर्णन आहे. अर्थात् मृग व वराह यांचें मांस विशेषतः क्षत्रियांस तेव्हां हल्लींप्रमाणेंच पिय असावें असें दिसतें. यांसच मेध्य पशु अशी संज्ञा असून यांचें मांस पवित्र मानलें जात असे. मृगयेंत मारलेल्या पशूंचें मांस विशेष प्रशस्त होय असें मानीत.

परंतु कित्येक पशूंचीं मांसें वर्ज्य मानलीं जात असत असें दिसतें. त्यांत पृष्ठ-मांस खाण्याचा निषेध होता. पृष्ठ-मांस म्हणजे काय हें निश्चयानें सांगतां येत नाहीं. तथापि टीकाकारानें पृष्ठानें सामान वाहणाऱ्या पशूंचें मांस असा अर्थ घेतला आहे. अर्थात् यांत बैल, घोडे, उंट आणि हत्ती हे येतात, यांचें मांस वर्ज्य होतें. अश्व व हत्ती यांचें मांस हल्लींही वर्ज्य समजतात. हल्लींच्या एकंदर नियमांत मांस खाण्यासंबंधानें जे जे निषेध आहेत ते ते बहुधा तीं तीं मांसें हानिकारक आहेत या कारणानें आहेत हे उघड आहे. या यादींत अनेक प्राणी येतात व त्यांचीं मांसें प्राचीनकाळीं वर्ज्य होतीं. कुत्रें, मांजर वगैरे अनेक प्राणी या वर्गांत येतात. मांसाहारासंबंधानें जे वर्ज्य प्रकार भारतीय आर्यांत महाभारतकाळीं पुष्कळ होते त्यांचें सर्वांचें आपल्यास येथें विस्तारपूर्वक स्पष्टीकरण करण्याची अवश्यकता नाहीं. तथापि मुख्य मुख्य गोष्टी येथें देतां येतील.

पञ्च पञ्च-नखा भक्ष्या ब्रह्मक्षत्रेण राघव ।
शल्यकः श्वाविधो गोधा शशः कूर्मश्च पंचमः ॥

हा रामायणांतील श्लोक प्रसिद्ध आहे. तसेंच महाभारतांतही

पञ्च पञ्च-नखा भक्ष्या ब्रह्म-क्षत्रस्य वै विशः ।
(शां० अ० १४१–७)

असें म्हटलें आहे. ज्या जनावरांस पांच नखें आहेत तीं ब्राह्मण क्षत्रियांना सर्वच वर्ज्य आहेत मात्र त्यांपैकीं पांच म्हणजे साळ, श्वाविध, घोरपड, ससा व कांसव एवढीं मात्र खाण्यास मोकळीक आहे. हा श्लोक वालीनें रामाची निंदा केली त्या वेळेचा आहे. त्यांत माकडांस किंवा वानरांस मारून खाण्यास ब्राह्मण क्षत्रियांस परवानगी नाहीं असें यावरून दाखविलें आहे. या शिवायही अनेक नियम वर्ज्यावर्ज्याचे आहेत. महाभारतांत शांतिपर्वांत अध्याय ३६ मध्यें युधिष्ठिरानें भीष्मास असा प्रश्न स्पष्टच केला आहे कीं ब्राह्मणानें कोणतें मांस खाणें युक्त आहे व कोणतें नाहीं, यावर भीष्मानें सांगितलें.

अनड्वान् मृत्तिका चैव तथा क्षुद्र–पिपीलिका।
श्लेष्मातकस्तथा विप्रैरभक्ष्यं विषमेवच ॥

यांतील विष शब्दाचा अर्थ कांहीं निराळा घेतला पाहिजे. कारण, विष खाऊं नये हा नियम सांगण्याची अवश्यकताच नाहीं. अर्थात् विष शब्दाचा अर्थ विषासारखें ज्यांचें मांस असेल असे प्राणी असा घेतला पाहिजे. असो. पाण्यांतील प्राण्यांत कोणते प्राणी वर्ज्य आहेत तें पुढील श्लोकांत सांगितलें आहे.

अभक्ष्या ब्राह्मणैर्मत्स्या शल्कैर्ये वै विवर्जिताः।
चतुष्पात्कच्छपादन्ये मण्डूका जलजाश्च ये ॥

ज्या माशाना शल्क नाहींत म्हणजे पंख नाहींत ते, कांसवावांचून बेडूक व इतर चतुष्पाद जलचर वर्ज्य आहेत. पक्ष्यांमध्यें वर्ज्य आहेत ते,

भासा हंसाः सुपर्णाश्च चक्रवाकाः प्लवा बकाः।
काको मद्गुश्च गृध्रश्च श्येनोलूकास्तथैवच ॥

असें सांगितलें आहे. भास, हंस, गरुड, चक्रवाक, कारंडव, बक, काक, गृध्र, श्येन, उलूक हे पक्षी वर्ज्य आहेत. तसेंच

क्रव्यादा दंष्ट्रिणः सर्वे चतुष्पात् पक्षिणश्च ये ।

दंष्ट्रा असलेले सर्व मांसभक्षक चतुष्पाद जनावरें व पक्षी ज्यांना खालींवर दंष्ट्रा आहेत ते आणि चार दंष्ट्रा आहेत ते असे सर्व प्राणी

वर्ज्य आहेत. यावरून कोणकोणतीं मांसान्नें महाभारतकाळीं ब्राह्मणांना वर्ज्य होतीं याचा खुलासा होतो.

अशी जरी स्थिति आहे तरी महाभारतकाळीं मांससंबंधानें एकंदर लोकांची प्रवृत्ति विशेषतः ब्राह्मणांची मांसाहार वर्ज्य करण्याकडे होती, ही गोष्ट निरनिराळ्या प्रकारानें सिद्ध होते. सामान्यतः आध्यात्मिक विचार करणाऱ्या मनुष्यास मांसाहार वर्ज्य आहे हें तत्व ठरलेलें होतें. वेदान्ती, योगी, ज्ञानी किंवा तपश्चर्या करणाऱ्या पुरुषास मांसान्नापासून नुकसान पोंचतें. त्यांच्या कार्यांत त्यांस सिद्धि मिळणार नाहीं असा सिद्धान्त भारती आर्यांनीं ठरविलेला होता. सामान्यतः मनूनें सांगितलेलें तत्व,

न मांस–भक्षणे दोषो न मद्ये न च मैथुने ।
प्रवृत्तिरेषा भूतानां निवृत्तिस्तु महाफला ॥

या श्लोकांत दिलेलें तत्व सर्व लोकांस पटलेलें होतें. एकंदर गृहस्थ ब्राह्मणानें सुद्धां वृथा मांस भक्षण करूं नये असा नियम होता. म्हणजे कांहीं तरी कारणाशिवाय मांस भक्षण करूं नये असा निषेध होता. गृहस्थाश्रमी ब्राह्मणानें अटीव दूध, खीर, खिचडी, मांस, वडे अथवा घारगे हीं शास्त्रोक्त कारणावांचून तयार केलीं असल्यास खाऊं नये किंवा प्राशन करूं नये. (भा० पु० ६ पा० ७२) यावरून हें सिद्ध होतें कीं कोणत्याही शास्त्रोक्त प्रसंगींच, उदाहरण यज्ञ प्रसंगीं किंवा अन्य दैव प्रसंगीं तसेंच श्राद्ध प्रसंगीं शास्त्रोक्त कारणानेंच मांसान्न खाण्यास ब्राह्मणांस परवानगी होती, इतर प्रसंगीं नव्हती. असो. पण श्राद्ध प्रसंगानें तरी मांस खाण्याची परवानगी होती. अर्थात् हिंसा ही होणारच, तेव्हां अहिंसातत्व मान्य करणाऱ्या मनुष्यास हा प्रश्न उपस्थित होणारच. याशिवाय क्षत्रिय मांस खाणारतें यज्ञांतच किंवा श्राद्धांतच नव्हे ते मृगयेनेंही मांस खाणारच. तेव्हां या त्यांच्या प्रवृत्तीचें व अहिंसाधर्माचें मीलन कसें व्हावें हा महत्त्वाचा प्रश्न उपस्थित होतो. त्याचा विचारही महाभारतांत एका ठिकाणीं केला आहे. अनु० अ० ११९ यांत या प्रश्नाचा विचार केलेला आहे. अ० १४४ यांत अहिंसा चारी प्रकारानें वर्ज्य केली पाहिजे असें सांगितलें आहे म्हणजे मन, वाचा, कर्म आणि भक्षण. "तपश्चर्या करणारे लोक मांसाशनापासून अलिप्त राहतात. मांसाशन करणारा मनुष्य पापी असून त्यास कधींही स्वर्ग मिळणार नाहीं. थोर लोकांनीं आपला जीव देऊन दुसऱ्यांचीं मांसें रक्षण केलीं आहेत." वगैरे अहिंसाधर्म वर्णन केल्यावर (भा० पु० ७ पा० ३४८) युधिष्ठिरानें प्रश्न केला. "तुम्हीं अहिंसाधर्म श्रेष्ठ म्हणतां आणि श्राद्धांत पितर मांसाशनाची इच्छा करतात. तेव्हां हिंसेवांचून मांस मिळणें शक्य नाहीं. तेव्हां मांसवर्जनरूपी हा विरोध कसा टळतो. आणि जो स्वतः हिंसा करून मांस सेवन करतो त्याला पाप कोणतें आणि दुसऱ्याकडून हनन करवून मांस सेवन करतो त्यास पाप कोणतें, आणि जो मांस विकत घेऊन मांसाशन करतो, त्यास पाप कोणतें." यावर भीष्मानें उत्तर दिलें. "ज्यास आयुष्य, बुद्धि, विवेक, बल व स्मृति यांची इच्छा आहे त्यानें हिंसा वर्ज्य करावी. जो मनुष्य परमांसानें आपल्या मांसाची वृद्धि करतो त्याचा खचित नाश होतो. मांसाशन वर्ज्य करणारा मनुष्य नित्य दान करतो. मरण्याची भीति विद्वान् मनुष्यासही असते. मग जे पापी पुरुष मांस खाण्यासाठीं प्राण्यांना ठार मारतात त्यांच्या कृत्याबद्दल त्या मरणाऱ्या प्राण्यास काय वाटत असेल बरें ? मांसाशन करणाऱ्या पुरुषास जे जन्म प्राप्त होतात त्यांत

प्रत्येकांत त्याच्या हाल अपेष्टा होतात. जो मनुष्य जगण्याची इच्छा करणाऱ्या प्राण्याची हिंसा करतो किंवा करवितो त्यास प्रत्यक्ष हत्या केल्याचें पातक लागतें. द्रव्यानें मांस विकत घेणारा द्रव्यद्वारा हिंसा करतो व मांस खाणारा उपभोगद्वारा करतो; ते प्रत्यक्ष वध करणाऱ्यासारखेच पापी आहेत. पण साधारण जगताकरितां ऋषींनीं असा नियम घालून दिला आहे कीं, यज्ञांत हनन केलेल्या पशूशिवाय अन्यपशूचें मांस खाऊं नये. यज्ञाशिवाय इतर प्रसंगीं पशुहत्या करूं नये. जो करील त्यास निःसंशय नरक-प्राप्ति होईल. परंतु हा नियमही मोक्षमार्गीयांस लागू नाहीं. यज्ञांत किंवा श्राद्धादिकांत ब्राह्मणांच्या तृप्तीसाठीं हनन केलेल्या पशूचें मांस खाण्यांत अल्प दोष घडतो. मांस खाण्याच्या हेतूनें कोणीं यज्ञाचे अवडंबर माजवील व त्यांत मांस-भक्षणास उद्युक्त होईल तर तें कृत्य निंद्यच घडेल. प्रवृत्तिधर्मीयांनीं पितृकर्मामध्यें व यज्ञयागांत वैदिक मंत्रांनीं संस्कृत केलेलें अन्न भक्षण करावें वृथा मांस भक्षण करूं नये. पूर्वींच्या यज्ञ करणारांनीं धान्याचा पशु करून यज्ञपुरुषाला आराधिलें. वसुराजानें मांस भक्षणीय नसून भक्षणीय म्हटलें म्हणून त्यास पृथ्वीवर पतन मिळालें. प्रजेचें हित करावें म्हणून अगस्त्य ऋषींनें आपल्या तपःसामर्थ्यानें अरण्यांतील मृग सर्व देवतांना उद्देशून प्रोक्षण करून पवित्र केले आहेत. याकरितां देवकार्यांत किंवा पितृकार्यांत मृग-मांस अर्पण केलें असतां तें कर्म हीन होत नाहीं. राजा, मांस न खाणें यांत सर्व सुख आहे. जो पुरुष कार्तिक महिन्यांत शुक्ल पक्षांत मधुमांस वर्ज्य करतो त्यास फार पुण्य लागतें. पावसाळ्याच्या चार महिन्यांत जो मांस खात नाहीं, त्याला कीर्ति, आयुष्य आणि बल मिळतें. निदान या महिन्यापैकीं एक महिनाभर जो मांस वर्ज्य करील त्यास दुखणें कधींच येणार नाहीं. अनेक प्रसिद्ध राजांनीं कार्तिक महिनाभर किंवा शुक्लपक्षांत मांस वर्ज्य केलें. जे मधुमांस किंवा मद्य जन्मापासून वर्ज्य करतात त्यांस मुनीच म्हणतात. याप्रमाणें ऋषींनीं मांसाशनाच्या प्रवृत्तीचे व निवृत्तीचे नियम घालून दिले आहेत." (भा० पु० ७ पा० ३९२–३९३)

या वरील वर्णनावरून क्षत्रियांच्या व ब्राह्मणांच्या पुराण प्रवृत्तीचा व दयायुक्त अहिंसा तत्वाचा झगडा भारतीकाळांत कसा चालला होता याचें चांगलें दिग्दर्शन होतें. क्षत्रियांच्या शेंकडों वर्षांपासून चालत आलेल्या संवयी मोडणें अशक्य होतें किंवा ब्राह्मणांच्या वेदाज्ञेनुरूप चाललेल्या यज्ञश्राद्धादि विधींत फरक पडणेंही कठीण होतें. यामुळें हा एक प्रकारचा आपसांतील तंटा दोघांच्या तडजोडीनें मिटला असें म्हणण्यास हरकत नाहीं. यज्ञ हिंसायुक्त करण्यास हरकत नाहीं असें साहजिकच ठरलें, तसेंच मृगया करण्याचा क्षत्रियांचा हक्कही समाजास मान्य करणें भाग पडलें. मृगयेस परवानगी असल्यानें क्षत्रियांच्या क्षात्र वृत्तीस योग्य अवसर मिळाला. मृगयेंत मारून आणलेले पशु हे प्रोक्षितच आहेत असें अगस्त्य ऋषीनें ठरविलें. पूर्वींच्या कथानकांत अगस्त्य हा मांस-प्रयुक्त यज्ञाच्या विरुद्ध असून त्यानेंच ही तडजोड काढली, याचें एका प्रकारें आश्चर्य वाटतें. त्याचप्रमाणें नकुलाच्या कथानकांतही हिंसायुक्त यज्ञ करण्याच्या बाबतींत अगस्त्य ऋषीचा इतर महर्षींप्रमाणेंच आग्रह दिसतो. भिन्न भिन्न मतांला एकाच पूज्य व्यक्तीच्या मताचा आधार घेण्याची मनुष्याची साहजिक प्रवृत्ति आहे. असो. ब्राह्मणांचे यज्ञ व क्षत्रियांची मृगया याप्रमाणें शास्त्रोक्त ठरून त्यांतील मांस खाण्याची परवानगी मि-

झाली. तथापि, एकंदर समाजाच्या मताला मान देऊन सर्वांनीं चार पावसाळ्याचे महिने निदान एक कार्तिक महिना मांस वर्ज्य करावें असा नियम पडला. हा नियम हल्लींही प्रचारांत आहे. हल्लीं बहुधा श्रावणांत कोणीही क्षत्रिय मांसाहार करीत नाहीं.

मद्यपाननिषेध.

ज्याप्रमाणें भारती कालामध्यें आध्यात्मिक भावनेनें अहिंसाधर्माचा जय होऊन मांसाशनासंबंधानें भारती आर्यांच्या चालींत फरक पडला आणि निवृत्तिमार्गांत मांसाशन बिलकुल बंद पडलें; व प्रवृत्ति मार्गांत, यज्ञयागांत व श्राद्धांतच बाकी राहिलें, त्याचप्रमाणें मद्याच्या संबंधानेंही भारती काळांत मोठेंच स्थित्यंतर घडून आलें. भारती-युद्धकालीं म्हणजे प्रारंभीं प्रारंभीं भारतीय आर्य मद्य अथवा सुरा पिणें अशास्त्र मानीत नव्हते. क्षत्रियांत तर मद्यपानाची बंदी नव्हती, इतकेंच नव्हे, तर मद्यपानाबद्दल ते लोक पाश्चात्य आर्य— जर्मन लोकांप्रमाणेंच प्रसिद्ध होते असें म्हटलें तरी चालेल. या कामांत यादव लोक अग्रणी होते व द्वारकेमध्यें मद्यपानाचा फारच बंडावा होता. वृष्णि आणि यादव हे मद्यपान करूनच एकमेकांमध्यें भांडून आपसात नाश पावले ही गोष्ट महाभारतात वर्णिली आहे. बलराम तर अतिशय दारू पिणारा होता, हें प्रसिद्ध आहे. श्रीकृष्ण सुद्धां जरी मद्य पिण्यामध्यें मर्यादित होता, तथापि सर्व क्षत्रियाच्या चालीरीतीप्रमाणें तोही मर्यादेनें मद्य पीत असे हें निर्विवाद आहे. श्रीकृष्ण व अर्जुन यांच्या मद्यपानाचें वर्णन महाभारतांत दोन तीन ठिकाणीं आहे. रामायणामध्यें असें वर्णन आहे कीं समुद्रांतून सुरा निघाली, तिचें ग्रहण देवांनीं केलें म्हणूनच देवांस सुर ही संज्ञा मिळाली. महाभारतातही एके ठिकाणीं अशा प्रकारचा उल्लेख आहे. वरुण लोकांत सुराभवन कनकमय असून ही सुरा हातीं लागल्यानेंच देवांना सुर संज्ञा प्राप्त झाली. (उद्यो० अ० ९८ भा० पु० ३ पान ३९४) युधिष्ठिराच्या अश्वमेध प्रसंगाच्या उत्सववर्णनांत सुरामैरेय सागरः । असें त्याचें वर्णन आहे. म्हणजे यज्ञोत्सव समारंभांत सुरा व मैरेय यांची रेलचेल झाली होती असें वर्णन आहे. भारती युद्धकाळीं क्षत्रिय विशेषतः यादव लढाईस जाण्याच्या वेळेस वीर सुरापान करीत असत असें दिसतें. सात्यकी धर्माच्या आज्ञेनें अर्जुनाला मदत देण्यासाठीं कौरवसैन्यांत घुसण्यास तयार झाला तेव्हां त्यानें सुरापान केलें असें वर्णन आहे. " पीत्वा कैलातकं मधु " (द्रो० अ० ११२ पा० ५२१) असें येथें नांव विशेष सांगितलें आहे. यदूच्या वंशांत मराठे असून तेही " लढाईच्या वेळीं स्वतः सुरा पिऊन व हत्तींस पाजून लढाईस जात, मग कधींही माघारे फिरत नसत " असें वर्णन ह्यूएनसांग चिनी प्रवासी यानें केलें आहे. असो. भारतांतील अनेक वर्णनांवरून असें स्पष्ट दिसतें कीं भारती युद्धाच्या काळीं क्षत्रियलोक सुरा पिणारे असून त्यांतील कित्येक अतिशय पिणारे होते. ब्राह्मणांतही त्या काळीं सुरा पिणारे असावे. शुक्राची कथा महाभारतांत आलीच आहे. शुक्राचार्य दारू पीत होते व त्यांना अतिशय नुकसान पोंचल्यामुळें त्यांनीं दारू पिण्याचें बंद केलें, अशी कथा कचदेवयानीच्या आख्यानांत सांगितलेली आहे. परंतु ब्राह्मणांतलें हें व्यसन किंवा ही चाल शुक्राचार्यानें फार प्राचीनकाळींच बंद केली असली पाहिजे. भारतीयुद्धकाळीं क्षत्रिय सुरा पीत होते त्याचप्रमाणें ब्राह्मण पीत होते कीं नाहीं याबद्दल निश्चयानें सांगतां येत नाहीं. तथापि ब्राह्मणकाळीं व उपनिषत्कालीं शुक्राचार्यानें

घालून दिलेला नियम इतक्या कडकडीत रीतीनें अमलांत आला होता कीं सुरापान हें पंचमहापातकांपैकीं आहे अशा प्रकारचे निबंधन धर्मशास्त्रांत घातलें गेलें. हा निषेध सर्व आर्य लोकांस लागू होता म्हणजे ब्राह्मण, क्षत्रिय, वैश्य या तिघांना सारखाच लागू आहे. परंतु हा नियम ब्राह्मणांस तर विशेषतः लागू आहे असें ठरलें. ही पंचमहापातकें उपनिषदांतही सांगितलेलीं आहेत. यावरून सुरापानाचा दोष फार प्राचीनकाळापासून मानलेला आहे. भारतीयुद्ध-काळींही तो ब्राह्मणांनीं मान्य केलेला असावा; असें नसलें तरी भारती काळांत हा निर्बंध पक्का कायम होऊन महाभारतकाळीं ब्राह्मणांना सुरा इतकी वर्ज होती कीं, ब्राह्मणांचें ब्राह्मण्यच मद्यप्राशनानें नाहींसें होतें असें शास्त्र ठरलें होतें. ब्राह्मणांना सुरापानापासून ब्रह्महत्येप्रमाणेंच पातित्य उत्पन्न होतें असें ठरलें. याची साक्ष शांतिपर्वांत अध्याय १४० यांत विश्वामित्र व चंडाल यांची एक मनोरंजक कथा दिली आहे त्याजवरून चांगली पटते. एके काळीं बारा वर्षें अवर्षण पडल्यामुळें भयंकर दुष्काळ पडल्यावर विश्वामित्र भुकेनें कासावीस होऊन इकडे तिकडे अन्नासाठीं फिरूं लागला. त्या वेळेस एका चांडालाचें घर त्याला दिसलें व त्यांत एका मेलेल्या कुत्र्याची तंगडी त्यास दिसली. लपत छपत विश्वामित्र आंत शिरून तंगडी चोरून घेऊन जाऊं लागला, त्या वेळेस चांडालानें विश्वामित्रास हटकलें. तेव्हां विश्वामित्रानें केलें हें योग्य केलें कीं काय ह्या संबंधानें चांडालाचा व विश्वामित्राचा मोठा मजेवा संवाद झालेला आहे. त्या संवादांत विश्वामित्रानें चांडालास सरतेशेवटीं असें म्हणून गप्प बसविलें कीं बाबा ! मला धर्म सगळा समजतो आहे. चोरी करणें किंवा कुत्र्याचें मांस खाणें हें पातक आहे; पण त्याला प्रायश्चित्त आहे. ‘ पतित ’ हा शब्द फक्त सुरापानाच्या संबंधानें धर्मशास्त्रांत सांगितलेला आहे. ‘ नैवातिपापं भक्ष्माणस्य दृष्टं सुरां तु पीत्वा पततीति शद्बः । ’ सुरापानाचें पातक याप्रमाणें अतिशय भयंकर मानलें जात होतें व त्या पातकाला प्रायश्चित्तही नव्हतें असें यावरून महाभारतकाळींही ठरलें होतें. ज्या ब्राह्मणाचें ब्राह्मण्य एका मद्याच्या थेंबानेंही नाहींसें होतें, असें लोक मानीत त्या ब्राह्मणासंबंधानें लोकांत पूज्य बुद्धि वाढावी यांत आश्चर्य नाहीं. ‘ यस्य कायगतं ब्रह्म मद्येनाप्लाव्यते सकृत् । ’ वगैरे मनुस्मृतींतही सांगितलेलें आहे. मद्यपानाला कोणत्याही स्थितींत प्रायश्चित नाहीं ही गोष्ट महाभारतकाळींही मान्य होती, इतकेंच नव्हे तर कलियुगांतही शिसोदे वंशाच्या रजपुतांतही मान्य होती हें इतिहास-प्रसिद्ध आहे. या वंशांतील एका राजास औषध म्हणून वैद्यानें मद्य दिलें. हें त्यास कळल्यावर त्यानें पुरोहितास विचारिलें “ जो मद्य पिईल त्यास काय प्रायश्चित्त आहे ?” तेव्हां त्यानें राजास असें सांगितलें “ शिसें पातळ करून त्यानें घशांत ओतावें. ” त्याप्रमाणें राजानें प्रायश्चित्त घेऊन प्राण दिला; तेव्हांपासून या वंशास शिसोदे हे नांव पडलें. असो. महाभारतकाळीं ब्राह्मण लोकांनीं सुरा पूर्णपणें वर्ज केली होती ही गोष्ट शांतिपर्वांतील मोक्षधर्म अध्याय १८० यांतील एका मजेदार श्लोकावरूनही दृष्टोत्पत्तीस येते. एक गरीब ब्राह्मण एका श्रीमंत उन्मत्त झालेल्या वैश्याच्या रथाच्या धक्क्यानें खालीं पडला. तेव्हां तो अतिशय खिन्न होऊन आपल्या दीन स्थितीविषयीं शोक करूं लागला. “अशा गरीब ब्राह्मणाचा जन्म फारच दुःख देणारा व दुर्दैवाचा आहे ”—असा तो विलाप करीत अ-

सतां इंद्र एका कोल्ह्याचें रूप घेऊन त्याच्यापाशीं आला आणि त्याच्या ब्राह्मण्याची तारीफ करून त्याचें समाधान करीत असें म्हणाला कीं " तूं ब्राह्मण झाला आहेस तरी तूं फारच भाग्यवान् आहेस. हा जो तुला लाभ झाला आहे त्यांत तूं संतुष्ट असलें पाहिजे. मी शृगाल योनींत उत्पन्न झालों आहें. तेव्हां माझे पदरीं किती पाप आहे ? " वगैरे गोष्टी सांगतांना इंद्रानें म्हटलें " तुला मद्याचें आणि लट्वाक पक्ष्याच्या मांसाचें कधींही स्मरण होत नाहीं आणि वास्तविक पाहिलें तर या जगतांत त्यांच्याहून मोहक व अधिक गोड पदार्थ कोठेंही नाहीं ' न त्वं स्मरसि वारुण्या लट्वाकानांच पक्षिणाम्। ताभ्यां चाभ्यधिको भक्ष्यो न कश्चिद्विद्यते क्वचित् ॥ शां० अ० ३१ (भाषां० पुस्तक ६, पान ३७३) असो. मद्यासारखें मोहक व लट्वाक पक्ष्याच्या मांसासारखे गोड पदार्थ ब्राह्मणांनीं निवृत्ति-धर्मास प्रधान मानून केवळ आपखुषीनें सोडून दिले होते. याकारणानें अशा ब्राह्मणांची समाजावर छाप बसून भारती आर्यांच्या समाजाचे ते अग्रणी व धर्मगुरू झाले, यांत आश्चर्य मानण्याचें कारण नाहीं. ब्राह्मणांनीं सुरेचा महाभारतकाळापूर्वींच जो सर्वथैव त्याग केला, तो अजूनही त्यांचा महिमा कायम आहे आणि कित्येक क्षत्रियांनींही हाच कित्ता गिरविलेला आहे. ब्राह्मणांच्या या वर्तनाचा परिणाम एकंदर भारतीय जनसमाजावर झाल्याशिवाय राहिला नाहीं. एकंदर भारतीलोकांचें मद्यपानाचें व्यसन महाभारतकाळीं फारच कमी होतें याची साक्ष ग्रीक इतिहासकारही देतात. मेग्यास्थिनीसच्या ग्रंथावरून स्ट्रेबो या इतिहासकारानें असें लिहिलें आहे कीं " हिंदुलोक यज्ञाशिवाय दुसऱ्या कोणत्याही प्रसंगीं दारू पीत नाहींत." मॅक्क्रिंडल् यानें याजवर अशी टीका केलेली आहे कीं हा उल्लेख बहुधा सोमरसाच्या पानाचा असावा. परंतु तसेंच केवळ म्हणतां येत नाहीं. 'सौत्र्यामण्यां सुरापानं ।' असें वचन धर्मशास्त्राचें प्रसिद्धच आहे. सौत्रामणि नांवाच्या यज्ञांत सुरा प्यावीच लागत असे. परंतु इतर यज्ञांत सुद्धां अति प्राचीनकाळीं उत्सवाच्या निमित्तानें सुरा पीत असत. युधिष्ठिराच्या अश्वमेधवर्णनांत सुरा प्यायल्याचें वर्णन आहे. त्याचप्रमाणें द्रोणपर्वांतील षोडश राजीय आख्यानांत अध्याय ६४ यांत सुरापान केल्याचें वर्णन आहे. तथापि, हीं सर्व वर्णनें भारतीकाळाच्या पूर्वींचीं होत. महाभारतकाळीं ब्राह्मणांनीं '**नित्यं सुरा ब्राह्मणानाम् ।**' हाच नियम मान्य केला होता, व इतर लोकांतही केवळ उत्सवाच्याच प्रसंगानें दारू पिण्याचें व्यसन दिसत असे. परंतु इतर प्रसंगीं लोक दारू पीत नसत.

याप्रमाणें भारती काळांत भारती आर्यांच्या अन्नव्यवहारांत फारच मोठा महत्वाचा फरक उत्पन्न झाला ही गोष्ट भारती आर्यांस फार भूषणावह आहे. भारती आर्यांनीं विशेषतः ब्राह्मणांनीं मद्य-मांस खाण्याचें सोडून दिलें होतें. पंजाबाशिवाय, इतर हिंदुस्थानाच्या भागांतील सर्व लोकांत आम्ही सांगितल्याप्रमाणें हा नियम पूर्णपणें अमलांत आला होता. ज्याला आर्यावर्त म्हणतात त्या देशांतील आचार सर्वांत श्रेष्ठ होय, असें जें प्राचीनकाळीं मानलें जात होतें त्याचें कारण हेंच होतें. पूर्वीं सांगिल्याप्रमाणें आर्यावर्तांतील विशेषतः ब्रह्मर्षि देशांतील चालीरीति, लग्नाचे निर्बंध, वर्णव्यवस्था व अन्नपानाचे व्यवहार या संबंधाचे कडकडीत नियम सर्व देशांत प्रमाणभूत असे असत व इतर प्रांतांत त्याहून थोडासा भिन्नाचार असे. पंजाबांत वाहिक लोकांत पूर्वीं सांगितल्याप्रमाणें मांसाशनासं-

बंधानें अनाचार होता, त्याचप्रमाणें सुरापानासंबंधानेंही पंजाबांत वाहिक लोकांत हा अनाचार असे आणि प्रत्येक चव्हाट्यावर व राजद्वारांत सुरेचीं दुकानें अथवा दारूचे गुत्ते असत आणि या गुत्त्यांना सुभद्र असें गोड नांव असें. हें कर्ण-पर्वातील कर्ण व शल्य यांच्या संभाषणावरून कळून येतें. असें जरी आहे तरी पंजाबांत मुद्धां या बाबतीमध्यें महाभारत काळीं सुधारणा झाली असली पाहिजे. कारण, शल्यानें आपल्या उत्तरांत वाईट लोक सगळ्या ठिकाणीं असतात, असेंच मत दिलें आहे.

सारस्वतांचें मत्स्यभक्षण.

पंजाबांतील लोकांप्रमाणेंच आणखी एका लोकांचा उल्लेख महाभारतांत साधारण धर्मशील ब्राह्मणांच्या आचाराहून भिन्न आचाराचा आलेला आहे तो सारस्वत ब्राह्मणांचा होय. ब्राह्मणांनीं मासे खाऊं नये असें पूर्वी सांगितलेलें आहे. परंतु या त्यांच्या करण्याला अपवाद म्हणून सारस्वतांचें नांव महाभारतांत सांगितलें आहे. सारस्वत म्हणजे सरस्वतीकाठचे ब्राह्मण; हे हल्लीं मासे खातात. हे महाभारतकाळापासून खातात असें सारस्वत आख्यानावरून स्पष्ट आहे. द्वादश वार्षिक अवर्षण पडलें असतां सारस्वत ऋषीनें सरस्वती नदींतील मासे खाऊन आपला उदरनिर्वाह केला, व वेदांचें रक्षण केलें. देशोधडीस लागलेले ब्राह्मण परत येऊन त्यांनीं सारस्वतापासून वेदांचा अभ्यास केला. या लोकांस सारस्वत असें नांव पडलेलें आहे. सरस्वतीच्या प्रदेशांतील एका भागास गुड असें प्राचीनकाळीं नांव होतें. त्यामुळें येथील ब्राह्मणांस गौड असेंही नांव पडलें. हे गौड ब्राह्मण बंगाल्यांत जाऊन राहिले आणि कांहीं सारस्वत ब्राह्मण कोंकणांत येऊन राहिले. या दोन्ही ठिकाणीं गौडांत व सारस्वतांत मत्स्याहार अजून चालू आहे.

तांदूळ वगैरे धान्यें.

साधारणपणें भरतखंडांतील लोकांचें खाणें तेव्हां म्हणजे महाभारतकाळीं मुख्य मुख्य धान्यांचें होतें. हीं धान्यें म्हटलीं म्हणजे तांदूळ, गहूं, ज्वार, सत्तु वगैरे होतीं. श्रीमंत लोकांत व क्षत्रियांत भातांत मांस मिश्रण करून ज्याला हल्लीं पुलावा असें म्हणतात तेंच पक्वान्न खाण्याचा विशेष सांप्रदाय होता असें दिसतें. धृतराष्ट्रानें सभापर्वांत दुर्योधनास ‘ आच्छादयसि प्रावरान् अश्नासि पिशितौदनम् ’ तूं उत्तम वस्त्रें परिधान करितोस आणि मांसोदन अथवा पुलावा खातोस असें असतांना तूं कृश कां झाला आहेस असा प्रश्न विचारलेला आहे. याहूनही एक मजेदार श्लोक उद्योग पर्वांतील विदुर-नीतींत आहे.

> आढ्यानां मांस-परमं मध्यानां गोरसोत्तरम् ।
> तैलोत्तरं दरिद्राणां भोजनं भरतर्षभ ॥

जे श्रीमंत असतात, ते बहुधा ज्यांत मांस विशेष आहे असें अन्न खातात व मध्यम स्थितींतले लोक दुध, तूप, इत्यादि गोरस ज्यांत ज्यास्ती आहे असें अन्न खातात आणि गरीब लोक ज्यांत तेल ज्यास्त आहे असें अन्न खातात. निरनिराळ्या प्रांतांत निरनिराळें धान्य मुख्य असतें हें आपल्यास हल्लींच्या हिंदुस्थानच्या परिस्थितीवरून स्पष्ट दिसतें. अशाच प्रकारचा फरक प्राचीनकाळीं म्हणजे महाभारतकाळीं असावा. प्रथमतः आर्यांची वसति हिमालयाच्या पायथ्यापायथ्यानें पंजाबापासून तों थेट मिथिला देशापर्यंत झाली. या देशांत मुख्य धान्य तांदुळाचें होतें व अजूनही या प्रदेशांत उत्तम तांदूळ उत्पन्न होतातः साहजिकच प्राचीनकाळीं म्हणजे भारतीयुद्धकाळीं आर्यांच्या भोजनांत मुख्यतः

तांदूळ असत. या प्रदेशांतून हळुहळु आर्य दक्षिणेकडच्या गरम मुलुखांत पसरले. या ठिंकाणचे मुख्य उत्पन्न तांदूळ नसून, यव किंवा जव व गहूं हें होतें व हल्लीं आहे. वनपर्वीत कलियुग वर्णनांत (व० अ० १९०)

ये यवान्ना जनपदा गोधूमान्नास्तथैव च ।
तान्देशान्संश्रयिष्यंति युगांते पर्युपस्थिते ॥

ज्या देशांत मुख्यत: यव आणि गोधूम उत्पन्न होऊन लोकांचें खाणें जव व गहूं आहेत त्या देशांचा आश्रय कलियुग प्राप्त झालें असतांना लोक करतील असें आलें आहे. हे देश अर्थातच गंगेच्या दक्षिणेकडचे मध्यहिंदुस्थान, गुजराथ, वगैरे आहेत; या देशांत आर्यांची वसति मागाहून झाली ही गोष्ट वरील वाक्यावरून चांगलीच निदर्शनास येते. या देशांत तांदूळ फारच थोडा उत्पन्न होत असून गरीब व मध्यम प्रतीचे लोक बहुतेक तांदूळ खातच नाहींत; तेव्हां गंगोत्तर राहणाऱ्या आर्यांस ओदन न मिळाल्यामुळें या देशांत राहणें एका प्रकारचें दुर्दैवच वाटत असावें आणि म्हणून कलियुगांत हे देश लोक व्यापतील असें वर्णन आहे. (भा० पु० २ पा० ३९८) हल्लीं गव्हाचें अन्न तांदुळाच्या अन्नापेक्षां श्रेष्ठ असें मानलें जातें, पण ही स्थिति महाभारतकाळीं उलट दिसते. असो. गहूं व तांदूळ दोन्ही वरिष्ठ धान्यें आहेत. सक्तूची प्रशंसा महाभारतांत अनेक ठिकाणीं आलेली आहे. सक्तु हें धान्य इतकें चांगलें नसून त्याची प्रशंसा महाभारतांत कां येते हें कळत नाहीं. सक्तु भाजलेले खाण्याचा सांप्रदाय महाभारतकाळीं होता. सक्तूंच्या साखर मिश्रित कांहीं पदार्थांचें म्हणजे लाडू वगैरेंचें पक्वान्नही होत असावें. आपल्या कारितां असे सक्तु तयार करूं नये, किंवा रात्रीं एकटयानें खाऊं नये असा महाभारतांत स्त्रियांस उपदेश केलेला आहे. हे सक्तु बहुधा वर वर्णन केल्याप्रमाणें गोड असावे. सक्तु म्हणजे हल्लींचे सातू होत.

गोरसाची महती.

एकंदर सामान्य जनसमूहांत गोरसाचा विशेष खाण्याचा प्रघात होता. दूध-तूप बहुधा गाईचेंच खात असत. म्हशींचें दूध वापरण्यांत आल्याचें वर्णन कोठें आढळत नाहीं. म्हशी त्यावेळीं नव्हत्या असें मात्र नाहीं. परंतु म्हशी व टोणगे हे निंद्य मानीत असत. आणि शिवाय, गाईची देशांत समृद्धि असल्यानें गाईच्या दुधाची वाण बिलकूल पडत नव्हती. कलियुगांत गाई नष्ट झाल्यानें शेळ्या-मेंढ्यांचें दूध काढतील असें वनपर्व अ० १९० यांत वर्णन आहे. "दुहन्तश्चाप्यजैडकं गोषु नष्टासु पुरुषाः" (२०) कांहीं जनावरांचें दूध शास्त्रदृष्टया निषिद्ध मानलें जात असे. ब्राह्मणानें अजा, (मेंढी) अश्व, गर्दभ, उष्ट्र , मनुष्य (स्त्रिया) आणि हरिणी यांचें दूध पिऊं नये असें सांगितलेलें आहे. (भा० पु० ६ पा० ७०) तसेंच धेनु प्रसूत झाल्यावर दहा दिवसपर्यंत तिचें दूध पिऊं नये असें सांगितलेलें आहे. शिळें अन्न आणि पीठ, ऊंस, शाक, दूध आणि भाजलेले सातू यांचे केलेले पदार्थ पुष्कळ दिवस राहिल्यास ते भक्षण करूं नये असें सांगितलें आहे. (शांतिपर्व अध्याय ३६ भाषांतर पुस्तक ६ पान ७२) भाज्यांमध्यें कांदा व लसूण हेही वर्ज सांगितलेले आहेत. पंजाबांतील लोकांचा जो अनाचार वर्णन केला आहे त्यांत कांदा व लसूण खाण्याबद्दलही त्यांचा अनाचार वर्णन केला आहे.

भोजनसमयीं मौन.

एकंदर भारती आर्य लोकांचें भोजन साधारणपणें परिमित असून साधें होतें. ग्रीक लोकांनीं त्यांच्या भोजनासंबंधानें कांहीं टीकायुक्त

उल्लेख केलेला आहे. “ हिंदुस्थानच्या लोकांत ठराविक जेवणाच्या वेळा नाहींत किंवा सर्व समाजाचीं प्रसिद्ध भोजनेंही नाहींत. ” महाभारतांतील कांहीं वचनांवरून हा आक्षेप खरा दिसतो. सकाळ संध्याकाळ भोजन करूं नये एवढाच नियम केलेला आहे आणि अहोरात्रांतून दोनदां भोजन करावें अधिक वेळां करूं नये, असें सांगितलें आहे. पण भोजनाच्या निश्चित ठराविक वेळा होत्या असें दिसत नाहीं. या शिवाय, “ प्राङ्मुखो नित्यमश्नीयात् वाग्यतोऽन्नमकुत्सयन् । ” (अनुशासनपर्व १०) जेवतांना बोलूं नये व अन्नाची निंदा करूं नये, असा नियम यांत सांगितला आहे. यामुळें सामाजिक प्रसिद्ध भोजनें, जेथें भोजन करणारे लहान लहान व्याख्यानें किंवा भाषणें करतात, पाश्चात्य देशांत हल्लीं व प्राचीनकाळीं रूढ दिसतात तशीं येथें महाभारतकाळीं रूढ नसावीं. एवढी गोष्ट खरी आहे कीं कुटुंबांतील मंडळी एके ठिकाणीं निरनिराळ्या पात्रांतून हल्लीं भोजन करितात तशी पूर्वकाळींही करीत असत. परंतु युधिष्ठिराच्या अश्वमेधप्रसंगीं हजारों ब्राह्मण, क्षत्रिय व वैश्य भोजन करीत असल्याचें वर्णन आहे. त्यावरून सामाजिक भोजनें नसावींच असें म्हणणें शक्य नाहीं. परंतु अशा भोजनांतही जेवणारे लोक मौनव्रतानेंच भोजन करीत असत असें मानण्यास हरकत नाहीं.

भोजनाचे निरनिराळे पदार्थ.

अशा उत्सवप्रसंगीं साधें अन्न असणें शक्यच नाहीं. तेव्हां निरनिराळें स्वादु अन्न तयार करीत असलेच पाहिजेत. याशिवाय, श्रीमंत लोकांच्या भोजनांतही निरनिराळे स्वादिष्ट पदार्थ तयार होत असले पाहिजेत.

आरालिकाः सूपकारा रागखांडविकास्तथा ।
उपातिष्ठन्त राजानं धृतराष्ट्रं पुरा यथा ॥

धृतराष्ट्र राजाला पूर्वीप्रमाणें युधिष्ठिराच्या घरींही आरालिक, सूपकार आणि रागखांडविक हे पक्वान्नें करून घालीत असत असें वर्णन केलेलें आहे. (आश्रमवासी पर्व अध्याय १) यांत तीन प्रकारचे आचारी सांगितलेले आहेत. आरालिक आणि सूपकार हे गोड पदार्थ करणारे नसावे. गोड पदार्थ खांडवराग किंवा रागखांडव अशाच नांवानें महाभारतांत वर्णन केलेले आहेत. आणि टीकाकारानें साखर, मूग आणि सुंठ यांचे हे पदार्थ केले जात असें वर्णन केलें आहे. खांडव म्हणजे साखर असा शब्द गुजराथी भाषेंत हल्लीं प्रसिद्ध आहे. राग म्हणजे काय हें सांगतां येत नाहीं. गोड पदार्थ तयार करणारे ते रागखांडविक आणि भाज्या, आमटी वगैरे तयार करणारे ते सूपकार. सूप शब्दानें वरणाचा बोध होतो. आरालिक म्हणजे मांसान्न तयार करणारे असावे. असो. भक्ष्य पदार्थांशिवाय निरनिराळीं पेयें म्हणजे पिण्याचीं पक्वान्नें खीर वगैरे तयार करीत असत. पण तीं कोणतीं याचें वर्णन कोठें केलेलें आढळत नाहीं. तीं बहुधा गोड असत हें निर्विवाद आहे. धृतराष्ट्राच्या भोजनांत

मैरेयमत्स्यमांसानि पानकानि मधूनि च ।
चित्रान्भक्ष्यविकारांश्च चक्रुस्तस्य यथापुरा ॥

असें वर्णन आहे. (आश्रवासी पर्व अध्याय १) दान देण्याच्या अन्नांत अपूप व मोदक यांचेंही वर्णन आलेलें आढळतें. सर्व अन्नामध्यें घृत हें श्रेष्ठ होतें हें सांगावयास नको “ आयुरेव घृतं ” हें अलीकडील वाक्य प्रसिद्धच आहे. पण भारतांत ‘घृतं श्रेयो उदश्वितः’ असें वचन आलेलें आहे. म्हणजे ताकापेक्षां (उदश्वि) घृत श्रेयस्कर आहे असें उदाहरण येतें. असो. याप्रमाणें महाभारतांत जे कांहीं थोडेसे उल्लेख प्रसंगोपात्त आले आहेत त्यांवरून महाभारतकाळीं भारती लोकांचें अन्न कोणतें होतें याचा विचार झाला. आतां आपण

खाण्याच्या कांहीं विशिष्ट नियमांकडे वळूं.

भोजनाचे निर्बंध.

खाण्यापिण्याच्या संबंधानें कांहीं विशिष्ट नियम सांगितले आहेत, ते येथें देण्यासारखे आहेत. " राजाचें अन्न तेज हरण करतें. शूद्राचें अन्न ब्रह्म-वर्चस हरण करतें आणि सोनार व पति आणि पुत्र नसलेली स्त्री यांचें अन्न आयुष्य हरण करतें. व्याजावर उपजीविका करणाऱ्या लोकांचें अन्न विष्टा असून वेश्येचें अन्न हें शुक्र होय. जाराचा सहवास सहन करणारे व स्त्रीजित यांचेंही सर्व प्रकारचें अन्न शुक्रच होय. यज्ञदीक्षा ग्रहण केलेला ब्राह्मण, कृपण, यज्ञ-कर्माचा विक्रय करणारा, सुतार काम करणारा, चामडीं कापणारा आणि रजकाचें कर्म करणारा यांचें, व्यभिचारिणीचें, वैद्यांचें, प्रजापालनावर नियुक्त असलेल्या अधिकाऱ्यांचें, जनसमूहाचें, ग्रामाचें, लोकापवाद असलेल्याचें, रंगाऱ्याचें, स्त्रियांच्या जिवावर चरितार्थ चालविणाऱ्यांचें, ज्येष्ट बंधूपूर्वी विवाह करणाऱ्यांचें, स्तुतिपाठकांचें, द्यूतवेत्त्या लोकांचें अन्न भक्षण करूं नये. डाव्या हातानें घेतलेलें, आंबलेलें, शिळें झालेलें, मद्यसंपर्क घडलेलें, उच्छिष्ट असलेलें आणि कोणास न देतां विशिष्ट व्यक्तीकरितां ठेविलेलें अन्न भक्षण करूं नये. पीठ, ऊस, शाक, दूध, सत्तु, भाजलेले सातू आणि दधिमिश्रित सातू यांचे केलेले पदार्थ पुष्पळ दिवस राहिल्यास भक्षण करूं नयेत. गृहस्थाश्रमी ब्राह्मणांनीं दूध, खीर, खिचडी, मांस आणि वडे अथवा घारगे हीं शास्त्रोक्त कारणावांचून तयार केलीं असल्यास भक्षण करूं नये व प्राशनही करूं नयेत. देव, ऋषि, मनुष्यें आणि गृहांतील देवता यांचें पूजन करून नंतर गृहस्थाश्रमी यानें भोजन करणें योग्य आहे. दहा दिवस होण्यापूर्वी आशौच व वृद्धि असलेल्या लोकांचा कोणताही पदार्थ भक्षण करूं नये." (शांतिपर्व अध्याय ३६) (भाषान्तर पुस्तक ६ पा० ७२) वरील वर्णनावरून आपल्या भारती आर्यांच्या जेवण्याखाण्यासंबंधानें कांहीं विशिष्ट गोष्टी अनुमानानें कळतात. महाभारतकाळीं ब्राह्मणलोक क्षत्रिय व वैश्य यांच्याकडे भोजन करीत असत. परंतु शूद्राकडे भोजनास जात नसत. शूद्राकडे भोजन केल्यास ब्रह्मवर्चस् याचा लोप होतो असें स्पष्ट सांगितलेलें आहे. त्याचप्रमाणें वरील वर्णांशिवाय अन्य वर्णांपैकीं सोनाराकडे जेवावयास जाऊं नये असा निर्बंध असलेला दिसतो. सोनारासंबंधानें काय दोष असावा हें सांगतां येणें कठीण आहे. रजक, वैद्य, चर्मकार, सुतार या धंद्यांसंबंधानें अशाच प्रकारचा नियम आहे परंतु त्या नियमांत त्या धंद्याचे कांहीं विशिष्ट अवगुण मनांत आणून हा नियम घातलेला असला पाहिजे. कदाचित् या धंद्यांत होणाऱ्या प्राणिहिंसेकडे अथवा अमंगळपणाकडे लक्ष असावें. राजाधिकारी आणि व्याजबट्टा करणारे यांचेंही अन्न खाऊं नये असें सांगितलें आहे हें लक्षांत घेण्यासारखें आहे. असो. याशिवाय आणखी नियमासंबंधानें आपल्यास असा नियम दिसतो कीं अन्न खाल्लें असतांना उच्छिष्टपणा उत्पन्न होतो अशी त्या काळीं हल्लींप्रमाणें समजूत होती. खरकटें व निर्लेप हा भेदाभेद त्या काळीं होता असें स्पष्टपणें दिसत नाहीं. निदान यासंबंधाचा उल्लेख कोठें आलेला दिसत नाहीं. अर्थात् उच्छिष्ट दोष दोघांतही सारखाच मानलेला दिसतो.

असो. तर याप्रमाणें अन्नासंबंधानें मिळाली तेवढी माहिती एकत्र करून वाचकांपुढें मांडली आहे. आतां आपण भारतीय प्राचीन आर्यांच्या वस्त्रभूषणांच्या रिवाजांचें वर्णन करूं.

वस्त्रभूषणें.

प्राचीन काळच्या लोकांच्या निरनिराळ्या चालीरीतींविषयीं जी अत्यंत महत्वाची व मनोरंजक माहिती आपल्यास जाणण्याची मोठी उत्कंठा असते ती त्यांच्या कपड्यालत्त्यांविषयीं व भूषणांविषयीं असते. प्राचीन काळच्या लोकांचे शारीरिक वर्णन किंवा वर्णाचें वर्णन इतकें महत्वाचें नसतें. कारण, आपल्या व आपल्या पूर्वजांच्या शारीरिक परिस्थितीमध्यें फारसें अंतर पडण्याचा संभव नसतो. परंतु कपड्यालत्त्यांसंबंधानें मनुष्याच्या परिस्थितींत निरनिराळ्या कारणांनीं व मनुष्याच्या कल्पनेनें अतिशय फरक पडण्याचा संभव असतो. याशिवाय प्राचीन लोकांची माहिती देतांना त्यांच्या वस्त्र प्रावरणांचें वर्णन फारच अपुरें जुन्या ग्रंथांत आढळतें. कारण, कादंबऱ्यांशिवाय स्त्रीपुरुषांचीं हुबेहुब वर्णनें इतर ग्रंथांत येत नाहींत. निरनिराळ्या परिस्थितींत व संपन्नतेच्या भिन्नतेमुळें निरनिराळ्या प्रकारचे पोशाक व अलंकार उत्पन्न झालेले आपण पाहतों आणि यामुळें एका परिस्थितींतील लोकांस दुसऱ्या परिस्थितींतील लोकांच्या पोशाकाची कल्पना येऊं शकत नाहीं. उदाहरणार्थ, पारिस शहरांतील सुधारणेच्या शिखरावर बसलेल्या पाश्चात्य स्त्रियांना हिंदुस्थानांतील एखाद्या रानटी जातींतील स्त्रियांच्या पोशाकाची कल्पना येणें शक्य नाहीं. मनगटापासून कोंपरापर्यंत पितळेचे चुडे घालून गळ्यांत पांढऱ्या दगडाचे मणि सारखे घातलेल्या, ढुंगणाभोंवतीं फाटकें तुटकें वस्त्र नेसलेल्या व डोक्यावर काळें फडकें बांधलेल्या एकाद्या कातकरी स्त्रीला पाहून पारिस शहरांतील स्त्रियांस आश्चर्य वाटेल. उलट पक्षीं, या स्त्रियांचे फुगलेले व नानाप्रकारच्या चित्रविचित्र कापडाच्या तुकड्यांनीं अलंकृत केलेले झगे व डोक्यावरच्या पिसांच्या भाऱ्यानें शृंगारलेल्या टोप्या यांची कल्पना कातकरी स्त्रियांस होणार नाहीं. असो. प्राचीन काळच्या भारती आर्य स्त्रिया आणि पुरुष कोणत्या प्रकारानें आपल्यास वस्त्र आणि भूषणें यांनीं शृंगारून समाजांत फिरत असत, याचें हुबेहुब चित्र वाचकांसमोर मांडणें फारच मनोरंजक होईल. परंतु तें तितकेंच कठीण आहे. कारण, महाभारतांतील वस्त्रांचे व भूषणांचे उल्लेख फारच थोडे व निरनिराळ्या ठिकाणीं आलेले असल्यानें त्यांचा एके ठिकाणीं मेळ घालून हें कठिण काम करावयाचें आहे. अर्थात् तें अपुरेंच होईल.

(२) पुरुषांचा पोशाक, दोन वस्त्रें.

महाभारतकाळीं भारती आर्य पुरुषांचा पोशाक फारच साधा होता. तो पोशाक म्हटला म्हणजे दोन धोतरें होत. एक धोतर कंमरेखालीं नेसलेलें असून दुसरें धोतर आंगावर मोकळेपणानें घेतलेलें असे. भारती आर्यांचा हा जुना पोशाक अजूनपर्यंत हिंदुस्थानच्या मागसलेल्या भागांत व पुराण-प्रिय लोकांत चालू आहे. इतकेंच नव्हे तर प्राचीन काळीं पाश्चात्य ग्रीक व रोमन लोकांचाही अशाच प्रकारचा पोशाक असे. हीं धोतरें अथवा पट काढणें फार सोपें होतें आणि यामुळें त्यांचाच प्रचार त्या वेळेस असावा, हें साहजिक आहे. श्रीमंतापासून तों गरीबापर्यंत हाच प्रकार असून धोतर नेसण्याची चाल ही एकाच प्रकारची असावी. मात्र श्रीमंतांचीं धोतरें अतिशय बारीक व सफाईदार आणि गरिबांची जाडीभरडी एवढाच फरक असावा. विजार घालण्याची पद्धत प्राचीनकाळीं नव्हती. आणि हल्लींच्या रिवाजाप्रमाणें बहुतेक धोतर नेसण्याची पद्धति होती ही गोष्ट द्यूतसभेंतील हकीकतीवरून दिसते. द्रौपदीला राजसभेंत खेंचून आणलें व तिची दासी म्हणून

फजीति केली त्या वेळेस दुर्योधनानें आपली मांडी उघडी करून दाखविली (भा. पु. १ पा. ६०७) असें वर्णन आहे. हें त्याचें करणें विजारीच्या पोशाकांत शक्यच नाहीं व धोतराच्या हल्लींच्या नेसण्याच्या पद्धतीनेंच शक्य आहे, हें लक्षांत घेतलें पाहिजे. असो. कमरेच्या वरचें आंग उत्तरीय वस्त्रानें नेहमींच झाकलेलें असे असें नाहीं; तर पुष्कळ अंशीं तें उघडें असे. श्रीमंतांचीं धोतरें फारच बारीक असत व त्यास प्रावार असें नांव होतें. अंगावरील उत्तरीयाचा उल्लेख फारच थोड्या ठिकाणीं येतो. तथापि पुरुषांना उत्तरीय असे ही गोष्ट निर्विवाद आहे. नेहेमींच्या व्यवसायांत या उत्तरीय वस्त्राची अडचण असूं नये म्हणून विद्यार्थ्यांसाठीं असा नियम सांगितलेला आढळतो कीं उजवा हात उपरण्याच्या बाहेर काढून उपरण्याला म्हणजे उत्तरीयाला डाव्या खांद्यावर गांठ द्यावी. हा नियम "नित्यमुद्धृतपाणिः स्यात् ।" असा मनुस्मृतींत दिलेला आहे आणि त्याचा अर्थ उत्तरीयांतून बाहेर काढलेला असा टीकाकारांनीं दिलेला आहे. हा नियम फक्त ब्रह्मचाऱ्या करितां सांगितलेला आहे, यावरून इतरांच्या संबंधानें उत्तरीय अंगाभोंवतीं घेण्याचा परिपाठ निराळ्या प्रकारचा असावा. योद्धे लोक लढाईच्या वेळेस उत्तरीय अंगावर कसें घेत असत हें सांगतां येत नाहीं. पण ते ब्रह्मचाऱ्याच्या प्रमाणेंच उजवा हात बाहेर काढून डाव्या खांद्यावर गांठ देत असावे. रोमन लोकांत ठोगा वापरण्याची जशी चाल होती तशीच चाल इकडे असणें संभवनीय आहे. किंबहुना जुन्या चित्रांत मागच्या बाजूला दोन सोगे उपरण्याचे उडत आहेत असें जें दाखविलेलें असतें तेंही खरें असण्याचा संभव आहे. असो.

वर वर्णन केलेल्या दोन वस्त्रांशिवाय भारती आर्यांना भारती काळांत आणखी कांहीं कपडे नसत असें निश्चयानें वाटतें. विजारी किंवा बंडी किंवा अंगरखे त्यावेळीं मुळींच माहीत नव्हते. किंबहुना आम्हांस असें वाटतें कीं कापड कापून त्याचे निरनिराळ्या प्रकारचे कपडे शिवण्याची कला भारतीकालांत नव्हती. शिंप्याचा धंदा त्यावेळेस माहीत नव्हता असेंच मानावें लागतें. हा धंदा पश्चिमेकडील असून तो पश्चिमेकडूनच हिंदुस्थानांत आला असें अनुमान करण्यास जागा आहे. आणि शिकंदराबरोबर आलेल्या ग्रीक लोकांनीं तो आणला असें कदाचित् शक्य आहे. किंवा याच्या पूर्वीं कदाचित् पार्शीयन लोकांनीं दाराउस बादशहाच्या वेळीं सिंधूच्या पश्चिमेकडील भाग जिंकला तेव्हां कदाचित् पश्चिमेकडील लोकांच्या सहवासानें ही कला हिंदुस्थानांत आली असावी. परंतु आमचा अंदाज महाभारताच्याही अलीकडच्या काळांत ही कला आली असा आहे. कारण, महाभारतांत शिंप्याचें नांव कोणत्याही कारागिरीच्या संबंधानें आलेलें नाहीं. संस्कृतांत शिंप्याला तुन्नवाय असा शब्द आहे. पण हा शब्द महाभारतांत आलेला नाहीं. महाभारतांत सोनार, लोहार, कासार, चर्मकार वगैरे लोकांचें नांव आलेलें आहे पण त्यांत तुन्नवायाचें नांव नाहीं. रामायणामध्यें तुन्नवाय शब्द आलेला आहे. यावरून महाभारताच्या नंतर रामायणा पूर्वीं ही कला आली असावी. म्हणजे शिकंदराच्या वेळीं पंजाबांत ग्रीक लोकांचा अंमल फारच थोडे दिवस होता, परंतु महाभारतकाळानंतर बक्ट्रियन-ग्रीक लोकांनीं इ० सन पूर्व २०० च्या सुमारास पंजाब देश जिंकून तेथें बरींच वर्षें राज्य केलें, त्या वेळेस ही कला आली असावी. आणि रामायणाचा काळ पूर्वीं सांगितल्याप्रमाणें इसवी सन पूर्व सुमारें १००

असा असल्यानें त्यांत तुन्नवाय अथवा शिंपी हा शब्द येणें साहजिक आहे. तथापि हें प्रमाण इतकें निश्चयात्मक नाहीं. तें कांहीं असो. एवढी गोष्ट खरी कीं भारती युद्धाच्या काळीं शिवलेले कपडे बंड्या, अंगरखे वगैरे नव्हते व अशीच परिस्थिति महाभारतकाळींही होती. आणि भारती आर्य पुरुषांचा पोशाक म्हटला म्हणजे दोन वस्त्रें एक नेसावयाचें व एक पांघरावयाचें असा होता. यांचें नांव अन्तरीय व उत्तरीय असें दिसतें. याशिवाय डोक्यावर उष्णीष(पागोटें) होतें. या तिहींचा उल्लेख पुढील श्लोकांत एके ठिकाणीं आला आहे.

उष्णीषाणि नियच्छन्तः पुण्डरीकनिभैः करैः ।
अन्तरीयोत्तरीयाणि भूषणानि च सर्वशः ॥
(उ० अ० १५३–२०)

स्त्रियांचा पेहराव.

आतां स्त्रियांचा पोशाक कसा होता तें पाहूं. जर शिवण्याची कला प्राचीनकाळीं हिंदुस्थानांत नव्हती तर स्त्रियांचेही लहंगे वगैरे हल्लींचे पोशाक नव्हते हें उघड आहे. पुरुषांप्रमाणेंच परंतु पुरुषांच्या वस्त्राहून लांब अशीं स्त्रियांचीं दोन वस्त्रें होतीं. नेसावयाचें वस्त्र नेसलें जाऊन शिवाय खांद्यावरून घेण्याचा परिपाठ असावा. किंबहुना गुजराथी, दक्षिणी, बंगाली व मद्रासी स्त्रिया ज्याप्रमाणें लुगडें नेसतात त्याप्रमाणें प्राचीनकाळीं भारती आर्य स्त्रिया लुगडें नेसीत असाव्या. याशिवाय उत्तरीय हें दुसरें वस्त्र होतें. हें डोक्यावरून घेण्याचा सांप्रदाय होता. उत्तरहिंदुस्थानांत अजून स्त्रियांचें उत्तरीय बाकी आहे. परंतु दक्षिण हिंदुस्थानांत हें उत्तरीय नाहींसें झालें असून त्याच्या ऐवजीं नेसावयाचें वस्त्रच इतकें लांब केलें गेलेलें आहे कीं त्यानेंच उत्तरीयाचें काम निघून येतें आणि स्त्रियांस डोक्यावरून पदर घेतां येतो. उत्तरीयाचें प्रयोजन हल्लींप्रमाणेंच प्राचीनकाळीं स्त्रिया बाहेर जात त्या वेळेस पडत असे, ही गोष्ट निदर्शनास येते.

वरील अनुमानें धृतराष्ट्राच्या अन्तःपुरांतून द्रौपदीस द्यूतसभेंत ओढून आणल्याचें जें वर्णन आहे त्यावरून सबल दिसतात. तिनें वारंवार काकळूत करून असें सांगितलें कीं " मी एक-वस्त्रा आहें, मला सभेंत नेऊं नका." या वेळेस ती रजस्वलाही होती. तेव्हां बाहेर जाण्याच्या प्रसंगानें उत्तरीय घेत असत ही गोष्ट निर्विवाद दिसते. ती एकवस्त्रा होती तरीही तिला खेंचीत सभेंत नेलें आणि तेथें कर्णानें तेंही वस्त्र फेडून घेण्याचें दुःशासनास सांगितलें. अर्थात् दुःशासनानें तसा प्रयत्न केला. यावरून नेसावयाचें वस्त्र ओढून काढण्यासारखें नेसलें जात असे असें अनुमान होतें. हल्लींच्या उत्तर हिंदुस्थानांतील स्त्रियांच्या लेहंग्याप्रमाणें त्या वेळीं लेहंगा नव्हता, किंवा मुसलमानी बायकांप्रमाणें विजारही नव्हती. येथें हा एक महत्त्वाचा प्रश्न उपस्थित होतो कीं, भारती आर्य स्त्रिया महाभारतकाळीं चोळी घालीत किंवा नाहीं. कारण, शिवल्याशिवाय चोळी तयार होणें अशक्य आहे. महाभारतकाळीं स्त्रियांत कंचुकी अथवा चोळी घालण्याचा परिपाठ नसावा असें आमचें अनुमान आहे. हा रिवाज हल्लीं फक्त दक्षिणेकडील मद्रासी स्त्रियांतच बाकी उरलेला आहे. परंतु याही अनुमानाविरुद्ध असें मानतां येईल कीं कञ्चुकी हा शब्द फार जुना आहे. तथापि, कञ्चुकी हा एक विशेष अधिकारी राजदरबारांतला असून तो प्राचीनकाळीं असलेला दिसत नाहीं. त्याच्या अंगांत कञ्चुक म्हणजे शिवलेला एक कोट असे म्हणून त्यास कञ्चुकी ही संज्ञा मुद्दाम दिलेली होती आणि हा कञ्चुकीही पारसीक बादशहांच्या रिवाजाच्या अनुकरणानें आलेला दिसतो. असो, ए-

कंदर विचार करतां महाभारतकाळीं भारती आर्य स्त्रिया चोळ्या घालीत नसत असें आमचें मत आहे.

प्राचीन काळच्या ग्रीक स्त्रीपुरुषांचा जो पोशाक होमरनें वर्णिलेला आहे तो पुष्कळ अंशीं वर वर्णिलेल्या भारती आर्यांच्या पोशाकासारखाच आहे. होमरनें वर्णिलेल्या स्त्रियांचा पोशाक म्हटला म्हणजे " डोक्यावरून घेतलेला एक बुरखा आणि कमरेभोंवती नेसलेलें एक वस्त्र. हें वस्त्र आपल्या साडीप्रमाणेंच एक लांब घरीं विणलेलें लोकरीचें वस्त्र होतें आणि तें कोठेंही कापलेलें किंवा शिवलेलें नव्हतें. हें वस्त्र कमरेभोंवतीं कमरपट्यानें वेष्टिलेलें असे आणि खांद्यावर या वस्त्राला एका गांठीनें कायम केलेलें असे आणि त्यांचे दोन्ही हात व बाहू उघडे असत. पुरुषांचा पोशाकही दोन वस्त्रांचा होता. मात्र त्यांना कमरेभोंवती पट्टा नसे आणि अंगावर टाकलेला पल्लेदार लांब टोगा रोमन लोकांप्रमाणें असे. " या वर्णनावरून प्राचीन आर्य स्त्रीपुरुषांचा पोशाक बहुतेक सारखाच होता. स्त्रियांचा बुरखा म्हणजे आपलेकडील उत्तरीय होय. या उत्तरीयानें स्त्रिया आपलें डोकें, पाठ व बाहू, किंबहुना, पायांपर्यंत सर्व शरीर झांकून घेत. शोक करितांना किंवा काम करितांना ग्रीक स्त्रिया होमरनें वर्णन केल्याप्रमाणें आपलें उत्तरीय टाकून देत. त्याचप्रमाणें सीतेनेंही आपलें उत्तरीय सुग्रीवादि वानरांमध्यें टाकून दिलें, असें वर्णन रामायणांत आहे. तात्पर्य, भारती आर्यांत व ग्रीक लोकांतही स्त्रियांचें उत्तरीय म्हणजे पाहिजेल तेव्हां ठेवण्याघेण्यासारखें होतें. याशिवाय, हीही गोष्ट दोन्ही स्त्रियांस लागू पडते कीं दोघांच्याही वर्णनांत कंचुकाचें अथवा चोळीचें वर्णन नाहीं. होमरनें जें वर्णन केलें आहे व प्राचीन ग्रीक लोकांच्या कारागिरांनीं जे स्त्रियांचे पुतळे केले आहेत त्यांवरून असेंच अनुमान निघतें.

पूर्वकाळीं महाराष्ट्रांतील स्त्रिया कच्छ अथवा कासोटा घालतात त्याप्रमाणें घालून लुगडें नेसत असत, किंवा त्यांस कच्छ नसे, हा एक महत्वाचा प्रश्न आहे. द्रौपदीच्या वस्त्राच्या ओढण्याच्या वेळीं असा कच्छ असता तर तो कोणत्याही प्रकारानें लुगडें ओढूं देताना, ही गोष्ट मान्य करावी लागेल. या अनुमानावरून कच्छ नसावा असें वाटतें. कच्छाची कल्पना स्त्रियांचा विवाह म्हणजे त्यांचें मौंजी-बंधन आहे या कल्पनेवरून निघाली असावी. कारण, कच्छ घालणें हा प्रघात दक्षिण देशांत लग्न झालेल्या स्त्रियांतच आहे. कुमारी मुलींनीं कच्छ न घालण्याचा सांप्रदाय हल्लींही आपल्यांत दिसून येतो.

गरीब व काम करणाऱ्या बायकांत उत्तरीय घेण्याचा परिपाठ महाभारतकाळीं नव्हता असें दिसतें. ज्या वेळेस द्रौपदीनें सैरंध्रीचा वेष करून विराट-नगरांत जाऊन राणी सुदेष्णा हिची नोकरी पतकरली, त्या वेळेस ती तिच्या समोर एक-वस्त्रा उभी राहिली असें वर्णन आहे. ' वासश्च परिधायैकं कृष्णा सुमलिनं महत् । ' काम करण्याचा धंदा असल्यामुळें मळकट एकच लांबलचक वस्त्र काम करणाऱ्या बाया नेसत हें उघड आहे. रजस्वला असतांना किंवा घरांत काम करीत असतांना इतर बायकाही साधारणपणें उत्तरीय घेत नसत. बाहेर जातांना उत्तरीय डोक्यावरून घ्यावयाचें असे. या गोष्टीचा अवशेष आपल्या बायकांत बाहेर पडल्या असतांना डोकीवर पदर घेण्याची जी चाल आहे त्यांत स्पष्टपणें दिसून येतो. हें उत्तरीय बहुधा रंगविलेलें व चित्रविचित्र आकृति काढलेलें किंमतीचें वस्त्र असे. विधवांनीं मात्र साधें पांढरें उत्तरीय घ्यावें

असा नियम दिसतो. धृतराष्ट्रास त्याच्या विधवा झालेल्या सुना अरण्यांत भेटावयास गेल्या त्या वेळेस त्यांचें वर्णन इतर स्त्रियांहून भिन्न असें "शुक्लोत्तरीया नरराजपत्न्यः" या शब्दांनीं केलेलें आहे. दुर्योधनाच्या विधवा स्त्रियांनीं पांढरें उत्तरीय घेतलेलें आहे यावरून अनुमानानें इतर स्त्रियांचें उत्तरीय रंगविलेलें असावें. या बाबतींत पूर्वीच्या व हल्लींच्या पद्धतींत बराच फरक पडलेला आहे. विधवांच्या वस्त्रांचा रंग पांढरा असावा, असा महाभारतकाळीं नियम दिसतो, आणि रंगित कपडा सुवासिनी स्त्रियांनीं वापरावा असें दिसतें. हल्लीं आपल्या लोकांत विधवा स्त्रियांचा विशेष रंग म्हणजे तांबडा होय.हा रंग बहुतकरून संन्यासिनींच्या रक्तपटाच्या अनुकरणानें निघालेला असावा. गुजराथी लोकांमध्यें विधवांच्या वस्त्राचा काळा रंग ठरलेला आहे. मात्र हें वस्त्र अगदीं साधें व मळकट काळ्या रंगानें रंगविलेलें असतें. तथापि नुसतें पांढरें वस्त्र आपल्यांत बहुधा वापरीत नाहींत. स्त्रियांच्या वस्त्रांना कांहीं तरी कांठ असावा असा हल्लींचा नियम प्राचीनकाळींही असावा. निदान या वस्त्रांवर निरनिराळ्या प्रकारचीं चित्रें काढलेलीं असत. 'वधू दुकूलं कलहंसलक्षणम्'। या कालिदासाच्या उक्तीची येथें आठवण येते.

स्त्रियांची वेणी.

युरोपियन लोकांच्या पद्धतीप्रमाणें स्त्रियांना कोणत्याही प्रकारचें डोकीला निराळें आच्छादन नव्हतें. मात्र स्त्रियांचे केश मोकळे सोडलेले नसून त्यांच्यावर पदर किंवा उत्तरीय असे. पारशी बायकांप्रमाणें डोक्याच्या केंसावर कायमचा कोणताही कपडा बांधलेला नसे. तथापि, स्त्रियांचे डोकीवरचे केंस समाजांत उघडे लोकांच्या दृष्टीस पडूं नयेत असा निर्बंध सर्व लोकांप्रमाणेंच भारती आर्यांतही होता, आणि याचमुळें डोक्यावर पदर किंवा उत्तरीय घेण्याची चाल भारती आर्यांत आहे. स्त्रियांच्या डोक्यावरील केशरचनेस सीमंत अशी संज्ञा होती. सीमंत म्हणजे केशांचा भांग. हा भांग सुवासिनी स्त्रियाच काढीत असत आणि इतर विधवा स्त्रिया काढीत नसत. अशा रीतीचें पुष्कळ ठिकाणीं वर्णन येतें. 'एतास्तु सीमंतशिरोरुहा याः'। असें वर्णन दुर्योधनाच्या विधवा झालेल्या स्त्रियांचें आश्रमवासी पर्वांत आलेलें आहे. तें चुकीचें असावें, असें टीकाकारानेंही म्हटलें आहे आणि त्याच्या ठिकाणीं 'एतास्त्वसीमन्तशिरोरुहा याः'। असा पाठ पाहिजे असें म्हटलेलें आहे. भाषांतरांत भांगाशिवाय केंसास शोभा आणणारा एकही अलंकार धारण न केलेल्या, पांढरें वस्त्र नेसलेल्या असें विधवा स्त्रियांचें वर्णन केलेलें आहे. (भाषान्तर पु० ७ पा० १९९) परंतु हें भाषांतर थोडेंसें चुकीचें आहे. विधवा स्त्रिया झाल्या असतांना त्यांस भांग काढण्याचा अधिकार नाहीं असा नियम महाभारतकाळीं होता. कारण, कित्येक लढायांच्या वेळीं

संहारे सर्वतो जाते पृथिव्यां शोकसंभवे ।
बह्वीनामुत्तमस्त्रीणां सीमन्तोद्धरणे तथा ॥

(शल्यपर्व २१) असें वर्णन येतें. ज्या ठिकाणीं भयंकर संहार झाला, तेथें अनेक उत्तम स्त्रियांचें सीमन्तोद्धरण झालें. या वर्णनावरून विधवा स्त्रियांचें मुख्य लक्षण त्यांचा सीमंत अथवा भांग नाहींसा होणें असें होतें असें दिसतें. पानिपतच्या वर्णनांत लाख बांगडी फुटली असें वर्णन आलेलें आहे, म्हणजे हल्लीं विधवा होण्याचें मुख्य लक्षण म्हणजे बांगडी फुटणें होय असें आपण समजतों. त्याप्रमाणें महाभारतकाळीं विधवा स्त्रियांचें सीमंत नाहींसें होणें हें लक्षण होतें. या लक्षणावरून विधवा स्त्रियांचें प्राचीनकाळीं केश-

वपन होत होतें असें मानण्यास जागा नाहीं. केवळ सीमंताचेंच उद्धरण येथें विवक्षित आहे. सबंध केशांचें वपन विवक्षित नाहीं असें म्हणण्यास हरकत नाहीं. धृतराष्ट्राच्या विधवा सुनांचें जें वर्णन आहे त्यांत त्यांचे केश कायमच आहेत. यावरून क्षत्रिय विधवांचें तरी केशवपन होत नसावें. केशवपनाची चाल ही संन्याशिनींच्या अनुकरणानें त्यांच्या रक्तवस्त्राप्रमाणें आली असावी असें अनुमान होतें. असो, विधवांचे सीमन्त नाहींसे झाले म्हणजे त्यांचे केसांस फणीनें न विंचरतां नुसतेंच बांधून ठेवण्याची वहिवाट असावी. सुवासिनी स्त्रियांच्या केसांस चांगलें विंचरून दुभंग करून त्यांची वेणी घालण्याची चाल महाभारतकाळीं होती. ती वेणी एक किंवा तीन घालीत असत. एक-वेणीधरा असें वर्णन रामायणामध्यें सीतेचें केलेलें आहे. म्हणजे जिचा नवरा दूर आहे तिच्या केसांचें याप्रकारचें एक वेणीचें वर्णन केलेलें असतें. इतर स्त्रियांच्या तीन वेण्या असून त्या पाठीवर पडत असाव्या. ही चाल अद्याप मारवाड्यांत दृष्टीस पडते. गरीब कामकरी स्त्रियांची वेणी घालावयाची नाहीं असा परिपाठ प्राचीनकाळीं असावा असें दिसतें. द्रौपदीनें सैरंध्रीचा वेष घेतला त्या वेळेस केस नुसते एके ठिकाणीं करून एकाबाजूला गांठ मारून उजवीकडे झांकून ठेवले, असें वर्णन आहे.

ततः केशान्समुत्क्षिप्य वेल्लिताग्राननिन्दितान्। कृष्णान् सूक्ष्मान् मृदून् दीर्घान् समुद्ग्रथ्य शुचिस्मिता ॥ जुगूहे दक्षिणे पार्श्वे मृदूनसितलोचना ॥

(विराट पर्व अध्याय ९) यांतील जुगूहे शब्दानें असा संशय उत्पन्न होतो कीं त्या केसांवर तिनें फडकें बांधून ते केस लपविले असावे. आपले सुंदर केस दिसूं नये यासाठीं ही तिनें युक्ति केली असावी. (भाषांतरांत या शब्दाकडे लक्ष दिलेलें नाहीं.) साधारणपणें स्त्रियांचे केस पाठीवर लोंबत असले पाहिजेत. याप्रमाणें सुवासिनी स्त्रियांच्या केशरचनेविषयीं आपल्यास माहिती मिळते. या सीमंतामध्यें किंवा केसांच्या भागांमध्यें केशर किंवा कुंकुम घालण्याची चाल असे. याशिवाय स्त्रियांनीं कुंकुम लावण्याचा प्रकार वर्णन किंवा उल्लेख केलेला नसला तरी सुवासिनी स्त्रियांनीं कुंकुम लावण्याचा प्रघात महाभारतकाळींही चालू असलाच पाहिजे. उद्योगपर्वांत पांडव श्रीकृष्णाच्या भाषणाच्या वेळीं द्रौपदीनें आपले काळेभोर सुगंधानें सुगंधित केलेले केशपाश हातांत घेऊन श्रीकृष्णाला दाखविले असें वर्णन आहे. यावरून या केसांची वेणी घातली होती कीं नाहीं याचा प्रश्न पडतो, पण बहुधा तिचे केश मोकळे नसावे. केशपक्ष शब्दानें वेणी घातलेले केस असावे असें म्हणण्यास प्रत्यवाय नाहीं. (भा० पु० ३ पा० ३२१)

पुरुषांचें पागोटें.

पुरुषांच्या डोक्यावरील केस शिखाबद्ध असून समाजांत जाण्याचे वेळीं पुरुष डोक्यावर पागोटें घालीत असत असें दिसतें. भारतीय आर्य लोकांचें पागोटें हें त्यांचें विशिष्ट लक्षण होतें आणि तें एक लांब अरुंद वस्त्र डोक्याभोंवती गुंडाळलेलें असावें अशी कल्पना होते. भीष्म आणि द्रोण हे युद्धाला गेले असतांना त्यांचें जें वर्णन केलेलें आहे त्यांत डोक्यावर पांढरें पागोटें घातलेलें असें वर्णन केलेलें आहे. पागोट्याला उष्णीष असा शब्द वापरलेला आहे. उदाहरणार्थ, "द्रोणाचार्य श्वेतवर्णाचें कवच, वस्त्र व शिरोवेष्टण (उष्णीष) धारण करून धनुष्याचा टणत्कार करीत होते" असें वर्णन (भा० पु० ४ पा० ४१८) यांत केलेलें आहे.

उष्णीषे परिगृहीतां माद्रीपुत्रावुभौ तथा ।
(अनु० अ० १६८–१४)

यांत भीष्माच्या दोन पागोट्यांचा उल्लेख आला आहे. यावरून पांढरें पागोटें हा म्हाताऱ्या मनुष्यांचा विशेष पोशाख होता. किंबहुना, कवचही पांढरें होतें असें येथें वर्णन आहे. अर्थात् तरुण लोक पांढऱ्याहून निराळे रंग वापरीत असत हें उघड आहे. भारतीलोकांच्या डोक्यावरील पागोटें हें इतर देशांतील लोकांपेक्षां भिन्न असून त्यांचें हें विशेष शिरोभूषण ग्रीकलोकांच्या लक्षांत आल्यावांचून राहिलें नाहीं. आणि ग्रीक ग्रंथकार अरायन यानें असें वर्णन केलें आहे कीं, “ हिंदुस्थानांतील लोक एक वस्त्र आपल्या कमरेभोंवताली गुडघ्याच्या खालीं खोटेच्यावर नेसतात आणि आपल्या अंगावर दुसरें वस्त्र घेतात व तेंच डोक्याभोंवतालीं गुंडाळतात. ” या वर्णनांत पागोटें व उत्तरीय एकच असल्याचें दिसतें. परंतु ही कल्पना बहुतेक चुकीची आहे. कदाचित् गरीब लोक अशा रीतीनेंच शिरोवेष्टन करीत असावे. अशा प्रकारचें डोक्यास गुंडाळलेलें अंगावरचें धोतर हें आपण हल्लींही पुष्कळदां पाहतों. परंतु साधारणपणें यांत अंग उघडें रहातें, हें निर्विवाद आहे. संपन्न लोकांत पागोटें व उत्तरीय हें निराळें असावें. दुसरा एक ग्रीक इतिहासकार हिंदुस्थानचें वर्णन करतांना असें लिहितो. “ हिंदुस्थानचे लोक एक सूक्ष्म वस्त्र आपल्या पायांपर्यंत नेसतात आणि आपल्या डोक्याभोंवती कापसाचें वस्त्र गुंडाळतात आणि पायांत जोडे घालतात.” डोक्याभोंवती गुंडाळलेलें पागोटें बहुधा साध्या आकाराचें असावें आणि तें दरमनुष्यास आपल्या हातानें गुंडाळतां येत असावें. हल्लींप्रमाणें फार अवघड प्रकार झालेला नसावा असें दिसतें. साधारणपणें हल्लींही गरीब लोक आपल्या हातानेंच आपल्या डोक्याभोंवती पागोटें गुंडाळतात किंवा रुमाल बांधतात. राजे लोकांच्या डोक्यावर मात्र पागोटें किंवा रुमाल नव्हते, हें उघड आहे. त्यांच्या डोक्यावर नेहमीं मुकुट असावा हे साहजिक आहे. ज्या वेळेस दुर्योधन व भीम यांचें गदायुद्ध झालें त्या वेळेस दुर्योधनाच्या व भीमाच्याही डोक्यावर मुकुट होता असें वर्णन आहे आणि युद्धांत या मुकुटावरही प्रहार होत असावेत असें दिसतें. दुर्योधन खालीं पडला त्या वेळीं त्याच्या डोक्यावरील मुकुट हलला नाहीं याचें आश्चर्य वाटतें. तथापि मुकुटास चांगल्या तऱ्हेनें बसण्यासाठीं कांहीं तरी व्यवस्था असावी म्हणजे डोक्याच्याखालून त्याचा पट्टा घेतलेला असावा किंवा अन्य कांहीं प्रकार असावा असें दिसतें. भीमानें खालीं पडलेल्या दुर्योधनाच्या डोक्यावरील मुकुटाला लाथ मारल्याचें वर्णन आहे यावरून ही गोष्ट निदर्शनास येते. याचप्रमाणें अर्जुन व कर्ण यांच्या युद्ध-वर्णनांतही अर्जुनाच्या डोक्यावर मुकुट होता तो खालीं पडला तेव्हां अर्जुनानें “ आपलें श्वेत वस्त्र मस्तकाला गुंडाळून त्यांत आपले केश झांकून टाकले ” असें वर्णन आहे. (कर्ण० अ० ९० भा० पु० ९ पा० २४८) असो. तर प्रत्येक मनुष्याच्या डोक्यास कांहीं तरी गुंडाळलेलें वस्त्र किंवा पागोटें किंवा रुमाल असला पाहिजे असा महाभारतकाळीं रिवाज होता हें यावरून उघड दिसतें.

कापूस, रेशीम व लोंकर यांचीं वस्त्रें.

साधारणपणें हीं वस्त्रें अंगावर घेण्याचीं, नेसण्याचीं व डोकीस गुंडाळण्याचीं कापसाचीं असावीं असें दिसतें. कापूस त्याकाळीं हिंदुस्थानांतच पिकत होता व इजिप्त किंवा पर्शिया या देशांत पिकत नव्हता ही गोष्ट आपण अन्यत्र सांगूं. अर्थात् ग्रीकांना या पोशाकाचें

अधिकच आश्चर्य वाटे आणि हीं वस्त्रें अतिशय सूक्ष्मही निघत असत. परंतु श्रीमंत लोक विशेषतः स्त्रिया रेशमी वस्त्रें नेसत. **पीतकौशेयवासिनी** असें स्त्रियांचें वर्णन महाभारतांत वारंवार येतें. श्रीकृष्णाच्याही वर्णनांत पिंवळा पीतांबर म्हणजे रेशमीवस्त्र नेसलें असल्याचें वर्णन कधीं कधीं येतें. जेव्हां सुभद्रेस अर्जुन इंद्रप्रस्थांत प्रथम घेऊन आला त्या वेळीं तिला तांबडें रेशमी वस्त्र नेसविलें होतें आणि त्या वेषानें ती गोपकन्येसारखी दिसत होती असें वर्णन आहे. (भा० पु० १ पा० ४३१ यांत रक्त हा शब्द आलेला नाहीं.)

सुभद्रां त्वरयामास रक्तकौशेयवासिनीम् ।
पार्थः प्रस्थापयामास कृत्वा गोपालिकावपुः ॥
(आ० अ० २२१-१९)

यावरून गोपांचा वेष इतर लोकांहून कांहींसा निराळा असावा व त्यांच्या बायकांची लुगडें नेसण्याची तऱ्हा निराळी असावी असें दिसतें. लोंकरीचीं वस्त्रेंही लोक वापरीत ही गोष्ट महाभारतावरून दिसते. उत्तरेकडील पंजाब व काश्मीर प्रांतांतील थंड मुलुखांत अंगावर घेण्यास किंवा नेसण्यास किंवा डोकीस गुंडाळण्यास लोंकरीचीं वस्त्रें वापरीत यांत नवल नाहीं. पंजाब व काश्मीर या देशांची त्या काळींही सूक्ष्म-कंबल वस्त्रांबद्दल प्रसिद्धि असे. कापसाचें वस्त्र याहूनही सूक्ष्म काढतां येत होतें ही गोष्ट निर्विवाद आहे. पंजाबांत सूक्ष्म लोंकरीचीं वस्त्रें नेसत असत याचें प्रत्यंतर " सानूनं बृहती गौरी सूक्ष्मकंबलवासिनी " या वाक्यावरून स्पष्ट दिसून येतें. (क. अ. ४४ श्लो. १६) याप्रमाणें निरनिराळ्या देशपरत्वें हिंदुस्थानांत कापसाचें व लोंकरीचें वस्त्र वापरीत असत, रेशमी वस्त्र चोंहीकडे वापरीत असावें हें उघड आहे.

वल्कलें.

याशिवाय आणखीही कांहीं प्रकारचीं वस्त्रें वापरीत हें वाचकांस सांगावयास पाहिजे. हीं वस्त्रें म्हणजे वल्कलें व अजिनें होत. हीं वस्त्रें वैखानस किंवा योगी किंवा अरण्यांत रहाणारे मुनि आणि त्यांच्या स्त्रिया वापरीत. जेव्हां रामचंद्र व सीता वनवासास जाण्यास निघालीं त्यावेळेस त्यांस नेसण्यासाठीं कुशनामक तृणाचीं केलेलीं वल्कलें नेसण्यास दिलीं असें वर्णन रामायणांत आहे. सीतेस कुशचीर नेसतां येईना तेव्हां ती गोंधळून गेली तें पाहून रामानें तिच्या कौशेय वस्त्रावरूनच कुशचीर कंठाशीं बांधलें असें मनोवेधक वर्णन रामायणांत केलेलें आहे. महाभारतांत पांडव वनवासास निघाले तेव्हां त्यांनीं अजिनाचीं उत्तरीयें घेतलीं असें वर्णन आहे.

ततः परं जिताः पार्थौ वनवासाय दीक्षिताः ।
अजिनान्युत्तरीयाणि जगृहुश्च यथाक्रमम् ॥

असें वर्णन केलेलें आहे. येथें नेसण्याचें वस्त्र त्यांनीं बदललें असें वर्णन नाहीं. अजिनें म्हणजे बहुधा मृगचर्माचींच केलेलीं असावींत. द्रौपदीचें वस्त्र चांगलेंच होतें, तिनें निराळें वस्त्र परिधान केलें नाहीं. मुनींच्या स्त्रिया व मुनिही कुशचीर किंवा वल्कलें नेसत, असें वर्णन शेंकडों ठिकाणीं केलेलें आहे. तीं वल्कलें कशाचीं केलेलीं असत हें सांगणें कठिण आहे. तीं कुशतृणांचीं केलेलीं असत हें रामायणावरून दिसतें. पण गवताचीं वस्त्रें कशीं होतील हा प्रश्न येथें साहजिक पुढें येतो. तथापि, कुशतृणांचीं वस्त्रें करीत ही गोष्ट निर्विवाद आहे. धृतराष्ट्र जेव्हां वानप्रस्थ होऊन वनवासास जाण्यास निघाला तेव्हांही तो अजिन आणि वल्कल अशीं वस्त्रें धारण करून निघाला असें स्पष्ट वर्णन आहे.

अग्निहोत्रं पुरस्कृत्य वल्कलाजिनसंवृतः ।
वधूजनवृतो राजा निर्ययौ भवनात्ततः ॥
(आश्रम० अ० २५)

या वर्णनांत अजिन आणि वल्कल या दोहोंचा उल्लेख आहे. वल्कल हें नेसावयाचें होतें; अजिन हें पांघरावयाचें होतें असें दिसतें. पूर्वकाळीं अजिन पांघरावयाची चाल ऋषि व वानप्रस्थ व वैखानसांचीच होती, असें नाहीं. तर ब्रह्मचाऱ्यांचीही असावी. कारण, अजून मुंजींत मुलाला अजिनाच्या ऐवजीं एक लहानसा मृगचर्माचा तुकडा जानव्यांत घालावा लागतो. असो. अजिनें हीं मृगचर्माचीं होतात व होऊं शकतात. पण वल्कलें हीं कशाचीं करावयाचीं हें सांगतां येणें कठिण आहे. रामायणांत कुशचीराचें वर्णन आहे. पण कुशतृणाचें धोतरासारखें वस्त्र कसें तयार करतां येईल या अडचणीमुळें कित्येकांनीं असें म्हटलें आहे कीं, वल्कलें हीं एका प्रकारच्या हिमालयांत उत्पन्न होणाऱ्या झाडाच्या सालींपासून तयार केलेलीं असतात. अशा साली रुंद पट्टयाच्या निघत व त्यांस एके ठिकाणीं जोडतां येत असे. पण महाभारतांत किंवा रामायणांत सालींच्या वस्त्रांचा उल्लेख आलेला नाहीं. तथापि, महाभारतांत व इतर शेंकडो संस्कृत प्राचीन ग्रंथांत वल्कलांचा उल्लेख वारंवार येतो आणि अशाप्रकारचीं वस्त्रें प्राचीनकाळीं निःसंशय उपयोगांत येत होतीं. हल्लीं कोठेंही वल्कलांचा उपयोग होत असलेला दिसत नाहीं किंवा अशीं वस्त्रें कोणाच्या पाहण्यांतही नाहींत. असें जरी आहे तथापि अन्य पुराव्यावरून वल्कलें प्राचीनकाळीं उपयोगांत येत होतीं ही गोष्ट निश्चयानें ठरते व तींही कुशतृणाचींच करीत असत असें दिसतें. आद्य ग्रीक इतिहासकार हिरोडोटस यानें असें लिहून ठेविलें आहे कीं, "हे वनांत राहणारे हिंदुस्थानांतील लोक एका प्रकारच्या लव्हाळ्यापासून केलेलीं वस्त्रें नेसतात. हे लव्हाळे नदींतून कापून आणले म्हणजे कुटतात व मग हतऱ्यांप्रमाणें ते विणतात. आणि अशा रीतीनें केलेलीं जाड हतऱ्यांसारखीं वस्त्रें ते बंडीप्रमाणें (कार्सेट) नेसतात." या वर्णनावरून हीं वस्त्रें केवळ धोतरासारखीं नसत हें उघड आहे, तथापि तीं अंगाभोंवती गुंडाळतां येत असत यांत संशय नाहीं. आणि म्हणूनच त्यांचा उपयोग वनांत राहणारे मुनि व मुनिस्त्रियाही करीत असत. समाजांत जाण्यासारखा त्यांचा उपयोग नव्हता हें उघड आहे किंवा शोभेसाठींही त्यांचा उपयोग नव्हता.

शांतिपर्व अ० २८८ यांत निरनिराळ्या वस्त्रांचीं नांवें एका श्लोकांत आलीं आहेत. तो येथें देण्यासारखा आहे.

क्षौमं च कुशचीरं च कौशेयं वल्कलानि च ।
आविकं चर्म च समं यस्य स्यान्मुक्त एव सः ॥ ३५

यांत क्षौम, कौशेय आणि आविक हीं गृहस्थांचीं वस्त्रें आहेत आणि कुशचीर, वल्कल व चर्म हीं वानप्रस्थांचीं किंवा तपस्व्यांचीं आहेत. क्षौम म्हणजे अतसी सूत्रमय असें टीकाकार म्हणतो. पण क्षौम म्हणजे सूक्ष्म कापसाचें वस्त्र असें दिसतें. कौशेय रेशमाचें आणि आविक लोंकरीचें उघड आहे. कुशचीर स्पष्टपणें कुश तृणाचें आहे पण मग वल्कल कशाचें बनवीत ? चर्म म्हणजे केवळ हरिणादिकांचें कातडें होय. असो. कुशचीराचा उल्लेख रामायणाप्रमाणें महाभारतांतही आहे हें वरील श्लोकावरून स्पष्ट आहे. वल्कलें कदाचित् भूर्ज सालीचींही करीत असावे. असो.

पादत्राण.

हिंदुस्थानांतील लोक पायांत बहुधा ग्रीकांप्रमाणें वहाणा वापरीत. या वहाणा लांकडा-

च्याही असत आणि चामड्याच्याही असत. रामानें भरतास ज्या पादुका दिल्या होत्या त्या कुशतृणाच्या होत्या, यावरून अरण्यांत राहणाऱ्या मुनींच्या सर्वच वस्तु बहुतेक कुशतृणाच्या बनत असत. आसनें, वस्त्रें व पादुका या कुशतृणाच्या होऊं शकत. साहजिकच या सर्व वस्तु बिनखर्चानें तयार होत. अरायन नामक ग्रीक इतिहासकारानें वाहणांचें वर्णन बरेंच केलें आहे. " हिंदुस्थानांतील लोक पांढऱ्या चामड्याच्या केलेल्या वहाणा (किंवा जोडे) वापरतात. त्यांजवर नानाप्रकारची नकशी केलेली असते व त्यांचे तळ फार जाड केलेले असतात. " आतां या वाहणांचा किंवा जोड्यांचा आकार किंवा बांधणी कशी होती हें समजण्यास साधन नाहीं. पाय बहुधा वरतून उघडा असावा आणि या वहाणा प्राचीन ग्रीक व रोमन ज्या तऱ्हेच्या वाहणा वापरीत असें पुतळ्यांवरून दिसतें, त्याच तऱ्हेच्या असाव्या असा अंदाज वाटतो.

पुरुषाची शिखा.

आतां एकंदर जनसमूहांत डोक्यावरचे केस व दाढीचे केस ठेवण्याची कशी तऱ्हा होती याचा विचार करूं. ब्राह्मणलोक बहुधा दाढी न ठेवतां सर्व श्मश्रूवरचे केस काढीत असावे आणि डोक्यावरचेही सर्व केस काढून थोडीशी शिखा ठेवीत असावे. यासंबंधानें स्पष्ट वर्णनें नीट लक्षांत येत नाहींत. ऋषींच्या वर्णनांत नेहेमीं डोक्यावर जटा असल्याचें वर्णन येतें. पण दाढी असल्याचें बहुधा वर्णन येत नाहीं. पण ज्या अर्थी हे ऋषि अथवा तपश्चर्या करणारे लोक डोकीवरचे केस काढीत नसत, त्या अर्थी दाढीचे केसही काढीत नसावे. किंबहुना, कोणत्याही प्रकारानें श्मश्रु करण्यासाठीं नापिताचा त्यांस स्पर्श होत नसावा. नापितांचा उल्लेख महाभारतांत आला आहे. नखनिकृंतन अथवा नराणीचा उल्लेख उपनिषदांतही आहे. तेव्हां केस काढण्याचें काम करणारे न्हावी प्राचीनकाळीं होते, हें निर्विवाद आहे. नापिताचा उल्लेख कर्णशल्याच्या भाषणांत आहे. (क० भा० पु० ९ पा० ११३) राजे लोक बहुधा डोक्यावरचे केस काढीत नसत असें अनुमान होतें. डोक्यावरचे केस न काढण्याचा क्षत्रियांचा हल्लींही सांप्रदाय दिसतो. याचें कारण असें देतात कीं डोक्यावरचे केस काढतांना न्हाव्याच्या हातांत राजाची शेंडी जाते. हें कारण असो किंवा नसो. राजे लोकांत डोक्यावरचे केस न काढण्याचा परिपाठ हल्लींही निदान हल्लींपर्यंत होता व प्राचीनकाळींही असावा. कारण रामचंद्रानें वनवासास निघाल्यावर गंगेच्या तीरावर आपल्या व लक्ष्मणाच्या केसाच्या जटा ताबडतोब नुसता वटवृक्षाचा चीक लावून केल्या असें वर्णन आहे. डोक्यावर सर्व केस वाढलेले नसते तर त्यास तात्काळ जटा बनविणें शक्य झालें नसतें. परंतु राजेलोक दाढी ठेवीत असत किंवा नाहीं याजबद्दल संशय वाटतो. शिवाजीला दाढी होती हें प्रसिद्ध आहे. बहुधा, डोकीवरच्या केसांप्रमाणें भारती आर्य क्षत्रिय दाढी ठेवीत असावे असें वाटतें. मुंडण करण्याची चाल संन्याशांची होती. सर्व डोक्यावरचे व तोंडावरचे केस काढून टाकण्याचें व्रत संन्याशांना पाळावें लागे, पण तें कशासाठीं हें सांगतां येत नाहीं. असो. हेंच संन्याशांचें लक्षण बौद्ध संन्यासी अगर भिक्षु यांनींही उचललें व जैन संन्याशांनींही उचललें. संन्याशी सर्व डोकें मुंडीत त्याच्या उलट प्राचीन काळचे ऋषि व ब्राह्मण डोक्यावरचे व दाढीवरचे सर्व केंस ठेवीत असत असें मानण्यास हरकत नाहीं. गृहस्थाश्रमी दाढी काढून शिखा ठेवीत. क्षत्रिय डोक्यावर

व तोंडावरचे केंस ठेवीत, असें दिसतें. वैश्य शूद्रांची चाल काय असे, हें निश्चयानें सांगतां येत नाहीं. ‘ ततस्तु तौ जटा भित्वा मौलिनौ संबभूवतुः ॥ ’ असें आ० अ० २०९, २९ यांत सुंदोपसुंद राक्षसांविषयीं वर्णन आहे, त्यावरून तप करीत असतां जटा वाढविणें पण तप संपल्यावर गृहस्थाश्रमांत डोक्यावर शेंडी ठेवणें हे साधारणपणें सर्व वर्णांत चालू असल्याचें दिसतें. असो. या एकंदर वर्णनास कांहींमा दुजोरा ग्रीक ग्रंथकारांच्या वर्णनावरून मिळतो. महाभारतांतील वर्णनें कादंबऱ्यांतील वर्णनांप्रमाणें विस्तृत व फारच बारकाईचीं नसल्यानें यासंबंधानें निश्चयात्मक पूर्ण माहिती देतां येत नाहीं, हें खरें; तरी समकालीन ग्रीक ग्रंथकारांच्या लेखांवरून आपल्यास बरीच माहिती मिळते. ग्रीक इतिहासकार अरायन हा स्पष्टपणें असें सांगतो कीं, हिंदुस्थानांतील लोकांस दाढी असते व तीस ते रंगवितात. तो म्हणतो “ कांहीं लोक दाढीस पांढरा रंग देतात व तेणेंकरून त्यांचा सर्वच देखावा पांढरा दिसतो. म्हणजे नखशिखांत पांढरे दिसतात. (स्वच्छ पांढरीं धोतरें नेसण्याची व पांघरण्याची चाल वर्णन केलीच आहे व पागोटेंही पांढरें असल्याचें सांगितलें आहे.) कांहीं आपल्या दाढीस निळा रंग देतात. कांहीं तांबडा रंग देतात व कांहीं हिरवा रंग देतात. ” दाढीस निरनिराळा रंग देण्याची वहिवाट अजूनही दृष्टीस पडते. उत्तरहिंदुस्थानांतील कित्येक लोक विशेषतः मुसलमान दाढीस रंग देतात हें प्रसिद्ध आहे. असो. तर एकंदर वर्णनावरून दाढी क्षत्रियांना व ब्राह्मणांनाही गृहस्थाश्रमांत सुद्धां महाभारतकाळीं असावी असें अनुमान करण्यास हरकत नाहीं. डोक्यावरच्या केंसांसंबंधानें अरायननें उल्लेख केला नाहीं तरी कर्टिअस रूफस या इतिहासकारानें केला आहे. तो म्हणतो, “हिंदुस्थानांतील लोक आपल्या डोक्यावरचे केंस विंचरून साफ करतात, परंतु ते फारच थोडे लोक काढतात. हनुवटीवरील केंस अथवा दाढी ते कधींही काढीत नाहींत. पण तोंडावरचे इतर केस काढतात आणि चेहरा गुळगुळीत करतात.” (म्यार्किंडलचें शिकंदराच्या स्वारीचें वर्णन पा० १८८) असो. या वर्णनावरून डोक्यावरचे केस बहुधा न काढण्याचा सांप्रदाय दिसतो आणि तोच सांप्रदाय दाढीसंबंधानें नाहीं असें जरी हा इतिहासकार लिहितो, तरी तोही तसाच असावा. जे लोक डोकीवरचे केस काढीत ते दाढीही राखीत नसावे. मिशा मात्र सर्वच ठेवीत असावे.

अग्निहोत्री हल्लीं मिशा व दाढी दोन्ही काढतात. त्याचप्रमाणें पूर्वकाळीं गृहस्थाश्रम्यानें दाढी मिशा काढाव्या असा नियम असला पाहिजे. डोक्यास शिखा अथवा शेंडी ही सर्व मनुष्यें व चतुर्थाश्रमाखेरीज इतर आश्रमांतील सर्व लोक ठेवीत असले पाहिजेत. शिखेचा उल्लेख महाभारतांत अनेक ठिकाणीं आलेला आहे. मुसलमानी धर्मानें दाढी ठेवणें हें जरूरीचें ठरविलें असून डोक्यावरील शिखा ही बिलकुल काढून टाकण्याचा जो सांप्रदाय घालून दिला आहे आणि जो हल्लीं हिंदुधर्माच्या कल्पनेच्या अगदीं विरुद्ध आहे तो महंमदानें घालून दिला असेंच म्हणतां येत नाहीं. द्रोणपर्वांत पुढील श्लोक आहे (अ० १२०)

दस्यूनां स शिरस्त्राणैः शिरोभिर्लूनमूर्धजैः ।
दीर्घकूर्चैर्मही कीर्णा विबर्हैरण्डजैरिव ॥४८

यावरून कांबोजादि उत्तरेकडील म्लेच्छ डोकें मुंडून दाढी ठेवणारे होते असें दिसतें. अर्थात् ही वहिवाट म्लेच्छांची फार जुनी आहे. महाभारतकाळीं क्षत्रिय लोक बहुधा डोक्यावरील केस व श्मश्रु ठेवीत असत आणि इतर लोक सामान्यतः

शेंडी ठेऊन बाकीच्या डोक्यावरचे केस व श्मश्रु काढीत असत; असा सामान्यतः निर्देश करतां येईल. सनातनधर्मी व बौद्ध संन्याशी सगळेच केस काढीत असत असें म्हटलें असतां चालेल आणि तपस्वी वैखानस वगैरे अरण्यांत राहणारे लोक मुळींच केस काढीत नसत आणि यामुळेंच ग्रीक लोकांनीं लिहिलेली हकीकत क्षत्रिय व तपस्वी या लोकांना विशेषतः लागू आहे असें म्हणावयास पाहिजे.

पोशाकाचा साधेपणा.

एकंदर हकीकतीवरून महाभारतकाळीं हिंदुस्थानांतील आर्य लोक पोशाकाच्या बाबतींत अगदीं साधे असून त्यांचे हल्लींचे वंशज ज्या प्रकारानें घरीं किंवा खेडेगांवांत वस्त्रें वापरतांना हल्लीं आपण पाहतों, त्याचप्रकारचे पूर्वींचे लोक पोशाकानें होते. हल्लींचा वरिष्ठ लोकांत वापरण्यांत येणारा पोशाक हा हिंदुस्थानच्या बाहेरचा असून तो ग्रीक, पर्शियन, मुसलमान आणि अलीकडे इंग्रजलोकांपासून घेतला गेलेला आहे. विशेषतः मुसलमानांपासून व त्याहून अधिक इंग्रजांपासून घेतलेला आहे. कारण, चिनी प्रवासी हुएनसांग हा सातव्या शतकांत हिंदुस्थानांत आला त्या वेळेस त्यानें इकडील लोकांचे आचार रिवाज बारकाईनें लिहून ठेविले आहेत, त्यांतील पोशाकाचें वर्णन येणेंप्रमाणें आहे. " येथील लोकांचे घरांत वापरण्याचे व समाजांत वापरण्याचे पोशाकांत शिवण्याचें काम मुळींच नसतें. रंगासंबंधानें पाहिलें, तर स्वच्छ पांढरा रंग याचा विशेष आदर आहे; आणि अतिशय निरनिराळे रंग देणें हें त्यांस बिलकूल पसंत नसतें. पुरुष कमरेभोंवती एक लांब वस्त्र गुंडाळतात आणि खांद्यावर दुसरें वस्त्र घेऊन उजव्या खांद्याला उघडा ठेवतात. बायका एक लांब साडी अशी नेसतात कीं खांद्यापासून पायांपर्यंत सर्व अंग झाकून, शिवाय सैल गुंडाळलेली असते. डोक्यावरील केसांची गांठ बांधून बाकीचे केस लोंबलेले असतात. कित्येक लोक मिशा बिलकूल काढतात, अथवा निरनिराळ्या प्रकारानें त्या ठेवतात." या वर्णनावरून अंगरखे, बंड्या, सद्रे, विजारी वगैरे पोशाक मुसलमानी वेळेपासून हिंदुस्थानांत आला असावा, असें अनुमान आहे. आतां श्रीमंत आणि गरीब, राजा आणि रंक हे दोघेही एकाच धोतराचा उपयोग करीत हें जरी खरें आहे, तरी त्यांच्यामधील फरक सूक्ष्म वस्त्र व जाडें भरडें वस्त्र हा असे; किंवा गरीबाचें वस्त्र कापसाचें आणि श्रीमंताचें वस्त्र रेशमाचें अगर लोंकरीचें असे.. निरनिराळ्या जातींचे व धंद्यांचे लोक निरनिराळ्या प्रकारचा पोशाक करीत, किंवा त्यांची कांहीं निराळी खूण पोशाकांत किंवा अलंकारांत असे. ज्या वेळेस पांडव विराटाच्या घरीं निरनिराळे पोशाक करून निरनिराळ्या धंद्यांच्या नोकऱ्या पत्करून राहिले त्या वेळेस प्रत्येकाचें जें वर्णन केलें आहे, तें येथें देण्यासारखें आहे. युधिष्ठिर ब्राह्मणाचा पोशाक करून म्हणजे अंगावर स्वच्छ पांढरें धोतर घेऊन व काखेंत सोंगट्या व फांसे घेऊन द्रुपदासमोर आला. भीम आचारी होऊन काळें रंगविलेलें वस्त्र नेसून हातांत पळी, कालथा व सुरा घेऊन हजर झाला; द्रौपदीनें एकच मालिन वस्त्र धारण केलें होतें आणि आपल्या केसांची गांठ बांधून उजव्या बाजूला एका फडक्यानें आच्छादित करून ती सैरंध्रीच्या नात्यानें सुदेष्णेपुढें गेली. अर्जुनानें बृहन्नडेचा जो पोशाक केला होता, त्यांत बायकांचे दागिने घालून कानांत कुंडलें घातलीं होतीं आणि मनगटावर व बाहूंवर शंखाच्या कवचीचे दागिने घातले होते व डोक्यावरचे केस खांद्यावर मोकळे सोडले होते. सहदेवानें गुराख्याचा

पोशाक केला होता, परंतु त्याचें विशेष वर्णन नाहीं आणि नकुलाच्या पोशाकाचेंही चाबूकस्वार या नात्यानें विशेष वर्णन नसून हातांत फक्त एक चाबूक वर्णिला आहे. सुभद्रेनें लग्नसमयीं गोपकन्येचा वेश केला होता तो पूर्वीं सांगितलाच आहे. या निरनिराळ्या वर्णनांवरून वस्त्रांचे रंग व तीं नेसण्याचे निरनिराळे प्रकार हेच धंद्याचे किंवा जातीचे सूचक असावे, व याशिवाय त्यांचे अलंकार आणि त्यांच्या हातांतील उपकरणें हींही धंद्याचीं सूचक असावीं.

अलंकार.

भारती आर्यांचे पोशाक जितके साधे होते तितकेच त्यांचे अलंकार निरनिराळ्या तऱ्हेचे व किंमतीचे असत. त्यांच्या पोशाकाचा साधेपणा जसा ग्रीक लोकांनीं वर्णिलेला आहे तशीच त्यांची अलंकारांची हौसही ग्रीक इतिहासकारांनीं वर्णिलेली आहे पुरुष आणि स्त्रिया दोघांनाही अलंकार घालण्याची महाभारतकाळीं अतिशय आवड असे आणि त्या काळची हिंदुस्थानांतील सुवर्ण, मोतीं व रत्नें यांची समृद्धि लक्षांत आणली म्हणजे हिंदुस्थानांतील लोकांस अनेक अलंकार घालण्याची जी हौस वाटत असे त्याविषयीं आश्चर्य करावयास नको. साधारणप्रतीचे लोक सोनें व चांदी यांचे दागिने वापरीत. इतकेंच नव्हे तर सोन्याचे दागिने गाई, घोडे आणि हत्ती यांनाही शृंगारण्यांत वापरीत. परंतु श्रीमंत लोक विशेषतः राजेरजवाडे आणि राजांच्या स्त्रिया या मोतीं व रत्नें, हिरे वगैरे यांचे दागिने वापरीत. मिल्टननें हिंदुस्थानांत विपुलतेनें उत्पन्न होणाऱ्या मोत्यांस ‘ रानटी मोतीं ’ असें म्हटलें आहे, आणि एका ग्रीक इतिहासकारानें स्पष्टपणें असें म्हटलें आहे कीं, हिंदुस्थानच्या लोकांनीं सर्व जगताच्या अभिरुचीस बिघडविलें असून लोकांस निरर्थक मोत्यांकरितां अतिशय वारेमाप किंमती देण्यास लाविलें आहे. असो. महाभारतकाळीं कोण कोणत्या प्रकारचे दागिने स्त्रीपुरुष वापरीत होते हें आपण पाहूं.

राजे लोक डोक्यावर रत्नांनीं खचित केलेले सोन्याचे मुकुट घालीत असत. हे मुकुट कोणत्या तऱ्हेचे असत हें निश्चयानें सांगतां येत नाहीं. तथापि ते पाश्चात्य मुकुटासारखे नसून ज्या प्रमाणें हल्लीं मुकुटाचें चित्र काढतात त्याचप्रमाणें असावे असा अंदाज होतो. मुकुट सबंध डोक्याभोंवती असून वरती निमुळता असावा. अर्जुनाच्या किरीटाचें वर्णन कर्णपर्वांत केलें आहे त्यावरून तो मुकुट सुवर्ण, मौक्तिक आणि हिरे यांच्या जडाव—कामाचा व अतिशय सुंदर घाटाचा असून धारण करणाऱ्याला सुख देणारा होता. यावरून त्यास आंतून गादी असावी हें उघड आहे. (भा० पु० ५ पान २४८) याशिवाय राजे लोकांत कानांमध्यें घालण्याचीं हिऱ्याचीं कुंडलें होतीं. या कुंडलांचा आकार वाटोळा असावा. गळ्याभोंवती मोत्याचे आणि रत्नाचे हार असत. बाहूवर केयूर अथवा अंगद घालण्याचे होते, आणि हे अंगद सर्व बाहूला झांकून टाकीत असत असें वाटतें; आणि मनगटावर कडीं व रत्नाच्या पोच्या अशा प्रकारचीं भूषणें श्रीमंतलोकांचीं असत. स्त्रियांचीं भूषणें याच प्रकारचीं असत व विशेष मौल्यवान् किंमतीचीं असत. परंतु स्त्रियांना मुकुट किंवा किरीट हा नव्हता. राजेलोकांच्या स्त्रियांना मुकुट नसून पट्ट किंवा एक अरुंद सोन्याची पट्टी रत्नांनीं भूषित केलेली कपाळावर बांधावयाची असे; आणि म्हणूनच राजाच्या मुख्य स्त्रीस पट्टराणी किंवा पट्टमहिषी म्हणण्याचा सांप्रदाय पडलेला होता. याशिवाय बायकांचा विशेष दागिना म्हटला म्हणजे कमरेभोंवतील कांची

अथवा रशना आणि पायांतील नूपुर हे होत. याशिवाय कानामध्यें कुंडलें व बाहूवर केयूर हे होते. बायकांचे केयूर व कुंडलें पुरुषांच्या केयूरकुंडलांहून निराळ्या तऱ्हेचीं होतीं हें उघड आहे. परंतु बायकांच्या या दागिन्यांस केयूर व कुंडलें हींच नांवें होतीं ही गोष्ट निर्विवाद आहे.

केयूरे नाभिजानामि नाभिजानामि कुंडले ।
नूपुरे त्वभिजानामि नित्यं पादाभिवंदनात् ।।

हा रामायणांतील श्लोक प्रसिद्ध आहे. " सीतेचीं कानांतील कुंडलें व बाहूंतील केयूर माझ्या ओळखीचीं नाहींत, मी नुसतीं पायांतील नूपुरें ओळखतों कारण, नित्य पायांचें वंदन मी करीत असें" ही लक्ष्मणाची उक्ति या श्लोकांत आहे. यावरून कानांतील व बाहूंतील स्त्रियांच्या भूषणांचीं नांवें केयूरकुंडलें निश्चयानें ठरतात. स्त्रियांच्या गळ्यांत निरनिराळ्या प्रकारचे हार असत हें सांगावयास नको. हे हार नाभीपर्यंत असत असें दिसतें. कमरेभोंवती घालण्याचा पट्टा हा घट्ट नसून सैल व दोरीसारखा लवचिक अशा प्रकारचा असावा असें वर्णन आहे. कारण, या रशनेस दाम किंवा सूत्र असे शब्द लावलेले आढळतात; म्हणजे ही रशना ग्रीक लोकांच्या बायकांच्या वर्णिलेल्या कमरपट्ट्याप्रमाणें किंवा हल्लींच्या महाराष्ट्रांतील कमरपट्ट्याप्रमाणें नसून ज्याप्रमाणें मारवाडी स्त्रिया वापरतात त्यासांरखी, किंवा निरनिराळ्या जुन्या मंदिरांतून स्त्रियांच्या ज्या प्रतिमा आपल्यास दिसतात त्यांच्या कमरेभोंवती काढलेली असते, त्याप्रकारची प्राचीन रशना असावी असा अंदाज आहे. रशनादामाचा उपयोग वस्त्र सांभाळण्याकरितां नसून केवळ शोभेकरितां त्याचा उपयोग होत असावा. आतां पायांतील नूपुर कोणत्या प्रकारचे होते हें सांगतां येत नाहीं. ते तोड्यासारखे होते असें मानतां येत नाहीं. कारण, नूपुरांचा ध्वनि अनेक काव्यांतून वर्णिलेला आहे. तेव्हां ते वाळ्यासारखे असावे असा अंदाज आहे. याशिवाय पायाचा वरचा भाग बहुतेक त्यांनीं झाकत असावा. त्याशिवाय त्यांची ओळख लक्ष्मणास राहणें शक्य वाटत नाहीं. वरील वर्णनावरून प्राचीन काळीं ग्रीक लोकांच्या स्त्रियांचें होमरनें जें वर्णन लिहून ठेवलें आहे, त्या वर्णनांतही बरेंच साम्य दृष्टीस पडतें. कारण, कमरपट्टा, गळ्यांतील हार, कानाला भोंकें पाडून त्यांत घातलेलीं भूषणें आणि बाहूंचीं भूषणें हीं बहुतेक एकच दिसतात. मात्र पायांत नूपुर घातल्याचें होमरनें वर्णन केलेलें नाहीं. पाश्चात्य देशांत थंडी विशेष असल्यानें सबंध पाय झाकण्याचा प्रघात असावा आणि यामुळें पायांतील भूषणांचा उल्लेख नसावा.

येथें ही गोष्ट सांगितली पाहिजे कीं, हल्लीं हिंदुस्थानांत सर्व सुवासिनी बायका घालीत असलेलें नाकाचें भूषण, ज्यास मराठींत नथ म्हणतात, तें भारतांत अगर रामायणांत उल्लेखिलेलें स्मरणांत नाहीं. कदाचित् कोठें उल्लेख असल्यास नकळे. पण उल्लेख नसल्यानें हा दागिना महाभारतकाळीं नव्हता असें मात्र म्हणतां येत नाहीं. कारण, उल्लेख आलाच पाहिजे असें जेव्हां असेल तेव्हां उल्लेख नसणें महत्त्वाचें आहे, हें आम्ही पूर्वी अनेकदां सांगितलेंच आहे; आणि महाभारतांत स्त्रियांच्या समग्र दागिन्यांचें वर्णन कोठेंच केलेलें नाहीं. किंबहुना, महाभारतांत कादंबऱ्यांतील वर्णनाप्रमाणें स्त्रीपुरुषांचें बारीकसारीक वर्णन केलेलें आढळत नाहीं. यासाठीं प्राचीनकाळीं नथ हा दागिना नसावा असें मानतां येत नाहीं. नथीची चाल हिंदू लोकांतच बहुतेक आहे, व हा शब्दही नव-मौक्तिक याजवरून निघा-

लेला दिसतो. अर्थात् हा शब्द इकडीलच आहे. तेव्हां हा दागिना भारती आर्यांचाच असला पाहिजे. हीच गोष्ट अर्वाचीन काळच्या इतर दागिन्यांची समजावी.

महाभारतांतील दागिन्यांच्या वर्णनाला ग्रीकलोकांनीं लिहून ठेविलेल्या हकीकतीवरूनही बराच आधार मिळतो. इतिहासकार कर्टिसरूफस यानें असें लिहून ठेवलें आहे कीं "हिंदुस्थानांतील लोकांत कानांत रत्नांचे लोंबते दागिने घालण्याची चाल आहे; आणि मोठ्या दर्जाचे किंवा श्रीमंत लोक आपल्या बाहूंवर व मनगटांत सोन्याचीं कंकणें घालतात." स्ट्रेबो इतिहासकार असें लिहितो कीं "हिंदुस्थानांतील लोकांचा वस्त्रप्रावरण वगैरे इतर बाबतींत अतीशय साधेपणा असला तरी त्यांस दागिने घालण्याची विशेष आवड आहे. ते सोन्याच्या कलाबतूनें मिश्रित केलेले कपडे वापरतात आणि रत्नांचे अलंकार घालतात आणि निरनिराळीं फुलें काढलेलें बारीक वस्त्र पांघरतात."

आसनें.

शेवटीं आपण नानाप्रकारच्या आसनांचा महाभारलकाळीं कसा उपयोग होता हें पाहूं. खुर्च्या हल्लींच्या तऱ्हेच्या त्यावेळीं नव्हत्या. परंतु प्राचीनकाळीं लोक जमिनीवर नेहेमीं बसत नसत. महाभारतांत पीठांचें वर्णन बरेंच केलेलें आहे. हे पीठ चौकोनी चौरंगाच्या तऱ्हेचे असून त्यांजवर हस्तीदंत व सुवर्ण यांत्रें नक्षीचें काम केलेलें असे. राजे आणि राजस्त्रिया या मंचक अथवा पर्यंकावर बसत आणि ते पर्यंक पीठापेक्षां लांबीला ज्यास्ती असत. श्रीकृष्ण कौरवसभेंत गेला तेव्हां "तत्र-जांबूनदमयं पर्यंकं सुपरिष्कृतम्। विविधास्तरणास्तीर्णमभ्युपाविशदच्युतः।" असें उद्योगपर्वांत अध्याय १०६ यांत वर्णन आहे. या पर्यंकावर गाद्या घातलेल्या असत; व सफेत आस्तरणें त्यांजवर टाकलेलीं असत. आणि उशा, गिरद्याही टेंकावयास असत. द्रौपदीच्या स्वयंवराच्या वेळीं जमलेले राजे निरनिराळ्या मंचकांवर बसलेले वर्णन केलेले आहेत. या मंचकांवरही मोठमोठालीं किमतीचीं आस्तरणें घातलेलीं होतीं, असें वर्णन आहे. अशा प्रकारचे पर्यंक हल्लीं बसावयास उपयोगांत येत नाहींत यामुळें त्यांची कल्पना नीट करतां येत नाहीं. तथापि बंगाल्याकडे मोठमोठ्या चौरंगावर गाद्या टाकलेल्या असून त्यांजवर बसण्याचा परिपाठ आहे. याशिवाय संस्थानांतून ज्या ठिकाणीं सरकारी गादी लागलेली असते त्या ठिकाणीं अशा प्रकारचे पर्यंक लावलेले असतात. राजेलोकांना बसावयास सिंहासनें असत, असेंही वर्णन आहे. हें सिंहासन म्हणजे चौरंगच होय. परंतु ते सुवर्णाचे किंवा रत्नांनीं भूषित केलेले असे असून चारी पायांला सिंहाचीं कृत्रिम तोंडें लावलेलीं असत आणि त्यांजवर गादी लावलेली असे. हुएनसांग चिनी प्रवासी यानें असें वर्णन केलेलें आहे कीं, हीं राजांचीं सिंहासनें फारच उंच असून रुंद असतात; व लहान मोत्यांच्या झालरी त्यांस लावलेल्या असतात आणि सिंहासनाजवळ रत्नांनीं भूषित केलेलें पादपीठ असतें म्हणजे लहानसा चौरंग पाय ठेवण्यासाठीं असतो." राजेलोक सुवर्णाच्या केलेल्या पालखींतून इकडे तिकडे फिरत असत व या पालख्या मनुष्यें आपल्या खांद्यावर वाहात असत म्हणूनच यांस नरवाहन असें म्हटलेलें आहे. सप्तर्षींच्या व नहुषाच्या कथेंत असेंच नरवाहन आलेलें आहे. त्याजवरून हें वाहन बहुधा राजेलोकच वापरीत असत. या पालख्या अर्थातच सुवर्णांनीं व रत्नांनीं सुशोभित केलेल्या असत. बाकीच्या वाहनांचा आपण अन्यत्र उल्लेख करूं.

असो. तर याप्रमाणें महाभारतावरून व तत्कालीन ग्रीक लोकांनीं लिहून ठेवलेल्या वर्णनांवरून आपणास भारती आर्यांच्या वस्त्रभूषणांसंबंधानें त्रोटक माहिती मिळते.

(३) रीतिभाति.

भारती आर्यांच्या संबंधानें आतांपर्यंत जी माहिती दिलेली आहे त्यावरून आपल्या असें लक्षांत येईल कीं, भारती—युद्धकाळीं हिंदुस्थानांत बाहेरून आलेले आर्य व येथील रहिवाशी नाग वगैरे अनार्य यांचा पूर्ण मेळ झाला नसून भारतीकाळांत हा मेळ झाला. आणि महाभारतकाळीं भारती आर्य व अनार्य यांचा एक समाज झालेला असून निरनिराळ्या जाती एके ठिकाणीं आनंदानें राहूं लागलेल्या होत्या. त्यांच्या लग्नव्यवहारांत आर्य व अनार्य अशा दोन्ही चालींचें मिश्रण झालें होतें. त्याच हिशोबानें त्यांच्या शीलांत व रीतींत दोन्ही लोकांचें मिश्रण होऊन दोघांचा महाभारतकाळीं एकजीव झाला होता. पाश्चात्य आर्य ग्रीकांबरोबर हिंदुस्थानांत आले त्या वेळेस त्यांस कोणत्याही रीतीनें येथें भिन्न भाव दिसला नाहीं. आणि त्यांनीं जें भारती आर्यांचें वर्णन लिहून ठेवलें आहे त्यांत आर्य व अनार्य असा मुळींच भेद दाखविला नाहीं. महाभारतांतही आर्य व अनार्य हा भेद मुख्यतः जातीचा नसून चांगलेवाईटाचा आहे. तथापि तो शब्द अजून जातिवाचक कायम होता हें लक्षांत ठेविलें पाहिजे. अर्थात् लोकांच्या शीलाचा व रीतींचा विचार करितांना आपल्यास असा भेद करण्याचें प्रयोजन नाहीं.

वेशस्त्रिया.

पहिला मुद्दा असा कीं भारती समाजांत स्त्रीपुरुषांचें आचरण एकमेकांसंबंधानें अत्यंत चांगलें होतें. स्त्रियांना पातिव्रत्य धर्म उत्तमपणें पाळण्याची सवय लागली होती व पुरुषही स्त्रियांच्या संबंधानें आपलें व्रत पूर्णपणें पाळण्यास तत्पर व उद्युक्त असत. स्त्रियांनीं किंवा पुरुषांनीं या व्रताचें उल्लंघन केल्यास दोघांसही सारखेंच पातक आहे असें मानीत असत; असा एकंदर भारती समाजाचा रिवाज होता. याला अपवाद म्हणजे एकच असा होता कीं, राजे व श्रीमंत लोक अनेक बायका करीतच असत; परंतु त्याशिवाय वेशस्त्रिया ठेवण्याचीही वहिवाट या लोकांत होती. या संबंधानें असें म्हणतां येईल कीं, या वेशस्त्रिया वेश्या नसून ज्यांस राख म्हणतात तशा प्रकारच्या एकाच पुरुषास चिकटून रहाणाऱ्या असत आणि त्यामुळें त्यांचा मान कुटुंबांत विवाहित स्त्रियांच्या खालोखाल असे. युधिष्ठिरानें हस्तिनापूर येथील मंडळीस अज्ञातवासांतून प्रकट झाल्यावर तहाचें बोलणें करण्याकरितां आलेल्या संजयाबरोबर निरनिराळ्या लोकांस कुशल प्रश्न पाठविले, त्यांत आपल्या कर्तव्याप्रमाणें आपल्या वडिलांच्या व बंधूंच्या वेशस्त्रियांसही कुशल प्रश्न पाठवून आपला त्यांच्या संबंधानें आदर व्यक्त केला आहे. त्यांचें वर्णन फारच मार्मिक खालील शब्दांत त्यानें केलेलें आहे.

अलंकृता वस्त्रवत्यः सुगन्धा अबीभत्साः
सुखिता भोगवत्यः। लघु यासां दर्शनं वाक्
च लघ्वी वेशस्त्रियः कुशलं तात पृच्छेः॥

(उद्योगपर्व अध्याय ३०) "अलंकार घातलेल्या, चांगलीं वस्त्रें नेसलेल्या व नानाप्रकारचे सुवास लावलेल्या, सुखामध्यें वाढलेल्या व मर्यादशील असणाऱ्या आणि सर्व प्रकारचे उपभोग मिळणाऱ्या व ज्यांचें रूप व भाषण सुंदर आहे अशा वेशस्त्रियांस माझ्या तर्फेनें कुशल विचार." या वर्णनावरून त्या स्त्रिया मर्यादशील असून युधिष्ठिराच्या आदरास पात्र होत्या असें दिसतें. प्राचीनकाळीं राजे लोकां-

च्या दरबारांत हरएक शुभप्रसंगीं वेशस्त्रियांचें गाणें होत असे यामुळेंही राजदरबारांत अशा स्त्रियांची जरूरी असे. ग्रीक लोकांना हिंदुस्थानांतील राजेलोकांचें हें आचरण एकंदर लोकांच्या सरळ वर्तनाशीं ताडून पाहातांना आश्चर्यकारक वाटे; आणि त्यांनीं असें लिहून ठेविलें आहे कीं " राजे लोकांचे ऐषआराम किंवा त्यांचें वैभव (त्यांच्या म्हणण्याप्रमाणें) इतकें दूरपल्यास गेलें आहे कीं, सगळ्या पृथ्वींत त्याला दुसरी जोड नाहीं. आणि हा ऐषआराम अगदीं उघडपणें चालतो, कारण, राजा जेथें जात असेल तेथें त्याच्या बरोबर सुवर्णाच्या पालखींत बसलेल्या वेशस्त्रियांची रांगची रांग असते. मात्र ती रांग राणीच्या लवाजम्यापासून स्वारीमध्यें निराळ्या ठिकाणीं अंतरावर चालत असते. " असो. या दरबारांत असणाऱ्या वेशस्त्रियांचा राजांच्या वर्तनावर कांहीं तरी वाईट परिणाम झालाच पाहिजे हें निर्विवाद आहे. कारण, दरबारांतील अनेक शुभ प्रसंगीं त्यांचें दर्शन होतच असलें पाहिजे हें उघड आहे. तथापि, एवढी गोष्ट निश्चयानें सांगतां येईल कीं कुटुंबांतील स्त्रियांचें वर्चस्व नेहेमींच चालू असलें पाहिजे; आणि या वेशस्त्रिया केवळ दरबारी थाटाच्याच उपयोगी पडत असाव्या.

द्यूत.

हिंदुस्थानांतील क्षत्रिय लोकांचा दुसरा दोष म्हटला म्हणजे त्यांचा द्यूताचे ठिकाणीं असलेला प्रेमा. प्राचीनकाळचे जर्मन हे ज्याप्रणें मद्य पिण्यांत व द्यूत खेळण्यांत आसक्त असत त्याचप्रमाणें भारती आर्य क्षत्रिय द्यूत खेळण्यांत आसक्त असत; व ही आसक्ति त्यांची इतकी वाढलेली होती कीं कोणीं द्यूतास आव्हान केलें असतां नाहीं म्हणणें हें क्षत्रियास अपमानकारक आहे असें त्यांस वाटत असे. या कल्पनेमुळेंच युधिष्ठिरास द्यूत खेळणें जरूर पडलें, आणि त्यानें पुढें द्यूतांत प्रवीणता मिळविण्याचाही यत्न केला. मद्य आणि द्यूत या दोन्ही व्यसनांपासून पराङ्मुख रहाण्याची नारदानें युधिष्ठिरास ताकीद केली आहे. द्यूतापासून कलह व उपभोगाशिवाय द्रव्याचा नाश असे दोन अनर्थ उत्पन्न होतात हें श्रीकृष्णानेंही युधिष्ठिरास सांगितलें आहे. भारती युद्धकाळीं हा दोष पुष्कळच होता, व युधिष्ठिराप्रमाणें बलरामही द्यूत खेळणारा होता. महाभारतकाळीं हें व्यसन क्षत्रियांत बाकी असावें, आणि त्याचा अवशेष अजूनही दृष्टीस पडतो. किंबहुना, क्षत्रियांच्या संगतीनें ब्राह्मणही द्यूत खेळणारे प्राचीनकाळीं होते. कारण, वेदांतही एका द्यूतकाराचें सूक्त आहे.

एकंदर शुद्ध आचरण.

या दोन अपवादांखेरीज एकंदर भारती आर्यसमाज शुद्ध व सरळ आचरणाचा असाच होता. ही गोष्ट ग्रीक लोकांनींही लिहून ठेविलेली आहे. त्यांनीं असेंही लिहून ठेविलेलें आहे कीं, हिंदुस्थानचे लोक एकंदर व्यवहारांत अत्यंत सचोटीचे आणि खरें बोलणारे असतात. हुएनसांग यानें असें लिहिलें आहे कीं, हिंदुस्थानचे लोक आपण होऊन जात्याच शुद्ध आचरणाचे व साधे असतात. त्यांस कोणीही याबद्दल बळजबरी करीत नाहीं. एकंदर हिंदुस्थानच्या सत्यप्रियतेसंबंधानें ग्रीक लोकांनीं सुद्धां साक्ष लिहून ठेविलेली आहे. अर्थात् महाभारतकाळींही हिंदुस्थानच्या लोकांची सत्यप्रियता प्राचीन भारती आर्य लोकांप्रमाणेंच कायम होती. भारती आर्य आचारणानेंही स्वच्छ होते आणि त्यांचें प्रातःस्नान वगैरे आचार शुद्ध होते. " रोज भोजनाच्या पूर्वीं हातपाय स्वच्छ धुवून भोजनास बसण्याची त्यांची वहिवाट असे. भोजनांत राहिलेले

शेष कधींही पुनः कोणास वाढावयास घेत नसत. स्वयंपाकाचीं भांडीं नेहेमीं स्वच्छ घांशीत असत. आणि मातीचीं भांडीं असल्यास तीं फेंकून देत असत. स्नान केल्यावर ते एकमेकांस शिवत नसत आणि मलमूत्र-विसर्जनानंतर त्यांची स्नान करण्याची चाल असे. रोज स्वच्छ धुतलेलें वस्त्र परिधान करण्याची त्यांची रीत असे." इत्यादि साक्ष हुएनसांगनेंही लिहून ठेवलेली आहे. सारांश, भारती आर्यांचा स्वच्छ राहण्याचा प्रघात फार प्राचीन काळापासून आहे हें उघड आहे.

स्पष्टोक्ति.

भारती आर्यांच्या सत्यवादित्वाप्रमाणें त्यांच्या स्पष्टवक्तेपणाचीही तारीफ करण्यासारखी आहे. महाभारतांतील एकंदर स्त्रीपुरुष जसें सत्य बोलतात त्याप्रमाणें ते स्पष्टपणें भाषणही करण्यास मागेंपुढें पाहात नाहींत. निरनिराळ्या भाषण-प्रसंगीं हा स्पष्टवक्तेपणा दिसून येतो. सारांश, दुसऱ्याची व्यर्थ खोटी स्तुति करून हांजी हांजी करणें हा दुर्गुण भारती आर्यांत नव्हता.

वडिलांचा मान.

भारती आर्यांत एकंदर जनसमाजांत वडिलांचा आदर हें महत्त्वाचें लक्षण होतें. रोज सकाळीं उठून वडिलांना लहानांनीं नमस्कार करण्याचा प्रघात प्राचीनकाळीं होता. वडिलांची आज्ञा शिरसावंद्य करणें हें कनिष्ठांचें कर्तव्य होतें. युधिष्ठिर ज्येष्ठ बंधु असल्या कारणानें त्याची आज्ञा धाकटे बंधु कसे पाळीत असत याचें वर्णन सभापर्वांतील द्यूतप्रसंगांत चांगलेंच आलेलें आहे. भीम, द्रौपदीची दुर्दशा पाहून इतका रागावला कीं, युधिष्ठिरानें आपल्या स्वतःस किंवा आपल्या भावांस पणाला लावून द्यूतांत गमाविल्याबद्दल त्यास राग आला नाहीं इतका राग त्यास आला. व तो त्याचे हात जाळून टाकण्यास तयार झाला. परंतु अर्जुनानें त्यास गप्प बसविलें व असें सांगितलें कीं प्रत्यक्ष ज्येष्ठ भ्राता आणि धर्मात्म्यांत श्रेष्ठ अशा युधिष्ठिराची अमर्यादा करणें उचित नाहीं. (स. अ. ६८ भा. पु. १ पा. ५९७) भीष्मानेंही आपली वडिलांच्या ठिकाणची भक्ति आमरणांत ब्रह्मचर्याचा पण करून व्यक्त केली. भीष्माच्या पितृभक्तीविषयीं आपल्यास थोडेसें ज्यास्त विवेचन येथें केलें पाहिजे.

भीष्मपितृभक्ति.

भीष्माच्या चरित्रांत त्यानें आपल्या पित्यासाठीं केलेली महाप्रतिज्ञा, हीच मोठी उदात्त गोष्ट असून, महाभारतकाळीं पित्यासाठीं पुत्र काय करण्यास तयार होत असत, याचें आपल्यासमोर चित्र उभें रहातें. रामानेंही पित्यासाठीं पित्याच्या व्रताचें व पूर्वीं दिलेल्या वचनाचें सत्यत्व राखण्यासाठीं राज्यत्याग करून वनवास पाळला; पण तो चौदा वर्षांसाठींच होता. भीष्मानें आपल्या पित्यास सुख व्हावें एवढ्यासाठीं धीवरापाशीं आमरणांत मी लग्न करणार नाहीं व राज्याचाही स्वीकार करणार नाहीं अशी प्रतिज्ञा केली. "पूर्वीं कधीं कोणी केली नाहीं व पुढेंही कोणी करणार नाहीं अशी ही प्रतिज्ञा होती." हें भारताचें म्हणणें अक्षरशः खरें आहे. (आ. अ. १०० भा. पु. १ पा. २२५) सारांश, सत्यवतीच्या संततीला आपल्यापासून राज्यासंबंधानें येणारी भीति त्यानें नाहींशी केली इतकेंच नव्हे तर आपल्या भावी संततीपासूनही त्या संततीस भीति राहूं नये म्हणून त्यानें स्वतः विवाह न करतां यावज्जन्म ब्रह्मचर्य पाळण्याची भीष्म-

प्रतिज्ञा केली, व ती त्याप्रमाणें सिद्धीसही नेली. असो. वरील भीष्माच्या आचरणावरून साधारणपणें पुत्राचें पित्यासंबंधानें पूर्वकाळीं काय कर्तव्य मानीत असत याची कल्पना होईल. भीष्माचें आचरण अतिशय उदात्त असून त्याची छाया सर्व महाभारतकाळावरच नव्हे तर हिंदुस्थानांतील भावी समाजावर पडलेली दिसते. भीष्म, राम इत्यादिकांचें आचरण आज हजारों वर्षें हिंदु समाजाच्या हृत्पटावर ठसलेलें असून हिंदुस्थानांतील पितापुत्रांचा संबंध हिंदुस्थानांतील पतिपत्नींच्या संबंधाप्रमाणें अतिशय उदात्त व पवित्र आहे. परंतु अलीकडे कांहीं कुत्सित कल्पनांनीं या भीष्माच्या कृत्यास गौणत्व येण्याचा प्रसंग येऊं पहात आहे, तो खरोखरच हानिकारक आहे; इतकेंच नव्हे तर हा प्रयत्न वेड्यासारखा आहे असें म्हटलें असतां चालेल. भीष्मानें स्वतः प्रजोत्पादन करून तेजस्वी प्रजा उत्पन्न करावयास पाहिजे होती आणि म्हाताऱ्या शंतनूस लग्न करून दिल्यानें हीन संतति निर्माण होऊन हिंदुस्थानास भारती युद्धानें अतिशय नुकसान पोंचविलें असा कित्येक आक्षेपकांचा कोटिक्रम आहे. पण हा स्वदेश-प्रेमानें उत्पन्न झालेला कोटिक्रम दुसऱ्या बाजूनें स्वदेशाची हानि करून पितापुत्रांमधील आपल्या उदात्त कल्पनांचा नाश करीत आहे हें त्यांच्या ध्यानांत येत नाहीं. असो. हा कोटिक्रम चुकीचाही आहे, हें लक्षांत ठेवलें पाहिजे. भीष्मास तेजस्वी संतति झाली असती ही गोष्ट खरी किंवा खोटी हा मुद्दा बाजूस ठेवूं. महाभारतांत म्हटल्याप्रमाणें "रणशूर व रणप्रिय भीष्मास संतति होण्यापूर्वीं रणांतच मरण आलें नसतें कशावरूत?" (भा. पु. १ पा. २२४) किंबहुना, भीष्मास संतति होऊन ती अल्पवयांतच मेली नसती कशावरून ? पुढील होणाऱ्या भावी गोष्टींविषयीं कोणासच निश्चयानें कांहींच सांगतां येण्यासारखें नसतें; पण एवढ्यानेंच हा मुद्दा वेडसर ठरत नाहीं. कारण, शंतनु जरी म्हातारा होता तरी तो इतका वृद्ध नव्हता. त्याची संतति निर्बल निघेल हें तरी कशावरून ? याशिवाय धृतराष्ट्र व पाण्डु हे विचित्रवीर्याची संततिच नव्हते. ती महर्षि तपोबलसंपन्न वेदव्यासाची संतति होती. ती मुळींच निर्बळ नव्हती. पाण्डव व कौरव ही वीर्यवान होते. त्यांचा जो नाश झाला तो केवळ एकाच्या हट्टानें. केसरप्रमाणें दुर्योधन तेजस्वी असून चांगलाच राजनीति-निपुण होता; पण अवाढव्य महात्त्वाकांक्षा हेंच एकाच्या नाशास कारणीभूत झालें व दुसऱ्याच्या होणार आहे. असा हा दुर्गुण मनुष्यांत उत्पन्न होणें हा एक ईश्वरी इच्छेचा खेळ आहे. त्यांत मातापितरांच्या कांहीं अपराधांचें किंवा चुकांचें कारण नसतें. असो. भीष्माच्या प्रतिज्ञेसारखीच भारती क्षत्रियांच्या भावी इतिहासांत झालेली एक गोष्ट येथें देण्यासारखी आहे. उदेपुरच्या अत्युच्च क्षात्रिय घराण्यांत पूर्वीं एक लखमराणा नांवांचा राणा झाला असून त्यास चंद नांवाचा भीष्मासारखा तेजस्वी व पितृप्रिय पुत्र होता. एका प्रसंगीं एका राजाची मुलगी त्यास सांगून आली. त्यावेळेस तो शिकारीस गेला होता. क्षात्रिय रिवाजाप्रमाणें मुलीकडील पुरोहितानें आणलेला नारळ चुकीनें राजापुढें ठेविला. तेव्हां राजानें म्हणटलें "हा नारळ म्हाताऱ्यापुढें तुम्हीं कां ठेवतां ?" या भाषणानें चंदराजपुत्रास त्या मुलीचा नारळ घेणें पसंत वाटलें नाहीं. बापास देऊं झालेली मुलगी आपण करणार नाहीं असें त्यानें सांगितलें. तेव्हां या मुलीच्या पोटीं होणाऱ्या संततीस राज्याधिकार मिळेल तरच आम्हीं मुलगी देणार आहों असें पुरोहितानें सांगितलें. तेव्हां चंदानें आपला व आपल्या

संततीचा राज्यावरचा हक्क सोडून आपल्या बापाशींच त्या मुलींचें लग्न करविलें. या स्त्रीस जो मुलगा झाला तोच पुढें उदेपुरच्या गादीवर बसला; इतकेंच नव्हे तर तो अत्यंत पराक्रमी निघाला आणि त्याचा वंशही अद्याप हयात आहे. सारांश, लखमराण्यानें लग्न म्हातारपणीं केलें म्हणून कोणतेंच नुकसान झालेलें नाहीं. चंदाच्या वंशास हल्ली चंदावत असें नांव असून उदेपूर दरबारांत त्यांचा अव्वल बैठकीचा मान आहे, व त्यांस महाराण्याच्या अगोदर टिळा लागतो. असो. भीष्माच्या अत्युदात्त चरित्राचें लोकांच्या आचरणावर किती विलक्षण उत्तम वळण लावणारें प्रतिबिंब पडलें आहे हें चंदाच्या हकीकतीवरून चांगलें लक्षांत येईल. महाभारतकाळींच नव्हे तर महाभारतानंतरही पितापुत्रांचे संबंध हिंदु समाजांत अत्यंत उदारपणाचे असतात हें मान्य केलें पाहिजे. पित्याची आज्ञा पाळणें व त्याचा अतिशय सन्मान ठेवणें हें उत्तम पुत्राचें लक्षण आहे असें भारती लोक मानीत व त्याचप्रमाणें वडील बंधूशींही धाकटे बंधु आचरण ठेवीत आणि पित्यासमान वडील बंधूस मानून त्याच्या आज्ञेंत वागत. केवळ वयानें वृद्ध व ज्ञानानें वृद्ध अशा मनुष्यास उठून उभें राहून नमस्कार करणें हें लहानांचें कर्तव्य आहे असेंही पूर्णपणें मानलें जात होतें. विद्वान् ब्राह्मणास राजेलोकही मान देत असत. किंबहुना, ब्राह्मण-क्षत्रियांची रस्त्यांत गांठ पडली असतां क्षत्रियानें ब्राह्मणास रस्ता द्यावा असा नियम होता. कोणी कोणास रस्ता द्यावा याविषयीं महाभारतामध्यें कित्येक ठिकाणीं मार्मिक उल्लेख आलेले आहेत. असो. याप्रमाणें महाभारतकाळीं वडिलांचा आदर ठेवण्याविषयीं समाजाचा फारच कटाक्ष होता.

असो, भारती आर्य आपले मनोगतभाव व्यक्त करण्यास फारसे मागेंपुढें पहात नसत. मनांत एक व चेहऱ्यावर एक अशी त्यांची स्थिति नव्हती. मनोभाव व्यक्त करण्याच्या तऱ्हा निरनिराळ्या प्रकारच्या होत्या आणि त्याप्रमाणें भारती लोक मनोभाव व्यक्त करीत असत. रागाच्या आवेशांत दांत ओठ चावणें किंवा हातावर हात पिळणें वगैरे प्रकार महाभारतांत वर्णन केलेले आढळतात. त्याचप्रमाणें आनंदानें एकमेकाला टाळी देणें, किंवा सिंहनाद करणें किंवा वस्त्रें उडविणें इत्यादि प्रकार महाभारतांत वर्णिलेले आहेत.

> ततः प्रहसिताः सर्वे तेऽन्योन्यांश्च तलान्ददुः ।
> सिंहनादरवं चक्रुः वासांस्यादुधुवुश्च ह ॥
> (क० प० अ० २३)

त्याचप्रमाणें दुःखानें रडणें, किंवा संतापानें शपथा घेणें, इत्यादि प्रकार महाभारतांत वारवार वर्णिलेले आहेत. सारांश, हल्लींच्या परिस्थितींत ज्या क्रिया हलक्या मनुष्याच्या आहेत असें मानलें जातें त्या साहजिकपणें लहान मोठ्या सर्व लोकांच्या वर्णिलेल्या आहेत. अर्थात्, स्वतंत्र व सदृढ लोकांचे मनोभाव, व रागद्वेष, ज्याप्रमाणें तीव्र असतात व ते स्पष्टपणें, निर्भय व निर्भीड रीतीनें व्यक्त करितात, त्याप्रमाणें महाभारतकाळीं भारती लोकांची तऱ्हा होती.

उद्योगशीलता.

महाभारतकाळीं एकंदर जनसमाजांत कोणत्याही प्रकारानें जगताकडे निराशापूर्ण दृष्टीनें पाहण्याचा स्वभाव नसून ज्याप्रमाणें हिंदुस्थानांतील हल्लींच्या लोकांत निराशावादित्वाचें तत्त्व प्रसार पावलें आहे, त्याप्रमाणें पूर्वींच्या लोकांत नव्हतें. मनुष्याचें दैव बलवत्तर आहे किंवा कर्तृत्व बलवत्तर आहे हा वाद महाभारतांत कित्येक ठिकाणीं आलेला असून

या वादाचा निकाल नेहेमीं कर्तृत्वाच्या अथवा उद्योगाच्याच बाजूनें केलेला आढळतो. दैव पंगु असून मनुष्यानें आपल्या उद्योगावरच नेहेमीं भिस्त ठेवावी असें प्रतिपादन केलेलें आहे. महाभारताच्या पहिल्या पर्वाच्या पहिल्या अध्यायाच्या शेवटीं महाभारताचा सारांश म्हणून हाच उपदेश केला आहे कीं, मनुष्यानें धर्म आणि सतत उद्योग याजवर नेहेमीं नजर ठेवावी. 'धर्मे मतिर्भवतु वः सततोत्थितानाम् ।' नेहेमीं उद्योग करीत असतांना धर्मावर श्रद्धा ठेवावी असें सांगितलें आहे. ह्याचप्रमाणें महत्वाकांक्षा हेंच संपत्तीचें मूळ आहे हें वाक्य लक्षांत ठेवण्यासारखें आहे. ' अनिर्वेदः श्रियो मूलं लाभस्य च शुभस्य च । ' (उद्योगपर्व अध्याय ३९) अनुशासन पर्व अध्याय ६ यांत भीष्माला हा सरळच प्रश्न केला गेला आहे कीं, उद्योग प्रधान आहे किंवा दैव प्रधान आहे? याजवर भीष्मानें उद्योगातर्फे निकाल देतांना कांहीं कांहीं महत्त्वाचीं विधानें केलेलीं आहेत. " देव सुद्धां आपल्या कर्मानें उच्च स्थितीस पोंचले आहेत. जो मनुष्य द्यावें कसें हें जाणत नाहीं किंवा भोगावें कसें, किंवा उद्योग कसा करावा, किंवा वेळेवर पराक्रम कसा करावा, किंवा तपश्चर्या कशी करावी हें जाणत नाहीं त्यास संपत्ति कधींही मिळणार नाहीं. जो मनुष्य उद्योग न करतां दैवावर विसंबून राहतो तो क्लीबाच्या स्त्रियेप्रमाणें दुःखी होतो." अध्याय ११ यांत एक फारच मजेदार संवाद दिलेला आहे. द्रव्याची देवता लक्ष्मी व रुक्मिणी यांचा हा संवाद कल्पिलेला आहे. त्यांत रुक्मिणीनें भाग्यदेवतेला प्रश्न केला ' तूं कोठें राहतेस ? ' तेव्हां तिनें उत्तर दिलें.

वसामि नित्यं सुभगे प्रगल्भे ।
दक्षे नरे कर्माणि वर्तमाने ॥
अक्रोधने देवपरे कृतज्ञे ।
जितेन्द्रिये नित्यमुदीर्णसत्वे ॥
नाकर्मशीले पुरुषे वसामि ।
न नास्तिके सांकरिके कृतघ्ने ॥

' कर्तव्यदक्ष, नित्य उद्योगी, न संतापणारे, देवांचे आराधनेंत तत्पर, उपकार जाणणारे, इन्द्रियनिग्रही, सतत व्यासंगी अशा पुरुषांच्या ठायीं मी वास करितें. जो निरुद्योगी आहे, ज्याची देवावर श्रद्धा नाहीं, जो वर्णसंकर करतो आणि जो कृतघ्न आहे त्याच्या ठिकाणा मी राहात नाहीं.' (भा० पुस्तक ७ पान ३२)

वरील वर्णनावरून उद्योगशील मनुष्याची भारतीकाळांत प्रशंसा होती. परंतु हळुहळु लोकांच्या या स्वभावामध्यें फरक पडत गेला; आणि महाभारतकाळीं भारतीलोकांचा स्वभाव अगदीं भिन्न झाला असें म्हणण्यास हरकत नाहीं. लोक साधारणपणें आळशी व निरुद्योगी बनले. एकंदर देशांतील हवा अतिशय उष्ण व जमीन सुपीक असल्यानें अन्नाची सुबत्ता होती यामुळें अशा प्रकारचा स्वभावांत बदल झालेला असावा. याशिवाय एकंदर लोकसंख्या अतिशय वाढल्यामुळें समाजाचे कित्येक भाग फारच दरिद्री झाले होते; यामुळेंही अशा प्रकारचा स्वभाव बनण्यास कारण झालें आणि लोक दैवावर हवाला ठेवून निरुद्योगी बनले. महाभारतांत सौतीच्या वेळेस यक्षप्रश्नाचें जें आख्यान सौतीनें घातलेलें आहे त्यांत प्रारंभीं या स्थितीचा उल्लेख दिसतो; आनंदी व सुखी कोण असा यक्षानें प्रश्न केला असतां युधिष्ठिरानें जबाब दिला तो असा.

पंचमेऽहनि षष्ठे वा शाकं पचति स्वे गृहे ।
अनृणी चाप्रवासी च स वारिचर मोदते ॥

" हे यक्षा, जो मनुष्य पांचव्या किंवा सहाव्या दिवशीं नुसती भाजी आपल्या स्वतःच्या गृहांत शिजवितो व ज्यास कर्ज नाहीं आणि बाहेर कोठें प्रवास करावयाचा नाहीं तो मनुष्य सुखा-

नें आनंद करतो." (व.अ. ३१३) यांतलें तत्त्व जरी खरें आहे, तरी दारिद्य भोगूनही निरुद्योगानें दिवस कंठण्याची महाभारतकाळची प्रवृत्ति याजवरून चांगलीच प्रत्ययास येते.

पण, भारतीकाळाच्या प्रारंभीं भारती आर्य हे नवीन उमेदीचे, उत्साही व उद्योगी असून सत्यवचनी आणि स्पष्टवक्ते असे होते. ते स्वतः स्वतंत्र वृत्तीचे होते, इतकेंच नव्हे तर दुसऱ्या कोणासही ते आपल्या साध्या, सरळ व थोडक्या खर्चाच्या राहण्याच्या पद्धतींत हार जाणारे नव्हते. क्षत्रिय किंवा राजे लोकांतील मद्य व द्यूत यांच्या व्यसनाशिवाय इतर सर्व लोकांत व्यसन किंवा दुर्गुण बहुतेक नव्हता, असें निर्विवाद दिसतें.

चोरीचा अभाव.

भारती लोकांत चोरी करण्याची प्रवृत्ति फारच थोडी असे. मेग्यास्थिनीसनें आश्चर्यपूर्वक असें लिहून ठेविलें आहे कीं, " चंद्रगुप्ताच्या प्रचंड सैन्याच्या छावणींत सरासरी चार लाख माणसें असावींत, परंतु प्रत्यहीं फारच थोड्या चोऱ्या झाल्याची खबर येत असे. आणि दोनशें द्राम (रुपये) पेक्षां अधिक किंमतीची एकंदर चोऱ्यांची मालमत्ता नसे. " तात्पर्य, चोऱ्या थोड्या होत, आणि त्याही लहान असत. "एकंदर लोकांत फारच थोडे कायदे आहेत आणि ते लोक पूर्णपणें पाळतात. ग्रीक लोकांप्रमाणें या लोकांत दस्तऐवजावर साक्षी किंवा मोहोर करून घेत नाहींत. आणि हे लोक आपले तंटे न्यायासनासमोर फारच थोडे नेतात. याचें कारण असें कीं ते ज्या वेळेस एकमेकांत ठेव किंवा कर्ज देतात, त्या वेळेस परस्परांच्या विश्वासानें देतात. " समकालीन ग्रीक लोकांनीं हिंदुस्थानांत येऊन प्रत्यक्ष पाहून दिलेली ही साक्ष हिंदुस्थानांतील महाभारतकाळच्या लोकांच्या सचोटीबद्दल व त्यांच्या नीतिमत्तेबद्दल आपल्या मनावर फारच अनुकूल ग्रह उत्पन्न करते. हिंदुस्थानच्या लोकांची हल्लींची परिस्थिति पाहिली असतां वरील त्यांच्या स्वभावांत बरेंच अंतर पडलेलें आहे असें आपल्यास कबूल करावयास लागेल. हें अंतर केव्हां व कां पडलें हा ऐतिहासिक महत्त्वाचा प्रश्न येथें उपस्थित होतो, परंतु त्या प्रश्नाचा येथें विचार करणें आपल्या कर्तव्याच्या बाहेर आहे.

कित्येक देशांतील लोकांची निरनिराळ्या गुणदोषांबद्दल महाभारतकाळींही विशेष प्रसिद्धि असे हें येथें सांगितलें पाहिजे. असे फरक लोकांच्या स्वभावांत निरनिराळ्या प्रांतात हल्लींही दिसून येतात. कर्णपर्वीत कर्णानें शल्याची निंदा केली आहे–(अध्याय ४९) त्या भाषणांत खालील श्लोक आलेला आहे.

> ब्राह्मं पांचालाः कौरवेयाश्च धर्म्यम् ।
> सत्यं मत्स्याः शौरसेनाश्च यज्ञम् ।
> प्राच्या दासा वृषला दाक्षिणात्याः ।
> स्तेना बाल्हीकाः संकरा वै सुराष्ट्राः ॥

" पांचाल देशांतील लोक वेदाध्ययनाकरितां प्रसिद्ध आहेत. कुरु देशांतील लोक धर्माचरणाकरितां प्रसिद्ध आहेत. मत्स्य देशांतील सत्याकरितां व शूरसेनांतील यज्ञाकरितां प्रसिद्ध आहेत. परंतु प्राच्य म्हणजे मगधांतील लोक दासस्वभावाचे असतात आणि दक्षिणचे लोक अधार्मिक असतात. पंजाबांतील म्हणजे बाल्हिक देशांतील लोक चोर असतात व सुराष्ट्रांतील (काठेवाड) लोकांत वर्णसंकर फार असतो. " या वाक्यावरून त्या त्या देशांतील लोकांचे महाभारतकाळीं गुणदोष काय होते हें दिसून येतें. पांचाल देशांतील लोकांचें वेदाध्ययन वैदिककाळापासून प्रसिद्ध असून महाभारतकाळानंतरही अहिच्छत्र (पांचालांची

राजधानी) येथील ब्राह्मण निरनिराळ्या देशांत मुद्दाम वेद पढविण्याकरितां नेल्याचा दाखला इतिहासांत सांपडतो. दाक्षिणात्यांची अधार्मिकत्वाबद्दल ख्याति होती, याचें आश्चर्य वाटतें. (कदाचित् मातुल-कन्या-विवाह व पलांडु-भक्षण हे त्यांचे दोष प्राचीन काळापासूनही प्रसिद्ध असावे.)

शीलाचें महत्व.

असें जरी आहे तरी एकंदर रीतीनें आपलें शील उत्तम असावें असा महाभारतकाळीं भारती लोकांचा पूर्ण कटाक्ष होता. ब्राह्मणाच्या ठिकाणीं सच्छील नसेल तर तो ब्राह्मणत्व नव्हे म्हणजे त्यास ब्राह्मणासारखा न वागवितां शूद्रासारखा वागवावा असें त्या काळीं मत होतें. यक्ष-प्रश्नांतील खालील श्लोक फारच महत्त्वाचे आहेत.

शृणु यक्ष कुलं तात न स्वाध्यायो न च श्रुतम् ।
कारणं हि द्विजत्वे च वृत्तमेव न संशयः ॥८॥
वृत्तं यत्नेन संरक्ष्यं ब्राह्मणेन विशेषतः ।
अक्षीणवृत्तो न क्षीणो वृत्ततस्तु हतो हतः ॥९॥
चतुर्वेदोपि दुर्वृत्तः सशूद्रादतिरिच्यते ।
अग्निहोत्रपरो दान्तः स ब्राह्मण इति स्मृतः॥११

(वनपर्व अ० ३१३)

या वर्णनावरून शुद्ध वर्तनाची किंमत महाभारतकाळीं किती होती हें दिसून येईल. कुल किंवा वेदाध्ययन किंवा विद्वता हींही ब्राह्मणत्वाला कारण नसून वृत्त म्हणजे आचरण किंवा शील हेंच कारण आहे, असें लोक मानीत. चारी वेद शिकलेला ब्राह्मणही दुर्वृत्त असेल तर तो शूद्राहूनही अधिक निंद्य होय. तसेंच वृत्त अथवा शील हेंच संपत्तीचें व ऐश्वर्याचें मूळ आहे असा भारती आर्यांचा पूर्ण समज होता. शांतिपर्व अ० १२४ यांत प्रल्हाद व इंद्र यांचा संवाद, युधिष्ठिरानें लक्ष्मी कशी प्राप्त होते असा प्रश्न केला असतां भीष्मानें वर्णन केला आहे, त्यांत हेंच तत्त्व प्रतिपादिलेलें आहे. या सुंदर आख्यानांत इंद्रानें असुरांचा पराभव करण्यासाठीं ब्राह्मण रूपानें प्रल्हादापाशीं जाऊन त्याचें शील मागितलें. प्रल्हादानें त्यास शील दिलें तेव्हां त्याच्या अंगांतून शील बाहेर पडलें त्याचबरोबर श्री अथवा लक्ष्मी त्याचें शरीर सोडून बाहेर पडली. प्रल्हादानें आश्चर्यानें विचारिलें तूं कोण आहेस ? आणि तूं कोठें जातेस ? त्या वेळेस तिनें जबाब दिला "मी श्री आहें. जेथें शील असतें तेथेंच मी राहतें आणि तेथेंच धर्म, सत्य आणि बल हींही वास करितात. तूं आपलें शील इंद्रास दिलेंस तेव्हां हे सर्व माझ्यासह तुला सोडून इंद्राकडे चालले आहेत." सद्वृत्ताची व त्यापासून निश्चयानें मिळणाऱ्या धर्मसत्यबलादि ऐश्वर्याची प्रशंसा याहून ज्यास्त सुंदर रीतीनें करतां येणें शक्य नाहीं. (भा. पु. ६ पा. २५०)

रणांत अथवा वनांत देहत्याग.

ज्याप्रमाणें भारती आर्यांचा समग्र प्रयत्न आयुष्यांत उदार आचरणानें राहण्याचा असे त्याचप्रमाणें आपल्यास उदात्त रीतीनें मृत्यु यावा अशीही त्यांची महत्वाकांक्षा असे. घरांत दुखण्यानें पडून रोगानें आंथरुणावर मरण येणें हें एक अतिशय दुर्दैव आहे असें ब्राह्मण-क्षत्रिय मानीत.

अधर्मः सुमहानेप यच्छय्यामरणं गृहे ।
अरण्ये वा विमुच्येत संग्रामे वा तनुं नरः ।

क्षत्रियाला मरणाची योग्य जागा म्हटली म्हणजे अरण्य किंवा संग्राम असें गदायुद्धाच्या वेळीं दुर्योधनानें पांडवांस तूं आम्हांस शरण ये असें त्यास सांगत असतां उत्तर दिलें आहे. क्षत्रियांस लढाईत मरणें हें एक

अतिशय आनंदाचें व पुण्याचें फळ वाटे; 'सुखिनः क्षत्रियाः पार्थ लभन्ते युद्धमीदृशम्।' असें भगवद्गीतेंत सांगितलें आहे. ज्यांस लढाईंत मरणें शक्य नाहीं ते म्हातारपणीं घरांत न बसतां तपश्चर्या करण्याकरितां अरण्यांत जात; आणि तपानें आपला देहत्याग करीत. धृतराष्ट्र याप्रमाणें अरण्यांत जाऊन मेला आणि पांडवांनींही शेवटीं याच कारणासाठीं महाप्रस्थान केलें. ब्राह्मणही घरीं रोगानें मरणें हें क्षत्रियांप्रमाणेंच दुर्दैव मानीत व जे लोक धैर्यवान् असत, ते देहत्याग महाप्रस्थानानें किंवा अग्निकाष्ठें भक्षण करून अर्थात् चिता पेटवून त्यांत जाळून घेऊन किंवा पवित्र नदींत जलसमाधि घेऊन करीत असत. इतर लोक अरण्यांत जाऊन संन्याशी होत व संन्यासवृत्तीनें मरणाची प्रतीक्षा करीत. हीं वर्णनें आपल्यास कदाचित् असंभवनीय वाटतील. परंतु ग्रीक इतिहासकारांनीं अशीं प्रत्यक्ष वर्णनें लिहून ठेवलेलीं आहेत. दोन ब्राह्मण अथेन्स शहरीं आजारी पडले त्यावेळेस त्यांनीं चिता प्रज्वलित करून त्यांत आनंदानें आरोहण केलें. स्ट्रेबो ग्रंथकारानें शिकंदराबरोबर कलनस (कल्याण) नांवाचा योगी गेला होता त्याच्या मरणाचें वर्णन असें केलें आहे. "पसरगादी या शहरीं जेव्हां तो आजारी पडला, तेव्हां त्याच्या आयुष्यांत हें पहिलेंच दुखणें असून त्यानें आपल्या वयाच्या ७३ व्या वर्षीं राजाच्या विनंतीला मान न देतां आपल्या देहाचा अंत केला. एक चिता तयार करून तिच्यावर एक सुवर्णाचा पर्यंक ठेवला आणि त्याच्यावर तो पांघरूण घेऊन स्वस्थपणें पडला आणि चितेस आग लावून दिली. कोणी असें म्हणतात कीं, लांकडाची एक खोली तयार करविली, त्यांत लतापत्रें भरलीं आणि त्यांस आग लावून दिली. मग तो समारंभानें वाजत गाजत तेथें गेला; आणि त्यानें चितेंत उडी घेतली व लांकडाप्रमाणें तो जळून गेला." हिरोडोटसनें असें वर्णन केलें आहे कीं "हिंदुस्थानांतील योगी कोणतीही हिंसा करीत नाहींत किंवा कोणत्याही प्रकारचें धान्य पेरीत नाहींत. परंतु आपली उपजीविका केवळ वनस्पतींवर करतात. आणि घरांत न राहतां अरण्यांत राहतात. जेव्हां त्यांपैकीं कोणी एखादा रोगानें ग्रस्त होतो तेव्हां तो अरण्यांत एकांतीं जाऊन स्वस्थपणें पडतो. मग तो मेला आहे किंवा जिवंत आहे याजविषयीं कोणीच चौकशी करीत नाहीं." अशा प्रकारचे निरनिराळे देहत्यागाचे प्रकार महाभारतांतही वर्णन केलेले आहेत. इतकेंच नव्हे तर, धर्मशास्त्रांतही त्यांचे विधिही सांगितलेले आहेत. महाप्रस्थानाचा विधि धर्मग्रंथांत व वैदिक वाङ्मयांत वर्णिलेला आहे. त्याचप्रमाणें चितेवर आरोहण करण्याचाही विधि व नदींत जलसमाधि घेण्याचाही विधि वर्णिलेला आहे. हिरोडोटसनें वर्णन केलेला प्रकार प्रायोपवेशनाचा होय हें उघडच आहे. प्रायोपवेशन म्हणजे श्वास कोंडून प्राण देणें हें होय. अशा विधीनें प्राणत्याग केला असतां ती आत्महत्या होत नाहीं अशी समजूत त्या काळीं होती.

प्रेतविधि.

महाभारतांत युद्धाच्या प्रत्येक दिवशीं लढाईंत पडलेल्या वीरांच्या शवांची व्यवस्था त्या त्या दिवशीं केल्याचें वर्णन कोणत्याही दिवशीं केलेलें आढळत नाहीं. हल्लींच्या महाभयंकर युद्धांतही याबद्दल शक्य तितका प्रयत्न केला जातो. परंतु असा प्रयत्न केल्याचें भारती युद्धांत दिसत नाहीं. किंबहुना, उलट पक्षीं असें दिसतें कीं हीं प्रेतें खाण्यास गिधा-

डें व जंगलांतील हिंस्र पशू यांना पूर्ण मुभा दिली जात होती. दुर्योधन, कर्ण, द्रोण वगैरे महाराजे व महायोद्धे मेल्यावर त्यांच्या प्रेतांची व्यवथा तात्काळ पुरून किंवा जाळून करण्याचा प्रयत्न मुळींच केलेला नाहीं. किंबहुना, अशा प्रयत्नाला पूर्ण अवसर असून व दोन्ही पक्षांची संमति मिळण्यास कोणाचीच हरकत नसून अशी व्यवस्था केली गेली नाहीं याचें आश्चर्य वाटतें. लढाई संपल्यानंतर गांधारीनें रणभूमीचें जें वर्णन केलें आहे त्यांत मोठमोठाल्या राजांच्या शवांस व हाडांस कोल्हे व गिधाडें ओढीत आहेत असें वर्णन केलेलें आहे. या चमत्कारिक दिसणाऱ्या स्थितीचें योग्य कारण शांतिपर्व अध्याय ९८ यांतील एका महत्वाच्या श्लोकावरून दृष्टोत्पत्तीस येईल.

अशोच्यो हि हतः शूरः स्वर्गलोके महीयते ।
नह्यन्नं नोदकं तस्य न स्नानं नाप्यशौचकम्॥४५

रणामध्यें मेलेल्या शूराचा विलाप करूं नये, त्याला अन्न किंवा पाणी देऊं नये, त्याच्यासाठीं स्नान करूं नये किंवा सुतकही धरूं नये. या विलक्षण श्लोकावरून लढाईत आलेला मृत्यु इतर मृत्यूपेक्षां किती पुण्यकारक मानला जात असे याची कल्पना होईल. आणि मृतासंबंधाचे सर्व विधी कां गाळून टाकले जात होते याचें कारण दिसेल. युधिष्ठिरानें व इतरांनीं अठरा दिवसांची लढाई संपल्यानंतर गंगेवर जाऊन मृतांस तिलांजलि दिली याचें आश्चर्य वाटतें. किंबहुना, रणांगणावर मेलेल्या प्रसिद्ध प्रसिद्ध योद्धयांचीं प्रेतें हुडकून काढून त्यांस अग्नि दिला याचें आश्चर्य वाटतें. द्रोण, कर्ण वगैरेंचीं प्रेतें कित्येक दिवसांनंतर शाबूत सांपडली असतील असें वाटत नाहीं. असो. महाभारतकालींही युद्धांत पडलेले वीर यांची क्रिया हिंस्र पशुपक्ष्यांकडून खावविणें ही होती याचें आश्चर्य नको. कारण, ग्रीक लोकांनीं पंजाबांतील तक्षशिला शहराभोंवतालची अशी चाल वर्णन केलेली आहे कीं, तेथें मेलेल्यांचीं प्रेतें अरण्यांत टाकून गिधाडांकडून खावविलीं जात असत. यावरून वरील वीरांच्या प्रेतांची व्यवस्था शाबीत ठरते. आणि हीही गोष्ट दिसून येते कीं, पंजाबांतील कित्येक लोकांत इराणी लोकांची चाल अद्याप अवशिष्ट होती. सिंधुनदीपलीकडील आर्य व अलीकडील आर्य पूर्वी एकाकाळीं एकच होते. पंजाबांतील आर्यलोकांत सुधारणा न होतां आर्यांची संस्कृति गंगा, यमुना, सरस्वती यांच्या तीरावर फारच पुढें गेली, हें आपण पूर्वी पाहिलेंच आहे. या लोकांत प्रेतें जाळण्याची वहिवाट पूर्णपणें अमलांत होती. या व कित्येक मागसलेल्या चालींमुळें भारती आर्य पंजाबी लोकांची निंदा करून त्यांस धर्मबाह्य मानीत. कांहीं विशिष्ट व्यक्ति जलसमाधि घेत असत, याचा अन्यत्र उल्लेख होईल.

ग्रीक लोकांनीं हिंदुस्थानांतील लोकांच्या मृतांविषयींच्या आणखी चालींचा उल्लेख केला आहे तो असा. “ हिंदुस्थानांतील लोक मृतांना उद्देशून कोणत्याही प्रकारचीं स्मारकें करीत नाहींत. त्यांच्या मतानें मृतांचें सद्गुणकीर्तन हेंच त्यांचें उत्तम स्मारक होय. आणि मृतांची आठवण अशा सद्गुणांच्या स्तुतीनेंच कायम रहाते. ” प्राचीनकाळचीं स्मारककृत्यें हिंदुस्थानांत शिल्लक नाहींत याचें कारण हेंच असावें. इजिप्त देशांत मोठमोठ्या पराक्रमी राजांच्या मग ते सद्गुणी असोत किंवा दुर्गुणी असोत स्मरणार्थ उभारलेले पिरामीड अजून शिल्लक आहेत. पण, हिंदुस्थानांत ही कल्पनाच नसल्यानें अशीं मंदिरें उत्पन्न झालींच नाहींत. हुएनसांगनें असें वर्णन केलें आहे कीं “ मृताच्या अन्त्यसंस्काराच्या वेळीं आ-

सलोक मोठमोठ्यानें रडतात, छाती बडवतात आणि आपले केस तोडतात." या चालीचा अवशेष कित्येक लोकांत विशेषतः गुजराथी लोकांत दृष्टीस पडतो. महाभारतकाळींही अशा प्रकारची चाल असावी असा अंदाज आहे. (अशोच्यो हि हतः शूरः) या श्लोकावरून शूराशिवाय इतर मृतांविषयीं शोक करण्याची वहिवाट महाभारतकाळीं असावी असें वाटतें.

वाहनें.

मुख्य मुख्य चालींविषयीं येणेंप्रमाणें उल्लेख झाल्यानंतर आपण कांहीं इतर गोष्टींकडे वळूं. श्रीमंत लोकांमध्यें मोठें आवडतें वाहन म्हणजे हत्ती होतें. राजे लोक विशेषतः हत्तिणींवर बसत असें बाणानें वर्णन केलेलें आहे. ग्रीक इतिहासकार अरायन हा लिहितो "साधारण--जनसमाजात उंट, घोडे आणि गाढवें यांचा वाहनासाठीं उपयोग होतो; पण, श्रीमंत लोक हत्तीचा उपयोग करतात. कारण, हत्ती हा राजाचें वाहन आहे. हत्तीच्या खालोखाल चार घोडे जोडलेला रथ याचा मान वरिष्ठ लोकांत आहे. उंटाचा मान तिसरा आहे आणि एका घोड्याच्या गाडींत बसणें याची कांहींच किंमत समजत नाहींत." या शेवटच्या वाक्यावरून उत्तर हिंदुस्थानांत प्रचलित असलेले हल्लींचे एक्के हे फार प्राचीन असावे असें अनुमान होतें. हे एक्के आकारानें लहान पण रथासारखेच असतात. असो. अर्जुन, भीष्म वगैरे व इतर योद्धे ज्या रथांमध्यें बसत ते चार घोड्यांचे रथ हल्लीं दृष्टीस पडत नाहींत. हे चार घोडे कसे जोडीत असत याची कल्पना होत नाहीं. चारी बाजुबाजूनें किंवा दोन पुढें व दोन मागें असे जोडीत हें सांगतां येत नाहीं. प्राचीनकाळीं गाढवांचा उपयोग रथ ओढण्याकडे व बसण्यासाठींही करीत असत. हल्लीं मात्र त्यांचा उपयोग करणें निषिद्ध मानलें आहे. आदिपर्वांत पुरोचनास वारणावताम जाण्यासाठीं गाढवांच्या रथांत बसून जा असें सांगितलें आहे.

> स त्वं रासभयुक्तेन स्यन्दनेनाशुगामिना ।
> वारणावतमद्यैव यथा यासि तथा कुरु ॥
> (आदि० अ० १४३)

येथें टीकारानें असें म्हटलें आहे कीं रासभ म्हणजे खेचर असावे परंतु ही त्याची चुकी आहे. खेचराला अश्वतरी हा शब्द स्वतंत्र असून तो महाभारतांतही आलेला आहे. 'स मृत्युमुपगृह्णाति गर्भमश्वतरी यथा।' (शां० अ० १४१--७०) प्राचीनकाळीं पंजाबांत व इराणांत उत्तम गाढवें निपजत असत. ही गोष्ट टीकाकाराला माहीत नाहीं आणि महाभारतांत व रामायणांतही युधिष्ठिरास व भरतास उत्तरेकडील राजांनी गाढवें नजर केल्याचें वर्णन आहे. कदाचित् गाढवांस शिवूं नये हा नियम भारतीयुद्धकाळीं नसावा; पंजाबांत हा नियम अजूनही नाहीं. दक्षिण देशांत गाढवें वाईट असतात, यामुळें हा नियम रूढ झाला. कारण, एके ठिकाणीं महाभारतांत गाढवें अस्पृश्य वर्णिलीं आहेत. असो. महाभारतकाळीं बैलांचा उपयोग सामानाच्या गाड्या ओढण्याकडे होत होता हें निःसंशय आहे. अश्वत्थाम्याच्या रथामागें आठ आठ बैलांच्या गाड्या बाणांनीं भरून चालल्या होत्या असें वर्णन आहे. बैलांचा उपयोग ओझ्यासाठीं चारण अथवा वनजारी लोक करीत असत हें अन्यत्र सांगितलेंच आहे. "गौर्वोढारं धावितारं तुरङ्गी" हा प्रसिद्ध श्लोक याचाच द्योतक आहे. बैलांचा ओझ्यासाठीं उपयोग असल्यानें व गाईचा दुधासाठीं उपयोग असल्यानें राजे लोक मोठमोठालीं गाईंचीं खिल्लारें बाळगीत हें सांगितलेंच आहे. वनपर्वांत दुर्यो-

धन आपल्या गाईंचीं खिल्लारें पाहण्याकरितां गेला होता त्याचें वर्णन मनोरंजक आहे. " त्यानें सर्व गाईबैलांस चिन्हें करविलीं व मोठमोठाल्या कालवडी व लहान गोऱ्हे यांसही खुणा करविल्या आणि तीन वर्षांचे बैल निराळे केले. " या बैलांचा उपयोग बहुधा ओझ्यासाठीं करावयाचा असे. येथें गोपालांनीं गाऊन व नाचून व आपल्या मुलींना अलंकार घालून दुर्योधनाचे समोर खेळ करविले. या वर्णनावरून तत्कालीन शूद्र लोकांचें हल्लींप्रमाणें चित्र उभें राहतें. नंतर या गोपालांनीं दुर्योधनाची शिकार करविली.

शिकार.

शिकार करविण्याचा प्रकार हल्लींप्रमाणें वर्णिलेला आहे. चारी बाजूनें हाकाटी करून जनावरांना उठविण्याची तऱ्हा त्या वेळेस हल्लींसारखीच होती. परंतु मेग्यास्थिनीसनें राजांच्या (चन्द्रगुप्ताच्या) शिकारीचें वर्णन कांहींसें निराळें केलेलें आहे. तें येथें देण्यासारखें आहे. " शेंकडो स्त्रिया राजाच्या भोंवती उभ्या असतात; आणि या चक्राच्या बाहेर हातांत भाले घेतलेले शिपाई उभे राहतात. रस्त्यामध्यें दोन्ही बाजूला दोऱ्या बांधून राजाचा मार्ग निराळा करतात; आणि मग या दोऱ्यांच्या आंत कोणीही पुरुष किंवा स्त्री आल्यास त्यास देहान्त प्रायश्चित्त मिळतें. नगारे व घंटा वाजवीत शिपाई राजाच्या पुढें स्वारींत चालतात. अशा थाटानें राजा शिकारीस जातो, आणि तो एका चारी बाजूनें वेष्टिलेल्या जागेंत शिकार खेळतो; आणि एका उंच तयार केलेल्या मंडपांतून बाण सोडतो. त्याच्या बरोबर दोन तीन सशस्त्र स्त्रिया पहारेकरी असतात. राजा मोकळ्या मैदानांत शिकारीस गेलाच तर हत्तीवर बसून शिकार खेळतो. " एकंदरींत क्षत्रिय लोकांस शिकारीचा फार नाद असे; व ऐषआरामांत पडलेले राजे सुद्धां मोठ्या बंदोबस्तानें बंद केलेल्या जागेंत शिकार खेळत.

गाणें.

हिंदुस्थानचे लोक गाण्याचे शोकी महाभारतकाळीं होते हें निःसंशय आहे. आणि गाण्याचें मुख्य वाद्य वीणा होतें. महाभारतकारास गाण्याची माहिति चांगली होती हें खालील श्लोकावरून नजरेस येतें.

वीणेव मधुरालापा गान्धारं साधु मूर्छती ।
अभ्यभाषत पाञ्चाली भीमसेनमनिन्दिता ॥
(विराटपर्व अ० १७)

द्रौपदी वीणेसारखी मधुर आलाप करीत व गांधार स्वराची मूर्च्छना करीत बोलूं लागली. वीणेच्या षड्ज स्वरावर लावलेल्या तारेंतून गांधार स्वर पाठीमागून मूर्च्छनेनें निघतो ही गोष्ट यांत दर्शविलेली आहे. गाणें व नाचणें या दोन्ही कला क्षत्रिय कन्यकांना शिकवीत ही गोष्ट अन्य ठिकाणीं आम्ही सांगितलीच आहे. अशी रीत हल्लीं लोकांत प्रचलित नाहीं.

पडदा.

महाभारतकाळीं पडद्याची चाल भारती लोकांमध्यें होती किंवा नाहीं या प्रश्नाचा आम्हीं अन्यत्र विचार केलाच आहे. भारती युद्धाच्या काळीं क्षत्रिय लोकांत किंवा ब्राह्मण लोकांत स्त्रियांना पडदा नसावा. परंतु महाभारतकाळीं अशी स्थिति जरूर होती ही गोष्ट निर्विवाद आहे. द्रौपदी किंवा सीता अन्य कोणत्याही प्रसंगीं पडद्यांत असल्याचें वर्णन केलेलें महाभारत किंवा रामायण यांत नाहीं. तसें असतें तर द्रौपदी जयद्रथाच्या किंवा सीता रावणाच्या दृष्टीस पडलीच नसती. तथापि, महाभारतकाळच्या वर्णनांत

अदृष्टपूर्वा या नार्यः पुरा देवगणैरपि ।
पृथक्जनेन दृश्यन्ते तास्तदा निहतेश्वराः ॥
(स्त्रीपर्व अ० १०)

असें वर्णन आहे, यावरून विधवा स्त्रियांना बाहेर पडण्याची याप्रमाणें परवानगी होती. स्त्रियांना म्हणजे सुवासिनींना उत्तरीय घ्यावें लागत असे. त्यानें त्या आपलें तोंड झांकून घेत असत. परंतु याहीपेक्षां कालिदासाच्या वेळीं पडदा ज्यास्त झाला असून त्यानें आपल्या शकुंतलेस उत्तरीया शिवाय तिसरें एक अवगुंठन म्हणजे मुसलमानी स्त्रियांप्रमाणें एक लांब लचक चादर घातलेली आहे. परंतु महाभारतांत तसें वर्णन केलेलें नाहीं. महाभारतांतील शकुंतला ब्राह्मण स्त्रीप्रमाणें अवगुंठनरहित होती. किंबहुना, तिच्या तोंडावर त्या वेळीं उत्तरीय नव्हतें. कारण, येथें वर्णन केलें आहे तें

संरंभामर्ष—ताम्राक्षी स्फुरमाणौष्ठसंपुटा ।
कटाक्षैर्निर्दहन्तीव तिर्यग्राजानमैक्षत ॥
(आदिपर्व अ० ७४)

" संतापून ओठ फुरफुरत तिनें राजाकडे लाल डोळे करून कटाक्षानें जणूं काय जाळीत तिरकें पाहिलें." तिच्या तोंडावर बुरखा असता तर हें वर्णन मुळींच लागू पडलें नसतें. क्षत्रिय स्त्रियांशिवाय ब्राह्मण, वैश्य, शूद्र स्त्रियांना पडदा नसावा. कारण, साधारण पडद्याचें काम उत्तरीयानेंच होत असे.

आणखी एक महत्त्वाचा फरक अलीकडच्या किंबहुना कालिदासाच्या कालांत व महाभारत काळांत असा दिसतो कीं, महाभारत काळीं स्त्रिया आपल्या नवऱ्यास नांवानें हाक मारीत असत. कालिदासाच्या वेळेस नवऱ्यास आर्यपुत्र म्हणजे " सासऱ्याच्या मुला " असें म्हणण्याचा प्रघात होता. हल्लींच्या कालीं तोही शब्द वापरीत नाहींत, किंबहुना, हल्लीं सर्व लोकांत नवरा बायको एकमेकांस मुळींच नांवानें किंवा इतर विशेषणानें संबोधीत नाहींत. परंतु महाभारतांत द्रौपदी, सीता, दमयन्ती, सावित्री अशा महान् महान् पतिव्रता स्त्रियांनीं सुद्धां नवऱ्याचें नांव आणि तेंही एकवचनी घेऊन हांक मारलेली आहे. ' दृश्यसे दृश्यसे राजन् एष दृष्टोसि नैषध ।' वनपर्व अध्याय ६३; 'वरं वृणे जीवतु सत्ववानयम् यथा मृता ह्येव अहं पतिं विना ।' वनपर्व २९०; 'उत्तिष्ठोतिष्ठ किं शेषे भीमसेन मृतो यथा ।' विराटपर्व १७; वगैरे अनेक उदाहरणें देतां येतील. परंतु महाभारतकाळीं सुद्धां हल्लींच्या चालीचा थोडासा उगम झाला होता असें अनुमान करण्यास जागा आहे. कारण, खालील श्लोकांत दिलेलें वर्णन अप्रशस्त वर्तणुकीचें म्हणून दिलेलें आहे.

श्वश्रूश्वशुरयोरग्रे वधूः प्रेष्यानशासत ।
अन्वशासच्च भर्तारं समाव्हायाभिजल्पति ॥
(शांतिपर्व २२९)

"सासू आणि सासरा यांच्या समोर सून नोकरांना हुकूम करते आणि नवऱ्याला हांक मारून त्याच्याशीं भाषण करते.' या श्लोकांत वर्णिलेलें उद्दामपणाचें आचरण महाभारतकाळींही निंद्य मानलें जाऊं लागलें होतें. पूर्वकाळीं पुरुष व स्त्रिया म्हणजे पति व पत्नी यांचें नातें दोन्ही लग्नांत मोठीं असल्यानें विशेष सलगीचें व आदरयुक्त स्वतंत्रतेचें असावें; परंतु पुढें पुढें दूरपणा अधिक उत्पन्न होऊन नवऱ्याचें किंवा बायकोचें नांवही घेणें म्हणजे सभ्य वर्तनाचें उल्लंघन करणें असें ठरलें. तथापि याही अलीकडच्या सांप्रदायांत कांहीं आदर आहे ही गोष्ट निर्विवाद आहे.

बागा.

महाभारतकाळीं भारतीय आर्यांस बागा लावण्याचा विशेष शोक होता. हिंदुस्थाना-

च्या अतिशय उष्ण हवेमध्यें व निर्वृक्ष मैदानांत बागा लावण्याचें खरोखर पुण्य आहे आणि अशा बागेंत गांवांतील लोक फिरावयास स्त्रीपुरुष सुद्धां जात असत. कित्येक देशांतील बागा भारतीकाळांत प्रसिद्ध होत्या. अंग देशांतील चंपारण्य व उज्जयिनीतील प्रियकारण्य यांचा इतरत्र उल्लेख केलेला आहे. बागांतून स्त्रीपुरुष फिरावयास जात असत, या गोष्टीचा उल्लेख मृच्छकटिक नाटकामध्येंच आहे, असें नाहीं. रामायणांतही 'नाराजके जनपदे उद्यानानि समागताः। सायान्हे क्रीडितुं यान्ति कुमार्यो हेमभूषिताः।' असें अयोध्या कांडांत वर्णन केलेलें आहे. सायंकाळीं सुवर्णालंकारांनी भूषित केलेल्या मुली बागांतून जमून खेळावयास जेथें राजा नाहीं तेथें जात नाहींत. या वर्णनावरून हल्लीं प्रमाणेंच पूर्वकाळीं स्त्रिया बागेंत फिरावयास जात असत. प्रत्येक शहरासोंवती मोठमोठाल्या बागा असत व तेथें स्त्रीपुरुष उत्सव करण्यास जात असत. द्वारकेजवळ रैवतकपर्वतावर यादव स्त्रीपुरुष उत्सव करण्यास जात असल्याचें महाभारतांत वर्णन आहे.

विशिष्ट चाली.

कांहीं लोकांच्या विशिष्ट चाली महाभारतकाळीं असल्याचें त्यांतील क्वचित् उल्लेखावरून दिसतें. "आपीडिनो रक्तदन्ता मत्तमातंग विक्रमाः। नानाविरागवसना गन्धचूर्णावचूर्णिताः।" (कर्णपर्व अध्याय १२) दक्षिणेकडील केरल, पांड्य, आंध्र वगैरे देशांतील लोकांचें हें वर्णन आहे. डोक्यावर फुलांच्या माळा गुंडाळलेले आणि दांत तांबडे रंगविलेले; तसेंच निरनिराळे रंग दिलेलीं धोतरें नेसलेले आणि अंगाला सुगंधी चूर्ण फांसलेले, हें वर्णन अलीकडच्या मद्रासी लोकांसही पूर्णपणें लागू पडतें. या लोकांत डोक्यास कांहीं घालीत नाहींत. फक्त फुलांच्या माळा गुंडाळतात. अंगांतही कांहीं नसतें व अंगाला गंध फांसलेलें असतें. नेसावयाचीं धोतरें तांबडीं हिरवीं रंगविलेलीं असतात. रंगीत धोतर नेसण्याची चाल दुसऱ्या कोणत्याही भागांत नाहीं आणि हे लोक हत्तीसारखे मोठे व मजबूतही असतात. असो. एकंदर प्राचीन चाली कशा चिकटून राहतात याचें हें एक उदाहरण आहे. पंजाबांतील लोकांचीही एक चाल वर्णिलेली आहे ती ही कीं हे लोक हाताच्या ओंजळीनें पाणी पितात. ओंजळीनें पाणी पिणें हें आपल्याकडे निषिद्ध मानलें जातें; आणि हल्लीं केवळ गरीब लोकच ओंजळीनें पाणी पितात.

वंदन व करस्पर्श.

लहानांनीं मोठ्यांस नमस्कार करावा असा रिवाज असून बरोबरीच्या नात्यानें नुसता हस्त—स्पर्श करावयाचा असा प्रघात दिसतो. बलराम उद्योगपर्वांत पांडवांस भेटावयास आला तेव्हां

ततस्तं पाण्डवो राजा करे पस्पर्श पाणिना ॥

(२२ उ० अ० १५७) असें वर्णन आहे. युधिष्ठिरानें बलरामास करस्पर्श केल्यावर श्रीकृष्णादिकांनीं त्यास नमस्कार केला व त्यानें विराट, द्रुपद, या दोघां वृद्ध राजांस नमस्कार केला असेंही सांगितलें आहे. याजवरून वरील अनुमान निघतें. (बलरामास येथें "नीलकौशेयवासनः" असें वर्णिलें आहे. बलराम नील रेशमी वस्त्र आणि श्रीकृष्ण पीत रेशमी वस्त्र परिधान करीत.) असो. साधारणपणें नमस्कार किंचित् लवून दोन हात जोडून करावयाचा असतो; पण सूतादिकांनीं राजास नमस्कार करणें तो गुडघे टेकून जमिनीला मस्तक लावून करावयाचा असे हें द्रोणपर्वांतील वर्ण-

नावरून उघड आहे. (द्रो.अ.८२ भा.पु. ४ पा. ४५९) ब्रह्मचाऱ्यानें गुरूच्या पायांला हातानीं स्पर्श करण्याचा विधि अन्यत्र वर्णन केलाच आहे. साष्टांगनमस्कार बहुधा देवांना करीत किंवा गुरु, ऋषि वगैरेना करीत.

उत्तम आचरण.

शान्तिपर्व अध्याय २२८ यांत चांगल्या चाली कोणत्या व अवनति झाली असतांना कोणत्या वाईट चाली उत्पन्न होतात याचें वर्णन केलेलें आहे. त्याचा आपण थोडक्यांत उतारा घेऊं. " पूर्वी दानव सुद्धां दान, अध्ययन, होम, हवन करून देव, आतिथि, पितर यांचें पूजन करीत. गृहें चांगलीं स्वच्छ ठेवीत. इंद्रियांचा निग्रह करीत. सत्य भाषण करीत. कोणाचा मत्सर किंवा हेवा करीत नसत. आपल्या स्त्रिया, पुत्र आणि परिवार यांचें पोषण करीत. क्रोधाच्या आधीन होत नसत. दुसऱ्याच्या दुःखानें दुःखी होत. सेवक, अमात्य यांस संतुष्ट ठेवीत. प्रियभाषण करीत. योग्यतेनुरूप सर्वांचा बहुमान करीत. उपवास व तप यांकडे स्वभावतःच प्रवृत्ति होती. प्रभातकाळीं झोंप घेत नसत. प्रभातकाळीं मंगलकारक वस्तूंचें अवलोकन करून ब्राह्मणांचें पूजन करीत. अर्धी रात्र झोंप घेत. दिवसाही शयन करीत नसत. दीन, वृद्ध आणि दुर्बल, रोगग्रस्त व स्त्रिया यांवर सदैव दया करीत व त्यांना प्राप्तीचा अंश देत. वाडवडिलांची सेवा करीत." इत्यादि सद्वर्तनाचें वर्णन केल्यानंतर दैत्यांमध्यें काल विपरीत होऊन हे गुण पूर्वीच्या उलट झाले, तेव्हां त्यांच्यामधून धर्म निघून गेला. "त्या वेळीं सभ्य पुरुष आणि वृद्ध लोक पूर्वीच्या गोष्टी सांगू लागले म्हणजे इतर त्यांची थट्टा करीत आणि त्यांच्या श्रेष्ठ गुणांचा मत्सर करीत. वृद्ध लोक आले म्हणजे पूर्वीप्रमाणें प्रत्युत्थान देऊन आणि नमस्कार करून त्यांचा बहुमान करीत नसत. सेवक नसणारे लोक सुद्धां सेवकपणा मिळवून निर्लज्जपणानें तो मिळविल्याचा आनंद मानीत. निंद्य कृत्यें करून जे पुष्कळ द्रव्य संपादन करीत ते त्यांना प्रिय वाटूं लागले. ते रात्रीं मोठमोठ्यानें बोलूं लागले. पुत्र पित्याच्या व स्त्रिया पतीच्या आज्ञेबाहेर वागूं लागल्या आणि अनार्य लोक आर्यांच्या बाहेर वागूं लागले. आई, बाप, वृद्ध, अतिथि आणि गुरु यांचा हे पूज्य आहेत असें समजून बहुमान करीत नसत. बालकांचें पोषण करणें सोडून दिलें. बलि व भिक्षा यांचें दान केल्यावांचून अन्न भक्षण करीत. देवांचे यज्ञ व पितर व अतिथि यांना अन्नांतून अवशेष देत नसत. स्वयंपाकी शुचिर्भूतपणा बाळगीत नसत व तयार केलेलें अन्न योग्यप्रकारें झांकून ठेवीत नसत. दूध उघडें ठेवीत. हात न धुतां तुपाला स्पर्श करीत. काक व मूषक इत्यादि प्राणी भक्षण करूं लागले. तट आणि गृहें यांचें तीं विध्वस्त होऊं लागलीं तरी लिंपन करीत नसत. बांधलेल्या जनावरांना गवत-पाणी देत नसत. लहान मुलें तोंडाकडे पाहात राहिलीं तरी खाण्याचे पदार्थ आपणच खात आणि नोकरांनाही भाग देत नसत. रात्रंदिवस त्यांच्यांत कलह चालू असत. श्रेष्ठलोकांची निकृष्ट लोक सेवा करीतनासे झाले. शुचिर्भूतपणा अस्तित्वांतून गेला. वेदवेत्ते आणि एकही ऋचा न येणारे ब्राह्मण यांचा मानापमान सारखाच होऊं लागला. दासी दुराचारी बनल्या व हार, अलंकार व वेष दुराचाराला शोभतील असे धारण करूं लागल्या. उच्चवर्गामध्यें व्यापार-उदीम करणारे लोक दिसूं लागले आणि शूद्र तपोनिष्ट होऊन राहिले. शिष्य गुरूची सेवा करीतनासें झाले आणि गुरु शिष्यांचे मित्र बनले. मातापितरें असमर्थ होऊन पुत्रापाशीं

अन्नाची याचना करूं लागले. सासूसासऱ्याच्या देखत सून लोकांना शासन करूं लागली आणि नवऱ्यास हाक मारून त्याच्याशीं भाषण व त्याला आज्ञाही करूं लागली. पिता पुत्राची मर्जी सांभाळूं लागला आणि भीतीमुळें आपली संपत्ति मुलांना विभागून देऊन कष्टानें काळ कंठू लागला. मित्र परस्परांस हसूं लागले आणि एकमेकांचे शत्रु बनूं लागले. सारांश, दैत्य याप्रमाणें नास्तिक, कृतघ्न, दुराचारी, अमर्यादशील आणि निस्तेज होऊन गेले." वरील वर्णनावरून लोकांच्या वाईट चाली कोणत्या या संबंधाची महाभारतकाळची कल्पना आपल्या समोर उभी राहते. (भाषांतर पुस्तक ६ पान ४८६–७)

प्रकरण नववें.

राजकीयपरिस्थिति.

हिंदुस्थानांत भारती आर्य उत्तरेकडून आले व येथें त्यांनीं वसति केली. त्या काळापासून महाभारतकाळापर्यंत राजकीय संस्था कशा उत्पन्न झाल्या व निरनिराळ्या काळीं निरनिराळ्या राज्यांत राजसंस्था कायम होऊन राजा व प्रजा यांचे संबंध कसे कायम झाले इत्यादि हकीकत महाभारतासारख्या प्रचंड ग्रंथांतून विस्तारानें आपल्यास मिळूं शकते. तिचा विचार या प्रकरणांत करण्याचें योजिलें आहे. भारतीय आर्य व पाश्चात्य देशांतील आर्य हे एका काळीं एका ठिकाणीं असून तेथून त्यांच्या निरनिराळ्या शाखा निरनिराळ्या देशांत गेल्या. तेथें त्यांनीं प्रारंभीं आपल्या मूळच्या एकाच तऱ्हेच्या राजकीय संस्था नेल्या असें असून ग्रीक व रोम यांच्या राजकीय संस्थेंत व हिंदुस्थानांतील राजकीय संस्थेंत प्राचीन काळापासून अतिशय अंतर पडलेलें दिसतें. तथापि, दोन्ही संस्था मूळच्या एका ठिकाणीं एका तऱ्हेनें उत्पन्न झालेल्या असून दोघींची परिस्थिति पुढें अनेक कारणांनीं पुष्कळ भिन्न झालेली दिसते, ही गोष्ट या विचारांत आपल्यास प्रथमतः दिसून येते. जसा एखादा रेल्वेचा मार्ग एकाच ठिकाणाहून निघून पुढें तो फुटून त्याच्या दोन शाखा एक उत्तरेस व एक दक्षिणेस जातां जातां त्यांचीं टोकें अखेरीस अतिशय अंतरावर व भिन्न दिशेस असलेलीं आपल्या दृष्टीस पडतात त्याचप्रमाणें पाश्चात्य आर्य व भारतीय आर्य यांच्या सुधारणा एकाच ठिकाणीं उगम पावून पुढें हळुहळु भिन्न स्थितींत वाढून शेवटीं अतिशय विसदृश झालेल्या आपल्या नजरेस येतात. बहुतेक सर्व बाबतींत असा फरक दिसून येतो, पण राजकीय संस्था व तत्वज्ञान या संबंधानें तर तो फारच दिसून येतो. इतिहासाच्या प्रारंभीं त्यांच्या संस्था बहुतेक एकच दिसतात, पण महाभारतकाळीं त्यांच्यांत अतिशय फरक दिसतो असें म्हटलें पाहिजे.

लहान लहान राज्यें.

भारतीकालाच्या प्रारंभीं असलेली हिंदुस्थानची राजकीय परिस्थिति जर आपण बारकाईनें निरीक्षण केली, तर आपल्यास असें दिसून येईल कीं, हिंदुस्थानांत ग्रीस देशाप्रमाणेंच लहान लहान टापूंत वसलेलीं स्वातंत्र्यप्रिय लोकांचीं शेंकडों राज्यें त्यावेळीं नांदत होतीं. या राज्यांचीं नांवें देशावरून नसत, तर त्या त्या लोकांवरून किंवा एखाद्या विशिष्ट राजावरून पडलेलीं असत. हल्लींच्या राज्यांचा जर विचार केला तर लोकांवरून राज्यांचीं नांवें नसून देशावरून लोकांचीं नांवें आहेत. मराठी, मद्रासी, बंगाली वगैरे अलीकडचीं नांवें लोकांस देशावरून पडलेलीं आहेत. परंतु फार प्राचीनकाळीं याच्या उलट परिस्थिति होती. लोकांवरून राज्यांचीं नांवें पडलेलीं असत. ग्रीस देशामध्यें शहरावरून राज्यांचीं नांवें व लोकांचीं नांवें पडलेलीं होतीं. पण हिंदुस्थानांत तसेंही नव्हतें. हिंदुस्थानांत राजा, लोक व देश ह्यांचें नांव एकच असे. हीं राज्यें फारच लहान लहान असत. ग्रीस देशांतील शहर-राज्यांपेक्षां तीं कांहींशीं विस्तारानें मोठीं असत. हिंदुस्थानांत महाभारतकाळीं सुद्धां देशांच्या यादींत २१२ लोक वर्णिलेले आहेत. हे सर्व लोक एकाच वंशाचे व एकाच धर्माचे व एकच भाषा बोलणारे होते. सारांश, ग्रीस देशांतील लोकांप्रमाणेंच

त्यांची परिस्थिति होती व या निरनिराळ्या राज्यांतील लोकांचा एकमेकांशीं विवाहसंबंध होत असे. परंतु राजकीय संबंधांत ते सर्व स्वतंत्र होते आणि ग्रीक लोकांप्रमाणेंच त्यांचीं नेहेमीं आपसांत युद्धें होत असत. पण येथें एक गोष्ट लक्षांत ठेवली पाहिजे ती ही कीं, त्यांनीं एकमेकांचा नायनाट करण्याचा कधींही यत्न केला नाहीं. एका लोकांनीं दुसऱ्या लोकांना जिंकलें तरी ते त्या दुसऱ्या लोकांस स्वातंत्र्यापासून कधींच च्युत करीत नसत. अशा प्रकारची परिस्थिति भारती काळापासून चालली होती. पहिले आर्य म्हणजे सूर्यवंशी क्षत्रिय यांनीं पंजाबापासून हिमालयाच्या कडेनें कोसल-विदेहापर्यंत राज्यें स्थापित केलीं. दुसरे चन्द्रवंशी आर्य गंगेच्या खोऱ्यांतून आले, त्यांनीं पूर्वीच्यांचा नायनाट करण्याचा यत्न न करतां दक्षिणेकडे गंगायमुनांच्या किनाऱ्यानें व मध्यहिंदुस्थानांत माळवा गुजराथपर्यंत शेंकडों राज्यें स्थापित केलीं. हीं राज्यें अलेक्झँडरच्या काळापर्यंतही अशींच लहान लहान होतीं. पंजाब व सिंध यांतच अलेक्झँडरनें जिंकलेल्या लोकांची यादी सरासरी ५० च्या सुमारास येईल. हल्लींच्या हिशोबानें पंजाब व सिंध हीं दोनच राज्यें असतील तर तींही लहान समजलीं जातील. असो. त्या वेळचीं राज्यें लहान होतीं, हा एक हल्लींच्या मानानें फरक समजला पाहिजे. प्रत्येक राज्याचा एक राजधानी व त्याच्या भोंवतालचा प्रदेश एवढाच बहुतेक विस्तार असे. युधिष्ठिरानें पांचच गांवें मागितलीं यांत आश्चर्य करण्यासारखें नाहीं. त्या वेळेस क्षत्रियांची एवढीच महत्वाकांक्षा असे; व हल्लींही रजपुतांची तशीच महत्वाकांक्षा आहे. पुढें दिलेल्या श्लोकांत वरील चित्र उत्तम रीतीनें प्रतिबिंबित झालेलें दिसून येईल.

गृहे गृहे हि राजानः स्वस्य स्वस्य प्रियंकराः। नच साम्राज्यमाप्तास्ते सम्राट् शद्बो हि कृच्छ्रभाक् ॥

(सभापर्व अध्याय १५)

“ घरोघरीं राजे आहेत. परंतु त्यांस सम्राट् ही पदवी मिळालेली नाहीं. ” प्रत्येक शहरांत बहुतेक राजे असत असें वरील वाक्यावरून अनुमान करतां येतें. कोणी राजा विशिष्ट बलवान् होऊन सम्राट् झाला तरी तो या राजांचा नाश करीत नसे. जिंकलेल्यानें वरिष्ठास करभार किंवा नजरनजराणे दिले तरी पुरें असे. शान्तिपर्वांत असें स्पष्ट म्हटलें आहे कीं, जिंकलेल्या राजास कधींही पदच्युत करूं नये, तर तो जिवंत असल्यास पुन्हां गादीवर कायम ठेवला जावा. किंवा तो मृत झाला असल्यास त्याच्या मुलास किंवा त्याच्या नातेवाईकास गादीवर बसवावें.' युधिष्ठिरानें किंवा दुर्योधनानें जे दिग्विजय केले त्यांत कोणतींही राज्यें खालसा केलीं गेलीं नाहींत. फक्त जिंकलेल्या राजांनीं त्यांचें साम्राज्य कबूल केलें,

---

१ जिंकलेल्या राष्ट्रांची स्वतंत्रता नाहींशी न करण्याची भारतकाळांत किती खबरदारी होती हें युधिष्ठिरास व्यासानें केलेल्या पुढील उपदेशावरून व्यक्त होईल. “ जिंकलेल्या भूपतींच्या राष्ट्राकडे आणि नगराकडे जाऊन त्यांचे बन्धु, पुत्र अथवा पौत्र यांना त्यांच्या राज्यांवर अभिषेक कर, मग ते बाल्यावस्थेंत असोत किंवा गर्भावस्थेंत असोत. ज्यांना पुत्र नसेल त्यांच्या कन्यांना अभिषेक कर. असें केल्यानें स्त्रिया वैभवाची इच्छा असल्यानें शोकाचा त्याग करतील. ” (भा. पु. ६ पा. १६) यावरून महाभारतकाळांत राज्यास वारस नसेल तर कन्याही गादीवर बसविल्या जात असें दिसतें.

कुमारो नास्ति येषांच कन्यास्तत्राभिषेचय।
कामाशयो हि स्त्रीवर्गो शोकमेवं प्रहास्यति ॥

(शां. अ. ३३-४६)

व त्यांस यज्ञप्रसंगीं नजराणे दिले. यावरून भारती काळांतील लोक किती स्वातंत्र्यप्रिय होते याची कल्पना करतां येईल. यावरून ब्राह्मणकाळापासून महाभारतकाळापर्यंत लोकांचीं तींच नांवें आढळतात याचें आपणास आश्चर्य वाटणार नाहीं. काशी, कोसल, विदेह, शूरसेन, कुरु, पांचाल, मत्स्य, मद्र, केकय, गांधार, वृष्णि, भोज, मालव, क्षुद्रक, सिंधु, सौवीर, कांबोज, त्रिगर्त, आनर्त, वगैरे नांवें ब्राह्मणांत व महाभारतांत आढळतात. अर्थात् शेंकडों वर्षांच्या घडामोडींत हीं राज्यें जशींच्या तशींच कायम होतीं व त्या लोकांनीं आपलें स्वातंत्र्य कायम ठेवलें होतें. त्यांचीं नांवें लोकांवरून पडलेलीं होतीं. याजवरूनही लोकांची स्वातंत्र्यप्रियता व्यक्त होते. एक फक्त काशी हें नांव शहराचें व लोकांचें एक दिसतें बाकी इतरत्र कुरु-पांचाल इत्यादि नांवांप्रमाणें लोकांचें नांव निराळें व शहराचें नांव किंवा राजधानीचें नांव निराळें अशी स्थिति होती आणि लोकांचें व देशाचें नांव एकच होतें.

राजसत्ता.

या अनेक लहान लहान राज्यांत राजकीय व्यवस्था बहुधा राजानिबद्ध असे. ग्रीक लोकांच्या इतिहासांतही होमरमध्यें जे अनेक लोक वर्णिले आहेत त्यांत मुख्य राजेच असत. त्याचप्रमाणें हिंदुस्थानांतही या लहान संस्थानांत राजकीय सत्ता राजे लोकांच्या हातांत असे. परंतु एकंदर लोक स्वतंत्र असत. विशेषत: ब्राह्मण लोकांची परिस्थिति बहुतेक स्वातंत्र्याची असे व ते राजसत्तेखालीं वांकले गेलेले नसत. याशिवाय हरएक प्रसंगीं ग्रीस देशांतल्या प्रमाणें लोकांचें मत राजे विचारीत असत. उदाहरणार्थ:—रामाच्या स्वाधीन राज्यकारभार युवराज या नात्यानें करावा कीं नाहीं यासंबंधानें दशरथानें लोकसभा बोलावल्याचें रामायणांत फारच सुंदर वर्णन आहे. अशा सभेंत ब्राह्मण, क्षत्रिय व वैश्य यांना बोलाविलें जात असे. अर्थात् आर्य लोकांना अशा सभेंत बसण्याचा अधिकार होता. राजसत्ता केवळ अनियंत्रित नव्हती, तर लोकांचें मत विचारलें जाण्याबद्दल राजे लोक खबरदारी घेत असत. महाभारतांतही लोकांचें मत विचारलें जाण्याचा परिपाठ स्पष्टपणें दिसतो. युद्धाच्या वेळेला राजे व ब्राह्मण लोकांची अशीच सभा हस्तिनापुरी भरली होती व त्या ठिकाणीं सर्वांचा युद्धसंबंधीं अभिप्राय घेण्याची अवश्यकता होती. तेथेंच श्रीकृष्णानें आपलें भाषण केलेलें आहे. राजा कधीं कधीं निवडण्याचाही अधिकार लोकांस असे. युधिष्ठिरानें युद्धानंतर सर्व ब्राह्मणांच्या व राजे लोकांच्या अनुमतीनें अभिषेक करून घेतला. असो. अशा रीतीनें राजांची सत्ता सर्वच ठिकाणीं प्रस्थापित झाली होती असें मात्र नाहीं. यासंबंधानें आपण काय पुरावा मिळतो हें पाहूं.

ग्रीस देशांत ज्याप्रमाणें प्रजासत्ताक किंवा अल्पजनसत्ताक राज्यें स्थापित झालीं, त्याप्रमाणें हिंदुस्थानांतही कांहीं कांहीं ठिकाणीं अशा प्रकारची व्यवस्था असल्याचें महाभारतावरून अप्रत्यक्ष रीतीनें दिसतें. ग्रीक इतिहासकारांनीं हिंदुस्थानांत प्रजासत्ताक राज्यें असल्याचा दाखला लिहून ठेवला आहे. बौद्ध ग्रंथांतही कपिलवस्तु येथें शाक्य व लिच्छवी लोकांत थोड्या प्रमुख लोकांचे हातीं राजसत्ता असल्याचें वर्णन आहे. महाभारतांत कित्येक लोकांचे गण म्हणून जें वर्णन येतें तें अशाच प्रमुख लोकांच्या हातीं असलेल्या राजसत्तेला उद्देशून आहे.

गणान्उत्सवसंकेतान् दस्यूनपर्वतवासिनः ।
अजयत् सप्त पांडवः ॥

यांत पर्वत वासी सात गणांना—उत्सव-संकेत नांव असलेल्या लोकांना—अर्जुनानें जिंकलें असें वर्णन आहे; (सभापर्व) यांतील गण हे अशाच प्रकारचे लोक होते. बहुधा डोंगरांत राहणारे लोक स्वतंत्र व प्रजासत्ताक प्रवृत्तीचे असतात हें प्रसिद्ध आहे. गणांमध्यें प्रमुखपणा कसा मिळवावा याजबद्दल कित्येक ठिकाणीं महाभारतांत वर्णनें आहेत आणि गणपति म्हणजे गणांचा मुख्य होणें ही एक विशिष्ट पदवी महाभारतकाळीं मानली जात होती.

येथून भारती आर्यांच्या राजकीय उत्क्रांतीची व ग्रीक लोकांच्या उत्क्रांतीची दिशा भिन्न भिन्न झालेली आपल्यास दिसून येते. पश्चिमेकडे ग्रिक लोकांत प्रजासत्ताक प्रवृत्ति हळूहळु वाढत जाऊन प्रजासत्ताक राज्याच्या उत्तम कल्पना प्रचलित झाल्या व भरतखंडांत राजसंस्था बळावत जाऊन राजाची सत्ता पूर्णपणें प्रस्थापित झाली. याचें कारण काय हें आपल्यास शोधून काढलें पाहिजे. वर्णव्यवस्था जसजशी दृढ होत गेली तसतसे राजांचे अधिकार बळावत गेले आणि शूद्रवर्ग राज्यांत जसा वाढत गेला तसा प्रजेचा अधिकार कमी होत गेला. राज्य करणें हा क्षत्रियांचाच अधिकार आहे, हा त्यांचाच मुख्य धर्म आहे असें जेव्हां प्रस्थापित झालें, तेव्हां ब्राह्मण व वैश्य विशेषतः वैश्य राज्यकारभारांतून आपलें मन काढून घेऊं लागले. तसेंच ज्या वेळीं राज्य लहान असून बहुतेक लोक आर्यच होते त्या वेळेस राजकीय प्रश्नासंबंधानें लोकांची सभा बोलावून त्यांचें मत विचारणें शक्य व योग्य वाटत असे. परंतु जेव्हां राज्यें वाढलीं व शूद्रलोक व इतर मिश्र वर्णाचे लोक अधिक झाले आणि त्या लोकांचें मत विचारण्यासही अयोग्य वाटूं लागलें तेव्हां अशा सभा भरविणें बहुतेक बंद पडलें असावें. शूद्रांना राजकीय अधिकार देणें साहजिकच जित या नात्यानें शक्य नव्हतें. याशिवाय मोठमोठ्या लोकसंख्येकडून प्रतिनिधिद्वारा मत घेण्याची अर्वाचीनकाळीं निघालेली पद्धति प्राचीनकाळीं नव्हती. किंबहुना ती ग्रिक व रोमन लोकांतही माहीत नव्हती. यामुळें ग्रिक व रोमन लोकांत प्रजासत्ताक राज्यव्यवस्थेंत प्रत्येक ग्रीक किंवा रोमन मनुष्यास लोकसभेंत हजर राहावें लागत असे. यामुळें हळुहळु तिकडील प्रजासत्ताक राज्यें पुढें बेताल होऊन नष्ट झालीं. त्याचप्रमाणें हिंदुस्थानांतही जोंपर्यंत राज्यें लहान होतीं व राज्यांतील बहुतेक लोक आर्य होते, तोंपर्यंत त्या थोडक्या लोकांचें मत राजकीय बाबतींत घेण्याचा प्रघात सुरू होता; पण पुढें राज्याचा विस्तार वाढून लोकांचाही विस्तार झाला व शूद्र लोकांचाही समावेश चातुर्वर्ण्यांत झाला तेव्हां लोकांचें मत घेण्याचा प्रघात बंद पडला. याचा एक सबळ पुरावा आपल्यास दिसतो तो असा.

हिंदुस्थानांत पश्चिमेकडील व विशेषतः डोंगराळ मुलखांतील लोक एका वंशाचे मुख्यतः आर्य जातीचे असल्यामुळें त्यांच्यांतील राज्यव्यवस्था निराळी म्हणजे प्रमुख लोकांच्या हातांत स्वतंत्र तऱ्हेची होती, आणि पूर्वेकडील मगधादि देशांत राज्यें मोठालीं असून त्यांतील प्रजा विशेषतः शूद्र वर्णाची किंवा मिश्र वर्णाची विशेष असून तेथील राज्यव्यवस्था निराळ्या प्रकारची म्हणजे राजसत्ताक होती, असें ऐतरेय ब्राह्मणांतील खालीं लिहिलेल्या उताऱ्यावरून दृष्टोत्पत्तीस येतें. हा उतारा रमेशचन्द्रदत्त यानीं आपल्या पुस्तकांत प्रथम घेतलेला आहे. यांतील भावार्थ

असा आहे कीं, पूर्वेकडील राजास सम्राट् ही पदवी आहे. दक्षिणेकडील राजास भोज अशी संज्ञा आहे. पश्चिमेकडील लोकांत विराट संज्ञा आहे व मध्य देशांतील राजास नुसती राजा ही संज्ञा आहे. यावरून पूर्वेकडील लोकांत सम्राट् अथवा बादशाहा अशी संज्ञा उत्पन्न होऊन तेथील राजांचे अधिकार पूर्ण रितीनें वाढले असून लोकांचे अधिकार बहुतेक नष्ट झाले असले पाहिजेत. किंबहुना एकतंत्री राज्यपद्धति पूर्वेकडील देशांत प्रथम सुरू झाली असली पाहिजे. म्लेच्छ अथवा मिश्र आर्य या देशांत ज्यास्त होते. मगधांचें राज्य पूर्वेस प्रबल होऊन तेंच पुढें हिंदुस्थानचें सार्वभौम राज्य झालें असें आपल्यास इतिहासावरून कळून येतें. पूर्वेकडील राजांस सम्राट् ही पदवी असे हें निर्विवाद आहे. उपनिषदांमध्येंही जनकाला ती पदवी लावलेली असल्याचें आपल्यास दिसून येतें. म्हणजे मगधाशिवाय विदेहाच्या राजांनाही ही संज्ञा लागू होती. दक्षिणेकडील राजांना भोज असें म्हणत हें महाभारतावरूनही दिसतें. दक्षिणेकडील बलवान् राजा भीष्मक व रुक्मी यांस भोज हीच संज्ञा दिलेली आहे. तसेंच मध्यदेशांतील कुरुपांचाल वगैरे लोकांच्या राजांना महाभारतांत सुद्धां राजा एवढेंच पद लावलेलें आहे. असो; सम्राटाची कल्पना पूर्वेकडील मिश्र लोकांच्या मोठमोठाल्या राज्यांवरून निघाली असावी असें अनुमान वरील उताऱ्यावरून व महाभारतावरूनही सबळ निघतें.

प्राचीन साम्राज्यकल्पना.

पण सम्राटाची कल्पना कशी निघाली याबद्दल महाभारतांत एक चमत्कारिक सिद्धांत सभापर्वांत मांडला गेला आहे. युधिष्ठिर राजसूय यज्ञ करण्याचा विचार करूं लागला, त्या वेळेस श्रीकृष्णास त्यानें मत विचारलें. तेव्हां श्रीकृष्णानें जें उत्तर दिलें तें येथें घेण्यासारखें आहे. श्रीकृष्ण म्हणाला "पूर्वी परशुरामानें क्षत्रियांचा संहार केला त्या वेळीं जे क्षत्रिय पळून जाऊन छपून राहिले त्यांची ही प्रजा असल्यामुळें त्यांच्या अंगीं उग्र क्षात्रतेज नाहीं. यामुळें हीनवीर्य क्षत्रियांनीं असें ठरविलें आहे कीं, जो राजा सर्व क्षत्रियांस जिंकील त्यास सार्वभौम राजा म्हणावें, हें तुला विदितच आहे. सांप्रत जरासंध राजा सर्वांत बलवान् आहे. पृथ्वीवरील सर्व राजे ऐल राजांना व ऐक्ष्वाक राजांना करभार देऊन त्या सोमसूर्यवंशी राजांचे आपल्यास मांडलिक म्हणवितात. ऐल व ऐक्ष्वाक राजांचीं शंभर कुळें आहेत. हल्लीं त्यांपैकीं भोजराजे बलिष्ठ आहेत व त्यांतील जरासंध राजानें सर्वांस पादाक्रान्त केलें आहे, आणि सर्व क्षत्रियांनीं जरासंधाचें आधिपत्य कबूल करून त्यास सार्वभौमपदीं स्थापिलें आहे. जरासंधाच्या भीतीनें आम्हीं मथुरा देश सोडून द्वारकेस पळून गेलों आहों." (सभा० अ० १४ भा० पु० १ पान ४२८)

वरील श्रीकृष्णाच्या भाषणावरून सम्राट् किंवा बादशाहा नेमण्याची हिंदुस्थानांत मागाहून जी पद्धति सुरू झाली ती ब्राह्मणांच्या भीतीनें ब्राह्मणांचें बंड मोडण्याकरितां झाली असें दिसतें. म्हणजे राजे लोकांना एके काळीं ब्राह्मण जड झाले असावे असें यावरून अनुमान निघतें. पण ही कल्पना चुकीची असावी. याचा आपण पुढें विचार करूं. सम्राट् अथवा बादशाहा नेमण्याची चाल नवीन उत्पन्न झाली ती सर्व राजेलोकांच्या संमतानें उत्पन्न झाली असें येथें म्हटलेलें आहे; हें येथें लक्षांत ठेविलें पाहिजे. सम्राट् राजाला आपल्या सम्राट् हो-

१ साम्राज्यं, भौज्य, वैराज्यं, हे शब्द मंत्रपुष्पाच्या मंत्रांत आलेले वाचकांच्या लक्षांत असतील.

ण्याचें चिन्ह म्हणजे राजसूय यज्ञ करावा लागे, व या यज्ञासाठीं निरनिराळे राजे लोकांस दिग्विजयानें जिंकावें लागत असे हें खरें; पण सम्राटास कित्येक राजे आपण होऊन खुषीनें करभार देत, व राजसूय यज्ञ करण्यास परवानगी देत असत, हेंही सिद्ध आहे. त्याप्रमाणें पांडवांच्या दिग्विजयाच्या वेळीं श्रीकृष्णादिकांनीं आपली संमति व करभार खुषीनें दिले. असो. भारतीकाळीं ही जी साम्राज्याची कल्पना सुरू झाली ती शिकंदराच्या वेळीं मगधांचें जें साम्राज्य उपस्थित झालें होतें त्याच्या कल्पनेहून भिन्न होती हें येथें लक्षांत ठेवलें पाहिजे. बौद्धांच्या लेखांवरून असें दिसतें कीं, मगधांचें जें साम्राज्य सुरू झालें तें परराजांस नुसतें जिंकूनच नव्हे तर त्यांचें राज्य खालसा करून व तेथील राजवंश नष्ट करून सुरू झालें. प्रथम मगधांनीं काशी व कोसल येथील राज्यें खालसा केलीं ही गोष्ट बुद्धाच्या मृत्यूनंतर झाली. यानंतर हळुहळु मगधानें पश्चिमेकडील व पूर्वेकडील राज्यें जिंकून खालसा केलीं. हा प्रकार पर्शियन साम्राज्य याच सुमारास कायरस यानें स्थापित केलें त्याच्या अनुकरणानें झाला असें आमचें मत आहे. दुसरीं राज्यें खालसा करून तेथें आपले अधिकारी अथवा गव्हरनर म्हणजे सॅट्रप नेमण्याचा प्रघात पार्शीयन बादशहांनीं घातला. त्याचप्रमाणें या मगधांतील साम्राज्यांनीं इतर क्षात्रिय राज्यें नाहींशीं करण्याचा क्रम सुरू केला. हिंदुस्थानांत क्षत्रियांचा अंत करणारा मगधाधिपति महानंदी होता, अशा प्रकारची हकिकत महाभारतानंतर झालेल्या पुराणांमध्येंही वर्णन केलेली आढळते. या मगधांच्या सम्राजांनीं विशेषतः चन्द्रगुप्तानें पर्शियन बादशाहांचे दारीयस यानें स्थापना केलेले सर्व प्रकार पाटलीपुत्र येथें सुरू केले. असो. महाभारतांत या प्रकारच्या साम्राज्याचा बिलकूल मागमूस नाहीं. महाभारत चन्द्रगुप्ताच्या साम्राज्यानंतर तयार झालें ही गोष्ट कबूल व मान्य करण्यासारखी आहे. या गोष्टीवरून कित्येक लोक असें अनुमान काढतात कीं मगधांच्या साम्राज्याची कल्पना व जरासंधाचें चित्र चंद्रगुप्ताच्या साम्राज्यावरून केलेली आहे व काढलेलें आहे. परंतु ही गोष्ट मान्य करतां येत नाहीं. जरासंधाचें साम्राज्य जुन्या तऱ्हेचें आहे. म्हणजे त्यांत जिंकलेलीं राज्यें नष्ट करण्याचा मुळींच प्रयत्न केला जात नव्हता. साम्राज्याची कल्पना जुनी ब्राह्मणकालीन आहे व त्याचा संबंध राजसूय यज्ञाशीं आहे. त्यांत बादशहातीचा मुलूख कोणत्याही रीतीनें वाढला जात नव्हता; किंवा सम्राटाचे अधिकार अधिक एकतंत्री होत नसत. महाभारतांत हें जुनें चित्र जुन्या माहितीवरून व जुन्या कल्पनांप्रमाणें रंगविलें गेलें आहे असें आमचें मत आहे.

महाभारतकालीन साम्राज्य व राजसत्ता.

परंतु राजसत्ता महाभारतकाळीं पूर्णपणें स्वायत्त व अनियंत्रित प्रस्थापित झाली होती व सर्वत्र राजेलोक कायम झाले होते. प्रजासत्ताक राज्यव्यवस्थेचीं व लोकांच्या सभेचीं जीं वर्णनें क्वचित् येतात, तीं जुनीं मानलीं पाहिजेत. महाभारतांत शान्तिपर्वांत जी राज्यव्यवस्था वर्णन केलेली आहे ती पूर्ण स्वातंत्र्याची आहे. राजाची इच्छा ही परमेश्वराच्या इच्छेप्रमाणें बलवान् आहे व राजा हा आपला अधिकार देवांपासून घेऊन आलेला आहे असें लोक मानीत. राजाची आज्ञा देवाच्या आज्ञेप्रमाणें प्रजेनें मानली पाहिजे. राजाच्या विरुद्ध कोणतेंही काम किंवा बंड करतां कामा नये व राजाच्या शरीराला कोणताही अपाय करतां

कामा नये, असा त्या वेळेस पूर्ण समज होता. अनेक देवता मिळून राजाचा देह बनला आहे आणि स्वतः भगवान् विष्णु राजाच्या देहामध्यें शिरलेला आहे. हा राजाचा अधिकार कोठून व कसा उत्पन्न झाला हा एक मोठा प्रश्नच त्या काळीं होता. तत्त्ववेत्यांना याविषयीं मोठें गूढ पडलेलें होतें व तें त्यांनीं आपल्यापरीनें एका विशिष्ट रीतीनें सोडविलें. शान्तिपर्वांत राजधर्मभागाच्या प्रारंभींच हा प्रश्न भीष्मास युधिष्ठिरानें केलेला आहे. युधिष्ठिरानें विचारलें राजन् हा शब्द कसा उत्पन्न झाला व राजाचा अधिकार इतर माणसांवर कां चालतो. वास्तविक राजाला इतर माणसांप्रमाणेंच दोन हात, दोन डोळे आहेत व त्याला इतरांपेक्षां विशेष बुद्धीही नाहीं. याजवर भीष्मानें उत्तर दिलें तें असें आहे. पूर्वीं कृत युगांत राजे मुळींच नव्हते आणि सर्व लोक स्वतंत्र होते. ते आपल्या खुषीनें धर्माचें परिपालन करीत. परंतु पुढें काम, क्रोध, लोभ इत्यादिकांच्या जोरामुळें ज्ञानाचा लोप होऊन धर्माचा नाश झाला. कर्तव्याकर्तव्य कळेनासें झालें. वेदांचाही नाश झाला. त्यामुळें यज्ञादिद्वारा स्वर्ग लोकावर वृष्टि होणें बंद पडलें. तेव्हां सर्व देवांनीं ब्रह्मदेवाची प्रार्थना केली. ब्रह्मदेवानें स्वतःच्या बुद्धीनें एकलक्ष अध्याय ग्रंथ निर्माण केला. त्यांत धर्म, अर्थ व काम, या त्रिवर्गीचें वर्णन असून शिवाय प्रजापालन कसें करावें ही विद्या विस्तृतपणें सांगितलेली आहे. साम, दान, दंड, भेद इत्यादिकांचेंही वर्णन त्यांत केलें असून लोकांना शिक्षा कशी करावी हें सांगितलें आहे. हा ग्रंथ ब्रह्मदेवानें शंकरास शिकविला आणि शंकरानें इन्द्रास, व इंद्रानें बृहस्पतीस शिकविला. बृहस्पतीनें ३००० अध्यायांत त्याचा संक्षेप करून तो लोकांत प्रसिद्ध केला. ही बृहस्पतिनीति होय. शुक्रानें पुन्हां त्याचा संक्षेप एक हजार अध्यायांत केला. हा ग्रंथ प्रजापतीनें पृथ्वीचा पहिला राजा अनंग यास दिला व या शास्त्राप्रमाणें राज्य कर असें त्यास सांगितलें. त्याचा नातू वेन हा ते नियम बाजूस ठेवून लोकांस पीडा देऊं लागला, तेव्हां ऋषींनीं त्यास मारून टाकिलें व त्याच्या मांडीपासून पृथु नांवाचा राजा उत्पन्न केला. त्यास ब्राह्मणांनीं व देवांनीं सांगितलें. “ या शास्त्राप्रमाणें राग, द्वेष न करतां सर्वांवर समबुद्धी ठेऊन पृथ्वीचें राज्य कर. ब्राह्मणांस शिक्षा करणार नाहीं आणि वर्णसंकर होऊं देणार नाहीं असेंही अभिवचन दे. ” तेव्हां पृथूनें तसें वचन देऊन पृथ्वीचें राज्य न्यायानें केलें. त्यानें पृथ्वीवरचे दगड काढून टाकले; यामुळें पृथ्वीवर सर्व प्रकारचीं सस्यें व वनस्पति उत्पन्न होऊं लागल्या. त्यानें प्रजेचें रंजन केलें म्हणून त्यास राजा अशी संज्ञा मिळाली. विष्णूनें तपानें त्याच्या शरीरांत प्रवेश केला, व असा नियम केला कीं त्याची आज्ञा कोणींही उल्लंघन करूं नये. यामुळें सर्व जग राजास देवासारखें नमन करतें. राजा हा विष्णूच्या अंशानें जन्मास येतो आणि त्यास जन्मतःच दण्डनीतीचें ज्ञान असतें. (शान्तिपर्व अ० ६) याप्रमाणें महाभारतकाळच्या तत्त्ववेत्त्यांनीं राजाची सत्ता कशी उत्पन्न झाली याचें विवेचन केलेलें आहे. लोकांमध्यें अधर्माची प्रवृत्ति होऊं नये यासाठीं विष्णूच्या अंशानें राजाची विभूति ब्रह्मदेवानें उत्पन्न केली. परंतु राजाबरोबर ब्रह्मदेवानें दंडनीति हें शास्त्रही उत्पन्न केलें असा त्यांनीं सिद्धान्त केला.

राजसत्तेचें कायद्यानें नियंत्रण.

राजाच्या अनियंत्रित सत्तेला आळा घालण्याची ही व्यवस्था नीट लक्षांत घेण्यासारखी आहे. हिंदुस्थानांतील प्राचीन राज्यें जरी

अनियंत्रित राजसत्तेचीं होतीं तथापि तीं एका रीतीनें व्यवस्थित व नियंत्रित होतीं. जे कायदे लोकांच्या रक्षणाकरितां ब्रह्मदेवानें घालून दिले होते, ते कायदे मोडण्याचा राजांस अधिकार नव्हता. त्यांत कमी ज्यास्तीही करण्याचा राजांस अधिकार नसे. नवीन कायदे उत्पन्न करण्याचाही अधिकार राजांस नव्हता. जसे राजाचे अधिकार परमेश्वराकडून प्राप्त झाले होते त्याचप्रमाणें राज्य करण्याचे कायदे हेही परमेश्वराकडून निर्माण होऊन मिळालेले होते. यामुळें ते झुगारून देण्याचा किंवा बदलण्याचा किंवा नवीन कायदे सुरू करण्याचा अधिकार राजे लोकांस नव्हता. या रीतीनें प्राचीन भारतीय आर्य तत्त्ववेत्त्यांनीं राजांच्या अनियंत्रित अधिकारास अथवा राजसत्तेस आळा घालण्याची व्यवस्था केली होती.

प्राचीन व अर्वाचीन किंवा प्राच्य व पाश्चात्य राजसत्तेच्या कल्पनेंतील हा महत्त्वाचा भेद लक्षांत आणला पाहिजे. राजकीय सत्तेचें केन्द्रस्थान राजा असो किंवा प्रजासत्ताक राज्यामधील एकादी लोकनियुक्त राजसभा असो. त्या केन्द्रस्थानापासून सर्व कायदे निघतात अशी पाश्चात्य तत्त्वज्ञात्यांची मीमांसा आहे. कायद्यांस जें कायद्यांचें स्वरूप आहे, किंवा कायद्यांचें जें बंधन आहे, तें राजसत्तेच्या हुकुमामुळें त्यांस आलेलें आहे, असें पाश्चात्य राजनीतिशास्त्र सांगतें. या रीतीनें राजाचें किंवा राजकीय संस्थांचें मुख्य कर्तव्य पाश्चात्य देशांत असें असतें कीं, राजानें वेळोवेळीं प्रजेच्या वर्तनासाठीं कायदे करून प्रसिद्ध करावे. राजांच्या अनेक सत्तांपैकीं नवीन कायदे प्रसिद्ध करणें ही एक मोठी महत्त्वाची सत्तेची बाब आहे व जुलमी राजे वेळोवेळीं जुलमी कायदे करून लोकांस कायदेशीर रीतीनें अशा परिस्थितींत गांजूं शकतात. हिंदुस्थानांतील भारती आर्यांची विचारसरणी याहून भिन्न होती. त्यांच्या मतानें कायद्यांचें उगमस्थान राजसत्ता नसून त्यास परमेश्वराच्या किंवा ब्रह्मदेवाच्या आज्ञेचाच आधार आहे. ह्या आज्ञा बृहस्पतीच्या दंडनीति शास्त्रांत सांगितल्या आहेत. किंवा श्रुतिस्मृति इत्यादि धर्मग्रंथांतून प्रतिपादन केलेल्या आहेत. या आज्ञा बदलण्याचा किंवा नवीन आज्ञा प्रसिद्ध करण्याचा राजांस अधिकार नाहीं. राजसत्तेचें हल्लींच्या काळीं प्रसिद्ध असलेलें प्रधान अंग हिंदुस्थानांतील प्राचीन राजांस याप्रमाणें नव्हतें. हल्लींप्रमाणें लेजिस्लेटिव् कौन्सिलें पूर्वीच्या राज्यांत नव्हतीं. नवीन गुन्हे किंवा नवीन शिक्षा उत्पन्न करण्याचा राजसत्तेस अधिकार नव्हता. वारसांची पद्धति जी धर्मशास्त्रांत सांगितली आहे ती त्यांस बदलतां येत नव्हती. किंवा जमिनीचा महसूल वाढविण्याचा त्यांस अधिकार नव्हता. राजे लोकांचें हेंच काम होतें कीं, धर्मशास्त्रांत किंवा राजनीतींत सांगितलेल्या कायद्यांची अंमलबजावणी समबुद्धीनें व निःपक्षपातानें राजानें करावी. धर्मशास्त्राची आज्ञा काय आहे, याजविषयीं शंका असल्यास धर्मशास्त्रवेत्ते ब्राह्मण, क्षत्रिय, वैश्य ज्या सभेंत असतील अशा सभेचें मत घेऊन त्याप्रमाणें कायदा समजून त्याची अंमलबजावणी करावी. या तऱ्हेच्या राजकीय सत्तेच्या सिद्धांतानें कदाचित् प्रगति होण्यास थोडासा प्रतिबंध उत्पन्न होत असेल ही गोष्ट खरी. पण राजांच्या अनियंत्रित वर्तनास कायद्याचें स्वरूप कधींही या व्यवस्थेनें येऊं शकणार नाहीं व समाजाच्या स्थितीला कायमचें स्वरूप या व्यवस्थेनें येतें हेंही लक्षांत ठेवलें पाहिजे. समाजाचें स्थैर्य याप्रमाणें साधल्यामुळें हिंदुस्थानांतील राज्यें प्राचीनकाळीं अनियंत्रित राज्य-

सत्तेच्या खालीं होतीं तरी सुखानें नांदत होतीं असें म्हणण्यास हरकत नाहीं.

वरील कथेवरून हेंही अनुमान निघतें कीं, जो राजा धर्मशास्त्राप्रमाणें प्रजेचें पालन करणार नाहीं तो काढून टाकण्याचा अधिकार ऋषींस होता. ऋषींनीं वेनराजास मारलें, ही कथा प्राचीनकाळची असून त्याप्रमाणें महाभारतांत आणखी कांहीं उदाहरणें आहेत कीं नाहीं हें पाहिलें पाहिजे. परंतु वेनराजाच्या मुलास नवीन त्याच्या मांडीपासून उत्पन्न करून त्यास राजा केलें, यावरून राज्य करण्याचा अधिकार राजवंशासच आहे अशी त्या काळीं कल्पना होती. जेथें राजसत्ता ही ईश्वरदत्त आहे अशी कल्पना असते तेथें राजवंशासच मान मिळतो ही गोष्ट पाश्चात्य व प्राच्य देशांतील हजारों उदाहणांवरून सिद्ध करतां येईल. यावरूनच हिंदुस्थानांत प्राचीन काळापासून अनेक राजवंश महाभारत काळापर्यंत टिकले. जेव्हां बौद्धधर्माच्या प्रसारामुळें धर्मशास्त्राच्या पूज्यतेबद्दल लोकांच्या मनांत असलेला आदर कमी झाला तेव्हां राजसत्ता पक्की अनियंत्रित झाली व त्याचबरोबर राजवंशाचाही मान कमी झाला; यामुळें पाहिजे तो राजा होऊं लागला व पाहिजे तसें तो राज्य करूं लागला. ही परिस्थिति महाभारतकाळाच्या सुमारास उत्पन्न होऊन त्या नंतर विशेष अमलांत आली. हें येथें सांगितलें पाहिजे.

राजा व प्रजा यांतील कराराची कल्पना.

राजसत्ता मुळांत कशी उत्पन्न झाली व त्या सत्तेबरोबरच न्यायानें राज्य करण्याची जबाबदारी राजांवर कशी येऊन पडली याजबद्दल आणखी एक सिद्धांत महाभारतांत दुसऱ्या ठिकाणीं नमूद केलेला आहे. या सिद्धांतांत राजा व प्रजा यांच्या दरम्यान एक करार झाला अशी कल्पना केलेली आहे. पाश्चात्य देशांत हॉब्स् वगैरे राजकीय तत्त्ववेत्यांनीं मूळांत राजा व प्रजा यांत करार आहे असा सिद्धांत प्रतिपादन केला आहे. हजारों वर्षांपूर्वी हाच सिद्धांत भारती आर्यांनीं प्रतिपादन केला होता हें लक्षांत ठेवलें पाहिजे. शांति० अ० ६७ यांत असें वर्णन केलें आहे कीं, पूर्वी राजा नसल्यामुळें उदकांतील मत्स्यांप्रमाणें निर्बलांना बलिष्ठ भक्षण करूं लागले. तेव्हां सर्वांनीं मिळून असा नियम केला कीं, " जो कोणी दुसऱ्यास कठोर भाषण करील किंवा मारहाण करील, किंवा दुसऱ्याची स्त्री अगर द्रव्य हरण करील त्याचा आम्ही त्याग करूं. हा नियम सर्व वर्णांना सारखाच लागू आहे. " परंतु याचीही अंमलबजावणी होईना, तेव्हां सर्व प्रजा ब्रह्मदेवाकडे गेल्या व आमचें पालन करणारा कोणी अधिपति द्या असें म्हणूं लागल्या. तेव्हां मनूला ब्रह्मदेवानें आज्ञा केली; त्या वेळेस मनु म्हणाला " मला पाप कर्माची भीति वाटते. असन्मार्गानें वागणाऱ्या मनुष्यांवर राज्य करणें पातक आहे. " तेव्हां लोक म्हणाले, " राष्ट्रांत पातक घडेल तें कर्त्यास लागेल. तूं भिऊं नको. तुला आम्ही पशूंचा एक पन्नासावा हिस्सा व सुवर्णाचाही पन्नासावा भाग व धान्याचा दशमांश अर्पण करूं. कन्यांच्या विवाहसमयीं तुला एक कन्या देऊं. शस्त्र, अस्त्र व वाहनें यांनीं युक्त असे आमचे मुख्य लोक तुझ्या रक्षणासाठीं तुझ्या बरोबर राहतील व तूं सुखानें व आनंदानें राज्य कर. आम्ही आपल्या धर्माचरणाचा चतुर्थ भाग तुला देऊं. " (भाषांतर पुस्तक ६, पान १३३) मनूनें याप्रमाणें कबूल केलें व तो राज्य करूं लागला. अधर्मी लोकांचें व शत्रूंचें पारिपत्य करून धर्माप्रमाणें त्यानें राज्य केलें. या गोष्टींत कराराची कल्पना

अशी केलेली आहे कीं राजानें प्रजेचें धर्माप्रमाणें राज्य करून अधर्मीयांचें शासन करावें व प्रजेनें त्यास कर, मुख्यतः जमिनीच्या उत्पन्नाचा दशमांश व पशु वगैरे व व्यापार वगैरे इतर सर्व उत्पन्नांचा ५० असे द्यावे. या कराराप्रमाणें प्राचीनकाळीं भरतखंडातील राजा व प्रजा चालत असत व राजे लोक यापेक्षां ज्यास्त कर घेत नसत असें मानण्यास हरकत नाहीं.

अराजकत्वाचे दुष्परिणाम.

याप्रमाणें प्राचीनकाळीं कराराची व धर्मशास्त्राची अशा दोन्ही कल्पना प्रचलित असल्यानें राजांच्या स्वैर वर्तनास सहसा वाव मिळत नसावा. यदाकदाचित् कोणताही राजा जुलमी असला तरी त्याचा जुलूम कायद्याच्या रूपानें नसल्यामुळें कांहीं थोड्याच व्यक्तींस बाधक होत असे व एकंदर राष्ट्रास बाधक होत नसे. तथापि हीही गोष्ट लक्षांत आणली पाहिजे कीं, राजे कितीही जुलमी असले, तरी राजसत्तेखालीं असलेलें राज्य जेथें अराजकता नांदत आहे अशा समाजापेक्षां नेहेमीं अधिक बलवान् व सुखी असलेंच पाहिजे. अराजकतेपासून उत्पन्न होणारे परिणाम महाभारतांत उत्तम रितीनें वर्णन केलेलें आहेत. अशा प्रकारची परिस्थिति इतिहासांत वारंवार उत्पन्न होत असावी. यामुळें अराजकतेपासून होणारे दुष्परिणाम लोकांच्या नजरेंत भरले असावे. शांतिपर्व अध्याय ६८ यांत ते चांगले वर्णिले आहेत. "राजा हा धर्माचें मूळ आहे. अधर्मानें वागणाऱ्या लोकांस शिक्षा करून तो ताळ्यावर आणतो. चन्द्रसूर्य नसतील तर जग जसें अंधारांत मग्न होऊन जाईल, त्याप्रमाणें राजा नसल्यास लोक नाश पावतील. ही वस्तु माझी आहे, असें कोणासही मानतां येणार नाहीं. राजा नसेल तर स्त्री, पुत्र, द्रव्य हीं सर्व नाहींशीं होऊन सर्वत्र शून्य होईल. दुसऱ्यांचीं वाहनें, वस्त्रें, अलंकार, दुष्ट लोक बलात्कारानें हरण करूं लागतील. द्रव्यसंपन्न लोकांना प्रत्यहीं वध आणि बंधन भोगावें लागेल. कोणावरही कोणाचा अधिकार राहणार नाहीं. लोक दरवडेखोर बनतील. कृषि आणि वाणिज्य यांचा नाश होईल. विवाहाचें अस्तित्व नाहींसें होईल. धर्म व यज्ञ नाहींसे होऊन चोहींकडे हाहाकार माजेल. विद्याव्रतसंपन्न ब्राह्मण वेदांचें अध्ययन करणार नाहींत. सारांश, सर्व लोक भीतीनें व्याकूळ होऊन पलायन करूं लागतील. राजा रक्षण करीत असला म्हणजे लोक गृहांचीं द्वारें उघडीं टाकून निर्भयपणें झोंप घेतात. वगैरे" याप्रमाणें अराजकतेचें वर्णन महाभारतांत पुष्कळच केलेलें आहे. यामुळें प्रत्येक राज्यांत राजा असावा असा भारती काळांत कटाक्ष होता. प्रजेचें मुख्य कर्तव्य काय असा प्रश्न युधिष्ठिरानें केला तेव्हां राजा निवडावा हाच पहिला उद्योग असें भीष्मानें सांगितलेलें आहे. किंबहुना बाहेरचा बलवत्तर राजा राज्यार्थी येईल तर अराजक राष्ट्रानें त्याचा पुढें होऊन सत्कार करावा. कारण, अराजकापेक्षां दुसरी भयंकर स्थिति नाहीं.

अथचेत् अभिवर्तेत राज्यार्थी बलवत्तरः ।
अराजकानि राष्ट्राणि हतवीर्याणि वा पुनः ।
प्रत्युद्गम्याभि पूज्यस्यात् एतदेव सुमन्त्रितम् ॥
नहि पापात्परतरं अस्ति किंचित् अराजकात् ।

अराजकापेक्षां परकीय राजाही बरा, मग आपला जुलमी राजा फारच बरा; हें सांगावयास नको. अराजकाच्या भीतीनें प्राचीनकाळीं हिंदुस्थानांत राजसत्ता बलवत्तर झाली असें दिसतें.

राजाचें देवतास्वरूप.

असो. अनियमित राजसत्ता महाभारतकाळीं पूर्णपणें प्रस्थापित झाली होती. राजाच्या

शरीराला कोणताही अपाय होऊं नये अशा प्रकारचें सर्व लोकांत मत प्रस्थापित झालें होतें. राजाच्या संबंधानें जो कोणी आपल्या मनांत यत्किंचितही पाप आणील तो या लोकीं क्लेश पावून परलोकींही नरकाला जाईल.

> यस्तस्य पुरुषः पापं मनसाप्यनुचिंतयेत् ।
> असंशयमिह क्लिष्टः प्रेत्यापि नरकं व्रजेत् ।

शांतिपर्वांत हाही पुढील प्रसिद्ध श्लोक आहे.

> नहि जात्ववमन्तव्यो मनुष्य इति भूमिपः ।
> महती देवता ह्येषा नररूपेण तिष्ठति ।

हा मनुष्य आहे असें समजून राजाचा कोणीही कधींही अपमान करूं नये. कारण कीं मनुष्य रूपानें ही मोठी देवताच पृथ्वीवर स्थित आहे. राजा ज्या वेळेस लोकांस शिक्षा करतो त्या वेळेस तो यमधर्मरूपी आहे. पापी लोकांना जेव्हां तो दंड करतो त्या वेळेस तो अग्निस्वरूपी आहे. ज्या वेळेस पृथ्वीवर संचार करून राष्ट्राची पाहाणी करतो त्या वेळेस तो सूर्यस्वरूपी आहे व अपकार करणाऱ्या लोकांचीं रत्नें हरण करून इतरांना संपत्ति देतो तेव्हां तो कुबेरस्वरूपी आहे. राजाला केव्हांही दोष देण्याविषयीं उद्युक्त होऊं नये. मनुष्यानें राजद्रव्याचा अपहार कधींही करूं नये. जो अपहार करील तो इहलोकीं व परलोकीं निंदित होईल. सारांश, राजांचें दैवी स्वरूप महाभारतकाळीं पूर्णपणें स्थापित झालें होतें. राजा म्हणजे देव अशी कल्पना पूर्णपणें रूढ झाली होती व राजाच्या संबंधानें इतकी पूज्यबुद्धि लोकांच्या मनांत दृढ झाली होती कीं राजाला बोट लावणें सुद्धां महापातक समजलें जात होतें.

दण्डस्वरूप.

राजाचें मुख्य कर्तव्य प्रजापालन व प्रजेस न्याय देणें हें होतें. दुष्ट मनुष्यास शिक्षा करण्याचा अधिकार राजास होता. या राजाच्या अधिकारास दंड अशी संज्ञा मिळाली होती. या दंडासंबंधानें महाभारतकाळीं एक विलक्षण स्वरूप प्रस्थापित झालें होतें. शांतिपर्व अध्याय १२१ व १२२ यांत या स्वरूपाचें वर्णन केलेलें आहे. हा दंड कशा प्रकारचा असतो, त्याचें स्वरूप काय, त्याला आधार कोणता, त्याचा आत्मा कोणता, वगैरे प्रश्न युधिष्ठिरानें केल्यावरून भीष्मानें त्याचें वर्णन केलेलें आहे. हें रूपक मोठें चमत्कारिक आहे. हा दंड प्रजापतीनें अर्थातच प्रजेच्या संरक्षणाकरितां उत्पन्न केला व त्याचेंच नांव व्यवहार, धर्म, वाक्, वचन असें आहे. ह्या दंडाचा सदैव व योग्य रितीनें उपयोग केला असतां धर्म, अर्थ व काम यांची प्रवृत्ति होते. हा समबुद्धीनें व रागद्वेषरहित असा उपयोगांत आणिला पाहिजे. हा श्यामवर्ण आहे. त्याला चार दंष्ट्रा, चार बाहु, आठ पाय, अनेक नेत्र व शंकूसारखे कर्ण आहेत. तो जटा धारण करणारा व कृष्णाजिन परिधान केलेला आहे.[1] तो ब्रह्मदेवानें क्षत्रियांसच दिलेला आहे. इतरांस दिलेला नाहीं. राजानें त्याचा उपयोग आपल्या मर्जीप्रमाणें न करतां ब्रह्मदेवानें निर्माण केलेल्या दंडनीतीप्रमाणें करावयास पाहिजे. असो. राजांचीं एकंदर कर्तव्यें या दंडनीतीच्या ग्रंथांत सांगितलेलीं आहेत. बृहस्पतीनें मनुष्यांचें आयुष्य थोडें असें समजून त्याचा संक्षेप केलेला आहे. हें बृहस्पतीचें पुस्तक व शुक्राचें नीतीचें पुस्तक दोन्ही ग्रंथ महाभारतकाळीं प्रसिद्ध असावे असें अनुमान करण्यास मुळींच हरकत नाहीं, व त्यांतलिच तत्त्वें महाभारताच्या राजधर्मावरील शांतिपर्वाच्या भागांत दिलेलीं आहेत. हीं तत्त्वें फार उदात्त रीतीचीं

१ या स्वरूपाची कल्पना टीकाकारानें समजून देण्याचा यत्न केला आहे. त्याचा पुढें विचार करूं.

असून महाभारतकाळीं राजकारण व राज्यव्यवस्था यांची कल्पना उत्तम रीतीची झाली होती असें आपल्यास कळून येतें. पण राजसत्ता महाभारतकाळीं क्षत्रियांच्याच हातांत होती व दंड ब्रह्मदेवानें त्यांच्या स्वाधीन केला होता, ही गोष्ट आपल्यास लक्षांत ठेवावयास पाहिजे. समाजामध्यें क्षत्रियांस राजसत्तेचा अधिकार होता. परंतु ब्राह्मण वर्ग त्यांच्याहूनही श्रेष्ठ मानला जात असे. बहुधा राजेलोकांची श्रद्धा धर्माच्या ठिकाणीं पूर्णपणें असल्यामुळें राजव्यवहाराचे धर्मानें घालून दिलेले नियम उल्लंघन करण्यास राजे सहसा उद्युक्त होत नसत. परंतु यदाकदाचित् झाले तरीही त्यांच्यावर ब्राह्मणांचें वर्चस्व असल्याकारणानें विद्याव्रतसंपन्न ब्राह्मण त्यांस उपदेश करण्यास असत, यामुळें प्राचीनकाळीं राजसत्ता कितीही अनियंत्रित असली तरी तिचेपासून जुलूम किंवा अंदाधुंदी कधींही उत्पन्न झाली नाहीं. विद्याविनयसंपन्न ब्राह्मण राजसत्तेच्या बाहेर होते, हें बृहस्पतीच्या कथेवरून दिसतें. असो. राजकीय संस्था दंडनीतीप्रमाणें कोणत्या तऱ्हेनें काम करीत असत याचा आतां आपण विस्तारपूर्वक विचार करूं.

बृहस्पतिनीतीचे विषय.

शांतिपर्व अध्याय ५९ यांत वर वर्णन केल्याप्रमाणें दंडनीतीचे नियम बृहस्पति व शुक्र यांच्या ग्रंथांप्रमाणें थोडक्यांत दिलेले आहेत असें निर्विवाद दिसतें. शुक्रनीति हा ग्रंथ हल्लीं प्रसिद्ध आहे. पण तो अलीकडची परिस्थिति वर्णन करणारा आहे. महाभारतांत सांगितलेली राजनीति प्राचीन आहे. बृहस्पतीचा ग्रंथ हल्लीं उपलब्ध नाहीं. परंतु बृहस्पतीच्या ग्रंथांत काय काय विषय होते हें शांतिपर्वाच्या वरील अध्यायावरून स्पष्टपणें कळून येतें आणि दंडनीतीचे विषय कोणते व प्रजाशासनशास्त्र भारती कालांत कसें होतें याची त्यावरून कल्पना होते. या ग्रंथांत प्रथम मनुष्याचें इतिकर्तव्य धर्म, अर्थ, काम, व मोक्ष असें सांगितलेलें आहे. धर्म अथवा नीति यांचें संरक्षण कसें करावें हें दंडनीतींत सांगितलें आहे. अर्थ कसा संपादन करावा हें सांगणारें शास्त्र वार्ता अशा नांवानें प्रसिद्ध आहे. मोक्ष सांगणाऱ्या शास्त्रास आन्वीक्षिकी असें नांव आहे. असा भेद येथें वर्णिल्यानंतर राज्याचीं सहा अंगें, मंत्रिवर्ग, हेर, युवराज यांच्याविषयीं विचार आहे. नंतर शत्रूशीं साम, दान, दंड, भेद, व पांचवा उपेक्षा या रीतीनें कसें वागावें याचा विचार आहे. सर्व प्रकारचे गुप्त विचार, शत्रूंत भेद उत्पन्न करण्याचे मंत्र, निकृष्ट, मध्यम, उत्तम असे संधि, परराज्यावर स्वारी, धर्मविजय व आसुरविजय इत्यादिकांचें वर्णन त्यांत सांगितलेलें आहे. अमात्य, राष्ट्र, दुर्ग, बल आणि कोश या पंचवर्गांचीं लक्षणें त्यांत सांगितलेलीं आहेत. सैन्याचें वर्णन त्यांत सांगितलेलें आहे. रथ, गज, अश्व, पदाति, विष्टि, नौका, हेर आणि उपदेशक हीं सैन्याचीं आठ अंगें वर्णन केलेलीं आहेत. जारणमारणादि उपाय; शत्रु, मित्र, उदासीन यांचें वर्णन; भूमीचें वर्णन; आत्मसंरक्षण; मनुष्य, रथ, गज, अश्व, यांच्या दृढतेचे व पुष्टतेचे अनेक योग; नानाप्रकारचे व्यूह वगैरे गोष्टी त्यांत सांगितल्या आहेत. युद्धांतील निरनिराळ्या हालचाली, उत्पात, पुढें सरसावणें, मागें हटणें, शस्त्रें व शस्त्रांचें उत्तेजित करणें, फौजेला आनंदित ठेवण्याचे प्रकार, सैनिकांचें धैर्य वाढविण्याचे प्रकार, दुंदुभीच्या ध्वनीवरून प्रयाणादिक गोष्टी सूचित करण्याचे नियम व निरनिराळीं युद्धाचीं यंत्रें, तीं चालविण्याचे मार्ग, यांवि-

षयीं वर्णन आहे. शत्रूंच्या देशांत जंगली लोकांकडून प्रांत उध्वस्त करविणें, आग लावून देणें किंवा विषप्रयोग करणें, किंवा निरनिराळ्या वर्णांचे अग्रणी फितविणें, किंवा धान्य वगैरे कापून नेणें, हत्ती मस्त करावणें, किंवा भीतिग्रस्त करविणें व शत्रूच्या नोकरांमध्यें आपसांत वैमनस्य उत्पन्न करणें वगैरे प्रकार दंडनीतींत वर्णन केलेले आहेत. राज्याची वाढ व भरभराट किंवा उतरती कळा कशी उत्पन्न होते याचेंही वर्णन आहे. मित्रराष्ट्रांचे उत्कर्ष कोणच्या रीतीनें साध्य करावे हेंही सांगितलें आहे. प्रजेस न्याय कसा द्यावा, चोरांचें निर्मूलन कसें करावें, अशक्तांचें संरक्षण कसें करावें आणि सशक्तांना वेळेवर इनाम कसें द्यावें, हेंही सांगितलें आहे. राजांचे व सेनापतींचे गुण कोणते व दुराचार कोणते व त्यांनीं ते कसे टाळावे हें सांगितलें आहे. नोकरांचे वेतनाविषयींही वर्णन आहे. एकंदर राजानें प्रमादाचा त्याग, संशयितपणाचा त्याग, प्राप्त नसलेलें द्रव्य मिळविणें, मिळविलेलें वाढविणें, आणि वाढविलेलें सत्पात्रीं दान करणें; अर्ध्या द्रव्याचा धर्मासाठीं उपयोग करणें, एक चतुर्थांश आपल्या इच्छेप्रमाणें खर्च करणें, बाकीचा चौथा हिस्सा संकटसमयीं उपयोगांत आणणें या गोष्टी सांगितल्या आहेत. मृगया, द्यूत, मद्यपान आणि स्त्रिया हीं व्यसनें राजानें टाकावीं हेंही वर्णन केलें आहे. राजाचें वर्तन कसें असावें, त्याचे पोशाख, अलंकार व शरीर सुदृढ करण्याचे ७२ प्रकार याचें वर्णन आहे. उद्योग, धर्माचरण, सज्जनांचा आदर, बहुश्रुत लोकांशीं संभाषण, सत्य व मृदु वचन, उत्सव व सभा इत्यादिकांचें वर्णन केलें आहे. राजसेवकांचें स्वतः काम तपासून पाहणें, दंडनीय पुरुषांस शिक्षा करणें, राष्ट्राचा विस्तार व राष्ट्राच्या उत्कर्षासंबंधानें विचार यांचेंही वर्णन आहे. निरनिराळ्या जातींचे शौर्यक्रौर्यादि गुणदोष, निरनिराळ्या जातींच्या, देशांच्या व लोकांच्या चालीरीति यांचेंही वर्णन यांत आहे. तात्पर्य, दंडनीतीमध्यें राष्ट्रांतील लोक आर्यधर्मास अनुसरून कसे चालतील याचा सर्व प्रकारानें विचार केलेला आहे." वरील वर्णनावरून राजांचीं कर्तव्यें व राजसंस्थेच्या निरनिराळ्या अंगांची माहिति भारतकाळीं कशी होती हें आपल्यास कळून येईल. शांतिपर्वांतील राजधर्म भागांत, सभापर्वाच्या 'कच्चिदध्यायांत' व महाभारताच्या इतर अनेक भागांत जी राजधर्माविषयीं माहिती आपल्यास मिळत आहे त्याचें वर्णन आपण येथें चार विभागानें करूं. प्रथम राजदरबार, दुसरें जमीनमहसूल, तिसरें न्याय, चवथें परराज्यसंबंध.

राजदरबार.

प्रथम राजदरबाराविषयीं विचार करूं. प्रत्येक राजाची मुख्यतः राहण्याची एक राजधानी असे. राजधानीला जोडून किल्ला हा असावयाचाच; प्राचीनकाळीं किल्ल्याची अवश्यकता राजधानीच्या संरक्षणाकरितां व राजाच्या संरक्षणाकरितां फार मोठी होती. निरनिराळ्या राज्यांमध्यें नेहमीं वैमनस्य असल्यामुळें परशत्रूचा हल्ला केव्हां येईल याचा नेम नव्हता. एकाएकीं शत्रु आला असतां त्यास तोंड देण्यास किल्ले फारच उपयोगीं पडत. किल्ल्यांचे सहा प्रकार महाभारतांत सांगितले आहेत. निर्जन वाळुकामैदान सभोंवतीं असलेला किल्ला, दुसरा डोंगरी किल्ला, तिसरा भुईकोट किल्ला, चौथा मातीचा किल्ला, पांचवा नरदुर्ग आणि सहावा अरण्यदुर्ग. नरदुर्ग हें नांव केवळ अलंकारिक आहे. नरदुर्ग म्हणजे फौजेच्या छावणीनें वेष्टिलेला राजाचा

राहण्याचा वाडा. अर्थात् या दुर्गांत सर्व भिस्त फौजेवर म्हणजे माणसांवर असते. भुईकोट किल्ल्याचीं उदाहरणें दिल्ली, आग्रा वगैरे ठिकाणीं अनेक आहेत. मातीच्या गढ्याही घाटावर पुष्कळ आहेत कोंकणांत डोंगरी किल्ले अनेक आहेत व वाळवंटांतील किल्ले राजस्थानांत आहेत. तेथें रक्षणाचें मोठें साधन म्हटलें म्हणजे शत्रूस उघड्या मैदानांतून यावें लागतें; व अरण्यदुर्गांत रक्षणाचें मोठें साधन म्हणजे शत्रूस अरण्य ओलांडून यावें लागतें. नरदुर्गाचें उदाहरणें मराठ्यांच्या इतिहासांतील पुण्याचेंच होय. बाजीराव किल्ला बांधूं लागला त्या वेळेस शाहूनें आपल्या संरक्षणाची भिस्त किल्लेकोटांवर न ठेवतां केवळ फौजेवर ठेवण्याविषयीं त्यास आज्ञा केली. असो. महाभारतकाळीं प्रत्येक राज्यांत राजधानीचा किल्ला असून त्याच्या भोंवतालीं मोठा खंदक असे व खंदकावरून जाण्यास काढतां घालतां येण्यासारखे पूल असत. जेव्हां शिकंदरानें पंजाबदेश जिंकला, तेव्हां प्रत्येक लहान शहरांत व राज्यांत असे किल्ले हल्ले करून त्यास घ्यावे लागले. प्रत्येक किल्ल्यांत अन्न व शस्त्रसामुग्री भरपूर जमा केलेली असे. याशिवाय किल्ल्यांत पाण्याचाही सांठा करून ठेवण्याविषयीं शांतिपर्व अ० ८६ यांत विशेष रीतीनें सांगितलेलें आहे. राजाला किल्ल्यांत आयुधागार, कोष्ठागार व कोशागार म्हणजे द्रव्य सांठवून ठेवण्याची जागा, जरूर लागत. याशिवाय महाभारतांत किल्ल्यांत यंत्रसामुग्री तयार ठेवण्याविषयीं सांगितलें आहे. महाभारतांत युद्धयंत्राचें जें वर्णन आहे तें बहुधा ग्रीक लोकांपासून घेतलेल्या यंत्रांचें वर्णन असावें. कारण, मोठमोठे किल्ले सर करून घेण्याचीं यंत्रें म्हणजे मोठमोठाल्या चाकांवर उंच केलेले कॅटापल्ट् अथवा दगड फेंकण्याचीं यंत्रें ग्रीक लोकांनीं आपल्या बरोबर आणलीं होतीं, व त्यांच्या साहाय्यानें शिकंदरानें अनेक किल्ले सर केले. या यंत्रांची माहिती भारती लोकांस याच्या पूर्वी असती तर त्यांस ग्रीक लोकांस अधिक प्रतिबंध करतां आला असता. बहुधा हीं यंत्रें महाभारतकाळीं ग्रीकांपासून घेतलीं असें अनुमान काढावयास हरकत नाहीं.

राजधानी व किल्ला हीं मुख्य दोन साधनें झाल्यावर राजाला महत्त्वाचें राजसाधन म्हणजे मंत्री अथवा प्रधान होत. ज्यांच्याशीं राजकारणाचा मंत्र अथवा सल्ला करावयाचा ते मंत्री होत. हे मंत्री आठ असावे असें महाभारतांतील

अष्टानां मन्त्रिणां मध्ये मन्त्रं राजोपधारयेत्।
(शांतिपर्व अ० ८५)

या श्लोकावरून दिसतें. (कदाचित् हे न्यायसभेचें ही आठ मंत्री असावेत.) याजवरून अष्ट मंत्री किंवा अष्टप्रधान ही संस्था फार जुनी आहे. परंतु महाभारतांत हे आठ मंत्री कोणते हें कोठेंही सांगितलेलें नाहीं. सभापर्व अध्याय ५ यांत सात प्रकृति सांगितलेल्या आहेत. पण तेथेंही या सात प्रकृति कोणत्या याचें वर्णन नाहीं. तथापि मुख्य सचिव, सेनापति, पुरोहित, हेर, दुर्गाध्यक्ष, ज्योतिषी व वैद्य हे अधिकारी राजाला असलेच पाहिजेत. यांशिवाय आणखीही अधिकारी सांगितले आहेत. कच्चिदध्यायांतील एका श्लोकांत १८ अधिकारी सांगितले आहेत; त्यांचीं नांवें टीकाकारानें दिलीं आहेत तीं अशीं:—१ मंत्री अथवा मुख्य प्रधान, २ पुरोहित, ३ युवराज, ४ सेनापति अगर चमूपति ५ द्वारपाल अथवा प्रतिहारी, ६ अन्तरवेशक किंवा अन्तर्गृहाचा अधिकारी, (खानगी कारभारी) ७ कारागृहाचा अधिकारी, ८ कोशाध्यक्ष, ९ व्ययाधिकारी, १० प्रदेष्टा, ११ राजधानीचा अधिकारी, १२ काम नेमून देणारा अधिकारी, १३ धर्मा-

ध्यक्ष, १४ सभाध्यक्ष अथवा न्यायाधिकारी, १५ दंडाध्यक्ष, १६ दुर्गाध्यक्ष, १७ सीमाध्यक्ष आणि १८ अरण्याध्यक्ष. या सर्व अधिकाऱ्यांना तीर्थ अशी संज्ञा होती. ही संज्ञा कां असे हें सांगतां येत नाहीं. कदाचित् हे लोक सर्वांस पूज्य असत यामुळें त्यांस तीर्थ असें म्हटलें आहे. असो. आणखी अन्यत्र ठिकाणीं १४ अधिकारी सांगितले आहेत व त्यांचीं नांवेंही दिलेलीं आहेत. (स. अ. ५ भा. पु. १ पा. ४७२) हे अधिकारी १ देशाधिकारी २ दुर्गाधिकारी ३ रथाधिपति ४ गजाधिपति ५ अश्वाधिपति ६ शूरसैनिक (पदातिमुख्य) ७ अंतःपुराधिपति ८ अन्नाधिपति ९ शस्त्राधिपति १० सेनानायक ११ आयव्ययाधिपति १२ धनाधिपति १३ गुप्तहेर १४ व मुख्य कामगार. या दोन्ही वर्णनांवरून हल्लीं राज्यव्यवस्थेंत असलेले बहुतेक सर्व अधिकारी व त्यांचीं खातीं प्राचीनकाळीं होतीं हें वाचकांस दिसून येईल.

राजाचें वर्तन कसें असावें याजविषयीं शांतिपर्वांत व सभापर्वांत फारच उत्कृष्ट विवेचन केलें आहे. राजेलोकांनीं सुखोपभोग घ्यावेत पण त्यांत दंग होऊं नये. धर्माविषयीं तत्पर असावें परंतु अर्थाकडे दुर्लक्ष करूं नये. अर्थाविषयीं लोभ धरून धर्माचा अव्हेर करूं नये. अर्थात् धर्माची प्रीति, अर्थाचा लोभ व सुखाचा अभिलाष हीं तिन्हीं मर्यादित ठेवावीं. धर्म, अर्थ व काम या तिघांनीं मर्यादोल्लंघन करूं नये म्हणून तिघांना विशिष्ट काळ नेमून द्यावा. पूर्वाण्हीं धर्मकृत्यें करावीं. मध्यान्हापासून सायंकाळपावेतों द्रव्यार्जनाचीं कृत्यें करावीं व रात्रीं सुखोपभोग घ्यावा. राजानें चौदा दोष टाकावे. नास्तिकपणा, असत्य, क्रोध, प्रमाद, दीर्घसूत्रीपणा, ज्ञानी लोकांची भेट न घेणें, आळस, इंद्रियासक्ति, धनलोभ, दुष्टांशीं मसलत, निश्चितकार्याविषयीं उदासीनपणा, रहस्यस्फोट, देवांचे उत्सव न करणें आणि शत्रूंस ताब्यांत न ठेवणें हे सर्व दोष टाळले पाहिजेत. (सभा. अ. ५) शांतिपर्वांत राजाच्या उत्तम वर्तनाचीं ३६ कलमें सांगितलीं आहेत. तींही अतिशय उदात्त व उपयुक्त आहेत. राजानें रागद्वेषाचा त्याग करून धर्माचरण करावें, स्नेहाचा त्याग करावा, नास्तिकत्व धरूं नये, कार्याचा अवलंब न करतां द्रव्यसंपादन करावें, ऐश्वर्याचा स्वीकार न करतां विषयोपभोग घ्यावा, दैन्य न दाखवितां प्रिय भाषण करावें, शौर्य असावें पण आत्मश्लाघा करूं नये. दानशूर असावें पण अपात्रीं दानाचा वर्षाव करूं नये. प्रगल्भपण असावें पण निष्ठुर असूं नये. नीच लोकांशीं संगति करूं नये. बांधवांशीं वैर करूं नये, ज्याची आपल्यावर भक्ति नसेल अशास हेर करूं नये. आपला उद्देश कळवूं नये. आपल्या गुणांचा उच्चार करूं नये. सज्जनापासून कांहीं घेऊं नये. सर्व तऱ्हेनें विचार केल्याशिवाय दंड करूं नये. कारस्थान प्रसिद्ध करूं नये. अपकार करणाऱ्यावर विश्वास ठेवूं नये. ईर्षा न धरतां स्त्रियांचें संरक्षण करावें. स्त्रीसेवन अतिशय करूं नये. नेहमीं शुचिर्भूत असावें. मिष्टान्न भोजन करावें पण तें अहितकारक होईल इतकें करूं नये. सन्माननीयांचा मान ठेवावा. निष्कपटपणें गुरुजनांची सेवा करावी. दांभिकपणा सोडून देवांचें पूजन करावें. संपत्तीची इच्छा धरावी पण इष्ट संपत्ति निंद्य नसावी. संपत्तीचा उपभोग घ्यावा पण तिजवर प्रेम करूं नये. दक्ष असावें पण कालज्ञानशून्य असूं नये. आश्वासन द्यावें पण शत्रूला मुक्त करण्याचें आश्वासन देऊं नये. शत्रु आणि त्याचा अपराध हीं जाणल्यावांचून शस्त्रप्रहार करूं नये. शत्रूचा वध केल्यावर त्याजविषयीं शोक करूं

नये. कारणावांचून कोपूं नये व अपराध्यावर किंवा अपकार करणाऱ्यावर दया दाखवूं नये. (शां. अ. ७० भा. पु. ६ पा. १४२) हे नियम फारच महत्त्वाचे आहेत. याप्रमाणें वर्तन करणारा राजा खरोखरच प्रजेच्या सुखाला कारणीभूत झाला पाहिजे. याशिवाय क्वचित् प्रचारांत आणखी कांहीं नियम आहेत तेही येथें देतां येतील. राजानें पहाटेस उठून रात्रीं केलेल्या मंत्रांचा विचार करावा व प्रजेचें कल्याण कसें होईल याचाही मार्ग चिंतन करावा. त्यानें एकट्यानें कोणताही मंत्र करूं नये. दुसऱ्याबरोबर विचार करावा. पण तिसऱ्याबरोबर करूं नये. योग्य विचार केल्यावर जी गोष्ट ठरेल ती ताबडतोब झपाट्यानें अमलांत आणावी. मूर्ख लोकांस पदरीं बाळगूं नये. किंबहुना, हजार मूर्ख देऊन एक शहाणा मनुष्य संपादन करावा. विद्वान् मनुष्यांस नेहमीं पारितोषिक देऊन संतुष्ट ठेवावें. आपले आप्तविषयी व वडील यांस मदत करावी. तसेंच व्यापारी व शिल्पी यांसही वेळोवेळीं मदत द्यावी व जे नोकर विपन्नस्थितींत आले असतील त्यांस योग्य वेळीं मदत द्यावी. जे अधिकारी आपलें काम योग्य रीतीनें बजावीत आहेत त्यांस एखादा अपराध शाबीत झाल्याशिवाय काढूं नये. मुख्यतः त्यानें ईश्वरास भिऊन वागावें व सत्याची कांस कधींही सोडूं नये. सर्व राजसत्तेचा आधारस्तंभ सत्य आहे. राजानें विशेषतः सत्यावर पूर्ण लक्ष ठेविलें पाहिजे. कारण यथा राजा तथा प्रजा. राजानें सत्य सोडलें तर प्रजाही लागलेंच सोडील. राजानें नेहमीं उद्योग व उत्थान यांचा अवलंब केला पाहिजे. जो राजा आळशी व अनुत्थान असेल त्याचा नेहमीं नाश होतो.

राजानं चाविरोद्धारं ब्राह्मणं चाप्रवासिनम् ।
पृथिवी ग्रसते राजन् सर्पो बिलशयानिव ॥

हा प्रसिद्ध श्लोक महाभारतांत आहे व यांतील तत्त्व अतिशय महत्त्वाचें सर्व काळीं व सर्व देशांत लागू पडणारें आहे. राजानें नेहमीं लढाई केली पाहिजे व ब्राह्मणानें नेहमीं प्रवास केला पाहिजे तरच त्याचें शौर्य व विद्या कायम राहतील. राजानें नेहमीं मृदु भाषणी व हसतमुख असावें परंतु त्यानें मधून मधून सरोष व तीव्र व्हावें. त्यानें आपल्याभोंवतीं विद्वान् लोक जमा करावे आणि त्यांचा नेहमीं मान ठेवावा. त्यानें सर्व व्यसनें टाळावीं. मृगया, मद्य, अक्ष व स्त्रिया हीं चार राजव्यसनें त्यानें नेहमीं दूर ठेवावीं. त्यानें मोठ्यानें केव्हांही हसूं नये व नोकरांची थट्टा किंवा परिहास करूं नये. जर राजास परिहास करण्याची संवय लागेल तर नोकर त्याचा अपमान करूं लागतील व त्याची आज्ञा उल्लंघन करूं लागतील. त्यानें प्रजेस नेहमीं संतुष्ट ठेवावें व तिच्या कल्याणाकरितां झटावें. येथें गर्भिणीची उपमा फारच मार्मिक आहे. ज्याप्रमाणें गर्भिणी आपल्या सुखाची कल्पना सोडून पोटांतील मुलाच्या कल्याणाची नेहमीं काळजी वाहते त्याप्रमाणें राजानें प्रजेच्या सुखाची काळजी वहावी. राजानें दुसऱ्याच्या धनाचा लोभ धरूं नये व दुसऱ्यास जें देणें तें भरपूर व योग्य वेळेवर द्यावें. जे पीडित व दुःखित असतील त्यांचें भरण करावें. शूर पुरुषाचा अवमान करूं नये. वृद्ध व अनुभवी लोकांशीं नेहमीं दळणवळण ठेवावें. आळशी कधींही होऊं नये. कोणत्याही प्रसंगीं धैर्य सांडूं नये. स्वलंकृत व सुवसनपरिष्कृत होऊन त्यानें प्रसन्न मुद्रेनें नेहमीं प्रजेस दर्शन द्यावें. कोणासही मज्जाव करूं नये व प्रजेचीं गाऱ्हाणीं ऐकावीं. वरील महाभारताचा उपदेश फारच मार्मिक असून महाभारतकाळीं राजेलोकांचें वर्तन बहुधा असेंच असे. पूर्वकाळीं राजा

कसाही असो; राजाच्या सत्यनिष्ठेबद्दल, न्यायाबद्दल व उदारपणाबद्दल कधींच कोणास संशय येत नसे आणि प्रजेवर त्याची पोटच्या मुलांप्रमाणें प्रीति असे. अर्थात् राजाच्या ठिकाणीं प्रजेची भक्तिही प्राचीनकाळीं अतिशय असे आणि ही हिंदुस्थानांतील प्रजेची राजाविषयींची भक्ति अजूनही प्रसिद्ध आहे.

असो. राजदरबारांत नोकरांनीं कसें वागावें याविषयीं फार मार्मिक विवेचन वनपर्वांत धौम्याच्या मुखानें महाभारतांत केलें आहे. पांडव अज्ञातवासासाठीं जेव्हां नोकर होऊन विराटनगरीं जाऊं लागले तेव्हां धौम्यानें हा उपदेश केला आहे. " द्वारपाळाची परवानगी घेतल्याशिवाय राजापाशीं जाऊं नये. दुसऱ्यावर विश्वास टाकूं नये. ज्या ठिकाणीं ऊठ असें कोणी म्हणणार नाहीं त्या ठिकाणीं बसावें. ज्या ठिकाणीं बसल्यानें किंवा ज्याशीं बोलल्यानें संशय उत्पन्न होईल त्या ठिकाणीं बसूं नये किंवा त्याशीं बोलूं नये. राजानें विचारल्याशिवाय कांहीं सांगूं नये. राजस्त्रियांशीं किंवा राजनिष्ठ लोकांशीं संबंध ठेवूं नये. उच्चस्थानीं आपण बसत असलों तरी राजाच्या अनुज्ञेनें बसावें. राजाची अग्नीप्रमाणें सेवा करावी. फार जवळ जाऊं नये व फार दूरही होऊं नये. राजानें जशी आज्ञा केली असेल तसें करावें. राजाज्ञेकडे दुर्लक्ष करूं नये. राजाला प्रिय व हितकर भाषण करावें. माझ्यावर राजाची मर्जी आहे असें कधींही मानूं नये. राजाच्या उजव्या किंवा डाव्या बाजूस बसावें. राजाच्या मागल्या बाजूस रक्षक बसण्याची जागा आहे. समोरचें आसन सदा वर्ज्य समजावें. राजापुढें शहाणपणाचा मुळींच दिमाख दाखवूं नये. मी शहाणा आहें किंवा शूर आहें अशी घमेंड मारूं नये. पांडितंमन्य पुरुषाचा राजाकडून अपमान होतो. राजासमोर पुटपुटणें, हातपाय चाळवणें, थुंकणें वगैरे गोष्टी करूं नये. बेतालपणें हसूं नये. राजाचा अपराध करूं नये. राजाची तोंडावर किंवा मागून स्तुति करावी. दोष काढूं नये. राजाची खोटी स्तुतिही करूं नये. राजाच्या हिताकडे नेहमीं लक्ष द्यावें. राजानें हांक मारली असतां आपण होऊन पुढें जावें व जें काम पडेल तें करून दाखवावें. राजकार्यांत पडलें असतां स्त्री, पुत्र, गृहादिकांची आठवण ठेवूं नये. राजासारखा पोषाख करूं नये. अधिकारावर असतांना राजधनाला शिवूं नये. लांचलुचपत घेऊं नये. वाहन, वस्त्र, अलंकार जें राजाकडून मिळेल त्याचा स्वीकार आनंदानें करून तें वापरावें. वरील राजदरबारचे नोकरांना घालून दिलेले धौम्याचे नियम सर्व अधिकाऱ्यांनीं सर्वकाळीं पाळण्यासारखे आहेत, हें कोणीही कबूल करील.

राजा गुणशताकीर्ण एष्टव्यस्तादृशो भवेत् ।

(शां० ११८–२२)

यांत देशन हा गुण सांगितला आहे. एक हजार घोडेस्वार, शूर आणि निवडक असतील तर पृथ्वी जिंकणें शक्य आहे असें भीष्मानें म्हटलें आहे.

शक्या चाश्वसहस्रेण वीरारोहेण भारत ।
संगृहीतमनुष्येण कृत्स्ना जेतुं वसुंधरा ॥

(शां० ११८-२८)

द्रव्याच्या संचयाविषयीं इतकी दक्षता ठेविली पाहिजे कीं, अल्पही द्रव्याची बाब राजानें सोडूं नये. " नार्थमल्पं परिभवेत् " (शां. १२०–३६) राजानें राष्ट्राची आणि राष्ट्रानें राजाची रक्षा करावी.

राजा राष्ट्रं यथाऽऽपत्सुद्रव्यौघैरपि रक्षति।
राष्ट्रेण राजा व्यसने रक्षितव्यस्तथाभवेत्॥

:(शां० १३०-३१)

धिक् तस्य जीवितं राष्ट्रं राज्ञो यस्यावसीदति ।
अवृत्यान्य मनुष्योऽपियोवैदेशिक इत्यपि ॥
(शां० अ० १३०-३४)

अधिकारी.

असो. राजानें मंत्री, अमात्य वगैरे जे अधिकारी नेमावयाचे ते हुशार, प्रामाणिक व सदाचारसंपन्न असे असून शिवाय वंशपरंपरागत असावे असें सांगितलेलें आहे; व त्यांचा नेहमीं सन्मान ठेवावा. त्यांस योग्य वेतन द्यावें. राजानें पुरोहित करावा अशी एक विशेष अगत्याची बाब सांगितली आहे. लोकांची त्या वेळची धर्मावरची श्रद्धा व यज्ञयागादिकांपासून निश्चयानें होणारे या जगांतील फायदे यांची कल्पना करतां लोकांची त्या वेळची धार्मिक कृत्यांवरील श्रद्धा नीट लक्षांत येते. यामुळें राजाला पुरोहित हा असलाच पाहिजे असें मानलें जात असे. तो आचारवान्, बहुश्रुत आणि कुलीन असा असावा; व राजानें पुरोहिताचा नेहमीं आदरसत्कार ठेवावा असें सांगितलें आहे. पुरोहित बहुधा वंशपरंपरेचा नसावा. पांडवांनीं धौम्य ऋषीस आपल्या पुरोहिताच्या जागीं नवीन कायम केलें व त्याजपासून त्यांचा अतिशय उत्कर्ष झाला असें वर्णन आहे. होमशाळेवर निराळा याजक असे. लोकांचा विश्वास ज्योतिषावर पूर्ण असल्यानें राजदरबारांत ज्योतिर्विद् नेमावयाची आज्ञा आहे. तो सामुद्रिक जाणणारा, धूमकेतु, धरणीकंप, नेत्रस्फुरण वगैरे उत्पात जाणणारा आणि भावी अनर्थांचें अनुमान करणारा असा असला पाहिजे. याशिवाय राजाच्या पदरीं न्यायाधीश असावा लागे. त्याचें वर्णन पुढें करूं. तसेंच सेनापति व सैन्याचे इतर दुसरे अधिकारी यांचेंही वर्णन पुढें करतां येईल. कोषाध्यक्ष, दुर्गाध्यक्ष वगैरे निरनिराळ्या खात्यांचे अध्यक्ष म्हणजे हल्लींच्या शब्दानें बोलावयाचें तर सुपरिटेंडेन्ट होत. यांचा दर्जा सचिवाहून किंवा मंत्र्याहून कांहीं कमी असला तथापि ते महत्त्वाचे अधिकारी असून वंशपरंपरेचे विश्वासू नेमलेले असावेत असेंही सांगितलेलें आहे.

या अधिकाऱ्यांशिवाय एक महत्त्वाचें खातें म्हटलें म्हणजे हेरांचें होतें. हेर अथवा डिटेक्टिव हे सर्व देशांत व सर्व काळांत आहेतच. परंतु महाभारतकाळीं हेरांचें महत्त्व फारच होतें असें दिसतें. फितुरीनें काम करून घेण्याचें महत्त्व त्या वेळीं फारच असावें व निरनिराळ्या राजांना नेहमीं फितुरीची भीति वारंवार वाटत असे असें दिसतें. यावरून त्या काळीं अधिकारी लोकांची नीतिमत्ता बरीच संशयित असावी असें अनुमान करतां येणें शक्य आहे. स्वदेशाची, स्वराज्याची, प्रीति बहुधा कमी असावी, याचें कारण राजा हा बहुधा क्षत्रिय व स्वधर्मीय असल्यानें राजाचा बदल झाल्यास प्रजेचें फारसें नुकसान होत नसे; व अपराधी अधिकारी लोकांचा, राजांत बदल झाल्यानें नेहमीं फायदा होत असे. यामुळें आधिकारी वर्ग फितुरीच्या फंदांत लवकर सांपडत असत, असा अंदाज होतो. ही स्थिति भारतकाळीं नसून महाभारतकाळची असावी; हिंदुस्थानाची यापुढच्या काळांतही दुर्दैवानें आपल्यास अशीच स्थिति दिसून येते. राजानें हेर कसे, किती व कोणावर नेमावे याजविषयीं सविस्तर नियम दंडनीतींत सांगितलेलें आहेत. अनेक परराज्यांतील वर सांगितलेले अठराही अधिकारी यांजवर तीन तीन हेर एकमेकांस माहीत नसलेले राजानें नेमावे व आपल्याच देशांतील पंधरा अधिकाऱ्यांवर तीन तीन हेर नेमावे. यांत आपल्या अधिकाऱ्यांतील तीन वगळलेले अधिकारी मंत्री, युवराज व पुरोहित हे होत. यांची टेहेळणी किंवा परीक्षा हेरांकडून कर-

विली जात नसे. याचें कारण लक्षांत येत नाहीं. यांची परीक्षा, बहुधा राजानें स्वतः करावी असा आशय असेल. याजवरून हे तिन्ही अधिकारी विश्वासाचे व फितुरींत कधीं न पडणारे असे मानले जात असावे. हेरांची एकमेकांस ओळख नसावी. त्यांचा वेष पाखंड्याप्रमाणें असावा. त्यांनीं प्रभूस म्हणजे राजास सर्व हकिगत बिनचूक कळवावी, असें वर्णन आहे. कोठें कोठें हेरांची व्यवस्था असली तरी राजानेंही सर्व गोष्टींवर स्वतः दक्षतेनें नजर ठेवावी हेंही सांगितलें आहे.

असो; राजाचे प्रतिहारी व शिरोरक्ष (म्हणजे हल्लींच्या शब्दानें एडिकँप व बॉडिगार्ड) हे दोघे अधिकारी अतिशय विश्वासू व कुलपरंपरागत असून त्याशिवाय विद्वान्, स्वामिभक्त, गोडभाषणाचे, सत्यवादी, चपल व दक्ष असे असावे असें वर्णन आहे. या दोन्ही अधिकाऱ्यांना या गुणांची अवश्यकता अतिशय आहे, हें विस्तारानें सांगण्याची जरूरी नाहीं. यांचें काम अतिशय महत्त्वाचें व जोखमीचें असतें. राजाच्या संरक्षणाकरितां बॉडिगार्डीशिवाय आणखीही त्यांच्या भोंवतालीं सशस्त्र संरक्षक असत.

कश्चित् रक्ताम्बरधराः खड्गहस्ताः स्वलंकृताः।
उपासते त्वामभितो रक्षणार्थमरिंदम ॥

असा सभापर्वींतील कच्चित् अध्यायांत प्रश्न आहे. या श्लोकावरून संरक्षकांचे निराळे म्हणजे तांबडे पोषाक असून त्यांच्या अंगावर सुंदर अलंकार व हातांत नागव्या तलवारी असत. याजवरून हे राजाच्या शरीराचे संरक्षक असें तावडतोब लक्षांत येत असे. हे संरक्षक राजाच्या भोंवतीं कांहीं अंतरावर उभे असत. या संरक्षकांच्या वर्णनावरून असें दिसतें कीं, यवनी स्त्रिया आयुधें घेतलेल्या राजाच्या भोंवतालीं नेहमीं असत असें जें वर्णन कालिदासादिकांनीं केलें आहे ती चाल अद्याप महाभारतकालीं राजदरबारांत उत्पन्न झाली नव्हती. राजे लोकांच्या भोंवतालीं सुंदर व सशक्त स्त्रियांचा पहारा असण्याची वहिवाट चन्द्रगुप्ताच्या वेळींही असल्याचें वर्णन मेग्यास्थिनिसनें केललें आहे. मनुस्मृतींतही स्त्रीभिः परिवृतः असें राजाचें वर्णन केलेलें आहे. यावरून मनुस्मृतीच्या काळींही ही चाल अमलांत होती. कालिदासानें स्त्रियांचें यवनी असें वर्णन केलेलें आहे. यावरून या स्त्रिया यवन जातीच्या असून ही चाल पर्शियन व ग्रीक बादशहांच्या दरबारच्या रिवाजावरून चन्द्रगुप्ताच्या वेळीं हिंदुस्थानांत घेतली गेली असावी. अर्थात् महाभारतांत जें वर्णन आहे तें यापूर्वींच्या काळांतील राजे लोकांच्या परिस्थितीचें वर्णन आहे. येथें अशी शंका येईल कीं, महाभारताचा काल आम्हीं चन्द्रगुप्ताच्या नंतरचा ठरविलेला आहे. तेव्हां चन्द्रगुप्ताच्या वेळचें वर्णन महाभारतांत जरूर आलें पाहिजे. परंतु याचें उत्तर असें आहे कीं महाभारत अशोकाच्या सुमारास चन्द्रगुप्ताच्या नंतर लवकरच झालें असें जरी आम्हीं ठरविलें आहे; तरी तें महाभारतही अशोकाच्या नवीन बौद्धधर्मप्रवृत्तीच्या विरोधानें लिहिलें गेलें, असें आमचें मत आम्ही नमूद केलें आहे. यामुळें महाभारतकारानें मगधांची नवीन राजधानी पाटलीपुत्र हिचाही उल्लेख कोठें केला नाहीं, तेथें नवीन प्रसार पावत असलेल्या बौद्ध धर्माचाही उल्लेख केला नाहीं, तेथें नवीन उत्पन्न झालेल्या साम्राज्याचाही पूर्वीं सांगितल्याप्रमाणें त्यानें उल्लेख केलेला नाहीं व नवीन साम्राज्यांत नवीन चालू झालेल्या दरबारपद्धति म्हणजे सम्राटाच्या भोंवतालीं सशस्त्र स्त्रियांचा पाहरा असल्याचेंही त्यानें वर्णन केलेलें नाहीं. एकंदर निरनिराळ्या लहान राज्यांतून भारती

काळापासून ज्या संस्था चालत आल्या होत्या त्याच त्यानें वर्णन केलेल्या आहेत. महाभारतकाळीं अशीं राज्यें अजूनही पुष्कळ होतीं असें मानण्यास हरकत नाहीं.

अन्तःपुर.

आतां आपण राजांच्या अंतःपुरासंबंधानें वर्णन करूं. राजाचा राजवाडा बहुधा किल्ल्याच्या आंत असे. याला कित्येक चौक अथवा कक्षा असत. बाहेरच्या कक्षेंत सर्व लोकांस येण्याची परवानगी असून दुसऱ्या कक्षेंत अधिकारी व दरबारी लोक येण्याची परवानगी असे. तिसऱ्या कक्षेंत यज्ञशाला, राजाचें स्नानभोजनगृह, वगैरे व्यवस्था असे. चौथ्या कक्षेंत अन्तःपुर असे. येथें जागा विस्तीर्ण असून मोठाल्या बागाही असत. राजाच्या अन्तःपुरांत अनेक स्त्रिया असत. राजाला एक किंवा अधिक पट्टराण्या असत. परंतु त्यांशिवाय त्यास बऱ्याच इतर स्त्रिया असत हें आपण पूर्वीं सांगितलेंच आहे. या स्त्रिया केवळ जबरदस्तीनें आणलेल्या नसत हें लक्षांत ठेवलें पाहिजे. या अनेक स्त्रिया कशा जमत त्याचें वर्णन पूर्वीं सांगितल्याप्रमाणें आम्हांस असें वाटतें कीं, प्रत्येक वर्षीं विवाहाच्या काळीं राजास सुंदर कन्या अर्पण करण्याची वहिवाट प्राचीनकाळीं खरोखर असावी. यामुळें राजाच्या अंतःपुरांत अनेक स्त्रिया जमत असत. अनियंत्रित राजसत्ता व अपार वैभव आलें असतां अनेक स्त्रियांची इच्छा होणें साहजिक आहे व अशा परिस्थितींत जबरदस्तीनें स्त्रिया पकडून नेण्याचा संभवही आहे. याच्याऐवजीं यामुळेंच वर वर्णन केलेली व्यवस्था चांगली होती असें म्हणण्यास हरकत नाहीं. तें कांहींही असो, महाभारतकाळीं राजे लोकांच्या अन्तःपुरांत अनेक स्त्रिया असत हें निर्विवाद आहे. राजे लोकांस नारदानें सभापर्वांत या बाबतींत जो उपदेश केला आहे तो योग्य आहे. " राजे लोकांनीं अशा स्त्रियांस संतुष्ट ठेवावें. त्यांच्यावर सक्त पहारा ठेवावा व त्यांच्यावर विश्वास ठेवूं नये, त्यांस गुप्त गोष्टी सांगू नयेत. " या चारी गोष्टी महत्त्वाच्या आहेत. परंतु त्या युधिष्ठिरास फारशा लागू होत्या असें वाटत नाहीं. नारदाचा प्रश्न युधिष्ठिराच्या संबंधानें अस्थानीं दिसतो.

कच्चित्स्त्रियः सान्त्वयासि कच्चित्ताश्च सुरक्षिताः ।
कच्चिन्न श्रद्दधास्यासां कच्चिद्गुह्यं न भाषसे ॥

या प्रश्नाचा युधिष्ठिरास मुळींच उपयोग नव्हता. युधिष्ठिराला एकच बायको होती, तिच्यावर पहारा ठेवण्याची जरूरी नव्हती. त्याचा तिच्यावर पूर्ण विश्वास होता व तिला तो सर्व राजकारणी गुह्यें सांगत असे. असो. हा नारदाचा उपदेश सर्व राजे लोकांना उद्देशून आहे, हें येथें सांगितलें म्हणजे पुरे होईल. एकंदर राजे लोकांचा विचार करतां अन्तःपुरांतील स्त्रियांपासून कधीं कधीं अपकार होत असे हें उघड आहे. ग्रीक लोकांनींही असें लिहून ठेवलें आहे कीं, कधीं कधीं अन्तःपुरांतील स्त्रियांकडून राजाचा विषानें किंवा मारेकऱ्यांकडून प्राणघात होत असे, यामुळें अर्थातच अंत.पुरांतील स्त्रियांवर सक्त पहारा ठेवण्याची व त्यांच्यावर विश्वास न ठेवण्याची इषारत नारदास देणें भाग पडलें असावें. भारतकाळाच्या प्रारंभीं राजे लोकांचें गृहस्वास्थ्य किती उत्तम होतें, व तेंच महाभारतकाळापर्यंत किती बिघडलें होतें, हें वरील युधिष्ठिराच्या व इतर राजांच्या भिन्न गृहवर्णनांवरून लक्षांत येईल.

---

१ ते त्वतीत्य जनाकीर्णाः कक्षास्तिस्रो नरर्षभाः ।
अहंकारेण राजानमुपतस्थुर्गतव्यथाः ॥
जरासंध वध स. अ. २२–३०

अन्तःपुरावर पहारा ठेवण्यास वर्षवरांची अथवा खोजे लोकांची नेमणूक करण्याची पद्धत महाभारतांत कचित् अध्यायांत किंवा शान्तिपर्वांतील राजधर्मांत किंवा अन्यत्र कोठेंही उल्लेखित असलेली आम्हांस आठवत नाहीं. पुरुषांचें भयंकर रीतीनें पुरुषत्व नाहींसें करून अन्तःपुरांतील स्त्रियांवर संरक्षक ठेवण्याकरितां वर्षवर अथवा खोजे तयार करण्याची दुष्ट चाल हिंदुस्थानांत आर्य लोकांत भारतीकाळांत प्रचलित नव्हती. परंतु चन्द्रगुप्ताच्या वेळीं किंवा नंदांच्या वेळीं हिंदुस्थानांत पाटलीपुत्रांत वर्षवर असल्याचें वर्णन कथासरित्सागरांत आहे. तेव्हां ही चाल बहुधा इतर बादशाही चालींप्रमाणें पर्शियन लोकांपासून चन्द्रगुप्ताच्या वेळीं आली असावी, असें आमचें अनुमान आहे. आणि असले लोकही तिकडूनच आणले जात असावे. कित्येक वर्षपर्यंत, यवन शक वगैरे पाश्चात्य म्लेच्छांचें हिंदुस्थानांत राज्य असे तोंपर्यंत, ही चाल हिंदुस्थानांत रूढ असावी. पण त्यांचें प्राबल्य नाहींसें झाल्यावर ती नष्ट झाली. हर्षाच्या अन्तःपुराचें वर्णन बाणानें केलें आहे त्यांत वर्षवरांचें वर्णन मुळींच नाहीं. दुर्दैवानें मुसलमानांचें हिंदुस्थानांत राज्य झालें त्या वेळेस हें बंड पुन्हा मुसलमानी राज्यांत शिरलें. पण हिंदी राजे लोकांत त्याचा प्रवेश मुळींच झाला नाहीं. क्षत्रिय किंवा इतर राजेलोकांच्या अन्तःपुरांत खोजे लोक असल्याचा दाखला हर्षाच्या अलीकडच्या इतिहासांत मुळींच मिळत नाहीं.

राजाची दिनचर्या.

द्रोणपर्व अध्याय ८२ यांत युधिष्ठिराच्या दिनचर्येचें थोडेसें वर्णन दिलें आहे, तें मनोरंजक असून येथें देण्यासारखें आहे. ‘ उजाडण्याच्या वेळेस गायन करणारे मागध हातांनीं ताल धरून गीतें म्हणूं लागले. भाट व सूत युधिष्ठिराची स्तुति करूं लागले. नर्तक नाचूं लागले आणि सुस्वर कंठाचे गायक कुरुवंशाच्या स्तुतीपर पद्यें म्हणूं लागले. मृदंग, झांज, पणव, आनक, शंख व प्रचंड शब्द करणारे दुंदुभि वाजविण्याच्या कामांत शिक्षण पावून निष्णात झालेले लोक वाजवूं लागले. तेव्हां युधिष्ठिर जागृत झाला. त्यानें उठून अवश्य कार्याकरितां स्नानगृहांत प्रवेश केला. तेथें स्नान केलेले व शुभ्र वस्त्रें परिधान केलेले १०८ तरुण शागीर्द उदकपूर्ण सुवर्ण कुंभ घेऊन उभे होते. नंतर युधिष्ठिर लहान वस्त्र नेसून चौरंगावर बसला. प्रथम बलवान्, सुशिक्षित सेवकांनीं अनेक वनस्पतींपासून बनविलेली उटी त्याच्या अंगाला चोळचोळून लाविली. नंतर सुवासीक उदकानें त्याला स्नान घातलें. मग केस टिपून निघावे म्हणून युधिष्ठिरानें राजहंसाप्रमाणें स्वच्छ असा शेला डोक्यास गुंडाळला. नंतर आंगास चंदनाची उटी लावून धोतर नेसून हात जोडून पूर्वेस तोंड करून तो कांहीं वेळ बसला. जप केल्यावर तो प्रदीप्त अग्निगृहांत गेला. तेथें समिधा व आज्याहुति यांचें समंत्रक हवन केल्यावर आंतील दिवाणखान्यांत येऊन वेदवेत्त्या ब्राह्मणांचें त्यानें दर्शन घेतलें व त्यांची मधुपर्कानें पूजा केली; व त्यांस एक एक निष्क दक्षिणा दिली. सुवर्णाचीं शृंगें व रुप्याचे खूर असलेल्या दुभत्या सवत्स गाई दिल्या. नंतर पवित्र पदार्थांस स्पर्श करून युधिष्ठिर बाहेरील दिवाणखान्यांत आला. तेथें सर्वतोभद्रसंज्ञक सुवर्णासन मांडलें होतें, त्यावर उत्तम आस्तरण घातलें होतें व वरच्या बाजूस छतानें त्यास शोभा आली होती, तेथें बसून त्यानें भृत्यांनीं पुढें केलेले मोत्यांचे व रत्नांचे तेजस्वी अलंकार चढविले.

त्याजवर सोन्याचे दांडे असलेल्या चन्द्रकिरणांप्रमाणें स्वच्छ चवऱ्या ढळूं लागल्या. बंदीजन त्यास वंदन करून त्याचे गुणानुवाद गाऊं लागले. इतक्यांत रथांचा प्रचंड घडघडाट ऐकूं येऊं लागला; तों कवच कुंडलें घालून हातीं तलवार घेतलेला एक तरुण द्वारपाल आंत आला. त्यानें जमिनीवर गुडघे टेंकून त्या वंदनीय धर्मराजाला शिरसा प्रणाम केला व श्रीकृष्ण भेटीस येत आहेत असें कळविलें.' वरील वर्णनावरून महाभारतकालीं समृद्ध व धार्मिक राजांचा एक दिनचर्याभाग व दरबारचा थाट आपल्यासमोर दृष्टीस पडतो. (भा० पु० ४ पान ४९८–९).

मुलकी कारभार.

एकंदर महाभारतकालीं भारती राज्यें लहान असत, परंतु त्यांची मुलकी व्यवस्था उत्तम होती. हें आपल्यास खालील वर्णनावरून दिसून येईल. राज्याचे कोणतेही विभाग महाभारतकालीं सांगितलेले दिसत नाहींत. कारण, हल्लींच्या साधारण एका जिल्ह्याइतकीं किंवा फार झालें तर दोन जिल्ह्याइतकीं महाभारतकाळांतील राज्यें होतीं. उदाहरणार्थ दाक्षिणेकडे महाभारतांत भीष्म पर्वाच्या भूवर्णन अध्यायांत पन्नास लोक अथवा देश सांगितले आहेत. हल्लींच्या हिंदुस्थान देशांत कृष्णेपासून दक्षिणेकडे ब्रिटिश अमलाखालीं इतकेही जिल्हे नाहींत. तात्पर्य महाभारतकालीं देशांची अथवा लोकांची मर्यादा सरासरी जिल्ह्याइतकी असे. महाभारतकालानंतर राज्यें मोठीं झालीं तेव्हां देश; विषय इत्यादि शब्द हेच विभागवाचक झाले. असो. महाभारतकालीं देशांत ग्राम होते. ग्राम ही मुलकी कारभाराची पहिली व शेवटची संस्था होती. मुलकी कारभारांत प्रत्येक गांवाला एक मुख्य असे. त्याला ग्रामाधिपति अशी संज्ञा असे व त्याच्याहून वरिष्ठ दहागांवचा, वीस गांवचा, शंभर गांवचा, व हजार गांवचा असे एकावर एक चढते अधिपति असत. गांवांतल्या अधिपतीनें गांवांतील बऱ्यावाईट हकिकती दहा गांवच्या अधिकाऱ्यांला कळवाव्या व त्यानें वर कळवाव्या असा नियम होता. गांवाच्या अधिपतीचें वेतन म्हटलें म्हणजे त्यानें आपल्या गांवाजवळच्या जंगलांतील उत्पन्न खावें व त्यानें आपल्या वरिष्ठ दहा गांवांच्या अधिकाऱ्यास पुरवावें व त्याच्या वरच्या अधिकाऱ्यासही त्यानें उत्पन्न पुरवावें. मात्र शंभर गांवच्या अधिपतीला एक स्वतंत्र गांव त्याच्या चरितार्थाकरितां दिला जात असे व एकहजार गांवाधिपतीला एक लहानसें शहर दिलेलें असे. एकंदर राष्ट्राचा मुलकी कारभार एका स्वतंत्र अधिकाऱ्याकडे सोंपविलेला असे. हा देशाधिकारी-मंत्री-राजाजवळ असून त्यानें सर्व देशभर फिरून ग्रामाधिपति यांचें राष्ट्रासंबंधी वर्तन कसें आहे हें पहावें व हेरांकडूनही त्यांविषयीं माहिती मिळवावी. (भीष्मपर्व अ० ८६) याशिवाय राज्यांतील सर्व मोठमोठ्या नगरांमध्यें नगरांचे स्वतंत्र अधिपति असत. ज्याप्रमाणें नक्षत्रांवर राहु हा अधिकार चालवितो, तसा नगरामध्यें मूर्तिमंत भीतिच असा हा अधिकारी असला पाहिजे! एकंदर रीतीनें वर दिलेली पद्धति कदाचित् काल्पनिक आहे असें वाटेल. परंतु तसें नसून प्रत्येक गांवांत व प्रत्येक मोठ्या नगरांत अधिपति असत व दहा, वीस व शंभर इतक्या गांवांचे अधिपति, किंवा कमी ज्यास्ती गांवांचे अधिपति, देशाच्या परिस्थितीप्रमाणें असत यांत शंका नाहीं. राष्ट्रांत साधारणपणें हल्लींच्या जिल्ह्याच्या मानानें पंधराशेंपासून दोनहजार किंवा कमी ज्यास्ती गांवें असावीं. अर्थात् एक मुख्याधि-

कारी, त्याच्या हाताखालीं दोन सहस्राधिकारी त्यांच्या हाताखालीं शंभर विंशत्याधिकारी वगैरे अधिकारी होते. असो. या लोकांची नेहमीं प्रवृत्ति प्रजेचा छळ करण्याकडे असते असें महाभारतांत म्हटलेलें आहे. यासाठीं प्रधान मंत्र्यानें परद्रव्याचा अपहार करणाऱ्या व शठ अधिकाऱ्यांवर राहूसारखा दाब ठेवून त्यांचेपासून प्रजेचें संरक्षण केलें पाहिजे असें सांगितलें आहे.

कर.

राज्याचा मुख्य वसूल जमिनीवरचा व व्यापारावरचा कर असून तो मुख्यतः धान्य व हिरण्य या स्वरूपाचा असे. जमिनीवरचा कर म्हटला म्हणजे फार प्राचीनकाळीं म्हणजे प्रारंभीं मनूच्याकाळीं लावून दिलेला एक दशांश ($\frac{1}{10}$) भाग होय. परंतु हा नियम पुढें बदलला आणि हा भाग एक षष्टांश कायम झाला. सबंध भारतीकाळांत व पुढेंही स्मृतिकाळांत हाच कर कायम राहिलेला दिसतो.

आददीत बलिं चापि प्रजाभ्यः कुरुनंदन ।
स षड्भागमपि प्राज्ञस्तासामेवाभिगुप्तये ॥
(शांतिपर्व अ० ६९)

शहाण्या राजानें प्रजेपासून तिच्याच रक्षणाकरितां $\frac{1}{6}$ कर घ्यावा. सभापर्वांत नारदानें हाच भाग सांगितला आहे व यापेक्षां ज्यास्ती घेत नाहींस ना असें विचारलें आहे. शेतांत धान्य उत्पन्न होईल त्याच्यापैकीं $\frac{1}{6}$ भाग, ग्रामाधिपति लोकांकडून वसूल घेऊन जमा करीत असे व अशीं धान्याचीं कोठारें ठिकठिकाणीं भरून ठेवलेलीं असत. जमिनीची सत्ता लोकांकडे असे, असें बहुतेक वाटतें व हा उत्पन्नाचा भाग कर म्हणून दिला जात असे. पशु बाळगणारे धनगर व गवळी हेही राज्यांत पुष्कळ असत व तेही पशूंपैकीं $\frac{1}{50}$ भाग राजाला देत असत व याप्रमाणें राजांचीं खिल्लारें स्वतंत्र भरलेलीं असत. याशिवाय वाणिज्यावर जो कर होता तो $\frac{1}{50}$ एवढाच होता. म्हणजे जी वस्तु विकेल त्या वस्तूच्या किमतीचा शेंकडा २ रु० सरकारास कर द्यावा लागत असे; किंवा उत्पन्न झालेल्या वस्तूंचा खर्चवेंच जाऊन निराळ्या प्रकारचा कर निरनिराळ्या वस्तूंवर लावला जात असे.

विक्रयंक्रयमध्वानं भक्तं च सपरिच्छदम् ।
योगक्षेमं च संप्रेक्ष्य वणिजां कारयेत्करान् ॥

विकत घेण्याची किंमत, देण्याची किंमत, रस्त्यांचा खर्च, एकंदर नौकरांचा खर्च व त्यांचा स्वतःचा योगक्षेम, एवढ्याचा विचार करून वाणीलोकांवर कर बसवावा, असा नियम शांतिपर्वांत दिलेला आहे. कारागिरांवरही कर असे, किंवा त्यांजकडून सरकारच्या कामावर वेठ घेतली जात असे. हे एकंदर कर होत. ज्यांचा भाग सांगितलेला नाहीं ते कर अशा रीतीनें घ्यावे कीं, प्रजेला कोणत्याही प्रकारानें त्रास होऊं नये व प्रजेची वृद्धि बंद होऊं नये. येथें नेहमींचें वत्साचें उदाहरण दिलें आहे. प्रजा ही वत्स व राष्ट्र ही गाय असें समजून वत्साचा योग्य प्रतिपाल करून राजानें राष्ट्राचें दोहन करावें, असें नेहमीं सांगितलेलें आढळतें. ज्या वेळेस राज्यावर एकादा घोर प्रसंग येईल त्या वेळेस लोकांपासून विशेष कर न घेतां सामोपचारानें कर्ज घ्यावें व संकट गेल्यावर तें परत द्यावें. यासंबंधानें हल्लींच्या युद्धकर्ज प्रसंगीं जें वर्तन ब्रिटिश सरकारनें केलें आहे तसेंच करण्याविषयीं शांतिपर्वांत सांगितलें आहे. किंबहुना राजानें प्रजेची जी प्रार्थना यावेळीं करावयाची तीही राजधर्मांत दिलेली आहे.

अस्यामापदि घोरायां संप्राप्ते दारुणे भये ।
परित्राणाय भवतां प्रार्थयिष्ये धनानि वः ॥
प्रतिदास्ये च भवतां सर्वं चाहं भयक्षये ।
(शांति० प० अ० ६७)

" मी ह्या घोर आपत्तीच्या प्रसंगीं दारुण भय प्राप्त झालें असतां तुमच्याच संरक्षणाकरितां तुमच्यापासून धन मागत आहें; भयाचा नाश झाल्यावर मी तें सर्व तुम्हांस परत देईन" असें राजानें सांगावें, असो. घेतलेलें कर्ज परत देण्याचा उपाय शत्रूपासून घेतलेलें द्रव्य हेंच होय. पण जर नुसतें स्वसंरक्षण झालें तर घेतलेलें द्रव्य परत करण्याचा अन्य करांशिवाय कांहीं उपाय नाहीं; किंवा काटकसर करणें हा एक उपाय आहे. परंतु याचा येथें कोणत्याच प्रकारचा उल्लेख नाहीं. तथापि, एवढी गोष्ट कबूल करावी लागेल कीं, लढाईच्या वेळचें कर्ज गोड शब्दानें व लोकांच्या राजीखुषीनेंच घेण्याविषयीं येथें आज्ञा आहे.

राजाच्या उत्पन्नाचे दुसरे कित्येक कर महाभारतांत सांगितले आहेत; त्यांपैकीं गोमींवरचा कर हा एक मुख्य कर होता. पूर्वकाळीं एका राष्ट्रांतून दुसऱ्या राष्ट्रांत धान्याची ने आण करण्याचें साधन, प्राचीनकाळीं रस्ते नसल्यानें, हे गोमी लोकच होते. हजारों बैलांचे कळप ठेवून त्यांजवर गोण्या घालून धान्याची व इतर मालाची ने आण हे लोक करीत असत. यांना अलीकडे चारण अथवा वंजारी (वनचर) असें म्हणतात. यांच्यावर कर घालणें म्हणजे आयात व निर्यात मालावर कर घालण्यासारखें आहे. परंतु या लोकांस प्रेमानें वागवून त्यांच्या जवळून हलके कर घ्यावे कारण या लोकांच्या योगानें राष्ट्रांतील देवघेवीच्या व्यवहाराचा व शेतीचा उत्कर्ष होतो. " प्रभावयन्ति राष्ट्रं च व्यवहारं कृषिं तथा ।" असें सांगितलें आहे (शान्तिपर्व अध्याय ८७). हेंही सांगितलें आहे कीं, राजानें कर हळूहळू वाढवावे. येथें वंजाऱ्यांचेंच उदाहरण घेतलें आहे. बैलावर हळूहळू ज्याप्रमाणें ओझें वाढवीत वाढवीत बैलाची शक्ति वाढवितां येते त्याचप्रमाणें राष्ट्राची कर देण्याची शक्ति वाढवितां येते. जातींतिल मुख्य मुख्य लोकांना कांहीं सवलती द्याव्या व एकंदर जनसमूहाला कराचें मान साधारणपणें जास्त ठेवावें. किंवा प्रमुखांमध्यें भेद उत्पन्न करून एकंदर लोकांत कर वाढवावे. परंतु साधारणपणें एकंदर श्रीमंत लोकांची विशेष बूझ ठेवावी. कारण श्रीमंत लोक हे राजाचे आधारस्तंभ आहेत. इत्यादि करांचे नियम सर्व समंजस राष्ट्रें पाळतात हें निराळें सांगावयास नको.

याशिवाय उत्पन्नाच्या बाबी म्हटल्या म्हणजे खाणी, मीठ, शुल्क, तर आणि हत्ती ह्या होत्या; व या सर्व बाबींवर निरनिराळे विश्वासुक अमात्य नेमावे असें शांतिपर्वांत सांगितलें आहे.

आकरे लवणे शुल्के तरे नागबले तथा ।
न्यसेदमात्यान्नृपतिः स्वाप्तान्वा पुरुषान्हितान् ॥

यांतील आकर म्हणजे खाणी होत. हिंदुस्थानांत सोनें, हिरे, नील वगैरेंच्या खाणी प्राचीनकाळापासून होत्या. किंबहुना त्या हल्लीं कमी आहेत. या ठिकाणचें सर्व उत्पन्न राजांचें असावें; परंतु येथें नुसता कर घेण्याविषयीं निर्बंध आहे. परंतु या गोष्टींवर पक्की देखरेख राहण्यासाठीं व कोणत्याही प्रकारें लुच्चेगिरी न होण्यासाठीं विशेष विश्वासाचे व दक्ष कारभारी असावे हें उघड आहे. लवण अथवा मीठ हेंही प्राचीनकाळीं मोठी उत्पन्नाची बाब होती व हल्लींही ब्रिटिश अमदानींत सुद्धां ती महत्त्वाची बाब आहे. मीठ समुद्रांत किंवा खाणींत उत्पन्न होतें. सर्व ठिकाणीं उत्पन्न होत नाहीं. आणि सर्वांसच मिठाची जरूरी असते. यामुळें मीठ उत्पन्न करणाऱ्या राष्ट्रांत व न उत्पन्न करणाऱ्या राष्ट्रांत मिठाचा कर हा एक महत्त्वाचा कर असला पाहिजे व त्याजवर स्वतंत्र विश्वासू अधिकारी

असणें जरूर आहे. आतां शुल्क म्हणजे काय हें निश्चयानें सांगतां येत नाहीं. टीकाकार धान्य जेथें विकलें जातें त्या जागेस शुल्क असें म्हणतो. शुल्क म्हणजे बहुधा बाजारांतील खरेदी विक्रीवर जो सायर म्हणून हल्लीं स्वदेशी संस्थानांतून कर घेतला जातो तो असावा. कन्येच्या विवाहसमयीं कन्येच्या बापाला जें धन देतात त्यालाही शुल्क असें म्हणतात. असो. शुल्क हा कर खरेदीविक्रीवर बसविलेला असावा व पूर्वी सांगितल्याप्रमाणें तो दोन रुपये शेंकडा असावा. या करावरही एका स्वतंत्र अधिकाऱ्याची नेमणूक असणें जरूर आहे. तर म्हणजे नदींतून किंवा समुद्रांतून उतरणाच्या ठिकाणीं घेतला जाणारा कर होय. हा कर महत्त्वाचा कां असावा हें लक्षांत येत नाहीं. इकडून तिकडे प्रवाशांना नेण्याचें काम नावाड्यांचें आहे. ते आपली मजुरी निराळी घेतच असतात; परंतु व्यवस्थित रीतीनें तंटा होऊं न देतां काम व्हावें अशा समजुतीनें तरीवर राजांचा अथवा सरकारचा हक्क आहे अशी समजूत प्राचीनकाळापासून हल्लींपर्यंतही आहे व या तरींचें उत्पन्न बरेंच मोठें आहे. शेवटीं नागबल याविषयीं सांगितलें पाहिजे. जंगलांतील सर्व हत्ती राजाचे, अशी समजून प्राचीनकाळीं होती व हल्लींही आहे. हत्ती विशेषतः राजांची संपत्ति होय असें मानलें जातें. हत्तींचा उपयोग पूर्वकाळीं फौजेंतही होत असे. ज्या जंगलांत हत्ती होत असत त्याजवर राजाचा स्वतंत्र हक्क असे. त्यांत कोणालाही शिकार करण्याची परवानगी नसे. त्याजवर स्वतंत्र अधिकारी असत. हत्तींचे कळप वाढविण्याविषयीं व हत्तींस पकडण्याविषयीं हे अधिकारी योग्य ती तजवीज करीत. असो. यावरून असें दिसतें कीं, ज्या जंगलांत हत्ती नाहींत अशीं जंगलें लोकांना मोकळीं होतीं. त्यांमध्यें पाहिजे त्या मनुष्यास जाऊन लांकडे तोडण्याचा किंवा जनावरें चारण्याचा हक्क असला पाहिजे. किंबहुना दोन राष्ट्रांमध्यें नेहमीं बरेंच जंगल असे. कारण, राष्ट्रांची सरहद्द या जंगलांनींच निश्चितपणानें कायम ठरवितां येत असे व हीं जंगलें कोणत्याही राष्ट्राच्या मालकीचीं समजलीं जात नसत. त्यांजवर कोणाचेंही स्वामित्व नसे.

> अटवी पर्वताश्चैव नद्यस्तीर्थानि यानि च ।
> सर्वाण्यस्वामिकान्याहुर्नास्ति तत्र परिग्रहः
> (अनुशासनपर्व अ० ६९ श्लोक ३४)

"अरण्य, नद्या, पर्वत व तीर्थें यांजवर कोणाचेंही स्वामित्व नाहीं व कोणाचाही ताबा असूं शकत नाहीं." प्राचीनकाळीं क्षत्रिय व ब्राह्मण निर्भयपणें अरण्यांत जाऊन रहात असत याचें कारण हेंच. कारण, त्यांस कोणीही तूं येथें कां बसलास हें विचारूं शकत नव्हतें. जंगलामध्यें शेंकडों धनगर गुरें घेऊन निःशंकपणें राहात असत. प्राचीनकाळीं रयतेला ही मोठी सोय असे. कारण, पाहिजे त्यास लांकूड—फांटें, दगडमाती, चारागवत, फुकट स्वतःच्या मेहनतीनें मिळण्यासारखें असे.

जमिनीची मालकी व मोजणी.

जमीनमहसूल धान्याच्या रूपानें देण्याचा प्रघात सर्व राज्यांत चालू असल्यामुळें जमिनीच्या मोजण्याची पूर्वकाळीं अवश्यकता नव्हती. गांवांची हद्द निश्चित असून त्या हद्दींतील लागण होण्याजोग्या सर्व जमिनीवर गांववाल्यांची मालकी असली पाहिजे. ही मालकी सामायिक किंवा विभागलेली असे हें निश्चयानें सांगता येत नाहीं. कारण, दोन्ही प्रकारच्या वहिवाटी अजूनही दृष्टीस पडतात. तथापि ही गोष्ट निश्चित आहे कीं, जमिनीचे निरनिराळे तुकडे पडलेले असून त्यांजवर

विशिष्ट माणसांचें स्वामित्व निश्चित झालेलें असे. कारण, जमिनीचा क्रयविक्रय झाल्याचा उल्लेख महाभारतांत कित्येक ठिकाणीं आलेला आहे. जमिनीला किंमत होती. भूमीचें दान अतिशय पुण्यकारक मानलें जात असून शहाण्या माणसानें थोडी तरी जमीन विकत घेऊन दान करावें असें सांगितलें आहे. 'तस्मात्क्रीत्वा महीं दद्यात्स्वल्पामपि विचक्षणः। (अनुशासनपर्व अ० ६७ श्लोक ३४) जर जमिनीची खरेदी विक्री होत होती, तर जमिनीची मोजदाद झाली असली पाहिजे. जमिनीचें मोजण्याचें माप महाभारतकाळीं काय होतें हें निश्चयानें सांगतां येत नाहीं. बिघा हें माप मुसलमानी आहे व एकर हें माप इंग्रजी आहे. यापूर्वी निवर्तन हें माप असावें असें टीकेवरून दिसतें.

> यो वै कीनाशः शतनिवर्तनानि भूमेः कर्षति तेन विष्टिरूपेण राजकीयमपि निवर्तनदशकं कर्षणीयं स्वीयवद्रक्षणीयं च।

'जो शेतकरी घरची शंभर निवर्तन जमीन नांगरील, त्यानें राजाची दहा निवर्तन जमीन फुकट नांगरावी, व लावावी.' या टीकेंतील उताऱ्यावरून पूर्वकाळीं निवर्तन हा शब्द बिघा याच्या ऐवजीं होता. परंतु तो महाभारतांत आलेला नाहीं. तथापि, निवर्तन हा शब्द चाणक्याच्या अर्थशास्त्रांत आलेला आहे. त्याचा अर्थ वीस हात असा आहे. तेव्हां निवर्तन म्हणजे चौरस चारशें हात. अर्थात् निवर्तन हेंच जमिनीचें माप महाभारतकाळीं प्रसिद्ध होतें. या उताऱ्यावरून हेंही लक्षांत येतें कीं लोकांच्या जमिनीशिवाय राजाचीही खाजगत जमीन महाभारतकाळीं असावी. बागा वगैरे जमिनीचे भाग स्वतंत्र राजाच्या उपभोगाकरितां असावे. पण एकंदर देशांत निरनिराळ्या ठिकाणीं राजाची जमीन नसावी. जमिनीवर बहुतेक सर्व मालकी लोकांचीच होती हें आम्हीं पूर्वी सांगितलेंच आहे. राजाच्या खाजगत जमिनीशिवाय राजांचे मोठमोठाले गाईंचे कळप असत. हे कळप निरनिराळ्या जंगलांत ठेवलेले असत. लोकांकडून कराच्या रूपानें आलेलीं गुरें यांतच असत. या कळपांचें वर्णन महाभारतांत दोन तीन ठिकाणीं आलेलें आहे. पूर्वकाळीं प्रत्येक राजाजवळ हजारों गाईबैलांचीं खिल्लारें असत, व बैलांची वाढ कशी करावी, बैलांचीं सुलक्षणें कोणतीं, त्यांचे रोग कसे बरे करावे वगैरे शास्त्र बरेंच उत्कृष्ट स्थितीस पोचलें होतें. सहदेव हा पशुपरीक्षक वैद्य होऊन विराट राजाकडे नोकरीस राहिला. तो म्हणतो, "मी युधिष्ठिराच्या येथें त्याच्या पशूंच्या कळपांवर होतों. शंभरशंभरांचा एक कळप असे आठ लक्ष कळप युधिष्ठिराचे होते. मी असेन तेथें भोंवतीं दहा योजनेंपर्यंत गाईंच्या संबंधानें पूर्वी काय झालें व पुढें काय होईल याचें मला ज्ञान असतें. गाईंची वृद्धि जलद कशानें होते व त्यांना काय केलें असतां रोग होत नाहींत हें मी जाणतों. उत्तम बैलांचीं लक्षणें काय आहेत हें मला माहीत आहे" असें त्यानें सांगितलें. (विराटपर्व अ० १० भा० पु० ३ पान १७) दुर्योधनाच्या घोषाचें म्हणजे गाईंचीं खिल्लारें ठेवण्याचें ठिकाण द्वैतवनांत होतें. तेथें तो मुद्दाम घोषाची पाहणी करण्याकरितां गेला. त्यानें हजारों गाई पाहिल्या. सर्वांच्या खुणा आणि संख्या यांची तपासणी केली. वासरांना खुणा लाविल्या. ज्या धेनूंचीं वासरें लहान होतीं त्या प्रसूत होऊन किती काळ लोटला हें ठरविलें; व गाईंची खानेसुमारी करून तीन वर्षांपुढील बैलांची गणना निराळी केली. (वनपर्व अ० २४० भा० पु० २ पान ४९७) वरील वर्णनावरून रा-

जांच्या पदरीं असलेल्या गाईंच्या खिल्लारांची कशी व्यवस्था असे हें दिसून येईल. या गाईं-वर सरकारी गवळी असत व त्यांजवर एक अधिकारी असे.

वेठ.

वेठ घेण्याचा अधिकार राजांस असे. निरनिराळे शिल्पी व मजूर यांजपासून राजानें वेठ घ्यावी असें राजधर्मांत सांगितलें आहे. वरील वाक्यावरून दहा दिवसांत एक दिवस राजाकरितां फुकट काम करावें असा बहुधा नियम असावा. फौजेसाठीं व राजवाड्यासाठीं लागणाऱ्या वस्तु याप्रमाणें वेठीनें तयार करवीत असत. येथें हें सांगितलें पाहिजे कीं, वेठ सर्व लोकांपासून घेतली जात असे. ब्राह्मणांचे विशिष्ट अधिकार सर्व राज्यांत मान्य केले जात असत, हें खरें आहे. म्हणजे सर्व कर व वेठ त्यांना माफ असे; किंबहुना त्यांना इतरांप्रमाणें शिक्षाही होत नसे व त्यांच्यांत जर कोणी बिनवारशी मेला, तर त्याची मालमत्ताही सरकारांत जप्त होत नसे. परंतु या सर्व सवलती विद्वान् ब्राह्मणांना होत्या. जे वेदवेत्ते ब्राह्मण अग्नि ठेवून ब्राह्मणांचेंच अध्ययन अध्यापन, यजन याजन हे उद्योग करीत त्यांसच ही सवलत होती, इतरांस नव्हती.

अश्रोत्रियाः सर्व एव सर्वे चानाहिताग्नयः ।
तान् सर्वान् धार्मिकोराजा बलिंविष्टिंच कारयेत् ॥
(शांतिपर्व अ० ७६)

जो ब्राह्मण वेद जाणणारा नसेल व अग्नि ठेवणारा नसेल त्या सर्वांपासून धार्मिक राजानें कर व वेठ घ्यावी. अर्थात् असे ब्राह्मण नांवाचे ब्राह्मण असत व धंद्यानें शूद्र असत. तेव्हां शूद्रांप्रमाणें त्यांना वागविल्यास राजाच्या धार्मिकतेमध्यें कोणत्याही प्रकारचा दोष उत्पन्न होत नसे. असो. राजाच्या उत्पन्नाच्या मुख्य बाबी याप्रमाणें १ जमीनमहसूल, २ गुरांच्या खिल्लारांवरील कर, ३ सायर अथवा जकात, ४ खाणींचें उत्पन्न, ५ मिठावरील कर, ६ तरींचें उत्पन्न, ७ जंगलांतील हत्तींवरील उत्पन्नाच्या बाबी. ह्याच हल्लींच्या हिंदुस्थान सरकारच्या उत्पन्नाच्या बाबी आहेत, हें येथें लक्षांत घेतलें पाहिजे. याशिवाय न्यायखात्याच्या उत्पन्नाच्या बाबी, स्टॅंप व बिनवारशी माल, यांचा विचार आपण पुढें करूं.

जंगल व अबकारी.

हल्लींच्या हिंदुस्थान सरकारच्या उत्पन्नाच्या तीन बाबी अफू, अबकारी व जंगल या महाभारतकाळीं असलेल्या दिसत नाहींत. पूर्व काळीं अफू उत्पन्न होत होती किंवा नाहीं याचीच शंका वाटते. अफू बाहेर निर्यात होत असल्याचें कोठेंच वर्णन नाहीं. दुसरें अबकारीवर सरकारी कर होता असें दिसत नाहीं. किंबहुना दारूचीं दुकानें राजानें बंद करावीं असें शांतिपर्वांत लिहिलें आहे. दारूवरील कराविषयीं कोठेंच उल्लेख नाहीं. मद्यादिकांच्या स्थानांचा सर्वथैव निरोध करावा असें सांगितलें आहे. (शांति अ. ८८ भा० पु० ६ पान १७८) दारूच्या दुकानांवर व वेश्यांवर सक्त पहारा करावा असेंही म्हटलेलें आहे. अर्थात् दारूचीं दुकानें बहुतेक बंद असावीं व जीं कोठें थोडीं असतील त्यांजवर सक्त पहारा असे. तिसरें, जंगलाचें उत्पन्न प्रजेस मोकळें होतें. जंगलांचे कांहीं विशिष्ट भाग, ज्यांत हत्ती उत्पन्न होत असत, किंवा उत्तम गवत उत्पन्न होई असे भाग सरकारी जंगलें म्हणून राखून ठेवलेले असत. बाकी प्रत्येक गांवचीं जंगलें व सरहद्दीवरील जंगलें हीं सर्वांस मोकळीं होतीं. किंबहुना जंगलावर कोणाचीच मालकी नाहीं असें ठरलेलें होतें. क्षत्रिय लोकांशिवाय इतर लोक पूर्वकाळीं दारू पीत नसत

व क्षत्रिय लोकांसाठीं व राजेलोकांसाठीं बहुधा घरीं दारू उत्पन्न करीत असत. यामुळें दारूवर कर नसावा असें आमचें मत आहे. अनार्य लोकांचीं कांहीं दारूचीं दुकानें असावीं परंतु त्यांजवर सरकारची सक्त नजर असे व होतां होईल तों तीं दुकानें बंद केलीं जात. अशा प्रकारची परिस्थिति अबकारी संबंधानें महाभारतकाळीं होती, असें आमचें मत आहे.

खर्चाच्या बाबी.

येथवर राजेलोकांच्या उत्पन्नाचा विचार झाला. आतां कोणकोणत्या बाबींत राजेलोकांनीं खर्च करावयला पाहिजे, या संबंधानें नीतिशास्त्रांत जे नियम सांगितले होते त्यांचा आपण विचार करूं. मुख्य खर्चाची बाब फौज ही होती. तिचा स्वतंत्र विचार होईल; पण इतर बाबींची कल्पना सभापर्वांतील काच्चित् अध्यायावरून करतां येण्यासारखी आहे. महाभारतकाळीं राजांचीं कर्तव्यें काय समजलीं जात होतीं याचें उत्कृष्ट चित्र या अध्यायांत काढलेलें आहे. नारद विचारतो, " राष्ट्रास तुझ्याकडून किंवा तुझ्या स्त्रियांकडून किंवा राजपुत्रांकडून अथवा चोरांकडून अथवा लुब्ध लोकांकडून पीडा होत नाहींना ? " या प्रश्नांत अंदाधुंदी चालत असलेल्या राष्ट्रांत लोकांस पीडा बहुधा कोणाकडून होते याचें चांगलें वर्णन केलेलें आहे. राष्ट्रांत बहुधा जुलमी राजांकडून किंवा त्यांच्या लाडक्या राण्यांकडून किंवा राजाच्या प्रीतींत असलेल्या हलक्या नोकरांकडून किंवा चोरांपासून नेहमीं पीडा होत असते, ही गोष्ट इतिहासप्रसिद्ध आहे. अनेककाळीं हिंदुस्थानच्या इतिहासांत या कारणानें झालेली प्रजेची दीन परिस्थिति आपल्या दृष्टीस पडते. याचें शेवटचें उदाहरण दुसऱ्या बाजीरावाच्या वेळचेंच आहे. या वेळीं बाजीराव स्वतः लोकांस लुटून लोकांचीं उत्पन्नें खालसा करीत होता. त्याच्या मर्जीतले अधिकारी व लोक प्रजेस निराळें लुटीत होतेच, व सर्वांहून अधिक लूट पेंढाऱ्यांची होती. सारांश, बाजीरावाच्या काळीं दुर्व्यवस्थेचीं सर्व स्वरूपें लोकांत बोकाळलेलीं होतीं व त्यामुळेंच परकी इंग्रजांचें राज्यही लोकांस प्रिय वाटलें व लोकांनीं कबूल केलें. असो; तर राजाचें पहिलें कर्तव्य राजानें आपला स्वतःचा व दरबारी लोकांचा निग्रह करून द्रव्य लुटण्याची इच्छा बंदींत टाकली पाहिजे. म्हणजे राजाचा स्वतःचा व दरबारचा खर्च आटोक्यांत ठेवला पाहिजे. दुसरा बंदोबस्त चोरांचा केला पाहिजे. विशेषतः दिवसाढवळ्या लुटणाऱ्या चोरांचा नायनाट केला पाहिजे. यासाठीं पोलिसाचा बंदोबस्त उत्तमप्रकारें ठेवला पाहिजे. प्रत्येक राष्ट्राचे शहरें, ग्राम व प्रांत म्हणजे सीमा असे तीन भाग नेहमीं असत व या सीमांवर अरण्यें असत. या प्रांतांत अथवा अरण्यांत राहून दरवडेखोर प्रजेस लुटीत असत. पेंढाऱ्यांची अशीच तऱ्हा होती, हें आपल्यास इतिहासावरून कळतें. यासाठीं प्रत्येक नगराला कोट असावा व प्रत्येक गांवाला गढी असावी अशी व्यवस्था होती. नारदानें असा एक प्रश्न केला आहे कीं तुझ्या राष्ट्रांतील प्रत्येक गांव शहरासारखें आहे ना ? व प्रांत अथवा सीमा गांवासारखें आहेना ? यावरून ही व्यवस्था वर सांगितल्याप्रमाणें दिसते. याशिवाय घोडेस्वारांकडून दरोडेखोरांचे पाठलाग त्यांच्या लपण्याच्या जागेपर्यंत तूं करवितोस ना ? असाही एक प्रश्न नारदानें केला आहे. तात्पर्य, दरोडेखोरांचा नायनाट करण्यासंबंधानें व लोकांचें जीवित व मालमत्ता सुरक्षित ठेवण्यासंबंधानें हल्लीं ब्रिटिश राज्यांत जे प्रयत्न होत आहेत, ते सर्व प्राचीनकाळीं सांगितलेले

आहेत व त्यांची सुव्यवस्थित राज्यांत अमलबजावणी होत असे. पोलिस खात्याचा याप्रमाणें पहिला खर्च होत असे.

दुसरा खर्च पाटबंधाऱ्याच्या (इरीगेशन) खात्याचा असला पाहिजे. नारदानें असा प्रश्न विचारला आहे कीं, तुझ्या राज्यांत योग्य ठिकाणीं बांधलेलीं व पाण्यानें भरलेलीं तळीं आहेत ना ? व तुझ्या राज्यांतली शेती आकाशांतून पडणाऱ्या पाण्यावर अवलंबून नाहीं ना ? या प्रश्नाचें तात्पर्य स्पष्ट असें दिसतें कीं हल्लींप्रमाणेंच प्राचीनकाळींसुद्धां पाऊस वेळेवर पडण्याचा नेहमीं भरंवसा नसे व दुष्काळाची भीति नेहमीं जागृत असे. यामुळें जागजागीं पाण्याचा सांठा करून ठेवण्याची जबाबदारी सरकारावर असे. यासंबंधाचा सर्व खर्च सरकारलाच करावा लागे. तिसरी खर्चाची बाब लोकांना लागणारी तकावी. याला कांहीं ठिकाणीं खाद व बीज असें हल्लीं म्हणतात. कृषि करणाऱ्या लोकांना पूर्वीपासून सरकारी मदत किंवा सावकारी मदत मिळाल्याशिवाय शेती करतां येत नसे हें पाहून आश्चर्य वाटतें. शेतीचा धंदा महाभारतकाळीं बहुतकरून वैश्य लोकांच्या हातून सुटलेला असावा. पूर्वकाळीं व भारतकाळीं वैश्यांचा कृषि हा मुख्य धंदा होता. कृषि, गोरक्ष्य, वाणिज्य असे भगवद्गीतेंतही वैश्यांचे धंदे सांगितलेले आहेत. परंतु महाभारतकाळीं वैश्यांनीं पूर्वीचे दोन धंदे बहुतेक शूद्रांकडे सोंपविले होते. यामुळें शेत करणाऱ्याला शेतास लागणारें बीज व चार महिने शेती तयार होईतोंपर्यंत लागणारें अन्न यांची कांहीं तरी तरतूद सरकाराकडून किंवा सावकारांकडून करून घ्यावी लागत असे. अशा मदतीस मुसलमानी राज्यांत तकावी असें म्हणत असत व तोच शब्द हल्लींही रूढ आहे. अशा प्रकारची मदत देण्याची वहिवाट सरकारांतून महाभारतकाळींही चालू असल्याचें नारदप्रश्नावरून सिद्ध होतें व त्यांत बजि व भक्त असें म्हटलेलें आहे. हें बजि व भक्त सरकारी कोष्ठागारांतून दिलें जात असे. किंवा सावकारानें कोणी दिल्यास तें सरकाराकडून वसूल करून देवविलें जात असे. आश्चर्य हें आहे कीं, नारदाच्या या प्रश्नांत व्याजाचा दरही ठरलेला दिसतो ! दरमहादरशेंकडा १ रुपयाप्रमाणें हा दर ठरविलेला आहे व यापेक्षां ज्यास्त दर सावकारलोकांनीं घेऊं नये असा निर्बंध असे. चन्द्रगुप्ताच्या वेळेपासून तों थेट आजपर्यंत २२०० वर्षे हाच नियम स्वदेशी राज्यांत चालू आहे हें पाहून हिंदुस्थानांतील प्राचीन संस्था किती स्थिर व टिकाऊ असतात याची कल्पना होते. " कृषीचा उत्कर्ष व्हावा याकरितां कृषीवलांची सुस्थिति राखण्याकडे राजानें लक्ष पुरविलें पाहिजे. त्यांजपाशीं पोटगी व बीं भरपूर आहे कीं नाहीं याची राजानें चौकशी करावी आणि सदयतेनें दरमहा दरशेंकडा एकाहून अधिक व्याज न घेतां त्यांस कर्ज द्यावें. " (भाषांतर पुस्तक १ पान ४७९) असा नियम होता.

ग्रामसंस्था.

प्रत्येक गांवांत पांच पांच अधिकारी असत असें सभा पर्वीत सांगितलें आहे. हे अधिकारी कायमचे किंवा वंशपरंपरेचे होते. त्यांचीं नांवें प्रशास्ता (पाटील), समाहर्ता (वसूल करणारा), संविधाता लेखक (कुलकर्णी), व साक्षीदार अशीं टीकाकारानें दिलीं आहेत. साक्षीदाराची काय विशेष जरूर होती हें सांगतां येत नाहीं. हे पांचही अधिकारी शूर, शहाणे व एकमतानें काम करणारे असावे. राष्ट्रामध्यें प्रांत, ग्राम, नगर व पुर अशी लोकवस्ती असे. प्रांत शब्दाचा अर्थ हल्लीं

देशाचा विभाग असा होतो. परंतु प्राचीनकाळीं प्रांत म्हणजे अंताजवळचा अर्थात् राष्ट्राच्या सीमेवरचा प्रदेश असा अर्थ होता. पुर म्हणजे राजधानी हें लक्षांत ठेवले पाहिजे. दुष्काळाच्या भीतीनें जमवून ठेवलेलें धान्य बहुधा नगर किंवा राजधानी येथें जमा केलें जात असे.

असो. याशिवाय कृषि, गोरक्ष्य आणि वाणिज्य यांच्या उत्कर्षासाठीं राजानें विशेष प्रयत्न करावा असें सांगितलें आहे. या संबंधानें वार्ता हें एक स्वतंत्र शास्त्र उत्पन्न झालेलें होतें. त्याप्रमाणें कृषीची व वाणिज्याची उन्नति करून देशाची स्थिति उत्कृष्ट होईल अशी खटपट वैश्य लोकांनीं करावी व त्यास राजेलोकांनीं द्रव्याची मदत करावी अशी नीति होती. चौथें दुष्काळग्रस्त लोकांना अन्न देण्याची जबाबदारी राजांवर होती. अंध, मूक, पंगू वगैरे लोकांच्या भरणाची जबाबदारी राजांवर असे.

> कच्चिदन्धांश्च मूकांश्च पंगून् व्यंगानबांधवान् ।
> पितेव पासि धर्मज्ञ तथा प्रव्राजितानपि ॥

म्हणजे अन्ध, मूक, पंगु, व्यंग असलेले, ज्यांना संरक्षण करणारा कोणी नाहीं व जे लोक संसार सोडून विरक्त होऊन संन्याशी झालेले आहेत अशा लोकांस राजानें पित्याप्रमाणें पाळलें पाहिजे. त्याचप्रमाणें राष्ट्राला अग्नि, सर्प व व्याघ्र यांच्या भयापासून आणि रोगांच्या भयापासून वांचविण्याचा प्रयत्न करावयास पाहिजे. याप्रकारची जबाबदारी हल्लींचें सुधारलेलें प्रत्येक राज्य आपल्यावर आहे असें मानतें व अशाच प्रकारची जबाबदारी राज्यावर असलेली महाभारतकाळींही मान्य होती. यावरून राजांच्या कर्तव्याची पूर्वकाळीं कल्पना किती पुढें गेली होती हें वाचकांस समजून येईल. इनामांविषयीं व अग्रहारांविषयींही पूर्व राजांनीं दिलेले सर्व हुकूम राजानें पाळिले पाहिजेत असा नारदानें उपदेश केला आहे.

> ब्रह्मदेयाग्रहारांश्च परिबर्हांश्च पार्थिव ।
> पूर्वराजाभिपन्नांश्च पालयत्येव पाण्डवः ॥
> (आश्रमवासिपर्व-१०)

एका राजानें दुसरें राज्य जिंकल्यावर पूर्व राजानें दिलेलीं इनामें व अग्रहार (ब्राह्मणांस दिलेले सबंध गांव) व परिबर्ह (म्हणजे इतर दिलेले हक्क) राजानें पाळावे व त्याप्रमाणें युधिष्ठिरानें दुर्योधनानें दिलेले सर्व हक्क पाळले असें येथें सांगितलें आहे. हेंही तत्त्व सुधारलेल्या राष्ट्राच्या मुलकी कारभारास मान्य आहे. सारांश, हल्लींचें ब्रिटिश राज्यांतलि रेव्हेन्यू अमलाचे सर्व उदार नियम प्राचीनकाळीं प्रचलित होते. किंबहुना प्रत्येक गांवांत लेखक असावा असें जें वर सांगितलें आहे त्यावरून मुलकी कारभाराचे कागदपत्रही तयार असावे असें आपल्यास मानण्यास हरकत नाहीं. यामुळें हिंदुस्थानांत महाभारतकाळीं राज्यांतलि मुलकी अंमल उत्तम तऱ्हेचा होता असें निर्विवाद दिसतें.

जमाखर्च खातें.

आतां आपण आयव्यय अथवा फायनॅन्स् खातें याचा विचार करूं. राज्यांत न्ययाधिकारी स्वतंत्र असे ही गोष्ट आपण पूर्वीं पाहिलीच आहे. परंतु राजानें प्रत्यहीं राज्याच्या जमाखर्चावर स्वतः नजर ठेवावी असें सांगितलेलें आहे; किंबहुना राज्याच्या जमाखर्चाचा रोजचा तक्ता पूर्वाण्हीं तयार व्हावा असा नियम होता. यासाठीं फडाचे कारकून पुष्कळ असत असेंही दिसतें

> कच्चिदायव्यये युक्ताः सर्वे गणकलेखकाः ।
> अनुतिष्ठंति पूर्वाण्हे नित्यमायंव्ययं तव ॥
> (स. ५ ७२)

असा नारदाचा प्रश्न आहे. तीन गोष्टी राजानें रोज स्वतः करावयाच्या असत. त्या तीन गोष्टी म्हणजे हेरांच्या खबरा व खजिना आणि न्याय. या तिन्ही गोष्टी त्यानें दुसऱ्यावर सोंपवूं नयेत. जमेपेक्षां खर्च कधींही वाढवूं नये अशाविषयीं राजानें खबरदारी घेतली पाहिजे. राजाचें मुख्य सामर्थ्य भरलेला खजिना होय, असें सांगितलेलें आहे. कारण, त्याच्या साहाय्यानें फौजसुद्धां उत्पन्न होऊं शकते. नारदानें जमेच्या अर्ध्यानें खर्च करावा, किंबहुना ¾ भागानें खर्च करावा असें सांगितलें आहे.

कच्चिदायस्य चार्द्धेन चतुर्भागेन वा पुनः ।
पादभागैस्त्रिभिर्वापि व्ययः संशुध्यते तव ॥

याचा अर्थ नीटपणें लागत नाहीं. तथापि अर्ध किंवा तीनचतुर्थांश अथवा जशी राजाची ओढ असेल त्याप्रमाणें राजानें खर्च करावा असें मत दिसतें. हल्लींच्या प्रजासत्ताकराज्यांतील आयव्ययाचें म्हणजे फडणिशीचें धोरण निराळें आहे हें कबूल केलें पाहिजे. प्राचीनकाळीं राजांना शिलकेची फार जरूर असे, हें येथें लक्षांत ठेवलें पाहिजे. कारण, राजांस हल्लींप्रमाणें पाहिजे तसे नवीन कर बसवितां येत नव्हते. किंवा जुने वाढवितां येत नव्हते. खजिन्यांत शिल्लक म्हणून जी टाकलेली असेल तींतून राजानें आपल्या कामाकरितां म्हणजे चैनीकरितां किंबहुना धर्माकरितांही खर्च करूं नये असा यासाठींच दंडनीतीचा सक्त नियम होता.

नाणें.

आतां महाभारतकाळीं कोणतें नाणें प्रचारांत होतें याचा विचार करूं. हल्लींचा रुपया किंवा त्यासारखें नाणें त्या वेळीं प्रचारांत नव्हतें. तांब्याचे किंवा चांदीचे 'पण' त्या वेळीं प्रचारांत असावे असें बौद्ध ग्रंथांवरून दिसतें. पण हा शब्द महाभारतांत कोठेंही आढळत नाहीं. महाभारतामध्यें निष्काचें नांव वारंवार येतें. हें सोन्याचें नाणें होतें. याची किंमत काय होती हें सांगतां येत नाहीं. होनापेक्षां किंवा पुतळीपेक्षां तें मोठें होतें; कारण ब्राह्मणांना निष्क दक्षणा मिळाली म्हणजे आनंद होत असे व 'तुला निष्क मिळाला' असें आनंदानें ते म्हणत असल्याचें वर्णन आहे. निष्क नाणें यावरून हल्लींच्या मोहरेएवढें म्हणजे हल्लींच्या एक तोळ्याच्या मोहरेएवढें असावें, असा अंदाज आहे. या निष्कांची गळ्यांत घालण्यासाठीं माळ श्रीमंत लोकांच्या दासींसाठीं करीत असत असेंही वर्णन आहे. निष्ककंठी हें विशेषण राण्यांच्या दासींना लावलेलें नेहमीं आढळतें. महाभारतकालीन नाणीं अद्यापपर्यंत कोठेंही उपलब्ध झालेलीं नाहींत. याजवरून महाभारतकाळीं म्हणजे चंद्रगुप्तकाळीं नाणीं मुळींच प्रचारांत नव्हतीं असा पाश्चात्य विद्वानांचा तर्क आहे. सोन्याचे रजःकण एका लहान पिशवींत घातलेले विशिष्ट वजनाचे नाण्यांच्या ऐवजीं वापरले जात असत. ग्रीक लोकांपासून नाणीं पाडण्याची कला हिंदुस्थानांतील लोकांनीं उचलली असें त्यांचें म्हणणें आहे. प्राचीनकाळीं सोन्याचे रज याप्रमाणें वापरीत असत. ही गोष्ट निर्विवाद आहे. हें रजाजें सोनें तिबेट देशांतून येत असे. त्याचें वर्णन पुढें येईल. पण पर्शियन बादशहाला हिंदुस्थानच्या भागांतून दिलेली खंडणी अशा स्वरूपानें दिली जात असे, असें पाश्चात्य इतिहासांत वर्णन आहे. एका श्लोकांत हरिवंशांत दीनार हें नांव आलेलें आहे हें आपण पूर्वीं सांगितलेंच आहे. पण हा श्लोक मागाहूनचा आहे. परंतु महाभारतांतील निष्क हें नाणें होतें किंवा रजःकणांच्या पिशव्या होत्या हें सांगणें कठीण नाहीं. कारण, त्यांचा उपयोग पुतळ्यांप्रमाणें माळा करण्याकडे

होत असे हें वर सांगितलेंच आहे. चाणक्याच्या अर्थशास्त्रांत चन्द्रगुप्ताच्या खजिन्याचें वर्णन देतांना स्वर्णशाळेचें वर्णन आहे. निरनिराळ्या धातूंची छाननी कशी करावी हें त्यांत विस्तारानें सांगितलें आहे. तेव्हां धातूंचें संशोधन किंवा नाणीं पाडण्याची कला आम्हीं ग्रीकांपासून घेतली असें म्हणतां येत नाहीं. याशिवाय खालील श्लोकांत मुद्रायुक्त नाण्यांचें वर्णन स्पष्ट आहे. त्याचा अर्थ जरी गूढ आहे तरी मुद्रा शब्द स्पष्ट आहे.

माता पुत्रः पिता भ्राता भार्या मित्रजनस्तथा।
अष्टापदपदस्थाने दक्ष मुद्रेव लक्ष्यते ॥
(शां० अ० २०८-४०)

न्यायखातें.

हल्लींच्या सुधारलेल्या राष्ट्रांची मुलकी व्यवस्था प्राचीनकाळीं असलेल्या भारती आर्य राज्यांतील मुलकी व्यवस्थेहून फारशी भिन्न नाहीं. पण प्राचीनकाळची न्यायव्यवस्था व हल्लींच्या काळची न्यायव्यवस्था यांमध्यें बरेंच अंतर आहे. याचें कारण हिंदुस्थानची ब्रिटिश अमलांतील मुलकी व्यवस्था हिंदुस्थानांतील जुन्या व्यवस्थेवरच रचलेली आहे; पण हल्लींची न्यायपद्धति ही बिलकूल परमुलखांतली आहे. तिचा हिंदुस्थानच्या प्राचीन न्यायपद्धतीशीं मुळींच संबंध नाहीं. ती ब्रिटिश न्यायपद्धतीवर रचली गेली आहे. यामुळें हिंदुस्थानच्या लोकांचें बरेंच नुकसान झालें आहे असें वाटतें. अलीकडे हिंदुस्थानच्या लोकांत कोर्टांतील तंटे खेळण्याची चटक उत्पन्न झालेली आहे व येथील लोकांच्या सत्यवादित्वांत बरेंच न्यूनत्व उत्पन्न झालेलें आहे, असें म्हणण्यास जागा आहे. असो. याविषयीं ज्यास्त वर्णन न करतां भारतकालीन न्यायपद्धतीचें आपण येथें वर्णन करूं. भारतकालीं जी पद्धति अमलांत होती, तीच थोड्या बहुत फरकानें हिंदुस्थानांत ब्रिटिश राज्य होईतों अमलांत होती, असें आपल्यास दिसून येईल.

महाभारतकाळीं राज्यें लहान असल्या कारणानें न्यायदरबारांत राजानें स्वतः बसावें हा स्मृतिशास्त्राचा व नीतिशास्त्राचा नियम बहुधा पाळला जात असे. राजानें विवादांचा न्याय करण्याचें काम दुसऱ्यावर सोंपवूं नये हा नियम पूर्वीं सांगितलाच आहे. त्याप्रमाणें राजा प्रत्यहीं राजदरबारांत येऊन न्याय देत असे. राजाला न्याय देण्याचे कामीं मदत देण्यासाठीं एक राजसभा असे. या सभेचें वर्णन शांतिपर्व अध्याय ८५ यांत केलेलें आहे. हा अध्याय विवादांच्या निर्णयाविषयीं आहे यांत संशय नाहीं. युधिष्ठिर त्याचविषयीं प्रश्न विचारीत आहे. तेव्हां भीष्मानें जे अमात्य सांगितले आहेत ते न्यायसभेचेच होत व त्यांतील वर्णनावरूनही तसेंच ठरतें. चार वेदवित् गृहस्थाश्रमी आणि शुद्धवर्तनाचे असे ब्राह्मण, आठ बलाढ्य शस्त्र वागविणारे क्षत्रिय, एकवीस श्रीमंत वैश्य आणि शुचिर्भूत विनयसंपन्न तीन शूद्र सभेंत असावे असा नियम होता. सारांश, विवादांचा निर्णय सर्व वर्णांच्या जूरीसारख्या भरलेल्या न्यायसभेच्या सल्ल्यानें करण्याविषयीं येथें आज्ञा आहे. याशिवाय एक विद्यासंपन्न, प्रौढ, सूत जातीचा, पन्नास वर्षें वयाचा, असा तर्कशास्त्रज्ञान व ब्रह्मज्ञान यांनीं युक्त असलेला पौराणिक करावा व राजानें आठ मंत्र्यांच्या मध्यें बसून न्याय करावा असें सांगितलें आहे. न्याय करतांना कोणाच्याही वतीनें राजानें अन्तस्थ द्रव्य घेऊं नये. कारण, या योगानें राजकार्याला विघात होतो आणि देणाराघेणारा या दोघांनाही पातक लागतें. “ असें करशील तर श्येन अगर गरुडापासून जसे पक्षी पळतात त्याप्रमाणें राजापासून प्रजा पळतील व

राष्ट्राचा नाश होईल. जो दुर्बल मनुष्य बलिष्ठानें पीडित होऊन न्यायासाठीं ओरडत राजाकडे येतो त्याला राजानें इनसाफ द्यावा. प्रतिवादी जर नाकबूल करील तर साक्षीपुराव्यावर निकाल द्यावा. साक्षी नसतील तर मोठ्या युक्तीनें निर्णय करावा. अपराधाच्या मानानें शिक्षा करावी. श्रीमंत मनुष्यांस दंड करावा. गरीबांस कैदेची शिक्षा सांगावी आणि दुर्वृत्त असतील त्यांस फटके मारावे. राजाचा खून करणारे, हाल करून वध केले जावे. तसेंच आग लावणारे, चोर आणि जातिभ्रष्ट करणारे यांचाही वध करावा. जी शिक्षा न्याय्य व योग्य आहे, ती देण्यास राजाला पातक नाहीं. परंतु जो राजा मन मानेल ती शिक्षा देतो त्याची या लोकीं अपकीर्ति होऊन तो अंतीं नरकास जातो. कोणत्याही मनुष्यास दुसऱ्याच्या अपराधाबद्दल शिक्षा भोगावी लागूं नये, ही गोष्ट पूर्ण लक्षांत ठेवली पाहिजे." (शांतिपर्व अ० ८९) वरील वर्णनांत एकंदर न्यायपद्धतीचें तत्त्व थोडक्यांत प्रतिपादन केलेले आहे. न्यायाच्या कामीं राजास चारी वर्णांतील लोकांच्या जूरीची मदत असे. या जूरींत वैश्यांची संख्या जास्ती आहे. पण न्यायासनापुढें येणारे विवाद हे बहुधा देवघेवीचे वैश्यांच्याच संबंधाचे असत हें उघड आहे व अशा वैश्यांच्या मदतीनें देवघेवीच्या व्यवहाराचे जे रीतीरिवाज असत त्याप्रमाणें निकाल होण्यास सुलभ पडत असे. अशा प्रकारची चातुर्वर्ण्याची न्यायसभा महाभारतकाळापुढें बंद झाली असें आपल्यास इतिहासावरून दिसतें. मृच्छकटिकांत राजाच्या ऐवजीं एक न्यायाधीश येतो व राजसभेच्या ऐवजीं एक श्रेष्ठी अथवा शेट येतो. असो. ज्या वेळेस रा... ...द न्यायसभेंत बसत असे त्या वेळेस बहुधा थोडेच कज्जे निर्णयाकरितां राजसभेपुढें येत असले पाहिजेत. कारण, साधारणपणें राजासमोर कज्जा नेण्यास लोक साहजिकपणें कचरत असावे. होतां होईल तों तंट्याचा निकाल आपसांत होत असे; किंवा पंचांच्या साहाय्यानें कोर्टाच्या बाहेर वादी प्रतिवादी आपली समजूत करून घेत. जेथें अगदींच गति नाहीं तेथें राजापुढें विवाद जाई. सारांश, हल्लींच्या मानानें विवादांची संख्या त्यावेळीं फारच थोडी होती. राजांपुढें वादी व प्रतिवादी किंवा अर्थी आणि प्रत्यर्थी या दोघांची बहुतेक बरोबरच जाण्याची पूर्वकाळीं पद्धति दिसते; व त्यांचे साक्षीदारही बहुधा बरोबर असत. कोणत्याही पक्षाकडून राजानें लांच घेऊं नये व घेतल्यास त्यास पाप लागेल हें पूर्वीं सांगितलेंच आहे. प्रतिवादीनें वादीचा दावा कबूल न केला तर साक्षीदारांच्या जबान्या शपथेवर होत. या शपथा मोठ्या समारंभानें देत असत व त्या शपथेसंबंधानें साक्षीदारांच्या मनावर चांगलाच परिणाम होत असे. त्यानंतर न्यायसभेच्या लोकांच्या माहितीच्या आधारानें राजा आपला निकाल सांगत असे व त्याप्रमाणें त्याची अंमलबजावणीही ताबडतोब होई. सारांश, पूर्वकाळीं न्यायाचा निकाल तडकाफडकीनें होत असे व खुद्द राजाच निकाल देणारा असल्यामुळें त्याजवर अपील कोठेंही होण्याची कल्पनाच संभवनीय नाहीं. अपील ही कल्पना इंग्रजी राज्यांतलीच आहे व त्याचे निरनिराळे दर्जे असल्यानें लोकांस हल्लीं वेड्यासारखें होतें.[1]

पूर्वकाळीं स्टांपाची व्यवस्था नव्हती. ही व्यवस्था ब्रिटिश अमलांतील नव्या सुधारणेची द्योतक आहे. प्राचीनकाळीं वादी प्रतिवादी यांस सरकारांत दंड द्यावा लागत असे. जर वादी हरला तर त्यानें मागितलेल्या रकमेच्या

१ अपील याला मराठींत प्रतिशब्दच नाहीं.

दुप्पट सरकारास दंड द्यावा व प्रतिवादी हरला तर त्यानें तितकाच दंड द्यावा. या दंडाच्या व्यवस्थेमुळें न्यायदरबारांत येणारे खटले फारच थोडे असावे. परंतु या दंडाच्या व्यवस्थेबद्दल महाभारतांत कोठें उल्लेख नाहीं. हा उल्लेख टीकाकारानें नंतरच्या स्मृतींच्या अनुरोधानें केलेला आहे. दंडाची व्यवस्था बहुतकरून महाभारतकाळीं चालू नसावी असा आमचा तर्क आहे. कारण, प्रजेला इनसाफ देण्याबद्दल व दुष्टांचें शासन करण्याबद्दलच राजास कर द्यावयाचे आहेत असें पूर्वी सांगितलें आहे. तथापि, या संबंधानें निश्चयानें सांगतां येत नाहीं. ज्या वेळेस वादी प्रतिवादीचे कोणी साक्षीदार नसतात त्या वेळेस युक्तीनें इनसाफ करावा असें सांगितलें आहे. अशा प्रसंगीं युक्ति योजल्याच्या अनेक गोष्टी प्रचलित आहेत. त्या येथें उदाहरणार्थ देण्याचें कारण नाहीं. परंतु युक्तीनेंही जेथें निर्णय होत नाहीं तेथें काय करावें हा प्रश्न राहतोच. स्मृतिग्रंथांतून दिव्याची चाल वर्णिलेली आहे. पण महाभारतांतील वरील उताऱ्यांत त्याचा उल्लेख नाहीं, तथापि दिव्याची चाल फार प्राचीनकाळापासून हिंदुस्थानांत चालू आहे. छांदोग्योपनिषदांत तप्तपरशुदिव्याचा उल्लेख आहे. चोरास पकडून आणलें, आणि तो जर मी चोरी केली नाहीं असें म्हणूं लागला, तर त्याच्या हातांत तापलेला परशु देतात व त्याचा हात भाजेल तर तो चोर ठरतो आणि न भाजेल तर तो मुक्त होतो असें वर्णन छांदोग्यांत आहे. अशा प्रकारचीं दिव्यें अर्थात् महाभारतकाळींही ज्या वेळेस इनसाफ कोणत्याच रस्त्यानें होत नाहीं त्या वेळेस अमलांत आणीत असले पाहिजेत. असो. पूर्वकाळीं दिवाणी व फौजदारी असा विवादांचा भेद नव्हता. दोन्ही प्रकरणांची चौकशी सारखीच होत असे व ती बहुधा तडकाफडकी होई. वादी व प्रतिवादी दोघेही आपखुषीनें न्यायासनापुढें हजर होत असत. प्रतिवादीस सरकारी अधिकारीही न्यायासनापुढें पकडून आणीत असत. शिक्षेचे चार प्रकार दंड, कैद, प्रहार व वध. वध शब्दांत केवळ जिवें मारणेंच येतें असें नाहीं. वध शब्दानें हात-पाय तोडण्याचीही शिक्षा सूचित होते. श्रीमंत लोकांस दंड करावा हें म्हणणें कदाचित् आश्चर्यकारक वाटेल; परंतु हत्त्या, चोरी वगैरे गुन्ह्यांस श्रीमंतगरिबांस वधाचीच शिक्षा होत असे. प्रहार म्हणजे फटके. हे हल्लींच्या कायद्याच्या अन्वयें दुष्ट व दुर्वृत्त लोकांसच द्यावयाचे. तसेंच पूर्वींच्या न्यायपद्धतीनें सांगितलेलें होतें. असो. हिंदुस्थानांतील प्राचीन न्यायपद्धतीचा इतर देशांतील जुन्या न्यायपद्धतीहून उत्तम असा हा विशेष होता कीं, कोणत्याही प्रतिवादीला गुन्हा कबूल करण्यासाठीं नानाप्रकारचे हाल करण्याची जी पद्धत इतर देशांत दृष्टीस पडते तिचा येथें मागमूसही नाहीं. चीन देशांत किंवा पश्चिमेस स्पेन देशांत ख्रिस्ती राज्यांत आरोप येणें हेंच फार भयंकर होतें. आरोपीकडून कबुलीजबाब घेतलाच पाहिजे अशी त्या देशांत समजूत होती व आरोपींचे कायद्यानेंच कित्येक दिवसपर्यंत अतिशय हाल नानाप्रकारच्या युक्त्यांनीं राजरोस कायद्यानें केले जात असत. अशा प्रकारची व्यवस्था हिंदुस्थानच्या प्राचीन न्यायव्यवस्थेंत नव्हती, ही गोष्ट भारतीय आर्यांस भूषणावह आहे. कांहीं कांहीं शिक्षा हल्लींच्या दृष्टीनें आपल्यास कडक वाटतात. परंतु प्राचीनकाळीं सर्वच देशांत शिक्षा कडक असत. चोरांना शिक्षा वधाची म्हणजे प्राण घेण्याची किंवा हात तोडण्याची असे. याजविषयीं महाभारतांत एक मोठी मजेची गोष्ट आहे. एक

ऋषि स्नानास जात असतां त्यानें रस्त्यावर एक कणसांनीं भरलेलें सुंदर शेत पाहिलें. त्याची कणसावर इच्छा जाऊन त्यानें एक कणीस तोडून घेतलें. पण त्यास क्षणभरानें अतिशय पश्चात्ताप झाला. तो कणीस घेऊन राजासमोर आला व त्यानें आपला गुन्हा कबूल करून राजास आपला हात तोडण्याविषयीं विनंती केली. राजास त्याची विनंती मान्य होईना तेव्हां तो म्हणाला, "जो राजा दंड्यांस शिक्षा देतो तो स्वर्गास जातो. पण जो दंड्यांस शिक्षा देत नाहीं तो नरकास जातो" हें वचन ऐकून राजानें निरुपायानें त्याचा हात तोडण्याची शिक्षा दिली आणि त्याचा हात तोडल्याबरोबर देवाच्या दयेनें त्या ठिकाणीं दुसरा सुवर्णाचा हात उत्पन्न झाला. वरील गोष्टीवरून दंडनीय लोकांस शिक्षा देणें हें राजाचें पवित्र कर्तव्य आहे, ही गोष्ट पूर्वीच्या न्यायपद्धतींत फारच महत्त्वाची मानली जात होती. परंतु कोणालाही अपराधाशिवाय शिक्षा देऊं नये किंवा कारणाशिवाय कोणाचीही मिळकत जप्त करूं नये, हें तत्त्व पूर्वकाळीं मान्य होतें. या तत्त्वाच्या विरुद्ध प्राचीनकाळीं व हल्लींही जुलमी राजे वर्तणूक करीत किंवा करतात हा त्या पद्धतीचा दोष नव्हे. वरील वर्णन केलेली न्यायपद्धति हिंदुस्थानच्या लोकांच्या स्वभावानुरूप त्यांच्या इतिहासांतून उत्पन्न झालेली असल्यानें लोकांस योग्य अशीच वाटत असे व त्या पद्धतीखालीं लोक सुखी असत ही गोष्ट इतिहासावरून सिद्ध आहे. गुन्ह्यांची संख्या पूर्वकाळीं फारच थोडी असे व लोकांच्या सत्यवादित्वांत कोणत्याही प्रकारचा भंग होत नसे. साक्षीदारांची जबानी मोठ्या शपथेच्या दडपणाखालीं होत असल्यानें व प्रत्यक्ष राजासमोर ही जबानी होत असल्यानें ते बहुधा खोटें बोलत नसत. वादी प्रतिवादींचे वकील त्या वेळेस नसत व मुख्य जबानी किंवा उलट तपासणी किंवा फेरतपासणी अशा प्रकारचा त्रास त्या वेळेस नव्हता. प्रत्येक मुकदम्यांत राजाला माहितगार लोकांच्या सल्ल्याची मदत असे व हे न्यायसभेचे सभासद चारी वर्णांचे असून साक्षीदारांच्या माहितीचे असत. अपील कोर्टें निरनिराळ्या पायरीचीं मुळींच नसत व न्याय प्रत्यक्ष राजापुढें व माहीतगार लोकांपुढें कायमचा होत असे. अर्थातच भलभलती साक्ष देण्याचे किंवा भलत्या तक्रारी उत्पन्न करण्याचे एकंदर सर्वच रस्ते पूर्वकाळीं बंद होते. बहुधा लोक आपल्या तंट्यांचा आपसांतच निकाल करून घेत असत व खोटें बोलण्यास लोक कधींही तयार होत नसत. अशी स्थिति महाभारतकाळीं प्रत्यक्ष होती ही गोष्ट ग्रीक लोकांनीं केलेल्या वर्णनावरूनही सिद्ध होते. हिंदुस्थानच्या लोकांच्या सत्यवादित्वाबद्दल त्यांनीं साक्ष लिहून ठेविली आहे. चन्द्रगुप्ताच्या प्रचंड फौजेंत फारच थोडे गुन्हे होतात असेंही त्यांनीं लिहून ठेविलें आहे. हिंदुस्थानांत दिवाणी दावेच नाहींत असें त्यांनीं लिहून ठेविलें आहे. कोणी कोणास पैसा दिला आणि तो त्यानें परत न दिला तर तो आपल्यासच दुसऱ्यावर भरंवसा ठेवल्याबद्दल दोष देतो, असें त्यांनीं वर्णन केलें आहे. असो.

चन्द्रगुप्ताच्या व महाभारताच्या काळानंतर राज्यें मोठालीं झालीं; यामुळें सर्व खटले राजानेंच निवडावे हा नियम हळूहळू मागें पडला व न्यायाधीश अथवा अमात्य नेमण्याची पद्धत सुरू झाली. तिचा उल्लेख महाभारतांतही आहे. कोर्टांत केलेल्या सर्व जबान्यांचा लेख पूर्वकाळीं होत नसावा असें आमचें मत आहे. जबानी या शब्दाच्या खऱ्या अर्थाप्रमाणें सर्व हकिकती तोंडींच सांगितल्या जात

असत असें मानणें प्रशस्त आहे. परंतु मृच्छकटिकामध्यें कोर्टाच्या वर्णनांत वादी व त्याचे साक्षीदार यांची जबानी लेखक लिहून घेत आहे असें वर्णिलेलें आहे. मुलकी कारभारांत लेखक होते हें पूर्वीं सांगितलेंच आहे. तेव्हां न्यायाच्याही कारभारांत लेखक असणें असंभवनीय नाहीं.

महाभारतांत दंडाचें जें वर्णन केलेलें आहे तें पूर्वीं दिलेलें आहे. परंतु या कूट श्लोकासारख्या दिसणाऱ्या श्लोकांचा खरा खरा अर्थ काय आहे याचा येथें आपल्यास विचार करावयास पाहिजे. टीकाकारांनीं स्मृतिशास्त्रांत प्रसिद्ध असलेल्या न्यायपद्धतीनुरूप त्याचा अर्थ लावलेला आहे. या पद्धतीची जी विस्तारपूर्वक माहिती स्मृतींत दिलेली आहे, तसा विस्तार महाभारतांत नसला तरी त्या प्रकारची पद्धति महाभारतकाळीं असली पाहिजे हें अनुमान निर्विवाद काढावें लागतें. दंडाचें वर्णन असें केलें आहे....

नीलोत्पलदलश्यामश्चतुर्द्रंष्ट्रश्चतुर्भुजः ।
अष्टपान्नैकनयनः शंकुकर्णोर्ध्वरोमवान् ॥
जटी द्विजिव्हस्ताम्राक्षो मृगराजतनुच्छदः ।
(शांति. प. अ. १२१ श्लोक १५)

दंड काळा आहे. त्याला चार दंष्ट्रा, चार भुज, आठ पाय, अनेक डोळे, शंकुकर्ण, उभे केस, जटा, दोन जिव्हा, तांबडे डोळे आणि सिंहाचे कातड्याचें वस्त्र आहे. या वर्णनाची टीकाकारानें संगति लावली आहे ती अशी. चार दंष्ट्रा म्हणजे चार प्रकारच्या शिक्षा होत. दंड, कैद, फटके व वध. चार भुजा म्हणजे द्रव्य घेण्याचे चार प्रकार. ते—नगदी दंड, वादीपासून घेतलेल्या रकमेच्या दुपटीची जामीनकी, प्रतिवादीपासून घेतलेली रकमेच्या इतकी जामिनकी आणि मिळकतीची प्राप्ति. (यांचा प्रकार महाभारतांत वर्णन केलेला नाहीं.) आतां दंडाचे आठ पाय म्हणजे विवादाच्या चौकशीच्या आठ पायऱ्या होत. त्या अशा. १ वादीची फिर्याद, २ वादीची जबानी, ३ प्रतिवादीची नाकबुली किंवा ४ अर्धकबुली, ५ दुसऱ्या तक्रारी (ज्या वेळेस प्रतिवादीला वादीचा दावा कबूल असतो त्या वेळेस दंडाला अवकाशच नाहीं हें उघड आहे.) ६ पक्षकारांपासून दंडाबद्दल घेतलेली जामीनकी, ७ पुरावा, ८ निर्णय. टीकाकारानें लावलेल्या या आठ पायऱ्या दुसऱ्या कोणत्याही ग्रंथांत वर्णन केलेल्या नाहींत. तथापि त्या बऱ्याचशा सयुक्तिक दिसतात. पुष्कळ डोळे म्हणजे राजाचे अष्ट मंत्र्यांचे व ३१ सभासदांचे डोळे होत, हें बरोबर दिसतें. शंकुकर्ण म्हणजे पूर्ण लक्ष दिल्याचें चिन्ह आहे व ऊर्ध्वरोम हें आश्चर्याचें चिन्ह आहे. तसेंच डोक्यावर जटा असणें हें मुकदम्यांतील प्रश्नांच्या व विचाराच्या गुंतागुंतीचें लक्षण आहे; आणि दोन जिव्हा त्या वादी व प्रतिवादीच्या होत. रक्त झालेले डोळे हें रागाचें चिन्ह आहे आणि सिंहाचें चर्म दंडानें परिधान केलें आहे यावरून न्यायासनासमोर चाललेली चौकशी ही एक अत्यंत पवित्र व धार्मिकविधीची बाब आहे, असें सूचित होतें. वरील श्लोकाचा खरोखरच असा अर्थ आहे किंवा नाहीं हें जरी निश्चयानें सांगतां येत नाहीं तरी सौतीच्या काळच्या न्यायपद्धतीच्या स्वरूपाचें वर्णन यांत आहे ही गोष्ट निर्विवाद आहे व त्याचें हुबेहूब चित्र या स्वरूपानें आपल्यासमोर उभें राहतें. न्यायाधिकाऱ्यांचा उल्लेख महाभारतांत क्वचिदध्यायांतच आहे. आपल्यासमोर जे वादी प्रतिवादी येतात त्यांचें म्हणणें शांत चित्तानें ऐकून घेऊन यथायोग्य निर्णय करणें हें राजाचें आद्य कर्तव्य आहे. तर तूं या कामीं हयगय करीत नाहींस ना ? असा प्रश्न यांत सरळ विचारला

आहे. (भा. १ पा. ४८१) यांत भारतकाळची परिस्थिति वर्णन केलेली आहे. पण पुढें " निर्मळ आचरणाच्या एखाद्या साधुपुरुषावर चोरी, निंदा वगैरे कृत्यांचा आरोप आला असतां त्यांस व्यर्थ शासन होणें अनुचित आहे. अशा सदाचरणी मनुष्याची धनदौलत हरण करून त्यास मरणाची शिक्षा देणारे लोभी अमात्य हे मूर्ख समजले पाहिजेत. असा अनाचार तुझ्या राज्यांत घडत नाहीं ना ? " असा प्रश्न आहे. याजवरून महाभारतकाळीं न्याय देणारे अमात्य उत्पन्न झाले होते, असें दिसतें.

कच्चिदार्यो विशुद्धात्मा क्षारितश्चौरकर्मणि ।
अदृष्टशास्त्रकुशलैर्न लोभाद्बध्यते शुचिः ॥
(सभा. अ. ५·१०४)

मृत्यूची शिक्षा न्यायामात्त्यानें देऊं नये असा सर्वकाळीं नियम असल्याचें दिसतें. मृच्छकटिकांतही चारुदत्ताला देहान्त शिक्षा राजाच्या आज्ञेनें झाली आहे. मुसलमानींत व पेशवाईंत सुद्धां हाच नियम होता. परंतु वरील वाक्यावरून अमात्य मृत्यूची शिक्षा परभारें देत असा उल्लेख आहे. (कदाचित् हा अनाचार मुख्य वर्णिल्यामुळें असा प्रकार कायद्यानें होत नसावा असें वाटतें.)

परराज्यसंबंध.

राजकीय संस्थांचा विचार करतांना परराज्यसंबंध हा एक अत्यंत महत्त्वाचा भाग आहे. हिंदुस्थानांतील लहान लहान राज्यें हीं जरी धर्मानें व वंशानें एक म्हणजे आर्य लोकांचीं होतीं, तथापि त्यांच्यांत परस्परांत नेहमीं युद्ध चालू असून एकमेकांस जिंकण्याची महत्त्वाकांक्षा चालू असे. ही गोष्ट आश्चर्य करण्यासारखी नाहीं. शूर व लढवय्ये लोकांत असा प्रकार नेहमीं चालू असावयाचा. ग्रीक राष्ट्राच्या इतिहासांतही असा प्रकार नेहमीं चालू असे. ग्रीक देशांतील शहरी संस्थानें एक भाषा बोलत असून व एका देवाची पूजा करीत असून एकमेकांशीं वारंवार लढत असत. हर्बर्ट स्पेन्सरनें राजकीय संस्थांची उत्क्रांति व उन्नत दशा याच कारणानें झाली असें लिहिलें आहे. एकमेकांस जिंकण्याची महत्त्वाकांक्षा हल्लींच्या युरोपियन राष्ट्रांतही आपल्यास दिसून येते. त्यांचाही धर्म एक असून तोही शमप्रधान ख्रिश्चनधर्म आहे. असें असूनही व हे लोक एका आर्य वंशांतील असूनही हल्लींचीं युरोपियन राष्ट्रें एकमेकांला गिळंकृत करण्यास कशीं टपून बसलीं आहेत हें आपल्यास हल्लींच्या युद्धावरून चांगलें दृष्टीस पडतें. स्पेन्सरच्या सिद्धान्ताप्रमाणें राष्ट्रांची चढाओढ ही त्यांच्या उन्नतीस कारण होते. हीही गोष्ट हल्लींच्या युद्धावरून प्रत्ययास येईल. एकमेकांचा पाडाव करण्याचे राष्ट्रांचे प्रयत्न युद्ध-शास्त्राच्या प्रगतीस कारणीभूत झाले आहेत; इतकेंच नव्हे तर मनुष्याचे हक्क काय आहेत, राष्ट्रांचे परस्परसंबंध काय आहेत, राष्ट्रांचे शत्रुमित्र इत्यादि संबंध कसे होतात, या तत्त्वांचा विकास हल्लींच्याकाळीं पूर्णपणें झाला आहे. महाभारतकाळींसुद्धां या बाबतीची भारती आर्यांची प्रगति फारच पुढें गेलेली होती, असें आपल्यास दिसून येतें. परशत्रूस कसें जिंकावें, आपलें स्वातंत्र्य कसें राखावें, मित्र राष्ट्रें कशीं संपादन करावीं, मांडलिक राजे कसे ताब्यांत ठेवावे इत्यादि अनेक गोष्टींचें ज्ञान महाभारतकाळीं प्रगतीस पोंचलें होतें. तेव्हां या परराज्यसंबंधी तत्त्वांचा विचार आपण या ठिकाणीं करूं.

महाभारतकाळीं जीं निरनिराळीं आर्य राष्ट्रें होतीं त्यांचा आपसांत कितीही तंटा असला व त्यांमध्यें कितीही युद्धें होत असलीं तरी, आपल्या स्वातंत्र्याचा नाश होऊं नये अशाबद्दलची बुद्धि या राष्ट्रांमध्यें फा-

रच प्रज्वलित व तीव्र होती. हल्लींच्या युरोपियन राष्ट्रांप्रमाणेंच त्यांचा याबद्दलचा कटाक्ष फारच मोठा होता. स्वतंत्र व एक दिलाचे लोक कितीही लहान असले तरी त्यांचें स्वातंत्र्य कोणासही नष्ट करतां यावयाचें नाहीं असा हल्लींच्या पाश्चात्य राजशास्त्रवेत्त्यांचा सिद्धांत आहे. या सिद्धान्तास अनुसरूनच प्राचीन भारती आर्यराष्ट्रांची परिस्थिति होती. त्यांचा स्वातंत्र्याचा अभिमान नेहमीं जागृत असे. क्वचित् प्रसंगीं एका राष्ट्रानें दुसऱ्यास जिंकलें तर त्यास पादाक्रांत करण्याची अथवा नष्ट करण्याची त्यास शक्ति नसे. यामुळें भारतीकाळाच्या प्रारंभापासून तों बहुतेक शेवटपर्यंत पूर्वींचेच लोक आपल्या नजरेस येतात. महाभारतकाळाच्या सुमारासमात्र मोठमोठीं राज्यें चन्द्रगुप्ताच्या राज्याप्रमाणें इतर राज्यें नष्ट करून उत्पन्न होऊं लागलीं होतीं. परंतु भारतीकाळांत आर्य लोकांची स्वातंत्र्यप्रीति कायम होती व यामुळें जशीं हल्लीं युरोपांत पोर्टुगाल, बेलजम वगैरे लहान स्वतंत्र राज्यें कायम आहेत, त्याचप्रमाणें प्राचीनकाळीं भारतीय आर्य लहान राज्यें आपल्या स्वातंत्र्याच्या प्रीतीच्या जोरावर शेंकडों वर्षें कायम होतीं.[1] आर्य राष्ट्रांच्या समुदायाचा कटाक्ष असाच होता व कोणत्याही राष्ट्रास बुडूं द्यावयाचें नाहीं असें ज्याप्रमाणें हल्लींच्या युरोपीय राष्ट्रसमुदायाचें धोरण आहे त्याप्रमाणें प्राचीनकाळीं भारती आर्यांचें धोरण होतें. कोणताही राजा पादाक्रान्त केल्यास त्याच्या मुलास किंवा नातेवाईकास त्याचें राज्य द्यावें असें पूर्वकाळीं ठरलेलें होतें. राष्ट्राचें स्वातंत्र्य नष्ट करूं नये असा नियम होता. राष्ट्राच्या स्वातंत्र्याकरितां भारतीय आर्य किती निकरानें व चिकाटीनें लढत असत याचें उदाहरण भारतीयुद्धच आहे. एका लहान पांडव राष्ट्राकरितां भरतखंडांतील सर्व राजे एका लढाईत सामील झाले व ते इतके निकरानें लढले कीं, एकंदर ५२ लक्ष माणसें जेथें लढाईच्या प्रारंभीं होतीं तेथें शेवटीं आठच माणसें बाकी उरलीं. ही कदाचित् अतिशयोक्ति असेल पण हल्लींच्या युरोपीय युद्धांत किती माणसें लढत आहेत व किती माणसें मरत आहेत याचा विचार केला असतां चिकाटीच्या बाबतींत हल्लींच्या युरोपीय युद्धाची व भारतीय युद्धाची साम्यता आपल्या प्रत्ययास येते. असो.

याप्रमाणें भारती राष्ट्रांची स्वातंत्र्यप्रीति जबरदस्त असून त्यांच्यांत राष्ट्रांचा नाश होत नव्हता. तथापि, या सर्व आर्य राष्ट्रांत नेहमीं शत्रुत्वाचें नातें जागृत असून एकमेकांवर झडप घालण्याची त्यांची नेहमीं तयारी असे.

---

१ परराजांनीं लगट केली असतां अवरोधांची म्हणजे स्त्रियांचीही दया करूं नये. (मारावें कीं काय ? रजपुतांप्रमाणें स्त्रियांचा नाश करावा कीं काय ?)

अवरोधान् जुगुप्सेत का सपत्नधनेदया ।
न त्वेवात्मा प्रदातव्यः क्षमे सति कथंचन ॥
(शां. १३१·८)

किंवा—

हतो वा दिवमारोहेत् हत्वा वा क्षितिमावसेत् ।
(अ. १३१-१२)

युद्धे हि संत्यजन् प्राणान् शक्रस्यैति सलोकताम् ॥

राजान मरावें पण उद्यम सोडूं नये. किंवा शरण जाऊं नये असेंही वर्णन आहे.

उद्यच्छेदेव न नमेदुद्यमो ह्येव पौरुषम् ।
अप्यपर्वणि भज्येत न नमेतेह कस्यचित् ॥
अप्यरण्यं समाश्रित्य चरेन्मृगगणैः सह ।
न त्वेवोज्झितमर्यादैर्दस्युभिः सहितश्चरेत् ॥

अलेक्झांडरच्या वेळीं भारती क्षत्रियांनीं स्वातंत्र्यासाठीं कसे प्राण दिले हें यावरून दिसतें. या अध्यायांतील वर्णनावरून हा प्रसंग ग्रीक लोकांच्या लढाईंचाच दिसतो.

किंबहुना महाभारतांत राजधर्मीत असें सांगितलें आहे कीं, राजानें स्वस्थ कधींही बसूं नये. दुसऱ्या कोणत्या तरी देशावर स्वारी करावी. यामुळें प्रत्येक राष्ट्रांतील फौजेची नेहमीं तयारी असे व लोकांच्या शूरत्वाला कधींही थंडपणा आला नाहीं आणि लोकांच्या स्वातंत्र्यप्रीतीस बाध आला नाहीं. असें असूनही लढाईचे नियम फारच धर्मानें बांधलेले असत हें आर्यांच्या नीतिमत्तेस भूषणावह आहे. लढाईचे नियमही एकंदर दयायुक्त असत. या गोष्टीचें वर्णन पुढें येईल. पण एकमेकांस पादाक्रांत करण्याची इच्छा अधार्मिक युद्धानें तृप्त करून घेण्याची भारतीय आर्य राजांस कल्पना नव्हती व भारती सैन्याच्या उत्कृष्ट परिस्थितीबद्दलच त्यांची चढाओढ असे. यामुळें भारतीय आर्यलोक लढाईंत दुर्जय झाले होते. ग्रीक इतिहासकारांनीं त्यांच्या युद्धसामर्थ्याबद्दल तारीफ केलेली आहे. हिंदुस्थानावर शिकंदरापर्यंत प्राचीनकाळीं कोणींच स्वारी केली नाहीं असेंही त्यांनीं लिहून ठेविलेलें आहे. चंद्रगुप्ताच्या व अशोकाच्या वेळेपासून राजकीय व धार्मिक परिस्थिति दोन्ही बदलल्यामुळें आणि भारतीय आर्यांचें युद्धसामर्थ्य व स्वातंत्र्यप्रेम कमी झाल्यामुळें हिंदुस्थानच्या इतिहासास यापुढें निराळें वळण लागलें.

परशत्रूला जिंकण्याचा याप्रमाणें दंड अथवा फौज हा जरी मुख्य उपाय होता, तथापि शत्रूस जिंकण्याचे इतर उपाय त्यावेळीं माहीत नव्हते असें नाहीं. महाभारतांत नीतिशास्त्राचे जे नियम कच्चित् अध्यायांत किंवा शांतिपर्वाच्या राजधर्मांत दिले आहेत त्यांत शत्रूच्या पाडावासाठीं साम, दान, भेद, दंड, मंत्र, औषधि व इंद्रजाल या सात उपायांचें वर्णन केलेलें आहे. शत्रूच्या बलाबलाचें परीक्षण करून विजयेच्छु पुरुषानें वरील उपायांपैकीं कोणतातरी उपाय योजावा असें सांगितलें आहे. यांपैकीं मंत्र हा उपाय दैविक आहे. याचा आपल्यास विचार करावयास नको. इंद्रजालाचाही विचार आपण बाजूस ठेवूं. साम म्हणजे संधि. शत्रूशीं तह करून आपसांतील वैमनस्य मिटविण्याचा हा प्रकार आहे. यासंबंधांत एक असें आश्चर्य वाटतें कीं, महाभारतांत कोणी अमात्य किंवा मंत्री संधिविग्रह म्हणजे तह किंवा लढाई यासंबंधाचा विचार करणारा अधिकारी सांगितलेला नाहीं. तथापि, असा अधिकारी निःसंशय असला पाहिजे. गुप्तकालीन शिलालेखांत महासांधि-विग्राहिक असें या अमात्याचें नांव सांगितलेलें आहे. हा अमात्य म्हणजे हल्लींच्या काळचा ‘ फॉरेन मिनिस्टर ’ होय. अशा अमात्याचा परराष्ट्राशीं नेहमीं संबंध असावयाचाच. असो. असा अमात्य महाभारतकाळीं राज्यव्यवस्थेंत असलाच पाहिजे. युद्धापेक्षां सामाची किंमत जास्ती आहे, ही गोष्ट सर्व उपायांत सामाला अग्रस्थान दिलें आहे यावरून सिद्ध होते. भारती युद्धकाळीं श्रीकृष्णाला युद्धापूर्वी साम करण्याकरितां पाठविलें होतें. दान म्हणजे शत्रूला द्रव्य देऊन त्याची मनधरणी करावयाची. अशा प्रकारची खंडणी देऊन राष्ट्रानें आपलें स्वातंत्र्य ठेविलें पाहिजे. दंडाचा किंवा लढाईचा प्रकार निराळा वर्णन करावयाचा आहे.

प्राचीनकाळीं भेदाला फारच महत्त्व दिलेलें आढळतें. प्रत्येक राजानें दुसऱ्या राज्यांत फितुरी करण्याचा प्रयत्न करावा असें राजनीतींत उघडपणें सांगितलेलें आहे. ही गोष्ट हल्लीं जरी उघडपणें सांगितलेली नसते; तथापि, प्रत्येक सुधारलेल्या राष्ट्रांतसुद्धां या उपायाचा अवलंब केलेला आढळतो. प्रत्येक राजानें पर-

१ भूमिरेतौ निगिरति सर्पोबिलशयानिव ।
राजानं चाविरोद्धारं ब्राह्मणं चाप्रवासिनम् ॥

राज्यांत हेर पाठवावे व तेथील निरनिराळ्या अधिकाऱ्यांच्या वर्तनावर नजर ठेवावी ही गोष्ट पूर्वी सांगितलीच आहे. परराज्यांतील अधिकाऱ्यांना द्रव्याची लालूच देऊन वश करून घेण्याची युक्ति पूर्वकाळीं बरीच सिद्धीस जात असे, असें मानावें लागतें. राष्ट्राच्या स्वातंत्र्यकल्पनेचा मेळ या फितुरीशीं कसा बसतो हें सांगणें जरा कठीण आहे. तथापि, हा प्रकार राजरोस चालू असे, ही गोष्ट युधिष्ठिरास नारदानें शत्रुसैन्यांतील अग्रणी पुरुषांस वश करून घेण्याकरितां रत्नादिकांच्या गुप्त भेटी तूं पाठवितोस ना, असा सरळ प्रश्न केला आहे त्याजवरून स्पष्ट दिसते. यावरून आपली फौज किंवा आपले अधिकारी परराजास केव्हां फितूर होतील याचा नेम नाहीं अशी भीति प्रत्येक राजास पूर्वकाळीं वाटत असली पाहिजे. मात्र भारतकाळीं हे प्रकार फारच थोडे अपवादादाखल होत असले पाहिजेत; अर्वाचीन काळच्या इतिहासांत हे प्रकार वारंवार घडलेले दिसतात.

कुटिल राजनीति.

परशत्रूंनीं कोणत्याही प्रकारानें कपट करूं नये असें महाभारतकाळीं मुख्यतः धोरण होतें. पण परशत्रु जर कपटानें आचरण करील तर त्याच्याशीं आपणही कपटानें आचरण करावें असें सांगितलेलें आहे. याशिवाय ज्या वेळेस राज्यावर आपात्ति येईल त्या वेळेस राजानें कपटाचरण केल्यास हरकत नाहीं. एकंदर राजनीतीचे दोन प्रकार सांगितलेले आहेत. एक सरळ राजनीति व दुसरी कुटिल राजनीति. सरळ राजनीतीचें वर्तन होतां होईल तों राजानें सोडूं नये असें स्पष्टपणें सांगितलें आहे. मायावीपणानें किंवा दांभिकपणानें ऐश्वर्य संपादन करण्याची इच्छा करूं नये. शत्रूला शाठ्य करून केव्हांही फसवूं नये व कोणत्याही प्रकारें त्याचा अतिशय उच्छेद करूं नये. (शांतिपर्व अ० ९६ भा. पु. ६ पान १९२) तथापि, ज्या वेळेस दस्यूंची अतिशय पीडा होते त्या वेळेस राजानें काय करावें असा प्रश्न युधिष्ठिरानें शांतिपर्वाच्या १४० व्या अध्यायांत केला आहे. पूर्वीची राजनीति भारतीय आर्य राजांच्या परस्पर संबंधाची असून या वेळीं भीष्मानें सांगितलेली आपत्प्रसंगींची नीति म्लेच्छांनीं राज्य आक्रमिल्या वेळची आहे. हा प्रसंग बहुतेक महाभारत काळासमोर शिकंदराच्या स्वारीच्या वेळीं जो प्रसंग आला त्या प्रसंगाला उद्देशून आहे असें म्हटलें असतां चालेल. कारण, या प्रश्नाच्या प्रारंभींच युगक्षय झाल्यामुळें धर्म क्षीण होऊन दस्यूंची पीडा होऊं लागली असें प्रश्नांत म्हटलें आहे. तो प्रकार यवनांच्या स्वारीसच लागू आहे असें म्हणण्यास हरकत नाहीं. भीष्मानें उत्तर दिलें—“ अशा आपत्प्रसंगीं राजानें उघडपणें सदैव शौर्य गाजवावें. आपल्यामध्यें कोणत्याही प्रकारचें छिद्र ठेवूं नये. शत्रूचें छिद्र दिसतांच तत्काल स्वारी करावी. सामादि चार उपायांत दंड हाच श्रेष्ठ होय. त्याच्याच आधारावर शत्रूचा फडशा करावा. योग्य प्रकारची मसलत आपत्कालीं करावी. योग्य प्रकारें पराक्रम गाजवावा आणि प्रसंग पडला तर योग्य रीतीनें पलायनही करावें. त्याविषयीं विचार करूं नये. शत्रूचें आणि आपलें हित होईल तर शत्रूशीं संधि करावा. परंतु त्याजवर विश्वास ठेवूं नये. मित्राप्रमाणेंच शत्रूचेंही मधुर भाषणाच्या योगानें सांत्वन करीत असावें; पण सर्पयुक्त असलेल्या गृहाची जशी भीति बाळगावयाची तशीच शत्रूची सदैव भीति बाळगावी. कल्याणेच्छु राजानें शत्रूपुढें प्रसंगानुसार हात जोडावे, शपथ वाहावी

परंतु वेळ आला असतां खांद्यावरच्या मडक्याप्रमाणें खालीं आपटून दगडावर चुराडा करून टाकावा. प्रसंगीं कोलिताप्रमाणें एक क्षणभर कां होईना अगदीं प्रज्वलित व्हावें. परंतु जळत घातलेल्या कोंड्याप्रमाणें ज्वाळा मुळींच न निघतां धुमसत चिरकाल राहूं नये. उद्योग करण्याविषयीं सदैव तत्पर रहावें. आपली आराधना करणाऱ्या पुरुषांचा व प्रजाजनांचा अभ्युदय करण्याची इच्छा धरावी. आळशी, धैर्यशून्य, अभिमानी, लोकांच्या ओरडीस भिणारे व सदैव कालाची प्रतीक्षा करणारे यांचें मनोगत कधीं पूर्ण होत नाहीं[1]. राज्याचीं सर्वांगें गुप्त ठेवावीं. बकाप्रमाणें अभीष्ट वस्तूचें चिंतन करीत असावें. सिंहाप्रमाणें पराक्रम गाजवावा. बाणाप्रमाणें शत्रूवर तुटून पडावें. मृगाप्रमाणें सावधपणानें निजावें. प्रसंगीं बधिर व्हावें, किंवा अंधही व्हावें. योग्य देश व काल येतांच पराक्रम करावा. उद्योगाचें फल पूर्णत्वास पोंचलें नसलें तरी पोंचल्याप्रमाणें वागावें. प्रसंगीं शत्रूला आशा दाखवावी. तिला कालाची मर्यादा सांगावी. नंतर ती सफल होण्याला विघ्नें आणावीं. नंतर विघ्नांचें कारण सांगावें व कारणांच्या मुळाशीं कोणता तरी हेतु सांगावा. जोंपर्यंत शत्रूची भीति उत्पन्न झाली नाहीं, तोंपर्यंत भ्याल्यासारखें वागावें. पण भीति दिसून येतांच निर्भय मनुष्याप्रमाणेंच त्याच्यावर प्रहार करावा. संकटांत पडल्यावांचून मनुष्याच्या दृष्टीस कल्याण पडावयाचें नाहीं. पण संकटांत सांपडल्यानंतर तो जिवंत राहिला तर त्याला आपलें कल्याण झाल्याचें दिसून येईल. जो शत्रूशीं संधि केल्यावर विश्वास टाकून सुखानें घोरत पडतो तो वृक्षाग्रावर झोंप घेणाऱ्या मनुष्याप्रमाणें खालीं पडतो. सौम्य असो अथवा भयंकर असो, हवें तें कर्म करून आपला दीनदशेंतून उद्धार करावा व सामर्थ्य आल्यावर धर्म करावा. शत्रूचे जे शत्रु असतील त्यांच्याशीं सहवास ठेवावा. उपवनें, विहारस्थलें, पाणपोया, धर्मशाळा, मद्यप्राशनाचीं गृहें, वेश्यांचीं स्थानें व तीर्थें या ठिकाणीं धर्मविध्वंसक, चोर, लोककंटक, हेर येत असतात त्यांना ओळखून काढून त्यांचा नाश करावा. विश्वासामुळें भीति उत्पन्न होत असते. यास्तव परीक्षा पाहिल्यावांचून विश्वास ठेवूं नये. ज्याविषयीं शंका घेण्याचें कारण नाहीं त्याजविषयींही शंका घ्यावी. काषायवस्त्र, जटा वगैरे वैराग्य चिन्हांचा अंगीकार करून शत्रूचा विश्वास बसल्यावर लांडग्याप्रमाणें त्याचा नाश करावा. दुसऱ्याचा मर्मभेद केल्यावांचून किंवा हिंसा केल्यावांचून संपत्ति मिळत नाहीं. मित्र व शत्रु हे जन्मतः नसतात. ते केवळ सामर्थ्याच्या संबंधानें होत असतात. शस्त्रपात करावयाचा असला तरी प्रियभाषण करावें व प्रहार केल्यावरही प्रिय भाषण करावें. अग्नि आणि शत्रु यांचा अवशेष ठेवूं नये. केव्हांही बेसावधपणें राहूं नये. लुब्ध मनुष्यास द्रव्य देऊन वश करावें. बरोबरच्या शत्रूशीं संग्राम करावा. आपल्या मित्रमंडळांत व अमात्यांत भेद उत्पन्न होऊं देऊं नये व त्यांचें ऐकमत्यही होऊं देऊं नये. सदैव मृदु किंवा सदैव तीक्ष्ण होऊं नये. ज्ञानसंपन्न पुरुषांशीं विरोध करूं नये. याप्रमाणें मी तुला हें नीतिशास्त्र सांगितलें याचा पातकाशीं संबंध आहे. अशा प्रकारचें आचरण सदैव करूं नये, पण शत्रु अशा आचरणाचा प्रयोग करील तर ही नीति मनांत आणावी. (भा. पु. ६ पा. २८९–२९२)

१ हें वाक्य फारच मार्मिक आहे.
नालसाः प्राप्नुवन्त्यर्थान्न क्लीबा नाभिमानिनः ।
न च लोकरवाद्भीता न वै शश्वत्प्रतीक्षिणः ॥
(शां. अ. १४०-२३)

याप्रमाणें आपत्प्रसंगीं दस्यूनीं अथवा म्लेच्छांनीं ग्रस्त झालें असतां राजानें आचरण कसें करावें ही नीति सांगितलेली आहे. याप्रकारचें आचरण नेहमीं करण्याचें नसून नेहमीं केल्यास तें पातकी होईल असें यांत स्पष्ट म्हटलें आहे. शिवाजी महाराजांनीं म्लेच्छांशीं लढतांना आपत्प्रसंगीं या नीतीचा अवलंब केला आहे हें वाचकांच्या लक्षांत येईल.

या नीतीला कणिकनीति असें नांव मिळालेलें आहे. धृतराष्ट्रानें पांडवांचें बल, वीर्य व पराक्रम पाहून त्यांजमधील व आपल्या पुत्रांमधील वैराचा विचार करून कणिक नांवाच्या ब्राह्मण मंत्र्यास मसलत विचारली त्या वेळेस त्यानें हीच नीति सांगितलेली आहे. पण धृतराष्ट्रावर या वेळीं कोणताही प्रसंग किंवा आपत्ति नव्हती. तेव्हां धृतराष्ट्रानें कणिकाचें बोलणें ऐकून त्याप्रमाणें वर्तन केलें हें गैर झालें हें निराळें सांगावयास नको. आदिपर्वांतील कणिकाच्या नीतीचें तात्पर्य असें कीं, शत्रु तीन प्रकारचे असतात. दुर्बल, समान व बलिष्ठ. दुर्बलावर नेहमीं शस्त्र उचललेलें असावें. म्हणजे तो आपली मान कधींही वर उचलणार नाहीं. समान शत्रूपुढें आपला पराक्रम सदैव जागृत ठेवावा आणि आपलें बल वाढवून त्याजवर हल्ला करावा. बलिष्ठ शत्रूला छिद्र पाहून व भेद करून त्याचा नाश करावा. शत्रूवर एकदां शस्त्र उचललें म्हणजे त्याचा पूर्ण निःपात करावा. अर्धवट सोडूं नये. शरण आलेल्या शत्रूसही मारून टाकावें, हेंच प्रशस्त आहे. प्रबल शत्रूचा विषादिकानें सुद्धां प्राणघात करावा. शत्रूच्या सेवकांत स्वामिद्रोह उत्पन्न करावा. शत्रुपक्षाचे साहाय्यकारी असतील त्यांसही याप्रमाणें मारावें. शत्रूला आपला काळ प्रतिकूल आहे तोंपर्यंत डोक्यावरही घेऊन नाचावें आणि काळ अनुकूल होतांच त्यास घटाप्रमाणें खालीं हापटून फोडून टाकावें. पुत्र, मित्र, माता, पिता वगैरे सुद्धां आपणाशीं वैर करतील तर त्यांचा वध करणें यांतच उत्कर्षेच्छु राजाचें हित आहे. आपलें हृद्गत कोणासही कळूं देऊं नये. ज्यास ठार करावयाचें असेल त्याच्या घरास आग लावून द्यावी आणि आपल्याविषयीं शंका येऊं नये म्हणून नास्तिक, चोर वगैरे लोकांस देशांतून हांकलून लावावें. आपली वाणी लोण्यासारखी मृदु असावी पण हृदय वस्ताऱ्यासारखें तक्ष्णि असावें. आपल्या कृत्यांची वार्ता मित्रांस किंवा शत्रूंस अगोदर मुळींच कळूं देऊं नये. इत्यादि नियम कणिकानें धृतराष्ट्रास सांगितले आहेत व त्यास आपल्या पुतण्यांचा नाश करण्याविषयीं उपदेश केला आहे. असो. हीं तत्त्वें भारतीय आर्यांनीं बहुधा ग्रीक लोकांपासून उचललीं असावीं, किंवा त्यांच्यांतच अशा प्रकारचीं कुटिल राजनीतीचीं तत्त्वें उत्पन्न झालीं, हा प्रश्न सोडविण्यास कठिण आहे. भारती काळांत राजांचें शत्रूविषयींचें धोरण फारच सरळपणाचें व उदात्तपणाचें आपल्या दृष्टीस पडतें यांत शंका नाहीं. भारती युद्धकाळीं राजांचे अधिकारी फंदफितूर करण्यापासून अगदीं अलिप्त होते. भीष्म, द्रोण इत्यादिकांचें वर्तन फारच शुद्ध होतें. त्यांस फितूर केल्याचीं वर्णनें महाभारतांत सौतीनें आपल्या काळच्या परिस्थितीप्रमाणें कोठें कोठें घातलीं आहेत व त्यांनीं पांडवांस आपल्या मरणाचा उपाय सांगितल्याचें वर्णन आहे. पण असें वर्तन भिष्मद्रोणांनीं केलेलें नाहीं. श्रीकृष्णानें कर्णास फितविण्याचा जो प्रयत्न केल्याचें महाभारतांत वर्णन आहे तोही प्रसंग मागाहून घातलेला असावा. तथापि कर्णानें या प्रसंगींही उदार आचरणाचा मनुष्य जसें आचरण करील तसेंच केलेलें आहे. सारांश, भीष्म,

द्रोण, कर्ण, अश्वत्थामा, कृप वगैरे भारती योद्धे स्वामिनिष्ठ व राष्ट्रनिष्ठ अधिकाऱ्यांस साजेल असेंच वर्तन करीत आहेत, तेव्हां जो कुटिल नीतीचा प्रकार कणिक नीतीच्या अध्यायांत दृष्टोत्पत्तीस येतो तो महाभारतकाळीं नवनिच उत्पन्न झाला असावा असें मानण्यास हरकत नाहीं. ही नीति म्याकियाव्हेली या युरोपांतील प्रसिद्ध कुटिल राजनीतीच्या प्रतिपादकाच्या मताप्रमाणेंच कुटिल असून त्याचा पगडा त्यावेळीं हिंदुस्थानावर बराच पडलेला होता असें चाणक्य व चंद्रगुप्त यांच्या इतिहासावरून दिसतें. चाणक्याची नीतिही अशाच प्रकारची त्याच्या ग्रंथावरून दिसते. मुद्राराक्षसांत त्या नीतीचें बरेंच आविष्करण केलेलें आहे. सारांश, चंद्रगुप्तकाळीं पूर्वींची सरळ राजनीति जाऊन कुटिल राजनीति अमलांत आली होती.

प्राचीन स्वराज्यप्रेम.

याचें कारण काय, याचा विचार करतां महाभारतकाळीं राजकीय सत्ता अतिशय प्रबळ होऊन प्रजेच्या अंतःकरणांत स्वराज्याचें प्रेम जितकें असावयास पाहिजे होतें तितकें नसून राजकीय परिस्थिति भिन्न तऱ्हेची उत्पन्न झाली होती. राज्य राजाच्या मालकीचें, खाजगी मिळकतीप्रमाणें जेव्हां मानलें जाऊं लागतें तेव्हां प्रजेस हें राज्य आमचें आहे अशी कल्पना कायम राहणें शक्य नाहीं. एकंदर देश सर्व लोकांचा, अशी भावना जोंपर्यंत जागृत असते तोंपर्यंत प्रजेच्या अन्तःकरणांत परराज्यांनीं केलेल्या भेद-प्रयत्नाचें प्राबल्य फारसें चालत नाहीं. जेथें राजकीय सत्ता अतिशय प्रबळ होते तेथें राजा म्हणजे राज्याचा मालक आहे, त्याच्या जागीं दुसरा कोणताही राजा असला तरी तोही पूर्वींच्या राजाप्रमाणें मालक आहे अशी समजूत लोकांची होते. तात्पर्य राज्यही लोकांचें व राजाही लोकांचा अशी दृढ भावना कायम असणें हेंच स्वराज्याचें मुख्य लक्षण होय. राज्यांतील कोणत्याही घडामोडी लोकांच्या संमतीनें झाल्या पाहिजेत. कारण त्यांत लोकांचें सुखदुःख गुंतलेलें असतें अशी लोकांची कल्पना असली पाहिजे. ज्या वेळेस एकंदर लोक एकाच वंशाचे व सारखेच बुद्धिमत्तेचे आणि सारख्याच संस्कृतीचे असतात त्या वेळेस त्यांच्यामध्यें अशी राजकीय भावना जागृत असते. परंतु लोकांमध्यें भिन्नभिन्न दर्जाचे व संस्कृतीचे लोक जित व जेते या नात्यानें एके ठिकाणीं येतात त्या वेळेस राष्ट्रीय भावना कमी होऊन लोक राजकीय घडामोडींत लक्ष घालीनातसे होतात आणि मग राजा हा राज्याचा पूर्ण मालक बनतो. अशा परिस्थितींत जे कोणी महत्त्वाकांक्षी लोक असतात त्यांस साहजिकच नानाप्रकारच्या उपायांनीं व वैभवाच्या लालचीनें राजद्रोही बनवून कोणत्याही कारस्थानांत वळवितां येणें शक्य असतें. कारण, राज्य प्रजेचें आहे व त्याबरोबर माझेंही आहे ही कल्पना नष्ट झाल्यानें अशा दुष्ट वासनांस कोणत्याही प्रकारचा उच्च मनोवृत्तींचा विरोध येऊं शकत नाहीं. सारांश, जेथें स्वराज्याची कल्पना जागृत नसते तेथें भेद या उपायास बळी पडण्यास लोक नेहमींच तयार असतात आणि एका राजाचा नाश होऊन दुसरा राजा आला तर त्यांत आपलें कांहींच नुकसान झालें नाहीं असेंच त्यांस वाटतें. किंबहुना प्रसंगविशेषीं त्यांचा फायदाही होतो.

भारती काळाच्या प्रारंभीं हिंदुस्थानांतील राज्यांची प्रथम वर्णिल्याप्रमाणें परिस्थिति होती. राज्यांत ब्राह्मण, क्षत्रिय, वैश्य किंबहुना शूद्र हे प्रत्येक राजकीय बाबतींत आपलें

मन घालीत असत; व हें राज्य आमचें आहे, अशी त्यांची भावना पूर्णपणें जागृत होती. राजानें अमुक एक गोष्ट कां केली हें प्रजेस समजावून द्यावें लागत असे. याचें एक मनोरंजक उदाहरण श्रीकृष्णाच्याच भाषणांत उद्योगपर्वीत आलेलें आहे. कौरव पांडवांचें युद्ध कां होत आहे आणि यांत अपराध कोणाचा आहे ही गोष्ट लोकांस समजून देण्याची अवश्यकता होती. " मी चातुर्वर्ण्यास समजाऊन सांगेन. युधिष्ठिराचे गुण कोणते आहेत आणि दुर्योधनाचे अपराध कोणते आहेत याजविषयीं मी चातुर्वर्ण्य जमलें म्हणजे त्यांची खात्री करीन. "

गर्हयिष्यामि चैवैनं पौरजानपदेष्वपि ।
वृद्धबालानुपादाय चातुर्वर्ण्ये समागते ॥
(उ. अ. ७३·१३)

असें श्रीकृष्णानें म्हटलेलें आहे. (भा. पु. ३ पान ३१०) अर्थात् राजकीय बाबतींत चातुर्वर्ण्याची समजूत करणें जरूर होतें ही गोष्ट निर्विवाद दिसते. ज्या ठिकाणीं याप्रमाणें राज्यांतील लोक हें राज्य आमचें आहे असें समजून राजकारभारांत मन घालतात त्या ठिकाणीं राजद्रोहीपणा उत्पन्न होणें शक्य नाहीं. " एका राजानें दुसरें राज्य जिंकलें तर तेथील लोकांस असें विचारावें कीं, मी तुमचा राजा होतों. तुम्ही मला करभार द्या. " असेंही महाभारतांत सांगितलेलें आहे. अर्थात् लोकसंमतीवांचून राज्याच्या कारभारांत किंवा व्यवस्थेंत बदल होत नव्हता. परंतु ही परिस्थिति महाभारतकाळीं बरीच बदलली. विशेषतः पूर्वेकडील राज्यें मोठीं होऊन त्यांतील लोक बरेचसे शूद्र जातीचे व कर्मा संस्कृतीचे असेच होते व ब्राह्मण, क्षत्रिय, वैश्य यांची संख्या अतिशय कमी असल्यानें राज्याच्या घालमेलींत त्यांचें फारसें चालतही नसे व ते लक्षही घालीत नसत. सारांश, पाटलीपुत्राच्या राज्यावर नंद क्षत्रिय बसला काय किंवा चन्द्रगुप्त शूद्र बसला काय, एकंदर जनसमूहास या संबंधांत कोणतीच परवा नव्हती. किंवा त्यास बोलण्याचा अधिकारही नव्हता आणि सामर्थ्यही नव्हतें. यामुळें अशा राज्यांत कारस्थानी व राजद्रोही लोकांचेंच फावत असे; यांत नवल नाहीं. यामुळेंच साम, दान, दंड, भेद या उपायांपैकीं भेदाचाच अवलंब राजेलोक महाभारतकाळीं ज्यास्त करूं लागले याचें आश्चर्य नाहीं. एकंदरींत भारती काळाच्या प्रारंभीं राजनीति उच्च दर्जाची असून महाभारतकाळीं कुटिल राजनीतीचा प्रकार चांगलाच अमलांत आला होता आणि राजाच्या राजकीय अधिकाऱ्यांची नीति बरीच खालावली होती.

भीष्माचें राजकीय वर्तन.

यासंबंधानें भारतीयुद्धांतील भीष्माचें वर्तन फारच उदात्त व अनुकरण करण्यासारखें झालें असें म्हणण्यास हरकत नाहीं. पुष्कळ लोक असा प्रश्न उपस्थित करतात कीं भीष्मानें युद्धप्रसंगीं दुर्योधनाच्या बाजूनें जें युद्ध केलें तें योग्य किंवा कसें ? दुर्योधनाचा पक्ष अन्यायाचा आहे ही गोष्ट स्पष्टपणें भीष्मानें दुर्योधनास सांगितली होती. कराराप्रमाणें पांडवांस राज्य दिलेंच पाहिजे असें त्यानें स्पष्टपणें दुर्योधनास कळविलें होतें. त्याचप्रमाणें पांडवांकडे श्रीकृष्ण असून, हा श्रीकृष्ण परमेश्वराचा अवतार आहे अशी त्याची पूर्ण भक्ति होती. असें असून भीष्मानें दुर्योधनातर्फे श्रीकृष्णाशीं विरोध केला ही गोष्ट योग्य झाली किंवा कसें ? भीष्माच्या उलट आचरण रामायणांत बिभीषणानें केलें आहे. बिभिषण रावणास सोडून रामास जाऊन मिळाला रा-

वणाचें कृत्य दुर्योधनाप्रमाणेंच निंद्य होतें आणि बिभीषण भीष्माप्रमाणें रामाचा भक्त होता. अशा स्थितींत भीष्मानें जें वर्तन केलें तें अधिक न्यायाचें किंवा बिभीषणानें केलें तें अधिक न्यायाचें असा प्रश्न कित्येकदां उपस्थित होतो. परंतु राजनीतिदृष्टच्या भीष्माचेंच आचरण श्रेष्ठ होय, यांत शंका नाहीं. स्वराज्याचें खरें तत्त्व ज्याच्या अंतःकरणांत पूर्ण प्रतिबिंबिलेलें आहे तो स्वराज्याचा पक्ष कधींही सोडणार नाहीं. दुर्योधनाचा पक्ष अन्यायाचा असला तरी तो स्वराज्याचा प्रश्न होता आणि भीष्मानें स्वराज्यासंबधाचें आपलें कर्तव्य योग्य रीतीनें पाळलें असेंच म्हणावयास पाहिजे. रामायणांत रामानेंही बिभीषणास आश्रय देतांना हा भांडण करून आलेला असून राज्यार्थी आहे हा भेद आपल्यास उपयोगीं पडेल असें स्पष्टपणें सांगितलेलें आहे. उच्च संस्कृति व हीन संस्कृति यांच्यामध्यें हाच फरक आहे. राजकीय नीतीसंबंधानें भीष्माचेंच आचरण अतिशय श्रेष्ठ होय आणि रामभक्त या नात्यानें बिभीषणाची कितीही थोरवी असली तरी त्याचें आचरण राजनीतीच्या दृष्टीनें हीन होय हें निर्विवाद आहे.

महाभारतांत युधिष्ठिर युद्धारंभीं भीष्मास नमस्कार करण्यास गेला त्या वेळेस भीष्मानें त्यास "पुरुष हा अर्थाचा दास आहे यासाठीं मी दुर्योधनातर्फे लढत आहें, अर्थात् मी आजवर या राजाचें अन्न खाल्लें आहे तेव्हां मीं याच्यातर्फेंच लढणार " असें सांगितलें हेंही एका दृष्टीनें कमीच सांगितलें. याहीपेक्षां उदात्त रीतीनें त्यास सांगतां आलें असतें. तथापि तेंही त्याचें वचन उदार मनुष्याचें आहे. वनपर्वांत युधिष्ठिरानें भीमाची अशीच समजूत घातली. जेव्हां वनवासाचा करार तोडून आपण आपल्या बलानें कौरवांस मारूं असें भीम आग्रहानें म्हणूं लागला व असें करणें अधर्माचें आहे असें सांगूनही त्याचें समाधान होईना तेव्हां युधिष्ठिरानें त्यास सांगितलें " तूं आपल्या बलाची प्रशंसा करतोस पण धार्तराष्ट्रांकडे प्रबल वीर भीष्म, द्रोण आहेत ना ? ह्या लोकांनीं जें अन्न खाल्लें आहे त्या अन्नाची (पिंड) ते फेड करतील (वनपर्व अ. ३६ भा. पु. २ पान ८०) हें ऐकून भीम गप्प बसला. सारांश भीष्म, द्रोण अत्यंत राजनिष्ठ होते व ते कधींही आपल्या राजाचा पक्ष सोडणार नाहींत अशी सर्वांस खात्री होती. महाभारतांत भीष्मानें पुढें युद्धप्रसंगीं युधिष्ठिरास आपल्या मरणाचा उपाय सांगितला हें वर्णन आहे तें पाठीमागचें आहे. महाभारतकालीन राजनीति बिघडली असल्याकारणानें सौतीच्या वेळेस कोणत्याही राजाधिकाऱ्याची नीति बिघडवून त्यास फितवितां येईल अशी समजूत होती व त्या समजुतीप्रमाणें भीष्मास फितविण्याचा हा येथें एक प्रसंग सौतीनें घातला आहे. परंतु जर भीष्माची नीतिमत्ता उच्च व उदात्त होती तर तो अशा प्रकारें निमकहरामी करता हें शक्यच नाहीं. किंबहुना भीष्मानें स्वमुखानें मी दुर्योधनाचें अन्न खाल्लें आहे असें युद्धारंभीं सांगितलें व वनपर्वांत युधिष्ठिरानेंही तेंच भीमास बजाविलें होतें. या दोन्ही गोष्टींच्या विरुद्ध भीष्म आचरण करील हें संभवनीय नाहीं. हा प्रसंग शल्याच्या 'कर्णाचा मनोभंग मी करीन' अशा विश्वासघातकी वचनाप्रमाणेंच अशक्य व पूर्वापर-विरोधी, तत्कालीन राजनीतिकल्पनेप्रमाणें सौतीनें मागाहून कल्पिलेला आहे. (भीष्मपर्व अ० १०७, भा० पु० ४ पान २९८–९१) यांत वर्णिल्याप्रमाणें युधिष्ठिर व श्रीकृष्ण कौरवांच्या फौजेंत भीष्माचा वधोपाय विचारण्यास गेले

असल्यास ती गोष्ट दुर्योधनास कळली नसेल हें संभवनीय नाहीं. शिवाय भीष्माच्या वधाचा उपाय श्रीकृष्णास सांगतां आला नसता असेंही मानतां येत नाहीं. सारांश, भीष्माच्या उज्वल शीलास कलंक लावणारा हा कथाभाग निःसंशय मागाहूनचा असावा.

येथें असा प्रश्न उपस्थित होतो कीं, आपला राजा जर अनीतीचें आचरण करीत आहे आणि त्याचा पक्ष धडधडीत अन्यायाचा आहे तर त्याच्या अधिकाऱ्यांनीं त्याच्यातर्फे लढणें हेंही अन्यायाचें आहे. अर्थात् अशा प्रसंगीं त्यांनीं काय करावें? या प्रश्नासंबंधानें महाभारतांत एक मनोरंजक संवाद आलेला आहे. भीष्म आणि श्रीकृष्ण यांच्यामधील हा संवाद ज्या वेळेस भीष्मानें अतिशय पराक्रम करून अर्जुनाला मूर्छित केलें आणि ज्या वेळेस श्रीकृष्णानें आपली प्रतिज्ञाही सोडून भीष्मावर चक्र धरलें त्या वेळेस "सर्व अनर्थाचें मूळ तूं आहेस, तूं दुर्योधनाचा निग्रह कां केला नाहींस" असें म्हणून श्रीकृष्णानें चक्र घेऊन भीष्मावर चाल केली तेव्हां भीष्मानें आपल्या वर्तनाच्या समर्थनार्थ "राजापरं दैवतमित्युवाच" "राजा हें सर्वांचें परम दैवत आहे" असा जबाब दिला. आणि तूं माझ्यावर चक्र धरलेंस तेव्हां माझा त्रैलोक्यांत हाच मान झाला मी तुला नमस्कार करतों असें म्हणून भीष्म स्वस्थ उभा राहिला, इतक्यांत अर्जुनानें शुद्धीवर येऊन कृष्णास परतविलें अशी कथा आहे; हा कथाभाग भीष्मपर्व अ० ५९ यांत आलेला असून कित्येक प्रतींत हे येथील महत्त्वाचे श्लोक नाहींत व भाषांतरांतही ते आलेले नाहींत. तथापि ते मूळचे श्लोक असे आहेत.

श्रुत्वा वचः शांतनवस्य कृष्णो ।
वेगेन धावंस्तमथाभ्युवाच ॥
त्वंमूलमस्येह भुवि क्षयस्य ।
दुर्योधनं चाद्य समुद्धरिष्यसि ॥

दुर्द्यूतदेवी नृपतिर्निवार्यः सन्मांत्रिणा धर्मपथि स्थितेन । त्याज्योथवा कालपरीतबुद्धिर्धर्मातिगो यः कुलपांसनः स्यात् । भीष्मस्तदाकर्ण्य कुरुप्रवीरं राजापरं दैवतमित्युवाच ॥

हे मधील श्लोक अत्यंत महत्त्वाचे असून त्यांत एका अत्यंत महत्त्वाच्या प्रश्नासंबंधानें दोन मतें कशीं पूर्वकाळीं होतीं हें दिसून येतें. दुराचरणी राजा असल्यास काय करावें यासंबंधानें त्याची आज्ञा शिरसा मान्य करून त्याचा पक्ष कधींही सोडूं नये असें तत्त्व भीष्मानें प्रतिपादन केलें तर श्रीकृष्णानें पुढचें तत्त्व असें प्रतिपादन केलें कीं, जे उत्तम मंत्री असतील त्यांनीं राजाचा निग्रह करावा आणि तो जर मुळींच ऐकणार नाहीं तर त्याचा त्याग करावा. अर्थात् त्यास गादीवरून काढून दुसरा राजा बसवावा. हे दोन्ही पक्ष उदात्त राजनीतीचे असून ते दोन्ही पूज्य आहेत असें श्रीकृष्णानें व भीष्मानें आपल्या आचरणानेंही दाखविलें. पण अशा परिस्थितींत आपल्या राजाचा त्याग करून परशत्रूस जाऊन मिळावें हा जो तिसरा मार्ग बिभीषणानें स्वीकारला तो हीन व निंद्य आहे हें अधिक विस्तारानें सांगणें नको. तो भारतांतील उदात्त आचरणाच्या कोणत्याही पुरुषानें आदरिला नाहीं हें लक्षांत ठेवण्यासारखें आहे.

उद्धर्षणविदुलासंवाद.

पराभव पावलेल्या राजाला धीर देऊन त्यास उत्साहयुक्त करणारा उद्धर्षण—विदुला—संवाद राजकीय धर्मांतील एक अत्यंत महत्त्वाचा भाग असून तो शेवटीं देण्यासारखा आहे. तत्त्वज्ञानाचें सर्वस्व जशी भारतांतील गीता होय त्याचप्रमाणें राजधर्मांतील सर्वस्व असा

हा संवाद येथें सारांशरूपानें आम्ही देतों. हा केवळ दैन्यावस्थेस पोंचलेल्या क्षत्रियासच उद्देशून आहे असें नाहीं. तर संसारांतील विपत्प्रसंगीं प्रत्येक पुरुषास हा उपदेश लक्षांत ठेवण्यासारखा आहे. व्यवहारांतील व राजकीय परिस्थितींतील उदात्त व उत्साहयुक्त नीतिही यांत भरलेली आहे. यांत कोणत्याही प्रकारचें कपटयुक्त किंवा कुटिलतेचें धोरण नसून केवळ उत्साह उत्पन्न करणारी नीति आहे. म्हणून तो आम्हीं येथें थोडक्यांत देतों. सिन्धुराजानें आक्रान्त केलेल्या संजय नामक राजपुत्रास त्याची राजनीतिकुशल धैर्यवती माता विदुला म्हणाली, (उद्योग. अ. १३३-१३६)

विः—आत्मानमवमन्यस्व मैनमल्पेन बीभर ।
उत्तिष्ठ हे कापुरुष माशेष्वैवं पराजितः ॥१॥
अलातं तिंदुकस्येव मुहूर्तमपि हि ज्वल ।
मा तुषाग्निरिवानर्चिर्धूमायस्व जिजीविषुः ॥२॥
उद्भावयस्व वीर्यं वा तां वा गच्छ ध्रुवां गतिम् ।
धर्मं पुत्राग्रतः कृत्वा किंनिमित्तं हि जीवसि ॥ ३
दाने तपसि सत्ये च यस्य नोच्चरितं यशः ।
विद्यायामर्थलाभे वा मातुरुच्चार एव सः ॥ ४
नातः पापीयसीं कांचिदवस्थां शंबरोऽब्रवीत् ।
यत्र नैवाद्य न प्रातर्भोजनं प्रतिदृश्यते ॥ ५ ॥
निर्विण्णात्मा हतमना मुञ्चैतां पापजीविकाम् ।
एकशत्रुवधेनैव शूरो गच्छति विश्रुतिम् ॥ ६ ॥
न त्वं परस्यानुचरस्तात जीवितुमर्हसि ।
भयाद्वृत्ति समीक्षो वा न भवेदिह कस्यचित् ७
उद्यच्छेदेव न नमेदुद्यमो ह्येव पौरुषम् ।
अप्यपर्वणि भज्येत न नमेतेह कस्यचित् ॥८
पुः—ईदृशं वचनं ब्रूयाद्भवती पुत्रमेकजम् ।
किं नु ते मामपश्यंत्याः पृथिव्या अपि सर्वया ॥९
विः—खरीवात्सल्यमाहुस्तन्निःसामर्थ्यमहेतुकम् ।
तव स्याद्यदि सद्वृत्तं तेन मे त्वं प्रियो भवेः १०
युद्धाय क्षत्रियः सृष्टः संजयेह जयाय च ।
जयन्वा वध्यमानो वा प्राप्नोतींद्रसलोकताम् ११
पुः—अशोकस्यासहायस्य कुतः सिद्धिर्जयो मम ।
तन्मे परिणतप्रज्ञे सम्यक् प्रब्रूहि पृच्छते ॥१२
विः—पुत्र नात्माऽवमन्तव्यः पूर्वाभिरसमृद्धिभिः ।
अभूत्वाहि भवंत्यर्था भूत्वा नश्यन्ति चापरे ॥१३
अथ ये नैव कुर्वन्ति नैव जातु भवन्तिते ।
ऐकगुण्यमनीहायामभावः कर्मणां फलम् ॥ १४
अथ द्वैगुण्यमीहायां फलं भवति वा न वा ॥
उत्थातव्यं जागृतव्यं योक्तव्यं भूति कर्मसु ।
भविष्यंतीत्येव मनः कृत्वा सततमव्यथैः ॥
मंगलानि पुरस्कृत्य ब्राह्मणांश्चेश्वरैः सह ।
प्राज्ञस्य नृपते राशु वृद्धिर्भवति पुत्रक ॥
यदैव शत्रुर्जानीयात् सपत्नं त्यक्तजीवितम् ।
तदैवास्मादुद्विजते सर्पाद्वेश्मगतादिव ॥
नैव राज्ञा, दरः कार्यो जातु कस्यांचिदापदि ।
अथ चेदपि दीर्णः स्यान्नैव वर्तेत दीर्णवत् ॥
दीर्णं हि दृष्ट्वा राजानं सर्वमेवानुदीर्यते ।
राष्ट्रं बलममात्याश्च पृथक्कुर्वन्ति ते मतिः ॥
य एवात्यन्तसुहृदस्त एनं पर्युपासते ।
शोचन्तमनुशोचन्ति पतितानिव बान्धवान् ॥
ये राष्ट्रमभिमन्यन्ते राज्ञो व्यसनमीयुषः ।
मादीदरस्त्वं सुहृदो मा त्वां दीर्णं प्रहासिषुः ॥
यदेतत्संविजानासि यदि सम्यग् ब्रवीम्यहम् ।
कृत्वाऽसौम्यमिवात्मानं जयायोत्तिष्ठ संजय ॥

याप्रमाणें मातेचा उद्धर्षण उपदेश ऐकून संजय उठला आणि त्यानें पराक्रम करून पुन्हां राज्य मिळविलें. या संवादाची प्रशंसा व फलश्रुतिही सौतीनें योग्य केली आहे. हा उद्धर्षण, भीमतेजोवर्धन संवाद शत्रुपीडित राजाला मंत्र्यानें ऐकवावा, इतकेंच नव्हे तर

इदं पुंसवनं चैव वीराननमेवच ।
अभीक्ष्णंगर्भिणी श्रुत्वा ध्रुवं वीरं प्रजायते ॥
धृतिमन्तमनाधृष्यं जेतारमपराजितम् ।
ईदृशं क्षत्रिया सूते वीरं सत्यपराक्रमम् ॥

या उपदेशांत केवळ पराक्रम, धैर्य, निश्चय, परतंत्र व हीन कधींही न होण्याची मनाची वृत्ति आणि उद्योग यांजवर जोर दिला असून इष्टहेतु कदाचित् सफल न झाला तरी मृत्यूही पतकरावा. पण उद्योग न करणें म्हणजे फळ कधींही न मिळणें हा निश्चयच. उद्योग केल्यास फळ मिळण्याचा संभव तरी आहे, या व्यवहारशुद्ध सिद्धान्तावर बसविलेला दैन्यावस्थेस प्राप्त झालेल्या राजास किंवा राष्ट्रास किंवा कुटुंबास किंवा मनुष्यास विश्वास ठेवण्याविषयींचा फारच मार्मिक उपदेश केला आहे.

प्रकरण दहावें.

सैन्य व युद्ध.

भारतीयकाळांत निरनिराळ्या राज्यांत चढाओढ असून युद्धप्रसंग वारंवार होत असल्यानें भारती सैन्याची व्यवस्था फारच उत्कर्षास पोंचली होती व त्यांचे युद्धाचे प्रकार बरेच सुधारलेल्या तऱ्हेचे झाले होते. पण सर्वांत विशेष गोष्ट ही कीं, हीं युद्धें आपसांत आर्य लोकांतच होत असल्या कारणानें युद्धाचीं तत्त्वें धार्मिक रीतीनें चालणाऱ्या सुधारलेल्या हल्लींच्या राष्ट्रांच्या युद्धपद्धतीप्रमाणें नियमानें बांधलेलीं असत. धर्मयुद्धाचा त्यावेळेस अतिशय मान असे व धर्मयुद्धाचे नियम ठरलेले असून त्यांचा बहुतकरून अतिक्रम योद्ध्यांकडून होत नसे. ही पद्धति महाभारतकाळीं थोडीशी बिघडलेली दिसते ती ग्रीक लोकांच्या युद्धपद्धतीमुळें बिघडली. पाश्चात्य देशांत हल्लींही युरोपियन राष्ट्रांराष्ट्रांमध्यें युद्ध सुरू झालें असतां जे नियम दया व धर्म यांस अनुसरून ठरलेले आहेत, त्यांचें बहुधा अतिक्रमण होत नाहीं. पण तेंच युद्ध युरोपियन राष्ट्र व एशियाटिक राष्ट्र यांच्यामध्यें चालू झालें असतां निराळे नियम अमलांत येतात. त्याचप्रमाणें ग्रीक लोकांनीं एशियाटिक राष्ट्रांशीं युद्ध करतांना क्रूरतेचे नियम अमलांत आणिले व यामुळें साहजिकच महाभारतकाळीं कित्येक क्रूरतेचे नियम युद्धपद्धतींत शिरले. असो. महाभारतांत सैन्याचें जें वर्णन केलेलें आहे व धर्मयुद्धाचे जे नियम सांगितले आहेत त्यांजवरून प्राचीन काळची युद्धपद्धति किती सुधारलेली होती व हल्लींच्या पाश्चात्य सुधारलेल्या राष्ट्रांच्या युद्धनियमांप्रमाणें त्या पद्धतीबद्दल आपल्यास कसा आदर उत्पन्न होतो याची वाचकांस कल्पना होईल.

प्रत्येक राष्ट्रांत प्राचीनकाळीं कांहीं तरी खडी फौज तयार असे. वेळेवर आपखुशीनें स्वयंसैनिक होण्याचा काळ त्यावेळींही नव्हता. कारण, युद्धशास्त्र त्यावेळीं इतकें पुढें गेलें होतें कीं, कोणत्याही मनुष्यास वाटेल त्यावेळीं तलवार किंवा भाला घेऊन युद्धांत सामील होतां येत नसे. प्रत्येक शिपायास युद्धाचें शिक्षण घेण्याची कित्येक वर्षेंपर्यंत जरूरी होती. सेनेचे चार मुख्य विभाग होते. पदाति, अश्व, गज आणि रथ. अर्थात् पूर्वींच्या फौजांस चतुरंग दल असें म्हणत. हल्लीं फौजा त्र्यंग झाल्या आहेत. कारण, गज हें अंग हल्लीं नाहींसें झालें आहे. यामुळें फौजांस 'थ्री आर्म्स्' म्हणण्याची पद्धति अलिकडची आहे. गज हें प्राचीनकाळीं लढण्याचें मोठें भयद साधन होतें. इतर लोकांस हिंदुस्थानच्या फौजांची हत्तीमुळेंच फार भीति वाटे. केवळ एका शिकंदराच्या बुद्धिमत्तेनें या भीतीचा पाडाव केला, तरीही कित्येक शतकेंपर्यंत म्हणजे तोफा चालू होईपावेतों गजांची उपयुक्तता लढाईच्या कामीं फारशी कमी झाली नाहीं. सेल्यूकसनें चन्द्रगुप्तास आपली मुलगी देऊन ५०० हत्ती घेतले. त्याचप्रमाणें पर्शियन बादशहा रोमन लोकांच्या विरुद्ध युद्धांत हत्तींचा उपयोग करीत असे, असें वर्णन आहे. हत्तींच्या योगानें मिळविलेला शेवटचा विजय म्हणजे तैमुरलंगानें तुर्कांचा सुलतान बजाजत् या गर्विष्ठ व बलाढ्य राजावर मिळविलेला होय. यापुढें इतिहासांत हत्तींचा उपयोग दिसत नाहीं. हत्तींच्याऐवजी तोफखाना आला. असो.

फौजेंतील प्रत्येक मनुष्यास वेळेवर पगार

मिळण्याची व्यवस्था प्राचीनकाळीं होती. हा पगार धान्य व कांहीं नगदी असा असे. शिपायांना त्यांचा पगार वेळेवर देण्याविषयीं व त्यांत कांहीं कापून न घेण्याविषयीं नारदानें युधिष्ठिरास कच्चिदध्यायांत उपदेश केला आहे.

कच्चिद्बलस्य भक्तं च वेतनं च यथोचितम् ।
संप्राप्तकाले दातव्यं ददासि न विकर्षसि ॥
(सभापर्व अ० ५)

वेळेवर पगार व धान्य शिपायांस न मिळाल्यामुळें यजमानाला या शिपाईलोकांच्या गडबडीपासून जो अनर्थ होतो, तो अनर्थ फारच भयंकर होय, असें नारदानें येथें बजाविलेलें आहे. मराठी राज्यांत शिवाजीच्या वेळेपासून नानासाहेब पेशव्यापर्यंत या गोष्टीकडे चांगलें लक्ष होतें. पण यापुढें उतरत्या काळांत फौजेचा पगार वारंवार चढत असल्यानें जे भयंकर घोंटाळे उत्पन्न होत असत त्यांचें शिंदे, भोसले, होळकर वगैरेंच्या हकीगतींत येणारें वर्णन प्रसिद्धच आहे. असो. उतरत्या काळांत सर्व राज्यांत असे प्रसंग येतात. फौजेस वेळेवर पगार मिळणें हें सुव्यवस्थित राज्याचें पहिलें अंग आहे. प्राचीनकाळीं फौजेस काय पगार मिळत असे याचा अंदाज करण्यास साधन नाहीं. परंतु धान्य व नगदी असें त्याचें स्वरूप असे. धान्य सरकारी कोठींतून दिलें जात असे हें उघड आहे. शेतकऱ्याकडून कर धान्यरूपानेंच येई हें पूर्वीं सांगितलेंच आहे. याशिवाय रणांत मेलेल्या वीरांच्या कुटुम्बांचें (स्त्रियांचें) पोषण करणें चांगल्या राजाचें कर्तव्य समजलें जात असे.

कच्चिद्दारान् मनुष्याणां तवार्थे मृत्युमीयुषां ।
व्यसनं चाभ्युपेतानां बिभर्षि भरतर्षभ ॥

असा नारदानें प्रश्न केला आहे.

प्रत्येक दहा असामींवर एक, शंभरांवर एक व हजारांवर एक असे अधिकारी चारी अंगांत होते.

दशाधिपतयः कार्याः शताधिपतयस्तथा ।
ततः सहस्राधिपतिं कुर्यात् शूरमतंद्रितम् ॥
(शांतिपर्व अध्याय १००)

अशी व्यवस्था होणें अशक्य नाहीं व अशाच प्रकारची व्यवस्था हल्लींच्याहीकाळीं चालू आहे. एकहजार योध्यांचा अधिपति हा सर्वांत मुख्य अधिकारी, कर्नलच्या दर्जाचा असून तो राजानें सन्मान करण्याच्या योग्य असा मानला जात असे.

कच्चिद्बलस्य ते मुख्याः सर्वे युद्धविशारदाः ।
धृष्टावदाता विक्रान्ताः त्वया सत्कृत्य मानिताः ॥
(स. अ. ५)

निरनिराळ्या चार अंगांचाही एक एक मुख्य अश्वाधिपति वगैरे अधिकारी असे. याशिवाय सर्व फौजेला एक मुख्य कमांडर-इनचफि अथवा सेनापति असे. त्याचें वर्णन असें केलेलें आहे. धृष्ट, शूर, बुद्धिवान्, धृतिमान्, शुचि, कुलीन, अनुरक्त व दक्ष असा सेनापति तुझा आहे ना? असें नारदानें विचारलें आहे. शांतिपर्वांत आणखी असें सांगितलें आहे कीं, तो व्यूह, यंत्र आणि आयुध यांचें शास्त्र जाणणारा असावा. तसेंच पाऊस, थंडी, ऊन हें सहन करण्याची त्यास ताकद असावी व शत्रूचीं छिद्रें त्यास ओळखतां येत असावीं. (शां. अ. ८९–१२)

चतुरंग दलाशिवाय फौजेचीं आणखी चार महत्त्वाचीं खातीं होतीं तीं विष्टि (ट्रान्सपोर्ट) नौका, हेर आणि दोशिक अशीं सांगितलीं आहेत. यांतील विष्टि म्हणजे सर्व प्रकारचें सामान वाहून नेण्याची व्यवस्था व साधनें होत. याचें महत्त्व पूर्वकाळच्या युद्धांतही फारच मोठें होतें. बाणांचे व आयुधांचे हजारों छकडे भरून बरोबर घ्यावे लागत असत. नौकांमध्यें

समुद्रावरच्या व नद्यांवरच्या दोन्ही प्रकारच्या नौका येतात. पूर्वकाळीं नौकांतून लढण्याचाही प्रसंग येत असावा. उत्तरहिंदुस्थानांतील नद्या मोठाल्या असून त्या उतरण्यास नौकांचें साधन जरूर असे. समुद्रकिनाऱ्यावरच्या राष्ट्रांत मोठालीं गलबतेंही लढाईसाठीं व ने आण करण्यासाठीं उपयोगांत येत असावीं. हेर पूर्वी सांगितलेलेच आहेत व फौजांतही त्यांचा उपयोग मोठा आहे. देशिक म्हणजे कोण असावेत याची कल्पना चांगलीशी होत नाहीं. त्यांचें वर्णनही दिलेलें नाहीं. तथापि स्काउट्स अथवा निरनिराळ्या प्रसंगीं पुढें जाऊन वाट दाखविणारे व शत्रूंची माहिती देणारे हे असावेत. एकंदर फौजेचीं हीं आठ अंगें खालील श्लोकांत सांगितलेलीं आहेत.

रथा नागा हयाश्चैव पादाताश्चैव पांडव ।
विष्टिर्नावश्चराश्चैव देशिका इति चाष्टमः ॥
(शांतिपर्व अ० ५९)

पायदळ व घोडदळ.

पदाति अथवा पायदळ फौजेजवळ ढाल व तलवार हीं आयुधें असत. याशिवाय अन्य आयुधें सांगितलीं आहेत तीं; प्रास (भाला), परशु (कुऱ्हाड), भिंडीपाल, तोमर, ऋष्टी, शुक्र हीं होत. भिंडीपाल वगैरे हत्यारें काय होतीं हें सांगतां येत नाहीं. खड्ग म्हणजे लहान तलवार. गदा हें आयुध सहसा पायदळाचें नव्हतें. कारण तें आयुध वापरण्यास मोठ्या शक्तीची जरूरी असे. हें आयुध द्वंद्वयुद्धांत उपयोगांत येत असे. तसेंच हत्तींशीं लढतांनाही गदेचा उपयोग करीत. गदेचा उपयोग विशेष बलवान् क्षत्रिय करीत असत. घोडेस्वारांजवळ तलवार व भाला हीं आयुधें होतीं. भाला बहुधा ज्यास्ती लांब असे. गांधारराज शकुनी याच्याजवळ दहा हजार अश्वसैन्य विशालप्रासानें लढणारें होतें असें वर्णन आहे.

अनीकं दशसाहस्रमश्वानां भरतर्षभ ।
आसीद्गांधारराजस्य विशालप्रासयोधिनाम् ॥
(शल्यपर्व अ० २३)

घोडेस्वारांच्या हल्ल्याचें वर्णन या ठिकाणीं चांगलें केलें असून दोन प्रतिपक्षांकडील वाजिसैन्यें एकमेकांत मिसळलीं म्हणजे भाले राहून बाहुयुद्धापर्यंत पाळी कशी येते व घोडेस्वार एकमेकांस घोड्यांवरून खालीं कसे पाडतात याचें वर्णन या ठिकाणीं चांगलें केलें आहे. सर्व लोकांना कवचें असत असें वाटत नाहीं. कवच म्हणजे चिलखत होय. हें बहुधा जड असतें व हलकें असल्यास त्यास फार किंमत पडते. यामुळें पदातिसैन्याजवळ किंवा अश्वसैन्याजवळ बहुधा कवच नसे. तथापि कवच घातलेल्या पदातीचेंही वर्णन आहे. रथीं व गजावर बसलेला योद्धा याजवळ नेहमीं कवच असावयाचेंच. कवचाचा उपयोग रथी व सारथी यांस फार असे. बाणांचा वर्षाव बहुतकरून रथी व सारथी यांजवरच होत असे, यामुळें कवचाची जरूर त्यांस फार असे व हे योद्धही मोठमोठाले क्षत्रिय असल्यानें त्यांस मौल्यवान् कवच वापरणें शक्य होतें. हत्तीवरून लढणाऱ्यांची हीच स्थिति होती. ते उंचावर असल्यानें त्यांजवर बाणांचा वर्षाव होई, तेव्हां त्यांस कवच घालणें जरूर असे, व हत्तीवरचा योद्धा संपन्न असल्यानें त्यास कवच मिळणें शक्य होतें.

निरनिराळ्या लोकांची निरनिराळ्या युद्धासंबंधानें तारीफ होती. गांधार, सिंधु, सौवीर हे पाश्चात्य देश अश्वसैन्यासंबंधानें प्रसिद्ध होते. या देशांत उत्तम घोडे पूर्वी निपजत व हल्लींही निपजतात. पर्शियन व अफगाण घोड्यांची तारीफ अजूनही आहे. या देशांतील वीर घोड्यांवरून तक्षिण भाल्यांनीं लढत,

उशीनरलोक सर्वप्रकारच्या युद्धांत कुशल असत. प्राच्यलोक मातंगयुद्धामध्यें प्रसिद्ध असत. हिमालयाच्या व विंध्याद्रीच्या जंगलामध्यें हत्ती पुष्कळ उत्पन्न होत असत, तेव्हां अर्थातच प्राच्य, मगध वगैरे देशांतील लोक हत्तींच्या युद्धांत कुशल असणें साहजिक आहे. मथुरेचे लोक बाहुयुद्धांत कुशल होते. ही त्यांची कुस्तीमधील कीर्ति अजूनही कायम आहे आणि दक्षिणेंतील योद्धे तलवार चालविण्यांत कुशल असत. मराठ्यांची हल्लींची कीर्ति घोड्यावरच्या स्वारीबद्दलची आहे. वरील दाक्षिणात्य विदर्भदेशांतील होत. हें येथें लक्षांत ठेवलें पाहिजे. (शां० अ० ६९)

हत्ती.

आतां गजाविषयीं आपण वर्णन करूं. गजाची प्रचंड शक्ति व माहुताच्या हुकुमाप्रमाणें काम बजावण्याची त्याची तयारी या दोन गोष्टींमुळें हत्तीला फौजेंत महत्त्वाचें स्थान मिळालें होतें. परंतु त्याची सोंड नरम असल्या कारणानें त्याचा तो भाग सहज तोडण्यासारखा असे. यामुळें हत्तीला गंडस्थळापासून सोंडेच्या टोंकापर्यंत लोखंडी चिलखत घातलेलें असे. आणि त्याच्या पायावरही चिलखत असे. ह्यामुळें हत्ती लढाईमध्यें परपक्षाचा बराच फडशा उडवीत असे. असें होतें तरीही मल्ल लोक हातांत कोणतेंही हत्यार न घेतां हत्तीशीं लढत असत. हत्तीच्या पोटाखालीं चपलतेनें घुसून त्याचा बुक्यांनीं प्राण घाबरा करून त्यास गरागर फिरायाला लावल्याचें वर्णन भीम, भगदत्त यांच्या युद्धांत केलेलें आहे. (द्रोणपर्व अ० २६) अशा प्रकारचीं धैर्याचीं व शक्तीचीं कामें असंभवनीय नाहींत, हें हल्लींसुद्धां नेटिव्ह संस्थानांतून कधीं कधीं होणाऱ्या गजयुद्धावरून लोकांच्या प्रत्ययास येतें. दतियासंस्थानांत हत्तीच्या दांताला पांचशें रुपयांचा तोडा बांधून तो खेळणारानें हत्तीशीं झुंजून घेऊन जाण्याचा खेळ अजूनपर्यंत कधीं कधीं होत असे. असो. हत्तीवर त्याचा चालविणारा माहुत व त्याच्यावर बसून युद्ध करणारा योद्धा हे दोघे बसत. युद्ध करणारा धनुष्यबाण किंवा विशेषतः शक्ति अथवा बरची यांचा उपयोग करीत असे. गजसैन्याचा कधीं कधीं पराभवही होत असे व अशा प्रकारानें गजसैन्याचा पहिला तडाका सोसून तें सैन्य एकदां परतवलें म्हणजे तें आपल्याच फौजेचा नाश करीत असे किंवा त्याचा समूळ नाश करतां येत असे. गजसैन्याशीं लढण्याची शिकंदरानें पहिली युक्ति केली ती अशी. बाणाचे कवच न घातलेले हलके पायदळ लोक, यांस असा हुकूम असे कीं, त्यांनीं प्रथम हत्तींचे माहुतांवर बाण टाकून त्यांस ठार मारावें; नंतर कवच घातलेल्या पायदळानें हत्तीच्या तंगड्या तोडून टाकाव्या किंवा जखमी कराव्या आणि त्यानें मुद्दाम लांब वांकड्या तलवारी तयार करवून त्या फौजेस देऊन हत्तींच्या सोंडा उतरण्याविषयीं तीस ताकीद केली. असो. अशा रीतीनें शिकंदर गजसैन्याचा पराभव करीत असे. गजसैन्य जितकें शत्रूस भयंकर, तितकेंच तें स्वपक्षासही भयंकर म्हणजे हानिकारक असे, ही गोष्ट महाभारतांतील अनेक युद्धवर्णनांवरूनही दिसून येते.

रथी व धनुष्यबाण.

भारती काळाचा सर्वांत अजिंक्ययोद्धा म्हटला म्हणजे रथी होता. अलीकडील काळच्या लोकांना रथीच्या महत्त्वाची कल्पना नाहीं. ते कसें युद्ध करीत आणि इतका प्राणनाश करण्याचें सामर्थ्य त्यांस कसें असे,

याजबद्दल कांहींच कल्पना करतां येत नाहीं. कारण हल्लीं कोठेंही रथांचा उपयोग होत नाहीं व धनुष्यबाणांचाही हल्लीं नायनाट झालेला आहे. धनुष्यबाणाच्या ठिकाणीं हल्लीं बंदुकगोळी आलेली आहे. प्राचीनकाळीं धनुष्यबाण हेंच सर्वांत दुरून शत्रूला घायाळ करण्याचें किंवा मारून टाकण्याचें अस्त्र होतें; यामुळें प्राचीनकाळीं सर्व शस्त्रास्त्रांत धनुष्यबाणाचा नंबर पहिला होता. अस्त्रामध्यें म्हणजे फेंकून मारण्याच्या हत्यारांमध्यें शक्ति अथवा बरची आणि चक्र हीं दोन हत्यारें मोठीं तेजस्वी व नाश करणारीं होतीं. दोन्ही हत्यारांचा भारती आर्य उपयोग करीत असत शक्तीपेक्षां चक्र हें जास्ती लांब जात असे. चक्र अजून पंजाबांतील शीख लोक वापरतात. परंतु चक्रापेक्षां धनुष्यबाणाची शक्ति ज्यास्ती आहे. बाण धनुष्याच्या जोरावर एक मैल सुद्धां जाऊं शकतो. प्राचीनकाळीं धनुष्यबाणाची विद्या आर्य लोकांनीं फारच उन्नतीस नेलेली होती. धनुष्यबाणाचा फायदा असा असे कीं, बरची किंवा चक्र परत पुन्हां हातांत येत नाहीं आणि पुष्कळ बरच्या किंवा चक्रें माणसास हातांत घेतां येत नाहींत. उलट योध्यास पांचपन्नास बाण स्वत:जवळ बाळगितां येत असत व अनेक बाण भरून आपल्याजवळ गाड्या ठेवतां येत असत. हल्लीं ज्याप्रमाणें दारूचे व गोळ्यांचे गाडे फौजेंत बरोबर ठेवावे लागतात, त्याचप्रमाणें पूर्वींही ठेवावे लागत असत. रथांची उपयुक्तता या कारणानें धनुष्यबाण वापरणाऱ्या योध्यास फार असे. याशिवाय रथ अनेक ठिकाणीं जोरानें नेऊन तेथून मारा करण्याच्या कामीं योध्यांस उपयोगीं पडत असत. प्राचीनकाळीं सर्व लोकांस धनुष्यबाणाची माहिती होती व रथांचीही कल्पना सर्व लोकांस होती. ग्रीकलोकांत होमरनें वर्णिलेल्या युद्धांत रथी होते व रथयुद्धेंही वर्णिलेलीं आहेत. परंतु ग्रीकलोकांच्या ऐतिहासिक काळांतील युद्धांत रथांचें वर्णन येत नाहीं. इजिप्शियन लोकांत फार प्राचीनकाळीं लढाऊ रथ असल्याचें वर्णन आहे व असेरियन आणि बाबीलोनियन लोकांतही रथांचीं वर्णनें आहेत. पर्शियन लोकांच्या फौजेंत निराळ्या प्रकारचे रथ होते. त्यांच्या चाकांस सुरे बांधलेले असत व त्यांनीं परसैन्यांतील लोकांस जखमा होत. असो. भारती आर्यांच्या फौजेंत रथ शिकंदराच्या काळापर्यंत होते. भारती आर्यांची धनुष्यबाणाची कला इतर लोकांहून फार पुढें गेलेली होती असें वर्णन ग्रीक लोकांनीं लिहून ठेवलेलें आहे आणि इतर लोकांच्या रथांपेक्षां भारती आर्यांचे रथ मोठे असावे असें अनुमान होतें. हिंदुस्थानांतील लोकांचें धनुष्य ग्रीक लोकांच्या वर्णनावरूनही मनुष्याच्या डोक्याच्याबरोबर उंच होतें आणि त्यांचे बाण तीन हात लांब व त्याचे फाळ मोठे तीक्ष्ण व जड असे असत; असें वर्णन ग्रीकांनीं केलेलें आहे. असें धनुष्य ओढण्याला मनुष्याच्या भुजदंडांत फारच ताकद लागत असे. जरी ग्रीककाळीं धनुष्यबाणाची कला कमी झालेली होती तरीसुद्धां त्या वेळच्या आर्य योध्यांनीं फेंकलेले बाण किती जोरानें जात तें पाहून ग्रीक लोकांस आश्चर्य वाटत असे. अशा बाणांनीं लोखंडाचे जाड पत्रे सुद्धां फोडून निघत, असें त्यांनीं लिहून ठेविलें आहे. भारतीय क्षत्रियांच्या धनुर्विद्येची कीर्ति व त्यांचें विलक्षण सामर्थ्य यांजबद्दल जगांतील लोकांना पृथ्वीराजाच्या वेळेपावेतों साश्चर्य कौतुक वाटत असे, ही गोष्ट इतिहासांत नमूद आहे. भारती आर्यांत या शेवटल्या धनुर्वीरानें बाणानें लोखंडाचे जाड तवे फोडल्याचा इतिहासांत उल्लेख आहे.

लांब धनुष्य घेऊन वजनदार बाण फेकण्याची हाताला संवय होणें याला साहजिक शारीरिक शक्तीची आवश्यकता असे. परंतु बाणाचा नेम साधण्यासाठीं धनुष्यबाणाचा व्यासंगही रात्रंदिवस करावा लागे. जसा बंदुकीचा नेम मारतां येण्यासाठीं कांहीं तरी ईश्वरदत्त गुण असावा लागतो त्याप्रमाणें धनुष्यबाणाचा नेम अचूक लागण्यासाठीं कांहीं तरी ईश्वरदत्त देणगीची जरूरी आहे. परंतु अशा देणगीचा उपयोग होण्यास सतत अभ्यास हाही जरूर आहे. पाहिजे त्या मनुष्यास धनुर्वीर होतां येत नाहीं याचें कारण हेंच. सहज गुण आणि सतत अभ्यास आणि तिसरा उत्तम गुरु या तीन गोष्टींची जोड मिळाल्यानें अर्जुन हा प्रख्यात धनुर्धर झाला.

तदभ्यासकृतं मत्वा रात्रावपि स पाण्डवः।
ये धां चक्रे महाबाहुर्धनुषा प डुनन्दनः
(आदि० अ० १३२)

अभ्यासानेंच कौशल्य येईल हें जाणून अर्जुनानें रात्रींसुद्धां धनुष्याची मेहनत केली. यांत दोन गोष्टींकडे लक्ष असे. नेम अचूक लागावा, इकडे लक्ष असून शिवाय जलद बाण फेकतां यावे. धनुर्धराला निरनिराळ्या वेगानें व प्रकारानेंही धनुष्यबाणांचा उपयोग करतां यावा. धनुष्याच्या सतत उपयोगामुळें अर्जुनाच्या डाव्या बाहूवर घट्टा पडलेला होता. तो त्यानें बाहुभूषणें घालून बृहन्नडेच्या वेषांत छपविला होता.

धनुर्वीराची ताकत रथाच्या जोडानें दसपट वाढते. पादचारी धनुर्धरास एका मनुष्याच्या ओझ्याइतके बाण नेतां येतील. परंतु रथांत पाहिजे तितके बाण सांठवितां येतात. याशिवाय पादचारी वीरास आपली माऱ्याची जागा बदलतां येणें सहज शक्य नाहीं. परंतु रथाच्या योगानें धनुर्वीरास निरनिराळ्या माऱ्यांच्या जागांवर झपाट्यानें जातां येतें, हा फायदा आहे. तरी रथाच्या वेगानें नेम धरण्यांत अंतर पडतें. यामुळें रथावरून नेम मारण्याचा अभ्यास आणखी करावा लागतो. शिवाय रथाचे घोडे व सारथी यांजवरही हल्ला होऊं शकतो. यामुळें रथयोद्ध्याला शत्रूचा नाश करण्याची शक्ति जरी अधिक प्राप्त होत असे, तरी त्याच्यावरील जबाबदारीही ज्यास्ती वाढली जात असे. हल्लींही युद्धामध्यें रथांचा उपयोग हळूहळू होऊं लागेल असा युरोपीय युद्धावरून अंदाज होतो. मॅक्सिम् गन् मोटारकारमध्यें घालून निरनिराळ्या ठिकाणांस झपाट्यानें जाऊन तेथून मारा करण्याची युक्ति हल्लीं निघालेली आहे. ती रथासारखीच आहे व या मोटारवर गोळा पडूं नये म्हणून हल्लींच्या युद्धांत टँकची कल्पना निघालेली आहे ती रथासारखीच आहे. असो; पूर्वकाळच्या युद्धांत रथांचा उपयोग हल्लींच्या तोफखान्यासारखा होत असे. विशेषयः घोड्यांच्या तोफांप्रमाणें निरनिराळ्या ठिकाणांवरून मारा करण्यासाठीं रथ वेगानें इकडून तिकडे न्यावे लागत. परंतु हल्लींच्या तोफखान्याप्रमाणेंच दारूगोळ्याच्या पुरवठ्याच्या ऐवजीं बाणांचा पुरवठा करणें भाग पडत असे. मराठ्यांच्या युद्धवर्णनांत बाणांच्या कैच्यांचें नांव वारंवार येतें. कर्णपर्वांत अश्वत्थाम्यानें बाणांच्या भरलेल्या सात गाड्या माझ्या पाठीमागें राहूं द्या असें एके प्रसंगीं सांगितल्याचें महाभारतांत वर्णन आहे. अन्यत्र एका ठिकाणीं अश्वत्थाम्यानें तीन तासांच्या अवधींत आठ आठ बैल जोडलेल्या आठ गाड्यांतील शस्त्रास्त्रें मारून ते गाडे रिकामे केले असें वर्णत आहे. यावरून स्पष्ट दिसतें कीं, हल्लींच्या तोफखान्याप्रमाणेंच रथी योद्ध्यांना बाणांचा पुरवठा करण्याची फार जरूरी होती. याजवरून हल्लीं

प्रमाणेंही प्राचीनकाळीं युद्धांत वाहतुकीच्या साधनांचा फार उपयोग होता.

अस्त्रें.

रथी बहुधा ज्या अस्त्रांचा उपयोग करीत तीं अस्त्रें काय होतीं हा एक प्रश्न येथें उपस्थित होतो. अस्त्रांविषयीं विवेचक दृष्टीनें काय मत देतां येतें हें जाणण्याची इच्छा वाचकांस येथें साहजिक होईल. अस्त्रांचा उपयोग बहुधा रथी करीत असत असें वर्णन आहे. धनुष्याला बाण जोडून त्याजवर कांहीं मंत्रांचा उच्चार करून बाण सोडले असतांना दैविक शक्तीनें विलक्षण शस्त्रें किंवा पदार्थ, अग्नि, वायु, विद्युत्, वर्षाव यासारखे, उत्पन्न होऊन त्यांमुळें शत्रुसैन्याचा भयंकर नाश होत असे. असें वर्णन आहे. या अस्त्रांस अग्न्यस्त्र, वायव्यास्त्र वगैरे नांवें असत. हे दैविक मंत्र बहुधा बाणांवर योजलेले असत. यांत विलक्षण दैविक अद्भुत शक्ति भरलेली असे. बाणावरच अस्त्रांचा मंत्र जपला जात असे असें मात्र नाहीं. भगदत्तानें अंकुशावर वैष्णवास्त्राचा मंत्र जपून तो फेकला होता. अश्वत्थामा युद्धानंतर भागीरथीच्या कांठीं व्यासाजवळ बसला असतां पांडव त्यास मारावयास आले तेव्हां त्यानें दर्भाच्या काडीवर ब्रह्मशिरः नांवाचें अस्त्र जपून ती काडी पांडवांवर टाकली होती. सारांश, अस्त्रांना धनुष्याची किंवा बाणाचीही जरूरी होती असेंही नाहीं. मात्र त्या त्या अस्त्राचे धनुर्वेदांत सांगितलेले मंत्र शुद्ध अंतःकरणानें कोठें कोठें हातांत पाणी घेऊन जपावे लागत. म्हणजे त्याप्रमाणें भयंकर अस्त्रें किंवा ज्वाळा, वीज उत्पन्न होत असे. अस्त्रांच्या योजनेंत चार भाग होते. म्हणजे मंत्र, उपचार, प्रयोग व संहार. असे हे चार भाग होत. योऽस्त्रं चतुष्पात् पुनरेव चक्रे असें (उद्योग प० अ० ३) यांत सांगितलें आहे. संहार शब्दावरून ज्या योद्ध्यानें ज्या अस्त्राचा प्रयोग केला असेल, त्यास त्या अस्त्रास परत घेण्याची शक्ति होती असें दिसतें. धनुर्वेदामध्यें इतर शस्त्रांच्या वर्णनाबरोबर अस्त्रांचेंही यथासांग वर्णन होतें. प्रत्येक क्षत्रियानें या धनुर्विद्येचा अभ्यास करावा असा भारतीकाळीं नियम होता. अस्त्राचा प्रयोग व संहार कसा करावा हें गुरूपासून धनुर्वेदाच्या साहाय्यानें क्षत्रियांस शिकावें लागे. वेद शिकविण्याचा अधिकार ब्राह्मणांस असल्यानें हे धनुर्वेदांतील अस्त्रांचे मंत्र शिकविण्याचें काम व त्यांचे प्रयोग व संहार प्रत्यक्ष अनुभवानें सांगण्याचें काम ब्राह्मणांकडे होतें. महाभारतांतील अस्त्रांच्या वर्णनांवरून वरील माहिती आपल्यास दिसून येते. हीं अस्त्रें खरीं किंवा काल्पनिक याचा निर्णय करणें शक्य नाहीं. मंत्रामध्यें अद्भुत दैविकशक्ति असूं शकेल. परंतु दोन तीन गोष्टी येथें सांगितल्या पाहिजेत. अस्त्रविद्या ही धनुर्विद्येहून अगदीं भिन्न होती. अस्त्रविद्या ही मंत्रविद्या होय. आणि धनुर्विद्या ही धनुष्याची मानवी विद्या होय. धनुर्विद्येंत प्रावीण्य मिळविण्यासाठीं अर्जुनास रात्रंदिवस धनुष्यबाणाचा अभ्यास करावा लागला होता आणि अस्त्रविद्या त्यास गुरूच्या प्रसादानें फारच लवकर प्राप्त झाली. शंकरापासून त्यास पाशुपतास्त्र मिळालें तें शंकराच्या प्रसादानें एका क्षणांत मिळालें. सारांश, अस्त्रविद्या ही दैवीविद्या होती व धनुर्विद्या ही मानवीविद्या होती. दुसरी गोष्ट अशी कीं, अस्त्रांचा उपयोग अस्त्र जाणणाऱ्यानें अनस्त्रविदांवर म्हणजे अस्त्र न जाणणाऱ्यांवर करावयाचा नाहीं असा त्या वेळचा धर्मयुद्धाचा नियम होता. ज्याप्रमाणें बंदुकी असलेल्या लोकांनीं निःशस्त्र लोकांवर बंदुकी झाडणें अन्याय्य व क्रूरतेचें समजलें जातें त्याचप्रमाणें अस्त्रासारखी भयंकर दैविकशक्ति ही ज्यां-

जवळ आहे त्यांनीं अस्त्रें न जाणणाऱ्यांवर अर्थात् दैविकशक्ति नसलेल्या लोकांवर चालवूं नये असा नियम होता. द्रोणानें रागाच्या तडाक्यांत असें भयंकर काम केलें तें योग्य केलें नाहीं, असें म्हटलें आहे.

ब्रह्मास्त्रेण त्वया दग्धा अनस्त्रज्ञा नरा भुवि ।
यदेतदीदृशं कर्म कृतं विप्र न साधु तत् ॥
(द्रोणपर्व अ० १९०)

अर्थात् या अस्त्रांचा नेहमीं उपयोग करावयाचा नाहीं असें ठरलें होतें. तिसरी गोष्ट, हे वैदिक मंत्र प्रसंगविशेषीं आठवतही नसत. कर्णाला ऐन आणीबाणीच्या वेळीं ब्रह्मास्त्र आठवलें नाहीं. अर्जुनालाही श्रीकृष्णाच्या निधनानंतर दस्यूंच्या लढाईच्या वेळीं अस्त्रें आठवलीं नाहींत. एकंदर गोष्टींचा विचार करतां हीं दैविक शक्तीचीं अस्त्रें प्राचीन म्हणजे भारती युद्धकालीं असावींत असें मानलें तरी त्यांचा लढाईच्या शेवटच्या परिणामांत फारसा उपयोग झालेला नाहीं.

शिकंदराच्या वेळचें रथयुद्ध.

अस्त्रयुद्धाखेरीज भारती युद्धांतील रथींच्या युद्धाचीं वर्णनें महाभारतांत पुष्कळ आहेत हें खरें. पण हें रथींचें युद्ध कसें होत असे याची कल्पना आपल्यास यावेळीं हल्लींच्या तोफखान्यांच्या युद्धाच्या वर्णनानें भरून गेलेल्या बुद्धीस करतां येत नाहीं. तथापि, अस्त्राशिवाय रथी हा फारच महत्त्वाचा योद्धा असला पाहिजे. शांतिपर्व अध्याय १०० यांत रथींचें युद्ध कोणत्या काळीं व कोणत्या जमिनीवर व्हावें याजबद्दल नियम सांगितलेला आहे. ज्या फौजेंत पदाति आहेत ती फौज सगळ्यांत अधिक बळकट होय; व ज्या ठिकाणीं खड्डे वगैरे नाहींत त्या ठिकाणीं व ज्या वेळेस पाऊस पडत नसेल अशा वेळीं अश्वसैन्य व रथ यांचा फार उपयोग आहे, असें सांगितलें आहे. या प्रकारची इशारत महाभारतकाळीं दिलेली प्रत्यक्ष रथयुद्धांवरून दिलेली आहे. रथांच्या लढाया प्रत्यक्ष कशा होत असत याचें वर्णन ग्रीक लोकांच्या स्वारीच्या वेळचें येथें दिलें असतां तें वाचकांस मनोरंजक वाटेल. पंजाबांतील वितस्ता नदीच्या कांठीं शिकंदराचें व ज्या पोरस राजाचें युद्ध झालें त्या पोरसाच्या सैन्यांत रथ हाच मुख्य भाग असून त्यांची लढाई कशी झाली व त्यांचा पराभव कसा झाला याचें वर्णन कर्टीयस रूफस् या इतिहासकारानें लिहून ठेवलेलें आहे. तें असें:—“ लढाईच्या प्रारंभीं पर्जन्य सुरू झाला त्यामुळें कोठें कांहीं दिसेना. परंतु कांहीं वेळानें आकाश मोकळें झालें. त्या वेळेस परस्पर सैन्यें दिसूं लागलीं. पोरस राजानें शंभर रथ व चार हजार घोडे ग्रीकांस अडविण्याकरितां पुढें पाठविले. या तुकडीची मुख्य शक्ति म्हणजे रथच होते. हे रथ चार घोडे ओढीत होते व प्रत्येकांत सहा माणसें होतीं. त्यांपैकीं दोन हातांत ढाली घेऊन उभे होते. दोन दोन्ही बाजूंला धनुष्य घेऊन उभे होते आणि दोन सारथी होते. तसेंच ते लढवय्ये होते. ज्यावेळेस लढाई हातघाईची असे त्यावेळेस हे सारथी पागा खालीं ठेवून हातांनीं शत्रूवर भाले फेंकीत. असो. पण या दिवशीं हे रथ फारसे उपयोगी पडले नाहींत. कारण, पावसाची सर अतिशय जोरानें पडल्यामुळें जमीन निसरडी झाली होती व घोड्यांस धांवतां येईना इतकेंच नव्हे तर रथांचीं चाकें पावसानें झालेल्या चिखलांत रुतूं लागलीं व त्यांच्या मोठ्या वजनामुळें बहुतेक रथ हालेनासे झाले. इकडे शिकंदरानें त्यांच्यावर मोठ्या जोरानें हल्ला केला. कारण, त्याच्या फौजेजवळ शस्त्रांचें फारसें ओझें नव्हतें. सिथीयन लोकांनीं प्रथम भारती लोकांवर हल्ला केला व नंतर

राजानें आपल्या घोडेस्वारांस त्यांच्या पूर्वबाजूवर हल्ला करण्याचा हुकूम दिला. याप्रमाणें लढाई हातघाईवर आली. इतक्यांत रथांच्या सारथ्यांनीं लढाईच्या मध्यभागीं आपले रथ पूर्ण वेगानें धांवडीत आणले व आपल्या मित्रांस आपण उत्तम मदत केली असें त्यांस वाटलें. परंतु या करण्यानें कोणच्या बाजूचा अधिक नाश झाला हेंच सांगतां येत नाहीं. कारण, शिकंदराचे जे पायदळ शिपाई पुढें असून या हल्लयाचा ज्यांवर प्रथम धक्का बसला ते जमिनीवर पडून तुडविले गेले; परंतु रथ निरनिराळ्या उंच, नीच जमिनीवरून व पडलेल्या लोकांवरून आल्यानें त्यांस धक्के बसले त्यांमुळें रथांचे सारथी खालीं पडले. कांहींचे घोडे उधळून गेले व रथांस खड्यांत किंवा नदींतही पाडून मोकळे झाले. थोडे बाकी राहिले त्यांजवर शत्रूंच्या बाणांचा वर्षाव झाल्यानें ते पोरसच्या सैन्याकडे परत फिरले. "

वरील वर्णनावरून महाभारतकाळीं म्हणजे ग्रीकांच्या वेळीं रथांची युद्ध करण्याची तऱ्हा कशी होती व त्यांचा लढाईत कितपत उपयोग होत असे त्याची कल्पना होईल. भारतीयुद्धाच्या काळापासून ग्रीकांच्या काळापर्यंत रथांच्या युद्धपद्धतींत फरक पडला होता ही गोष्ट वरील वर्णनावरूनही दिसून येते. भारती युद्धांत शेंकडों रथ एके ठिकाणीं लढल्याचें वर्णन बहुधा येत नाहीं. प्रत्येक रथी बहुधा निरनिराळा लढत असतो, व तो दुरून लढत असतो. अश्वसैन्याप्रमाणें धाडकन् अंगावर जाऊन पडणें हा रथांचा उद्देश नव्हता. युद्धाच्या निरनिराळ्या ठिकाणीं वेगानें पोंहचून बाणांचा वर्षाव करणें हें रथांचें मुख्य काम होतें. भारतीयुद्धकाळींही रथाला चार घोडे असत पण रथामध्यें एकच धनुर्धर व बहुधा एकच सारथी असे. ग्रीकांनीं वर्णन केल्याप्रमाणें दोन धनुर्धर किंवा दोन सारथी नसत. धनुर्धराचें रक्षण करण्यास ढालवाल्यांची जरूरी नव्हती. रथाचे दोन चक्ररक्षक असत असें वर्णन युद्धाच्या वर्णनांत येतें. रथांवर दोन्ही बाजूंकडून हल्ला होऊं नये म्हणून रथाच्या दोन्ही बाजूला चाकांच्या जवळ आणखी दोन रथ चालत व त्यांतील धनुर्धरांस चक्ररक्षक म्हणत. रथांचें मुख्य काम हालचालीचें असल्यानें त्या रथांस फिरण्यास मोकळी जागा पुष्कळ लागत असे यामुळें रथांचा उपयोग हल्लयासाठीं भारती युद्धकाळीं होत नसे असें दिसतें.

अपंका गर्तरहिता रथभूमिः प्रशस्यते ।
रथाश्वबहुला सेना सुदिनेषु प्रशस्यते ॥

रथ चालविण्याकरितां पंकरहित कोरडी व गर्तरहित म्हणजे खड्डे नसलेली भूमि योग्य आहे. रथ व घोडेस्वार पुष्कळ असलेली सेना पाऊस नसेल त्या दिवशीं प्रशस्त आहे.

पदातिनागबहुला प्रावृट्काले प्रशस्यते ।
गुणानेतां प्रसंख्याय देशकालौ प्रयोजयेत् ॥
(शांतिपर्व अ० १००)

असें यांत सांगितलें आहे. पाऊस पडला असतांना रथांचा व घोडेस्वारांचा उपयोग पोरसानें केला याचें आश्चर्य वाटतें. महाभारतांत सुद्धां जे युद्धाचे नियम सांगितले आहेत ते युद्धशास्त्राच्या अनुभवाचे आहेत. किंबहुना त्या वेळच्या नीतिशास्त्रांतही तेच नियम दिले असले पाहिजेत. परंतु या नियमांचा अतिक्रम होऊन पोरसाच्या रथांचा पराभव झाला यांत आश्चर्य नाहीं. रथयुद्धाची तऱ्हा महाभारतकाळीं बरीच बिघडली होती असें दिसतें. तथापि महाभारतांतील वरील वाक्यावरून अस्त्रयुद्ध जेथें नाहीं अशा ठिकाणीं रथ, अश्व किंवा हत्ती यांचें युद्ध कसें करावें याचे अनुभवजन्य नियम युद्धशास्त्रांत चांगले दिलेले होते, हें निर्विवाद आहे.

रथवर्णन.

रथाचें आणखी वर्णन आपल्यास दिलें पाहिजे. रथास नेहमीं चार घोडे लावलेले असत; रथाला उत्तम रीतीनें अलंकृत केलेलें असे; व तसेंच घोडेही अलंकृत केलेले असत; व त्यांचें सामान सोन्यारुप्यानें सुंदर केलेलें असे. रथांवर देवळासारखें वाटोळें शिखर असे आणि त्या शिखरावर ध्वजा नेहमी फडकत असे. प्रत्येक वीराच्या ध्वजाच्या पताकेचा रंग व तीवरचें चिन्ह हें निराळें असे. या चिन्हावरून दुरून हा वीर कोण आहे हें ओळखतां येत असे. द्रोणपर्व अध्याय २३ यांत निरनिराळ्या रथांचें व ध्वजांचें वर्णन आहे. भीमाच्या रथाचे घोडे काळे कुळकुळीत होते आणि त्यांचें सामान सुवर्णाचें बहुमोल होतें. नकुलाचे घोडे कांबोजदेशचे होते. त्यांचें कपाळ खांदा, छाती व पाठीमागचा भाग विशाल असून मान व शरीर लांबट असतें आणि वृषण आंखुड असतें. द्रोणाचा रथ कृष्णाजुनयुक्त ध्वज आणि सुवर्णमय कमंडलु यांनीं युक्त होता. भीमसेनाच्या ध्वजावर प्रचंड सिंह होता. कर्णाच्या ध्वजावर हत्तीच्या शृंखलेचें चिन्ह होतें असें वर्णन आहे (भा० पु० ४ पा० २०८) युधिष्ठिराचा ध्वज ग्रहगणान्वित चंद्राप्रमाणें शोभत होता. नकुलाच्या ध्वजावर सोन्याच्या पाठीचा शरभ काढला होता; वगैरे वर्णनें या अध्यायांत दिलीं आहेत. याशिवाय रथाला एक ढोलही असे किंबहुना कांहीं रथांवर दोन मृदंग असत व ते रथ चालू लागला म्हणजे आपोआप एका युक्तीनें वाजूं लागत.

मृदंगौ चात्र विपुलौ दिव्यौ नन्दोपनन्दनौ ।
यंत्रेणाहन्यमानौच सुस्वनौ हर्षवर्धनौ ॥

निरनिराळे योद्धे मृदंगांच्या किंवा ढोलांच्या नादावर मस्त होऊन लढत असणें असंभवनीय नाहीं. हल्लींच्या पाश्चात्य युद्धांतसुद्धां असा प्रकार दृष्टीस पडतो. हायलंडर लोकांतील फौज हल्ला करण्यास पुढें सरसावली म्हणजे त्यांच्याबरोबर पाइप अथवा रणसनईवाला वाजवीत चालतो, व लढाई चालू असते तेव्हां तो सारखा रणवाद्यें वाजवीत असतो व स्वतः लढत नसून जखमी झाला तरीही रणवाद्य वाजवीत राहतो हाच त्याचा मोठा पराक्रम आहे असें समजतात. लढाईच्या वेळीं प्रत्यक्ष युद्ध चालू असतां सुस्वर रणवाद्यांच्या मस्त करणाऱ्या ध्वनींची आवश्यकता आहे. हें या उदाहरणावरून दिसेल. असो. रथ फार मोठाले असत. किंबहुना जागजागीं नगराकार असें त्यांस विशेषण लावलेलें आहे. त्यांत बाण व शक्ति वगैरे प्रसंगीं उपयोगीं पडणारीं इतर शस्त्रें भरलेलीं असत. रथीच्या अंगावर नेहमीं चिलखत असे; व हाताला गोधांगुलित्राण म्हणजे बोटांचें संरक्षण करण्याकरितां घोरपडीच्या कातड्याचें हात मोज्यासारखें आवरण असे. ‘ बद्धगोधांगुलित्राणः । अशा प्रकारचें वर्णन वारंवार येतें. रथ्याप्रमाणें सारथ्यासही कवच असे. रथांच्या संबंधानें आणखी कांहीं गोष्टी सांगण्यासारख्या आहेत. रथाला भारतीयुद्धकाळीं दोनच चाकें असावींत असें दिसतें. उदाहरणार्थ (द्रोण. अ. १९४) चे प्रारंभीं द्रोणाच्या उजव्या चाकाचें (एकवचनी) कोण रक्षण करीत होता आणि डाव्याचें (एकवचनी) कोण असा प्रश्न आहे. प्राचीन काळच्या इतर देशांतील रथांचीं वर्णनें व चित्रें उपलब्ध आहेत, त्यांत दोनच चाकें दाखविलेलीं असतात. बाबिलोनिया. खाल्डिया असीरियन, इजिप्त व ग्रीस या सर्व देशांत प्राचीनकाळीं रथ होते. पण त्या सर्वांस दोनच चाकें असल्याचें वर्णन आहे. त्याचप्रमाणें महाभारतां-

तही बहुधा दोनच चाकांचें वर्णन येतें. चार चाकेंही असावींत. किंबहुना घटोत्कचाच्या रथाला आठ चाकें होतीं असें वर्णन आहे. घटोत्कचाच्या रथाचें वर्णन येथें देण्यासारखें आहे. " त्याचा रथ चारशें हातांचा असून त्यास घुंगुर होते आणि त्यावर तांबड्या रंगाच्या ध्वजपताका फडकत होत्या. औरस चौरस चारशें हातांच्या रथावर अस्वलांच्या कातड्यांचें आवरण घातलें होतें, त्यांत अनेक शस्त्रास्त्रें भरलेलीं होतीं. त्याला चाकें आठ असून वेगवान् असे शंभर बळकट घोडे जोडले होते, त्याचा एक बटबटीत डोळयांचा सारथी होता, आकाशाला जाऊन भिडणारा अति प्रचंड ध्वज रथावर उभारला होता व लाल मस्तकाचा अत्यंत भयंकर गृध्रपक्षी ध्वजावर होता. त्याचें धनुष्य बारा मुंढे हात लांब असून त्याचा पृष्ठभाग बरोबर हातभर होता." (भा. ४ पा. ६८४) यावरून साधारण रथाचीही कल्पना करतां येईल. त्यांतील सर्वच प्रमाण राक्षसांकरितां वाढविलें आहे इतकेंच. ध्वजावर चिन्ह लाकडी स्वतंत्र आकृतीचें हातें किंवा ध्वजेच्या पताकेवर काढलें होतें हे समजत नाहीं. पण दोन्ही तऱ्हा असाव्या असें वाटतें. एका सारथ्याशिवाय कधीं कधीं दुसराही सारथि ग्रीकांनीं वर्णन केल्याप्रमाणें असे व त्यास पार्ष्णिसारथि असें म्हणत. एक मेला तर दुसरा उपयोगी पडावा अशी कल्पना असावी. ध्वज आणि पताका निराळी असावी. रथावरून ध्वज काढतां येत असे. उत्तर गोग्रहणाच्या वेळीं उत्तराचा ध्वज सिंह होता तो अर्जुनानें काढून शमीवृक्षाखालीं ठेवला असें वर्णन आहे " ध्वजं सिंहं (सिंहाकार—टीका)

अपनीय महारथः ।
प्रणिधाय शमीमूले प्रायादुत्तर-सारथिः ॥"
(वि. अ. ४६)

अर्जुनानें आपल्या रथाचें वानराचिन्ह ध्यान करून आणून लाविलें असें वर्णन आहे. अमुक वीराचें अमुक ध्वजाचिन्ह तें पाहूनच मोठ्या योद्धयाची दहशत बसत असावी.

सामान्यतः रथ हल्लींच्या साध्या गाड्यांप्रमाणें दोनचाकी असणें साहजिक आहे. पण मोठमोठ्या योद्धयांचे सुद्धां रथ दोनचाकीच असत. पाश्चात्य देशांतील म्हणजे बाबिलोनियन, असीरिअन, ग्रीक, इजिप्शियन लढाऊ रथ दोनचाकी असत हें प्रसिद्ध आहे. तसेंच भारती लढाऊ रथ दोनचाकीच होते. किंबहुना अर्जुनाचाही रथ दोनचाकीच होता असें लोकमान्य टिळकांचें मत मला दिसल्यावरून मी मुद्दाम महाभारतांतील युद्धवर्णनें पुन्हां चाळलीं तेव्हां त्याचें मतच खरें ठरतें, व हल्लीं नेहमीं काढलेलीं अर्जुनाच्या रथांचीं चित्रें चुकीचीं ठरतात. (कर्णपर्व अ० ९३) यांत अर्जुन व संशप्तक यांच्या युद्धवर्णनांत पुढील श्लोक आहे.

ते हयान् रथचक्रे च रथेषां चापि मारिष ।
निगृहीतुमुपाक्रामन् क्रोधाविष्टाः समन्ततः १४

यांत " रथचक्रे " म्हटलें आहे. संस्कृतांत द्विवचन स्वतंत्र असल्यानें मराठीप्रमाणें संदेह राहत नाहीं. अर्जुनाच्या रथाला संशप्तकांनीं घेरून धरलें त्यांत दोन चाकेंच सांगितलीं आहेत. कर्णाच्या रथाला दोनच चाकें होतीं असें दिसतें. (द्रोण० अ० १८९) यांत पुढील श्लोक आहे.

रथचक्रं च कर्णस्य बभंज स महाबलः ।
एकचक्रं रथं तस्य तमूहुः सुचिरं हयाः
एकचक्रमिवार्कस्य रथं सप्तहया इव ॥ ५४

यांत एक चाक मोडल्यानें कर्णाचा रथ एक चाकावरच घोडे बराच वेळ ओढून नेत होते असें वर्णन आहे. असो. तर मोठमोठ्या योद्धयांचे रथ दोनचाकीच होते असें दिसतें.

पण अशा रथांत पुष्कळ आयुधें व सामान कसें रहात असावें आणि अशा रथांना नगराकार कसें म्हटलें आहे? असो. लोकमान्य टिळकांच्या आठवणीची धन्य म्हटली पाहिजे. अनेक वर्णनांवरून व जेथें जेथें रथांचें रूपक केलें आहे तेथें तेथें चाकें दोनच दिसतात पण घोडे चार असतात हेंही निर्विवाद आहे. कारण घोड्यांसंबंधीं द्विवचनी प्रयोग कोठेंच येत नाहीं. शिवाय रूपकांत नेहमीं चार वस्तु घोड्याच्या ऐवजीं वर्णिल्या असतात. हे घोडे पाश्चात्य देशांतील जुन्या चित्रांत दाखविल्याप्रमाणें एकाच रांगेत जुंपीत किंवा कसें—कारण धुरांड्या नेहमीं दोनच वर्णिलेल्या असतात—हाही एक महत्त्वाचा पण कठीण प्रश्न आहे. त्याजविषयीं अनुमान बांधण्यास जीं कित्येक वर्णनें आपल्या दृष्टीस पडतात त्यांचा येथें विचार करूं.

विराटपर्व अ० ४५ यांत उत्तरानें आपल्या रथाच्या घोड्यांचें पुढील वर्णन केलें आहे.

दक्षिणां यो धुरं युक्तः सुग्रीवसदृशो हयः ।
योयं धुरं धुर्यवहो वामं वहति शोभनः ॥
तं मन्ये मेघपुष्पस्य जवेन सदृशं हयम् ॥ २१
योयं कांचनसन्नाहः पार्ष्णिं वहति शोभनः ।
समं शैब्यस्य तं मन्ये जवेन बलवत्तरम् ।
योयं वहति मे पार्ष्णिं दक्षिणामभितः स्थितः ॥
बलाहकादपि गतः स जवे दीर्घवत्तरः ॥ २३॥

टीकाकार म्हणतो

पुरः स्थितयोरश्वयोः पृष्ठभागं पाश्चात्यं युगं पार्ष्णिमिति ।

या श्लोकांवरून व टीकेवरूनही पूर्ण बोध होत नाहीं. दोन घोडे पुढें जोडून त्यांच्यामागें दुसरे दोन घोडे असत, म्हणजे साधारणपणें हल्लीं चार घोडे जोडतात तशी स्थिति दिसते. पण चारी एकाच रांगेनें म्हणजे दोन डाव्या बाजूला आणि दोन उजव्या बाजूला असे असूं शकतील. पार्ष्णि शब्द येथेंही संदिग्ध आहे. सौप्तिक अ० १३ यांत श्रीकृष्णाच्या रथाचें पुढील वर्णन आहे.

दक्षिणामवहच्छैब्यः सुग्रीवः सव्यतोऽभवत् ।
पार्ष्णिवाहौतुतस्यास्तां मेघपुष्पबलाहकौ ॥

येथें ही शंका बाकी राहतेच. वनपर्वांत एका उदार राजानें आपले रथाचे घोडे एक एक काढून ब्राह्मणास दान दिले असें वर्णन आहे. (व० अ० १९८) त्याचा रथ तीन घोड्यांनीं किंवा एक घोड्यानें कसा चालला हें गूढ आहे. असो; हा प्रश्न अनिश्चित ठेवावा लागतो.

रथांना दोनच चाकें होतीं असें निश्चयानें वाटतें. वन० अ० १७२-८ मध्यें इंद्राच्या रथांत बसून अर्जुन निवातकवचांशीं युद्ध करीत होता तेव्हां

व्यगृण्हन्दानवा घोरा रथचक्रे च भारत ॥

असें वर्णिलें आहे. त्याच्या दोन चाकांचेंच वर्णन यांत आहे. तसेंच उद्योगपर्वांत श्रीकृष्ण शिष्टाईस जाण्यास निघाला, तेव्हां त्याच्या रथाचें वर्णन आहे. त्यांत दोन चाकेंच उल्लेखिलीं आहेत. (अ० ८३)

सूर्यचंद्रप्रकाशाभ्यां चक्राभ्यां समलंकृतम् ॥

असो, तर सर्व मोठमोठ्या व्यक्तींच्या रथांना दोनच चाकें वर्णिलीं आहेत. तेव्हां रथ दोनचाकीच असत हा निश्चय होतो. सामान्य समजूत चार चाकांची चुकीची आहे. शिवाय

द्वावश्विनौद्वे रथस्यापि चक्रे ।

हें वाक्य वनपर्वांतील एका संवादांत आलें आहे. रथाची सामान्य समजूत अन्यतऱ्हेनेंही चुकीची दिसते, रथाच्या निरनिराळ्या अवयवांचीं नांवें येतात त्यांची नीट कल्पना होत नाहीं. तीं नांवें अशीं.

युगाभिषां वरूथं च तथैव ध्वजसारथी ।
अश्वास्त्रिवेणुं तल्पं च तिलशोत्यधमच्छैरः ॥
(वन. २४२)

तसेंच गिरिकूबरपादाक्षं शुभवेणु त्रिवेणुमत् (वन० २४२) हें वाक्य आहे. या व कित्येक उल्लेखांवरून युग, ईषा, कूबर, अक्ष, त्रिवेणु, ध्वज, छत्र, वरूथ, बन्धुर, व पताका अशीं रथाचीं अंगें दिसतात. त्या सर्वांची नीट कल्पना होत नाहीं. युद्धवर्णनांत

ध्वजयष्टिं समालंब्य ।

असें वर्णन वारंवार येतें. म्हणजे योद्धा बाणविद्ध झाला असतां ध्वजयष्टीला धरून आश्रा घेत असे; खालीं पडत नसे. अर्थात् ही यष्टि ध्वजाच्या खालीं रथांत असलेली पाहिजे. तेव्हां ही ध्वजयष्टि येथें कशी असावी हें एक गूढ आहे.

रथ्यांचें द्वंद्वयुद्ध.

महाभारतामध्यें रथ्यांच्या युद्धाचें वारंवार फारच वर्णन आलेलें आहे. हीं युद्धें बहुधा द्वंद्वयुद्धें होत असत. या द्वंद्वयुद्धांचीं वर्णनें केवळ काल्पनिक आहेत असें नाहीं. प्राचीन काळीं दोन्ही फौजांतील मुख्य मुख्य सेनापतींनीं पुढें होऊन एकमेकांस गांठावें असाच क्रम होता. हल्लींप्रमाणें मागें राहण्याचा नियम नव्हता. सेनापति किंवा विशिष्ट वीर हे प्रत्यक्ष युद्धांत रणशूर असून एकमेकांशीं लढत असत; आणि हे सेनापति बहुधा रथी असल्यानें रथांचें द्वंद्वयुद्ध वारंवार होत असे. अशा वेळीं इतर सैनिक आपलें युद्ध बंद करून त्यां च्याकडे पाहात बसत, असेंही वर्णन आहे. अशा प्रकारचीं द्वंद्वयुद्धें होमरनें वर्णन केलेलीं आहेत. हातघाईची लढाई चालली असतांना दोन्ही पक्षांचे योद्धे किंचित् थांबून प्रसिद्ध वीरांमध्यें लागलेलें द्वंद्वयुद्ध पाहण्यास तयार असत. अशा वेळीं धर्मयुद्धाच्या नियमाप्रमाणें द्वंद्वयुद्ध करणाऱ्या वीरास इतर लोक मदत करीत नसत. धर्मयुद्धाच्या नियमाप्रमाणें प्रत्येक मनुष्यानें दुसऱ्या एकावरच हल्ला करावा असें होतें. द्वंद्वयुद्धें इतर युद्धें चाललीं असतांनाही होत असत. या द्वंद्वयुद्धांचें महाभारतांतील मोठें वर्णन म्हणजे कर्णार्जुनयुद्ध होय. रथांच्या युद्धांत सारथ्याचेंही महत्त्व फार असे. रथ सम विषम भूमि संभाळून हांकणें व निरनिराळ्या जागीं जेथून मारा करतां येईल, तेथें रथास झपाट्यानें नेणें; रथीस वारंवार प्रोत्साहन देणें वगैरे गोष्टी सारथ्यास कराव्या लागत. दोन रथ्यांत युद्ध सुरू झालें म्हणजे रथ एकाच जागीं उभे रहात नसत. रथांची हालचाल बाण चुकविण्यासाठींही होत असे; याची कल्पना नीट करतां येत नाहीं. कर्णाच्या रथाचें चाक खड्डयांत गेलें त्यावेळेस तो तें चाक वर काढूं लागला या वर्णनावरून द्वंद्वयुद्धांत रथ मंडलें घेत असत असें दिसतें. असो. आतां आपण भारतीयुद्धकाळीं धर्मयुद्धाचे नियम कसे असत व बाण निरनिराळ्या प्रकारचे कोणते होते याचें वर्णन करूं.

धर्मयुद्धाचे नियम.

कित्येक बाण अगदीं लहान म्हणजे वीतभर लांबीचे असत. हे बाण ज्या वेळेस शत्रु अगदीं जवळ येईल त्या वेळेस उपयोग करण्याचे असत. कांहीं बाण समोरच्या टोंकांचे नसून अर्धचन्द्र टोंकांचे होते. अशा बाणांचा उपयोग मान तोडून डोकें उडविण्याकडे करीत असत. कांहीं बाणांच्या टोंकांना विष लावलेलें असे. धर्मयुद्धांत विषदिग्ध बाण कधींही उपयोगांत आणूं नयेत असा नियम होता. हल्लींच्या युद्धांतही पसरणाऱ्या गोळ्या किंवा (एक्स्पान्डींग् बुलेटस्) उपयोगांत आणूं नयेत असा सुधारलेल्या राष्ट्रांचा नियम आहे. अर्थात् धर्म म्हणजे दया याच तत्त्वाचा अवलंब हल्लीं व प्राचीनकाळीं धर्मयुद्धांत केलेला आहे. कित्येक बाण कर्णी असत म्हणजे त्यांला टोंकांच्या शिवाय दोन

उलटीं टोंकें असत. अर्थात् शरीरांत घुसलेला बाण काढतांना हीं उलटीं टोंकें जास्ती जखम पाडीत. हेही बाण धर्मयुद्धामध्यें प्रशस्त मानलें जात नसत. महाभारतांत बाणांच्या निरनिराळ्या प्रकारच्या गति विशेषतः दहा गति वर्णन केलेल्या आहेत. समोर, वांकडा किंवा वाटोळा अशा प्रकारानें बाण जात असत, असें वर्णन महाभारतांत केलेलें आहे. धनुष्यबाणाची कला भारतीयुद्धकालीं फारच उत्तम दशेला पोंचली होती, तथापि बाण वाटोळा म्हणजे वर्तुळांत जाई हें म्हणणें संभवनीय दिसत नाहीं. बाणांच्या संबंधानें असेंही वर्णन आहे कीं, ते आपलें काम करून पुन्हां मारणाऱ्याच्या हातांत येऊन बसत. परंतु तीही अतिशयोक्ति आहे. बाण, कवच फोडून दुसऱ्याच्या शरीरांत घुसणें संभवनीय आहे. पण अशा प्रकारचे जोरानें मारलेले बाण असले तरी योध्यांच्या निरनिराळ्या गतींच्या कारणानें फारच थोडे पडत असेंच मानलें पाहिजे आणि यामुळें योध्यांस अनेक बाण मारावे लागत असें दिसतें.

धर्मयुद्धांत रथीनें रथीवर जावें, हत्तीनें हत्तीवर जावें व घोड्यांनीं घोडेस्वारावर जावें अशा प्रकारचा नियम होता. या नियमानें संकुल-युद्ध होणें शक्य नाहीं. परंतु द्वंद्व युद्धाचा हा नियम असावा, असें स्पष्ट दिसतें. अश्वावर आरोहण करून रथावरील मनुष्यावर चाल करून जाऊं नये किंवा रथारूढ मनुष्यानें अश्वावर चाल करून जाऊं नये. (शां. प० अ० ९९) दोघा योद्धयांचीं शस्त्रेंही सारखीं असावीं असा नियम होता. दुर्योधन गदायुद्धाच्या वेळीं माझ्यावर रथानें युद्ध करूं नका गदेनें युद्ध करा असें म्हणाला. दुःखाकुल स्थितींत प्रतिपक्षी आला असतां त्याच्यावर प्रहार करूं नये. भयभीत झालेल्यावर किंवा पराजित केलेल्यावर किंवा पलायन करणाऱ्यावर शस्त्र टाकूं नये. बाण विषालिप्त अथवा उलट कांटे असलेला असा असूं नये. अशा प्रकारचे नियम भारतीयुद्धकालीं धर्मयुद्धाचे होते. किंबहुना शस्त्रभग्न झालेला किंवा प्रत्यंचा तुटलेला किंवा कवच निघालेला अथवा वाहनांचा वध झालेला प्रतिपक्षी असेल तर त्याजवरही प्रहार करूं नये असा नियम होता. (शांतिपर्व अ० ९९) युद्धामध्यें जखमी झालेल्या शत्रूला आपल्या राष्ट्रामध्यें ठेवून घेऊन औषधोपचार करावे. किंवा त्याला आपल्या घरीं पोंचवावें असेंही सांगितलेलें आहे. जखमी झालेल्या शत्रूस जखम बरी करून सोडून देणें हा सनातन धर्म आहे. धार्मिक युद्धाची कल्पना प्राचीनकाळीं किती दूरवर गेली होती हें यावरून चांगलें दिसून येतें. हल्लींच्या पाश्चात्य सुधारलेल्या देशांतही हाच नियम पाळला जातो. हल्लींच्या युरोपियन युद्धांत सुद्धां दोन्ही पक्षांकडील पाडाव केलेले जखमी योद्धे याच न्यायानें मोठमोठ्या दवाखान्यांत नेले जातात व त्यांच्या जखमा बऱ्या केल्या जातात. भारतीयुद्धकाळीं हा दयायुक्त नियम अमलांत असे हें पाहून आपल्यास आश्चर्य वाटतें.

धर्मयुद्धाचे नियम राजानें कधींही सोडूं नयेत. किंबहुना त्यांत मरण आलें तरी तें उत्तम असें या शांतिपर्वांतील ९९ अध्यायांत सांगितलेलें आहे. परंतु महाभारतकाळापर्यंत हा नियम बदलला होता असें आपल्यास दिसतें. भीष्मानें

निक्षिप्तशस्त्रे पतिते विमुक्तकवचध्वजे।
द्रवमाणे च भीते च तवचास्मीतिवादिनि ॥
स्त्रियां स्त्रीनाम धेयेच विकले चैकपुत्रिणि।
अप्रशस्ते नरे चैव न युद्धं रोचते मम ॥

असें सांगून धर्मयुद्धाचें जें वरिष्ठ ध्येय सांमि-

तलें आहे तें महाभारतकाळीं बाजूला झालें होतें असें दिसतें. जो निजलेला असेल किंवा तृषित असेल, किंवा थकलेला असेल किंवा आपलें कवच सोडण्याच्या तयारीस लागला असेल किंवा पाणी पीत असेल किंवा खात असेल किंवा घांस दाणा आणीत असेल त्याजवर शस्त्र करूं नये. असा धर्मयुद्धाचा प्राचीनकाळीं नियम होता. पण महाभारतकाळीं ते नियम बाजूस राहून कूटयुद्धाचे नियम अमलांत आले होते. ग्रीक लोकांनीं भारतीय आर्यांच्या धर्मयुद्धासंबंधानें अशी एक बाब लिहून ठेवलेली आहे कीं, युद्धाचे वेळीं कोणत्याही जमीन कसणाऱ्याचा नाश होत नाहीं किंवा पिकांची नासाडी होत नाहीं. इकडे युद्ध चाललें असतांही शेतकरी लोक आपला धंदा निर्विवादपणें चालवितात. यावरून प्राचीनकाळच्या भारती आर्यांचे धर्मयुद्धापासून रयतेस मुळींच त्रास होत नसे असें दिसतें. पण महाभारतकाळीं कांहीं प्रसंगीं याच्याही विरुद्ध नियम सांगितलेले असून ते प्रत्यक्ष अनलांतही होते. तें कसें हें आपण पाहूं.

कूटयुद्ध.

धर्मयुद्धांत कपट, रयतेची नासाडी व अशक्तास किंवा जिंकलेल्यास त्रास देणें या गोष्टी बंद होत्या. पण कूटयुद्धांत त्यांचा प्रवेश झाला. तेव्हां लढाईच्या प्रसंगीं राजानें काय करावें याजविषयीं शान्तिपर्व अध्याय ६९ यांत खालील नियम दिलेले आहेत. राजानें प्रथम आपल्या मुख्य दुर्गाचा आश्रय करावा. आपला गौळवाडा जंगलांतून काढून रस्त्यावर आणून ठेवावा, गांवें उठवून देश उध्वस्त करावा. गांवांतील राहणारे लोक मुख्य मुख्य शहरांत आणून ठेवावे. श्रीमंतलोक जेथें किल्ले असतील तेथें आणून ठेवावे व तेथें फौजेंतील पाहारे ठेवावे. जी मालमत्ता नेतां येणार नाहीं ती जाळून टाकावी. याप्रमाणें गवतही जाळून टाकावें. शेतांतील धान्येंही जाळून टाकावीं. नदीवरचे पूल व रस्ते विध्वंस करून टाकावे. सर्व जलाशय फोडून द्यावे आणि जे फोडून देतां येत नसतील ते विषादिकांच्या योगानें दूषित करावे. किल्याभोंवतालचें सर्व जंगल तोडून टाकावें मोठमोठाल्या झाडांच्या खांद्या तोडून टाकाव्या. पण अश्वत्थवृक्षाचें पानही तोडूं नये. किंवा देवळाभोंवतालचे वृक्ष तोडूं नयेत. किल्ल्यावर टेहळणीच्या उंच जागा कराव्या व मारा करण्यासाठीं संरक्षित जागा व छिद्रें करावीं. खंदकामध्यें पाणी सोडावें आणि आंत गुप्त खिळे ठोकावे आणि त्यांत मगर सोडावे किल्ल्यांतून व शहरांतून बाहेर पडण्याचे गुप्त रस्ते असावे. किल्ल्यांच्या दरवाज्यांवर यंत्रें लावावीं आणि शतघ्नी रोखून ठेवाव्या. ह्या शतघ्नी काय होत्या हें सांगतां येत नाहीं. ह्या तोफा असाव्यात असें कित्येकांचें मत आहे. शतघ्नींना चाकें असत असें वर्णनावरून दिसतें व कोठें कोठें शतघ्नी हातांत असत असें वर्णन आहे. (पूर्वीच्या काळचें वर्णन मनांत आणतां या तोफा नसाव्यात असें आम्हांस वाटतें.) किल्ल्यांत लांकूडफाटा जमा करावा. नवीन विहिरी पाडाव्या व जुन्या दुरुस्त कराव्या. ज्या घरांवर गवत असेल त्यांजवर ओली माती लिंपावी. रात्रींच फक्त अन्न शिजवावें. दिवसा अग्निहोत्रावांचून इतर अग्नि पेटवूं नये. जो कोणी पेटवील त्याला दंड करावा. भिक्षेकरी, गाडीवाले, नपुंसक, उन्मत्त आणि जड (वेडे) यांना शहराच्या बाहेर घालवून द्यावें. शस्त्रागार, यंत्रागार, अश्वशाला, गजशाला, सैन्याचीं वसतिस्थानें व खंदक यांजवर सक्त पहारा ठेवावा. वगैरे नियम यांत सांगितलेले आहेत. स्वराज्य संर-

क्षणनियमांबरोबरच शत्रूचें राज्य उध्वस्त करण्याच्या ज्या रीति सांगितल्या आहेत त्याही अशाच भयंकर आहेत. आग लावणारे, विष कालविणारे, चोर किंवा दरवडे घालणारे आणि जंगली लोक हे पाठवून परराष्ट्र उध्वस्त करावें. म्हणजे गांवें जाळावीं, लुटावीं, किंवा पिण्याचें पाणी विषानें दूषित करावें. शेतांतील धान्य कापून टाकावें. झाडें तोडून परफौजेंतील हत्ती असतील ते मस्त करावे. शत्रूच्या फौजेंत फितुरी करावी. इत्यादि नियम क्रूरतेचे असून पूर्वींच्या धर्मयुद्धाच्या नियमांच्या अगदीं उलट आहेत. या नवीन नियमांचा प्रचार बहुतकरून ग्रीक लोकांच्या स्वारीपासून उत्पन्न झाला असावा. प्राचीनकाळीं आर्य राज्यांचीं जीं आपसांत युद्धें होत, त्यांत केवळ क्षत्रियांचेंच युद्ध होत असे व इतर प्रजेस व शेतकरी लोकांस पीडा देण्याचा राजे लोकांचा मुळींच इरादा नसे आणि राजा पराभव पावला तरीही राज्य खालसा करण्याची वहिवाट नसल्यानें जिंकणाऱ्या राजाला क्रूर कर्में करून परराष्ट्राला हीनबल किंवा उध्वस्त करण्याची इच्छा नव्हती. अर्थातच भारती काळांत धर्मयुद्धाचे नियम फारच चांगले होते. परंतु शिकंदराच्या वेळीं ग्रीकांनीं निराळ्याच युद्धपद्धतीचा अंगीकार केला; व युद्धशास्त्राचा नियम असा ठरला कीं वाटेल तें करून शत्रूचा पाडाव करावा युद्धांत सर्व गोष्टी न्याय्य आहेत. हें तत्त्व हिंदुस्थानच्या लोकांनीं ग्रीकांपासून उचललें आणि तेव्हांपासून धर्मयुद्धाचे नियम बहुतेक नाहींसे झाले. मुसलमानांच्या युद्धांत तर पुढें पुढें फारच भयंकर प्रकार झाले व निरपराधी हजारों माणसांच्या कत्तली वगैरे जुलूम होऊं लागले.

अयुध्यमानस्य वधो दारामर्षः कृतघ्नता ।
ब्रह्मवित्तस्य चादानं निःशेषकरणं तथा ॥
स्त्रियामोषः पतिस्थानं दस्युष्वेतद्विगर्हितम् ।
संश्लेषंच परस्त्रीभिर्दस्युरेतानि वर्जयेत् ॥
(शां. १३४-१७)

अशा प्रकारचें आचरण ग्रीक लोक स्वतःच्या लोकांशींही करीत, असें त्यांच्या इतिहासावरून दिसतें. मग ते भारती लोकांशीं करीत यांत आश्चर्य काय ? पण हे प्रकार निंद्य असून भारती लोकांच्या युद्धांत होत नव्हते. ते दस्यूनींही करूं नयेत असें येथें वर्णन आहे. दस्यु म्हणजे ग्रीक यांत संशय वाटत नाहीं. ग्रीक लोकांनीं क्रूर अधर्माची युद्धपद्धति हिंदुस्थानांत प्रथम आणली. कारण

दस्यूनां सुलभा सेना रौद्रकर्मा भारत ।

असे दस्यूंचे गुण वर्णिले आहेत.

विमानांतून स्वारी.

विमानांतून स्वारी करण्याचेंही वर्णन महाभारतांत दिलेलें आहे. द्वारकेवर शाल्वराजानें स्वारी करून द्वारकेस वेढा दिला. त्यावेळेस त्यानें विमानांत बसून द्वारकेच्या वर जाऊन तेथून दगड व बाण यांचा वर्षाव केला. हें वर्णन वाचलें म्हणजे खरोखरच महाभारतांत नाहीं असें कांहीं नाहीं, या उक्तीची आठवण येते. हा प्रसंग लंडन शहरावरही जर्मनांच्या विमानांचा हल्ला हल्लींच्या युद्धांत होत आहे त्यासारखा आहे. द्वारकेच्या तयारीचें वर्णन वनपर्वांत अध्याय १५ मध्यें येणेंप्रमाणें केलें आहे. द्वारकेस शाल्वानें वेढा दिला त्यावेळीं नगरींतून सर्व बाजूनें इतकीं आयुधें बाहेर पडत होतीं कीं, तिजमध्यें कोठेंही छिद्र दिसत नव्हतें. द्वारकेंत ठिकठिकाणीं तोफा व यंत्रें लावलीं होतीं. तटांच्या बुरजांवर मोर्चे बांधलेले होते. शत्रूंनीं सोडलेल्या तोफांचे गोळे हाणून पाडण्यासाठीं शक्तिसंज्ञक आयुधें होतीं. अग्न्युत्पादक द्रव्यें भरलेले गोळे उडविण्याचीं शृंगाकार यंत्रेंही जमध्यें होतीं. ठिकठिकाणीं

शहरांत गुल्मसंज्ञक भागांवर आरूढ झालेले सैनिक शत्रूस प्रहार करण्यासाठीं तयार होते. कोणीही गैरसावध असूं नये व कोणीही मद्यप्राशन करूं नये अशी दवंडी पिटविली होती. नगरींत असलेले आनर्तदेशवासी नट, नर्तक, गवई यांस बाहेर घालवून दिलें. नौकांचें येणें जाणें बंद केलें. सभोंवार एक कोस पर्यंत सुरुंग लावून ठेवले. द्वारकेचा किल्ला स्वभावतःच सुरक्षित आहे. पण राजाच्या शिक्याचें पासपोर्ट (अनुमतिपत्र) घेतल्यावांचून कोणासही नगरांत येतां येत नसे किंवा बाहेर पडतां येत नसे. सैन्यास आयुधें व द्रव्य व इनामेंही दिलीं होतीं. कोणाही शिपायाला सुवर्ण आणि रजत यांच्या नाण्यावांचून दुसरा पगार नव्हता व कोणाचाही पगार बाकी नव्हता. असो. शाल्वानें शहराला वेढा देऊन शिवाय सौभनगरांत अथवा विमानांत बसून द्वारकेवर स्वारी केली, असें वर्णन आहे. त्या सौभनगरांत दैत्य बसले होते व ते शहरावर शस्त्रें टाकूं लागले. त्यावेळेस प्रद्युम्नानें लोकांस धीर दिला व त्या सौभांवर बाणांचा वर्षाव केला. पुढें यथेष्ठ संचार करणाऱ्या सौभनगरांतून खालीं उतरून शाल्व प्रद्युम्नाशीं युद्ध करूं लागला. शाल्व राजाचा रथ मायेनें निर्माण केला असून सोन्यानें मढविलेला होता. यापुढें शाल्वप्रद्युम्नांचें नेहमींच्या रथींच्या युद्धाप्रमाणें द्वंद्वयुद्ध झालेलें वर्णन केले आहे. असो. हा सौभ म्हणजे विमानच असावें; व तें दैत्यांनीं केलेलें होतें तेव्हां तें काल्पनिक असावें परंतु विमानांतून तटबंदी केलेल्या शहरांवर हल्ला करण्याची कल्पना आज नवीन उत्पन्न झालेली नाहीं, हजारों वर्षांची जुनी आहे हें पाहून आश्चर्य वाटतें.

सैन्याची मांडणी व व्यूह.

एवढा वेळपर्यंत सैन्याच्या निरनिराळ्या भागांचें व लढाईच्या धर्मयुद्ध व कूटयुद्ध या प्रकारांचें वर्णन झालें. परंतु प्रत्यक्ष युद्धांत सैनिकांची मांडणी कशी असे व युद्ध कोणत्या प्रकारानें होत असे हें पाहणें फार महत्त्वाचें आहे. प्रथम, अक्षौहिणी याचें प्रमाण सांगणें जरूर आहे. अक्षौहिणीची कल्पना हल्लींच्या डिव्हिजनवरून होईल. जर्मन फौजेची किंवा ब्रिटिश फौजेची संख्या डिव्हिजन या परिमाणानें सांगितली जाते त्याप्रमाणें भारतीयुद्धकाळीं अक्षौहिणी हें नांव प्रसिद्ध होतें. भारताच्या प्रारंभींच अक्षौहिणीची संख्या दिलेली आहे. एक गज, एक रथ, तीन अश्व व पांच पदाति यांस पत्ति अशी संज्ञा होती. ३ पत्तींचें एक सेनामुख; ३ मुखांचें एक गुल्म; ३ गुल्मांचा एक गण; ३ गणांची एक वाहिनी; ३ वाहिनींची एक पृतना; ३ पृतनांची एक चमू; ३ चमू म्हणजे एक अनीकिनी व दहा अनीकिनी म्हणजे एक अक्षौहिणी. या कोष्टकांत पुष्कळ दिलेले शब्द केवळ सेनावाचक आहेत. एकंदर अक्षौहिणींत २१८७० रथ; तितकेच हत्ती; १०९३५० पायदळ व ६५, ६१० अश्व असे हिशोबानें येतात. यांतील रथांची संख्या व हत्तींची संख्या फारच मोठी दिसते. प्रारंभींचें पत्तीचें लक्षण जें दिलें आहे त्यावरून एक रथ, एक गज, तीन अश्व आणि पांच पदाति यांचा युद्धकाळीं एक स्वतंत्र गट उभारण्याचा असे, असें मानतां येत नाहीं. म्हणजे प्रत्येक रथाजवळ एक हत्ती व तीन घोडेस्वार व पांच पायदळ उभें असे, असें मानतां येत नाहीं. गजांचें सैन्य व रथांचें सैन्य व पदातींचें सैन्य निरनिराळें असावें असें मानण्यास हरकत नाहीं. कारण, पूर्वीं १०, १०० व १००० हजार अशा सैनिकांवर एक एक अधिकारी असल्याचें वर्णन आलेंच आहे. तेव्हां पदाति सैन्याची पलटण निराळी,

अश्वांच्या सैन्याची पलटण निराळी असेंच असलें पाहिजे. कांहीं राजांजवळ नुसतेंच अश्वसैन्य असे. शकुनी जवळ १२००० घोडेदळ असल्याचें वर्णन पूर्वीं केलेंच आहे. तेव्हां ही पत्तीपासून अक्षौहिणीपर्यंतची संख्या कोष्टकाकरितां किंवा निरनिराळ्या अंगांचा साधारणपणें एकमेकांशीं संबंध कसा असावा याबद्दल प्रमाणादाखल दिलेली आहे असें दिसतें. साधारणपणें लढाईच्या वेळीं सैन्य कसें उभें करावें हें शान्तिपर्व अध्याय ९९ यांत सांगितलेलें आहे. सैन्याच्या पुढें बहुधा गज उभे करीत. गजांच्या मध्यभागीं रथ व रथांच्या मागें घोडेस्वार आणि घोडेस्वारांच्या मध्यभागीं कवच धारण केलेलें पायदळ ठेवावें असें सांगितलें आहे. जो राजा आपल्या सैन्यांत अशा तऱ्हेची व्यूहरचना करतो तो खात्रीनें शत्रूचा पराजय करतो. (शान्तिपर्व पान १९८) हें वर्णन काल्पनिक नाहीं. सैन्याची मांडणी रणभूमीवर अशा प्रकारानें महाभारतकाळीं होत असावी. परंतु भारतीयुद्धाच्या वर्णनांत अशा प्रकारची मांडणी केलेलें वर्णन दिसत नाहीं. लढाईत सैन्य हालविण्याचे प्रकार याला इंग्रजींत टॅक्टिक्स् असें म्हणतात व एकंदर महायुद्धांत निरनिराळ्या रणभूमींवर निरनिराळीं सैन्यें जमविण्याच्या किंवा युद्ध चालविण्याच्या किंवा युद्ध टाळण्याच्या एकंदर प्रकारांस व धोरणांस स्ट्रॅटेजी असें नांव आहे. भारतीयुद्ध ही एक विशिष्ट लढाई होती. यांत फक्त टॅक्टिक्सचाच उपयोग होता. सेनापतीनें रोज प्रत्यहीं निरनिराळे सैन्य भाग कसे हालविले व एकंदर रणभूमीवर युद्ध कसें सुरू झालें याचें वर्णन महाभारतांत बरेंच आहे. परंतु एकदां व्यूहरचना झाल्यावर सेनापतीचा निरनिराळ्या सैन्यांच्या विभागांशीं कांहीं संबंध राहात असे असें दिसत नाहीं. व्यूहरचना बहुधा सकाळीं युद्धप्रारंभीं होत असे. हे व्यूह पुढें कायम रहात असत किंवा कसें हें सांगतां येत नाहीं. पूर्वीं वर्णन केलेलें अक्षौहिणीचें प्रमाण मनांत आणतां सैन्याचें तोंड कित्येक कोसपर्यंत पसरलेलें असलें पाहिजे. इतक्या लांब पसरलेल्या सैन्यांच्या अधिपतींपासून सेनापतीपर्यंत खबर देणारांची मालिका होती असें कोठें वर्णन केलेलें नाहीं. महाभारतांत वर्णन केलेले व्यूह हे बहुधा पक्षाच्या आकाराचे आहेत. व ही कल्पना साहजिक सुचणारी असून सर्व देशांत सर्वकाळीं चालू होती. कारण, सैन्याच्या दोन्हीं बाजूंस पक्ष अथवा ‘ विंग्ज् ’ असेंच नांव सर्व ठिकाणीं दिलेलें आढळतें. मध्य व दोन्हींकडील दोन पक्ष असे सैन्याचे भाग नेहमीं पडतात व त्यांतील भागांत थोडथोडें अंतर असतें; व त्यांचा एकमेकांस सपोर्ट अगर आसरा असतो. अशा प्रकारचा सैन्यविभाग भारतीयुद्धाच्या वेळीं जे निरनिराळे व्यूह रचले गेले त्या सर्वांत असतो हें आपल्या लक्षांत येईल. उदाहरणार्थ, युद्धाच्या पहिल्याच दिवशीं पांडवांनीं क्रौंचव्यूह रचला त्यांतही मुख्य भाग असेच होते. पक्षाच्या शिरस्थानीं द्रुपद होता. कुंतीभोज व चैद्य नेत्रस्थानीं होते. अर्थात् हे तिघे मिळून सैन्याची आघाडी होती. निरनिराळ्या लोकांसह युधिष्ठिर पृष्ठस्थानीं होता. अर्थात् मध्यभागीं होता. धृष्टद्युम्न आणि भीमसेन हे पंखांच्या ठिकाणीं होते. म्हणजे उजव्या डाव्या पक्षांला होते. द्रौपदीचे पुत्र आणि अनेक राजे हे पूर्व पक्षाला मदतीला होते आणि डाव्या पक्षालाही दुसरे राजे होते. विराट आणि शैब्य व काशीराज हे पिछाडीला होते. असें या क्रौंचारुणमहाव्यूहाचें वर्णन आहे. पण त्यांतील तात्पर्य एकच आहे. म्हणजे आघाडी, मध्य, दोन पक्ष व पिछाडी इतके सैन्याचे विभाग नेहमींप्रमाणें पडतात. कौर-

वांच्या सैन्याचेही याच्या समोर अशाच प्रकारचे विभाग पडले होते. भीष्म व द्रोण अघाडीस होते. दुर्योधन, शकुनि मध्यावर होते आणि भगदत्त, विंद, अनुविंद, शल्य, भूरिश्रवा डाव्या बाजूला होते. सोमदत्ती, सुशर्मा, कांबोज हे उजव्या बाजूला होते. अश्वत्थामा, कृप, कृतवर्मा हे रखवालीस होते असें वर्णन आहे. कोणत्याही दिवसाचें युद्ध घेतलें तरी युद्धारंभीं असेंच वर्णन सांपडेल. पण युद्ध सुरू झाल्यानंतर निरनिराळ्या पक्षांतील समोरासमोर असलेल्यांचीच किंवा मध्यामध्याचीच लढाई झाल्याचें वर्णन आहे असें सांगतां येत नाहीं. बहुतकरून युद्धवर्णनांत रथ्यांचीं द्वंद्वयुद्धेंच फार वर्णन केलेलीं आढळतात. त्यांचा व्यूहरचनेशीं विशेष संबंध असतो असें दिसत नाहीं. अशाच प्रकारचे व्यूह दर दिवशीं निरनिराळ्या नांवाचे बनत. उदाहरणार्थ कौरवांनीं दुसऱ्या दिवशीं गरुडव्यूह रचला व त्याच्यावर तोड म्हणून पांडवांनीं अर्धचंद्र व्यूह रचला. आतां ह्या क्रौंचव्यूहांत व गरुडव्यूहांत काय फरक होता हें सांगणें कठीण आहे. हे निरनिराळे व्यूह दंडनीतिशास्त्रांत वर्णन केलेले आहेत. परंतु त्यांचें यथार्थज्ञान व त्यांच्या युद्धाची तऱ्हा हल्लींच्या काळांत व परिस्थितींत भिन्नपणा असल्याचें नीट लक्षांत येत नाहीं.

चक्रव्यूहाची कल्पना तर हल्लीं मुळींच होऊं शकत नाहीं. चक्रव्यूह द्रोणानें जो रचिला तो नुसता स्वसंरक्षण करण्यासाठीं किंवा परशत्रूचा नाश करण्यासाठीं हाच प्रश्न प्रथम उद्भवतो. शत्रूचा नाश किंवा पराभव करण्यासाठीं असेल तर चक्रव्यूहानें तें काम साधणार नाहीं ही गोष्ट निर्विवाद आहे. चक्रव्यूहाची साधारणपणें जी कल्पना हल्लीं प्रचलित आहे तीही चुकीची दिसते. चक्रव्यूह म्हणजे घोंटाळ्यात पाडणारी एक वाटोळी आकृति असा हल्लींचा समज आहे. इंग्रजींत यास लॅबरिंथ म्हणतात. अशा प्रकारचे लॅबरिंथ बागांतून तयार करतात. त्यांत एकदां शिरलें म्हणजे बाहेर निघणें कठीण पडतें. अशा प्रकारची सैन्याची रचना द्रोणानें केली असेल असें मानवत नाहीं. चक्र म्हणजे रथाचें चाक असा अर्थ असून त्याप्रमाणें फौजेची मांडणी केल्याचें वर्णन आहे. " चक्राच्या आरांच्या ठिकाणीं तेजस्वी राजकुमार उभे केले. स्वतः दुर्योधन व्यूहाचे मध्यभागीं असून त्याच्या भोंवतीं कर्ण, दु:शासन, कृपाचार्य वगैरे महारथी वीर उभे होते. सैन्याच्या तोंडावर द्रोणाचार्य स्वतः उभे असून त्यांच्याजवळ सिंधुपति जयद्रथ होता. त्याच्या बाजूस अश्वत्थामा उभा होता. व दुसऱ्या बाजूस गांधारराज शकुनी, शल्य वगैरे उभे होते. अर्थात् ही रचना नेहमींसारखी होती. या चक्रव्यूहाची रचना दुर्योधनाचें संरक्षण करण्यासाठीं होती असें म्हटलें असतां चालेल. द्रोण मध्यावर असून द्रोणपुत्र व जयद्रथ डाव्या पक्षास होते आणि शकुनी व शल्य उजव्या पक्षास होते. या फळीच्या मागें चक्रव्यूह होता. पण या चक्राच्या परिघावर फौज कशी उभी होती व कोणाची होती याची कल्पना होत नाहीं किंवा हें येथें सांगितलें नाहीं कीं, हीं तोंडें मोकळीं होतीं. असो. चक्रव्यूहाची कल्पना नीट होण्यास हल्लींच्या काळीं यापेक्षां ज्यास्त साधन नाहीं हें आम्हीं पूर्वीं सांगितलेंच आहे. आणि याशिवाय एकच अभिमन्यु या व्यूहांत शिरला त्याचेंही प्रयोजन काय हेंही लक्षांत येत नाहीं.

महाभारतांतील युद्धवर्णनांतलीं संकुलयुद्धवर्णनें हीं बऱ्याच अंशीं हल्लींच्या युद्धवर्णनाशीं जुळतात. रथदळावर रथदळ आदळलें व गजावर गज, अश्वावर अश्व, पदातीवर पदाति असाच बहुतेक संकुलयुद्धाचा क्रम दिसतो.

तथापि रथीही गजावर जाऊन पडत व गजही रथावर जाऊन पडत आणि रथांचा चुराडा करीत. रथी गजारोहावर बाण टाकीत. रथी पादातींनांही तीक्ष्ण शरांनीं मारीत. पदाति गोफणीनें व फरशीनें पादातींनां मारीत व रथावरही हल्ला करीत. हत्ती पादातींना तुडवीत व पादातीही गजारोहांना लोळवीत. गज व अश्व पादातींचें नुकसान करीत हें उघड आहे. तथापि पादातीही त्यांजवर हल्ले करीत. वगैरे (भीष्म० अ० ५७) संकुलयुद्धांचीं वर्णनें महाभारतांत पुष्कळच आहेत. पण शेवटच्या दिवशींचें युद्ध फारच उत्तम रीतीनें वर्णिलेलें आहे. तें युद्ध कांहींसें पानपतच्या युद्धासारखें आहे. किंबहुना शल्यानें प्रारंभींच सर्व लोकांस द्वंद्वयुद्ध न करतां संकुलयुद्ध करावें अशी ताकीद केली आणि नंतर युद्धांत निरनिराळ्या बाजवांचें युद्ध, मध्याचें युद्ध, पिच्छाडीचें युद्ध वगैरे प्रकार झाले. विश्वासरावाप्रमाणेंच शल्य बारा वाजण्याच्या सुमारास पडला पण युद्ध थांबलें नाहीं. शकुनीनें घोडेस्वारांनिशीं पांडवांच्या पिछाडीवर हल्ला केला तेव्हां युधिष्ठिरानें सहदेवास घोड्यांनिशींच त्याजवर पाठविलें. दोन्ही घोडेस्वारांचें युद्ध फारच सुंदर वर्णिलें आहे. शेवटीं कौरवदळाचा मोड होऊन दोन तीन वाजण्याच्या सुमारास तें दळ फुटलें आणि दुर्योधन युद्धभूमि सोडून गेला. असो. तर संकुलयुद्धाचीं वर्णनें महाभारतांत आहेत तीं बऱ्याच अंशीं हल्लींच्या काळच्या युद्धासारखीं दिसतात.

इतर गोष्टी.

सैन्याबरोबर बाजारबुणगें असावयाचें. त्याचें वर्णन उद्योगपर्वाच्या शेवटीं आहे, तें असें. “ सामानाचे खटारे, व्यापारी, वेश्या, त्यांचीं वाहनें, हत्ती, घोडे, स्त्रिया, पंगु वगैरे फालतू लोक, द्रव्यकोश व धान्यकोश इत्यादि सामान हत्तींवर असून या लटांबरासह युधिष्ठिराची स्वारी चालली. ” वेश्या या पूर्वकालीन काय व अर्वाचीन काय सैन्याबरोबर असावयाच्याच. हल्लींच्या कडक शिस्तींत मात्र त्या असत नाहींत. असो. याप्रमाणें निरनिराळ्या अवयवांचें व युद्धाच्या प्रकारांचें वर्णन महाभारतांतलि अनेक स्थलींच्या वर्णनांवरून केलें आहे. प्राचीनकाळच्या व हल्लींच्या युद्धपद्धतींत शस्त्रास्त्रांत बराच फरक पडला असून हल्लीं आपल्यास प्राचीन युद्धाची कल्पना येणें शक्य नाहीं. उदाहरणार्थ युद्धांतील योद्धयांचीं परस्पर भाषणें आपल्यास असंभवनीय वाटतात. एकमेकांची निंदा करणें व आपल्या शूरत्वाचें वर्णन करणें वगैरे प्रकार हल्लीं असंभवनीय असले तरी धर्मयुद्धकाळीं योद्धे जवळ जवळ असत, तेव्हां ते संभवनीय आहेत. योद्धयांनीं एकमेकांस आपापलीं नांवें ऐकवावीं असाही प्रकार वर्णिलेला आहे. किंबहुना स्वयंवररंगावर जशीं राजांचीं नांवें ऐकूं येतात तशीं रणभूमीवरही ऐकूं येत असें वर्णन आहे. (स्वयंवरइवाहवे) व तेंही आश्चर्यकारक नाहीं. महाभारतकाळीं हल्लींची फौजेची कवाईत नव्हती असें मानण्यास हरकत नाहीं. तथापि इकडून तिकडे बातमी किंवा हुकूम पोंचविण्यास घोड्यांवरचे दूत असत.

दूतैः शीघ्राश्वसंयुक्तैः समन्तात् पर्यवारयन् ॥
(भी. अ. १२०-२६)

अक्षौहिणीची संख्या.

अक्षौहिणीची संख्या खरोखर भारतीयुद्धकाळीं किती होती याचा मुळींच मेळ बसत नाहीं. आदिपर्वाच्या आरभीं जी माहिती कोष्टकरूपानें व आंकड्यांनीं दिली आहे, त्याहून निराळी माहिती उद्योगपर्व अ. १५५ यांत दिली आहे.

सेना पंचशतं नागा रथास्तावन्त एव च ।
दशसेना च पृतना पृतना दश वाहिनी ॥

असें कोष्टक देऊन लागलीच सेना, वाहिनी, पृतना, ध्वजिनी, चमू, अक्षौहिणी, वरूथिनी हे सर्व पर्याय शब्द आहेत असेंही सांगितलें आहे पण एवढ्यानेंच थांबलें नाहीं. यापुढें लागलीच दुसरी गणना दिली आहे.

नराणां पञ्चपञ्चाशदेषा पत्तिर्विधीयते. ।

यांत आदिपर्वाप्रमाणें कोष्टकाचा प्रारंभ पत्तीपासून केला आहे. पण पत्ति म्हणजे ५५ माणसें असा भलताच हिशोब दिला आहे. पुढें ३ पत्ति म्हणजे सेनामुख, ३ सेनामुख म्हणजे गुल्म ३ गुल्म म्हणजे गण असें सांगून गण दहा हजारांनीं होतें असें सांगितलें आहे. टीकाकारही येथें हतवीर्य झाला आहे. असो जर्मन फौजेप्रमाणें अक्षौहिणी, चमू इत्यादि प्राचीन शब्द आर्मी, डिव्हिजन, कोर इत्यादिकांसारखेच अनिश्चित होते असें म्हणावें लागतें.

शल्याच्या सैनापत्याच्या वेळीं म्हणजे युद्धाच्या १८ व्या दिवशीं ३ लाख स्वार आणि ३ कोटि पायदळ कौरवांकडे होतें आणि १० हजार स्वार आणि २ कोटि पायदळ पांडवांकडे होतें असें वर्णन आहे (श. अ. ८ पा. ३३) त्याचप्रमाणें स्त्रीपर्वाच्या शेवटीं " ह्या संग्रामांत एकंदर ६६ कोटि १ लक्ष ३० हजार लोक पडले. " असें वर्णन आहे (स्त्री. अ. २६ पा. ४०) ह्या सर्व संख्या १८ अक्षौहिणींच्या पलीकडे आहेत हें उघड आहे. या संख्यांचीं कूटें सौतीनें मुद्दाम घातलीं आहेत असें आह्मांस वाटतें. तीं कशीं सोडवावयाचीं हा एक प्रश्नच आहे.

प्रकरण अकरावें.

व्यवहार व उद्योगधंदे.

महाभारतकाळीं हिंदुस्थानची व्यापार व उद्योगधंदे यासंबंधानें परिस्थिति कशी होती याचा आपण या प्रकरणांत विचार करूं. ही गोष्ट प्रथम लक्षांत ठेविली पाहिजे कीं, या बाबतींत हिंदुस्थानचीं जीं राज्यें त्या वेळेस होतीं त्या सर्वांच्या राज्यव्यवस्थेंत व्यापाराकडे व उद्योगाच्या वृद्धीकडे सरकारचें पूर्ण लक्ष होतें. किंबहुना हा विषय एका स्वतंत्र खात्याच्या स्वाधीन केलेला होता. राजकीय व्यवस्थेसंबंधानें असें लक्ष इतक्या प्राचीनकाळीं असावें याचें आश्चर्य वाटतें. सभापर्वांत नारदानें युधिष्ठिरास राज्यव्यवस्थेसंबंधानें जे मार्मिक प्रश्न केले आहेत त्यांत

कच्चित्स्वनुष्ठिता तात वार्ता ते साधुभिर्जनैः ।
वार्तायां संश्रिते नूनं लोकोयं सुखमेधते ॥

असा प्रश्न केलेला आहे. तुझ्या राज्यांत चांगल्या लोकांची योजना वार्तेकडे आहे ना? कारण एकंदर लोक वार्तेमध्यें चांगले गढले म्हणजे लोकांचें सुख वाढतें. ' या प्रश्नांत राजाचें कर्तव्य वार्तेसंबंधानें किती महत्त्वाचें होतें, हें पूर्णपणें दाखविलें आहे. सारांश, हल्लींच्या सुधारलेल्या राज्याच्या कर्तव्याच्या कल्पनेंत व पूर्वींच्या कल्पनेंत मुळींच अंतर नाहीं. वार्ता शब्दाचा अर्थ हल्लीं बहुतेक लुप्त झालेला आहे. वार्ता याचा अर्थ लोकांच्या वृत्तीचें अर्थात् उद्योगाचें किंवा चरितार्थसाधनाचें शास्त्र हा होय. यांत वैश्यांच्या एकंदर धंद्यांचा समावेश होत असे. महाभारतकाळीं हे धंदे मुख्यतः तीन होते. ते कृषि, गोरक्ष्य आणि वाणिज्य या भगवद्गीतेच्या वाक्यांत सांगितलेले आहेत. अर्थात् शेतकी, गाईंचें राखणें आणि व्यापार हे मुख्य धंदे होते. व्यापारांतच कुसीद म्हणजे व्याजबट्ट्याचा धंदा याचा समावेश होतो. उद्योगधंद्यासंबंधानें, शेतकीसंबंधानें, गोरक्ष्यासंबंधानें, तात्पर्य एकंदर वार्तेसंबंधानें महाभातकाळीं निरानिराळे ग्रंथ होते, हें आपण पूर्वीं पाहिलेंच आहे. धर्मशास्त्र म्हणजे दंडनीति; अर्थशास्त्र म्हणजे वार्ता; आणि मोक्षशास्त्र म्हणजे आन्वीक्षिकी असें पूर्वीं सांगितलेंच आहे. हे ग्रंथ दुर्दैवानें आजकाल उपलब्ध नाहींत; आणि त्यामुळें उद्योगधंदे शेती वगैरे संबंधानें महाभारतकाळीं ज्ञान कितपत वाढलें होतें व सरकारांतून या बाबतींत कोणत्या प्रकारची मदत होत असे याचा आपल्यास अंदाज होत नाहीं. तथापि दंडनीति अथवा मोक्षशास्त्र यांचीं मतें जशीं महाभारतांत त्या त्या ग्रंथांतून घेऊन दिलेलीं आहेत त्याप्रमाणेंच वार्तेसंबंधानेंही कोठें कोठें उल्लेख महाभारतांत येतात, त्यांवरून या बाबतींत आपल्यास थोडीशी माहिती जमा करितां येईलः व या माहितीवरून महाभारतकालीन परिस्थितीचा आपल्यास अंदाज करतां येईल.

शेती व बागा.

भारती लोकांचा महाभारतकाळीं हल्लींप्रमाणेंच शेतकी हा मुख्य धंदा होता आणि शेतकीच्या धंद्याचा उत्कर्ष पूर्णपणें निदान हल्लीं जितका दिसत आहे तितका महाभारतकालीं झाला होता. हल्लीं जीं जीं धान्यें उत्पन्न केलीं जातात, तीं तीं धान्यें महाभारतकाळीं उत्पन्न होत असत. किंबहुना उपनिषदांतही या धान्यांचा उल्लेख आलेला आहे. बृहदारण्यांत तांदूळ, तीळ, गहूं, ज्वार वगैरेंचा उल्लेख आलेला आहे.

दश ग्राम्यानि धान्यानि भवन्ति व्रीहियवास्तिलमाषा। अणुप्रियंगवो गोधूमाश्च मसूराश्च खल्वाश्च खलकुलाश्च ॥

(तैत्तिरीय ब्राह्मण. अध्याय ८.) (हरबरे अथवा चणे यांचा उल्लेख या यादींत नाहीं.) शेतकीची तऱ्हा हल्लींप्रमाणें होती आणि सरकारचें कर्तव्य मोठमोठाले तलाव बांधून लोकांस अवर्षणाच्या वेळीं शेतकीस पाणी देण्याचें अवश्य मानलें जात होतें. " तुझ्या राज्यांत शेती पावसावर अवलंबून नाहीं ना ? तूं आपल्या राज्यांत योग्य ठिकाणीं तलाव बांधले आहेस ना ? " असा प्रश्न नारदानें युधिष्ठिरास केलेला आहे. पाणी दिलेल्या शेताचें उत्पन्न विशेष महत्त्वाचें होतें हें सांगावयास नको. ऊंस, नीलि (नीळ) व इतर वनस्पतींच्या रंगाचें उत्पन्न हीं असल्या बागायती शेतांत त्या वेळीं उत्पन्न करीत असत. (अफूचें उत्पन्न त्या वेळीं नसावें असा बाहेरच्या इतिहासावरून अंदाज दिसतो) मोठमोठाल्या झाडांच्या बागा करण्याची त्या वेळेस विशेष प्रवृत्ति होती आणि मुख्यतः आंब्यांचीं झाडें अशा बागांतून लावीत असत. आंब्यांचीं झाडें थोड्या वर्षांत म्हणजे पांच वर्षांत फळ कसें देतील याविषयींची कला त्या वेळेस माहीत होती असें दिसतें.

चूतारामो यथाभग्नः पंचवर्षःफलोपगः ।

असें द्रोणपर्वांत एके ठिकाणीं उदाहरण घेतलें आहे. फळास आलेली पांच वर्षांची आंब्याची बाग जशी भग्न करावी या उपमेवरून हल्लीं लागत असलेल्या लहान लहान कलमी आंब्यांच्या बागाची कल्पना आपल्यासमोर उभी राहते. शेतीसंबंधानें महाभारतांत अर्थात् थोडेच उल्लेख आहेत हें साहजिक आहे. त्याजवरून जी माहिती मिळते ती वर सांगितलेली आहे. शेतकरी लोकांस सरकारांतून बीज व चार महिने चरितार्थासाठीं धान्य ज्यास लागेल त्यास मिळण्याची व्यवस्था प्राचीनकाळीं होती हें आपण पूर्वीं सांगितलेंच आहे आणि सरकारांतून किंवा सावकाराकडून शेतकऱ्यास दिलेल्या कर्जाचें व्याज एक रुपया शेंकड्यापेक्षां ज्यास्ती ठेवलें जात नसे. शेतकीच्या धंद्यानंतर दुसरा महत्त्वाचा धंदा गोरक्षणाचा होता. जंगलामध्यें गाई चारण्याचें साधन मुबलक असल्यानें हा धंदा विशेष चालत असे. चारण लोकांस बैलांची फारच जरूरी होती; कारण, त्या वेळीं ने आण सर्व बैलांवर होत असे. गाईच्या दूधदुभत्याचीही फारच अवश्यकता असे. याशिवाय गाईच्या संबंधानें पूज्यबुद्धि असल्यानें सर्व लोक थोड्या बहुत तरी गाई पाळीत असत. तंतिपाल नांवाचा गुराखी होऊन विराट राजाच्या येथें सहदेव गेला त्या वेळेस त्यानें आपल्या ज्ञानाचें वर्णन केलें आहे तें असें

क्षिप्रंच गावो बहुला भवंति न तासु रोगो भवतीह कश्चन ।

यावरून जनावरांच्या संबंधानें चांगलीच माहिती महाभारतकाळीं असावी. अजाविक म्हणजे बकऱ्या मेंढ्या यांचाही मोठा प्रतिपाळ होत होता. हत्ती व घोडे यांचेंही शास्त्र त्या वेळीं चांगलें जाणत होते. ग्रंथिक नांवाचा चाबुकस्वार होऊन नकुल विराटाकडे गेला त्या वेळेस त्यानें आपलें ज्ञान वर्णन केलें आहे तें असें.

अश्वानां प्रकृतिं वेद्मि विनयं चापि सर्वशः ।
दुष्टानां प्रतिपत्तिं च कृत्स्नं च विचिकित्सितम् ॥

घोड्यांचीं लक्षणें मी जाणतों.घोड्यांचें शिकविणें, वाईट घोड्यांच्या खोडी काढून टाकणें आणि घोड्यांच्या रोगांस औषध देणें मी जाणतों असें त्यानें सांगितलें. अश्वशास्त्र म्हणजे शालिहोत्र याचा उल्लेख महाभारतांत आहे. अश्व

आणि गज यांच्या संबंधानें महाभारतकाळीं ग्रंथ जरूर असावे. "गजसूत्र, अश्वसूत्र व रथसूत्र इत्यादिकांचा तूं अभ्यास करतोस ना?" असा नारदाचा प्रश्न आहे. बैल, घोडा आणि हत्ती यांसंबंधानें प्राचीनकाळीं चांगलाच अभ्यास झालेला दिसतो आणि त्यांच्या रोगचिकित्सेचेंही ज्ञान चांगलेंच झालें होतें.

त्रिःप्रसृतमदः शुष्मी षष्टिवर्षी मतंगराट् ॥४॥
(अ. १५१)

हत्तीचें साठावें वर्ष म्हणजे त्याची पूर्णवाढ अथवा यौवन आणि या वेळीं त्यास तीन ठिकाणीं मद फुटतो. कानांच्या मागें गंडस्थळांतून आणि गुह्यदेशीं. ही महाभारतांतील माहिती महत्त्वाची आणि मजेची आहे आणि हत्तीविषयींची महाभारतकाळची माहिती किती पूर्ण होती याची त्यावरून साक्ष पटते.

रेशमाचें, कापसाचें व लोकरीचें कापड.

आतां वार्तेचा तिसरा विषय वाणिज्य अथवा व्यापार याचा विचार करूं. आणि त्याचबरोबर निरनिराळ्या धंद्यांचाही विचार करूं. प्राचीनकाळीं वहातुकीचीं साधनें हल्लींइतकीं मुबलक नसल्यानें हिंदुस्थानांतील निरनिराळ्या राज्यांच्याच दरम्यान थोडा बहुत व्यापार असावा. हिंदुस्थानच्या बाहेर व्यापार थोडा असावा. त्यांतही धान्याची आयात निर्गत थोडीच असावी. हिंदुस्थानांत विशेष होणारे पदार्थ तेच बाहेर जात असावे; व बाहेर देशांतूनही विशेष इकडे न होणारे पदार्थ हिंदुस्थानांत येत असावे. समुद्रावरून असा व्यापार महाभारतकाळींही होत असावा असें अनुमान करण्यास जागा आहे. हिंदुस्थानांतून बाहेर जाणाऱ्या जिनसांपैकीं कापसापासून तयार केलेलीं सूक्ष्म वस्त्रें हीं प्रथम येतात; व कापूस हल्लींही हिंदुस्थानांतून बाहेर जाणारा मुख्य जिन्नस आहे. कापूस हिंदुस्थानांतच प्राचीनकाळीं उत्पन्न होत असे, हें येथें सांगितलें पाहिजे. ग्रीक लोकांनीं हिंदुस्थानांतील कापसाचें वर्णन झाडावर उत्पन्न होणारी लोकर हिंदुस्थानांत आहे, असें केलें आहे. अर्थात् कापसाचीं झाडें त्यांनीं हिंदुस्थानांतच पाहिलीं. हल्लींही कापूस मुख्यतः हिंदुस्थान, इजिप्त व अमेरिका यांतच होतो; आणि इजिप्त आणि अमेरिका येथें हिंदुस्थानांतूनच कापूस गेला. असो. कार्पास हा शब्द संस्कृत नाहीं, तो मनुस्मृतातच प्रथम आढळतो असें कित्येकांचें म्हणणें आहे पण तें चुकीचें आहे. महाभारतांत हा शब्द पुष्कळ ठिकाणीं आलेला आहे, आणि महाभारत मनुस्मृतीच्या पूर्वींचें आहे हें आपण पाहिलेंच आहे. द्राविडी भाषेंत कार्पास याशीं सदृश असा कोणताच शब्द नाहीं. कापशीचीं झाडें भारतीय आर्य हिंदुस्थानांत आले तेव्हां त्यांस दिसलीं हें साहजिकच आहे. आणि याचमुळें कदाचित् त्याचा उल्लेख वेदांत नाहीं. परंतु कार्पास हें नांव त्यांनींच दिलेलें आहे. त्याशिवाय, तूल हाही एक शब्द कापसाला असून तो उपनिषदांत सांपडतो. कापसापासून केलेले कपडे ग्रीक आद्य इतिहासकार हिरोडोटस् व डिसीआस यांनीं वर्णिले आहेत. वर सांगितल्याप्रमाणें झाडावर झालेल्या लोकरीचे कपडे हिंदुस्थानांतील लोक वापरतात असें त्यांनीं वर्णन केलें आहे. कापसाचें सूत काढून त्याचें कापड बनविण्याची कला हिंदुस्थानांत फार प्राचीनकाळापासून आहे. तुरी आणि वेम (स्पिंडल व लूम) या आपल्या जुन्या यंत्रांचे अनुकरणानें हल्लीं सुधारलेलीं यंत्रें इंग्लंड वगैरे देशांत केलेलीं आहेत. तंतु आणि पट हे मारती तत्त्वज्ञानामध्यें येणारे शब्द फार जुने असून वस्त्रांचा विणणारा कोष्टी हा जुना शिल्पी आहे. असो. महाभारतकाळीं अतिशय सूक्ष्म

वस्त्रें काढण्याची कला पूर्णतेस पोंचली होती. याचा पुरावा ग्रीक ग्रंथांवरून दिसतो व हें बारीक व तलम कापड पर्शिया, ग्रीस, रोम येथेंही जात असे. हिंदुस्थानांत तयार केलेल्या सूक्ष्म वस्त्रांची चाड रोमन स्त्रियांस असल्याचा दाखला इतिहासांत नमूद आहे. महाभारतांतही सूक्ष्म कापसाचीं वस्त्रें वर्णिलेलीं आहेत. राजसूय यज्ञामध्यें जे अनेक करभार युधिष्ठिरास आलेले आहेत त्यांत

शतं दासीसहस्राणां कार्पासिकनिवासिनां ।
बलिं च कृत्स्नमादाय मरुकच्छनिवासिनः ॥

(सभापर्व ५१) असें वर्णन केलेलें आहे. यांत मरुकच्छ (भडोच) येथील राहणारे लोक एक लक्ष दासी सूक्ष्म कार्पासवस्त्र नेसलेल्या कर घेऊन आलेल्याचें वर्णन आहे. भडोच हें शहर कापसाकरितां हल्लींही प्रसिद्ध आहे. किंबहुना भडोचचा कापूस सर्व हिंदुस्थानांतल्या कापसांत श्रेष्ठ मानला जातो. तेव्हां प्राचीनकाळीं भडोचचें वर्णन कापसाबद्दल असल्याचें आश्चर्य नाहीं. भडोच हें नर्मदेवरील प्राचीन बंदरही होतें. भडोचाप्रमाणेंच पांड्य व चोल या देशांची सूक्ष्म कापसाच्या वस्त्राबद्दल महाभारतकाळीं प्रसिद्धि होती आणि अजूनही मद्रासच्या पूर्व किनाऱ्याची सूक्ष्म वस्त्राबद्दल प्रसिद्धि आहे.

मणिरत्नानि भास्वन्ति कार्पाससूक्ष्मवस्त्रकं ।
चोलपाण्ड्यावपि द्वारं न लेभाते ह्युपस्थितौ ।

चोल व पाण्ड्य या देशांतील सूक्ष्म वस्त्रांची प्रसिद्धि महाभारकाळीं याप्रमाणें वर्णिलेली आपल्यास दिसते. दक्षिणेकडील बंदरें व देश सूक्ष्म कार्पासवस्त्राकरितां प्रसिद्ध होते, त्याप्रमाणें उत्तरेकडील देश सूक्ष्म लोकरीचीं व रेशमाचीं वस्त्रें तयार करण्याच्या कामांत प्रसिद्ध होते. हीं वस्त्रें अतिशय नरम व रंगांचीं व कलाबतूमिश्रित अशा प्रकारचीं तयार होत असत. सभापर्वांत राजसूय यज्ञाचे वेळीं अशा प्रकारचीं वस्त्रें नजराण्यांत आल्याचीं वर्णनें आहेत.

प्रमाणरागस्पर्शाढ्यं बाल्हीचीनसमुद्भवम् ।
और्णंचरांकवं चैव कीटजं पटजं तथा ॥
कुटीकृतं तथैवात्र कमलाभं सहस्रशः ।
श्लक्ष्णं वस्त्रमकार्पासमाविकं मृदु चाजिनम् ॥

(सभापर्व ५१) यांत और्ण म्हणजे लोकरीपासून केलेलें, रांकवं म्हणजे रंकु मृगाच्या केसांपासून केलेलें, कीटजं म्हणजे रेशमाचें असें वर्णन स्पष्ट आहे. पण पटजं म्हणजे काय आहे हें लक्षांत येत नाहीं. हीं वस्त्रें पंजाब व अफगाणिस्थान इकडे होत असत. चीनाहून रेशीम येत असे. पंजाबची व काश्मीराची हल्लींही शालींकरितां प्रसिद्धि आहे. यांत कुटीकृत असें जें वर्णन आहे तेंही हल्लीं लोकरीचें वस्त्र तंतु न काढतांना करण्याची तऱ्हा पंजाबांत चालू आहे. कापूस व रेशीम किंवा लोकर यांचे मिश्र धागे करून वस्त्रें काढण्याची कला महाभारतकाळींही प्रसिद्ध होती. अर्थात् अशा प्रकारानें वस्त्रांची किंमत कमी होते म्हणून वरील श्लोकांत अकार्पासं असें विशेषण घातलेलें आहे. मेंढ्यांच्या लोकरीशिवाय इतर जनावरांच्या मृदु लोकरीचीं वस्त्रें तयार करण्याची कला अवगत होती.

और्णान् बैलान्वार्षदन्ताम् जातरूपपरिष्कृतान् ।
प्रावाराजिनमुख्यांश्च कांबोजः प्रददौ बहून् ॥

और्णान् म्हणजे बकऱ्याच्या लोकरीचें, बैलान् बिळांत राहणाऱ्या खोकड्यांच्या लोकरीचें, मांजरांच्या लोकरीचें व कलाबतू घालून सुंदर केलेलें कापड कांबोज राजानें दिलें. कलाबतू काढण्याची कला महाभारतकाळीं अर्थात् प्रसिद्ध असली पाहिजे आणि याचमुळें हिंदुस्थानांत काढलेलें पातळ, रेशमी, लोकरीचें व कापसाचें वस्त्र परदेशांत व स्वदेशांत अतिशय श्रीमंतलोक वापरीत असत. परदेशांत

हें कापड समुद्रावरून किंवा खुष्कीनें जात असे. विशेषतः स्त्रियांना या कापडाची फारच आवड असावी. महाभारतांत सूक्ष्मकंबलवासिनी असें विशेषण श्रीमंत स्त्रियांस वारंवार लावलेलें आढळतें. यांतील कंबल शब्द मराठी कांबळें या अर्थानें घ्यावयाचा नाहीं हें उघड आहे. त्याचा अर्थ लोकरीचें वस्त्र एवढाच आहे. याच विशेषणाप्रमाणें सूक्ष्मकौषेयवासिनी असें विशेषण वारंवार येतें. म्हणजे बारीक रेशमाचें पिवळें कापड स्त्रियांस अतिशय प्रिय असे असें दिसतें.

कारागिरांस मदत.

अशा प्रकारचें मौल्यवान् कापड तयार करण्याचें साधन म्हटलें म्हणजे मोठें भांडवल हें होय. तें कारागिरांस मिळणें शक्य नाहीं हें उघड आहे. अर्थात् कारागिरांस सरकारच्या किंवा सावकाराच्या द्रव्याची मदत जरूर असलीच पाहिजे. ही मदत प्राचीनकाळीं सरकारांतून कारागीर लोकांस देण्याचा प्रघात होता असें दिसतें. पूर्वीं सांगितलेल्या नारदानें वर्णन केलेल्या अतिशय महत्त्वाच्या व मनोरंजक राजनीतींत या गोष्टीचाही उल्लेख आहे.

द्रव्योपकरणं कच्चित्सर्वदा सर्वशिल्पिनाम् ।
चातुर्मास्यावरं सम्यक् नियतं संप्रयच्छसि ॥

युधिष्ठिरा, तूं सर्व कारागीर लोकांना द्रव्य आणि उपकरण म्हणजे सामान, चार महिन्यांस पुरेल इतकें नेहमीं देत असतोस ना? अशा प्रकारचा प्रश्न नारदानें केलेला आहे. या प्रश्नावरून सरकारानें आपल्या रयतेंतील उद्योगधंद्यांच्या वाढी संबंधानें किती खबरदारी व काळजी घेतली पाहिजे हें दाखविलेलें आहे. अहिल्याबाई महाभारत वगैरे पुराणांचें श्रवण करी तें बहुधा व्यर्थ जात नसे आणि राजनीतीचा हा नारदाचा महत्त्वाचा उपदेश तिच्या मनावर पूर्णपणें ठसला होता असें दिसतें. कारण, महेश्वरास सरकारी दुकान काढून कारागिरांस रेशीम चिनाहून आणून पुरविण्याची व्यवस्था तिनें केली होती. यामुळें महेश्वराच्या कामगिरांची स्थिति ऊर्जित होऊन लुगडीं व धोतरजोडे अतिशय बारीक व सफाईदार निघत असत हें प्रसिद्ध आहे. या सरकारी दुकानावरच रेशीमवाले हे अधिकारी होते. लोकांच्या उद्योगधंद्यांसंबंधानें चौकशी करून त्यांस वेळोवेळीं मदत देण्याकारितां सरकारनें अधिकारी नेमावे असेंही या कच्चित् अध्यायांत सांगितलें आहे. सारांश, महाभारतकाळीं वार्तेच्या म्हणजे उद्योगधंद्याच्या उत्कर्षाकडे राजाचें पूर्ण लक्ष असे.

रंग.

कापसाचें विशेषतः लोकरीचें व रेशमाचें कापड काढण्यास रंगाच्या कलेची माहिती असणें हें अतिशय अवश्यक आहे हें उघड आहे; आणि महाभारतकाळीं रंगाची कला हिंदुस्थानांत पूर्णतेस पोंचली होती. हे रंग बहुतेक वनस्पतींपासून निघालेले असत; आणि त्यांच्या योगानें कापडास दिलेला रंग पक्का म्हणजे कायमचा टिकाऊ असा होत असे. अजिंठा येथील कोरीव लेण्यांत चित्रें काढण्यांत जे रंग वापरलेले आहेत, ते आज हजार-अकराशें वर्षांनंतर जसेच्या तसेच चकचकीत व तेजस्वी आहेत हें सांगितलें म्हणजे पूर्वकाळीं रंगाची कला किती उत्कृष्ट स्थितीस पोंचली होती हें वाचकांच्या लक्षांत येईल. ही कला महाभारतकाळीं सुद्धां ज्ञात होती असें दिसतें. कारण, ग्रीक लोकांनींसुद्धां हिंदुस्थानच्या रंगकलेबद्दल उल्लेख करून ठेवलेला आहे. आणि हिंदुस्थानांतील लोकांस रंगविलेले कपडे वापरण्याची मोठी हौस आहे असेंही लिहून ठेवलेलें आहे. दुर्दैवानें या रंगाच्या कलेची माहिती व त्यांच्या क्रिया जमेन हो-

कांचे रासायनिक रंग आल्यापासून बहुतेक विसरल्या जाऊन नष्टप्राय झाल्यासारख्या आहेत.

सर्व धातूंची माहिती.

या कापडाच्या धंद्याशिवाय दुसऱ्या कोणकोणत्या धंद्यांची माहिती हिंदुस्थानांतील लोकांस होती हें पाहूं. बहुतेक सर्व धातूंची माहिती भारतीय आर्यांस महाभारतकाळीं होती; व त्यांचे गुण त्यांस माहीत होते. छांदोग्य उपनिषत् प्रपाठक ४ यांत एक महत्त्वाचें वाक्य आहे त्यावरून इतक्या प्राचीनकाळीं हिंदुस्थानांतील लोकांस निरनिराळ्या धातूंच्या संबंधानें चांगली माहिती होती असें दिसतें. "ज्याप्रमाणें सोनें क्षारानें सांधलें जातें आणि चांदी सोन्यानें आणि जस्त चांदीनें, व शिसें जस्तानें, लोखंड शिशानें, लांकूड लोखंडानें आणि चर्म लांकडानें सांधलें जातें." या वाक्यांवरून निरनिराळ्या धातूंचे धंदे कसे होते हें प्राचीनकाळीं माहीत होतें. (लोखंडाचे खिळे करण्याची त्यावेळेस माहिती होती.) याच वाक्यासारखें वाक्य महाभारतांत उद्योगपर्व अध्याय ३९ यांत आलेलें आहे.

सुवर्णस्य मलं रूप्यं रूप्यस्यापि मलं त्रपु ।
ज्ञेयं त्रपुमलं शीसं शीसस्यापि मलं मलम् ॥

याचा अर्थ काय आहे हें निश्चयानें सांगतां येत नाहीं. तथापि या सर्व धातूंची प्रक्रिया महाभारतकाळीं सोनारांस ठाऊक असली पाहिजे. महाभारतकाळीं सोनारांचे धंदे हिंदुस्थानांत चांगले चालत होते. हिंदुस्थानांत सुवर्णाची उत्पत्ति त्याकाळीं फारच होती. बहुतेक हिंदुस्थानाच्या सर्व भागांत सोन्याची उत्पत्ति असे. हिमालयाच्या उत्तरेस पुष्कळ सोनें सांपडत असे. उत्तरहिंदुस्थानाच्या नद्यांमधून सुवर्णाचे कण वाहून येत असत. दक्षिणेंतील डोंगराळ प्रदेशांत सोन्याच्या खाणी पुष्कळ होत्या व हल्लींही आहेत. सभापर्वांतील ५१ व्या अध्यायांत युधिष्ठिराम निरनिराळ्या लोकांकडून जे नजराणे आले त्यांत निरनिराळ्या लोकांच्या वर्णनांत सोन्याचें नांव बहुधा येतें. विशेषतः चोल व पांड्य म्हणजे दक्षिणेकडील मुलखांच्या राजांकडून कांचन आल्याचें वर्णन केलेलें आहे. हिमालयाच्या भागांतून येणाऱ्या लोकांनींही सोनें आणल्याचें वर्णन आहे. यांपैकीं एक वर्णन फारच मजेदार आहे.

खसाः एकासनाः ह्यर्हाः प्रदरादीर्घवेणवः ।
पारदाश्च कुलिंदाश्च तंगणाः परतंगणाः ॥
तद्वैपिपीलिकं नाम उद्धृतं यत्पिपीलिकैः ।
जातरूपं द्रोणमेयमहार्षुः पुञ्जशोनृपाः ॥
(सभापर्व ५२)

खस वगैरे तंगण, परतंगणसुद्धां हिमालयाच्या पलीकडे राहणारे लोक एका प्रकारचें सोनें घेऊन युधिष्ठिराला नजर देण्यास आले होते. हें सोनें कांहीं निराळ्या प्रकारचें असून त्याचें नांव जातरूप असें होतें आणि त्याचें सांपडण्याचेंही वर्णन फार निराळ्या प्रकारचें आहे. या सोन्याचे कण पिपीलिका म्हणजे मुंग्या वारुळांतून बाहेर काढून जमा करीत असत; आणि हे सोन्याचे कण लहान लहान पिशव्यांत भरून आणीत असत. हें सोनें द्रोणभर म्हणजे एक कणगाभर युधिष्ठिराला नजर करण्याला या लोकांनीं आणलें होतें. या सोन्यास यामुळें पिपीलिक असें नांव होतें. ही हकीकत खोटी नाहीं असें दिसतें. कारण, मेग्यास्थिनीस व अलेक्झँडरबरोबर आलेले ग्रीक इतिहासकार यांनीं हीच हकीकत थोडीशी अतिशयोक्ति करून लिहून ठेविलेली आहे. त्यांनीं असें लिहून ठेविलें आहे कीं, "या मुंग्या कुत्र्यांएवढाल्या मोठाल्या असतात आणि त्या आपल्या पायांनीं ओरखाडून

सोन्याचे कण बाहेर आणून ठेवतात. कोणीही मनुष्य त्या सोन्यांच्या राशी घेण्यास गेलें असतांना त्याजवर हल्ला करून त्याचा प्राण घेतात. यामुळें लोक डोक्यावर घोंगड्या घेऊन रात्रीच्या प्रहरीं चोरून जाऊन या सोन्याच्या अथवा सुवर्णकणाच्या राशी उचलून घेऊन येतात." हें वर्णन अर्थात् अतिशयोक्तीचें आहे; परंतु एवढी गोष्ट निर्विवाद आहे कीं तिबेटाकडील हिमालयाच्या पठारावर अगदीं भूपृष्ठाजवळ सुवर्णाचे कण अतिशय सांपडत असत व हे कण जमिनींतून एका प्रकारचे प्राणी खणून वरतीं आणून टाकीत असत. हल्लींही ही गोष्ट कित्येक ठिकाणीं तिबेटांत दृष्टोत्पत्तीस येते. या सुवर्णकणाचे लहान लहान पिशव्यांत घालून ढीगच्या ढीग तंगण वगैरे तिबेटी लोक अनायासानें हिंदुस्थानांत आणीत असत. पर्शियन लोकांस हिंदुस्थानच्या एका भागांतून जी खंडणी जात असे, ती याच सुवर्णरजःकणांच्या पिशव्यांच्या रूपानें जात असे.

हिमालयापलीकडे किंवा नदीच्या रेतींत सुवर्णरज सांपडत असत आणि या तऱ्हेनें निर्भेळ सोनें अनायासानें मिळे हें खरें. तथापि दगडाच्या खाणींतून सुवर्णमिश्रित दगडांतून सोनें काढण्याची कला महाभारतकालीं माहीत होती ही गोष्ट पुढील श्लोकावरून स्पष्ट दिसते.

अप्युन्मत्तात्प्रलपतो बालाच्च परिजल्पतः ।
सर्वतः सारमादद्यादश्मभ्य इवकांचनम् ॥
(उद्योग. ३४)

दगड फोडून त्याची भुकटी करून भट्टीनें सोनें गाळून काढण्याची कला प्राचीनकाळीं प्रसिद्ध असली पाहिजे. अर्थात् सोनाराची कला महाभारतकाळीं चांगली बऱ्याच प्रगतीला गेली असली पाहिजे. सुवर्णाचीं भूषणें तर अनेक वर्णिलेलीं आहेतच. पण तरवारीवर, सिंहासनावर, चौरंगावर, चिलखतावर निराळ्या शस्त्रांवर सुवर्णाचें काम केलेलें महाभारतांत वर्णन केलेलें आहे. किंबहुना सुवर्णानें भूषित केलेले रथ व घोड्यांचें सामान वर्णिलेलें आढळतें. यावरून सोनारांचें काम उत्तम कुशलतेचें होत असलें पाहिजे. त्याचप्रमाणें लोहाराचा धंदाही परिपूर्णपणें महाभारतकाळीं प्रगतीस पोंचलेला असला पाहिजे. लोखंड अथवा लोह याचें पोलाद कसें बनवावें ही कला प्राचीनकाळीं माहीत असली पाहिजे. किंबहुना उपनिषदांतही पोलाद अथवा कार्ष्णायस याचा उल्लेख आहे. याचा उपयोग शस्त्राकरितां केला जात होता. नख काढण्याच्या नराणीपासून तलवारीपर्यंत धारदार हत्यारें पोलादाचींच बनलीं जात असत. तलवारी, भाले, बाण, चक्र, चिलखत, बाहुभूषणें, गदा वगैरे हत्यारें पोलादाचीं किंवा लोखंडाचीं लोहार लोक बनवीत असत. हें लोखंड पूर्वेकडील देशांत विशेष उत्पन्न होत असावें. कारण, तेथील लोकांच्या करभाराच्या वर्णनांत या हत्यारांचें वर्णन आलेलें आहे. याशिवाय हस्तिदंताचें काम करणारे लोक फार कुशल होते. नाना प्रकारचीं कवचें, हत्यारें व व्याघ्रांबराचें आच्छादन घालून सुवर्णानें मढविलेले रथ व नाराच व अर्धनाराच असे बाण व इतर आयुधें ठेवलेले रथ हत्तीच्या चित्रविचित्र झुली इत्यादि द्रव्य घेऊन पौर्वात्य राजांनीं युधिष्ठिराच्या यज्ञमंडपांत प्रवेश केला; असें वर्णन आहे. (सभापर्व अ० ५२) पूर्वेकडील देशांत हल्लींही लोखंडाच्या खाणी चालू आहेत हें प्रसिद्ध आहे. हस्तिदंती काम पूर्वेकडे व दक्षिणेकडे उत्तम होत असे. किंबहुना हल्लींही होत आहे.

रत्नें.

आतां, हिरे व मोतीं यांसंबंधानें विचार करूं. हिंदुस्थानांतून प्राचीनकाळीं बाहेर

जाणाऱ्या मौल्यावान् जिनसांपैकीं सोन्याप्रमाणेंच रत्नें व मोतीं या मुख्य बाबी होत्या. रत्नें व मोतीं दक्षिणेकडच्या डोंगरांत व सिंहलद्वीपाच्या जवळील समुद्रांत अनुक्रमें पूर्वी सांपडत असत व हल्लींही सांपडतात. दक्षिणेकडील गोवळकोंड्याच्या हिऱ्याच्या खाणी अजून प्रसिद्ध आहेत. पूर्वी सांगितलेल्या श्लोकांत वर्णन केल्याप्रमाणें चोल, पाण्ड्य येथील राजे ' मणिरत्नानि भास्वन्ति ' चमकणारे हिरे नजराण्यांत घेऊन आले होते. त्याचप्रमाणें हिमालयाच्या पूर्व भागांतही निरनिराळीं रत्नें सांपडत असत. बाकी हिमालयांत रत्नें सांपडत नाहींत असें महाभारतकाळीं मानलें जात होतें. भृगूच्या शापानें असें झालें तें अजूनही खरें आहे असें शां० अ० ३४२ ६२ यांत व अन्यत्र म्हटलें आहे. हल्लींही गोष्ट अशीच दिसते. प्राक्ज्योतिषांचा राजा भगदत्त यानें रत्नांचे अलंकार आणि शुद्ध हस्तिदंती मुठीच्या तलवारी युधिष्ठिराला नजर केल्या असें वर्णन आहे. प्राक्ज्योतिष म्हणजे आसाम असें निश्चयानें वाटतें व त्या देशांत लोखंड, हस्तिदंत आणि रत्नें उपजत असत. मोत्यांची उत्पत्ति पाण्ड्य व सिंहलद्वीप यांच्या किनाऱ्यावर प्राचीनकाळपासून हल्लींच्या काळापर्यंत होत आहे.

समुद्रसारं वैदूर्यं मुक्तासंघास्तथैव च ।
शतशश्च कुथांस्तत्र सिंहलाः समुपाहरन् ॥

सिंहलदेशांतून जे नजराणे आले त्यांचें वर्णन या श्लोकांत अगदीं अक्षरशः खरें आहे. कारण समुद्रांतून उत्पन्न होणारें मोतीं व प्रवाळ व वैदूर्य हे जितके प्रसिद्ध आहेत तितकेच ' कुथ ' म्हणजे एका विशिष्ट प्रकारच्या गवताच्या हातऱ्या या अजूनही प्रसिद्ध आहेत. असो. सुवर्ण, हिरे वगैरे निरनिराळीं रत्नें आणि मोतीं यांची उत्पत्ति प्राचीनकाळीं हिंदुस्थानांत असून त्यांचा बाहेरदेशीं व्यापार होत असे. यामुळें हिंदुस्थानची प्राचीनकाळीं सुवर्णदेश म्हणून ख्याति होती आणि प्रत्येक देशास या देशाविषयीं आश्चर्य व लालसा वाटे. कित्येक ग्रीक ग्रंथकारांनीं असें लिहिलें आहे कीं, हिंदुस्थानांतील मोत्यांकरितां परदेशांतील लोक केवळ मूर्खपणानें अतिशयोक्तीची किंमत देतात.

वास्तुविद्या (बांधकाम.)

आतां आपण वास्तुविद्येचा विचार करूं. निरनिनिराळीं गृहें व मंदिरें बांधण्याची कला महाभारतकालीं कोणत्या स्थितींत होती याचा आपल्यास विचार करावयास पाहिजे. दगडांत उत्कृष्ट काम करण्याची शिल्प कला भारती काळांत चांगलीशी उत्कर्ष स्थितींत आली नव्हती असें आम्हांस वाटतें. या कलेमध्यें ग्रीक लोक फारच पुढें होते. हिंदुस्थानांत ग्रीक लोक आले त्या वेळेस त्यांस येथें उत्तम इमारतीचीं कामें दृष्टीस पडलीं नाहींत. हिंदुस्थानांत बहुतेक लांकडांचीं व मातीचीं घरें प्राचीनकाळीं असत असें दिसतें. दुर्योधनानें लाक्षागृह पांडवांच्या राहण्याकरितां बांधविलें त्यांत लाकडाच्या व मातीच्या भिंती बांधण्याची आज्ञा दिली होती. या भिंतींच्या आंत राळ, लाख वगैरे ज्वालाग्राही पदार्थ घातलेले होते आणि वरतून माती लिंपलेली होती. पांडवांसारख्या राजपुत्रांस राहण्यास असें गृह तयार करण्याविषयीं आज्ञा दिली यावरून महाभारतकाळीं मोठ्या लोकांचींही घरें मातीचीं असत हें विधान बरेंच मजबूत होतें. पण, पांडवांकरितां मयासुरानें जी सभा निर्माण केली त्या सभेचें वर्णन वाचतांना असें दिसून येतें कीं ही सभा बहुतेक काल्पनिक असावी. परंतु तसें अनुमान काढण्याची जरूरी नाहीं. मय हा असुर होता. या गोष्टीवरून मात्र

अशा प्रकारचे मोठमोठाले वाडे तयार करण्याचें काम असुर अथवा पारशी किंवा पश्चिमेकडील यवन लोक हेच उत्तम करीत असें महाभारतकाळीं मानलें जात होतें. मयासुरानें बांधलेल्या युधिष्ठिराच्या सभेसंबंधानें असा तर्क केला गेला आहे कीं, हें वर्णन सौतीनें पाटलीपुत्रांत चन्द्रगुप्ताकरितां एक अनेक स्तंभांची इमारत बांधली गेली होती, तिच्या कल्पनेवरून ही सहस्रस्तंभी युधिष्ठिराची सभा कल्पिली असावी. हल्लीं पाटलीपुत्र येथें खोदकाम करून प्राचीन इमारती शोधून काढण्याचे जे प्रयत्न चालले आहेत त्यांत चन्द्रगुप्ताच्या अनेकस्तंभी सभेचे अवशेष सांपडले आहेत. त्यांजवरून तज्ज्ञांनीं असें अनुमान केलें आहे कीं, पर्शियन बादशहा दरायस यानें पर्सिपुलिस येथें जें स्तंभगृह बांधलेलें आहे त्याच नमुन्यावर व त्याच लांबी रुंदीच्या प्रमाणावर चन्द्रगुप्त यानें आपलें सभागृह पाटलीपुत्र येथें बांधविलें. पर्सिपुलिस येथील पर्शियन बादशहानें बांधविलेलें सभागृह हल्लीं जसेंच्या तसेंच असून ती एक अतिशय प्रेक्षणीय इमारत आहे. चन्द्रगुप्तानें आपल्या साम्राज्यांत पुष्कळशा गोष्टी पर्शियनसाम्राज्यापासून घेतल्या ही गोष्ट आम्हीं अन्य ठिकाणीं सांगितलेली आहे. त्याचप्रमाणें बादशहाला एक प्रचंड सभागृह असावें हीही कल्पना त्यानें पर्शियन बादशहांपासून घेतली आहे आणि हीच कल्पना दिल्लीच्या दिवाणीआममध्यें आहे. असो. या चन्द्रगुप्ताच्या सभेच्या प्रत्यक्ष उदाहरणावरून महाभारतकारानें कदाचित् युधिष्ठिराच्या सभेची कल्पना केली असल्यास असंभवनीय नाहीं आणि तिचा उभारणारा मयासुर होता यावरून त्या सभेचा संबंध पर्शियन बादशहांच्या सभेशीं जाऊन पोंचतो. या सभेचें वर्णन येथें थोडक्यांत देण्यासारखें आहे. “ सभेस अनेक स्तंभ होते त्यांत जागोजाग सुवर्णाचे वृक्ष निर्माण केले होते. तिच्या भोंवतालीं एक मोठा कोट असून द्वारावरील तोरणें हिरे, पाच वगैरे रत्नांचीं केलेलीं होतीं. सभेच्या भिंतीवर अनेक चित्रें काढलेलीं होतीं व त्यांत अनेक पुतळे बसविले होते. त्या सभेच्या आंत एक असा चमत्कार केला होता कीं सभेच्यामध्यें एक सरोवर निर्माण केलें असून त्यांत सुवर्ण कमलें लावलीं होतीं आणि कमललतांचीं पानें इन्द्रनील मण्यांचीं होतीं आणि प्रफुल्लित असलेलीं कमलें पद्मराग मण्यांचीं होतीं. सरोवराला नानाविध रत्नांच्या पायऱ्या बसविलेल्या होत्या. त्या जलाच्या संचयांत जलाच्या जागीं जमिनीचा भास होई आणि बाजूला मणिमय शिलापट्ट बसविले असल्यामुळें पुष्करणीच्या कांठीं आलें असतां आणखी पुढेंही अशीच मणिमय भूमि आहे असें पाहणारास वाटे आणि तो पुढें गेला असतांना पाण्यांत कोसळून पडे. (सभापर्व अ० ३) यापुढें असेंही वर्णन केलेलें आहे कीं, जेथें भिंतींत दरवाजा आहे तेथें दरवाजा नसे व जेथें दरवाजा दिसत नव्हता तेथें दरवाजा असे. अशा ठिकाणीं दुर्योधनाला भ्रम पडला व तो तेथें फसला. ” एके ठिकाणीं स्फटिकाचें स्थळ बनविलेलें होतें त्यांत अशी चतुराई केली होती कीं, तेथें पाणीच आहे असा भास होई. दुसऱ्या ठिकाणीं स्फटिकाचा एक हौद केलेला असून त्यांत शंखासारखें पाणी भरलें होतें. त्यांत स्फटिकाचें प्रतिबिंब पडल्यामुळें तेथें पाणी आहे असें मुळींच वाटत नव्हतें. एके ठिकाणीं भिंतीवर स्फटिकाचें हुबेहुब दार उघडलेलें आहे असें चित्र काढलेलें होतें. तेथें मनुष्याचें डोकें हापटे. दुसऱ्या ठिकाणीं एक स्फटिकाच्या तक्त्याचें दार घट्ट झांकलेलें आहे

असें दृष्टीस पडे परंतु तें दार उघडेंच असे. (सभापर्व अ० ४७) वरील वर्णन पर्शिपुलिस येथील पर्शियन बादशाहीच्या सभेवरून घेतलेलें नाहीं. हें वर्णन कोठून घेतलेलें आहे याची कल्पना होत नाहीं. हे सर्व प्रकार शक्य आहेत असें निश्चयानें वाटतें. या सभेचें सामानही असुरांच्या सभेंतून आणल्याचें वर्णन हिमालयापलीकडील बिंदुसरोवराजवळ वृषपर्वा दानवाची एक मोठी सभा पडलेली होती त्यांत नानाप्रकारचे स्तंभ व नानाप्रकारचीं रत्नें मंदिरास रंगविण्याचे चित्रविचित्र रंग व नानाविध चूर्णें होतीं. या वृषपर्व सभेचें काम उरकून उरलेलें सामान मयासुरानें आणलें आणि त्याची सभा तयार केली असें वर्णन आहे. चूर्ण म्हणजे चुना हा नानाप्रकारचा तयार करतां येतो व पाण्यासारखा दिसणारा चुना तयार करण्याची पद्धत एका जुन्या मराठी ग्रंथांत दिलेली पाहिल्याचें आम्हांस स्मरतें. असो. वरील सभेची एकंदर हकीगत असंभवनीय नाहीं असें आम्हांस वाटतें आणि या सभेचे कारागीर पर्शियन देशांतील होते म्हणजे असुर होते असें स्पष्ट सांगितलेलें आहे. महाभारतकाळाच्या पूर्वीच्या इमारती किंवा दगडाचे पुतळे तत्कालीन शिल्पकला कोठपर्यंत चांगल्या दशेस आली होती याचा प्रत्यक्ष अंदाज करण्यास साधन नाहीं.

व्यापार.

आतां उद्योगधंद्यांचा विचार झाल्यावर आपल्यास व्यापाराचा विचार करावयास पाहिजे. व्यापाराचा धंदा पूर्वीपासून वैश्यलोक करीत होते; व हल्लीही तेच लोक हा धंदा करितात. वाणिज्य हा वैश्यांचा धंदा आहे असें भगवद्गीतेंत सांगितलें आहे. निरनिराळ्या देशांतील निरनिराळ्या वस्तु खरेदी करून आणणें किंवा येथील वस्तु परदेशीं नेणें वगैरे फायदेशीर धंदा बरेच लोक करीत होते; व शेती आणि गोरक्षण हेही धंदे तेच करीत होते; पण ते हल्लीं वैश्य लोकांनीं सोडून दिलेले आहेत. हिंदुस्थानांतल्या हिंदुस्थानांत मालाची ने आण करण्याचें साधन पूर्वकाळीं बैलांचे तांडे असत हें पूर्वी सांगितलेंच आहे. गोमी लोकांच्या हजारों बैलांचे तांड्यांचें वर्णन महाभारतांत एक दोन ठिकाणीं आलेलें आहे. हे गोमी लोक कोणत्याही राजाच्या अमलाखालीं नसत. आणि जंगलांत राहण्याची संवय त्यांस असल्यानें ते मजबूत व स्वतंत्र वृत्तीचे असत. यामुळें कधीं कधीं ते राजे लोकांस त्रास देत असत. महाभारतांत एके ठिकाणीं सांगितलें आहे कीं, या गोमी लोकांपासून भीति आहे असें राजानें नेहमीं लक्षांत ठेवावें. हे लोक कधीं कधीं लूटमारही करीत. यांच्या मार्फत माल पाठविण्याचें कधीं कधीं धोक्याचें असे. राज्यांतील मार्ग सुरक्षित ठेवण्याविषयीं राजांस काळजी घेतली पाहिजे असें महाभारतांत सांगितलेलें आहे. खुष्कीनें मालाची ने आण होत असे त्याशिवाय नदीवरून व समुद्रावरून मालाची ने-आण होत असे असें निर्विवाद दिसतें. याचें फारसें वर्णन नाहीं, परंतु महाभारतानंतरच्या मनुस्मृतींत समुद्रावरून माल नेण्या आणण्याच्या संबंधानें विस्तारपूर्वक वर्णन आहे. समुद्रावरून माल पाठविण्यांत मोठा धोका आहे. तेव्हां अशा स्थितींत समुद्रापलीकडील देशास माल पाठविला असतां त्या मालावर दिलेल्या कर्जाचें व्याज किती द्यावें या प्रश्नासंबंधानें नियम सांगतांना अशा व्यापारांत धोका फार आहे व फायदाही फार आहे हें लक्षांत घेऊन नेहमींपेक्षां ज्यास्ती व्याज द्यावें असें मनुस्मृतीनें सांगितलेलें आहे. नेहमींचा व्याजाचा दर दरमहा दर शेंकडा एक रु. होता हें पूर्वी सां-

गितलेंच आहे. या वर्णनावरून महाभारतकाळीं समुद्राच्या पलीकडे व्यापार होता, ही गोष्ट सिद्ध होते.

देवघेव महाभारतकाळीं कशी चालत असे या प्रश्नासंबंधानें विचार करतां बहुधा देण्या घेण्याच्या बाबतींत लिखावट होत असे असें अनुमान आहे. ग्रीक लोकांनीं असें लिहिलें आहे कीं, हिंदुस्थानचे लोक दस्तैवजावर साक्षी किंवा मोहर करून घेत नाहींत. तेव्हां निदान लिखावट तरी होत असली पाहिजे. व्याजबट्ट्याचा व्यापार करणें हें ब्राह्मणास तरी निंद्य कर्म समजलें जात असे. कारण अशा मनुष्यास निर्दय व्हावें लागतें हें उघड आहे. व्यापाराच्या जिन्नसांत बारीक सुती व रेशमी कापड, रत्नें, हिरे, पुष्कराज, माणकें, पाच वगैरे व मोत्यें हे तर पदार्थ होते. पण याशिवाय सुगंधी मसाल्याचे पदार्थ व्यापारांत येत असत किंवा पर मुलुखांत जात असें वर्णन नाहीं. ह्याच पदार्थांविषयीं अर्वाचीनकाळांत पाश्चात्य देशांत हिंदुस्थानची मोठी ख्याति असे पण त्यांचा उल्लेख महाभारतांत येण्याचा प्रसंग आलेला नाहीं. परंतु पश्चिम किनाऱ्यावर ग्रीक व आरब लोकांचा व्यापार महाभारतकाळींही चालत असे असें इतिहासावरून दिसतें तेव्हां या जिनसांचा प्राचीनकाळींही व्यापार असावा असें मानण्यास हरकत नाहीं. धान्याची परदेशांत निर्गत नसावी; कारण एक तर हे जिन्नस स्वस्त असून ते नेण्याइतकीं मोठीं गलबतें प्राचीनकाळीं नव्हतीं. आणि इतर देशांत त्यांची जरूरीही नव्हती. एकंदर ठिकाणीं लोकसंख्या कमी असल्यानें ज्या त्या देशांत गरजेपुरतें धान्य उत्पन्न होत असलेंच पाहिजे. याशिवाय हिंदुस्थानांतही जंगलें पुष्कळ असून गरजेपुरतेंच धान्य उत्पन्न होत असलें पाहिजे. धान्य किंवा इतर कच्चा माल हल्लींप्रमाणें येथून जात नव्हता. प्राचीन हिंदुस्थान कच्चा माल निर्गत करीत नसून पक्काच माल बाहेर पाठवीत असावा. किंबहुना सर्वच देशांची स्थिति अशी होती.

हिंदुस्थानांत दास किंवा गुलाम नव्हते.

आतां शेतकीसंबंधानें उपोद्घातांत वर्णन केल्याप्रमाणें कांहीं आणखी विचार करूं. पूर्वकाळीं दास होते किंवा नाहीं हा एक महत्त्वाचा प्रश्न उपस्थित होतो. अंगमेहनतीचीं कामें बहुधा दासांकडूनच घेण्याचा सांप्रदाय सर्व देशांत पूर्वकाळीं चालू होता त्याप्रमाणें हिंदुस्थानांतही वैदिककाळीं कदाचित् चालू होता. हे दास म्हटले म्हणजे लढाईंत जिंकलेले लोक होत. वैदिककाळांत येथील मूळच्या रहिवाशांस दास म्हटलें आहे. आणि हे लोक जिंकलेलेच होते. याच वर्गाचा शेवटीं शूद्रवर्ण बनला व शूद्रांचा विशिष्ट धंदा म्हणजे त्रैवर्णिकांची अथवा जेत्या आर्यांची सेवा करणें हाच ठरविलेला होता. "परिचर्यात्मकं कर्म शूद्रस्यापि स्वभावजम्' असें भगवद्गीतेंत म्हटलें आहे. याशिवाय आर्य लोकही जिंकिले गेले म्हणजे दास होत असत असें भारतीयुद्धकाळीं दिसतें. मग हें जिंकणें युद्धांत असो किंवा द्यूतांत असो. अर्थात् द्यूतांत जिंकणें म्हणजे स्वतःला पणाला लावून जिंकलें गेलें असतां दास होणें असाच प्रकार असे. पाण्डवांनीं आपल्यास स्वतःस पणास लावलें तेव्हां ते दास झाले. या रीतीनें पणाला लावण्याचा प्रकार महाभारतकाळीं सुद्धां असावा, कारण मृच्छकटिकांतही असा प्रकार झालेला वर्णिला आहे. युद्धांत जिंकून शत्रूस ठार मारण्याच्या ऐवजीं त्यास दास करण्याची ही चाल क्वचित् असावी. कारण, वनपर्वांत भीमानें जयद्रथास जिंकून बांधून आणला आणि "यास पांड-

वांचा दास केला आहे असें द्रौपदीस कळवा." असा निरोप पाठविला (वनपर्व अ० २७२) अर्थात् असा दास करण्याचा साम्प्रदाय क्वचित् असावा असें दिसतें. क्वचित् म्हणण्याचें कारण असें आहे कीं, याप्रमाणें आपल्याच भावाबंदांस दास करण्याची आर्य लोकांस गोडी किंवा इच्छा नसावी. दास झाला म्हणजे त्यास सर्व प्रकारचें सेवारूपकर्म करावें लागे इतकेंच नव्हे तर त्याची स्वतंत्रताही जाई. किंबहुना वर्णजातही भ्रष्ट होत असली पाहिजे. द्रौपदी दासी झाली असें मानलें तेव्हां तिला पाहिजे त्या रीतीनें किंबहुना बटिकेप्रमाणें वागविण्याचाही हक्क उत्पन्न झाला असें समजलें जात असे. अर्थात् क्षत्रियलोकांस किंबहुना एकंदर आर्यलोकांस दास करण्याची तऱ्हा भारतीयुद्धकाळींही नव्हती. दोन्ही प्रसंगीं या जिंकलेल्या आर्य क्षत्रियांस दास्यापासून मुक्त करून सोडून दिलें आहे. यावरून असें दिसतें कीं, भारतीयुद्धकाळीं युद्धाचा जरी कडकडीत नियम कोठें कोठें चालू होता तरी तो हळूहळू बंद पडला व महाभारतकाळीं पाश्चात्यदेशाप्रमाणें परदेशांतील लोकांस व स्वदेशांतील लोकांस जिंकून दास अथवा गुलाम बनविण्याची चाल हिंदुस्थानांत नव्हती.

ही चाल ग्रीस, रोम, इजिप्त वगैरे देशांत त्या काळीं चालू होती आणि त्या देशांचे इतिहास वाचले म्हणजे हजारों सुस्थितींत आज असलेले स्त्री पुरुष उद्यां जिंकिले गेल्यामुळें भयंकर दास्यत्वांत किंवा गुलामगिरींत कसे पडत हें वाचून आपल्यास सखेदाश्चर्य वाटतें. कोणत्याही शहराला वेढा पडून शहर जिंकून हस्तगत झालें म्हणजे तेथील लढवाई पुरुषांची कत्तल व्हावयाची व त्यांच्या सुंदर स्त्रिया गुलामगिरींत जावयाच्या असा नियमच असे. होमरमध्येंही असेंच वर्णन वारंवार येतें आणि ग्रीक लोक आपल्या वीरांस तुम्हांस ट्रॉयमधील सुंदर स्त्रिया उपभोगास मिळतील असें प्रोत्साहन देत असत. असो. असा प्रकार महाभारतकाळीं मुळींच हिंदुस्थानांत नव्हता असें म्हटलें असतां चालेल. हिंदुस्थानांत पाश्चात्य देशांतल्याप्रमाणें गुलामगिरी नव्हती हें पाहून ग्रीक लोकांस आश्चर्य वाटलें आणि त्यांनीं आपल्या ग्रंथांत ही गोष्ट नमुद करून ठेविली आहे. "हिंदुस्थानांतील लोक स्वतःस किंवा परदेशांतील लोकांस दास अथवा गुलाम करीत नाहींत." ते स्वतः स्वतंत्र असून दुसऱ्याचें स्वातंत्र्य हिरावून घेण्याची त्यांची इच्छा नसे. असा ग्रीक इतिहासकारांचा पुरावा आहे. असो; या जोड पुराव्यावरून महाभारतकाळीं दास अथवा गुलाम नव्हते हें सिद्ध आहे.[१]

दास म्हणजे शूद्र असा अर्थ महाभारतकाळीं ठरींव दिसतो 'गौर्वोढारं धावितारं तुरंगी शूद्री दासं ब्राह्मणी याचकं च" गाई पुत्रास जन्मेल तर तो ओझेंच ओढील आणि घोडी प्रसवेल त्यास धावावें लागेल. शूद्रस्त्री पुत्र प्रसवेल तर त्यास दास व्हावें लागेल आणि ब्राह्मणी पुत्र प्रसवेल त्यास भीकच मागावी लागेल. या श्लोकांत वर्णिलेलें मर्म फार मजेदार आहे. असो दास म्हणजे शूद्र असेंच यावरून दिसतें आणि शूद्रांचें कामही परिच-

१ पुढील श्लोकांत दास अथवा गुलाम अशा तऱ्हेचा उल्लेख दिसतो

मानुषा मानुषानेव दासभावेन भुंजते ।
वधबंधनिरोधेन कारयंति दिवानिशम् ॥
(शांति. अ. २६२–३९)

यांतील वर्णनावरून गुलामगिरीचा भारती आर्यांस तिटकारा असे असेंही दिसतें आणि यामुळेंच त्यांच्यांत गुलामगिरी नाहींशी झाली, असें म्हणतां येईल.

येथें आहे असें ठरलें होतें. तरी सर्वच शूद्र सेवा करीत होते असें नाहीं. ज्याप्रमाणें सर्वच ब्राह्मण भिक्षा मागत नाहींत त्याप्रमाणें सर्वच शूद्र दास नव्हते. कित्येक स्वतंत्र धंदा करून पोट भरीत असत व त्यांजवळ द्रव्यसंचयही होत असे. ते श्राद्धादि कर्मे करण्यासही योग्य आहेत असें ठरलें होतें व दानही करीत असत. पण त्यांस तप करण्याचा अधिकार नव्हता. असो. सर्वच शूद्र दास नव्हते पण सर्वच दास शूद्र होते ही गोष्ट मात्र खरी होती. सर्वच ब्राह्मण भिक्षा मागत नव्हते पण सर्वच भिक्षा मागणारे ब्राह्मण होते ही गोष्ट जशी खरी म्हणजे भिक्षा मागण्याचा अधिकार ब्राह्मणांसच होता त्याप्रमाणें सर्वच दास शूद्रच असत. शूद्रांशिवाय इतरांकडून नोकरीचीं कामें घेत नसत असें महाभारतकाळीं दिसतें. ब्राह्मण शूद्रांचीं कामें करूं लागतील हा कलियुगांतील भयंकर प्रसंग होय. असा शूद्राचाही दरजा पाश्चात्य देशांतील दासांपेक्षां अधिक श्रेष्ठ होता. त्यांस मारहाण करण्याचा मालकास हक्क नव्हता त्याचा प्राण घेण्यापर्यंत पाश्चात्य देशांत हक्क असे परंतु येथें तशी स्थिति मुळींच नव्हती. किंबहुना येथें दास नव्हतेच असेंच मानलें पाहिजे. गृहस्थानें नोकराचाकरांस अन्न घालून नंतर आपण जेवावें येथपर्यंत नियम महाभारतांत आहे. शूद्रास वस्त्र जुनें झालेलें द्यावें असा नियम होता. तसेंच जोडा, छत्री, पडदे, जुने द्यावे. शूद्राला द्रव्य संचय करण्याचा अधिकार नाहीं त्याचें द्रव्य म्हणजे मालकाचें ही गोष्ट दासालाच लागू आहे. ब्राह्मणाकडे शूद्र आला असतां त्याचें पोषण केलेंच पाहिजे. किंबहुना तो अनपत्य मरेल तर त्याला पिण्डही द्यावा असें सांगितलें आहे. (शां० अ० ६० भा० पु० ६ पान १२०) शूद्रानें म्हणजे दास नसेल त्यानें अमंत्रक पाकयज्ञ करावा. वगैरे वर्णन आहे. अर्थात् दास्याचें स्वरूप शूद्राच्या परिस्थितीचें मुळींच नव्हतें. तथापि दास्य हें दास्यच होय आणि सप्तर्षि यांच्या कथेंतील (अनु० अ० ९३) त्यांचा शूद्र सेवक शपथ वाहतांना असें म्हणतो कीं “ मी पुन्हां पुन्हां दासजन्मासच येवो जर मी चोरी केली असेल ” असो अशा घरच्या शूद्र सेवकांस व दासांस कोणतेंच वेतन देत नसत व त्यांना अन्नवस्त्र देणें हें त्यांचें वेतन असे.

अशा शूद्र दासांशिवाय अन्य मजूर असलेच पाहिजेत व निरनिराळे धंदेवाले शिल्पीही असलेच पाहिजेत. कोळी, कोष्टी, सुतार, वगैरे कारागीरही असलेच पाहिजेत. त्यांना वेतन काय देत असत याचा खुलासा होत नाहीं. बहुधा शेतीच्या कामांत मजुरांचा उपयोग होत नव्हता. महाभारतकाळीं शेती करणारे खुद्द आर्य वैश्यच असत. अशाच लोकांपैकीं जाट वगैरे हल्लींचे लोक आहेत व दक्षिणेकडील शेतकरी मराठे हेही असेच आर्य आहेत. हे वैश्य शूद्रदासांच्या सहवासानें शेतांचा सर्व धंदा करीत. असो. हल्लीं वैश्य स्वतः शेती करीत नाहींत यामुळें शेतीचा धंदा सर्वतोपरी शूद्रांकडे गेला आहे. तथापि अजूनही शेती करणारे ब्राह्मण, क्षत्रिय उत्तर व दक्षिण देशांत आहेत.

संघ.

व्यापार करणाऱ्या वैश्यांत व कारागिरीचा उद्योग करणाऱ्या शूद्र किंवा मिश्र जातींत संघाची व्यवस्था महाभारतकाळीं कोठें कोठें होती असें निश्चयानें दिसतें. या लोकांच्या संघास गण अथवा श्रेणि अशी संज्ञा आहे. या गणांचे मुख्य असत. या लोकांवर कर घालतांना श्रेणींच्या मुख्य लोकांस बोलावून त्यांचा मान करावा असें राजधर्मांत सांगितलें

आहे. व अशा संघांना राजाकडून द्रव्यरूपानें साहाय्य मिळण्याची व्यवस्था असावी. कारण राजानें राष्ट्रामध्यें द्रव्य व्याजानें देऊन त्याची अभिवृद्धि करावी असें सांगितलें आहे. अशा संघांचा उल्लेख प्राचीन शिलालेखांतून पुष्कळ येतो. हे संघ फार मोठे नसून लहान राष्ट्रांतील किंवा शहरांतील अथवा गांवांतील एकाच धंदेवाले लोकांचे असत व त्यांत मुख्य लोक ठरलेले असत.

वजनें व मापें.

वजनें व मापें कोणतीं होतीं याचा आपण विचार करूं. धान्याचें मूळ माप मुष्टि हें महाभारतांत कित्येक ठिकाणीं आलें आहे. याचेंच नांव प्रस्थ. दोनशें छपन्न मुष्टि म्हणजे एक पूर्णपात्र असा उल्लेख शां० अ० ६० पु. ६ पा. १२० यांत आलेला आहे.[1] या रीतीनें मोठें धान्याचें माप म्हणजे द्रोण होतें. द्रोणाचा व हल्लींच्या मणाचा कसा संबंध लागतो हें सांगतां येत नाहीं. कौटिल्य अर्थशास्त्र नुकतेंच प्रसिद्ध झालें आहे त्यांत वजनें व मापें दिलीं आहेत त्यांचा उल्लेख महाभारतांत येत नाहीं तरी तीं त्यावेळीं नव्हतीं असें म्हणतां येत नाहीं. कारण, प्रसंग न आला तर नांवही येत नाहीं, हें उघड आहे. सोनें, रुपें धातु चालत होत्या तेव्हां वजनांचीं सूक्ष्म मापें असलींच पाहिजेत. रत्नांची विक्री होत असेल, तेव्हां सूक्ष्मतर वजनांचीही जरूरी होतीच. याशिवाय मोठ्या जिनसांचीं वजनें होतीं. द्रोण हें शेवटचें वजनही होतें. कारण, युधिष्ठिराच्या यज्ञांत द्रोणमेय सोनें उत्तरेकडील लोकांनीं आणून दिलें असें वर्णन आहे. कदाचित् हें सोनें कणांचें असून द्रोणमापानें मोजण्याचें असेल. लांबीचीं मापें किष्क, धनुष्य योजनें वगैरे आलीं आहेत. ताल, वितस्ति इत्यादि हाताच्या बोटांनीं येणारीं निरनिराळीं मापेंही आलीं आहेत (मासतालाभिः भेरीरकारयत्—सभा० बारा टिचींचे प्रमाणानें भेरी केल्या)

१ अष्टमुष्टिर्भवेत् किञ्चित् किञ्चिदष्टौ च पुष्कलम्।
पुष्कलानि च चत्वारि पूर्णपात्रं प्रचक्षते ॥
हा श्लोक टीकेंत दिला आहे. (३८)

प्रकरण बारावें.

भूगोलिक माहिती.

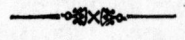

महाभारतकाळीं हिंदुस्थानांतील लोकांस भूगोलिक माहिती किती होती याचें या प्रकरणांत वर्णन करूं. हिंदुस्थानची संपूर्ण माहिती या काळीं म्हणजे इसवी सन पूर्व २५० च्या सुमारास होती असें आपल्यास महाभारतांतील अनेक वर्णनांवरून कळून येतें. ग्रीक लोकांच्या माहितीवरूनही हेंच दिसतें. पंजाबांत आलेल्या शिकंदराला कन्याकुमारीपर्यंतच्या देशाची लांबीरुंदीसह पक्की माहिती मिळाली होती व ही माहिती अगदीं तंतोतंत खरी व वस्तुस्थितीशीं जुळती आहे असें कर्निंगमनें कबूल केलें आहे. याविरुद्ध पुष्कळ लोक अनुमान काढतात पण तें चुकीचें आहे. याच्या पूर्वी म्हणजे भारतीयुद्धकाळीं आर्यांस हिंदुस्थानची किती माहिती होती याचाही अंदाज महाभारतावरून करतां येतो. असो. महाभारतकाळीं हिंदुस्थानची संपूर्ण माहिती होती इतकेंच नव्हे, तर सभोंवतालच्या देशांची म्हणजे चीन, तिबेट, इराण, वगैरे देशांची बरीच माहिती होती. ही त्यांची माहिती प्रत्यक्ष असावी. एकंदर पृथ्वीविषयीं जी त्यांनीं कल्पना केली होती ती मात्र प्रत्यक्ष माहितीवरून नव्हे, तर केवळ आपल्या कल्पनातरंगांनीं बसविली होती. हल्लींच्या वस्तुस्थितीस ती धरून नाहीं. प्राचीन काळच्या लोकांना सबंद पृथ्वीची माहिती प्रत्यक्ष असणें शक्यच नाहीं. असो. महाभारतांत भीष्मपर्वांत व इतर ठिकाणीं विशेषतः निरनिराळ्या तीर्थयात्रांच्या वर्णनावरून व दिग्विजयांच्या वर्णनावरून जी भूगोलिक माहिती अगर कल्पना आर्यांना होती असें दिसतें तिचा आपण येथें विस्तारानें निर्देश करूं.

जंबुद्वीपांतील वर्षें.

प्रथम पृथ्वीची काय कल्पना होती हें आपण पाहूं. हें वर्णन मुख्यतः भीष्मपर्वांत अध्याय ५–६–७–८ यांत आहे. पृथ्वीचीं सात द्वीपें आहेत अशी प्राचीन कल्पना आहे. साती द्वीपांचीं नांवें महाभारतांत आहेत व द्वीपें सात आहेत असें स्पष्टपणें म्हटलें आहे. यांतील मुख्य द्वीप म्हणजे जंबुद्वीप अथवा सुदर्शनद्वीप हें होय. यांत आपण राहतों. हें द्वीप वाटोळें अथवा चक्राकार असून लवण समुद्रानें सर्व बाजूनें वेष्टिलेलें आहे. याचे सोबतच्या नकाशांत दाखविल्याप्रमाणें सात वर्ष अथवा भाग पडलेले आहेत. अगदीं शेवटचें दक्षिणेकडचें वर्ष भारतवर्ष होय. याच्या उत्तरेस हिमालय पर्वत आहे. हिमालय पर्वताचीं टोकें पूर्व पश्चिम समुद्रांत बुडालीं आहेत. हिमालय पर्वताच्या उत्तरेस हैमवत वर्ष आहे, व त्याच्या उत्तरेस हेमकूट पर्वताची रांग आहे. ही रांगही पूर्व पश्चिम समुद्रापर्यंत पसरलेली आहे. याच्या उत्तरेस कित्येक हजार योजनांच्या पलीकडे निषध पर्वताची ओळ पूर्व पश्चिम समुद्रापर्यंत पसरलेली आहे. येथपर्यंतची माहिती बहुधा प्रत्यक्ष किंवा ऐकून महाभारतकाळीं होती. कारण या तीन पर्वतांच्या रांगा हिमालय, क्वेनलन् (काराकोरम) व अलताई या पर्वतांच्या पूर्वपश्चिम रांगा होत, असें स्पष्ट आहे. महाप्रस्थानिकपर्वांत पांडव हिमालयाच्या उत्तरेस गेले त्या वेळेस त्यांस वालुकामय समुद्र लागला असें वर्णन आहे. हा समुद्र म्हणजे गोबीचें वाळवंट होय. या तीन रांगा अर्थात् माहितीनें

लिहिल्या आहेत. हेमकूट व निषधपर्वत यांमधील भागास हरिवर्ष अशी संज्ञा होती. हरिवर्षांत जपान मांगोलिया, तुर्कस्थान, रशिया, जर्मनी, इंग्लंड इत्यादि देश येतात. हैमवत वर्षांत चीन, तिबेट, इराण, ग्रीस, इटली वगैरे देश येतील. यांची माहिती भारतवर्षीयांस होती, असें महाभारतावरून दिसतें.

आतां याच्या पलीकडे जें वर्णन दिलें आहे तें काल्पनिक आहे. निषधाच्या उत्तरेस मध्यावर मेरुपर्वत आहे व मेरूच्या उत्तरेस पुन्हां तीन रांगा नील, श्वेत व शृंगवान् अशा नांवांच्या दक्षिणच्या रांगांप्रमाणेंच पूर्वपश्चिम समुद्रांपर्यंत पसरणाऱ्या मानल्या आहेत. यांचा वस्तुस्थितीशीं मेळ नाहीं. ८४ सहस्त्र योजनें उंच असलेला सुवर्णाचा मेरुपर्वत काल्पनिक आहे हें उघड आहे. मेरु उत्तरध्रुवाच्या ठिकाणीं कल्पिला तर मेरूच्या उत्तरेस म्हणजे अमेरिका खंडांत पूर्वपश्चिम डोंगरांच्या ओळीच नाहींत. तेव्हां नील, श्वेत व शृंगवान् पर्वतांच्या ओळी काल्पनिक आहेत हें उघड आहे. दक्षिणेकडच्या ओळींच्याप्रमाणेंच उत्तरेकडे ओळी असाव्या असें पूर्वींच्या लोकांनीं कल्पिलें. या मेरूपर्वताच्या दोन बाजूंला दोन माल्यवान् व गंधमादन नांवाच्या दोन लहान ओळी उत्तर दक्षिणेस कल्पिल्या आहेत. नील पर्वत, श्वेतपर्वत व शृंगवान् पर्वत यांच्या उत्तरेकडील प्रदेशास नीलवर्ष, श्वेतवर्ष व हैरण्यक किंवा ऐरावतवर्ष अशीं नांवें दिलेलीं आहेत. मेरुपर्वताच्या चार बाजूंला चार अति पुण्यवान् प्रदेश उत्तरकुरु, भद्राश्व, केतुमाल व जंबुद्वीप असे कल्पिलेले आहेत. या प्रदेशांतील लोक अतिशय सुखी, सुंदर, दहाहजार वर्षांच्या आयुष्याचे असून ते पुण्यवान् व तपस्वी आहेत. उत्तरोत्तर साती वर्षांत अधिकअधिक पुण्य, आयु, धर्म व काम आहेत, अशी कल्पना आहे. किमवान् पर्वतावर राक्षस, हेमकूटावर गुह्य, निषधावर सर्प, श्वेतावर देव, नीलावर ब्रह्मर्षि राहतात अशी कल्पना केलेली आहे. जंबुद्वीपांत एक अतिशय मोठा जंबुवृक्ष म्हणजे जांभळीचें झाड असून तें सर्व काम पुरविणारें आहे. याची उंची ११०१ योजनें आहे. याचीं मोठमोठालीं फळें जमिनीवर पडून त्यांतून शुभ्र रसाची नदी मोठी होऊन ती मेरुपर्वतास प्रदक्षिणा घालून उत्तर कुरूमध्यें उतरते. हा गोड जंबुरस पिऊन लोकांचें मन शांत होऊन लोक भूक व तहानरहित असे होतात. या रसापासून इन्द्रगोपाप्रमाणें चमकदार जांबूनद नांवाचें सुवर्ण उत्पन्न होतें. या सुवर्णाचे देव अलंकार घालतात." (भीष्मपर्व पान १६) वरील वर्णनावरून आपल्या या द्वीपाला जंबुद्वीप कां म्हणतात, हें वाचकांच्या लक्षांत येईल. जांबुनद सोनें—तांबूस रंगाचें सोनें—असा अर्थ कसा झाला आहे हेंही वाचकांच्या लक्षांत येईल. मेरूच्या भोंवतालच्या प्रदेशांत हल्लींच्या हिशेबानें सायबेरीया व कानडा हे प्रांत येतात. या प्रांतांत सुवर्ण पृथ्वीच्या पृष्ठावर पसरलेलें हल्लींही सांपडलेलें आहे व सायबेरीयाच्या नद्यांतून सुवर्णकण पुष्कळ वाहून येतात, यावरून या प्रदेशाची कल्पना केवळ डोक्यांतूनच काढलेली नाहीं. तर त्यास प्रत्यक्ष स्थितीचाही कांहीं आधार आहे. याशिवाय लोकमान्य टिळकांच्या मताप्रमाणें आर्यांची मूळ वस्ति जर उत्तर ध्रुवाकडील प्रदेशांत होती तर उत्तरकुरु, भद्राश्व, केतुमाल व जांबुनद या देशांतील पुण्यवान् व सुखी लोकांचें व दीर्घायुषी लोकांचें जें अतिशयोक्तियुक्त असें वर्णन आहे त्या वर्णनास कांहीं तरी दंतकथेचा किंवा पूर्वस्मृतीचा आधार असला पाहिजे. आर्यांचे पूर्वज उत्तरध्रुवाकडील प्रदेशांत होते या

सिद्धान्ताला पुष्टि देणारा उत्तरकुरु हाही शब्द आहे असें मानतां येईल. आर्यांच्या मुख्य कुरुलोकांची मूळ उत्तरेकडील भूमि उत्तर कुरु ही असून तिचें स्थान महाभारतकाळीं लोकांच्या कल्पनेनें मेरु पर्वताच्या जवळ अर्थात् उत्तर ध्रुवाच्या जवळ होतें असें यावरून स्पष्ट दिसतें.

इतर द्वीपें.

येथवर आपण ज्या द्वीपांत राहतों त्या जंबुद्वीपाचें महाभारतकाळीं प्रचलित असलेल्या समजुतीप्रमाणें वर्णन केलें. बाकीच्या सहा द्वीपांचें वर्णन महाभारतांत निराळ्या अध्यायांत केलेलें आहे. तथापि, सप्तद्वीपाव सुंधरा हें वाक्य संस्कृत वाङ्मयांत प्रसिद्ध आहे. हीं सहा द्वीपें जंबुद्वीपाच्या कोणच्या बाजूला कशीं होतीं याचें वर्णन महाभारतांत विस्तृत रीतीनें मुळींच कोठें आलेलें नाहीं. याविषयीं कांहीं गूढार्थाचे श्लोक महाभारत भीष्मपर्व अध्याय ६ याच्या अंतीं आहेत. ते असे. “ हे राजा ! तूं मला ज्या दिव्य शशाकृतिभागाचें वर्णन विचारलें होतेंस तें मी तुला येथवर सांगितलें. या शशाकृतीच्या दक्षिणेस व उत्तरेस भारत व ऐरावत हीं दोन वर्षें मी तुला सांगितलींच आहेत. आतां नागद्वीप व काश्यपद्वीप हीं दोन द्वीपें या शशाचे दोन्ही कर्णांचे स्थानीं आहेत, असें समज; आणि राजा, तांब्याचेया पत्र्यासारख्या ज्यावरील शिला आहेत, असला रमणीय मलयपर्वत, हा या शशाकृतिद्वीपाच्या दुसऱ्या अर्धांत दिसतो. ” (भा० पु० ४ पान १६) या श्लोकांतील शशाकृति कोणती व शराकृति कोणती हें मुळींच समजत नाहीं. मलयपर्वत कोणता याचाही उल्लेख नाहीं. शशाकृतिद्वीप कोणतें व त्याचा दुसरा अर्ध कोणता, याचाही बोध होत नाहीं. मागील अध्यायांतील शेवटच्या श्लोकांत असें लिहिलें आहे कीं, सुदर्शन द्वीप चन्द्रमंडळाचे ठिकाणीं सूक्ष्म रूपानें प्रतिबिंबित दिसतें. त्याच्या एका भागावर संसार रूपी पिंपळ दिसतो व दुसऱ्या अर्धावर शीघ्रगति--शशरूपानें परमात्मा दिसतो. हे श्लोकही कूटच आहेत. असो. तीन द्वीपांचीं नांवें ऐरावतद्वीप व नागद्वीप व काश्यपद्वीप अशीं या दोन अध्यायांत निष्पन्न होतात. त्यांत नागद्वीप व काश्यपद्वीप शशाच्या कानाच्या ठिकाणीं आहेत असें वर्णिलें आहे. यावरून आम्ही नागद्वीप व काश्यपद्वीप हीं वाटोळीं चक्राकार न मानतां शशाच्या कानासारखीं लांब जंबुद्वीपाच्या दोन बाजूला दाखविलीं आहेत. आतां मलयद्वीप हें एका मलय पर्वताच्या नांवावरून मानून तें पृथ्वीच्या दुसऱ्या अर्धांत म्हणजे जंबुद्वीपाच्या दक्षिणेस दाखविलेलें आहे. जसे सातद्वीप आहेत तसेच पृथ्वीवर सात समुद्रही आहेत अशी कल्पना महाभारतकाळीं होती, हें आपल्यास मान्य करावें लागतें. सातासमुद्रापलीकडे असें आपण हल्लींही म्हणतो. पीतसमुद्र, तांबडा समुद्र, काळा समुद्र, पांढरासमुद्र, असे चार समुद्र हल्लीं नकाशावर आहेत. सूर्याचे किरणही सात रंगांचे आहेत; पण पूर्वकाळीं समुद्रांची कल्पना रंगावर नव्हती. तर लवण समुद्र, क्षीर समुद्र, दधि समुद्र वगैरे प्रकारची होती. हे समुद्र कोठें आहेत याची महाभारतांत कल्पना अस्पष्टपणें आहे. जंबुद्वीपाच्या चारी बाजूला मात्र समुद्र खारा आहे असें एके ठिकाणीं म्हटलें आहे. (भा० पु० ४ पान १३--१४ भीष्मपर्व रामायणांत जंबुद्वीपाच्या दक्षिणेस खारा समुद्र आहे व उत्तरेस क्षीर समुद्र आहे अशी कल्पना आहे. आतां महाभारतांत पुढील अध्यायांत याची कल्पना व द्वीपाची कल्पना कशी आहे तें सांगूं.

सबंध भूवर्णन झाल्यावर अकराव्या अध्यायांत भीष्मपर्वांत द्वीपांचें वर्णन पुन्हां दिलेलें आहे. त्यांत प्रथम असें म्हटलें आहे कीं, पृथ्वीवर अनेक द्वीपें आहेत सप्तच द्वीपें आहेत असें नाहीं. परंतु सात द्वीपें मुख्य आहेत.[१] (भा० पु० ४ पा० २३२) हीं सात द्वीपें कोणतीं हें येथें सांगितलें नाहीं. तथापि प्रारंभीं तीन द्वीपें सांगितलीं आहेत असें असून येथें चार आणखी सांगितलीं आहेत. शाक, कुश, शाल्मलि आणि क्रौंच. पहिलीं तीन द्वीपें म्हणजे जंबु, काश्यप, नाग. मिळून सात धरलीं पाहिजेत. शाकद्वीपाचें वर्णन फारच विस्तृत रीतीनें दिलेलें आहे. शाकद्वीप जंबुद्वीपाचे दुप्पट आहे आणि त्याच्या भोंवतालीं क्षीरसमुद्र आहे. हें द्वीप जंबुद्वीपाच्या कोणत्या बाजूस आहे हें येथें सांगितलेलें नाहीं; पण तें बहुधा उत्तरेस असावें. यांतही जंबुद्वीपाप्रमाणें सात पर्वत आहेत व तितक्या आणि तशाच नद्या आहेत. मलय आणि रैवतक हीं दोन नांवें भरतवर्षांतील नांवांप्रमाणेंच आहेत. येथील लोक अतिशय पुण्यवान् असतात. इतर द्वीपांत गौरवर्णाचे व निमगौरवर्णाचे व श्यामवर्णाचे लोक असतात, पण येथें सर्वच लोक श्यामवर्णाचे आहेत; असें तेथें मुद्दाम सांगितलेलें आहे. द्वीपाचेही सात वर्ष म्हणजे खंडें झालेलीं आहेत व येथेंही जंबुवृक्षासारखा एक मोठा शाक वृक्ष आहे. याची उंची व जाडी जंबुवृक्षाएवढी आहे. येथील लोक या वृक्षाचे भजनीं असतात. येथें नद्यांचें जल फार पवित्र असून प्रत्यक्ष गंगा अनेक रूपानें वाहात आहे. या द्वीपांत चार पवित्र व लोकमान्य देश आहेत. मग, मशक, मानस व मंदग यांपैकीं मग हे ब्राह्मण आहेत व ब्रह्मकर्मांत गढलेले असतात. मशकांत धर्मनिष्ठ क्षत्रिय राहतात. मानसांतील सर्व रहिवासी वैश्यवृत्तीनें उपजीविका करतात आणि मंदगांत धर्मशील असे शूद्र आहेत. येथें कोणी राजा नाहीं. सर्व आपापल्या धर्मानें चालून परस्परांचा सांभाळ करतात.

वरील वर्णन बहुतेक काल्पनिक आहे यांत बिलकुल शंका नाहीं. तें जंबुद्वीपाच्या वर्णनावरून व कांहीं गोष्टींत अतिशयोक्ति करून लिहिलेलें आहे; पण यांतील लोकांचीं नांवें जीं दिलेलीं आहेत, तीं खरीं व ऐतिहासिक आहेत याचें आश्चर्य वाटतें. द्वीपाचें नांव शाक हें दिलेलें आहे, तें शक यावरून निघालें असल्यास शक व पार्शी हे ज्या देशांत राहात होते त्या देशांत वरील नांवाचे ब्राह्मण, वैश्य, क्षत्रिय व शूद्र राहात होते असें इतिहासावरून दिसतें. मग ब्राह्मण म्हणजे पारशी लोकांतले अग्निपूजक व सूर्यपूजक मागी धर्मगुरु होत. हे मोठे जादू जाणणारे असतात अशी यांच्या विषयीं ख्याति आहे. हे लोक हिंदुस्थानांतही आले असून हल्लीं 'मग ब्राह्मण' या नांवानें प्रसिद्ध आहेत व ते सूर्योपासक आहेत. पण हे ब्राह्मण महाभारतांत वर्णन केलेल्या शाक द्वीपांत राहणारे असून क्षार समुद्र व क्षीर समुद्र ओलांडून आले असें मानणें संभवनीय नाहीं. तात्पर्य, जशीं नद्यांचीं व पर्वतांचीं नांवें जंबुद्वीपांतील या काल्पनिक द्वीपांत नेलेलीं आहेत त्याप्रमाणें लोकांचीं नांवें मग, मंदग वगैरे व शक हें नांवही जंबुद्वीपांतूनच तिकडे घेतलेलें आहे.

आतां, आपण बाकीच्या द्वीपांचें वर्णन करूं. हीं द्वीपें उत्तरद्वीपें म्हटलीं आहेत. तेव्हां तीं उत्तरेस असावीं. यांच्याजवळ घृतसमुद्र,

---

१ त्रयोदश समुद्रस्य द्वीपानश्नन् पुरूरवाः। आदि.अ.७५ यांत १३ द्वीपें सांगितलीं आहेत. तीं टीकाकारानें कांहीं तरी जुळविलीं आहेत. संख्यायुक्त कूटें सौतीनें जागजागीं पेरलीं आहेत !!!

दधिसमुद्र, सुरासमुद्र, जलसमुद्र, (गोड्या-पाण्याचा) असे चार समुद्र आहेत. हे द्वीप दुपटीच्या प्रमाणानें आहेत. पश्चिमद्वीपांत नारायणाचा कृष्णसंज्ञक पर्वत असून त्याचें रक्षण श्रीकृष्ण स्वतः करतात. कुशद्वीपांत कुशदर्भाची लोक पुजा करतात. शाल्मली द्वीपांत एक शाल्मली वृक्ष असून त्याची लोक पूजा करतात. क्रौंच द्वीपांत क्रौंच नामक पर्वत आहे. यामध्यें अनेक रत्नें आहेत. प्रत्येक द्वीपांत सहा पर्वत असून त्यांनीं सात वर्ष अथवा खंडें झालेलीं आहेत. त्या पर्वतांचीं व वर्षांचीं निरनिराळीं नांवें देण्याचें कारण नाहीं. यांतील लोक गौरवर्णाचे असून त्यांत म्लेच्छ कोणीच नाहीं. यांत आणखी पुष्कर द्वीपाचें आणखी वर्णन केलेलें आहे. त्यावर ब्रह्मदेव स्वतः राहतो व देव व महर्षि त्याची पूजा करतात. या सर्व द्वीपांतलि आयुष्याचें प्रमाण ब्रह्मचर्य, सत्य व दम यांचे योगानें दुपटीच्या प्रमाणानें वाढलेलें आहे. एकच धर्म असल्यानें सर्वच द्वीपें मिळून एकच देश मानला जातो. येथलि प्रजांचा राजा प्रजापति हाच आहे. या द्वीपापलीकडे सम नांवाची लोकवस्ती आहे व तेथें लोकमान्य, वामन, ऐरावत वगैरे चार दिग्गज आहेत. यांची उंची, आकार प्रमाण मोजतां येण्यासारखी नाहीं. हे दिग्गज आपल्या शुंडांनीं वायूचा निग्रह करून पुन्हां उच्छ्वासरूपानें त्यास सोडतात व ते वारे सर्व पृथ्वीवर वाहतात.

या द्वीपांची कल्पना केवळ पुण्यवान् लोक कल्पिण्याकरितां केलेली दिसते, व ती जंबुद्वीपाच्या कल्पनेवर बसविलेली आहे. निरनिराळे सुखी लोक या पृथ्वीवर असल्याची कल्पना उत्पन्न होणें साहजिक आहे. पण चार दिग्गजांची कल्पना सर्वांहून अधिक आश्चर्यकारक आहे. एकाच देशांत एकाच बाजूला हे चार दिग्गज सांगितलेले आहेत पण आमच्या समजुतीनें हे दिग्गज चार दिशांस असावे, व चार निरनिराळ्या भूमींवर असावे. दिग्गजांची कल्पना वारे कसे वाहतात याची उपपात्ति लावण्यासाठीं केलेली असावी. येथें चारच दिग्गज सांगितलेले आहेत. पण या पुढील ग्रंथांत व जैन, बौद्ध यांच्या ग्रंथांत आठ दिग्गजांची कल्पना केलेली आढळते. वरील सात द्वीपांशिवाय आणखी एक द्वीप महाभारतांतील शान्तिपर्वांत नारायणीय आख्यानांत श्वेतद्वीप या नांवानें आलेलें आहे. तेथें नारायण भक्तांसह राहतो असें वर्णन आहे याचा उल्लेख पुढें करतां येईल.

पांडवांच्या महाप्रस्थानाच्या वर्णनांत जंबुद्वीपाचें जें वर्णन आलें आहे तें येथें देऊं. पांडव पूर्वेस जातां जातां उदयाचलासंनिध असलेल्या लौहित्य नामक सागराजवळ येऊन पोंचले. तेथें अग्नि त्यांस आडवा आला. त्याच्या सांगण्यावरून अर्जुनानें गांडीव धनुष्य समुद्रांत टाकून दिलें. पुढें ते दक्षिणेकडे वळले, आणि क्षीराब्धीच्या उत्तर किनाऱ्यानें नैर्ऋत्य दिशेस गेले. आणि पुन्हा पश्चिमेस फिरून पृथ्वीप्रदक्षिणा करून उत्तरेकडे वळले. पुढें त्यांस हिमालय महागिरि लागला. पुढें त्यांस वाळूचा समुद्र दृष्टीस पडला. त्याच्या पलीकडे पर्वतश्रेष्ठ मेरु दिसूं लागला; मेरुपर्वताच्या डोक्यावर स्वर्ग होता. स्वर्गाच्या तोंडाशीं आकाशगंगा असून तेथें त्यांस इंद्र भेटला. वरील वर्णनावरून लौहित्यसमुद्र म्हणजे रक्ताचा समुद्र व उदयागिरि पर्वत पूर्वेस असल्याचें आपल्यास दिसून येतें. इतर समुद्रांची माहिती वर दिलेली आहे. लवणसमुद्र दक्षिणेस, नैर्ऋत्य व पश्चिम यांस लागून होता हें निश्चयानें दिसतें.

पृथ्वीच्या पूर्वेस उदयाचल असून पश्चि-

मेस अस्ताचल आहे अशी कल्पना प्राचीनकाळापासून आहे. हे पर्वत पूर्वपश्चिम समुद्राच्या पलीकडे आहेत अशी कल्पना होती. मेरु पर्वत उत्तरेस असून त्याच्या भोंवतालीं सूर्य व नक्षत्रें फिरतात, असें महाभारतांत वर्णन आहे. आकाशांतील ज्योतींचा नायक आदित्य ह्या मेरूसभोंवतीं घिरट्या घालीत असतो. त्याचप्रमाणें नक्षत्रांसहित चन्द्र व वायु हेही यास प्रदक्षिणा घालीत असतात. (भीष्मपर्व अ० ६ पान १४) असो; तर सूर्य पूर्वेस उगवून तो पश्चिमेस अस्ताचलाकडे जातो तेव्हां उत्तरेस असलेल्या मेरु पर्वताच्या भोंवतालीं तो कसा फिरतो हें त्या कालीं गूढ होतें. कांहींकांच्या मतें पश्चिमेस सूर्य अस्ताचलास गेल्यावर रात्रौ उत्तरेकडे जाऊन मेरूस प्रदक्षिणा घालून पहाटेस पुन्हां पूर्वेस उदयगिरीच्या डोक्यावर येतो. परंतु ही कल्पना इतरांस चुकीची वाटून त्यांनीं विशेषतः रामायणकारानें मेरु पर्वत उत्तरेकडून पश्चिमेकडे दिलेला आहे. पण ही त्याची कल्पना अगदींच चुकीची आहे. जंबुद्वीपाचें जें वर्णन महाभारतकारांनीं दिलें आहे तेंच सर्व बहुतेक प्राचीन ग्रंथांना मान्य आहे.

जंबुद्वीपांतील देश.

असो. याप्रमाणें जंबुद्वीपाचे सातवर्ष म्हणजे सात खंडें मानलेलीं असून त्यांपैकीं भारतवर्ष व हैमवतवर्ष व हरिवर्ष हीं वस्तुस्थितीला धरून आहेत व त्यांतील कित्येक लोकांची माहिती भारतीय आर्यांस महाभरतकाळीं होती असें स्पष्ट दिसतें. हैमवत अथवा इलावर्षांत विशेषतः चीन, तिबेट, तुर्कस्थान, इराण, ग्रीस, इटली इत्यादि देश येतात. या देशांतील लोकांची माहिती महाभारतकाळीं चांगली होती. उत्तरेकडील लोक (म्लेच्छ) भीष्मपर्वांत सांगितले आहेत ते असे.

यवनाश्चीनकांबोजादारुणा म्लेच्छजातयः ।
सकृद्ग्रहाः पुलत्थाश्च हूणाः पारसिकैःसह ॥

या श्लोकांत यवन म्हणजे ग्रीक, चीन, कांबोज (अफगाण), सकृद्ग्रह, पुलत्थ, हूण, पारसीक इतके लोक सांगितलेले आहेत. कित्येक इतिहासकारांची अशी समजूत आहे कीं, इसवी सन पूर्व २९० च्या सुमारास भारतीलोकांस या लोकांची माहिती नसावी. परंतु फार प्राचीनकाळापासून पूर्वेस चीनापर्यंत व पश्चिमेस ग्रीकापर्यंत हिंदुस्थानच्या लोकांचें दळणवळण होतें. निदान पर्शियन लोकांचा बादशहा दारीयस हा हिंदुस्थानच्या कांहीं भागांत येऊन राज्य करीत होता. ग्रीक इतिहासकार हिरोडोटस इसवी सन पूर्व ४५० च्या सुमारास झाला. त्यानें दारीयसच्या फौजेंत त्याच्या अठराही सुभ्यांची फौज जमत असे असें वर्णन केलें आहे. त्यांत यवन, शक, पारसीक, कांबोज वगैरे व भारती आर्य अशा फौजा असत. अर्थातच भारती आर्यांना या लोकांची पूर्वकाळींच चांगली माहिती होती. आतां हूण आणि चीन या लोकांचीही माहिती त्यांस असली पाहिजे. हूण लोकांचें नांव पश्चिम इतिहासांत इ. सनानंतर येतें हें खरें. तथापि हूण व चीन हे पूर्वेकडील म्लेच्छ फार जुने आहेत. चीनांचा इतिहास इसवी सन पूर्व २००० पासून आतांपर्यंतचा संलग्न मिळतो. अर्थात् त्या लोकांचे मोठमोठाले बादशहा तिबेट, नेपाळामधून हिंदुस्थानांत वकील किंवा व्यापारी पाठवीत असलेच पाहिजेत. हूण लोक चीन देशाच्या पश्चिमेस राहणारे होते व त्यांचें नांवही फार जुनें आहे. हिंदुस्थानांत आल्यावरच हूण लोकांची माहिती भारती आर्यांस झाली असें म्हणतां येत नाहीं. सारांश, या लोकांची माहिती प्रत्यक्ष व परं-

परेनें हिंदुस्थानच्या लोकांस प्राचीनकाळीं व महाभारतकाळीं असलीच पाहिजे.

शांतिपर्वांत शुकाख्यानांत भूगोलिक उल्लेख महत्त्वाचा आला आहे तो असा. शुक मेरू-पर्वतावरून निघून जनकास गुरु करण्यासाठीं विदेहास आला. त्याच्या रस्त्याचें वर्णन करतांना म्हटलें आहे. (शां० अ० ३२३)

मेरोर्हरेश्च द्वे वर्षे वर्षं हैमवतं तथा।
क्रमेणैव व्यतिक्रम्य भारतं वर्षमासदत्॥
स देशान् विविधान् पश्यन् चीनहूणानिषेवितान्।
आर्यावर्तमिमं देशमाजगाम महामुनिः॥

या श्लोकांत उत्तरेस मेरु, दक्षिणेस हरिवर्ष, त्याच्या दक्षिणेस हैमवत आणि शेवटीं भारत वर्ष सांगितलें आहे. तेव्हां मेरु सैबीरियांतच कल्पिला पाहिजे. या शिवाय चीन आणि हूण हे दोन जातीचे लोक आर्यावर्त आणि मेरु यांच्या दरम्यान रहात होते. इ. स. पू. ३०० च्या सुमारास हे हूण व चीन एकमेकांशेजारीं हरिवर्षांत रहात होते हें निःसंशय आहे. चीनचा जुना इतिहास हें सांगतो कीं, चीनच्या सरहद्दीवर हूण लोक रहात असत. या हूणांची माहिती आर्यलोकांत इ. स. पू. च्या सुमारास कशी होती हें यावरून चांगलें व्यक्त होईल. त्या वेळीं हे लोक चीनच्या उत्तर-पश्चिमेस होते.

महाभारतकाळीं हिंदुस्थानची पूर्ण माहिती.

असो. हिंदुस्थाच्या बाहेरच्या देशांची महाभारतकाळीं बरीच माहिती येथील लोकांस होती तेव्हां हिंदुस्थानची माहिती महाभारतकाळीं संपूर्ण विस्तृत रीतीची होती यांत बिलकूल आश्चर्य नाहीं. वेदकाळीं आर्यांना पंजाब व मध्य देशाची माहिती होती. ती पुढें हळूहळू सर्व देशाची माहिती होऊन महाभारतकाळीं संपूर्ण माहिती असली पाहिजे असें महाभारतावरून दिसतें. पाणिनीच्या काळीं दाक्षिणेंतलि देशांची माहिती विशेष नव्हती असा कित्येकांनीं तर्क केलेला आहे. तो संभवनीय दिसतो. पाणिनीचा काळ इसवी सन पूर्व ८००–९०० मानण्यास हरकत नाहीं. या काळानंतर बुद्धाच्या काळापर्यंत दक्षिणेस थेट कन्याकुमारीपर्यंत भारती आर्यांचा प्रसार झाला होता. त्यांचीं राज्येंही स्थापित झालीं होतीं. विशेषतः चन्द्रवंशी आर्य भोज व यादव यांनीं दक्षिणेस वसति केली व दक्षिणेमध्यें वैदिक धर्म पूर्णपणें प्रस्थापित झाला होता. बौद्ध धर्माच्या पूर्वीं वैदिक धर्माचा दक्षिणेंत पूर्ण अंमल बसला होता, ही गोष्ट निर्विवाद आहे, प्रो० रिस्टडेव्हिडस् यानें असें मत लिहून ठेविलें आहे कीं "दक्षिणदेशांत सिलोनपर्यंत आर्यांचा प्रसार इसवी सन पूर्व २०० पर्यंत झाला नव्हता. कारण, निकाय ह्या बौद्ध ग्रंथांत विंध्याच्या दक्षिणेकडच्या कोणत्याही लोकांचें नांव नाहीं. एक फक्त गोदावरीवर असलेलें राज्य सोळा राज्यांच्या यादींत आलेलें आहे. दक्षिणहिंदुस्थान याचें नांव यांत मुळींच नाहीं. ओरिसा बंगाल व दक्षण यांचेंही नांव नाहीं. निकाय ग्रंथाच्या वेळीं दक्षिणेंत आर्यांचा प्रसार झाला. विनय ग्रंथांत भरूकच्छ (भडोच) याचें नांव आहे व उदान ग्रंथांत शूर्पारकाचें (सोपाऱ्याचें) नांव आहे." परंतु हें म्हणणें अगदीं चुकीचें आहे. निकाय ग्रंथांत दक्षिणेकडील देशांचें नांव आलें नाहीं यावरून दक्षिणेकडील देश माहीत नव्हते ही विचारसरणि मुळींच चुकीची आहे. उल्लेखाचा अभाव हें प्रमाण मोहक असलें तरी अगदीं लंगडें आहे. ज्या ग्रंथांत उल्लेख नाहीं त्या ग्रंथांत उल्लेख आलाच पाहिजे असा जोंपर्यंत निश्चय नाहीं तोंपर्यंत या प्रमाणास कांहींच किंमत नाहीं. बौद्धांचे निकाय किंवा विनय

हे ग्रंथ धार्मिक ग्रंथ आहेत. हे इतिहासाचे किंवा भूगोलाचे ग्रंथ नाहींत यामुळें या ग्रंथांत उल्लेख नसणें हा कोणताच सिद्धांत काढण्यास प्रमाणभुत आधार होऊं शकत नाहीं. दाक्षिणची माहिती त्या वेळीं होती किंवा नव्हती हें यावरून मुळींच ठरत नाहीं.

पण अलेक्झँडरच्या पूर्वीपासून दक्षिणची माहिती भारतीय आर्यांस होती याचा अस्तिपक्षीं पुरावा सबळ असल्याचें आपण पूर्वीच पाहिलें आहे. कारण शिकंदराबरोबर आलेले इरॅटॉस्थनीस वगैरे भूगोल-ग्रंथकार असें लिहून ठेवतात कीं, हिंदुस्थानची कची माहिती लांबीरुंदीच्या परिमाणासह अलेक्झँडरला पंजाबांत मिळाली होती. ती माहिती इरॅटॉस्थनीसनें आपल्या ग्रंथांत लिहून ठेविली आहे. कन्याकुमारीपासून सिंधुनदाच्या मुखापर्यंत लांबी त्यानें जी दिली आहे, ती हल्लींच्या प्रत्यक्ष स्थितीशीं बहुतेक तंतोतंत जुळते, हें पाहून जनरल कनिंगहॅम यास मोठें आश्चर्य वाटलें व शिकंदरकाळींही भारती लोकांस आपल्या देशाच्या आकाराची व लांबीरुंदीची संपूर्ण माहिती होती असें त्यानें लिहून ठेविलें आहे. सारांश, इसवी सन पूर्व ८०० च्या नंतर म्हणजे पाणिनीनंतर शिकंदराच्या पूर्वीं दक्षिणेंत आर्यांचा प्रसार होऊन पांड्य वगैरे आर्य राज्यें दक्षिणेंत स्थापित झालीं होतीं. महाभारताच्या भीष्मपर्वांतील भारतवर्षाच्या वर्णनांत हिंदुस्थानांतील कन्याकुमारीपर्यंतचीं राज्यें सर्व दिलेलीं असून हा भाग भूगोलवर्णनाचाच आहे. या भागांत एखाद्या देशाचें नांव जर न आलें तर मात्र असें अनुमान करण्यास जागा आहे, कीं तो देश महाभारतकाळीं इसवी सन पूर्व २५० च्या सुमारास अस्तित्वांत नव्हता. असो. या महाभारतांतील भीष्मपर्व अध्याय ९ भरतखंडाच्या वर्णनांत संपूर्ण देशांतील नद्या, पर्वत व देश यांच्या यादी दिल्या आहेत. त्यांचा आपल्यास येथें मोठा उपयोग होतो. दुर्दैवानें ती यादी संगतवार दिशांच्या क्रमानें दिलेली नसल्यामुळें त्यांत ते ते देश किंवा नद्या कोणत्या व कोठें आहेत किंवा होते हें निश्चयानें ठरवितां येत नाहीं. तथापि महाभारतांत इतर शेकडों ठिकाणीं भूगोलिक उल्लेख आहेत. त्या सर्वांचा उल्लेख करून उपयोग करणें अशक्यच आहे. परंतु शक्य तो प्रयत्न करून विशेषतः तीर्थयात्रा वर्णनाच्या साहाय्यानें देशांची, नद्यांची व पर्वतांची स्थिति कशी होती हें आम्हीं ठरविलें आहे व त्याप्रमाणें हिंदुस्थानचा महाभारतकालीन नकाशाही तयार केला आहे त्याप्रमाणें त्यांचें वर्णन आपण पुढें करूं.

सात कुलपर्वत अथवा पर्वतांच्या रांगा.

महाभारत भीष्मपर्व अध्याय ९ यांत हिंदुस्थानांतील हिमालयपर्वताशिवाय खालीं दिलेले सात मुख्य पर्वत सांगितले आहेत.

महेन्द्रो मलयः सह्यः शुक्तिमान् ऋक्षवानपि ।
विन्ध्यश्च पारियात्रश्च सप्तैते कुलपर्वताः ॥

यांत सांगितलेले कुलपर्वत म्हणजे मोठमोठाल्या पर्वतांच्या रांगा येणेंप्रमाणें आहेत. (१) महेन्द्रपर्वत हा पूर्वेकडे असून त्याच्याचपासून महानदी निघते. यालाच जोडून पूर्वेकडील घांट आहेत. यांजवर परशुराम तपश्चर्या करतो अशी समजूत आहे. (२) मलयपर्वत हा पूर्वघांट व पश्चिमघांट यांना जोडणारा असून या कुलपर्वतांत नीलगिरि म्हणजे हल्लींचा निलगिरी हें मोठें शिखर आहे. (३) सह्यपर्वत प्रसिद्धच आहे. हा महाराष्ट्रांत असून याची ओळ त्र्यंबकेश्वरापासून खालीं पश्चिम समुद्राच्या किनाऱ्याला समांतर मलबारपर्यंत गेलेली आहे. (४) शुक्तिमान् हा कुलपर्वत

कोणता हें ठरविणें कठीण आहे. तथापि काठेवाडांतील डोंगराची ओळ ही असावी. यांतच गिरनारचें मोठें शिखर आहे. या पर्वताच्या अरण्यांत अजून सिंह सांपडतात. (५) याच्या पुढची पर्वताची ओळ ऋक्षवान् ही राजपुतान्यांतली आरवली डोंगराची ओळ असावी. यांतील मुख्य शिखर अबूचा पहाड हें आहे. याला अर्बुदपर्वत असेंही म्हणतात. याचा उल्लेख वनपर्व अध्याय ८२ यांत हिमालयपुत्र अर्बुद असा आलेला आहे (भा. पु. २ पान १७१). (६) विंध्य हा पर्वत प्रसिद्धच आहे. हा नर्मदेच्या उत्तरेस बडोदेंप्रांतापासून पश्चिम-पूर्व असा पसरलेला असून थोडीशी उत्तरेकडे गंगेच्या किनाऱ्यापर्यंत विंध्याद्रीची ओळ गेलेली आहे. गाझीपुराजवळ विंध्यवासिनी देवी याच डोंगराच्या एका टेंकडीवर आहे. (७) पारियात्र डोंगर कोणता हें ठरविलें पाहिजे. याच्याविषयीं फारच मतभेद दिसतो. विंध्याच्या पश्चिम भागाला पारियात्र अशी संज्ञा आहे असें कित्येक अलीकडील ग्रंथांत म्हटलेलें आहे. पण असें असेल तर विंध्य आणि पारियात्र असे दोन निरनिराळे कुलपर्वत कसे असूं शकतील? आमच्या मतें पारियात्रपर्वत सिंधुनदीच्या पलीकडचा असावा. या ओळीला हल्लीं सुलेमानपर्वत असें नांव आहे. यात्रेची परिसमाप्ति तेथें होते, अशा समजुतीनें यास पारियात्र असें नांव पडलें असावें. महाभारतकाळीं या पर्वतापर्यंत आर्यांची वसति होती. यापुढें कित्येक शतकांनीं मुसलमानांचें प्राबल्य येथें झाल्यामुळें इकडे हिंदू लोकांची यात्रा येणें बंद झाली. तेव्हां पारियात्रपर्वत कोणता याजविषयीं मतभेद उत्पन्न होऊन विंध्यपर्वतासच पश्चिमभागीं पारियात्र म्हणूं लागले असावे. रामायणांत जें भूवर्णन किष्किंधा कांडांत दिलें आहे तें पाहिलें असतां त्यांत पारियात्रपर्वत सिंधुनदापलीकडे सांगितला आहे. असो, तर याप्रमाणें हे मुख्य सात कुलपर्वत असून यांशिवाय अनेक लहान किंवा मोठे असे पर्वत आहेत असें या भूवर्णनांत सांगितलें आहे. या इतर पर्वतांत महाभारतांत ज्यांचें नांव आलें आहे, असा रैवतक पर्वत एक होय. हा द्वारकेच्या जवळ आहे. हा शुक्तिमान्पर्वताचा फांटा असावा. याशिवाय नर्मदा आणि तापी यांच्या मधील असलेल्या हल्लींच्या सातपुडा डोंगराच्या संबंधानें क्वचित् ठिकाणीं उल्लेख येतो. हिमालयांतील गंधमादन व कैलास पर्वताचेंही महाभारतांत पुष्कळ वर्णन आहे.

हिंदुस्थानांतील लोक अथवा राज्यें.

हिंदुस्थानांत महाभारतकाळीं तीन प्रकारचे लोक होते असें भीष्मपर्वांत स्पष्टपणें म्हटलें आहे. म्हणजे आर्यलोक, म्लेच्छलोक व उभयतांच्या मिश्रणानें झालेल्या जाति राहतात, असें स्पष्ट म्हटलें आहे. (पान २० भा० पु० ४) परंतु पुढें हीं जीं देशांचीं नांवें दिलीं आहेत, त्यांत आर्य कोणते व म्लेच्छ कोणते किंवा मिश्र लोक कोणते, हें निराळें सांगितलें नाहीं हें एक मोठें वैगुण्य आहे. परंतु त्याकाळीं ही गोष्ट पूर्ण माहीत असल्याकारणानें त्यावेळेस चालण्यासारखी वाटली असावी. परंतु उत्तरेकडील म्लेच्छ हे निराळे सांगितले आहेत. तेही हिंदुस्थानच्या बाहेरचे आहेत. अर्थात् हिंदुस्थानच्या आंत म्लेच्छदेश कोणते होते हें ठरविणें आपल्यास कठीण आहे. तथापि इतर पुराव्यावरून आपण तें ठरविण्याचा प्रयत्न करूं. एकंदर १९६ देश भरतखंडांत म्हणून सांगितले आहेत. दक्षिणहिंदुस्थानांत ५० देश सांगितलेले आहेत व उत्तरेकडील म्लेच्छ याशिवाय २६ सांगितलेले आहेत.

त्यांचीं नांवें सांगण्यापूर्वीं हें आपल्या लक्षांत आलें पाहिजे कीं, या देशांचीं नांवें ओळीनें किंवा पूर्व, पश्चिम अशा दिशांच्या अनुरोधानेंही सांगितलेलीं नाहींत. यामुळें हे देश अथवा लोक कोणते याचा आपल्यास पुष्कळ बाबतींत निश्चय होत नाहीं. त्यांची यादी यापुढें आम्ही देत आहों. त्यांतील जितक्यांचा आम्हांस निश्चयानें बोध लागला तितक्यांचा आम्ही येथें निर्देश करीत आहों. या यादीवरून एक गोष्ट अशी सांगतां येईल कीं, भरतखंड म्हणने साधारणतः ज्या देशांत आर्यींचें प्राबल्य होतें त्या भरतखंडाची मर्यादा दक्षिणेकडे बरीच लांब म्हणजे गोदावरीच्या पलीकडेपर्यंत पसरलेली होती. म्हणजे हल्लींचा महाराष्ट्रदेश त्यावेळीं भरतखंडांत सामील मानला जात असे. दक्षिणेकडील लोकांची जी यादी दिलेली आहे, तीं सरासरी गोदावरीच्या मुखापासून पश्चिमेकडे ठाण्यापर्यंत एक रेघ काढली तर त्याच्या खालीं दक्षिणेस हे देश येतात हा एक मोठा महत्त्वाचा मुद्दा लक्षांत घेण्यासारखा आहे. या देशांच्या यादीशीं व दिग्विजयांत आलेल्या देशांच्या यादीशीं आपण तुलना करूं आणि महाभारतकाळीं म्हणजे चन्द्रगुप्ताच्या वेळीं प्रसिद्ध असलेले देश अथवा लोक कोणकोणते होते तें आपण पाहूं.

पूर्वेकडील.

प्रथम कुरूपासून आपण सुरवात करूं. कुरु-पांचाल असें यास या यादींत म्हटलें आहे. कुरु–पांचालांची राजधानी हस्तिनापुर ही होती. ती गंगेच्या पश्चिमाकिनाऱ्यावर होती. यांच्या पूर्वेस पांचालांचें राज्य होतें. या देशाचा अर्धा भाग द्रोणानें जिंकून कौरवांच्या राज्यांत सामील केला, असें आदिपर्वांत वर्णन आहे. पांचालदेश गंगेच्या उत्तरेस व दक्षिणेस यमुनेपर्यंत होता. गंगेच्या उत्तरेकडचा भाग द्रोणानें जिंकून कौरवराज्यांत सामिल केला आणि गंगेच्या दक्षिणचा भाग द्रुपदाला ठेवला. सामील केलेल्या भागांतील राजधानी अहिच्छत्रापुरी होती. हें अहिच्छत्र नगर पूर्वकाळीं प्रसिद्ध असून हल्लींच्या रामपुराजवळ होतें. येथील हजारों ब्राह्मण दाक्षिणेस व पूर्वेस बंगाल व म्हैसूर येथपर्यंत गेल्याच्या दंतकथा प्रचलित आहेत. द्रुपदाला जें राज्य राहिलें त्यांत गंगेच्या तीरावर माकंदी व कांपिल्य अशीं दोन शहरें होतीं.

राजासि दक्षिणे तीरे भागीरथ्याहमुत्तरे । वगैरे
(आदिपर्व अ. १३८)

श्लोक पहावा. यानंतर पूर्वेकडे दुसरें राज्य कोसल हें होतें. याचेही दोन भाग उत्तरकोसल व दक्षिणकोसल असे होते. उत्तरकोसल गंगेच्या उत्तरेस व दक्षिणकोसल दाक्षिणेस, विंध्य पर्वतापर्यंत होतें. अयोध्या नष्ट झाल्यावर उत्तरकोसलाची राजधानी श्रावस्ती होती व दक्षिणकोसलाची राजधानी विंध्यपर्वतांत कुशावती ही होती. याच्या पूर्वेस मिथिलराज्य होतें. त्याची पश्चिम सरहद्द सदावीरा ही नदी होती. मिथिल देश गंगेपर्यंत नव्हता. गंगेच्या किनाऱ्यावर काशीचें राज्य होतें. काशीच्या दाक्षिणेस मगधांचें राज्य होतें. मगधांचें राज्य फारच सुपीक व माणसांनीं गजबजलेलें होतें. या मगधांची राजधानी पाटलीपुत्र नसून राजगृह अथवा गिरिव्रज ही होती. याच्या भोंवतालीं पांच टेंकड्या आहेत. त्यांजवरलि जुन्या पुराण्या इमारतींवरून अजूनही त्या ओळखूं येतात. मगधांचें राज्य वसूचा एक पुत्र बृहद्रथ यानें स्थापिलें होतें, असें महाभारतांत आदिपर्वांत सांगितलें आहे. हस्तिनापुराहून अर्जुन, भीम व कृष्ण हे जरासंधास मारण्यास निघाले ते राजगृह अथवा गिरिव्रज येथें जा-

तांना त्यांना कोणकोणते देश, नद्या वगैरे वलांडाव्या लागल्या त्याचें महाभारतांत फार बारीक वर्णन आहे तें येथें देण्यासारखें आहे. ते कुरुजांगल देशांतून रमणीय पद्मसरोवरावर आले. नंतर त्यांनीं कालकूटपर्वत ओलांडला. गंडकी, महाशोण व सदावीरा या नद्या उतरून सरयू नदीवर ते आले. तेथून ते पूर्वकोसल देशांत शिरले. नंतर मिथिला व माला या देशांत गेले आणि चर्मण्वती, गंगा व शोणनद उतरून त्यांनीं पूर्व दिशा धरली तेव्हां ते मागध देशास पोंचले. पुढें त्यांस गोरखपर्वत लागला. तेथें सर्वकाल गाई चरत असून विपुल उदकाचे झरे होते. त्या पर्वतावर चढून मागधपूर गिरिव्रज त्यांनीं पाहिलें. (भा. पु. १ पान ५१२ सभापर्व अ० ११९). गिरिव्रजाची राजधानी बदलून पाटलीपुत्र राजधानी गंगेवर महाभारत कालापूर्वींच वसली होती. परंतु महाभारतांत तिचें वर्णन मुळींच नाहीं. अर्थात् हें आश्चर्य करण्यासारखें आहे. तथापि तेथें त्या वेळीं बौद्ध राजे अमल्याकारणानें जुन्या राजधानीचाच उल्लेख महाभारतांत आला असला पाहिजे.

येथें आर्य देशांची मर्यादा संपली. याच्या पूर्वेस म्हणजे हल्लींच्या बंगालप्रांतांत मिश्र आर्य होते असें स्पष्ट दिसतें. हे देश अंग, वंग, कलिंग या नांवानें प्रसिद्ध आहेत. या देशांत गेल्यानें ब्राह्मण पतित होतो असें मानलें जात होतें. अंग, वंग, कलिंग, पुण्ड्र व सुह्म हे पांच पुत्र दीर्घतमा ऋषीला बलीच्या बायकांच्या पोटीं उत्पन्न झाले, असें आदिपर्व अध्याय १०४ यांत वर्णन केलेलें आहे. (भाषांतर पु. १ पान २३३) ह्या हकीगतीवरूनच येथील आर्य मिश्र आर्य आहेत असें स्पष्ट होतें. अंग, वंग, कलिंग या देशांचीं हल्लींचीं नांवें चंपारण, मुर्शिदाबाद व कटक अशीं मानतां येतील. पौण्ड्र आणि सुह्म हे दोन्ही देश महाभारतांतील यादींत सांपडत नाहींत हें आश्चर्यकारक आहे. कदाचित् महाभारतकालीं हे देश भरतखंडाच्या बाहेरचे मानले जात असावे याशिवाय पूर्वेकडचे देश आणखी सांगितले आहेत ते ताम्रलिप्तक व ओड्र असे आहेत. ताम्रलिप्ति हें शहर कलकत्त्याजवळ होतें व तामलक या नांवानें ग्रीक लोकांस माहीत होतें. ओड्र म्हणजे हल्लींचें ओरिसा होय. उत्कल हेही लोक ओरिसा जवळच वसत होते व हल्लीं पंचगौड ब्राह्मणांत उत्कलब्राह्मणांची एक जात आहे त्याजवरून उत्कल लोकांचें आस्तित्व बंगाल्याकडे अजूनही दृष्टोत्पत्तीस येतें. प्राग्ज्योतिष यांचा राजा भगदत्त हा भारतीयुद्धांत होता. प्राग्ज्योतिष देश म्हणजे हल्लींचा आसाम होय. याचेंही नांव भरतखंडांतील यादींत नाहीं याचें आश्चर्य वाटतें. कदाचित् सुह्माप्रमाणें तो महाभारतकाळीं भरतखंडाच्या बाहेर समजला जात असावा. तसाच प्रकार मणिपूर अथवा मणिमन् या देशाचा आहे. अर्जुन या देशांत आपल्या पहिल्या वनवासाच्या वेळेला गेला होता. तेथें त्यास चित्रांगदा ही बायको मिळाली व बभ्रुवाहन हा मुलगा झाला. त्या मणिपूरच्या राज्याचें यांत नांव नाहीं. तो बहुधा म्लेच्छ देश होता. अंग, वंग, कलिंग यांच्याही पुढें जेव्हां अर्जुन जाऊं लागला, तेव्हां त्याच्याबरोबरचे ब्राह्मण परत फिरले असें येथें वर्णन आहे. (भा० १ पा० ४२१)

आतां आपण पूर्व दिशेकडील भीमाच्या दिग्विजयांत कोणते देश आले आहेत ते पाहूं. पुमाल, कोसल, अयोध्या, गोपालकक्ष, मल्ल, सुपार्श्व, मलंग, अनघ, अभय, वत्स व मणिमान्, शर्मक, वर्मक, विदेह, (मिथिला) शकबर्बर, सुह्म, मागध, दंडधार, अंग, पुंड्र, वंग,

ताम्रलिप्त, लौहित्य इत्यादि देश त्यानें जिंकले असें सभापर्वांत वर्णन आहे. यांतील कित्येक देश वर आलेच आहेत. पण कांहींचीं नांवें महाभारताच्या यादींत नाहींत, हें येथें लक्षांत ठेवलें पाहिजे.

दक्षिणेकडील देश.

आतां आपण दक्षिणेकडे वळूं. कुरुक्षेत्राहून दक्षिणेकडे चाललें असतां आपल्यास प्रथम शूरसेन देश लागतो. याची राजधानी मथुरा यमुनेच्या किनाऱ्यावर असलेली प्रसिद्ध आहे. त्याच्या पश्चिमेस मत्स्यदेश हा होता. मत्स्यदेश जयपुराच्या किंवा अलवाराच्या उत्तरेस होता. याची राजधानी काय होती हें सांगतां येत नाहीं पांडव अज्ञातवासाकरितां निघाले त्या वेळेस गंगेच्या किनाऱ्यावरून नैर्ऋत्येकडे गेले असें जें वर्णन विराटपर्वांत आहे तें मुद्दाम लोकांस फसविण्याकरितां असावें. ते पुढें यमुनेच्या दक्षिणतीरावरील पर्वतास व अरण्यास ओलांडून पांचाल देशाच्या दक्षिणेकडून व दशार्णदेशाच्या उत्तरेकडून यकृल्लोम व शूरसेन या देशांतून मृगांची शिकार करीत व आम्ही पारधी आहोंत असें सांगत विराटदेशास फिरले. (विराटपर्व भा० पु० ३ पान ९) यावरून दशार्णदेश यकृल्लोमदेश हे येथेंच जवळ असावेत असें दिसतें. यानंतर कुंतीभोजांचा देश चर्मण्वती नदीवर होता, तो हल्लींच्या ग्वालियर प्रांतांतला होय[१]. नंतर निषधदेश हा आपल्या लक्षांत येतो. हा निषध देश म्हणजे नलराजाचा देश होय. हा देश हल्लीं नरवरप्रांत शिंदेसरकारच्या ताब्यांत आहे, तो होय असें मानलें जातें. नलदमयंती आख्यानांतही निषधापासून नल वनांत गेल्यावर त्यानें दमयंतीस आपल्या बापाच्या घरीं विदर्भास जा, असें सांगतांना जो रस्ता दाखविला आहे, तो ह्याच देशाला लागू पडतो. निषधापासून दक्षिणेकडे जो रस्ता दाखविला आहे, तो अवंती व ऋक्षवान्पर्वत यांना ओलांडून विंध्यमहाशैल व नदी पयोष्णी असा दाखविला आहे. ऋक्षवान्पर्वत राजपुतान्यांत असून त्याच्या शाखा निषध देशाच्या दक्षिणेस बऱ्याच गेलेल्या आहेत. त्या शाखा ओलांडून अवंतीदेश लागतो. अवंती देश म्हणजे हल्लींचा माळवा होय. अवंती देश वलांडल्यावर विंध्यपर्वत आहे व विंध्याच्या पलीकडे नर्मदानदी आहे. पण नर्मदा नदीचें नांव येथें सांगितलें नसून पयोष्णीचें सांगितलें आहे; तें विदर्भाच्या जवळची म्हणून सांगितलें असावें. अवंती म्हणजे माळवा व उज्जयिनी, याबद्दल मुळींच शंका नाहीं. परंतु विदर्भ हा देश कोणता याजबद्दल शंका आहे किंवा मतभेद आहे. हल्लींचें वऱ्हाड म्हणजे विदर्भ होय असें कित्येक मानतात. या विदर्भाची राजधानी भोजकट अशी मानलेली आहे, व यांतील नदी पयोष्णी मानलेली आहे. भोजकट व पयोष्णी व विदर्भ ह्या तिन्ही गोष्टी विंध्याच्या पश्चिमेस व नर्मदेच्या उत्तरेस मानल्या जातात. हेंही लक्ष्यांत ठेवलें पाहिजे कीं, त्याच देशांचीं नांवें व नद्यांचीं नांवें दोनदोनदां किंबहुना तीनतीनदांही आलेलीं आहेत. यावरून

---

१ वनपर्व ३०८ यांत कर्णजन्माची कथा आहे. त्यांत कर्णाला पेटींत घालून ती पेटी अश्वनदींत टाकिली ती तेथून चर्मण्वतीनदींत गेली तेथून ती यमुनेंत, यमुनेंतून गंगेंत आणि गंगेंतून चंपादेशात (अंगांत) अधिरथाला ती सांपडली असें वर्णन आहे त्या वर्णनावरून कुंतिभोज देश चंबळनदीला लागून दक्षिणेस होता, असें दिसतें. ग्वालेर संस्थानांतील कोतवालचे ठिकाणास लोक कुंतिभोजपूर मानतात, तें वरील वर्णनावरून खरें दिसतें.

हेंही अनुमान निघूं शकतें कीं, जेथें आर्य लोक गेले तेथें तेथें त्यांनीं आपलीं पूर्वींचीं कांहीं कांहीं नांवें आपल्याबरोबर नेलीं. विदर्भाचा संबंध दमयंतीशीं येतो, त्याचप्रमाणें रुक्मिणीशींही येतो. रुक्मिणीचें हरण करून नेतांना श्रीकृष्णाची व रुक्मीची गांठ नर्मदानदीवर पडली असें हरिवंशांत वर्णन आहे. हल्लींचें वऱ्हाड हें विदर्भ मानलें तर नर्मदा वलांडून श्रीकृष्णास जावें लागेल हें उघड आहे. परंतु तसें केल्याचें वर्णन नाहीं. असो. हा मुद्दा संशयित आहे. कारण दोन्ही ठिकाणीं दंतकथा रुक्मिणीच्या संबंधानें हल्लींपर्यंत प्रचलित आहेत. वऱ्हाडांतील उमरावतीमही जेथून श्रीकृष्णानें देवीचे दर्शनास रुक्मिणी आली असतां तिचें हरण केलें तें देवीचें देऊळ दाखवितात. त्याचप्रमाणें अवंतीच्या पश्चिमेस विंध्याला लागून अंबझरा नांवाचा एक प्रांत आहे, तेथेंही देवीचें देऊळ रुक्मिणीहरण श्रीकृष्णानें केल्यासंबंधानें प्रसिद्ध आहे. याशिवाय तिसरेंही एक विदर्भ गोदावरीच्या दक्षिणेस एका काळीं प्रसिद्ध असलें पाहिजे. मुसलमानांच्यापूर्वीं हें विदर्भ प्रसिद्ध होतें व त्या शब्दावरूनच बेदर हें नांव निघालें असल्याचे फेरिस्तानें आपल्या इतिहासांत लिहून ठेविलें आहे. किंबहुना नलदमयंतीच्या कथेचाही व रुक्मिणीच्या कथेचाही त्यानें या ठिकाणीं उल्लेख केलेला आहे. शंकरदिग्विजयांतही याच विदर्भाचा उल्लेख सायणाचार्यांनीं याच सुमाराचा केलेला आहे. आमच्या मतें महाभारतांतील अस्पष्ट वचनांचा विचार करतां वऱ्हाड-विदर्भ महाभारतकाळीं प्रसिद्ध असावें. या विदर्भाच्या जवळ पूर्वेस प्राक्कोसल असें नांव असलेला देश महाभारतांत व हरिवंशांतही सांगितलेला आहे. विदर्भ देश सामान्यपणें दाक्षिणात्य देशांत मोडला जात असे. असें महाभारतांत रुक्मी आपली फौज घेऊन पांडवपक्षास मिळण्यास गेला त्या वेळेस वर्णन केलेलें आहे. उद्योगपर्व अध्याय १५८ यांत प्रारंभीं असें म्हटलें आहे कीं, भोजवंशोद्भव जो दक्षिणदेशाधिपति भीष्मक त्याचा विश्रुत पुत्र रुक्मी पांडवांकडे आला यावरून हा विदर्भदेश दक्षिण देशांपैकीं होता, असेंच सिद्ध होतें. या देशाची राजधानी कुंडिनपुर होती, व भोजकट हें नगर दुसरें रुक्मीनें वसविलें होतें.

विदर्भाचा विचार केल्यानंतर साहजिकच महाराष्ट्राचा आपल्या मनांत विचार उत्पन्न होतो. परंतु महाराष्ट्राचें नांव सबंध महाभारतांत कोठेंच नाहीं. यावरून महाराष्ट्राचा जन्म त्यावेळेस नव्हता असें मात्र मानतां येत नाहीं. जर विदर्भांत म्हणजे वऱ्हाडांत भोजांची वस्ती झाली होती तर महाराष्ट्रांत यादवांची वस्ती त्याचवेळीं झाली होती असें मानण्यास हरकत नाहीं. परंतु महाराष्ट्रास अद्याप मोठें स्वरूप आलें नव्हतें; त्याचे लहान लहान भाग त्या वेळीं होते. या भागांचीं नांवें महाभारतांत देशांच्या यादींत आलीं आहेत. तीं नांवें रूपवाहित, अश्मक, पांडुराष्ट्र, गोपराष्ट्र व मल्लराष्ट्र हीं होत, असें म्हणण्यास आम्हांस संशय वाटत नाहीं. विदर्भानंतरच यांचीं नांवें या यादींत आलेलीं आहेत. पांडुराष्ट्र, गोपराष्ट्र, मल्लराष्ट्र यांतील राष्ट्र शब्द महत्त्वाचा आहे. हाच राष्ट्रिक नांवानें यापुढें व याचवेळीं प्रसिद्धीस आला व याच तीन राष्ट्रांचें मिळून महाराष्ट्र पुढें बनलें यांत मुळींच शंका नाहीं. भोजांचे जसे महाभोज झाले तसे राष्ट्रांचे महाराष्ट्रिक झाले. या देशांचें स्थानही याच महाराष्ट्रामध्यें असल्याचें अन्य पुराण्यावरून दृष्टोत्पत्तीस येतें. अश्मक हा देश देवगिरीच्या भोंवतालच्या प्रदेशालाच

धरून होता असें पुढील अनेक लेखांवरून सिद्ध झालें आहे. रुक्मि बलरामाबरोबर द्यूत खेळला त्या वेळीं दाक्षिणात्य राजांनीं आपसांत बलरामाला जिंकण्याचा संकेत केला असें वर्णन (हरिवंशांत पूर्वार्ध, भा० पु० ८ पान ३६६) यांत सांगितलें आहे. त्या राजांत मुख्य अश्मकाधिप होता असें वर्णन आहे. अर्थात् दक्षिणेंतील आर्य राज्यांपैकीं अश्मक हा देश मुख्य होता. बौद्धग्रंथांतही अश्मक यारूपानें दक्षिणेंतील या अश्मकलोकांचा उल्लेख केलेला आढळतो. तात्पर्य, महाराष्ट्रांतील लोकांपैकीं अश्मक हे एक मुख्य होते. गोपराष्ट्र हा देश नाशकाच्या भोंवतालचा प्रदेश होय असें कित्येक ताम्रपटांतील लेखांवरून सिद्ध झालेलें आहे. पाण्डुराष्ट्रही त्याच्याच जवळ असावें. मल्लराष्ट्रही महाराष्ट्राचा एक भाग असावा. या चारीपांची लोकांचे एक लोक बनून ते महाराष्ट्र या नांवानें प्रसिद्धीस आलें व त्यांची भाषा महाराष्ट्रीय या नांवानें प्रसिद्धीस आली. ही गोष्ट महाभारतकालानंतर इसवी सना पूर्वींच झाली असावी. कदाचित् या यादींत महाराष्ट्राचें नांव नाहीं म्हणून महाराष्ट्री प्राकृत भाषा यापूर्वीं किंवा या वेळीं उत्पन्न झाली नसावी असेंही मानतां येत नाहीं. कारण राष्ट्र हें नांव लोकांच्या संबंधानें या वेळींच प्रसिद्ध होतें हें उघड आहे.

आतां गुजराथी लोक व गुजराथ देश यांचा विचार करूं. यांचें नांव या यादींत मुळींच नाहीं. यावरून गुर्जरलोक गुजराथेंत महाभारतकाळापर्यंत आले नव्हते असें मानावें लागतें. हल्लींच्या गुर्जर देशांतील जे देश या यादींत दिसतात, ते आनर्त व स्वराष्ट्र इतकेच दिसतात. सुराष्ट्र असें नांवही या यादींत नाहीं, याचें आश्चर्य वाटतें. यावरून सुराष्ट्र हें नांव महाभारतकालानंतर उत्पन्न झालें असें मात्र मानतां येत नाहीं, कारण सुराष्ट्र हें नांव महाभारतांत अनेक ठिकाणीं आलेलें आहे. वनपर्वांतील धौम्यानें सांगितलेल्या तीर्थयात्रेंत सुराष्ट्र देशांत समुद्रकिनाऱ्यावर प्रभासतीर्थ आहे. (भा० पु० २ पान २००) यावरून सुराष्ट्र म्हणजे काठेवाडच होय. आनर्त देश कोणता याच्याविषयीं थोडासा मतभेद होईल. परंतु आनर्त म्हणजे हल्लींचा गुजराथ देश होय. कारण, याच धौम्यानें सांगितलेल्या तीर्थांच्या वर्णनांत पश्चिमेकडील आनर्त देशांत पश्चिमवाहिनी नर्मदानदी सांगितलेली आहे. (पान २०१) तेव्हां हल्लींच्या गुजराथेंतील मुख्य देश आनर्त व सुराष्ट्र हे त्यावेळचे प्रसिद्ध देश होत. यांत आर्यांची वस्ती फार प्राचीनकाळीं झाली होती. असा सुपीक देश आर्यांच्या वस्तीवांचून फार वेळ राहील असें शक्य नाहीं. अर्थात् येथील आर्य वस्ती फार जुनी आहे. ज्या गुर्जर लोकांनीं या देशास अलीकडे आपलें नांव दिलें आहे ते लोक मात्र अद्याप या देशांत आले नव्हते; असें अनुमान काढण्यास जागा आहे. गुर्जरलोक यापुढें केव्हां आले व ते आर्य होते किंवा आर्येतर होते या प्रश्नाचा आपल्याशीं संबंध नाहीं. सबब तो सोडून देऊं. मात्र ते आर्य असून इसवी सन ४०० पूर्वी या प्रांतांत आले असें आमचें मत आहे, तें येथें नमूद करून ठेवूं.

नर्मदेपर्यंत समुद्रकिनाऱ्यानें आर्यांची वस्ती झाली होती इतकेंच नव्हे तर महाभारतकाळीं नर्मदेच्या दक्षिणेस हल्लींच्या ठाणें प्रांतापर्यंत झाली होती. या बाजूचे दोन देश महाभारतानें देशांच्या यादींत परिगणित केले आहेत. परान्त व अपरान्त हे ते दोन देश होत. अपरांताचें नांव महाभारताच्या अलीकडच्या अनेक ग्रंथांत येतें. अपरान्त म्हणजे

उत्तरकोंकण होय असें या अनेक ग्रंथांवरून दिसतें. अपरांतांतील मुख्य शहर प्राचीनकाळीं शूर्पारक हें होतें. त्यास हल्लीं सोपारें म्हणतात. शूर्पारकाचें नांव प्राचीन बौद्धग्रंथांतही प्रसिद्ध आहे. पांडवांच्या तीर्थयात्रा वर्णनांत शूर्पारकाचें नांव आलें असून त्यांनीं येथें यात्रा केली, व आंत सह्याद्रीकडे जाऊन परशुरामाच्या वेदीचें दर्शन घेतलें असें येथें वर्णन आहे. परशुरामाच्या वस्तीचें ठिकाण पूर्वेस महेन्द्र पर्वतावर होतें, व तेथें वैतरणी नदी व भूमीची वेदी होती, असें वर्णन याच तीर्थयात्रेंत आलेलें आहे. परंतु परशुरामाला अन्य ठिकाण पश्चिम किनाऱ्यावर याच वेळापूर्वी दिलेलें होतें असें या वरील वर्णनावरून दिसतें अजूनही या ठिकाणीं म्हणजे सोपाऱ्याच्या पूर्वेस डोंगरामध्यें वैतरणी नदी व परशुरामाची वेदी वज्रेश्वरीजवळ लोक दाखवितात. तात्पर्य, शूर्पारकक्षेत्र फार जुनें असून तें अपरान्तांत मुख्य होतें. अपरान्ताचें नांव महाभारतांत अन्यत्र दोन ठिकाणीं आलेलें आहे. अपरान्त म्हणजे ठाणे जिल्हा यांत बिलकुल शंका नाहीं आणि याच दृष्टीनें परान्त म्हणजे हल्लींचा सुरत जिल्हा मानला पाहिजे. अपरान्तपर्यंत महाभारतकाळीं आर्यांची वस्ती झाली होती. द्रोणपर्वांत एके ठिकाणीं अपरान्तांत उत्पन्न झालेला व हस्तिशिक्षकांनीं शिकविलेला असें एका हत्तीचें वर्णन केलें आहे. यावरून ठाणे जिल्ह्याच्या जंगलामध्यें त्या वेळीं हत्ती पुष्कळ असून त्यांची ख्याति लढाईच्या कामांत असे. हल्लींही कानडा जिल्ह्याच्या व म्हैसुराच्या जंगलांत हत्ती सांपडतात. दुसरा उल्लेख महाभारतांत अपरान्ताचा आला आहे. तो शांतिपर्वांत २९ व्या अध्यायांत परशुरामचरित्रासंबंधानें आलेला आहे. परशुरामानें सर्व पृथ्वी काश्यपास दान दिल्यावर त्याला कश्यपानें पृथ्वीच्या बाहेर जाण्यास सांगितलें तेव्हां समुद्रानें त्याच्याकरितां शूर्पारक देश निर्माण केला.

ततः शूर्पारकं देशम् सागरस्तस्य निर्ममे ।
सहसा जामदग्न्यस्य सोपरान्तो महीतलम् ॥

शूर्पारक देश हाच अपरान्त महीतल असें यांत स्पष्टपणें म्हटलें आहे. (शांतिपर्व भाषान्तर पुस्तक ६ पान ९९ भाषान्तरांत अपरान्तमहीतल एवढे शब्द राहून गेलेले आहेत.) यावरून अपरान्त याच देशाची शूर्पारक ही राजधानी होय. आणि अपरान्त देश म्हणजे हल्लींचे ठाणे जिल्ह्याचा प्रदेश आहे. याविषयीं बिलकुल शंका रहात नाहीं.

या ठिकाणीं एक महत्त्वाची गोष्ट अशी सांगण्यासारखी आहे कीं, परशुरामाचें क्षेत्र व परशुरामाकरितां समुद्रानें दिलेली जागा हल्लीं शूर्पारक ही न मानतां दक्षिणेस कोंकणांत चिपळूण येथें व चिपळूणच्या भोंवतालीं मानली जाते व परशुरामाचें मंदिरही हल्लीं चिपळूणास आहे. यामुळें दक्षिणकोंकण हें परशुरामाचें क्षेत्र मानलें जातें, पण महाभारतांत शूर्पारक भूमीला परशुरामक्षेत्र मानलें आहे. याशिवाय, अपरान्त देशाची गणना भरतखंडाच्या देशांत केलेली आहे. आणि कोंकण हें नांव दक्षिणेकडील देशांच्या यादींत दिलेलें आहे. यावरून असें अनुमान निघतें कीं महाभारतकाळीं कोंकणामध्यें आर्यांची वसति झालेली नव्हती उत्तरेकडून शूर्पारक देशांतून दक्षिणेकडे कोंकणांत आर्यांची वसति गेली त्यावेळीं आर्यांनीं परशुरामाचें स्थान शूर्पारक येथून हालवून दक्षिण कोंकणांत नेलें. यामुळें हल्लीं शूर्पारक येथें परशुरामाचें क्षेत्र राहिलें नाहीं. हल्लींचें सोपारा हें क्षेत्र असून तें वसई जवळ आहे. म्हणजे वसईकडून चिपळूणाकडे इसवी सन पूर्व ३०० च्या नंतर ब्राह्मणांची

वस्ती गेली. इसवी सन १५० च्या सुमारास ठाण्याजवळच्या प्रदेशास आर्य देश असें पेरिप्लसच्या ग्रंथांत म्हटलें आहे. चमत्कार असा आहे कीं यानंतर मुसलमानांच्या व पोर्तुगिज लोकांच्या त्रासामुळें या देशांत ब्राह्मणवस्ती मुळींच राहिली नाहीं. ती पुढें मराठ्यांच्या अमलांत दक्षिण कोंकणांतून पुन्हा उत्तर कोंकणांत आली. इतिहासांत हें परावर्तन लक्षांत ठेवण्यासारखें आहे. असो. दक्षिणेकडचे जे देश सांगितले आहेत त्यांत कोंकण व माळव हे देश आपल्या ओळखीचे आहेत. मालव म्हणजे घाटमाथ्यावरील मावळे हे लोक असावेत. हेही लोक हल्लींचे आर्य आहेत. मालव हा शब्द घाटमाथ्यावरील प्रदेशास लागतो. असे तीन प्रदेश हिंदुस्थानांत आहेत. सह्याद्रीच्या घाटमाथ्यावर, तसेंच विंध्याद्रीच्या घाटमाथ्यावर व पंजाबाजवळील भावलपूर संस्थानांतील डोंगरांच्या घाटमाथ्यावर, या तिन्ही ठिकाणीं मालव लोकांचें नांव आलेलें आहे. दक्षिणेंतील मालव हे मावळे असावेत. उत्तरेकडील पंजाबांतलें मालव क्षुद्रक या नांवानें महाभारतांत अनेक ठिकाणीं आलेलें आहे, व यासच ग्रीक इतिहासकार " मॅलॅय ऑक्सिड्रे " असें म्हणतात.

दक्षिणेंतील आणखी प्रसिद्ध लोक म्हटले म्हणजे चोल, द्रविड, पांड्य, केरल, माहिषक हे होत. यांचीं नांवें अनुक्रमानें पूर्व-पश्चिम-किनाऱ्यानें वर सांगितल्याप्रमाणें अजूनही प्रसिद्ध आहेत. चोल म्हणजे मद्रास. चोलमंडल म्हणजे हल्लींचें कारोमांडेल. त्याच्या दक्षिणेस तंजावर हें द्रविड होय. पांड्य म्हणजे हल्लींचें तिनिवेली. केरल म्हणजे त्रावणकोर. माहिष म्हणजे म्हैसूर. इतकीं नांवें आपल्यास निश्चयानें ठरवितां येतात. वनवासी हेंही नांव अजून प्रसिद्ध आहे. हा देश म्हैसुराच्या उत्तरेस आहे. वनवासी ब्राह्मण अजूनही माहीत आहेत. कुंतल हा देश कऱ्हाडाजवळचा असावा. याशिवाय अन्य देश महाभारताच्या दक्षिणेकडच्या यादींतील आपल्यास निश्चयानें सांगतां येत नाहींत. या देशांत महाभारतकाळीं आर्यांची वस्ती झाली होती असें निश्चयानें म्हणतां येतें. परंतु या देशांतील द्राविडी भाषा नाहींशा होऊन कृष्णेच्या उत्तरेच्या प्रदेशाप्रमाणें आर्य भाषांचा येथें प्रसार व्हावा इतकी ती मोठी नसावी, यामुळें येथें द्रविडभाषा महाभारतकाळीं चालू असून हा प्रांत देशांच्या यादीसंबंधानें निराळा महाभारतांत गणला आहे.

आतां आपण दिग्विजयांत दक्षिणच्या बाजूचे सहदेवानें जे देश जिंकले त्यांचा विचार करूं. भीष्मपर्वांतील देशांच्या यादींत नाहींत असें यांत बरेच देश आहेत. नर्मदेच्या उत्तरेस सेक व अपरसेक असे दोन देश सांगितले आहेत. नंतर अवंति सांगून भोजकट व कोसल सांगितले आहेत. किष्किंधा येथें मैंद व द्विविद या वानरांबरोबर युद्ध झाल्याचें वर्णन आहे. त्यानंतर माहिष्मती नगरी ही सांगितली आहे. ती नर्मदेवर असली पाहिजे. म्हणजे सहदेव पुन्हां परत आला आणि कोंकणामध्यें शूर्पारक, कालाकट, (तालाकट) दंडक, करहाटक, आंध्र, यवनपूर हीं आणखी पूर्वीं सांगितलेल्या लोकांशिवाय त्यानें जिंकल्याचें वर्णन आहे. येथें यवनपुर याचा उल्लेख कसा आला याचा आपल्यास विचार करावयास पाहिजे. अलेक्झँडरच्या स्वारीनंतर यवनांनीं पश्चिम समुद्रावर दोन तीन ठिकाणीं शहरें स्थापन केल्याचा दाखला इतिहासामध्यें सांपडतो. 'गस्टॅव ऑपर्ट' यानें दक्षिणचा प्राचीन व्यापार या विषयावर एक लेख (मद्रास जर्नल १८७८) लिहिला आहे त्यांत

असें लिहिलें आहे कीं, अलेक्झँडरच्या नंतर कराचीजवळ आणि गुजराथेंत व मलबार-किनाऱ्यावर तीन शहरें स्थापन केलीं होतीं. शेवटच्या शहरांचें नांव बॅयूझेन्शम् असें होतें." याच शहराचें नांव यवनपुर असें भरतखंडांत महाभारतकाळीं प्रसिद्ध असावें व तें सहदेवानें जिंकलें असावें.

या दक्षिणच्या लोकांच्या यादींत कांहीं चमत्कारिक लोकांचीं नांवें आलेलीं आहेत, पण तीं दिग्विजयाच्या वर्णनांत आहेत. वर सांगितलेले वानर यांशिवाय एकपाद व कर्णप्रावरण हे लोक तसेच पुरुषाद सांगितले आहेत. महाभारतकाळीं हे लोक काल्पनिक असेंच मानलें गेलें असावें. एका पायाचे किंवा काननीं आपल्यास झाकून घेणारे, किंवा माणसास खाणारे असे लोक महाभारतकाळीं अस्तित्वांत नसावे. यामुळें त्यांचीं नांवें भीष्मपर्वांतील यादींत दिलेलीं नाहींत.

पश्चिमेकडील देश.

आतां पश्चिमेकडील देश व लोक कोणते होते तें पाहूं. पश्चिमेकडील देशांच्या यादींत सिंधु, सौवीर, कच्छ हे देश आहेत. सिंधु म्हणजे हल्लींचा सिंधप्रांत. सौवीर ह्याच्या व काठेवाडाच्या दरम्यानचा प्रांत हा समुद्रकिनाऱ्याला लागून आहे. यांतच हल्लींचें कराची बंदर असावें. याचेंच नांव बायबलामध्यें ऑफीर असें आलेलें आहे. या प्रांतांतुन पश्चिमेकडे समुद्रानें मोठें दळणवळण असे. सोनें, मोर व वानर इतके जिन्नस या प्रांतांतून आल्याचें बायबलामध्यें वर्णन आहे. कच्छ देश हल्लींचा कच्छ प्रसिद्ध आहे. यास अनूप असेंही नांव दिलेलें आहे. सिंधु, सौवीर आणि कच्छ यांच्या उत्तरेस गांधार हा देश सिंधूच्या पलीकडे असलेला प्रसिद्ध आहे. याची हल्लींची राजधानी पेशावर ही होय. पेशावर अथवा पुरुषपुर याचें नांव महाभारतांत आलेलें नाहीं. परंतु गांधाराचें नांव वारंवार येतें. गांधारांच्या उत्तरेस व सिंधूच्या पलीकडे काश्मीर देश हाही प्रसिद्ध आहे. यांतूनच सिंधुनदी व सतलज नदी वहात जात आहे हे चारीपांची देश पश्चिमच्या बाजूचे नकाशांतील शेवटचे देश होत व सुदैवानें त्यांचीं नांवें महाभारतांतील देशांच्या यादींत एके ठिकाणीं दिलेलीं आहेत.

आतां, यांच्या अलीकडे कुरुक्षेत्राच्या पश्चिमेस मरु म्हणजे मारवाड व पंजाब हे दोन हल्लींचे मोठमोठाले प्रांत आहेत. त्यांमध्यें महाभारतकाळीं शेंकडों लोक असले पाहिजेत व त्यांचीं नांवेंही पुष्कळशीं महाभारतांत ठिकठिकाणीं येतात. परंतु सर्वांचा योग्य पत्ता लावणें बरेंच कठीण आहे. नकुलाच्या पश्चिम दिग्विजयांत असें वर्णन आहे. रोहितक पर्वताला वलांडून मत्तमयूर जिंकले. मरुभूमि, शैरीषक, महत्थ, दशार्ण, शिबि, त्रिगर्त, अंबष्ट, मालव, पंचकर्पट, वाटधान हे देश जिंकले. मद्रदेशामध्यें शाकल नगरास जाऊन त्यानें आपल्या मामास म्हणजे शल्यास वश करून घेतलें. महाभारतकाळीं शाकलनगर हें प्रसिद्ध होतें असें यावरून दिसतें. या नगरीचा उल्लेख ग्रीक लोकांनींही केला आहे. या नगरांत पुढें मोठमोठाल्या यवन राजांनीं व कनिष्कादिकांनीं राज्य केल्याचा इतिहासांत दाखला आहे. पंजाबांतील शाल्व व केकय हे आणखी लोक महाभारतांत वारंवार उल्लेखित होतात व तक्षशिला नगरीचाही उल्लेख वारंवार येतो. परंतु याचें नांव भीष्मपर्वांतील देशांच्या यादींत दिसत नाहीं. बाल्हिकांचें नांव महाभारतांत वारंवार येतें. तसेंच क्षुद्रकांचें नांवही वारंवार येतें. अलेक्झँडरनें पंजाब व सिंध हे दोन

देश जिंकले त्या वेळीं येथील अनेक लोकांचीं नांवें त्यांच्या इतिहासांत आलेलीं आहेत. परंतु त्या नांवांचा व महाभारतांतील यादींच्या नांवांचा मेळ बसविणें, नांवाचें परिवर्तन ग्रीकभाषेंत झाल्याकारणानें फारसें शक्य नाहीं.

उत्तरेकडील लोक.

अर्जुनाच्या दिग्विजयाच्या वर्णनावरून उत्तरेकडील लोकांचें थोडें बहुत वर्णन आपल्यास करतां येईल. कुविंद, आनर्त, तालकूट इत्यादि देशांचें वर्णन झाल्यावर शाकलद्वीप वगैरे सप्तद्वीपांतील राजांशीं त्याचें युद्ध झाल्याचें वर्णन आहे. भगदत्त प्राग्ज्योतिष येथील राजा त्यानें जिंकिला असें येथें वर्णन आहे. अन्तर्गिरि व बहिर्गिरि वगैरे लोकांस त्यानें जिंकिलें. नंतर त्रिगर्त, दार्व, कोकन कांबोज, दरद वगैरे लोकांस जिंकलें. कांबोज व दरद हे आफगाणिस्थानांत व पश्चिम तिबेटांत राहणारे लोक आहेत. यापुढें किंपुरुष, गुह्यक वगैरे काल्पनिक लोकांचा उल्लेख आहे. तेथून हरिवर्षांतही अर्जुन गेला असें वर्णन आहे. असो. कुरुपांचालदेश बहुतेक उत्तरेस हिमालयास लागून असल्यानें त्याच्या पलीकडे तिबेट वगैरे देशास अर्जुनाचा दिग्विजय झाला तो बहुतेक काल्पनिक मानण्यास हरकत नाहीं. हिमालयाची दुसरी बाजू आजपर्यंत कोणी पाहिली नाहीं असें (शांति० अ० २०३) यांत म्हटलें आहे. (भा० ६ पा० ४२३) याजवरून महाभारतकाळीं भारती आर्य हिमालयाच्या पलीकडे तिबेटदेशांत जात नसावे असा तर्क होतो. जांबुद्वीपाची जी कल्पना त्यांनीं केलेली आहे त्यांत हिमालयाच्या पलीकडील माहिती त्यांनीं ऐकून दिली असावी. अर्जुनाच्या उत्तरदिग्विजयांत तो हिमालय वलांडून हरिवर्षांत गेला व तेथें त्यास एक नगर लागलें. तेथें धष्टपुष्ट, तेजस्वी द्वारपालांनीं त्यास मागें परतविलें. “ हें शहर तुला जिंकतां येणार नाहीं, येथें पुढें उत्तरकुरूंत मनुष्य देहानें प्रवेश होऊं शकत नाहीं. ” असें सांगून त्यास त्यांनीं स्वसंतोषानें दिव्याभरणें, दिव्यवस्त्रें वगैरे यज्ञाकरतां दिलीं असें वर्णन आहे. (सभा० अ० २८ भा० १ पा० ६२९) यावरून असें दिसतें कीं, तिबेट देशांत भारती आर्य जात नव्हते इतकेंच नव्हे तर त्यांस तेथें जाऊंही देत नव्हते. तिबेट देशांतील लोक अद्यापपर्यंत आपल्या देशांत कोणास येऊं देत नव्हते हें प्रसिद्धच आहे. तिबेटांतील प्रांत या विसाव्या शतकांत परकी लोकांस थोडा तरी उघडा झाला आहे. उत्तरेकडे उत्तरकुरु आहेत ही कल्पना चंद्रवंशी कुरुलोक उत्तरेकडून गंगेच्या खोऱ्यांतून आले. या प्राचीन दंतकथांवर आपली जन्मभूमि उत्तरेकडे आहे या माहितीनें उत्पन्न झाली असावी हें उघड आहे. तथापि हे लोक तिबेटी नव्हते. आर्यांचें मूलस्थान उत्तरध्रुवाकडे होतें हेंच सिद्ध असून हें भारती आर्यांचें मूलस्थान कोठें तरी सैबीरियांत असावें हें आम्हीं पूर्वींच म्हटलें आहे. तथापि एवढी गोष्ट येथें सांगितली पाहिजे कीं त्रिगर्त, किंवा आनर्त इत्यादि लोक उत्तरेस पुन्हां सांगितले असल्यास त्यांत आश्चर्य नाहीं. कारण आर्यांची वसति उत्तरेकडून दक्षिणेकडे आलेली आहे. यामुळें उत्तरेकडच्या लोकांचीं नांवें दक्षिणेकडच्या लोकांस पुन्हां मिळालीं असल्यास त्यांत आश्चर्य करण्याचें कारण नाहीं.

वरील वर्णनांत दिग्विजयावरून भीष्मपर्वांतील देशांच्या यादींतील लोक हिंदुस्थानच्या निरनिराळ्या भागांत कसे लावितां येतात, याबद्दल आम्ही विचार केला. मेग्यास्थिनीसनें हिंदुस्थानांतील राहणाऱ्या लोकांची

यादी तयार केली होती, असें दिसतें; व तींत ११८ नांवें होतीं असें लिहिलेलें आहे. ती यादी आपल्या ग्रंथांत स्ट्रेबो यानें उतरून घेतलेली आहे. मेग्यास्थिनीसचा ग्रंथ नाहींसा झालेला आहे. परंतु स्ट्रेबोच्या ग्रंथांत ही यादी आम्हांस दुर्दैवानें सांपडलेली नाहीं. भीष्मपर्वांतील यादीचें वैगुण्य आम्ही पूर्वीं सांगितलेंच आहे. त्यांतील देशांचीं नांवें विशिष्ट अनुक्रमानें सांगितलेलीं दिसत नाहींत. कांहीं ठिकाणीं नुसतें वर्णसादृश्यावरून नांवें एके ठिकाणीं दिलेलीं आढळतात. तथापि नांवांचा छडा लावण्याचा शक्य तितका प्रयत्न केला आहे. तंगण आणि परतंगण हे दोन देश अथवा लोक दक्षिणेकडच्या लोकांच्या शेवटीं दिले आहेत ते मात्र चुकीनें दिले असावेत. हे लोक उत्तरेकडील तिबेटांतले आहेत हें येथें सांगितलें पाहिजे. (वन० अ० २५४) यांत कर्णानें दुर्योधनाकरितां दिग्विजय केल्याचें वर्णन थोडक्यांत आहे. त्यांत देश आले आहेत ते असे. प्रथम द्रुपदास जिंकून तो उत्तरेस हिंदुस्थानांत गेला. तेथें त्यानें नेपाल देशास जिंकिलें. पूर्वेस अंग, वंग, कलिंग, शुंडिक, मिथिल, मागध आणि कर्कखंड यांस जिंकिलें. मग तो वत्स भूमीकडे वळला. त्या केवळ मृत्तिकायुक्त असलेल्या भूमि त्यानें जिंकल्या. नंतर मोहन नगर, त्रिपुर आणि कोशल यांस जिंकलें. नंतर दक्षिणेकडे वळला. तेथें प्रथम रुक्मीस जिंकिलें. मग पांड्य आणि शैल या प्रदेशाकडे वळला. नंतर कोरल आणि नील या देशांस जिंकिलें. नंतर शिशुपाळास जिंकून अवंति देशास जिंकिलें आणि मग तो पश्चिमेकडे गेला आणि यवन व बर्बर लोकांस त्यानें कर द्यावयास लाविलें. या लहान दिग्विजयवर्णनांत नवे देश बरेच आले आहेत. तेव्हां हें वर्णन महाभारताहून अलीकडचें आहे कीं काय अशी शंका येते. तथापि असें गृहीत धरून देशांच्या यादींत आणखी खालील नांवें घातलीं पाहिजेत. उत्तर १ नेपाळ पूर्व २ शुंडिक ३ कर्कखंड. मध्यदेश ४ वत्स ५ मोहन ६ त्रिपुर. दक्षिण ७ शैल ८ नील आणि पश्चिमेकडील ९ बर्बर, देशांच्या यादींत हीं नांवें निराळीं वाढविलीं आहेत.

नद्या.

आतां आपण हिंदुस्थानांतील नद्यांच्या संबंधानें विचार करूं. या नद्यांची यादी भीष्मपर्वांत जी दिलेली आहे तीही दिशांच्या अनुरोधानें दिलेली नसून सरसकट मनमानेल तशी दिलेली आहे. यामुळें त्या नद्या कोणत्या हें ठरविणें मोठें मुष्कील आहे. तथापि महाभारतांतील इतर ठिकाणच्या उल्लेखांवरून आपल्यास कांहींसा प्रयत्न करितां येईल. प्रथम आपण उत्तरेकडील म्हणजे पंजाबांतील नद्यांचा विचार करूं. ऋग्वेदामध्यें दहाव्या मंडलांत नदीसूक्त आहे. त्यांतील नद्या ऋग्वेदकाळीं प्रसिद्ध असून त्या पूर्वेकडून पश्चिमेकडे अशा क्रमानें दिलेल्या आढळतात.

इमंमे गंगे यमुने सरस्वती शुतुद्रि स्तोमं सचता परुष्ण्या ।

या सूक्तांत पूर्वकाळीं आर्य कोठपर्यंत पसरले होते हें सांगतां येईल. गंगा, त्याच्या पश्चिमेस यमुना, नंतर सरस्वती, नंतर शुतुद्री, नंतर परुष्णी, नंतर आसिक्नी, नंतर मरुतवृधा, नंतर वितस्ता अशा येतात. शुतुद्री म्हणजे हल्लींची सतलज होय. परुष्णी म्हणजे हल्लींची इरावती किंवा रावी. असिक्नी म्हणजे विपाशा अर्थात् बियास आणि वितस्ता म्हणजे हल्लींची झेलम. मरुतवृधा ही नदी कोणती आहे हें अद्याप चांगलें ठरलेलें नाहीं. सिंधुनद हा तर प्रसिद्ध आहे. कुभा ही काबूल नदी होय

आणि गोमती व सुवस्तु अथवा स्वात या सिंधूच्या पलीकडून मिळणाऱ्या नद्या होत. सरयू ही एक नदी पंजाबाच्या पलीकडची आहे. परंतु ती या सूक्तांत सांगितलेली नाहीं. हरयू असें तिचें नांव झेंद ग्रंथांत येतें. तसेंच सरस्वती (हरहवती) हेंही नांव झेंद ग्रंथांत येतें. या जुन्या आर्य नद्यांचीं नांवें सरस्वती व सरयू हिंदुस्थानांतील नद्यांस पडलीं यांत आश्चर्य नाहीं. रामायणांतील वर्णनावरून अश्वपतीचा केकय देश रावी व विपाशा या दोन नद्यांच्या दरम्यान होता असें आपल्यास सांगतां येतें. ग्रीक लोकांनीं या नद्यांचीं नांवें फारच निराळीं ठेवलीं होतीं. सरस्वती नदी, शतद्रू व यमुना यांच्या दरम्यान हिमालयांत उत्पन्न होऊन कुरुक्षेत्रामधून जातां जातां मरुदेशांतील रेतस्थानांत नाहींशी झाली असें महाभारतांत वर्णन आहे. परंतु ती नदी एका काळीं पश्चिमेकडे वाहात जाऊन कच्छच्या रणांतून अरबी समुद्रास जाऊन मिळाली अशी दंतकथा महाभारकालीं सुद्धां प्रचलित असावी हें आपण सरस्वती तीर्थ-यात्रेच्या पुढील वर्णनानें पुढें विस्तारानें पाहूं. पंजाब देशांतील आणखी कोणकोणत्या नद्या महाभारतांतील नद्यांच्या यादींत सांगितल्या आहेत हें आपल्यास यापेक्षां जास्ती निश्चयानें सांगतां येत नाहीं. चन्द्रभागा ही नदी पंजाबांतली होय. या नदीचें हेंच नांव हल्लीं प्रसिद्ध आहे. ही नदी म्हणजे पूर्वीं सांगितलेली वैदिक असिक्नी होय. याशिवाय दृशद्वती ही नदी कुरुक्षेत्रामध्यें सरस्वती आणि यमुना यांच्या दरम्यान असलेली सांगितलेली आहे या पुण्यनदीचें वर्णन सरस्वतीच्या बरोबरीनें केलेलें आढळतें. सरस्वती व दृशद्वती यांच्या मधील पुण्यप्रदेश हा सर्वांत अतिशय पवित्र आहे व यालाच ब्रह्मर्षिदेश असें मानतात.

कुरु-पांचालांच्या पूर्वेस कोणकोणत्या नद्या आहेत हें आपण पाहूं. पूर्वीं वर्णन केल्याप्रमाणें श्रीकृष्ण व भीमार्जुन हे येथून मगधास जात असतां त्यांस गंडकी, महाशोण व सदानीरा या नद्या लागल्या. नंतर सरयू लागली. अयोध्येंतील सरयू नदी प्रसिद्ध आहे. परंतु सरयू व गंगा यांच्या दरम्यान गंडकी, महाशोण व सदावीरा या नद्या नाहींत. या तिन्ही नद्या सरयूच्या पूर्वेकडे आहेत. सरयूच्या व गंगेच्या दरम्यान असलेली गोमती नदी येथें मुळींच सांगितलेली नाहीं. अशा प्रकारचा घोंटाळा उत्पन्न करणारीं स्थळें महाभारतांत पुष्कळ आहेत. [१]गंडकी व सदावीरा या बहार प्रांतांतील नद्या असून सरयूच्या पश्चिमेस याच नांवाच्या दुसऱ्या लहान नद्या असल्याचें मानल्याशिवाय गत्यंतर नाहीं. गंगा व शोणनद उतरून ते मगधांत गेले हें वर्णन बरोबर आहे. शोणनद मगधांतला असून तो गंगेस दक्षिणेकडून मिळतो. आतां बंगाल प्रांतांतल्या कोणत्या नद्या महाभारतांत सांगितल्या आहेत

---

१ गंगा गत्वा समुद्रांभः सप्तधा समपद्यत ॥ १९
(आ० अ० १७०)

गंगा सप्तधा गत्वा असा अर्थ करून टीकाकारानें सातगंगा हिमालयांतच सांगितल्या आहेत, त्या वस्वोकसारा, नलिनी, पावनी, सीता, सिंधु, अलकनंदा व चक्षु. पण आमच्या मतें पुढील श्लोकांत सांगितलेल्या नद्या सातच आहेत असा आशय दिसतो.

गंगा च यमुना चैव प्लक्षजातां सरस्वतीम्
रथस्थां सरयूं चैव गोमतीं गण्डकीं तथा ॥
अपर्युषितपापास्ते नदीः सप्त पिबान्ति ये ॥

या मुख्य नद्या गंगा, यमुना, प्लक्षावतरणतीर्थापासून निघालेली सरस्वती, रथस्था, सरयू, गोमती आणि गण्डकी या मोठ्या नद्या हिमालयांतून निघून एकवटून समुद्रास जाऊन मिळतात. आदिपर्वांत दिलेली माहिती येथें घेण्यासारखी आहे.

हें आपण पाहूं. लौहित्या ही नदी ब्रह्मपुत्रा होय. परंतु ब्रह्मपुत्रेचें नांव नद्यांच्या यादींत नाहीं. कौशिकी ही एक नदी आणखी बंगाल्यांतली दिसते. तीर्थवर्णनांत फल्गुनदी गयेजवळील आलेली आहे. परंतु नद्यांच्या यादींत नाहीं. करतोया ही एक नदी बंगाल्यांतली दिसते. आतां आपण दक्षिणेकडील नद्यांकडे वळूं.

प्रथम गंगेस मिळणारी यमुनानदी प्रसिद्धच आहे त्या यमुनेस मिळणारी व माळव्यांतून येणारी चर्मण्वती अथवा चंबल ही नदी तशीच प्रसिद्ध आहे. या नदीच्या कांठीं एका राजानें हजारों यज्ञ केल्यामुळें यज्ञांत मारलेल्या पशूंच्या चामड्यांच्या राशी पडल्या यामुळें तिचें चर्मण्वती असें नांव पडलें. वेत्रवती अथवा वेतवा ही नदी चंबलप्रमाणेंच माळव्यांतून निघून यमुनेस मिळते. सिंधु अथवा काळीसिंध अशीच माळव्याची नदी आहे. हिचें नांव नद्यांच्या यादींत दिसत नाहीं. महानदीही पूर्वेकडे महेन्द्रपर्वताजवळून जाणारी आहे. बाहुदा नदी याच ठिकाणीं आहे. आतां विंध्याच्या दक्षिणेस नर्मदा नदी ही प्रसिद्ध आहे. तसेंच पयोष्णी म्हणजे तापी. हीही नदी प्रसिद्ध आहे. पण तापी हें नांव महाभारतांत कोठें आलेलें आढळत नाहीं. वैतरणी ही नदी पूर्वेकडे जाऊन पूर्वसमुद्रास मिळते. आतां महाराष्ट्रांतील सह्याद्रीपासून निघून पूर्वेकडे जाणाऱ्या नद्या गोदावरी, भीमरथी अथवा भीमा, वेणा व कृष्णा या नद्या सांगितलेल्या आहेत. कृष्णा-वेणा ही एक नदी निराळी सांगितली आहे. आतां कृष्णेच्या दक्षिणेस असलेली कावेरीनदी या नद्यांच्या यादींत वर्णन केलेली आहे. याच्याही दाक्षिणेस असलेली त्रावणकोरमधील ताम्रपर्णीनदी या नदीचें नांव नद्यांच्या यादींत दिसत नाहीं. तथापि तीर्थ-वर्णनांत तिचें नांव आलेलें आहे. कोंकणांतल्या नद्या अगदींच लहान असून त्यांचीं नांवें या यादींत आलेलीं आहेत कीं नाहीं हें सांगतां येत नाहीं. पश्चिमेकडे वाहणाऱ्या नद्यांपैकीं नर्मदा व पयोष्णी यांचा उल्लेख पूर्वी आलाच आहे. महीनदी गुजराथेंत आहे तिचा उल्लेख या यादींत नाहीं. सिंधूचा उल्लेख प्रारंभींच आहे. सर्वांत मोठी नदी गंगा आहे असें येथें सांगितलेलें आहे व तिलाच भागीरथी, मन्दाकिनी वगैरे नांवें आहेत. या नद्यांची यादी देशांच्या यादीप्रमाणेंच आम्ही येथें देत आहों, व ज्या नद्यांचा आपल्यास यांत हल्लींच्या नद्यांशीं मेळ घालतां आला आहे त्यांजवर फुलीची खूण केलेली आहे.

महाभारतकाळचीं तीर्थें.

आतां आपण निरनिराळ्या तीर्थांचें वर्णन महाभारतांत केलेलें आहे; त्यांची माहिति येथें देऊं. या पांडवांच्या तीर्थयात्रा वर्णनाच्यापूर्वी दोन तीर्थांच्या यादी वनपर्वांत दिलेल्या आहेत. म्हणजे एकदां नारदाच्या मुखानें व एकदां धौम्यऋषींच्या मुखानें. या दोन्ही यादींत थोडासा फरक आहे. पांडव प्रत्यक्ष ज्या ज्या तीर्थांना गेले, त्या त्या तीर्थांचें वर्णनही वनपर्वांत सविस्तर दिलेलें आहे. जेथें पाडव गेले त्या ठिकाणांचा हल्लींच्या तीर्थयात्रेच्या जागांशीं मेळ घालण्याचें मनोरंजक काम करण्यासारखें आहे. आपण यथाशक्ति प्रयत्न करूं. प्रथम, पांडव काम्यक वनामध्यें होते, असा निर्देश आहे. पूर्वकाळीं प्रत्येक देशाच्या निरनिराळ्या भागांत वनें होतीं. त्या वनांत पाहिजे त्यास राहण्यास परवानगी असे. वनावर कोणत्याही देशाच्या राजाची सत्ता नव्हती. वनांत गेलेले क्षत्रिय अशा वनांत मृगयेवर उदारनिर्वाह करीत व तपश्चर्या करणारे ब्राह्मण कंदमूळ फळें खाऊन आपला चारितार्थ

चालवीत. ही गोष्ट केवळ काल्पनिक नाहीं. अशा प्रकारची परिस्थिति महाभारतकाळापर्यंत होती. ग्रीकलोकांनीं वनांत निर्भयपणें राहणाऱ्या तत्त्ववेत्त्या मुनींचें वर्णन केलेलें आढळतें. बौद्धांच्या ग्रंथांतही अशीं वर्णनें पुष्कळ आहेत. बुद्ध राज्यत्याग केल्यानंतर अशा अनेक वनांत राहिल्याचें वर्णन आहे व त्या प्रत्येक वनास निरनिराळीं नांवें आहेत. लुंदिनी वन हें बौद्ध ग्रंथांत वारंवार येतें. असो; महाभारतांत कित्येक वनांत पांडव वनवासाच्या वेळीं राहिल्याचें वर्णन आहे, त्या वनांचें आपण प्रथम येथें वर्णन करूं. पांडव प्रथम काम्यक वनांत राहिले असें वर्णन आहे. ते भागीरथीतीरावरून प्रथम कुरुक्षेत्राकडे गेले. सरस्वती, दृशद्वती व यमुना यांचें दर्शन घेऊन पश्चिमेकडे चालले. गुप्तरूपानें असणाऱ्या सरस्वतीतीराच्या निर्जल मैदानांत असणारें ऋषिप्रिय काम्यकवन त्यांच्या दृष्टीस पडलें. (वनपर्व अध्याय ५ भाषांतर पुस्तक २ पान १५) यावरून काम्यकवन मरुदेशांत होतें हें लक्षांत येईल. तें वन सोडून ते द्वैतवनांत गेले. हें द्वैतवन उत्तरेकडे हिमालयाच्या पायथ्याशीं असावें. त्यांत पशु पक्षी, मृग व हत्तींचे कळप असून त्यांतून सरस्वतीनदी वाहात होती. याच द्वैतवनांतून ते तीर्थ यात्रेस निघाले असें वर्णन असून ते पुन्हां काम्यकवनांत आल्याचें वर्णन आहे. येथून पूर्वेस प्रथम नैमिषारण्य आहे. हा पुण्यप्रदेश अयोध्येच्या पाश्चिमेस आहे. याच्या पूर्वेस गोमती तीर्थ आहे असें वर्णन आहे. नैमिषारण्यांत प्रथम आल्यानंतर गोमतीचें स्नान करून बाहुदा नदीवर गेल्याचें वर्णन आहे. ही बाहुदा नदी येथें दुसरी आलेली आहे. यानंतर पांडव प्रयागास आले. हा प्रयाग म्हणजे गंगायमुना यांचा संगम होय. गंगायमुनांच्या संगमावर त्यांनीं ब्राह्मणांस दान दिल्याचें वर्णन आहे. ही प्रयागभूमी देवांची यज्ञभूमि होय असें येथें सांगितलें आहे. प्रयागाहून पांडव गयेस गेले असें वर्णन आहे. गयेस गयाशिर नांवाचा एक पवित्र डोंगर आहे व वाळवंटानें शोभणारी महानदी नांवाची अर्थात् फल्गु नदी आहे. याशिवाय येथें ब्रह्मवेदीही जवळ आहे आणि अक्षयवट असल्याचें वर्णन आहे. हाच अक्षयवट श्राद्ध करण्यासाठीं सर्वांत श्रेष्ठस्थान आहे असें वर्णन आहे. येथें अक्षयपदफलाची प्राप्ति होते. गयराजाचें येथें वर्णन दिलेलें आहे. गयेपासून मणिमती नामक दुर्जया नगरीमध्यें राहून अगस्त्याश्रमाचें दर्शन घेतलें असें येथें वर्णन आहे. हें तीर्थ कोठें आहे हें निश्चयानें सांगतां येत नाहीं, तथापि भागीरथीनदीवर तो आश्रम होता असें वर्णनावरून स्पष्ट दिसतें. अगस्त्यानें वातापीस मारल्याची हकीगत दिलेली आहे. यानंतर कौशिकी नदीचें वर्णन आहे. ही नदी भागीरथीस उत्तरेनें मिळते. कौशिकीनदीवर विश्वामित्रानें तपश्चर्या करून ब्राह्मण्य मिळविलें असें वर्णन आहे. याशिवाय भागीरथीवर भगीरथानें केलेल्या यज्ञाचें वर्णन आहे. असो. येथून पांडव नंदा व अपरनंदा या दोन नद्यांवर गेल्याचें वर्णन आहे व हेमकूट पर्वतावर गेल्याचें वर्णन आहे. या पर्वतावर अदृश्य वेदघोष ऐकूं येतो. कौशिकी नदीजवळ या नद्या असाव्या येथेंच विभांडकपुत्र ऋष्यशृंग याचा आश्रम आहे. ऋष्यशृंगाची गोष्ट येथें दिलेली आहे. कौशिकीपासून निघून पांडव समुद्रावर गेले व ज्या ठिकाणीं गंगा समुद्रास मिळाली आहे त्या ठिकाणीं पांचशें नद्यांच्या मध्यभागीं त्यांनीं समुद्रावर स्नान केलें. गंगानदी समुद्रास सहस्र-मुखानें मिळते असें वर्णन प्रसिद्ध आहे. त्याचाच उल्लेख या ५०० नद्यांच्या

नांवांत केलेला दिसतो. येथें पूर्वेकडचीं तीर्थें संपलीं. या वर्णनांत काशीस गेल्याचें वर्णन नाहीं याचे मोठें आश्चर्य वाटतें. तथापि धौम्यानें जें तीर्थवर्णन केलेलें आहे त्यांत आणखी दोनतीन तीर्थें लिहिलेलीं आहेत. त्यांचा येथें समावेश करतां येईल. कालिंजर पर्वतावर हिरण्यबिंदु म्हणून एक मोठें स्थान आहे. यानंतर भार्गवरामाचा महेन्द्रपर्वत सांगितला आहे. त्या पर्वतावर भागीरथीनदी मणिकर्णिका सरोवरांत आल्याचें वर्णन आहे. महेंद्रपर्वतावरील हें मणिकर्णिका-तीर्थ मूळचें काशींत असावें असें अनुमान करण्यास मुळींच हरकत नाहीं. तथापि, काशी अथवा वाराणशी हिचें सविस्तर वर्णन या तीर्थवर्णनांत नाहीं याचें आश्चर्य वाटतें. असो. आतां आपण दक्षिणेकडील तीर्थांकडे वळूं.

पांडव गंगामुखावर स्नान करून कलिंग देशास समुद्रतीरानें गेले. तेथें वैतरणीनदी प्रथम लागली. या नदीवर स्नानें करून ते पवित्र झाले. या नदींत स्नान केल्यानें आपण तपोबलाच्या योगानें मृत्युलोकापासून दूर गेलों असें त्यांस वाटलें. येथून जवळच महेंद्रपर्वत आहे. त्या पर्वतावर परशुराम राहिलेला आहे. पृथ्वी कश्यपास दान दिल्यापर ती समुद्रांत बुडूं लागली, तेव्हां कश्यपाच्या तपःप्रभावानें सागरांतून बाहेर वेदीच्या रूपानें येथें राहिलेली आहे. ही वेदी एक लहानसें बेट असावें. पांडवांनीं त्या वेदीवर समुद्राचें स्नान करून आरोहण केलें व नंतर महेन्द्रपर्वतावर वस्ती केली. प्रत्येक चतुर्दशीस परशुरामाचें तेथें दर्शन होतें. त्याप्रमाणें चतुर्दशीच्या दिवशीं दर्शन घेऊन पांडप समुद्रकिनाऱ्यानें दक्षिण दिशेकडे चालले. समुद्रावरील तीर्थें येथें नामनिर्देशाशिवाय सांगितलीं आहेत. प्रशस्तानदी पासून समुद्रगामिनी गोदावरी नदीस ते आले. नंतर द्रविड देशामध्यें समुद्रकांठीं अगस्त्य तीर्थावर आले. तेथून नारीतीर्थावर आले. त्या नंतर आणखी पवित्र समुद्रतीर्थावर क्रमाक्रमानें गेल्यानंतर ते शूर्पारक क्षेत्रास आले. या दक्षिण व पूर्व तीर्थांच्या वर्णनांत दोन तीन नांवें आपल्यास दिसत नाहींत. मुख्यतः पूर्वेकडील जगन्नाथाचें स्थान अथवा पुरी हिचें वर्णन नाहीं. तेव्हां या क्षेत्राचें माहात्म्य मागून उत्पन्न झालें किंवा कसें हें आपल्यास गूढ पडतें. धौम्योक्त तीर्थवर्णनांतही पुरीचें नांव नाहीं व नारदाच्या वर्णनांतही पुरीचें नांव नाहीं. याचप्रमाणें रामेश्वराचेंही नांव पांडवांच्या तीर्थयात्रावर्णनांत दिलेलें नाहीं. यावरून हें तीर्थ यानंतर उत्पन्न झालें असावें असा संशय येतो. परंतु उल्लेखाचा अभाव हें प्रमाण लंगडें आहे असें आम्ही अनेक ठिकाणीं म्हटलेंच आहे. याशिवाय पांडव समुद्रकांठानें गेले. नौकेंत बसून गेल्याचें वर्णन नाहीं. यामुळें ते बहुधा अगस्त्यतीर्थावरून द्रविडदेशांतून पश्चिम किनाऱ्यावर एकदम गेले असावे असा संभव आहे. पश्चिम किनाऱ्यावर असलेलें गोकर्णमहाबळेश्वराचें तीर्थही वर्णन केलेलें नाहीं. यावरून तें तीर्थ त्या काळीं नव्हतें असें मानतां येत नाहीं. धौम्यानें दक्षिणेकडील तीर्थें वर्णन केलीं आहेत तीं येथें देऊं. प्रथम गोदावरी, वेणानदी, भिमरथीनदी व पयोष्णीनदी या नद्या सांगितल्या आहेत. पयोष्णी नदीच्या कांठीं नृगराजानें शेंकडों यज्ञ केल्याचें वर्णण आहे. पांड्यांच्या देशांतील अगस्त्यतीर्थ व वरुणतीर्थ यांचें वर्णन आहे आणि शेवटीं ताम्रपर्णी व गोकर्ण तीर्थ यांचें वर्णन आहे. नारदतीर्थयात्रेमध्यें आणखी ज्यास्ती तीर्थें सांगितलीं आहेत तीं कावेरीनदी व कुमारीतीर्थ. अर्थात् दक्षिणटोंक कन्याकुमारी याचा एथें उल्लेख आहे.

कृष्णा, वेणा आणि दंडकारण्य यांचाही उल्लेख आहे. सप्तगोदावरी यांचा उल्लेख असून गोदावरीच्या सात मुखांचा येथें निर्देश केलेला आहे. सर्वांत विशेष गोष्ट ही कीं, उज्जयिनी येथील महाकाळाचें वर्णन आलेलें असून तेथील कोटितीर्थ व भद्रवट हीं दोन्ही स्थानें हल्लींचीं प्रसिद्ध असलेलीं यांत उल्लेखिलेलीं आहेत. वरील वर्णनावरून दक्षिणेकडची अधिक अधिक माहिती कशी होत गेली असावी याचें अनुमान करण्यासारखें आहे. पांडवांच्या तीर्थयात्रेपेक्षां धौम्याच्या तीर्थयात्रावर्णनांत अधिक तीर्थें वर्णिली असून नारदाच्या तीर्थयात्रावर्णनांत त्याहूनही अधिक तीर्थें वर्णिलेलीं आहेत हें यावरून उघड होईल.

आतां पश्चिमेकडील तीर्थांचा आपण उल्लेख करूं. पांडव शूर्पारकतीर्थावर आले व तेथें त्यांनीं वनामध्यें पूर्वीच्या राजांनीं यज्ञ केलेले पाहिले व किनाऱ्यापासून आंत गेल्यावर तपस्वी ब्राह्मणांनीं गजबजून गेलेली परशुरामाची वेदी पाहिली. वसु, अश्विनीकुमार, यम, सूर्य, कुबेर, इन्द्र, विष्णु, विभु, शंकर इत्यादि सुंदर मंदिरें अवलोकन केलीं. नंतर पुन्हां शूर्पारक तीर्थावर ते आले व तेथून प्रभास तीर्थावर गेले. प्रभासतीर्थ काठेवाडामध्यें दक्षिणसमुद्रकिनाऱ्यावर द्वारकेपासून दूर असें आहे. या ठिकाणीं त्यांस श्रीकृष्ण व यादव भेटले. येथून पांडव विदर्भदेशाच्या अधिपतीनें वृद्धिंगत केलेल्या पवित्र पयोष्णीनदीवर आले. यावरून ही विदर्भ देशांतील नदी गुजराथमध्यें असावी, असें अनुमान होतें. परंतु कदाचित् पांडव पाठीमागें फिरून पयोष्णी नदीवर म्हणजे तापीवर आले असावे. कारण, या ठिकाणावरून वैदूर्य पर्वत आणि नर्मदानदी यांजवर गेल्याचें वर्णन आहे. किंवा प्रभासतीर्थ काठेवाडांतील नसावें. असो. नर्मदानदींत स्नान करून शर्यातिराजाचा यज्ञाचा प्रदेश व च्यवनाचा आश्रम नर्मदातीरावर होता, तेथें आले. च्यवनमुनी व शर्यातीचीं कन्या सुकन्या यांचें येथें कथानक आहे. येथून मंडळी सिंधुनदाच्या तीर्थावर गेली व तेथील अरण्यामध्यें असलेलें सरोवर पाहिलें. यानंतर पुष्करतीर्थावर ते आले व आर्चिक पर्वतावर ते राहिले. त्यापुढें गंगा, यमुना व सरस्वती यांच्या किनाऱ्यावर असलेलीं तीर्थें त्यांनीं पाहिलीं. पांडवांची पश्चिमेकडील ही तीर्थयात्रा चमत्कारिक व फारच थोडक्यांत वर्णन केलेली आहे. विशेषतः पुष्कराचें वर्णन इतरत्र फारच केलेलें आहे तसें येथें मुळींच केलेलें नाहीं. नारदतीर्थयात्रेंत व धौम्याच्या तीर्थयात्रेंत पुष्कराचें फार वर्णन आहे. पुष्कर हें क्षेत्र ब्रह्मदेवाचें आहे. पुष्कर हा एक मोठा तलाव आहे, नदी नाहीं. तो राजपुतान्यांत मध्यभागीं आहे. याच्या जवळचा अर्बुद अथवा अबूचा पहाड येथें सांगितला आहे. नारदाच्या तीर्थयात्रेच्या वर्णनांत द्वारकेचें वर्णन आहे. वास्तविक पांडवांच्या काळीं द्वारकेला अद्याप तीर्थपणा आला नव्हता आणि म्हणूनच पांडव द्वारकेस गेले नाहींत. नारदानें वर्णन केलेली तीर्थयात्रा महाभारताच्या काळची आहे. या वेळीं द्वारका साहजिकच मोठ्या तीर्थाचें ठिकाण बनलें होतें. ह्या ठिकाणचें वर्णन बरेंच विस्तृत केलेलें आहे (द्वारकेस) पिण्डारक तीर्थावर स्नान केलें असतां सुवर्णप्राप्ति होते. त्या तीर्थामध्यें अद्यापि पद्मरूपी चिन्हांनीं युक्त असलेल्या मुद्रा (सोन्याचीं नाणीं) दृष्टिगोचर होतात ही आश्चर्याची गोष्ट होय. त्या ठिकाणीं त्रिशूलाचीं चिन्हें असलेलीं कमलें दृष्टीस पडतात. येथें शंकराचें नेहमीं सान्निध्य आहे. या वर्णनावरून महाभारतकाळीं द्वारका हें एक

प्रसिद्ध तीर्थ झालें होतें. पण द्वारकेची स्थापना श्रीकृष्णानें नव्यानेंच केली व रैवतकपर्वतावर त्यानें नवीन दुर्गें बांधिलीं व श्रीकृष्ण निजधामास गेल्यावर द्वारका पाण्यांत बुडून गेली, या गोष्टी लक्षांत घेतल्या म्हणजे श्रीकृष्णाच्या किंवा पांडवांच्या वेळीं हें तीर्थ नव्हतें हें उघड आहे. हें वर्णन (भा० पु० २ पा० १७१) व ही एकंदर नारदोक्त तीर्थयात्रा महाभारतकाळची म्हणजे इ० स० पू० २५० च्या सुमाराची आहे असें अनुमान सहज होतें.

आतां उत्तरेकडील तीर्थांच्या वर्णनांत युगंधर, अच्युतस्थल, आणि भूतलव्य या यमुनेवरील तीर्थांचें वर्णन असून प्लक्षावतरण तीर्थ सांगितलें असून पुढें कुरुक्षेत्रांत पांडव गेल्याचें वर्णन आहे. कुरुक्षेत्रांतून सरस्वतीच्या विनशन तीर्थाचें वर्णन आहे. यानंतर विपाशा अथवा बियास नदी. विपाशेपासून ते काश्मीरास गेले. त्याच्यापुढें ते मानससरोवरास पोंचले. तेथें त्यांस वितस्ता नदी दिसली. वितस्ता नदीच्या शेजारीं जला व उपजला या दोन नद्या त्यांस आढळल्या, व पुढें मैनाक व श्वेतगिरिपर्वतावरून ते कैलासपर्वतावर गेले. तेथेंच भागीरथीचें त्यांस दर्शन झालें. नंतर ते गंधमादनपर्वतावर येऊन पोंचले आणि विशालासंज्ञक बदरी (बोर) जेथें असून नरनारायणांचा आश्रम आहे व जेथून अलकनंदा नदी निघते तेथें जाऊन ते पोंचले. नरनारायणांच्या आश्रमांत पोंचल्यावर घटोत्कचाच्या साहाय्यानें पुढें जाऊन भागीरथींत स्नान करून त्यांनीं आपली तीर्थयात्रा संपविली.

पुष्कर व कुरुक्षेत्राचें महत्त्व.

महाभारतकाळीं दोन तीर्थें किंवा तीर्थांचीं स्नानें फारच प्रसिद्ध होतीं. एक अर्बुदाजवळचें पुष्करतीर्थ व दुसरें कुरुक्षेत्र. पुष्कर तीर्थ सर्व तीर्थांमध्यें राजा आहे. पुष्कराचें सकाळ-संध्याकाळ स्मरण करील त्यासही सर्व तीर्थांचें स्नान केल्याचा पुण्यप्रभाव होईल. पुष्करतीर्थाविषयीं आणखी एक गोष्ट ही कीं, ब्रह्मदेवाचें क्षेत्र हें एकटेंच आहे. बाकीचीं सर्व तीर्थें शिव, विष्णु किंवा इतर देवतांचीं आहेत. हें तीर्थ सर्व तीर्थांचें आदिभूत आहे असें नारदानें सांगितलेल्या तर्थिप्रशंसेंत आहे. दुसरें तीर्थ कुरुक्षेत्र होय. नारदतीर्थवर्गनांत याचा एकट्याचा सबंध मोठा अध्याय वनपर्व ८३ हा आहे. कुरुक्षेत्राला जाईन, कुरुक्षेत्रांत राहीन असें म्हणणारा सुद्धां पापापासून मुक्त होतो. दृशद्वतीच्या उत्तरेस व सरस्वतीच्या दक्षिणेस जितकें क्षेत्र आहे तितकें पुण्यभूमि आहे. एवढ्याच क्षेत्रांत अनेक किंबहुना शेंकडों तीर्थें या अध्यायांत वर्णन केलेलीं आहेत त्यांतील मुख्य तीन आहेत. पहिलें पृथूदक. सर्व क्षेत्रांत कुरुक्षेत्र पवित्र; कुरुक्षेत्रांत सरस्वती आणि सरस्वतींत पृथूदक उत्कृष्ट असें याचें वर्णन आहे. दुसरें तीर्थ स्यमन्त-पंचक. हे पांच तलाव परशुरामानें क्षत्रियांचा नाश करून त्यांच्या रक्तानें भरले अशी आख्यायिका आहे. तिसरें तीर्थ सन्निहती नांवाचें आहे. या तीर्थांत सूर्यग्रहणाच्या वेळीं जो मनुष्य स्नान करील तो शंभर अश्वमेध केल्याचें पुण्य पावेल असें वर्णन आहे. ह्या तीर्थांत सर्व तीर्थें आलीं आहेत, म्हणून यास सन्निहती हें नांव आहे. कुरुक्षेत्रांत सूर्यग्रहणाच्या वेळीं कौरव, पांडव, यादव, गोपाल हे एके ठिकाणीं जमा झाल्याचें भागवतांत वर्णन आहे. आणि अजूनही सूर्यग्रहणाच्या वेळीं कुरुक्षेत्रांतच जाण्याचा महिमा विशेष मानला जातो, व लाखों यात्रा येथें जमा होते.

कुरुक्षेत्रांत युद्धांत जो मरेल तो मुक्तीस

जाईल अशी त्या वेळीं समजूत होती. यामुळें कौरव, पांडव या क्षेत्रांत युद्धास जमा झाले होते. परंतु एवढें मोठें सैन्य कुरुक्षेत्रांत राहिलें असेल ही गोष्ट संभवनीय नाहीं. कुरुक्षेत्राला मध्य धरून दोन्हीकडच्या फौजा फार विस्तीर्ण प्रदेशांत पसरलेल्या होत्या असें महाभारतांतच वर्णत केलेलें आहे. पंजाबाचा कांहीं भाग, सर्व कुरुजांगल, रोहितकारण्य व मरुभूमि येथपर्यंत सैन्य पसरलेलें होतें. अहिच्छत्र, कालकूट, गंगापूल, वारण व वाटधान तसेंच यमुनेच्या दक्षिणचे डोंगरपर्यंत फौजा पसरलेल्या होत्या. भारतीयुद्ध एखाद्या लहानशा भागांत झालें अशी कल्पना पुष्कळ लोकांची असते. परंतु कुरुक्षेत्र व अहिच्छत्र हल्लींचें रामपूर, व वारण वाटधान हीं गांवें दक्षिणेकडे हस्तिनापुराच्या बरींच अंतरावर असलेलीं महाभारतांत अन्यत्र वर्णन केलेलीं आहेत, येथपर्यंत फौजा होत्या यावरून शंभर कोस लांब व पन्नासपासून शंभर कोसांपर्यंत रुंद अशा प्रदेशांत भारतीयुद्ध झालें असलें पाहिजे.

सरस्वतीच्या संबंधानें महाभारतांत एक स्वतंत्र आख्यान शल्यपर्वांत घातलेलें आहे. त्याजवरून सरस्वतीची चांगली कल्पना आपल्यास येते. बलराम युद्धास न जातां सरस्वतीच्या तीर्थयात्रेस गेला. त्या वेळेस तो सरस्वतीच्या उलट्या दिशेनें म्हणजे मुखाकडून उगमाकडे गेला असें वर्णन यांत आहे. वास्तविक सरस्वती समुद्रास मिळत नाहीं. हल्लींही ती घोग्रा नदीला जाऊन मिळते. परंतु प्राचीनकाळीं केव्हां तरी ही नदी अरबी समुद्राला कोठें तरी कच्छच्या रणाजवळ मिळत असली पाहिजे. परशुरामानें यात्रा सुरू केली ती प्रभास तीर्थापासून केली. हें तीर्थ हल्लीं द्वारकेच्या दक्षिणेस पश्चिम किनाऱ्याला आहे. नंतर तो चमसोद्भेद तीर्थावर गेला. तेथून पुढें उदपान तीर्थावर गेला. हें तीर्थ म्हणजे एक विहीर होती असें वर्णन आहे. परंतु असेंही म्हटलें आहे कीं या ठिकाणच्या लतावृक्षांच्या हिरवेगारपणावरून व भूमीच्या स्निग्धपणावरून सिद्धलोक नष्ट झालेली सरस्वती सहज ओळखूं शकतात. अर्थात् ती विहीर मारवाडच्या रेतस्थानांत असावी. (शल्यपर्व भा० पु० ५ पान १०६) याच्यानंतर बलराम विनशन तीर्थावर गेला. या ठिकाणीं शूद्राभीरांच्या द्वेषामुळें सरस्वती नष्ट झाली म्हणजे रेतींत नाहींशी झाली म्हणून यास विनशन असें नांव आहे. या ठिकाणीं त्यानें सरस्वती नदींत स्नान केलें. येथून उत्तरेकडे जात जात त्यानें अनेक तीर्थें सरस्वतीच्या कांठचीं पाहिलीं. पुढें जातां जातां तो द्वैतवनास प्राप्त झाला. या वनाबद्दल आपण पूर्वीं वर्णन केलेंच आहे. तें वन हिमालयाच्या पायथ्याच्या सुमाराला होतें. यापुढें सरस्वती दक्षिणच्या बाजूला फिरलेली आहे. पुढें हिमालयांतून सात नद्या निघाल्याचें व त्या सर्व मिळून सरस्वती झाल्याचें येथें वर्णन आहे. यामुळें त्यास सप्तसारस्वत असें नांव मिळालेलें आहे. तेथून हिमालयाच्या आंत अनेक तीर्थें पाहात शिरला व सरस्वतीच्या उगमापर्यंत त्यानें यात्रा केली. सरस्वतीच्या कांठीं अनेक ब्राह्मण पूर्वकालापासून राहात असून एकदां बारा वर्षें अनावृष्टि पडल्यामुळें ब्राह्मणांस कांहींच खावयास मिळेना तेव्हां सारस्वत मुनीनें सरस्वतीच्या आज्ञेनें मत्स्यांवर आपला उदरनिर्वाह केला व वेदांचें रक्षण केलें. सारस्वत मुनीनें इतर ठिकाणीं भटकून गेलेल्या ब्राह्मणांस अवर्षण संपल्यानंतर वेदांचा अध्याय सांगितला यामुळें ते सर्व सारस्वतमुनींचे शिष्य झाले व तेथून मत्स्य खाण्याचा प्रघात सुरू झाला. असो,

नंतर यमुनेच्या तीरानें कुरुक्षेत्रांत बलदेव स्यमंतपंचकास उतरला आणि गदायुद्धाच्या वेळेस तो हजर होता. याप्रमाणें सरस्वतीच्या उगमापासून मुखापर्यंतचें वर्णन सरस्वती आख्यानांत केलेलें आहे. पूर्वकाळीं सरस्वती नदी प्रत्यक्ष मारवाडांतून वाहात जाऊन पश्चिमसमुद्रास मिळत होती, असें या आख्यानावरून अनुमान करण्यास हरकत नाहीं.

शहरें.

महाभारतांत कोणकोणत्या नगरांचें नांव आलेलें आहे याचा उल्लेख बहुतेक वरील वर्णनांत आलेला आहे. हस्तिनापूर हा कौरवांचा मुख्य राजधानीचा गांव गंगेच्या किनारीं असलेला हल्लीं नष्ट आहे. पण तो दिल्लीच्या उत्तरपूर्वेस होता असे अनुमान आहे. इन्द्रप्रस्थ हा गांव पांडवांच्या राजधानीचा यमुनेच्या पश्चिम किनाऱ्यावर प्रसिद्ध आहे हल्लींच्या दिल्लीच्या दक्षिणेस त्याच नांवानें तो प्रसिद्ध आहे. पांडवांनीं जीं पांच गावें मागितलीं होतीं तीं इन्द्रप्रस्थ, वृकप्रस्थ, माकंदी, वारणावत हीं चार व आणखी एक कोणतें तरी मिळून पांच होतीं. इन्द्रप्रस्थाच्या दक्षिणेस यमुना किनाऱ्यावर वृकप्रस्थ होतें. गंगेच्या किनाऱ्यावर एक माकंदी असून यमुनेच्या किनाऱ्यावरही दुसरी माकंदी होती, असें दिसतें. चौथें वारणावत गंगेच्या किनाऱ्यावर होतें असें आदिपर्वावरून दिसतें. (आदि० अध्याय १४९) मत्स्यांची राजधानी विराट नगर होती. विराटनगराच्या उत्तरेस व इन्द्रप्रस्थाच्या दक्षिणेस उपप्लव्य नांवाचें शहर होतें. विराट नगर जयपुराच्या जवळ होतें. तेव्हां उपप्लव्य, जयपुर व दिल्ली यांच्या दरम्यान असलें पाहिजे. उपप्लव्यास पांडवांनीं युद्धाची तयारी केली. शूरसेनांची राजधानी मथुरा होती. तीच हल्लींची यमुना नदीवरील मथुरा होय. द्रुपदांची राजधानी गंगेच्या उत्तरेस अहिच्छत्र ही होती. अहिच्छत्र हल्लीं संयुक्त प्रांतांतील रामपुराजवळ आहे. द्रुपदाची दुसरी राजधानी कांपिल्य होती ती गंगेच्या पश्चिम किनाऱ्यावर असावी. कान्यकुब्ज ही राजधानी गाधीची होती. ती गंगेच्या पश्चिमकिनाऱ्यावरील हल्लींचें कनोज हें शहर होय. यमुनेच्या दक्षिणकिनाऱ्यावर चेदींचें राज्य होतें. त्यांची राजधानी शक्तिमती (वन० अ० २२) यांत आलेली आहे. महाभारतांत देशांचे यादींत वत्सदेशाचें नांव आलेलें नाहीं व वत्सराजाची राजधानी कौशाम्बी हिचेंही नांव महाभारतांत प्रत्यक्ष आलेलें नसलें तरी ठाऊक होतें. वसु राजाच्या चार पुत्रांनीं चार राज्यें व नगरें स्थापित केली असें आदिपर्वांत (अ० ६३) वर्णन आहे. त्यांत कुशाम्ब असून त्यानें स्थापन केलेली कौशांबी होय हें उघड आहे. गंगायमुनांच्या संगमावरील प्रयागाचें नांव प्रसिद्ध आहे. तें हल्लींचेंच प्रयाग होय. उत्तरेस अयोध्या हें शहर हल्लींचें अयोध्या हें होय. मिथिला विदेहदेशांतील शहर प्रसिद्ध आहे. अंगदेशांत चंपा ही राजधानी असून तिचें नांव महाभारतांत आलेलें आहे. हल्लींचें बहार प्रांतांतील चंपारण हेंच तें होय. भारतीयुद्धकाळीं गंगायमुनेच्या प्रदेशांत भारती आर्यांची पूर्ण वस्ती झाली असून त्या वेळचीं शहरें फारच थोडीं महाभारतांत वर्णिलेलीं आहेत हें एक आश्चर्य वाटतें व त्यांपैकीं फार थोडीं शहरें हल्लीं शिल्लक आहेत. काशी हें शहर त्या वेळीं होतें; असें भीष्मानें काशीराजाच्या मुली हिरावून आणल्या याजवरून अनुमान करतां येतें. मगधांची राजधानी पाटलीपुत्र नसून राजगृह होती. तिचें वर्णन बौद्धग्रंथांतही आहे. बुद्ध या शहरांत गेला होता. हें

शहर हल्लीं नष्टप्राय आहे. मगधांतील पुण्यक्षेत्र गया हें त्या वेळीं प्रसिद्ध असलें पाहिजे. संयुक्त प्रांतांतील आणखी नांव एकचक्रा या नगराचें आलें आहे. बकासुराला येथें मारला; हें शहर गंगेच्या उत्तरेस असावें. आतां पंजाब प्रांतांतील दोनच शहरें आलेलीं दिसतात. एक शाकल व दुसरें तक्षशिला. दोन्ही शहरें हल्लीं नष्टप्राय आहेत. शाकल शियालकोटजवळ होतें व तक्षशिला रावळपिंडीजवळ होती. मुंबईप्रांतांतील तीन शहरें उल्लेखित आहेत. द्वारका, भरुकच्छ (भडोच) शूर्पारक (सोपारा वसई जवळ) हीं तिन्ही शहरें हल्लीं कायम आहेत. यांशिवाय अन्य शहरांचा उल्लेख म्हटला म्हणजे विदर्भांतील कौंडिन्यपूर व भोजकट हीं होत. हीं उमरावतीजवळ असावींत.

भरतखंडांतील देशांचीं नांवें भीष्मपर्व अध्याय ६. जे देश नकाशावर दाखविले आहेत त्यांजवर फुली मारली आहे. ज्यांवर कौंस घातला आहे त्यांचें नांव पुन्हां आलें आहे असें समजावें.

आर्यभागांतील किंवा उत्तरेकडील.

१ कुरु ×	२३ उत्कल ×	४५ पांडुराष्ट्र	६७ प्रल्हाद
२ पांचाळ ×	२४ पांचाल	४६ गोपराष्ट्र ×	६८ माहिक
२ शाल्व	२५ कोसल ×	४७ कारीति	६९ शशिक
४ माद्रेय	२६ नैकपृष्ठ	४८ अधिराज्य	७० बाल्हिक ×
५ शूरसेन ×	२७ धुरंधर	४९ कुशाद्य	७१ वाटधान ×
६ पुलिंद ×	२८ गोध	५० मल्लराष्ट्र	७२ आकीर ×
७ बोध	२९ मद्र *	५१ वारवास्य	७३ कालतोयक
८ माल	३० कालिंग ( )	५२ यवाह	७४ अपरान्त ×
९ मत्स्य ×	३१ काशि ×	५३ चक्र	७५ परान्त×
१० कुशल्य	३२ अपरकाशी	५४ चक्राति	७६ पांचाल ( )
११ सौशल्य	३३ जठर	५५ शक	७७ चर्ममंडल
१२ कुंति	३४ कुकुर	५६ विदेह ×	७८ अटवीशिखर
१३ कांतिकोशल	३५ दशार्ण ( )	५७ मगध ×	७९ मेरुभूत
१४ चेदि ×	३६ कुंति ( )	५८ स्वक्ष	८० उपावृत्त
१५ मत्स्य ( )	३७ अवंति ×	५९ मलज	८१ अनुपावृत्त
१६ करूष *	३८ अपरकुंति	६० विजय	८२ स्वराष्ट्र ×
१७ भोज *	३९ गोमंत	६१ अंग ×	८३ केकय ×
१८ सिंधु ×	४० मंदक	६२ वंग ×	८४ कुंदापरान्त
१९ पुलिंदक	४१ संड	६३ कलिंग ×	८५ माहेग
२० उत्तम	४२ विदर्भ ×	६४ यकृल्लोम	८६ कक्ष
२१ दशार्ण ×	४३ रूपवाहिक	६५ मल्ल	८७ समुद्रनिष्कुर
२२ मेकळ	४४ अश्मक ×	६६ सुदेष्ण	८८ आन्ध्र×

८९ अंतर्गिर्य
९० बहिर्गिर्य
९१ अंग ()
९२ मलय
९३ मगध
९४ मानवर्जक
९५ समंतर
९६ प्रावृषेय
९७ भार्गव
९८ पुंड्र ×
९९ भर्ग
१०० किरात
१०१ सुदृष्ट
१०२ यामुन
१०३ शक
१०४ निषाद
१०५ निषध ×
१०६ आनर्त ×
१०७ नैर्ऋत
१०८ दुर्गाल
१०९ प्रतिमत्स्य
११० कुंतल ()
१११ कोसल ()
११२ तीरग्रह
११३ शूरसेन ()
११४ ईजिक
११५ कन्यकागुण
११६ तिलभार
११७ मसीर
११८ मधुमन्त
११९ सुकंदक
१२० काश्मीर ×
१२१ सिन्धु ×
१२२ सौवीर ×
१२३ गान्धार ×
१२४ दर्शक
१२५ अभिसार
१२६ उलूत
१२७ शैवल
१२८ बाल्हिक ()
१२९ दार्वीचव
१३० नवदर्व
१३१ वातजाम
१३२ रथोरग
१३३ बाहुवाद्य
१३४ सुदामान
१३५ सुमाल्लिक
१३६ वध्र
१३७ करीषक
१३८ कुलिंद ()
१३९ उपत्यक
१४० वनायु
१४१ दश
१४२ पार्श्वरोम
१४३ कुशाबिन्दु
१४४ कच्छ ×
१४५ गोपालकक्ष
१४६ जांगल
१४७ कुरुवर्णक
१४८ किरात ×
१४९ बर्बर ×
१५० सिद्ध
१५१ वैदेह ()
१५२ ताम्रलिप्तक ×
१५३ औड्र ×
१५४ म्लेच्छ
१५५ शैशिरिध्र
१५६ पार्वतीय.

दक्षिणेकडील लोक.

१ द्रविड ×
२ केरल ×
३ प्राच्य
४ भूषिक
५ वनवासिक ×
६ कर्णाटक ×
७ माहिषक ×
८ विकल्प
९ मूषक ×
१० झिल्लिक
११ कुंतल ×
१२ सौहृद
१३ नभकानन
१४ कौकुट्ट
१५ चोल ×
१६ कोंकण ×
१७ मालव ×
१८ समंग
१९ करक
२० कुकुर
२१ आंगार
२२ मारिष
२३ ध्वजिन्युत्सवसंकेत
२४ त्रिगर्त
२५ शाल्वसेनि
२६ व्यूक
२७ कोकबक
२८ प्रोष्ठ
२९ समवेगवश
३० विंध्यचुलिक
३१ पुलिंद
३२ वल्कल
३३ मालव ()
३४ बल्लव
३५ अपरबल्लव
३६ कुलिंद
३७ कालद
३८ कुंडल
३९ करट
४० मूषक
४१ स्तनबाल
४२ सनीप
४३ घटसृंजय
४४ अठिद
४५ पाशिवाट
४६ तनय
४७ सुनय
४८ ऋषिक
४९ विदभ
५० काक.

उत्तरेकडील म्लेच्छ.

१ तंगण
२ परतंगण
} हें दक्षिणच्या लोकांत चुकीनें सांगितलें आहे.

१ यवन ×
२ चीनकांबोज ×
३ सकृद्ग्रह
कुलत्थ
५ हूण ×
६ पारसीक ×
७ रमण
८ चीन ×

९ दशमालिक
१० शूद्राभीर
११ दरद ×
१२ काश्मीर
१३ पशु
१४ खाशीर ×
१५ आंतचार
१६ पल्हव ×
१७ गिरिगव्हर
१८ आत्रेय
१९ भरद्वाज
२० स्तनपोषिक
२१ प्रोषक
२२ कलिंग
२३ किरातजाति
२४ तोमर
२५ हन्यमान
२६ करभंजक
२७ लंपाक. हें नांव खालील श्लोकांत आलें आहे.

लंपाकाश्च पुलिंदाश्च चिक्षिपुः स्ताश्च सात्यकिः
(द्रोण. अ. १२०)

याशिवाय उत्तरेकडे अर्जुनाच्या दिग्विजयांत (सभापर्व—वनपर्व) आलेले लोक येणेंप्रमाणें.

१ कुविंद
२ आनर्त
३ तालकूट
४ प्राग्ज्योतिष ×
५ अंतर्गिरि ()
६ बहिर्गिरि ()
७ त्रिगर्त
८ दार्व
९ कोकनद
१० कांबोज
११ परद
१२ किंपुरुष
१३ गुह्यक

दक्षिणेकडे सहदेवाच्या दिग्विजयांत

१४ सेक
१५ अपरसेक
१६ किष्किंधा
१७ माहिष्मती
१८ शूर्पारक
१९ कालकूट
२० दण्डक
२१ करहारक
२२ आन्ध्र
२३ यवनपुर
२४ कर्णप्रावरण
२५ एकपाद
२६ पुरुषाद

भीमाच्या दिग्विजयांत पूर्वेकडे.

२७ पुमाल
२८ अयोध्या
२९ गोपालक
३० मल्ल
३१ सुपार्श्व
३२ मलग
३३ अनव
३४ अभय
३५ वत्स×
३६ मणिमान×
३७ शर्मक
३८ वर्मक
३९ शाकबर्बर
४० सुह्म
४१ दंडधार
४२ लौहित्य
४३ मणिपूर

अर्जुनाच्या पहिल्या यात्रेंत.

नकुलाच्या पश्चिमदिग्विजयांत.

४४ मत्तमयूर
४५ शैरीषक
४६ महत्थ
४७ अंबष्ठ×
४८ मालव×
४९ पञ्चकर्पट
५० शाल्व ५१ केकय
५२ तक्षशिला
५३ बाहीक
५४ क्षुद्रक

कर्णाच्या दिग्विजयांत (वनपर्व) अधिक झालेले. उत्तर.

५५ नेपाल.

पूर्वेस

५६ शुंडिक
५७ कर्कखंड

मध्यदेश.

५८ वत्स
५९ मोहन नगर
६० त्रिपुर

दक्षिणेस

६१ शैल ६२ नील

पश्चिम

६३ बर्बर.

भीष्मपर्व अध्याय ९ यांतील नद्यांचीं नांवें. ज्या नद्या नकाशांत दाखविल्या आहेत त्यांवर × केली आहे.

१ गंगा ×
२ सिन्धु ×
३ सरस्वती ×
४ गोदावरी ×
५ नर्मदा ×
६ बाहुदा ×
७ महानदी ×
८ शतद्रु ×
९ चंद्रभागा ×
१० यमुना ×
११ दृषद्वती ×
१२ विपाशा ×
१३ विपापा
१४ वेत्रवती ×
१५ कृष्णा ×
१६ बेण्या ×
१७ इरावती
१८ वितस्ता ×
१९ देविका
२० वेदस्मृता
२१ वेदवती
२२ त्रिदिवा
२३ इक्षुला
२४ कृमि
२५ करीषिणी
२६ चित्रवाहा
२७ चित्रसेना
२८ गोमती ×

२९ धूतपापा
३० गण्डकी ×
३१ कौशिकी ×
३२ निचिता
३३ रोहतारणा
३४ रहस्या
३५ शतकुंभा
३६ शरयू ×
३७ चर्मण्वती ×
३८ वेत्रवती ×
३९ हस्तिसोमा ×
४० दिक्
४१ शरावती
४२ पयोष्णी ×
४३ वेणा ( )
४४ भामरथी ×
४५ कावेरी ×
४६ चुलुका
४७ वाणी
४८ शतबला
४९ नीवारा
५० अहिता
५१ सुप्रयोगा
५२ पवित्रा
५३ कुंडली
५४ राजनी
५५ पुरमालिनी
५६ पूर्वाभिरामा
५७ वीरा
५८ भीमा ( )
५९ मोघवती
६० पाशायनी
६१ पापहरा
६२ महेन्द्रा
६३ पाटलावती
६४ करीषिणी
६५ असिक्नी ×
६६ कुशचीरा ×
६७ मकरी
६८ प्रवरा ×
६९ मेना ७० हेमा
७१ धृतवती
७२ पुरावती
७३ अनुष्णा
७४ शैब्या ७५ कापी
७६ सदानीरा ×
७७ अधृष्णा
७८ कुशधारा
७९ सदाकान्ता
८० शिवा
८१ वीरवती
८२ वस्त्रा
८३ सुवस्त्रा
८४ गौरी
८५ कंपना
८६ हिरण्यवती
८७ बया
८८ वीरकरा
८९ पंचमी
९० रथचित्रा
९१ ज्योतिरथा
९२ विश्वामित्रा
९३ कपिंजला
९४ उपेंद्रा
९५ बहुला
९६ कुवीरा
९७ अंबुवाहिनी
९८ विनती
९९ किंजला
१०० वेणा
१०१ तुङ्गवेणा
१०२ विदिशा
१०३ कृष्णवेणा ×
१०४ ताम्रा
१०५ कपिला
१०६ खलु
१०७ सुनामा
१०८ वेदाश्वा
१०९ हरिश्रवा
११० शीघ्रा
१११ पिच्छिला
११२ भारद्वाजी
११३ कौशिकी ( )
११४ शोणा ×
११५ बाहुदा
११६ चंद्रमा
११७ दुर्गा
११८ चित्रशिला
११९ ब्रह्मवेध्या
१२० बृहद्वती
१२१ यवक्षा
१२२ रोही
१२३ जांबूनदी
१२४ सुनसा
१२५ तमसा
१२६ यासी
१२७ वसामन्या
१२८ वाराणसी
१२९ नीला
१३० धृतवती
१३१ पर्णाशा
१३२ माधवी
१३३ वृषभा
१३४ ब्रह्ममेध्वा
१३५ बृहध्वनि
१३६ कृष्णा
१३७ मंदवाहिनी
१३८ ब्राह्मणी
१३९ महागौरी
१४० दुर्गा
१४१ चित्रोपला
१४२ चित्ररथा
१४३ मंजुला
१४४ मंदाकिनी
१४५ वैतरणी ×
१४६ कोषा
१४७ शुक्तिमती
१४८ अनंगा
१४९ वृषसी
१५० लौहित्या ×
१५१ करतोया ×
१५२ वृषका
१५३ कुमारी
१५४ ऋषिकुल्या
१५५ मारिषा
१५६ सरस्वती
१५७ मंदाकिनी
१५८ सुपुण्या
१५९ सर्वा
१६० गंगा

" याशिवाय अज्ञात व क्षुद्र नद्या अनेक आहेत आणि महानद्यांपैकीं स्मरल्या तितक्याच येथें सांगितल्या आहेत." अर्थात् कांहीं नद्या यांतही राहिल्या आहेत. उदाहरणार्थ उज्जनी येथील क्षिप्रा.

प्रकरण तेरावें.

ज्योतिर्विषयक ज्ञान,

महाभारतकाळीं भारती आर्यांस ज्योतिषशास्त्राचें ज्ञान किती होतें, याचा आपण विचार करूं. महाभारतांत ज्योतिर्विषयक उल्लेख अनेक ठिकाणीं आलेले आहेत आणि त्या सर्वांवरून महाभारतकाळापर्यंत ज्योतिःशास्त्राची माहिती बरीच झालेली होती. याच्यापूर्वीच वेदांगज्योतिष झालेलें असून ज्योतिःशास्त्रामध्यें गणितशास्त्राचा बराच प्रवेश झालेला होता. सूर्य व चंद्र यांचें गणित करण्याची पद्धत लोकांस माहीत झाली होती. तथापि एकंदर रीतीनें ज्योतिषशास्त्राची प्रगति, महाभारतकाळानंतरच झाली ही गोष्ट प्रसिद्ध आहे. ग्रीक लोकांचें ज्योतिर्विषयक ज्ञानही महाभारतकाळानंतरच वाढलें आणि त्या ज्ञानाचा इसवी सनाच्या प्रारंभाच्या सुमारास भारती ज्योतिषशास्त्राच्या ज्ञानाशीं मेळ पडून त्यानंतर सिद्धांतादि प्रचंड उत्तम विस्तृत ग्रंथ तयार झाले. असो; भारतीकाळांत ज्योतिषाची माहिती कशी कशी वाढत गेली याचा आपण या भागांत विचार करूं.

भारतीकाळाच्या प्रारंभीं म्हणजे वैदिक काळाच्या अंतीं भारतीय आर्यांना २७ नक्षत्रांचें व त्यांमधील चंद्राच्या गतीचें चांगलें ज्ञान झालें होतें. सत्तावीस नक्षत्रें यजुर्वेदामध्यें पठण केलेलीं आहेत. तींच नांवें महाभारतांतही येतात आणि चंद्र दरदिवशीं सत्तावीसपैकीं कोणत्या तरी एका नक्षत्रांत असून हल्लीं जसा तारखांचा आपण उपयोग करतों त्याप्रमाणें भारती काळांत नक्षत्रांचा उपयोग करीत असत. अमुक गोष्ट अमुक तारखेस झाली असें जसें आपण हल्लीं म्हणतों त्याप्रमाणें अमुक गोष्ट अमुक नक्षत्रावर झाली असें महाभारतकाळीं म्हणत असत. एकंदर सत्तावीस नक्षत्रें ही संख्या एका हिशेबानें कमी पडत असे. कारण, चांद्रमास हा अठ्ठाबीस दिवसांपेक्षां कांहीं थोडा अधिक आहे. तेव्हां सत्तावीस नक्षत्रांच्या ऐवजीं अठ्ठावीस नक्षत्रें कांहीं काळीं मानण्याचा प्रघात पडला. परंतु हें अठ्ठाविसावें नक्षत्र अर्थातच काल्पनिक होतें, व त्याला काल्पनिक जागाही दिलेली होती. या अभिजित् नक्षत्राविषयीं एक चमत्कारिक गोष्ट महाभारतांत वनपर्वांत दिलेली आहे. वनपर्व अ० २३० यांत पुढें दिलेले श्लोक आलेले आहेत.

अभिजित्स्पर्धमाना तु रोहिण्या कन्यसी स्वसा।
इच्छन्ती ज्येष्ठतां देवी तपस्तप्तुं वनं गता ॥
तत्र मूढोस्मि भद्रं ते नक्षत्रं गगनाच्च्युतम् ।
कालं त्विमं परं स्कन्द ब्रह्मणासह चिन्तय ॥
धनिष्ठादिस्तदाकालो ब्रह्मणा परिकल्पितः ।
रोहिणी त्वभवत्पूर्व एवंसंख्या समाभवत् ॥
एवमुक्ते तु शक्रेण त्रिदिवं कृत्तिका गताः ।
नक्षत्रं सप्तशीर्षाभं भाति तद्वान्हिदैवतम् ॥

या श्लोकांचा अर्थ नीटसा लागत नाहीं. तथापि अभिजित् नक्षत्र आकाशांतून पडलें, कारण, त्या नक्षत्राचा आणि रोहिणीचा मोठेपणाबद्दल तंटा लागला. त्या वेळेस स्कंदानें ब्रह्मदेवासह या गोष्टींचा विचार करून धनिष्ठांपासून काल गणना सुरू केली; या पूर्वीं रोहिणी मुख्य होती. याप्रमाणें व्यवस्था केल्यावर संख्या पूर्ण झाली आणि कृत्तिका आकाशामध्यें गेल्या आणि तें सात मस्तकांचें नक्षत्र अग्निदैवत असून आकाशामध्यें हल्लीं चमकत आहे. (भाषान्तर पुस्तक २ पान ४७६) या कथेचा संबंध मागच्या पुढच्या कथेशीं काय आहे हेंही लक्षांत येत नाहीं. बाकी स्कंददेवतेचा ज्योतिष शास्त्राशीं संबंध होता ही गोष्ट

हल्लीं उपलब्ध असलेल्या गर्गसंहितेवरूनही दिसते. या ग्रंथांत शिव आणि स्कंद यांच्या संभाषणरूपानें सगळी ज्योतिषाची माहिती दिलेली आहे. असो; प्राचीनकाळीं नक्षत्रांच्या प्रारंभीं रोहिणी नक्षत्र होतें तें पुढें संपाताच्या मागें चलनामुळें विरुद्ध पडून कालगणनेंत घोंटाळा होऊं लागला म्हणून एक नक्षत्र मागें हटून कृत्तिका नक्षत्रापासून नक्षत्रें मोजूं लागले असा तात्पर्यार्थ दिसतो. लोकमान्य टिळकांनीं वैदिक काळाच्या पूर्वीं मृगशीर्षांत नक्षत्रारंभ होता असें सिद्ध केलेलें आहे. असो. याची मोड पुढील विवेचनावरून लक्षांत येईल.

भारती काळाच्या प्रारंभापासून तों महाभारतकाळापर्यंत नक्षत्रांच्या प्रारंभीं कृत्तिकाच होत्या. ब्राह्मणामध्यें सुद्धां कृत्तिकाच प्रारंभीं आहेत आणि महाभारतांत अनुशासनपर्व अध्याय ६४ यांत सर्व नक्षत्रांची यादी दर नक्षत्रावर दान केलें असतांना निरनिराळें पुण्य काय लागतें हें सांगतांना दिलेली आहे. त्यांतही कृत्तिकाच प्रारंभीं आहेत. हीं नक्षत्रें येणेंप्रमाणें आहेत. त्या नक्षत्रांची संख्याही त्यांच्या वचनावरून दिसेल. सात नक्षत्रांची एक रांग येणेंप्रमाणें तीं हीं नक्षत्रें मांडलीं असतां अशी यादी होते.

नक्षत्रांची यादी.

१ कृत्तिका	८ मघा	१५ अनुराधा	२२ धनिष्ठा
२ रोहिणी	९ पूर्वा	१६ ज्येष्ठा	२३ शतभिषक्
३ मृग	१० उत्तरा	१७ मूळ	२४ पूर्वाभाद्रपदा
४ आर्द्रा	११ हस्त	१८ पूर्वाषाढा	२५ उत्तराभाद्रपदा
५ पुनर्वसू	१२ चित्रा	१९ उत्तराषाढा	२६ रेवती
६ पुष्य	१३ स्वाती	२० अभिजित्	२७ अश्विनी
७ आश्लेषा	१४ विशाखे	२१ श्रवण	२८ भरणी

अगदीं पूर्वकाळीं मृगापासून प्रारंभ होता. पुढें रोहिणीपासून सुरू झाला त्या वेळेस अर्थातच शतभिषक् या नक्षत्रांवर कालारंभ होत असे. जेव्हां कृत्तिकांपासून प्रारंभ झाला तेव्हां धनिष्ठादि काल झाला. हें वाचकांच्या लक्षांत येईल. हल्लीं महाभारतकाळची ही गणना सुटून अश्विनीपासून नक्षत्रारंभ होऊं लागला आणि कालारंभ म्हणजे (वसंतारंभ) अभिजित् नक्षत्रापासून होतो हें उघड आहे. या अलीकडच्या महाभारतानंतरच्या काळांत अश्विन्यादि गणना सुरू होऊन त्याचा मेळ मेष, वृषभ वगैरे बारा राशींच्या चक्राशीं घातला गेला. हीच नक्षत्रगणना इसवीसनाच्या प्रारंभापासून आतांपर्यंत चालू आहे. मागील क्रमानुसार संपातगतीमुळें पुढें केव्हां तरी नक्षत्रारंभ एक किंवा दोन नक्षत्रें मागें हटून रेवतीपासून किंवा उत्तराभाद्रपदेपासून करावा लागेल.

महाभारतांत रोहिणी नक्षत्र पूर्वीं एका काळीं नक्षत्रांत प्रमुख होतें, असें दाखविणारी दुसरी एक कथा आहे. हीं सत्तावीस नक्षत्रें दक्षप्रजापतीच्या कन्या होत आणि त्यानें त्या चंद्रास दिल्या; त्यानें सर्वांवर सारखी प्रीति न करतां रोहिणीवर अतिशय प्रीति करण्यास प्रारंभ केला. तेव्हां इतरांनीं दक्षाकडे तक्रार नेली. परंतु चंद्र दक्षाचें म्हणणें ऐकेना. तेव्हां दक्षानें चंद्रास तूं क्षयी होशील असा शाप दिला. यामुळें चंद्र क्षयी होतो आणि प्रभास तीर्थांत स्नान केलें म्हणजे मुक्त होतो. (शल्यपर्व सरस्वती आख्यान) या कथेचें तात्पर्य इतकेंच कीं, चंद्राची गति कमी अधिक प्रमा-

णानें जलद किंवा संथ असते. त्यामुळें तो रोहिणी नक्षत्रांत पुष्कळ वेळ राहतो असें दिसतें. प्रभास तीर्थ पश्चिमेकडे असून अमावास्येनंतर चंद्र पश्चिमेस उगवतो यावरून प्रभास तीर्थांत स्नान केल्यानें चंद्र क्षयापासून मुक्त होतो अशी कल्पना आहे.

निरनिराळ्या नक्षत्रांतून चंद्राच्या गतीचें महाभारतकाळीं ज्ञान चांगलें झालेलें होतें, त्याचप्रमाणें सूर्याचें नक्षत्रांतील गमन याचेंही ज्ञान महाभारतकाळीं चांगलें होतें. चंद्राची गति नक्षत्रांतून पाहणें रात्रीचा वेळ असल्यानें सोपें आहे हें खरें, पण सूर्याच्या गतीकडे सूर्य उगवण्यापूर्वीं व सूर्य मावळल्यावर कोणतीं नक्षत्रें क्षितिजावर दिसतात हें पाहून लक्ष देणें शक्य आहे. अशा रीतीनें सूर्य नक्षत्रमंडलांत फिरतो ही गोष्ट भारती आर्यांस ठाऊक होती. सूर्याच्या सर्व मंडळाच्या फेऱ्यास ३६५। दिवस लागतात. इतक्याच काळांत चंद्र बारा फेरे ३५४ दिवसांत करून कांहीं दिवस अधिक उरतात. महिन्याची कल्पना चन्द्राच्या फेऱ्यावरूनच होते हें उघड आहे, आणि अमावास्या पूर्णिमेवरून महिन्याचें ज्ञान होतें. वर्षाची कल्पना सूर्याच्या गतीवरून आहे. एका वर्षांत या रितीनें बारा महिने आणि ११। दिवस होतात. अशा रीतीनें चांद्र महिन्याचा व सौरवर्षाचा मेळ बसत नाहीं तरी भारती आर्यांनीं चांद्र महिने ही सोडिले नाहींत आणि सौर वर्षही सोडलें नाहीं. कारण, पूर्णिमा अमावास्येवर त्यांचे विशेष यज्ञ होत असत आणि सौरवर्षही त्यांस सोडतां येईना. कारण, ऋतुमान सौरवर्षावर अवलंबून आहे. यासाठीं सौरवर्षाचा चान्द्रमासाशीं त्यांनीं मेळ घालण्याचा प्रयत्न केला. महाभारतकाळीं सौरवर्ष नक्की ३६५। दिवसांचें आहे हें त्यांस माहीत नव्हतें. नाक्षत्र सौरवर्ष सरासरी ३६६ दिवसांचें आहे. या हिशेबानें त्यांनीं पांच वर्षांचें युग कल्पिलें आणि या पांच वर्षांत दोन महिने अधिक घालण्याचा सांप्रदाय त्यांनीं उत्पन्न केला. पांच वर्षांत सरासरीनें दोन महिने अधिक चांद्रमासांत उत्पन्न होतात, हें उघड आहे. प्रथम हे दोन महिने म्हणजे सबंध एक ऋतु एकाच वेळीं अधिक घालण्याचा सांप्रदाय भारतीयुद्धकाळीं असावा असें आम्ही पूर्वीं एके ठिकाणीं दाखविलेंच आहे. भारतीयुद्धकाळीं कांहीं लोक चांद्रवर्ष ३५४ दिवसांचें मानीत असावे व कांहीं ३६६ दिवसांचें सौरवर्ष मानीत असावे आणि यामुळेंच पांडवांनीं तेरा वर्षांचा वनवास व अज्ञातवास कराराप्रमाणें पाळला किंवा नाहीं या संबंधानें तंटा उपस्थित झाला तेव्हां भीष्मानें या तंट्याचा निकाल करतांना

पंचमे पंचमे वर्षे द्वौ मासावुपजायतः एवमप्यधिकामासाः पंच च द्वादशक्षपाः त्रयोदशानां वर्षाणां इति मे वर्तते मतिः ।

दर पांच वर्षीं दोन महिने उत्पन्न होतात असें भीष्मानें येथें सांगितलेलें आहे हे दोन महिने वेदांग ज्योतिषांत पांच वर्षांच्या युगांत दोनदां घालण्याचा सांप्रदाय सांगितलेला आहे. पहिला महिना पहिल्या अडीच वर्षांत श्रावणाच्या अगोदर आणि दुसरा महिना पांच वर्षांच्या युगाच्या अंतीं माघाच्या पूर्वीं; म्हणजे महाभारतकाळीं श्रावण व माघ हे दोनच मास अधिक येत असत. या अधिक महिन्यांचा उल्लेख महाभारतांत अन्यत्र कोठें नाहीं.

सूर्य-चंद्रांच्या गतीची माहिती होऊन पांच वर्षांचें युग महाभारतकाळीं अमलांत होतें. यांच्या सूक्ष्मगणनेकरितां कालाचे सूक्ष्म विभाग पाडलेले होते ते असे. कला, काष्ठा, मुहूर्त, दिवस, आठवडा, महिना, ऋतु, वर्ष

आणि युग. यांचें कोष्टकही महाभारतांत शांतिपर्वीत आलेलें आहे.

काष्ठा निमेषा दशपञ्चचैव त्रिंशत्काष्ठा गणयेत् कलानाम्। त्रिंशत्कलश्चापि भवेन्मुहूर्तो भागः कलाया दशमश्च यः स्यात् ॥

(शांतिपर्व अ० २३१)

येथें गणना निमेष म्हणजे पापणीच्या हलण्यापासून केलेली आहे.

१५ निमेष	=	१ काष्ठा
३० काष्ठा	=	१ कला
३० $\frac{१}{१०}$ कला	=	१ मुहूर्त
३० मुहूर्त	=	१ दिवस
३० दिवस	=	१ महिना
१२ महिने	=	१ वर्ष
५ वर्षें	=	१ युग

कला आणि काष्ठा यांना निरनिराळीं नांवें नाहींत. परंतु मुहूर्ताला निरनिराळीं नांवें आहेत. दिवसाच्या प्रत्येक मुहूर्ताला निरनिराळीं नांवें आहेत आणि या मुहूर्तांचा संबंध प्रत्येक धार्मिक कृत्याशीं चांगला किंवा वाईट अशा रीतीनें महाभारतकाळीं समजला जात असे; व त्याप्रमाणें अमुक मुहूर्तावर कार्य करावें किंवा अमुक मुहूर्तावर कार्य करूं नये अशा प्रकारची समजूत प्राचीनकाळापासून हल्लींच्या काळापर्यंतसुद्धां प्रचलित आहे. किंबहुना महाभारतकालीं मुहूर्त शब्दाचा जो अर्थ होता तो विसरला जाऊन हल्लीं मुहूर्त म्हणजे कोणती तरी शुभ किंवा अशुभ वेळ असा अर्थ झालेला आहे. मुहूर्त म्हणजे किती काळ हें हल्लीं बहुधा कोणास ठाऊक नसतें. हल्लीं मुहूर्त म्हणजे साधारण एखादें मिनिट अशी कल्पना आहे पण मुहूर्त म्हणजे वरील कोष्टकावरून दोन घटका अगर ४८ मिनिटें होतात. असो. वरील कोष्टकांत व अमरांत दिलेल्या कोष्टकांत थोडासा फरक आहे.

अष्टादश निमेषास्तु काष्ठा त्रिंशत्तुताः कला।
त्रिंशत्कलो मुहूर्तस्तु त्रिंशताऽत्रयहनीचते।

हा फरक आहे. महाभारतानंतर पूर्वीची ज्योतिषकालगणनापद्धति थोडीशी सुटून निराळी अमलांत आली हें यावरून दिसतें. दोन्ही गणनेंत दिवस मात्र एक आहे. सूर्योदयापासून दुसऱ्या सूर्योदयापर्यंत दिवस अथवा अहोरात्र. दिवसाच्या पुढचें प्रमाण महाभारतकाळीं व महाभारतानंतर बरेंच निराळें झालें. कारण, महाभारतकालानंतर सात दिवसांचा एक आठवडा असें प्रमाण उत्पन्न होऊन या प्रत्येक दिवसास निरनिराळ्या ग्रहांचीं नांवें पडून वार उत्पन्न झाले. हे वार महाभारतांत मुळींच नाहींत. या वारांची उत्पत्ति पुढें कशी झाली हें आपल्यास येथें पहाणें नाहीं. परंतु हे वार मूळ खाल्डियन लोकांत उत्पन्न होऊन तेथून सर्व जगतांत पसरले आणि हिंदुस्थानांत बॅक्ट्रियन् ग्रीकांबरोबर महाभारतकालानंतर त्यांच्या ज्योतिषांच्या जातीसह आपल्या अर्वाचीन ज्योतिषशास्त्रांत शिरले.

महाभारतांत वैदिककाळीं असलेल्या सहा दिवसांच्या पृष्ठ्य नांवाच्या दंडकाचें नांव आलेलें नाहीं. सहा दिवसांचा हा दंडक यज्ञाच्या उपयोगाकरितां वैदिककाळीं कल्पिला गेला होता. ३५४ दिवसांचें चान्द्र वर्ष, ३६० दिवसांचें सामान्य वर्ष आणि ३६६ दिवसांचें नाक्षत्र सौर वर्ष. हीं तीन वर्षें वैदिककाळीं मानलेलीं असून त्यांच्यांत सहा सहा दिवसांचें अंतर होतें आणि साधारण महिन्याचे ३० दिवस असून सहा दिवसांचा हा विभाग यज्ञाचे कामीं बराच उपयोगीं पडत असे. हा सहा दिवसांचा पृष्ठ्य म्हणजे सातवडा महाभारतकाळीं यज्ञाचें प्राबल्य कमी झाल्यानें मागें पडला असावा.

दिवसाचें महत्त्व चान्द्रमासाच्या गणनेंत

तिथि आणि नक्षत्र या दोन कारणांनीं निरनिराळें पडत असे. ज्या दिवशीं ज्या नक्षत्रीं चंद्र असे, तें त्या दिवसाचें नक्षत्र होय. नक्षत्रांचें महत्त्व महाभारतकाळीं तिथीपेक्षांही ज्यास्त होतें. २७ नक्षत्रांच्या २७ देवता निरनिराळ्या मानलेल्या होत्या. आणि त्या देवतांच्या स्वभावाप्रमाणें त्या त्या नक्षत्रापासून गुण किंवा अवगुण उत्पन्न होतो असें मानलें जात असे. याप्रमाणें नक्षत्रांचा उपयोग फलज्योतिषाच्या दृष्टीनें महाभारतकाळीं फारच होत होता. कोणत्याही प्रवासास जाणें किंवा विवाह करणें किंवा लढाई करणें हें नक्षत्र पाहून योग्य नक्षत्रावर करावें लागत असे. मनुष्याचा जन्म ज्या नक्षत्रावर होई, त्या नक्षत्राप्रमाणें त्या मनुष्यास आयुष्यांत सुखदुःख व्हावयाचें अशी कल्पना महाभारतकाळीं पूर्ण रूढ झाली होती; यामुळें जन्मकाळचें नक्षत्र देण्याचा प्रघात महाभारतावरून दिसतो. युधिष्ठिराचा जन्म ज्या चांगल्या नक्षत्रादि गुणावर व वेळेवर झाला त्याचें वर्णन

ऐन्द्रे चन्द्रसमारोहे मुहूर्तेऽभिजिदष्टमे ।
दिवोमध्यगते सूर्ये तिथौ पूर्णेति पूजिते ॥

असें वर्णन केलेलें आहे. यांत चंद्रसमारोह म्हणजे नक्षत्र, ऐन्द्र म्हणजे इन्द्र देवतेचें सांगितलेलें आहे. अर्थात् इन्द्र हा सर्व देवतांचा राजा असून त्याप्रमाणें युधिष्ठिरही सर्व लोकांचा राजा होईल असें फळ याजवरून सूचित केलेलें आहे. हें नक्षत्र ज्येष्ठा होय. याप्रमाणें नक्षत्राचें महत्त्व सर्वांत श्रेष्ठ असून जन्मनक्षत्राप्रमाणें मनुष्याचें सर्व आयुष्य जातें अशी समजूत महाभारतकाळीं जरी रूढ होती तरी फलज्योतिषाची निंदा करणारे लोक किंवा त्यावर अविश्वास ठेवणारे लोक महाभारतकाळींही होते.

बह्वः संप्रदृश्यन्ते तुल्यनक्षत्रमंगलाः ।
महत्तुफलवैषम्यं दृश्यते कर्मसंगिषु ।

(वनपर्व)

पुष्कळ लोक एकाच नक्षत्रादिकाचे दिसतात, परंतु त्यांच्या कर्मानुसार आयुष्यांतील फलामध्यें अतिशय विषमता दिसते. हा नेहमींचा फलज्योतिषावरील आक्षेप महाभारतकाळींही घेतला जात असे. असो. नक्षत्रांच्या देवता निरनिराळ्या कल्पिलेल्या असून त्या त्या देवतांच्या प्रमाणें फल येणार या ज्योतिषाच्या सिद्धांतानुरूप भारती युद्धकाळीं अनेक अशुभ चिन्हें सौतीनें महाभारतांत वर्णिलेलीं आहेत व प्राण आणि क्षत्रिय यांच्या अभिमानी नक्षत्रांवर क्रूरग्रहांच्या दृष्टि आलेल्या आहेत असें सौतीनें दाखविण्याचा प्रयत्न केला आहे. त्याचें विवेचन पूर्वीं झालेलेंच आहे. तात्पर्य, महाभारतकाळीं सर्व ज्योतिष नक्षत्रघटित होतें हें उघड आहे. महाभारतानंतर नवीन बॅक्ट्रियन ग्रीक लोकांच्या साहाय्यानें जें सिद्धान्तादिक ज्योतिष झालें त्यांत नक्षत्रें मागें पडून राशि आणि लग्न हींच पुढें सरसावलीं. तोच रिवाज हल्लींपर्यंत चालू आहे. नक्षत्रांचाही उपयोग हल्लीं थोडासा होतो; परंतु नक्षत्रांच्या देवता काय आहेत हें कोणीही पाहत नाहीं. किंबहुना ज्योतिषांसही बहुधा माहीत नसतें.

नक्षत्रांच्या खालोखाल दिवसाचें महत्त्व तिथि या नात्यानें महाभारतकाळीं बरेंच होतें. तिथि म्हणजे पंधरवड्यांतील दिवसांची संख्या. पंचमी दशमी आणि पौर्णिमा या तिथि सर्वांत शुभ मानल्या असून त्यांस पूर्णा अशी संज्ञा होती. 'तिथौ पूर्णेऽतिपूजिते ।' हें वर्णन युधिष्ठिराच्या जन्माविषयीं वर दिलेंच आहे. महाभारतांत कोणतेंही वृत्त सांगतांना तिथींचा उपयोग नक्षत्राइतका आढळत नाहीं; तथापि

कांहीं कांहीं ठिकाणीं तिथींचा उल्लेख येतो. सुशर्मा विराटनगरास गोग्रहणासाठीं सप्तमीस गेला आणि कौरव अष्टमीस गेले असें वर्णन केलेलें आहे. स्कंदास देवसेनेचें आधिपत्य पंचमीस दिलें आणि पष्ठीस त्यानें तारकासुराचा पराभव केला वगैरे वर्णनें आहेत. परंतु कोणत्या महिन्यांत आणि कोणत्या पक्षांत हें येथें मुळींच सांगितलेलें नाहीं याचें आश्चर्य वाटतें. याविषयीं आपण पुढें उल्लेख करूं. पक्ष दोन होते हें सांगावयास नकोच. एक शुक्ल अथवा शुद्ध व दुसरा कृष्ण अथवा वद्य. शुद्धपक्ष पहिला आणि वद्य दुसरा असा मानण्याचा प्रघात महाभारतकाळीं असावा. हा प्रघात ग्रीस देशांतलि व इतर देशांतील प्रघाताच्या विरुद्ध असल्यानें त्याजकडे ग्रिकइतिहासकारांचें साहजिकच लक्ष गेलें. कार्टियसरूफस या इतिहासकारानें शिकंदराच्या वेळीं हिंदुस्थानांत कालगणना प्रचलित होती तिचें वर्णन देताना असें म्हटलें आहे; येथील लोक प्रत्येक महिन्याचे दोन पक्ष पंधरा पंधरा दिवसांचे मानतात. तथापि एकंदर वर्षाला त्याची पूर्ण अवधि देतात; (म्हणजे एकंदर वर्ष ३६६ दिवसांचें धरतात.) परंतु निरनिराळे महिने इतर बहुतेक लोकांप्रमाणें ज्या वेळेस चंद्र पूर्ण होतो त्या वेळेपासून मोजीत नाहींत. परंतु ज्या वेळेस चंद्र नुकताच उगवावयास लागतो, तेव्हांपासून सुरू करतात. ” यावरून शिकंदराच्या वेळीं म्हणजे महाभारतकाळीं हिंदुस्थानांत इतर देशांप्रमाणें महिने पौर्णिमान्त नव्हते तर हल्लींप्रमाणें अमान्त होते.

परंतु अशी सर्वत्र स्थिति होती असें मानतां येत नाहीं. किंबहुना पौर्णिमान्त महिन्याची चाल भारती काळांत वैदिक काळाप्रमाणेंच कोठें कोठें चालू होती असें दिसतें. वनपर्व अध्याय १६२ यांत कुबेर युधिष्ठिरास म्हणतो “ तूं येथें प्रथम कृष्णपक्ष संपेपर्यंत रहा. ” याजवर टीकाकारानें बरीच लांबलचक टीका केलेली आहे. “ कांहीं लोक याजवरून असें म्हणतात कीं कृष्णपक्ष हा पूर्वीं प्रथम असे. परंतु हें चुकीचें आहे. कारण पक्षास पूर्व आणि अपर, शुद्ध आणि वद्य अशा संज्ञा आहेत. त्याचप्रमाणें पौर्णिमेला पूर्णमासी असें नांव आहे यावरून महिना येथें पूर्ण होतो असा अर्थ घ्यावयाचा नसून मास शब्दाचा अर्थ चंद्र असा घ्यावयाचा आहे आणि म्हणूनच पौर्णिमेला पूर्णमासी म्हणतात. ” वरील उतान्यावरूनच भाषांतरांत प्रथमच्च जो हा कृष्णपक्ष येईल तो संपेपर्यंत तुम्ही रहा असें भाषांतर केलेलें आहे. (भाषांतर पुस्तक २ पान ३३१) येथें ही गोष्ट सांगण्यासारखी आहे कीं, चन्द्र आणि महिना यांचा सर्व भाषेंत निकट संबंध आहे. इंग्रजीमध्यें सुद्धां मंथ् या शब्दाचा मून (चंद्र) या शब्दाशीं संबंध आहे. त्याचप्रमाणें संस्कृतांतील मास शब्द हा मूळचा चंद्रवाची असून तो महिन्याचा बोधक झालेला आहे. पर्शियन भाषेंतही माह शब्द चन्द्रवाची असून त्याचाही अर्थ महिना असा झालेला आहे आणि या संबंधाचें आश्चर्य नको. कारण, सर्वच लोकांत पूर्वीं महिने चंद्रावर ठरविले होते. मात्र बहुतेक ठिकाणीं चंद्र पूर्ण झाल्यापासून महिना मोजण्याची वहिवाट होती. त्याचप्रमाणें भारतीलोकांतही पूर्णचन्द्रापासून महिना मोजण्याची चाल असावी व त्याचा उल्लेख महाभारतांत क्वचित् सांपडतो. वैदिकवाङ्मयांत तर तो आहेच. असो महाभारतकाळीं उत्तरहिंदुस्थानांत निदान पंजाबांत अमान्त महिने चालू असल्याचें ग्रिकांस आढळलें. महाभारतकाळानंतर पौर्णिमांत महिना उत्तरहिंदुस्थानांत चालू झाला, तो हल्लींही विक्रम संवताबरोबर चालू

आहे हें प्रसिद्ध आहे. विक्रम संवत् पौर्णिमांत महिन्यांनीं होतो ही चाल केव्हां उत्पन्न झाली हा एक महत्त्वाचा प्रश्न आहे. परंतु शकवर्ष नेहमीं अमान्त महिन्यांनींच धरलें जातें आणि हीच गणना सर्व ज्योतिषग्रंथांत दिलेली आहे. हल्लीं दोन्ही प्रकार हिंदुस्थानांत चालू आहेत. नर्मदोत्तर संवताबरोबर पूर्णिमांत महिना आहे. आणि दाक्षिणेस शकाबरोबर अमांत आहे.

महिन्याचे साधारणपणें तीस दिवस मानीत होते आणि प्रत्येक पंधरवड्यांत पंधरा तिथि मानल्या जात होत्या. तिथींचीं नांवें प्रतिपदा, द्वितीया वगैरे संख्येवर होतीं. परंतु चंद्राचा सूर्याशीं संगम एकूणतीस दिवसांनीं व कधीं अठ्ठावीस दिवसांनींही होतो; यामुळें एकाद्या पंधरवड्यांत एक तिथि अगर दोन तिथि कमी येत. किंवा कधीं कधीं एक तिथि ज्यास्तीही येत असे. चंद्राचें ग्रहगणित ज्या वेळेस माहीत नव्हतें त्या वेळेस कोणत्या पंधरवड्यांत किती तिथि येणार हें अगाऊ समजत नव्हतें आणि ही गोष्ट सरशेवटीं प्रत्यक्ष अनुभवावरच सोडावी लागे. भारतकिाळांत एक काळ असा होता, असें महाभारतावरूनही दिसतें. ज्याप्रमाणें अरबलोक अजूनही प्रत्यक्ष चंद्र पाहून त्याप्रमाणें महिने धरतात तशी स्थिति पूर्वीं एकेकाळीं भारती आर्यांची होती व त्यांस तिथींची क्षय अथवा वृद्धि अगोदर समजणें कठीण होतें. भीष्मपर्वारंभीं व्यास धृतराष्ट्रास म्हणतो

चतुर्दशीं पञ्चदशीं भूतपूर्वांच षोडशीम् ।
इमान्तु नाभिजानेहममावास्यां त्रयोदशीम्॥

"मी अमावास्या, चतुर्दशी, पंचदशी किंवा षोडशी म्हणजे सोळाव्या तिथीस पाहिली आहे. (म्हणजे एक दिवसाची वृद्धि अगर क्षय पाहिला आहे) परंतु मी तेराव्या दिवशीं अमावास्या जाणत नाहीं. या वाक्यावरून भारती युद्धकाळीं तिथि वर्तविण्याचें गणित उत्पन्न झालें नव्हतें. परंतु हल्लीं हें गणित माहीत असून तेरा दिवसांचा पंधरवडा कित्येकदां येतो ही गोष्ट सर्वांस ठाऊक आहे. यावरून आम्ही व्यासापेक्षां शहाणे आहों असें मात्र म्हणतां येत नाहीं. वेदांग–ज्योतिषात तिथींचें गणित आहे. अर्थात् भारतीयुद्धाचा काळ व्यासाचा काळ वेदांग–ज्योतिषापूर्वींच निश्चयानें ठरतो हें येथें सांगण्यासारखें आहे. म्हणजे भारती युद्ध इसवी सन पूर्व १४०० च्या पूर्वीं झालें असें ठरतें. असो. महाभारत हल्लींच्या स्वरूपांत वेदांगज्योतिषानंतर आलें ही गोष्ट आपण पूर्वीं सांगितलीच आहे. महाभारतकाळीं सूर्यचंद्रांचा योग अठ्ठावीस दिवसांनीं होतो ही गोष्ट माहीत असली पाहिजे आणि तसें खालील श्लोकावरून दिसतें.

अष्टाविंशति रात्रं च चक्रम्य सहभानुना ।
निष्पतन्ति पुनः सूर्यात्सोमसंयोगयोगतः ॥

नक्षत्रें सूर्याच्या बरोबर अठ्ठावीस रात्रीं फिरून चंद्राच्या संयोगानंतर पुन्हां सूर्यापासून बाहेर पडतात असा या श्लोकाचा अर्थ दिसतो. येथें सूर्य-चंद्र-संयोग अठ्ठावीस रात्रींनंतर होतो ही गोष्ट प्रदार्शित केलेली आहे. (उ० अ० ११० भा० पु० २ पा० ३७०)

महिने एकंदर बारा असून त्यांचीं नांवें महाभारतकाळीं हल्लीं प्रचलित आहेत तींच होतीं. म्हणजे मार्गशीर्षादि प्रचलित होतीं. याशिवाय दुसरीं नांवेंही जीं हल्लींही प्रचलित आहेत तीं शुचिशुक्रादि प्रचलित होतीं. पहिलीं नांवें ज्या नक्षत्रावर पूर्णिमेस चन्द्र येतो, त्या नक्षत्राचें नांव महिन्यास देऊन उत्पन्न झालीं आहेत हें प्रासिद्ध आहे. अर्थात् हीं नांवें पौर्णिमान्त महिन्याच्या वेळचीं होत हें उघड दिसतें. हीं नांवें मार्गशीर्ष, पौष, माघ, फाल्गुन, चैत्र, वैशाख, ज्येष्ठ, आषाढ, श्राव-

ण, भाद्रपद, आश्विन, कार्तिक अशीं असून तीं मार्गशीर्षापासून सुरू होतात. हल्लींप्रमाणें चैत्रापासून सुरू होत नाहींत, ही गोष्ट लक्षांत घेतली पाहिजे. मार्गशीर्ष महिन्याला आग्रहायण असें म्हटलें आहे. तसेंच अनुशासनपर्व १०६ व १०९ या अध्यायांत दर महिन्यास उपास करण्याचें फल दिलेलें आहे, त्यात मार्गशीर्षापासूनच प्रारंभ केलेला आहे. याशिवाय, गीतेमध्यें 'मासानां मार्गशीर्षोहम् ।' असें म्हटलें आहे. म्हणजे मासांच्या आरंभीं मार्गशीर्ष महिना असला पाहिजे. मार्गशीर्षादि महिने पूर्वीं कां होते हा एक महत्त्वाचा प्रश्न आहे. परंतु त्याचा आपल्यास येथें विचार कर्तव्य नाहीं. सबंध भारतीकाळांत महिने मार्गशीर्षादि आहेत आणि हल्लीं सुमारें इसवीसनाच्या प्रारंभापासून चैत्रादि आहेत. तसेंच नक्षत्रगणनाही महाभारतांत कृत्तिकादि होती आणि सुमारें इसवीसनापासून ती अश्विन्यादि झाली.

महिन्यांचीं ब्राह्मणामध्यें व यजुःसंहितेंत असलेलीं नांवें महाभारतांत कोठेंही आलेलीं नाहींत. परंतु पुढील श्लोकांत श्रीकृष्णाच्या शिष्टाईस जाण्याचा काल

कौमुदे मासिरेवत्यां शरदन्ते हिमागमे ।

असा दिलेला आहे. यांतील कौमुद हें नांव कार्तिकाचें आहे असें टीकाकारानें सांगितलेलें आहे परंतु हें नांव कोणत्याच यादींत आढळत नाहीं. म्हणजे मार्गशीर्षादि यादींत नाहीं, किंवा शुचिशुक्रादि यादींत नाहीं; किंवा यजुर्वेदांत आलेल्या तिसऱ्या यादींतही नाहीं; याचें आश्चर्य वाटतें. आणखी एक गोष्ट सांगण्यासारखी अशी आहे कीं, पूर्वीं वर्णन केलेल्या गोग्रहणाच्या तिथींबरोबर कोणत्याच महिन्याचें नांव सांगितलेलें नाहीं. महिन्याशिवाय तिथि सांगणें केवळ असंभवनीय होय, यावरून भारतीयुद्धकालीं प्राचीन यजुर्वेदांतील महिन्यांचीं नांवें अरुण अरुणरजाः वगैरे प्रचलित असून तीं भारतीकाळांत मार्गशीर्षादि नांवें प्रचारांत आल्यानें लोकांस दुर्बोध झालीं व यामुळें महाभारतकाळीं तीं सौतीच्या ग्रंथांतून गळलीं गेलीं असें मानण्यास हरकत नाहीं. या विषयाचा विचार अन्यत्र झालाच आहे. आतां आपण ऋतूंकडे वळूं.

ऋतु हे वैदिक असून सहा होते. महाभारतकाळीं तेच प्रचारांत होते. हे ऋतु, वसंत, ग्रीष्म, वर्षा, शरद्, हेमंत आणि शिशिर असे होते. भगवद्गीतेमध्यें मासानां मार्गशीर्षोहमृतूनां कुसुमाकरः । असें म्हटलें आहे. अर्थात् ऋतूंच्या प्रारंभीं वसंत होता आणि महिन्यांच्या प्रारंभीं मार्गशीर्ष होता. या दोघांचा मेळ बसत नाहीं. हें एक लहानसें कोडें आहे. हे सहा ऋतु हिंदुस्थानच्या बाहेरचे आणि वेदकालीन असून तीच ऋतूंची गणना महाभारतकाळापर्यंत राहिली व हल्लींही चैत्रादि गणनेबरोबर चालू आहे. मार्गशीर्षादि गणना व नांवें भारती काळांत उत्पन्न होऊन त्यांचा मेळ ऋतूंशीं घातलेला नाहीं. वर सांगितलेल्या श्रीकृष्णाच्या वर्णनांत शरदन्ते हिमागमे असें म्हटलें आहे आणि महिना कार्तिक सांगितलेला आहे व सर्वसस्यसुखे काले—म्हणजे सर्व प्रकारचें धान्य व गवत तयार होऊन लोक सुखी झाले आहेत असें वर्णन आहे. यावरून हल्लींच्या काळांत व महाभारताच्या काळांत ऋतूंच्या संबंधानें बराच फरक पडलेला दिसत नाहीं. ऋतु हे सूर्याच्या गतीवर अवलंबून असतात आणि वसंतारंभ अयन बिंदूच्या मागें जाण्यामुळें हळू हळू मागें होत जातो आणि त्यामुळें ऋतुचक्र मागें ढकलतें हें प्रसिद्धच आहे. हें वरील वर्णन महाभारतकाळचें म्हणजे इसवीसनपूर्व सुमारें २५०

वर्षीचें आहे असें मानलें असतां असें दिसून येईल कीं सुमारें एक महिना ऋतुचक्र मागें ढकललेलें आहे. कारण, हल्लीं बहुधा धान्य व गवत आश्विनांत तयार होतें आणि त्याकाळीं कार्तिकांत तयार झाल्याचें वर्णन आहे तथापि अजून सुद्धां आपण चैत्रारंभापासूनच वसंताचा आरंभ मानतों. ही गणना महाभारतानंतरची आहे. ती इसवीसनाच्या प्रारंभाच्या सुमाराची आहे. यांत आश्विन कार्तिक शरदाचे महिने आहेत. ज्येष्ठ, आषाढ ग्रीष्माचे महिने आहेत आणि श्रावण भाद्रपद हे पावसाळ्याचे महिने आहेत. हल्लींच्या हिशेबानें पाहतां पाऊस आषाढापासून सुरू होतो. सभापर्वांत ‘ शुचिशुक्रागमेकाले शुष्येत्तोयमिवाल्पकम् ’ असें म्हटलें आहे. म्हणजे हा उल्लेख ज्येष्ठ आणि आषाढ याच महिन्यांचा ग्रीष्म ऋतु अशा स्थितीचा बोधक आहे. शुचि आणि शुक्र हीं ज्येष्ठ आणि आषाढ महिन्यांचीं नांवें आहेत. अर्थात् महाभारतकाळापासून आतांपर्यंत सरासरीनें एक महिना ऋतु मागें हटले आहेत. हिंदुस्थानांत वास्तविक पावसाळा चार महिन्यांचा आहे. विशेषतः हा ऋतूंचा फरक दक्षिणेमध्यें विशेष दिसतो. प्राचीन ऋतुचक्रांत वर्षाऋतूचे महिने दोनच मांनिलेले आहेत. रामायणांत किष्किंधा कांडांत

पूर्वोयं वार्षिको मासः श्रावणः सलिलागमः ।
प्रवृत्ताः सौम्य चत्वारो मासावार्षिकसंज्ञिताः ।

असा श्लोक आहे. यावरून रामायणकाळींही वर्षाऋतूचा पहिला महिना श्रावण हाच धरलेला आहे आणि त्यास सलिलागम असें म्हटलें आहे. म्हणजे पावसाळ्याचा प्रारंभ असेंच म्हटलें आहे. अर्थात् रामायणकाळींही ऋतु हल्लींच्या एक महिना पुढें होते आणि वर्षाऋतूचे चार महिने मोजीत होते. यावरून रामायणमहाभारताचा काळ सरासरीनें दोन हजार वर्षांपूर्वींचा ठरतो.

ऋतूंचें चक्र सूर्याच्या उत्तर व दक्षिणगतीनें उत्पन्न होतें ही गोष्ट महाभारतकाळीं ज्ञात होती. वनपर्व अध्याय १६३ यांत असें सांगितलें आहे कीं, सूर्य दक्षिणेकडे गेला म्हणजे शीत उत्पन्न होतें. आणि तो परत फिरून उत्तरेकडे आला म्हणजे पाणी शोषून घेतो. नंतर तो पाणी टाकतो आणि मग पुन्हां पृथ्वीवर सस्य वगैरेंची उत्पत्ति करतो आणि पुन्हां दक्षिणेकडे जातो. याप्रमाणें सुखोत्पत्तीस कारणीभूत असा हा महातेजस्वी सूर्य वृष्टि, वायु आणि उष्णता यांच्या योगानें प्राण्यांची अभिवृद्धि करतो ” (भाषां० पु० २ पान ३३४)

ऋतुचक्र एकवार फिरलें म्हणजे एक वर्ष होतें आणि वर्षाची कल्पना ऋतूंवरूनच उत्पन्न होते. ऋतु सूर्याच्या गतीनें उत्पन्न होतात. सूर्य दक्षिणेस किंवा उत्तरेस जसा असेल त्याप्रमाणें ऋतु बदलतात. अर्थात् वर्ष हें सूर्यावर अवलंबून असलेंच पाहिजे. या सौरवर्षाची बरोबर मुदत किती आहे हें ठरविणें महत्त्वाचें आहे. परंतु तें कठीण नाहीं. सूर्य अगदीं अतिशय दक्षिणेस गेला म्हणजे त्या बिंदूपासून मुदत मोजतां पुन्हां त्या बिंदूला सूर्य केव्हां येतो तें पाहून नक्की मुदत कायम करतां येते अशा प्रकारची मोजमाप करण्याची अवश्यकता वार्षिकसत्रामुळें भारतीआर्यांस पडत असे आणि त्यामुळें त्यांस वर्षाची नक्की माहिती मिळाली. वर्षाचे उत्तरायण आणि दक्षिणायन असे दोन भाग पडलेले होते आणि या दोन भागांचा मध्य बिंदु म्हणजे विषुवाचा दिवस त्यांस माहित होता. उत्तरायण हें पुण्यकारक व पवित्र असून दक्षिणायन हें पितरांचें व यमाचें आहे असें

स्पष्टपणें महाभारतांत सांगितलेलें आहे. उत्तरायणांत मृत्यु आला असतां ब्रह्मविद् लोक ब्रह्माला जातात असें पूर्वकाळीं मानीत व दक्षिणायनांत योगी मेला, तर चन्द्रलोकाला जाऊन तो पुन्हां परत येईल अशी समजूत होती भगवद्गीतेंत तिचा स्पष्ट उल्लेख आहे.

अग्निर्ज्योतिरहः शुक्लः षण्मासा उत्तरायणम्।
तत्रप्रयाता गच्छन्ति ब्रह्म ब्रह्मविदो जनाः॥

हा श्लोक प्रसिद्ध आहे. याप्रमाणें शरपंजरीं पडलेले भीष्म देहत्याग करण्यासाठीं उत्तरायणाची वाट पहात बसले असें महाभारतांत वर्णन आहे. उत्तरायण म्हणजे सूर्य अतिशय दक्षिणेस जाऊन तेथून परत फिरला म्हणजे तेव्हांपासूनचा काळ असा महाभारतकाळीं सांप्रदाय होता. हें लक्षांत ठेवलें पाहिजे. कारण, युधिष्ठिर, सूर्य उत्तरेकडे वळला असें पाहून भीष्माकडे जाण्यास निघाला असें वर्णन आहे. (अनुशा० अ० १६७ भा० पु० ७ पान ५०८) अर्थात् सूर्य विषुववृत्तावर आल्यापासून तेथून उत्तरायण मोजण्याची वहिवाट महाभारतकाळीं नव्हती. दुसरी गोष्ट, हें उत्तरायण महाभारतकाळीं निदान भारतीयुद्धकाळीं माघ महिन्यांत होत असे असें दिसतें. कारण, भीष्मांनीं माघोऽयं समनुप्राप्तो मासः सौम्यो युधिष्ठिर। असें मरणसमयीं म्हटलें आहे. हल्लीं उत्तरायण पौष महिन्यांत होतें. सूर्य दक्षिणेस कां जातो याची कल्पना महाभारतकाळीं नव्हती. पृथ्वीचा आंस सूर्याभोंवतीं फिरण्याच्या पातळीस कांहीं अंशानें कललेला आहे, ही गोष्ट महाभारतकाळीं भारती आर्यांस माहीत असणें शक्यच नाहीं. किंबहुना पृथ्वी सूर्याभोंवतीं फिरते, याचीही कल्पना त्यांस नव्हती. पृथ्वी आपल्या भोंवती फिरते हेंही त्यांस माहीत नव्हतें. सूर्य संध्याकाळीं अस्तास जाऊन प्रातःकाळीं पूर्वेस कसा उगवतो याची त्यांनीं चमत्कारिक कल्पना केलेली आहे. पृथ्वी सपाट असल्याची कल्पना असल्यानें हीच कल्पना करणें शक्य आहे.

अस्तं प्राप्य ततः संध्यामतिक्रम्य दिवाकरः।
उदीचीं भजत काष्ठां दिशमेष विभावसुः।
स मेरुं अनुवृत्तःसन् पुनर्गच्छति पांडव।
प्राङ्मुखः सविता देवः सर्व भूतहितेरतः॥

याप्रमाणें वनपर्व अध्याय १६३ यांत वर्णिलेलें आहे. सूर्य उत्तरेकडे जाऊन मेरूला प्रदक्षिणा घालून पुन्हां पूर्वेस येतो. त्याचप्रमाणें चंद्रही मेरूला प्रदक्षिणा करून नक्षत्रांतून पूर्वेस येतो. अशीच कल्पना होणें शक्य आहे.

दक्षिणायन व उत्तरायण व त्यांचे मध्यबिंदु यांची माहिती पूर्णपणें होऊन वर्षाची लांबी भारतीकाळांत माहीत झालेली होती. या वर्षांत बारा चान्द्रमास बसून कांहीं अधिक दिवस उरतात. यासाठीं पांचवर्षीचें युग मानून त्यांत दोन अधिक महिने घालण्याची चाल महाभारतांत वर्णिलेली आहे हें पूर्वी सांगितलेंच आहे. या युगाचीं पांच वर्षें निरनिराळ्या नांवानें वेदांगज्योतिषांत व वेदांत सांगितलेलीं आहेत तीं नांवें संवत्सर, परिवत्सर, इडावत्सर इत्यादि महाभारतांत एक दोन ठिकाणीं उल्लिखित आहेत. पांच पांडवांना पंच संवत्सरांची उपमा एके ठिकाणीं दिलेली आहे. या पांच वर्षांच्या युगापेक्षां महाभारतकाळीं मोठ्या युगाची कल्पना पूर्ण झाली होती यांत नवल नाहीं. या चार युगांचीं नांवें कृत, त्रेता, द्वापर आणि कलि असून तीं ब्राह्मणकाळापासूनही चालत आलेलीं होतीं. तेव्हां महाभारतकाळीं ही कल्पना परिपूर्ण झाली यांत नवल नाहीं. निरनिराळ्या युगांची कल्पना सर्व प्राचीन लोकांत होती त्याप्रमाणें भारती आर्यांतही होती यांत नवल नाहीं. पहिलें युग

चांगलें असून उत्तरोत्तर युगांत वाईट काळ येतो; हीही कल्पना सार्वत्रिक आहे.

कलिः शयानो भवति संजिहानस्तु द्वापरः ।
उत्तिष्ठंस्त्रेता भवति कृतं संपद्यते चरन् ॥

असें ऐतरेय ब्राह्मणांत सांगितलेलें आहे. या चार युगांमिळून एक चतुर्युग अथवा महायुग होतें, असें मानलें गेलेलें आहे. या चतुर्युगांचा उल्लेख भगवद्गीतेंतही आहे.

चतुर्युगसहस्रान्तमहर्यत् ब्रह्मणोविदुः ।
रात्रिं युगसहस्रान्तां तेहोरात्रविदोजनाः ॥

हा श्लोक प्रसिद्ध आहे आणि यावरून चतुर्युग यालाच कधीं कधीं नुसतें युग असें म्हणत. कलि, द्वापर, त्रेता आणि कृत या चार युगांची वर्षसंख्या महाभारत वनपर्व अध्याय १८८ यांत एक हजार, दोन हजार, तीन हजार आणि चार हजार वर्षें दिली असून प्रत्येक युगाला संध्या आणि संध्यांश एक, दोन, तीन व चार इतकीं शतकें दिलेले आहेत. अर्थात् चतुर्युगांची वर्षसंख्या बाराहजार वर्षें होते. या बारा हजारांचें चतुर्युग अथवा महायुग अथवा नुसतें युग होत असून त्याचीं हजार युगें म्हणजे ब्रह्मदेवाचा एक दिवस अशी महाभारतकाळीं कल्पना होती.

एषा द्वादशसाहस्री युगाख्या परिकीर्तिता ।
एतत्सहस्रपर्यन्तमहो ब्राह्ममुदाहृतम् ॥
(वनपर्व अ० १८८)

या बारा सहस्रांला युग अशी संज्ञा असून अशीं हजार युगें म्हणजे ब्रह्मदेवाचा एक दिवस हीच गणना मनुस्मृतीमध्यें दिलेली असून भारतीय ज्योतिःशास्त्रावरील अलीकडील ग्रंथांत हीच गणना घेतली आहे. मात्र त्यांत हें आणखी सांगितलें आहे कीं, चतुर्युगांची बारा हजार वर्षें हीं मानवी वर्षें नसून देवांचीं वर्षें आहेत. मानवांचें एक वर्ष म्हणजे देवांचा एक दिवस; अर्थात् देवांचें वर्ष म्हणजे मानवांचीं ३६० वर्षें असा हिशेब ज्योतिःशास्त्र-मतानें ठरलेला आहे. या हिशेबानें पहिलें चतुर्युग म्हणजे ४३ लक्ष ३२ हजार मानवी वर्षें होतात, हें येथें लक्षांत घेतलें पाहिजे.

कांहीं भारतीय आधुनिक विद्वानांचें असें मत आहे कीं, महाभारतांत व मनुस्मृतींत जी कल्पना आहे तिहून भारतीय ज्योतिषकारांनीं ती कल्पना वाढविली. अर्थात् महाभारतकाळीं चतुर्युग बारा हजार मानवी वर्षांचेंच आहे अशी भारती आर्यांची समजूत होती. परंतु या विद्वानांचें हें मत आम्हांस मान्य नाहीं. कलियुग म्हणजे एकहजार मानवी वर्षेंच अशी कल्पना होणें कधींही संभवनीय नाहीं. देवांचा एक दिवस म्हणजे मनुष्यांचें एक वर्ष ही कल्पना फार जुनी आहे. उत्तरेस उत्तरध्रुवावर मेरु असून तेथें सहा महिन्यांचा दिवस आणि सहा महिन्यांची रात्र असा अनुभव आहे. देव मेरूवर राहतात अशी कल्पना असून त्यांचें उत्तरायण आणि दक्षिणायन हींच दिवस व रात्र असें मनुस्मृतीमध्यें सांगितलेलें आहे. आणि हजार चतुर्युगांचा ब्रह्मदेवाचा एक दिवस असें येथें सांगितलें असून गीतेंत असें स्पष्ट सांगितलें आहे कीं, ब्रह्मदेवाची रात्र तितकीच लांब आहे. या गणनेवरून असें स्पष्ट दिसतें कीं, महाभारतांत व मनुस्मृतींत जीं बाराहजार वर्षें सांगितलेलीं आहेत तीं देवांचींच वर्षें होत. तीं मानवी वर्षें नसावींत. मानवी वर्षें धरल्यास युगांचें प्रमाण फारच लहान पडतें. कलियुग हजार वर्षांचेंच असें मानलें जाणें कधींही शक्य नाहीं. निरनिराळ्या युगांची वर्षसंख्या किती हें ब्राह्मणकाळीं जरी ठरलेलें नव्हतें, तत्रापि ब्राह्मणकाळीं कलियुग दहा हजार वर्षांहून ज्यास्त मोठें आहे असें स्पष्टपणें मानलें जात असे हें निर्विवाद आहे. अथर्व वेदांतच प्रो. रंगाचार्य

यांनीं दाखविल्याप्रमाणें (८–२–११) " आम्ही तुझा शंभर वर्षें, दहाहजार वर्षें, एक दोन तीन चार युगें इतका अवधि मानतों " असें वाक्य आहे. अर्थात् युगाचा अवधि दहा हजार वर्षांहून अधिक आहे. वनपर्वामध्यें चतुर्युगाचीं बाराहजार वर्षें दिलीं आहेत. तेथें दिव्य वर्षें असाच अर्थ घेतला पाहिजे आणि भाषांतर पुस्तक दोन, पान ३८८ यांत दिव्य शब्द यासाठींच मुळांत नसला तरी उपयोगांत आणलेला आहे. भारती आर्यांची कालाच्या अनन्तत्वाच्या विषयींची कल्पना इतकी उदात्त होती कीं, कलियुग म्हणजे एकहजार वर्षें अशी संकुचित कल्पना त्यांनीं कधींही केलेली नसावी. विशेषतः महाभारतकालापर्यंत कलियुगाचीं हजार वर्षें संपत आलीं होतीं अशी त्यांची कल्पना असणें शक्यच नाहीं. महाभारतकालीं कालगणनेची कल्पना किती प्रचंड झाली होती हें शांतिपर्व अ. ३११ याजवरून लक्षांत येण्यासारखें आहे. यामध्यें ब्रह्मदेवाचा एक कल्पाचा दिवस वाढून साडेसात हजार वर्षांचा एक दिवस अशी कल्पना उत्पन्न झाली होती असें दिसतें. सारांश, कलियुग एकहजार दोनशें दिव्य वर्षांचें म्हणजे चार लक्ष बत्तीस हजार वर्षांचें आहे, (४३२०००) असेंच मत महाभारतकाळीं व मनुस्मृतिकाळीं होतें.

(शांति. अ. २३१) यांत युगांचीं वर्षें पुन्हां सांगितलीं आहेत. तेथें हीं ४००० वर्षें कृतयुगाचीं दिव्य सांगितलीं नसून "देवांच्या" असा शब्द भाषांतरांत घातला आहे. (भा. पु. ६पा. ४९२) तो टीकेवरून घातला आहे पण तो बरोबर आहे. कारण, यापूर्वीं देवांच्या दिन-रात्रीचें वर्णन आलेलें आहे. " पूर्वीं जी मनुष्य लोकांतील दिवस आणि रात्र सांगितली तिच्या अनुरोधानें ह्या वर्षाची गणना सांगितली आहे. " येथें दिव्य वर्षाचा उद्घोष होतो. असो. या ठिकाणीं संशय राहतो. असें वाटलें तरी पूर्वोक्त उपनिषद्वचनांवरून संशय राहणें शक्य नाहीं, आणि कलियुग मानवी एक हजार वर्षांचें होतें अशी कल्पना कधींही महाभारतांत असणें शक्य नाहीं. चार लक्ष बेत्ताळीस हजार वर्षांचें युग ही कल्पना हिंदुस्थानांतच होती असें नाहीं. पाश्चात्य देशांपैकीं ज्योतिषशास्त्राचा विशेष अभ्यास करणाऱ्या खाल्डियन लोकांत हीच कल्पना होती. कांहीं तरी एक मोठें प्रमाण युगाचें मानल्याशिवाय ज्योतिषास गत्यंतर नसतें आणि ज्योतिषाच्या उपयोगी असा मोठा आंकडा म्हटला म्हणजे ३०×१२×१२×१००= ४३२०००हा होय. हा गणितास फारच उपयोगी आहे. वर्षाचे दिवस ३६० याला पुन्हा १२००० नीं गुणल्यानें हा आंकडा आणला आहे हें उघड आहे. आणि युगाची कल्पना प्राचीनकाळापासून प्रचलित आहे.

कलियुग १००० वर्षांचें म्हणजे मानवी वर्षांचें ही कल्पना कोतीच आहे. पण याहूनही कोती कल्पना कित्येकांनीं केलेली आहे ती अशी कीं, महाभारतांत युग म्हणजे एक वर्ष आणि चार वर्षांचें चतुर्युग यांतील निरनिराळ्या वर्षांस कृत, त्रेता, द्वापर आणि कलि अशीं नांवें होतीं, असा त्यांचा समज आहे. पण ही कल्पना निर्मूळ आहे. वनपर्वांत दोन ठिकाणीं कांहीं विरोधाभासी वचनें आलीं आहेत त्यांजवरून हा तर्क केलेला आहे. " संधिरेष त्रेताया द्वापरस्य च " असें (वन. अ. १२१) यांत एका तीर्थासंबंधानें म्हटलें असून पुढें १४१ अध्यायांत मारुतीच्या आणि भीमाच्या भेटींत " एतत्कलियुगं नाम अचिराद्यत्प्रवर्तते " असें म्हटलें आहे. तेव्हां एका वर्षाच्याच अवधींत त्रेता-द्वापरांचा सन्धि

आणि पुढें कलियुग कसें येऊं शकेल असा प्रश्न उपस्थित होतो. पण पूर्वीच्या वर्णनांत एष शब्दानें काळाचा बोध होत नसून देशाचाच बोध होतो हें मागील पुढील संदर्भावरून जाणतां येतें. शर्यातिराजा आणि च्यवनऋषि यांची येथें कथा दिली असून च्यवनऋषि हा तप करणारा अ र्थात् त्रेतायुगाचा दर्शक होय आणि शर्यातिराजा हा यज्ञ करणारा असल्यानें तो द्वापराचा बोधक होय. त्रेतांत तप प्रधान असून द्वापरांत यज्ञ प्रधान आहे, असें वर्णन येथें दिलें आहे. आणि या ठिकाणीं शर्याति राजाची मुलगी च्यवनऋषीस दिली असा कथाभाग अ. १२९ पर्यंत आहे. अर्थात् हा देश आणि हें तीर्थ त्रेता आणि द्वापर यांचा संधिच आहे असा येथें क्षेत्रप्रशंसेंत उल्लेख केलेला भाषांतरांतही "हा प्रदेश म्हणजे द्वापर आणि त्रेता यांचा संधिच होय" असा अर्थ दिला आहे तो योग्य आहे (भा. पु. २ पा. २९२).

निरनिराळ्या युगांत निरनिराळे धर्म प्रचलित असतात हें महाभारतांत ठिकाठिकाणीं वर्णिलें आहे त्याचा आपल्यास येथें जास्त विचार करण्याची जरूरी नाहीं. कलियुगाहून द्वापर दुप्पट, त्रेता तिप्पट आणि कृत चौपट ही कल्पना प्राचीन आहे आणि हे शब्द द्यूतांत प्राचीनकाळीं उपयोगांत आणीत होते असें उपनिषदांवरून दिसतें; त्यांचा अर्थ फाशांवरील एक, दोन, तीन, चार ठिपके असा त्यावेळीं होता. असो; या अर्थाचा प्राचीन उपयोग मनांत आणला असतांही, कृतयुग म्हणजे एकच वर्षाचें नांव असावें ही कल्पना संभवनीय नाहीं. आणखी एका ठिकाणीं युगशब्द वर्षवाचक आहे असा भास होतो पण तो तसा नाहीं.

तस्मिन्युगसहस्रान्ते सम्प्राप्ते चायुषःक्षये ।
अनावृष्टिर्महाराज जायते बहुवार्षिकी ॥

असा वनपर्व अ० १८८ यांत श्लोक आहे. यांत युगसहस्रान्ते म्हणजे वर्षसहस्रान्ते असा अर्थ नाहीं. तर ' चतुर्युगसहस्रान्ते ' असा आहे. म्हणजे कल्पाच्या अंतीं ज्यावेळेस सृष्टीचा लय होणार त्या वेळचें हें वर्णन असून येथें युग म्हणजे चतुर्युगच घेतलें पाहिजे. कारण युगसहस्रान्तीं म्हणजे एक वर्षसहस्राच्या कलियुगाच्या अन्तीं असा अर्थ घेतल्यास प्रत्येक कलियुगाच्या अन्तीं सृष्टीचा नाश होतो असें मानावें लागेल. असो; युग शब्द एक वर्ष अशा अर्थानें महाभारतांत कोठेंही आलेला नाहीं आणि कृत, त्रेता, द्वापर आणि कलि हीं वर्षांचीं नांवें महाभारतकाळीं होतीं ही कल्पना चुकीची आहे.

कल्पाची कल्पना फार जुनी आहे. ' धातायथापूर्वमकल्पयात् ' या वैदिक वचनावरून कल्प शब्द निघालेला असून कल्प म्हणजे ब्रह्मदेवानें सृष्टि उत्पन्न केली त्या सृष्टीचा काळ. हा काळ एक हजार चतुर्युगांचा आहे असें भगवद्गीताकालींही मानलें गेलें होतें ' कल्पादौ विसृजाम्यहं ' या श्लोकांत वार्णिल्याप्रमाणें कल्पाच्या आरंभीं परमेश्वर सृष्टि उत्पन्न करतो, आणि कल्प संपला म्हणजे सृष्टीचा लय होतो. या कल्पाची एकंदर मर्यादा ४३२००० (चतुर्युग) × १००० इतकी होते म्हणजे ४३२०००००० होते. ही कल्पना अलीकडच्या भूगर्भशास्त्रांतील वर्षसंख्यांच्या कल्पनेस पुष्कळ जुळून आहे हें वाचकांच्या लक्षांत येईल. या कल्पाच्या प्रचंड अवधींत निरनिराळीं मन्वंतरें महाभारतकाळींही मानलीं गेलीं होतीं. मनूची कल्पनाही फार जुनी वैदिककाळापासून असून निरनिराळे मनु कल्पाच्या अवधींत होतात असें मानलें गेलें होतें. भगवद्गीतेंत चार मनूंचा उल्लेख

' महर्षयः सप्तपूर्वे चत्वारो मनवः ' या श्लोकांत आलेला आहे. हल्लींच्या ज्योतिषशास्त्राच्या मताप्रमाणें एका कल्पांत चौदा मनु असतात. या चौदा मनूंची कल्पना महाभारतकाळीं होती किंवा नाहीं हें सांगतां येत नाहीं. प्रत्येक मन्वंतरामध्यें संधिकाल असतो अशी कल्पना अलीकडील ज्योतिषांची आहे. ती निरनिराळ्या युगांतील संधिकालाप्रमाणेंच बनविली गेलेली आहे. चार युगें संपलीं म्हणजे पुन्हां दुसरीं चार युगें मन्वंतरांत येतात. हल्लींचें चालू असलेलें कलियुग हें संपलें म्हणजे पुन्हां कृतयुग येईल. हल्लींचें चालू असलेलें कलियुग भारती युद्धकालापासून सुरू झालें. ही कल्पना महाभारतकाळीं पूर्ण प्रचलित होती. पूर्वोक्त मारुतीच्या वचनाशिवाय गदायुद्धानंतर श्रीकृष्णानें बलरामाची समजूत घालतांना ' प्राप्तं कलियुगं विद्धि प्रतिज्ञा पाण्डवस्य च ' असें म्हटलें आहे. भारती युद्धानंतरच्या चैत्र शुद्ध प्रतिपदेस कलियुग सुरू झालें तें जेव्हां संपेल आणि कृतयुगास प्रारंभ होईल त्या वेळेस चंद्र, सूर्य, पुष्यनक्षत्र आणि बृहस्पति हे एका जागीं येतील अशी कल्पना आहे.

यदाचन्द्रश्चसूर्यश्च तथा तिष्यबृहस्पती ।
एकराशौ समेष्यंति प्रवर्त्स्यति तदाकृतम् ।
(वनपर्व अध्याय १८८)

हा योग केव्हां येईल हें गणितावरून काढतां येणार नाहीं. कारण हीं सर्व एका राशीचे ठिकाणीं येणें अशक्य आहे. राशि या शब्दाचा अर्थ येथें सामान्य मेषादि राशींत असून युति असा अर्थ येथें आहे. महाभारतांत मेषादि राशि नाहींत हें आपण पाहिलें आहे. चंद्र, सूर्य, बृहस्पति आणि पुष्यनक्षत्र यांची युति असंभवनीय दिसते. तथापि हा एक शुभयोग मानला गेलेला असावा. असो.

आपण अगदीं निमेष म्हणजे डोळ्याची पापणी हलण्याचा काळ यापासून चतुर्युग, मन्वंतर आणि कल्प या शेवटच्या कालमर्यादेपर्यंत म्हणजे ब्रह्म्याच्या दिवसापर्यंत येऊन पोंचलों. कालाची ही कल्पना हिंदुस्थानांत उत्पन्न होऊन येथेंच वाढली असें दिसतें. खालिडयन् लोकांत एक युग अथवा "सृष्टिवर्ष" ४३२००० वर्षांचें होतें; परंतु त्यावरून आपली कल्पना निघाली नाहीं हें आपण पाहिलें आहे. कारण, सृष्टीच्या आयुष्याची वर्षमर्यादा ४३ कोटी वर्षांवर गेलेली आहे. ही कल्पना भारती काळांतच उत्पन्न झाली. ब्राह्मणकाळांत युग कल्पना दहा हजार वर्षांवर होती. कारण, एक, दोन, दहा हजार वर्षें आणि अधिक असा उपनिषदांत उल्लेख आला आहे. भारतीय ज्योतिषांनीं भारतकालांत युगाची मर्यादा ठरवून कल्पाचीही मर्यादा ठरविली हें काम बहुधा गर्ग ज्योतिषानें केलें असावें. महाभारतांत प्रसिद्ध असलेला ज्योतिषी गर्ग होय. गर्गानें सरस्वतीतीरावर तपश्चर्या करून कालज्ञान मिळविलें असें स्पष्ट सांगितलेलें आहे.

तत्र गर्गेण वृद्धेन तपसा भावितात्मना ।
कालज्ञानगतिश्चैव ज्योतिषां च व्यतिक्रमः ।
उत्पाता दारुणाश्चैव शुभाश्च जनमेजय ।
सरस्वत्याः शुभेतीर्थे विदिता वै महात्मना ॥
(शल्यपर्व)

सरस्वतीतीरावर गर्गानें ही युगपद्धति कुरुक्षेत्रांत शोधून काढली असें यावरून दिसतें. ज्या अर्थीं शक ग्रीकांत ही पद्धति नाहीं त्या अर्थीं ही भारती आर्यांचीच होय आणि ती ग्रीकांच्या पूर्वीची असली पाहिजे हें उघड आहे. गर्ग केव्हां झाला हें जरी सांगतां येत नाहीं तरी तो महाभारताच्या पूर्वींचा होय म्हणजे इसवी सन पूर्व ३०० च्या पूर्वींचा

होय. हल्लीं प्रसिद्ध असलेला गर्गसंहिताग्रंथ त्याचाच असावा; परंतु त्याचें कदाचित् थोडेंसें रूपांतर झालें असावें. त्यांत राशि नाहींत हें आम्हीं पूर्वी सांगितलेंच आहे. यावरून तो, राशि प्रचारांत येण्याच्यापूर्वी म्हणजे इसवी सन पूर्व १०० च्या पूर्वीचा असावा.

वरील उताऱ्यांत 'ज्योतिषां च व्यतिक्रमः' असें म्हटलेलें आहे. म्हणजे गर्गास ग्रहांच्या वांकड्या गतीचें ज्ञान झालें होतें असें म्हटलें आहे. यावरून भारतीयुद्धकाळाच्या सुमारास ग्रहांच्या गतीचें ज्ञान फारसें नसून तें ज्ञान महाभारतकाळीं बरेंच पूर्णतेस आलें होतें. नक्षत्रांतून ग्रहांची गति आहे ही गोष्ट नक्षत्रें नेहमीं पाहणाऱ्या भारतीय आर्यास पूर्वीच माहीत झाली असली पाहिजे. सूर्यचंद्रांशिवाय नक्षत्रांत फिरणारे हे ग्रह बुध, शुक्र, मंगळ, गुरु आणि शनि इतके होते.

ते पीडयन्भीमसेनं क्रुद्धाः सप्तमहारथाः ।
प्रजासंहरणे राजन् सोमं सप्तग्रहा इव ॥
(भीष्मपर्व अध्याय १३०)

या श्लोकांत चन्द्राशिवाय सात ग्रह सांगितलेले आहेत, तेव्हां राहु हा निराळा ग्रह धरावयास पाहिजे, किंवा सप्तग्रह येथें निराळेच धरतां येतील. राहूची ग्रहरूपानें माहिती राहुरर्कमुपैति च या वाक्यावरून महाभारतकाळीं चांगली होती, हें निश्चयानें दिसतें. नक्षत्रचक्रांतून प्रत्येक ग्रहास फिरण्यास किती वेळ लागतो, याची कल्पना भारती काळांत गर्गाच्या पूर्वीच झाली असावी ही गोष्ट साहजिक आहे आणि गर्गास विशेष माहिती झाली ती ग्रहांच्या व्यतिक्रमासंबंधानें असावी. गर्गाच्या वेळेपर्यंत सूर्यचन्द्रांशिवाय इतर ग्रहांच्या फेऱ्यांची नक्की कालमर्यादा माहीत झाली नसावी असेंही अनुमान होऊं शकतें आणि ग्रह वक्री होतात व एके जागीं स्थिर होतात ही माहिती गर्गास होती. महाभारतामध्यें ग्रहांचे उल्लेख पुष्कळच आहेत. ते येथें समग्र देण्याची जरूर नाहीं. कांहीं ग्रह दुष्ट असतात ही कल्पना महाभारतकालीं होती. विशेषतः शनि आणि मंगळ. मंगळ लाल असून तो रक्तपात करणारा आहे अशी समजूत होती. गुरु मात्र शुभ असून सर्व प्राण्यांचा संभाळ करणारा आहे असें मानीत. कित्येक दोन ग्रहांचे आणि नक्षत्रांचे योग अशुभ आहेत अशी समजूत होती.

यथा दिवि महा घोरौ राजन् बुधशनैश्चरौ ।
(भीष्मपर्व अ० १०४)

या वचनांत बुध आणि शनि यांचा योग भयंकर मानलेला आहे. भीष्मपर्वाच्या आरंभीं व्यासानें धृतराष्ट्रास भयंकर प्राणहानिसूचक जीं दुश्चिन्हें होत आहेत असें सांगितलें त्यांत आणि उद्योगपर्वांत शेवटीं यापूर्वी श्रीकृष्ण व कर्ण यांच्या भेटींत जीं दुश्चिन्हें होत असल्याचें कर्णानें वर्णन केलें आहे, (उद्योगपर्व अ० १४३) त्यांत ग्रहांच्या व नक्षत्रांच्या अशुभ योगांचें विस्तारानें वर्णन केलेलें आहे. हे योग बहुधा सौतीनें गर्गाच्या ग्रंथांत वर्णिलेल्या योगावरून घेऊन महाभारतांत सामील केलेले असावेत. कारण, वरील गर्गासंबंधींच्या उताऱ्यांत उत्पाता दारुणाश्चैव शुभाश्च असें म्हटलेलें आहे. म्हणजे अशुभ अथवा भयंकर उत्पात आणि शुभ शकुन यांचें ज्ञान गर्गास झालें होतें. अर्थात् त्यांचें परिगणन गर्गानें प्रथम केलेलें होतें. गर्गसंहितेंतही हल्लीं हे शुभाशुभ योग सांपडतात. हे अशुभ योग मूळ भारतीयुद्धाच्या वेळचे लिहिलेले नाहींत याविषयीं आम्ही पूर्वी विवेचन केलेलेंच आहे. तेव्हां येथें ते योग देण्याची जरूरी नाहीं. मात्र येथें हें सांगितलें पाहिजे कीं, गर्गकाळीं किंवा

महाभारतकाळीं ग्रहांची गति सांगितली जात होती आणि त्यांचीं फळें नक्षत्रांवरून सांगत. कारण, राशींचा त्या वेळेस बोधच नव्हता. दुसरें ग्रहांची वक्रगति व वक्रानुवक्रगति महाभारतांत आणि गर्गसंहितेंतही सांगितलेली आहे. तिसरी गोष्ट अशी कीं, श्वेतग्रह अथवा धूमकेतु हा महाभारतकाळीं ज्ञात होता आणि तो अतिशय अशुभ आहे असें मानीत असत. या श्वेतग्रहावरून दुसऱ्या कित्येक काल्पनिक ग्रहांची अथवा केतूंची महाभरतकाळीं कल्पना झालेली होती व त्यांचा उल्लेख या अशुभ चिन्हांमध्यें आलेला आहे. यासाठींच सप्त महाग्रहाः अशासारखीं वचनें संदिग्ध मानावीं लागतात. चौथी गोष्ट राहु हा एक ग्रह आहे अशी कल्पना महाभारतकाळीं झालेली होती; म्हणजे तो एक क्रांतिवृत्तावर फिरणारा तमोमय, न दिसणारा ग्रह आहे अशी समजूत होती. या शिवाय सूर्याजवळ राहु येत आहे असें म्हणणें शक्य झालें नसतें. महाभारतांत कांहीं ठिकाणीं राहूला नुसताच ग्रह हा शब्द लावलेला आहे. राहूची पूर्वींची कल्पना म्हणजे तो एक सूर्य-चंद्रांवर हल्ला करणारा राक्षस आहे ही कल्पनाही महाभारतांत बाकी आहे. कारण, राहूचें कबंधस्वरूप एके ठिकाणीं वर्णिलेलें आहे. राहू म्हणजे एक काळोखाचा लोट असा प्रत्यक्ष अनुभव सूर्यखग्रासग्रहणाचे वेळीं आल्यावरून त्याला शिररहित राक्षस कल्पून तो समुद्रामध्यें रहातो असें मानलेलें आहे.

अत्रमध्ये समुद्रस्य कबंधः प्रतिदृश्यते ।
स्वर्भानोः सूर्यकल्पस्य सोमसूर्यौ जिघांसतः ॥
(उद्योगपर्व ११० भा. पु. ३ पान ३७०)

यांत हें राहूचें धड पश्चिमसमुद्रामध्यें उभें असलेलें वर्णन केलें आहे. पश्चिमसमुद्रामध्यें राहूची कल्पना कां केली गेलेली आहे हें समजत नाहीं. चंद्रग्रहणाची व सूर्यग्रहणाची योग्य कल्पना महाभारतकाळीं झालेली होती, असें मात्र निश्चयानें म्हणतां येतें. कारण, हा राहु राक्षस नसून ती नुस्ती छाया आहे आणि ती आकाशांत दिसत नसून सूर्य-चन्द्रांवर मात्र दिसते असें शांतिपर्वांत आत्म्याचें स्वरूप वर्णन करतांना फार खुबीदार रीतीनें वर्णन केलेलें आहे. हें आम्ही अन्यत्र दाखविलें आहे. तत्त्वज्ञानाच्या विचारांत शांतिपर्व अध्याय २०३ यांत हा विषय आलेला आहे.

याप्रमाणें भारतीकाळांत भारतीआर्यांचें ज्योतिर्विषयक ज्ञान कसें होतें व तें कसें वाढत गेलें याचें विवेचन आहे. हें ज्ञान मुख्यतः यज्ञाच्या संबंधानें सूर्य-चन्द्रांच्या गति व महिना व वर्ष यांचा मेळ घालण्यासंबंधानें उत्पन्न झालें असून त्यांत फलज्योतिषाच्या शुभाशुभ योगांच्या दृष्टीनें भर पडली. केवळ ज्योतिर्विषयक शोध करण्याची इच्छा जरी नसली तरी या कारणांनीं भारतीआर्यांनीं महाभारतकाळापर्यंत ज्योतिषज्ञानांत बरीच प्रगति केलेली होती. शक, यवन अथवा बॅक्ट्रियन् ग्रीक यांनीं यापुढें हिंदुस्थानावर स्वारी करून बरेच दिवस हिंदुस्थानांत राज्य केलें त्या वेळेस त्यांची राजधानी उज्जयिनी येथें ख्रिस्तीसनाच्या प्रारंभाच्या सुमारास भारती ज्योतिषाचें अथवा यवन ज्योतिषाचें साहाय्य मिळून हल्लींच्या सिद्धांतादिज्योतिषाची वाढ झाली हें प्रसिद्ध आहे. प्रत्यक्ष ज्योतिषविषयक जिज्ञासेनें आकाशांतील ग्रहांची व नक्षत्रांची चौकस दृष्टीनें पाहणी करण्याची हौस भारतीय आर्यांस नव्हती असें नाहीं.

यथा हिमवतः पार्श्वं पृष्ठं चन्द्रमसो यथा ।
न दृष्टपूर्वं मनुजैः न च तन्नास्ति तावता ॥
(शांतिपर्व २०३)

यांतच चन्द्राचें पृष्ठ दिसत नाहीं म्हणून तें नाहीं असें म्हणतां येत नाहीं. असा दृष्टान्त आत्म्याच्या अस्तित्वाबद्दल घेतलेला आहे. याजवरून चन्द्राची एकच बाजू आपल्यास दिसते ही गोष्ट चन्द्राचें वारंवार काळजीपूर्वक निरीक्षण करून भारती आर्यांनीं ठरविलेली दिसते. हल्लींच्या ज्योतिष शास्त्रानेंही हा सिद्धांत मान्य केलेला आहे. निरनिराळ्या सत्तावीस नक्षत्रांशिवाय अन्य नक्षत्रेंही भारती आर्यांनीं पाहिलेलीं होतीं व त्यांस निरनिराळीं नांवें दिलीं होतीं. विशेषतः सप्तर्षि यांचा उल्लेख करावयास पाहिजे. या उत्तर ध्रुवाभोंवतीं फिरणाऱ्या सात ताऱ्यांच्या समूहाचा कोणाही आकाशाकडे पाहणाऱ्या मनुष्याच्या मनावर परिणाम झाल्याशिवाय राहात नाहीं. त्याप्रमाणें भारती आर्यांनीं या सात नक्षत्रांचा आपल्या प्राचीन सप्तऋषींशीं मेळ घातला यांत आश्चर्य नाहीं. परंतु उत्तरेस हे सप्तर्षि असून याचप्रमाणें पूर्वेस व दक्षिणेस आणि पश्चिमेस निरनिराळे सप्तर्षि आहेत अशी जी त्यांनीं कल्पना केली ती कांहींशी चमत्कारिक दिसते. (शां० अ० २०८ भा० पु० ६ पान ४३४) दक्षिणेकडचे काल्पनिक सप्तर्षि भारती आर्यांस कधींच दिसावयाचे नाहींत हें उघड आहे. तथापि दक्षिणेकडील जो एक तेजस्वी तारा दिसतो व कांहीं दिवस दिसून ज्याचा अस्त होतो त्या ताऱ्यास अगस्ति ऋषींचें नांव महाभारतकाळीं दिलेलें होतें. असो. महाभारतकाळीं आकाशांतील ग्रहांचें किंवा नक्षत्रांचें निरीक्षण करण्याकरितां एखादें यंत्र असावें किंवा नाहीं याबद्दल विचार करतां असें एखादें यंत्र अथवा चक्र महाभारतकाळीं असावें अशी कल्पना खालील श्लोकावरून करतां येण्यासारखी आहे. वनपर्व अ० १३३ यांत

चतुर्विंशतिपर्वत्वां षण्णाभिद्वादशप्रधि।
तत्त्रिषष्टिशतारं वै चक्रं पातु सदागति ॥

हे राजा ज्याला चोवीस पर्वें असून सहा नाभि अथवा तुंबे आहेत आणि बारा धांवा असून ३६० आरा आहेत असें तें सदोदित चालणारें चक्र तुझें कल्याण करो. असें अष्टावक्रानें म्हटलें आहे. चोवीस पौर्णिमा व अमावास्या हीं पर्वें; सहा ऋतु या नाभि आणि बारा धावा म्हणजे बारा महिने आणि ३६० दिवस म्हणजे ३६० आरा असें हें संवत्सर चक्राचें रूपक आहे. हें फार जुनें असून वैदिक वाङ्मयांतही येतें. या चक्रावरून आकाशस्थ ग्रहांचे वेध घेण्याचें चक्र उत्पन्न होणें असंभवनीय नाहीं. अशा एखाद्या चक्राशिवाय सूर्याच्या दक्षिण व उत्तर गतीचें सूक्ष्म ज्ञान व दिशांचें ही सूक्ष्म ज्ञान होणें शक्य नाहीं. भारतकाळीं आर्यांस या दोन्ही गोष्टींचें सूक्ष्म ज्ञान झालें होतें हें इतिहासावरून सिद्ध आहे.

ज्योतिःशास्त्राचे दुसरे स्कंध अथवा भाग म्हणजे संहिता व जातक यांजविषयीं दोन शब्द लिहिले पाहिजेत. हे भाग अद्याप निराळे पडले नसून त्यांची विशेष वाढ झालेली नव्हती. तथापि नानाप्रकारचे उत्पात व दुर्भिक्षादि आपत्ति ग्रहांच्या फिरण्यावर अवलंबून आहेत, किंबहुना मनुष्यांचें सुखदुःख जन्मनक्षत्रावर अवलंबून आहे या गोष्टी मानल्या गेल्या होत्या आणि त्या दृष्टीनें गर्गादि ज्योतिष्यांचे शोध व कल्पना चालू होत्या असें दिसतें. उदाहरणार्थ शुक्राचा अवर्षणाशीं संबंध आहे असें पुढील श्लोकांत विधान आहे.

भृगोः पुत्रः कविर्विद्वान् शुक्रः कविसुतो ग्रहः।
त्रैलोक्यप्राणयात्रार्थं वर्षावर्षे भयाभये।
स्वयंभुवा नियुक्तः सन् भुवनं परिधावति॥४२
(अनु० अ० ३६)

या प्रकारचीं वाक्यें भारतीयुद्धासंबंधानें पुष्कळच आहेत. एकंदर समाजाचीं किंवा प्रत्येक व्यक्तीचीं सुखदु:खें ग्रहांवर अवलंबून असतात. या संबंधाची सांहिता व जातक शास्त्रें महाभारतानंतर ग्रीक व खाल्डियन ज्योतिष्यांच्या मतांचा ओघ आणखी मिळून पुढें फारच वाढली त्याचा येथें जास्त उल्लेख करण्याची जरूर नाहीं.

प्रकरण चौदावें.

वाङ्मय शास्त्र.

जगतांतील प्रत्येक भाषा एकेकाळीं बोलण्यांत येत असावी हें कोणासही नाकबूल करतां यावयाचें नाहीं आणि या सिद्धांताप्रमाणें संस्कृत भाषा एकेकाळीं बोलण्यांत येत होती ही गोष्ट निर्विवाद आहे. भारतीय आर्य भारती काळाच्या प्रारंभीं संस्कृत भाषा बोलत होते हें निर्विवाद आहे आणि व्यासांचा मूळ ग्रंथ प्रत्यक्ष बोलण्यांत येणाऱ्या भाषेंत लिहिला गेला हें उघड आहे. महाभारतकाळीं संस्कृत भाषा बोलण्यांत येत होती कीं नाहीं हा एक महत्त्वाचा प्रश्न आहे. भगवद्गीतेसारखे जे भाग निःसंशय जुन्या भारताचे आहेत त्यांची भाषा सरळ व जोरदार, अगदीं कोणत्याही प्रकारचें बंधन नसलेली आणि लांब व दुर्बोध समासांनीं रहित अशी असून ती प्रत्यक्ष बोलणाराची भाषा आहे असा आपल्या मनावर परिणाम होतो. एकंदर महाभारताची भाषा ही बोललेल्या भाषेसारखी दिसते. संस्कृत भाषा भारती काळांत बोलली जात होती हें पंजाबांतील स्त्रियांच्या भाषणांतील ग्राम्य भाषेचे कांहीं निंद्य प्रकार कर्णानें उदाहरणार्थ दिलेले आहेत त्यांवरून अनुमान काढतां येतें.

आहुरन्योन्यसूक्तानि प्रब्रुवाणा मदोत्कटाः ।
हे हते हे हते त्वेवं स्वामि भर्तृ हतेतिच ॥
(कर्णपर्व ४४)

हे हते हे हते या संस्कृत भाषेंतील शिव्या असून त्यांचा उपयोग स्त्रियांच्या तोंडांत असावा ,यावरून संस्कृत भाषेचा उपयोग स्त्रियाही करीत असत असें दिसतें.

संस्कृत भाषा.

तथापि महाभारतकाळापूर्वीं म्हणजे ग्रीकलोकांच्या स्वारीपूर्वीं हिंदुस्थानांत खालच्या लोकांत संस्कृत भाषा बोलणें बंद झालें असून ती भाषा विद्वान् ब्राह्मण व विद्वान् क्षत्रिय वगैरे वरिष्ठ जातींतच प्रचारांत होती असें मानावें लागतें. असें नसतें तर बुद्धानें आपला नवीन धर्म मागधी भाषेंत लोकांस उपदेशिला नसता. संस्कृत भाषेचा अनार्य असंस्कृत लोकांच्या तोंडांत अपभ्रंश होऊन निरनिराळ्या प्रांतांत निरनिराळ्या प्रकारच्या प्राकृत भाषा उत्पन्न झाल्या होत्या. अनार्य लोकांस संस्कृत भाषेचे कठिण उच्चार करतां येणें शक्य नव्हतें. तसेंच संस्कृत भाषेंतील कठिण रूपें व अपवाद हे वैश्य आणि शूद्र यांच्या भाषणांत नाहींसे होऊन सरळ व साधीं रूपें अमलांत येऊं लागलीं होतीं. सारांश, सोपे उच्चार व साधीं रूपें यांच्या कारणानें प्राकृत भाषा उत्पन्न झाल्या होत्या. या शिवाय अनार्यांच्या म्लेच्छ भाषाही भोंवतालीं बोलण्यांत येत असून त्यांचे शब्द संस्कृत भाषेंत घुसत असत असें स्पष्ट दिसतें.

नार्या म्लेच्छन्ति भाषाभिः मा यथा न चरन्त्युत।
(आदिपर्व)

या वचनावरून आर्य लोक म्लेच्छ शब्द वापरीत नाहींत असा अर्थ निघतो. परंतु टीकाकारानें म्लेच्छ शब्दाचा अर्थ चुकी करणें असा केलेला आहे तोही बरोबर आहे. असें म्हणतां येईल. अनार्य अथवा म्लेच्छ संस्कृत बोलण्याचा यत्न करतांना चुक्या करीत. किंवा संस्कृतांतील कठिण उच्चार भलतेच करीत हें संभवनीय आहे आणि यावरून आर्यांनीं भाषा बोलतांना म्लेच्छासारख्या चुक्या करूं नयेत असा प्रयोग उपयोगांत आला असावा. असो. हळू हळू महाभारतकाळापर्यंत हे अनार्य

लोक व अनार्यांच्या मिश्रणापासून झालेले लोक समाजांत बरेच वाढले जाऊन त्यांच्या प्राकृत भाषा याच महत्त्वाच्या झाल्या आणि संस्कृत भाषा विद्यापीठांत आणि यज्ञशाळेत मात्र बाकी राहिली. महाभारतांतील उच्चवर्णांतील स्त्रिया संस्कृत बोलतात; पण सुबंधु, कालिदास वगैरेंच्या नाटकांतून सुद्धां उच्चवर्णांच्या स्त्रिया प्राकृत बोलतात यावरून महाभारतकाळीं प्राकृत भाषा उच्चवर्णांच्या स्त्रियांत घुसल्या नव्हत्या असें अनुमान काढण्यास जागा आहे.

बाहेरच्या देशांतील म्लेच्छ लोकांच्या दळणवळणासाठीं भारतीय आर्यांस अगदीं भिन्न म्लेच्छभाषा बोलण्यास शिकण्याचा प्रसंग येत असावा, असें दिसतें. ही गोष्ट पंजाबांत शिकंदराच्या स्वारीनंतर विशेष जरूरीची झाली असावी. आदिपर्वांत विदुरानें युधिष्ठिराशीं एका म्लेच्छ भाषेंत भाषण करून वारणावतांत "तुम्ही गृहांत रहावयास जात आहां तेथें लाख वगैरे ज्वालाग्राही पदार्थ भरले आहेत" असें लोकांस न समजतां सुचविलें असें वर्णन आहे. ही भाषा बहुधा ग्रीक असावी. असें आम्हीं पूर्वीं वर्णन केलेंच आहे; हल्लींही एखादी भाषा न समजली म्हणजे तुम्ही ग्रीक बोलतां असें म्हणण्याचा इंग्रजींत सांप्रदाय आहे. असो. भारतीय आर्यांच्या बोललेल्या संस्कृत भाषेंत बाहेरच्या भाषांचे शब्द क्वचित्प्रसंगीं येणें शक्य आहे. आणि त्याप्रमाणें महाभारतांत सुरंग हा शब्द ग्रीक भाषेंतून आलेला आहे. परंतु असे शब्द फारच थोडे आहेत. प्राकृत भाषेंतील शब्द म्हणजे देशी भाषेंत प्रचलित असलेले शब्दही महाभारतांत फारच थोडे आहेत. त्यांपैकीं एडूक हा शब्द आहे हें आम्ही अन्यत्र सांगितलेंच आहे. ऋग्वेदांतही अनार्य भाषेंतील शब्द क्वचित् येतात असें त्यांचा अभ्यास करणारे मानतात. परंतु एकंदरीनें पहातां महाभारतांतलि संस्कृतांत प्राकृत, देशी, किंवा अनार्य म्लेच्छ, ग्रकि भाषेंतील शब्द फारच थोडे, हाताच्या बोटांनीं मोजण्याजोगे आहेत असेंच म्हटलें पाहिजे.

प्राकृताचा उल्लेख नाहीं.

महाभारतकाळीं प्राकृतभाषा प्रचलित झाल्या असून त्यांचा उल्लेख महाभारतांत कोठेंच आलेला नाहीं याचें आश्चर्य वाटतें. बहुधा असा उल्लेख करण्याचा प्रसंगही कोठें आलेला नसावा. महाभारतांतलि चांडाळ किंवा श्वपच हे सुद्धां संस्कृतांत बोलतात, याचें आश्चर्य करणें नको. व्यासाचा मूळ ग्रंथ संस्कृतांतच लिहिला गेला आणि त्या वेळेस प्राकृत भाषांचा जन्मही नव्हता हें उघड आहे. सौतीनें इसवीसनपूर्व २५० च्या सुमारास महाभारतास हल्लींचें रूप दिलें त्या वेळेस प्राकृतभाषा उत्पन्न झाल्या होत्या, किंबहुना सामान्य जनसमूह त्याच भाषा बोलत होता हें खरें. परंतु मूळ ग्रंथ संस्कृतांत असल्यानें त्याची छाया या वाढलेल्या ग्रंथावर पडली. याशिवाय, बौद्धधर्माच्या विरोधानें हा महाभारत ग्रंथ तयार झाला हें आपण पूर्वीं दाखविलें आहे. बौद्धधर्मानें प्राकृत मागधीस हातीं धरलें. परंतु त्याच्या विरोधानें सौतीनें सनातन धर्मीयांची पूर्वींची संस्कृतच भाषा आपल्या ग्रंथांत कायम ठेविली. कारण, भारती आर्यांचे सनातन धर्मग्रंथ वेद, वेदांगें वगैरे संस्कृतांतच होते आणि बौद्धधर्माच्या विरोधानें सौतीनें संस्कृताचाच अभिमान धरला. याप्रमाणें महाभारतकाळीं प्राकृत भाषा उत्पन्न झाल्या होत्या तरी महाभारतांत संस्कृताचाच उपयोग केला गेलेला आहे. इतकेंच

नव्हे तर या काळीं विद्वान् लोकांची हीच भाषा होती आणि बौद्ध वाङ्मय अद्याप अस्तित्वांतही आलें नव्हतें. अर्थात् महाभारतकाळीं निरनिराळ्या शास्त्रांवर जें वाङ्मय होतें, तें संस्कृतांतच होतें. तें कोणतें हें आपण आतां पाहूं.

वैदिक वाङ्मय.

प्रथम आपण वैदिकवाङ्मयाकडे वळूं. वैदिक वाङ्मय महाभारतकाळीं बहुतेक संपूर्ण तयार झालें होतें. सर्व वेदांच्या संहिता तयार झाल्या असून त्यांचीं ब्राह्मणेंही तयार झालीं होतीं. ऋग्वेदामध्यें दहा हजार ऋचा आहेत असें अनुशासनपर्वामध्यें

दशेदंऋक्सहस्राणि निर्मथ्यामृत मुद्धृतम् ।
(शांतिपर्व अ० २४६)

या वाक्यांत स्पष्टपणें म्हटलें आहे. वेदांची रचना अपांतरतमा ऋषीनें केली आहे असें महाभारतांत सांगितलें आहे. आणि वेदांचे निरनिराळे भाग खुद्द महाभारतकर्ता व्यास यानें पाडले असें महाभारताच्या आरंभींच सांगितलेलें आहे.

विव्यास वेदान्यस्मात्सः वेदव्यास इत्युच्यते ।

अपांतरतमा ऋषीचें अन्य नांव प्राचीन गर्भ होतें आणि याचाच अवतार व्यास होय असें महाभारतांत (शां० अ० ३४९) सांगितलेलें आहे. अपांतरतमा हा पूर्वींचा ऋषि वेदांची व्यवस्था करणारा असला पाहिजे हें उघड आहे. शौनकानें सर्वानुक्रमणी ऋग्वेदाची केली तो व्यासाच्या पूर्वीं किंवा नंतर हें निश्चयानें सांगतां येत नाहीं. तथापि ऋग्वेदांतील मंत्रांचा कोठें व कसा उपयोग करावयाचा याबद्दलचें शास्त्र शौनकानें घालून दिलें असल्यानें ऋग्वेदासंबंधानें शौनकाचें महत्त्व विशेष आहे. अनुशासनपर्व अध्याय ३० यांत शौनकाची वंशावळ दिलेली आहे. पूर्वीं वीतहव्य नांवाचा एक क्षत्रिय होता तो भृगुऋषीच्या नुसत्या वचनानें ब्रह्मर्षि बनला अशी कथा या अध्यायांत सांगितलेली आहे. या राजाचा गृत्समद या नांवाचा पुत्र होता. हा ऋग्वेदांतील प्रथम मंत्राचा ऋषि आहे. त्याचा पुत्र सुचेता आणि सुचेताचा पुत्र वर्चस्, वर्चसाच्या वंशांत रुरु झाला आणि रुरु याचा पुत्र शुनक होय. शुनकाचा पुत्र शौनक होय. या शौनकाला सौतीनें महाभारत सांगितलें अशी परंपरा आहे. हा शौनक महाभारतकाळचा म्हणजे इसवी सन पूर्व ३०० च्या सुमाराचा मानल्यास पूर्वोक्त शौनकाच्या वंशांतील हा शौनक असावा असें मानतां येईल. किंवा भारताचा कर्ता व्यास जसा वेदांची व्यवस्था लावणारा तसा महाभारताचा प्रथम ऐकणारा शौनक हाच वेदाची सर्वानुक्रमणिका करणारा अशी जुळणी केली असावी.

एकंदर वेद तीन आहेत. आणि कोठें कोठें अथर्व वेदाचाही उल्लेख येतो. प्रत्येक वेदाचें ब्राह्मण निराळें आहे आणि तांडि या ऋषीनें यजुर्वेदाचें ताण्ड्यमहाब्राह्मण शिवाच्या प्रसादानें केलें असें अनुशासनपर्वांत सांगितलेलें आहे. या तंडीनें शिवाचें सहस्रनाम केलें असें सांगितलेलें आहे. तांडि महाब्राह्मणाचा कर्ता त्यानेंच केलेलें हें शिवसहस्रनाम आहे असें जरी मानलें नाहीं तथापि उपमन्यूनें तें केलेलें असावें हें संभवतें. तें अनुशासनपर्व अध्याय १७ यांत सांगितलेलें आहे. अनुशासनपर्व

---

१ वास्तविक थोडया अधिक ऋचा आहेत असें टीकाकारानें येथें सांगितलें आहे.

ऋचां दशसहस्राणि ऋचां पंचशतानि च ।
ऋचामशीतिःपादश्चैतत्पारायणमुच्यते ॥

अध्याय १६ यांत तंडीची हकीगत दिलेली आहे. शुक्लयजुर्वेदाची व शतपथाची कथा महाभारत शांतिपर्व अध्याय ३१८ यांत दिली आहे ती येथें देण्यासारखी आहे. या दोहोंचा कर्ता याज्ञवल्क्य असून तो मूळ आपला मामा वैशंपायन याजपाशीं यजुर्वेद शिकला होता; परंतु त्याशीं कांहीं तंटा झाल्यानें त्यानें तो वेद ओकून टाकला आणि सूर्याची आराधना करून नवीन यजुर्वेद त्यानें उत्पन्न केला; हाच शुक्लयजुर्वेद अशी आख्यायिका प्रसिद्ध आहे, तिचाच यांत उल्लेख आहे. सूर्यानें त्यास असा वर दिला कीं, दुसऱ्या शाखांतून घेतलेल्या प्रकरणांसह व उपनिषदांसह सांग यजुर्वेद तुझे ठिकाणीं स्थिर होईल आणि शतपथाची रचना तुझे हातून होईल. " याप्रमाणें याज्ञवल्क्यानें घरीं येऊन सरस्वतीचें ध्यान केलें. ती प्रकट झाली तेव्हां तिची व प्रकाशदाता सूर्य यांची पूजा करून त्यानें ध्यान केलें तेव्हां सारा शतपथ, रहस्य, परिशिष्ट व इतर शाखांतील घेतलेले भाग यांसह मी आविर्भूत झालों. मग मी शंभर शिष्य मामांस वाईट वाटावें यासाठीं केले. मग तुझा बाप (जनकाचा यज्ञ करूं लागला तेव्हां यज्ञाची व्यवस्था मीं हातीं घेतली आणि वेदपठणाच्या दक्षिणेसाठीं वैशंपायनाशीं तंटा करून अर्धी दक्षिणा देवतांच्या देखत घेतली ही व्यवस्था सुमंत, जैमिनि, पैल, तुझा बाप (जनक) व इतर ऋषि यांना मान्य झाली. सूर्यापासून मला १५ यजुर्मंत्र मिळाले. रोमहर्षणाबरोबर मी पुराणांचेंही अध्ययन केलें (भा० पु० ६ पान ३१८). या हकीगतीवरून कित्येक महत्त्वाचीं अनुमानें निघतात. प्रथम हें कीं शुक्लयजुर्वेद यजुर्वेदी वैशंपायन व याज्ञवल्क्य यांच्या भांडणामुळें उत्पन्न झाला. तो याज्ञवल्क्यानें सूर्यापासून मिळविला. त्यांत निराळे पंधरा मंत्र सूर्यानें दिलेले असून बाकीचे पूर्वींचेच शाखांपैकी होते. (यांची म्हणण्याची पद्धत मात्र कृष्णयजुर्वेदाहून निराळी आहे हें प्रसिद्ध आहे.) याज्ञवल्क्यानेंच या वेदाचें प्रसिद्ध शतपथ ब्राह्मण रचिलें. या ब्राह्मणास मात्र स्वर आहेत (इतर वेदांच्या ब्राह्मणांस स्वर नाहींत त्यांत स्वररहित गद्य आहे.) यावरून हें ब्राह्मण सर्वांत जुनें असावें. याचा रचनाकाळही या कथेवरून दिसतो. म्हणजे हें ब्राह्मण भारतीयुद्धानंतर रचलें गेलें. कारण, व्यासशिष्य सुमंतु, जैमिनि, पैल, वैशंपायन यांच्या समकालीन हा याज्ञवल्क्य होता; किंबहुना त्यांच्या शिष्यवर्गांत तो होता. भारतीयुद्धानंतर शतपथब्राह्मण झालें हें आम्ही आरंभीं अंतःप्रमाणांवरून ठरविलेंही आहे व त्यावरून भारतीयुद्धाचा काळही ठरविला आहे. असो. महाभारतकाळीं हीच दंतकथा परंपरेनें मान्य होती असें वरील कथेवरून दिसतें. असो. याज्ञवल्क्यानें निराळा शुक्लयजुर्वेद केला इतकेंच नव्हे तर जुन्या यजुर्वेदाशीं भाऊबंदकी करून यज्ञांत त्या वेदास येणाऱ्या दक्षिणेंत वैशंपायनापासून अर्धा भागही घेतला. याप्रमाणें ही कथा फारच मनोरंजक व ऐतिहासिकदृष्ट्या महत्त्वाची आहे.

याशिवाय वनपर्व अ० १३८ यांत अर्वावसूनें रहस्य सौरवेद केला असें वर्णन आहे. यांत वर्णिलेलें (प्रतिष्ठां चापि वेदस्य सौरस्य द्विजसत्तम:) सौर वेदसूक्त यजुर्वेदांत आहे असें दिसतें. नीलकंठानें काठक ब्राह्मणांत वर्णन केलेला एक आदित्याचा अष्टाक्षरी मंत्र येथें उद्दिष्ट आहे असें वर्णिलें आहे. असो. याजविषयीं जास्त माहिती वैदिकांनीं देण्यासारखी आहे. याचा आपल्यास येथें उल्लेख करणें शक्य आहे.

वेद म्हणजे मंत्र आणि ब्राह्मण; अर्थात् उपनिषदांचाही ब्राह्मणांतच अंतर्भाव होतो.

तथापि त्यांचा निर्देश कोठें कोठें निराळा केलेला आहे.

वेदोपनिषदां वेत्ता ऋषिः सुरगणार्चितः ।

अशी सभापर्व अध्याय ५ याच्या प्रारंभीं नारदाची स्तुति केलेली आहे. कोणकोणतीं उपनिषदें महाभारतकाळीं प्रसिद्ध होतीं हें सांगतां येत नाहीं. बहुधा दशोपनिषदें महाभारताच्या पूर्वीचीं असलीं पाहिजेत. वेदांच्या दशोपनिषदांशिवाय अनेक उपनिषदें हल्लीं प्रसिद्ध आहेत. शांतिपर्व अध्याय ३४२ यांत ऋग्वेदामध्यें २१००० शाखा असल्याचें वर्णन केलेलें आहे; आणि सामवेदामध्यें १००० शाखा व यजुर्वेदाच्या ५६, ८, ३७ मिळून १०१ शाखा असल्याचें वर्णन आहे. (भा० पु० ६ पा० ८००) परंतु हल्लीं वेदांच्या इतल्या शाखा उपलब्ध नाहींत. यामुळें निरनिराळ्या उपनिषदांना पाहिजे त्या वेदाचें उपनिषद् तें आहे असें म्हणतां आलें. असो.

नारदाच्या वर्णनामध्यें इतिहासपुराणज्ञः पुराकल्पविशेषवित् असें पुढें म्हटलेलें आहे. आणि या पुराकल्पांचा संबंध वेदांशींच आहे. हीं पुराकल्पें म्हणजे वेदांत सांगितलेल्या निरनिराळ्या गोष्टी होत. हल्लीं या पुराकल्पांचा आपल्यास कोठें मागमूस दिसत नाहीं. तथापि प्राचीनकाळीं पुराकल्पें नांवाचे निरनिराळे लहान ग्रंथ असले पाहिजेत. उपनिषदांप्रमाणेंच ते वेदाचे भाग समजले जात असावेत. परंतु हल्लीं त्यांचा अंतर्भाव पुराणामध्यें किंवा ब्राह्मणांत सांगितलेल्या कथांमध्यें होतो.

वेदांगें व्याकरणें.

आतां वेदांचीं जीं अंगें सांगितलेलीं आहेत त्यांजकडे वळूं. महाभारतांत षडंगांचें नांव वारंवार येतें. न्यायविद्धर्मतत्त्वज्ञः षडंगविदुत्तमः । असें म्हटलेलें आहे. हीं षडंगें कोणतीं हें महाभारतांत सांगितलेलें आहे. हीं षडंगें पुढील श्लोकांत सांगितलीं आहेत.

ऋक् सामांगांश्च यजूंषि चापि छंदांसि नक्षत्रगतिं निरुक्तम् । अधीत्य च व्याकरणं सकल्पं शिक्षांच भूतप्रकृतिं न वेद्मि ।

(आदिपर्व अ० १७०)

या श्लोकांत सांगितलेलीं षडंगें छंद, निरुक्त, शिक्षा, कल्प, व्याकरण आणि ज्योतिष हीं होत. या सर्व शास्त्रांचा अभ्यास महाभारतकाळीं बहुतेक पूर्णपणें झालेला होता आणि त्या त्या विषयांत भारती आर्यांची प्रगति झालेली होती. विशेषतः व्याकरणाचा अभ्यास संपूर्ण तऱ्हेनें होऊन पाणिनीचें महाव्याकरण भारतकाळींच झालेलें होतें. पाणिनीचें व्याकरण जगांतील सर्व व्याकरणांत श्रेष्ठ असून पाणिनीनें जे व्याकरणाचे नियम दिलेले आहेत तेच नियम हल्लीं निरनिराळ्या भाषांचें जें तुलनात्मक व्याकरण पाश्चात्य पंडितांनीं तयार केलें आहे त्यांत घेतलेले आहेत. किंबहुना हल्लींच्या तुलनात्मक व्याकरणाचा पाया पाणिनीच्या व्याकरणानेंच घातलेला आहे. हें व्याकरण अर्थात् जगतांतील सर्व भाषा-पंडितांस आदरणीय झालेलें आहे. पाणिनि हा आद्य व्याकरणकार नव्हता हें उघड आहे. कारण त्यानें जें अद्वितीय व्याकरण रचलें तें एकट्याच्या बुद्धिबलाचें सामर्थ्य होय असें मानतां येत नाहीं. त्याच्या पूर्वीं व्याकरण शास्त्राचा अभ्यास बराच होत असून कित्येक ग्रंथही व शास्त्रकारही त्याच्या पूर्वीं झाले असले पाहिजेत. सारांश, व्याकरण हें वेदांग असल्यानें त्याचा अभ्यास भारतीयुद्धकाळापासून महाभारतकाळापर्यंत झालेला असला पाहिजे. परंतु महाभारतांत कोणत्याही व्याकरणशास्त्रकर्त्यांचें नांव आलेलें नाहीं. किंबहुना पाणिनीचें नांव महाभारतांत आलेलें

नाहीं. परंतु याजवरून पाणिनि महाभारत काळानंतर झाला असें मानतां येणार नाहीं. उल्लेखाचा अभाव हें प्रमाण लंगडें आहे हें आम्ही अनेक वेळ सांगितलेंच आहे. पाणिनि महाभारतकाळापूर्वी झाला असला पाहिजे, असें मानण्यास कारण आहे. महाभारतांत भाष्याचें नांव आलेलें आहे. पाणिनीचें व्याकरण हें वेदांग समजलें जात असून वैदिक लोक तें पठण करतात आणि या व्याकरणावर कात्यायनाचें वार्तिक आहे आणि पतंजलीचें महाभाष्य आहे, हें प्रसिद्ध आहे. अनुशासनपर्व अ० ८० यांत

येच भाष्यविदः केचित येच व्याकरणे रताः ।
अधीयन्ते पुराणं च धर्मशास्त्राण्यथापि ये ॥

असा श्लोक आहे. यांतील भाष्य शब्द व्याकरणाला उद्देशून असून पतंजलीच्या महाभाष्याला लागू पडतो असें प्रथम दर्शनीं वाटतें. परंतु तसें आमच्या मतें मानतां येत नाहीं. कारण, पतंजलि हा महाभारतकाळानंतर झाला असें आम्ही ठरविलें आहे. तेव्हां त्याच्या महाभाष्याचा उल्लेख महाभारतांत येणें शक्य नाहीं. येथें भाष्य शब्दाचा व्याकरणाशीं विरोध आहे हें स्पष्ट दिसतें आणि यामुळे हें भाष्य वेदाचें भाष्य किंवा दुसऱ्या कोणत्याही शास्त्राचें भाष्य असावें. निदान नुसता भाष्य शब्द आहे यावरून पतंजलीचें महाभाष्य नव्हे असें मानण्यास हरकत नाहीं. याशिवाय, अनुशासनपर्वांत दोन ग्रंथकर्त्यांचा उल्लेख अध्याय १४ यांत आलेला आहे.

शाकल्यः संगितात्मा वै नववर्ष शतान्यपि ।
आराधयामास भवं मनोयज्ञेन केशव ॥
भविष्यति द्विजश्रेष्ठः सूत्रकर्ता सुतस्तव ।
सावर्णिश्चापि विख्यात ऋषिरासीत्कृतेयुगे ॥
ग्रंथकृल्लोकविख्यातो भविता ह्यजरामरः ॥
(अनु० १४ श्लोक १००—१०४)

या श्लोकांत दोन ग्रंथकार एक शाकल्य-सूत्रकर्ता व सावर्णि असे सांगितलेले आहेत. शाकल्यानें कोणत्या शास्त्रावर सूत्र केलें हें येथें सांगितलेलें नाहीं किंवा सावर्णीनें कोणत्या शास्त्रावर ग्रंथ केला हेंही सांगितलेलें नाहीं. परंतु शाकल्य याचें नांव पाणिनीच्या सूत्रांत (लोपः शाकल्यस्य वगैरे) येतें, यावरून हा शाकल्य सूत्रकार पाणिनीच्या पूर्वीचा सूत्रकार असावा. असें अनुमान करण्यासारखें आहे.

ज्योतिष ग्रंथ.

व्याकरणाचे खालोखाल ज्योतिषाचें महत्त्व आहे. हा ज्योतिष ग्रंथ कोणता होता हें आपल्यास सांगतां येत नाहीं. हल्लीं लगधाचा ग्रंथ वेदांगज्योतिषाचा प्रसिद्ध असून तोच वैदिक पाठ करितात, हें प्रसिद्ध आहे. लगधाचें नांव पाणिनीप्रमाणेंच महाभारतांत नसलें तरी तो महाभारताच्या पूर्वीचा होय यांत शंका नाहीं. ज्योतिषग्रंथकार अन्य सांगितलेला गर्ग होय. गर्गपाराशर याचें नांव ज्योतिषामध्यें प्रसिद्ध आहे. हा गर्ग सरस्वतीतीरावर तप करून ज्योतिषशास्त्रज्ञ झाला असें वर्णन आहे. याच गर्गाची एक संहिता हल्लीं उपलब्ध असून ती महाभारतकाळींही अस्तित्वांत असावी असें अनुमान होतें. गर्ग महाभारतापूर्वीचा होय, हें पूर्वीं सांगितलेंच आहे. ज्योतिषामध्यें गर्गाचे मुहूर्त वारंवार येतात आणि श्रीकृष्णाच्या चरित्रांत गर्गाचार्य ज्योतिषीच आलेला आहे.[1]

---

१ गर्गसंहिता हें नांव जरी महाभारतांत आलेलें नाहीं तरी अनुशासनपर्व अ० १८ यांत गर्गाचा पुन्हां उल्लेख आलेला असून ज्याचीं चौसष्ट अंगें आहेत असें ज्ञान गर्गास शिवानें प्राप्त करून दिलें असा उल्लेख येथें आहे (भा० पु० ७ पा० ९५) गर्गसंहिता हल्लीं प्रसिद्ध असलेली पाहिली असतां त्यांत ४० उपांगें असल्याचें वर्णन आहे. या

निरुक्त व कल्प.

आतां आपण निरुक्त अथवा शब्दप्रवचन याजकडे वळूं. यास्काचें निरुक्त हल्लीं वेदांग म्हणून प्रसिद्ध असून यास्क महाभारतकाळापूर्वीचा होय हें निर्विवाद आहे. यास्काचें नांव महाभारतांत आलेलें असून त्याचें नैघंटुक म्हणजे शब्दकोष याचाही उल्लेख आलेला आहे. (शांतिपर्व अ० ३४३) यांत हा उल्लेख आहे. आतां छंद हें अंग बाकी आहे. या अंगाचा कर्ता पिंगल असून त्याचेंच छंदःशास्त्र हल्लीं वैदिक पठण करितात. पण या पिंगलाचा उल्लेख महाभारतांत नाहीं. नसला तरी त्यापासून कांहीं अनुमान निघत नाहीं आणि हा पिंगल महाभारताच्या पूर्वींचाच मानावयास पाहिजे. शिक्षा हल्लीं पाणिनीचीच प्रसिद्ध आहे. परंतु प्रत्येक वेदाची शिक्षा निराळी आहे. शिक्षेच्या एका कर्त्याचा उल्लेख महाभारतांत आला आहे. तो शां० अ० ३४२ यांत आहे. "बाभ्रव्यकुलांतील गालवानें क्रमशास्त्रांत पारंगतता प्राप्त करून घेतली आणि शिक्षा व क्रम या दोन शास्त्रांवर त्यानें ग्रंथ लिहिले" (भा० पु० ६ पान ८०१)

संहितेंत सर्व ग्रंथांत राशीचें नांव कोठेंही नाहीं. सर्व स्थिति नक्षत्रावर सांगितल्या आहेत यावरून हा ग्रंथ खिस्तीसनापूर्वीचा हें निश्चयानें ठरतेंच. शिवाय तो वरप्रमाणें महाभारतांत उल्लेखित आहे तेव्हां त्या वेळचा किंवा पूर्वींचा असावा हें उघड आहे. गर्गाच्या संहितेंत ४० चाळीस उपांगांशिवाय युगपुराण म्हणून एक अध्याय आणखी आलेला आहे. त्यांत कलियुगांतील यवनांपर्यंतचा म्हणजे इ० स० पू० १५० सुमारापर्यंतचा उल्लेख आलेला आहे आणि पुढें भविष्यरूपानें वर्णन कलियुगाचें केलेलें आहे. अर्थात् हा अध्याय इ. स. पू. १५० नंतरचा आहे. असो. महाभारतकालीन गर्गसंहिता व हल्लीं उपलब्ध असलेली संहिता एक आहे हें निश्चयानें म्हणवत नाहीं.

आतां शिल्लक राहिलें कल्प. कल्प म्हणजे निरनिराळ्या वेदांचीं यज्ञासंबंधानें माहिती देणारीं सूत्रें होत. या कल्पसूत्रांचे अनेक कर्ते असून त्यांचा उल्लेख महाभारतांत आलेला नाहीं. परंतु नुसत्या सूत्र शब्दाचा उल्लेख महाभारतांत आलेला आहे. या शब्दानें श्रौतसूत्रें किंवा धर्मसूत्रें यांचा उल्लेख घ्यावा असें अनुमान निघतें.

अशक्नुवन्तश्चरितुं किंचिद्धर्मेषु सूत्रितम् ।

असा श्लोक शांतिपर्व अ० २६९ यामध्यें आलेला आहे. पाणिनीमध्यें अनेक सूत्रांचा उल्लेख आहे. आणि हीं सूत्रें निरनिराळ्या विषयांवर असलीं पाहिजेत. असो; वैदिक वाङ्मयाचा येथपर्यंत उल्लेख झाला. याशिवाय प्रथम भागांतही अधिक उल्लेख आम्हीं केलेला आहे. उपनिषद्शब्दाला महाभारतांत रहस्य ब्राह्मवेद आणि वेदान्त अशा निरनिराळ्या संज्ञा दिलेल्या आढळतात आणि कोठें महोपनिषत् असाही शब्द वापरलेला आहे. द्रोणपर्व अध्याय १४३ यांत भूरिश्रवा आपला देह प्रायोपवेशन करून त्याग करण्याचा विचार करीत आहे. या उपनिषदामध्यें ॐ या प्रणवावर ध्यान करावयाचें असतें.

इतिहासपुराण.

आतां आपण इतिहास आणि पुराण यांजकडे वळूं. वैदिक वाङ्मय संपल्यावर दुसरें वाङ्मय—इतिहासपुराणांचें होय. इतिहासपुराणांमध्यें थोडेंसें अंतर आहे. इतिहास म्हणजे प्रत्यक्ष झालेल्या गोष्टी आणि पुराण म्हणजे जुन्या दंतकथा व राजवंश असा भेद असला पाहिजे. हीं पुराणें महाभारताच्या पूर्वीं उपनिषत्कालींही होतीं असें उपनिषदांवरून दिसतें. परंतु तीं अनेक होतीं किंवा एक होतें हें निश्चयानें सांगतां येत नाहीं. वे-

दांचें व उपनिषदांचें पठण करणें जसें ब्राह्मणांचें काम होतें त्याप्रमाणें इतिहास पुराणांचें पठण करणें हें सूतांचें काम होतें. सूतांचा हा धंदा आहे असें महाभारतांतही सांगितलें असल्याचें आम्ही अन्यत्र वर्णन केलेलें आहे. राजांचा स्तुतिपाठ करण्याचा धंदा सूतांचा आहे असें अनुशासनपर्व अध्याय ४८; भा० पु० ७ पान १७३ यांत सांगितलें आहे. महाभारतही सौतींनेंच शौनकाला सांगितलें आहे. इतिहास हा स्वतंत्र ग्रंथसमुदाय असावा. परंतु महाभारतानंतर हा सर्वग्रंथसमुदाय महाभारतांतच सामील झाल्यानें लुप्त झाला. परंतु उपनिषदांमध्यें जो इतिहास सांगितलेला आहे तो कोणता हा प्रश्न उद्भवतो. रामायण आणि महाभारत हे दोन्ही ग्रंथ इतिहास आहेत असें त्या त्या ग्रंथांत स्पष्टपणें सांगितलेलें आहे. यांचे मूळ ग्रंथ उपनिषत्कालींही असावे असें मानण्यास हरकत नाहीं आणि याशिवाय अन्य इतिहास लहान लहान असावेत; महाभारताच्या अवाढव्य आटोक्यांत ते येऊन गेल्यामुळें त्यांचें अस्तित्व नाहींसें झालें आणि महाभारतानंतरच्या अनेक ग्रंथांत इतिहास म्हणजे भारत असेंच समजलें जातें. पण महाभारतांतच कित्येक ठिकाणीं इतिहास शब्द येतो त्या ठिकाणीं महाभारत कसें न्यावयाचें ? उदाहरणार्थ द्रोणावद्दल असें वर्णन आहे कीं

योऽधीत्य चतुरो वेदान्सांगानाख्यानपंचमान् ।

या ठिकाणीं आख्यान शब्दानें पुराण भारतादि असा अर्थ टीकाकारानें केलेला आहे. पण, भारतीयुद्धांत असलेला द्रोण भारतकाळानंतर झालेलें भारत कसें अध्ययन करूं शकेल ? अर्थात् महाभारतकाळीं भारत निराळा ग्रंथ असून तो फार जुना होता आणि वेदांबरोबर भारतपठणाची ही पद्धति फार प्राचीन होती. यामुळें वेदांबरोबर भारताचा उल्लेख यावयाचाच, असा परिपाठ पडला होता. आतां पुराणाविषयीं थोडेसें ज्यास्त लिहूं. वामनपुराणांचा उल्लेख महाभारतांत आलेला आहे हें आम्हीं अन्यत्र सांगितलेंच आहे. तेव्हां अठरा पुराणेंही महाभारतकाळीं असलींच पाहिजेत. वनपर्व अध्याय १९ यांत

एवन्तेसर्वमाख्यातं अतीतानागतं तथा ।
वायुप्रोक्तमनुस्मृत्य पुराणमृषिसंस्तुतम् ॥

असा श्लोक आहे. वास्तविक पुराणांत, पुराण म्हणजे अतीत असेल तेंच सांगण्याचा उद्देश असला पाहिजे. परंतु भविष्यरूपानें पुढें येणारें अनागतही पुराणांत सांगण्याचा परिपाठ महाभारतकाळीं असावा. सूत लोमहर्षण हा सर्व पुराणांचा सांगणारा असें शांतिपर्व अध्याय ३१८ यांत सांगितलेलें आहे. याच लोमहर्षणाचा पुत्र सौति यानें महाभारत सांगितलें. अर्थात् हीं अठरा पुराणें महाभारताच्या पूर्वीचीं होत. (भाषांतर पुस्तक ६ पान ७०७) पुराणांचें पठण व्यासांनीं केलें हें महाभारतांतही एके ठिकाणीं सांगितलेलें आहे. (स्वर्गारोहणपर्व अ० ५) अर्थात् व्यासांचें मूळचें एक पुराण असून त्यांचे पुढें लोमहर्षणानें अठरा निरनिराळे ग्रंथ केले. पण हीं मूळचीं पुराणें आणि हल्लींचीं पुराणें एक नव्हत. कारण, वायुप्रोक्त म्हणून जें वनपर्वांत वर्णन कलियुगाचें केलें आहे, त्यांत आणि हल्लींच्या वायुपुराणांत फरक दिसून येतो. असो. वायुपुराणांत हॉप्किन्सनें दाखविल्याप्रमाणें कलियुगांत सोळा वर्षांहूनही लहान मुली प्रसवतील असें वर्णन असून, महाभारतांत पांचसहा वर्षांच्या मुली प्रसवतील असें वर्णन आहे अर्थात् वायुपुराणाच्या पुढें महाभारतांतील वर्णन गेलेलें आहे, यांत आश्चर्य नाहीं. परंतु महाभारतांतील वर्णन जुन्या वायुपुराणावरून घेऊन वाढविलें आहे. पुराण,

आख्यान, उपाख्यान, गाथा आणि इतिहास असे निरनिराळे शब्द महाभारतांत येतात. त्यांचे निरनिराळे भेद असे दिसतात कीं, आख्यान एकाच वृत्ताच्या संबंधानें असून इतिहास हा शब्द इति+ह+आस अशा अर्थानें बरेंच प्राचीन वृत्त या अर्थी असावा. असो.

न्यायशास्त्र.

नारदाच्या सभापर्वीतील स्तुतीमध्यें खालील श्लोक आहेत.

ऐक्यसंयोगनानात्वसमवायविशारदः ।
पंचावयवयुक्तस्य वाक्यस्य गुणदोषवित् ।
उत्तरोत्तरवक्ताच वदतोपि बृहस्पतेः ।

असें वर्णन आहे. यांतील ऐक्य, संयोग, नानात्व इत्यादि वर्णन कोणत्या शास्त्रांचें आहे हें सांगणें कठीण आहे. टीकाकारानें असें सांगितलें आहे कीं, हें वर्णन सर्व शास्त्रांना सारखें लागू पडतें. आमच्या मतें हें वर्णन आणि विशेषतः समवाय शब्द न्यायशास्त्राचा दर्शक असावा. गौतमाचें न्यायशास्त्र महाभारतकाळीं प्रचलित असावें, असें मानण्यास हरकत नाहीं. किंबहुना पंचावयवयुक्त वाक्य हें गौतमाच्या न्यायशास्त्रांतील सिद्धांतांसच लागू पडतें. गौतमाचा उल्लेख महाभारतांत नाहीं आणि गौतमाचें न्यायशास्त्र कधीं उत्पन्न झालें हेंही अद्यापपर्यंत निश्चित झालेलें दिसत नाहीं. जीं न्यायसूत्रें हल्लीं प्रसिद्ध आहेत, तीं महाभारताच्या नंतरचीं आहेत, यांत शंका नाहीं परंतु न्यायशास्त्र महाभारताच्या पूर्वीचें आहे ही गोष्ट

न्यायतन्त्राण्यनेकानितैस्तैरुक्तानि वादिभिः ।

असें शांतिपर्व अध्याय २१० यांत सांगितलें आहे. या न्यायाचा उपयोग वादविवादामध्यें होत असे असें स्पष्ट दिसतें. कारण, यांत वादी शब्द मुद्दाम योजिलेला आहे.

बृहस्पतीहूनही उत्तरोत्तरवक्ता असें नारदाचें वर्णन केलेलें आहे. यावरून न्यायशास्त्र लॉजिक् याच्याचबरोबर वक्तृत्वशास्त्र अथवा ऱ्हेटॉरिक् महाभारतकाळीं प्रचलित असलेंच पाहिजे. वक्त्याला श्रोत्याच्या मनावर आपल्या भाषणानें पूर्ण परिणाम करण्याची इच्छा असल्यास त्यास ऱ्हेटॉरिक् हें अवश्य साध्य असलें पाहिजे आणि प्राचीनकाळीं निरनिराळ्या धर्मांच्या वादविवादांत हेतुविद्या व वक्तृत्वशास्त्र या दोहोंचाही उपयोग होत होता. एकाच्या बोलण्यावर दुसऱ्यानें कडी करणें हें वादविवादांत फारच उपयोगीं पडत असतें हें सांगणें नको आणि अशा प्रकारचे वादविवाद तत्त्वज्ञानाच्या विषयावर आपल्यासमोर झालेले ऐकण्याची प्राचीन राजे लोकांस भारती काळांत फारच आवड होती. अशा प्रकारची आवड ग्रीक लोकांतही असून अशीं लेखी संभाषणें प्लेटोनें लिहिलेलीं अस्तित्वांत असून तीं सर्व जगतांतील लोकांस अद्याप आनंद देत आहेत. वक्तृत्वशास्त्राचा उगम या कारणानें जसा ग्रीस देशांत झाला त्याचप्रमाणें हिंदुस्थानांतही महाभारतकाळीं झाला होता. परंतु हें शास्त्र पुढें वाढलें नाहीं आणि त्याच्या ऐवजीं अलंकारशास्त्र मात्र उत्पन्न होऊन त्यानें एका प्रकारची कृत्रिमता संस्कृत गद्यपद्य रचनेस आणली. वक्तृत्वशास्त्र महाभारतकाळीं असावें याची साक्ष आपल्याला महाभारतांतील सुलभाजनकसंवादांत पटते. ह संवाद कांहींसा प्लेटोच्या संवादासारखा एकावर एक वरचढ करणारा अशा प्रकारचा आहे. या संवादांत सुलभेनें आपल्या उत्तराच्या आरंभीं वाक्य कसें असावें आणि त्याचे गुणदोष कोणते, हें वर्णन केलेलें आहे. त्याचा उतारा येथें देण्याची आवश्यकता नाहीं. तथापि वाचकांनीं भाषांतर पुस्तक ६ पान ७१९ पाहावें. एकंदर हा सुलभाजनक संवाद वाचण्यासारखा

आहे. असो. वक्तृत्वशास्त्राच्या ऐवजीं अलंकारशास्त्र उत्पन्न झाल्यानें उपनिषदांतील वक्तृत्वपूर्ण आत्म्यावरील प्रवचनें किंवा सुलभाजनकसंवादासारखे संवाद आपल्यास महाभारताच्या पुढील वाङ्मयांत दिसत नाहींत.

धर्मशास्त्र.

धर्मकामार्थमोक्षेषु यथावत्कृतनिश्चयः।
तथा भुवनकोशस्य सर्वस्यस्य महामतिः ॥

असें नारदाचें यापुढें वर्णन आहे. यावरून धर्मशास्त्र, कामशास्त्र, अर्थशास्त्र आणि मोक्षशास्त्र अशीं चार शास्त्रें असलींच पाहिजेत. खुद्द महाभारतास धर्मशास्त्र व कामशास्त्र अशी संज्ञा दिलेली आहे. महाभारतांत धर्मशास्त्राचा उल्लेख अनेक वेळां आलेला आहे. किंबहुना महाभारत सौतीनें मुख्यतः धर्मशास्त्र बनविलें ही गोष्ट आम्ही अन्यत्र सांगितलेली आहे. महाभारतांत नीतिशास्त्राचाही उल्लेख आलेला आहे. हें नीतिशास्त्र कोणत्या प्रकारचें होतें याचा निश्चय करतां येत नाहीं. तथापि तें राजनीति व व्यवहारनीति या दोहोंना धरून असलें पाहिजे. अर्थशास्त्राला वार्ताशास्त्र असेंही म्हटलें आहे आणि मोक्षशास्त्राला आन्वीक्षिकी अशी संज्ञा आहे. (सभा आणि शांतिपर्व अ० ५९) मानवधर्मशास्त्राचा उल्लेख एके ठिकाणीं आलेला आहे आणि राजधर्मही एके ठिकाणीं उल्लेखिले आहेत. एकंदर नीतिधर्म मुख्यतः शुक्र आणि बृहस्पति यांनीं सांगितलेले होते ही गोष्ट महाभारतांत अनेक ठिकाणीं आलेली आहे. शांतिपर्वाच्या प्रारंभींच सांगितलेलें आहे कीं, बृहस्पतीनें एक लक्ष श्लोकांचें नीतिशास्त्र केलें आणि उशनसानें तें लहान केलें आणि यापुढें राजशास्त्राचे कर्ते शांतिपर्व अध्याय ५८ यांत सांगितलेले आहेत. ते मनु, भारद्वाज आणि गौरशिरस् असे होत. (भा० पु० ६ पा० ११०) या ग्रंथांचा किंवा बृहस्पतीच्या नीतिशास्त्राचा हल्लीं कोठेंही पत्ता नाहीं. परंतु शुक्रनीति हा ग्रंथ अजूनही अस्तित्वांत आहे. या नीतिमध्यें संधि, विग्रह इत्यादि राजकीय विषयांची बरीच माहिती आहे. असो.

तथा भुवनकोशस्य सर्वस्यास्य महामतिः ।

या वाक्यांत सांगितलेलें शास्त्र म्हणजे भुवनशास्त्र असलें पाहिजे. एकंदर पृथ्वी किती मोठी आहे, तिचे किती विभाग आहेत आणि एकंदर विश्व कसें आहे, या गोष्टीची माहिती या शास्त्रांत दिलेली असावी. अर्थात् इंग्रजींत ज्यास कॉसमॉलजी असें म्हणतात तें शास्त्र महाभारतकाळीं निराळें असलें पाहिजे. महाभारतांतील भूवर्णन वगैरे माहिती त्यांतूनच घेतलेली असावी. विद्वान् मनुष्याचे एकंदर अध्ययनाचे विषय याप्रमाणें नारदाच्या वर्णनांत आले असून निरनिराळ्या मोक्षशास्त्रांचें ज्ञानही त्यास होतें. हीं शास्त्रें म्हटलीं म्हणजे सांख्य, योग, वेदान्त वगैरे होत.

सांख्ययोगविभागज्ञः निर्विवित्सुः सुरासुरान् ।

असें नारदाचें आणखी वर्णन केलेलें आहे. सांख्य, योग, वेदान्त, इत्यादि तत्त्वज्ञानांचे ग्रंथ महाभारतकाळीं अनेक होते ही गोष्ट निर्विवाद आहे. परंतु त्यांपैकीं हल्लीं एकही ग्रंथ शिलक नाहीं. त्यांतील बहुतेक तत्त्वें महाभारतांत आलींच आहेत. महाभारतानंतर या तत्त्वज्ञानावर निरनिराळीं सूत्रें उत्पन्न होऊन तींच लोकांत मान्य झालीं. यामुळें महाभारतही मागें पडलें असें म्हणण्यास हरकत नाहीं. तथापि, या तत्त्वज्ञानांचा ऐतिहासिक दृष्ट्या विचार करणें असल्यास तो महाभारतावरूनच होऊं शकतो आणि त्याप्रमाणें आम्हीं तो निराळ्या ठिकाणीं केलेला आहे.

राजनीति.

सन्धिविग्रहतत्त्वज्ञस्त्वनुमानविभागवित् ।

षाड्गुण्यविधियुक्तश्च सर्वशास्त्रविशारदः ॥

असें नारदाचें आणखी पुढें वर्णन आहे. यांतील संधि, विग्रह आणि षाड्गुण्यविधियुक्त शास्त्र हें पूर्वोक्त नीतिशास्त्राचें स्पष्टीकरण आहे. यांत आणखी अन्य शास्त्र उल्लिखित नाहीं. बृहस्पतीच्या नीतिचाच हा भाग आहे. "संधि, यान, परिगृह्यासन, द्वैधीभाव, अन्य नृपाश्रय आणि विगृह्यासन या षड्गुणांचे गुणदोष राजनीतींत सांगितले आहेत" भा० पु० ६ पा० ११५. तसेंच अनुमानविभागवित् हें वाक्य न्यायशास्त्राला उद्देशून आहे. असो.

युद्धगांधर्वसेवीच सर्वत्राप्रतिघस्तथा ।

असें नारदाचें शेवटचें वर्णन आहे. यांत युद्धशास्त्र आणि गान्धर्वशास्त्र याचेंही ज्ञान नारदास होतें असें सांगितलें आहे. युद्धशास्त्र महाभारतांत अनेक ठिकाणीं उल्लिखित आहे आणि या युद्धशास्त्राचीं अनेक सूत्रें होतीं. अश्वसूत्र, गजसूत्र, रथसूत्र, नागरसूत्र यामध्यें शहरांची व किल्ल्यांची कशी रचना करावी याचें वर्णन होतें. एकंदर युद्धशास्त्र धनुर्वेद म्हणून प्रसिद्ध होतें. या धनुर्वेदाचे किंवा सूत्रांचे कर्ते भरद्वाज होते. आणि गान्धर्व म्हणजे गायनशास्त्र याचे कर्ते नारदच होते.

गांधर्वं नारदो वेद, भरद्वाजो धनुर्ग्रहम् ।
देवर्षिचरितं गार्ग्यः कृष्णात्रेयः चिकित्सितम् ॥
(शांतिपर्व २१०)

तेव्हां नारद हाच गांधर्वाचा किंवा गान वगैरे शास्त्रांचा मुख्य प्रवर्तक आहे. या शास्त्राची प्रगति महाभारतकाळीं बरीच झाली होती. असो. देवर्षिचरित (ज्योतिष) याचा प्रवर्तक गार्ग्य आणि वैद्यशास्त्राचा प्रवर्तक कृष्णात्रेय यांचे ग्रंथ हल्लीं प्रचलित नाहींत. तथापि त्यांतील माहिती क्वचित् अध्यायांत थोडीशी आलेली आहे.

स्मृत्या व इतर विषय.

नारदाच्या वरील स्तुतींत महाभारतकाळीं ज्ञात असलेलीं सर्व शास्त्रें उल्लिखित केलेलीं आहेत. अर्थात् तो सर्वविद्यापारंगत होता असें दाखविण्याचा महाभारताचा हेतु दिसतो. यावरून ही यादी बहुतेक संपूर्ण झालेली आहे असें मानण्यास हरकत नाहीं. या यादींत स्मृतींचें नांव मुळींच आलेलें नाहीं. याचें प्रथमदर्शनीं आश्चर्य वाटतें. परंतु महाभारतकाळीं कोणत्याच स्मृति अस्तित्वांत नव्हत्या असें आमचें मत आहे. मनुस्मृति ही पाठीमागची आहे आणि इतर स्मृत्या अर्थातच पाठीमागच्या दिसतात. मनूचें धर्मशास्त्र हें कदाचित् महाभारताच्या पूर्वीचें असेल कारण मनूच्या वचनांचा उल्लेख किंवा मनूच्या आज्ञांचा उल्लेख महाभारतांत वारंवार येतो. स्मृतींचा उल्लेख येथें नाहीं. हें कदाचित् प्रमाण स्मृतींच्या अस्तित्वाबद्दल मान्य होण्यासारखें नाहीं. कारण, वरील यादी केवळ नारदाच्या अधीत विषयांची संपूर्ण नसेल असें आपल्यास मानतां येईल. याच ठिकाणीं छांदोग्य उपनिषदांतील एक उतारा घेण्यासारखा आहे. कारण, त्यांत नारदानें स्वमुखानेंच मी काय काय विषय शिकलों आहें हें सनत्कुमारास सांगितलेलें आहे. नारद शिष्य होऊन सनत्कुमारापाशीं अध्यात्मज्ञान शिकण्यासाठीं गेला त्या वेळेस सनत्कुमारानें नारदास विचारिलें, तूं आतांपर्यंत काय अध्ययन केलें आहेस ?

१ महास्मृतिं पठेद्यस्तु तथैवानुस्मृतिं शुभाम् ।
तावप्येतेन विधिना गच्छेतामत्सलोकताम् ॥ ३०

असा श्लोक शां० अ० २०० यांत आला आहे. त्यांत महास्मृति म्हणजे मनुस्मति घ्यावी असें टीकाकार म्हणतो. पण अनुस्मृति म्हणजे काय ? आणि येथें जपाचा प्रश्न आहे. आमच्यामतें येथें भगवद्गीता व अनुगीता अभिप्रेत असाव्या.

त्या वेळेस नारदानें जबाब दिला.—“ ऋग्वेद, यजुर्वेद, सामवेद, इतिहासपुराण, व्याकरण, पित्र्य, राशि, दैवनिधी, वाको वाक्यमेकायनम्, वेदविद्या, ब्रह्मविद्या, भूतविद्या, क्षत्रविद्या, नक्षत्रविद्या आणि सर्पदेवजनविद्या मी शिकलों आहें ” यांत १६ विद्या नारदानें येथें परिगणित केलेल्या आहेत. यांतील कांहीं कांहीं विषय कोणते हें ठरविणें फार कठीण आहे. उदाहरणार्थः—व्याकरणाला येथें वेदानां वेदम् । असें म्हटलें आहे. टीकाकारानें नक्षत्र विद्या म्हणजे ज्योतिष आणि ब्रह्मविद्या म्हणजे छंदश्शास्त्र असें ठरविलेलें आहे आणि पित्र्य शब्दानें कल्पसूत्र घेतलेलें आहे. राशि म्हणजे गणितशास्त्र आणि वाकोवाक्यमेकायनम् । हें काय होतें हें निश्चयानें सांगतां येत नाहीं. देवविद्या म्हणजे शिक्षा असा अर्थ आचार्यांनीं केलेला आहे आणि सर्पदेवजनविद्या म्हणजे सर्पांच्या विषावर देण्याचीं औषधें तसेंच, नृत्य, गीत, शिल्पशास्त्र व कला वगैरे यांत येतात असें आचार्यांनीं वर्णिलेलें आहे. असो. राशि म्हणजे गणित हें एक शास्त्र उपनिषत्कालीं प्रसिद्ध होतें आणि त्याचा अभ्यास महाभारतकाळापर्यंत बराच पुढें गेलेला होता असें मानलें पाहिजे. राशि हा शब्द त्रैराशिकांत येतो. या गणितशास्त्राचा उल्लेख महाभारतांत जरी नाहीं तरी अनेक प्रमाणांवरून गणितशास्त्र हें मूळ भरतखंडांतच उत्पन्न झालें; विशेषतः दहा आंकड्यांचें गणित येथूनच सर्व ठिकाणीं पसरलें, ही गोष्ट आतां मान्य झालेली आहे. असो. निरनिराळ्या शास्त्रांचा उल्लेख वरील यादींत आहे त्यांत महाभारतापेक्षां गणित व वैद्यक हे विषय अधिक आहेत. या अनुमानावरून स्मृतींचा उल्लेख जरी नारदाच्या एकंदर विद्यांत नसला तरी तो निश्चयानें स्मृति नव्हत्या असें सांगूं शकत नाहीं. वैदिक वाङ्मयाशिवाय बाकीचे प्रमाणभूतग्रंथ म्हणजे स्मृति, असा अर्थ श्रुति शब्दाच्या विरोधानें महाभारत काळानंतर उत्पन्न झाला असावा. कारण, बादरायणाच्या ब्रह्मसूत्रामध्यें स्मृतेश्च इतिचस्मर्यते । इत्यादि प्रयोगांत महाभारताचाच आधार घेतलेला आहे हें प्रसिद्ध आहे.

इतर शास्त्रें व उल्लेख

नीतिशास्त्र सांगणारा एक शंबर हा होता असें दिसतें. दोनतीन ठिकाणीं त्याचें नांव आलें आहे.

नातः पापीयसींकांचिदवस्थां शंबरोऽब्रवीत् ।
यत्र नैवाद्य न प्रातर्भोजनं प्रतिदृश्यते ॥ २२
(उ० अ० ७२)

पद्म शब्द संख्यावाची महाभारतांत कित्येकदां आला आहे.

तस्थौ पद्मानि षट्चैव पंचद्वे चैव मानद ॥
(शांति० अ० २५८, १९)

किंबहुना सभापर्वांत सङ्ख्येचे सर्व शब्द हल्लीं प्रचारांत असल्याप्रमाणें आले आहेत, ते येथें देण्यासारखे आहेत.

अयुतं प्रयुतं चैव शंकुं पद्मं तथार्बुदम् ।
खर्वं शंखं निखर्वं च महापद्मं च कोटयः ॥
मध्यं चैव परार्धं च सपरं चात्र पण्यताम् ॥
(स० अ० ६५-४)

यावरून गणित शास्त्रांत अंकगणिताची प्रगति महाभारतकाळीं बरीच झाली होती. किंबहुना अंकगणितशास्त्र हें भारती आर्यांचें असून येथूनच सर्वत्र प्रसृत झालें, ही परंपरा खरी दिसते. गणितशास्त्रांत झाडांची पानें व फळें हीं गणितानें जाणण्याची कला ऋतुपर्णास अवगत होती असें वर्णन आहे. शालिहोत्रांत घोड्यांच्या अंगावरचे शुभअशुभ भोंवरेही वर्णिले आहेत. जरासंधाच्या कथेंत कुस्तींच्या पेचांचीं नांवें आलीं आहेत. तसेंच दम न लागण्याच्या औषधि व उपाय वर्णिले

आहेत. कषाय व घृतें वैद्यशास्त्रांत उल्लेखिलीं आहेत.

ते पिबन्तः कषायांश्च सर्पींषि विविधानिच ।
दृश्यन्ते जरया भग्ना नगा नागैरिवोत्तमैः ॥
(शांति० ३३२)

आकाशांतले निरनिराळे वायुही वर्णिलेले आहेत. निरनिराळे गंध (धूप) कसे तयार करावयाचे याचें वर्णन अनुशासनपर्वांत आहे.

तलवद्दृश्यते व्योम खद्योतो हव्यवाडिव ।
न चैवास्ति तलो व्योम्नि खद्योतेव हुतावहः ॥

हा श्लोक लक्षांत घेण्यासारखा आहे.

स्मृतिशास्त्राचाही उल्लेख महाभारतांत एके ठिकाणीं दिसतो. अनुशासनपर्वांतील उमामहेश्वर संवादांत

वेदोक्तः प्रथमो धर्मः स्मृतिशास्त्रगतोऽपरः ।
शिष्टाचीर्णोपरः प्रोक्तस्त्रयोधर्माः सनातनाः ॥
(अ० १४१–६५)

स्मृतिशास्त्र म्हटलें आहे तें धर्मशास्त्र मानवादि किंवा बौद्धायनादिकांना उद्देशून म्हटलें असावें. आपस्तंब धर्मशास्त्र वगैरे धर्मशास्त्राचे लहान ग्रंथ महाभारतापूर्वीं होते. परंतु कोणाचींही नांवें महाभारतांत नाहींत. मनूचें नांव येतें. मनूच्या वचनाचे कांहीं दाखले सांपडतात. पण मनुस्मृतीचें किंवा इतर स्मृतींचें नांव महाभारतांत आलेलें नाहीं हें पूर्वी सांगितलेंच आहे. या वचनास धरूनच स्मृतींत धर्माची व्याख्या केलेली आहे किंवा यांतील व्याख्या इतरत्र ठिकाणची घेतलेली आहे हें संदिग्ध आहे. असो; हा संवादही फार मौजेचा आहे आणि यांत एकंदर धर्म थोडक्यांत सांगितला आहे. (अ० १३९–१४८)

विद्या जंभकवार्तिकैः ब्राह्मणैः ।

असा उल्लेख उद्योगपर्वांत असून पीतक माक्षिक (सुवर्ण माक्षिक) याचा उल्लेख आहे. (अ० ६४) यांत जंभक म्हणजे कांहीं रसायनक्रिया त्या वेळीं माहीत असावी असा बोध होतो. धातूंची माहिती होतीच हें अन्यत्र सांगितलें आहेच.

सभा० अ० ११ यांत पुढील श्लोक आहे.

भाष्याणि तर्कयुक्तानि देहवंति विशाम्पते ।
नाटका विविधाः काव्यकथाख्यायिककारिकाः॥

तर्कयुक्त भाष्यें देह धारण करून प्रजापतिसभेंत असतात तसेंच नाटकें, काव्यें, कथा, आख्यायिका, कारिकाही असतात या वर्णनावरून अलीकडील वाङ्मयाचे बहुतेक प्रकार महाभारतकाळीं होते. हे ग्रंथ कोणाचे होते याचा उल्लेख नाहीं. भाष्यें कोणत्या विषयावरचीं याचाही उल्लेख नाहीं. हीं भाष्यें लहान असावींत. पतञ्जलीचें महाभाष्य या वेळीं होतें असें म्हणतां येत नाहीं. पतञ्जलीच्या भाष्यास " महाभाष्य " हें नांव आहे येथें भारत महाभारत असाच भेद दिसतो. महाभाष्याचें नांव कोठें आलेलें नाहीं. ग्रंथ प्रजापतिसभेंत देहधारी असतात, पण ग्रंथकार कोठें सभेंत असल्याचें वर्णन नाहीं. ग्रंथ पूज्य असले तरी ग्रंथकार पूज्य असतात असें नाहीं, किंबहुना पुष्कळवेळां नसतात. निदान महाभारतकाळीं भाष्य, नाटकें, काव्य, आख्यायिका इत्यादिकांचे पूज्य ग्रंथकार उत्पन्न झाले नव्हते असेंच मानावें लागतें.

एकंदर महाभारतकाळीं प्रसिद्ध असलेले अध्ययनाचे विषय अथवा शास्त्रें वरप्रमाणें आहेत. हे विषय म्हटले म्हणजे वेद, धर्मशास्त्र, तत्त्वज्ञान, राजनीति, व्याकरण, गायन, भाषाशास्त्र अथवा निरुक्त आणि युद्ध, शेती, वैद्यक, गणित, ज्योतिष व शिल्पशास्त्र

१ भारती आर्यांची कल्पकता व तर्कशक्ति किती विशाल होती हें पुढील श्लोकावरून दिसून येईल. सूक्ष्मयोनीनिभूतानि तर्कगम्यानिकानिचित्। य क्षणोपि निपातेन येषां स्यात्स्कंधपर्ययः ॥ शां. अ. १५-२६ यांत अलीकडच्या " बासिला " सूक्ष्म जंतूंचा उल्लेख आहे.

याप्रकारचे होते. त्यांपैकीं कित्येक विषय अगदीं पूर्णतेस पोंचलेले होते म्हणजे तत्त्वज्ञान, व्याकरण, राजनीति वगैरे विषय इतक्या पूर्णतेस पोंचले होते कीं, त्याच्या पलीकडे विशेष वाढ हिंदुस्थानांत त्या काळानंतर झालेली नाहीं. काव्य अथवा ललितवाङ्मय हे विषय निर्माण झाले नव्हते. नाटकांचा उल्लेख महाभारतांत आहे. नाटक करणाऱ्या ब्राह्मणांचा व नटानें स्त्रीवेष घेतल्याचाही उल्लेख आहे. परंतु कोणत्याही ग्रंथाचा अथवा ग्रंथकाराचा उल्लेख नाहीं हें वर सांगितलेंच आहे. याचें आप्तवाङ्मय महाभारतानंतर उत्पन्न होऊन कित्येक शतकांनीं त्याला ऊर्जितदशा आली आणि त्याचा प्रारंभ महाभारत आणि रामायण या आर्ष काव्यांनींच झाला. भारतीकाळांत जो तत्त्वज्ञानाचा पूर्ण विचार झाला, त्याचाच निष्कर्ष षड्दर्शनांनीं आपल्या विशिष्ट सूत्रांनीं केला. हीं सूत्रें अतिशय पूर्ण व सर्व बाजूंनीं विचार करून थोडक्यांत सांगितलेलीं असल्यानें सर्वांस मान्य झालीं आहेत; हें सांगावयास नको. यामुळें तत्त्वज्ञानाच्या दृष्टीनें भगवद्गीतेशिवाय महाभारत कांहीं मागें पडलें.

प्रकरण पंधरावें.

धर्म.

भारती काळाच्या प्रारंभापासून भारती-आर्यांचा धर्म वैदिक होता हें सांगण्याची जरूरी नाहीं. वैदिक काळाच्या अंतीं भारती-युद्ध झालें हें आपण पाहिलेंच आहे. भारती-युद्धांतील निरनिराळी मंडळी वैदिक धर्माची अभिमानी होती, यांत आश्चर्य मानावयास नको. वैदिक धर्माचीं मुख्य अंगें दोन होतीं. ईशस्तुति अथवा स्वाध्याय आणि यज्ञ. प्रत्येक मनुष्यास हीं दोन्हीं कृत्यें रोज करावीं लागत. वैदिक धर्मांत अनेक देवता आहेत. आणि या देवता सृष्टींतील निरनिराळे भौतिक चमत्कार पर्जन्य, विद्युत् वगैरे यांच्या अधिष्ठात्री स्वरूपाच्या आहेत, असें मानतात. त्यांत विशेषतः इंद्र, सूर्य, विष्णु आणि वरुण या देवता मुख्य आहेत. भौतिक स्वरूपाशीं या देवतांचें तादात्म्य करण्याची येथें जरूरी नाहीं. निरनिराळ्या भौतिकशक्तिस्वरूपी कल्पिलेल्या भिन्न भिन्न देवता असल्या तरी सर्व देवतांचें एकीकरण करण्याची प्रवृत्ति भारती आर्यांत प्राचीनकाळापासूनच होती. त्यांच्या मताप्रमाणें ईश्वर एक असून त्याचींच हीं भिन्न भिन्न स्वरूपें आहेत. इतकेंच नव्हे तर सर्व जगत् आणि ईश्वर हेही एकच आहेत. एक शब्दांत सांगणें तर सृष्टि आणि स्त्रष्टा हे एकच आहेत. मॅक्समुलरनें म्हटल्याप्रमाणें याच प्रवृत्तीनें एका देवतेला इतर सर्व देवतांचें रूप देणें किंवा तिच्या ठिकाणीं सर्वेश्वरत्व कल्पिणें हें भारती आर्यांस फारच सहज होतें. ज्या ऋग्वेदांत या देवतांच्या अशा एकत्वप्रतिपादक कल्पनांनीं भरलेल्या स्तुत्या आहेत, तो ऋग्वेद भारतीयुद्धकाळीं संपूर्ण तयार झालेला होता आणि आर्यधर्मप्रतिपादक मूल दैवी ग्रंथ अशी ऋग्वेदाविषयीं लोकांत पूज्यबुद्धि प्रस्थापित झालेली होती. त्याचप्रमाणें यजुर्वेद व सामवेद हेही संपूर्ण तयार झाले होते व त्यांजविषयीं धर्मश्रद्धा कायम झालेली होती. निरनिराळ्या देवतांच्या स्तुतिपर जीं सूक्तें ऋषींनीं रचिलीं, तीं त्यांनीं स्वतः रचिलीं नसून परमेश्वराच्या प्रेरणेनें किंवा त्याच्या इच्छेनें ऋषींच्या तोंडांतून साहजिक निघालीं अशी दृढ समजूत भारतकाळीं पूर्ण झाली होती. अर्थात् वेदांतील सूत्रें अपौरुषेय आहेत, हा समज या काळीं पक्का झाला होता. ऋग्वेदांत देवस्तुतीचे मंत्र होते व यजुर्वेदांत यज्ञयागाच्या क्रिया सांगितलेल्या होत्या. सामवेद ऋग्वेदांतील सूक्तांनींच भरलेला होता, व हीं सूक्तें नुसतीं पठण करावयाचीं नसून तीं गावयाचीं होतीं. अर्थात् सामवेदाचें म्हणणें हें गाण्यासारखें होतें. हे तिन्ही वेद ऋग्वेद, यजुर्वेद व सामवेद प्रत्येक आर्यानें तोंडपाठ करावयास पाहिजेत असा नियम होता. म्हणजे ब्राह्मण, क्षत्रिय, वैश्य या तिन्ही वर्णांच्या लोकांनीं वेदविद्या पठण करण्याची होती. प्रत्येक मनुष्याचें कर्तव्य लहानपणीं हे वेद पढण्याचें होतें. निदान एक वेद तरी प्रत्येकास पाठ यावा लागत असे, हें त्यांचें धार्मिक कर्तव्य होतें. भारतीयुद्धकाळीं हें कर्तव्य बहुतेक लोक निष्ठेनें बजावीत असें अनुमान करतां येतें. कदाचित् वैश्य लोक आपल्या धंद्याच्या अडचणीमुळें महाभारतकाळीं वेदविद्या पठण करण्याचें हळूहळू सोडून देऊं लागले असतील. पण भारती युद्धाचे काळीं क्षत्रिय आणि ब्राह्मण हे वेदविद्या पढण्यांत सारखेच तत्पर

असत. महाभारतांतील कोणत्याही क्षत्रिय योद्ध्यास वेदविद्या पाठ होती व ती विद्या त्यास वागत असे असें दिसतें. राम आणि युधिष्ठिर यांचें वर्णन वेदविद्यापारंगततेबद्दल नेहमीं येतें. परंतु भारती काळाच्या शेवटीं शेवटीं महाभारतकाळाच्या सुमारास क्षत्रियलोक सुद्धां वेदविद्येकडे दुर्लक्ष करूं लागले असें स्पष्ट दिसतें. अनेक ब्राह्मण सुद्धां वेदविहीन झाले होते असें दिसतें, मग क्षत्रियांची काय कथा ? क्षात्रियांनीं वेदविद्येंत प्रवीण असणें हा एक त्यांचा कमीपणाच या काळीं मानला जाऊं लागला. कर्णानें युधिष्ठिराची थट्टा करून म्हटलें,

ब्राह्मे भवान्बलेयुक्तः स्वाध्याये यज्ञकर्मणि ।
मास्म युध्यस्व कौंतेय मास्म वीरान् समासदः॥

ब्राह्मणांच्या कर्तव्यांत म्हणजे वेदपठण करण्यांत व यज्ञ करण्यांत तूं कुशल आहेस. परंतु युद्ध करण्यास पुढें येऊं नको आणि वीराशीं गांठ घालूं नको ! (कर्ण० अ० ४९ भा० पु० ५ पान १२७) अर्थात् वीराला वेदविद्या येणें हें एक कमीपणाचें लक्षण आहे असें मानूं लागले होते. परंतु याच्या पूर्वकाळीं म्हणजे रामाच्या वेळीं अशी परिस्थिति नव्हती. राम जसा धनुर्विद्येंत अग्रणी होता, तसा वेदविद्येंतही होता, असें वर्णन रामायणांत आहे.

वैदिक आन्हिक, संध्या व होम.

प्रत्येक आर्यब्राह्मण, क्षत्रिय व वैश्य दररोज संध्या व यज्ञ करीत असत असें स्पष्ट दिसतें. निदान भारती योध्यांचें असें वर्णन कोठेंही चुकलेलें नाहीं. रामलक्ष्मण वेळेवर संध्या करण्यास कोठेंही विसरले असें जसें दिसत नाहीं, त्याप्रमाणेंच श्रीकृष्णाचें वर्णन शिष्टाईस जातांना महाभारतांत जें केलें आहे, त्यांतही सकाळ संध्याकाळ संध्या केल्याचें वर्णन करण्यास कवि चुकलेला नाहीं. संध्येमध्यें मुख्य भाग म्हटला म्हणजे सूर्याचें उपस्थान वैदिक मंत्रांनीं करणें हा असे. भारती युद्धाच्या वेळीं सर्व क्षत्रिय प्रातःस्नान करून व संध्या करून रणभूमीवर जमत, असें वर्णन आहे. इतकेंच नव्हे, तर एकच दिवशीं रात्रीं युद्ध झालें व सर्व सैनिक रणांगणावर निजले, त्या वेळेस असें वर्णन आहे कीं प्रातःकाळापूर्वींच युद्ध सुरू होऊन सूर्य उगवला त्या वेळेस सर्व सैन्यांत युद्ध बंद होऊन संध्या म्हणजे सूर्याचें उपस्थान रणमैदानावरच सर्व क्षात्रियांनीं केलें. भारतकाळीं संध्येचें व सूर्याच्या उपस्थानाचें माहात्म्य किती होतें हें याजवरून निदर्शनास येतें. (द्रोणपर्व अध्याय १८६) "पूर्वेस अरुणानें ताम्रवर्ण केलेलें रविमंडल सुवर्णाच्या चक्राप्रमाणें दिसूं लागलें, तेव्हां त्या संध्यासमयीं कौरव व पांडव या उभयतांकडील योद्धे आपापले रथ, घोडे, पालख्या वगैरे सोडून व सूर्याकडे तोंडें करून हात जोडून जप करूं लागले. (भाषांतर पुस्तक चार पान ७११)" यावरून हेंही दिसतें कीं प्रातःसंध्येचा काळ म्हणजे सूर्यउदय होण्याचा काळ चुकूं न देण्याविषयीं भारती युद्धकाळीं सर्व भारतीआर्य खबरदारी घेत. किंबहुना अशा प्रसंगीं स्नान करण्याचीही अवश्यकता होती असें मानलें जात नव्हतें. कारण येथें रणमैदानावर स्नान करून सूर्योपस्थान केल्याचें वर्णन नाहीं.

दुसरें कर्तव्य म्हणजे अग्नीला आहुति देणें. प्रत्येक आर्यवर्णिक आपल्या घरांत अग्नि ठेवीत असे ही गोष्ट निश्चयानें सिद्ध होते. युधिष्ठिराचें वर्णन द्रोणपर्व अध्याय ८२ यांत केलेलें आपण पूर्वी पाहिलेंच आहे. युधिष्ठिर सकाळीं उठून स्नान करून प्रथम संध्या करतो आणि नंतर यज्ञ शाळेंत जाऊन आज्या-

हुतीसह समिधा अग्नीमध्यें वैदिक मंत्रांनीं टाकतो असें वर्णन आहे.

> समिद्भिश्च पवित्राभिरग्निमाहुतिभिस्तदा ।
> मंत्रपूताभिरर्चित्वा निश्चक्राम ततो गृहात् ॥

या वर्णनावरून स्वतः होम देण्याची जरूरी होती असें दिसतें व हा होम साधा समिधांचा व आज्याहुतीचा असे. या क्रियेस फार वेळ लागत नसावा. त्याचप्रमाणें उद्योगपर्व अध्याय ८३ यांत श्रीकृष्ण हस्तिनापुरास जावयास निघाला असतांना

> कृत्वा पौर्वाह्णिकं कृत्यं स्नातः शुचिरलंकृतः ।
> उपतस्थे विवस्वंतं पावकं च जनार्दनः ॥

असें वर्णन केलेलें आहे. अर्थात् सूर्याची आणि अग्नीची उपासना म्हणजे उपस्थान व आहुति या प्रत्येक आर्यास भारती युद्धकालीं कराव्या लागत असत असें स्पष्ट दिसतें. संध्याकाळीं-ही सूर्य अस्तास जात असतांना संध्या करणें व होम देणें या गोष्टी कराव्या लागत. रामायणामध्येंही रामासंबंधानें असेंच वर्णन वाल्मीकीनें केलेलें आहे. विश्वामित्राबरोबर जात असतांना किंवा वनवासास निघाल्यावर जेथें जेथें सकाळ किंवा संध्याकाळ झाली तेथें तेथें रामलक्ष्मणांनीं संध्या केल्याचें वर्णन आल्याशिवाय राहात नाहीं. ब्राह्मण-क्षत्रियांप्रमाणें वैश्य सुद्धां सकाळ संध्याकाळ संध्या व होम करीत असत. हा भारती धर्माचा मुख्य पाया होय. तो महाभारतकालीं निम्मे शिम्मे ब्राह्मणांत उरला असावा असें दिसतें व हल्लीं ब्राह्मणांत एकसोळांश कदाचित् बाकी असेल किंवा नाहीं याचीही शंकाच आहे.

श्रीकृष्ण आणि युधिष्ठिर यांनीं संध्या व होम केल्यावर ब्राह्मणांस दान दिल्याचें वर्णन आहे व कांहीं मंगलकारक पदार्थ अवलोकन करून त्यांस स्पर्श केल्याचेंही वर्णन आहे. त्यांत गाईच्या पुच्छाला स्पर्श केल्याचा उल्लेख आहे. यावरून हा सांप्रदाय प्राचीनकाळापासून आहे असें दिसतें. कारण, हें वर्णन महाभारतकाळचेंच असावें असें म्हणतां येत नाहीं.

नेहमींच्या होमाशिवाय नैमित्तिक किंवा अधिक पुण्यप्रद म्हणून प्राचीनकाळीं क्षत्रिय व ब्राह्मण अनेक वैदिक यज्ञ करीत. हे यज्ञ खर्चाचे व फार भानगडीचे असून यांस वेळही फार लागत असे. यांचीं नांवें महाभारतांत अनेक आलीं आहेत. अश्वमेधाशिवाय पुण्डरीक, गवामयन, अतिरात्र, वाजपेय, अग्निजित्, बृहस्पतिसव इत्यादि नांवें आलीं आहेत त्यांचें वर्णन करणें जरूर नाहीं.

मूर्तिपूजा.

तथापि ही गोष्ट निर्विवाद आहे कीं, या वर्णनांत कोठें मूर्तिपूजेचें वर्णन नाहीं. कोणत्याही देवतांच्या धातुमयी अथवा पाषाणमयी मूर्तींचें पूजन केल्याचें वर्णन, श्रीकृष्णाच्या किंवा युधिष्ठिराच्या आन्हिक क्रिया विस्तारपूर्वक वर्णिलेल्या असूनही त्यांत नाहीं. तेव्हां लोकांच्या आन्हिक क्रियेंत देवांच्या पूजेचा समावेश होत असता तर त्याजविषयीं या वर्णनांत जरूर उल्लेख आला असता. यावरून असें अनुमान निश्चयानें काढतां येतें कीं भारतीयुद्धकालीं किंबहुना महाभारतकालापर्यंत आर्यांच्या आन्हिक धर्मांत कोणत्याही प्रकारचें देवतांचें पूजन समाविष्ट झालेलें नव्हतें. कोणत्याही गृहांत देव ठेवून त्यांच्या पूजनाचा विधि सुरू झाला नव्हता. निरनिराळ्या गृह्यसूत्रांतही देवांच्या पूजनाचा विधि सांगितलेला नाहीं. यावरून देवपूजा हा आन्हिकविधि महाभारतकाळानंतरही कित्येक वर्षांनीं उत्पन्न झाला हें निर्विवाद आहे. मूर्तिपूजेचा उगम भरतखंडांत केव्हांपासून झाला

हा एक अत्यंत महत्त्वाचा पण गूढ प्रश्न आहे. बौद्धधर्माच्या प्रचारानंतर मूर्तिपूजा उत्पन्न झाली असा कित्येकांचा समज आहे. बुद्धाच्या मरणानंतर बुद्धाच्या मूर्ति किती लवकर होऊं लागल्या हें पाहिलें पाहिजे. बौद्धधर्मात इतर देव नाहींसे झालेच होते किंबहुना सर्वच देव नाहींसे झाले होते. पुढें अज्ञान लोकांनीं बुद्धालाच देव कल्पून त्याच्या लहान मोठ्या प्रतिमा करण्याचा सपाटा सुरू केल्यामुळें बुद्धाच्या मूर्ति हिंदुस्थानांत एकेकाळीं इतक्या पसरल्या होत्या कीं जेथें पहावें तेथें बुद्धाचीं देवळें व मूर्ति होत्या. बुद्धधर्माचा प्रचार बाहेरच्या देशांतही झाल्यामुळें तिकडेही बुद्धधर्माचीं अनेक देवळें व बुद्धाच्या हजारों मूर्ति चोंहींकडे पसरल्या. ज्या वेळीं मुसलमानी धर्माचा प्रचार झाला त्या वेळीं मुसलमानांनीं मूर्ति फोडण्याचा तडाखा सुरू केला. या त्यांच्या तडाक्यांत प्रथम साहजिकच हिंदुस्थानाच्या बाहेर असणाऱ्या हजारों बौद्ध देवळांतील मूर्तींवर कहर गुजरला. अर्थात् मुसलमानी भाषेंत म्हणजे अरबी व पारशी भाषेंत मूर्ति या अर्थी बुद्ध हा शब्द प्रचारांत आला बुध्-शिकन् व बुध्-परस्त असे मुसलमानांनीं दोन भेद केले. म्हणजे मूर्ति फोडणारे व मूर्ति पूजणारे या साहचर्यावरून बौद्धधर्माचा आणि मूर्तिपूजेचा अपरिहार्य संबंध जडला. पण प्रारंभीं प्रारंभीं बुद्धधर्मात मूर्ति नसाव्या; कारण सर्वच देव नाहींसे झाले होते व बुद्धाच्या अद्याप मूर्ति नव्हत्या. बुद्धाच्या शरिराचे अवशेष केस, नखें, हाडें वगैरे जें ज्यास सांपडलें तें त्यानें घेऊन त्यावर दगडांची रास बांधून त्याची पूजा प्रारंभीं सुरू होती. महाभारतांत अशा स्थानांना एडूक अशी संज्ञा दिलेली आहे. एडूक हा शब्द अस्थि याजवरून अपभ्रंशानें निघालेला असावा. एडूक म्हणजे अस्थिगर्भ रचनाविशेष असा अर्थ केलेला आहे. कलियुगामध्यें एडूकांची पूजा लोक करूं लागतील असें जें वर्णन महाभारतांत वनपर्वांत आहे तें या बौद्धांच्याच पूजावर्णनास उद्देशून आहे असें म्हणण्यास हरकत नाहीं. सारांश, महाभारतकाळीं म्हणजे सौतीच्याकाळीं बुद्धाच्या मूर्तींचीं मंदिरें हिंदुस्थानांत पुष्कळ झालीं असावीं असा अंदाज करतां येत नाहीं. पण महाभारतांत मंदिरांचें वर्णन व मंदिरांतील मूर्तींचें वर्णन तर पुष्कळ येतें. मूळच्या वैदिकधर्मांत मंदिरांचें किंवा मूर्तींचें माहात्म्य नव्हतें ही गोष्ट खरी आहे व लोकांच्या नित्य धार्मिक कृत्यांत मूर्तिपूजेचा समावेश नव्हता. महाभारतांतील नवीन घातलेल्या सौतीच्या अध्यायांत मूर्तीचें व मंदिरांचें वर्णन येतें. उदाहरणार्थ भीष्मपर्वाच्या प्रारंभीं दुश्चिन्हकथनाच्या अध्यायांत मंदिरांचें व देवताप्रतिमांचें वर्णन आहे.

देवताप्रतिमाश्चैव कंपन्तिच हसन्ति च ।
वमन्ति रुधिरंचास्यैः स्विद्यन्ति प्रपतन्ति च ॥

देवांच्या प्रतिमा कंपायमान होतात, हंसतात, तोंडांतून रुधिर वमन करितात, घर्म बाहेर टाकतात, किंवा पडतात असें वर्णन आहे. दगडाच्या प्रतिमा अशा क्रिया करावयास लागल्या म्हणजे दुश्चिन्ह होय, अशी समजूत होती. द्वारकेंतही यादवांच्या नाशसमयीं अशीं दुश्चिन्हें झाल्याचें वर्णन आहे. अर्थात् लोकांचीं सार्वजनिक मंदिरें असून त्यांत प्रतिमांची पूजा होत असे ही गोष्ट निर्विवाद आहे. ह्या मूर्ति बौद्धांपासून घेतल्या असें म्हणणें संभवनीय नाहीं. अर्थात् हिंदुधर्मांत महाभारतकाळीं मूर्ति प्रचलित असून त्या शिव व विष्णु आणि स्कंद इत्यादि देवांच्या भक्तीपासूनच सुरू झाल्या होत्या. शिव, विष्णु व स्कंद इत्यादिकांची भक्ति महाभारतकाळीं प्र-

चालित होती हें महाभारतावरूनही दिसतें. त्याचप्रमाणें या देवतांच्या मूर्ति महाभारत-पूर्वकाळापासून प्रचलित असाव्या ही गोष्ट पाणिनीच्या सूत्रावरूनही निश्चयानें दिसते. पाणिनीच्या सूत्रांचा काळ बौद्धानंतरचा किंवा पूर्वींचा मानला तरी त्या वेळीं शिव, विष्णु व स्कंद यांच्या मूर्ति असाव्या ही गोष्ट निर्विवाद ठरते. असो. मंदिरें व मूर्ति जरी असल्या तरी आर्यांच्या आन्हिक धर्मकृत्यांत अद्याप देवता-पूजनांचा प्रचार सुरू झाला नव्हता, ही गोष्ट महाभारतावरून व गृह्यसूत्रावरूनही निश्चित दिसते. वैदिक देवता एकंदर ३३ मानल्या गेल्या होत्या. परंतु या तेहतीस देवतांपैकीं फारच थोड्यांच्या प्रतिमा किंवा मंदिरें उत्पन्न झालीं.

३३ देवता.

तेहतीस देवतांची गणना महाभारतांत थोडीशी निराळी आहे. आठ वसु, अकरा रुद्र, द्वादशादित्य, इन्द्र आणि प्रजापति अशीं नांवें बृहदारण्य उपनिषदांत दिलेलीं आहेत व तेथेंच असें सांगितलें आहे कीं, देव अनंत आहेत हा एक त्यांचा महिमा आहे.

महिमान एवैषां एते त्रयस्त्रिंशत्वेव देवाः इति । कतमेते त्रयस्त्रिंशत् इत्यष्टौ वसव एकादश रुद्रा द्वादश आदित्याः ते एक त्रिंशत् इंद्रश्चैव प्रजापतिश्च । त्रयस्त्रिंशाइति ॥

यापुढें या बृहदारण्य उपनिषदांत देव तीनच आहेत, दोनच आहेत, व एकच आहे याप्रमाणें वर्णन केलें आहे. असो. महाभारतांत अनुशासनपर्व अध्याय १५० यांत तेहतीस देवांची गणना सांगितली आहे. ती अशी आहे. आठ वसु, अकरा रुद्र, बारा आदित्य आणि दोन अश्विन् । ते असे. अकरा रुद्र म्हणजे अजैकपाद, २ अहिर्बुध्न्य, ३ पिनाकी, ४ अपराजित, ५ ऋत, ६ पितृरूप, ७ त्र्यंबक, ८ महेश्वर, ९ वृषाकपि, १० शंभु, ११ हवन असे आहेत. आतां आदित्य असे. १ अंश, २ भग, ३ मित्र, ४ वरुण, ५ धाता, ६ अर्यमा, ७ जयन्त, ८ भास्कर, ९ त्वष्टा, १० ऊशन्, ११ इंद्र व १२ विष्णु. आठ वसु येणेंप्रमाणें: १ धरा, २ ध्रुव, ३ सोम, ४ सवितृ, ५ अनिल, ६ अनल, ७ प्रत्यूष आणि ८ प्रभास. दोन अश्विन् म्हणजे नासत्य आणि दस्र हे होत. या प्रकारची ही गणना केव्हांपासून सुरु झाली हें आपल्यास सांगतां येत नाहीं. परंतु वैदिक सर्व देवता यांत बहुतेक येतात. वरुण, इंद्र आणि विष्णु या विशिष्ट देवतांचा समावेश आदित्यांमध्यें केलेला आहे याचें आश्चर्य वाटतें. आदित्य म्हणजे अदितीचे पुत्र होत. अर्थात् बहुतेक देव आदित्यच आहेत. परंतु यांत प्रजापतीचा अंतर्भाव कोठें केलेला नाहीं. वसु म्हणजे बहुधा पृथ्वीवरील देवता आहेत. धरा, वायु, अग्नि, या तर स्पष्टच आहेत. प्रत्यूष म्हणजे सकाळ होय. यांतच वैदिक उषा देवतेचा समावेश केलेला वाटतो. सायंकाळ म्हणजे प्रभास. सोमदेवता यांतच घेतलेली आहे, हें साहजिक आहे. परंतु सवितृ अथवा सूर्य याची गणना वसूंमध्येंही करून अदित्यांमध्येंही कशी केली जाते, याचें आश्चर्य वाटतें. रुद्रांचीं बहुतेक नांवें हल्लीं शंकराचीं नांवें आहेत. वृषाकपि हें नांव मात्र विष्णूचें झालेलें दिसतें. वसु, रुद्र आणि आदित्य असे देवतांचे भेद आहेत; ही कल्पना वैदिककाळापासून महाभारतकाळापर्यंत चालत असून हल्लींच्या काळींही वैदिक क्रियेमध्यें विशेषतः श्राद्धाच्या वेळीं आपल्या उच्चारांत व स्मरणांत येते.

शिव व विष्णु.

भारती काळांत या वैदिक देवतांपैकीं शिव आणि विष्णु या देवतांचें माहात्म्य हळू हळू

वाढत गेलें व बाकीच्या देवता मागें पडून अप्रधान झाल्या. शिव व विष्णु यांच्याच संबंधानें तत्त्वज्ञानाचे दोन पंथही उपस्थित होऊन त्यास पांचरात्र व पाशुपत अशा संज्ञा मिळाल्या. याच दोन देवतांचीं सहस्रनामें महाभारतांत दिलेलीं आहेत. यावरून त्यांचें महत्त्व महाभारतकाळीं पूर्णपणें प्रस्थापित झालें होतें असें दिसतें. विष्णु ही देवता सर्व देवतांत श्रेष्ठ आहे असें तत्त्व ब्राह्मणकाळींही प्रस्थापित झालें होतें. अग्नि हा सर्व देवतांत लहान आणि विष्णु हा श्रेष्ठ असें अग्निर्वै देवानामवमो विष्णुः प्रथमः। या वाक्यावरून स्पष्टपणें नजरेस येतें. वैदिक देवतांमध्यें इंद्र हा सर्वांत श्रेष्ठ असून ब्राह्मणकाळांत व भारतीकाळांत मागें कसा पडला याचें आश्चर्य वाटतें. तथापि बुद्धाच्या वेळेसही इंद्राचें महत्त्व बरेंच होतें. कारण बौद्धग्रंथांत इंद्राचा उल्लेख वारंवार केलेला आहे, शिवविष्णूंचा केलेला नाहीं. असो. महाभारतकाळीं शिवविष्णूंविषयीं देवतांमध्यें हे अग्रणी असा जो पूज्यभाव उत्पन्न झालेला होता, तोच अद्यापपर्यंत कायम आहे. कित्येक लोक सर्व देवतांमध्यें शिवास मुख्य मानीत तर कित्येक लोक विष्णूस मुख्य मानीत. किंबहुना ज्या ईश्वराची कल्पना ऋग्वेदकाळापासून स्थापित झाली किंवा ज्या एक परब्रह्माचें वर्णन उपनिषदांनीं अतिशय उदात्त केलेलें आहे, त्या देवाच्या किंवा परब्रह्माच्या ठिकाणीं कित्येकांनीं विष्णूची स्थापना केली तर कित्येकांनीं त्याच्या ठिकाणीं शिवाची स्थापना केली. अर्थात् शिव आणि विष्णु यांच्या मताचा विरोध महाभारतकाळीं चांगलाच होता असें दिसतें. या विरोधाचा उगम उपनिषदकाळांतच आहे हें आपण पाहिलें. कठोपनिषदांत विष्णूचें परब्रह्माशीं तादात्म्य करून तद्विष्णोः परमंपदम्। असें म्हटलेलें आहे. अर्थात्, ब्राह्मणकालाप्रमाणेंच सर्व देवतांत विष्णु श्रेष्ठ असें दशोपनिषत्कालीं मान्य होतें आणि त्यानंतर श्रीकृष्णाची भक्ति उत्पन्न होऊन श्रीकृष्ण हा विष्णूचा अवतार हें मत साहजिकच उत्पन्न झालें. विष्णूच्या चार हातांत शंख, चक्र, गदा व पद्म हीं आयुधें आहेत. ही कल्पना महाभारतकाळीं पूर्ण प्रचलित होती व त्याचप्रमाणें महाभारतांत वर्णन आहे. श्रीकृष्णालाही या मतानुसार चार हात व शंख, चक्र, गदा आणि पद्म हीं आयुधें दिलेलीं आहेत. विष्णूच्या मूर्ति याच स्वरूपानें केलेल्या त्या काळीं होत्या. आतां यानंतर श्वेताश्वतर उपनिषदामध्यें शिवाला प्राधान्य दिलेलें आपल्यास आढळतें. परब्रह्म म्हणजे शिव असें वर्णन या उपनिषदांत आहे. अर्थात् तत्त्वज्ञानाच्या बाबतींत हा प्रथम विरोध उत्पन्न होऊन पुढें तो शिवविष्णूंच्या उपासनेमध्यें तंट्यास कारणीभूत झाला, हें आपल्यास महाभारतावरून दिसतें. शिवाचें जें स्वरूप कल्पिलेलें आहे तें दोन प्रकारचें आहे. शिवाचें मुख्य स्वरूप योगी अथवा तपस्वी असें कल्पिलेलें असतें. त्याचा वर्ण गौर आणि डोक्यावर जटा आणि व्याघ्रांबर पांघरलेला व दिगंबर असें स्वरूप वर्णन केलेलें आहे. दुसरें स्वरूप जें वर्णन केलेलें आहे व जें महाभारतांतही सांपडतें तें लिंगस्वरूप होय. लिंगस्वरूपानें शिवाची पूजा करणें हें शिवाच्या अन्य स्वरूपाच्या पूजेपेक्षां ज्यास्त महत्त्वाचें व ज्यास्त फलद्रूप आहे, असें महाभारतांत सांगितलेलें आहे.

पूजयेत्विग्रहं यस्तु लिंगंचापि महात्मनः।
लिंगेपूजायिंताचैव महतीं श्रियमश्नुते॥

असें द्रोणपर्व अध्याय २०२ यांत सांगितलें आहे. महाभारत सौप्तिकपर्व अध्याय १७

यांत लिंगपूजा कशी सुरू झाली याच्या विषयींचें आख्यान दिलेलें आहे. ब्रह्मदेवानें एकेसमयीं शंकराचें दर्शन घेऊन त्यास असें म्हटलें कीं आपण प्रजा उत्पन्न करूं नका, तेव्हां भूतमात्राचे ठिकाणीं दोष भरले आहेत असें पाहून शंकर पाण्यांत बुडी मारून तप करीत राहिला, तेव्हां ब्रह्मदेवानें दुसरे प्रजापति दक्ष वगैरे उत्पन्न करून सृष्टि उत्पन्न करणें सुरू केलें. शंकरानें पाण्याच्या वर येऊन सृष्टि पाहिली तेव्हां रागानें आपलें लिंग त्यानें छाटून टाकलें. तें भूमीमध्यें रोवून राहिलें. याप्रमाणें शंकराच्या पृथ्वींत पडलेल्या लिंगाची पूजा सर्व लोक करूं लागले असें वर्णन आहे. लिंगपूजा बहुधा अनार्य लोकांत मूळची चालू असून त्या पूजेचा आर्य लोकांनीं शंकराच्या स्वरूपानें आपल्या धर्मांत समावेश केला असें मानण्यास जागा आहे. तथापि शंकराचें माहात्म्य व शंकराचें भयंकर स्वरूप वगैरे सर्व कल्पना वैदिक असून दोन्ही कल्पनांचा मेळ एके ठिकाणीं उत्तम रीतीनें घातलेला आहे व आर्य व अनार्य यांचा एकत्र मेळ बसविलेला आहे. शिवाची लिंगपूजा महाभारतकाळापूर्वींपासून प्रचलित आहे आणि वेदान्तिक तत्त्वज्ञानाप्रमाणें शिव आणि विष्णु यांचा परब्रह्माशीं मेळ घातलेला आहे. सर्वच देवता एका परमेश्वराचीं स्वरूपें आहेत हें भारती आर्यांच्या धर्माचें उदात्त तत्त्व फार प्राचीन काळापासून आहे व त्याप्रमाणें शिव आणि विष्णु या दोघांचाची मिलाफ परब्रह्माशीं केलेला आहे.

शिवविष्णुभक्तिविरोधपरिहार.

तथापि शिव आणि विष्णु यांच्या भक्तीचा विरोध फार प्राचीनकाळापासून आहे ही गोष्ट कबूल करावी लागेल. आणि महाभारतानें या विरोधाचा परिहार करण्याचा जागोजागीं स्तुत्य प्रयत्न केलेला आहे. ही गोष्ट आम्हीं पूर्वीं सांगितलेलीच आहे. किंबहुना महाभारताचें हें एक अति प्रशस्त काम असून सर्व मतांत अविरोध आणण्याचें श्रेय महाभारतास आहे असें म्हटलें पाहिजे. शिव आणि विष्णु या दोघांचीही स्तुति महाभारतांत सारखीच केलेली आहे. किंबहुना सौतीनें मुद्दाम अशी युक्ति केलेली आहे कीं, शंकराची स्तुति विष्णूच्या किंवा श्रीकृष्णाच्या मुखानें केलेली आहे आणि विष्णूची स्तुति शंकराच्या मुखानें केलेली आहे. द्रोणपर्वांत जेव्हां अश्वत्थाम्यानें द्रोण-वधानंतर अग्न्यस्त्राचा उपयोग केला तेव्हां पांडवांची एक अक्षौहिणी सेना जळून गेली. परंतु अर्जुन आणि श्रीकृष्ण दोघेही कांहीं न होतां सुरक्षित बाहेर पडले. त्या वेळेस अश्वत्थाम्यातें अतिशय आश्चर्य केलें व त्यानें व्यासास त्याबद्दल प्रश्न विचारला. तेव्हां व्यासांनीं शंकराची स्तुति करून असें सांगितलें कीं, श्रीकृष्णानें शिवाची आराधना करून आपल्यास कोणत्याही अस्त्रानें मरण येऊं नये असा वर मिळविला आहे. त्याचप्रमाणें द्रोणपर्वांत असेंही वर्णन केलें आहे कीं, ज्या दिवशीं अर्जुनानें जयद्रथाचा वध केला त्या दिवशीं अर्जुनाच्या पुढें शिव स्वतः धांवत असून त्याच्या शत्रूंचा निःपात करीत होता असें अर्जुनास व्यासानें सांगितलें. नारायणीय आख्यानांत तर नारायणानें शिव व विष्णु एकच आहेत, जो त्यांस भिन्नपणानें पाहील तो दोघांचाही भक्त नव्हे असें स्पष्टपणें सांगितलें आहे. यावरून शिव आणि विष्णु यांचा तंटा फार जुना असून तो तंटा काढून टाकण्याचा प्रशंसनीय प्रयत्न महाभारतकारानें केलेला आहे.

विष्णु ही देवता परमेश्वराच्या रक्षण करणाऱ्या शक्तीची अधिष्ठात्री आहे आणि शिव

ही देवता परमेश्वराच्या संहारशक्तीची अधिष्ठात्री आहे अशी कल्पना स्पष्ट दिसते. महाभारतांत जेथें जेथें मनुष्यांचा भयंकर संहार होतो तेथें तेथें शिवाचें वर्णन आलेलें आहे. उदाहरणार्थः—अश्वत्थाम्यानें रात्रीं छापा घालून जो हजारों प्राण्यांचा संहार केला त्या वेळीं शिबिरांत शिरण्यापूर्वी शंकराची आराधना करून त्यास त्यानें संतुष्ट केलें असें वर्णन आहे. त्याचप्रमाणें जगताचें संरक्षण करण्यासाठीं विष्णूचें पूजन केल्याचा उल्लेख येतो. ब्रह्मा, विष्णु व महेश या तीन देवता जगताचे तीन व्यापार उत्पत्ति, पोषण आणि नाश या तीन कृत्यांच्यावर नेमिलेल्या आहेत, असें महाभारतांत वर्णन आहे आणि या तिघांचेंही परब्रह्मांत एकीकरण केलेलें आहे.

यो सृजद्दक्षिणादङ्गात् ब्रह्माणं लोकसंभवम् ।
वामांगाच्च तथा विष्णुं लोकरक्षार्थमीश्वरम् ॥
युगान्ते चैव सम्प्राप्ते रुद्रमीशोऽसृजत्प्रभुः ॥

असें (अनुशासन अ० १४) यांत सांगितलें आहे. या अध्यायांत श्रीकृष्णानें उपमन्यूचें आख्यान सांगतांना उपमन्युमुखानें जी शंकराची स्तुति केली आहे त्यांत वरील वर्णन आलेलें आहे. अर्थात् शंकर ही देवता येथें मुख्य मानली आहे. परब्रह्माचीं हीं तीन स्वरूपें आहेत असें यांत वर्णन आहे. अर्थात् त्रिमूर्तीची कल्पना यांत अशी केलेली आहे कीं, मध्यभागीं शंकर, त्याच्या उजव्या बाजूस ब्रह्मा व डाव्या बाजूस विष्णु आहे ही कल्पना नेहमीं अशीच केलेली असते किंवा नाहीं हें सांगतां येत नाहीं, परंतु त्रिमूर्ति ही बहुधा शंकराची मूर्ति मानली जात असून मध्यें शंकर असावा.

दत्तात्रेय.

या तिन्ही देवतांचा समावेश एका देवतेमध्यें म्हणजे दत्तात्रेयामध्यें होतो. ही देवता महाभारतामध्यें दोन ठिकाणीं वर्णिलेली आहे. वनपर्व अध्याय ११५ यांत असें सांगितलें आहे कीं सहस्रार्जुनाला दत्तात्रेयाच्या प्रसादानें एक विमान मिळालें.

दत्तात्रेयप्रसादेन विमानं कांचनं तथा ।
ऐश्वर्यं सर्वभूतेषु पृथिव्यां पृथिवीपते ॥

असें वर्णन केलेलें आहे. शांतिपर्व अध्याय ४९ यांत हीच कथा पुन्हां सांगितली आहे. याशिवाय अनुशासनपर्व अध्याय ९१ यांत दत्तात्रेय हा अत्रीचा पुत्र आहे असें वर्णन केलेलें आहे. परंतु महाभारतांत दत्तात्रेयाच्या जन्माची कथा सांगितलेली नाहीं. दत्तात्रेय ही देवता वैदिक नसली तरी ब्रह्मा, विष्णु, महेश या तीन वैदिक देवतांचीच ती झालेली आहे. तेव्हां ती वैदिक देवता मानण्यास हरकत नाहीं.

स्कंद.

महाभारतांत स्कंद या देवतेचें बरेंच वर्णन आहे. स्कंद ही देवता वैदिक नाहीं. शिवाच्या संहारशक्तीचा हा अधिष्ठाता आहे आणि एकंदर देवसेनेचा स्कंद सेनापति आहे. स्कंद शिवाचा पुत्र होय. हल्लींपेक्षां महाभारतकालीं स्कंदाची भक्ति विशेष होती असें दिसतें. स्कंदाचें वर्णन व स्कंदाची उत्पत्ति महाभारतांत दोन ठिकाणीं दिलेली आहे. वनपर्व अध्याय २३२ आणि अनुशासनपर्व अध्याय ८४-८५ यांत ती आलेली आहे. स्कंदाच्या उत्पत्तीसंबंधानें कुमारसंभव हें महाकाव्य कालिदासानें रचलेलें आहे. त्यांतील हकीगत अनुशासनपर्वांत दिलेल्यासारखी आहे. वनपर्वांत दिलेली हकीगत बरीच भिन्न आहे. या हकीगतींत स्कंद शिवपार्वतीचा पुत्र नसून तो अग्नीचा पुत्र आहे. अग्नीस सप्तमहर्षींच्या पत्न्यांच्या दर्शनानें कामवासना उत्पन्न होऊन तो सर्व धंदे सोडून चिंतामग्न होऊन बसला.

त्यावेळेस स्वाहा या अग्नीच्या पत्नीनें प्रत्येक ऋषीच्या पत्नीचें म्हणजे अरुंधति सोडून सहा पत्नींचें निरनिराळें रूप निरनिराळ्या वेळीं घेऊन अग्नीची कामशांति केली. यामुळें स्वाहेला हा पुत्र उत्पन्न झाला आणि त्यास षाण्मातुर 'सहा आयांचा' असें नांव मिळालें तो अग्नीचा पुत्र असून रुद्राचा पुत्र मानला जातो. कारण, अग्नि म्हणजे रुद्र होय. स्वाहेनें या मुलास पोसण्यासाठीं कृत्तिकांच्या हवालीं केलें. कृत्तिकांनीं त्यास पोसल्यामुळें त्यास कार्तिकेय असें नांव मिळालें. इंद्रानें त्यास आपल्या सैन्याचें आधिपत्य दिलें व त्यानें इंद्रशत्रु नरकासुर याचा नाश केला. स्कंदाच्या या उत्पत्तीच्या कथेचें स्वरूप वैदिक आहे आणि याच कथेचें रूपांतर अनुशासन पर्वांतील कथेंत झालेलें आहे. स्कंदाच्या फौजेमध्यें हजारों रोग हेही होते. विशेषतः मातृ या लहान मुलांना सोळाव्या वर्षापूर्वीं खाणाऱ्या ज्या देवता आहेत त्यांचें विशेष महत्त्व आहे. यामुळें स्कंद आणि मातृ यांची पूजा करणें हें प्रत्येक आईचें साहजिक, महत्त्वाचें व काळजीचें कर्तव्य होऊन बसलें आहे. यांत स्कंदाच्या नांवांची मालिका दिली आहे व या नांवांनीं त्याची स्तुति करण्याची फलश्रुतिही सांगितली आहे. स्कंदास प्रत्येक महिन्यांतील शुद्धपक्षाची पंचमी व षष्ठी या तिथि विशेष प्रिय व पवित्र आहेत. कारण, शुद्ध पंचमीस त्यास देवांच्या सैनापत्याचा अधिकार मिळाला व शुद्ध षष्ठीस त्यानें असुरांचा पराभव केला. स्कंदाची भक्ति करणें म्हणजे निरनिराळ्या भयप्रद देवतांची भक्ति करणें होय. कारण, स्कंद सर्व मारकशक्तींचा अधिपति आहे असें मानलें गेलें आहे. स्कंदाची सेना म्हणजे माता, ग्रह, परिषद प्रथम वगैरे शंकराचे भूतगण हेच होत. या ग्रहांचीं निरनिराळीं भयंकर रूपेंही महाभारतांत वर्णन केलेलीं आहेत. विशेषतः हे लहान मुलांचा संहार करतात अशी समजूत असल्यानें स्कंदाची पूजा खालच्या वर्गांत व अज्ञ स्त्रीपुरुषांत जास्त असावी असा अंदाज होतो.

दुर्गा.

महाभारतांतील यानंतरची पूज्य देवता म्हटली म्हणजे दुर्गा होय. दुर्गा हीही मारक शक्तिच आहे. शक्ति अथवा दुर्गा हिची भक्ति महाभारतकाळीं बरीच प्रचारांत होती. दुर्गाभक्तीचाही समावेश महाभारतांत व्हावा यासाठीं सौतीनें ऐन लढाईच्या प्रारंभींच म्हणजे भारतीयुद्ध सुरू होण्यापूर्वीं या दुर्गाभक्तीचा उल्लेख केला आहे तो येथें थोडासा अप्रासंगिक आहे हें पूर्वीं सांगितलेंच आहे. येथें श्रीकृष्णानें अर्जुनास दुर्गेचें स्मरण करून तिचें स्तोत्र म्हणण्याविषयीं आज्ञा केली आहे. त्याप्रमाणें दुर्गेचें स्तोत्र (भीष्म० अ० २३) यांत दिलेलें आहे. दुर्गेचा अर्थात् संबंध शंकराशीं आहे. तथापि दुर्गा ही संहाराची स्वतंत्र देवता आहे. या स्तोत्रांत दुर्गेच्या पराक्रमांचें दिग्दर्शन स्कंदपुराणांत केल्याप्रमाणें बरेंच आलें आहे. तसेंच विन्ध्यवासिनी देवीचाही उल्लेख येथें आलेला आहे आणि श्री आणि सरस्वती यांचा दुर्गेशीं एकीभाव दाखविलेला आहे.

दुर्गास्तोत्र विराटपर्वाचे आरंभींही दिलेलें आहे. यांत दुर्गेस विंध्यवासिनी आणि महिषासुरमर्दिनीही म्हटलें आहे. तीस काली, महाकाली, सुरामांसप्रिया असेंही संबोधिलें आहे. यशोदेच्या पोटीं जन्म घेऊन कंसाला मारणारी, कंस दगडावर हापटीत असतां त्याच्या हातून निसटलेली श्रीकृष्णाची बहीण असेंही वर्णन आहे. अर्थात् हरिवंशाची कथा व इतर पुराणांतील महिषासुरादिकांची कथा

येथें उल्लेखिली असून ह्या कथा महाभारतकालीन आहेत हें स्पष्ट दिसतें.

येथवर वर्णन केलेल्या विवेचनाचा सारांश असा कीं, भारती युद्धकाळीं भारती आर्यांचा धर्म केवळ वेदविहित असा होता, तर महाभारतकाळीं या धर्मांत वैदिक देवतांच्या शिवाय आणखी कांहीं देवता समाविष्ट झाल्या होत्या आणि वैदिक देवतांमध्येंही इंद्र देवता मागें पडून शिव आणि विष्णु यांची भक्ति पूर्णपणें प्रस्थापित झालेली होती. भारतीयुद्धापासून महाभारतकाळापर्यंत जीं हजार दोन हजार वर्षें गेलीं, एवढ्या काळांत भारती धर्माचें रूपान्तर होणें अपरिहार्य होतें. वैदिककाळीं संध्या व यज्ञ याच दोन ईशभक्तीच्या क्रिया विशेष होत्या. वेदाध्ययन आणि यजन हें तिन्ही वर्णांमध्यें जिवंत व जागृत होतें- परंतु भारतकाळांत अनार्य व आर्य यांचे, समाजांत व धर्मांत पूर्णपणें मिश्रण होऊन जो धर्म कायम झाला त्यांत ब्राह्मणांत जरी वेदाध्ययन व अग्निहोत्र कायम राहिलें होतें, तथापि इतर वर्णांमध्यें शिव, विष्णु, स्कंद आणि दुर्गा यांची पूजा व भक्ति विशेषतः प्रचलित झाली होती. याशिवाय या देवतांच्या प्रतिमा व मंदिरें याच काळांत उत्पन्न झालीं असें दिसून येतें. अज्ञ लोकांत केवळ भूतपिशाचांची भक्ति स्कंदाबरोबर अस्तित्वांत आली होती. याशिवाय बौद्धलोकांच्या एडूकांच्या पूजेचा निषेध केलेला आढळतो. आतां आपण सनातनधर्माच्या इतर बाबींसंबंधानें विचार करूं.

श्राद्ध.

श्राद्ध ही एक सनातनधर्माची महत्त्वाची बाब आहे. पितरांची पूजा सर्व आर्यशाखांच्या इतिहासांत सांपडते. ग्रीकलोकांत व रोमनलोकांतही पितरांचें श्राद्ध करण्याची प्राचीनकाळीं वहिवाट होती. भारती आर्यांच्या श्राद्धविधीचा उल्लेख महाभारतांत पुष्कळ ठिकाणीं आलेला आहे. विशेषतः अनुशासनपर्वामध्यें श्राद्धविधि विस्तारानें वर्णन केलेला आहे. यांतील मुख्य वर्णन करण्याची गोष्ट ही कीं, श्राद्धामध्यें पितरांच्या ऐवजीं ब्राह्मण जेवूं घालावयाचे ते वेदांमध्यें विद्वान् असावे असा पूर्ण कटाक्ष होता. वेदविद्या कायम राहण्याविषयीं भारती आर्यांनीं जे नियम केले त्या नियमांत हा नियम फारच महत्त्वाचा असून तो अजूनपर्यंत सर्व लोकांमध्यें पाळला जातो. यामुळें वेदविद्येला प्रोत्साहन मिळून ब्राह्मणांत तरी अद्याप वेदविद्या कायम आहे. जे ब्राह्मण श्राद्धांत सांगावयाचे, ते पाहिजे त्या प्रकारचे चालत नसत. देवतांच्या पूजाकृत्यांत पाहिजे तो ब्राह्मण सांगितला असतां चालेल. परंतु श्राद्धामध्यें विद्वान् ब्राह्मणाची व शुद्ध आचरणाच्या ब्राह्मणाची परीक्षा करून त्यास सांगावें असा नियम होता. या नियमाचें तात्पर्य असें दिसतें कीं, भारती आर्यांना आपल्या पूर्वजांचें चांगलें स्मरण होतें. भारतीय आर्यांचे पूर्वज अथवा पितर हे वेदविद्या जाणणारे व शुद्ध आचरणाचे होते; तेव्हां त्यांच्या ठिकाणीं अज्ञान, दुर्वृत्त किंवा वाईट धंदा करणारे ब्राह्मण जेवूं घालणें साहजिकच निंद्य समजलें जात असे. श्राद्धास कोणकोणते ब्राह्मण वर्ज्य आहेत त्यांची यादी स्मृतींप्रमाणें महाभारतांतही दिलेली आहे. ती यादी पाहण्यासारखी आहे. त्यांतील एकदोन श्लोक येथें घेऊं.

राजपौरुषिके विप्रे घाटिके परिचारिके। गोरक्षके वाणिजके तथा कारुकुशीलवे। मित्रद्रुहानधीयाने यश्च स्यात् वृषलीपतिः। एतेषु दैवं पैत्र्यं वा न देयं स्यात् कदाचन॥

(अनुशासनपर्व १२६)

जे ब्राह्मण राजाची नोकरी करितात किंवा तीर्थांच्या घाटांवर बसतात किंवा परिचारकाचा धंदा करितार किंवा गाई राखतात किंवा वाण्याचें दुकान घालतात किंवा शिल्पाचें काम (सुतारकाम वगैरे) करितात किंवा नाटकांचा धंदा करितात, असे ब्राह्मण किंवा मित्राचा द्रोह करणारे, वेदांचा अभ्यास न करणारे व शूद्रा स्त्री बायको करणारे असे ब्राह्मण दैव अथवा पैत्र्य कार्यांत उपयोगी नाहींत. वरील ब्राह्मणांच्या धंद्यांच्या वर्णनावरून महाभारतकालांतही बहुतेक हल्लींच्या काळाप्रमाणेंच ब्राह्मणांनीं आपले मुख्य धंदे सोडून देऊन दुसरे धंदे पत्करलेले होते, असें म्हणावयास हरकत नाहीं. असो. श्राद्धाचा महाभारतकाळीं दुसरा एक महत्त्वाचा विधि होता. तो मात्र हल्लींच्याकाळीं बंद पडलेला आहे. या बाबतींत तेव्हांच्या व हल्लींच्या परिस्थितींत जमीनअस्मानाचें अंतर पडलेलें आहे. श्राद्धामध्यें मांसान्नाची महाभारतकाळीं जरूरी होती, आणि निरनिराळ्या मांसांचीं निरनिराळीं फलेंही महाभारतांत सांगितलेलीं आहेत. प्राचीनकाळीं भारती आर्य मांस खात होते ही गोष्ट आपण अन्यत्र सांगितलेली आहे. मांस खाण्याचा प्रचार जेव्हांपासून भारती आर्यांत बंद पडला तेव्हांपासून अर्थातच श्राद्धामध्यें मांसान्नाची जरूरी राहिली नाहीं. तथापि अजूनही आपल्यांत श्राद्धांत मांसान्न पूर्वी वाढीत असत या गोष्टीची आठवण वडे (उडदाच्या डाळीचे) करतात त्याजवरून दृष्टोत्पत्तीस येते. महाभारतकाळीं मांसच वाढीत असत. श्राद्धांत मांसाच्या ऐवजीं वडे आले नव्हते असें दिसतें.

श्राद्धामध्यें ब्राह्मणांना भोजन देण्याशिवाय पितरांना उद्देशून पिंड देण्याचा विधि असतो त्याचेंही वर्णन महाभारतांत विस्तारानें केलें आहे. ही एक गोष्ट येथें सांगण्यासारखी आहे कीं, अनुशासनपर्व अ० १२९ यांत एकरहस्य-धर्म अथवा गुप्त विधि असा सांगितला आहे कीं, पित्यास दिलेला पहिला पिंड पाण्यांत नेऊन टाकावा, दुसरा पिंड श्राद्ध करणाराच्या बायकोनें खावा, आणि तिसरा पिंड अग्नीमध्यें दहन करावा. हा विधि बहुतेक हल्लीं कोणी करीत नाहींत. किंबहुना तो लोकांस माहीतही नाहीं. या विधीचें रहस्य बहुधा असें असावें कीं, श्राद्धकर्त्याच्या बायकोस गर्भ राहून तिच्या उदरीं आजानें जन्म घ्यावा. दुसरा पिंड आजाच्या नांवानें दिलेला असतो हें प्रसिद्ध आहे. श्राद्ध अमावास्येच्या दिवशीं व निरनिराळ्या तिथींवर व नक्षत्रांवर करण्याचें सांगितलेलें आहे.

आलोकदान व बलिदान.

श्राद्धासंबंधानें हल्लींच्या काळीं बरीच माहिती लोकांत आहे व श्राद्ध हल्लींही आर्य व अनार्य, त्रैवर्णिक व शूद्र, या सर्वांत चालू आहे, पण महाभारतकाळीं आलोकदान व बलिदान जें चालू होतें त्याची हल्लींच्या समाजांत फारच थोड्यांस कल्पना असेल. हे विधि हल्लीं बहुतेक बंद झाल्यासारखे आहेत. प्रत्येक गृहस्थास रोज दीप कांहीं विशिष्ट ठिकाणीं ठेवावे लागत व भाताचे पिंड विशिष्ट ठिकाणीं द्यावे लागत आणि फुलांचे हार विशिष्ट ठिकाणीं ठेवावे लागत. हा विधि देव, यक्ष व राक्षस यांच्या समाधानाकरितां करावा लागत असे. उदाहरणार्थः—आलोक अथवा दीप, डोंगरांतील अथवा जंगलांतील धोक्याच्या ठिकाणीं, तसेंच मंदिरांत व चव्हाट्यावर चार रस्ते मिळतात तेथें प्रत्येक दिवशीं लावावे लागत आणि यक्ष, राक्षस, देव यांकरितां बलि द्यावे लागत. हे बलि निरनि-

राळ्या पदार्थांचे—दूध व दहीं यांचे देवांकरितां, मांस व मद्य यांचे यक्षराक्षसांकरितां, भाजलेलें धान्य व कमळें नागांकरितां आणि मूळ व तीळ भूतांकरितां, द्यावे लागत. हल्लीं ब्राह्मण वैश्वदेवांत जें बलिहरण करितात तें याचाच एकत्र केलेला एक लहान विधि आहे[1]. पण प्राचीनकाळी हा विधि विस्तृत असून प्रत्येक गृहीं आपल्या घराच्या निरनिराळ्या भागांत व घराजवळच्या रस्त्यांत जाऊन बलि द्यावे लागत, असें महाभारतांत वर्णन आहे. मृच्छकटिकांतील चारुदत्त घराच्या निरनिराळ्या भागांत बलि देण्यास जातो व लावलेले दिवे रस्त्यांत व इतर ठिकाणीं नेऊन ठेवतो या गोष्टीची उपपत्ति वरील वर्णनावरून वाचकांच्या लक्षांत येईल. हल्लींच्या काळीं आलेकदान व दीपदान हा विधि बहुतेक बंद झालेला आहे. पण चारुदत्ताच्या वेळीं व महाभारताच्या वेळीं हा विधि प्रत्यहीं गृहस्थलोक करीत असत. किंबहुना हा विधि केल्याशिवाय अन्न घेणें हें अधार्मिक मानीत.

दानें.

इज्याध्ययन दानानि तपः । हे जे धार्मिक आचरणाचे चार भाग आहेत त्यांपैकीं अध्ययन व इज्या यांबद्दल विस्तार झाला. आतां दानाबद्दल विचार करूं. दान प्रत्येक मनुष्यानें प्रत्येक दिवशीं कांहीं तरी केलेंच पाहिजे, असा धर्मशास्त्राचा महाभारकाळीं कटाक्ष होता. निरनिराळ्या दानांचें पुण्यफल विस्तारानें अनुशासनपर्वांत सांगितलेलें आहे. विशेषतः सुवर्ण, गाय, तीळ आणि अन्न या दानांच्या स्तुतीनें अनुशासनपर्वाचे बरेच अध्याय भरले आहेत. प्रत्येक दानाची स्तुति इतर दानांहून अधिक केलेली आहे हें साहजिक आहे. तथापि गोदानाची स्तुति फारच केलेली आहे. गाई, महाभारतकाळीं काय किंवा हल्लींच्याकाळीं काय, सारख्याच उपयुक्त आहेत. पण हल्लींच्या काळीं गाई बाळगणें बरेंच कठीण झालें असल्याकारणानें गाई देणें व घेणें हें दोन्हीही संपुष्टांत आलें आहे; व सव्वा रुपया एवढी त्याची कमी किंमत ठरल्यानें प्रत्यक्ष गोप्रदानाच्या भानगडींत हल्लीं कोणी फारसें पडत नाहीं. परंतु महाभारतकाळीं गाई बाळगणें फार सोपें होतें. याशिवाय गाई अतिशय पवित्र मानल्या जात. गाईला मारणें किंवा पायांनीं तिला स्पर्श करणें हें पातक समजलें जात असे. गाईच्या मलमूत्रांतही आरोग्यशक्ति ज्यास्त असून तीं पवित्र आहेत असा महाभारतकाळीं पूर्ण समज होता.

शकृन्मूत्रे निवस त्वं पुण्यमेतद्धि नः शुभे ।
(अनुशासनपर्व ८२)

यासाठीं गाईचें दान पूर्वकाळीं अतिशय प्रशस्त मानलें जात असे. उपनिषदांतही राजे व यज्ञकर्ते यांनीं केलेल्या हजारों गाईंच्या दानाची प्रशंसा वर्णिलेली आहे. दुर्दैवानें हल्लीं भरतखंडांत गाईच्या संबंधानें आपलें कर्तव्य फारच बिघडलेलें आहे. गाईचें बाळगणें बहुतेक बंद झालेलें आहे. गाईच्या दुधामध्यें बु-

---

१ वैश्वदेवाचा विधि महाभारतकाळीं बहुतेक हल्लींप्रमाणेंच होता असेंही दिसतें. अनुशासनपर्व अ० ९७ यांत तो वैश्वदेव म्हणूनच वर्णिला आहे. अग्नींत आहुति त्याच देवतांस उद्देशून देणें, बलिहरण गृहाच्या निरनिराळ्या भागांत करणें आणि गृहद्वारीं

श्वभ्यश्च श्वपचेभ्यश्च वयोभ्यश्चावपेद्भुवि ।

बलि कुत्र्यांना वगैरे देणें, सांगितलें आहे आणि हा वैश्वदेव सायंप्रातः देण्याचा असून सर्व गृहस्थांना नित्य आहे. ह्या वेळीं अतिथि घेण्यासही सांगितलें आहे. सारांश, बलि निरनिराळ्या भागांत देण्याचा विधि मात्र जास्त होता बाकी वैश्वदेवविधि हल्लींप्रमाणेंच होता. असें मानावें लागतें.

द्धिमत्तेचे जे गुण आहेत त्यांकडे केवळ दुर्लक्ष झालेलें आहे व गाईच्या दुधाच्या ऐवजीं म्हशीच्या दुधाचाच प्रचार फार झालेला आहे. अर्थातच बुद्धिमत्तेच्या बाबतींत या दुधाचे परिणाम फार वाईट व हानिकारक होतात. कारण, या दुधाचे गुण गाईच्या दुधापेक्षां फारच कमी आहेत. किंबहुना गाई-बैलांचें वापरणें कमी झाल्यानें गोमय-गोमूत्रही शुद्धतेच्या बाबतींत पुष्कळ कमी उपयोगांत येउं लागलें आहे. असो. या बाबतींत सुधारणा होणें जरूर आहे व गाईच्या प्रत्यक्ष दानाची महती महाभारतकाळीं प्रसिद्ध असलेली पुन्हां भारती आर्यांच्या लक्षांत येऊन हिंदुस्थानांत गाईची समृद्धि होईल तो सुदिन होय. तिलदानही महाभारतकाळीं फार प्रशस्त मानलें जात असे; कारण, तिल हें पौष्टिक अन्न असून ते महाभारतकाळीं खाण्याचा प्रचार फारच रूढ होता. हल्लीं तो प्रचार पुष्कळ कमी आहे. परंतु महाभारताच्या अनुशासनपर्वांतील कित्येक अध्याय तिल व तिलदान यांच्या स्तुतीनें भरलेले आहेत. तिल हे पितरांनाही प्रिय आहेत व श्राद्धकर्मांत पवित्र मानलेले आहेत, यामुळें ही यांच्या दानाची महती असावी. आतां सुवर्णदान व अन्नदान या दोहोंची प्रशंसा महाभारतांत आहे ती युक्त आहे हें विस्तारानें सांगणें नको. या दोन्ही दानांची अवश्यकता व महत्त्व हल्लींच्या काळांतही कमी नाहीं. याशिवाय भूमिदान, कन्यादान, वस्त्रदान वगैरे दानें सांगितलीं आहेत त्यांचें पुण्य साहजिकच मोठें असून सर्व काळांत अबाधित आहे.

तप उपवास.

आतां आपण तपाकडे वळूं. या तपाचे निरनिराळे प्रकार वर्णन केलेले आहेत. त्यांपैकीं उपवास हा मुख्य व श्रेष्ठ आहे असें सांगितले आहे.[१] उपवास करणें बहुतेक सर्व धर्मांत मान्य केलें गेलेलें आहे. उपनिषत् कालापासून उपवासाची प्रवृत्ति आहे. बृहदारण्यांत परमेश्वराला जाणण्याचे मार्ग

तमेतं वेदानुवचनेन ब्राह्मणा विविदिषन्ति यज्ञेन दानेन तपसानाशकेन ।

असें वर्णन केलेलें आहे. अनाशक म्हणजे उपास. उपासाचा मार्ग भारती काळांत बराच प्रचलित असून तो जैनांनीं फारच स्वीकारला. अध्याय १०५-१०६ अनुशासनपर्व, यांत निरनिराळ्या प्रकारचे उपास सांगितले असून त्यांजपासून होणारीं निरनिराळीं फलें सांगितलीं आहेत. पण सर्वांचा इत्यर्थ बहुधा असा दिसतो कीं, उपास करणारास स्वर्गाची प्राप्ति होऊन अप्सरा व देवकन्या यांच्या उपभोगाचें सुख मिळतें. अशाप्रकारचें केवळ भौतिक सुख स्वर्गांत मिळावयाचें वर्णन महाभारतांत सुद्धां अन्यत्र कमी येतें. वरील उपनिषत् वाक्यावरून उपवासापासून परमेश्वराचें ज्ञान सुद्धां प्राप्त होतें असें वर्णन आढळतें. तेव्हां उपवासानें केवळ स्वर्गांतील अप्सरांचें सुख मिळतें हें सांगणें चमत्कारिक दिसतें. उपवासाचा प्रकार जो सांगितलेला आहे, तो विस्तारानें वर्णन करण्यासारखा आहे. उपवास एक दिवसाचा दोन दिवसांचा लागोपाठ तीन दिवसांचा, याप्रमाणें वाढत वाढत वर्षभर करावा असें वर्णन आहे. एकाच वेळीं लागोपाठ तीन दिवसांहून अधिक उपास करूं नये. असें सांगितलेलें आहे. ब्राह्मण व क्षत्रिय यांनीं तीन दिवसांचा उपास करावा आणि वैश्य व शूद्र यांनीं एक दिवसाहून अधिक उपास करूं नये. त्यांनीं तीन दिवसांचा उप-

१ नास्तिवेदात्परं शास्त्रं नास्ति मातृसमोगुरुः ।
नास्ति धर्मात्परो लाभस्तपो नानशनात्परम् ॥
(६२ अनु० अ० १०६)

वास कधींच करूं नये हें एक महत्त्वाचें विधान लक्षांत घेतलें पाहिजे. कारण, त्यांच्या धंद्याच्या मानानें त्यांना ज्यास्त उपास करणें शक्य नाहीं. दिवसांतून भोजनें दोन आणि तीन दिवसांमिळून भोजनें सहा याप्रमाणें एक, दोन, तीन अशीं भोजनें वर्ज करणें असा हा उपास विधि आहे. दिवसास एकदांच जेवणें याला एक भक्त[1] म्हणतात व हाही उपासांत गणला गेला आहे. तीन दिवसांचा उपास म्हणजे सहा भोजनें वर्ज्य करून सातवें भोजन करणें हा मुख्य उपासविधि होय. पण, यापुढें पंधरवडाभर सुद्धां उपास करण्याचें वर्णन केलें आहे. जो पुरुष वर्षभर, एक पंधरवडाभर उपास व एक पंधरवड्याभर भोजन करतो, त्याचें षण्मास अनशन होतें असें अंगिरा ऋषींचें मत सांगितलें आहे. किंबहुना महिन्याचाही उपास सांगितलेला आहे; याचें आश्चर्य वाटतें. असो. शूद्रांना व वैश्यांना एक दिवसापेक्षां अधिक उपोषण मना केलें आहे ही गोष्ट त्यांस पसंत पडत नसावी. जैनांनीं अनेक उपास करण्याची परवानगी सर्वांस दिली असल्यामुळें जैनधर्माचा खालच्या लोकांत प्रसार होण्यास बराच अवकाश मिळाला असावा. जैनांनीं उपवासाचें बंड इतकें वाढविलें कीं, ४२ दिवसपर्यंतचा शेवटचा उपास त्यांनीं सांगितलेला आहे. उपवासामध्यें कोणतेंही अन्न वर्ज्य आहे इतकेंच नव्हे तर पाणीही वर्ज्य आहे, हें लक्षांत ठेवलें पाहिजे.

उपवासाच्या तिथि महाभारतांत सांगितल्या आहेत त्या पंचमी, षष्ठी व वद्य पक्षांतील अष्टमी आणि चतुर्दशी. या दिवशीं जो उपास करतो त्यास कोणतेंही दुखणें येत नाहीं. निरनिराळ्या महिन्यांतही उपवासाचें फल सांगितलेलें आहे. या तिथि हल्लीं बहुतेक उपवासाच्या नाहींत. पण हल्लींच्या एकादशी आणि द्वादशी या उपवासाच्या तिथि महाभारतांत सांगितलेल्या नाहींत याचें आश्चर्य वाटतें. या तिथि विष्णु आणि शिव यांच्या उपासनेंतील आहेत त्यामुळें त्या त्या उपासनेच्या प्रसंगीं यांचा उल्लेख येणें संभवनीय होतें. या अनुशासनपर्वांतील अध्यायांत एकंदर उपवासविधि सांगितलेला आहे आणि यामुळें यांत सांगितलेल्या एकंदर तिथिवर्णनांत त्या तिथींचें नांव आलेलें नाहीं. हीही गोष्ट विशेष सांगण्यासारखी आहे कीं अनुशासनपर्व अध्याय १०९ यांत असें एक व्रत सांगितलें आहे कीं विष्णूची प्रत्येक महिन्यांतील द्वादशीस निरनिराळ्या नांवानें पूजा केली असतां विशेष पुण्य मिळतें.[1] हीं नांवें येथें देण्यासारखी आहेत. मार्गशीर्षापासून प्रत्येक माहिन्यांतलि नांवें दिलीं आहेत तीं अशीं:–१ केशव २ नारायण, ३ माधव, ४ गोविंद, ५ विष्णु, ६ मधुसूदन, ७ त्रिविक्रमं, ८ वामन, ९ श्रीधर, १० हृषीकेश, ११ पद्मनाभ, ११ दामोदर अर्थात् संध्येच्या प्रारंभीं जीं चोवीस नांवें विष्णूचीं येतात त्यांपैकीं पहिलीं बारा नांवें अनुक्रमानें वर दिल्याप्रमाणेंच आहेत. चोवीस नांवांनीं विष्णूचें स्मरण करण्याची पद्धति यावरून महाभारतकाळाइतकी तरी प्राचीन आहे; किंबहुना याहूनही प्राचीन आहे

---

१ मूळ शब्द एक भक्त आहे तो भाषांतरांत एकभुक्त केलेला आहे (भा० पु० ७ पा० ३२६) लोकांत ही एकभुक्त शब्द वापरतात. पण मुळांत एकभक्त शब्द असून त्याची कल्पना दिवसांत दोनदां जेवण म्हणजे दोनदा भक्त अथवा भात खाणें आहे त्या ऐवजी एकदां जेवावें असे आहे हे लक्षांत ठेविलें पाहिजे.

१ युधिष्ठिराच्या प्रश्नावरून येथें उपवासाचाही विधि दिसतो तेव्हां विष्णूच्या उपासनेंत द्वादशीचा हा उपास होता कीं काय?

असें मानण्यास हरकत नाहीं. निरनिराळे उपवासाचे प्रकार जे सांगितलेले आहेत, तेच स्मृतिशास्त्रांतून चांद्रायण, सान्तपन इत्यादि वर्णिलेल्या व्रतांचेच आहेत असें दिसून येईल. पण चान्द्रायण, कृच्छ्र, सान्तपन, इत्यादि व्रतांचें नांव प्रसंगोपात्त महाभारतांत आलें आहे तरी त्यांचें वर्णन आलेलें नाहीं. तपाच्या विधीमध्यें हे व्रताचे प्रकार सांगितलेले आढळतात. असो. उपवासाशिवाय वायुभक्षणादि तपाचे अन्य खडतर प्रकार महाभारतांत येतात एवढें येथें सांगणें पुरे आहे.

जप.

तपाचें जप हेंही एक प्रधान अंग किंवा स्वरूप आहे. जपाची प्रशंसा भगवद्गीतेमध्यें केलेली आहे. "यज्ञानां जपयज्ञोस्मि" असें विभूति अध्यायांत भगवंतांनीं म्हटलें आहे. जपासंबंधानें शांतिपर्वांतही दोन तीन अध्याय आहेत, त्यांचें तात्पर्य पाहतां जप हें महाफल देणारें पण ज्ञानमार्गाहून कमी आहे असें ध्वनित केलेलें आहे. किंबहुना वेदान्तांत जप मान्य नाहीं किंवा करणें नाहीं असें म्हटलें आहे. हा मार्ग योगाचा आहे. त्यांतही कोणत्याही फलाची इच्छा न करतां जप करणें हें सर्वांत श्रेष्ठ होय. कोणत्याही कामनेनें जप करणें अवर आहे.

अभिध्यापूर्वकंजप्यं कुरुते यश्च मोहितः ।
यत्रास्य रागः पतति तत्र तत्रोपपद्यते ॥
(शांति० अ० १९७)

योगासनानें बसून ध्यानपर होऊन जो प्रणवाचा जप करतो तो

निरिच्छ स्त्यजति प्राणान् ब्राह्मीं स विशते तनुम् ।

ब्रह्मदेवाच्या शरिरांत शिरतो. या अध्यायांत संहिताजपही सांगितलेला आहे. कांहीं कामनेनें जप करणारा अर्थात् त्या त्या लोकाला किंवा कामनेला जातो, परंतु फलाची यत्किंचितही इच्छा मनांत न धरतां जप करणारा सर्वांत श्रेष्ठ फल जें ब्रह्मलोक त्या लोकाला जातो असें वर्णन आहे. असो. जपाचे निरनिराळे प्रकार हल्लींप्रमाणें महाभारतकाळीं असावे आणि कामनिक व निष्काम जपाचें फल कामनिक व निष्काम यज्ञांप्रमाणें अनुक्रमें स्वर्ग व अपुनरावर्ती ब्रह्मलोक हेच आहेत यांत आश्चर्य नाहीं.

अहिंसा.

भारती आर्यधर्माच्या अनेक उदात्त तत्त्वांपैकीं अहिंसा हें एक महत्त्वाचें तत्त्व आहे. कोणत्याही प्रकारची हिंसा करणें, हें पाप आहे, असें मत महाभारतकाळीं लोक-समाजांत पूर्णपणें प्रस्थापित झालेलें होतें. हें मत कसें उत्पन्न झालें व कसें वाढत गेलें याचा विचार आम्ही अन्य ठिकाणीं केलेला आहे. परंतु येथें असें सांगतां येईल कीं, महाभारतांतील निरनिराळ्या आख्यानांत यासंबंधाचा मतभेद दृष्टीस पडतो. आणि हिंसेचा प्रकार व मांसाचें अन्न या दोन्ही गोष्टींचा प्रचार महाभारतकाळांत हळूहळू कसा बंद झाला याचें आंदोलन आपल्या समोर: दृष्टीस पडतें. वनपर्वांतील धर्म-व्याध यांच्या संवादांत हिंसा व मांसान्न यांचें समर्थन केलेलें आपल्यास दिसून येतें, तर तेंच शांतिपर्वांत अध्याय २६४–६५ यांत तुलाधार व जाजली यांचा जो संवाद दिलेला आहे, त्यांत हिंसेची निंदा व मांसान्नाचीही निंदा केलेली आढळते. वनपर्वांतील २०८ व्या अध्यायांत प्राण्यांचा वध करणारा मनुष्य हा केवळ निमित्तमात्र आहे व आतिथि व पोष्यवर्ग यांच्या भक्षणाच्या कामीं व पितरांच्या पूजनामध्यें मांसाचा उपयोग झाल्यानें धर्म घडतो असें सांगितलेलें आहे. आणि यज्ञामध्यें ब्राह्मण पशूंचा वध करितात आणि ते पशू मंत्राच्या योगानें सं-

स्कृत होऊन स्वर्गास जातात, असेंही सांगितलेलें आहे. याच्या उलट तुलाधार-जाजलीसंवादांत याच कृति निंद्य व अधार्मिक सांगितलेल्या आहेत; आणि ज्या वेदवचनांत हिंसाप्रयुक्त यज्ञ किंवा मांसान्न सांगितलेलें आहे तीं वचनें कोणी तरी खादाड मनुष्यानें वेदांत घुसडून दिलेलीं आहेत, इतिहासज्ञ लोक यज्ञकर्मामध्यें धान्यांचा यज्ञ पसंत मानतात, असें सांगितलेलें आहे. कर्णपर्वांत श्रीकृष्णानें एके ठिकाणीं अहिंसा हा परमधर्म आहे असें सांगितलेलें आहे.

प्राणिनामवधस्तात सर्वजायान्मतो मम ।
अनृतं वा वदेद्वाचं नच हिंस्यात्कथंचन ॥
(कर्ण. अ. २३–६९)

असो. अहिंसाधर्म बौद्ध व जैन धर्मांनीं प्रथम उपदेशिला असें कित्येकांचें मत आहे. परंतु तसें नसून अहिंसामत हें भारतीय आर्यधर्माच्या मतांपैकींच असून तें बुद्धाहूनही प्राचीन आहे. अहिंसा तत्त्वाचा उपदेश उपनिषदामध्येंही आहे. जो ज्ञानमार्गी विद्वान् मनुष्य परमेश्वरप्राप्तीसाठीं निरनिराळ्या मोक्षसाधनांचा अवलंब करतो, त्यास अहिंसातत्त्व मान्य केलेंच पाहिजे असें तत्त्व भारतीय आर्यतत्त्ववेत्यांनीं फार प्राचीनकाळीं प्रतिपादन केलें. वेदान्तमतानें व योगमतानेंही परमार्थी पुरुषास हिंसेची मोठी अडचण आहे असें अनुभवावरून ठरविलें आहे. आणि यामुळें अरण्यांत जाऊन राहणारे निवृत्त ज्ञानमार्गी हिंसा करीत नसत; किंवा मांसाहारही करीत नसत. हिरोडोटस आद्य ग्रीक इतिहासकार (इ० स० पूर्व ४५०) यानें अशी साक्ष दिली आहे कीं, हिंदुस्थानांतील अरण्यांत राहणारे योगी व तपस्वी हे अहिंसाधर्माचे पुरस्कर्ते असतात; व ते कधींही मांसान्न खात नाहींत. यावरून असें स्पष्ट दिसतें कीं, बुद्धाच्या पूर्वींपासूनही हिंदुस्थानांत अहिंसामताचा प्रचार विशेषतः ज्ञानमार्गांत पडलेल्या निवृत्त लोकांत होता. ही गोष्ट खरोखरच भारतीय आर्यांच्या दयायुक्त धर्मास भूषणभूत आहे कीं त्यांनीं आपल्या दयेस पूर्ण मुभा देऊन ज्ञानासाठीं व आध्यात्मिक उन्नतीसाठीं हजारों वर्षांपूर्वीं सामाजिक व राजकीय नुकसानाकडे लक्ष न देतां अहिंसामताचा स्वीकार केला व बहुतेकांनीं मांसाचें अन्न वर्ज्य केलें.

वेदविधीनें सांगितलेल्या यज्ञांत हिंसा होत असे ही गोष्ट निर्विवाद आहे. विशेषतः भारतीयुद्धकाळीं क्षत्रियांत निरनिराळे अश्वमेध, विश्वजित् वगैरे जे मोठे यज्ञ करीत असत त्यांत या हिंसेचा प्रचार पुष्कळच होता, व या यज्ञांची प्रशंसा वैदिक धर्मामध्यें अतिशय असल्यानें जुन्या मताचे ब्राह्मण व क्षत्रिय या यज्ञास सोडून देण्यास तयार नव्हते. यामुळें हिंसाप्रयुक्त यज्ञ महाभारतकाळीं होत असत ही गोष्ट निर्विवाद आहे. किंबहुना महाभारतानंतर जेव्हां जेव्हां आर्यधर्माचा विजय होऊन बौद्ध व जैन धर्मांचा पाडाव होत असे तेव्हां तेव्हां मोठमोठाले पराक्रमी क्षत्रिय राजे अश्वमेध यज्ञ मुद्दाम करीत याप्रमाणें शुंग वंशांतील अग्निमित्र राजानें किंवा गुप्त वंशांतील चंद्रगुप्तराजानें अश्वमेध यज्ञ केल्याचें वर्णन आहे. असें जरी आहे तथापि एकंदर जनसमूहांत हिंसाप्रयुक्त यज्ञासंबंधानें तिटकारा उत्पन्न झाला होता; व यज्ञ करणें तो धान्याहुतीनेंच करावा, असें वैदिक व इतर ब्राह्मण यांनीं ठरविलें होतें. शांतिपर्वांतील अध्याय २६६ त विचक्नूचें आख्यान दिलें आहे, त्यांत असें सांगितलें आहे कीं, एके प्रसंगीं यज्ञांत वृषभाचें शरीर भिन्न केलेलें पाहून विचक्नु यास अतिशय वाईट वाटलें व त्यानें असें म्हटलें कीं " आतांपासून सर्व गाईंना क्षेम असो.

यावरून तेव्हांपासून गवालंभ बंद झाला. कोणत्याही कर्मामध्यें हिंसेचा संपर्क असूं नये आणि यज्ञामध्यें धान्याच्याच आहुति द्याव्या. असें धर्मात्म्या मनूनें सांगितलें आहे. यज्ञस्तंभासाठीं मनुष्यें जें मांस खातात तें अशास्त्र नव्हे असें कित्येक म्हणतात, परंतु हा धर्म प्रशस्त नाहीं. सुरा, मद्य, मत्स्य, मांस, यांचें भक्षण करण्याचा प्रचार धूर्त लोकांनीं पाडलेला आहे. वेदांत त्याची आज्ञा नाहीं. श्रीविष्णु हाच सर्व यज्ञांमध्यें अंतर्गत आहे तेव्हां पायस, पुष्पें आणि वेदांमध्यें यज्ञिय वृक्ष सांगितलेले आहेत त्यांच्या समिधा यांच्या योगानेंच याग करावा, " असें या अध्यायांत सांगितलें आहे. सारांश, एकंदर जनसमूहांत विशेषत: विष्णूच्या भक्तीचा अवलंब करणाऱ्या लोकांत मांसान्न महाभारतकाळीं निषिद्ध मानलें जात होतें इतकेंच नव्हे, तर यज्ञयागादिकांतही हिंसेचा त्याग करून केवळ धान्य समिधा व पायस यांच्या आहुति देत असत.

आश्रमधर्म.

चार आश्रम आणि चार वर्ण हे भारतीधर्मांच्या मुख्यांगांपैकीं प्राचीनकाळापासून आहेत, हें आम्हीं पूर्वीं अन्य ठिकाणीं विस्तारानें वर्णन केलेलेंच आहे. आश्रमांचा उल्लेख येथें थोडासा अधिक करावयास पाहिजे. ब्रह्मचर्य, गार्हस्थ्य, वानप्रस्थ व संन्यास असे हे चार आश्रम असून प्रत्येक मनुष्यानें मुख्यत: त्रैवर्णिकानें या आश्रमांचा अवलंब करावयास पाहिजे, असा भारतीकाळांत निर्बंध होता. लहानपणीं ब्रह्मचर्य, मोठेपणीं गार्हस्थ्य, वृद्धापकाळीं वानप्रस्थ व अंतीं संन्यास अशा प्रकारचीं वयाच्या मर्यादेनें निरनिराळ्या आश्रमांचीं कर्तव्यें महाभारतांत सांगितलेलीं आहेत. त्यांचा विस्तार पूर्वीं सांगितलेलाच आहे. ब्रह्मचर्याचें मुख्य लक्षण गुरुगृहीं राहून ब्रह्मचर्य पाळून विद्याभ्यास करणें हें होतें. गार्हस्थ्याचें लक्षण स्त्री करून अतिथीचें पूजन व अग्नीचें सेवन करून स्वतंत्र उद्योगानें आपला चरितार्थ चालवावा असें होतें. जेव्हां म्हातारपण येईल तेव्हां संसार मुलांच्या हवालीं करून वनांत जाऊन तपश्चर्या करण्यासाठीं वानप्रस्थ आश्रम होता; यांत जटा धारण करून उपवासादि तपश्चर्या व चांद्रायणादि व्रतें करावयाचीं होतीं आणि वन्यफलमूलें जमा करून किंवा उंछवृत्तीनें म्हणजे शेतांत दाणे टिपून उदरनिर्वाह करावयाचा होता; आणि चौथा आश्रम संन्यास म्हणजे जटाशेंडी सर्व मुंडन करून पत्नीचा त्याग करून भिक्षा मागून उदरनिर्वाह करून आत्मचिंतन करीत व फिरत वाट फुटेल तेथें जात अशा रीतीनें यावद्देहपात राहण्याचा होता. याचें लक्षण त्रिदण्ड होतें. याशिवाय महाभारतकाळीं अत्याश्रमी म्हणजे संन्याशाच्याही आश्रमापलीकडे गेलेले सर्व नियमांनीं रहित असे परमहंसादि स्वरूपानें राहण्याचा प्रघात होता. या सर्व आश्रमांत सर्वांचा पोशिंदा गृहस्थाश्रम मुख्य आहे असा धर्माचा कटाक्ष आहे.

अतिथिपूजन.

अतिथीचें पूजन करणें व अतिथीला अन्न देणें या संबंधानें भारतीय सनातन धर्मांत महाभारतकाळीं अतिशय महत्त्व होतें. गृहस्थानें किंबहुना वानप्रस्थानें अतिथि आला असतां त्याचा सत्कार करून त्यास अन्न दिलेंच पाहिजे, मग आपली स्वत:ची उपासमार झाल्यास हरकत नाहीं अशी धर्माची आज्ञा होती. वनपर्वांत मुद्गल ऋषींचें आख्यान सांगितलेलें आहे (अध्याय २६०) त्याचें तात्पर्य हेंच आहे. हा ऋषि पंधरा दिवसांत एक

द्रोणभर भात कपोतवृत्तीनें मिळवून दर्श पौर्णमास करून देवता व अतिथि यांचें पूजन केल्यानंतर जेवढें अन्न अवशिष्ट राहील तेवढ्यानेंच आपला उदरनिर्वाह करीत असे. त्यानें दुर्वास ऋषीचा याप्रमाणें आतिथि सत्कार वारंवार करून तो स्वतः उपाशीं राहिला असें वर्णन आहे. यामुळें त्यास अंतीं स्वर्गास नेण्याकरितां विमान आलें अशी येथें कथा आहे. (भाषां० पु० २ पान ४२६) अतिथिसत्कारानंतर जें अन्न राहील त्यास विघस अशी संज्ञा होती आणि गृहस्थधर्मीतील स्त्रीपुरुषांनीं हें विघस भक्षण करून चरितार्थ चालवावा, असा परिपाठ होता.

साधारणधर्म.

याप्रमाणें भारती सनातनधर्माचे निरनिराळे भाग मुख्यतः सांगितल्यानंतर एकंदर सर्व मनुष्यांनीं सर्वकाळीं आचरण्याचे जे धर्म सांगितले आहेत त्यांकडे वळलें पाहिजे. सत्य, सरळपणा, क्रोधाचा अभाव, आपण संपादन केलेल्या द्रव्याचा अंश सर्वांस देणें, सुखदुःखादि द्वंद्वें सहन करणें, शांति, निर्मत्सरपणा, अहिंसा, शुचिर्भूतपणा आणि इंद्रियनिग्रह, हे धर्म सर्वांस सारखेच सांगितलेले आहेत व ते मनुष्यास अंतीं सद्गति देणारे आहेत असें (भाषांतर पुस्तक २ पान ५२४) सांगितलेलें आहे. तात्पर्य, सर्व धर्मांप्रमाणें भारती सनातन धर्माचा जोड नीतीशीं घातलेला आहे. धर्माची पूर्तता नीतीच्या आचरणाशिवाय कधींही व्हावयाची नाहीं. हें महाभारतकाळीं मान्य होतें. संन्याशी आणि योगी यांनाही आपल्या मोक्ष मार्गांत सिद्धि पावावयाची असेल तर त्यांनींही या नीतिमार्गाचा अवलंब केला पाहिजे, असें स्पष्ट सांगितलेलें आहे. किंबहुना महाभारतांत नीतीच्या आचरणाची अत्युदात्त स्तुति—प्रारंभापासून शेवटपर्यंत केलेली आहे. याशिवाय आचार हें एक धर्माचें प्रधान अंग सांगितलेलें आहे. आचार हा प्रथमधर्म आहे असें नेहमीं सांगितलेलें आढळतें तें योग्यच आहे; कारण, मनुष्याच्या मनांत नीतीचा कितीही आदर असला तरी त्यानें जोंपर्यंत तो आदर आचरणांत व्यक्त केलेला नाहीं तोंपर्यंत त्या आदरास किंमत नाहीं. आचार या शब्दानें मात्र केवळ नीतिमत्तेच्या आचरणाशिवाय कांहीं आणखी विधिनिषेधरूपाचे इतर आचरणाचे नियम सनातन भारती धर्माच्या आचारांत समाविष्ट होते, त्यांचाही बोध होतो. या आचारापासून मनुष्यास दीर्घायुष्य प्राप्त होतें, असें समजत असत. अनुशासनपर्व अध्याय १०४ यांत हे आचार विस्तारानें सांगितले आहेत. त्यांतील सारांश, येथें थोडक्यांत देऊं. “ आचार हेंच धर्माचें लक्षण होय; साधुसंतांना जें श्रेष्ठत्व येतें त्याचें कारण त्यांचें सदाचरण होय. मनुष्यानें कधींही खोटें बोलूं नये. प्राणिमात्राची हिंसा करूं नये. ” वगैरे नीतीचे नियम सांगून पुढें म्हटलें आहे.

आचार.

“ मनुष्यानें ब्राह्ममुहूर्तावर निजून उठावें आणि धर्मार्थाचा विचार करावा. प्रातर्विधि उरकून हात जोडून पूर्वाभिमुख संध्यावंदन करावें. प्रातःकाळीं व सायंकाळीं सूर्योदय किंवा सूर्यास्तसमयीं सूर्याकडे पाहूं नये. सूर्याला ग्रहण लागलें असतां व तो मध्यान्हीं आला असतांही त्याजकडे पाहूं नये. संध्याकाळीं पुन्हां संध्यावंदन करावें. संध्यावंदन करण्यांत कधींही चुकूं नये. ऋषींना नित्य संध्यावंदनामुळेंच दीर्घ आयुष्य आलें. कोणत्याही वर्णाच्या मनुष्यानें परस्त्रीगमन करूं

नये. परस्त्रीगमनासारखें आयुष्यहानि करणारें कर्म नाहीं. परस्त्रीगमन करणारा हजारों सहस्त्र वर्षे नरकांत पडतो. मनुष्यानें मलमूत्राकडे अवलोकन करूं नये. अनोळखी किंवा नीच कुलोत्पन्न मनुष्याबरोबर गमन करूं नये. ब्राह्मण, गाई, राजे, वृद्ध, ओझीं वाहणारीं माणसें, गरोदरस्त्रिया व दुबळीं माणसें रस्त्यांत भेटल्यास त्यास अगोदर मार्ग द्यावा. दुसऱ्यानें वापरलेलें वस्त्र व जोडे यांचा उपयोग करूं नये. पौर्णिमा, अमावास्या, चतुर्दशी व दोन्ही पक्षांतील अष्टमी या दिवशीं ब्रह्मचर्य नित्य पाळावें. परनिंदा करूं नये. कोणालाही वाग्बाण मारूं नये. दुष्ट शब्दांनीं मनुष्याच्या मनावर कुऱ्हाडीपेक्षांही भयंकर जखम होते. कुरूप, किंवा व्यंग किंवा दरिद्री किंवा ज्यांना विद्या नसेल अशा पुरुषांचा धिःकार करूं नये. नास्तिकपणा स्वीकारूं नये. वेदांची निंदा करूं नये. देवतांना धिःकारूं नये. मलमूत्र विसर्जन केल्यावर, मार्ग चालून आल्यावर, विद्येचा पाठ घेतांना आणि भोजनाच्या वेळीं हातपाय अगोदर धुवावे. गोड पदार्थ आपल्याकरितां सिद्ध करूं नये, देवाकरितां करावे. निजून उठल्यावर फिरून झोप घेऊं नये. निजून उठल्यावर मातापितरांस व आचार्यांस नमस्कार करावा. अग्नीची नेहमीं पूजा करावी. ऋतुमती स्त्री नसतांना तिच्याशीं संभोग करूं नये. उत्तरेस व पश्चिमेस मस्तक करून निजूं नये. नागव्यानें स्नान करूं नये. पायानें आसन ओढून त्याजवर बसूं नये; पूर्वेस तोंड करून भोजन करावें. जेवतांना बोलूं नये. अन्नाची निंदा करूं नये. अन्नाचा अंश थोडासा अवशिष्ट ठेवावा. दुसऱ्याचें स्नानोदक किंवा धूतपाणी घेऊं नये. खालीं बसून खावें. चालतांना खाऊं नये. लघुशंका उभ्यानें भस्मावर किंवा गोठ्यांत करूं नये. सूर्य, चंद्र व नक्षत्रें यांकडे उष्टया विटाळानें पाहूं नये. ज्ञानानें किंवा वयानें वृद्ध पुरुष आला असतां त्यास उठून नमस्कार करावा. एक वस्त्रानें जेवूं नये. नागव्यानें निद्रा घेऊं नये. आंचविल्याशिवाय उष्टयानें बसूं नये. दोन्ही हातांनीं मस्तक खाजवूं नये. सूर्याकडे, अग्नीकडे किंवा गाईकडे किंवा ब्राह्मणांकडे तोंड करून किंवा रस्त्यावर लघुशंका करूं नये. गुरूशीं केव्हांही हट्ट करूं नये. अन्नाचा अंश दुसरा कोणी पहात असेल तर त्यास अर्पण केल्याशिवाय अन्नग्रहण करूं नये. सायंकालीं व सकाळीं भोजन करावें, मध्यंतरीं करूं नये. दिवसास मैथुन करूं नये. अविवाहित स्त्री, वेश्या आणि ऋतु प्राप्त न झालेली स्त्री यांना भोग देऊं नये. संध्यासमयीं निद्रा घेऊं नये. रात्रीस पितृक्रिया करूं नये. रात्रीं स्नान करूं नये. रात्रीस भोजनांत आग्रह करूं नये. मस्तकावरून स्नान केल्याशिवाय पैत्रिककर्में करूं नये. परनिंदेप्रमाणें आत्मनिंदाही करूं नये. स्त्रियांशीं स्पर्धा करूं नये. स्मश्रु करून स्नान न करणें आयुष्याचा नाश करतें. संध्यासमयीं अभ्यास, भोजन, स्नान किंवा पठण करूं नये व भगवत्चिंतनाशिवाय दुसरें कांहीं करूं नये. यथाशक्ति दान देऊन यज्ञयाग करावे" हे अनेक सदाचाराचे नियम या अध्यायांत दिले आहेत ते भारती आर्यधर्माच्या महाभारतकालीन स्वरूपासंबंधानें आपल्यास पूर्ण कल्पना येण्यास चांगले उपयोगी पडतात. याशिपाय आचाराचे नियम समजण्यास महाभारतांत कित्येक ठिकाणीं शपथा घेतल्याचें जें वर्णन आहे तेंही फार उपयोगी पडतें. यापैकीं अनुशासनपर्वांत ९३ व्या अध्यायांत दिलेली सप्तऋषींची कथा फारच मनोरंजक आहे. सप्तर्षि एकदां त्यांचा नोकर व एक शूद्र स्त्री यांसह अरण्यांत चाल-

ले असतांना एके ठिकाणीं कमळें व कमळांचीं पानें खाण्याकरितां जमवून ते सरोवरांत उतरून स्नान करून व तर्पण करूं लागले. नंतर कांठावर येऊन पाहतात तों तीं कमलनालांचीं ओझीं नाहींशीं झालेलीं त्यांना दिसलीं. तेथें कोणी नसल्यानें त्यांस एकमेकांचा संशय आला तेव्हां प्रत्येकानें शपथ घ्यावी असें ठरलें; तेव्हां अत्रि म्हणाला, " ज्यानें चोरी केली असेल त्यास गाईला लाथ मारल्याचें, सूर्याकडे तोंड करून लघुशंका केल्याचें आणि अनाध्यायाच्या दिवशीं वेदाभ्यास केल्याचें पातक लागेल." वशिष्ठ म्हणाला, "ज्यानें चोरी केली असेल त्यास कुत्रा बाळगल्याचें किंवा संन्यासी होऊन कामवासना धारण केल्याचें किंवा शरणागताला मारल्याचें किंवा कन्या विकून उदरभरण केल्याचें किंवा शेतकऱ्यापासून द्रव्य मिळविल्याचें पातक लागेल. " कश्यप म्हणाला, " ज्यानें चोरी केली असेल त्यास वाटेल त्या ठिकाणीं वाटेल तें बोलल्याचें, दुसऱ्याची ठेव नाहीं म्हटल्याचें, अथवा खोटी साक्ष दिल्याचें, अथवा यज्ञयागावांचून मांस सेवन केल्याचें, नटनर्तकांना दान दिल्याचें किंवा दिवसास स्त्रीगमन केल्याचें पातक लागेल. " भारद्वाज म्हणाला, " ज्यानें चोरी केली असेल तो स्त्रियांचे, गाईंचे आणि आपल्या नातलगांचे दुष्टपणानें हाल करो; ब्राह्मणाला लढाईत जिंकल्याचें त्यास पाप लागो किंवा ऋक् आणि यजुर्मंत्र आचार्यांचा अवमान करून म्हणण्याचें पातक लागो किंवा गवत पेटवून त्या अग्नींत तो हवन करो. " जमदग्नि म्हणाला, " ज्यानें चोरी केली असेल त्याला उदकांत मलमूत्र विसर्जन केल्याचें, गाईला वधिल्याचें, ऋतुकालाशिवाय स्त्रीगमन केल्याचें, स्त्रीवर उदरनिर्वाह केल्याचें किंवा एकमेकांचें आतिथ्य केल्याचें पातक लागेल." गौतम म्हणाला, " तीन अग्नि सोडून दिल्याचें, सोमरस विकल्याचें किंवा ज्या गांवांत एकच विहीर आहे अशा गांवीं शूद्र स्त्रीचा पति होऊन राहिल्याचें पातक लागेल. " विश्वामित्र म्हणाला, " आपण जिवंत असतांना आपल्या मातापितरांची व सेवकांची दुसऱ्याकडून उपजीविका करविल्याचें किंवा अशुद्ध ब्राह्मणाचें किंवा उन्मत्त धनिकाचें किंवा परद्रोही शेतकऱ्याचें किंवा पोटासाठीं दास्य केल्याचें म्हणजे वार्षिक धान्य घेऊन नोकरी केल्याचें किंवा राजाचें पौरोहित्य केल्याचें, किंवा ज्याला यज्ञयाग करण्याचा अधिकार नाहीं त्याचा यज्ञ करण्याचें पातक लागेल. " अरुंधती म्हणाली, "सासूचा अपमान केल्याचें, पतीला दुःख दिल्याचें, एकटीनें स्वादिष्ट पदार्थ खाल्ल्याचें, आप्तांचा अनादर केल्याचें किंवा व्यभिचार केल्याचें किंवा भित्रा पुत्र प्रसवणाऱ्या मातेचें पातक लागेल. " " अभोग्यावीरसूरस्तु बिसस्तैन्यं करोति या" (अनु० अ० ९३–३२) या श्लोकार्धांत सौती वीरसू शब्द कूटार्थक वापरून वाचकांस क्षणभर स्तब्ध करतो पण अवीरसू असें पद पाडलें पाहिजे हें उघड आहे. त्यांची दासी म्हणाली, "खोटें बोलल्याचें, भाऊबंदाबरोबर भांडण केल्याचें, मुलगी विकल्याचें किंवा एकटीनें अन्न करून खाल्ल्याचें किंवा एखाद्या भयंकर कृत्यानें मृत्यु आल्याचें पातक लागेल." आणि गुराखी म्हणाला, " चोर दासकुलांत वारंवार जन्म पावो, त्यास संतति न होवो, तो दरिद्री होवो किंवा देवांची पूजा न करो. " या प्रकारच्या शपथा महाभारतांत कित्येक आहेत व त्यांजवरून आचाराचे मुख्य मुख्य नियम काय होते हें आपल्या नजरेस येतें.

स्वर्गनरककल्पना.

आतां आपण स्वर्ग व निरय यांच्या संबं-

धानें महाभारतकाळीं काय कल्पना होत्या याचा विचार करूं. वेदामध्यें स्वर्गाचा उल्लेख वारंवार येतो हें सांगावयास नको. परंतु त्यांत निरय किंवा नरक किंवा यमलोक यासंबंधानें फारसें वर्णन नाहीं. प्रत्येक लोकांमध्यें स्वर्ग आणि निरय यांच्या कल्पना आहेत स्वर्ग म्हणजे पुण्यवान् लोक ज्या ठिकाणीं मेल्यानंतर जातात तें ठिकाण होय. आणि निरय म्हणजे ज्या ठिकाणीं पापी लोकांचे आत्मे मेल्यावर जाऊन नानाप्रकारचीं दुःखें भोगतात तें होय. स्वर्गारोहणपर्वांत स्वर्ग आणि निरय या दोहोंची कल्पना भारती काळांत काय होती, हें व्यासानें सर्व महाकवींच्या उत्कृष्ट पद्धतीप्रमाणेंच सदेह दोन्ही ठिकाणीं जाऊन प्रत्यक्ष स्थिति पाहणाऱ्या मनुष्याकडून वदविलें आहे. युधिष्ठिर हा अत्यंत धार्मिक आचरणाचा असल्यानें त्यास मनुष्यदेहासह स्वर्गास जाण्याचा मान मिळाला. देवदूतांबरोबर ज्या वेळेस तो स्वर्गांत शिरला त्या वेळेस त्याची दृष्टि प्रथम दुर्योधनावरच पडली. आपल्या अत्यंत तेजानें देवतांसारखा तेजस्वी तपणारा दुर्योधन एका उंच सिंहासनावर बसला होता. त्यास स्वर्गांत पाहून युधिष्ठिरास अतिशय आश्चर्य वाटलें. ज्यानें आपल्या महत्त्वाकांक्षेसाठीं लाखों मनुष्यांचा संहार करविला, ज्यानें द्रौपदीची पतींसमक्ष, गुरुजनासमक्ष भरसभेंत नीचपणानें दुर्दशा केली, त्याला स्वर्गांत सिंहासन कसें मिळालें ? स्वर्गांतही न्याय नाहीं असें धर्मास वाटलें. आपले सदाचरणी बंधूही त्यास स्वर्गांत दिसेनात. तेव्हां त्यानें देवदूतास म्हटलें, अशा लोभी व पापी मनुष्याचा जेथें मला सहवास घडेल तो स्वर्गही मला नको. मला माझे बंधु जेथें आहेत तेथें घेऊन चला. तेव्हां त्या दूतांनीं त्यास एका अंधकारयुक्त रस्त्यांतून नेलें. त्यांत अपवित्र पदार्थांचे दुर्गंध सुटले होते. जिकडे तिकडे प्रेतें, हाडें, केश, पडले होते. अयोमुख कावळे, गिधाडें वगैरे पक्षी तेथें होते. अशा प्रदेशांतून गेल्यावर सळसळणाऱ्या उष्णोदकानें भरलेली एक नदी त्यास दिसली व पलीकडे एक अरण्य असें दाट लागलें होतें कीं, झाडांचीं पानें तलवारीसारखीं तीक्ष्ण होतीं. ठिकठिकाणीं लाल लोहशिला होत्या व तेलाच्या लोखंडी काहिली सळसळत होत्या. त्या ठिकाणीं पातकी जनांस होणाऱ्या अनेक यातना त्यानें पाहिल्या तेव्हां तो दुःखानें मागें फिरला. त्या वेळेस कित्येक दुःखी प्राणी ओरडले; "हे पवित्र धर्मपुत्रा ! तूं उभा रहा. तुझ्या दर्शनानें आमच्या वेदना कमी होत आहेत." तेव्हां तो म्हणाला, "तुम्ही कोण आहां ? तेव्हां त्यांनीं उत्तर दिलें, "आम्ही नकुल, सहदेव, अर्जुन, कर्ण, धृष्टद्युम्न वगैरे आहों." हें ऐकून युधिष्ठिरास फारच संताप आला आणि तो म्हणाला, "या लोकांनीं काय पातक केलें आहे कीं त्यांना अशा दारुण वेदना होत आहेत. अशा पुण्यवान् प्राण्यांनीं दुःख भोगावें आणि दुर्योधनानें स्वर्गांत तपावें ? हा फारच अन्याय आहे !" तेव्हां "मी येथेंच राहतों" असें म्हणत असतां स्वर्गदेव तेथें आले आणि त्याबरोबर तो सर्व देखावा, ती वैतरणी नदी, त्या यमयातना, वगैरे सर्व प्रकार नाहींसा झाला. इतक्यांत इंद्र त्यास म्हणाला. "हे राजेन्द्रा, पुण्यपुरुषा, तुझे अक्षय्य लोक आहेत. इकडे ये ही तुझी जी फसवणूक झाली ती पुरे आहे. तुला आश्चर्य वाटूं देऊं नको. मनुष्याचे दोन संचय असतात;पापाचा व पुण्याचा. पहिल्याबद्दल नरकप्राप्ति व दुसऱ्याबद्दल स्वर्गवास. ज्याचें पातक फार आहे व पुण्य थोडें आहे त्यास प्रथम स्वर्गसुख मिळतें आणि नंतर त्याम पातक

भोगण्यासाठीं नरकास जावें लागतें. ज्याचें पातक थोडें व पुण्य ज्यास्ती त्यास प्रथम निरय गति मिळते याजवरून तुझ्या बंधूंस निरय गति कां झाली याचा उलगडा होईल. आणि प्रत्येक राजास नरक हा पहावा लागतोच तुला प्रथम नरकाचें कपटानें फक्त खोटें दर्शन घडविलें. तूं द्रोणाच्या वधाच्या वेळीं संदिग्ध भाषण केलेंस, त्या पातकाचें फल म्हणून तुला कपटानें नरक दाखविला. आतां तूं स्वर्गांत ये तेथें तुला तुझे बंधु आणि भार्या दिसतील व ते त्या स्वर्गसुखाचा अनुभव घेत आहेत. या आकाशगंगेंत स्नान कर म्हणजे तुझा मनुष्यदेह नष्ट होऊन तुला दिव्य देह मिळेल आणि तुझा शोक, दुःख, वैरभाव वगैरे पार नाहींसे होतील." (भा० पु० ७ पा० २९१ २) असो. वरील वर्णनावरून स्वर्गाच्या व नरकाच्या भारतीकाळीं कल्पना कशा होत्या. व पापपुण्याचा संबंध स्वर्ग व नरक यांच्याशीं कसा जोडलेला होता, व पापपुण्याचें फल कोणत्या क्रमानें मिळत असे याजविषयीं भारती कालांत प्रचलित असलेल्या समजुतीची माहिती होते.

इतर लोक.

स्वर्ग लोकाची कल्पना फार जुनी असून ती वैदिककाळापासून प्रचलित होती आणि यामुळेंच धर्मराज वगैरे स्वर्गास गेल्याचें वर्णन आहे. परंतु वैदिक कालानंतर उपनिषत्कालीं कर्ममार्गाचें प्रस्थ मागें पडून ज्ञानमार्गाचे विचार जसजसे अधिक वाढत गेले त्याप्रमाणें स्वर्गाचीही कल्पना मागें पडून ज्ञानी लोकांस निराळी शाश्वत अशी गति कांहीं तरी प्राप्त झाली पाहिजे असा सिद्धांत साहजिकच उत्पन्न झाला. ही गति कोणती हें निरनिराळ्या तऱ्हेनें निरनिराळ्या सिद्धान्तवाद्यांनीं ठरविलें आहे. ब्रह्मवादी लोक ब्रह्मलोकाची कल्पना करून त्या ठिकाणीं मुक्त झालेल्या पुरुषांचे आत्मे परब्रह्माशीं तादात्म्य पावून शाश्वत गतीला पोंचतात व तेथून पुनरावृत्ति होत नाहीं, असें मानतात. ज्याप्रमाणें यज्ञयागादि कर्म हें अवर म्हणजे कमी दर्जाचें ठरून इंद्राचाही दर्जा कमी झाला, त्याचप्रमाणें त्या कर्मानें मिळणाऱ्या इंद्रलोकाचा अथवा स्वर्गाचा दर्जा कमी झाला. स्वर्गामध्यें जें सुख मिळतें तें कमी दर्जाचें म्हणजे ऐहिक प्रकारचें असून ब्रह्मलोकामध्यें मिळणारें सुख अर्थातच वरिष्ठ दर्जाचें असलें पाहिजे हें उघड आहे. याप्रमाणें स्वर्गाची किंमत उपनिषत्कालांतच कमी झाली होती. भगवद्गीतेमध्यें सुद्धां स्वर्गाची इच्छा करणें हें हीन असून हें अल्प फळ, कामनिक यज्ञ करणाऱ्या लोकांस मिळतें; 'कामात्मानः स्वर्गपरः।' इत्यादि श्लोकांवरून स्वर्गाची इच्छा करणें अगदीं कमी दर्जाचें मानलें होतें. तसेंच पुण्य सरल्यावर स्वर्गापासून प्राणी परत येतो असें 'ते तं भुक्त्वा स्वर्गलोकं विशालं क्षीणे पुण्ये मर्त्यलोकं विशन्ति।' यांत सांगितलें आहे. सर्वांत श्रेष्ठ पद 'यद्गत्वा न निवर्तन्ते तद्धाम परमं मम।' यांत सांगितलेलें आहे. हें पद म्हणजे ब्रह्मलोक होय व यालाच ब्रह्मनिर्वाण असें गीतेंत म्हटलेलें आहे. सारांश, परमेश्वराशीं तादात्म्य होऊन ब्रह्मरूप होणें हीं सर्वांत उत्तम गति व स्वर्गप्राप्ति ही कनिष्ठ गति असें ठरलें. भारती कालांत या दोहोंच्या दरम्यान निरनिराळ्या लोकांची कल्पना प्रचलित झाली होती. महाभारतकालीं निरनिराळे लोक या दोन गतींच्या दरम्यान कल्पिलेले होते वरुणलोक, विष्णुलोक, ब्रह्मलोक इत्यादि अनेक होते. तसेंच पातालांतही म्हणजे पृथ्वीच्या खालीं अनेक लोकांची कल्पना केलेली होती. सभापर्वांत वरुणसभा,

कुबेरसभा व ब्रह्मसभा या तीन सभांचें निरनिराळें वर्णन असून त्यांत निरनिराळे ऋषि व राजेलोक बसल्याचें वर्णन केलेलें आहे. तसेंच पातालांतही अनेक लोक असल्याचें उद्योगपर्वांत वर्णन आहे आणि या पातालांत शेवटचा रसातळ आहे. रसातळाविषयीं हल्लींची कल्पना वाईट अशी आहे. परंतु ती चुकीची आहे. महाभारतकालीं रसातळ हा अतिशय सुखीलोक आहे असा समज होता.

न नागलोके न स्वर्गे न विमाने त्रिविष्टपे ।
परिवासः सुखः तादृग् रसातलतले यथा ।

पृथ्वीच्या खालीं सात पाताळ आहेत त्यांत रसातळ शेवटचा आहे अशी कल्पना आहे. यावरून हल्लींचा वाईट समज झाला असावा. असो. रसातळांत सुरभि धेनु असून तिच्या मधुर दुग्धानें क्षीरसमुद्र झाला आहे व त्यावरचा फेन पिऊन राहणारे फेनप नांवाचे ऋषि तेथें आहेत, असें मानलें आहे. असो. या निरनिराळ्या लोकांतलि गति शाश्वत नाहींत हें ठरलें असून त्या त्या देवाची भक्ति करणारे लोक त्या त्या लोकांत जातात, असें मानलेलें आहे.

पाप करणारे लोक यमलोकास जातात व तेथें नानाप्रकारच्या यातना भोगुन पुढें निरनिराळ्या पापयोनींत जन्मतात असें वर्णन आहे. हा यमलोक दक्षिणेस कल्पिलेला आहे आणि स्वर्गलोक उत्तरेस मेरूच्या शिखरावर कल्पिलेला आहे. निरनिराळ्या योनींत पापी मनुष्याचा आत्मा जन्म घेतो, हा भारती आर्य धर्माचा एक महत्त्वाचा सिद्धांत आहे. त्याचें वर्णन अन्यत्र विस्तारानें केलेलें आहे. परंतु येथें असें सांगितलें पाहिजे कीं कोणतें पाप केलें असतां यमलोकांत किती वर्षें यातना भोगतो व किती वर्षें कोणत्या योनींत त्यास जन्म घ्यावा लागतो वगैरे विस्तारपूर्वक कल्पना स्मृतिशास्त्रांत आहेत त्याचप्रमाणें महाभारतांतही अनुशासनपर्वांत दिलेल्या आहेत. त्यांचा येथें विस्तार करण्याचें कारण नाहीं. परंतु या कल्पना ज्या वेळीं रूढ होत्या, त्या वेळीं पापपुण्याचा, आत्म्याचा, भावी सुखदुःखाचा, संबंध पूर्णपणें लोकांच्या मनावर बिंबला असल्यानें पापापासून परावृत्त होण्यास लोकांस चांगलेंच प्रोत्साहन मिळत असलें पाहिजे. भारती आर्यधर्माचा, कर्माचा व जीवाच्या संसारित्वाचा सिद्धांत या दृष्टीनें विशेष आदरणीय आहे.

महाभारतकाळीं स्वर्गाची कल्पना कशी होती व इतर वरिष्ठ लोकांची कशी होती हें खालील उताऱ्यावरून विस्तारानें दिसून येईल. (वन० अ० २६१) यांत स्वर्गाचे गुणदोष एका स्वर्गीय देवदूतानेंच वर्णिले आहेत. “ स्वर्ग उर्ध्वभागीं असून तो ब्रह्मप्राप्तीचा मार्ग आहे. तेथें विमानाचा संचार असतो. ज्यांनीं तप अथवा महायज्ञ केले नाहींत ते असत्यवादी नास्तिक या ठिकाणीं जाऊं शकत नाहींत. सत्यनिष्ठ, शांत, जितेंद्रिय, व संग्रामांत मृत झालेले शूर ते या ठिकाणीं पोंचतात. येथें विश्वेदेव, महर्षि, गंधर्व आणि अप्सरा राहतात. तेहतीस हजार योजनें उंच मेरु पर्वतावर नंदनादिक पवित्र उपवनें आहेत. येथें क्षुधा, तृष्णा, ग्लानि, शीत, उष्ण, भीति हीं नाहींत व बीभत्स किंवा अशुभहीं कांहीं नाहीं. सुगंध वायु व मनोहर शब्द येथें असून शोक, जरा, आयास किंवा विलाप येथें नाहींत. येथें लोकांचीं शरीरें तेजोमय असतात, मातापितरांपासून निर्माण झालेलीं नसतात. येथें घर्म किंवा मूत्र, पुरीष नाहींत या ठिकाणीं दिव्य गुणसंपन्न लोक वरवर आहेत. ऋभुनामक दुसऱ्या देवता येथें आहेत. त्यांचे लोक स्वयंप्रकाश असून स्त्रियांचा ताप

किंवा मत्सर तेथें नाहीं. ते आहुतींवर उपजीविका करीत नाहींत किंवा अमृतही प्राशन करीत नाहींत. स्वर्गांत देवांना मृत्युलोकीं यज्ञांत दिलेल्या आहुति मिळून प्यावयास अमृत मिळतें अशी कल्पना आहे. त्याच्या वरचा हा ऋभुलोक आहे. स्वर्गांत गेलेले मनुष्य अथवा आत्मे यांस खावयास किंवा प्यावयास कांहींच मिळत नाहीं. त्यांस तहान, भूक नसते. पण ते अमृत पितील तर अमर होतील हेंही लक्षांत घेतलें पाहिजे. मग ते खालीं पडणार नाहींत. त्यांचे कल्पांतींही परावर्तन होत नाहीं. इतर देवांचें होतें असें दिसतें. देव देखील या लोकांचा अभिलाष करितात. परंतु तें अति सिद्धीचें फल आहे. विषयसुखांत पडलेल्या लोकांस मिळणें अशक्य आहे. दानें दिल्यानें ज्यांच्या लोकांची प्राप्ति होते असे हे देव तेहतीस आहेत. आतां स्वर्गाचे दोषही आहेत ते असे. येथें कर्माच्या फलाचा उपभोग होतो दुसरें कर्म केलें जात नाहीं. अर्थात् पुण्याचें भांडवल संपलें कीं पतन पावावें लागतें, दुसरें असंतुष्टता, दुसऱ्याचें उज्वल ऐश्वर्य पाहून मत्सर या गोष्टी येथल्या लोकांना लागलेल्या आहेत. पतन होऊं पावणाऱ्या पुरुषाचें ज्ञान नष्ट होऊं लागतें, त्यास मलाचा संपर्क होऊं लागतो आणि त्याच्या माळा म्लान होऊं लागतात आणि त्याला तेव्हां भीति वाटूं लागते. हे दोष ब्रह्मलोकापर्यंतच्या एकंदर लोकांत आहेत. मात्र हा गुण येथें आहे कीं शुभ कर्माच्या संस्कारानें येथील लोकांना मनुष्य जन्म प्राप्त होतो आणि त्याला त्या ठिकाणीं सुख मिळतें. जर त्याला पुन्हां ज्ञान झालें नाहीं तर मात्र तो अधोगतीस जातो.

स्वर्गाहून अधिक श्रेष्ठ लोक कोणता हें विचारलें असतां देवदूत म्हणाला "ब्रह्मलोकाच्याही उर्ध्वभागीं सनातन, तेजोमय असें विष्णूचें उत्कृष्ट स्थान आहे. ज्यांचीं अंतःकरणें विषयांवर जडलीं आहेत ते येथें जात नाहींत. ममत्वशून्य, अहंकारविरहित, द्वंद्वरहित, जितेंद्रिय, ध्याननिष्ठ आहेत तेच या ठिकाणीं जातात." अर्थात् हा लोक ज्ञानी व योगी यांचा आहे. याची कल्पना स्वर्गाहून अधिक आहे हें उघड आहे. पण या लोकांची कल्पना कशी केलेली आहे हें येथें दिसत नाहीं.

प्रायश्चित्त.

पुण्य करणारे लोक स्वर्गास जातात व पापी लोक नरकास जातात या कल्पनेबरोबरच पापकर्माबद्दल प्रायश्चित असावें या कल्पनेचा उगम असला पाहिजे. पापाचें प्रायश्चित्त आहे असें महाभारतकाळीं सर्वतोमान्य होतें. पाप दोन प्रकारचें मानलें जात होतें. अज्ञानानें केलेलें तसेंच ज्ञानपूर्वक केलेलें पातक असे दोन भेद होते. अज्ञानकृत पातकास थोडें प्रायश्चित्त असे. स्मृतिशास्त्रांत महाभारतकाळानंतर जो प्रायश्चित्तविधि सांगितला आहे तसाच महाभारतांत सांगितला आहे. (शांति० अ० ३४) यांत प्रायश्चित्तार्ह कर्में कोणतीं याचा विस्तार केलेला असून (अ० ३५) यांत निरनिराळ्या पापांस निरनिराळीं प्रायश्चित्तें सांगितलीं आहेत. पाप कांहीं कर्में केल्यानें घडतें आणि कांहीं कर्में न केल्यानें घडतें. पापाचे प्रकार ३४ या अध्यायांत सांगितले आहेत. त्यांत घर जाळणारा, वेद विक्रय करणारा, व मांस विक्रय करणारा सांगितलेला आहे. ऋतुकाळीं स्त्रीशीं गमन न करणें हेंही पातक मानलें आहे. पंचमहापातकें महाभारतकाळींही परिगणित होतीं हें पूर्वीं सांगितलेंच आहे. तीं पातकें म्हटलीं म्हणजे ब्रह्महत्या, सुरापान गुरुतल्पगमन, हिरण्यस्तेय आणि यांच्याशीं

व्यवहार करणें हीं होत. हीं उपनिषदांतही सांगितलीं आहेत. कित्येक प्रसंग असे अपवादक असतात कीं त्या प्रसंगीं कर्म केलेलें पातक होत नाहीं. या अपवादक प्रसंगांचें वर्णन याच अध्यायांत केलेलें आहे. वेदपारंगतही ब्राह्मण शस्त्र घेऊन वध करण्याच्या इच्छेनें आला तर त्याचा युद्धामध्यें वध करणारा पातकी होत नाहीं. मद्यपानासंबंधानें असें सांगितलें आहे कीं प्राणाचाच नाश होत असेल तर तें वाचविण्यासाठीं आणि अज्ञानानें मद्यपान केलें असेल तर धर्मनिष्ठांच्या आज्ञेनें पुनः संस्कार करण्यास तो योग्य होतो. गुरूच्याच आज्ञेनें गुरुस्त्रीगमन केलें असेल तर तें पातक होत नाहीं. उद्दालकानें आपल्या शिष्याकडूनच पुत्रोत्पत्ति करविली अशी येथें चमत्कारिक गोष्ट सांगितली आहे. परोपकारासाठीं अन्नाचें चौर्य करून स्वतः न खाणारा मनुष्य पातकी होत नाहीं. आपल्या अथवा दुसऱ्याच्या प्राणरक्षणासाठीं, गुरुकार्यासाठीं, स्त्रियांशीं किंवा विवाहांत असत्य भाषण केलेंअसल्यासस त्यास पातक लागत नाहीं. व्यभिचारिणी स्त्रीला अन्नाच्छादन देऊन दूर ठेवणें दोषकारक नाहीं. त्या योगानें ती पवित्र होते. कार्य करण्यास असमर्थ असलेल्या सेवकास घालवून दिल्यास दोष लागत नाहीं. तसेंच धेनूसाठीं अरण्य दग्ध केल्याचा दोष नाहीं असें सांगितलें आहे. हीं अपवादक स्थलें लक्षांत घेण्यासारखीं आहेत. (भा० पु० ६ पा० ६७-६८)

महाभारतकाळीं प्रायश्चित्ताचे प्रकार हल्लीं स्मृतिशास्त्रांत सांगितल्याप्रमाणेंच होते. कांहीं गोष्टींत फरक असेल पण मुख्य प्रकार तोच होता. (कृच्छ्रचांद्रायणादि) तप, यज्ञ आणि दान हे प्रायश्चित्ताचे तीन प्रकार सांगितले आहेत. हल्लींही तेच प्रकार आहेत. ब्रह्महत्यादि महापातकांना प्रायश्चित्तेंच सांगितलीं आहेत तथापि कांहीं त्यांहून न्यून सांगितलीं आहेत. ब्रह्महत्त्या करणाऱ्यानें हातांत नरोटी घेऊन भिक्षा मागावी एक वेळ भोजन करावें, भूमीवर निजावें आणि आपलें कर्म प्रसिद्ध करावें म्हणजे तो बारा वर्षांनीं मुक्त होईल. ज्ञानसंपन्न शस्त्रधारी मनुष्याचें लक्ष्य व्हावें किंवा अग्नींत देहत्याग करावा अथवा वेदाचा जप करीत अधोमुख होऊन शंभर योजनें तीर्थयात्रेसाठीं जावें किंवा ब्राह्मणाला सर्वस्व दान करावें किंवा गोब्राह्मणांचें रक्षण करावें. सहा वर्षेंपर्यंत कृच्छ्रविधि करावा अथवा अश्वमेध यज्ञ करावा म्हणजे तो पवित्र होतो. दुर्योधनानें हजारों, लाखों जीवांची हत्त्या करविली तेव्हां " अश्वमेध सहस्रेण पावितुं न समुत्सहे " असें म्हटलें आहे. युधिष्ठिराकडून व्यासानें याचसाठीं अश्वमेध करविला. विपुल दूध देणाऱ्या पंचवीस हजार गाई दिल्यानें मनुष्य सर्व पापांपासून मुक्त होतो असें सांगितलें आहे. एकवार देखील मद्य प्राशन केलें तर तापवून लाल केलेलें मद्य प्राशन करावें असें सांगितलें आहे. पर्वताच्या कड्यावरून उडी टाकल्यानें किंवा अग्निप्रवेशः केल्यानें किंवा महाप्रस्थानानें केदार क्षेत्रीं हिमालयावर आरोहण केल्यानें मनुष्य सर्व पापांपासून मुक्त होतो. ब्राह्मणाच्या हातून मद्य प्राशन घडल्यास बृहस्पतिसव करावा असें सांगितलें आहे. मग तो सभेंत जाण्यास योग्य होतो. गुरुस्त्रीशीं गमन करणाऱ्यानें तप्तलोहमय स्त्रीप्रतिमेस आलिंगन करावें किंवा जननेंद्रिय छाटून पळत जावें आणि शरीरत्याग करावा. असो. याप्रमाणें महापातकांस बहुधा देहान्त प्रायश्चित्तें सांगितलीं आहेत. एक वर्ष आहार-विहाराचा त्याग केल्यास स्त्रिया पापमुक्त होतात. महाव्रताचें आचरण म्हणजे एक महिनाभर जलप्राशन

सुद्धां न करतां राहणें किंवा गुरुकार्यासाठीं युद्धांत वध होणें यापासूनही पापाची मुक्ति होते. वगैरे प्रायश्चित्तें या अध्यायांत सांगितलीं आहेत. सर्वांत ब्राह्मण जसे श्रेष्ठ त्याप्रमाणें त्यांचें पातकही अधिक अक्षम्य असून त्यांस प्रायश्चित्तही मोठें होतें ही गोष्ट लक्षांत घेण्यासारखी आहे. ब्राह्मणाच्या ¾ प्रायश्चित्त क्षत्रियास, अर्धें वैश्यांना व ¼ क्षूद्रांना असा नियम सांगितला आहे. पवित्र देशांत राहून मिताहार करून गायत्रीचा जप केल्यानेंही पापाचा नाश होतो. दिवसा सदोदित उभें रहावें, रात्रीं मैदानांत निजावें, दिवसा रात्रीं तीन वेळां स्नान करावें; स्त्रिया, शूद्र, पतित यांशीं भाषण करूं नये, हाही एक प्रायश्चित्त-विधि सांगितला आहे. वरील प्रायश्चित्तविधि बौधायन, गौतम वगैरे धर्मशास्त्रें होतीं किंवा या प्रकारचे ग्रंथ होते, त्यांतून घेतलेले असून ते बहुतांशीं स्मृतिशास्त्राच्या नियमांशीं जुळते आहेत. (भा० पु० ६ पान ६९-७१) चौदा वर्षेपर्यंत गुन्हा किंवा पातक होत नाहीं हा नियम अणीमाडव्याच्या कथेंत आला आहे.

> मर्यादां स्थापयाम्यद्य लोके धर्मफलोदयाम् ।
> आचतुर्दशकाद्वर्षान्न भविष्यति पातकम् ॥

टीकाकार म्हणतो

> इति पौराणं मतं वस्तुतसूक्तहेतोः पुण्यपापविभागज्ञानपर्यंतमेव पापानुत्पत्तिः । तेन पंचवर्षाभ्यन्तर एव दोषोनास्ति।

इंडियन पिनल कोडांत ७ वर्षेंपर्यंत मुळींच गुन्हा नसून ७ पासून १४ पर्यंत बुद्धीच्या पक्वतेप्रमाणें, पापपुण्याच्या ओळखीप्रमाणें गुन्हान्‌गुन्हा ठरतो. असो. प्रायश्चित्ताच्या कल्पनेनें शरीराचे हाल कां सांगितले आहेत याचा थोडासा विचार केला असतां आपल्यास त्याचें कारण दिसून येईल. प्रायश्चित्त म्हणजे केवळ मनाचा पश्चात्ताप नसून त्यांत कांहीं तरी देहदंड असतोच. किंबहुना कित्येक प्रायश्चित्तांत देहान्तापर्यंत दंड आहे तेव्हां अशा प्रायश्चितांचा उपयोग काय ? इतरांस धास्ती पडून त्यांस पापापासून परावृत्त करावें हा हेतु असणें शक्य नाहीं. प्रायश्चित्ती याचा फायदा कोणता असा प्रश्न उद्भवतो. आमच्या मतें प्रायश्चित्तानें याच देहीं व याच लोकीं देहदंड भोगून पापाचें क्षालन झालें म्हणजे पापाबद्दल यमलोकीं ज्या यातना होणार त्या होत नाहींत असा पूर्ण समज असावा. पापाबद्दल शिक्षा ही व्हावयाचीच; ती याच लोकीं आपण होऊन भोगिली असतां मनुष्यास नरकप्राप्ति न होतां तो स्वर्गास आपल्या पुण्यानें जाईल ही कल्पना योग्य आहे. असो. यमयातनेच्या किंवा प्रायश्चित्ताच्या देहदण्डाच्या विधीवरून मनुष्यास पापाचरणाची भीति वाटावी हा हेतु धर्मशास्त्राचा आहे हें उघड आहे.

पापकर्माचा विचार करतांना जीं अपवादक स्थळें सांगितलीं आहेत त्यांचें मर्म काय हा प्रश्न अत्यंत महत्त्वाचा आहे. मोठ्या तत्त्वज्ञान्यांस सुद्धां हा प्रश्न कठिण वाटतो. मनुष्यानें धर्माचें संरक्षण आपला प्राण खर्चूनही करावें, असें कित्येक ठिकाणीं सांगितलेलें आढळतें.

> न जातु मोहान्न भयान्न लोभात् धर्मं त्यजेज्जीवितस्यापि हेतोः

असें भारतसावित्रींत सांगितलें आहे. मग आपला किंवा दुसऱ्याचा प्राण रक्षण्यासाठीं खोटें बोलण्याचें पातक नाहीं असें जें वर सांगितलें आहे त्याचा विचार काय ? प्रश्न अत्यंत महत्त्वाचा असून त्याचा आपण अन्यत्र विचार करूं.

संस्कार.

महाभारतकाळीं निरनिराळे संस्कार किती होते, हें कोठें सांगितलें नाहीं; तथापि कित्येक

संस्कारांचें वर्णन जागजागीं आलें आहे, त्याजवरून गृह्यसंस्कार गृह्यसूक्तोक्त धर्मांत चालू होते हें उघड आहे. प्रथम जन्मतः जातकर्म संस्काराचें नांव विशेष येतें. लग्नें प्रौढवयांतच होत असल्यानें आणि लग्नांतच पतिपत्नीसमागम होत असल्यानें गर्भाधानसंस्कार तेव्हां नव्हता हें साहजिक आहे. जातकर्म संस्कारानंतर चौल व उपनयन दोन्ही संस्कार महाभारतांत उल्लेखिलेले आहेत. परंतु त्यांचें विशेष वर्णन महाभारतांत आलेलें नाहीं. उपनयन म्हणजे खरोखरच गुरुगृहीं नेऊन ठेवण्याचा विधि होता आणि या विधीचें माहात्म्य त्या वेळेस केवळ संस्कार म्हणून नव्हतें असें स्पष्टपणें दिसतें. यानंतरचा संस्कार म्हणजे विवाह हा होय. याचा उल्लेख अनेक ठिकाणीं आलेला आहे व त्याचें विवेचनही आम्हीं अन्य ठिकाणीं केलें आहे. विवाहसंस्कारानंतर वानप्रस्थ व संन्यास यांचे संस्कारही आहेत. पण त्यांचें वर्णन फारसें नाहीं. और्ध्वदेहिकसंस्कार हा शेवटचा होय. ह्या संस्कारांत मंत्रांनीं प्रेतास जाळण्याचा विधि प्राचीनकाळीं होता. मुख्यतः प्रेतास समारंभानें मृताचा अग्नि पुढें करून त्याच अग्नीनें त्याचें दहन करण्याचा विधि होता. महाभारतांत युद्धानंतर लढाईंत मेलेल्या अनेक प्रेतांस अग्निसंस्कार दिल्याचें वर्णन आहे. परंतु अशा रणमैदानावर कित्येक कोसपर्यंत पडलेल्या अठरा दिवसांच्या लढाईंत मेलेल्या लोकांचीं प्रेतें सांपडलीं असतील हें संभवनीय नाहीं. लढाईंत पडलेल्यांस प्रेतसंस्कार नको असेंही शास्त्रांत एके ठिकाणीं सांगितलें आहे. असो. भीष्मांचा प्रेतसंस्कार येथें वर्णन करण्यासारखा आहे. "युधिष्ठिर व विदुर यांनीं गांगेयाला चितेवर ठेवलें व त्याला रेशमी वस्त्रांनीं व पुष्पमालांनीं झांकलें. नंतर युयुत्सूनें त्याजवर छत्र धरलें. अर्जुन व भीम यांनीं शुभ्र चवऱ्या ढाळल्या. नकुलसहदेवांनीं मोर्चेल (उष्णीष) धरलें. कौरवस्त्रिया त्यास ताडाच्या पंख्यांनीं वारा घालूं लागल्या. नंतर पितृमेध यथाविधि झाला. अग्नींत हवन केलें. सामगायकांनीं सामगान केलें. नंतर चंदनाच्या काष्ठांनीं व कालागुरूनीं देह आच्छादन करून युधिष्ठिरादिकांनीं त्यास अग्नि दिला. नंतर धृतराष्ट्रादि सर्वांनीं त्यास अपसव्य प्रदक्षिणा घातली. मग दहन झाल्यावर ते सर्व गंगेवर गेले व तेथें त्यास सर्वांनीं तिलांजलि दिल्या." (अनुशा० प० अध्याय १६८) या वर्णनावरून बहुतेक हल्लींचा विधि आहे तसाच महाभारतकाळीं होता असें दिसतें. मात्र स्त्रियांनीं प्रेताभोंवतीं उभें राहून वारा घालणें चमत्कारिक दिसतें. इतर वीरांच्या क्रिया केल्यावर तिलांजलि देण्याकरितां पांडव गंगेवर गेले त्या वेळेस सर्व स्त्रियाही तिलांजलि देण्यास गेल्या असें वर्णन आहे.

प्राचीनकाळीं आशौच म्हणजे मृताबद्दल व जननाबद्दल सुतक धरण्याचा विधि होता. कारण जे लढाईंत मरतील त्यांचें सुतक धरूं नये असें वर्णन आहे. आशौचाबद्दल विस्तारपूर्वक विवेचन जरी महाभारतांत नाहीं तथापि दहा दिवसांचा मुख्य प्रकार एके ठिकाणीं उल्लिखित आहे. आशौचांतील अथवा वृद्धींतील अन्न आणि दहा दिवस होण्यापूर्वीं आशौच अगर वृद्धींतील असलेल्या लोकांचा दुसरा कोणताही पदार्थ भक्षण करूं नये असें शांतिपर्व अध्याय ३९ (भा० पु० ६ पा० ७२) यांत सांगितलें आहे[1]. याजवरून हल्लींचा आशौचविधि बहुतेक महाभातकाळीं चालू होता. "भारती युद्धानंतर धृतराष्ट्र आणि भरतकुळांतील सर्व स्त्रिया यांनी आपआपल्या

१ प्रेतान्नं सूतिकान्नं च यच्च किंचिदनिर्दशम्। २६

इष्टमित्रांची उत्तरक्रिया केली व अनेक दोषांतून युक्त होण्यासाठीं पांडुपुत्र नगराबाहेर एक महिना राहिले " असें शांतिपर्वाच्या आरंभींच सांगितलें आहे. आप्तेष्टांची क्रिया केल्यानंतर धर्मराजास व्यासप्रभृति महर्षि भेटण्यास आले. असो. तर यावरूनही कांहीं दिवस आशौच धरण्याचा विधि दृष्टीस पडतो. निरनिराळीं दानें व श्राद्धें और्ध्वदेहिकासंबंधानें करण्याचा विधि होता याचाही उल्लेख महाभारतांत आला आहे.

युद्धांत मेलेल्या वीरांबद्दल आशौचही नाहीं आणि उत्तरक्रियाही नाहीं असें वचन पूर्वी सांगितल्याप्रमाणें महाभारतांत आहे (शां० अ० ९८–४९) प्रेतांना हिंस्र पशुपक्ष्यांनीं खाणें हीच त्यांची गति व उत्तरक्रिया होय असें दिसतें. यावरून सर्व प्रेतांस जाळण्याचा विधि होता असें दिसत नाहीं. गृध्रादिकांकडून प्रेतास अरण्यांत टाकल्यावर खावविणें हा एकप्रकारचा अंत्यविधि कित्येक लोकांत पंजाबांत आहे असें ग्रीक इतिहासकारांनीं लिहून ठेविलें आहे. पंजाबांतील कांहीं लोकांच्या चाली आसुर लोकांच्या म्हणजे पारशी लोकांच्या सारख्या होत्या हें आपण पूर्वी पाहिलेंच आहे. युद्धांत मेलेल्या वीरांच्या प्रेताची हीच क्रिया होय. चिनी प्रवासी ह्युएनसांग यानेंही असें लिहिलें आहे कीं हिंदुस्थानच्या लोकांत तीन प्रकारचे अंत्यविधि होते. अग्निसंस्कार, पाण्यांत टाकून देणें आणि अरण्यांत प्रेतास टाकून हिंस्र पशुपक्ष्यांकडून खावविणें. ह्या तिन्ही प्रकारचा उल्लेख महाभारतांत आहे. नदींत उडी टाकून प्राण देणें किंवा कड्यावरून उडी टाकून प्राण देणें अथवा अग्नींत देह जाळणें हें योगीलोक जिवंतपणीं करीत असत. प्रायश्चित्तासाठींही अशा रीतीनें देहत्याग करावा हें पूर्वी सांगितलेंच आहे. अशा प्रकारची विधियुक्त केलेली आत्महत्या ही निंद्य नसून ती एक धार्मिक कृत्यांपैकींच मानली जात असे. योगी अथवा संन्यासी मृत झाले असतां त्यांस पुरण्याचीही वहिवाट हल्लीं आहे त्याप्रमाणें महाभारतकाळीं होती किंवा नाहीं हें सांगतां येत नाहीं.

असो, याप्रमाणें भारतीकाळाच्या आरंभापासून तों महाभारतकाळापर्यंत भारती लोकांच्या धर्मविषयक कल्पना काय काय होत्या आणि त्यांत थोडेबहुत फेरबदल कसे झाले याचें आपण विस्तारानें विवेचन केलें. आतां धर्माशीं संलग्न असलेला तत्त्वज्ञानाचा विषय आपण हातीं घेऊं आणि महाभारकाळापर्यंत निरनिराळे मोक्षमार्ग कसे प्रस्थापित झाले याचा आतां आपण विचार करूं.

प्रकरण सोळावें.

तत्त्वज्ञान.

इतर लोकांपेक्षां भारती आर्यांचा जर कांहीं विशेष असेल तर तो त्यांचें तत्त्वज्ञान होय. सर्व लोकांत भारती आर्य तत्त्वज्ञानांत अग्रणी होते आणि भारती आर्यांच्या सर्व तत्त्वज्ञानांत वेदान्तज्ञान अग्रणी होतें. महाभारतांत आर्यांच्या सर्व तत्त्वज्ञानाचा समावेश व उल्लेख केला आहे. महाभारताचा मोठा गुण हाच आहे कीं तत्त्वज्ञानाच्या निरनिराळ्या चर्चेनें वाचकांस मनोरंजन व ज्ञान यांचा तें फायदा करून देतें. ही चर्चा या प्रचंड ग्रंथभर पसरलेली आहे. या तत्त्वज्ञानविषयक आख्यानांत भगवद्गीता ही शिरोभागीं आहे हें उघड आहे. भगवद्गीतेचें प्रामाण्य उपनिषदासमान मानलें जातें. अनुगीता, शांन्तिपर्वांतील मोक्षधर्म, उद्योगपर्वांतील सनत्सुजातीय, वनपर्वांतील धर्मव्याधसंवाद आणि याच प्रकारचे दुसरे लहान लहान संवाद व आख्यानें मिळून एक भारतीय तत्त्वज्ञानाचा प्राचीन काळचा अतिशय महत्त्वाचा ग्रंथ-समुदायच बनतो. रामायणांत तत्त्वज्ञानविषयक चर्चा फारच थोडी आहे. अर्थात् उपनिषदानंतर सर्वांत प्राचीन तत्त्वज्ञानाचा ग्रंथ म्हटला तर महाभारतच होय. निरनिराळ्या षड्शास्त्रांचीं सूत्रें हल्लीं उपलब्ध असलेलीं महाभारतानंतरचीं आहेत. महाभारताच्या काळापर्यंत या निरनिराळ्या तत्त्वज्ञानांचे विचार प्राचीनकाळापासून कसे वाढत गेले हें ऐतिहासिकरीत्या पाहण्याचें साधन महाभारतच आहे. जैन व बौद्ध या शासनांचा विचार महाभारतांत प्रत्यक्ष आलेला नाहीं. तथापि अप्रत्यक्ष रीतीनें त्यांच्याही मतांचा विचार महाभारतांत दृष्टीस पडतो. या महाभारतांतील निरनिराळ्या तत्त्वज्ञानविषयक आख्यानांवरून तत्त्वज्ञानाची प्रगति महाभारतकाळापर्यंत कशी झाली याचा आपण येथें विचार करूं.

तत्त्वज्ञानाचे विचार हिंदुस्थानांत फार प्राचीन काळापासून होत असून त्यांची चर्चा ऋग्वेदांतही आहे ही गोष्ट सर्वविश्रुत आहे. मनुष्यप्राणी जगताच्या गूढाचा विचार करूं लागला असतां ज्या अतिशय बुद्धिमत्तेच्या भराऱ्या मनुष्याचें मन मारूं शकतें व निरनिराळे सिद्धांत बुद्धिबलानें बांधूं शकतें ते अनेक सिद्धान्त ऋग्वेदाच्या कित्येक सूक्तांत आपल्या दृष्टीस पडतात. वेदाचे शेवटचे भाग उपनिषदें, यांत तर मनुष्य व सृष्टि यांच्या संबंधाचा जो अत्यंत परिणत सिद्धांत वेदान्ततत्त्वज्ञान या नांवानें हिंदुस्थानांत प्रस्थापित झाला, त्याचे मूलभूत सिद्धान्त वक्तृत्वपूर्ण वाणीनें विवेचित केले आहेत. या वेदमतानें मान्य झालेल्या तत्त्वज्ञानसिद्धान्तांबरोबरच दुसरेही वेदबाह्य सिद्धांत हिंदुस्थानांत प्रचलित असले पाहिजेत. कारण, एकदां तत्त्वज्ञानाचा विचार मनुष्याचें मन शोधपूर्वक करूं लागलें म्हणजे त्याची मजल शेवटपर्यंत म्हणजे ईश्वर नाहीं असें म्हणण्यापर्यंत सुद्धां पोंचलीच पाहिजे. अशाप्रकारचे विचार उपनिषत्कालीं प्रचलित होते किंवा नाहीं हें निश्चयानें सांगतां येत नाहीं. या मतांचे मुख्य प्रवर्तक कपिल व चार्वाक होते, त्यांचें नांव उपनिषदांत म्हणजे प्राचीन दहा उपनिषदांत मुळींच आलेलें नाहीं. तथापि हे वेदबाह्य तत्त्वज्ञानाचे सिद्धांत फार प्राचीन असले पाहिजेत. कारण, महाभारतांत त्यांचा उल्लेख फार प्राचीन काळचा असा येतो. कपिल हा एक

प्राचीन ऋषि होता असें महाभारतांत वर्णन केलेलें आढळतें व चार्वाक हा एक ब्राह्मण दुर्योधनाचा सखा होता असें वर्णन केलेलें आढळतें. त्यानें राज्यारोहणप्रसंगीं युधिष्ठिराची निंदा केली म्हणून इतर ब्राह्मणांनीं त्यास नुसत्या हुंकारानें दग्ध करून टाकलें या वर्णनावरून चार्वाकाचें मत फार प्राचीन काळचें असून वेदबाह्य मानलें जात होतें असें दिसतें.

पंचमहाभूतें.

असो. तर याप्रमाणें भारती काळाच्या प्रारंभीं तीन तत्त्वज्ञानें म्हणजे निरानिराळ्या रीतीनें जगताच्या गूढाचें उद्घाटन करणारे सिद्धान्त प्रचलित होते. वेदान्तमत आणि कपिल व चार्वाक यांचीं मतेंही मूळचीं म्हणजे प्रारंभींचीं तत्त्वज्ञानें होतीं. या तत्त्वज्ञानांचा कांहीं भाग समान असला पाहिजे हें साहजिक आहे. कांहीं कल्पना व कांहीं गोष्टी सर्व तत्त्वज्ञानांच्या मुळाशीं एकच असल्या पाहिजेत. पंचेन्द्रियें व पंचमहाभूतें ह्या कल्पना हिंदुस्थानांत ज्या वेळेस तत्त्वज्ञानाचा विचार होऊं लागला त्या वेळेस सहजच निश्चित झाल्या पाहिजेत. पंचेन्द्रियें व पंचमहाभूतें हीं भारती तत्त्वज्ञानांचीं धुळाक्षरेंच आहेत, असें म्हटलें असतां चालेल. येथें ही गोष्ट सांगितली पाहिजे कीं भारती आर्य महाभूतें पांच मानतात; परंतु पाश्चिमेकडील तत्त्वज्ञानाचा विचार करणारे त्यांचेच बंधु ग्रीक लोक हे चार महाभूतें मानतात. एका जर्मन ग्रंथकारानें म्हटलें आहे, " या सृष्टींतील सर्व वस्तु ज्या चार भूतांपासून उत्पन्न झाल्या आहेत त्या महाभूतांचा इतिहास फार जुना आहे. आरिस्टॉटलनें सृष्टीच्या रचनेचा विचार करतांना हींच चार महाभूतें मानलीं आणि आरिस्टॉटलच्या नांवाचा त्यांस जो एकदां आधार मिळाला यामुळें त्यांच्या विषयीं आजपर्यंत कोणीही संशय घेतला नाहीं. आज कित्येक शेंकडों वर्षें तीं अबाधित चालू आहेत. " आधुनिक पाश्चात्य तत्त्वज्ञानांतून चार मूलभूत महाभूतांचा सिद्धांत उडाला आहे ही गोष्ट येथें सांगावयास पाहिजे असें नाहीं व यासच अनुलक्षून वरील जर्मन पंडिताचें म्हणणें आहे. हल्लींच्या काळीं अनेक तत्त्वें स्थापित झालेलीं आहेत व तींही कायमचीं नसून त्यांचा समावेश एकांतच पुढें होईल असा रंगही यापुढें दिसत आहे. असो. जगताचा विचार करूं लागलें म्हणजे सूक्ष्म रीतीनें निरीक्षण करणारास चार मूलभूतें दिसलींच पाहिजेत. जगांतील पदार्थ तीन प्रकारचे आपल्या नजरेस येतात. पृथ्वीसारखे घट्ट, पाण्यासारखे पातळ आणि वायूसारखे अदृश्य. यांशिवाय चौथा पदार्थ अग्नि हाही मनुष्याच्या कल्पनेंत ताबडतोब येणारा आहे. कारण ज्वलनाची क्रिया ही कशी होते याचा उलगडा करण्यासाठीं अग्नि हें एक निराळें तत्त्व मानावें लागतें. तात्पर्य, पृथ्वी, जल, वायु आणि अग्नि हीं दृश्य किंवा जड सृष्टीचीं चार मूलभूत तत्त्वें कोणाही विचार करणाऱ्या मनुष्यास सुचण्यासारखीं आहेत आणि त्याप्रमाणें पाश्चात्य तत्त्ववेत्त्यांनीं चारच महातत्त्वें मानलीं. भारती आर्यांनीं पांचवें महातत्त्व आकाश हें कसें मानलें हें एक आश्चर्य आहे. किंबहुना प्राचीन भारती आर्यांनीं केवळ आपल्या बुद्धिमत्तेनें आकाशतत्त्व शोधून काढलें ही एक खरोखरच आश्चर्याची गोष्ट होय. कारण अलीकडील मोठेमोठे रसायनशास्त्रवेत्तेही पाश्चात्यांनीं शोधून काढलेल्या अनेक मूलतत्त्वांचा लय एका आकाशतत्त्वांतच अथवा ईथर नांवाच्या तत्त्वांत होतो असें मानूं लागले आहेत.

ज्या रीतीनें व कारणानें हल्लीं पाश्चात्य तत्त्ववेत्ते एक तत्त्व मानूं लागले आहेत त्या रीतीनें विचार करूं लागल्यामुळेंच भारती आर्यांनीं हें पांचवें आकाशतत्त्व मानलें असावें असें बहुधा संभवनीय आहे. सर्व सृष्टि एका ईश्वरापासून उत्क्रांतीच्या रीतीनें उत्पन्न झाली असा अर्वाचीन तत्त्ववेत्यांचा सिद्धांत फार प्राचीनकाळीं भारती आर्यांनीं शोधून काढला होता. ही गोष्ट प्रत्यक्ष अनुभवाचीही आहे कीं घट्ट पदार्थ उष्णतेनें पातळ होतात व पातळ पदार्थ आणखी उष्णतेनें वायुरूप होतात अर्थात् पृथ्वी हें तत्त्व जलरूप होतें आणि जल वायुरूप होतें. तेव्हां वायु हाही दुसऱ्या कोणत्या तरी मूलतत्त्वापासून निघाला पाहिजे. हिंदुस्थानांतील वेदांततत्त्वज्ञानी केवळ आपल्या बुद्धिमत्तेच्या वैभवानें, ज्या ठिकाणीं हल्लींचे पाश्चात्य रसायनतत्त्ववेत्ते पोचत आहेत त्याच ठिकाणीं पूर्वींच पोचले आणि त्यांनीं सर्व सृष्टि एकाच मूलतत्त्वापासून म्हणजे आकाशापासून उत्पन्न झाली असा सिद्धांत बांधला; व शेवटीं हेंही आकाशतत्त्व परब्रह्मापासून निघालें असें त्यांनीं प्रतिपादन केलें. उपनिषदामध्यें असें स्पष्ट सांगितलें आहे कीं, परमात्म्यापासून आकाश निघालें; आकाशापासून वायु, वायूपासून अग्नि व अग्नीपासून जल आणि जलपासुन पृथ्वी उत्पन्न झाली. या तत्त्वांचा याच्या उलट क्रमानें लय होईल असेंही त्यांचें मत आहे. सारांश, उत्क्रांतिवाद व प्रत्याहारवाद हजारों वर्षांपूर्वी भारती आर्यांनीं शोधून काढला होता व हाच सिद्धान्त महाभारतांत जागजागीं प्रतिपादित केलेला आहे.

पांच इंद्रियें हीं प्रत्येक मनुष्याच्या कल्पनेंत आरूढ होणारीं आहेत. या पांच इंद्रियांवरून ही पांच महाभूतांची कल्पना उत्पन्न होणें साहजिक आहे. कारण प्रत्येक महाभूतांत एकेक गुण असा आहे कीं, प्रत्येक निरनिराळें इंद्रिय त्या गुणावर परिणाम करतें. अर्थात् पांच इंद्रियांना अनुसरून पांच तत्त्वें असावीं हें अनुमान निघतें. श्रोत्र, त्वचा, नेत्र, जिव्हा आणि नासिका अशीं हीं मनुष्याच्या देहांत पांच इंद्रियें आहेत व त्यांचे शब्द, स्पर्श, रूप, रस आणि गंध असे पांच गुणही आहेत. या गुणांस अनुलक्षून प्रत्येक तत्त्वांत धर्म आहे. पृथ्वीचा धर्म गंध; जलाचा धर्म रस, तो जिव्हेनें चाखतां येतो; अग्नीचा धर्म--रूप तो दृष्टीनें दिसतो; आणि वायूचा धर्म स्पर्श तो त्वचेनें ग्रहण होतो. आतां शब्द किंवा श्रोत्रानें घेतला जाणारा विशिष्ट धर्म असलेलें पांचवें तत्त्व असलें पाहिजे असा सिद्धांत होणें साहजिक आहे; व हें तत्त्व आकाश आहे असें त्यांनीं ठरविलें. पांच तत्त्वें, पांच इंद्रियें व पांच गुण अशी ही परंपरा बराबर लागली पण त्यांतही भारतीआर्यांनीं असा विशेष पाहिला कीं, निरनिराळ्या तत्त्वांत एकापेक्षां अधिक गुण वाढत्या प्रमाणानें आहेत. म्हणजे पृथ्वीतत्त्वांत पांची गुण आहेत. पृथ्वींतून शब्द ऐकूं येतो असा अनुभव आहे. पृथ्वीला स्पर्शही आहे, रूपही आहे आणि रसही आहे. यावरून त्यांनीं असा सिद्धान्त बांधला कीं, ज्या तत्त्वापासून दुसरें तत्त्व निघालें त्या तत्त्वाचे गुण दुसऱ्या तत्त्वांत असून त्याशिवाय त्या तत्त्वाचा स्वतंत्र गुण अधिक असतो. आकाश, वायु, अग्नि, जल आणि पृथ्वी या चढत्या तत्त्वांस शब्द, स्पर्श, रूप, रस, गंध असे विशिष्ट गुण असून प्रत्येक तत्त्वास मागच्या तत्त्वाचे गुण असतात. अर्थात् पृथ्वीस पांच गुण, जलास चार, अग्नीस तीन, वायूस दोन आणि आकाशास एक असा सिद्धांत ठरतो. हा सिद्धांत भारती सर्व

तत्त्वज्ञानांस मान्य आहे. किंबहुना हा त्यांचा पायाच आहे. महाभारतांत कोणत्याही तत्त्वज्ञानाचा विचार सुरू झाला म्हणजे पंचमहाभूतें, पंचेंद्रियें, व चढत्या प्रमाणानें पंच गुण यांचें विवेचन आलेंच पाहिजे. चार्वाकाच्या नास्तिक सिद्धांताला मात्र हा सिद्धांत मान्य नाहीं. चार्वाक केवळ प्रत्यक्षप्रमाणवादी असल्यानें त्यांनीं चारच तत्त्वें मान्य केलीं आहेत. ग्रीक लोकांप्रमाणें ते पृथ्वी, जल, अग्नि व वायु हीं चारच तत्त्वें मानतात. ते या तत्त्वांस स्वतंत्रही मानतात. ते परमेश्वर नाहीं असेंही मानतात. आणि परमेश्वरानें जर सृष्टि उत्पन्न केलेली नाहीं तर हीं चार भूतें एकमेकांपासून उत्पन्न झालीं हेंही त्यांस मानण्याचें कारण नाहीं. तात्पर्य, चार्वाकमतास किंवा नास्तिक मतास तत्त्वज्ञान कां म्हणावें हेंच कळत नाहीं; कारण सामान्यतः बुद्धीस व इंद्रियांस जें कळतें किंवा अनुभवास येतें त्याच्या पलीकडे कांहीं नाहीं असा या लोकांचा समज असतो. तेव्हां त्यांच्या मतास तत्त्वज्ञान तरी कां म्हणावें हें समजत नाहीं. हें मत अर्थातच फार जुनें इतकेंच नव्हे तर नेहमीं अस्तित्वांत राहणारें असलें पाहिजे आणि म्हणूनच याचा निषेध भगवद्गीतेनें "अपरस्परसंभूतं किमन्यत्कामहैतुकम्।" इत्यादि वचनांनीं केलेला आहे.

जीवकल्पना.

एकंदर जडसृष्टीचें पृथक्करण कायम करून पंचमहाभूतें व त्यांचे निरनिराळे पांच गुण यांची कल्पना सहज व सोपी आहे आणि तत्त्वज्ञानाच्या विचाराची ती पहिली पायरी आहे. किंबहुना पाश्चात्य किंवा प्राच्य तत्त्वज्ञानांचा मतभेद या विषयावर फारसा नाहीं. परंतु याच्या पुढची पायरी कठिण आहे. पंचमहाभूतांखेरीज व पंचेंद्रियांखेरीज या जगतांत कांहीं आहे कीं नाहीं? इच्छा, बुद्धि, अहंपणा इत्यादि गोष्टी जड आहेत किंवा जडाहून भिन्न आहेत? जडाहून निराळा कोणी पदार्थ आहे किंवा नाहीं हा प्रश्न फार कठिण आहे आणि या प्रश्नासंबंधानें सर्व काळीं व सर्व लोकांत मतभेद आहे. जडाहून जीव किंवा आत्मा निराळा आहे अशी कल्पना प्रथम झणें साहजिक आहे. अतिशय रानटी लोकांतही ही कल्पना दिसून येते. परंतु जीव किंवा आत्मा नाहीं असें म्हणण्याचें धाडस कित्येकांनीं केलेलें आहे. तत्त्वविचाराच्या बाबतींत दुसरा विचार हाच आहे आणि नास्तिक लोकांनीं असें ठरविलें आहे कीं जगतांतलि चेतन अनुभव हा निराळ्या जीवाचा परिणाम नसून ज्या प्रकारानें पंचमहाभूतें शरीरांत एकवटलीं आहेत त्याप्रकाराचा हा एक विशिष्ट गुण आहे. नास्तिकांचे या बाबतींत जे तर्क आहेत ते कसे आहेत हें शांतिपर्व अध्याय २१८ यांत पंचशिख व जनक यांजमधील संवादांत स्पष्टपणें मांडले आहेत. नास्तिकांचे प्राचीन ग्रंथ कोणतेच हल्लीं उपलब्ध नाहींत. पूर्वी म्हटल्याप्रमाणें नास्तिक किंवा सांख्य किंवा योग वगैरे तत्त्वज्ञानांचा सर्वांत प्राचीन ग्रंथ हल्लीं उपलब्ध असलेला महाभारतच होय. यामुळें कोठें कोठें श्लोकांचा अर्थ समजण्यास कठीण पडतें. वरील अध्यायांत खालील श्लोक आहेत.

नान्यो जीवः शरीरस्य नास्तिकानां मते स्थितः।
रेतो वटकणीकायां घृतपाकाधिवासनम् ॥
जातिः स्मृतिरयस्कान्तः सूर्यकान्ताम्बुभक्षणम्।
प्रेत्यभूतात्ययश्चैव देवताद्युपयाचनम् ॥
मृते कर्मनिवृत्तिश्च प्रमाणामिति निश्चयः।
अमूर्तस्यहि मूर्तेन सामान्यं नोपपद्यते ॥

या श्लोकांत नास्तिकांचें मतप्रदर्शन असून त्याचें मतखंडनही आहे. नास्तिक म्हणतात

" जसें वटाच्या लहान बीजामध्यें मोठा वटवृक्ष निर्माण करण्याचें सामर्थ्य आहे त्याचप्रमाणें रेतामध्यें पुरुष निर्माण करण्याचें सामर्थ्य आहे. किंवा गवतामध्यें गाईनें खाल्लें असतां त्यापासून तूप उत्पन्न होतें किंवा निरनिराळ्या प्रमाणानें कांहीं पदार्थ एकत्र केले असतां त्यापासून अधिवासन म्हणजे सुवास किंवा मादकपणा उत्पन्न होतो, त्याप्रमाणें चार तत्त्वें एके ठिकाणीं झालीं असतां त्यापासून मन, बुद्धि, अहंकार इत्यादि प्रकार दिसून येतात. अथवा अयस्कान्त म्हणजे लोहचुंबक लोखंडास ओढून घेतो किंवा सूर्यकान्त मणि उष्णता उत्पन्न करतो त्याचप्रमाणें चार महाभूतांच्या संयोगांत विशिष्ट शक्ति उत्पन्न होते." (नास्तिकांच्या मतानें पंचमहाभूतें नसून चारच आहेत ही गोष्ट येथें चारांचा उल्लेख केला आहे त्यावरून दिसते.) याजवर पंचशिखानें असा जबाब दिला आहे कीं, "महाभूतांहून कोणता तरी एक निराळा पदार्थ देहांत आहे ही गोष्ट, ज्या अर्थीं मनुष्य मेल्यावर कोणत्याही प्रकारचें कर्म नाहींसें होतें त्या अर्थीं निश्चयानें सिद्ध होते. कारण, प्राणी मेला असतां पंचमहाभूतें पूर्वींप्रमाणेंच शरीरांत शिल्लक असतात मग श्वासोच्छ्वासादि हालचाल कां बंद होते ? ऐच्छिक व्यापार कां बंद होतात ? तेव्हां देहांहून चैतन्य कांहीं तरी निराळें असलें पाहिजे. तसेंच हें चैतन्य अचेतन जडापासून उत्पन्न होऊं शकत नाहीं. कारण, कारणांचा स्वभाव जड आहे तेव्हां कार्यांतही तसाच जडपणा आलाच पाहिजे. अमूर्त आणि मूर्त यांचें सामान्य होऊं शकत नाहीं " निराळ्या शब्दांत सांगावयाचें तर १० जड वस्तु किंवा हजार जड वस्तु एकत्र केल्या तर जडच वस्तु निर्माण होईल. चेतन वस्तु निर्माण होणार नाहीं हें उघड आहे.

जे तत्त्वज्ञानी शरीरापासून निराळें चैतन्य मानतात त्यांची तर्कपरंपरा नेहमींच अशी असते. ग्रीक देशांतील तत्त्ववेत्ता प्लोटीनस् हा नूतन-प्लेटो-मतवादी असून शरीरापासून आत्मा भिन्न आहे, शरीराचा समवाय किंवा कार्य अथवा व्यापार नाहीं, असें सिद्ध करतांना म्हणतो—" चार महाभूतें एकत्र केल्यानें जीव उत्पन्न होणार नाहीं. कारण, कोणत्याही एका जड पदार्थांत जीव नाहीं. तेव्हां अशा पदार्थांचे कितीही समूह एकत्र केले तरी त्यांपासून जीव उत्पन्न होणार नाहीं. तसेंच जे बुद्धिरहित आहेत त्यांपासून बुद्धि उत्पन्न होणार नाहीं. तेव्हां जीवाचा उत्पन्न करणारा कोणी तरी जड वस्तूच्या बाहेरचा आणि वरचा असला पाहिजे. किंबहुना चैतन्याची शक्ति नसेल तर देह ही वस्तूच उत्पन्न होणार नाहीं." शरीरापासून आत्मा भिन्न आहे हें भारतीय आर्य तत्त्ववेत्यांचें मत पश्चिमेकडे ग्रीक लोकांपर्यंत जाऊन पोंचलें होतें. तथापि ग्रीक लोकांतही आत्मा नाहीं असें म्हणणारे लोक होते. असे लोक हिंदुस्थानांत ऋग्वेदकाळापासून आहेत व भारतीय तत्त्ववेत्यांनीं त्यांस नास्तिक म्हणून त्यांचा निषेध केलेला आहे.

जीव अथवा आत्मा अमर आहे.

असो. भारती आर्यांच्या तत्त्वज्ञान्यांनीं आत्मा निराळा आहे हा सिद्धांत ठरविल्यावर पुढील प्रश्नाचा विचार त्यांस करणें भाग पडलें तो असा. शरीराप्रमाणें आत्मा नश्वर आहे किंवा अमर आहे ? आत्मा शरीराबरोबरच मरतो असें कित्येक तत्त्वज्ञान्यांचें मत पडणें साहजिक आहे. तथापि आत्मा अमर आहे हा अत्यंत उदात्त सिद्धांत भारती तत्त्वज्ञानांत लवकरच प्रस्थापित झाला. भगवद्गीतेंत प्रारंभींच आत्मा अमर आहे हें तत्त्व मोठ्या

वक्तृत्वपूर्ण रीतीनें प्रतिपादन केलेलें आहे. या प्रतिपादनांतही अन्य मतांचा अनुवाद थोडासा केलेला आहे. 'अथ चैनं नित्यजातं नित्यं वा मन्यसे मृतम् ।' या श्लोकांत आत्मा नेहमीं मरतो व उत्पन्न होतो असें तुझें मत असेल असें म्हटलें आहे, तथापि एकंदर सर्व सिद्धांत 'वासांसि जीर्णानि यथा विहाय' वगैरे श्लोकांत किंवा 'न जायते म्रियते वा कदाचित्—' या श्लोकांत वर्णन केल्याप्रमाणें आत्मा अमर आहे असाच मान्य केला गेला आहे. उपनिषदांमध्यें आत्म्याच्या अमृतत्वाबद्दल फारच उदात्त वर्णनें ठिकठिकाणीं दिलेलीं आहेत. महाभारतांतही अशींच वर्णनें प्रत्येक तत्त्वविषयक उपाख्यानांत आलीं आहेत. वास्तविक पाहिलें तर आत्म्याचें अमरत्व सिद्ध करण्यास फार दूर जावयास नको. ज्या तर्कावरून शरीराहून आत्म्याचें भिन्नत्व आपल्या दृष्टोत्पत्तीस येतें त्याच तर्कावरून आत्मा अमर आहे ही गोष्ट निष्पन्न होते. कारण, मनुष्य मेल्यावर देहांत चलनवलन राहत नाहीं, याजवरून देहाव्यतिरिक्त चैतन्य असून तें शरीरांतून बाहेर गेलें असें आपण मानतों. अर्थात् मनुष्याच्या मरणाबरोबर आत्मा मरत नाहीं ही गोष्ट निश्चयानें ठरते. तो देह सोडून कोठें तरी अन्यत्र जातो असेंच मानावें लागतें. याशिवाय जर जड सृष्टि व जड पदार्थ अर्थात् पंचमहाभूतें, यांचा आत्यंतिक नाश होत नाहीं हें आपण पाहतों तर चैतन्य अथवा आत्मा याचा तरी नाश कां व्हावा ? तथापि उपनिषद्कालीं या प्रश्नासंबंधानें मोठी भवति न भवति झाली असावी. कठोपनिषदामध्यें नचिकेत यमाच्या घरीं गेला असतां त्यानें प्रथम यमास प्रश्न केला तो हाच. 'येयं प्रेते विचिकित्सा मनुष्येस्तीत्येके नायमस्तीति चान्ये' म्हणजे मनुष्य मेला असतांना हा आत्मा असतो असें कांहीं म्हणतात व नसतो असें कित्येक म्हणतात, तेव्हां यांतलें खरें काय असा प्रश्न केला आहे. तेव्हां यमानें कठोपनिषदांत आत्म्याचें अमरत्व प्रतिपादन केलेलें आहे. असो. नास्तिकांशिवाय भारती आर्यांतील तत्त्वज्ञान्यांनीं आत्मा आहे इतकेंच नव्हे तर तो अमर आहे असें मान्य केलेलें आहे. परंतु आत्मा हा काय पदार्थ आहे याजविषयीं निरनिराळ्या तत्त्वज्ञान्यांमध्यें मतभेद उत्पन्न होऊन निरनिराळे सिद्धांत स्थापित झाले आणि यामुळेंच सांख्य, योग, बौद्ध, जैन, वेदान्त वगैरे मतें उत्पन्न होऊन भारतीकाळांत त्यांचा वादविवाद, विरोध, भांडणें व एकमेकांस खोडून टाकण्याचे प्रयत्न चालू झाले. पूर्वी सांगितल्याप्रमाणें हा विरोध काढून टाकून व हीं भांडणें मिटवून त्यांचा एके ठिकाणीं मेळ घालणें हें महाभारतानें प्राचीनकाळीं मोठें काम केलें.

आत्मा एक कीं अनेक.

सर्वांत जुनें मत कपिलऋषींचें असें होतें कीं पुरुष व प्रकृति ह्या दोन वस्तु अर्थात् चेतन आत्मा व जड पंचमहाभूतें अगर देह, अशा दोन वस्तु आहेत. पुरुष हा स्वतंत्र अवर्णनीय, अक्रिय असून तो प्रकृतीकडे नुसता पहात असतो व त्याच्या पाहण्यानें प्रकृतींत सर्व क्रिया व विकार तसेंच भावना व विचार उत्पन्न होतात. प्रकृति ही जरी जात्या जड आहे तरी ज्याप्रमाणें लोहचुंबक जवळ आला असतांना लोखंड हलूं लागतें त्याप्रमाणें पुरुषाच्या सान्निध्यानें प्रकृति हालचाल करूं लागते व तिच्या ठिकाणीं भावना व विचार उत्पन्न होतात. गौतम व कणाद हे हिंदुस्थानांतील परमाणुवादाचे मुख्य स्थापनकर्ते असून त्यांचेही सिद्धांत महाभारतकाळीं प्रचलित झाले

होते. त्यांच्या मताप्रमाणें जीवात्मा हा देहापासून भिन्न असून अणुपरिमाण आहे. हे जीवात्मे असंख्य असून अमर आहेत, प्रत्येक जीवात्मा भिन्न आहे आणि एका शरीरांतून दुसऱ्या शरिरामध्यें जाणारा आहे. अर्थात् जीवाला संसारित्व आहे. ज्याप्रमाणें आपल्या देशांत गौतम आणि कणाद हे परमाणुवादी आहेत त्याचप्रमाणें ग्रीस देशांतील तत्त्ववेत्ते ल्यूसिपस् आणि डिमॉक्रिटस् हेही अणुवादी होते व त्यांचेंही मत असेंच होतें कीं ज्याप्रमाणें जड सृष्टीचे असंख्य परमाणु आहेत त्याचप्रमाणें आत्म्याचेही असंख्य परमाणु भिन्न भिन्न असून ते शरिरांत शिरतात व शरिरांतून बाहेर पडतात. बौद्धमताप्रमाणें आत्मा हा कित्येक वस्तूंचा संघात आहे आणि हा संघात एका देहांतून दुसऱ्या देहांत भ्रमण करीत जातो. कपिल, गौतम, बुद्ध, कणाद अशा प्रकारची परंपरा ऐतिहासिक रीत्या तत्त्वज्ञान्यांची लागते आणि याप्रमाणें त्यांनीं आपापले सिद्धांत या क्रमानें प्रतिपादन केले; परंतु त्यांचे मूळ ग्रंथ उपलब्ध नाहींत व महाभारतांत कपिलाशिवाय इतरांचें नांवही आलेलें नाहीं. तथापि त्यांचीं मतें काय होतीं हें महाभारतावरून दृष्टीस पडतें व सनातनधर्माचे तत्त्वज्ञानाचे सिद्धांत काय होते हें त्यांच्या तुलनेनें सांगितलेलें आढळतें. एकंदर आस्तिकवादी तत्त्वज्ञान्यांचें मत असें आहे कीं, प्रत्येक शरीरांत आत्मा भिन्न नसून सर्व ठिकाणीं एकच आत्मा व्यापकरूपानें भरलेला आहे; यामुळें कणाद, गौतम किंवा बुद्ध यांचीं मतें नास्तिक मतासारखीं त्याज्य मानलेलीं आहेत. वरील जनक-पंचशिखसंवादांत बौद्ध मताचें प्रत्यक्ष नव्हे तरी अप्रत्यक्ष रीतीनें खंडण केलेलें दिसतें. “ कांहीं लोक असें मानतात कीं आत्मा म्हणजे अविद्या, संस्कार, विज्ञान, नाम, रूप, षडायतन, (देह) स्पर्श, वेदना, तृष्णा, उपादान, भव, जाति, जरा, मरण, शोक, परिदेवना, दुःख, दौर्मनस्य ह्या अठरा पदार्थांचा संघात आहे व तोच संघात पुन्हां पुन्हां पुनर्जन्म घेत असतो. परंतु ही कल्पना चुकीची आहे. कारण, अविद्या हें क्षेत्र असून पूर्वीं केलेलें कर्म पुन्हां त्यांत पेरण्याचें बीज आहे, इत्यादि बुद्धांच्या मताचें खंडन या ठिकाणीं केलेलें आहे. परंतु हें सर्व येथें देण्याची आवश्यकता नाहीं. बौद्धांचें मत यावेळींही पूर्णपणें कायम झालें नव्हतें आणि महाभारतानंतर बौद्ध मताचें खंडन बादरायणाच्या वेदान्तसूत्रांत पूर्णपणें केलेलें आहे. असो. आस्तिकमताचें मुख्य स्वरूप परमेश्वराची कल्पना किंवा परमात्म्याची कल्पना हें होय व त्या कल्पनेप्रमाणें त्यांच्या जीवात्म्याच्या कल्पनेस निराळें स्वरूप प्राप्त झालें हें उघड आहे. बौद्ध व सांख्य यांतही परमात्म्याबद्दल विचार केलेला दिसत नाहीं आणि यामुळेंच त्यांस नास्तिकपणाचें स्वरूप मुख्यतः आलें आहे.

प्रमाणस्वरूप.

येथें प्रमाण म्हणजे काय याविषयीं थोडेंसें विवेचन करणें जरूर आहे. नास्तिक मतांना वेदांचें प्रमाण मान्य नाहीं हा त्यांचा आस्तिक मताहून पहिला मोठा फरक आहे. वेदांचें प्रामाण्य न मानल्यामुळेंच या मतांस विशेषतः निंद्यत्व आलेलें आहे. प्राचीनकाळींच वेदांचें प्रामाण्य भारतीय आर्यांत कबूल झालेलें होतें. तत्त्वज्ञानाच्या विचारांत उपनिषदाला प्रामाण्य आलें होतें आणि कर्माच्या विषयांत वेदाला प्रामाण्य आलेलें होतें. स्वतंत्र विचार करणारे बुद्धिमान् लोक, वेद प्रमाण कां मानावे याबद्दल वाद उपस्थित करीत होते. महाभारतांत याजविषयीं विचार असून वेदांस प्रमाणांमध्यें

अग्रस्थान दिलेलें आहे. वेद खोटें कां सांगेल असें अनुशासनपर्व अ० १२० यांत व्यास विचारतात. कांहीं कांहीं ठिकाणीं वेदाविषयीं संशय प्रदर्शित केलेला आढळतो.

तर्कोऽप्रतिष्ठः श्रुतयश्च भिन्नाः नैकोमुनिर्यस्यमतं प्रमाणम् । धर्मस्य तत्त्वं निहितं गुहायां महाजनो येन गतः स पन्थाः ॥

हा श्लोक महाभारतांत आहे (वनपर्व अध्याय ३१३) तथापि एकंदर रीतीनें विचार करतां वेदांचें प्रमाण महाभारतकाळीं पूर्ण मानलें गेलें होतें. वेदाबरोबर पुराण इतिहास हेही प्रमाणभूत मानले जात असत असें दिसतें. (शांति० अ० ३४३) कित्येक ठिकाणीं वेदाशिवाय आगम यांनाही प्रमाण मानलें गेलेलें आहे. तथापि महाभारताला शब्दप्रमाण म्हणजे वेदप्रामाण्य हें मुख्य आहे असें दिसतें. दुसरें प्रमाण, अनुमान असें सांगितलें आहे. ‘ अनुमानाद्विजानीमः पुरुषम् ’ असें अनुगीतेंत सांगितलेलें आहे. वेदांचा आम्नाय या शब्दानें उल्लेख केलेला असून आम्नायाचा अर्थ अनुमानानें लावावयाचा आहे ही गोष्ट मान्य केलेली दिसते. अर्थात् अनुमान आणि आम्नाय हे प्रमाणाचे मुख्य दोन संघ आहेत. (शां० प० अध्याय २०९) याशिवाय तिसरें प्रमाण म्हटलें म्हणजे प्रत्यक्ष हेंच मानलें गेलेलें आहे. प्रत्यक्षतः साधयामः । असेंही अनुस्मृति यांत सांगितलेलें आहे. प्रत्यक्ष प्रमाणाचें महत्त्व दोन्ही प्रमाणें ज्या वेळेस नाहींत त्या वेळेस साहजिकच मानलें गेलें पाहिजे हें उघड आहे. या तीन प्रमाणांशिवाय चवथें प्रमाण उपमानाचेंही महाभारतांत एके ठिकाणीं आलेलें आहे. वनपर्वांत द्रौपदीच्या भाषणानंतर युधिष्ठिरानें आर्ष प्रमाण व प्रत्यक्ष प्रमाण यांशिवाय तुझा जन्म हें एक उपमानाचें प्रमाण आहे असें वनपर्व अध्याय ३१ यांत म्हटलें आहे. तथापि एकंदरीनें वेद, अनुमान आणि प्रत्यक्ष याच प्रमाणांवर विशेष जोर आहे. शिवाय, हेंही सांगितलें पाहिजे कीं वेदांच्या प्रामाण्यावर जरी महाभारताचा भर आहे तथापि अनुमान या प्रमाणास दडपून टाकण्याचा महाभारताचा कटाक्ष कधींही नसतो. एकंदर भारती आर्यांच्या तत्त्वज्ञानाचा ओघ शब्दप्रमाणावर कधींही अडखळलेला नाहीं. अर्थात् वादी प्रतिवादी या दोघांना अनुमान व प्रत्यक्ष हींच दोन प्रमाणें मुख्य असत.

परमेश्वर.

असो. अनुमानावरून व प्रत्यक्ष प्रमाणावरून शरीराहून भिन्न आत्मा आहे असें सिद्ध झाल्यावर हा आत्मा कसा आहे याचा विचार करतांना आत्म्याचें अमरत्व दृष्टोत्पत्तीस येतें. आतां जड व चेतन यांहून तिसरा कोणी तरी या दोघांस उत्पन्न करणारा परमात्मा अथवा परमेश्वर आहे किंवा नाहीं हा प्रश्न येथें साहजिक उत्पन्न होतो. आत्म्याची कल्पना जशी सर्वकाळीं सर्व देशांत उत्पन्न झालेली दिसते त्याचप्रमाणें देवाची कल्पना हीही मनुष्यप्राण्याला साहजिकच आहे व देवाच्या ठिकाणीं अनेक प्रकारचे गुण, शक्ति व ऐश्वर्य यांचीही कल्पना करणें साहजिक आहे. देव अनेक आहेत अशी कल्पना प्रारंभीं असणें साहाजिक आहे. पर्जन्य, विद्युत्, प्रभंजन, सूर्य इत्यादि नैसर्गिक शक्तींच्या ठिकाणीं देवतांची कल्पना करणें ह साधारण बुद्धिमत्तेच्या मनुष्यास सहज सुचणारें आहे. प्राचीन आर्यांच्या सर्व शाखांमध्यें अशा प्रकारच्या अनेक नैसर्गिक देवतांची कल्पना आहे. परंतु पुढें पुढें मनुष्याच्या बुद्धिमत्तेचें जसें जसें विकसन झालें त्याप्रमाणें अनेक देवतांच्या ठिकाणीं सर्व शक्ति-

मान् अशा एका देवाची कल्पना प्रस्थापित होणें अपरिहार्य आहे. पर्शियन लोकांनीं प्राचीनकाळीं एका देवाची कल्पना केली पण ग्रकि लोकांनींही ही कल्पना घेतली नाहीं याचें आश्चर्य वाटतें. सर्व देवांचा राजा असें समजून त्यांनीं ज्योव्ह देवतेस अग्रस्थान मात्र दिलें. ज्यू लोकांनींही प्राचीनकाळीं एकाच देवाची कल्पना केली. परंतु त्या देवाच्या हाताखालीं निरनिराळे देवदूत मानले. असो. प्राचीनकाळीं भारती आर्यांनीं अनेक देव इंद्र, वरुण, सूर्य, सोम वगैरे मानले होते, हें खरें. पण एका देवाची कल्पना ऋग्वेदकाळींच झाली होती व इतर सर्व देव हे त्याचींच स्वरूपें आहेत असा त्यांनीं सिद्धांत प्रदर्शित केला होता. इतर देव त्याचे आंकित अशी त्यांनीं कल्पना केलेली नाहीं. भारती आर्यांच्या तत्त्वविवेचक बुद्धीची कमाल उपनिषत्कालीं झाली. एका परमेश्वराचीं इतर देवता हीं अनेक स्वरूपें आहेत या सिद्धांताच्याही पलीकडे ते गेले. परमेश्वराची कल्पना ही एक मनुष्यबुद्धीची अतिशय उच्च व उदात्त कल्पना आहे; परंतु तत्त्वविवेचक दृष्टीला देवाची कल्पना म्हणजे एक मोठा गूढ प्रश्नच आहे. कारण परमेश्वराची कल्पना सृष्टीचा उत्पन्नकर्ता आणि सृष्टीचा पालन-कर्ता अशीच होऊं शकते आणि सर्व देशांत व सर्व लोकांत ती अशीच केलेली आढळते. परंतु या कल्पनेचा मेळ तात्त्विक अनुमानाशीं घालतां येत नाहीं. या अडचणीमुळें कित्येक भारतीय तत्त्वज्ञान्यांनीं परमेश्वराची कल्पना सोडून दिली आहे म्हणजे ईश्वर नाहीं असें ते मानतात; किंवा ईश्वर आहे कीं नाहीं याविषयीं ते विचार करीत नाहींत. बुद्धानें या विषयावर प्रश्न केला असतांना शिष्यास असें उत्तर दिलें "ईश्वर आहे असें मी तुला सांगितलें आहे काय? ईश्वर नाहीं असेंही सांगितलें आहे काय? अर्थात् ईश्वराविषयीं बुद्धानें मुग्धत्व स्वीकारलें. कपिल हाही निरीश्वरवादी होता असें मानावें लागतें. त्याच्या सिद्धांतांतील पुरुष याची कल्पना जगत्सृष्टिकर्ता परमेश्वर या कल्पनेहून भिन्न आहे. प्रकृति म्हणजे जड जगत्. ही पुरुषाच्या सान्निध्यानें आपल्या स्वभावानेंच सृष्टि उत्पन्न करते असें कपिलाचें मत आहे. ईश्वरविषयक तत्त्वविचार सुरू झाला म्हणजे प्रथम शंका उपस्थित होते ती ही कीं परमेश्वरानें जड सृष्टि व चेतन आत्मा उत्पन्न केला हें संभवनीय कसें होईल? जड सृष्टि ही अविनाशी आहे, व चेतन आत्माही अविनाशी आहे. जें अविनाशी आहे तें अनुत्पन्नही असलेंच पाहिजे. ज्याचा नाश होत नाहीं, त्याची उत्पत्तिही होऊं शकणार नाहीं. तेव्हां परमेश्वरानें जड व चेतन उत्पन्न केलें हें म्हणणें संभवत नाहीं. कदाचित् उत्पन्न केलें असें मानलें तरी कशापासून उत्पन्न केलें हा प्रश्न उपस्थित होतो व शून्यापासून उत्पन्न केलें असा कित्येक जबाब देतात, पण छांदोग्य उपनिषदांत "जें कांहीं नाहीं, त्यापासून जें कांहीं आहे तें कसें उत्पन्न होऊं शकेल?" असा प्रश्न केलेला आहे. तेव्हां कांहीं तरी अव्यक्त किंवा अव्याकृत असें साधन जड चेतनामक सृष्टि उत्पन्न करण्यास असलें पाहिजे असें सिद्ध होतें. अर्थात् सृष्टीची कल्पना नाहींशी होते आणि नुसती बनविण्याची कल्पना बाकी राहते. जसा कुंभार मातीचा घट बनवितो, नवीन उत्पन्न करीत नाहीं, त्याप्रमाणें परमेश्वर अनादिकालापासून असलेलें कांहीं तरी अव्यक्त घेऊन त्याची सृष्टि बनवितो असें मानावें लागतें. म्हणजे ईश्वर आणि अव्यक्त या दोन अमूर्त वस्तु अनादिपासून आहेत असा सिद्धांत ठरतो व त्यांचा बरोबरीचा सं-

बंध येतो. अर्थात् परमेश्वराच्या कर्तुमन्यथाकर्तुं शक्तीच्या कल्पनेस बाध आला. प्लेटोनिझम् अथवा प्लेटोच्या तत्त्वज्ञानांत मूळ अडचण उत्पन्न झाली ती हीच; कारण, एक वस्तु स्थापित करणें हा सर्व तत्त्वज्ञानांचा मोठा हेतु असतो. प्लेटोच्या तत्त्वज्ञानास हें एकत्व साधतां येईना. सर्व सृष्टीचा विचार करतां व विवेक करितां दोन वस्तु बाकी राहिल्या. मॅटर म्हणजे अव्यक्त-जड आणि परमेश्वर. अव्यक्त परमेश्वराहून भिन्न असल्यानें परमेश्वराच्या कल्पनेस व शक्तीस परिमाण (भौतिक) आणि बुद्धि (आध्यात्मिक) या दोहों बाजूंनीं कमीपणा येतो. हाच दोष कपिलाच्या प्रकृति व पुरुष या दोन वस्तूंच्या सिद्धांतास लागू पडतो. सर्व तत्त्वज्ञानाचें लक्ष एकत्व साधण्याकडे असतें हें वर सांगितलेलें विधान पाश्चात्य तत्त्वज्ञान्यांसही मान्य आहे. किंबहुना हल्लींचें रसायनशास्त्र जगतांत अनेक म्हणजे सत्तरांवर मूलतत्त्वें आहेत असें न मानतां सर्व जगतांत एकच मूलतत्त्व भरलें आहे असें सिद्ध करूं पहात आहे. असो. औपनिषदिक आर्य ऋषींनीं या बाबतींत जी कल्पना केली आहे, ती मनुष्यकल्पनेच्या अति उच्च शिखरास जाऊन पोंचली आहे; व हीच कल्पना जगतांत अखेरीस मान्य होईल असें दिसतें. वेदांतकर्त्या ऋषींनीं असें मानलें आहे कीं, परमेश्वर सृष्टि उत्पन्न करतो ती आपल्यापासूनच उत्पन्न करतो. जसा कोळी आपल्या शरीरांतून जाळें उत्पन्न करतो त्याप्रमाणें परमेश्वर आपल्या शरीरांतूनच जगतास उत्पन्न करून तें प्रलयकालीं पुन्हा आपल्यांतच विलीन करतो. हें जगत् परमेश्वरापासूनच उत्पन्न होतें, परमेश्वराच्याच ठिकाणीं राहतें, आणि त्याच्याच ठिकाणीं लय पावतें असें उपनिषदांमध्यें व महाभारतामध्यें वारंवार सांगितलें आहे. या सिद्धांतास वेदान्तशास्त्रकर्ते अभिन्ननिमित्तोपादान सिद्धांत म्हणतात. घटाचा निमित्तकारण कुंभार आहे व उपादानकारण माती आहे या दृष्टांतानुरूप जगताचें निमित्तकारण व उपादानकारण भिन्न नसून एकच आहे असें यांतील तात्पर्य आहे. सृष्टि आणि स्रष्टा, जगत् व ईश्वर, प्रकृति आणि पुरुष हे भिन्न नसून एकच आहेत अर्थात् जगतांत द्वैत नसून अद्वैत आहे असा उपनिषदांचा परम सिद्धांत असून तोच महाभारतांत प्रतिपादन केलेला आहे. जगताची उत्क्रांति कोणत्या क्रमानें होते हें पूर्वीं सांगितलेंच आहे. शांतिपर्व अध्याय २७९ यांत देवलानें नारदास सांगितल्याप्रमाणें अक्षरापासून आकाश उत्पन्न झालें; आकाशापासून वायु, वायूपासून अग्नि, अग्नीपासून जल, जलापासून पृथ्वी, पृथ्वीपासून ओषधी, ओषधींपासून अन्न, अन्नापासून जीव, याप्रमाणें क्रमोत्पत्ति सांगितली आहे.[1] हाच क्रम उपनिष-

१ शांतिपर्व अध्याय १८३ यांतील भृगुभारद्वाजसंवादांत सृष्ट्युत्पत्तीचा क्रम निराळा सांगितला आहे. त्याबद्दल येथें दोन शब्द सांगितले पाहिजेत. हा क्रम इतर ठिकाणांहून भिन्न असला तरी ज्याप्रमाणें निरनिराळ्या उपनिषदांतील निरनिराळ्या ठिकाणचे भिन्न क्रम एकाच व्यवस्थेनें वेदांतसूत्रांत लाविले आहेत त्याप्रमाणें येथीलही निराळा क्रम पूर्वोक्त क्रमानुरूपच समजला पाहिजे. भृगु म्हणतात, "ब्रह्मदेवानें प्रथम जल उत्पन्न केलें. "आप एव ससर्जादौ" असें वचनही पुष्कळ ठिकाणीं येतें. असो. लागलीच पुढें पुन्हां भृगु म्हणतात, "प्रथम आकाश उत्पन्न केलें त्यावेळेस सूर्य वगैरे कांहीं नव्हतें. त्या शून्य आकाशांत एका अंधकारांत दुसरा अंधकार उत्पन्न व्हावा त्याप्रमाणें जल उत्पन्न झालें व त्या जलाच्या पुरांतून वायु उत्पन्न झाला. भांडें पाण्यानें भरूं लागलें म्हणजे जसा शब्द होतो त्याप्रमाणें आकाश पाण्यानें भरूं लागलें तेव्हां वायु शब्द

दांतही सांगितला आहे. या उलट क्रमानें सर्व सृष्टीचा लय होणारा आहे. अर्थात् सर्व जगतांत एक तत्त्व भरलेलें आहे, सर्व जगताला परमेश्वर आंत बाहेर व्यापून आहे, हा वेदांताचा सिद्धांत महाभारतांत मान्य असून भारती आर्यांनीं काढलेला हा सिद्धांत बहुधा यापुढें पाश्चात्य तत्त्वज्ञान्यांसही मान्य होईल असें दिसतें.

सांख्यांचीं चोवीस तत्त्वें.

कपिलाचें सांख्य मत याप्रमाणें द्वैती असून आस्तिक किंवा वैदिक मताच्या तत्त्वज्ञानास मान्य नव्हतें. तथापि एकंदर सृष्टि कोणत्या क्रमानें उत्पन्न झाली याविषयींचे सांख्य विचार इतरांस मान्य होण्यासारखे होते. किंबहुना सृष्टीच्या उत्पत्तीचा क्रम हा प्रथम सांख्यांनींच ठरविला असावा व त्या पदार्थांची संख्या त्यांनीं कायम केली असावी. यामुळेंच त्यांस सांख्य हें नांव प्राप्त झालेलें आहे. कपिलाचें सांख्य मत याप्रमाणें जरी निरीश्वरवादी होतें व द्वैतीही होतें, तथापि सांख्य मताचा आदर भारतकाळीं फारच मोठा होता. त्यांच्या मताचा उल्लेख प्रशंसापूर्वक भगवद्गीतेंत व महाभारतांत वारंवार येतो. त्यांचीं मूलतत्त्वें सिद्धांतरूपानें त्यांच्या कारिकेंत महाभारतकाळानंतर ग्रथित झालीं हें आम्हीं पूर्वीं सांगितलेंच आहे. महाभारतकाळीं व भगवद्गीतेच्या वेळींही सांख्य व योग यांचीं मतें अस्पष्ट स्थितींत किंवा अस्थिर स्थितींत होतीं. यामुळेंच सांख्य व योग या दोन्ही तत्त्वज्ञानांस रूपांतर देऊन आस्तिक मतांत त्यांचा समावेश महाभारतकारांस करतां आला. हा समावेश महाभारतकारानें कसा केला हें पाहणें मोठें मनोरंजक आहे. सांख्यांची मुख्य कामगिरी म्हणजे सृष्टींतील पंचवीस तत्त्वें कायम करण्याची होती. हीं पंचवीस तत्त्वें कोणतीं हें महाभारतांत जागजागीं वारंवार सांगितलेलें आहे, एक संवाद उदाहरणार्थ करालसंज्ञक जनकाचा व वसिष्ठाचा या विषयावर दिलेला आहे तो येथें आपण घेऊं. जनक हें नांव राजवंशाचें होतें, एकाच राजाचें नव्हतें. म्हणून जनकास कराल वगैरे भिन्न भिन्न नांवें महाभारतांत दिलेलीं आहेत. सुलभाजनकसंवादांतलि जनकाचें नांव धर्मध्वज होतें. असो; या अध्यायांत सांख्य दर्शनाचें स्पष्टीकरण केलें आहे असें स्पष्ट म्हटलें आहे. शांतिपर्व अध्याय ३०६ पासून ३०८ पर्यंत हा विषय दिलेला आहे. सांख्यांचीं २५ तत्त्वें येणेंप्रमाणें आहेत. १ प्रकृति, २ महत्, ३ अहंकार, ४-८ पंचसूक्ष्मभूतें, हीं आठ तत्त्वें मूल प्रकृति होत. यापुढें पांच स्थूलभूतें, पांच इंद्रियें पांच कर्मेंद्रियें आणि मन एकूण चोवीस तत्त्वें होतात व सर्व जगतांतील प्रत्येक पदार्थांत किंवा प्राण्यांत मग तो देव, मनुष्य किंवा पशु किंवा कीट असो, हीं चोवीस तत्त्वें असतात. पंचविसावें तत्त्व म्हणजे पुरुष अथवा आत्मा होय.

अव्यक्तमाहुः प्रकृतिं परां प्रकृतिवादिनः।
तस्मान्महत् समुत्पन्नं द्वितीयं राजसत्तम ॥

करूं लागला. हा सशब्द उत्पन्न होणारा वायुच हल्लीं आकाशामध्यें संचार करीत असतो. वायु आणि जल यांच्या घर्षणानें अग्नि उत्पन्न झाला आणि आकाशांत अंधकार नाहींसा झाला. वायूच्या साहाय्यानें हा अग्नि आकाशांत जल उडवून देतो. वायूनें घनत्व पावलेला जो अग्नीचा भाग तो पुढें पृथ्वी होऊन खालीं पडला. ही उत्पत्ति कोठून घेतली आहे हें सांगतां येत नाहीं. तथापि ही कल्पना सृष्टींतील निरानिराळ्या प्रत्यक्ष अनुभवास धरून बनविली आहे. अनेक सिद्धांतांपैकीं हा सिद्धांत आहे. पण तो अखेरीस बाजूस राहून पूर्वोक्त तैत्तरीय उपनिषदांतील सृष्ट्युत्पत्तिक्रमच सर्वमान्य झाला हें निराळें सांगणें नको.

अहंकारस्तु महतस्तृतीयमिति नः श्रुतम् ।
पञ्चभूतान्यहंकारादाहुः सांख्यात्मदर्शिनः ॥
एताः प्रकृतयश्चाष्टौ विकाराश्चापि षोडश ।
पञ्च चैव विशेषा वै तथापञ्चेंद्रियाणि च ॥
(शान्तिपर्व अ० ३०३)

शेवटच्या श्लोकाचा अर्थ नीट लागला नाहीं. तथापि एकंदर श्लोकाचें तात्पर्य वर दिल्याप्रमाणें आहे. ज्ञाते लोकांनीं या चोवीस तत्त्वांच्या प्रतिपादनाला सांख्यशास्त्र असें नांव दिलेलें आहे. सांख्यशास्त्रामध्यें हीं चोवीस तत्त्वें कोणत्या कारणानें किंवा अनुमानपरंपरेनें कायम केलीं हें सांगणें कठीण आहे. मूळ अव्यक्त प्रकृति व सूक्ष्म पंचमहाभूतें यांच्या दरम्यान् दोन तत्त्वें म्हणजे महत् आणि अहंकार हीं कोणत्या कारणांनीं घातलीं याची उपपत्ति आपल्यास महाभारतांत सांपडत नाहीं. किंवा अनुमानपरंपरेनें त्यांची कल्पना होत नाहीं. तथापि उपनिषत्कालींही एक महान् तत्त्व आत्म्यापासून निघाल्याचें उपनिषदांवरून दिसतें. तसेंच स्थूल पंचमहाभूतें व सूक्ष्मपंचमहाभूतें अशीं निरनिराळीं मानण्याचेंही प्रयोजन दिसत नाहीं किंवा अनुमानानें लक्षांत येत नाहीं. सोळा विकृति कायम केल्या गेल्या आहेत त्या स्पष्टच आहेत. त्यांची कल्पना करण्यास विशेष बुद्धिमत्तेची जरूर नाहीं. पंचमहाभूतें, पंचज्ञानेंद्रियें व पंचकर्मेंद्रियें आणि मन या गोष्टी परिगणित करण्यास विशेष तत्त्वविवेचनाची जरूरी नाहीं. सांख्यांचा मोठा सिद्धांत म्हणजे प्रकृतिपुरुष-विवेक हा होय. सांख्यांचें मत महाभारतकालीं इतकें लोकमान्य झालें होतें कीं महाभारतानें जागजागीं त्याचा व वेदान्तमताचा एकीभाव दाखविण्याचा प्रयत्न केला आहे. प्रकृतीला क्षेत्र म्हटलें आहे व पुरुषाला प्रकृतीचा जाणणारा क्षेत्रज्ञ असें म्हटलेलें आहे. प्रकृतींत पुरुष राहतो म्हणून त्यास पुरुष संज्ञा आहे असें वर्णन केलेलें आढळतें. पुरु म्हणजे क्षेत्र अशी त्याची उपपत्ति लावलेली आहे. क्षेत्र तसाच ईश्वरही अव्यक्त असून ज्याचा वस्तुतः तत्त्वांत अंतर्भाव होत नाहीं व ज्याहून श्रेष्ठतर कांहीं नाहीं त्या परमात्म्याला पंचविसावें तत्त्व असें प्रतिपादनाचे सोयीसाठीं मानतात. येणेंप्रमाणें सांख्यशास्त्राचीं मतें आहेत आणि सांख्यवेत्ते प्रकृतीला जगाचें कारण मानून स्थूल, सूक्ष्म या क्रमानें शोध करीत सर्व प्रपंचाचा चिदात्म्याचे ठिकाणीं लय करून साक्षात्काराचा अनुभव घेतात. (शांति० प० अ० ३०६ भा० पु० ६ पा० ६८७) याप्रमाणें सांख्यशास्त्राची व वेदांतशास्त्राची परिणालिका एक करण्याचा यत्न महाभारतानें केला आहे इतकेंच नव्हे तर कित्येक ठिकाणीं सांख्यांचें महत् व योगाचें महान् यांचा ब्रह्म अथवा विरिंचि अगर हिरण्यगर्भ यांच्याशीं मेळ घातलेला आहे.

महानितिच योगेषु विरिंचिरिति चाप्यजः ।
सांख्येच पठ्यते योगे नामभिर्बहुधात्मकः ॥
(शांतिपर्व अ० ३०३)

पुरुषाचा जसा वेदांतांत परमात्म्याशीं मेळ घातलेला आहे तसा पुराणांनीं त्याचा मेळ शिव व विष्णु यांच्याशीं घालण्याचा प्रयत्न केला आहे.

सांख्यांचीं पंचवीस तत्त्वें एकदम कायम झालीं असें दिसत नाहीं. किंबहुना तीं हळू हळू कायम झालीं असें मानण्यास जागा आहे. शांतिपर्व भीष्मस्तवराज, यांत परमेश्वराची निरनिराळ्या रीतीनें स्तुति केली आहे. त्यांत सांख्यस्वरूपानें ईश्वराची स्तुति करतांना जो सतराव्या तत्त्वस्वरूपीं आहे अशी सांख्यस्वरूपीं परमेश्वराची स्तुति केली आहे. "जो स्वस्वरूपानें सदोदित राहत असतांनाही जागृति,

स्वप्न आणि सुषुप्ति या तिन्ही अवस्थांमध्यें आत्मा, पंचमहाभूतें आणि अकरा इंद्रियें या सोळांनीं युक्त असल्यामुळें सतरावा आहे असें ज्ञानी लोक समजतात, त्या सांख्यस्वरूपीं परमात्म्याला नमस्कार असो." (भा० पु० ६ पान ८८)

यं त्रिधात्मानमात्मस्थं वृतं षोडशभिर्गुणैः ।
प्राहुः सप्तदशं सांख्यास्तस्मै सांख्यात्मने नमः ॥

या श्लोकांत परमात्मा सतरावा कसा हें जरी स्पष्ट सांगितलें नाहीं तरी सोळा गुण स्पष्टपणें सांगितले आहेत. अर्थात् टीकाकारानें सांगितल्याप्रमाणें ११ इंद्रियें व ५ महाभूतें घेतल्यानें परमात्मा सतरावा होतो. सांख्यांच्या प्रकृतींत १६ गुण मूळचे असावे व पुढें त्यांत ८ प्रकृति वगैरे अविकृत आणखी सामील झाले असावे असा तर्क होतो. परंतु ही सांख्यांची वाढ भारतकाळींच झाली होती ही गोष्ट निर्विवाद आहे. भीष्मस्तवराज हा महाभारताचा जुना भाग आहे. महाभारतांत सांख्यांचीं तत्त्वें प्राचीनकाळीं १७ होतीं तीं पुढें चोवीस झालीं, हें जसें वरील विवेचनावरून दिसतें त्याप्रमाणेंच या चोवीस तत्त्वांची एक कल्पनाही पूर्वकाळीं निश्चित नव्हती असें दिसतें. कारण, अन्यत्र ठिकाणीं हीं चोवीस तत्त्वें निरनिराळ्या रीतीनें परिगणित केलेलीं आपल्या दृष्टीस पडतात. वनपर्वांतील धर्मव्याध आख्यानांत हीं तत्त्वें अशीं सांगितलीं आहेत—

महाभूतानि खं वायुरग्निरापश्च ताश्च भूः ।
शब्दः स्पर्शश्च रूपं च रसो गन्धश्च तद्गुणाः ॥
षष्ठश्च चेतना नाम मन इत्यभिधीयते ।
सप्तमी तु भवेद्बुद्धिरहंकारस्ततः परम् ॥
इंद्रियाणि च पञ्चात्मा रजः सत्त्वं तमस्तथा ।
इत्येव सप्तदशको राशिरव्यक्तसंज्ञकः ॥
सर्वैरिहेन्द्रियार्थैस्तु व्यक्ताव्यक्तैः सुसंवृतैः ।
चतुर्विंशक इत्येष व्यक्ताव्यक्तमयोगुणः ॥
(वन० अ० २१०)

या श्लोकांत सांगितलेलीं चोवीस तत्त्वें वर सांगितलेल्या तत्त्वांहून भिन्न आहेत. परंतु हीं तत्त्वें सांख्यांचीं म्हणून येथें वर्णिलेलीं नाहींत. इतरत्र चोवीस तत्त्वाचाच उल्लेख येतो, इतकेंच नव्हे तर पंचविसावें तत्त्व पुरुष याचा परमेश्वराशीं उत्तम रीतीनें मेळ बसेना तेव्हां परमात्म्याला पुरुषाहून पलीकडे २६ वें तत्त्व असेंही महाभारतकारानें कल्पिलें आहे. याचें दिग्दर्शन आपल्यास (शांति० अ० ३१९) यांतच दिसतें.

यदा स केवलीभूतः षड्विंशमनुपश्यति ।
तदा स सर्वविद् विद्वान् न पुनर्जन्म विंदते ॥

अर्थात्, या श्लोकांत सांख्यांचीं पंचवीस तत्त्वें पूर्णपणें गृहीत केलीं आहेत आणि परमेश्वर या पंचवीस तत्त्वांच्याही पलीकडचा २६ वा आहे, अशी सांख्याची व वेदान्ताची एकवाक्यता करण्याचा प्रयत्न केलेला दिसतो. हीं तत्त्वें कोणतीं याचाही थोडा घोंटाळा आहे. पांच गुण, सहावें मन अथवा चेतना, सातवी बुद्धि, आठवा अहंकार, पांच इंद्रियें व जीव मिळून १४ आणि सत्त्व, रज, तम मिळून १७. या सतरा वस्तूंच्या समुदायास अव्यक्त अशी संज्ञा आहे. (भा० पु० २ पा० ४४६) यांत पंचमहाभूतांचा समावेश नाहीं. तो करून पुढच्या श्लोकाप्रमाणें बावीस होतात. आणि व्यक्त अव्यक्त मिळून चोवीस होतात. असें असतां महाभारतांत कांहीं निराळा संबंध दर्शविला आहे. असो. सतरा आणि चोवीस ही सांख्यांची संख्या येथें व्याधानें घेतली आहे. परंतु पदार्थांस तत्त्वें असें म्हटलेलें नाहीं किंवा हें सांख्यांचें मत असेंही सांगितलेलें नाहीं.

पुरुषोत्तम.

सांख्यांची सर्वमान्यता भगवद्गीतेच्याकाळीं सुद्धां पूर्णपणें प्रस्थापित झालेली दिस-

ते. भगवद्गीतेनें सांख्यांचा पुरुष घेऊन आपल्या त्याच्याही पलीकडे जाण्याच्या इच्छेस निराळ्या रीतीनें व्यक्त केलें आहे. सांख्यांचा पुरुष हाही एक अव्यक्त आहे आणि प्रकृति हीही एक अव्यक्त आहे, दोन्हीही अक्षर आहेत व दोघांच्याही पलीकडे असणारें एक निराळें तत्त्व आहे असें सांगितलें आहे.

द्वाविमौ पुरुषौ लोके क्षरश्चाक्षर एवच ।

या श्लोकांत दोघांनाही पुरुष म्हणून

उत्तमः पुरुषस्त्वन्यः परमात्मेत्युदाहृतः ।

या श्लोकाप्रमाणें परमेश्वराला पुरुषोत्तम ही संज्ञा लावलेली आहे. या संज्ञेंत सांख्यांचा पुरुष हा आधारभूत घेऊन त्याच्याशीं परमात्म्याची एकवाक्यता करण्याचा प्रयत्न करतांना त्याहूनही श्रेष्ठ पदवी परमेश्वराला दिली आहे. परब्रह्माची किंवा परमात्म्याची एकवाक्यता सांख्यांच्या पुरुषाशीं वास्तविक रीतीनें होऊं शकत नाहीं. कारण, सांख्यांचा पुरुष हा खरोखर पुरुष नसून नपुंसक आहे हें लक्षांत ठेवलें पाहिजे.

सृष्टि कां उत्पन्न झाली.

तत्त्वज्ञानाचा विचार हिंदुस्थानांत कसा वाढत गेला हें पहात असतां आपण येथवर येऊन पोंचलों. निष्क्रिय अनादि परब्रह्मापासून जड चेतनात्मक सर्व सृष्टि उत्पन्न झाली असें अद्वैत वेदान्ती मानतात, तर कपिलाच्या सांख्याप्रमाणें पुरुषाच्या सांनिध्यानें प्रकृतीपासून जड चेतनात्मक सृष्टि उत्पन्न झाली. आतां यापुढें असा प्रश्न उत्पन्न होतो कीं जें अक्रिय परब्रह्म आहे त्याच्या ठिकाणीं विकार उत्पन्न होतात तरी कसे ? किंवा प्रकृतीचें व पुरुषाचें सांनिध्य नेहमींच आहे तर सृष्टि उत्पन्न व्हावी कशी ? तत्त्वज्ञानाच्या इतिहासांत हा प्रश्न अतिशय कठीण आहे. एका ग्रंथकारानें म्हटल्याप्रमाणें या प्रश्नानें सर्व तत्त्वज्ञान्यांस पंचाइतींत पाडलेलें आहे. ज्ञानसंपन्न चेतन परमेश्वर जे लोक मानतात, किंवा जे लोक केवळ जडस्वभाव प्रकृति मानतात, त्या दोघांनाही हा प्रश्न सारखाच कठीण आहे. निओप्लेटोनिस्ट (नवीन प्लेटोमतवादी) असें उत्तर देतात कीं, " जरी परमेश्वर निष्क्रिय निर्विकार आहे तरी त्याच्या भोंवतालीं, प्रभामंडळ सूर्य-बिंबाच्या भोंवतीं जसें फिरत असतें त्याचप्रमाणें, एक क्रियामंडल फिरत असतें. सूर्य स्थिर असला तरी त्याच्या भोंवतालीं प्रभेचें चक्र सारखें फिरत असतें. सर्व पूर्ण वस्तूंपासून याप्रमाणें प्रभामंडलाचा प्रवाह सारखा बाहेर पडत असतो." याप्रकारानें निष्क्रिय परमेश्वरापासून सृष्टीचा प्रवाह नेहमीं चालू राहावयाचाच. ग्रीस देशांतील अणुसिद्धांतवादी युसिपस् आणि डिमॉक्रिटस् यांचें म्हणणें असें आहे कीं जगताचें कारण, परमाणु हे आहेत. हे परमाणु स्थिर कधींच नसतात. गति हा त्यांचा सहजधर्म आहे व तो अनादि आणि अनंत आहे. त्यांच्या मताप्रमाणें जगत् हें असेंच नेहमीं उत्पन्न होत राहणार व असेंच नाश पावत जाणार. कारण, परमाणूंची गति कधींही नाश पावत नसल्यानें हा उत्पत्तिनाशाचा क्रम थांबणें शक्य नाहीं. या निरीश्वरवाद्यांचीं मतें सोडून आपण ईश्वर आहे असें मानणाऱ्या भारतीय आर्य तत्त्वज्ञान्यांनीं ह्या संबंधानें काय म्हटलें आहे याचा विचार करूं. उपनिषदांमध्यें ' आत्मैव इदमग्र आसीत् सोमन्यत बहुस्याम् प्रजायेति । पूर्वीं परब्रह्म हेंच एकटें होतें. त्याच्या मनांत आलें मीं अनेक व्हावें मी प्रजा उत्पन्न करावी ' असें वर्णन येतें. म्हणजे निष्क्रिय परमात्म्याला प्रथम इच्छा उत्पन्न झाली आणि त्या इच्छेमुळें परमेश्वरानें जगत् निर्माण केलें. वेदा-

न्त तत्त्वज्ञानांत हाच सिद्धान्त मान्य केलेला आहे व वेदान्त सूत्रांत बादरायणानें लोकवत्तु लीलाकैवल्यम् असें सूत्र घातलें आहे. जसा लोकांमध्यें कांहीं काम नसतां मनुष्य आपल्या मनोरंजनाकारितां केवळ खेळ खेळतो त्याप्रमाणें परमेश्वर लीलेनें जगताचा खेळ खेळत आहे असें मानलें आहे.

हाही सिद्धांत इतर सिद्धांतांप्रमाणेंच समाधानकारक नाहीं. अर्थात् परमेश्वराची इच्छा ही कल्पना सर्वतोपरी मान्य होण्याजोगी नाहीं. परमेश्वर जर सर्वज्ञ, सर्व शक्तिमान् आणि दयायुक्त असा आहे तर लीला हा शब्द परमेश्वराच्या ठिकाणीं लागू पडत नाहीं. परमेश्वर सामान्य मनुष्याप्रमाणें खेळ खेळत आहे ही गोष्ट सयुक्तिक दिसत नाहीं आणि खेळ मांडून तो पुन्हां मोडावयाचा अशा प्रकारचा क्रूरतायुक्त प्रकार परमेश्वराच्या करणींत नसावा. बहुधा उत्पत्ति आणि संहार हा क्रम कांहीं एका नियमानें व काळानेंच होत असतो असा सिद्धांत निरनिराळ्या ठिकाणीं महाभारतांत प्रतिपादन केलेला आहे. भगवद्गीतेमध्यें हीच गोष्ट एका अतिशय सुंदर दृष्टान्तानें वर्णन केलेली आहे आणि त्या रूपकांत हल्लींचा उत्क्रांतिवाद प्रतिबिंबित झालेला आपल्या दृष्टीस पडतो. जगताचा उत्पत्तिकाल हा एक कल्पाचा असून तो ब्रह्मदेवाचा एक दिवस आहे आणि जगताचा संहारकाल हा ब्रह्मदेवाची एक रात्र आहे. असें सांगून

अव्यक्ताद्व्यक्तयः सर्वाः प्रभवन्त्यहरागमे ।
रात्र्यागमे प्रलीयन्ते तत्रैवाव्यक्तसंज्ञके ॥

ज्याप्रमाणें उजाडावयाची वेळ झाली म्हणजे हळूहळू अंधारांत असलेलें जग उजेडांत येऊन दिसूं लागतें, त्याप्रमाणें सृष्टीच्या आरंभीं अव्यक्तापासून भिन्न भिन्न व्यक्ति उत्पन्न होतात आणि संध्याकाळ होऊन रात्र पडूं लागली म्हणजे ज्याप्रमाणें जग हळूहळू दिसत नाहींसें होतें त्याप्रमाणें सृष्टीच्या संहारकालीं निरनिराळ्या व्यक्ति एका अव्यक्तामध्यें लय पावतात." असें गीतेंत सांगितलें आहे, हा नियमानें व नियतकालानें होणारा खेळ नाहीं असें म्हणावें लागतें. खेळ वाटेल तेव्हां मोडतां येतो. असो. या प्रश्नाचें समाधानकारक उत्तर देणें अशक्य आहे आणि म्हणूनच श्रीमत् शंकराचार्यांनीं वेदान्तसूत्राच्याही पलीकडे जाऊन असें सांगितलें आहे कीं हें बोलणें जग आपल्यास दिसतें अशा कल्पनेनें सांगितलेलें आहे; पण जग उत्पन्न होणें हीच गोष्ट मुळीं आभास आहे. वास्तविक जगास अस्तित्वच नाहीं. जग उत्पन्नही झालें नाहीं आणि लयही पावलें नाहीं. निष्क्रिय परमेश्वराचें रूप जसें आहे तसेंच आहे. परमेश्वराच्या ठिकाणीं जगताचा आभास मात्र झालेला दिसतो. श्रीमत् शंकराचार्यांचा हा मायावाद महाभारतांत कितपत आहे याचा विचार अन्यत्र ठिकाणीं करतां येईल. पण आचार्यांनीं या कल्पनेनें या कठीण प्रश्नाचा उलगडा मात्र चांगला केलेला आहे. उद्योगपर्वांतील सनत्सुजातीय आख्यानांत या संबंधानें सरळच प्रश्न विचारलेला आहे.

कोसौ नियुंक्ते तमजं पुराणम् । सचेदिदं सर्वमनुक्रमेण । किं वास्य कार्यमथवा सुखं च तन्मे विद्वान्ब्रूहि सर्वं यथावत् ॥

"त्या पुराण अजन्म्या परब्रह्माला कोण उत्पत्ति करावयास लावतो ? जर हें सर्व दृश्य अनुक्रमानें तोच झाला आहे. त्याचें कार्य काय आहे किंवा यांत त्याला काय सुख होतें तें मला यथातथ्य-आपण विद्वान् आहां-सांगा." असा धृतराष्ट्रानें सनत्सुजातास प्रश्न केला. सनत्सुजातानें येथें जो जबाब दिला तो अर्थातच गूढ न उकलण्यासारखा आहे. कारण

हा प्रश्नच असा कठीण आहे. सनत्सुजातानें म्हटलें,

दोषो महानत्र विभेदयोगे। अनादियोगेन भवन्ति नित्याः। तथास्य नाधिक्यमपैति किंचिदनादि योगेन भवन्ति पुंसः॥

या श्लोकाचा अर्थ लागणें कठीण आहे आणि टीकाकारानें याठिकाणीं श्रीमत् आचार्यांचा मायावाद घेऊन असें तात्पर्य सांगितलें आहे कीं, हें विश्व मुळींच स्वप्नवत् आहे.

य एतद्वाभगवान्सनित्यो विकारयोगेन करोति विश्वम्। तथा च तच्छक्तिरितिस्म मन्यते तथार्थवेदे च भवंति वेदाः॥

जें सत्य आहे व नित्य आहे तें परब्रह्म होय. तेंच विकारयोगानें विश्व उत्पन्न करतें आणि त्याची तशी शक्ति आहे हें मानण्यास वेदांचाच आधार आहे.

या प्रश्नाचा निकाल सांख्यांनीं फारच निराळ्या तऱ्हेनें दिलेला आहे. त्यांचें म्हणणें असें आहे कीं, प्रकृतीच्या ठिकाणीं सत्त्व, रज आणि तम असे तीन गुण आहेत पण हे तीन गुण नेहमीं कमी जास्ती प्रमाणांत असतात. ज्या वेळेस हे तीन गुण साम्यावस्थेंत असतात त्या वेळेस हें दृश्य जगत् किंवा व्याकृत सृष्टि ही उत्पन्न होत नाहीं. परंतु ज्या वेळेस या त्रिगुणांच्या साम्यांत कमी ज्यास्ती होऊन घोंटाळा उत्पन्न होतो त्या वेळेस सृष्टीची उत्पत्ति होते. परंतु या कल्पनेनें पूर्वीच्या प्रश्नाचा उलगडा होत नाहीं. तो तसाच राहतो. कारण, त्रिगुणांच्या साम्यावस्थेंत तरी फरक कशामुळें होतो ? जर पुरुषाच्या सान्निध्यामुळें होतो असें मानलें तर पुरुषाचें सान्निध्य नेहमींच आहे. तेव्हां त्रिगुणांची साम्यावस्था कधींच होणार नाहीं आणि सृष्टीचा लयही कधींच होणार नाहीं. हा सिद्धांत आपल्यास पुढें मुळींच नेत नाहीं व आपल्या पुढें असलेल्या कोड्याचा उलगडा होत नाहीं. महाभारतांतील सांख्यदर्शनाच्या विवेचनांत या सिद्धान्ताचा कोठें समावेश केलेला नाहीं. परंतु एवढी गोष्ट खरी आहे कीं, सांख्यांनीं मानलेले प्रकृतीचे तीन गुण हे मात्र भारती आर्यांच्या सर्व तत्त्वज्ञानांत मान्य झाले असून गृहीत केलेले आहेत. उपनिषत्कालांत सत्त्व, रज, तम या गुणांच्या संबंधानें उल्लेख नाहीं आणि प्राचीन दशोपनिषत्कालीं आम्हीं सांगितल्याप्रमाणें सांख्य तत्त्वज्ञानाचा उदय झालेला नव्हता यामुळें त्रिगुणांचें नांव दशोपनिषदांत येत नाहीं. परंतु यानंतरच्या सर्व तत्त्वज्ञानाच्या विचारांत त्रिगुणांचा उल्लेख नेहमीं येतो. किंबहुना या उपनिषदांअलीकडील तात्त्विक विचारांचा त्रिगुण हा एक आधारस्तंभच असतो. श्वेताश्वतर उपनिषदांत सांख्य आणि योग या तत्त्वज्ञानांचा उल्लेख आहे इतकेंच नव्हे तर ब्रह्माला त्रिगुणातीत असें विशेषण लावलेलें आहे. महाभारतानंतर कोणत्याही तत्त्वज्ञानविषयक चर्चेंत त्रिगुणांचा उल्लेख आलाच पाहिजे. सारांश, महाभारतकालच्या तत्त्वज्ञानाचा त्रिगुण हा एक ठराविक भाग आहे.

त्रिगुण.

सांख्यांचा प्रकृति-पुरुष-विवेक हा जसा महत्त्वाचा शोध त्याचप्रमाणें त्रिगुणांची कल्पनाही त्यांची एक अतिशय महत्त्वाची कामगिरी होय. या जगताचा भौतिक व आध्यात्मिक दृष्टीनें विचार करतां त्यांत जे उच्च नीच हजारों भाव दृष्टीस पडतात, त्यांचें वर्गीकरण करणें हें तत्त्वज्ञानाचें मुख्य काम आहे. येथें तत्त्वज्ञानाचा दुसरा अतिशय कठिण असा प्रश्न उपस्थित होतो. आपण पाहतोंच कीं जगतामध्यें सुखदुःख, सौंदर्य, कुरूपता, सद्गुण व दुर्गुण यांचे कमी अधिक प्र-

माणाचे हजारों प्रकार भरलेले आहेत; जगतांतील वाईट वस्तु, किळसवाणे पदार्थ, दुःखी प्राणी हे परमेश्वरानेंच निर्माण केले काय ? हें परमेश्वरानें कां उत्पन्न केलें ? परमेश्वर जर सर्वशक्तिमान्, सर्वदयाळू असा आहे तर त्यानें निर्माण केलेल्या सृष्टींत अपूर्णत्व कां दृष्टीस पडतें ? जगतांतील भौतिक सृष्टींतील असंख्य रोग व निरनिराळे दुःखाचे प्रकार हे कोणत्या कारणांनीं उत्पन्न झाले याचा तत्त्वज्ञान्यांस मोठा विचार पडतो व निरनिराळे सिद्धांती याचा निरनिराळा जबाब देतात. प्लेटोच्या नवीन मतवाद्यांचा सिद्धांत चमत्कारिक आहे. त्यांचें मत असें आहे कीं " जड अव्यक्तांत एक प्रकारची प्रतिरोधशक्ति असते त्यामुळें ईश्वराच्या आज्ञेप्रमाणें किंवा इच्छेप्रमाणें त्या अव्यक्ताचें स्वरूप व्यक्तांत येण्यास अडथळा उत्पन्न होतो आणि यामुळें सृष्टींत दिसणारे दोष किंवा अपूर्णता उत्पन्न होते. किंबहुना प्रकृति पुरुषाची आज्ञा पूर्णपणें मान्य करीत नाहीं. नेहमीं तक्रारी करते; यामुळें बहुतेक सृष्टींत न्यूनता दृष्टीस पडते. त्याचप्रमाणें आध्यात्मिक सृष्टींतही भौतिक इंद्रियें आत्म्याचे हुकूम पूर्णपणें मान्य करीत नाहींत. आत्मा जरी परमात्म्याचा अंश असला आणि तो स्वतः सद्गुणपूर्ण असला तरी जडाच्या सान्निध्यानें त्याच्यावर आवरण पडतें आणि त्याच्या हातून देहावरील स्वामित्व कांहीं काळ नष्ट होतें. यामुळें जगतांत दुर्गुणांचा प्रभाव दिसतो. " पारशी लोकांनीं या संबंधानें निराळी कल्पना केलेली आहे. त्यांच्यामतें जगतांत दोन तत्त्वें नेहमीं प्रचलित आहेत. एक चांगलें आणि एक वाईट, एक सद्गुणी व एक दुर्गुणी. दोहोंच्या देवताही स्वतंत्र आहेत व त्यांचा नेहमीं तंटा चालू आहे. परमेश्वर हा चांगल्याचा अधिष्ठाता आहे व त्यास त्यांनीं आहुर्मस्द् (याचेंच रूपांतर होर्मझ्) असें नांव दिलें आहे. वाईटाचा अधिष्ठाता अहारिमन असून त्याचा आहुर्मस्दाशीं नेहमीं विवाद चालू आहे. शेवटीं आहुर्मस्दाचाच विजय होणार आहे तथापि सध्या तरी जगतांत जे दुर्गुण, जीं दुःखें, रोग, साथी, दुर्भिक्ष वगैरे दिसतात, तीं अहारिमन् उत्पन्न करतो. परंतु त्यांचा नाश करून आहुर्मस्द् लोकांस सुख देतो. पर्शियन लोकांची हीच कल्पना ज्यू व ख्रिस्ती धर्मांत ईश्वर व सैतान या स्वरूपानें दृष्टीस पडते. कपिलानें दोहोंच्या ऐवजीं तीन तत्त्वें जगतांत भरलीं आहेत असा सिद्धांत केला; म्हणजे चांगलें, मध्यम आणि वाईट व त्यास सत्त्व, रज आणि तम अशीं नांवें दिलीं. मॅटर अथवा अव्यक्त किंवा प्रकृति इचेच हे गुण आहेत व या गुणांच्या कमी ज्यास्त मिश्रणानें देव, दैत्य, मानव, वृक्ष, शिला वगैरे सर्व उच्चावच, स्थावर, जंगम पदार्थ झालेले आहेत. या तीन गुणांच्या कमी अधिक प्रभावानेंच सुखदुःख, मोह, नीति, अनीति इत्यादि आध्यात्मिक प्रकार दिसून येतात, कपिलाची ही कल्पना इतकी सुंदर व सयुक्तिक आहे कीं भारती आर्यांच्या तत्त्वज्ञानांत ती पूर्णपणें प्रस्थापित झालेली आहे. त्रिगुणांचें अस्तित्व सांख्यांनींच मान्य केलें आहे असें नाहीं. तर वेदान्त, योग, कर्म वगैरे सर्व सिद्धांतवाद्यांनीं तें मानलेलें आहे. भगवद्गीतेमधील त्रिगुणांचा विस्तार फार उत्तम रीतीनें केला असून तो भौतिक व आध्यात्मिक सर्व सृष्टीला लावून दाखविलेला आहे परंतु येथें ही गोष्ट सांगितली पाहिजे कीं भारती आर्यांच्या तत्त्वज्ञानांत, वाईट परमेश्वरानें उत्पन्न केलेलें नाहीं तें कोणी तरी परमेश्वराच्या मताच्या विरुद्ध दुसऱ्यानें जगतांत आणलेलें आहे, असा सिद्धांत

कधींही मान्य झालेला नाहीं. भगवद्गीतेंत असें स्पष्टपणें सांगितलेलें आहे कीं तिन्ही गुण परमेश्वरानेंच उत्पन्न केलेले आहेत आणि चांगल्या वस्तु व क्रिया परमेश्वरापासून जशा निर्माण होतात, त्याचप्रमाणें वाईटही होतात. परंतु परमेश्वर त्या दोन्हींत नसतो.

ये चैव सात्त्विका भावा राजसास्तामसाश्चये।
मत्त एवेति तान्विद्धि न त्वहं तेषु ते मयि॥
(भगवद्गीता.)

भारतीय तत्त्वज्ञानाचा हा आमच्या मतें मोठा विशेष आहे कीं, त्यांनीं तत्त्वज्ञानांत येणाऱ्या दोन कठीण प्रश्नांचें फार मार्मिक रीतीनें विवेचन केलें. जड व चेतन सृष्टि कोठून उत्पन्न झाली या प्रश्नास त्यांनीं परमेश्वरापासून परमेश्वरानेंच उत्पन्न केली, असा जबाब दिला. अर्थात् त्याचा विशेष असा कीं जगतांतील द्वैत त्यांनीं काढून टाकलें. इतर तत्त्वज्ञान्यांप्रमाणें, मग ते प्राचीन किंवा अर्वाचीन असोत, त्यांनीं चेतनास म्हणजे जीवास किंवा आत्म्यास परमेश्वर मानलें यांत नवल नाहीं. पण त्यांनीं जडासही चेतनाबरोबर परमेश्वरस्वरूप मानलें. ही त्यांची कल्पना फारच उदात्त आहे इतकेंच नव्हे तर ती अलीकडच्या शास्त्रीय शोधांप्रमाणें खरीही होऊं पहात आहे. आमच्या तत्त्वज्ञान्यांस जड व चेतन असा अनुलंघ्य भेदच राहिलेला नाहीं. आणि सर्व तत्त्वज्ञानाचा मूलभूत हेतु एकत्व सिद्ध करणें तो या तत्त्वज्ञान्यांनीं आपल्या प्रचंड कल्पनाशक्तीच्या साहाय्यानें साधून जगतांत एकच तत्त्व भरलेलें आहे असा सिद्धांत स्थापित केला. तत्त्वज्ञान्यास दुसरी अडचण जगतांतील सुखदुःख, चांगलें वाईट, नीति अनीति, यांची पडते व त्याच्या समर्थनार्थ पुन्हा द्वैत काढून टाकून सर्व उच्चावच भाव परमेश्वरापासूनच निर्माण झालेले आहेत असें मानलें.

भारतीय आर्य तत्त्वज्ञान्यांची भौतिक सृष्टीची विचिकित्सा अपूर्ण आहे ही गोष्ट मान्य करावी लागेल. अर्वाचीन तत्त्वज्ञानांत बेकनच्या काळापासूनच प्रगति झाली हें लक्षांत ठेवलें पाहिजे. प्रयोग व अनुभव यांचें महत्त्व प्रत्येक शास्त्रांत व तत्त्वज्ञानांत आहे, असें बेकननें प्रतिपादन केल्यापासून पाश्चात्य भौतिक शास्त्रांची प्रगति बरीच झालेली आहे. परंतु प्राचीनकाळीं प्राच्य किंवा पाश्चात्य तत्त्वज्ञानांत केवळ कल्पनेचा व अनुमानांचा आधार घेतलेला असे. याशिवाय, आध्यात्मिक विचारांत प्रयोग किंवा अनुभव यास जागाच नाहीं. हे विचार केवळ तर्कावर किंवा अनुमानावर अवलंबून आहेत. मनुष्याची बुद्धिमत्ता जितकी जाऊं शकते तितका आध्यात्मिक विचार प्राचीन भारतीय आर्यांनीं केलेला आहे. व या विचारांत सर्व लोकांमध्यें भारतीय आर्य अग्रणी आहेत. ग्रीक लोक जसे भौतिक विचारांत किंवा कलाकौशल्यांत अग्रणी होते, किंवा रोमन लोक जसे कायद्याच्या तत्त्वविचारांत अग्रणी होते, त्याप्रमाणें भारतीय आर्य आध्यात्मिक विचारांत अग्रणी होते व अजूनही आहेत. त्यांचे आध्यात्मिक विचार अजूनही सर्व जगतांतील लोकांस थक्क करून सोडीत आहेत, आत्मा हा काय पदार्थ आहे, त्याचें स्वरूप काय आहे, त्याची पुढची गति काय आहे, इत्यादि गोष्टींविषयीं प्राचीन ऋषींनीं अतिशय विचार केला असून आपले विचार वक्तृत्वपूर्ण वाणीनें उपनिषदांमध्यें नमूद करून ठेवलेले आहेत व त्यांचाच विस्तार महाभारतांत केलेला आहे. आत्मा हाच सर्व जगताचा चेतन करणारा मूलभूत पदार्थ आहे. तो सर्व जगताच्या भौतिक व बौद्धिक सत्त्वाच्या मुळाशीं आहे असें अरिस्टॉटल्नें सुद्धां मान्य केलेलें आहे. पंचाशिख म्हणतो, " ज्या अर्थी

मरणानंतर चेतनक्रिया बंद होते त्या अर्थी चेतन आत्मा हा जडाच्या अन्तर्यामीं असणारा एक निराळा आहे." जीव हा काय पदार्थ आहे हें गूढ अद्याप पाश्चात्य भौतिक शास्त्रज्ञांस उकललें नाहीं.

प्राण.

जीवाचें मुख्य लक्षण प्राण हें आहे. कारण, सर्व जिवंत वस्तु श्वासोच्छ्वास करितात. अर्थात् प्राण म्हणजे जीव आणि जीव म्हणजे आत्मा. हा आत्मा ईश्वरस्वरूप आहे. परब्रह्माचा अंश आहे. याप्रमाणें प्राणाचा परब्रह्माशीं संबंध आहे. प्राणाचा भारतीय तत्त्वज्ञान्यांनीं फारच अभ्यास केलेला आहे व अभ्यासानें व तर्कानें त्याजविषयीं त्यांनीं कित्येक सिद्धांत बांधलेले आहेत. प्राणाचे मुख्य पांच भाग त्यांनीं कल्पिलेले असून पांच इन्द्रियें व पांच भूतें यांच्याप्रमाणेंच त्यांचे निरनिराळे गुण व कार्यें सांगितलेलीं असून देहांत त्यांचीं निरनिराळीं स्थानें सांगितलेलीं आहेत.

प्राणात्प्रणीयते प्राणी व्यानाद्व्यायच्छते तथा।
गच्छत्यपानोऽधश्चैव समानो हृद्यवस्थितः ॥
उदानादुच्छ्वसिति प्रतिभेदाच्च भाषते ।
इत्येवं वायवः पंच चेष्टयन्तीह देहिनम् ॥

प्राणवायूनें मनुष्य जिवंत राहतो. व्यनानें मनुष्य ओझें उचलतो. अपानानें मलमूत्रोत्सर्ग करतो. समानानें हृदयाची क्रिया चालते. उदानानें उच्छ्वास किंवा भाषण होतें. याप्रमाणें हे भेद सांगितलेले असून या सर्वांनाही समूहानें प्राण हेंच नांव आहे. प्राणांचा निरोध करून प्राणायाम करण्याची सिद्धदशेस प्राप्त करणारी युक्ति याचाही विचार योगशास्त्रानें फारच केलेला आहे. प्राणायामाचा मार्ग कितपत यशस्वी आहे हें आपल्यास येथें सांगण्याची जरूरी नाहीं. परब्रह्मस्वरूपानें प्राणाची प्रशंसा उपनिषदांमध्यें अनेक ठिकाणीं आलेली आहे व महाभारतांतही पुष्कळ आलेली आहे. भगवद्गीतेंत प्राण आणि अपान या दोहोंचा अर्थ आंत व बाहेर जाणारा श्वास असा केला असून योगसाधनांत प्राणापानौ समौ कृत्वा नासाभ्यंतरचारिणौ । नासिकेच्या दोन्ही नाकपुड्यांत प्राण आणि अपान यांस सारखें चालविण्याची क्रिया सांगितलेली आहे. तसेंच

अपाने जुह्वति प्राणं प्राणेऽपानं तथाऽपरे ।
अपरेनियताहाराः प्राणान्प्राणेषु जुह्वति ॥

असें गीतेमध्यें सांगितलें आहे. यावरून प्राणाचा विचार फार प्राचीनकाळीं झालेला होता. प्राणाप्रमाणेंच जीवाचें दुसरें लक्षण उष्णता अथवा अग्नि हें होय. याजकडेही भारतीय तत्त्वज्ञान्यांचें लक्ष गेलेलें होतें. एकंदर शरीराची उष्णता व डोक्याची उष्णता यांचा विचार करितां देहांत व डोक्यांत अग्नि राहतो असें त्यांनीं प्रतिपादन केलें. वनपर्वांतील अध्याय २१३ यांतील धर्मव्याधसंवादांत शरीरांत अग्नि व वायु कोठें राहतात याचें मनोरंजक वर्णन केलेलें आहे. वायूचें केंद्रस्थान नाभि सांगितलेलें आहे व अग्नीचें केंद्रस्थान डोकें सांगितलेलें आहे. शरीरामध्यें तिसरें केंद्रस्थान हृदय हें आहे. त्यापासून चोंहीकडे बाजूस, वर, खालीं नाड्या निघून सर्व शरीरास अन्नरसाचा पोष करितात व हा पोष दश प्राणांच्या जोरानें पोंचत असतो.

प्रवृत्ताः हृदयात्सर्वास्तिर्यगूर्ध्वमधस्तथा ।
वहन्त्यन्नरसान्नाड्यो दशप्राणप्रचोदिताः ॥
(वनपर्व अ० २१३)

(जसें पांच इंद्रियांच्या ठिकाणीं कर्मेंद्रियांच्या योगानें दहा इंद्रियें झालीं त्याचप्रमाणें मूळ पंच प्राणांच्या ठिकाणीं दहा प्राण झाले. हे नवीन पांच प्राग, नाग, कूर्म, कृकल, देवदत्त आणि धनंजय असे टीकाकारानें सांगितलेले आहेत,

परंतु यांचीं ठिकाणें कोणतीं व कार्यें काय हें सांगितलेलें नाहीं.) वरील वर्णनावरून नाड्या व प्राण या हल्लींच्या नर्व्हस् सिस्टिमच्या जागीं आहेत असें म्हणतां येईल. शरीरांतील मुख्य जीवाच्या क्रिया व शक्ति यांच्या संबंधानें, म्हणजे प्राण, अग्नि आणि हृदयापासून निघणारा नाडीविस्तार यांच्या संबंधानें योग शास्त्रांत फारच विचार असून पूर्वींचे व हल्लींचेही योगी कित्येक चमत्कार करून दाखवितात. हृदयाची क्रिया बंद करणें, श्वासोच्छ्वास बंद करणें वगैरे गोष्टी महाभारतांत सांगितलेल्या नाहींत. परंतु महाभारतांतील प्रत्येक तत्त्वज्ञानाच्या विचारांत प्राण, नाडी व हृदय यांचें वर्णन आल्याशिवाय रहात नाहीं.

इंद्रियज्ञान.

जीवाच्या संबंधानें देहाच्या ज्या मुख्य क्रिया आहेत त्यांत वर सांगितल्याशिवाय सुषुप्ति व स्वप्न याही क्रिया अथवा अवस्था यांचा विचार तत्त्वज्ञानांत उपस्थित होतो. त्याचा विस्तार येथें सांगणें नलगे. तसाच बुद्धीच्या क्रियेचाही प्रश्न उपस्थित होतो. प्रथम, प्रारंभींच इन्द्रियजन्य ज्ञान कसें होतें हें ठरविणें तत्त्वज्ञान्यास जरूर पडतें. सर्व काळीं तत्त्वज्ञान्यांना हा प्रश्न गूढ पडलेला दिसतो. इंद्रियांना ज्ञान होतें कसें? जो पदार्थ ज्ञात होतो त्याच्या संयोगानें असें साहजिक उत्तर झटकन मनुष्य देतो, कारण स्पर्श आणि रस यांचा, प्रत्यक्ष पदार्थाशीं त्वक् आणि जिह्वा या इंद्रियांचा संयोग झाला असतां बोध होतो; परंतु गंध कसा येतो हा प्रश्न वरील तऱ्हेनें सोडवूं लागलें असतां ज्या पदार्थाचा वास येतो त्या पदार्थांतून सूक्ष्म परमाणु नाकांत शिरतात, असें गृहीत धरावें लागतें व ही गोष्ट खरीही असूं शकेल. पण शब्द व रूप हे कानाला किंवा नेत्राला कसे समजतात हा प्रश्न कठिण आहे. या प्रश्नासंबंधानें भारती आर्यतत्त्ववेत्यांचा समज चुकीचा आहे असें म्हणतां येणार नाहीं. किंबहुना शब्द सर्व महाभूतांच्या साधनानें एका जागेहून दुसऱ्या जागेंत जातो असें त्यांनीं ठरविलें हें एक मोठें अनुभवाचें व बुद्धिमत्तेचें लक्षण होय. शब्द पृथ्वीवरून व पाण्यांतूनही ऐकूं येतो व हवेंतूनही ऐकूं येतो. पण, आकाशांतून शब्द ऐकूं येतो ही कल्पना हल्लींच्या रसायनशास्त्राच्या शोधाप्रमाणें खोटी ठरलेली आहे. निर्वात प्रदेशांत शब्द जात नाहीं, हें हल्लीं अनुभवानें ठरलेलें आहे; पण पूर्वीं हें माहीत नव्हतें. कारण, त्या वेळीं निर्वात प्रदेश उत्पन्न करण्याचा प्रयोग करणें शक्यच नव्हतें. असो. दृष्टीचें इंद्रिय कसें कार्य करतें हें ठरविणें सर्वांत कठीण आहे व यासंबंधानें प्राचीनकाळीं निरनिराळे तर्क केले गेलेले आहेत. कांहींकांचें मत असें होतें कीं, दृष्टीचें इंद्रिय डोळ्यांतून निघून पाहिलेल्या पदार्थाशीं संलग्न होतें आणि म्हणून त्याचा आकार व रंग यांचें ज्ञान होतें. ग्रीक लोकांतही कित्येक तत्त्वज्ञान्यांचें मत असें होतें कीं, प्रत्येक पदार्थांतून जसे परमाणु बाहेर पडतात त्याचप्रमाणें त्याच्या आकाराचीं व रंगाचीं मंडलें अथवा पटलें हीं सारखीं बाहेर पडत असतात व यांचा पहाणाऱ्यांच्या डोळ्यांशीं संयोग झाला म्हणजे पहाणारास पदार्थाच्या रूपरंगाचें ज्ञान होतें. भारतीय तत्त्वज्ञान्यांच्या मतानें दृगिंद्रियाचा व दृश्य पदार्थाचा संयोग, तेज अथवा प्रकाश यांच्या योगानें होतो, असो. सर्व इंद्रियांच्या पदार्थ-संयोगापासून होणाऱ्या ज्ञानास मनाची आवश्यकता आहे. मन हें शरीरांत असून नाडीद्वारा सर्व इंद्रियांचे ठिकाणीं व्यापून असतें आणि या मनाच्या द्वारानें इंद्रियांवर झालेला पदार्थाचा स-

न्निकर्ष बुद्धीच्या ठिकाणीं पोंचतो व तेथें ज्ञान उत्पन्न होतें. मनुष्याचें मन दुसरीकडे असेल तर इंद्रियाचा व पदार्थाचा संयोग झाला असतांही ज्ञान होत नाहीं. चित्त ही आणखी एक पायरी भारतीय तत्त्ववेत्यांनीं या संबंधानें मानलेली आहे.

चित्तमिंद्रियसंघातात्परं तस्मात्परंमनः ।
मनसस्तु पराबुद्धिः क्षेत्रज्ञो बुद्धितः परः ॥
(शांतिपर्व० अ० २७६)

म्हणजे इंद्रियें, चित्त, मन, बुद्धि आणि आत्मा अशी देहांत परंपरा असून या परंपरेनें ज्ञान होतें. हल्लींच्या पाश्चात्य शारीरशास्त्राप्रमाणें इंद्रिय, नर्व्हस् सिस्टिम अथवा नाडीचक्र आणि ब्रेन अथवा मेंदु अशा रस्त्यानें पदार्थ-ज्ञान होतें. परंतु मन हें काय आहे हें पाश्चात्य शारीरशास्त्र सुद्धां सांगूं शकत नाहीं. हृदय, मेंदु किंवा नाडीचक्र यांचा विशेषधर्म म्हणजे मन अशी व्याख्या देतां येईल.

आत्म्याचें स्वरूप.

भारतीय तत्त्वज्ञान्यांनीं सुद्धां ही गोष्ट मान्य केलेली आहे कीं, चित्त, मन, अथवा बुद्धि आणि पंचेंद्रियें व पंचप्राण या सर्व गोष्टी जड किंवा अव्यक्ताचाच भाग आहे. यास स्वतः कोणत्याही प्रकारची चलनवलनात्मक शक्ति नाहीं. यांच्या पाठीमागें जीव असेल तरच त्यांस चलनाची शक्ति आहे. जीव अथवा आत्मा हा नसेल तर या सर्व वस्तु निरुपयोगी अथवा जड आहेत. जीव असेल तोंपर्यंतच त्यांच्या क्रिया चालतात आणि जीव गेला म्हणजे डोळे असूनही दिसत नाहीं व कान असूनही ऐकूं येत नाहीं. तेव्हां जीव काय आहे हा प्रश्न सर्वांत महत्त्वाचा आहे या प्रश्नाभोंवतालीं सर्व देशांतील व सर्व काळांतील तत्त्ववेत्ते घिरट्या घालीत आहेत. परंतु अद्याप त्याचा पूर्ण शोध लागलेला नाहीं. या विषयासंबंधानें तत्त्वज्ञानाच्या अतिशय उच्च व उदात्त कल्पना आहेत. बहुतेक सर्वांच्या मतें आत्मा आहे इतकेंच नव्हे तर तो ईश्वरी अंश आहे. प्रत्येकाचा अहं असा अनुभव :म्हणजे मी पाहतों, मी ऐकतों अशा प्रकारची भावना, ही गोष्ट निश्चितपणानें शाबीत करते कीं पंचेंद्रिययुक्त देहाचा कोणी तरी अभिमानी देही आहे. इंद्रियांना स्वतःचें कधींही ज्ञान होत नाहीं. पण इंद्रियांच्या मागें असणाऱ्या जीवाला इंद्रियांचें ज्ञान होतें. आत्मा जरी प्रत्यक्ष दिसत नाहीं तथापि आत्म्याचें अस्तित्व नाकबूल करतां यावयाचें नाही. महाभारतांत एके ठिकाणीं आत्म्याचें अस्तित्व फारच सुंदर रीतीनें स्थापित केलेलें आहे. “ जो इंद्रियांना अगोचर आहे, तो मुळींच नाहीं असें नाहीं. ज्याचें ज्ञान होत नाहीं तें नसतें असेंही नाहीं. आजपर्यंत हिमालयाची दुसरी बाजू अथवा चंद्रमंडलाचा पृष्ठभाग हीं कोणीं पाहिलीं नाहींत यावरून तीं नाहींत असें कोणासही म्हणतां येत नाहीं. किंबहुना तीं आहेत असेंच आपण निश्चयानें म्हणतों. आत्मा अत्यंत सूक्ष्म व ज्ञानस्वरूपी आहे. चंद्रमंडलावर आपण कलंक पाहतों पण तें पृथ्वीचें प्रतिबिंब आहे असें आपल्या लक्षांत येत नाहीं. त्याचप्रमाणें आत्मा हें ईश्वराचें प्रतिबिंब आहे ही गोष्ट सहसा लक्षांत येत नाहीं. दिसणें किंवा न दिसणें हें अस्तित्व अथवा अभाव यांचें लक्षण नाहीं. सूर्याला गति आहे हें आपल्या बुद्धिमत्तेनें ठरवितां येतें. तसेंच अस्तापासून उदयापर्यंत सूर्य कोठें तरी असतो ही गोष्ट आपल्या बुद्धीनें निश्चयानें सांगतां येते. जसें हरिणाच्या साहाय्यानें हरिण पकडतात, किंवा हत्तीच्या साहाय्यानें हत्ती व पक्ष्यांच्या सा-

हाय्यानें पक्षी त्याचप्रमाणें ज्ञेयाच्या साहाय्यानें ज्ञेयास जाणतां येतें. स्थूलदेहांत अथवा लिंगशरीरांत राहणारें अमूर्त आत्मतत्त्व ज्ञानानेंच समजणें शक्य आहे. शरीरापासून आत्मा निराळा झाला म्हणजे अमावास्येच्या चंद्राप्रमाणें तो अदृश्य होतो आणि चंद्र दुसऱ्या ठिकाणीं गेला म्हणजे पुन्हा प्रकाशूं लागतो त्याचप्रमाणें आत्मा दुसऱ्या शरिरांत गेला म्हणजे पुन्हा तो भासमान होऊं लागतो. चन्द्राचे जन्म, वृद्धि आणि क्षय हे धर्म दिसणाऱ्या चंद्रबिंबासंबंधाचे आहेत; परंतु प्रत्यक्ष चंद्राचे नाहींत. त्याचप्रमाणें जन्म, मृत्यु, वृद्धि जरा हे धर्म देहाचे आहेत, आत्म्याचे नाहींत. ज्याप्रमाणें ग्रहणाचे वेळीं चंद्रावर पडणारी छाया व काळोख चन्द्राजवळ येतांना दिसत नाहीं किंवा चंद्रापासून सुटलेलीही दिसत नाहीं, त्याचप्रमाणें आत्मा जडशरीरांत येतांना किंवा शरीरांतून जातांना आपल्यास दिसत नाहीं. अर्थात् राहु अथवा छाया यांचें ज्ञान स्वतंत्र होऊं शकत नाहीं. तो जेव्हां चन्द्र किंवा सूर्य यांच्या मंडलाशीं संबंध पावतो तेव्हांच त्याचें ज्ञान होतें. त्याचप्रमाणें शरीरान्तर्गत आत्म्याची आपल्यास उपलब्धि होते, शरीराहून वियुक्त झालेल्या आत्म्याची होत नाहीं. (भाषां० पु० ६ पान ४२३–२४)

शान्तिपर्व अध्याय २०३ यांत दिलेलें वरील वर्णन आत्म्याचें अस्तित्व फारच सुंदर रीतीनें वाचकांच्या मनावर ठसवितें. त्यांत दिलेले दृष्टांत फारच मार्मिक व कवित्वपूर्ण आहेत. शरीरांतच असतांना आत्मा कसा प्रतीतीस येतो आणि शरीराहून वेगळा झाला असतांना प्रतीतीस येत नाहीं, हें समजविण्याकरितां ग्रहणाचा दृष्टांत दिलेला आहे तो फारच जोरदार व कवित्वपूर्ण आहे. पृथ्वीची छाया आकाशांत फिरत असते ती आपल्यास कधींही दिसत नाहीं. सूर्याच्या उलट दिशेनें पृथ्वीची पडलेली छाया चंद्रावर आली म्हणजे चंद्रावर दिसूं लागते आणि जोंपर्यंत चंद्रावर असते, तोंपर्यंतच दिसते. परंतु चंद्राच्या जवळ येतांना किंवा चंद्रापासून सुटली असतांना दिसत नाहीं. हा दृष्टांत भारती आर्यांच्या सूक्ष्म निरीक्षणाची साक्ष पटवितो. या दृष्टांतानें अमूर्त आत्मा देहाव्यातिरिक्त कां दिसत नाहीं आणि देहाचा संबंध झाला म्हणजे कसा दिसूं लागतो ही गोष्ट आपल्यास चांगली पटते; तसेंच, आपल्यास दिसत नाहीं म्हणून पृथ्वीची छाया नाहीं असें ज्याप्रमाणें आपल्यास म्हणतां येत नाहीं त्याचप्रमाणें आत्म्याची देहाव्यतिरिक्त प्रतीति होत नाहीं, म्हणून आत्मा नाहीं, असेंही म्हणतां येत नाहीं. तिसरें या दृष्टांताचा सर्वांत मोठा गुण असा आहे कीं, त्याजवरून आत्म्याचें स्वरूप आपल्यास पूर्ण प्रत्ययास येतें. आत्मा मूर्त पदार्थ नसून तो छायेसारखा अमूर्त आहे आणि पृथ्वीची छाया जशी सूर्यानें पडली आहे त्याचप्रमाणें आत्मा हा परमात्म्याची छाया आहे किंबहुना परमात्म्याचें प्रतिबिंब आहे आणि यास्तव आत्म्याच्या ठिकाणीं परमात्म्याचें चित्स्वरूप व आनंदस्वरूपही भरलेलें आहे. तात्पर्य, आत्मा हा आहे इतकेंच नव्हे तर तो ईशांश आहे असा तत्त्ववेत्यांचा सिद्धांत आपल्या प्रत्ययास येतो.

जीवाचें दुःखित्व.

येथें असा प्रश्न उपस्थित होतो कीं आत्मा जर परमेश्वराची छाया असून तो चित्स्वरूप व आनंदस्वरूप आहे, तर मनुष्य अज्ञानी, दुःखी, कुमार्गगामी, कां होतो ? ग्रीक तत्त्ववेत्यांनीं याचा जबाब असा दिलेला आहे. स्वच्छ पाण्यांत पडलेलें प्रतिबिंब साफ दिसतें,

त्याचप्रमाणें ज्या वेळेस इंद्रियें व अंतःकरण शुद्ध असतें त्या वेळेस त्यांत पडलेलें प्रतिबिंब म्हणजे आत्मा शुद्ध व आनंदयुक्त असतो पण ज्या वेळेस इंद्रियें गढूळ होतात त्या वेळेस आत्म्याचें स्वरूपही मलिन होतें; मनावर अज्ञानाचा पूर्ण पगडा बसतो आणि दुष्ट मनाचा इंद्रियांवर परिणाम होऊन इंद्रियें विषयांत आसक्त होतात. पापापासून हजारों इच्छा उत्पन्न होतात आणि मन नेहमीं विषयवासनांत गढून जाऊन अंतर्यामीं असलेल्या ईशांशस्वरूपी आत्म्याकडे आपली पाठ फिरवितें. तात्पर्य, जेव्हां इंद्रियें भलत्याच दिशेस वाहून विषयामध्यें स्वैरसंचार करूं लागतात, त्या वेळेस मनुष्य दुःखी होतो. पण, तो त्यांस जेव्हां आपल्या ताब्यांत ठेवतो तेव्हां तो सुखी होतो. ज्यानें इंद्रियांचे सर्व व्यापार बंद केले त्यास अक्षय सुख प्राप्त होतें.

वासनानिरोध व योगनिरोध.

याप्रमाणें दुःखाचा परिहार होण्याची एकच युक्ति म्हणजे इच्छांचा नाश करण ही होय. एका इंग्रजी ग्रंथकारानें म्हटल्याप्रमाणें इच्छेची दोरी तोडून टाकली म्हणजे आत्म्याचें विमान आकाशांत चढेल. इच्छारूपी रज्जूंनीं आत्म्याला पृथ्वीशीं जखडून ठेवलेलें आहे. त्या तोडल्या म्हणजे आत्मा सहजच ऊर्ध्व दिशेस जाईल. योगसिद्धांताचा मुख्य मुद्दा ह्राच आहे. मन नेहमीं इच्छांच्या तडाक्यांत सांपडून अन्तरात्म्यास भलत्याच रस्त्यानें नेतें आणि मनुष्यास नानाकर्मे करावयास लावून विषयोपभोगांत गुंतवितें. यासाठीं जर मन आपल्या इच्छांपासून परावृत्त होईल, अर्थात् तें जर स्वस्थ बसेल तर आत्मा आपल्या संपूर्ण तेजानें प्रकाशेल. योगावरील पतंजलीच्या सूत्रांचें पहिलें सूत्र, योग म्हणजे मनाचें स्वस्थ बसविणें असें आहे. मनाचें स्वस्थ बसविणें हें अतिशय दुःसाध्य कर्म आहे आणि योगतत्त्वज्ञानाचा प्रयत्न निरनिराळे यम, नियम व आसनें वगैरे सांगून मन स्वस्थ कसें बसवावें हेंच साधण्याचा आहे. या सर्व गोष्टी विस्तारानें येथें सांगणें शक्य नाहीं. तथापि योग साधण्यांत पंचप्राण, मन व इंद्रियें यांच्या निरोधाकडे लक्ष असतें. महाभारतांत अनेक ठिकाणीं या योगाचें विस्तारपूर्वक वर्णन आहे. त्यांपैकीं एक वर्णन आपण थोडक्यांत येथें देऊं. " मनांतील सर्व विकल्प बंद करून व मनास सत्त्वामध्यें कायम ठेवून आणि शास्त्रांत घालून दिलेले यम नियम पाळून ज्या ठिकाणीं मन व्यग्र होणार नाहीं त्या ठिकाणीं योग्यानें एकाद्या काष्ठाच्या ओंड्याप्रमाणें निश्चल बसावें आणि सर्व इंद्रियें आंत वेऊन म्हणजे अंतर्मुख करून मनाचा स्थिरपणा साधावा. कानानें ऐकूं नये, डोळ्यानें पाहूं नये, नाकानें वास घेऊं नये आणि त्वचेनें स्पर्श समजूं नये. सर्व इंद्रियांचा मनांत लय करून मन योग्यानें स्थिर करावें. जरी मनाचा धर्म भ्रमंति करून इंद्रियद्वारा बाहेर भटकण्याचा आहे किंवा कोणताही आधार नसतांना मनास जरी नाचतां येतें तरी त्यास एका जागीं बसवावें. ज्या वेळेस पांच इंद्रियें आणि मन निरुद्ध होतें त्या वेळेस जसा मेघांमध्यें विजेचा एकदम प्रकाश पडतो त्याप्रमाणें एकदम अंतर्यामीं प्रकाश पडेल. ज्याप्रमाणें पानावर असलेला पाण्याचा बिंदु कांहीं काळ स्थिर राहतो त्याप्रमाणें ध्यानांत प्रथम योग्याचें मन कांहीं वेळ स्थिर राहतें. परंतु वायूच्या साहाय्यानें लवकरच योग्यास झुकांडा देऊन मन बाहेर निसटतें. तथापि निराश न होतां अश्रांत परिश्रम करून झोंपेचा व मत्सराचा त्याग करून योग्यानें मनाला पुन्हां पूर्वठि-

काणीं आणून स्थिर करावें. मन निरनिराळे विचार, विवेक, वितर्क उत्पन्न करील. याप्रमाणें मनानें वारंवार त्रास दिला तरी मुनीनें धैर्य सोडूं नये आणि आपलें कल्याण साधण्याचा मार्ग कायम ठेवावा. या रस्त्यानें योग्याला ध्यानाची हळूहळू रुचि लागेल आणि त्यास मोक्ष प्राप्त होईल.

ध्यानामध्यें ईश्वराचें ध्यान करण्याविषयीं भारतीय आर्य तत्त्वज्ञान्यांचा पूर्ण कटाक्ष आहे व असाच ग्रीक देशांतील नूतन प्लेटोमतवाद्यांचा आहे. किंबहुना हीं त्यांचीं मतें त्यांनीं महाभारतावरून म्हणजे भारती तत्त्वज्ञात्यांकडूनच घेतलीं असावीं असें अनुमान आहे. हीं त्यांचीं मतें अलेक्झांडरच्या स्वारीनंतरचीं आहेत. ते म्हणतात, "दृश्य जग पाठीमागें टाकून मनुष्यांनें आपलें मन ऊर्ध्व नेऊन परमेश्वराशीं तादात्म्य करावें, हेंच त्याचें इतिकर्तव्य आहे. ईश्वराची भूमि म्हणजे ध्यान होय." या ध्यानाच्या अंतर्यामीं आपल्यास शिरतां येत नाहीं आणि ध्यान अथवा समाधीमध्यें ईश्वराशीं तादात्म्य पावून आनंदाची परमावधि म्हणजे ब्रह्मसाक्षात्कार याचा अनुभव घेणें. या गोष्टी बोलण्याच्या नाहींत. तथापि सर्व तत्त्ववेत्ते मग ते योगी असोत किंवा वेदान्ती असोत, प्लेटोचे अनुयायी असोत किंवा पायथॅगोरसचे असोत, साक्षात्काराविषयीं व तेथील परमसुखाविषयीं स्वानुभवानें व विश्वासानें सांगतात. मनाच्या अशा प्रकारच्या स्थितीस जाऊन पोंचण्याचा रस्ता प्रत्येकाचा निराळा असेल परंतु सर्व मार्ग एकाच ठिकाणीं जातात; सर्व निष्ठा नारायणाच्या ठिकाणीं आहेत असें महाभारतांतही सांगितलेलें आहे. या निरनिराळ्या मार्गांनीं मनुष्यास आपल्या अंतर्यामांत जाऊन तेथें परमात्म्याचें त्यास साक्षात् दर्शन होऊं शकतें. तथापि त्यासंबंधानें दोन तीन गोष्टी येथें सांगितल्या पाहिजेत. पहिली गोष्ट ही कीं, इतर तत्त्वज्ञानांप्रमाणें योगांतही असेंच सांगितलें आहे कीं ज्या मनुष्यास मनाचा निरोध करून समाधीमध्यें ईश्वरसाक्षात्कार करून घेण्याची इच्छा असेल त्यानें नीतीचें आचरण कडकडीत अतिशय शुद्ध केलें पाहिजे. व्यवहारांतील मान्य असलेले नीतीचे सर्व नियम म्हणजे परद्रव्य, परस्त्री, परनिंदा इत्यादिकांपासून अलिप्त राहणें हें सर्व त्यानें पाळलें पाहिजे. या शिवाय योग्यानें अहिंसेचा नियम पूर्णपणें पाळला पाहिजे. मांसाचें अन्न अर्थातच योग्याला वर्ज्य आहे इतकेंच नव्हे तर योग्यानें कीटकादि क्षुद्र जंतूंचीही हिंसा करतां कामा नये. प्लेटोचे नवीनमतवादी ग्रीक तत्त्वज्ञान्यांचेंही हेंच मत होतें. त्यांचा मोठा तत्त्ववेत्ता प्लोटिनस यानें मांसान्न वर्ज्य केलें होतें. तसेंच योग्यानें निद्रा जितकी कमी करवेल तितकी केली पाहिजे. प्लोटिनसनेंही आपली निद्रा अत्यंत कमी केली होती असें लिहिलेलें आहे. या वर्णनावरून योगशास्त्राचे सिद्धांत हिंदुस्थानांतूनच पाश्चात्य ग्रीस देशांत गेले हें वरील अनुमान दृढ होतें. भारतीय आर्यलोकांतील योगी बहुतेक सर्व दिवस व रात्र झोपेशिवाय काढतात. असो. योगाची जीं वरील तत्त्वें व लक्षणें दिलीं आहेत त्यांचा एका लहानशा सुंदर श्लोकांत भीष्मस्तवराजांत महाभारतानें समावेश केलेला आहे.

यं विनिद्रा जितश्वासाः सत्त्वस्थाः संयतेन्द्रियाः।
ज्योतिः पश्यन्ति युञ्जानाः तस्मै योगात्मने नमः॥

ज्या परमेश्वराला निद्रेचा त्याग केलेले, प्राणाचा जय केलेले व सत्त्वगुणाचें अवलंबन करणारे व इंद्रियांस जिंकून ताब्यांत ठेवणारे, ज्योतिस्वरूपानें योगांत युक्त असतांना पाहतात, त्या योगस्वरूपी परमात्म्याला नमस्कार असो. (भा० पु० ६ पा० ८८) वरील

श्लोकांत योगाचे मूलभूत सिद्धांत व क्रिया थोडक्यांत व सुंदर रीतीनें दिली आहे.

कर्मसिद्धांत.

योगाच्या तत्त्वज्ञानानें, या जगतांत आत्म्यास दुःख कां होतें याची मीमांसा करून असें ठरविलें कीं, इंद्रियें विषयांकडे जीवास वारंवार ओढतात म्हणून दुःख होतें; अर्थात् दुःखाचा नाश करण्याचें साधन इंद्रियांस मनासह आवरून धरून जीवात्म्याचें समाधीमध्यें परमात्म्याशीं एकीकरण करणें हें होय. पण ही गोष्ट अतिशय कठीण आहे. साधारणपणें मनुष्यप्राणी संसारांत दंग असतो आणि इंद्रियांचा निरोध करणें किंवा मनाला स्वस्थ बसविणें या दोन्ही गोष्टी सारख्याच कठीण आहेत. यामुळें जीवाला जन्ममरण लागून कर्मानुरोधानें संसारांत अनेक योनि फिराव्या लागतात. अर्थात् जीवाचें संसरण कर्मानुरूपही होतें हा महत्त्वाचा सिद्धांत भारतीय आर्य तत्त्वज्ञानांत प्रस्थापित झाला. अशा प्रकारानें कर्माची व जीवाच्या संसारित्वाची सांगड घालून दिलेली उपनिषदांतही आपल्या दृष्टीस पडते. जीव निरनिराळ्या योनींत कसा जातो किंवा एकाच योनींतील निरनिराळ्या जीवांना सुखदुःख कमी अधिक कां होतें या विचाराचा संबंध कर्माशीं आहे; हा एक अतिशय महत्त्वाचा सिद्धांत भारतीय आर्य तत्त्वज्ञानांत आहे. दुसऱ्या कोणत्याही देशांत या सिद्धांताचा उगम झालेला दृष्टीस पडत नाहीं. मनुष्यांना जन्मतः निरनिराळी परिस्थिति कां प्राप्त होते याचें कारण पाश्चात्य तत्त्वज्ञानांत कोठेंच सांगितलेलें आढळत नाहीं. ईश्वराची इच्छा किंवा दैव किंवा यदृच्छा याशिवाय त्यांस दुसरें कांहीं कारण देतां येत नाहीं. कर्माच्या सिद्धांतानें एका प्रकारानें नीतीचें बंधन उत्पन्न होतें इतकेंच नव्हे, तर या जगतांतील भौतिक घडामोडी जशा नियमबद्ध आहेत त्याप्रमाणें व्यावहारिक घडामोडीही एका अबाधित नियमानें बांधलेल्या असून यदृच्छाधीन नाहींत ही गोष्ट या कर्मसिद्धांतानें ठरते, कर्मसिद्धांताची सांगड पुनर्जन्माच्या सिद्धांताशीं आहे हें सांगावयास नकोच. कर्म हें अनादि आहे असें मानलेलें आहे. कारण, अगदीं प्रारंभीं तरी जीवानें निरनिराळें कर्म कां केलें हा प्रश्न राहतोच. यासाठीं संसार अनादि आहे आणि त्याचा आदि किंवा अंत कोठेंच होऊं शकत नाहीं त्याप्रमाणें कर्म हें अनादि आहे आणि ईश्वर प्रत्येक प्राण्यास त्याच्या कर्माप्रमाणें चांगल्या वाईट कृत्याबद्दल बक्षीस अथवा शासन देतो. असा सिद्धांत आहे. कर्माचा अंत व संसाराचा अंत एकाच युक्तीनें होऊं शकतो. तो असा कीं जीवात्म्याचें परमात्म्याशीं योगानें अथवा ज्ञानानें तादात्म्य झालें असतांना जीवात्म्याचें अनुपभुक्त कर्म सबंध अशेष जळून जातें आणि प्रारब्धकर्माचा भोग झाल्यावर पुनर्जन्मापासून आत्म्यास मुक्ति मिळते. अर्थात् त्याचें कर्म व संसृति यांचा एकदम नाश होतो. अनादि व सान्त अशा या वस्तु आहेत. याप्रमाणें थोडक्यांत कर्माचा, पुनर्जन्माचा व मोक्षाचा सिद्धांत आहे. भारती आर्यांतील आस्तिकमतवादी व नास्तिकमतवादी या दोघांनाही हा सिद्धांत मान्य आहे. वेदान्त, सांख्य, योग, कर्मवाद या आस्तिकमतांना कर्मपुनर्जन्ममोक्ष हा सिद्धांत मान्य आहे व नास्तिक न्याय, बौद्ध, जैन यांनांही तो मान्य आहे. ईश्वर त्यांस मान्य नसला तरी आत्म्याचें संसरण कर्मानुरूप होतें हें त्यांस मान्य आहे व पुनर्जन्मांतून सुटका होणें मनुष्याचें परम जीवितकर्तव्य आहे. अर्थात्

मोक्ष किंवा निर्वाण हाच परमपुरुषार्थ आहे असाच सर्वांचा सिद्धांत आहे. हा मोक्ष मिळण्याचा मार्ग मात्र निरनिराळ्या तत्त्वज्ञानांत निरनिराळा सांगितलेला आहे. कोठें आत्म्याचें स्वरूपही भिन्न मानलेलें आहे. परंतु आत्मा मान्य केला असतां या पुढच्या पायऱ्या त्या सर्वांस एकच मान्य आहेत म्हणजे आत्म्याला हजारों जन्म मृत्यु येतात. जीवित दुःखमय आहे आणि या जन्ममरण भवफेऱ्यांपासून सुटणें हाच सर्व तत्त्वज्ञानांचा परमहेतु आहे. या तीन गोष्टी सर्व सिद्धांतांना सारख्याच मान्य आहेत. (मात्र चार्वाकमतवादी या तिहींच्या उलट आहेत. त्यांच्या मतें देह हाच आत्मा आणि संसारांत जन्मणें हेंच सुख आणि मृत्यु हाच मोक्ष असें ठरलेलें आहे.)

आत्म्याची आयाति व निर्याति.

भारतीय आर्यांनीं आत्म्याच्या संसृतीचा सिद्धांत कसा कायम केला याचा आपण थोडासा विचार करूं. हा सिद्धांत पायथ्यागोरास या ग्रीक तत्त्ववेत्यास मान्य झाला होता व प्लेटोच्या अनुयायांसही पसंत पडला होता. परंतु त्याचा विशेष प्रचार पाश्चात्य देशांत झालेला नाहीं. असो. जे लोक शरीरापासून आत्मा भिन्न आहे असें मानतात त्यांस आणखी दोन प्रश्नांचा उलगडा करणें जरूर पडतें. आत्मा शरीरांत कां व केव्हां प्रवेश करतो; तसेंच तो शरीर सोडतो तेव्हां तो कोठें जातो ? जे लोक आत्म्याचें अस्तित्व मानून त्याचें संसारित्व मानीत नाहींत त्यांस हे प्रश्न सोडविणें कठीण पडतें. ग्रीक तत्त्ववेत्ता प्लोटिनस हा पुनर्जन्मवादी नव्हता असें दिसतें. त्यानें याचा जबाब असा दिलेला आहे. "सृष्टि (अथवा स्वभाव) देह उत्पन्न करते व आत्म्याच्या वस्तीसाठीं त्यास तयार करते. तेव्हां आत्मा त्या देहांत राहण्याकरितां आपोआप येतो त्याला कोणाची जबरदस्ती लागत नाहीं. त्याच्यावर कोणाची सत्ता नसते व त्यास कोणी पाठवीतही नाहीं. परंतु साहजिक ओढीनें आत्मा देहांत येतो. कारण, देहाला आत्म्याच्या काळजीची जरूरी असते. आत्मा शरिरांत येतो यामुळें दोहोंची परिपूर्णता होते." या म्हणण्यांत विशेष अर्थ नाहीं व तें सयुक्तिकही दिसत नाहीं. कारण, आत्म्यानें परमात्म्याच्या ठिकाणीं राहण्याचें सोडून या भौतिक शरिरांत येऊन राहण्याची दुःखद स्थिति कां कबूल करावी हें नीट समजुतीस येत नाहीं. आत्मा तर ईशांश आहे असें त्यास मान्य आहे आणि जर ईश-इच्छा त्यास खालीं ढकलीत नाहीं, तर आत्म्यानें पृथ्वीवर कां यावें हें सांगतां येत नाहीं. ग्रीस देशांतील दुसरे तत्त्ववेत्ते जे आत्मा परमेश्वराचा अंश आहे असें मानीत नाहींत ते या संबंधानें असें मत देतात. हे लोक निरीश्वरवादी आहेत तेव्हां त्यांच्या मार्गांत ईश्वराची अडचण मुळींच नाहीं. त्यांच्या मतानें आत्मा परमाणुस्वरूप असून तो वाटोळा गुळगुळीत आणि अत्यंत चंचल अशा स्वरूपाचा असतो. तो या जड सृष्टींत तिकडे तिकडे भरलेला आहे. असंख्य आत्म्याचे परमाणु इकडून तिकडे धावत असतात आणि ते प्राणवायूबरोबर देहांत शिरतात. प्राणवायूच्या श्वासोच्छ्वासक्रियेबरोबर हे बाहेरही पडूं शकतील. परंतु श्वास आंत घेण्याच्या क्रियेनें ते नेहमीं आंत येतात. याप्रमाणें जोंपर्यंत श्वास आंत घेण्याची क्रिया चालू आहे तोंपर्यंत मनुष्य जिवंत असतो व आत्मा शरीरांत वास करतो. मनुष्य मेला म्हणजे साहजिकच शेवटच्या उच्छ्वासाबरोबर आत्मा निघून जातो.

यांसारखी अनेक मतें अनेक तत्त्वज्ञानांत मानलेलीं आहेत; पण त्या सर्वांपेक्षां भारती आर्यांनीं केलेला कर्मसिद्धांत अधिक सयुक्तिक आहे असें आपल्यास दिसून येईल. शरीरांत ईश-अंश आत्मा कां येतो याचें कारण जीवाच्या कर्माच्या उपपत्तीशिवाय दुसरें बसूं शकतच नाहीं. ईश्वराची इच्छा किंवा आत्म्याची सहजप्रवृत्ति यापेक्षां कर्माचें बंधन हा नियम अतिशय उच्च व सर्वसृष्टि नियमबद्ध आहे या तत्त्वास अनुसरून आहे. ज्याच्या त्याच्या कर्माप्रमाणें आत्मा निरनिराळ्या देहांत प्रवेश करतो व हें त्याचें संसारित्व त्याच्या कर्माप्रमाणें चालू राहतें. जोंपर्यंत परमेश्वराच्या योग्य ज्ञानानें त्याच्या कर्माचा नाश झाला नाहीं, तोंपर्यंत त्यास या निरनिराळ्या संसारांतील योनींमधून फिरावें लागतें. शांतिपर्व अध्याय २२१ यांत भीष्मानें युधिष्ठिरास कर्म आणि भोग यांच्या नियमानुसार आत्म्यास अनंत भवचक्रांत एका देहांतून दुसऱ्या देहांत कसें जावें लागतें याचें वर्णन केलेलें आहे. या पुनर्जन्माच्या संसृतींत आत्म्यास निरनिराळ्या पशुपक्षादिकांच्या देहांत जावें लागतें इतकेंच नव्हे तर स्थावर परंतु सजीव अशा वृक्ष व तृण यांच्याही देहांत प्रवेश करावा लागतो. ज्याप्रमाणें एकच सूत्र सुवर्णाचा मणि किंवा मोतीं किंवा प्रवाल किंवा दगडाचा मणी यांतून जातें त्याप्रमाणें बैल घोडा, मनुष्य, हत्ती, मृग, कीट, पतंग इत्यादि देहांत स्वकर्मानें बिघडलेला, संसारांत गढलेला आत्मा जातो.

तद्देव च यथा सूत्रं सुवर्णे वर्तते पुनः ।
मुक्तास्वथ प्रवालेषु मृण्मये राजते तथा ॥
तद्वद्गोश्वमनुष्येषु तद्वद्धस्तिमृगादिषु ।
तद्वत्कीटपतङ्गेषु प्रसक्तात्मा स्वकर्मभिः ॥

(शांतिपर्व अ० २०६)

वासनेच्या योगानें कर्म घडतें व कर्माच्या योगानें वासनेची उत्पत्ति होते. अशा रीतीनें हें अनादि आणि अनंत चक्र चालू राहतें; पण बीज अग्नीनें दग्ध झालें असतां ज्याप्रमाणें त्यास अंकुर फुटत नाहीं त्याप्रमाणें अविद्यादि क्लेश ज्ञानरूपी अग्नीनें दग्ध झाले म्हणजे पुनर्जन्माची प्राप्ति होत नाहीं, असें शांतिपर्व अध्याय २११ यांत सांगितलेलें आहे.

पुनर्जन्माच्या फेऱ्यांत आत्म्यास वृक्षादिकांचाही जन्म येतो ही गोष्ट कित्येक पुनर्जन्मवादी लोकांस मान्य नाहीं त्यांच्या मतें एकदां आत्म्याची उन्नत्ति होऊं लागली कीं आत्म्यास अधोगति कधींही होत नाहीं म्हणजे मनुष्याचा आत्मा कधींही पशुयोनींत जात नाहीं. किंवा पशूंचा आत्मा वृक्षयोनींत जात नाहीं. परंतु महाभारताचें मत असें दिसत नाहीं. किंबहुना उपनिषदांच्या मतेंही आत्म्यास वृक्षयोनींत जावें लागतें असें दिसतें. वृक्षास जीव अथवा चैतन्य आहे असें महाभारतकाळीं ठाऊक अथवा मान्य होतें.

सुखदुःखयोश्च ग्रहणात् छिन्नस्य च विरोहणात् । जीवं पश्यामि वृक्षाणाम् अचैतन्यं न विद्यते ॥

असें शांतिपर्व अध्याय ८९ यांत सांगितलें आहे. वृक्षांना सुखदुःख आहे, तसेंच तोडले असतांना ते पुनः वाढतात, यावरून वृक्षांना जीव आहे असें ठरतें. इतकेंच नव्हे, तर वृक्षांना पंचेंद्रियेंही आहेत असें प्राचीन तत्त्वज्ञान्यांनीं ठरविलें आहे. भृगूनें भरद्वाजास शांतिपर्व अध्याय १८४ यांत ही गोष्ट समजावून सांगितली आहे. "वृक्षांत शब्दज्ञान आहे कारण शब्दांच्या योगानें वृक्षांचीं पुष्पें व फळें गळून पडतात. वृक्षांना स्पर्श आहे, कारण उष्णतेच्या योगानें वृक्षांचा वर्ण म्लान होतो. वृक्षांना दृष्टि आहे. कारण, वेलींची

वाढ व गमन इष्ट दिशेनें होत असतें. वृक्षांना गंध आहे. कारण, निरनिराळ्या धूपांच्या योगानें वृक्ष निरोगी होतात वगैरे वर्णन या अध्यायांत केलेलें आहे. (भा० पु० ६ पा० ३८०) वरील कल्पना हल्लींच्या शास्त्रीय प्रयोगानें सुद्धां सिद्ध होतात असें डॉक्टर बोस बंगालचे रसायनशास्त्रज्ञ यांनीं सिद्ध केलेलें आहे. याजवरून प्राचीन भारती आर्यांची विलक्षण बुद्धिमत्ता आपल्या नजरेस येते.

लिंगदेह.

एका देहांतून दुसऱ्या देहांत संसरण करीत असतां आत्म्याच्या भोंवतीं एक सूक्ष्म पंच-महाभूतांचा कोश असतो अशी कल्पना भारती आर्यांनीं केलेली आहे व या सूक्ष्मभूतांबरोबरच सूक्ष्मपंचेंद्रियेंही असतात असें मानलें आहे. या सर्वांचा मिळून एक लिंगदेह असतो असें समजतात. लिंगदेहासह आत्मा हृदयाच्या आंतील आकाशांत राहतो अशी समजूत आहे. हें हृदयांतील आकाश अंगुष्ठप्रमाण आहे. म्हणून लिंगदेहही अंगुष्ठप्रमाण आहे अशी कल्पना केलेली आहे. हें अंगुष्ठप्रमाण मनुष्याच्या हृदयाच्या कल्पनेवरून बसविलेलें काल्पनिक आहे. हें निर्विवाद आहे. अंगुष्ठमात्रो हृदयाभिक्लृप्तः । हृदयानें वेष्टिलेला जीव अंगुष्ठमात्र आहे हें वर्णन उपनिषदांतही येतें. परंतु तें केवळ गौण आहे खरें नव्हे. कारण लिंगदेहासह आत्मा शरीरांतून निघतो त्या वेळेस तो दिसत नाहीं. तो आकाशासारखा सूक्ष्म (अर्थात् परिमाणरहित) असून मनुष्यदृष्टीला अदृश्य असाच आहे असें महाभारतांत वर्णन आहे. केवळ योग्यांना मात्र त्यांच्या दिव्य शक्तीनें शरीरांतून बाहेर निघालेला आत्मा दिसूं शकतो असें महाभारतांत वर्णन आहे. ज्या वेळेस धृष्टद्युम्नानें तलवारीनें द्रोण योगयुक्त झाला असतां त्याचा गळा कापला त्या वेळेस द्रोणाचा आत्मा ब्रह्मलोकीं गेला. तो आम्हां पांच मनुष्यांनाच दिसला असें संजयानें सांगितलें आहे. " मी, अर्जुन, अश्वत्थामा, श्रीकृष्ण आणि युधिष्ठिर इतक्या जणांस मात्र तो महात्मा योगबलानें देहापासून मुक्त होऊन परमगतीला जातांना प्रत्यक्ष दिसला. " (द्रोणपर्व अध्याय १२२ भाषां० पु० ४ पान ७३१) आत्मा शरीरांतून जातांना पाहण्याची शक्ति योग्यांसच असते ही गोष्ट शांतिपर्व अ० २९४ यांत स्पष्ट सांगितली आहे.

शरीराद्विप्रमुक्तंहि सूक्ष्मभूतं शरीरिणम् ।
कर्मभिः परिपश्यंति शास्त्रोक्तैः शास्त्रवेदिनः॥

शास्त्र जाणणारे अर्थात् योगशास्त्र जाणणारे लोक त्या शास्त्रांत सांगितलेल्या कर्मांनीं अर्थात् साधनांनीं शरीरांतून बाहेर जाणारा सूक्ष्मभूत जीव पाहूं शकतात असें याचें तात्पर्य आहे. सारांश जीव हा शरीरांतून बाहेर पडत असतांना अदृश्य असतो आणि त्याजबरोबर असणारें त्याचें लिंगशरीर सूक्ष्म असल्यानें तेंही कोणास दिसत नाहीं असा प्राचीनांचा सिद्धांत आहे.

येथें एक सामण्यासारखी गोष्ट अशी आहे कीं, सांख्यांनीं सूक्ष्म पंचमहाभूतें अगर तन्मात्रा यांची जी कल्पना केली आहे ती कशाकरितां असा मागें आम्ही प्रश्न केला आहे त्याचें उत्तर थोडेंबहुत लिंगदेहाच्या कल्पनेंत दिसून येतें. आत्म्याबरोबर कांहीं तरी जडकोश जातो असें मानलें म्हणजे तो सूक्ष्मभूतांचाच असला पाहिजे हें उघड आहे जसें मन व पंचेंद्रियें हीं जड असून सूक्ष्म असतात त्याचप्रमाणें पंचमहाभूतेंहीं सूक्ष्म कल्पून तीं आत्म्याबरोबर जातात असें येथें मानलेलें आहे.

लिंगदेहाची कल्पना ग्रीक तत्त्ववेत्त्यांतही होती असें दिसतें. आत्म्याच्या भोंवतीं कांहीं तरी एक भौतिक आवरण असावें असें त्यांनींही मानलें होतें. प्लेटिनस् याचें मत असें होतें कीं आत्मा ज्या वेळेस पृथ्वीवरून स्वर्गाकडे जातो त्या वेळेस तार्‍यांच्या समीप गेला म्हणजे तेथें त्याचें भौतिक आवरण पडून त्यास स्वर्गीय आवरण अथवा देह प्राप्त होतो. परंतु मार्फिरी या ग्रीक तत्त्ववेत्त्याचें मत प्लेटिनसच्या पुढें गेलेलें होतें. तो म्हणतो " तार्‍यांच्या समीपही आत्म्याचा लिंगदेह खालीं पडत नाहीं. किंबहुना मानवी आत्म्याच्या अस्तित्वास एक भौतिक लिंगदेह आत्म्यास असलाच पाहिजे आणि अशाच लिंगदेहानें युक्त असलेला आत्मा मनुष्याच्या शरीरांत प्रवेश करतो आणि यामुळेंच त्यास अन्य शरीरांत प्रवेश करतां येत नाहीं किंवा करावासा वाटत नाहीं. पूर्वीं सांगितल्याप्रमाणें मार्फिरी याचें असें मत होतें कीं, मनुष्याचा आत्मा कधींही पशूच्या शरीरांत प्रवेश करीत नाहीं. तर तो नेहमीं मनुष्याच्याच शरीरांत जातो. प्लेटोच्या अनुयायांचें, नवीन व जुन्या दोघांचें, मत याहून भिन्न होतें. त्यांच्या मताप्रमाणें निरनिराळ्या योनींत आत्मा प्रवेश करतो. पुनर्जन्माच्या फेर्‍यांत अमुकच योनींत त्यानें जन्म ध्यावा असा नियम राहत नाहीं. भारती आर्यतत्त्वज्ञानाच्या मतें मनुष्य, देव वगैरे वरचे प्राणी व पशु, कीट, वृक्ष वगैरे खालचे जिवंत प्राणी या सर्वांत कर्मानुसार आत्म्यास फिरावें लागतें. पशूंना व वृक्षांनाही आत्मा आहे असें त्यांचें मत आहे. या मतानें पूर्वीं सांगितलेल्या पहिल्या प्रश्नाचा उलगडा फारच उत्तम रीतीनें होतो. आत्मा शरीरात कसा व केव्हां प्रवेश करतो या संबंधानें थोडक्यांत व सहज असें सांगतां येतें कीं, आत्मा हा अन्नांत वनस्पतीच्या द्वारें जातो आणि अन्नाच्या द्वारानें प्राण्याच्या शरीरांत प्रवेश मिळून तेथून तो रेताच्या द्वारानें कोणत्याही योनींत कर्मानुसार जातो व तेथें त्यास शरीर मिळतें. ही कल्पना केवळ अशास्त्रीय नाहीं. पाश्चात्य शारीरशास्त्रवेत्त्यांचें मत असें आहे कीं, पुरुषाच्या (मनुष्य अथवा पशु) रेतांत असंख्य स्पर्म असतात व त्यांचा स्त्रीच्या रजाशीं संसर्ग होतो. परंतु त्या प्रत्येकांत प्राणधारण अथवा बीज-धारण करण्याची शक्ति नसते. हजारों स्पर्मसमध्यें एकाद्या स्पर्ममध्येंच बीज अथवा जीव धारण करण्याची शक्ति असते आणि त्याचा स्त्रीशुक्राशीं संयोग होऊन गर्भधारण होतें. या गोष्टीचा वरील सिद्धांताशीं चांगला मेळ बसतो. अन्नद्वारा आत्मा पुरुषाच्या शरीरांत प्रवेश करतो आणि तेथून रेताच्या एखाद्या स्पर्ममध्यें तो समाविष्ट होतो असें आपल्यास मानतां येईल.

आत्मा जेव्हां शरीरांतून निघून जातो तेव्हां तो कोठें व कसा जातो या दुसर्‍या प्रश्नाकडे आपण आतां वळूं. तो दिसत नाहीं म्हणजे बाहेर पडतांना त्यास मानवी दृष्टीनें पाहतां येत नाहीं हें पूर्वीं सांगितलेंच आहे. मरणार्‍या प्राण्यास काचेच्या पेटींत जरी ठेवलें तरी निघून जाणारा आत्मा दिसणार नाहीं, असा तो शरीराच्या निरनिराळ्या अवयवांतून बाहेर पडतो अशी समजूत आहे. शांतिपर्व अध्याय ३१७ यांत निरनिराळ्या अवयवांतून योग्याचा आत्मा बाहेर पडला असतां कोठकोठें जातो हें सांगितलें आहे पायांतून गेला असतां विष्णुलोकास जातो, जंघेतून गेला तर वसुलोकाला जातो वगैरे वर्णन आहे. अर्थात् त्या त्या अवयवाच्या देवतेच्या लोकास जातो असें सांगितलें आहे. डोक्यांतून बाहेर पडतो तेव्हां त्यास ब्रह्मलोकाचें स्थान प्राप्त

होतें. ही कल्पना उपनिषदांतही असून योग्याचें व वेदांत्याचें प्राणोत्क्रमण ब्रह्मरन्ध्रांतून म्हणजे डोक्याच्या कवटींतून होतें असें समजतात. (भा० पु० ६ पान ७०९).

देवयान व पितृयाण.

पण ही देवतालोकांची गति सर्वत्र प्राण्यांस मिळते असें नाहीं. साधारणपणें आत्मा शरीरांतून निघाला म्हणजे चन्द्रलोकास जातो अशी समजूत आहे. महाभारतांत आत्मा चंद्रलोकास जातो व तेथून परततो याचें विस्तारानें वर्णन आल्याचें दिसत नाहीं. तथापि ही गति उपनिषदांत सांगितलेली आहे तेव्हां ती महाभारतकारास मान्य असलीच पाहिजे. भगवद्गीतेंत “ अग्निर्ज्योतिरहः शुक्लः षण्मासा उत्तरायणम् ” इत्यादि श्लोकांत उत्तरगति सांगितली आहे. अग्नि, ज्योतिः (प्रकाश), दिवस, शुक्लपक्ष, उत्तरायण, अशा रस्त्यानें योग्याचा आत्मा सूर्यलोकास जाऊन तेथून पुढें ब्रह्मलोकास जातो. परंतु इतर पुण्यवान् प्राण्यांचा आत्मा,

धूमोरात्रिस्तथा कृष्णः षण्मासादक्षिणायनम् ।
तत्र चांद्रमसे ज्योतिर्योगी प्राप्तयनिवर्तते ॥

असें सांगितलें आहे. धूम रात्र कृष्णपक्ष दाक्षिणायन अशा रस्त्यानें चंद्राप्रत जाऊन तेथून आत्मा पुनरावृत्ति पावतो अर्थात् मुक्त होत नाहीं. या सर्व देवता आहेत असें मानलें आहे. असो. चंद्रलोकावर आत्मा कांहीं दिवसपर्यंत राहतो असेंही उपनिषदांत सांगितलें आहे. चंद्र हा पितरांचा लोक आहे अशी समजूत तत्त्वज्ञान्यांची आहे. चंद्रलोक मृत आहे असें पाश्चात्य भौतिक शास्त्रवेत्तेही म्हणतात, म्हणजे चंद्रावर कोणतीच जिवंत वस्तु नाहीं असें ज्योतिर्विदांचें मत आहे. चंद्रलोकाहून परत येतांना आकाश, तेथून वायु, वायूपासून पृथ्वी, तेथून अन्न व अन्नद्वारा पुरुषाच्या पोटांत आहुतिरूपानें त्याचा प्रवेश होतो.

आतांच वर वर्णन केलेला आत्म्याचा जाण्याचा मार्ग यास पितृयाणपथ अशी संज्ञा आहे. जे पुण्यवान् प्राणी यज्ञादि सकामकर्में करितात किंवा विहिरी, तलाव, वगैरे बांधून परोपकाराचीं कृत्यें करितात, त्यांचे आत्मे या मार्गानें जातात. त्याच्याही पूर्वी सांगितलेला मार्ग देवयानपथ म्हणून प्रसिद्ध आहे. तो सूर्यलोकद्वारें ब्रह्मलोकाप्रत जातो व तेथून पुनरावृत्ति नाहीं. या मार्गानें योगी, वेदान्ती आणि जे अतिशय पुण्य करणारे प्राणी उत्तरायणांत शुक्लपक्षांत मरतात, ते जातात. सूर्यलोकास गेल्यावर विद्युत् साहाय्यानें ते निरनिराळ्या ठिकाणींही जातात आणि तेथून किंवा परभारें ब्रह्मलोकास जातात. याचप्रकारची थोडीबहुत कल्पना ग्रीकतत्त्ववेत्ता प्लोटिनस याचीही आहे. तो म्हणतो. “ जे लोक या पृथ्वीवर उत्तम नीतिपूर्ण आचरण करितात, ते मेल्यावर सूर्यापर्यंत जातात. पण तेथून पुनः परतून ते पुनः पुण्याचरण करून पुनः वर जातात व अशा रीतीनें अनेक जन्मांनंतर त्यांस शेवटचा मोक्ष म्हणजे जडदेहांपासून विमुक्तता मिळते.” साधारण भारती आस्तिकमतवाद्यांच्या मतानें ब्रह्मलोक हीच शेवटची गति होय; तेथून आत्मा परत येत नाहीं व इतर लोक कमी दर्जाचे असून तेथून आत्मा परत येतो, विष्णुलोक अथवा वैकुंठ, शंकरलोक अथवा कैलास वगैरे अनेक लोक आहेत, त्या त्या लोकीं पुण्य भोगल्यानंतर आत्मा परत येतो. अशी समजूत आहे.

तारारूपाणि सर्वाणि यत्रैतत् चन्द्रमंडलम् ।
यत्र विभ्राजते लोके स्वभासा सूर्यमंडलम् ॥
स्थानान्येतानि जानीहि जनानां पुण्यकर्मणाम् ।
कर्मक्षयाच्च्यवते सर्वे क्षयान्ते वै पुनः पुनः ॥

असें जरी आहे तथापि शिव किंवा विष्णु यांचे उपासक त्या त्या लोकास शेवटचे लोक असेंच मानतात. परंतु इंद्रलोक अथवा स्वर्ग हा सर्वांत खालचा लोक आहे व येथून पुण्य-क्षय झाल्यावर प्राणी पृथ्वीवर परत येतो असें सर्वांचेंच मत आहे. कारण इंद्र ही देवता वैदिककालीन असली तरी नंतरच्या काळांत खालच्या पायरीची मानली गेली.

अधोगति.

देवयान व पितृयाण यांशिवाय तिसरा एक मार्ग पापीलोकांच्या आत्म्याचा असतो. हे आत्मे ऊर्ध्व गतीला जातच नाहीं परंतु देहांतून निघाल्याबरोबर कोणत्या तरी तिर्यक् योनींत जातात; किंबहुना मशक, कीटक इत्यादि क्षुद्र प्राण्यांच्या जन्मास जाऊन वारंवार मरण पावून पुनः पुनः तेच जन्म घेतात किंवा कुत्रे, कोल्हे इत्यादि दुष्ट पशुयोनींत जातात, आत्म्याच्या संसरणाचा व पुण्य-पापाचरणाचा याप्रमाणें मेळ घालून भारतीय आर्यतत्त्ववेत्त्यांनीं नीतीच्या आचरणास श्रेष्ठ परिस्थितीस नेऊन पोंचविलें. कोणतें पाप केलें असतांना कोणती गति अर्थात् पापयोनि मिळते याचें बरेंच विस्तृत विवेचन महाभारतांत पुष्कळ ठिकाणीं केलेलें आहे. तें येथें सांगण्याची जरूरी नाहीं. परंतु आस्तिक श्रद्धेनें वागणाऱ्या सामान्य जनसमूहास पापाचरणापासून निवृत्त करण्याची ही व्यवस्था फारच चांगली आहे.

संसृतीपासून मुक्ति.

संसृतीच्या या सतत चालणाऱ्या जन्ममरणाच्या फेऱ्यांतून मुक्त होणें हाच मनुष्याच्या आयुष्यांतील इतिकर्तव्याचा उच्चतम हेतु आहे असें भारतीय सर्व तत्त्वज्ञानी मानतात. कारण, पूर्वीं सांगितल्याप्रमाणें पुनर्जन्माचा फेरा हा सर्व मतवाद्यांस मान्य आहे. किंबहुना सर्व तत्त्वज्ञानाचें अंतिमसाध्य मोक्ष आहे. प्रत्येक तत्त्वज्ञानाचें कर्तव्य क्षेत्र किंवा उपदेशकृत्य हेंच आहे कीं, मनुष्यास या भवचक्राच्या फेऱ्यांतून मुक्ति कशी मिळावी याचा उपाय त्यानें सांगितला पाहिजे. सर्वांचें अंतिमसाध्य एकच आहे, पण भिन्न भिन्न मतांचे मार्ग भिन्न भिन्न आहेत. कापिलमतानुयायी सांख्य असें मानतात कीं, पंचवीस तत्त्वांचें ज्ञान मनुष्यास झालें म्हणजे तो मोक्षास जातो. त्यांचें नुसतें संख्यान हेंच मोक्षाचें कारण आहे. (अनुगीता अनुशासन प० अध्याय ४६) पुरुष-प्रकृति-विवेक हाही सांख्यांनीं सांगितला आहे. सर्व गोष्टी प्रकृति करते. मी प्रकृतीहून भिन्न असून अकर्ता आहें असा ज्या वेळेस पूर्ण अनुभव मनुष्यास होतो त्या वेळेस जन्म-मरणाच्या फेऱ्यांपासून तो मुक्त होतो. योग्यांचें मत असें आहे कीं, आत्म्यास मन इंद्रियद्वारा विषयांत गुंतवितें यासाठीं इंद्रियांचा अवरोध करून मनाला स्वस्थ बसवून आत्म्याला विषयोपभोगापासून परावृत्त केलें म्हणजे मोक्ष मिळतो. आणि वेदांत्यांचें मत असें आहे कीं, आत्मा हा परब्रह्माचा अंश आहे पण तो अज्ञानानें ती गोष्ट विसरतो आणि या जन्ममृत्यूच्या फेऱ्यांत सांपडतो. अज्ञान जाऊन मी परब्रह्मस्वरूपी आहें असें आत्म्यास यथार्थ ज्ञान झालें म्हणजे मनुष्य मुक्त होतो. इतर तत्त्वज्ञान्यांचीं मतें कशीं आहेत, हें पुढें सांगूं.

परब्रह्मस्वरूप.

येथें वेदांताच्या आस्तिकमतामध्यें सांगितलेल्या परब्रह्माचा आपल्यास विशेष विचार करावयास पाहिजे. परब्रह्माची कल्पना ही

भारती आर्यांच्या ईश्वरविषयक कल्पनांचें अत्युच्च स्वरूप आहे. ईश्वराची कल्पना ही सर्व लोकांत बहुधा व्यक्तस्वरूपाची म्हणजे मनुष्यासारखीच असते. परंतु मनुष्यत्व सोडून देऊन केवळ सर्वशक्तिमान् अशा निर्गुण ईश्वराची कल्पना करणें हें काम फार कठीण आहे. उपनिषदांमध्यें परब्रह्माचें फारच वक्तृत्वपूर्ण व उदात्त वर्णन असून तें मनुष्यत्वाला किंवा सगुणस्वरूपाला शिवलेलें नाहीं. भारती आर्यांच्या तत्त्वविवेचक बुद्धीच्या अकलुषित उच्च विकासाचें तें एक अप्रतिम फळ आहे व यामुळें तें अतिशय तेजस्वी व जोरदार आहे. महाभारतकाळीं निर्गुण उपासना बरीच मागें पडून सगुण उपासना पुढें आलेली होती. याशिवाय भारतीय तत्त्वज्ञानाचा विकास कित्येक शतकें निरनिराळ्या दिशेनें होऊन परस्परविरोधी अनेक तत्त्वज्ञानाचे सिद्धांत प्रचलित झालेले होते. असेच अंधश्रद्धेचे निरनिराळे भोळसट सिद्धांतही उपस्थित झाले होते. यामुळें महाभारतांतील तत्त्वज्ञानाची चर्चा करणारे भाग हे एका प्रकारें क्लिष्ट व गूढ कल्पनांनीं आणि विरोधी वचनांनीं भरलेले असून निरनिराळ्या मतांचा विरोध काढण्याच्या प्रयत्नानें बरेच मिश्रित झालेले असे आहेत. यामुळें उपनिषदांप्रमाणें एकाच मतानें व एकाच दिशेनें वाहात जाणाऱ्या बुद्धिमत्तेच्या प्रचंड पुरानें वाचक तल्लीन होऊन जात नाहींत. उपनिषदांप्रमाणें परब्रह्माचीं उदात्त वर्णनें महाभारतांत नाहींत. ब्रह्मैक्य झालें असतांना जो अवर्णनीय ब्रह्मानंद होतो त्याचींही वर्णनें महाभारतांत नाहींत. किंवा मुक्त स्थितींत केवळ ब्रह्मस्वरूपाचें ध्यान करून वैषयिक सर्व वासना सोडून देऊन ब्रह्मानंदांत मग्न असलेल्या मुनींच्या स्थितींचीं वर्णनेंही महाभारतांत फारशीं नाहींत. तथापि उपनिषदांचाच प्रकाश महाभारतावर पडलेला आहे. भगवद्गीताही उपनिषदतुल्य असून उदात्त कल्पनांनीं भरलेली आहे. सनत्सुजातीय आख्यानांतही कांहीं कांहीं वर्णनें वक्तृत्वपूर्ण आहेत. त्यांतलेंच ब्रह्माचें वर्णन व ब्रह्माशीं ऐक्य झालेल्या स्थितींतील सुखाचें वर्णन आपण येथें उदाहरणार्थ घेऊं. “ परब्रह्म हें जगताचें परम आदि कारण असून अत्यंत तेजःस्वरूप व प्रकाशक आहे. त्यालाच योगी आपल्या अंतर्यामानें पाहतात. त्याजपासूनच सूर्याला आपलें तेज मिळालेलें आहे आणि इंद्रियांनाही शक्ति त्या ब्रह्मापासूनच मिळाली आहे. त्या सनातन भगवंताचें दर्शन ज्ञानयोग्यांनाच होतें. त्याच परब्रह्मापासून ही सर्व सृष्टि उत्पन्न झालेली आहे आणि त्याच्याच सत्तेनें हें जग चाललेलें आहे. आणि त्याच्याच तेजानें ब्रह्मांडांतील सर्व ज्योति प्रकाशमान् आहेत. तें सनातन ब्रह्म योग्यांच्याच दृष्टीस पडतें. जल, जलापासून उत्पन्न होतें व सूक्ष्म महाभूतांपासून स्थूल महाभूतें उत्पन्न होतात आणि ही सर्व जड सृष्टि व चेतन सृष्टि, देव, मनुष्य वगैरे उत्पन्न होऊन सर्व पृथ्वी भरून जाते आणि तिसरा आत्मा अश्रान्त आणि तेजोयुक्त असा सर्व सृष्टीला, पृथ्वीला आणि स्वर्गाला धारण करून आहे. त्या आत्मरूपी परब्रह्माला व सनातन भगवंताला योगी लोक पाहतात. याच आद्यकारणानें उच्चावच सर्व जीवसृष्टि आणि पृथ्वी आकाश व अंतरिक्ष हें धारण केलेलें आहे. सर्व दिशाही त्याजपासूनच निघाल्या आहेत आणि सर्व नद्या व अपरंपार समुद्रही त्याजपासून निघाले आहेत. त्या भगवंताला योगी पाहतात. या सनातन परमात्म्याकडे जीवात्मा नश्वर देहरूपी रथाला इंद्रियरूपी घोडे जोडून धांव घेतो. त्या परब्रह्माची कोणतीही मूर्ति अथवा प्रतिकृति होऊं शकत नाहीं. किंवा

त्याला डोळ्यांनीं पाहूं शकत नाहीं. परंतु त्याचें अस्तित्व जे लोक आपल्या तर्कानें, बुद्धीनें व आपल्या हृदयानें ग्रहण करितात ते अमर होतात. बारा प्रवाहांची झालेली ही जीवनदी, हिचें पाणी पिऊन आणि त्या पाण्याच्या गोडीनें मोहित होऊन असंख्य जीवात्मे याच आदिकारणास असलेल्या भयंकर चक्रांत फिरत राहतात; अशा त्या सनातन भगवंताला ज्ञानयोगीच पाहतात. हा नेहमीं संसरणारा जीव आपलें अर्धें सुकृत चन्द्रलोकावर भोगून बाकीचें अर्धें पृथ्वीवर भोगतो. जीवात्मेरूपी पक्षी पंखरहित असून सुवर्णमय पत्रांनीं भरलेल्या अश्वत्थ वृक्षावर येऊन बसतात आणि मग त्यांस पंख फुटून ते आपल्या इच्छेनुरूप इकडे तिकडे भराऱ्या मारतात. या पूर्ण ब्रह्मापासूनच पूर्ण उत्पन्न झालें आहे आणि त्यापासून दुसरीं पूर्णें झालीं आहेत आणि त्या पूर्णांतून हें पूर्ण काढलें तरी पूर्णच शिल्लक राहत आहे. अशा त्या सनातन भगवंताला योगीलोकच पाहतात. त्यापासूनच वायु उत्पन्न होतात व त्याजकडे परत जातात. अग्नि, चंद्र त्यापासूनच झाले उत्पन्न आहेत. जीवही तेथूनच उत्पन्न झालेला आहे. जगतांतील सर्व वस्तु त्यापासूनच उत्पन्न झालेल्या आहेत. पाण्यावर पोहणारा हा हंस आपला एक पाय उंच करीत नाहीं, परंतु तो जर करील तर मृत्यु किंवा अमृतत्व या दोहोंचाही संबंध तुटेल. (परमात्मा हंसरूपी आहे तेव्हां तो संसाररूपी उदकांतून एक पाद केव्हांच वर काढीत नाहीं, तो काढील तर संसारही नाहीं व मोक्षही नाहीं.) मनुष्यास केवळ हृदयानेंच परमेश्वराचें ज्ञान होतें. ज्यास त्याची इच्छा असेल त्यानें मनाचें नियमन करून दुःखाचा त्याग करून अरण्यांत जावें आणि मला कोणाचाही मान नको, व मला मृत्युही नाहीं आणि जन्मही नाहीं अशी भावना ठेवून, त्यानें सुखप्राप्तीनें आनंदित होऊं नये व दुःखप्राप्तीनें दुःखीही होऊं नये. परंतु परमेश्वराच्या ठिकाणीं स्थिर रहावें. याप्रमाणें जो मनुष्य यत्न करतो तो इतर प्राणी इतर गोष्टींत रत आहेत याबद्दल कोणतेंच दुःख मानीत नाहीं. हृदयांत असणारा अंगुष्ठप्रमाण आत्मा हा अदृश्य असला तरी तोच आद्य परमेश्वर आहे. अशा सनातन भगवंताला योगी आपल्याच ठिकाणीं पाहतात."

वरील महाभारतांतील परब्रह्माचें वर्णन बरेंच वक्तृत्वपूर्ण पण किंचित् गूढ असें असून अवर्णनीय जें परब्रह्म त्याचें वर्णन करण्याचा यत्न यांत केलेला आहे. तो जरी उपनिषदांतील वर्णनाप्रमाणें हृदयंगम नाहीं तथापि सरस असून मनावर ठसा उमटविणारा आहे. परमेश्वराचें स्वरूप परमात्मा असें पाश्चात्य तत्त्ववेत्त्यांनींही वर्णन केलेलें आहे. परमात्मा आणि जीवात्मा असे दोन आत्मे प्लेटोच्या तत्त्वज्ञानास मान्य आहेत. परंतु वरील वर्णनांत याच्याही पुढें मजल गेलेली आहे. परमेश्वर सृष्टीचें आदिकारण आहे. तोच त्या सृष्टीचें उपादानही आहे तो अविनाशी असून सर्वशक्तिमान् आहे. तो या संसाराचेंही कारण आहे. त्यापासूनच सर्व जीवात्मे उत्पन्न झालेले आहेत आणि पक्षी कामरूपी पंखाच्या साहाय्यानें सुवर्णासारख्याच चकचकणाऱ्या संसारांत फिरतात. या कामांचा मनुष्यानें निरोध करून अरण्यांत जाऊन नियमयुक्त राहून आपल्या बुद्धीच्या ठिकाणीं जगताच्या उत्पन्नकर्त्याचें ध्यान करावें म्हणजे त्यास अक्षय्य सुख होईल. मनुष्याचा आत्मा आणि परमात्मा एक आहेत आणि या एकत्वाचा जेव्हां अनुभव येतो तेव्हां मनुष्य नित्य सुखाचा अनुभव घेतो. असें यांतील थोडक्यांत तात्पर्य आहे. यांत परमेश्वराच्या तीन विभूति वर्णन

केलेल्या आहेत. ज्या वेळेस केवळ परमात्मा अविकृत असतो, त्या वेळचें एक स्वरूप; दुसरें तो ज्या वेळेस सृष्टिरूप होतो, त्या वेळचें एक स्वरूप आणि मनुष्याच्या हृदयांत जीवात्म्याच्या रूपानें तो राहतो तें तिसरें स्वरूप. अशीं परमात्म्याचीं निरनिराळ्या संबंधानें उत्पन्न होणारीं तीन स्वरूपें ग्रीक तत्त्ववेत्त्यांनींही मानलेलीं आहेत. प्लेटोमतवाद्यांनीं ईश्वरी त्रैमूर्तीची कल्पना केलेली आहे व प्लेटोचे नवीन मतानुयायी यांचेंही मत तसेंच होतें. त्यांनीं त्याचीं नांवें दिलेलीं आहेत तीं, एक—अद्वितीय, बुद्धि आणि जीवात्मा अशीं आहेत. त्यांचें मत असें आहे कीं, " ज्या वेळेस परमात्मा आपल्याचकडे वळला, त्या वेळेस आपल्याच ठिकाणीं विचार उत्पन्न झाला व हीच त्याची बुद्धि. परमेश्वर म्हणजे सर्वशक्तिमत्त्व असून याप्रमाणें त्यापासून बुद्धीचा जणु काय विभाग झाला आणि त्या बुद्धीनें त्या शक्तिमत्त्वाचें चिंतन केलें; अशा रीतीनें बुद्धीच्या ठिकाणीं अहंभावना उत्पन्न झाली व बुद्धीमध्यें हजारों कल्पना उत्पन्न झाल्या आणि जीवात्म्यांत हजारों रूपांचें प्रतिबिंब पडलें, अव्यक्तावर त्यांचा परिणाम होऊन सृष्टीचा प्रचंड प्रवाह सुरू झाला. " असो. सांख्यांच्या मताप्रमाणेंही प्रकृति जगताचें आदिकारण आणि स्थूल सृष्टि यांच्या दरम्यान दोन पायऱ्या याचप्रमाणें आहेत. महत् ही पहिली पायरी. म्हणजे प्रकृति अथवा अव्यक्त जें स्वस्थ होतें त्यांत हालचाल सुरू झाली व अहंकार ही दुसरी पायरी. म्हणजे प्रकृतीच्या ठिकाणीं स्वशक्तीची अहंभावना जागृत झाली ती झाल्याबरोबर पंचमहाभूतें उत्पन्न झालीं आणि सृष्टीचा क्रम सुरू झाला. वेदांत्यांच्या मतानेंही अशाच प्रकारच्या आत्म्याच्या पायऱ्या लागल्या आहेत आणि त्यांनींही महान् आत्मा अथवा बुद्धि आणि अहंकार कल्पिलेला आहे. तात्पर्य, ही उच्चावच सृष्टि आणि अज, अनादि, पूर्ण, निष्क्रिय, निरिच्छ, निर्विकार आत्मा यांचा संबंध जोडतांना मध्यंतरी ईश्वरी शक्तीच्या दोनतीन पायऱ्या मानाव्या लागतात हें उघड आहे.

मोक्ष.

ईश्वराशीं जीवात्म्याचें पूर्ण तादात्म्य करणें हें भारतीय आर्यतत्त्वज्ञानाचें अंतिम ध्येय आहे आणि याचेंच नांव मोक्ष. या मोक्षाचें साधन वरील सनत्सुजातीय आख्यानांत संसार सोडून अरण्यांत जाऊन निष्क्रिय बनून परमेश्वराचें चिंतन करणें हेंच ठरविलें आहे. वेदान्त, सांख्य व योग यांचा मोक्षमार्ग बहुधा हाच आहे. तेव्हां येथें असा प्रश्न उपस्थित होतो कीं जो मनुष्य संसार सोडून अरण्यांत जात नाहीं; पण संसारांत राहून धर्मानें आचरण करून आयुष्याचा व्यय करतो त्या मनुष्यास मोक्ष आहे कीं नाहीं ? ज्या मनुष्यास मोक्ष मिळविण्याची इच्छा आहे त्यानें अरण्यांत गेलेंच पाहिजे कीं काय ? किंवा जगतांतील सर्व कर्मांचा त्याग करून त्यानें जगताचा व आपला संबंध तोडलाच पाहिजे कीं काय ? महाभारतांत या प्रश्नाची चर्चा अनेक जागीं केलेली आहे आणि या प्रश्नाचा निकाल कधीं या बाजूनें व कधीं त्या बाजूनें दिलेला आढळतो.

कस्यैषा वाग्भवेत्सत्या नास्ति मोक्षो गृहादिति।

(शां० अ० २६९–१०)

गृहांत राहून मोक्ष मिळावयाचा नाहीं हें कोणाचें बोलणें खरें ठरेल ? एकंदर या बाबतींत भिन्न मतांचा विचार करतां महाभारतकाळीं गृहांत राहून मोक्ष मिळत नाहीं असें मत ग्राह्य करण्याकडे अधिक कल दिसतो.

वैराग्य व संसारत्याग.

हा एक खरोखरच चमत्कार आहे कीं चार्वाकाशिवाय सर्व निरनिराळ्या मतांचे भारतीय आर्यतत्त्वज्ञानी जगतांत दुःख भरलें आहे असें एकवाक्यतेनें मानतात आणि यामुळेंच संसार सोडून देऊन कोणत्या तरी प्रकारानें अलिप्त होण्याचा उपदेश ते करितात. सांख्यमतवादी असोत किंवा योगी असोत, वेदान्ती असोत, किंवा नैय्यायिक असोत, बौद्ध असोत किंवा जैन असोत, त्या सर्वांच्या मतावर हेंच एकसारखें आरूढ झालेलें आहे कीं या जगतांतील सुखें केवळ दिखाऊ आहेत; आणि जगतांतील वैभव क्षणभंगुर आहे. बुद्धाच्या तीव्र बुद्धीस एक रोगी मनुष्य, एक म्हातारा मनुष्य, एक मेलेला मनुष्य पाहिला एवढ्याच एका गोष्टीवरून वैराग्याचा झटका आला. त्याच्या मनांत भरलेल्या जगतांतील संपूर्ण वस्तूंच्या द्वेषाचा भडका होण्यास एवढीच ठिणगी पुरेशी झाली व जग जन्म, मृत्यु, जरा, व्याधि अशा दुःखानें भरलेलें आहे, अशी तीव्र भावना होऊन तो संसार सोडून निघून गेला. मोक्षधर्माच्या शांतिपर्वांतील भागांत पहिल्या अध्यायांत जगताच्या नश्वरत्वाचें पूर्ण विवेचन केलेलें असून वाचकांच्या मनांत जगताविषयीं विराग उत्पन्न करण्याचा चांगला प्रयत्न केलेला आहे; किंबहुना ज्यास मोक्ष साधावयाची इच्छा आहे त्यास प्रथम वैराग्यच पाहिजे असें आपल्या सर्व तत्त्वज्ञानांचें मत आहे. आपण ही गोष्ट पूर्वीं पाहिलीच आहे कीं योग्यांचें मत येथपर्यंत दूर गेलें होतें कीं आत्म्याचा इंद्रियांच्या द्वारें विषयांशीं संसर्ग होणें हेंच बंधाचें कारण आहे आणि अशा प्रकारचा संसर्ग बंद होऊन, मन जेव्हां स्थिर होईल तेव्हांच या बंधनापासून मोक्ष मिळेल. सांख्यांचें मत तर असेंच आहे कीं सुख आणि दुःख हे आत्म्याचे धर्म नमून ते प्रकृतीचे धर्म आहेत आणि मोक्ष याचा अर्थ हाच आहे कीं ही गोष्ट आत्म्याच्या निदर्शनास आली पाहिजे कीं त्याचा सुखदुःखाशीं मुळींच संबंध नाहीं. प्रकृति-पुरुष-विवेक हाच होय; आणि हाच संसाराचा एका प्रकारानें त्याग आहे. संसारत्यागावर बौद्धांचा आणि जैनांचा तर पूर्ण कटाक्ष होता आणि त्यांनीं याचसाठीं भिक्षुसंघाची संस्था स्थापन केली; व बौद्ध व जैन भिक्षु यापुढें याचसाठीं प्रसिद्धीस आले. भारतीय आर्यांच्या बहुतेक तत्त्वज्ञानांचा संसारत्यागाकडे साधारणपणें कटाक्ष आहे या गोष्टीचें एका प्रकारानें आश्चर्यच वाटतें. कारण, ज्या देशांत ते रहात होते त्यांत भौतिक सुखसाधनें सर्व प्रकारचीं पूर्णपणें भरलेलीं होतीं. अर्थात् जगताचा कंटाळा येण्यास भारतवर्षांत कोणतीच परिस्थिति अनुकूल नव्हती. कदाचित् असेंही असूं शकेल कीं भारती आर्यांचा स्वभाव मुळापासूनच वैराग्ययुक्त असावा आणि एकंदर देशांतील राज्यव्यवस्थाही हळूहळू या त्यांच्या मनाच्या पूर्व कलास बळकटी आणण्यास साधनीभूत झाली. ज्या समाजांत निरनिराळ्या व्यक्ति समाजाच्या कल्याणाविषयीं, सर्वांचा संबंध न राहिल्यानें, विचार करीत नाहींत; त्या समाजांत समष्टिरूपानें जिवंतपणाचा अहंभाव उत्पन्न होत नाहीं. प्रत्येक व्यक्ति आपापल्या स्वतःच्या सुखदुःखाच्याच विचारानें ग्रासिली जाते. एकंदर समष्टिरूपाच्या समाजाचीं सुखदुःखें त्याच्या मनासमोर उभीं राहात नाहींत. किंवा त्यांची काळजी तो वाहात नाहीं. राज्यरूपी समाज दीर्घायुषी असल्यामुळें राज्यविषयक कल्पनांनीं प्रत्येक मनुष्याच्या मनांत जागृति असल्यानें त्याच्या क्षणिक सुखदुःखाचा विसर त्यास

पडतो आणि संसार हा केवळ दुःखमय आहे अशी भावना त्याच्या मनांत रहात नाहीं. हिंदुस्थानांतील राज्यें हळूहळू भारतकाळांत एकतंत्री राजसत्तात्मक झालीं हें आपण पूर्वी पाहिलेंच आहे. अर्थात् क्षत्रियाशिवाय इतर वर्गांचा म्हणजे ब्राह्मण, वैश्य, शूद्र यांचा राजकीय कारणाशीं संबंध बहुतेक नाहींसा होऊन राजकीय व्यवहाराविषयीं त्यांस काळजी राहिली नाहीं. राष्ट्रीय जीविताची अहंभावना त्यांच्या ठिकाणीं नष्ट झाली आणि जो तो आपल्या सुखदुःखांनीं व्याप्त होऊन एकंदरींत संसार दुःखमय आहे अशी कल्पना सामान्य लोकांत व ब्राह्मण वर्णांतही प्रसृत झाली असावी. असो. या गोष्टीचें कोणतेंही कारण असो. भारतीय प्राचीन आर्यतत्त्वज्ञानांचा कल संसार दुःखमय आहे असेंच मानण्याकडे आहे, यांत संशय नाहीं. अर्थातच संसारांतील पुनर्जन्माच्या फेऱ्यांतून सुटून जाण्याचा सरळ व एकच उपाय म्हटला म्हणजे संसारत्याग होय असें त्यांचें मत होणें साहजिक आहे.

कर्मयोग.

परंतु सर्वच तत्त्वज्ञानी अशा प्रकारचे भ्याड संसारास भिऊन पळून जाणारे नव्हते. कांहीं असे धीट, जोरदार, बुद्धिवान् लोक उत्पन्न होणें आर्यांच्या इतिहासांत आश्चर्यकारक नाहीं, कीं ज्यांनीं सामान्य लोकमतप्रवाहाच्या विरुद्ध जाऊन संसारांत राहणें व धर्मानें व नीतीनें आचरण करणें हेंही मोक्षाचें कारण आहे असें प्रतिपादन करावें. अशा थोड्या तत्त्वज्ञान्यांपैकीं श्रीकृष्ण हा अग्रणी होता व त्यानें आपलें हें स्वतंत्र मत मुख्यतः भगवद्गीतेमध्यें प्रतिपादन केलें आहे. श्रीकृष्णाच्या मताचा विस्तारपूर्वक विचार आपण अन्य प्रसंगानें करूं. परंतु येथें त्याच्या उपदेशाचा इत्यर्थ थोडक्यांत सांगणें जरूर आहे आणि तो असा कीं, मोक्षमार्ग, निष्क्रियत्व, किंवा संन्यास हा जितका निश्चित किंवा भरंवशाचा आहे तितकाच स्वधर्मानें न्यायानें, निष्कामबुद्धीनें म्हणजे फलत्यागबुद्धीनें कर्म करणें हाही मोक्षाचा निश्चित व भरंवशाचा मार्ग आहे. धर्मयुक्त निष्काम कर्माचरणाचा मार्ग नुसत्या भगवद्गीतेंतच सांगितला आहे असें नाहीं, तर सबंध महाभारतांत अथपासून इतिपर्यंत उपदेशिला आहे. महाभारत व रामायण हीं दोन्ही आर्ष महाकाव्यें याच उपदेशाकरितां अवतीर्ण झालीं आहेत. संन्यास अथवा योग याजप्रमाणें धर्माचरण हें मुक्तिप्रद आहे असेंच मनावर ठसविण्याकरितां या राष्ट्रीय ग्रंथाचा जन्म आहे. कोणत्याही विपत्तींत किंवा कोणत्याही संसारांतील भुलविण्यानें मनुष्यानें धर्माचरणाचा मार्ग सोडूं नये, हें उदात्त तत्त्व शिकविण्याकारितां वाल्मीकिव्यासांचे परिश्रम आहेत. राम, युधिष्ठिर, दशरथ, भीष्म इत्यादिकांचीं चरित्रें, कर्मयोगाचा अमर सिद्धांत या राष्ट्रीय महाकाव्यांनीं वाचकांच्या मनावर ठसविण्याकरितां आपल्या उदात्त वाणीनें अतिशय उत्तम रेखांनीं रंगविलेलीं आहेत व याच उच्च तत्त्वावर मनुष्यानें आचरण केल्यास त्यास परमपद प्राप्त होईल असा उपदेश त्या चरित्रांवरून त्यांनीं केला आहे. आमच्या मतें महाभारताचें भारूड कितीही वाढलेलें असलें व त्यांत निरनिराळ्या अनेक विषयांचा ऊहापोह कितीही केलेला असला तथापि त्याचा परमोच्च नीतिधर्मतत्त्वांचा हा सिद्धांत कोठेंही लुप्त झालेला नसून तो वाचकांच्या दृष्टीसमोर ठसठशीत अक्षरांनीं नेहमीं लिहिलेला दिसतो.

नीतीची कल्पना व सिद्धांत हिंदुस्थानांत

धर्माच्या कल्पनेशीं व सिद्धांताशीं मिसळलेला आहे ही गोष्ट निर्विवाद कबूल करावयास पाहिजे. पाश्चात्य तत्त्वज्ञान्यांप्रमाणें भारतीय आर्यतत्त्वज्ञान्यांच्या बुद्धींत नीति आणि धर्म यांचा भेद आरूढ होत नाहीं, ही गोष्ट खरी आहे. तथापि कांहीं कांहीं ठिकाणीं असा भेद केल्याचें महाभारतांत दृष्टीस पडतें. धर्म या शब्दानें एकंदर सर्व आचरणाचा समावेश होतो; परंतु धर्माचे दोन भाग एक वरिष्ठ व एक खालचा असे पडतात ही गोष्ट महाभारतांत सांगितलेली आढळते. वनपर्वांत धर्म आठ प्रकारचा आहे असें सांगितलेलें आहे. हे आठ प्रकार असे होत. यज्ञ, वेदाध्ययन, दान आणि तप यांचा एक वर्ग केलेला आहे आणि सत्य, क्षमा इंद्रियदम व निर्लोभता असे चार भाग निराळे आहेत.

इज्याध्ययनदानानि तपः सत्यं क्षमादमः
अलोभइति मार्गोयं धर्मस्याष्टविधः स्मृतः ॥

यांपैकीं पहिले चार पितृयाणसंज्ञक मार्गाच्या प्राप्तीस कारण आहेत आणि दुसरे चार मार्ग देवयानसंज्ञक मार्गाच्या प्राप्तीस कारणीभूत असून सज्जन निरंतर त्यांचेंच अवलंबन करितात. भाषांतर पुस्तक २ पान ८; वनपर्व अध्याय २ (तत्रपूर्वश्चतुर्वर्गः पितृयाणपथे रतः उत्तरोदेवयानस्तु सद्भिराचरितः सदा ।) या दोन भेदांवरून धर्माचे कर्ममार्ग आणि नीतिमार्ग असे दोन भाग पाडलेले आहेत व पहिला भाग कमी दर्जाचा असून दुसरा वरिष्ठ दर्जाचा आहे असें स्पष्ट दाखविलें आहे. यज्ञ, अध्ययन, दान आणि तप हीं धर्मकृत्यांचीं हल्लींचीही प्रसिद्ध स्वरूपें आहेत. परंतु हे धर्मकृत्य करणारे लोक पितृयाणानें पूर्वीं सांगितल्याप्रमाणें चन्द्रलोकाप्रत जाऊन किंवा स्वर्गाप्रत जाऊन तेथून पुनरावृत्ति पावतील असें येथें सूचित केलेलें आहे आणि सत्य, क्षमा, इंद्रियनिग्रह व निर्लोभता हे धर्माचे दुसरे भाग म्हणजे हल्लींच्या दृष्टीनें नीतीचे भाग यांचें आचरण करणारे लोक देवयानानें पूर्वीं सांगितल्याप्रमाणें ब्रह्मलोकांस जाऊन तेथून परत येणार नाहींत असें सूचित केलें आहे. अर्थात् नीतीचें आचरण करणारा पुरुष सुद्धां वेदांत्याप्रमाणें किंवा योग्याप्रमाणें मोक्षाला जाईल असा सिद्धांत महाभारतकाराचा स्पष्टपणें दिसतो. या मार्गाचें आचरण सज्जन लोक करतात, असें जें येथें सांगितलेलें आहे त्याचा मार्मिक खुलासा उद्योगपर्वामध्यें एके ठिकाणीं केलेला आहे.

अत्रपूर्वश्चतुर्वर्गो दंभार्थमपि सेव्यते ।
उत्तरस्त चतुर्वर्गो नामहात्मसु तिष्ठति ॥

यज्ञ करणें किंवा वेदपठण करणें किंवा दान देणें, किंवा तप करणें या गोष्टी दंभाकरितां सुद्धां अधार्मिक मनुष्य करूं शकतो, ही गोष्ट संसारांतील अनुभवाची आहे. परंतु दुसरा मार्ग म्हणजे नीतीचा मार्ग सत्य, क्षमा, दम व निर्लोभता हे सोंगानें येऊं शकत नाहींत. जे खरोखरच नीतिमान् महात्मे आहेत त्याच लोकांच्या हातून या सद्गुणांचें आचरण होतें. हाच चतुर्विधधर्म मनुस्मृतीमध्यें वाढविला असूल दशविध धर्म सांगितलेले आहेत. ते प्रत्येक मनुष्यानें, मग तो कोणत्याही वर्णाचा किंवा आश्रमाचा असो, त्यानें पाळलेच पाहिजेत. भगवद्गीतेमध्यें या विषयाचा विचार अप्रतिम रीतीनें केलेला असून सज्जनांचे सद्गुण कोणते असतात, हें वर्णन केलेलें आहे. या सद्गुणांस दैवी संपत् असें नांव दिलेलें आहे. ते सद्गुण असेः—निर्भयपणा, चित्तशुद्धि, ज्ञानयोग यांचे ठिकाणीं एकनिष्ठता, दातृत्व, बाह्य इंद्रियांचा संयम, यज्ञ व अध्याय, सरळपणा, अहिंसा, सत्य भाषण, राग न येणें, त्याग, शांति, चहाडी न करणें, प्राणिमात्रावर दया

करणें, विषयलंपट न होणें, नम्रता, जनलज्जा, स्थिरपणा, तेज, क्षमा, धैर्य, शुचिर्भूतपणा, दुसऱ्याचा हेवा न करणें व मानीपणाचा अभाव हे दैवी संपत्तीचे गुण आहेत; आणि दंभ दर्प (गर्व) मानीपणा, क्रोध, मर्मवेधक भाषण, अज्ञान हीं आसुरी संपत्तीचीं लक्षणें आहेत. दैवी संपद्विमोक्षाय। निबंधायासुरी मता। दैवी संपत्तीपासून मोक्ष प्राप्त होईल व आसुरीसंपत्तीपासून जन्मबंधास कारण होईल. या वचनावरून नीतीचें आचरण हें मोक्षाचेंच कारण आहे असें गीतेचें स्पष्ट मत आहे व महाभारताचेंही मत देवयानपथाच्या वर्णनावरून तसेंच आहे हें वर सांगितलेंच आहे.

धर्माचरण मोक्षप्रद आहे.

वेदान्तज्ञान आणि योगसाधन यांपासून जशी मोक्षप्राप्ति आहे, तशीच संसारांतील नीतीच्या आचरणापासूनही मोक्षप्राप्ति आहे हें मानण्यांत कोणतेंही आश्चर्य नाहीं कारण, कित्येकांस नीतीचें आचरण वेदान्तज्ञानासारखें कठीण नाहीं असें वाटण्याचा संभव आहे, परंतु वस्तुतः तशी गोष्ट नाहीं. संसारांत नीतीनें वागणें हें कर्म अरण्यांत जाऊन योगानें मन निश्चल करण्याइतकेंच किंबहुना अधिक कठीण आहे. असें आचरण करणारे लोक युधिष्ठिर, राम यांसारखे किंवा भीष्म दशरथ यांसारखे हाताच्या बोटांवर मोजण्याइतकेच कोणत्याही काळीं सांपडतात. या संसारांत मनुष्यावर नेहमीं असे प्रसंग येतात कीं मोठ्या धैर्याचा व निश्चयाचा मनुष्यही नीतीचा मार्ग सोडून देण्यास तयार होतो. स्वार्थाची भुरळ अशा मनुष्यास सुद्धां पडून नीतीच्या आचरणापासून खरोखरच कांहीं फायदा आहे कीं काय अशा संशयांत विद्वान्‌ही पडतात आणि सत्याचा, क्षमेचा व दयेचा मार्ग सोडून देतात. साधारण प्रसंगांत सुद्धां मोठमोठाल्या पदावर असलेलीं मनुष्यें थोड्या स्वार्थाकरितां सत्याची कास सोडून देण्यास तयार होतात; मग सामान्य जनांची कथा काय? असें आपण संसारांत पदोपदीं पाहतों. मग नीतीचें आचरण योग्याच्या आचरणाहूनही कठीण आहे यांत संशय काय? या संबंधाचा संवाद वनपर्वांत युधिष्ठिर व द्रौपदी यांमध्यें महाभारतकारानें सुंदर कल्पिलेला आहे. द्रौपदी म्हणते—"तुम्ही 'धर्म धर्म' घेऊन बसलां आहां. पण येथें अरण्यांत कष्ट भोगीत पडलां असून अधर्मी कौरव आनंदानें हस्तिनापुरांत राज्य करीत बसले आहेत. तुम्ही शक्तिमान् आहां. आणि आपली वनवासाची प्रतिज्ञा सोडून बलानें आपलें राज्य मिळविण्याचा प्रयत्न कराल तर तुम्हांस तें सहज मिळेल. ज्या धर्मापासून दुःख उत्पन्न होतें तो धर्म तरी कसा?" "दुर्योधनासारख्या दुष्टास ऐश्वर्य देणें आणि तुमच्यासारख्या धर्मनिष्ठास विपत्तींत पाडणें, या दुष्कर्मानें परमेश्वर खरोखर निर्दय ठरत आहे." (भाषां० २ पान ६३) यावर युधिष्ठिरानें जें उत्तर दिलें आहे तें सुवर्णाक्षरांनीं लिहून ठेवण्यासारखें आहे.

धर्मं चरामि सुश्रोणि न धर्मफलकारणात्।
धर्मवाणिज्यको हीनो जघन्यो धर्मवादिनाम्॥

हे सुंदरि, मी धर्माचें जें आचरण करतों तें धर्मफलावर म्हणजे त्यापासून होणाऱ्या सुखप्राप्तीवर लक्ष देऊन करीत नाहीं. पण धर्म, हा धर्म म्हणूनच सेवन करण्यास योग्य आहे, अशा दृढ निश्चयानें करितों. जो मनुष्य धर्माचा व्यापार करतो तो हीन होय. धर्म मानणाऱ्या लोकांत तो अगदीं खालच्या पायरीचा आहे. असो. मनुष्याची चुकी होते ती हीच. अधार्मिक मनुष्य कांहीं वेळपर्यंत फायदा झाल्याचें

किंवा उत्तम स्थितींत असल्याचें आपल्यास दिसतें. परंतु नीतीच्या आचरणाचें चांगलें फळ सध्यां जरी दिसत नसलें तरी तें पुनः पुढें केव्हां तरी येतेंच; व अधर्माचें फल पुढें आल्याशिवाय राहातच नाहीं. याचसाठीं जरी धर्माचा व नीतीचा कांहीं दिवस अपक्रम होत असला व नीतीचें आचरण करणारावर दुःखें येत असलीं तरी धर्माविषयींची आपली श्रद्धा कधींही कमी होऊं देऊं नये. हेंच करणें धर्माचरणांत कठीण आहे. आपल्या चंचल बुद्धीस वारंवार मोह पडून मनुष्य नीतिपथापासून च्युत होतो. कोणत्याही त्रासाशिवाय थोड्याशा लुच्चेगिरीनें मोटा फायदा होण्याचे देखावे, आपल्या मनास मोहपाडीत वारंवार उभे राहतात व त्यामुळें मन अनीतिवश होतें. मग, ज्या वेळेस अतिशय संकटें किंवा भयंकर प्रसंग येतात त्या वेळेस धर्माच्या कसोटीस शेंकडोंचें मन उतरत नाहीं याचें आश्चर्य काय? यामुळें संसारांत खरे धार्मिक मनुष्य फारच थोडे आढळतात. जो मनोनिग्रह संन्यासाला अथवा योगाला जरूर आहे तोच व तितकाच मनो-निग्रह संसारांतील अशा प्रसंगांच्या भुरळींतून वांचण्यास जरूर आहे. अशा मनोनिग्रहानें धार्मिक मनुष्याचें चित्त बलवान् झालें म्हणजे त्याचा आत्मा खरोखरच ऊर्ध्व गतीस जाण्यास योग्य होतो; आणि अजरामर परब्रह्माच्या ठिकाणीं तादात्म्य होण्यास लायक होतो. या विचारसरणीनें पाहिलें असतांना संन्यास अथवा योग यांच्या मार्गाप्रमाणेंच संसारांत नीतीचें आचरण करणारा मनुष्य मोक्षास जाऊन पोंचतो, असा सिद्धांत महाभारतांत प्रतिपादन केलेला आहे तो योग्य आहे.

कांहीं विशिष्ट प्रसंगीं धर्माचें आचरण कोणतें आणि अधर्माचें आचरण कोणतें हें ठरविणें अतिशय कठीण असतें व अशा प्रसंगीं मनुष्यानें काय करावें याबद्दल संशय पडतो. महाभारतांत अशीं स्थळें कित्येक आहेत व त्या संबंधानें महाभारतकारानें वर्णिलेलें धोरण कितपत योग्य आहे याचा विचार आपण अन्य ठिकाणीं करूं. येथें एवढें सांगणें पुरे आहे कीं आपल्या आयुष्यांत असे अपवादक प्रसंग फारच थोडे उपस्थित होतात व त्या वेळीं आपण काय करावें याजविषयीं आपल्यास संशय पडतो. परंतु हजारों अन्य प्रसंग असे असतात कीं त्या वेळेस नीतीचें आचरण कोणतें हें आपल्यास स्पष्टपणें कळत असतें आणि असें असूनही स्वार्थाच्या लालचीनें किंवा अनेक अन्य कारणांनीं आपण न्यायाचें वर्तन सोडून देतों. अशा प्रसंगीं आपण आपल्यावर पूर्ण लक्ष ठेवलें पाहिजे आणि भीति किंवा लोभ यांच्या वशीकरणापासून आपल्यास बचावलें पाहिजे. भगवद्गीतेंत सांगितल्याप्रमाणें सद्गुण ही दैवी संपत्ति प्रत्येकाच्या वांट्यास आलेली असते. त्या संपत्तीची मनोनिग्रहानें व सतत आचरणानें वाढच केली पाहिजे. तिचा नाश होऊं देतां कामा नये. ‘ धर्माचें आचरण करा. धर्म कधींही सोडूं नका. ’ असें महाभारत सबंध लक्ष ग्रंथभर पदोपदीं सांगत आहे. प्रारंभींही ‘ धर्मेमतिर्भवतुवः सततोत्थितानाम् । ’ “ सतत उद्योग तुम्ही करीत असतांना तुमची धर्मावर श्रद्धा असूं द्या. ” असें सांगितलें आहे, तर शेवटीं भारतसावित्रींत

नजातुकामान्न भयान्नलोभात् धर्मं त्यजेज्जीवितस्यापिहेतोः । धर्मो नित्यः सुखदुःखे त्वनित्ये जीवो नित्यः तस्य हेतुस्त्वनित्यः ॥

असा उपदेश केलेला आहे. अर्थात् “ भीति किंवा काम अथवा लोभ यांस गुंतून धर्म टाकूं नका. किंबहुना जीविताची सुद्धां परवा बाळगूं नका. धर्म हा नित्य आहे व

सुखदुःख अनित्य आहे. जीवात्मा नित्य असून त्याचा हेतु जो संसार तो अनित्य आहे. असा व्यवहारनीतिनिपुण व्यास बाहु ऊर्ध्व करून कण्ठक्रोशानें जगतास महाभारतांत उपदेश करीत आहे.

नीति-अनीति किंवा धर्मअधर्म यांचा प्रसंगविशेषीं निर्णय करणें कठीण आहे. तथापि या बाबतींत महाभारतांत कांहीं ठिकाणीं उदात्त तत्त्वविचार अपवादक स्थलांचा केला आहे त्याचा आपण येथें थोडासा उतारा पुढें घेऊं.

सत्य केव्हां अनृत होतें आणि असत्य केव्हां वक्तव्य होतें हा प्रश्न युधिष्ठिरानें शांतिपर्वांत एका अध्यायांत स्वतंत्र केला आहे आणि याचें फारच मार्मिक उत्तर भीष्मानें दिलें आहे. (शां० अ० १०९) तें असें.

प्रभवार्थाय भूतानां धर्मप्रवचनं कृतम् ।
यःस्यात्प्रभवसंयुक्तः सधर्म इति निश्चयः॥
धारणाद्धर्म इत्याहुः धर्मेण विधृताः प्रजाः ।
यःस्याद्धारणसंयुक्तः स धर्म इति निश्चयः ॥
अहिंसार्थाय भूतानां धर्मप्रवचनं कृतम् ।
यःस्यादहिंसासंयुक्तः स धर्म इति निश्चयः ॥
श्रुतिर्धर्म इतिह्येके नेत्याहुरपरे जनाः ।
नं च तत्प्रत्यसूयामो नहि सर्वं विधीयते ॥

अशी येथें धर्माची प्रथम मूलभूत कल्पना दिली आहे. लोकांचा प्रथम (उत्कर्ष) लोकांची धारणा (स्थिति) लोकांची अहिंसा (अनाश) हेच धर्माचे हेतु आहेत. हे जेथें साधत नाहींत तो धर्म नव्हे. अर्थात् ज्या सत्यानें अधर्म होतो तें सत्य नव्हे. येथें उदाहरणही मार्मिक घेतलें आहे.

येऽन्यायेन जिहीर्षन्तो धनमिच्छन्ति कस्यचित् ।
तेभ्यस्तु नतदाख्येयं सधर्म इति निश्चयः ॥
अकूजनेन चेन्मोक्षो नावकूजेत् कथंचन ।
अवश्यं कूजितव्येवा शंकरेत् वाप्यकूजनात् ॥
श्रेयस्तत्रानृतं वक्तुं सत्यादिति विचारितम् ।

जर चोर अन्यायानें धन चोरून नेऊं लागला तर तेथें खोटें बोलावें. कांहींच न बोलतां सुटका होत असेल तर न बोलावें पण जेथें बोललेंच पाहिजे किंवा न बोलण्यानें जेथें शंका उपस्थित होईल तेथें सत्य बोलण्यापेक्षां अनृत बोलणें श्रेयस्कर आहे. या विवेचनानें हा विषय सुगम होईल. तथापि प्रत्येक परिस्थितींत सूक्ष्म विचार करून निश्चय ठरविणें कठिण आहे, हेंही खरें आहे. तात्पर्य शेवटीं असें सांगितलें आहे.

यस्मिन् यथा वर्तते यो मनुष्यस्तस्मिंस्तथा वर्तितव्यं स धर्मः । मायाचारो मायया बाधितव्यः साध्वाचारः साधुना प्रत्युपेयः ॥
(शां० अ० १०९-३०)

धर्मासंबंधानें केवळ तर्कयुक्त कल्पना देण्याचाही प्रयत्न महाभारतांत केला आहे. तो येथें शेवटीं देण्यासारखा आहे. (शांतिपर्व अ० २५९) यांत युधिष्ठिरानें ' कोयं धर्मः कुतो धर्मः ' असा प्रश्न केल्यावरून भीष्मानें प्रथम,

सदाचारः स्मृतिर्वेदास्त्रिविधं धर्मलक्षणम् ।
चतुर्थमर्थमित्याहुः कवयो धर्मलक्षणम् ॥

असें नेहमींप्रमाणें सांगितलें. पण पुढें धर्म लोकांच्याच कल्याणाकरितां सांगितलेला असतो आणि धर्मापासून इहलोकीं आणि परलोकीं सुख होतें असें सांगितलें; आणि त्याची तर्कानें उपपत्ति या अध्यायांत दाखवून दिली आहे, ती अशी—

लोकयात्रार्थमेवेह धर्मस्य नियमः कृतः ।
उभयत्र सुखोदर्क इह चैव परत्र च ॥
यथा धर्मं समाविष्टो धनं गृण्हाति तस्करः ।
यदास्य तद्धरन्त्यन्ये तदा राजानमिच्छति ॥
सत्यस्य वचनं साधु न सत्याद्विद्यतेपरम् ।
अपिपापकृतो रौद्राः सत्यंकृत्वा पृथक् पृथक् ॥
ते चेन्मिथोऽधृतिंकुर्युर्विनश्येयुरसंशयम् ।
न हर्तव्यं परधनमिति धर्मः सनातनः ।
मन्यन्ते बलवन्तंस्तं दुर्बलैः सम्प्रवर्तितम् ॥

दातव्यमित्ययं धर्म उक्तो भूतहिते रतैः ।
तं मन्यन्ते धनयुताः कृपणैः सम्प्रवर्तितम् ॥
यदा नियतिदौर्बल्यमथैषामेव रोचते ।
न ह्यत्यन्तं बलवन्तो भवन्ति सुखिनोपिवा ।
यदन्यैर्विहितंनेच्छेदात्मनः कर्म पूरुषः ।
न तत्परेषु कुर्वीत जानन्नप्रियमात्मनः ॥ २१
योऽन्यस्य स्यादुपपतिः स कं किं वक्तुमर्हति ।
जीवितुंयः स्वयंचेच्छे त्कथं सोन्यंप्रघातयेत् २२
सर्वं प्रियाभ्युपयुतं धर्ममाहुर्मनीषिणः ।
पश्यैतं लक्षणोद्देशं धर्माधर्मे युधिष्ठिर ॥ २५
लोकसंग्रहसंयुक्तं विधात्रा विहितं पुरा ।
सूक्ष्मधर्मार्थनियतं सतां चरितमुत्तमम् ॥ २६

असो. धर्माधर्माचा निश्चय केवळ बाबावाक्यं प्रमाणं या न्यायानें न करतां बुद्धिवादाच्या स्वरूपानें वरप्रमाणें फारच मार्मिक केला आहे यापेक्षां पाश्चात्य तत्त्वज्ञान जास्त पलीकडे गेलें नाहीं.

प्रकरण सतरावें.

भिन्न मतांचा इतिहास.

परमेश्वरप्राप्तीचे निरनिराळे मार्ग कसे उत्पन्न झाले याचें एकंदर समष्टिरूपानें विवेचन झाल्यानंतर प्रत्येक मार्गाची वाढ कशी झाली याचा ऐतिहासिक रीत्या विचार महाभारतावरून करतां येणें शक्य आहे तो करूं. उपनिषत्कालापासून तों सूत्रकालापर्यंतच्या दरम्यानच्या हजार दोन हजार वर्षांच्या काळांतील ऐतिहासिक रीतीची माहिती ज्यावरून आपल्यास मिळूं शकेल, असा ग्रंथ महाभारतच आहे आणि या काळांतील निरनिराळे तत्त्वज्ञानविषयक लहान लहान ग्रंथ एके ठिकाणीं या प्रचंड ग्रंथांत समाविष्ट व लुप्त झाल्यानें आपल्यास असा विचार करण्यास महाभारत हेंच साधन सध्यां उपलब्ध आहे. त्या साधनावरून आपण हा ऐतिहासिक विचार येथें करूं.

सांख्यं योगः पांचरात्रं वेदाः पाशुपतं तथा ।
ज्ञानान्येतानि राजर्षे विद्धि नानामतानि वै ॥

असें शांतिपर्वांत अध्याय ३४९ यांत सांगितलें आहे. एवंच सांख्य, योग, पांचरात्र, वेदान्त आणि पाशुपत अशीं भिन्न सनातनधर्मांतील पांच मतें महाभारतकाळीं प्रसिद्ध होतीं. या निरनिराळ्या मतांचा इतिहास महाभारतावरून आपल्यास कसा लागतो, हें पहावयाचे आहे. महाभारताचे कांहीं भाग अतिशय जुने आहेत व कांहीं सौतीच्या काळापर्यंतचे आहेत असें आपण पूर्वीं पाहिलें आहे. विशेषतः भगवद्गीता ही जुनी असून सनत्सुजातीय व भीष्मस्तवराज गीतेच्या नंतरचे आहेत आणि अनुस्मृति व शांतिपर्वाचा मुख्य भाग हीं सौतीच्या काळची आहेत असें ठोकळ मानानें मानण्यास हरकत नाहीं. या अनुमानाचा उपयोग करून आपण प्रथम सांख्य मताचा ऐतिहासिक विचार करूं.

(१) सांख्यमत.

सांख्यमत हें सर्व मतांत फार प्राचीन मत आहे. कोणत्याही मतांचा निर्देश करतांना सांख्यांचें नांव महाभारतांत प्रथम येतें. पण सांख्य दशोपनिषत्कालानंतर प्रसिद्धीस आलें असें मानण्यास हरकत नाहीं. कारण, सांख्यांचा उल्लेख त्यांत नाहीं. सांख्य मताचा प्रवर्तक एक निराळा ऋषि होता, ही गोष्ट निर्विवाद दिसते. वरील शांतिपर्वाच्या उताऱ्यांत पूर्वोक्त श्लोकाच्या पुढें जीं मतें सांगितलेलीं आहेत त्यांत सांख्याचा प्रवर्तक कपिल असें सांगितलेलें असून इतर मतांचे प्रवर्तक निरनिराळे देव, ब्रह्मा, विष्णु, महेश असे सांगितलेले आहेत. अर्थात् त्या मतांचे प्रवर्तक कोणी विशिष्ट पुरुष नसून तीं मतें हळूहळू वाढत गेलीं; व वैदिक मतांतूनच उत्पन्न झालीं असें मानण्यास हरकत नाहीं. कपिलाचें मत महाभारतांत सर्वांत जुनें असेंच उल्लेखिलेलें येतें. कपिलाचा उल्लेख भगवद्गीतेंत आलेला आहे. परंतु त्यास तेथें ऋषि मानलेला नाहीं ही गोष्ट लक्षांत घेतली पाहिजे. तेथें **"सिद्धानां कपिलोमुनिः" "गंधर्वाणाम् चित्ररथः"** असा उल्लेख आहे. सिद्ध, गंधर्व वगैरे लोक यांचा उल्लेख महाभारतांत नेहमीं येतो. सिद्ध म्हणजे जे आपल्या केवळ तत्त्वज्ञानानें परमेश्वराला पोंचले ते लोक, असा बोध घ्यावयास पाहिजे. यावरून भगवद्गीतेच्या मताप्रमाणें तत्त्वज्ञानानें सिद्ध झालेला पहिला पुरुष कपिल मुनि होता. अर्थात् कपिलाचें मत सर्व मानवी तत्त्वज्ञानांत प्राचीन होय, असें सिद्ध होतें. याही-

पुढें मजल महाभारताची आहे. सर्वांत जुनें तत्त्वज्ञान कपिलाचें आहे असें (शांति० अ० ३९०) यांत स्पष्ट सांगितलेलें आहे, इतकेंच नव्हे तर कपिल हा विष्णु किंवा ईश, किंवा ब्रह्मा यांचाच अवतार आहे किंवा यांचीच विभूति आहे असें मानलें आहे. महाभारतकाळीं कपिलाविषयीं अत्यंत पूज्यबुद्धि होती असें यावरून स्पष्ट दिसतें. कारण प्रत्येक ठिकाणीं सांख्यांचा व योगाचा समावेश आस्तिक तत्त्वज्ञानाच्या विचारांत केला गेलेला आहे. कपिलाविषयीं कोठेंही विरुद्ध अभिप्राय दिलेला नाहीं. एके ठिकाणीं मात्र कपिलाचा निर्देश विरुद्ध मतानें येतो. शांतिपर्व अध्याय २६८ यांत गाईचा व कपिलाचा संवाद कल्पिलेला आहे. प्राचीन वेदविहीत यज्ञांत गवालंभ होत असे, तेव्हां ब्रह्मनिष्ठा संपादन करणाऱ्या व सत्ययुक्त बुद्धीचा लाभ झालेल्या कपिलाला राग येऊन "आहारे वेद!" असें तो म्हणाला आणि हिंसायुक्त धर्माला प्रामाण्य नाहीं असें त्याचें स्पष्ट मत त्यानें सांगितलें. (भाषांतर पु० ६ पान ९६३) अर्थात् कपिलाचें मत पहिल्यापासून वेदाच्या विरुद्ध कांहीं तरी बाबतींत असलें पाहिजे, ही गोष्ट आपल्यास स्पष्टपणें दिसते. वेदाच्या विरुद्ध कपिलाचें मत असूनही त्याच्या मतास भारतीकाळांत इतका मान होता ही गोष्ट खरोखरच आश्चर्य करण्यासारखी आहे. यावरून भारतीकाळांत तत्त्वज्ञानाच्या बाबतींत दृष्टीची समतोलता कायम होती ही गोष्ट निर्विवाद आहे.

कपिलाचें मूळचें सांख्य मत काय होतें हें सांगणें कठीण आहे. कपिलाचें सांख्य शास्त्र महाभारतांत शेंकडों ठिकाणीं उल्लिखित आहे. त्यावरून कपिलाच्या मतास 'सांख्य' हें नांव होतें ही गोष्ट निर्विवादपणें सिद्ध होते. हल्लीं सांख्यांचे सर्व उपलब्ध असलेले ग्रंथ महाभारतानंतरचे आहेत. तेव्हां सांख्यांचा जुना ग्रंथ म्हणजे महाभारतच होय. त्यांत जुना भाग भगवद्गीता. अर्थात् सांख्यांचा मूळ सिद्धान्त पाहण्यास भगवद्गीताच साधन आहे. गीतेंत सांख्य हेंच नांव आहे तेव्हां सांख्य हें नांव प्राचीनकाळापासून आहे हें उघड आहे. सांख्याचें नांव संख्या शब्दावरून पडलें असें दिसतें. उपनिषत् सिद्धांतांत एक तत्त्व प्रतिपादन केलेलें आहे; परंतु कपिलानें दोन तत्त्वें प्रतिपादन केलीं. असा येथून सांख्याचा आणि वेदांताचा प्रारंभापासूनच विरोध उत्पन्न झाला. जगतांत प्रकृति आणि पुरुष हे दोन पदार्थ आहेत असें त्याचें पहिलें मुख्य मत होतें. प्रकृति आणि पुरुष हीं एक होऊं शकत नाहींत असें सांख्यांचें स्पष्ट मत आहे. शांतिपर्व अध्याय ३१८ यांत स्पष्ट म्हटलें आहे कीं, प्रकृति व आत्मा हीं एकच आहेत, असें जाणत्या लोकांनीं कधींही समजूं नये. अर्थात् ही सांख्यांची द्वैताची पहिली पायरी होय. पुरुष, प्रकृतीहून भिन्न आहे आणि तो केवळ द्रष्टा आहे त्याला कोणतेच प्रकृतीचे क्रिया किंवा गुण नाहींत असें सांख्यांनीं सांगितलें. पण सांख्यमताप्रमाणें हा पुरुष ईश्वर आहे हें त्यांनीं ठरविलें नाहीं. सांख्य निरीश्वरवादी आहेत, परंतु ते प्रारंभापासून तसे आहेत कीं काय असा प्रश्न उपस्थित होतो. सांख्य प्रारंभापासूनच निरीश्वरवादी असावेत असें महाभारतांतील कित्येक वचनांवरून दिसतें. शांतिपर्व अध्याय ३०० यांत प्रारंभीं योग आणि सांख्य यांच्यांतील मतभेद सांगतांना असें म्हटलें आहे " योगमतवादी आपल्या पक्षाबद्दल असें

---

१ येथील मूळांतले श्लोक असे आहेत.
सांख्याः सांख्यं प्रशंसन्ति योगा योगं द्विजातयः ।
अनीश्वरः कथंमुच्येदित्येवं शत्रुकर्शन । ३

कारण पुढें आणतात कीं जगाला ईश्वर म्हणून कोणी असलाच पाहिजे. त्याशिवाय जीवाला मुक्ति कशी मिळेल ? पण सांख्यमतापैकीं पूर्ण विचार करणारे ब्राह्मण आपल्या मताच्या पुष्ट्यर्थ असें म्हणतात कीं जीवाच्या ठिकाणीं विषयांबद्दल वैराग्य बाणलें असतां देहत्यागानंतर तो उघडच मुक्तीला जातो. त्याला दुसरा मार्ग नाहीं. " याप्रमाणें उभयपक्षाचा मतभेद येथें सांगितलेला आहे. अर्थात् सांख्य निरीश्वरवादी आहेत ही गोष्ट महाभारतकाळींही सिद्ध होती. बहुधा कपिलानें पुरुषाशिवाय निराळा ईश्वर मानलेला नाहीं असें दिसतें. आत्म्याचें अमरत्व व निष्क्रियत्व हें कपिलाच्या मताचें तिसरें अंग होतें असें भगवद्गीतेवरून दिसतें.

एषा ते विहिता सांख्ये ।

असें प्रारंभींच गीतेंत म्हटलें आहे. म्हणजे आत्मा अमर व निष्क्रिय आहे ही गोष्ट सांख्याच्या मताची तिसरी बाब होय. यांत सांख्यांचें व वेदान्त्यांचें एकमत आहे पण त्या सिद्धान्तास सांख्यमत म्हणण्याचें कारण असें दिसतें कीं भगवद्गीतेंत सांख्य आणि वेदान्त यांचा बहुतेक अभेद मानला आहे. तसेंच गीतेंतील सांख्याच्या मताची चौथी बाब म्हटली म्हणजे ज्ञान ही होय. पुरुष प्रकृतीहून निराळा आहे, सर्व क्रिया व सुखदुःख प्रकृतीच्या ठिकाणीं आहेत असें ज्ञान पुरुषाला झालें म्हणजे पुरुषाला मोक्ष आहे. असा सांख्यांचा सिद्धान्त भगवद्गीतेंत स्पष्टपणें सांगितला आहे.

ज्ञानयोगेन सांख्यानां कर्मयोगेन योगिनां ।

असा त्यांचा उल्लेख भगवद्गीतेंत केलेला आहे. तसेंच,

अन्ये सांख्येन योगेन ।

अशी १३ व्या अध्यायांत आत्मप्रतीतीची रीति सांगितलेली आहे. अर्थात् येथें ज्ञानाची रीति पुनः वर्णन केलेली आहे. हेंही मत वेदान्तासारखेंच; मात्र ज्ञानाचा प्रकार निराळा म्हणजे एकांत द्वैतज्ञान व दुसऱ्यांत अद्वैत ज्ञान. सांख्यांचें पांचवें मत फार प्राचीन काळापासून त्रिगुणांचें होय. हे गुण प्रकृतीच्या ठिकाणीं असतात आणि पुरुष प्रकृतींत राहून प्रकृतीपासून उत्पन्न झालेल्या या गुणांचा उपभोग घेतो. असें गीतेच्या तेराव्या अध्यायांत सांगितलेले आहे.

भगवद्गीतेच्या वेळीं सांख्य मत हल्लींच्या सांख्यमताहून स्थूलमानानें भिन्न नसलें तरी त्यावेळची विचारसरणी किंवा त्या वेळचे सांख्य शास्त्राचे विषय निराळ्या रीतीनें समजाविलेलें असले पाहिजेत.

कार्यकारणकर्तृत्वे हेतुःप्रकृतिरुच्यते ।
पुरुषः सुखदुःखानां भोक्तृत्वे हेतुरुच्यते ॥

ही व्याख्या भगवद्गीतेमध्यें दिलेली आहे. परंतु तशी व्याख्याः अलीकडच्या सांख्यशास्त्रांत आढळत नाहीं. यावरून पूर्वींचे सांख्य ग्रंथ कांहीं निराळे असावेत, असें मानावें लागतें. सांख्याचा आणखी एक उल्लेख भगवद्गीतेंत महत्त्वाचा आला आहे. तो,

सांख्ये कृतान्ते प्रोक्तानि सिद्धये सर्वकर्मणाम् ।

असा आहे. यांत सांख्याचें वर्णन फारच केलेलें आहे, कारण त्यास कृतान्त असें विशेषण लावलेलें आहे. कृतान्त म्हणजे ज्यांत सर्व गोष्टींचा निश्चय केला आहे तें. अर्थात् सांख्य शास्त्र फार व्यापक असून त्याचे सिद्धान्त निश्चित व मान्य होते, असें यावरून दिसतें. परंतु तेथें सांगितलेला,

---

वदंति कारणश्रैष्ठ्यं योगाः सम्यङ्मनीषिणः ।
वदंति कारणं चेदं सांख्याः सम्यक् द्विजातयः । ४
विज्ञायेह गतीः सर्वा विरक्तो विषयेषु यः ।
ऊर्ध्वं स देहात्सुव्यक्तं विमुच्येदिति नान्यथा ॥ ५

अधिष्ठानं तथा कर्ता ।

वगैरे श्लोकांत दिलेला सिद्धांत हल्लींच्या सांख्य शास्त्रांत नाहीं. यावरूनही भगवद्गीतेच्या काळीं सांख्यशास्त्रग्रंथ कांहीं निराळा असावा असें निश्चयानें दिसतें. त्रिगुणांच्या संबंधानें सांख्य शास्त्राचा मोठा व नवीन सिद्धांत प्रारंभापासून आहे, ही गोष्ट,

प्रोच्यते गुणसंख्याने ।

या गीतेंतील श्लोकांत स्पष्टपणें व्यक्त केलेली आहे.

सांख्यांचा चोवीस तत्त्वांचा सिद्धांत मुळापासून नसून मूळचीं त्यांचीं सतरा तत्त्वें होतीं ही गोष्ट आम्ही पूर्वीं सांगितलीच आहे. प्रकृतीपासून प्रथम बुद्धि झाली असें पूर्वीं मानलें गेलें असावें. महत्तत्त्व बुद्धीच्या ठिकाणीं सांख्य सिद्धांतांत मागाहून कायम झालें असावें असें मानण्यास जागा आहे. भगवद्गीतेंत तेराव्या अध्यायांत जें वर्णन आलेलें आहे तें फार महत्त्वाचें आहे. सांख्यांच्या मताचा व वेदान्ताच्या मताचा एके ठिकाणीं मेळ घालून किंबहुना निरनिराळ्या मतांचा मेळ घालून या अध्यायांत क्षेत्रक्षेत्रज्ञ, प्रकृतिपुरुष, ज्ञानज्ञेय यांचा विचार घेतला आहे.

ब्रह्मसूत्रपदैश्चैव हेतुमद्भिर्विनिश्चितैः ।

या वाक्यांत बादरायणाचें ब्रह्मसूत्र उल्लिखित नाहीं हें आम्हीं पूर्वीं सांगितलेंच आहे. याचा आणखी पुरावा येथें आपणास नमूद करतां येतो. ब्रह्मसूत्रांत म्हणजे बादरायणाच्या ब्रह्मसूत्रांत क्षेत्रक्षेत्रज्ञांचा विचार मुळींच केलेला नाहीं. त्यांत त्याचा उल्लेख केवळ गर्भितपणानें केलेला आढळण्यांत येतो इतकेंच नव्हे तर याच पुढच्या श्लोकांत क्षेत्राचें जें वर्णन केलेलें आहे तें बादरायणसूत्रांत नाहीं. हें वर्णन कोठून केलें आहे हा प्रश्न महत्त्वाचा आहे. कदाचित् प्राचीनकाळीं अनेक सूत्रें होतीं, (असें पाणिनीवरूनही दिसतें.) तीं हल्लीं नष्ट आहेत त्यांत एखादें ब्रह्मसूत्र असून त्यांत हा विषय भगवद्गीतेंत सांगिल्याप्रमाणें वर्णिलेला असावा. या श्लोकांत जें क्षेत्राचें वर्णन आहे तें केवळ सांख्याचेंही नाहीं आणि वेदांत्याचेंही नाहीं.

महाभूतान्यहंकारो बुद्धिरव्यक्तमेवच ।
इंद्रियाणि दशैकं च पञ्चचेंद्रियगोचराः ॥

या श्लोकांतील तत्त्वांची बेरीज चोवीस येते हें जरी खरें आहे तरी एवढ्यानें संपलें नाहीं. कारण,

इच्छाद्वेषः सुखं दुःखं संघातश्चेतनाधृतिः ।

अशीं सात तत्त्वें आणखी यांत घातलीं आहेत. मिळून बेरीज ३१ येते. याशिवाय बारीक रीतीनें पाहिलें तर यात सूक्ष्म महाभूतें मुळींच सांगितलीं नाहींत. महत्च्या ठिकाणीं बुद्धि सांगितलीं आहे आणि प्रकृतीच्या जागीं अव्यक्त शब्द वापरला आहे. इंद्रियगोचर म्हणजे विषय शब्दरूपस्पर्शरसगन्ध हे यांत सांगितले आहेत. अर्थात् सांख्याच्या २४ तत्त्वांचेंच येथें परिगणन नाहीं हें उघड आहे. इच्छा, द्वेष, सुख, दुःख, संघात, चेतना आणि धृति हे कणादानें आत्म्याचे धर्म मानले आहेत. ते आणखी येथें क्षेत्राचे म्हणून सांगितले आहेत. असें श्रीमच्छंकराचार्यांनीं या श्लोकाच्या टीकेंत सांगितलें आहे. पण कणादाचें मत भगवद्गीतेच्या पूर्वीं प्रचलित होतें असें निश्चयानें सांगतां येत नाहीं. किंबहुना कणाद महाभारतांत उल्लिखित नाहीं, हरिवंशांत आहे. अर्थात् भगवद्गीतेच्या पूर्वींचा तो बहुधा नसावा. आमच्या मतें भगवद्गीतेनें हें मत पूर्वीं एखाद्या हल्लीं नष्ट झालेल्या ब्रह्मसूत्रांतून घेतलेलें आहे. भगवद्गीतेनें स्वतः हें मत प्रथम प्रतिपादन केलें असेंच आम्हीं म्हटलें असतें. पण ज्या अर्थीं या श्लोकाच्याच पूर्वीं, हा विचार पूर्वीं ऋषींनीं ब्रह्मसूत्रांत केला आहे

असें सांगितलें आहे त्या अर्थीं असें म्हणतां येत नाहीं; पण ब्रह्मसूत्र याचा अर्थ उपनिषदोंनें असा घेतला तर त्यांत क्षेत्रक्षेत्रज्ञविचार गर्भित आहे. वर्णन स्पष्ट नाहीं आणि या श्लोकांत सांगितलेली तत्त्वेंही नाहींत. असो. या श्लोकांत यांस तत्त्वेंही म्हटलेलें नाहीं आणि हा विचार सांख्यांचा आहे असें ही सांगितलेलें नाहीं. हीही गोष्ट लक्षांत ठेविली पाहिजे. सांख्यांचें हें मत असतें तर भगवद्गीतेनें जरूर तसा उल्लेख केला असता. संघात हा एक पदार्थ अथवा तत्त्व मनाचाच धर्म आहे असें मानतां यावयाचें नाहीं. इच्छा द्वेष सुख दुःख धृति हे मनांत अंतर्भूत होतील पण संघात आणि चेतना हे बहुधा होणार नाहींत. तात्पर्य सांख्याच्या मूळ १७ तत्त्वांच्या पुढें हा भगवद्गीतेंतील विचार गेला आहे हें येथें सांगण्यासारखें आहे; आणि या विचार सरणीनें कदाचित सांख्यांच्या मूळ १७ तत्त्वांचीं पुढें चोवीस तत्त्वें झालीं असावीं असें वाटतें.

सांख्यांचीं मूळ सतरा तत्त्वें कोणतीं होतीं हें येथें पुन्हां सांगितल्यास हरकत नाहीं. भीष्मस्तवांत,

यं त्रिधात्मानमात्मस्थं वृतं षोडशभिर्गुणैः।
प्राहुःसप्तदशं सांख्यास्तस्मै सांख्यात्मने नमः॥

असा श्लोक आहे. यांतील षोडश गुण म्हणजे पंचमहाभूतें आणि दशेंद्रियांसह मन हीं उक्त आहेत हें उघड आहे. हीं मिळून प्रकृति होते. प्रकृति जड आणि चेतन अशी आपल्यास दिसते आणि यांचें पुनः पृथक्करण केलें तर जडाचीं पंचमहाभूतें आणि चेतनाचीं अकरा इंद्रियें असा सहज विभाग पडतो. आणि हीच सांख्यांच्या तत्त्वज्ञानांत मूळची पायरी असावी. प्रकृति आणि पुरुष असा प्रथम विवेक असून जड चेतन सर्व सृष्टि सांख्यांनीं प्रकृतींत घातली आणि पुरुष सुखदुःखाहून भिन्न अलिप्त मानला. पुरुष निराळा मानून प्रकृतीचा विचार सांख्य विशेष करूं लागले तेव्हां सृष्टीचा क्रम त्यांस अधिक अधिक मानावा लागणें अशक्य नाहीं. ही विचाराची वाढ निरनिराळ्या सांख्य तत्त्वज्ञान्यांनीं हळूहळू पुढें केली आणि चोवीस तत्त्वांवर महाभारतकाळीं त्यांची पूर्ण वाढ झाली असें ऐतिहासिकदृष्ट्या म्हणण्यास हरकत नाहीं. पण या विभागांत त्यांनीं प्रकृतीचा अंतर्भाव कसा केला याचें आश्चर्य वाटतें. कारण, प्रकृति हें कांहीं निराळें तत्त्व राहत नाहीं त्याचाच पुढील विभाग आहे. हीच गोष्ट महत् आणि अहंकार यांस लागू पडेल; किंबहुना पंचसूक्ष्मभूतांसही लागू पडेल. असो. हीं तत्त्वें म्हणजे नुसत्या पायऱ्या आहेत असें मानलें असतां चालेल.

सांख्याच्या सिद्धांताच्या वाढींत तत्त्वांसंबंधानें बराच मतभेद प्रारंभीं प्रारंभीं असावा असें दिसतें. सांख्य मताचे आचार्य शांतिपर्व अ० ३१८ यांत दिलेले आहेत. त्यांत जैगीषव्य, असित, देवल, पराशर, वार्षगण्य, भृगु, पंचशिख, कपिल, शुक, गौतम, आर्ष्टिषेण, गार्ग्य, आसुरी, सनत्कुमार वगैरे सांगितले आहेत. त्यांत कपिल सर्वांत प्राचीन असून त्याचा शिष्य आसुरि व त्याचा शिष्य पंचशिख होता असें वर्णन इतरत्र आहे. पंचाशिखाचें नांव महाभारतकाळीं सांख्य तत्त्ववेत्ता या दृष्टीनें फार प्रसिद्ध होतें. हल्लींही सांख्यज्ञानांत पञ्चशिख एक आचार्य मानतात. असो. आसितदेवलांचा संवाद शां० अ० २७९ यांत दिलेला आहे त्यांत फारच थोडीं तत्त्वें आणि तींही निराळीं सांगितलेलीं आहेत. तो म्हणतो " या सृष्टीला कारण काळ, धी, वासना आणि पंचमहाभूतें हीं सात आहेत. यांव्यतिरिक्त कोणी चेतन ईश्वर अथवा अचेतन प्रधान

कारण आहे असें जर कोणी म्हणेल तर तो खोटें बोलतो, मग तो श्रुतीच्या आधारानें बोलो अथवा तर्कप्रमाणानें बोलो. येथील मूळ श्लोक असा—

महाभूतानि पञ्चैते तान्याहुर्भूतचिन्तकाः ।
तेभ्यःसृजति भूतानि काल आत्मप्रचोदितः ।
एतेभ्यो यः परंब्रूयादसद्ब्रूयादसंशयम् ॥
(शां० ५-२७५)

त्याच्या मतानें हीं तत्त्वें अनाद्यनन्त शाश्वत व स्वयंभू आहेत " (भा० ६ पा० ३८३). तात्पर्य याच्या मतानें प्रकृति किंवा प्रधान हीं निराळीं नाहींत असें दिसतें. तथापि महाभारतकाळीं सांख्याचीं २४ तत्त्वें बहुतेक सर्व मान्य झालीं असून पुरुष हा अतत्त्व आहे तरी परिगणनेंत २५ वा येतो असें मान्य झालें होतें. हीं २४ तत्त्वें व २५ वा पुरुष महाभारतांत अनेक ठिकाणीं वर्णिलेला आहे. प्रकृति, महत्, अहंकार आणि पांच सूक्ष्म महाभूतें अशीं आठ मूलतत्त्वें असून सोळा विकार म्हणजे मनासह दहा इंद्रियें व स्थूल महाभूतें पांच. एकूण २४ तत्त्वें होत. त्यांचा व पुरुषाचा अथवा २५ व्या तत्त्वाचा उल्लेख महाभारतांत वारंवार येतो. (शां-अ. ३०३).

भगवद्गीतेंत '**सविकारमुदाहृतं**' असा उल्लेख असून यांतील विकार शब्द सांख्यांच्या परिभाषेवरून घेतलेला आहे, हें उघड आहे. पण तो कोणास लाविला आहे, इच्छाद्वेष वगैरेंना किंवा इतरांना हें निश्चयानें सांगतां येत नाहीं. तथापि कांहीं तत्त्वें मुख्य व कांहीं विकार ही कल्पना महाभारतकाळीं पक्की रूढ झाली होती आणि तत्त्वें एकंदर पंचवीस हा सिद्धांत पूर्ण कायम झाला होता. सांख्याचा व ईश्वरवादी वेदान्ताचा अथवा योगाचा मेळ घालण्यासाठीं परमात्मा हा सव्विसावें तत्त्व आहे असें सांगण्याचा ठिकठिकाणीं महाभारतांत प्रयत्न केलेला आहे. २५ तत्त्वांच्या ऐवजीं ३१ तत्त्वें करण्याचा प्रयत्न कित्येकांनीं केलेला आहे. पण तो सांख्याचा नव्हे. जनकसुलभासंवादांत, सुलभेनें हा प्रयत्न केलेला आहे आणि तो जनकाचें मत खोडून टाकण्यासाठीं केलेला आहे. धर्मध्वज जनक हा पंचशिखाचा म्हणजे सांख्य आचार्याचा शिष्य होता व त्याचा सिद्धांत खोडण्यासाठीं हा प्रयत्न केलेला आहे. यांत तत्त्वें सांगितलीं आहेत तीं अशीं. ५ (कर्मेंद्रियें) ५ ज्ञानेंद्रियें १ मन व बुद्धि, मिळून बारा गुण प्रथम ठरविले. मग १३ वें सत्त्व, १४ वा अहंकार १५ वी वासना (षोडश कलांनीं झालेलें, श्रुतींत वर्णिलेलें जगत् ही वासनाच अहंकाराचे ठिकाणीं उत्पन्न करित्ये.) १६ वा अविद्यागुण १७ वी प्रकृति १८ वी माया त्यांच्यापुढें सुखदुःख प्रियाप्रिय वगैरे द्वंद्वाचा १९ वा गुण, यांच्याही पलीकडे २० वा काल हा गुण आहे. यानंतर पंचमहाभूतें व सद्भाव व असद्भाव मिळून २७ सांगितले आहेत. यांच्या पलीकडे विधि शुक्र व बल हे तीन आहेत. ते मिळून ३० होतात आणि ३१ वा पुरुष अथवा आत्मा होय.

भगवद्गीतेंत प्रकृति आणि पुरुष हे दोन्ही शब्द जरी सांख्यमतावरून घेतले आहेत तरी त्यांची कल्पना आपल्या निराळ्या मतास धरून कशी बदलली आहे हें पाहण्यासारखें आहे. ज्ञान सांगतांना प्रथम,

भूमिरापो नलोवायुःखं मनोबुद्धिरेवच ।
अहंकार इतीयं मे भिन्ना प्रकृतिरष्टधा ॥

याप्रमाणें निर्जीव जड प्रकृति ही माझीच आहे असें सांगितलें आहे आणि अपरा ही प्रकृति जीवस्वरूपी माझीच सांगितली आहे. अर्थात् जड व जीव ह्या दोघांसही प्रकृति अशीच संज्ञा दिलेली आढळते. अर्थात् प्रकृति शब्दाचा सांख्याचा अर्थ येथें सोडून दिले-

ला आहे. याउलट पुढें पंधराव्या अध्यायांत

द्वाविमौ पुरुषौ लोके क्षरश्चाक्षर एवच ।
क्षरः सर्वाणि भूतानि कूटस्थोक्षर उच्यते ॥

म्हणजे जड व जीव या दोघांसही पुरुष अशी एकच संज्ञा दिली आहे आणि या जड जीव पुरुषाहून उत्तम असा पलीकडे असणारा परमात्मा पुरुषोत्तम होय असें सांगितले आहे. प्रकृति आणि पुरुष या संज्ञा सांख्याच्या आहेत तरी त्या दोन्ही दोन ठिकाणीं निराळ्या अर्थानें भगवद्गीतेंत उपयोगिल्या आहेत यावरून भगवद्गीतेच्या वेळीं सांख्यमताचा तितका प्रसार नसून सांख्यमत नवीनच उत्पन्न झालें होतें असें मानतां येईल किंवा सांख्य मताचा विरोध फारसा मान्य झाला नसून सांख्याविषयीं तत्त्वज्ञानांत फारच आदर होता असें यावरून म्हणतां येतें.

असो. सांख्य मताची वाढ कशी झाली हें येथवर आपण पाहिलें. प्रकृति आणि पुरुष हे भिन्न आहेत हें त्यांचें पहिलें मत. प्रकृतिपुरुषाच्या भिन्नपणाच्या ज्ञानापासून मोक्ष प्राप्त होतो हें दुसरें. प्रकृतीपासून सर्व जडसृष्टि उत्पन्न झाली हें तिसरें आणि हीं तत्त्वें चोवीस आहेत हें त्यांचें चौथें मत. सर्व सृष्टींत जें नानाप्रकारचें भिन्नत्व दिसतें त्याचें कारण त्रिगुण होत हें पांचवें मत. याप्रमाणें सांख्याचा मताचा विस्तार महाभारतकाळापर्यंत झालेला दिसतो. सांख्याच्या मताप्रमाणें प्रतिशरीरांत आत्मा भिन्न आहे कीं एक आहे याचा निकाल वास्तविक पुरुष एक आहे तेव्हां भिन्न नसावा असा झालेला पाहिजे. परंतु महाभारतकाळीं तो तसा झालेला दिसत नाहीं. शांतिपर्व अ० ३५० यांत असें सांगितलें आहे कीं, सांख्यशास्त्र व योगशास्त्र यांच्या मताप्रमाणें आत्मे अनेक आहेत परंतु व्यासाच्या मताप्रमाणें पुरुष सर्व ठिकाणीं एक भरलेला आहे. अर्थात् वेदान्ताचें मत सांख्याहून भिन्न होतें असा येथें स्पष्ट निर्देश केलेला आहे. सांख्य आणि योग यांच्या मतांत प्रारंभापासून कित्येक गोष्टी एकसारख्या होत्या त्यांपैकीं ही एक गोष्ट आहे. यापुढें सांख्यांचे जे सिद्धांत झाले त्यांचें वेदान्त्यांनीं नेहमीं खण्डनच केलेलें आहे. महाभारतानंतर भारती आर्य आस्तिक तत्त्वज्ञानांत सांख्यांस जागा मिळालेली नाहीं. त्यांचें मत निरीश्वर असल्यानें हा प्रकार साहजिक झाला. या दोषाच्या परिहारासाठीं सांख्य सूत्रें अर्वाचीनकाळीं तयार झालीं त्यांत सांख्यांस सेश्वर बनविलें आहे हें प्रसिद्ध आहे. असो. महाभारतकाळीं सांख्यमत आस्तिक मतांत गणलें जात असून त्याच्या वाढीचा इतिहास याप्रमाणें दिसतो.

सांख्याचा व संन्यासाचा कांहीं संबंध आहे कीं काय हें पुढें जाण्यापूर्वी पाहूं. भगवद्गीतेमध्यें तसा संबंध सकृद्दर्शनीं दिसतो. '**यं संन्यासमिति प्राहुर्योगं तं विद्धि पाण्डव**' या ठिकाणीं सांख्याचा आणि संन्यासाचा अभेद दाखविला आहे, पण सांख्य म्हणजे चतुर्थाश्रम संन्यास असें होत नाहीं. सांख्यतत्त्वज्ञानांत निष्क्रियत्व किंवा नैष्कर्म्य हें अर्थात् असलें पाहिजे. कारण, पुरुष आणि प्रकृति यांचा भेद कळला म्हणजे पुरुषाला निष्क्रियत्व येणारच. परंतु संन्यासमार्गी लोक वेदान्ती असत. धर्मशास्त्राप्रमाणें संन्यास घेणारे लोक सांख्य नसत अशी कल्पना सुलभाजनकसंवादावरून होते. धर्मध्वज जनक हा पंचशिखाचा शिष्य असून त्यानें संन्यास घेतला नव्हता व संन्यास न घेतां राज्य करीत असतांही त्याचें नैष्कर्म्य कायम होतें असें त्यानें म्हटलें आहे.

त्रिदण्डादिषु यद्यास्ति मोक्षो ज्ञानेन कस्यचित्।
छत्रादिषु कथं नस्यात्तुल्यहेतौ परिग्रहे ॥
(शां० अ० ३२०-४२)

असें जनकानें म्हटलें आहे. पण सुलभेनें या मताचें खण्डन करून संसारत्यागाशिवाय मोक्ष नाहीं, संन्यास घेतल्याशिवाय खटाटोप अर्थात् मनाची व्यग्रता बंद होणें शक्य नाहीं असें सांगितलें आहे. ती स्वतः यतिधर्म पाळणारी होती. यावरून भगवद्गीतेच्याकाळीं सांख्य हे जरी वैदिक मार्गींच संन्यासी होते असें मानलें तरी महाभारतकाळीं सांख्यमत संन्यास अथवा वेदान्त मतांहून भिन्नच होतें. अर्थातच हळूहळू पुढें त्यांचा पूर्ण विरोध येऊन बादरायणाच्या वेदान्त सूत्राच्या वेळीं सांख्यांचें खण्डनच वेदान्त्यांस करावें लागलें.

(२) योग.

आतां आपण योगाचा इतिहास पाहूं. योगतत्त्वज्ञान फार जुनें आहे. तें सांख्याहूनही प्राचीन असावें. निदान चित्तवृत्तिनिरोधरूपी योग उपनिषदांपासून आहे. इंद्रियांना आणि मनाला स्थिर करून स्वस्थ बसणें या स्थितीचा आनंद फार प्राचीनकाळीं आर्य ऋषींना माहीत झाला असावा. या रीतीनें संसारांत तप्त झालेलें मन स्वस्थ कसें करतां येतें हें शोधतां शोधतां अनेक योगाच्या प्राणायामादि क्रिया ऋषींनीं शोधून काढल्या व त्यांचा अनुभव घेतला. मुख्यतः त्यांस त्यांपासून शांति, दीर्घायुष्य व आरोग्य यांचा फायदा मिळाला असावा. ईशभजन अथवा चिंतन यांतही योगाचा उपयोग होतो हेंही अनुभवास आलें. तेव्हां योगाची निराळी तत्त्वज्ञानांत गणना होऊं लागली. सांख्यांप्रमाणें योग प्रारंभीं निरीश्वर नव्हता आणि वेदबाह्यही नव्हता. अर्थात् सांख्य आणि योग यांचा प्राचीनकाळापासून जोडही असे आणि विरोधही असे. योगशास्त्राचा कर्ता हिरण्यगर्भ आहे असें महाभारतांत सांगितलें आहे. अर्थात् हें शास्त्र कोणी एकाच ऋषीनें प्रथम प्रतिपादन केलें असें नाहीं. सांख्ययोग हे दोन्ही वेदविद्येप्रमाणेंच लोकांत मान्य असल्यानें भगवद्गीतेच्या वेळीं त्यांचाच लोकांत प्रचार होता आणि म्हणूनच त्यांचा समावेश गीतेंत झाला. लोकमतानें जो विरोध सांख्ययोग यांत मानला जात असे तो वस्तुतः व तत्त्वतः नाहीं असें गीतेनें प्रथम प्रतिपादन केलें. हा विरोध कोणता होता हें पाहणें अत्यंत महत्त्वाचें आहे. **"सांख्ययोगौ पृथग्बालाः प्रवदंति न पण्डिताः"** या गीतावचनाचा उद्गार सर्व महाभारतभर आपल्यासमोर दृष्टीस पडतो आणि गीतेप्रमाणेंच हा विरोध वास्तविक नाहीं असें दाखविण्याचा प्रयत्न सर्वत्र केलेला दिसतो. यांत गीतेचा अनुवाद केलेला आहे. महाभारतकाळीं योगाचें स्वरूप काय होतें हें आपण प्रथम पाहूं. शांति० अ० ३१६ यांत योगाचें वर्णन विस्तृत केलें आहे. " इंद्रियें व पंचप्राण (रुद्र) हीं योगाचीं प्रधान साधनें आहेत. हीं दमन करून योगी लिंगदेहानें दाही दिशांस वाटेल तिकडे जाऊं शकतो.

---

१ तां योगमिति मन्यन्ते स्थिरामिन्द्रियधारणाम् । अप्रमत्तस्तदाभवति योगो हि प्रभवाप्ययौ ॥ असें कठोपनिषदांत आहे. अर्थात् हा मनसहित इंद्रियधारणारूपी योग उपनिषदांपासून प्रसिद्ध आहे. सांख्यज्ञानही उपनिषत्कालापासून माहीत असावें असें कठांतील कांहीं शब्दांवरून कोणास वाटेल पण तसें आपल्यास म्हणतां येत नाहीं. इंद्रियेभ्यः परंमनः मनसः सत्त्वमुत्तमम् । सत्त्वादधि महानात्मा महतोऽव्यक्तमुत्तमम् ॥ यांत महान् आणि सत्त्व असे शब्द आलेले आहेत परंतु ते सांख्याच्या मतांतील नाहींत हें उघड आहे. यांत महान् आत्मा आहे सांख्याचें महान् पुरुषाहून अथवा आत्म्याहून भिन्न आहे तसेंच सत्त्व एकटें येथें आलें असून तें गुण या अर्थी नाहीं हें लक्षांत घेतलें पाहिजे. सारांश, सांख्यांचा उल्लेख दशोपनिषदांत नाहीं असाच सिद्धांत करावयास पाहिजे.

जड देहाचा नाश झाल्यावरही योगी अणिमादि अष्ट सिद्धींनीं युक्त अशा सूक्ष्म देहानें सर्व प्रकारचीं सुखें अनुभवीत जगभर हिंडत राहतो. वेदामध्यें ज्ञात्यांनीं योग अष्टगुणात्मक सांगितला आहे. तसेंच अष्टगुणात्मक सूक्ष्म योग आहे. याशिवाय अन्य योग नाहीं. शास्त्रांत निर्दिष्ट केलेल्या मताप्रमाणें द्विविध योगकृत्यें सांगितलीं आहेत. प्राणायामयुक्त मनाची एकाग्रता आणि ध्याता, ध्येय आणि ध्यान यांतील भेद विसरून जाऊन इंद्रियदमनपूर्वक मनाची एकाग्रता हा दुसरा मार्ग. पहिला सगुण होय आणि दुसरा निर्गुण. " (शांति. पु. ६ पान ७०३) वरील वर्णनांत योगशास्त्राचीं लक्षणें पतंजलीनें वर्णन केलीं आहेत त्याप्रमाणें बहुतेक वर्णन आलें आहे. पण सगुण निर्गुण हे शब्द पतंजलींत नाहींत. यमनियम वगैरे आठ साधनें आणि प्राणायामादि समाधीपर्यंतची क्रिया आली आहे. योग्यास अष्टसिद्धि प्राप्त होतात हाही सिद्धान्त येथें आलेला आहे. योग्याच्या निरनिराळ्या सिद्धींची कल्पना महाभारतकाळीं पूर्ण रूढ झाली होती. तशी ती भगवद्गीतेंत दिसत नाहीं. भगवद्गीतेंत योग्याला समाधीमध्यें आनंद मिळतो एवढेंच वर्णन आहे. बाकी क्रिया बहुतेक भगवद्गीतेंतील सहाव्या अध्यायांतील एक आहे. योग स्थितीचें मुख्य लक्षण भगवद्गीतेप्रमाणें निवातस्थदीपाप्रमाणें मन राहून अतिशय दुःखानेंही विचलन न होणें हेंच सांगितलें आहे. योगमताच्या महाभारतकालीन स्थितीचा प्रदर्शक हा अध्याय महत्त्वाचा आहे. यांत वर्णिलेल्या योगासिद्धि भगवद्गीतेंत सांगितल्या नाहींत म्हणून त्या त्याकालीं मानल्या जात नव्हत्या असें मानतां येत नाहीं. परंतु ही कल्पना मागाहून वाढलेली असावी असा आमचा अंदाज आहे. सांख्य आणि योग यांचें ध्येय एकच आहे पण त्यांच्या क्रिया निराळ्या आहेत. ध्येय मोक्ष असून सांख्याची क्रिया नुसतें ज्ञान आणि योगाची क्रिया म्हणजे समाधि साधणें हें होतें. तथापि तत्त्वज्ञानाच्या बाबतींत सांख्ययोगांचा बहुतेक मेळ होता. विशेषतः आत्मे प्रतिपुरुष भिन्न व अनेक आहेत हें मत योगानें व सांख्यानें एक होतें आणि तें वेदान्ताहून भिन्न होतें असें वर सांगितलेंच आहे.

योगशब्दाचा महाभारतकाळीं ध्यानधारणात्मक योग असा अर्थ होता, हें शांतिपर्वाच्या निरनिराळ्या अध्यायांतील वर्णनावरून दिसतें. योगशास्त्र पुढें पंतजलीनें सांगितलें तसेंच बहुतेक योगशास्त्र सौतीच्यासमोर होतें असें दिसत नाहीं; कांहीं बाबतींत मात्र भेद दिसतो. म्हणजे सगुण योग आणि निर्गुण योग असे जे वर शब्द आले आहेत, त्याच्या ठिकाणीं हटयोग आणि राजयोग असे पुढें शब्द प्रचारांत आलेले दिसतात. पतंजलींत सगुण निर्गुण हेही शब्द नाहींत आणि हटयोग व राजयोग हेही शब्द आलेले नाहींत. राजयोग शब्दाचा अर्थ राजविद्या किंवा राजगुह्य या शब्दाप्रमाणेंच घ्यावयाचा आहे. म्हणजे योगानां राजा राजयोगः योगामध्यें श्रेष्ठ योग असा त्याचा अर्थ घ्यावयाचा आहे. असो. सगुण निर्गुण भेदावरून योग निरनिराळ्या प्रकारचे होते हें यावरून दृष्टोत्पत्तीस येतें. योग शब्दानें एकंदर शारीरिक व मानसिक क्रियेनें परमेश्वराशीं तादात्म्य पावणें हा अर्थ अभिप्रेत असावा. शारीरिक क्रियेलाच जेथें प्राधान्य दिलें जातें तो सगुण योग होय.

असो. योगानें नानाप्रकारच्या सिद्धि प्राप्त होतात ही कल्पना वर दिल्याप्रमाणें महाभारतकाळीं प्रचलित होती. अर्थात् एकंदर जनसमूहांत इतर सर्व मतवाद्यांच्या मताप्रमाणें

ती होती. बौद्ध, जैन, संन्यासी वगैरे सर्व लोक सिद्धांस विलक्षण सामर्थ्य येतें असें मानीत त्याप्रमाणें योगीही मानीत असें म्हणतां येईल. पण आमच्या मतें ही कल्पना प्रथम योगमतांतच निघाली आणि ती मग इतर मतांत शिरली. योग्याच्या सिद्धीची भगवद्गीतेंत कोठें माहिती सांगितली नाहीं यावरून ती कल्पना भगवद्गीतेच्या नंतरची आणि सौतीच्या महाभारतकाळाच्या पूर्वीची असावी. याप्रमाणें योगकल्पनेची कशी वाढ झाली हें आपल्या दृष्टीस पडतें. तथापि सिद्धीच्या नादीं लागून योग्यास शेवटची कैवल्यप्राप्ति होणार नाहीं असें महाभारतांत सांगितलेलें आहे आणि नानाप्रकारची शक्ति मागें टाकून जो पुढें जातो तो मुक्त होतो, **योगैश्वर्यमतिक्रांतो यो निष्क्रामति मुच्यते** (शां० अ० २३६--४०) असें मानलें आहे.

या अध्यायांत (शां० अ० २३६) योग कोणकोणत्या प्रकारचा आहे आणि पंचमहाभूतांचा जय केला म्हणजे कशा सिद्धि प्राप्त होतात हे विस्तारानें वर्णिलेलें आहे. यांचा पंतजलीच्या योगशास्त्रांतही निर्देश थोडासा भिन्न रीतीनें आहे. यांतील कांहीं गोष्टी देण्यासारख्या आहेत. "जो स्त्रीसमागमापासून मुक्त झाला आहे त्यानें योग करावा. योगसाधनें १२ आहेत. देश, कर्म, अनुराग, अर्थ, उपाय, अपाय, निश्चय, चक्षु, आहार, मन आणि दर्शन" हीं योगाचीं १२ उपकरणें आहेत. तीं पंतजलीहून कांहींशीं निराळीं आहेत. योगी कर्मकाण्डाचा त्याग करतो पण त्याला कर्मत्यागाचा दोष लागत नाहीं. (शब्दब्रह्मातिवर्तते) योगावर येथें एक सुंदर रूपक रथाचें उपनिषदाप्रमाणें केलें आहे.

धर्मोपस्थो ह्रीवरूथो उपायापायकूबरः ।
अपानाक्षः प्राणयुगः प्रज्ञायुर्जीवबन्धनः ॥

धर्म हा उपस्थ म्हणजे रथ्याची बसण्याची जागा, दुष्कर्माची लज्जा ही वरूथ अथवा रथाचें आच्छादन, उपाय आणि अपाय या दोन कूबर म्हणजे दांड्या अथवा धुराण्या, अपान हा अक्ष, म्हणजे कणा, प्राण हें जूं, बुद्धि, आयु, जीव, ह्या त्याच्या बांधण्याच्या दोऱ्या, **चेतनाबन्धुरश्चारुश्चाचारग्रहनेमिवान्** वगैरे. चेतना ही सारथि बसावयाची फळी, आचार ही नेमि, दर्शन, स्पर्श व घ्राण, आणि श्रवण हे चार घोडे आहेत वगैरे वर्णन आहे. या रथानें जीवानें परमेश्वराकडे धांव मारावी. त्याचे मार्ग धारणा होत.

सप्त या धारणाः कृत्स्ना वाग्यताः प्रतिपद्यते ।
पृष्ठतः पार्श्वतश्चान्यास्तावत्यस्ताः प्रधारणाः ॥

यांतील सात धारणा कोणत्या आणि प्रधारणा कोणत्या हें टीकाकारानें सांगितलें आहे पण मुळांत सांगितलें नाहीं. प्रधारणा शब्द पतंजलींत नाहीं. भ्रूमध्य-नासाग्र--कण्ठकूपादि धारणा येथें अभिप्रेत असाव्या. पृष्ठतः आणि पार्श्वतः अशाही सांगितल्या आहेत.

क्रमशः पार्थिवं यच्च वायव्यं खं तथा पयः ।
ज्योतिषो यत्तदैश्वर्यमहंकारस्य बुद्धितः ।
अव्यक्तस्य तथैश्वर्यं क्रमशः प्रतिपद्यते ॥

पृथ्वी, जल, तेज, वायु, आकाश, अहंकार व अव्यक्त या सात अन्तर्धारणा आहेत. या ठिकाणीं धारणा स्थिर केली म्हणजे त्या त्या पृथ्वी वगैरेचें सामर्थ्य योग्यास येतें. **विक्रमाश्चापि यस्यैते** " यांतील विक्रम शब्द पातंजलांत नाहीं. " **निर्मुच्यमानः सूक्ष्मत्वाद्रूपाणीमानि पश्यति** " असें म्हणून श्वेताश्वतराप्रमाणें " **नीहारधूमार्कनलानिलानाम्** " इत्यादि रूपें म्हणजे शिशिर ऋतूंतील दंव, पुढें जलाचे ठिकाणीं धारणा केली असतां जल, पुढें अग्नि, पुढें पीत शस्त्र आणि पुढें आकाशाच्या ठिकाणीं धारणा केली असतां अ-

शुक्र अथवा नीलवर्ण छिद्ररूपी आकाश दिसूं लागतें. (भा० पु० ६ पान ५०२–५०३) निरनिराळ्या बाजूनें योग-कल्पनेची कशी वाढ होत गेली हें यावरून दिसतें. " ज्योतिः पश्यन्ति युंञ्जानाः " असें भीष्मस्तवांत म्हटलें असून योग्यांना धारणेंत ज्योति दिसूं लागते असें मानलें जात असे, त्याहून ही पुढील पायरी आहे. त्यांत दिसणारे पदार्थ अधिक सूक्ष्मतेनें वर्णन केले आहेत आणि शेवट नीलबिंदु दिसतो असें वर्णन आहे. याचा उल्लेख पातञ्जलि सूत्रांत दिसत नाहीं. ही केवळ कल्पना आहे असें म्हणतां येत नाहीं.

असो. योग्याला सिद्धि मिळाली म्हणजे त्यास सामर्थ्य येतें तें असें. पृथ्वीचें ऐश्वर्य म्हणजे स्वामित्व मिळालें म्हणजे तो सृष्टि करूं शकतो. वायूचें सामर्थ्य आलें म्हणजे केवळ अंगुलीनें पृथ्वी हालवूं शकतो. आकाशरूपी बनला म्हणजे अन्तर्धान पावूं शकतो. जलाचा जय केला म्हणजे अगस्त्याप्रमाणें कूपतडागसमुद्र प्राशन करूं शकतो. अहंकाराचा जय केला म्हणजे पंचमहाभूतें त्याच्या स्वाधीन होतात आणि बुद्धीचा जय झाला म्हणजे संशयरहित ज्ञान होतें. " यासिद्धिही अणिमादि सिद्धींहून अधिक आहेत. योगाच्या सहा सिद्धि अणिमा, महिमा, प्राप्ति, सत्ता, तेज, अविनाशिता ह्या अनु० अ० १४ यांत सांगितल्या आहेत. (भा० पु० ७ पा० ६०) असो. योग सामर्थ्याचें किंवा तपःसामर्थ्याचें जें वर्णन महाभारतांत आहे तें अतिशयोक्तीचें किंवा अधिकाधिक वाढत गेलेलें असलें तरी योग्यास कांहीं सामर्थ्य विशेष येतें ही कल्पना प्रारंभापासून आहे आणि यामुळेंच बौद्ध, जैन वगैरे मतांनींही योगाचा अवलंब केलेला आहे.

योग आणि सांख्य एकच असें महाभारतानें मानल्यानें योगांत सांख्यांचींच पंचवीस तत्त्वें आहेत असें सांगितले आहे. (भा० पु० ६ पा० ५०४)

पंचविंशति तत्त्वानि तुल्यान्युभयतः समम् ।
(शा० २३६–२९)

परंतु पातंजलसूत्रांत याचा उल्लेख नाहीं. पूर्वीं सांगितल्याप्रमाणें महाभारताचा सर्व तत्त्वज्ञानांचा समन्वय करण्याचा प्रयत्न असल्यानें असा सिद्धान्त झालेला दिसतो. परमात्मा निराळा मानल्यानें योगांत २६ तत्त्वें होतात हें ध्यानांत धरलें पाहिजे.

योगाचें निरूपण अ० २४० मध्यें आलें आहे. यांत प्रथम काम, क्रोध, लोभ, भय व निद्रा हे योगाचे दोष सांगितले आहेत व त्यांचा जय करण्याचा मार्ग सांगितला आहे. (पतंजलीनें पांच क्लेश सांगितले असून त्यांस हेय म्हटलें आहे. हे दोष अविद्या, अस्मिता, राग, द्वेष व अभिनिवेश हे होत.) निद्रादोष योगाच्या प्रारंभापासून मानलेला असावा. भीष्मस्तवांत योग्यांचें लक्षण विनिद्राः असें केलेलें आहे. त्यांत हृदय आणि वाणी यांचा निरोध करण्यासाठीं यज्ञादि क्रियांचेंही अनुष्ठान सांगितलें आहे. " योग्याच्या मार्गांत दिव्य गन्धादि वस्तूंची अथवा दिव्य स्त्रीप्राप्ति आणि आकाशांतून अंतर्धान पावून वायुगतीनें जाणें किंवा सर्व शास्त्रांचें आपोआप ज्ञान होणें वगैरे सिद्धि होणें हीं विघ्नें येतात. पण त्यांचा आदर न करितां बुद्धीचेच ठायीं त्यांचा लय करावा; या गोष्टी बुद्धिकल्पित आहेत. नियमनिष्ठ योग्यानें प्रातःकाळीं पूर्वरात्रीं आणि उत्तररात्रीं तीन वेळ योगाभ्यास करावा. शिव्या देणारा किंवा अभिनंदन करणारा या दोघांच्या ठिकाणीं सम दृष्टि ठेवावी आणि द्रव्योपार्जनादि मार्गांपासून परावृत्त व्हावें " असें सांगितलें आहे. योग्याला सहा महिन्यांत

योगसिद्धि होत असे हें यांत सांगितलें आहे या गोष्टी पूर्वीहून अधिक आहेत.

या अध्यायांत हें सांगितलें आहे कीं, निकृष्ट वर्णींतील पुरुष किंवा धर्माचा अभिलाष करणाऱ्या स्त्रिया यांनाही या मार्गानें सद्गति मिळते. हे लेख भगवद्गीतेपासून व उपनिषदांपासून घेतलेले दिसतात. कर्ममार्ग केवळ आर्यवर्णीयांस व पुरुषांस मोकळा होता. यामुळें प्रत्येक नवीनमतप्रतिपादकानें व्यापकदृष्टीनें नवीन मार्ग भगवद्गीतेप्रमाणें (स्त्रियो वैश्या स्तथा शूद्रास्तेपि यांति परां गतिम्) वैश्य, शूद्र, स्त्रिया वगैरे सर्वांना मोकळा केलेला असतो. योगमार्गही याप्रमाणें सर्वांस मोक्षास नेणारा आहे असें सांगितलें आहे. (भा. पु. ६ पा. ५१२).

अपि वर्णावकृष्टस्तु नारी वा धर्मकांक्षिणी ।
तावप्यनेन मार्गेण गच्छेतां परमां गतिम् ॥
(शां. अ. २४०, ३४).

“ षण्मासान्नित्ययुक्तस्य शब्दब्रह्मातिवर्तते ” या वाक्यांत शब्दब्रह्म म्हणजे प्रणव होय असें टीकाकार म्हणतो. या योगमार्गांत प्रणवाच्या जपाचें महत्त्व आहे, हें पातंजलीवरूनही दिसतें. जपाचा आणि योगमार्गाचा जरी नित्यसंबंध नसला तरी योगाच्या ध्यानांत प्रणवाच्या जपाचें एक अंग सांगितलें आहे. महाभारतांत (शां० अ० २००) असें सांगितलें आहे कीं योगी व जप करणारे हे एकाच गतीला पोंचतात.

तज्ज्योतिः स्तूयमानं स्म ब्रह्माणं प्राविशत् तदा।
ततः स्वागतमित्याह तत्तेजः प्रपितामहः ।
अंगुष्ठमात्रपुरुषं प्रत्युद्गम्य विशांपते ॥

ब्रह्मदेवाच्या मुखांत हें ज्योति प्रविष्ट झालें. हीच गति जापकांची व योग्यांची आहे. ब्रह्मदेवाबरोबर प्रलयकालीं हे मुक्त होणार असा टीकाकार तर्क करतो. ही पायरी वेदान्तदृष्टीनें लाविलेली असावी. असाच तर्क दुसऱ्या एका श्लोकावरून टीकाकारानें केला आहे तो येथें देण्यासारखा आहे.

इदं महर्षेर्वचनं महात्मनो यथावदुक्तं मनसानुगृह्य । अवेक्ष्य चेमां परमेष्ठिसाम्यतां प्रयांति चाभूतगतिं मनीषिणः ॥
(शां० अ० २४०)

या श्लोकांतील ‘ अभूतगति ’ या पदावरून टीकाकार हा अर्थ निष्पन्न करतो. यांतील अर्थ थोडासा गूढ आहे हें उघड आहे. योगमत प्रथम ब्रह्मदेवानें उपदेशिलें असें पूर्वीं आपण पाहिलेंच आहे. यावरून ब्रह्मदेवाशीं तादात्म्य किंवा साम्य होण्याचा सिद्धांत उत्पन्न होणें शक्य आहे. योग आणि सांख्य या मतांत मोक्षाच्या ऐवजीं कैवल्य हा शब्द वापरतात हें प्रसिद्ध आहे. महाभारतकाळीं कैवल्य हा शब्द सांख्यमतांतही घेतलेला दिसतो.

सांख्यदर्शनमेतत्ते परिसंख्यानमुत्तमम् ।
एवंहि परिसंख्याय सांख्यकेवलतां गतः ॥
(शां० अ० ३१५–१९)

ब्रह्मगति हीच सांख्याची गति असें बरोबर सांगितलेलें आढळतें; पण तें सांख्य व वेदान्त यांच्या एकवाक्यतेनें आढळतें. परंतु योगवर्णनांत केवल शब्द महाभारतांतही आलेला आहे.

यदा स केवलीभूतः षड्विंशमनुपश्यति ।
तदा स सर्वविद्विद्वान् न पुनर्जन्म विन्दते ॥
(शांतिपर्व ३१६)

यांत केवलीभूत असा शब्द वापरलेला असून तो योगमतांतील २६ व्या तत्त्वाच्या दृष्टीनें मोक्षास जाणाऱ्या संबंधानें वापरलेला आहे.

एवंहि परिसंख्याय ततोध्यायति केवलं ।
तस्थुषं पुरुषं नित्यमभेद्यमजरामरम् ॥
(शां० अ० ३१६–१७)

एतेन केवलं याति त्यक्त्वा देहमसाक्षिकम् ।
कालेन महता राजन् श्रुतिरेषा सनातनी ॥
(सदर २६)

या श्लोकावरून केवल म्हणजे परमपुरुष अथवा परमात्मा असा योगाचा आशय आहे. पण सांख्याचा आशय काय हें समजत नाहीं. असो.

सांख्य आणि योग यांचा विस्तार अनेक अध्यायांत शांतिपर्वांत सांगितला आहे. अ० ३०७ याचे शेवटीं असें सांगितलें आहे कीं, सांख्य पंचविसावा जो पुरुष त्या पलीकडे कांहीं मानीत नाहींत. योगशास्त्रांत २५ तत्त्वें मानून पलीकडे परमेश्वर सव्विसावा मानतात. याशिवाय योगांत व्यक्ताचेंही एक लक्षण अधिक दिलें आहे तें येथें देण्यासारखें आहे.

प्रोक्तं तद्व्यक्तमित्येव जायते वर्धते च यत्।
जीर्यते म्रियते चैव चतुर्भिर्लक्षणैर्युतम् ॥
विपरीतमतोयत्तु तदव्यक्तमुदाहृतम् ॥ ३० ॥
(शांतिपर्व अध्याय २३३)

असो. योगांत परमेश्वर बोधस्वरूप असून तो अज्ञानाश्रयानें जीवदशेला येतो. बुद्ध आणि बुध्यमान किंवा परमात्मा आणि जीवात्मा असे दोन पदार्थ योगशास्त्राच्या भाषेंत होतात. (भा० पु० १ पा० १९१)

बुद्धमप्रतिबुद्धत्वाद् बुध्यमानं च तत्त्वतः।
बुध्यमानं च बुद्धं च प्राहुर्योगनिदर्शनम् ॥
(शां० अ० ३०८ ४८)

पंचविंशात्परं तत्त्वं पठ्यते न नराधिप ।
सांख्यानां तु परंतत्त्वं यथावदनुवर्णितम् ॥

असें सांख्यमत सांगून योगाचा हा भेद दाखविला आहे. पुरुष हाच त्यांचा शेवटचा पदार्थ आहे. योगानें जीवात्मा व परमात्मा असे दोन मानले व त्यांस बुद्ध व बुध्यमान असें आणखी मानलें. बुध्यमान जीव कैवल्यास पोंचला म्हणजे बुद्ध होतो. हे बुध्यमान व बुद्ध शब्द पतंजलींत दिसत नाहींत. बुद्ध शब्द योगशास्त्रावरून गौतमानें घेतला असावा.

भगवद्गीतेनें घालून दिलेल्या शिरस्त्याप्रमाणें योगाचीही परंपरा महाभारतांत सांगितली आहे. हिरण्यगर्भानें हा योग प्रथम वाशीष्ठास शिकविला, वशिष्ठानें नारदास शिकविला आणि नारदानें भीष्मास सांगितला. (शां० अ० ३०८) येथें "हें ज्ञान अव्रताला गुणहीनाला देऊं नये" वगैरे भगवद्गीतेप्रमाणेंच सांगितलें आहे. (शांति० अ० २९४)च्या शेवटीं शांडिल्य हाही योगाचा आचार्य मानलेला दिसतो.

(शांति० अ० ३०० यांत योग्यानें काय अन्न खावें हें वर्णन केलें आहे. कण्या, निसत्त्व पेंड किंवा जोंधळ्याच्या कण्यांची अंबील तूप वगैरे न घालतां भक्षण करावी. कांहीं महिने अथवा वर्षें जर दूध घातलेलें पाणी योगी पिईल तर त्याला योगबल प्राप्त होईल. सर्व विकारांना जिंकून स्त्रीसंगाच्या अभावीं उत्पन्न होणारें दुर्जय अस्वास्थ्य किंवा स्त्रीसंगानें उत्पन्न होणारी तृष्णा, आळस व निद्रा हीं टाकून "ध्यानाध्ययनसंपदा" योगी आत्म्याला उद्दीपित करतो. अर्थात् वरील अन्न मनोविकारांच्या जयासाठींच सांगितलेलें आहे. (भा० पु० १ पा० १६६) याचा "युक्ताहारविहारस्य" इत्यादि भगवद्गीतेच्या वचनांशीं थोडासा विरोध असूनही योग्याच्या तपाची पुढची पायरी आहे.

अशा योगग्रंथांत (नानाशास्त्रांत) सांगितलेल्या रस्त्यानें जाणारा ब्राह्मण ब्रह्मदेव, विष्णु, शंकर वगैरे वाटेल त्या देवांत व पितर, उरग, यक्ष गंधर्व, पुरुष व स्त्रिया यांच्या रूपांत शिरूं शकतो व त्यांतून बाहेर पडूं शकतो आणि त्यास नारायणाप्रमाणें संकल्पानेंच सृष्टि निर्माण करण्याचें सामर्थ्य येतें. (भा० पु० १ पा० १६७)

असो. योगशास्त्राचे ग्रंथ महाभारतकाळीं होते असें दिसतें. त्यांवरून महाभारतांत सौतीनें माहिती घेतली असून त्या शास्त्राचा

सांख्यांशीं व वेदान्ताशींही समन्वय केला आहे. म्हणजे एक्या बाजूनें सांख्यांचीं तत्त्वें त्यांत सामील केलीं तर दुसऱ्या बाजूनें ध्येय वस्तु योग्यांनाहीं परब्रह्मच आहे असें दाखविलें आहे व हे दोन्ही सांख्य व योग जाणणारे वेदान्त्यानें उपदेशिलेल्या ब्रह्मगतीलाच जातात असा सिद्धान्त सौतीनें प्रतिपादन केला आहे. योगशास्त्राचा इतिहास महाभारतकाळापर्यंत याप्रमाणें दिसतो. आतां आपण वेदान्ताच्या इतिहासाकडे वळूं.

(३) वेदान्त.

वेदान्ताचें तत्त्वज्ञान उपनिषदांमध्यें विस्तृत रीतीनें प्रतिपादन केलेलें असून तें वैदिक असल्यानें सर्व सनातन जनसमाजास मान्य असलेंच पाहिजे हें उघड आहे. या तत्त्वज्ञानाचीं मुख्य मुख्य अंगें उपनिषदांत सांगितलेलीं असल्यानें त्यास वेदान्त अशी संज्ञा आहे. हें नांव " वेदान्तकृत् " या भगवद्गीतेंतील वाक्यांत आलेलें आहे. वेदान्त शब्दानें उपनिषत् अथवा आरण्यक असाही बोध महाभारतांत होतो. आमच्या मतें वेदवाद शब्दानें कर्मवादाचा अर्थात् संहिताभागांत वर्णिलेल्या यज्ञादिभागाचा बोध होतो आणि वेदान्त शब्दाचा अर्थ उपनिषत् तत्त्वज्ञान असा होतो. " जपविधि वेदान्त विचारापैकीं आहे किंवा योगापैकीं आहे अथवा कर्मकाण्डापैकीं आहे " या वाक्यांत हा अर्थ स्पष्ट आहे. (भा० पु० ६ पान ४०४) भीष्माच्या उत्तरांत " वेदान्तांत जपाविषयींचें मुख्य विधान "त्याग करावा" असें आहे. जप हें कर्म आहे; तें वेदान्तदृष्टया त्याज्य होय. सर्व वेदवचनांचें तात्पर्य ब्रह्माच्या ठिकाणीं आहे. " वगैरे विवेचनांतही वेदान्त शब्द याच अर्थीं आलेला आहे. (पा० ४०५)

संन्यास एव वेदांते वर्तते जपनं प्रति ।
वेदवादाश्च निर्वृत्ताः शान्ताब्रह्मण्यवस्थिताः ॥

यांत वेदवाद शब्द वेदवचनार्थी आहे पण तो मूळ कर्मकाण्डासंबंधेंच आहे. " वेदवादरताः पार्थ नान्यदस्तीतिवादिनः या भगवद्गीतेच्या वाक्यांत वेदवाद म्हणजे कर्मवाद होय हें उघड आहे. वेदांत म्हणजे संहितांत (ऋग्वेद यजुर्वेद सामवेद) यांत मुख्यतः कर्माचेंच प्रतिपादन असून कोठें कोठें ब्रह्माचेंही आहे. परंतु उपनिषदांत ब्रह्माचेंच प्रतिपादन आहे आणि वैदिककर्मही ब्रह्माकडेसच लाविलें आहे. " विविदिषाति यज्ञेन दानेन " वगैरे वचन बृहदारण्याचें प्रसिद्ध आहे. असो. वेद म्हणजे संहिता आणि वेदान्त म्हणजे उपनिषद् असा जरी अर्थ होतो तरी वेदवाद म्हणजे कर्मवाद आणि वेदान्त म्हणजे औपनिषत् तत्त्वज्ञान असें महाभारतकाळीं ठरलेलें दिसतें.

या तत्त्वज्ञानाचा आचार्य अपान्तरतमा अथवा प्राचीनगर्भ आहे असें पूर्वोल्लिखित,

अपान्तरतमाश्चैव वेदाचार्यः स उच्यते ।
प्राचीनगर्भं तमृषिं प्रवदन्तीह केचन ॥

या वाक्यांत सांगितलें आहे. (शांतिपर्व अ० ३४९) या ऋषीचा उल्लेख तत्त्वज्ञानाच्या बाबतींत आहे तेव्हां वेद शब्द येथेंवेदान्तवाचीच आहे. किंबहुना,

सांख्यं योगः पांचरात्रं वेदाः पाशुपतं तथा ।
ज्ञानान्येतानि राजर्षे विद्धि नानामतानि वै ॥

या श्लोकानंतरच हा श्लोक आहे, त्यांतही वेद शब्द वेदांतवाची आहे; तथापि पुढील गोष्ट लक्षांत घेतां याविषयीं शंका उपस्थित होते. अपांतरतमा याची कथा याच अध्यायांत दिली आहे. ती अशीः—नारायणानें भोः म्हणुन हाक मारली. त्याबरोबर सरस्वतीपासुन उत्पन्न झालेला पुत्र अपांतरतमा नांवाचा पुढें

उभा राहिला. त्याला नारायणानें " वेदांचें व्याख्यान करण्याविषयीं सांगितलें. त्याप्रमाणें त्यानें स्वायंभुव मन्वंतरांत वेदांचे भाग पाडले. तेव्हां भगवान् हरीनें त्यास वर दिला कीं, तूं वैवस्वत मन्वंतरांतही वेदप्रवर्तक होशील. तुझ्या वंशांत कौरव होऊन त्यांच्यांत आपसांत फूट पडेल व ते संहारार्थ उद्युक्त होतील तेव्हां तूं आपल्या तपोबलानें वेदांचे विभाग पाडशील. वसिष्ठ कुलांत पराशर ऋषीच्या पोटीं तुझा जन्म होईल. त्या मन्वंतरांत तूं व्यास होशील. " (भा० पु० ६ पान ८२१ ८२२) यावरून या ऋषीनें मुख्यतः वेदांचे भाग पाडले असें दिसतें. तथापि या अपांतरतम्यानें दोन्ही गोष्टी केल्या असें मानण्यास हरकत नाहीं आणि वेदान्तशास्त्राचा प्रवर्तक हा ऋषि आद्य होय असें मानलें पाहिजे. मग तो उपनिषदांचा कर्ता किंवा वक्ता मानावा अथवा पूर्वीचें एखादें वेदान्तशास्त्रावर याचें सूत्र असावें. कदाचित् भगवद्गीतेंत सांगितलेलें ब्रह्मसूत्र याचेंच असेल. असो.

वेदान्ताचें मुख्य रहस्य वर आलेंच आहे. वेदवादांत प्रधान धरलेलें कर्मकाण्ड मागें टाकून तसेंच इंद्रादि देवता व स्वर्गही कमी मानून पराविद्या म्हणजे ब्रह्मज्ञानविद्या उपनिषदांत पुढें सरली. हें परब्रह्म कसें आहे याचें फारच उदात्त वर्णन उपनिषदांत आहे. त्याच्यापासून सर्व जग निर्माण होतें, त्याच्या ठिकाणीं राहतें आणि तेथेंच लीन होतें. अर्थात् सर्व जग तेंच आहे " सर्वं खल्विदं ब्रह्म " हें उपनिषद्वाक्य या सिद्धान्ताचें प्रतिपादक प्रसिद्ध आहे. असो. या वेदान्ताचा प्रवाह उपनिषदांपासून सुरू होऊन तो भारतीकाळांत कसा वाहत गेला हें आपणांस पाहणें आहे. प्रथम त्याचा प्रवाह भगवद्गीतेंतून चाललेला आपल्यास दृष्टीस पडतो. भगवद्गीतेंत उपनिषत् तत्त्वज्ञान मान्य केलेलें असून त्याचाच सिद्धांत मुख्य मांडलेला आहे. तथापि कांहीं बाबतींत भगवद्गीता उपनिषदांच्या पुढें गेलेली आहे. त्या बाबती कोणत्या हें पाहूं.

वेदांतांत ब्रह्म, अध्यात्म, अधिदैव व अधिभूत असे शब्द येतात, ह्यांची व्याख्या काय असा प्रश्न गीतेंत केलेला आहे व त्यांच्या व्याख्या दिल्या आहेत. त्या बहुतेक उपनिदांतील विवेचनाप्रमाणें आहेत. परंतु कांहीं गोष्टी उपनिषदांत नाहींत अशा असून कांहींत पुढें मजल गेली आहे. गीता अध्याय ८ यांत हा विषय आलेला आहे त्याचा आपण सूक्ष्म विचार करूं. ब्रह्म म्हणजे अक्षर अशी व्याख्या प्रथम केली आहे ती उपनिषदांतीलच आहे. " एतस्यैवाक्षरस्य प्रशासने गार्गि सूर्याचंद्रमसौ तिष्ठतः " इत्यादि बृहदारण्यांतील याज्ञवल्क्याची उक्ति येथें आपल्या समोर उभी राहते. " स्वभावो ध्यात्ममुच्यते " याचा मात्र दशोपनिषदांत उगम दिसत नाहीं. तसेंच " भूतभावोद्भवकरो विसर्गः कर्मसंज्ञितः " याचाही संबंध नाहीं. कदाचित् " पंचम्यामाहुता वापः पुरुषवचसो भवन्ति " इत्यादि छांदोग्योक्त प्रकरणावरून ही कर्माची व्याख्या केली असेल. " अधिभूतं क्षरो भावः " हें ठीक आहे. पण पुरुषश्चाधिदैवतम् याचाही उगम वेदान्तांत म्हणजे उपनिषदांत दिसत नाहीं. अध्यात्म आणि अधिदैवत हे शब्द उपनिषदांत वारंवार येतात. पण पहिला शब्द इंद्रियांच्या संबंधानें आणि दुसरा आदित्यादि देवतासंबंधानें येतो. या व्याख्या सूत्रमय असून त्या गीतेनेंच प्रथम दिल्या आहेत असें मानलें पाहिजे. कारण भगवद्गीता हीच उपनिषदांनंतरची आहे. मध्यंतरीं एखादें सूत्र झालें असावें असें संभवनीय असल्याचें आम्हीं पूर्वीं सांगितलेंच आहे. पण

तें उपलब्ध नाहीं. " अधियज्ञ " शब्द उपनिषदांत नाहीं तथापि अधियज्ञ देहांत परमेश्वरच आहे हें उपनिषन्मान्य आहे. यानंतर अन्तकालीं माझेंच स्मरण करून जो परब्रह्माचें ध्यान करील तो परमगतीला जाईल हा उपनिषत्सिद्धांत येथें मुख्यतः सांगितला आहे. उपनिषदानें " **यथाक्रतुरास्मिन् लोके भवति तथेतः प्रेत्य भवति** " असें प्रतिपादिलें आहे. अर्थात् अंतीं परमेश्वराचें स्मरण झालें असतांच परमेश्वराची गति मिळेल असें उपनिषदांचें मत आहे. यासाठींच " **असकृदावृत्ति** करून **अहंब्रह्मास्मि** " हा भाव चित्तावर पक्का ठसवावयाचा आहे;यासाठीं कीं तो अन्तकालीं स्मरण व्हावा असें उपनिषन्मत आहे. तोच सिद्धांत या अध्यायांत सांगितलेला आहे. " **यं यं वापि स्मरन्भावं त्यजन्त्यन्ते कलेवरं** " वगैरे वचनांनीं तेंच सांगितलें आहे. पण भगवद्गीतेनें यावर थोडीशी आपली छाप ठेवून दिली आहे. " **कविं पुराणं, अणोरणीयांसं, सर्वस्य धातारं, अक्षरं,** प्राप्त करून घेण्याचा मार्ग उपनिषदाप्रमाणें ओंकार शब्दरूपी ब्रह्माचें ध्यान अन्तकालीं करावें, (**प्रायणान्तमोंकारमभिध्यायीतकतमं वा वसतेन लोकं** जयति–प्रश्नोपनिषत्) असें सांगतांना '**ॐ इत्येकाक्षरं ब्रह्म व्याहरन्** ' असें सांगून वर " **मामनुस्मरन्** " असें आणखी सांगितलें आहे. असो. उपनिषदाची व योगाची ही जोड " **आस्थितो योगधारणाम्** " या शब्दानें घालून भगवंतांनीं आपल्या स्मरणाचेंही त्यांत इंगित सांगितलें आहे. सर्व लोक पुनरावर्ति आहेत परंतु ब्रह्माचें ध्यान करीत देह सोडणारा ब्रह्मज्ञानी ब्रह्मगतीला गेल्यावर पुन्हां परत येत नाहीं हेंही उपनिषदांचें मत आहे. तें येथें विस्तारानें सांगितलें आहे. अव्यक्त अक्षर हेंच " **यं प्राप्य न निवर्तंते तद्धाम परमं मम** " माझें धाम असें भगवंतांनीं सांगितलें आहे. मरणकाळाच्या संबंधानेंही ' **अग्निर्ज्योतिरहः शुक्लः षण्मासा उत्तरायणम्** ' इत्यादि उपनिषदांचें मत येथें सांगितलें आहे. उत्तरायणादिकाळीं देह ठेवणारा प्राणिमात्र जेथून पुनरावर्तन नाहीं त्या परमगतीला जाईल, हें मत गीतेंतही मान्य केलेलें आहे, परंतु त्याजवरही गीतेनें आपली कडी ठेवलेलीच आहे. म्हणजे योगी हा देवयान व पितृयानपथाचा निरनिराळा मार्ग जाणणारा असल्यास मोह पावत नाहीं, असें सांगितलें आहे. अर्थात् त्या गतीला योगी जुमानीत नाहीं असा अर्थ संभवतो; किंवा हें ठाऊक असल्यानें योगी दक्षिणायनांत देह ठेवण्याच्या मोहाला बळी पडत नाहीं असाही होतो. असो. या अध्यायांत उपनिषन्मतानेंच वेदान्ताची मांडणी करून गीतेनें तो सिद्धान्त थोडासा वाढवून भगवद्भक्तीस लावून घेतला आहे.

क्षेत्रक्षेत्रज्ञज्ञान हेंही एक उपनिषदाचें प्रतिपाद्य आहे. पण त्याचा उल्लेख उपनिषदांत स्पष्टपणें नाहीं. हा विषय गीतेंत १३ व्या अध्यायांत आला आहे; आणि हा विषय उपनिषदांचा व वेदांचा आहे असें येथें स्पष्टपणें सांगितलें आहे. यांतील क्षेत्राच्या व्याख्येंत भगवद्गीतेनें उपनिषदाच्यापुढें मजल मारली आहे असें दिसतें व त्या ज्ञानास परिपूर्णता आणली आहे असें मानण्यास हरकत नाहीं. **इच्छा द्वेषः सुखंदुःखं संघातः चेतना धृतिः** हे विषय क्षेत्रांत आणखी वाढविले आहेत. तसेंच ज्ञान म्हणजे ज्ञानाचें साधन जें येथें वर्णिलें आहे तें उपनिषदांत एके ठिकाणीं वर्णिलेलें नसून त्याची जी व्याख्या येथें " **अमानित्वमदंभित्वं** " इत्यादि श्लोकापासून " **अध्यात्मज्ञाननित्यत्वं तत्त्वज्ञानार्थदर्शि-**

नम् " या श्लोकापर्यंत एतज्ज्ञानमितिमोक्तं असें सांगून केली आहे ती फारच बहारीची आणि भगवद्गीतेच्या विशिष्ट कार्यक्षमतेची दर्शक आहे. उपनिषदांतील भावार्थ इतका सुंदर रीतीनें भगवद्गीतेनें येथें ग्रथित केला आहे कीं, ही व्याख्या प्रत्येक मुमुक्षूनें नेहमीं पाठ म्हणावी. यांतही " **मयिचानन्ययोगेन भक्तिरव्याभिचारिणी** " हें भगवद्भक्तीचें बीज भगवंतांनीं गोंवलें आहे. यापुढें ज्ञेयाचें जें वर्णन केलेलें आहे तें उपनिषद्युक्त ब्रह्माच्या वर्णनासारखेंच आहे. ठिकठिकाणीं (**सर्वतः पाणिपादं तत्** वगैरे ठिकाणीं) उपनिषद्वाक्यांचें स्मरण येईल. यांत ' **निर्गुणं गुणभोक्तृ च** ' हें अधिक घातलें आहे. गुणांची उपनिषदांत मुळींच कल्पना नाहीं हें आम्हीं पूर्वी दर्शविलें आहे. सांख्यमताच्या मुख्य मुद्यांपैकीं त्रिगुण हा एक मुद्दा आहे. तो भगवंतांनीं येथें वेदान्तज्ञानांत मान्य करून सामील केला आहे. निर्गुण ही परिभाषा वेदान्तांत भगवद्गीतेपासून सुरू झाला. परब्रह्म ज्ञेय, निर्गुण आहे आणि जगत्सृष्टींतील गुणांचेंही भोक्तृ आहे हें तत्त्व उदात्त असून उपनिषत्तत्त्वांत त्याचा योग्य समावेश झाला आहे. आणि म्हणून ज्ञेयाची व्याख्या देतांना या अध्यायांत सांख्यज्ञानापैकीं ग्राह्य भागाकडे भगवंतांनीं दृष्टि दिली आहे. प्रकृतिपुरुषाची व्याख्या येथें दिलेली सांख्याची नाहीं तर गीतेची स्वतंत्र आहे. असें जरी आहे तरी पुरुषाच्या हृदयांत वास करणारा आत्मा आणि परमेश्वर अथवा परमात्मा एक असून त्यासंबंधींचें सांख्यमत चुकीचें व अग्राह्य आहे हें दाखविण्याकरितां,

उपद्रष्टानुमन्ता च भर्ता भोक्ता महेश्वरः ।
परमात्मेति चाप्युक्तो देहेस्मिन् पुरुषः परः ॥

असें येथें सांगितलें आहे. असो. तर ज्ञेय, परमेश्वर-परब्रह्म-परमात्मा इत्यादि शब्दबोध्य असलेलें, कसें आहे हें उपनिषदांप्रमाणें सांगून त्यांत गुणांचा समावेश केल्यावर भगवान् मुख्य क्षेत्रक्षेत्रज्ञ विषयाकडे या अध्यायांत पुन्हां वळले आणि सर्वठिकाणीं ईश्वर सारखाच भरलेला आहे हें उपनिषदांचें परम मत येथें त्यांनीं सांगितलें आहे.

यदा भूतपृथग्भावमेकस्थमनुपश्यति ।
तत एव च विस्तारं ब्रह्म संपद्यते तदा ॥

हें सांगून हा देही क्षेत्रज्ञ परमात्मा सर्वत्रावस्थित असून अनुपलिप्त कसा आहे, किंबहुना सूर्याप्रमाणें हा क्षेत्राला कसा प्रकाशमान करतो, हें येथें उपनिषन्मतानें सांगितलें आहे.

सांख्यांचें त्रिगुणांचें तत्त्व मान्य करून वेदान्तविज्ञानांत घेतल्यानें त्यांचा विस्तारानें विचार करणें जरूर असल्यानें भगवद्गीतेंत या पुढच्या अध्यायांत प्रथम थोडक्यांत सांख्यांचें महत् ब्रह्माशीं मिळवून घेऊन पुढें त्रिगुणांचा फारच मार्मिक विस्तार केला आहे. आमच्या मतें असा विस्तार सांख्यमतांतही सांपडणार नाहीं. हा विस्तार प्रथम भगवद्गीतेनेंच केलेला आहे. हे गुण अतीत करून जेव्हां मुमुक्षु, गुण हेच कर्ते आहेत आपण निराळे आहों असें जाणील तेव्हां " **जन्ममृत्युजराव्याधिविमुक्तोऽमृतमश्नुते** " अशा स्थितीस पोंचेल. असो. त्रिगुणांच्या सिद्धान्ताचा वेदान्ताशीं मेळ गीतेनें प्रथम घातला आहे. आणि परमेश्वर अथवा परमात्मा निर्गुण असून जीवात्माही जेव्हां त्रिगुणातीत होईल तेव्हां परमात्म्याशीं तादात्म्य पावेल असें गीतेनें प्रतिपादिलें आहे. त्रिगुणातीताची व्याख्या येथें दिली आहे; ती मुनीच्या उपनिषदुक्त व्याख्येप्रमाणेंच असून

मांच योऽव्यभिचारेण भक्तियोगेन सेवते ।
स गुणान्समतीत्यैतान् ब्रह्मभूयाय कल्पते ॥

असें शेवटीं सांगितलें आहे. याचा आपण पुढें थोडा जास्त विचार करूं.

पंधराव्या अध्यायांतही उपनिषद्वाक्यापासूनच प्रारंभ करून उपनिषदुक्त संसारावरची अश्वत्थकल्पना प्रथम मांडली आहे व तिचा विस्तारही "अधश्चोर्ध्वं प्रसृतास्तस्य शाखाः" या श्लोकानें केला आहे आणि सर्व भूतांचे ठिकाणीं मीच व्यापलेला असून जीवाच्या निरनिराळ्या चेतनक्रियाही मीच आहें असें सांगून, क्षराक्षरविभाग पुन्हां सांगितला आहे. पण त्याजवरही थोडीशी आणखी मजल जाऊन अक्षरापलीकडेही मी आहें; त्याजहून मी उत्तम आहें म्हणून मी **पुरुषोत्तम** आहें असें या अध्यायांत सांगितलें आहे. अर्थात् उपनिषदांच्या थोडीशी पुढें मजल गेलेली आहे परंतु मूळभूत विषय उपनिषदुक्त असून त्याच्यापुढें विस्तार केलेला आहे.

असो. याप्रमाणें उपनिषदुक्त तत्त्वांचा गीतेंत कसा अवलंब केला आहे आणि त्याचा विस्तार कसा केला आहे हें येथवर आपण पाहिलें. उपनिषदांबरोबर भगवद्गीतेला कां मानलें जातें याचें कारण आपल्यास यावरून समजेल. उपनिषदुक्त सिद्धान्ताचा गीतेनें विस्तार केला त्यांत मुख्यतः निर्गुण परब्रह्माचा आणि श्रीकृष्णाच्या भक्तीचा एके ठिकाणीं मेळ घालून सगुण ब्रह्माची कल्पना भगवद्गीतेनें प्रथम ठेविली आहे. निर्गुणब्रह्माचें अथवा अव्यक्ताचें ध्यान अधिक फलद्रुप अथवा श्रीकृष्णाचे अगर भगवंताचें सगुण ध्यान अधिक फलद्रूप असा स्पष्ट प्रश्न भगवद्गीतेंत केलेला आहे आणि गीतेच्या बाराव्या अध्यायांत अव्यक्ताची उपासना अधिक क्लेशदायक आहें असें सांगितलें आहे. यांत जें श्रीकृष्णानें सगुण उपासनेचें बीज सांगितलें आहे तें पुढें कसें वाढलें याचा आपणास विस्तारपूर्वक विचार पांचरात्रमतांत करणें आहे. पण येथें हें सांगण्यासारखें आहे कीं, श्रीकृष्णानें येथें कोणत्याही विशिष्ट मताची स्थापना केलेली नाहीं. उपनिषदांतही ब्रह्मध्यानाकरितां ॐकार किंवा सूर्य किंवा गायत्रीमंत्र इत्यादि प्रतीक घेण्याविषयीं नियम सांगितलेला आहे, त्याचप्रमाणें किंबहुना त्याच्यापुढें जाऊन विभूति अध्यायांत निरनिराळ्या विभूति सांगितल्या आहेत आणि त्यांत **वृष्णीनां वासुदेवोस्मि** अशी एक विभूति सांगितली आहे आणि **रुद्राणां शंकरश्चास्मि** असेंही सांगितलें. अर्थात् भगवद्गीतेंत मी शब्दानें सगुण ब्रह्माची एकवटलेली कल्पना घेतलेली आहे असें मानलें पाहिजे व यामुळें भगवद्गीताही सर्व सामान्य उपासकांना सारखीच पूज्य झाली आहे.

क्षेत्रक्षेत्रज्ञज्ञान, त्रिगुणाचा सिद्धांत, सगुण ब्रह्माची कल्पना आणि तदनुरूप भक्तियोगाचा चवथा (सांख्ययोगवेदांतव्यतिरिक्त) मोक्षमार्ग एवढाच भगवद्गीतेचा उपनिषदांहून विशेष आहे असें नाहीं तर कर्मयोगाचा सिद्धान्त हाही एक भगवद्गीतेचा उपनिषदांहून विशेष आहे असें म्हटलें पाहिजे. हा मार्ग उपनिषदांत नाहीं असें नाहीं. उपनिषदांचा भर संन्यासावर आहे हें खरें तथापि त्यांतही निष्कामकर्मपक्ष आहे असें आह्मांस वाटतें आणि म्हणूनच भगवद्गीतेनें उपनिषदांच्या आपाततः मुख्य दिसणाऱ्या मार्गास विरोध केला. **पुत्रैषणायाश्च लोकैषणायाश्च व्युत्थायाथ भिक्षाचर्यं चरन्ति** हा पक्ष जरी विशेष सांगितला आहे तरी "**कुर्वन्नेवेह कर्माणि जिजीविषेच्छतं समाः तेन त्यक्तेन भुञ्जीथाः**" इत्यादि पक्ष उपनिषदांत आहे आणि याच मार्गाचें कर्मयोगानें अधिष्ठान बळकट करण्यासाठीं भगवद्गीता मुख्यतः सांगितली आहे असें आमचें मत आहे. हें सांगतांना

सांख्य योग व वेदान्त यांचाही समावेश या अलौकिक तत्त्वज्ञानाच्या ग्रंथांत केला आहे आणि प्रथमच उपदेशिलेल्या भक्तिमार्गाचा व इतर विषयांचाही समावेश त्यांत आहे पण तो मुख्य वर्ण्यविषय नाहीं. असो या कर्मयोगासंबंधानें येथें जास्त न लिहितां पुढें भगवद्गीता प्रकरणांत विस्तारानें लिहूं. लोकमान्य टिळकांनीं त्याचा संपूर्ण विचार केलेलाच आहे. त्यांचीं सर्वच मतें जरी आह्मास मान्य नसलीं तरी भगवद्गीतेचा मुख्य विषय कर्मयोग आहे आणि हाच श्रीकृष्णाचा मुख्य उपदेश असून त्याचीच परंपरा

इमं विवस्वते योगं प्रोक्तवानहमव्ययम् ।
विवस्वान्मनवे प्राह मनुरिक्ष्वाकवेऽब्रवीत् ॥

इत्यादि श्लोकांत सांगितली आहे. अर्थात् ही परंपरा ज्या विषयाची सांगितली आहे तोच मुख्य विषय आहे हें त्यांचें मत सर्वथैव मान्य आहे एवढें येथें सांगणें पुरे.

भीष्मस्तवांत वेदान्ताची स्तुति कोणत्या शब्दांनीं केली आहे हें पाहणें महत्त्वाचें आहे. भीष्मस्तवावरून योगाची व सांख्याची प्राचीन कल्पना जशी आपल्या समोर उभी राहते त्याप्रमाणें वेदान्त तत्त्वाचीही प्राचीन कल्पना आपल्या समोर उभी राहील यांत शंका नाहीं. भीष्मस्तवांत वेदान्त किंवा उपनिषत् शब्द नाहीं. परंतु योगस्वरूपानंतरच्याच श्लोकांत वेदान्ततत्त्वज्ञानाचा उल्लेख असावा असें वाटतें. " पुण्य आणि अपुण्य या दोहोंचीही निवृत्ति झाल्यानें पुनर्जन्माची भीति नसलेले शांतियुक्त संन्याशी ज्याच्या ठिकाणीं प्रविष्ट होतात त्या मोक्षस्वरूपी परमात्म्याला नमस्कार असो. "

अपुण्यपुण्योपरमे यं पुनर्भवनिर्भयाः । शान्ताः संन्यासिनो यान्ति तस्मै मोक्षात्मने नमः ॥

(भा० पु० ६ पा० ८०) या वाक्यांत उपनिषन्मताचाच उल्लेख आहे. पुण्य आणि अपुण्य दोन्ही नष्ट झाल्याशिवाय मोक्ष मिळत नाहीं हें तत्त्व उपनिषदांचें आहे. तें भगवद्गीतेंतही आलें आहे परंतु इतकें मुख्यत्वानें आलें नाहीं. या वाक्यांत मुख्य तीन मुद्दे आहेत. पुण्यअपुण्याची निवृत्ति, शांति आणि संन्यास. हाच वेदान्ताचा मुख्य आधार आहे असें दिसतें. यावरून संन्यासमताचा भर थोडासा भगवद्गीतेहून भीष्मस्तवांत परतलेला दिसतो. यापूर्वीचाही एक श्लोक वेदान्तमताचा दिसतो. अज्ञानरूपी घोर अंधकाराच्या पलीकडे असणाऱ्या जगद्व्यापक ज्या परमेश्वराचें ज्ञान झालें असतां मोक्षप्राप्ति होते त्या ज्ञेयस्वरूपी परमेश्वराला नमस्कार असो. " (पान ८७) हें ज्ञेय ब्रह्म होय हें उघड आहे. याशिवाय ब्रह्माचा व परब्रह्माचाही उल्लेख पूर्वींच्या स्तुतिपर श्लोकांत वेदान्तमताप्रमाणेंच आला आहे. सर्व जगताचा विस्तार त्याजपासून होतो म्हणून त्यास ब्रह्म म्हणतात ही कल्पना नवीन आहे.

पुराणे पुरुषं प्रोक्तं ब्रह्मप्रोक्तं युगादिषु ।
क्षये संकर्षणं प्रोक्तं तमुपास्यमुपास्महे ॥

निदान ती कल्पना उपनिषदांत आलेली नाहीं आणि पुरुष ही संज्ञा पूर्व कल्पांसंबंधानें आहे असें यांत म्हटलें आहे. (भा. पु. ६ पान ८३) असो. याप्रमाणें भीष्मस्तवराजांत भगवद्गीतेहून कांहींसा संन्यासपक्षास अधिक जोर दिलेला आढळतो असें आपणास म्हणतां येईल. आतां आपण महाभारतकाळाकडे वळण्यापूर्वीं सनत्सुजात हें आख्यान जुनें आहे त्याचा विचार करूं.

यांत वेदान्ततत्त्वच प्रतिपादिलें आहे. ज्ञानानें मोक्ष होतो हा सिद्धान्त उपनिषदांचाच आहे. जीवात्मा व परमात्मा अभिन्न आहेत हाही सिद्धांत तेथलिच आहे. मृत्यु

प्रमादानें होतो म्हणजे आत्मा आपलें परमात्मस्वरूप विसरतो म्हणून होतो हें एक नवीन तत्त्व आहे. तथापि परमात्मा भिन्न भिन्न आत्मे कां निर्माण करतो व सृष्टि उत्पन्न करून दुःख कां भोगतो याचें उत्तर देतांना परमेश्वर आपल्या मायेनें जग निर्माण करतो असें दिलेलें आहे. या मायेचा उगम वेदांतच आहे. " **इंद्रो मायाभिः पुरुरूप ईयते** " या वचनांत तो आहे तथापि त्याचा विशेष विस्तार उपनिषदांत नाहीं. भगवद्गीतेंत माया परमेश्वराची एक शक्ति आहे असें दाखविलें आहे. " **संभवाम्यात्ममायया** " असें जें म्हटलें आहे (भ० अ० ४) त्याचाच दाखला या आख्यानांत आहे. कर्माविषयीं तीन प्रकार सांगितले आहेत. आत्मनिष्ठ साक्षात्कारी याला शुभाशुभ कर्में असलीं तरी बाधक होत नाहींत. निष्काम कर्में करणाराचें पाप शुभ कर्मानें नष्ट होतें आणि काम्य कर्में करणाऱ्यास शुभ अशुभ अशीं दोन्ही कर्मांचीं शुभाशुभ फळें भोगावीं लागतात हाही एक विशेष आहे. मौन म्हणजे परमात्मा ही एक कल्पना अधिक आहे. परंतु ती उपनिषदांवरच रचिली आहे. उपनिषदांत "**यतो वाचो निवर्तन्ते**" असें म्हटलें आहे " मौन परमात्म्यास संज्ञा आहे. कारण वेदही मनासह त्याच्या ठिकाणीं प्रवेश करूं शकत नाहीं." (भा० पु० ३ पान २४०) मुनि म्हणजे ब्रह्मचिंतनाकरितां जो मौन धरतो तो होय, व त्याला ब्रह्मसाक्षात्कार झाला म्हणजे तो श्रेष्ठ मुनि होय व तोच ब्राह्मण. ब्रह्मचर्य गुरुगृहीं राहून संपादावें आणि गुरूच्या पोटांत शिरून ब्रह्मविद्या प्राप्त करून घ्यावी. विद्या ही चतुष्पदी आहे म्हणजे एकपाद गुरूपासून मिळते, दुसरा पाद शिष्य स्वबुद्धिबलानें संपादन करतो. तिसरा कालगतीनें बुद्धीला परिपक्वता आली म्हणजे मिळतो आणि चौथा सहाध्यायी यांसह तत्त्वविचारांच्या वाटाघाटीनें मिळतो, असें यांत सांगितलें आहे तें महत्त्वाचें असून त्याचा आपल्यास पुढें विचार करणें आहे. ब्रह्माचें वर्णन सनत्सुजातांत शेवटीं विस्तारानें आलें आहे तें उपनिषदांप्रमाणेंच आहे. पण ब्रह्मापासून हिरण्यगर्भाची उत्पत्ति झाली आणि त्यानें सृष्टि निर्माण केली, ही कल्पना येथें नवीन दिसते व या कल्पनेनें साधारण पौराणिक समजुतीशीं वेदान्ताचा मेळ घालण्याचा प्रयत्न केलेला आहे.

महाभारतांत वेदान्तमताचा विस्तार कसा केलेला आढळतो हें सांगतांना प्रथम ही गोष्ट मान्य केली पाहिजे कीं, महाभारतकाळीं सांख्य आणि योग यांजविषयीं इतका आदर होता कीं, त्यांची छाया महाभारतांतील शांतिपर्वाच्या व इतर पर्वांच्या तत्त्वज्ञानविवेचनांवर पूर्णपणें पडलेली दिसते. कोणताही विषय किंवा अध्याय घेतला तरी सांख्य योग यांचें नांव यावयाचेंच. याशिवाय सांख्य आणि वेदान्त यांत ज्ञानाचेंच महत्त्व असल्यानें सौतीनें त्यांचा जागजागीं अभेद मानला आहे. वेदान्ताचीं कांहीं विशिष्ट मतें आहेत असें सौतीस कधींच वाटलें नसावें असें वाचकांस भासतें. याउलट स्थिति महाभारतकाळानंतरची झालेली आहे. बादरायणाच्या वेदान्तसूत्रांत सांख्याचें मुख्यतः खण्डण असून योगाचेंही खंडण आहे. सनातनधर्माचा जय झाल्यानंतरचीं तीं सूत्रें आहेत हें उघड आहे. म्हणजे पुष्पमित्राच्या काळानंतरचीं आहेत, असें अनुमान होतें. वेदांचा पूर्ण अभिमान जेव्हां स्थापित झाला तेव्हां वेदांतील मुख्य भाग जीं उपनिषदें त्यांच्याच मतास पूर्ण आदर मिळावा हें साहाजिक आहे आणि म्हणूनच उपनिषद्बाह्य सांख्यादि मतें त्याज्य ठरलीं.

असो. महाभारतकाळीं अशी स्थिति नव्हती आणि सांख्य योग हीं सनातनमताबरोबरच सारखीं पूज्य मानलीं जात असत असें महाभारतावरून दिसतें तथापि वेदान्तमतच महाभारतकाळीं मुख्य होतें आणि त्याच्याशींच इतर मतांचा समन्वय करीत हें उघड आहे. अर्थात् सर्वांत महत्त्व वेदान्तास होतें. हें मत महाभारतकाळीं कोणत्या रीतीनें विस्तारलें आहे किंवा संकुचित झालें आहे हें आपल्यास पाहणें आहे.

शांतिपर्वीत कित्येक आख्यानांत या तत्त्वज्ञानाचा ऊहापोह केला आहे. पण त्यामध्यें बहुधा गूढार्थी श्लोक फार असल्यानें टीकाकारास आपल्या ज्ञानानें त्यांचा अर्थ उलगडून सांगावा लागतो. यामुळें महाभारतकारास खरोखरच तो अर्थ अभिप्रेत होता किंवा नाहीं हें निश्चयानें सांगतां येत नाहीं. भाषांतरांत अर्थातच टीकेस धरून अर्थ दिला असल्यानें टीकेचा विषय कोणता आणि मूळांतला कोणता हें समजत नाहीं. यामुळें ऐतिहासिक विचार करतानां केवळ भाषान्तरावर भिस्त ठेवून उपयोगी नाहीं. असो. या अडचणी बाजूस ठेवून आपल्यास काय सांगतां येतें तें पाहूं. शांतिपर्वीत प्रथम वैराग्याचें अतिशयित वर्णन केलें आहे. वेदान्तज्ञानाला वैराग्याची अवश्यकता आहे. नंतर भृगुभारद्वाजसंवादांत जीवाचें अस्तित्व सिद्ध केलें आहे मनुबृहस्पति संवादांत मोक्षाचें वर्णन आहे.

सुखाद्बहुतरं दुःखं जीविते नास्ति संशयः ।

हा सर्वांचा सिद्धांत येथें स्पष्टपणें सांगितला आहे.

परित्यजति यो दुःखं सुखं वाप्युभयं नरः ।
अभ्येति ब्रह्म सोत्यन्तन्न ते शोचन्ति पण्डिताः ॥

(अ० २०५) सुखदुःख, पुण्यअपुण्य हीं दोन्ही जेव्हां सुटतील तेव्हां मोक्ष मिळेल असें वेदान्ततत्त्वज्ञानाचें मत महाभारतकाळीं ठाम झालेलें दिसतें.

शुकव्याससंवाद या संबंधानें महत्त्वाचा आहे. त्यांतील अनेक विषय घेण्यासारखे आहेत. परंतु विस्तारभयास्तव घेतां येत नाहींत.

द्वे ब्रह्मणी वेदितव्ये शब्दब्रह्म परं च यत् ।
शब्दब्रह्मणि निष्णातः परं ब्रह्माधिगच्छति ॥
(शां० अ० २३२)

यांत शब्दब्रह्मानें प्रणव ओंकार ध्यावयाचा असें नीलकण्ठ म्हणतो. प्रणव ब्रह्मस्वरूप उपनिषदांतही सांगितला आहे आणि प्रणवाच्या उपासनेनें परब्रह्माची प्राप्ति होते हेंही उपनिषन्मत आहे.[१] या श्लोकांत दिलेला कर्मसिद्धान्तही गूढार्थी आहे. (शां० अ० २३८)

कर्म सोडून संन्यासाश्रम घेतला असतांच मोक्ष आहे किंवा कर्म करून गृहस्थाश्रमांतही मोक्ष आहे हा प्रश्न महाभारतकाळीं वादग्रस्त आणि अनिश्चित होता असें दिसतें.

यदिदं वेदवचनं लोकवादे विरुध्यते ।
प्रमाणे वाप्रमाणे च विरुद्धे शास्त्रता कुतः ॥

असा शुकानें प्रश्न केला असतां (शां. अ. २४३) व्यासानें जबाब दिला.

ब्रह्मचारी गृहस्थश्च वानप्रस्थोऽथ भिक्षुकः ।
यथोक्तचारिणः सर्वे गच्छन्ति परमां गतिम् ।

---

१ आलंभयज्ञाः क्षत्राश्च हविर्यज्ञा विशः स्मृताः। परिचारयज्ञाः शूद्रास्तु तपोयज्ञा द्विजातयः ॥
हा श्लोक येथें महत्त्वाचा आलेला आहे.

आकाशस्य तदा घोषं तं विद्वान् कुरुतेऽऽत्मनि ।
तदव्यक्तं परं ब्रह्मतच्छाश्वतमनुत्तमम् ॥

हा श्लोक गूढार्थी आहे.

पौरुषं कारणं केचिदाहुः कर्मसु मानवाः । दैवमेके प्रशंसन्ति स्वभावमपरे जनाः । पौरुषं कर्म दैवन्तु कालवृत्ति-स्वभावतः । त्रयमेतत्पृथग्भूतम विवेकं तु केचन । एतदेव च नैवं च न चोभे नानुभे तथा । कर्मस्था विषयं ब्रूयुः सत्त्वस्थाः समदर्शिनः ॥ ६ ॥

चतुष्पदीहि निःश्रेणी ब्रह्मण्येता प्रतिष्ठिता ॥
यांत कोणताही आश्रम यथाशास्त्र केला असतां परमगतीला जातो असें दर्शविलें आहे. ब्रह्माला जाण्याची ही चार पायऱ्यांची शिडी आहे. प्रत्येक पायरी चढून जाणें सोपें आहे. पण एकच पायरीचा मजबूत व पूर्ण आश्रय केला असतां त्यावरूनही उडी मारून परब्रह्माला जाणें शक्य आहे असा निष्कर्ष दिसतो. येथें नंतर चारी आश्रमांचें फार उत्तम वर्णन केलें आहे. चवथा आयुष्याचा भाग राहिला म्हणजे वानप्रस्थानें,

सद्यस्कारां निरूप्येष्टिं सर्ववेदसदक्षिणां ।
आत्मन्यग्नीन् समारोप्य त्यक्त्वा सर्वपरिग्रहान् ॥
केशलोमनखान् वाप्य वानप्रस्थो मुनिस्ततः ॥

वगैरे चतुर्थाश्रमाचें ग्रहण वर्णन केलें आहे व संन्यासाचाही आचार सांगितला आहे.

कपालं वृक्षमूलानि कुचैलमसहायता ।
उपेक्षा सर्वभूतानामेतावाद्धि सुलक्षणम् ॥

असें सांगितलें आहे आणि शेवटीं ब्रह्म जाणणारा ब्राह्मण याचें फारच सुंदर निरनिराळ्या श्लोकांत वर्णन केलें आहे.

कपिल-स्यूमरश्मिसंवादांत हाच विषय पुन्हां आला असून तो याच तऱ्हेनें अनिश्चित निर्णीत झालेला आहे. स्यूमरश्मीनें गृहस्थाश्रमाचा पक्ष घेऊन,

कस्यैषा वाग्भवेत्सत्या नास्तिमोक्षो गृहादिति १०
(शां० अ० २६६)

असें म्हटलें. किंबहुना,

यद्येतदेवं कृत्वापि न विमोक्षोऽस्ति कस्यचित् धिक्कर्तारं च कार्यं च श्रमश्चायं निरर्थकः ६६

असें सांगितलें. कपिलानें,

वेदाः प्रमाणं लोकानां न वेदाः पृष्ठतः कृताः। द्वे ब्रह्मणी वेदितव्ये शब्दब्रह्म परं च यत् । शब्दब्रह्मणि निष्णातः परं ब्रह्माधिगच्छति ॥

असें प्रथम मान्य केलें. शेवटीं **चतुर्थोपनिषद्धर्मः साधारण इति स्मृतिः**" असेंही मान्य केलें असून स्मृतीवरून पाहतां उपनिषदांनीं सांगितलेल्या चतुर्थ अथवा तुरीय पदवाच्य ब्रह्मपदाची प्राप्ति करून घेण्याची मोकळीक चारी आश्रमांना व चारी वर्णांना आहे असें स्मृतींत सांगितलें आहे असें मान्य केलें. किंबहुना स्मृतिशब्दानें येथें आमच्या मतें **स्त्रियो वैश्यास्तथा शूद्रास्तेपि यांति परां गतिम्** " या भगवद्गीतेच्या वचनाचाच उल्लेख केलेला दिसतो; परंतु पुढें असें सांगितलें आहे कीं,

संसिद्धैः साध्यते नित्यं ब्राह्मणैर्नियतात्मभिः ॥
संतोषमूलस्त्यागात्मा ध्यानाधिष्ठानमुच्यते ॥
अपवर्गमतिर्नित्यो यतिधर्मः सनातनः ॥
(शां० अ० २७०–३०, ३१)

(चित्तशुद्धि संपादून) संसिद्ध नियतेंद्रिय ब्राह्मणांनाच या मोकळिकीचा उपयोग होतो आणि तेच तुरीय ब्रह्माला गांठतात. संतोषमूल त्यागात्मा असा जो यतिधर्म सनातन आहे त्याचें मोक्ष हेंच ध्येय असल्यामुळें तोच ध्यानाचें अधिष्ठान होण्यास योग्य आहे. (भा० पु० ६ पान ५७२) यावरून महाभारतकाळीं वर्णांमध्यें ब्राह्मण आणि ब्राह्मणांत संन्यासी चतुर्थाश्रमी हेच मोक्षाला जातात असें मत प्रतिपादन होऊं लागलें होतें. तथापि शास्त्रानें सर्व वर्णांना व सर्व आश्रमांना मोकळीक आहे हें मात्र मान्य केलें जात होतें. उपनिषदांत जानश्रुति शूद्राला मोक्ष मार्गाचा उपदेश केलेला आहे. आणि श्वेतकेतु या ब्रह्मचाऱ्याला तत्त्वमसीचा उपदेश केलेला आहे. भगवद्गीतेंत वर सांगितल्याप्रमाणें तीच मुभा "**स्त्रियोवैश्याः**" इत्यादि वचनांनीं ठेविलेली आहे. महाभारतकाळीं हा भाग मान्य होता तरी वस्तुस्थितींत ब्राह्मण आणि त्यांतही चतुर्थाश्रमी मोक्षाची वाट धरितात आणि मोक्षास जातात असें मानूं लागले. किंबहुना शां० अ० २४६ यांत

व्यासानें या वेदान्तज्ञानाची स्तुति करतांना
दशेदं ऋक्सहस्राणि निर्मथ्यामृतमुद्धृतम् ।
स्नातकानामिदं वाच्यं शास्त्रं पुत्रानुशासनम् ॥ १६
इदं प्रियाय पुत्राय शिष्यायानुमताय च ।
रहस्यधर्मं वक्तव्यं नान्यस्मै तु कदाचन ।
यद्यप्यस्यमहीं दद्याद्रत्नपूर्णामिमां नरः ॥
असें उपनिषन्मतानेंच वर्णन करून स्नातकांना हें देण्याचें आहे. अर्थात् स्त्रिया याच्या अधिकारी नाहींत असें सूचित केलें आहे. याप्रमाणें वेदांतज्ञानाचा आणि संन्यासाचा भगवद्गीतेपेक्षां ज्यास्त संबंध महाभारतकाळीं जडला. परंतु तो अपरिहार्य नव्हता. बादरायणाच्या सूत्रांत या काळानंतर हा संबंध पक्का व नित्य झाला, आणि ब्राह्मणासच आणि त्यांतही संन्यासाश्रमासच मोक्ष आहे असें प्रतिपादन झालेलें शूद्र शब्दाची निराळी व्युत्पत्ति लावणाऱ्या सूत्रादिकांवरून दिसतें.

शांतिपर्व अध्याय २७८ यांत हारीतोक्त मोक्षज्ञान सांगितलें आहे त्यांत संन्यासधर्म विस्तारानें वर्णन करून,
अभयं सर्वभूतेभ्यो दत्वा यः प्रव्रजेद्गृहात् ।
लोकास्तेजोमयास्तस्य तथानंत्याय कल्पते ॥
असें शेवटीं सांगितलें आहे. महाभारतकाळीं प्रव्रज्या हीच मोक्षाची सरणी असें सर्वतोपरी मान्य झा लें दिसतें. कारण बौद्ध व जैन यांनींही आपल्या मोक्षमार्गाचा हाच प्रव्रज्याचा रस्ता मान्य केलेला दिसतो. महाभारतकाळीं प्रव्रज्येचें महत्त्व अतिशय वाढलेलें दिसतें. मात्र सनातनधर्मीयांची प्रव्रज्या फारच कडकडीत होती हें विस्तारानें अन्यत्र सांगितलेंच आहे. बौद्धांनीं व जैनांनीं प्रव्रज्या फार सोपी केली आणि तो एक पोट भरावयाचा धंदा झाला. असो. संन्यासाची अत्यंत लालसा उत्पन्न होऊन युधिष्ठिरानें विचारलें, " कदा वयं करिष्यामः संन्यासं दुःखसंज्ञकम् । कदा वयं गमिष्यामो राज्यं हित्वा परंतप " असा प्रश्न केल्यावर भीष्मानें सनत्सुजातवृत्रसंवाद सांगितला; त्यांत कोट्यनुकोटीवर्षें जीव कसा संसारांत परिभ्रमण करीत असतो हें सांगतांना जीवाला सहा वर्ण सांगितले. कृष्ण, धूम्र, नील, रक्त, हारिद्र आणि शुक्ल. (शां. अ० २८०-३३). ही वर्णाची कल्पना चमत्कारिक आहे. ती रज, तम, सत्त्व यांवरही पूर्णपणें बसविलेली दिसत नाहीं. असो. प्रत्येक वर्णाच्या चौदा लक्ष योनि सांगितलेल्या दिसतात. (**शतं सहस्राणि चतुर्दशेह परागतिर्जीवगुणस्य दैत्य ३६**) असो. निरनिराळ्या रंगांतून पुन्हां वर पुन्हा खालीं असेंही संसरण होतें. कृष्णवर्ण नरकांत पच्यमान असतां असतो. तेथून हरित (धूम्र). मग सत्त्व गुणानें युक्त झाला असतां नीलांतून तांबडा रंग होतो आणि मनुष्यलोकास येतो. " मग पिंवळा वर्ण येऊन देवत्व येतें. मग सत्त्वाधिक्य झाल्यास शुक्ल वर्णांत येतो (नाहीं तर खालीं पडत कृष्णापर्यंत जातो.) " (भा० पु० ६ पा० ५९८). शुक्ल गतींतून मग मागें न पडला आणि योग्य मार्गाला लागला तर "**ततोऽव्ययं स्थानमनन्तमेति देवस्य विष्णोरथ ब्रह्मणश्च**" वगैरे पूर्वी श्लोक सांगितला आहे. "**संहारकाले परिदग्धकाया ब्रह्माणमायान्ति सदा प्रजा हि**" ब्रह्माशीं सर्व संहाराच्या वेळीं त्यांचें तादात्म्य होतें असें दिसतें.'

१ येथें युधिष्ठिरानें दोन चमत्कारिक प्रश्न केले. त्यांचीं उत्तरेंही चमत्कारिकच आहेत. पहिला प्रश्न " जो महादेव सनत्कुमारानें वर्णिला तोच हा श्रीकृष्ण आमचाना ? " उत्तर, हा तो नव्हे. हा " **तुरीयार्द्धेनतस्येमं विद्धि केशवमच्युतं** " याजविषयीं पुढें उल्लेख करूं. दुसरा प्रश्न. आम्ही हल्लीं रक्तवर्णांत आहों. तेव्हां आतां पुढें आम्हीं कोणत्या गतीला जाऊं नील कीं कृष्ण किंवा चांगल्या. भीष्मानें उत्तर दिलें. तुम्ही पाण्डव देवलोकाला जाल आणि मग विहृत्य देवलोकेषु पुमर्मानुषमे-

वरील वर्णनावरून हेंही दिसून येतें कीं, महाभारतकाळीं परमगतीची कल्पना कांहींशी निराळी झाली होती. निरनिराळ्या देवांचे लोक आहेत हें उपनिषदांतही आहे. "**एतासामेव देवतानां सलोकतां सार्ष्टितां सायुज्यं गच्छति**" असें छांदोग्यांत आहे. पण ब्रह्मलोक म्हणजे अपुनरावर्ति असें मानलें जात होतें. "गार्ग्यि ब्रह्मलोकांच्या पुढें विचारूं नको **अनातप्रश्न्यां वै देवतामतिपृच्छसि**" असें याज्ञवल्क्यानें म्हटलें आहे. (बृ० अ० ५ ब्रा० ६) किंबहुना "**वैद्युतान् पुरुष मानस एत्य ब्रह्मलोकान् गमयाति तेषु ब्रह्मलोकेषु पराः परावतो वसन्ति न तेषां पुनरावृत्तिः**" असें बृहदारण्यांत (अ० ८ ब्रा० २) म्हटलें आहे. उपनिषदांत प्रजापति लोक आणि ब्रह्मलोक निराळे मानले गेले होते. भगवद्गीतेंत आणि महाभारतांत ब्रह्मलोक पुनरावर्ति आहेत असें एकत्वानें मानलें गेलें. "**आब्रह्मभुवनाल्लोकाः पुनरावर्तिनोऽर्जुन**" या मताप्रमाणें ब्रह्मलोकगति शाश्वतची नव्हे असें ठरलें. योगी आणि जापक येथेंच जातात. पण ब्रह्मलोकांतील लोक संहारकालीं मुक्त होतात ही अधिक कल्पना वरील श्लोकांत दिसते. शेवटचें वेदान्ताचें ध्येय मोक्ष आहे, हें उघड आहे. पण मोक्ष म्हणजे ब्रह्मभाव असा वेदान्ताचा अर्थ आहे. मोक्ष विमोक्ष हे शब्द उपनिषदांत व गीतेंतही आहेत. पण ब्रह्मनिर्वाण ब्रह्मभूय वगैरे शब्द गीतेंत अधिक आहेत. "**ब्रह्मैव सन् ब्रह्माप्येति**" यांतील ब्रह्मशब्दवाच्य ब्रह्मलोक होय. सभापर्वांतील ब्रह्मसभेच्या वर्णनावरून ब्रह्मसभा ही शेवटची गति नाहीं, असें उघड आहे. वनपर्वांतील अ० २६१ यांत ब्रह्मलोकांवरही ऋभुलोक सांगितले आहेत ते कल्पांतही परिवर्तन पावत नाहींत. "**नकल्पपरिवर्तेषु परिवर्तन्ति ते तथा**" "**देवानामपि मौद्गल्य कांक्षिता सा गतिः परा**" असें वर्णन आहे. पण यापुढें विष्णूचें स्थान आहे असें सांगितलें आहे. "**ब्रह्मणः सदनादूर्ध्वं तद्विष्णोः परमं पदम् शुद्धं सनातनं ज्योतिः परब्रह्मेति यद्विदुः**" उपनिषदांत परब्रह्मवाची शब्द आत्मा आहे आत्मा आणि परमात्मा असा भेद उपनिषदांना माहीत नाहीं. "**य आत्मापहतपाप्मा**" वगैरे वर्णनें पाहावीं. हा भेद प्रथम योगांत दोन आत्मे मानल्यानें झाला. भगवद्गीतेंत व महाभारतांत इतरत्र यासाठीं नेहमीं परमात्मा शब्द परब्रह्मवाची येतो. त्याचप्रमाणें ब्रह्मही दोन (शब्दब्रह्म आणि परब्रह्म) झाल्यानें परब्रह्म शब्द पुष्कळदां उपयोगांत येतो. पुरुष शब्द परमात्मवाची उपनिषदांत आहे. तसाच महाभारतांतही आहे पण कोठेंकोठें परमपुरुष असाही शब्द येतो. महद्भूत असा शब्दही उपनिषदांत आहे. तोही महाभारतांत कधीं कधीं येतो. भगवद्गीतेंत पुरुषोत्तम व भूतात्मा असे शब्द आलेले आहेत. "**शारीर आत्मा प्राज्ञेनात्मनान्वारूढः**" असें वर्णन बृहदारण्यांत आहे. परंतु तो आणि परमात्मा यांत भेद नाहीं. भूतात्मा, महानात्मा वगैरे शब्द ही महाभारतांत आढळतात. असो. पञ्चेन्द्रियें, बुद्धि, मन, पंचमहाभूतें व त्यांचे रूपरसा-

ष्यथ। प्रजाविसर्गं च सुखेन काले प्रत्येत्य देवेषु सुखानि भुक्त्वा। सुखेन संयास्यथ सिद्धसंख्यां मा वो भयं भूद्विमलाःस्थ सर्वे॥७७(शां. अ. २८०) "तुम्ही पुनरपि मनुष्यलोकांत याल आणि मनुष्यलोकांत पूर्ण सुख भोगून पुन्हां देवयोनींत जाल आणि तेथून सिद्ध मण्डळींत जाल." (भा. पु. ६ पा. ६०३) या वाक्यावरून पाण्डवांचा पुन्हां कोणता अवतार इतिहासांत महाभारतकाळीं मानला जात असे हें समजण्याची इच्छा उत्पन्न होते. वत्सराज उदयन हा तर अभिप्रेत नसेल ना!!

द्विगुण, तसेंच सत्त्वरजस्तम हे त्रिगुण, क्षराक्षर भेद इत्यादि अनेक विषय महाभारतांत शांतिपर्वांत, अनुस्मृतींत, उद्योगपर्वांतील सनत्सुजातीयांत व इतरत्र वर्णिलेले आहेत. त्यांत शांतिपर्वांत तर मोक्षधर्मपर्वांत फारच विस्तार आहे. त्यांतील विशेष सांगणें बहुतेक दूरापास्त आहे. तथापि उपनिषदांत वेदान्त तत्त्व जें उपदेशिलें आहे, त्याचा विस्तार भगवद्गीतेंत तेवढा घेऊन महाभारतांत सुंदर संवाद व आख्यानें घातलीं असून त्यांतील कित्येक श्लोक "देवाअपि मार्गेमुह्यंति अपदस्य पदैषिणः" वगैरे वेदान्तांत नेहमीं येतात. शेवटचें व्यासशुकाख्यान फारच मनोहर आहे व त्यांतील प्रारंभींचा "पावकाध्ययन" नांवाचा ३२१ अध्याय वाचनीय आहे.

(४) पांचरात्र

आतां आपण पांचरात्र मताकडे वळूं. पांच आस्तिक मतांत सांख्य, योग, वेदान्त यांच्या नंतर पांचरात्र हेंच महत्त्वाचें ज्ञान महाभारतकाळीं होतें. ईश्वराची सगुण उपासना करण्याचा परिपाठ सुरू झाल्यावर शिव आणि विष्णु या दोन देवांची अधिक उपासना सुरू झाली हें आम्हीं पूर्वीं सांगितलेंच आहे. त्यांत विष्णु हा सर्व वैदिक देवतांमध्यें श्रेष्ठ आहे असें वैदिक काळींच मान्य झालें होतें. त्या वैष्णवधर्माचा मार्ग हळूहळू वाढत जाऊन महाभारतकाळीं त्यास पांचरात्र असें नांव पडलें. या मताचा मूळ पाया भगवद्गीतेनेंच घातला आणि श्रीकृष्ण हा श्रीविष्णूचा अवतार असें सर्वमान्य असल्यानें श्रीकृष्णाची भक्ति हीच या पांचरात्रमताची मुख्य मेढ होय. भगवद्गीतेनेंच भक्तिमार्गाचा पाया घातला असें आम्हीं पूर्वीं सांगितलेंच आहे. श्रीकृष्णाची परमेश्वरभावनेनें भक्ति करणारे लोक श्रीकृष्णाच्याही वेळीं होते. त्यांत गोपी ह्या मुख्य होत्या. यांशिवाय दुसरे अनेक लोक होते. भगवद्भजनाचा आनंद सगुणरूपानें भक्ति करणाऱ्यास फारच निराळा होतो हें अनुभवसिद्ध असून त्याप्रमाणें भगवद्गीतेंत भक्तिमार्गाचें महत्त्व वर्णिलें आहे. भक्तिमार्ग हा अर्थात् फार जुना पण तो पांचरात्रमार्गाहून कांहींसा भिन्न व प्राचीन होय. पांचरात्र तत्त्वज्ञानाचीं मतें कांहींशीं निराळीं आणि रहस्यासारखीं आहेत. हीं मतें महाभारतकाळीं कोणतीं होतीं हें महाभारतांतील नारायणीय उपाख्यानावरून दिसून येतें. भगवद्भक्ति करणारे ते भागवत हा एक सामान्य वर्ग होता आणि या भागवतांत विष्णु आणि श्रीकृष्ण याच देवांची परमेश्वरस्वरूपानें भक्ति होती, परंतु पांचरात्रमत याहून थोडेंसें भिन्न असून तें काय होतें हें आपण या नारायणीय आख्यानावरून पाहूं. हें नारायणीय आख्यान शान्तिपर्व अ० ३३४ पासून अ० ३५१ याच्या शेवटपर्यंत असून यानंतर उंच्छवृत्त्युपाख्यान शेवटचेंच शांतिपर्वांत आहे. अर्थात् नारायणीयाख्यान बहुतेक शेवटचें असून शांतिपर्वाचा हा शेवटचा प्रतिपाद्य विषय आहे. अर्थात् तो वेदान्त वगैरे मतांहून भिन्न व शेवटचा असाच मानलेला आहे. या आख्यानास सुरुवात "कोणत्याही आश्रमांत असलेल्या मनुष्याला मोक्षसिद्धि मिळवावयाची असल्यास कोणत्या देवाच्या पूजनानें ती होईल" अशा युधिष्ठिराच्या प्रश्नानें केली आहे. अर्थात् ह्यांत सगुण भक्तीचें माहात्म्य वर्णावयाचें आहे, असें दिसतें.

या मतास मूलभूत नारायण असून स्वायंभुव मन्वंतरांत "सनातन विश्वात्मा नारायण यापासून नर, नारायण, हरि आणि कृष्ण अशा चार मूर्ति उत्पन्न झाल्या." नर-नारायण ऋषींनीं बदरिकाश्रमीं तपश्चर्या केली. त्यांस

नारदानें जाऊन प्रश्न केल्यामुळें त्यांनीं हा सर्व पाञ्चरात्रधर्म कथन केलेला आहे. या धर्माचा मूळ पाळणारा उपरिचर राजा वसु होता, यानेंच नारायणाची पांचरात्रविधीनें प्रथम पूजा केली. (भा० पु० ६ पा. ३६६) " चित्रशिखंडी नांव असलेल्या सप्तऋषींनीं वेदांचा निष्कर्ष काढून पांचरात्र नांवाचें शास्त्र तयार केलें. हे सप्तर्षि म्हणजे स्वायंभुः मनूंतील मरीचि, अंगिरा, अत्रि, पुलस्त्य, पुलह, क्रतु आणि वसिष्ठ होत. या शास्त्रांत धर्म, अर्थ, काम, मोक्ष या चोहोंचें विवेचन आहे. हा ग्रंथ एक लक्ष आहे. " ऋग्वेद, यजुर्वेद सामवेद व अंगिरा ऋषीचा अथर्ववेद यांना धरून असणाऱ्या या ग्रंथांत प्रवृत्ति आणि निवृत्ति हे दोन्ही मार्ग असून त्यांचा हा आधारस्तंभ आहे. " हरिभक्त वसु उपरिचर राजा " हा ग्रंथ बृहस्पतीपासून शिकून त्याप्रमाणें आचरण करील पण त्याच्यानंतर हा ग्रंथ नष्ट होईल. " असें नारायणानें सांगितलें. (पा० ७६७) अर्थात् चित्रशिखंडीचा हा ग्रंथ हल्लीं उपलब्ध नाहीं. तथापि भगवद्गीता या मतास मुख्य आधार मानलेली नाहीं यावरून भगवद्गीतेनंतर व त्याहून कांहीं भिन्न असें हें पांचरात्रमत आहे अशी गोष्ट आपल्यास मानावी लागते.

या भागांतील पहिली गोष्ट अशी कीं, क्षीरसमुद्राच्या उत्तरेकडे श्वेतद्वीप असून तेथें नारायणाची पांचरात्रधर्मानें पूजा करणारे श्वेतचंद्रकांतीचे लोक " अतींद्रिय, निराहार, अनिमेष " एकनिष्ठपणानें भक्ति करणारे असून त्यांस नारायणाचें दर्शन होतें. या श्वेतद्वीपस्थ लोकांच्या अनन्यभक्तीनें नारायण प्रकट होतो व ते पांचरात्रविधीनें त्याचें पूजन करितात. हें मत गीतेपेक्षां अधिक आहे, हें निराळें सांगणें नकोच. दुसरें अहिंसामत या तत्त्वज्ञानानें इतर सांख्य-योगादि मतांप्रमाणेंच प्रधान मानलें आहे. वसु राजानें यज्ञ केला त्यांत पशुवध झाला नाहीं. [पा. ७६८] वसुराजाच्या शापाची गोष्ट यापुढें दिली आहे ती मात्र उलट आहे. ऋषींच्या व देवांच्या तंट्यांत छागहिंसायुक्त यज्ञासंबंधानें वसूकडे प्रश्न आला, तेव्हां त्यानें देवांच्या मताप्रमाणें छागबलि द्यावा असें सांगितलें; त्यामुळें त्यास ऋषींचा शाप झाला आणि तो भूविवरांत शिरला. तेथें त्यानें नारायणाची अनन्यभक्तीनें सेवा केली, यामुळें तो मुक्त झाला आणि नारायणाच्या कृपेनें " ब्रह्मलोकास गेला. " वसु राजाच्या नांवानें यज्ञांत घृताची धारा अग्नींत सोडावी लागते ती देवांनीं वसूच्या प्राशनासाठीं देवविली असें येथें सांगितलें आहे व तीस " वसोर्धारा " म्हणतात हेंही सांगितलें आहे. [पा. ७७२] हीच कथा अश्वमेधपर्वांत नकुलाख्यानांत आली आहे व तेथें तिचें असेंच स्वरूप आहे. मग वसुराजा प्रथम पांचरात्रमताचा राजा कसा होतो याचें आश्चर्य वाटतें. त्यानें स्वतः यज्ञ केला तो पशूचा नव्हे असें वर्णन आहे. असो. यज्ञविहित हिंसा आहे असा भगवद्गीतेचा किंवा महाभारताचाही स्पष्ट आशय नाहीं. अर्थात् ही भगवद्गीतेच्या पुढची पायरी आहे.

या पुढील अध्यायांत नारद श्वेतद्वीपांत नारायणाचें दर्शन व्हावें या इच्छेनें गेले आणि त्यांनीं भगवंताची गुह्य नामांनीं स्तुति केली असें वर्णन आहे. हीं नांवें विष्णुसहस्रनामांहून निराळीं आहेत. पांचरात्रमतांतही नारदकृत स्तुति विशेष महत्त्वाची असावी. नारायण प्रसन्न होऊन नारदास विश्वरूपानें त्याचें दर्शन झालें. या रूपाचें वर्णन देण्यासारखें आहे. " प्रभूच्या स्वरूपावर निरनिराळ्या रंगांची छटा होती. सहस्रनेत्रहस्तपाद वगैरे होते.

तो विराटस्वरूपी परमात्मा ओंकारसहित सावित्रीचा जप करीत होता. त्या जितेन्द्रिय हरीच्या बाकीच्या मुखांतून चारी वेद, वेदांगें, आरण्यक यांचा घोष चालला होता. त्या यज्ञरूपी देवाच्या हातांत वेदि, कमंडलु, शुभ्रमणि, उपानह्, कुश, अजिन, दण्डकाष्ठ, व ज्वलित अग्नि होता." (पान ७७६) या वर्णनावरून पांचरात्रमत वेदाला व यज्ञाला पूर्ण मान देणारें आहे हें स्पष्ट दिसतें. असो. भगवद्गीतेंतलि विश्वरूप निराळें आणि हें निराळें; प्रसंगही निराळे हें सांगावयास नकोच; तथापि भगवद्गीतेनंतरचें हें आख्यान आहे असा निष्कर्ष निघतो. नारदास नारायणानें येथें तत्त्वज्ञानाचा उपदेश केला आहे त्यांत पांचरात्रविशिष्ट मतें आलीं आहेत तीं अशीं. "नित्य अजन्मा शाश्वत, त्रिगुणांचा विटाळ नसलेला, प्राणिमात्रांत साक्षिरूपानें असणारा आत्मा, जो २४ तत्त्वांपलीकडे असून २५ वा पुरुष आहे, जो निष्क्रिय असून ज्ञानानेंच कळतो, त्या सनातन परमेश्वरालाच वासुदेव असें म्हणतात. हाच सर्वव्यापक आहे. प्रलयाच्या वेळीं पृथ्वी जलांत लीन होते; जल अग्नींत, तेज वायूंत, वायु आकाशांत, आणि आकाश अव्यक्त प्रकृतींत आणि अव्यक्त प्रकृति पुरुषाचे ठिकाणीं लीन होते. त्या वासुदेवाशिवाय मग कांहींच राहात नाहीं. पंचमहाभूतांचें शरीर बनतें व त्यांत अदृश्य वासुदेव सूक्ष्म रूपानें त्वरित प्रवेश करतो. हा देहवर्ति जीव महासमर्थ असून शेष व संकर्षण अशीं त्याला नांवें आहेत. या संकर्षणापासून उत्पन्न होऊन ज्या मनाला "सनत्कुमारत्व" म्हणजे जीवन्मुक्तपण मिळूं शकतें आणि ज्यांत प्रलयकालीं सर्व भूतांचा लय होतो, त्या मनाला प्रद्युम्न असें म्हणतात. या मनापासून कर्ता, कारण, कार्य यांची उत्पत्ति आहे व तसेंच चराचर जग निर्माण होतें त्यालाच अनिरुद्ध असें म्हणतात. त्यालाच ईशान अशी संज्ञा आहे, सर्व कर्मांच्या ठिकाणीं व्यक्त होणारा अहंकार हाच होय, निर्गुणात्मक क्षेत्रज्ञ भगवान् वासुदेव जीवरूपानें अवतार घेतो. तो संकर्षण, संकर्षणापासून मनरूपानें अवतरणारा प्रद्युम्न, त्यापासून उत्पन्न होणारा अनिरुद्ध तोच अहंकार व ईश्वर. (पान ७०७)

हा पांचरात्रमताचा सर्वांत विशिष्ट सिद्धांत होय. वासुदेव, संकर्षण, प्रद्युम्न आणि अनिरुद्ध यांचा श्रीकृष्णाच्या चारित्राशीं अत्यंत निकट संबंध असल्यानें श्रीकृष्णाच्या भक्तांत त्यांजविषयीं पूज्यभक्ति असणें साहजिक आहे. आणि याचकारणानें त्या नांवांचा पांचरात्रमतांत समावेश झाला असला पाहिजे. श्रीकृष्णाचें नांव वासुदेव हें परमेश्वरस्वरूपानें पूज्य झाल्यावर साहजिकच प्रद्युम्न व अनिरुद्ध हीं नांवें मन व अहंकार या परमेश्वरापासून उत्पन्न होणाऱ्या तत्त्वांशीं एकवटून गेलीं यांत नवल नाहीं. कारण श्रीकृष्णाचा पुत्र प्रद्युम्न असून त्याचा पुत्र अनिरुद्ध होय. परंतु संकर्षण हें नांव बलरामाचें म्हणजे श्रीकृष्णाच्या वडील भावाचें आहे. बलरामाबद्दल पूज्य भाव असला तरी त्याचें नांव जीवास देण्यास त्याचा व श्रीकृष्णाचा संबंध धाकटा भाऊ व वडील भाऊ अशा नात्याचा होता तसा संबंध जीव व परमेश्वर यांत नाहीं. असो. असाच संबंध मनांत आणून हीं नांवें दिलेलीं नाहींत. तर एकंदर श्रीकृष्णाच्या संबंधानें तीं नांवें प्रिय झालीं होतीं, त्यांचा उपयोग केला गेला आहे हें उघड आहे. वासुदेव हें नांव परमेश्वराचें वाचक श्रीकृष्णाच्या पूर्वी होतें असें दिसत नाहीं. भगवद्गीतेंतही तें नांव परमेश्वरवाची श्रीकृष्णासंबंधानेंच आलें आहे.

बहूनां जन्मनामन्ते ज्ञानवान्मां प्रपद्यते ।
वासुदेवः सर्वमिति स महात्मा सुदुर्लभः ॥

हा श्लोक गीतेच्या अध्यायांत आलेला आहे आणि तो श्रीकृष्णानें आपल्यास उद्देशून म्हटला आहे. वासुदेव हेंच श्रीकृष्णाचें नांव परमेश्वरवाची झालें असें मानलें तरी भगवद्गीतेच्या वेळेस हा चतुर्व्यूह सिद्धान्त उत्पन्न झाला नव्हता असें दिसतें. कारण त्याचें कोठेंच वर्णन भगवद्गीतेंत नाहीं. किंबहुना हा सिद्धान्त हळूहळू वाढत गेला असें आपल्यास महाभारतावरून दाखवितां येईल. भीष्मस्तवामध्यें या मताचा उल्लेख आला आहे हें खरें, पण त्यांत संकर्षण हें नांव परमेश्वरालाच लावलेलें आहे आणि त्याचा अर्थ निराळा केलेला आहे. " संहारकालीं जगताला आकर्षण केल्यानें ज्याला संकर्षण असें म्हणतात त्या उपासनीय परमात्म्याची मी उपासना करतों. " (भा० पु० ६ पान ८६) अर्थात् संकर्षण हें नांव परमेश्वराचेंच अन्य कारणानें येथें दिलेलें आहे. एक व्यूह, दोन व्यूह, तीन व्यूह व चार व्यूह अशा कल्पना वाढत गेल्याचेंही वर्णन महाभारतांत आहे. (भा० पु० ६ पान ८१७) अर्थात् पूर्वकाळीं म्हणजे गीतेच्या वेळेला एकच व्यूह म्हणजे वासुदेवरूपी व्यूह होता असें दिसतें. असो; वासुदेव म्हणजे वसुदेवाचा पुत्र वासुदेव, अशी सरळ व्याख्या असून पुढें सांगितल्याप्रमाणें त्याची निराळी व्याख्या पांचरात्रमतांत निघाली, त्याप्रमाणें संकर्षण, प्रद्युम्न व अनिरुद्ध यांचीही निघणें शक्य आहे. "श्रीकृष्ण मूर्तरूपाला आला तरी तो उपाधिवर्गांनीं निरुद्ध अथवा बद्ध नाहीं म्हणून त्यास अनिरुद्ध म्हणतात, " असें शां० अ० २८० यांत सांगितलें आहे. (भा० पु० ६ पान ६०२) आणि त्या त्या अर्थानें जीव, मन व अहंकार या अर्थीं ते शब्द मानले गेले असणें साहजिक आहे. ही चतुर्व्यूहरूपी कल्पना वेदान्त, सांख्य किंवा योग या मतांहून भिन्न असून ती पांचरात्रमताची स्वतंत्र आहे.

हें मत सात्वत लोकांत प्रथम उत्पन्न झालें असावें असें मानण्यास हरकत नाहीं. सात्वत म्हणजे श्रीकृष्णाच्या वंशांतील लोक होत. म्हणून या मतास सात्वत म्हणतात. सात्वत वंशांतील लोकांत हें मत प्रथम निघालें असल्यानें त्या वंशांतील पूज्य विभूति या मतांत अधिक येणें हें साहजिक आहे. बलदेवाची भक्ति श्रीकृष्णाबरोबर उत्पन्न होऊन ती अजूनपर्यंत हिंदुस्थानांत प्रचलित आहे. किंबहुना महाभारतांत एके ठिकाणीं बलदेव व श्रीकृष्ण हे सारखेच श्रीविष्णूचे अवतार आहेत असें दाखविलें आहे. [आदि० अ० १९७ भा० पु० १ पान ३९६] बलदेवाचीं देवळें अजूनही हिंदुस्थानांत कांहीं ठिकाणीं आहेत. जैन व बौद्ध ग्रंथांत ईशस्वरूपी धर्मप्रवर्तक या अर्थानें वासुदेव व बलदेव हीं दोन्ही नांवें येतात. अर्थात् त्यांच्याकाळीं याच दोन व्यक्ति सामान्यतः लोकांत मान्य होत्या. प्रद्युम्न आणि अनिरुद्ध यांचीं नांवें मात्र सात्वत अथवा पांचरात्रमतांतच आहेत आणि त्यांची भक्ति या वंशपरंपरेनें चालत आलेल्या सात्वतांच्या मतामध्यें असणें साहजिक आहे.

चतुर्भिश्चतुरात्मानं सत्त्वस्थं सात्वतां पतिम् ।
यं दिव्यैर्देवमर्चन्ति गुह्यैः परमनामभिः ॥

असा भीष्मस्तवांत या सात्वत गुह्य नांवांचा उल्लेख केला आहे.

अ. ३३९ शांतिपर्व यांत नारायण नारदास पुढें म्हणतात, " निरुक्तानें ज्याचें ज्ञान होतें तो हिरण्यगर्भ जगज्जनक चतुर्वक्त्र ब्रह्मदेव माझ्या आज्ञेनें सर्व कृत्यें करतो आणि माझ्याच कोपापासून रुद्र उत्पन्न झाला आहे.

मी प्रथम ब्रह्मदेवाला उत्पन्न केलें तेव्हां त्यास असा वर दिला कीं, " तूं सर्व सृष्टि उत्पन्न करशील म्हणून तुला अहंकार असें पर्यायवाचक नांव मिळेल आणि जे कोणी वरप्राप्तीसाठीं तपश्चर्या करतील त्यांस तुझ्याकडूनच वरप्राप्ति होईल. देवकार्यासाठीं मी नेहमीं अवतार घेईन त्या वेळीं तूं मला पित्याप्रमाणें आज्ञा कर. मीच संकर्षण व प्रद्युम्न व अनिरुद्ध असे अवतार घेतों आणि अनिरुद्धाच्या नाभिकमलापासून ब्रह्मदेवाचा अवतार होतो." [पा. ७७९] हें सांगून यापुढें दशावतारांचें संक्षिप्त चरित्र या अध्यायांत सांगितलें आहे तें फारच महत्त्वाचें आहे. या दहा अवतारांची कल्पना फार प्राचीन नसून ती नारायणीयाख्यानापासून आहे असें म्हटलें पाहिजे. अवताराच्या कल्पनेचें बीज भगवद्गीतेंतच आहे. आणि " भक्तांच्या उद्धारासाठीं आणि धर्माच्या उन्नतीसाठीं मी वारंवार अवतार घेतों असें भगवंतानें सांगितलें आहे. पण श्रीविष्णूचे दहा अवतार आहेत ही गोष्ट येथें सांगितली नाहीं. असो. ही दशावतार कल्पना बौद्धधर्माचा जय किंवा पराजय होण्याच्या पूर्वींची आहे म्हणजे खरोखर महाभारतकालीन आहे हें मात्र निर्विवाद आहे; कारण, या दहा अवतारांत बुद्धाचा प्रवेश नाहीं.

हंसः कूर्मश्च मत्स्यश्च प्रादुर्भावो द्विजोत्तम ।
वराहो नारसिंहश्च वामनो राम एव च ॥
रामो दाशरथिश्चैव सात्वतो कल्किरेव च ॥

हल्लीं लोकांत प्रसिद्ध असलेले अवतार बहुतेक हेच असून प्रारंभीं हंस आहे तो मात्र निराळा आहे आणि त्याच्या ऐवजीं नववा बुद्ध झाला आहे. हंस अवताराची कथा यांत नाहीं परंतु वराहाची आहे आणि तेथूनच वर्णन सुरू आहे. " समुद्रांत बुडून नष्ट झालेली पृथिवी वराहरूपानें मीं वर आणीन. हिरण्याक्षाचा वध मी करीन. मी नृसिंहरूप धारण करून हिरण्यकशिपूला मारीन, बलिराजा बलवान् होईल, वामन होऊन मी त्याला पाताळांत घालीन, त्रेतायुगांत संपत्ति व सामर्थ्य यांनीं मत्त झालेल्या क्षत्रियांचा नाश भृगुकुलांत परशुराम होऊन मी करीन. एकत व द्वित या प्रजापतीच्या दोन पुत्र ऋषींनीं त्रित ऋषीचा घात केल्याचें प्रायश्चित्त म्हणून त्यांस वानरांच्या योनींत जन्म घ्यावा लागेल. त्यांच्या वंशांत उत्पन्न झालेले महाबलिष्ठ वानर देवांची सुटका करण्यासाठीं मला साहाय्य करतील आणि मी पुलस्त्य कुळांतील भयंकर राक्षस रावण व त्याचे अनुयायी यांचा नाश करीन. [ही वानरांची उत्पत्ति फारच भिन्न व चमत्कारिक आहे ती रामायणांतही नाहीं.] द्वापाराच्या शेवटीं कलियुगारंभापूर्वीं मथुरेंत कंसाला मी मारीन. द्वारका स्थापन करून अदितिमातेचा अपमान करणाऱ्या नरकासुराला मी मारीन. नंतर प्राग्ज्योतिषाधिपतीला मारून द्वारकेंत तेथील संपत्ति नेईन. पुढें बलीचा पुत्र बाणासुर यास मी मारीन. पुढें सौभनिवासी यांचा निःपात करीन. नंतर कालयवनाचा वध मी करीन. जरासंधाला मी मारीन. युधिष्ठिराच्या राजसूयाच्या वेळीं शिशुपाळाचा वध करीन. भारतीयुद्धकाळीं नर नारायण कृष्णार्जुन रूपानें क्षत्रियांचा संहार करण्यास उद्युक्त झाले आहेत असें लोक मानतात. शेवटीं, द्वारकेचा व यादवांचाही घोर प्रलय मी करवीन. याप्रमाणें अपरिमिति कर्में करून मी ब्राह्मणांना पूज्य असलेल्या, मी प्रथम निर्माण केलेल्या प्रदेशांत परत जाईन? [भा. पु० ६ पा. ७७९–७८०].

१ महाभारतांत अवतार शब्द न येतां प्रादुर्भाव येतो हें येथें सांगण्यासारखें आहे.

(शां. अ. ३३९)

वरील विस्तृत उताऱ्यांत दशावताराची कल्पना नारायणीय आख्यानांत प्रचलित असलेली घेतली असून श्रीविष्णूनें अथवा नारायणानें निरनिराळ्या असुरांना मारण्याकरितां कोणकोणते अवतार धारण केले याचें वर्णन त्यांत आहे. हे असुर ब्रह्मदेवाच्या वरानेंच उत्पन्न होत आणि ब्रह्मदेव शेवटीं त्यांस मारविण्याकरितां नारायणाकडेसच जाऊन त्यास प्रार्थना करीत. ही गोष्ट या वर्णनांत गर्भित आलेली आहे. असो. भगवानाचें व नारदाचें जें भाषण झालें आणि त्यानें श्वेतद्वीपांत नारायणाचें दर्शन घेतलें तें ज्यांत वरप्रमाणें वर्णन केलें आहे त्यास महोपनिषत् अशी संज्ञा असून तें नारदानें केलेलें पांचरात्र होय असें या मतांत मानलें गेलें आहे. आणि या कथानकाचें जो श्रवण पठण करील तो चंद्राप्रमाणें कांतिमान् होऊन श्वेतद्वीपाला जाईल असें सांगितलें आहे. (पा० ७८१) भगवद्गीता उपनिषत् आहे तर हें आख्यान महोपनिषत् आहे असा येथें भेद केलेला दिसतो. अर्थात् हें आख्यान भगवद्गीतेनंतरचें आहे.

भगवद्गीतेनें मार्ग घालून दिल्याप्रमाणें या महोपनिषदाची उपदेशपरंपरा सांगितली आहे. प्रथम नारद. त्यानें ब्रह्मदेवाच्या सदनांत ऋषींना प्रथम ऐकविलें; त्यांपासून सूर्यानें हें पंचरात्र उपनिषत् ऐकिलें. त्यांजपासून देवांनीं मेरुपर्वतावर ऐकिलें. देवांपासून असित ऋषीनें, असितापासून शंतनूनें, शंतनूपासून भीष्मानें आणि भीष्मापासून धर्मानें ऐकिलें. “जो वासुदेवाचा भक्त नसेल त्याला तूं हें कदापि सांगूं नकोस” हेंही भगवद्गीतेप्रमाणेंच सांगितलें आहे. नारायणीय उपाख्यानाची उत्पत्ति भगवद्गीतेनंतरची आहे याजबद्दल या पुराव्यावरून अधिक खातरी पटते.

या पुढील ३४० व्या अध्यायांत नारायण यज्ञकर्ता व यज्ञभोक्ता कसा याचें व्याख्यान केलेलें आहे. सृष्टयुत्पत्ति सांख्य व वेदान्त या तत्त्वज्ञानांच्या मतांशीं मेळ घालून अशी सांगितली आहे कीं, परमात्मा यालाच त्याच्या कर्मामुळें **महापुरुष** अशी संज्ञा आहे. त्याजपासून प्रकृति झाली तिलाच प्रधान असें नांव आहे. प्रकृतीपासून व्यक्त निर्माण झालें त्यास अनिरुद्ध अथवा अहंकार संज्ञा असून तोच लोकांमध्यें (वेदान्तांत) महान्‌आत्मा म्हणून प्रसिद्ध आहे. त्याजपासून ब्रह्मदेव झाला. ब्रह्मदेवानें मरीचादि सात ऋषि आणि स्वयंभू मनु यांस उत्पन्न केलें; यापूर्वी ब्रह्मदेवानें पंचमहाभूतें व त्यांचे पांच शब्दादि गुण उत्पन्न केले. सात ऋषि व मनु मिळून अष्टप्रकृति त्यांपासून सर्व सृष्टि झाली, असें पांचरात्राचें मत आहे. असो. त्यांनीं देव उत्पन्न केले व त्यांनीं तपश्चर्या केली तेव्हां यज्ञाची उत्पत्ति झाली आणि ब्रह्मदेवाच्या या मानसपुत्र ऋषींनीं प्रवृत्तिधर्माचा आश्रय केला व यांच्या मार्गाला अनिरुद्ध अशी संज्ञा आहे. सन, सनत्सुजात, सनक, सनंद, सनत्कुमार, कपिल आणि सनातन हे ब्रह्मदेवाचे दुसरे मानसपुत्र असून त्यांनीं निवृत्तिमार्ग स्वीकारला. मोक्षधर्माची वाट यांनींच दाखवून दिली. प्रवृत्तिमार्गी यांची पुनरावृत्ति टळत नाहीं. इत्यादि वर्णन या अध्यायांत आहे. याजवरून यज्ञमार्ग नारायणानेंच दाखवून दिला असून तोच यज्ञांतील हविर्भाग भोगणारा आहे आणि तोच निवृत्तिमार्ग दाखवणारा व स्वतः पाळणारा आहे असें पांचरात्राचें मत दिसतें. पण प्रवृत्ति हीन, निवृत्ति श्रेष्ठ, असेंही ते मानतात असें दिसतें. (पान ७८६) किंवा सौतीनें सर्व मतांशीं अभेद करण्याकरितां असें वर्णन केलें असावें.

अध्याय ३४१ आणि ३४२ यांत नारा-

यणाच्या नांवांची उपपत्ति वर्णिलेली आहे ती फारच महत्त्वाची आहे. हा संवाद प्रत्यक्ष अर्जुन व श्रीकृष्ण यांमधील असून श्रीकृष्णानेंच स्वतः आपल्या नांवाची व्युत्पत्ति सांगितली आहे आणि प्रथम सौतीनें आपल्या नेहमींच्या साम्प्रदायाप्रमाणें विष्णु आणि शिव यांचा भेद नाहीं असें श्रीकृष्णमुखानेंच वर्णिलें आहे. " रुद्र हा नारायणस्वरूपी आहे. अखिल विश्वाचा आत्मा मी आणि माझा आत्मा रुद्र. मी रुद्राची प्रथम पूजा करतों " वगैरे विस्तृत विवेचन प्रारंभीं केलें आहे. असो. आप म्हणजे शरीर याला " नारा " अशी संज्ञा आहे आणि सर्व प्राण्यांचीं शरीरें हेंच माझें अयन, वसतिस्थान असल्यानें मला नारायण म्हणतात. " सर्व विश्व मी व्यापून टाकतों व सर्व भूतांचें माझे ठिकाणीं वास्तव्य आहे म्हणून मला वासुदेव म्हणतात. सर्व विश्व मी व्यापलें आहे म्हणून विष्णु म्हणतात. पृथ्वी आणि स्वर्ग मीच असून अन्तरिक्ष ही मीच आहें म्हणून मला दामोदर म्हणतात. चंद्र, सूर्य, अग्नि, यांचे किरण ते माझे केश असल्यानें मला केशव म्हणतात. गो म्हणजे पृथ्वी हिला मी वर आणली म्हणून मला गोविंद म्हणतात. यज्ञांतील हविर्भाग मी हरण करतों म्हणून मला हरि म्हणतात. सत्त्वगुणी लोकांत माझी गणना करतात म्हणून मला सात्वत असें म्हणतात." (पान ७९९) " लोखंडाचा काळा कुळकुळीत फाळ होऊन मी जमीन नांगरतों आणि माझा वर्ण कृष्ण आहे म्हणून मला कृष्ण म्हणतात. (पान सदर) " या व्युत्पत्त्यांनीं श्रीकृष्णचरित्रावरून निरनिराळ्या अर्थानें मूळ नांवें उत्पन्न झालेलीं असून वेदान्तिक किंवा पांचरात्रिक मताप्रमाणें त्या नांवांचा अर्थ निराळा कसा बसविला गेला आहे हें यावरून लक्षांत येईल. प्रत्येक मतांत कांहीं गुह्य अर्थ शब्दांत असतो त्याप्रमाणेंच हे अर्थ आहेत हें उघड आहे.

पांचरात्रमतांत दशावतारांशिवाय आणखी एक हयशिरा नांवाचा विष्णूचा अवतार मानला आहे त्याचें थोडेसें वृत्त सांगितलें पाहिजे. दशावतार बहुधा सर्वसाधारण मान्य झाले आहेत. पण हयग्रीव अथवा हयशिरा हा अवतार पांचरात्रमतांतच आहे. याचा वेदाशीं संबंध आहे. ब्रह्मदेवानें कमलांत बसून वेद निर्माण केले ते मधुकैटभ दैत्यांनीं नेले. त्या वेळेस ब्रह्मदेवानें नारायण शेषशायीची प्रार्थना केली तेव्हां नारायणानें ईशान्य समुद्रांत हयशिरा रूप धारण करून वेद मोठ्यानें म्हणण्यास सुरुवात केली. तेव्हां ते दानव दुसरीकडे निघून गेले आणि हयशिरानें वेद ब्रह्मदेवास परत आणून दिले. पुढें मधुकैटभांनीं नारायणावर हल्ला केला तेव्हां त्यांस त्यानें मारिलें अशी ही कथा आहे. या रूपाचें तात्पर्य लक्षांत येत नाहीं तथापि पांचरात्रमत वैदिक असून वेदाशीं या स्वरूपाचा निकट संबंध आहे हें लक्षांत आणलें म्हणजे या मताचा वैदिक मताप्रमाणेंच आदर कां आहे हें दृष्टोत्पत्तीस येतें. ब्रह्मदेव अनिरुद्धाच्या नाभीपासून निघाला असें पांच रात्राचें मत असून महाभारतांत अन्यत्र व पौराणिक कल्पनेंत नारायणाच्याच नाभिकमलापासून ब्रह्मदेव निघाला असा समज आहे हें येथें सांगण्यासारखें आहे.

अ० ३४२ व ३४३ यांत श्वेतद्वीपाहून परत आल्यावर नर-नारायणांचा व नारदाचा झालेला संवाद आहे. त्यांतील दोन गोष्टी येथें सांगण्यासारख्या आहेत; नारायणानें श्वेतद्वीपाहूनही श्रेष्ठ असें तेजसंज्ञक स्थान उत्पन्न केलें आहे. तेथें तो नेहमीं तपश्चर्या करतो. " एका पायावर उभा राहून हात वर करून

तोंड उत्तरेकडे करून सांगवेदाचा उच्चार क-रीत आहे" असें या तपाचें वर्णन आहे. "या स्थानाला सद्भूतोत्पादक असें नांव वे-दांत आहे." "दुसरें, मोक्षगामी पुरुष परमाणु-रूपानें प्रथम सूर्यांत मिळून जातात; तेथून नि-घून अनिरुद्धरूपांत प्रवेश करितात, पुढें सर्व गुण टाकून मनाच्या रूपानें प्रद्युम्नांत प्रवेश करतात; तेथून सुटून जीव अथवा संकर्षण यांत जातात. मग त्या द्विजश्रेष्ठांची सत्त्व, रज, तम या तीन गुणांपासून मुक्तता होऊन क्षेत्रज्ञ परमात्मा वासुदेव याच्या स्वरूपांत ते मिळून जातात." [पा. ८०६] मोक्षास जाणाऱ्या आत्म्याची गति पांचरात्रमतानें कशी होते याचें वर्णन वरप्रमाणें आहे. वेदान्त-मताहून तें भिन्न आहे. पण भगवद्गीतेंत वर्णि-लेल्या ब्रह्मपदाहूनही हें निराळें आहे असें दिसतें. असो. वैकुण्ठ हें नांव वासुदेवाचें अथ-वा परमात्म्याचें आहे असें पूर्वाध्यायांत सांगि-तलें आहे. वैकुण्ठ म्हणजे नारायणाचा निरा-ळा लोक असें येथें वर्णन नाहीं याचें आश्च-र्य वाटतें. ही वैकुण्ठाची गति नारायणगतिच होय हें खरें, परंतु ती येथें सांगितली नाहीं. मोक्षाचीही कल्पना हल्लीं वैष्णवमतें भिन्न आहे असें येथें सांगितलें पाहिजे.

पांचरात्रमतांत वेदाचें महत्त्व पूर्ण आहे इतकेंच नव्हे तर वैदिक यज्ञादि क्रियाही तशाच मान्य आहेत. मात्र यज्ञ अहिंसायुक्त वैष्णव यज्ञ आहे असें पूर्वीं वर्णन केलें आहे. श्राद्धक्रियाही यज्ञाप्रमाणेंच नारायणापासून निघाली असून या श्राद्धांत दिले जाणारे तीन पिण्ड हे प्रथम नारायणानें वराह अव-तारीं आपल्या दातांस लागलेल्या मृत्तिकेचे काढून स्वतःस पितररूपानें दिले असें पुढील अध्यायांत (३४९) वर्णन आहे. पिंड हेच पितर असून पितरांना अर्पण केलेले पिण्ड श्रीविष्णूसच पोंचतात असें यांतील तात्पर्य आहे.

याप्रमाणें नारायणीय धर्माचें स्वरूप असून तें भगवद्गीतेंतील धर्मापुढचें स्वरूप आहे असें उघड दिसतें. भगवद्गीतेचा हरिगीता या नांवानें स्पष्ट उल्लेख यांत आला असून त्यांत हा धर्म पूर्वीं संक्षेपतः सांगितला आहे असें वर्णन अ० ३४६ यांत आहे. अ० ३४७ यांत पूर्वीं दिलेली हयग्री-वाची कथा असून शेवटीं "नारायण हाच वेदांचें भाण्डार, हाच सांख्य, हाच ब्रह्म आणि हाच यज्ञ होय; तपही हाच, तपाचें फलही नारायणप्राप्ति, असें सांगितलें आहे. मोक्षरू-पी निवृत्तिलक्षण धर्मही हाच आणि प्रवृत्ति-लक्षण धर्मही हाच, वगैरे वर्णन आहे. यानंतर एक विशिष्ट सिद्धान्त पांचरात्रांचा असा सांगि-तलेला दिसतो कीं, सृष्टींतील सर्व वस्तु पांच कारणांपासून उत्पन्न होतात. पुरुष, प्रकृति, स्वभाव, कर्म व दैव (पान ८१४) हीं पांच कारणें अन्यत्र कोठें सांगितलेलीं नाहींत. भग-वद्गीतेंतही नाहींत. असो, अध्याय ३४८ यांत सात्वत धर्माची आणखी हकीकत सांगि-तली आहे. हा निष्कामभक्तीचा पंथ आहे असें त्याचें वर्णन आहे. म्हणूनच त्यांस एका-न्तिक असें आणखी नांव आहे. अ० ३४१ यांत भगवद्गीतेंतील श्लोक निराळ्या रीतीनें घेतला आहे तो असा,

चतुर्विधा मम जना भक्ता एव हि मे श्रुतम्।
तेषामेकान्तिनः श्रेष्ठा ये चैवानन्यदेवताः॥३३

यांत भगवद्गीतेंतील ज्ञानी मला अत्यंत प्रिय या मताच्या ऐवजीं मला अनन्यदेव एका-न्ती प्रिय असें वर्णन केलें आहे. तें अर्थात् मागूनचें आहे. आतां हा धर्म नारायणानें ब्रह्म-देवाच्या निरनिराळ्या सात जन्मांमध्यें ब्रह्म-देवाला सांगून तो कोणाकोणाला सांगितला याचें विस्तारपूर्वक वर्णन आहे. ब्रह्मदेवाची ही

सातव्यानदां उत्पात्ति आहे ही कल्पना नवीनच आहे. वास्तविक ब्रह्मदेवाची एकच उत्पत्ति असली पाहिजे. कल्प हा ब्रह्मदेवाचा एक दिवस आहे अशा हिशोबानें ब्रह्मदेवाची शंभर वर्षें मानून अनेक ब्रह्मे झाले असें मानलें तरी अनादि कालांत अनेक किंबहुना अनन्त ब्रह्मदेव होतात. मग ब्रह्मदेवाचा हा हल्लींचा सातवा जन्म आहे ही कल्पना कशावर बसविली आहे हें ध्यानांत येत नाहीं. (भा० पु० ६ पान ८१२)

या सातव्या ब्रह्मदेवाच्या जन्मांत नारायणानें सांगितलेल्या या धर्माची परंपरा भगवद्गीतेहून निराळी आहे. " नारायणानें हा धर्म ब्रह्मदेवाला दिला. त्यानें युगारंभीं दक्षाला दिला, दक्षानें आदित्याला, त्यानें विवस्वानाला, त्यानें त्रेतायुगारंभीं मनूला दिला. मनूनें इक्ष्वाकूला दिला आणि इक्ष्वाकूनें तो लोकांत प्रसृत केला. तो युगक्षयीं नारायणाला पुन्हां परत जाईल. भगवद्गीतेंत म्हटल्याप्रमाणें हा इक्ष्वाकूनंतर नष्ट झालेला नाहीं, येथें असेंही म्हटलें आहे कीं " यतींचा धर्म हरिगीतेंत मीं पूर्वी तुला सांगितला." येथें भगवद्गीतेचा वैशंपायनानें स्पष्ट उल्लेख केला आहे आणि त्यांत यतीचा धर्म सांगितला आहे असें म्हटलें आहे. अर्थात् भगवद्गीतेचा महाभारतकाळीं निराळा तात्पर्यार्थ समजत असेल. हा पांचरात्रधर्म नारदमुनींनींही नारायणापासून सरहस्य आणि ससंग्रह संपादन केला. या अहिंसायुक्तधर्मानें हरि संतुष्ट होतो.

एकव्यूह विभागोवा क्वचिद्द्विव्यूहसंज्ञितः ।
त्रिर्व्यूहश्चापि संख्यातश्चतुर्व्यूहश्च दृश्यते ॥

हा धर्म व्यासांस नारदांनीं सांगितला, व्यासांनीं धर्मराजास ऋषिसंनिध श्रीकृष्ण भीम ऐकत असतां सांगितला. हा एकान्त धर्म मी तुला सांगितला.

देवं परमकं ब्रह्मश्वेतं चंद्राभमच्युतं ।
यत्र चैकांतिनो यांति नारायणपरायणाः ॥

एकान्ती याप्रमाणें श्वेतगतीला जातात असें वर्णिलें आहे. हा धर्म गृहस्थ आणि यति या दोघांनाही लागू आहे.

श्वेतानां यतिनां चाह एकान्तगतिमव्ययाम् । ८५
(अ० ३४८)

एवमेकं सांख्ययोगं वेदारण्यकमेव च ।
परस्पराङ्गान्येतानि पांचरात्रं च कथ्यते ॥

या श्लोकांत सांख्य, योग आणि वेदान्त या तत्त्वज्ञानाचा आणि पांचरात्राचा अभेद अथवा एक दर्जा सांगितला आहे. अर्थात् हीं ज्ञानें फार प्राचीन असून पांचरात्र मागचें आहे.

३४९ यांत अपान्तरतम्याची पूर्वकाळची हकीगत सांगितली आहे. याचें नांव वैदिकवाङ्मयांत आलेलें नाहीं आणि हा व्यासाचा पूर्वकल्पांतील स्थानापन्न होय. कदाचित् याचें नांव पांचरात्रमतांत उत्पन्न झालें असावें. तथापि या अध्यायाच्या शेवटीं सांख्य, योग, वेद, पांचरात्र व पाशुपत हीं पांच तत्त्वज्ञानें सांगून त्यांत अपान्तरतमा हा वेदाचा अथवा वेदान्ताचा आचार्य सांगितला आहे. पांची मतांचें शेवटचें ध्येय नारायणच आहे असा सर्वांचा यांत समन्वय केलेला आहे. पांचरात्रमतानें चालणारे निष्काम भक्तिबलानें श्रीहरीलाच पोंचतात असें सांगितलें आहे. यांत पांचरात्राला आगम अशी संज्ञा दिली आहे.

शेवटचे ३५० व ३५१ हे अध्यायही महत्त्वाचे आहेत. सांख्य व योग प्रतिपुरुष आत्मा भिन्न मानतात. पांचरात्रांचें यासंबंधानें मत काय आहे तें या अध्यायांत वर्णिलेलें आहे, परंतु तें निश्चयात्मक दिसत नाहीं. सर्व ठिकाणीं आत्मा एक आहे असें व्यासांचें मत कपिलाहून निराळें आहे असें प्रथमारंभीं सांगितलें आहे. (पान ८२३) बहुधा याच मताला

धरून पांचरात्रांचें मत असावें पण तसें निश्चयानें म्हणतां येत नाहीं. " जीवाची उत्क्रांति, गति आणि आगतिही कोणालाच समजत नाहीं. " व " व्यवहारतः पृथक् दिसणारे अनेक पुरुष एकेच ठिकाणीं जातात. " असें सांगितलें आहे. पुन्हां चारी मतांची एकवाक्यता करतांना असें म्हटलें आहे कीं, " जो जीव शांतवृत्तीनें, अनिरुद्ध, प्रद्युम्न, संकर्षण वासुदेव हें अधिदैवचतुष्टय, किंवा विराट्, सूत्रात्मा, अंतर्यामी व शुद्धब्रह्म हें अध्यात्म चतुष्टय, किंवा विश्व, तैजस, प्राज्ञ, तुरीय हें अवस्थाचतुष्टय यांचा क्रमानें स्थूलाचा सूक्ष्मांत लय करीत जातो तो त्या कल्याण पुरुषाला पोंचतो. योगमार्गी त्याला परमात्मा म्हणतात, सांख्य एकात्मा म्हणतात आणि ज्ञानमार्गी त्याला केवळ आत्मा म्हणतात.

एवं हि परमात्मानं केचिदिच्छंति पण्डिताः ।
एकात्मानं तथात्मानमपरेज्ञानचिंतकाः ।
स हि नारायणो ज्ञेयः सर्वात्मा पुरुषो हि सः ।।
(अ० ३५१)

" हाच निर्गुण आहे. हाच नारायण सर्वात्मा होय. एकच कर्मात्मा अथवा जीव कर्मभेदानें अनेक पुरुष होतो. " (पान ८२५–८२६)

असो. नारायणीय आख्यानाचें सार आम्हीं मुद्दाम येथें क्रमवार दिलें आहे. हा महाभारताचा शेवटचा भाग असून त्यांत तत्कालीन पांचरात्रमताचें उद्घाटन केलें आहे. शेवटचा म्हणजे महाभारतकालीन हा भाग असून भगवद्गीता याच्या पुष्कळ पूर्वींची आहे असें त्यावरून वाचकांच्या लक्षांत येईल. किंबहुना भगवद्गीता ही पांचरात्रमताच्या मान्यग्रंथपरंपरेपैकीं नव्हे. यांत सांगितलेले मुख्यतः चार व्यूह व दश अवतार हे भगवद्गीतेच्या नंतरचे आहेत. वासुदेव हा भगवद्गीतेंत परमेश्वर या अर्थीं आहे आणि अवताराची कल्पनाही त्यांत आहे परंतु त्या पांचरात्रमतांत निराळ्या तऱ्हेनें वाढविल्या आहेत. महाभारतांत अन्यत्र या पांचरात्रमताचा उल्लेख आला आहे तोही महाभारतकालीन आहे. भीष्मपर्व अ० ६५ व ६६ यांत दुर्योधनास भीष्मानें पांडवांचा कां पराभव होत नाहीं याचें कारण समजावितांना श्रीकृष्ण हा नारायणाचा अवतार आहे असें सांगितलें आहे. त्यांत मागील ब्रह्मदेवाची कथा सांगून ब्रह्मदेवानें देवाधिदेवाची स्तुति करून शेवटीं म्हटलें " तुझ्या संबंधानें गुह्याचें गुह्य मीं जाणतों. हे कृष्णा तूं प्रथम आपलेपासून संकर्षण देवास उत्पन्न केलेंस. नंतर आपल्यापासून प्रद्युम्नाला आणि प्रद्युम्नापासून अव्यय विष्णुरूपी अनिरुद्धाला आणि त्यानें लोकधारणकर्त्या मला ब्रह्मदेवाला उत्पन्न केलें. तूं आतां आपले विभाग करून मनुष्यरूप घे. आणि मर्त्यलोकीं असुरांचा वध कर. (पान १७९ भा० पु० ४) यांत व पूर्वोक्तमतांत थोडासा फरक आहे तो आपण पुढें लक्षांत घेऊं. अ० ६६ च्या शेवटीं असें सांगितलें आहे कीं, द्वापाराच्या अंतीं व कलीचे आरंभीं नारदपांचरात्रागमपद्धतीनें[1] ज्याचें संकर्षणानें गायन केलें तो हा वासुदेव प्रतियुगीं देवलोक व द्वारकापुरी निर्माण करतो. (पान ३८२) यांतही पांचरात्राचा मुख्य ग्रंथ नारदाचाच मानलेला आहे. यापुढील दोन अध्यायांत वासुदेव हाच महद्भूत आहे. त्यानेंच सर्व जग निर्माण केलें. सर्व भूतांचा अग्रज जो संकर्षण तो यानेंच केला. सर्व लोकांच्या उत्पत्तीला हेतुभूत कमल याचेच नाभीपासून उत्पन्न झालें. यानें विश्वरूपी दिव्य शेष सर्व पृथ्वीला मस्तकावर धारण करणारा उत्पन्न केला. याचे

१ हे भाषांतरकाराचे शब्द आहेत. मूळ शब्द " सात्वतं विधिमास्थाय गीतः संकर्षणेन वै " असे आहेत.

कानाच्या मलापासून मधु दैत्य उत्पन्न झाला. तो ब्रह्मदेवाला नाहींसें करूं लागला तेव्हां यानेंच त्यास मारलें म्हणून यास मधुसूदन असें नांव पडलें. असें यांत वर्णन आहे. (पान ३८२) यांतही वरील नारायणीयाच्या हकीगतीशीं थोडासा फरक आहे हें लक्षांत ठेवलें पाहिजे. सारांश, नारायणीय आख्यान आणि हे अध्याय जवळजवळचे आहेत असें दिसतें आणि ते भगवद्गीतेच्या मागाहूनचे आहेत असें आमचें मत आहे.

पांचरात्रमताची उत्पत्ति मागाहून असली तरी श्रीकृष्ण आणि अर्जुन यांची भक्ति फार प्राचीन आहे असें पाणिनीवरूनही दिसतें. या दोघांस नर-नारायण म्हणण्याचा संप्रदाय फार जुना असावा. आणि पांचरात्रमताच्या पूर्वींची नारायणाची किंवा वासुदेवार्जुनांची भक्ति असावी. नारायण म्हणजे आदिदेव ही कल्पना फार जुनी असावी आणि म्हणूनच ती आरंभींच्या नमनश्लोकांत आलेली आहे. भारतीयुद्धानंतर ती लवकरच निघाली असावी. कारण, भारतीयुद्धांत यांचाच मुख्य पराक्रम व कर्तबगारी दिसते. नारायण हें नांव श्रीविष्णूचें किंवा आदिदेवाचें फार जुनें आहे. येथें एक गोष्ट सांगण्यासारखी अशी आहे कीं, प्रत्येक वैदिक कर्माच्या आरंभीं किंवा संध्येच्या आरंभीं जीं चोवीस नांवें ईश्वराचीं हल्लीं घेण्याचा संप्रदाय आहे तो नारायणीय मतानंतरचा आहे असें दिसतें. कारण, त्यांत संकर्षण, वासुदेव, प्रद्युम्न आणि अनिरुद्ध हीं नांवें आलीं आहेत. यांत वासुदेवापूर्वीं संकर्षणाचें नांव कसें आलें तें सांगतां येत नाहीं. असो. यांतही नारायणाचें नांव अगदीं प्रथम म्हणजे या चार नांवांला सोडून आलें आहे. केशव, नारायण हा क्रम महाभारतकाळीं ठरला होता हें अनुशा. पर्व अ. १०९ यांत विष्णूच्या बारा निरनिराळ्या नांवांनीं प्रत्येक महिन्यांत द्वादशीस उपवास करण्याचें वर्णन आहे त्यावरून दिसतें. असो. नारायण हें नांव पांचरात्रमताच्या पूर्वींचें आहे असें मानतां येतें. भीष्मपर्वांतील वर्णनांत श्रीकृष्णानें आपला विभाग करून यादवकुलांत अवतार घ्यावा असें आलें आहे त्याचें थोडेसें आश्चर्य वाटतें. भारतीयुद्धकाळीं अवतीर्ण झालेला श्रीकृष्ण हा पूर्ण अवतार आहे अशी समजूत आहे आणि नारायणीय आख्यानांतही तसेंच दिसतें. शां. पर्व अ. २८० यांत " मूळ देव निर्विकार चिदात्मा असून त्यास महादेव असें म्हणतात. तो मायासंवलित झाला म्हणजे चिदचिदात्मा भगवान् कारणात्मा होतो. तिसरी पायरी तैजस आत्मा आणि चवथी पायरी हल्लींचा श्रीकृष्ण म्हणजे मूळ महादेवाचा अष्टमांश आहे." असें वर्णिलें आहे.

मूलस्थायी महादेवो भगवान् स्वेन तेजसा ।
तत्स्थः सृजति तान् भावान् नानारूपान्महामनाः
तुरीयार्धेन तस्येमं विद्धि केशवमच्युतम् ॥६२॥
(शां. २८०)

यांतील मत चमत्कारिक दिसतें. हें नारायणीयाख्यानाच्या पांचरात्राच्या मताहून भिन्न आणि बहुधा प्राचीन असावें. नर आणि नारायण हे ऋषि असून ते बदरिकाश्रमीं तप करीत आहेत ही कल्पना मात्र पांचरात्रमताची दिसते. किंबहुना आदिदेव नारायणसुद्धां घोर तप करीत आहे असें वरील अध्यायांत एके ठिकाणीं म्हटलें आहे याचें आश्चर्य वाटतें. तेंही तप अतिशय कडकडीत एका पायावर उभें राहून हात ऊर्ध्व करून सांग वेद म्हणत आहे, असें वर्णिलें आहे. तपाची जी अति उदात्त कल्पना भगवद्गीतेंत " देवद्विजगुरुप्राज्ञपूजनं शौचमार्जवम् " वगैरे श्लोकांत दिली आहे त्याहून ही अगदीं भिन्न आहे.

असो. नारायणाचें तप, त्याचे चार व्यूह अथवा मूर्ति, श्वेत द्वीपांतील लोकांची कल्पना आणि आत्म्याची चारस्वरूपांत क्रममुक्ति इत्यादि कल्पना पांचरात्राच्या निराळ्या आहेत. त्यांतील एकान्तिक वासुदेवाची भक्तिही भगवद्गीतेंत सांगितलेल्या भक्तीहून अधिक आहे. हा सामान्य भक्तिमार्ग पांचरात्रमताहून भिन्न दिसतो. पांचरात्रांचे गुह्य पूजाविधि काय आहेत हे सौतीनें नारायणीय आख्यानांत वर्णिलेले नाहींत; त्यांचा फक्त निर्देश आहे. या मतास आगम असेंही म्हटलें आहे. अर्थात् आगमोक्त कांहीं निराळे पूजाप्रकार गुह्य असावेत असें दिसतें. यापेक्षां आपल्यास महाभारतावरून पांचरात्रमताचें जास्त वर्णन करतां येणें शक्य नाहीं.

महाभारतकाळीं श्रीकृष्णाची भक्ति सात्वत लोकांत मुख्यतः प्रचलित होती ही गोष्ट मेग्यास्थिनीसच्या वर्णनावरून दिसते. हरि अथवा हिरॉक्लिज (ग्रीकरूप) याची भक्ति मथुरेंत शौरसेनी लोक करतात असें त्यानें लिहून ठेविलें आहे, हें येथें सांगण्यासारखें आहे.

आतां आपण पांचव्या तत्त्वज्ञानाकडे वळूं. सगुण ईश्वराची कल्पना प्रथम श्रीकृष्णभक्तीनें निघाली, परंतु त्याबरोबरच शंकराची सगुणभक्तिही मान्य झाली असली पाहिजे हें आम्हीं पूर्वी सांगितलेंच आहे. शंकरभक्तीचा उगम दशोपनिषदांपासून नसून नंतरचा आहे असें कदाचित् म्हणतां येईल. वेदांत उपनिषदांत रुद्र आणि विष्णु या दोन्ही देवता आहेत, पण उपनिषत्कालीं अर्थात् दशोपनिषत्कालीं परब्रह्माशीं विष्णूचें तादात्म्य झालें होतें. श्वेताश्वतरांत हें तादात्म्य शंकराशीं केलेलें आढळतें. "**एकोहि रुद्रो न द्वितीयाय तस्थुः**" "**मायां तु प्रकृतिं विद्यान्मायिनं तु महेश्वरम्**" या वचनावरून हें स्पष्ट आहे. असो. भगवद्गीतेमध्येंही "**रुद्राणां शंकरश्चास्मि**" असें वचन आहे. अर्थात् उपनिषत्कालानंतर भारतीकाळांत शंकराची परमेश्वररूपानें उपासना सुरू झाली हें निर्विवाद आहे आणि हें स्वरूप विशेषतः वैदिक जी देवता रुद्र तिशीं ऐक्य पावलें. यजुर्वेदांत रुद्राची विशेष स्तुति आहे. यजुर्वेद हा यज्ञाचा वेद असून तो क्षत्रियांचा विशेष वेद आहे, असेंही मान्य केलें गेलेलें आहे. धनुर्वेदही यजुर्वेदाचें उपांग आहे आणि श्वेताश्वतर हें उपनिषत् कृष्णयजुर्वेदाचें आहे. अर्थात् यजुर्वेदांत आणि क्षत्रियांत शंकराची विशेष उपासना सुरू झाली असावी हें साहजिक आहे. याशिवाय क्षत्रिय हे युद्धादि क्रूर कर्में करणारे असल्यानें त्यांस क्रूर देवताच अधिक प्रिय असणें संभवनीय आहे. या कारणानें शंकरभक्ति रूढ होऊन महाभारतकालीं तत्त्वज्ञानांतही पांचरात्रांप्रमाणें पाशुपतमत प्रचलित झालें यांत नवल नाहीं. हें पाशुपत मत कसें होतें हें आपण महाभारतावरून पाहूं.

पाशुपत हें तत्त्वज्ञान शां. अ. ३४९ या अध्यायांत दिलेल्या यादींत असून त्याचा उत्पन्नकर्ता शंकर म्हणजे उमापति श्रीकृष्ण ब्रह्मदेवपुत्र हाच आहे असें सांगितलें आहे. (भा० पु० पान ८२२) पाशुपतमताचें सविस्तर वर्णन नारायणीय उपाख्यानाप्रमाणें महाभारतांत, सौतीच्या व्यवस्थेप्रमाणें विष्णुस्तुतीनंतर बहुधा लागलीच शंकराची स्तुति यावयाची हें आम्ही सांगितलेंच आहे, त्याप्रमाणें शांतिपर्व अ० २८० त विष्णुस्तुति झाल्यावर मध्यंतरीं इंद्रवृत्रांची प्रसंगोपात्त हकीकत सांगितल्यानंतर अध्याय २८४ मध्यें दक्षानें केलेल्या शंकरस्तुतीचें समग्र वर्णन आहे. दक्षयज्ञांत शंकरास हविर्भाग न दिल्यानें पार्वतीस व शंकरास कोप येऊन शंकरानें वीरभद्र हा गण आपल्या क्रोधापासून

उत्पन्न करून त्याजकडून दक्षाच्या यज्ञाचा विध्वंस करविला; तेव्हां अग्नींतून शंकर प्रकट झाले आणि दक्षानें त्यांची १००८ नांवानें स्तुति केली असा येथें कथाभाग आहे. हीं नांवें पुढें अनुशासनपर्वांत उपमन्यूनें सांगितलेल्या सहस्त्रनामांहून भिन्न दिसतात. असो. शंकरानें दक्षास या वेळीं "पाशुपत" व्रत सांगितलें. तें गूढ असून अपूर्व आहे. तें सर्व वर्णांना व सर्व आश्रमांना करण्याची मोकळीक आहे, इतकें असून तें मोक्षप्रद आहे. वर्णाश्रमास विहित असे जे धर्म आहेत त्यास हें कांहींसें मिळतें आहे आणि कांहींसें भिन्न आहे. जे न्याय व नियमन करण्यांत प्रवीण आहेत त्यांस हें पटणारें आहे आणि चारी आश्रमांच्या पलीकडे गेलेले जे लोक आहेत त्यांना हें योग्य आहे."

अपूर्वं सर्वतोभद्रं सर्वतोमुखमव्ययम् ।
अब्दैर्दशाहसंयुक्तं गूढमप्राज्ञनिंदितम् ॥९३॥
वर्णाश्रमकृतैर्धर्मैर्विपरीतं क्वचित्समम् ।
गतान्तैरध्यवासितमत्याश्रममिदंव्रतम् ॥९४

यांतील अब्दर्दशाहसंयुक्तं हे पद कठिण व कूटार्थ आहे, हें लक्षांत घेतलें पाहिजे व सर्व देवांत शिव हा जसा वरिष्ठ आहे त्याप्रमाणें स्तवांत हा दक्षस्तव वरिष्ठ आहे." (भा० पु० ६ पान ६२२)

या वर्णनावरून पाशुपतमताची थोडीशी कल्पना होईल. हें मत शंकरानें उपदेशिलें आहे. या मतांत पशुपति हा सर्व देवांचा मुख्य आहे. तोच सर्व सृष्टीचा उत्पन्नकर्ता आहे. पशु म्हणजे सर्व सृष्टि असा या मतांत अर्थ आहे. पशु म्हणजे ब्रह्मदेवापासून स्थावरापर्यंत सर्व पदार्थ असा अर्थ दिला आहे. (पान ६१९) याच्या सगुण भक्तींत कार्तिकस्वामी, पार्वती आणि नंदि इतके आणखी देव सामील असून त्यांची पूजा करावयास सांगितलें आहे (भा० पु० पान ६२३). शंकराला आठ मूर्ति आहेत. त्या मूर्ति म्हणजे पंचमहाभूतें, सूर्य, चंद्र आणि पुरुष असें सांगितलेलें आहे. परंतु या मूर्तींची नांवें टीकाकारानें दिलीं आहेत. असो. अनुशासनपर्वांत उपमन्यूच्या आख्यानांत या मताचें आणखी थोडेंसें आविष्करण आहे; परंतु त्यांत नेहमींची महाभारताची पद्धति म्हणजे सर्व मतांना एके ठिकाणीं करण्याची प्रक्रिया दिसून येते. उदाहरणार्थ, "शंकरानेंच प्रथम पांचभौक्तिक ब्रह्मांड उत्पन्न करून जगदुत्पादक विधात्याची स्थापना केली; पंचमहाभूतें, बुद्धि, मन, महत्तत्त्व यांना महादेवानेंच उत्पन्न केलें आणि पंचज्ञानेंद्रियें आणि त्यांचे शब्दादि विषय हे त्यानेंच उत्पन्न केले. ब्रह्मा, विष्णु व रुद्र यांनांही त्या महादेवापासूनच शक्ति मिळाली आहे. भूलोक, भुवर्लोक, स्वर्लोक, महर्लोक, लोकालोक, मेरुपर्वत येथें व इतर सर्व ठिकाणीं शंकरच भरला आहे. हा देव दिगंबर, ऊर्ध्वरेता, मदनाला जाळणारा, स्मशानांत क्रीडा करणारा आहे. त्याच्या अर्धांगीं त्याची कांता आहे. त्याच्यापासूनच विद्या अविद्या उत्पन्न झाल्या आणि धर्म अधर्म उत्पन्न झाले. शंकराच्या भगलिंगापासून निर्गुण चैतन्य आणि माया यांच्या संयोगानें सृष्टि कशी उत्पन्न होते याचें अनुमान होतें. महादेव हा सर्व जगताचें आदिकरण आहे. सर्व चराचर जगत् उमा व शंकर या दोन देहांनीं व्याप्त आहे. (अनुशासन पर्व अध्याय १४)

शंकराच्या स्वरूपाचें उपमन्यूस दर्शन झालें तें असें. "शुभ्र कैलासाकार नंदीवर शुभ्र देहाचे दैदीप्यमान महादेव बसले आहेत; त्यांच्या गळ्यांत जानवें आहे; त्यांस अठरा भुजा आणि तीन नेत्र आहेत; हातांत पिनाकधनुष्य आहे आणि पाशुपत अस्त्र आहे;

तसेंच त्रिशूळ आहे; त्रिशूळाला गुंडाळलेला सर्प आहे; परशुही परशुरामाला दिलेला एका हातांत आहे. हंसावर बसलेले ब्रह्मदेव उजव्या बाजूस आणि शंखचक्रगधाधारी गरुडावर बसलेले नारायण डाव्या बाजूस, हातांत शक्ति व घंटा घेतलेले, स्कंद, मयूरावर पुढें. याप्रमाणें शंकराचें सगुणरूपवर्णन येथें दिलेलें आहे. (भा. पान ९३) इंद्रानें शतरुद्रिय म्हणून त्याचा स्तव केला असें वर्णन आहे. शंकराचे अवतार महाभारतांत कोठें वर्णन केलेले नाहींत. शंकरानें त्रिपुरदाह केल्याचें वर्णन वारंवार येतें. असो. " महादेवा, तुझीं सात तत्त्वें (महत्, अहंकार आणि पंचतन्मात्रा) आणि सहा अंगें यांचें यथार्थ ज्ञान करून घेऊन तसेंच परमात्म्याचें सर्वत्र अभिन्नस्वरूप सर्वत्र व्याप्त आहे असें जाणून जो तुझें ध्यान करितो तो तुझ्यामध्यें प्रविष्ट होऊन सायुज्य मिळवितो. " (पान ६०) असो. यापेक्षां जास्त माहिती पाशुपत तत्त्वज्ञानाची महाभारतांत मिळत नाहीं. बहुधा महाभारतकार सौति ह्यानें नारायणीयाप्रमाणें पाशुपत मतासंबंधानें स्वतंत्र आख्यान किंवा ग्रंथ त्या वेळीं उपलब्ध नसल्यानें महाभारतांत यापेक्षां जास्त वर्णन केलें नाहीं असेंच मानावें लागतें.

भा. पु. ६ पान १९९ यांत शंकराचें स्थान कैलास आणि विष्णूचें स्थान वैकुंठ असें म्हटलें आहे परंतु हीं नांवें मूळांत नाहींत. तीं टीकेवरून घेतलेलीं आहेत. मूळांतील श्लोक येथें देण्यासारखा आहे.

ततोऽव्ययं स्थानमनन्तमेति देवस्य विष्णोरथ ब्रह्मणस्य ।
शेषस्य चैवाथ नरस्यचैव देवस्य विष्णोः परमस्य चापि ॥ ६० ॥

शां० अ० २८० यांत हीं स्थानें अव्यय अनन्त म्हटलीं आहेत. अर्थात् तीं शेवटचीं आहेत. यांत प्रथम देवस्य म्हणजे शंकराचें असें घ्यावें आणि विष्णोः हें दोनदां आल्यानें प्रथम पांचरात्रमताचें स्थान घ्यावें. ब्रह्मणस्य म्हणजे ब्रह्मदेवाचें आणि शेष म्हणजे नागलोक असें समजावें. नरस्य म्हणजे जीवस्य असें टीकाकार म्हणतो आणि हें मत सांख्याचें आहे असा त्याचा अभिप्राय आहे. परंतु सांख्यमतानें निराळा कोणी लोकच नाहीं असें दिसतें. असो. परमस्य विष्णोः या पदानें ब्रह्मस्वरूपी परमात्मा विष्णु घ्यावयाचा असून हें स्थान तद्धामपरमं मम या गीतावचनांत सांगितलेलें वेदान्त्यांचें होय. " असो. हा श्लोक कूटासारखा आहे. तो आपण बाजूस ठेविला तरी पाशुपतांचें परम स्थान कोणतें याचा उल्लेख येथें किंवा अन्यत्र नाहीं आणि पाशुपतमतानें मुक्त कोणत्या गतीला कसा जातो याचें वर्णन महाभारतांत नाहीं. कदाचित् तो कैलासांत शंकराचा गण होतो आणि तेथून कल्पांतीं शंकराबरोबर मोक्ष पावतो असें कांहीं उल्लेखांवरून मानतां येईल. पाशुपतमतांत संन्यासाच्या पुढें पायरी जाऊन अत्याश्रमी मानले गेले आहेत हें पूर्वींच्या उताऱ्यांत आलें आहे. अत्याश्रमी सर्व मतांत हल्लीं मानतात पण त्यांचा उल्लेख जसा दक्षाच्या पाशुपतव्रतांत आहे तसा प्रथम रुद्रप्रधान श्वेताश्वतरोपनिषदांत येतो.

तपः प्रभावादेव प्रसादाच्च ब्रह्म ह श्वेताश्वतरोऽथ विद्वान् ।
अत्याश्रमिभ्यः परमं पवित्रं प्रोवाच सम्यंगृषिसंघजुष्टम् ॥

पाशुपतमत सर्व वर्णांना सारखेंच मोक्षास नेणारें असल्यानें बहुधा खालच्या वर्णांत या मताचे अधिक अनुयायी असावे. पांचरात्रमत केवळ द्विजांनाच मोक्ष आहे असें मानणारें असावें असा आमचा अंदाज आहे; निरनिरा-

ल्या जन्मांअंतीं द्विजाचा जन्म येऊन नारायणाच्या प्रसादानें त्यास मोक्ष अथवा परमगति मिळते असें त्यांचें मत दिसतें.

पाशुपतमतांत तपाची विशेष महती आहे. यांत तपश्चर्येचें वर्णन थोडेसें करण्यासारखें आहे. " कित्येक वायु भक्षण करीत. कित्येक उदकावर निर्वाह करीत. कित्येक जप जपण्यांत निमग्न असत. कित्येक योगाभ्यासानें भगवच्चिंतन करीत. कित्येक केवळ धूम्र प्राशन करीत. कित्येक उष्णतेचें सेवन करीत. कित्येक दुधावर राहत, कित्येक हस्तांचा उपयोग न करतां केवळ गाईसारखे खात व पीत. कित्येक दगडावर दाणे कुटून त्यावर उपजीविका करीत. कित्येक चंद्रकिरणांवर, कित्येक उदकाच्या फेसावर व कित्येक पिंपळाच्या फळांवर निर्वाह करीत. कित्येक पाण्यांत पडून राहात." वगैरे (भा० पु० पान ४) एका पायावर उभे राहून हात वर करून वेद म्हणणें हेंही खडतर तप होतें. श्रीकृष्णानें तसें तप सहा महिने केलें असें वर्णन आहे. शंकरही तप करीत आहेत असें वर्णन या उपमन्यु आख्यानांत आहे.

शंकराच्या दक्षस्तवांत दोन नांवें विशेष लक्षांत घेण्यासारखीं आलीं आहेत तीं येथें दिलीं पाहिजेत. " चराचरजीवांशीं तूं सोंगट्यांप्रमाणें खेळतोस म्हणून तुला 'चरुचेली' म्हणतात. तूं कारणाचेंही कारण म्हणून तुला " मिलीमिली " असें म्हणतात. मूळ श्लोक असा—

> घंटोऽघंटोघटी घंटी चरुचेली मिलीमिली ।
> ब्रह्मकायिकमग्नीनां दण्डीमुंडस्त्रिदंडधृक् ॥
> (शां० अ० २८४-४५)

(भा० पु० ६ पान ६१९) चरुचेली आणि मिलीमिली हे शब्द संस्कृत नसून द्राविडी भाषेंतील भासतात. यावरून महादेवाचीं दोन स्वरूपें एक आर्य व एक अनार्य असें जें आम्हीं म्हटलें आहे त्याला दुजोरा मिळतो कीं काय हें वाचकांनीं पाहिलें पाहिजे. असो.

भगवद्गीतेनें घालून दिलेल्या मार्गाप्रमाणें प्रत्येक मतास परम्परा पाहिजे. त्याप्रमाणें पाशुपतमताची परम्परा पुढीलवरून दिसते. ब्रह्मदेवानें हें गुह्य प्रथम शक्राला सांगितलें आणि त्यानें मृत्यूला, मृत्यूनें रुद्राला, रुद्रानें तण्डीला, तण्डीनें शुक्राला, शुक्रानें गौतमाला, गौतमानें वैवस्वत मनूला, मनूनें यमाला, यमानें नाचिकेताला, नाचिकेतानें मार्कंडेयास आणि मार्कंडेयानें मला उपमन्यूला सांगितलें, असें अनु० प० अ० १७ चे शेवटीं सांगितलें आहे. (भा० पु० ७ पान ९३) परंपरा ही सहस्त्रनामस्तवाची आहे तथापि ती एकंदर पाशुपतमताची असावी असें मानण्यास हरकत नाहीं.

पाशुपत संन्यासमार्गी आहे असें म्हणतां येत नाहीं. संपूर्ण वैदिकमार्गी हें मत नाहीं असें त्यांत म्हटलेंच आहे. महादेवाचे गण भूतपिशाच्च वगैरे असून त्यांचीही या मतांत पूजा आहे; तथापि महाभारतकाळीं त्यांची भक्ति विशेष वाढलेली दिसत नाहीं. पाशुपततत्त्वज्ञानांत जगतांत कार्य, कारण, योगविधि आणि दुःख हे पांच पदार्थ मानले आहेत, असें आचार्यांनीं सूत्र भाष्यांत सांगितलें आहे. पण त्यांचा उल्लेख महाभारतांत नाहीं. पण ज्या अर्थी पाशुपत हें तत्त्वज्ञान मानलें आहे त्याअर्थी त्यांचीं कांहीं विशिष्ट मतें असलींच पाहिजेत. असो. या सर्व निरनिराळ्या तत्त्वज्ञानांत तीनचार गोष्टी समान दिसतात त्याचा शेवटीं उल्लेख करावयास हरकत नाहीं. प्रथम गोष्ट ही कीं, प्रत्येक तत्त्वज्ञानांत तें ज्ञान येण्यास गुरूची अवश्यकता दिसते. गुरूशिवाय तत्त्वज्ञान प्राप्त होत नाहीं, हा सिद्धान्त उपनिषदांतही आहे. "**तद्विज्ञानार्थं स गुरुमेवा-**

भिगच्छेत् समित्पाणिः श्रोत्रियं ब्रह्मनिष्ठम्" हें मुण्डकांतील वाक्य प्रसिद्धच आहे. तसेंच "आचार्याद्ध्येव विद्या विदिता साधिष्ठं प्रापयति" असें छांदोग्यांत म्हटलें आहे. भगवद्गीतेंतही "तद्विद्धि प्रणिपातेन परिप्रश्नेन सेवया उपदेक्ष्यंति ते ज्ञानं ज्ञानिनस्तत्वदर्शिनः" असाच सिद्धांत दिलेला आहे. अर्थात् वेदान्तज्ञानाला गुरूच्या उपदेशाची जरुरी लागते. हें ज्ञान स्वतः सिद्ध होऊं शकत नाहीं असें मात्र भगवद्गीतेचें मत नाहीं. "तत्स्वयं योगसंसिद्धः कालेनात्मनि विंदति" असेंही त्यांत सांगितलेलें आहे. योगज्ञानासंबंधानें महाभारतांत गुरूपदिष्ट मार्गानें ज्ञान समजावून घेऊन" अशीं वचनें येतात. पांचरात्राचेंही असेंच स्पष्ट मत दिसतें. मात्र सांख्य व पाशुपत यांच्या मतांत असा स्पष्ट उल्लेख आलेला आढळला नाहीं. तथापि त्यांचेंही मत या बाबतींत तसेंच असावें. उदाहरणार्थ अ० २३१ यांत "गुरूनें सांगितलेल्या युक्तीनें योग्यास जीव स्थूल देहांतून मुक्त करतां येतो" असें सांगितलेलें आहे. अर्थात् योगमार्गीतही गुरूचा उपदेश पाहिजे असें स्पष्ट होतें. तत्त्वज्ञानाचे गुरु हे अर्थात् उपनयनाच्या गुरूहून भिन्न आहेत. यांच्यापाशींही ब्रह्मचर्य पाळावें लागतें असें दिसतें. ब्रह्मचर्य म्हणजे ब्रह्मप्राप्तीसाठीं केलेली गुरूची सेवा होय. मग ती एक दिवस असो किंवा कित्येक वर्षें असो. छांदोग्योपनिषदांत इंद्रानें प्रजापतीजवळ १०१ वर्षे ब्रह्मचर्याची सेवा केली असें वर्णन आहे. एकशतं हि वर्षाणि मघवान् प्रजापतौ ब्रह्मचर्यमुवास "तेव्हां त्यानें शेवटचा उपदेश केला. "भूयएवतपसा श्रद्धया ब्रह्मचर्येण संवत्सरं वत्स्यथ" असें प्रश्नोपनिषदांत आहे. या ब्रह्मचर्याचा उद्देश बुद्धि शुद्ध आणि योग्य होण्याचा आहे हें उघड आहे. दुसरें ब्रह्मचर्याचे सर्व नियम यांत पाळावे लागत. ब्रह्मचर्य म्हणजे स्त्रीसंग वर्ज्य करणें हा प्रथम नियम असल्यानें हा नेहमींचा अर्थ झालेला आहे तो बरोबर आहे. सर्व तत्त्वज्ञानांत मोक्षाला असें ब्रह्मचर्य पाहिजे असें मानलेलें दिसतें. निदान योग्याला तर त्याची अवश्यकता आहे असें स्पष्ट सांगितलेलें आहे. तिसरें. ब्रह्मचर्याबरोबर अहिंसेचा नियम सर्व तत्त्वज्ञानांत मान्य झालेला दिसतो. मांसान्न खाल्ल्यानें योग्याची किंवा वेदांत्याचीही घडी जमावयाची नाहीं असा निश्चय दिसतो. पांचरात्रमतांत व साधारणपणें भागवत मतांत हिंसा व मांसान्न वर्ज्य आहे हें पूर्वीं सांगितलेंच आहे आणि म्हणूनच हिंसावर्ज्य यज्ञ तो वैष्णवयज्ञ होय असें सांगितलें आहे. (पाशुपतमतांत मात्र तसें दिसत नाहीं.)

गुरूची आवश्यकता फक्त ज्ञान किंवा विशेष गुह्य मार्ग सांगून देण्यापुरतीच आहे हें उघड आहे. म्हणूनच विद्येंत गुरूचा चवथा भाग आहे असें सनत्सुजातांत सांगितलें आहे. अर्थात् बाकीचे तीन पाद शिष्यानें स्वतः मिळवावे लागतात. उपनयनानें वेदाध्ययन करण्याच्या वेळीं केलेला गुरु आणि तत्त्वज्ञान सांगणारा गुरु यांशिवाय अन्य धर्मगुरु महाभारतांत कोणी सांगितलेला नाहीं. धर्मगुरु ही कल्पना निरनिराळे धर्म झाले तेव्हांची आहे. महाभारतकाळीं एकच धर्म होता असें म्हटलें तरी चालेल. तत्त्वज्ञानासाठीं कोणाही ब्रह्मनिष्ठाकडे जावें असें होतें; अमुकच गुरूकडे जावें असें दिसत नाहीं.

चौथें सर्व तत्त्वज्ञानांत धार्मिक व नीतीच्या आचरणाची जरूरी आहे ही गोष्ट शेवटीं सांगितली पाहिजे.

नाविरतो दुश्चरितात् नाशान्तो नासमाहितः
नाशान्तमानसो वापि प्रज्ञानेनैनमाप्नुयात् ॥

(कठ) हें तत्त्व वेदान्तज्ञानाप्रमाणें सर्वांस लागू आहे. सर्व तत्त्वज्ञानांत मोक्षाची इच्छा करणाऱ्या पुरुषास सद्वर्तन, नीति आणि शांति यांची अवश्यकता आहे असें सांगितलेलें आहे. आणि यानेंच त्यास मोक्ष मिळण्यास मदत होते. अर्थात् नीति अथवा दशविधधर्म यांचा उपदेश सर्व मतांत अन्तर्भूत आहे असें स्पष्ट आहे आणि यामुळेंच तत्त्वज्ञान्यानें पाहिजे तसें आचरण केल्यास हरकत नाहीं, या मताचा अंगीकार करतां येत नाहीं. किंबहुना खरा तत्त्वज्ञानी उत्तमच आचरण करील असा निश्चय होतो.

प्रकरण अठरावें.

भगवद्गीताविचार.

सर्व प्राचीन संस्कृत वाङ्मयांत ज्याप्रमाणें महाभारत अत्यंत श्रेष्ठ आहे त्याप्रमाणें महाभारताच्या सर्व आख्यानोपाख्यानांत भगवद्गीता ही श्रेष्ठ आहे. भगवद्गीतेची खुद्द महाभारतांत जागजागीं स्तुति आहे आणि भगवद्गीता उपनिषत्तुल्य मानली जात असून तिचा आदर सर्व प्राचीन व अर्वाचीन प्राच्य व पाश्चात्य तत्त्वज्ञान्यांस आहे. महाभारताच्या उपसंहारांत या कारणानें भगवद्गीतेवर स्वतंत्र प्रकरणांत विस्तृत रीतीनें विचार झालाच पाहिजे. या विचाराशिवाय हा ग्रंथ अपुरा होईल यांत शंका नाहीं. यासाठीं भगवद्गीतेचा निरनिराळ्या दृष्टीनें या प्रकरणांत विचार करण्याचें आम्ही योजिलें आहे. आणि भगवद्गीतेसंबंधानें ज्या कित्येक शंका आजपर्यंत लोकांनीं प्रदर्शित केल्या आहेत त्यांचेंही निराकरण यथाशक्ति करण्याचा प्रयत्न आम्ही येथें करणार आहों.

भगवद्गीता सौतीची नव्हे.

भगवद्गीतेसंबंधानें प्रथम प्रश्न असा कीं, हा ग्रंथ एकाच ग्रंथकर्त्याचा आहे किंवा यांत महाभारताप्रमाणें दोनतीन कर्त्यांची रचना दिसते? आमच्या मतें भगवद्गीता ग्रंथ अथपासून इतिपर्यंत एकाच दिव्यकल्पनाशक्तीनें निर्माण केलेला असून तो सर्व बाजूंनीं सर्वांगसुंदर व सुबद्ध असा आहे. महाभारताचे आपण तीन कर्ते निश्चित केले आहेत. व्यास, वैशंपायन आणि सौति. यांपैकीं सौतीचा हा ग्रंथ नसावा असें आपणास निश्चयानें म्हणतां येतें. सौतीनें आपल्या विस्तृत केलेल्या महाभारतांत भगवद्गीतेचीं कोणतीं वचनें वारंवार येतात हें येथें विस्तारानें सांगणें नलगे. वाचकांच्या लक्षांत तीं ताबडतोब येतील. महाभारतकारास भगवद्गीतेविषयीं किती आदर होता हें त्यांतील वचनांवरून दिसून येतें. महाभारत तयार करते वेळीं सौतीसमोर हल्लींची संपूर्ण भगवद्गीता होती असें स्पष्ट दिसतें या गोष्टीचीं एकदोन अन्य प्रमाणेंही देतां येतील. सौतीनें मूळ भारतांतील कित्येक उत्तम भागांचें अनुकरण करून महाभारत विस्तृत केलें असें आपण पूर्वीं दाखविलें आहे. भगवद्गीतेचेंच अनुकरण करून त्यानें अनुगीता अश्वमेधपर्वांत घातली आहे; व तिचें नांवही अनुगीता ठेविलें आहे. अर्थात् ती भगवद्गीतेच्या **अनुकरणानें मागून** तयार केलेली आहे. सारांश भगवद्गीता सौतीपुढें उत्कृष्ट नमुन्याप्रमाणें होती, इतकेंच नव्हे, तर सौतीनें भगवद्गीतेची स्तुति श्रीकृष्णमुखानेंच या अनुगीतेच्या प्रसंगीं केली आहे. "मला तें युद्धारंभीं सांगितलेलें दिव्य ज्ञान पुन्हां सांग, कारण तें माझें नष्ट झालें असें अर्जुनानें म्हटल्यावर,

परं हि ब्रह्म कथितं योगयुक्तेन चेतसा ।
न शक्यं तन्मया भूयस्तथा वक्तुमशेषतः ॥
स हि धर्मः सुपर्याप्तो ब्रह्मणः परिवेदने ।
न च साद्य पुनर्भूयः स्मृतिर्मे संभविष्यति ॥

(अश्व० अ० १६)

असें श्रीकृष्णानें उत्तर दिलें आहे. मला ही भगवद्गीता पुन्हां सांगतां येणार नाहीं या श्रीकृष्णाच्या वाक्यांत भगवद्गीतेची किती तरी स्तुति भरली आहे ! ! ! आपल्याच कृतीची स्तुति सौति कधींही करणार नाहीं. भगवद्गीता ग्रंथ दुसऱ्यानें केलेला सौतीपुढें असून त्याजविषयीं त्याचा अत्यंत आदर होता ही

गोष्ट आपल्यास स्पष्ट दिसते आणि भगवद्गीतेचें अनुकरण करून त्यानें अनुगीता उपाख्यान येथें घातलें असें आपल्यास म्हणतां येतें.

याशिवाय आणखीही एक पुरावा आपल्यास अनुकरणाचा दिसून येतो. महाकवीच्या अत्युदात्त कौशल्यानुरूप व्यासानें अथवा वैशंपायनानें विश्वरूपदर्शनरूपी चमत्कार भगवद्गीतेच्या मध्यावर घातला आहे. हा चमत्कार या ठिकाणीं फारच मार्मिक रीतीनें आला असून त्याचा येथें उपयोगही झाला आहे. अर्जुनाच्या मनावर श्रीकृष्णाच्या दिव्य उपदेशाचें तत्त्व पूर्णपणें ठसण्यास त्याचा उपयोग होता व झाला. धर्मसंस्थापनेसाठीं चमत्काराचें अस्तित्व सर्व धर्मांत मान्य केलें गेलें आहे. त्याप्रमाणें येथें भगवद्गीतेंतील हा चमत्कार योग्य स्थळीं आणि योग्य कारणासाठीं महाकवीनें योजिला आहे. पण सौतीनें यान चमत्काराचें अवलंबन अन्य ठिकाणीं अनुकरणानें केलें आहे. तें अयोग्य जागीं झालें असून त्याचा कांहीं उपयोगही झालेला नाहीं. श्रीकृष्णाच्या शिष्टाईच्या वेळीं कौरवसभेंत धृतराष्ट्राला विश्वरूप श्रीकृष्णानें दाखविलें असें उद्योगपर्व अध्याय १३१ यांत वर्णिलें आहे. तें अर्थात् या भगवद्गीतेंतील विश्वरूपदर्शनाचें अनुकरण होय. इतकेंच नव्हे तर ज्याप्रमाणें अर्जुनाला श्रीकृष्णानें विश्वरूप पाहण्यासाठीं दिव्यदृष्टि दिली, त्याप्रमाणें येथें धृतराष्ट्राला श्रीकृष्णानें दिव्यदृष्टि दिली असें वर्णिलें आहे. असो. तर भगवद्गीतेंतील विश्वरूपदर्शन अस्सल आणि उद्योगपर्वांतील नक्कल आणि तीही भलत्याच ठिकाणीं असें वाचकांस वाटल्यावांचून राहत नाहीं. अर्थात् भगवद्गीता हल्लीं आहे तशी सौतीपुढें होती आणि त्याच्या आदरानें त्यानें अनुकरणानें हा भाग उद्योगपर्वांत घातला आहे असें आपलें अनुमान दृढ होतें.

येथें असा प्रश्न उपस्थित होतो कीं, सौतीच्या पुढें भगवद्गीता होती ती जशीच्या तशीच त्यानें महाभारतांत सामील केली किंवा त्यांत कांहीं भर घातली; कित्येकांचें मत असें आहे कीं, विश्वरूप दर्शनानंतरचे कांहीं अध्याय सौतीनें घातलेले आहेत हापूकिनचें मतही असेंच असल्याचें दिसून येतें कीं, भगवद्गीतेंतील मधले अध्याय मागाहूनचे असून प्रारंभींचे व शेवटचे अध्याय मूळचे आहेत. राजाराम शास्त्री भागवत याणींही प्रारंभींचे दोन अध्यायच मूळचे आणि पुढचे अध्याय नंतरचे असें प्रतिपादन केलें होतें व त्यांत विभूति अध्यायांतील व १९ व्यांतील कांहीं वचनांत मागेंपुढें संदर्भ जुळत नाहीं असें कारण दाखविलें होतें. पण आमच्यामतें ह्या कल्पना चुकीच्या आहेत. विश्वरूपदर्शनानंतरच्या अध्यायांत जें सांख्य व वेदान्त ज्ञान सांगितलें आहे तें महाभारतकाळाच्या पूर्वीचें आहे, असें आम्ही मागच्या प्रकरणांत दाखविलेंच आहे. क्षेत्राच्या व्याख्येंत "इच्छाद्वेषः सुखं दुःखं संघातश्चेतना धृतिः" या गोष्टी ज्या भगवद्गीतेनें सामील केल्या आहेत त्यांचा दाखला पुन्हां महाभारतांत सांपडत नाहीं. सांख्याच्या तत्त्वज्ञानाचें उद्घाटन सौतीनें वारंवार शांतिपर्वांत केलेलें आहे पण त्यांत याचा मागमूस नाहीं. किंवा वेदान्तज्ञानाचेंही सविस्तर वर्णन शांतिपर्वांत पुनःपुन्हां आलें आहे त्यांतही नाहीं. पंधराव्या अध्यायांतील पुरुषोत्तमयोगही पुन्हां वर्णिलेला नाहीं. दैवासुरसंपद्विभागही पुन्हां कोठें आलेला नाहीं. सत्त्व-रज-तमादि त्रिगुणांचें वर्णन पुनःपुन्हां आलें आहे पण हा दैवासुरसंपद्विभाग पुन्हां उल्लिखित नाहीं. आणि हे सर्व भाग इतक्या सुंदर व अलौकिक

रीतीनें व भाषेनें वर्णिलेले आहेत—उदाहरणार्थ ज्ञानाचें वर्णन किंवा त्रिगुणांचें वर्णन किंवा " ईश्वरोहमहं भोगी सिद्धोहं बलवान् सुखी " इत्यादि आसुरस्वभावाचें वर्णन भगवद्गीतेंत इतकें मनोहर आहे की, तें सौतीनें केलेलें असेल असें मानतां येत नाहीं. भागवतांची कल्पना तर अगदींच चुकीची आहे. भगवद्गीतेंत कोणत्याही ठिकाणीं विरोध नाहीं इतकेंच नव्हे तर विभूतिवर्णनाचा अध्याय हाही एक अतिशय सुंदर कल्पनांपैकीं भाग असून त्याचेंच अनुकरण प्रत्येक नंतरच्या निरनिराळ्या गीतांनीं केलेलें आहे. त्याचप्रमाणें पंधरावा अध्यायही अतिशय मनोहर असून तोच गीतेंतील सर्व अध्यायांत श्रेष्ठ आहे असें मानलें जातें. याच दोन अध्यायांत भागवतांनीं विरोधी वचनें दाखविलीं होतीं. असो. तर एकंदरीनें विचार करतां मधले अध्याय सौतीनें मागाहून घातले ही कल्पना संभवत नाहीं. त्यांतील सर्व विषय सौतीच्या वेळच्या ज्ञानाहून भिन्न आहेत. त्यांतील भाषा आणि विचारसरणिही अतिशय रम्य आणि दिव्य आहे. सारांश, गीतेच्या इतर भागाला विसदृश अशी यांची मांडणी, विचारसरणि किंवा भाषा मुळींच नसून हे भाग भगवद्गीतेचे मूळचे आहेत असें वाटल्यावांचून राहात नाहीं. आणि विश्वरूपदर्शनाचा भाग जो सौतीनें अनुकरण केला तो यांतच आहे. तेव्हां हे सर्व भाग सौतीच्या पुढें होते असेंच अनुमान करणें युक्त दिसतें आणि ते निदान सौतीनें वाढविले नाहींत असें मानणें भाग येतें.

भगवद्गीता एका कर्त्याची आहे.

भगवद्गीतेमध्यें कोणत्याही प्रकारचा विसदृश जोड दिसत नाहीं असें आमचें मत आहे. भाषेच्या दृष्टीनें, कवित्वाच्या दृष्टीनें, विषयांच्या दिव्य प्रतिपादनाच्या दृष्टीनें किंवा उत्तम छंदोरचनेच्या दृष्टीनें भगवद्गीता एकाच अत्युदात्त कवित्वशक्तीच्या पुरुषानें तयार केली आहे असेंच अनुमान करावें लागतें. भगवद्गीतेची भाषा अतिशय जोरदार सरळ व साधी असून ती संस्कृत भाषा ज्या वेळेस प्रत्यक्ष बोलण्यांत येत होती त्या वेळची अर्थात् हल्लींच्या महाभारताच्या पूर्वींची आहे हें आम्हीं दाखविलेंच आहे. त्या भाषेंत पाणिनीच्या व्याकरणाच्या नियमांनीं चुक्या आहेत

१ भगवद्गीतेंत ७०० श्लोक असून त्यांतही एक श्लोक तेराव्या अध्यायाच्या प्रारंभींचा " प्रकृतिं पुरुषं चैव क्षेत्रं क्षेत्रज्ञमेवच । एतद्वेदितुमिच्छामि ज्ञानं ज्ञेयं च केशव ।। " हा श्लोक मान्य करीत नाहींत. पण सर्व प्रतींत ही सातशें श्लोकांचीच गीता दिलेली असून " षट्शतानि सविंशानि श्लोकानां प्राह केशवः । अर्जुनः सप्तपंचाशत् सप्तषष्टिं तु संजयः । धृतराष्ट्रः श्लोकमेकं गीताया मानमुच्यते ।। या महाभारतांतील गीतेनंतरच्या श्लोकांत सांगितलेलें चुकीचें मान कसें आढळतें हा एक मोठा गूढ प्रश्न आहे. हे श्लोक गौड मानीत नाहींत असें नीलकण्ठानें योग्य सांगितलें. पण दाक्षिणात्यांच्या पोथ्यांत तरी सातशें श्लोकांचीच गीता असून हा धृतराष्ट्र १ अर्जुन ५७ संजय ६७ आणि श्रीकृष्ण ६२० मिळून ७४५ श्लोकसंख्या सांगणारा श्लोक आला कोठून हें एक आश्चर्यच आहे. एकंदर श्लोकसंख्या चुकते इतकेंच नव्हे तर प्रत्येकाची संख्या चुकते. सर्व गीतेंत धृतराष्ट्र १ संजय ४१ अर्जुन ८५ आणि श्रीकृष्ण ५७३ असे श्लोक आहेत; म्हणजे सगळाच घोंटाळा असा हा प्राक्षिप्त श्लोक घालणारा कोणी तरी विक्षिप्त असला पाहिजे. हा श्लोक सौतीचाच असल्यास त्याच्या अतिशय गूढ संख्याविशिष्ट कूटांपैकीं तो आहे असें म्हणावें लागतें. हल्लींच्या सातशें श्लोकी गीतेंत कोठें खंड किंवा विजोडपणा आपल्यास दिसत नसल्यानें या श्लोकास आपल्यास बाजूला ठेवावयास पाहिजे. यावरून कोणतेंच अनुमान काढणें वाजवी नाहीं असें आमचें मत आहे.

असें दाखविणें म्हणजे दादोबाच्या व्याकरणानुरूप मोरोपंतांच्या महाभारताच्या मराठींत चुका आहेत असें म्हणण्यासारखेंच आहे. भाषा मृत झाल्यावर त्यांतील आप्त व्याकरणाच्या दृष्टीनें एखाद्या ग्रंथाच्या चुका दाखवितां येतील. पण पाणिनीच्या पूर्वीच्या भगवद्गीतेंतील बोलण्यांत येणाऱ्या संस्कृत भाषेच्या चुका दाखविणें निरर्थक आहे. भगवद्गीतेंतील अनुष्टुप् श्लोकांचें माधुर्य फारच वरिष्ठ दर्जाचें आहे हें अनेकश्लोकांच्या हृस्वदीर्घानुक्रमांचा विचार महाभारतांतील इतर भागांतील अनुष्टुभांच्या तुलनेनें करून हाप्किनेनेंच दाखविलें आहे. भाषासौंदर्य किंवा छंदोमाधुर्य भगवद्गीतेच्या अमुक अध्यायांत कमी किंवा जास्ती आहे असें आपल्यास कोठेंच भासत नाहीं. त्याचप्रमाणें विषयाच्या प्रतिपादनांत कोठें विरोधही दिसून येत नाहीं. किंबहुना सर्वच विषय सारख्याच दिव्य कल्पनाशक्तीनें वर्णिलेले असून यांत महातत्त्वज्ञानात्मक खोल विचार प्रगल्भ व प्रसादयुक्त वाणीनें केलेला आहे. यासाठीं भगवद्गीता हा समग्र ग्रंथ एकाच बुद्धिमान् कवीच्या डोक्यांतून निघाला असून तो ताजमहालाच्या अप्रतिम इमारतीप्रमाणें सुंदर, सुबद्ध आणि विशाल कल्पनेनें भरलेला आपल्या समोर उभा राहातो. त्यांत कोठें जोड किंवा सांधा किंवा मागाहून रचलेला भाग दिसत नाहीं. त्याची एकंदर भव्य आकृति किंवा बारीक कुसरीचे सुंदर भाग एकाच प्रतिभेंतून निघालेले आहेत. **“ न योत्स्ये इति गोविंदमुक्त्वा तूष्णीं बभूव ह ” हा त्याचा पाया आहे, विश्वरूपदर्शन हा त्याचा मध्य आहे, आणि “ करिष्ये वचनं तव ” हा त्याचा कळस आहे. सांख्य, योग, वेदांत आणि भक्ति या त्याच्या चार बाजवा आणि चार कोपऱ्यांचे मनोरे आहेत आणि कर्मयोग हा त्याचा मुख्य मधला मनोरा आहे. निरनिराळ्या चार तत्त्वज्ञानांचीं अक्षरें चारी संगमरवरी भिंतींवर रंगीत संगमरवरी दगडांनींच खोदलीं आहेत आणि यांच्या चारी दरवाजांच्या आंत गाभाऱ्यांत परब्रह्म सांठविलें आहे.** याप्रमाणें या दिव्य तत्त्वज्ञानात्मक दिव्य ग्रंथाचें अलौकिक सौंदर्य आपल्यास थक्क करून सोडतें. असो. तर या गीतोत्तमांत कोठेंही विसदृश भर किंवा बदसूर आपल्यास दिसत नाहीं. त्याच्या उदात्त कल्पनेस न साजणारे किंवा न जुळणारे असे कोठेंच विचार नाहींत; किंवा भाषा अगर कल्पना कमी रम्य अथवा कमी गंभीर अमुक ठिकाणीं आहे असेंही म्हणतां येत नाहीं. अर्थात् हा ग्रंथ एकाच महाबुद्धिमान् कर्त्याच्या हातचा आहे असें म्हटल्यावांचून राहवत नाहीं.

भगवद्गीता मूळ भारतांतलीच आहे.

येथें असा प्रश्न उपस्थित होतो कीं, भगवद्गीता हा ग्रंथ समग्र तत्त्वज्ञानाचा असून त्याचा संबंध महाभारतकथेशीं मूळचा नसावा आणि तो एक उत्कृष्ट ग्रंथ म्हणून सौतीनें महाभारतांत इतर आख्यानांप्रमाणें सामिल केला असावा असें कां मानूं नये? कित्येकांनीं अशी कल्पना केली आहे कीं, भगवद्गीता मूळ भारती इतिहासाशीं संबद्ध नव्हती आणि ती श्रीकृष्णानेंही सांगितलेली नव्हती. ती भगवान् संज्ञित गुरूनें सांगितली असून सौतीनें तीव्र महाभारतास जोडून घेतली आहे. सर्व तत्त्वज्ञानाचे ग्रंथ अथवा आख्यानें एकत्र करण्याचा सौतीचा उद्देश होताच; त्याप्रमाणें त्यानें हा ग्रंथ महाभारतास जोडून घेतलेला आहे असें कां म्हणूं नये? तात्पर्य भगवद्गीता मूळ भारताचा भाग होता असें तरी

कां म्हटलें पाहिजे? आमच्या मतें ही कल्पना क्षणमात्र टिकूं शकत नाहीं. भगवद्गीतेची कल्पना श्रीकृष्ण व अर्जुन यांच्याशिवाय होऊंच शकत नाहीं. भगवद्गीतेच्या उपदेशाचा उठाव ज्या उत्तम श्लोकापासून आहे तो श्लोक भगवद्गीतेंत नसेल तर ती गीताच नव्हे.

अशोच्यानन्वशोचस्त्वंप्रज्ञावादांश्च भाषसे ।
गतासूनगतासूंश्च नानुशोचन्ति पण्डिताः ॥

या उदात्त श्लोकापासूनच उपदेशास प्रारंभ योग्य तऱ्हेनें झालेला आहे आणि याचा संबंध भारतीयुद्धाशींच लागतो. भगवद्गीतेंत वारंवार चर्चाही युद्ध करावें कीं नाहीं याचीच आहे. आणि " **युद्ध्यस्व विगतज्वरः** " " **मामनुस्मर युध्य च** " असाच उपदेश वारंवार येतो. विश्वरूपदर्शनांतही एकंदर भारतीयुद्धाचीच कल्पना भरली आहे आणि विश्वरूपाच्या भयंकर दाढांत भीष्मद्रोणादिक असंख्यात वीर चुरडले जात आहेत असें दाखविलेलें आहे. अर्थात् विश्वरूपदर्शन ज्यांत आहे अशी भगवद्गीता भारतीयुद्धाला धरूनच असली पाहिजे हें उघड आहे. सौतीच्या महाभारताचा भाग तो नाहीं, म्हणजे सौतीनें भगवद्गीतेला हल्लींचें रूप दिलें नसून तें रूप त्याच्या समोर पूर्वीपासून सबंध होतें असें आपण ठरविलें आहे. मग भारतीयुद्धकथेला संबद्ध असें रूप दुसरे कोणी तरी पूर्वी दिलें असेल अशा कल्पना करण्यांत काय तात्पर्य? सारांश, गीता मूळच्या व्यासाच्या किंवा वैशंपायनाच्या भारताचाच भाग आहे अशीच कल्पना संभवते. भगवद्गीतेमध्यें श्रीकृष्णाच्या मताचें उद्घाटन आहे यांत कोणतीच शंका नाहीं. ज्या भारतांत श्रीकृष्ण आणि अर्जुन यांचा मुख्यतः इतिहास दिलेला आहे त्या भारतांत श्रीकृष्णाच्या तत्त्वज्ञानाची थोडक्यांत हकीकत येणें जरूर आहे आणि स्वाभाविकही आहे. अशा दृष्टीनें पाहिलें असतां श्रीकृष्णाच्या तत्त्वोपदेशाचें विवेचन करणारी भगवद्गीता ही भारताचाच एक भाग असावी यांत नवल वाटत नाहीं. नर आणि नारायण यांचा विजय ज्या ग्रंथांत वर्णिला आहे त्या मूळ भारतग्रंथांतच नर-नारायणाच्या संवादरूपानें श्रीकृष्णाच्या तत्त्वज्ञानाचें उद्घाटन यावें हें साहजिक आहे. किंबहुना महाकवीच्या अत्युदात्त काव्यकलेस तें साजेल असेंच आहे. असो. तर साधारणपणें भारताच्याच आर्षमहाकाव्याचा भगवद्गीता हा एक भाग आहे असें संभवतें इतकेंच नव्हे तर भगवद्गीतेला दुसरें स्वरूप संभवतच नाहीं. भगवद्गीतेंतील तत्त्वें दुसऱ्या शब्दांत किंवा दुसऱ्या स्वरूपांत पूर्वी होतीं असें मानलें आणि व्यासानें किंवा वैशंपायनानें आपल्या शब्दांनीं व हल्लींच्या स्वरूपानें भारतांत त्या तत्त्वज्ञानास घेतलें असें मानलें तर त्यांत कांहींच स्वारस्य नाहीं. कारण भगवद्गीतेचें हल्लींचेंच स्वरूप व हल्लींचेच शब्द अत्यंत महत्त्वाचे आहेत ही गोष्ट कोणीही कबूल करील, मग त्यास पूर्वी अगदींच भिन्न मूळ स्वरूप होतें अशी कल्पना करण्यांत कोणताच अर्थ नाहीं.

रणमैदानावर सांगणें असंभवनीय नाहीं.

येथें कधीं कधीं असा प्रश्न कोणी करतात कीं, ऐन युद्धप्रसंगीं अशा प्रकारचें लांबलचक संभाषण रणांगणावर होणें संभवनीय आहे काय? आमच्या मतानें अशा प्रकारचा संवाद प्राचीन भारतीआर्यांच्या परिस्थितीचा विचार करतां मुळींच असंभवनीय नाहीं. किंबहुना प्रत्यक्ष वस्तुस्थिति अशीच असणें संभवनीय आहे. भारतीयुद्धांत समोरासमोर जमलेल्या फौजांची योग्य कल्पना आपण मनांत आणली तर दोन्ही सैन्याच्या मध्यभागीं श्रीकृष्ण

आणि अर्जुन हे युद्ध करणें बाजवी किंवा गैरवाजवी या प्रश्नाचा विचार रथांत बसून करीत होते यांत कांहींच असंभवनीय नाहीं. दोन्ही फौजा मिळून कमींत कमी ६२ लक्ष माणसें होतीं हें आपण पाहिलेंच आहे; तेव्हां युद्धभूमीवर या फौजांचें तोंड कित्येक कोस पसरलेलें असलें पाहिजे. दोन्ही फौजा एकमेकांपासून अर्धकोस पावकोसाच्या अंतरावर असल्या पाहिजेत. तो काळ धर्मयुद्धाचा असल्यानें एकमेकांवर गैरसावध असतां शस्त्र चालविणें शक्यच नव्हतें. अर्जुनाचा रथ पुढें येऊन दोन्ही सैन्यें दिसतील अशा अंतरावर मध्यभागीं उभा राहिला तर कोणास आश्चर्य वाटण्यासारखें त्यांत कांहींच नव्हतें. श्रीकृष्णाचें व अर्जुनाचें भाषण तास सवातासापेक्षां जास्त झालें नाहीं हें हल्लींही गीता वाचणाऱ्यास गीता वाचण्यास यापेक्षां जास्त काळ लागत नाहीं यावरून लक्षांत येण्यासारखें आहे. दोन्ही फौजांकडील सेनापतींना अर्जुनाच्या किंवा श्रीकृष्णाच्या भाषणाच्या समाप्तीची वाट पाहात बसावें लागलें होतें, असेंही मानावयास नको; कारण, एवढ्या फौजेची मांडणी हें तरी काम कांहीं एकदोन मिनिटांचें नसतें. याशिवाय फौजांचे सेनापति परस्पर सैन्याची टेहळणी करतांना कित्येस तास नुसते एकमेकांच्या फौजा बारकाईनें पाहण्यांत घालवितात ही गोष्ट ऐतिहासिक लढायांच्या वर्णनांवरूनही दिसते. निरनिराळ्या योद्ध्यांस श्रीकृष्ण व अर्जुन हे काय बोलताहेत हें ऐकूं येत नव्हतें. अर्थात् त्यांचें लक्ष त्यांजकडे नव्हतें असेंच म्हटलें पाहिजे. ते परस्पर सैन्यांच्या मांडणीची टेहेळणी करीत आहेत असेंही वाटणें साहजिक होतें. सारांश युद्धभूमीचा विस्तार, परस्परांच्या सैन्याची टेहळणी व मांडणी आणि धर्मयुद्धाचा नियम यांचा विचार करतां या तत्त्वज्ञानाच्या प्रश्नाच्या चर्चेंत भारतीयुद्धाच्या प्रारंभींच्या दिवशीं युद्धापूर्वीं श्रीकृष्णार्जुनांनीं तास सवातास घालवला यांत असंभवनीय असें कांहींच नाहीं.

भगवद्गीता अप्रासंगिक नाहीं.

इतकें लांब भाषण संभवनीय असलें तरी ही तें अप्रासंगिक आहे असा आक्षेप कित्येक लोक घेतात. किंबहुना भगवद्गीता येथें महाभारतांत प्रक्षिप्त आहे येथपर्यंत कित्येकांच्या कल्पनेची मजल पोंचली आहे. परंतु हाही आक्षेप टिकण्यासारखा नाहीं. भगवद्गीता प्रक्षिप्त आहे असें मुळींच दिसत नाहीं. मागचा पुढचा संबंध येथें कोणत्याही प्रकारें तुटलेला आहे असेंही आपल्यास दिसत नाहीं. भगवद्गीतेच्या मागील शेवटचा श्लोक असा,

उभयोः सेनयो राजन्महान्व्यतिकरोभवत् ।
अन्योन्यं वीक्षमाणानां योधानां भरतर्षभ ॥

आणि गीतेच्या पुढच्या अध्यायांतील प्रथम श्लोक असा,

ततो धनंजयं दृष्ट्वा बाणगांडीवधारिणम् ।
पुनरेव महानादं व्यसृजंत महारथाः ॥

श्रीकृष्ण व अर्जुन रथांत बसून सैन्यांच्या मधील मैदानाच्या मध्यभागीं जाऊन उभे राहिले असा भगवद्गीतेच्या पहिल्या अध्यायांतच विषय आला असून त्यांचें भाषण संपल्यावर ते परत पांडवसैन्यांत येऊन पोंचल्यावर सर्व फौजेनें सिंहनाद केला असें वर्णन पुढील अध्यायांत आहे; तेव्हां येथें असंबद्ध असें कांहींच नाहीं. भगवद्गीता येथून काढून टाकिली तरी चालेल असें म्हणणें प्रत्येक उपाख्यानास लागू पडेल. सारांश, या आक्षेपांत कांहींच स्वारस्य नाहीं. भगवद्गीता किंवा त्यांतील वादविवाद प्रासंगिक आहे कीं नाहीं हा प्रश्न महत्त्वाचा आणि समंजस आहे. आम-

च्यामतें व्यासानें हें तत्त्वज्ञान फारच खुबीनें युद्धाच्या प्रारंभीं युद्ध सुरू होण्यापूर्वीं घातलें आहे. लाखों मनुष्यें जेथें मरावयास व मारावयास तयार झालीं आहेत तेथें धार्मिक कळकळीच्या मनुष्यास खरोखरच एका प्रकारचा मोह उत्पन्न होणें शक्य आहे. आपण करतों हें बाजवी आहे कीं नाहीं याचा त्यास विचार पडल्यास आश्चर्य नाहीं. आमच्यामतें भगवद्गीतेच्या प्रारंभीं गीतेनें अर्जुनविषादयोगाचें सिंहासन दिलें आहे तें खरोखरच फार मार्मिक आहे. भीष्मद्रोणांसारखे पूज्य आजोबा आणि गुरु आणि शल्यादिकांसारखे इतर सन्मान्य बंधु यांस ठार मारून किंबहुना आपलेही पुत्रपौत्र मारवून हा क्षुद्र एका लहान राज्याचा आपसांतील तंटा मिटवावयाचा कीं काय हा प्रश्न जसा बंधुप्रीतीचा आहे तसा तो राजकीय महत्त्वाचाही आहे. ज्यास इंग्रेजींत सिव्हिलवॉर म्हणतात म्हणजे जें आपसाआपसांतीलच गळे कापावयाचें युद्ध असतें त्यांत स्वजनांचाच नाश होणार आहे हें निश्चित आहे, लोभाविष्ट झालेल्या हट्टी दुर्योधनास तें कळलें नाहीं तरी आम्ही धर्मशील आहों आम्हांस तरी तें कळलें पाहिजे. अर्थात् धर्मशील वर्णिलेल्या अर्जुनास अशा विचारांनीं मोह पडणें वाजवी आहे आणि सर्व भारतीयुद्धाच्या धार्मिकतेचाच प्रश्न येथें वादग्रस्त उत्पन्न होतो; अशाच ठिकाणीं या तत्त्वज्ञानविषयक चर्चेची महती आहे हें निर्विवाद आहे. मनुष्याच्या आयुष्यांतील इतिकर्तव्यतेचा गूढ सिद्धांत या ठिकाणींच विवेचनायोग्य आहे हें कोणीहि कबूल करील आणि कर्तव्य आणि अकर्तव्य काय नीतियुक्त आणि अनीतियुक्त काय पाप आणि पुण्य काय या विषयांचा योग्य सिद्धांत प्रतिपादन करण्याची हीच वेळ व जागा आहे यांत संशय नाहीं. सारांश, व्यासानें भगवद्गीतेस ज्या प्रसंगानें वर्णिली आहे तो प्रसंग त्या उदात्त ग्रंथाच्या तत्त्वज्ञानास साजेल असाच उदात्त आहे असें आम्हांस वाटतें.

एकंदर भारतांत व्यासांनीं जें प्रतिपादन केलें आहे त्याचेंच समर्थन करण्याची मुख्य जागा या भयंकर युद्धाचा आरंभच आहे असें जाणूनही व्यासांनीं ऐन युद्धारंभीं या परमोच्च तत्त्वज्ञानास घातलें आहे. मनुष्याचें शरीर त्याच्या उच्च ध्येयापुढें काय किमतीचें आहे? शरीर नाश पावलें तर तें वारंवार पुन्हां मिळणारच आहे परंतु आत्मा अमर असून धर्म नित्य आहे. या उच्च धर्मतत्त्वाचा जेथें प्रश्न आहे तेथें प्राणहानीचा प्रश्न कुचकिंमतीचा आहे. "**धर्मो नित्यः सुखदुःखे त्वनित्ये जीवो नित्यस्तस्य हेतुस्त्वनित्यः**" या महावाक्यांत व्यासानें शेवटीं सांगितल्याप्रमाणें धर्मतत्त्वें हीं कायमचीं नित्य आहेत. त्या धर्मतत्त्वांकरितां सुखदुःख येथें मुळींच विचारार्ह नाहीं.कारण जीव अथवा आत्मा हा नित्य आणि अमर असून त्या जीवाचा हेतु जें कर्मकृत शरीर तें अनित्य काडीमोलाचें आहे. अर्थात् संसारांत मनुष्यानें परमोच्च धर्म व नीतीच्या तत्त्वांकडे पाहिलें पाहिजे, मनुष्यहानि अथवा प्राणहानीकडे लक्ष देतां कामा नये. सर्व कर्में परमेश्वराला अर्पण करून धर्मतत्त्वें सांभाळावीं मग "**हत्वापि स इमान् लोकान् न हंति न निहन्यते**" मग त्यानें दुसऱ्यांस मारलें काय किंवा स्वतः मेला काय? उच्च धर्मतत्त्वांपुढें जिवंत अथवा मेले यांचा शोक निरर्थक. अशा प्रकारचें महातत्त्वज्ञान उपदेश करण्याचा प्रसंग भारतीयुद्धारंभ हाच असून येथेंच व्यासानीं हा अलौकिक अजरामर तत्त्वज्ञानोपदेशक ग्रंथ घातला आहे तो अस्थानीं आहे असें कोण म्हणूं शकेल?

व्यासांनीं महाकवीस साजेल अशाच उदात्त कलेनें हें भगवद्गीताख्यान येथें घातलें आहे, इतकेंच नव्हे तर तें आपल्या भारताचें सर्वस्व आहे असें समजून त्यांत तत्त्वज्ञानाचा सर्व विषय थोडक्या व गंभीर शब्दांनीं एके ठिकाणीं आणला असून हा एक ग्रंथ अत्यंत धार्मिक ग्रंथांपैकीं अध्ययन करण्याचा एक भाग आहे असेंही त्यांत सुचविलें आहे.

अध्येष्यते च य इमं धर्म्यं संवादमावयोः ।
ज्ञानयज्ञेन तेनाहमिष्टः स्यामिति मे मतिः॥

असें शेवटीं श्रीकृष्णमुखानेंच सांगितलें आहे. अर्थात् या संवादरूपी ग्रंथाचें अध्ययन करणें हें अतिशय फलप्रद आहे. त्यांत वर्णिलेला विषय जसा ऐहिक बुद्धीला सोडून आहे, त्याचप्रमाणें त्या ग्रंथाच्या पठणाचें फलही ऐहिक नसून पारमार्थिक ज्ञानयज्ञ केल्याचें फळ आहे असें म्हटलें आहे. हा भाग व्यास किंवा वैशंपायनानें स्वतंत्र अत्यंत पवित्र असा येथें घातला आहे.

व्यास श्रीकृष्णमत प्रतिपादित आहेत.

असो. तर, भगवद्गीतापर्व हा एक अत्यंत पूज्य तत्त्वज्ञानविषयक भाग भारतांत व्यासांनीं अथवा वैशंपायनांनीं घातला असून त्यांत श्रीकृष्णाच्या विशिष्ट मतांचें किंवा व्यासमतांचें आविष्करण केलेलें आहे असें आपल्यास म्हणतां येतें. हा ग्रंथ पूज्य असून मोक्षेच्छूंनीं किंवा भगवद्भक्तांनीं पठण करण्यास योग्य असाच मूळपासून मानलेला आहे हें उघड आहे. यांत श्रीकृष्णाची भक्ति पूर्णपणें प्रतिपादन केलेली असून त्याचें ईश्वरांशत्व पूर्ण दाखविलें आहे हेंही निर्विवाद आहे. यांतील वाक्यें प्रत्यक्ष श्रीकृष्णाच्या मुखांतील नसलीं तरी तीं व्यासांच्या मुखांतील आहेत. रणांगणावर प्रत्यक्ष श्रीकृष्ण काय बोलतो हें कोणास सांगतां येणार नाहीं. व्यासांनीं महाकवीच्या सांप्रदायास अनुसरून संजयास एक रणांगणावरील बातमीदार (वॉर कारेस्पॉंडंट्) तयार करून त्याजकडून युद्धाची सर्व हकीगत खुबीनें प्रत्यक्ष पाहिल्यासारखी वदवली आहे. ती जरी आपण काल्पनिक मानली तरी श्रीकृष्णाचीं मतें भगवद्गीतेंत सांगितल्याप्रमाणें होतीं असें मानण्यास मुळींच हरकत नाहीं. बायबलांत दिलेलीं येशूचीं वाक्यें तो प्रत्यक्ष बोलला असें निश्चयानें मानण्यास कोठें जागा आहे ? त्याचे शिष्यही ती हकीकत सांगत नाहींत तर त्याचे प्राशिष्य सेंट्जान, सेंट्ल्यूक, सेंट्मार्क, वगैरे त्याचीं वचनें सांगतात त्याप्रमाणें तीं तशीं येशूचींच उच्चारिलेलीं होतीं असें ज्याप्रमाणें मानण्यास हरकत नाहीं, त्याचप्रमाणें श्रीकृष्णाच्या व अर्जुनाच्या भाषणाचा किंवा संवादाचा जो प्रकार व्यासांनीं संजयाच्या मुखानें वदविला आहे तोच धरून श्रीकृष्णाचें तसें भाषण अथवा वाक्य होतें असें मानण्यास मुळींच हरकत नाहीं. भगवद्गीतेंत प्रत्यक्ष श्रीकृष्णाचेच शब्द आहेत किंवा नाहींत हा प्रश्न आमच्यामतें अस्थानीं आहे. श्रीकृष्णाचे शब्द हेच नसले तरी ते व्यासांचे आहेत आणि श्रीकृष्णमतांतील तात्पर्य व्यासमुखानें वर्णिलें असलें तरी श्रीकृष्णाच्या एकंदर मतास धरूनच हा सर्व विषय येथें प्रतिपादन केला आहे यांत संशय नाहीं. तो सर्व काळीं पठण करण्यास व मनन करण्यास योग्य होईल असें त्यास रम्य स्वरूप व्यासांनीं दिलें असलें तर हरकत काय ? सारांश, बायबलची आणि भगवद्गीतेची परिस्थिति एक आहे असें मानतां येईल. दोन्ही ग्रंथ धार्मिक दृष्टीनेंच तयार केलेले आहेत. येशूख्रिस्ताच्या ईश्वरत्वाबद्दल खात्री असलेल्या लोकांसाठीं त्याच्या उपदेशाचें सार निरनि-

राळ्या प्रसंगींच्या त्याच्या भाषणांसह त्याच्या मतानुयायांनीं कित्येक वर्षांनंतर त्याच्या पश्चात् ग्रथित करून हा आपला धर्मग्रंथ तयार केला; (प्रारंभ सेंट्ल्यूक पहावा) त्याचप्रमाणें श्रीकृष्णाच्या ईश्वरत्वाविषयीं निःसंशय असलेल्या त्याच्या भक्तांनीं म्हणजे व्यास वैशंपायन महर्षींनीं आपल्या दिव्यवाणीनें हा धार्मिकग्रंथ तयार करून श्रीकृष्णानंतर कित्येक वर्षांनीं भारतग्रंथ तयार केला त्याच्या मध्यभागीं घातला आहे व त्यांत कर्माकर्माच्या अत्यंत महत्त्वाच्या प्रश्नावर सर्व प्रचलित तत्त्वज्ञानाचा आश्रय घेऊन श्रीकृष्णमुखानेंच विचार केला आहे.

श्रीकृष्ण, बुद्ध, येशू आणि महंमद हे चार परमविख्यात धर्माचे उपदेशक आजपर्यंत जगतांत होऊन गेले आणि त्यांनीं जीं मतें प्रतिपादन केलीं तीं आजवर लाखों नव्हे क्रोडों लोक मानीत आहेत. या प्रसिद्ध धर्मसंस्थापकांत फक्त महमदानेंच आपल्या हातानें धर्मग्रंथ आपल्या अनुयायांस दिला. बाकीच्या तिघांचें चरित्र व संभाषण त्यांच्या शिष्यांनीं प्रत्यक्ष नव्हे तर त्यांच्याही अनुयायांनीं कित्येक वर्षांनंतर एके ठिकाणीं जमवून त्याचा धर्मग्रंथ तयार केला हें प्रसिद्ध आहे. बुद्धानंतर शंभर वर्षांनीं बौद्धग्रंथ तयार झाले आणि येशूनंतर बायबलाचा नवीन करारही सुमारें इतक्याच वर्षांनीं तयार झाला. अर्थात् त्यांत दिलेले बुद्धाचे किंवा येशूचे शब्द त्यांचेच आहेत हें निश्चयानें म्हणवत नाहीं तरी त्यांच्या उपदेशाचें सार हेंच होतें असें मानण्यास मुळींच प्रत्यवाय नाहीं. याचप्रमाणें श्रीकृष्णाच्या उपदेशाचें सार म्हणून जी भगवद्गीता व्यासांनीं आपल्या ग्रंथाच्या मध्यभागीं घातली आहे तिलाही पूज्यत्व व्यासमुखानेंच देण्यास हरकत नाहीं. किंबहुना यांतील विषय श्रीकृष्णमुखानेंच प्रतिपादन केलेला आहे असें समजणें अयुक्तिक होणार नाहीं.

श्रीकृष्ण एक; तीन नव्हेत.

असो. येथें कित्येकांनीं असा प्रश्न उपस्थित केला आहे कीं, भगवद्गीतेंत ज्या श्रीकृष्णाच्या मताचें प्रतिपादन आहे तो श्रीकृष्ण निराळा आणि भारतीयुद्धांत पांडवांच्या तर्फे लढणारा श्रीकृष्ण निराळा; किंबहुना श्रीकृष्णच्या तीन व्यक्ति कित्येक लोक मानतात. गोकुलांत बाळपणीं लीला करणारा श्रीकृष्ण निराळा, भारतीयुद्धांत सामील असलेला द्वारकेंतील श्रीकृष्ण निराळा आणि भगवद्गीतेचा दिव्य उपदेश करणारा भगवान् श्रीकृष्ण निराळा. गोकुळांत श्रीकृष्णाच्या लीला ज्या वर्णिल्या आहेत, त्या येशू ख्रिस्ताच्या बाललीलेसारख्या असून गोकुळांतील आभीर जातीच्या गोपगोपींनीं हा धर्म ख्रिस्तीसनानंतर हिंदुस्थानांत बाहेरून आणला आणि त्यांनीं आणलेल्या कृष्णाचें व भारतांत वर्णन केलेल्या कृष्णाचें लोकसमाजांत पुढें एकीकरण झालें, असें त्यांचें मत आहे. त्याचप्रमाणें हेंही मत आहे कीं, भगवद्गीतेंत जें अतिशय उदात्त तत्त्वज्ञान व नीत्याचरण उपदेशिलें आहे तें भारतीयुद्धांतील श्रीकृष्णाच्या आचरणाशीं विरुद्ध आहे; इतकेंच नव्हे तर कृष्णाच्या गोपींशीं अश्लील वर्तनाशींही फार असंबद्ध आहे. यासाठीं श्रीकृष्णाच्या व्यक्ति तीन मानाव्या असा कित्येकांनीं जो सिद्धांत काढलेला आहे त्याचा आपण येथें थोडासा विचार करूं.

श्रीकृष्णाच्या एका व्यक्तीचे तीन श्रीकृष्ण याप्रमाणें करण्याची आमच्यामतें मुळींच आवश्यकता नाहीं. श्रीकृष्णाचें गोकुळांतील व महाभारतांतील चरित्र खरोखरच अतिशय उदात्त असून तें भगवद्गीतेच्या दिव्य उपदे-

शाशीं बिलकुल विसंगत नाहीं ही गोष्ट आपण पुढें विस्तारानें स्वतंत्ररीतीनें दाखवूं. येथें आपल्यास असें म्हणतां येईल कीं, ऐतिहासिक दृष्टीनें हीही कल्पना असंभवनीय आहे. भगवद्गीतेमध्यें श्रीकृष्णाला भगवान् म्हटलें आहे याचें कारण इतकेंच आहे कीं, कोणत्याही तत्त्वज्ञानाच्या उपदेशकर्त्यास भगवान् ही संज्ञा लाविली जाते. अर्जुनानें जेव्हां "**शिष्यस्तेहं शाधि मां त्वां प्रपन्नम्**" असें म्हटलें, तेव्हां अर्थात् श्रीकृष्णास तत्त्वज्ञानोपदेशक या नात्यानें भगवान् ही पदवी योग्य पोंचते. अर्जुनानें श्रीकृष्णास जनार्दन, गोविंद इत्यादि संज्ञेनेंच जागजागीं संबोधन केलें आहे. अर्थात् भगवान् आणि श्रीकृष्ण एक होत असें भगवद्गीतेंतच स्पष्टपणें दाखविलें आहे. किंबहुना ज्या वेळेस श्रीकृष्णानें आपल्या **ऐश्वरीयोग**सामर्थ्यानें अर्जुनास विश्वरूप दाखविलें तेव्हां सुद्धां अर्जुन असेंच म्हणतो कीं देवा, "**हे कृष्ण हे यादव हे सखेति**" असें म्हणून मी तुझी अवहेलना केली ती क्षमा कर. अर्थात् विश्वरूप दाखविणारा **भगवान्** श्रीकृष्ण हाच यादव अर्जुनसखा श्रीकृष्ण होय असें भगवद्गीतेंतच दाखविलें आहे. भगवद्गीता सौतीची जरी मानली तरी सुद्धां महाभारतकाळीं म्हणजे **ख्रिस्ती सनापूर्वी** ३०० वर्षे भगवद्गीतेचा उपदेशक श्रीकृष्ण आणि भारतीयुद्धांत अर्जुनाचें सारथ्य करणारा श्रीकृष्ण निराळे असा मुळींच कोणाचा समज नव्हता. भगवद्गीतेंत भगवानुवाच असे शब्द वापरले आहेत याचें कारण वर सांगितलेंच आहे. उपनिषदांतही अशा प्रकारचा भगवान् शब्दाचा उपयोग वारंवार येतो. उदाहरण प्रश्नोपनिषदाच्या प्रारंभींच "**भगवन्तं पिप्पलादमुपससाद**" "**भगवन् कुतो वा इमाः प्रजाः प्रजायन्ते**" असा निर्देश आहे. छांदोग्य उपनिषदांतही "**श्रुतं ह्येवं मे भगवद्दृशेभ्यः**" "**भगव इति ह प्रतिशुश्राव**" वगैरे प्रयोग असून अश्वपतीच्या आख्यानांत ब्राह्मण शिष्य होऊन वैश्वानरविद्या शिकण्यास अश्वपतीपाशीं गेले तेव्हां औपमन्यव वगैरेंनीं "**भगवो राजन्**" अशा शब्दांनीं अश्वपतीस संबोधिलें आहे. असो. तर भगवान् शब्द केवळ तत्वोपदेशक आचार्यास लावतात असाच साम्प्रदाय दिसतो; आणि म्हणूनच तो श्रीकृष्णास लावलेला आहे. यामुळें भगवान् श्रीकृष्ण निराळा आणि यादव श्रीकृष्ण निराळा अशी कल्पना करणें चुकीचें आहे.

याचप्रमाणें गोकुळांतील श्रीकृष्ण निराळा आणि महाभारतांतील श्रीकृष्ण निराळा हीही कल्पना चुकीची आहे. गोकुळांतील श्रीकृष्णानें केलेले चमत्कार हरिवंशांत वर्णिलेले आहेत, ते येशू ख्रिस्ताच्या चमत्कारांशीं जुळतात आणि आभीर जातीच्या गोपींचें वर्तन चांगलें नसून त्यांनीं हा बालदेव ख्रिस्तीसनानंतर हिंदुस्थानांत आणिला अशी कल्पना करणें ऐतिहासिकदृष्टचाही चुकीचें आहे. श्रीकृष्णाचें गोपींशीं वर्तन खरोखरच मुळांत वाईट नव्हतें असा आमचा समज आहे. त्याचें आपण पुढें विवेचन करूं. पण श्रीकृष्ण प्रथम मथुरेंत जन्मून पुढें गोकुळांत कंसाच्या भीतीनें वाढला आणि गोकुळांतील गोपी त्याजवर ईशभावनेनें अतिशय प्रेम करीत होत्या इत्यादि कथा ख्रिस्तीसनानंतर उत्पन्न झालेली नसून ती प्राचीन महाभारतकाळींसुद्धां होती ही गोष्ट महाभारतावरून दाखवितां येईल. हरिवंशाच्या काळाचा जरी आपल्यास कदाचित् संशय असेल तरी महाभारत—सौतीचें महाभारत—इ. स. पूर्वी २५० च्या सुमाराचें आहे असें निश्चयानें सिद्ध होतें. या महाभारतांत गोपींचें किंवा

श्रीकृष्णाच्या गोकुळांतील पराक्रमांचें वर्णन नाहीं हें म्हणणें चुकीचें आहे. द्रौपदीच्या वस्त्रहरणप्रसंगींच्या धाव्यांत “ **कृष्ण गोपीजनप्रिय** ” असें स्पष्ट संबोधन आहे. तसेंच पुढें सभापर्वांतच शिशुपाळवधाच्या प्रसंगीं शिशुपाळानें,

गोपं संस्तोतुमिच्छसि ।
यद्यनेन हतो बाल्ये शकुनिश्चित्रमत्रकिम् ।
तौ वाश्व-वृषभौ भीष्म यौ न युद्धविशारदौ ॥

वगैरे श्लोकांत (अ० ४१) श्रीकृष्णाच्या गोकुळांतील गोपस्थितींतील बाललीलांचा विस्तारशः उल्लेख केला आहे. अर्थात् महाभारतकाळीं म्हणजे इ. स. पू. ३०० च्या सुमारास गोकुळांतील श्रीकृष्णाच्या चारित्रांतील सर्व कथा भरतखंडांत प्रचलित होत्या हें निर्विवाद आहे, मग त्या ख्रिस्तानंतर आभीर लोकांनीं ख्रिस्ती धर्मांतून इकडे आणल्या हें म्हणणें कसें टिकूं शकतें? गोकुळांतून मथुरेस येऊन कंसाला मारणारा श्रीकृष्ण आणि पांडवांचें साहाय्य करून जरासंधास व दुर्योधनास मारविणारा श्रीकृष्ण एक ही गोष्ट स्पष्टपणें नारायणीय उपाख्यानांतही आली आहे हें आपण पाहिलेंच आहे. शांतिपर्व अ० ३३९ यांत दशावतारांचें वर्णन असून त्यांत श्रीकृष्ण अवतारांतील विशिष्ट कृत्यें विस्तारानें सांगितलीं आहेत त्यांत मथुरेंत कंसाला मीच मारीन असें प्रथम सांगून पुढें द्वारकेची स्थापना, जरासंधाचा वध वगैरे अवतारकार्यें वर्णन केलीं आहेत.

द्वापरस्य कलेश्चैव संधौ पर्यावसानिके ।
प्रादुर्भावः कंसहेतोर्मथुरायां भविष्यति ८९
तत्राहं दानवान् हत्वा सुबहून् देवकण्टकान् ।
कुशस्थलीं करिष्यामि निवेशं द्वारकां पुरीम् ९०

तेव्हां गोकुळ मथुरेंतील श्रीकृष्ण आणि द्वारकेंतील श्रीकृष्ण एक ही गोष्ट महाभारतकाळीं म्हणजे इ. स. पू. ३०० च्या वेळीं भरतखंडांत पूर्णपणें समजत होती असें निश्चयानें दिसतें. अर्थात् मूळांत तीन श्रीकृष्ण असून ख्रिस्तीसनानंतर त्यांचें एकीकरण झालें ही कल्पना ऐतिहासिकदृष्ट्याही चुकीची आहे असें निर्विवाद दिसतें. एकंदर तत्त्वज्ञानाच्या किंवा नीतीच्याही दृष्टीनें तीन श्रीकृष्ण मानावयास नकोत ही गोष्ट आम्ही पुढें दाखवणार आहों. सारांश, भगवद्गीतेंत ज्या श्रीकृष्णाचीं मतें प्रतिपादन केलीं आहेत तो श्रीकृष्ण भारतांतील व हरिवंशांतील मथुरेंतलि व द्वारकेंतीलच श्रक्रिष्ण होय यांत शंका नाहीं. याच श्रीकृष्णाचीं मतें भगवद्गीतेंत व्यासांच्या आर्ष दिव्य सामर्थ्यवान् वाणीनें प्रतिपादलीं आहेत असेंच आपल्यास मानतां येतें.

असो. आपल्या येथवरच्या विवेचनावरून भगवद्गीता हा एक अथपासून इतिपर्यंत संबद्ध ग्रंथ असून तो कोणा तरी एका अलौकिक बुद्धिमत्तेच्या व कवित्वाच्या कर्त्याचा अर्थात् व्यासाचा फार तर वैशंपायनाचा असून तो भारताचाच भाग म्हणून प्रारंभापासून तयार केलेला होता आणि तो आहे तसा सौतीच्यापुढें महाभारत तयार करतांना होता असें आपण पाहिलें. तसेंच त्यांत श्रीकृष्णाच्या उदात्त तत्त्वज्ञानाचें प्रतिपादन प्रचलित तत्त्वज्ञानासह असून श्रीकृष्णाच्या पश्चात् त्याचें ईश्वरत्व पूर्णपणें मानणाऱ्यांनीं पूज्य धर्मग्रंथ या नात्यानें त्यास तयार केला असून त्या ग्रंथाचें पठण व श्रवण ज्ञानेच्छु पुरुषास फारच प्रशस्त होय अशा दृष्टीनें त्याची रचना केली आहे आणि हा ग्रंथ

इदं ते नातपस्काय नाभक्ताय कदाचन ।
न चाशुश्रूषवे वाच्यं न च मां योभ्यसूयति ॥

अशा इशाऱ्यानें व्यासांनीं जगतापुढें मांडला. अर्थात् हा ग्रंथ कशासाठीं कोणत्या प्रसंगानें तयार केला इत्यादि मुद्यांचें आपल्यास येथ-

वर दिग्दर्शन झालें. आतां भगवद्गीता हा ग्रंथ कोणत्या काळाचा आहे या मुद्याकडे आपणास वळलें पाहिजे. तो ग्रंथ सौतीचा नाहीं हें आपण अन्तःप्रमाणांवरून पाहिलें तथापि हाच निश्चय अन्य अन्तःप्रमाणांवरून होतो किंवा नाहीं आणि त्या ग्रंथाचा नक्की काळ आपल्यास ठरवितां येतो किंवा कसें हें पाहणें महत्वाचें व मनोरंजकही आहे. हा विषय केवळ अन्तःप्रमाणावरूनच सिद्ध होण्यासारखा आहे हें उघड आहे. कारण या संबंधाचीं बाह्यप्रमाणें मिळणें बहुतेक अशक्यच आहे.

भगवद्गीता दशोपनिषदांनंतरची व वेदांगापूर्वीची.

भगवद्गीता ग्रंथ महाभारताच्या शेवटच्या संस्करणाच्या पूर्वींचा आहे ही गोष्ट निर्विवाद आहे; किंबहुना महाभारताचा तो सर्वांत जुना भाग आहे अशी समजूत हाफ्किन प्रभृति पाश्चात्य विद्वानांचीही आहे. तेव्हां तो ग्रंथ महाभारताच्या वेळचा जरी मानला तरी त्याचा काळ इ. स. पू. ३०० च्या अलीकडे येऊं शकत नाहीं हें उघड आहे. ही त्याच्या अलीकडच्या काळाची मर्यादा होय. आतां पूर्व मर्यादा पाहतांना एक गोष्ट निश्चित दिसते कीं, भगवद्गीता ग्रंथ दशोपनिषदांनंतरचा आहे आणि सांख्य व योग या दोन तत्त्वज्ञानांनंतरचा आहे. कारण या तिन्ही तत्त्वज्ञानांचा प्राधान्यतः उल्लेख भगवद्गीतेंत आला आहे. सांख्य योग वेदान्त हीं तत्त्वज्ञानें केव्हां उत्पन्न झालीं हा प्रश्न अत्यंत अनिश्चित आहे; किंबहुना या संबंधानें आपल्यास अनेक उपनिषदांसंबंधानें असें म्हणतां येईल कीं, कित्येक उपनिषद्ग्रंथ महाभारताहीनंतरचे आहेत. तेव्हां या दृष्टीनें आपल्यास कांहीं निश्चित प्रमाण उपलब्ध होत नाहीं. भारतीयुद्धानंतर भगवद्गीता तयार झाली असें म्हणतां येतें; परंतु भारती युद्धाचा काळही तितका निश्चित नाहीं. आमच्या मतें तो ३१०१ इ० स० पू० आहे, तर कित्येकांच्या मतें इ० स० पू० १४०० व १२०० सुमार आहे. अर्थात् एवढें निश्चयानें म्हणतां येतें कीं, भगवद्गीता इ० स० पू० १००० ते ३०० च्या दरमियानची आहे. पण एवढ्यानें पूर्व मर्यादेसंबंधानें समाधान होण्यासारखें नाहीं. हें उघड आहे. यापेक्षां जास्त निश्चित प्रमाण पाहिलें पाहिजे. या गोष्टीचा बारकाईनें विचार करतां भगवद्गीता वेदांगापूर्वींची असावी असें आपल्यास अनुमान करण्यास कांहीं प्रमाणें सांपडतात असें आम्हांस वाटतें. त्यांचा आपण येथें विचार करूं.

प्रथम गोष्ट ही की,

सहस्रयुगपर्यन्तमहर्यद्ब्रह्मणो विदुः
रात्रिंयुगसहस्रान्तां तेऽहो रात्रविदो जनाः ॥

हा श्लोक भगवद्गीतेमध्यें आहे. ही कल्पना भारतीय ज्योतिषांत पुढें सर्वत्र प्रसृत झालेली आहेच. पण ती अन्य कोणत्या ग्रंथांत आहे हें पाहतां ती कल्पना यास्काच्या निरुक्तांत आलेली आहे आणि हा श्लोक तेथें दुसऱ्याचें अवतरण म्हणून घेतलेला आहे असें दिसतें. यावरून हें अनुमान निघण्यासारखें आहे कीं, यास्काच्या निरुक्तांत ती भगवद्गीतेंतून घेतलेली असावी. भगवद्गीतेंत हा श्लोक स्वतंत्रपणें आलेला असून तो दुसरीकडून कोठून घेतलेला आहे असें दिसत नाहीं. उपनिषदांत तो नाहीं. किंबहुना ही कल्पाची कल्पना सबंद वैदिक वाङ्मयांत नाहीं असें म्हणतां येतें. सबंध वैदिक वाङ्मय चाळून पाहण्याची अवश्यकता व शक्यताही नाहीं. “ वैदिक इंडेक्स या बहुमोल ग्रंथांत वैदिक वाङ्मयाची चाळणा केलेली आहे त्यांत कल्पशब्द ज्योतिषविषयक अर्थानें वापरलेला नाहीं; वैदिककाळीं

" धाता यथापूर्वमकल्पयत् या वाक्यावरून सृष्टीच्या पुनर्रचनेची कल्पना नसावी असें म्हणतां येत नाहीं. पण सृष्टिरचनेचा काल कल्प अथवा एकहजार युग ही कल्पना ज्योतिषविषयक अभ्यासांत मागून निघाली असावी. मुख्यतः युगाचीच कल्पना पूर्णपणें वैदिक नाहीं. चारयुगें वैदिककाळीं होतीं; पंचवर्षयुगाहून मोठ्या युगाची ही कल्पना होती हें उघड आहे. पण हीं कलि वगैरे युगें किती वर्षांचीं हा नक्की निश्चय वैदिककाळीं झाला होता असें दिसत नाहीं. असो. ही काळाची गणना केव्हां तरी उपनिषत्कालांत कायम झालेली आहे आणि त्यावरून भगवद्गीतेंत ती प्रथमपणें आपल्यास मांडलेली दिसते. आणि ज्या अर्थी दुसरे कोठें याचा उल्लेख नाहीं त्या अर्थी निरुक्तांत उतारा म्हणून घेतलेला हा श्लोक भगवद्गीतेंतून घेतला असें आमचें अनुमान आहे. अलबत हा उतारा निरुक्ताच्या १३ व्या अध्यायांत आहे आणि १३ वा व १४ वा हे दोन शेवटचे अध्याय निरुक्ताचें परिशिष्ट म्हणून दिलेले असतात. हें परिशिष्ट यास्काचेंच आहे असें मानण्यास हरकत नाहीं; कारण वैदिकलोक या परिशिष्टासह या निरुक्ताचें पठण करतात. जीं वेदांगें वैदिकब्राह्मण पढतात त्यांत निरुक्ताचे हे दोन्ही अध्याय पठण करतात ही गोष्ट लक्षांत घेतली असतां या वेदांगांचा कर्ता यास्क याचेच हे दोन अध्याय असें अनुमान होतें. यावरून भगवद्गीता यास्कापूर्वीची असावी असा अंदाज आहे.

दुसरा एक महत्त्वाचा श्लोक भगवद्गीतेमध्यें काळासंबंधानें आहे तो असा.—

> महर्षयः सप्त पूर्वे चत्वारो मनवस्तथा ।
> मद्भावा मानसाजाता येषां लोक इमाः प्रजाः॥

या श्लोकाचा पूर्वार्ध बहुतेक कठिण झाला आहे. कारण एकंदर मनु चवदा मानले असून भारतीयुद्धापर्यंत सात मनु होऊन गेले असा समज ज्योतिषांचा व सर्व पुराणांचा आहे. तेव्हां येथें चार मनु कसे म्हटले असा प्रश्न साहजिक उपस्थित होतो. चवदा तरी म्हटले पाहिजे होते किंवा सात सांगितले पाहिजे होते. या अडचणीमुळें कित्येक लोक या चरणाचे तीन तुकडे पाडतात; महर्षयः सप्त, पूर्वे चत्वारः, आणि मनवस्तथा. यांत पूर्वे चत्वारः यानें वासुदेव संकर्षण प्रद्युम्न आणि अनिरुद्ध हे चार व्यूह घ्यावे असें यांचें म्हणणें दिसतें पण हे चार व्यूह माझ्यापासून उत्पन्न झाले असें वासुदेवच कसें म्हणेल? प्रथम व्यूह वासुदेव हा अज अनादि परब्रह्म स्वरूप मानलेला आहे तोही वासुदेवापासूनच कसा उत्पन्न होईल? व्यूहांचें येथें सांगणें अभिप्रेत असतें तर तीनच व्यूह म्हणावयास पाहिजे होते. याशिवाय सप्त ऋषयः हेंही पद जुळत नाहीं हें आपण पुढें पाहूं. अर्थात् या श्लोकाचा अर्थ नीटपणें जुळत नाहीं.

पण हा अर्थ जुळत नाहीं याचें कारण आमच्या मतें हल्लींची समजूत घेऊन आपण अर्थ लावूं पाहतों हें आहे. हल्लींची समजूत काय आहे हें आपण लक्षांत घेऊं. पूर्वी कल्प म्हणजे सहस्र युग ही कल्पना भगवद्गीतेंत आहे आणि यास्काच्या निरुक्तांत आहे हें आपण पाहिलें. सृष्टीच्या उत्पत्तीपासून लयापर्यंत ब्रह्मदेवाचा एक दिवस असून त्याची मर्यादा हजार चतुर्युगें होय असें मानलें होतें. या हजार युगांत १४ मन्वन्तरें आहेत अशी मनुस्मृतींत कल्पना आहे. ही चवदा मनूंची कल्पना महाभारतांतही स्पष्टपणें मांडलेली नाहीं. पण महाभारतानंतर लवकरच झालेल्या मनुस्मृतींत ती आहे. आणि मनूंत असल्यानें तिचें धार्मिकत्व मान्य होऊन भारती आर्य-

ज्योतिषकारांनीं ती उचलली आहे. एका आर्यभट्टानें ती मानली नाहीं. त्याच्या युगांची मनूची आणि कल्पाची कल्पना मनूस सोडून असल्यानें त्याचा ग्रंथ धर्मबाह्य आहे असें इतर सर्व आर्यज्योतिषांनीं ठरवून त्यास दूषण दिलें आहे. (शंकरदि—भारती ज्यो. पा. १९३) अर्थात् ही चवदा मनूंची कल्पना धार्मिक आहे. आणि म्हणून ती भारती ज्योतिष्यांस घ्यावी लागली. वास्तविक कल्पाच्या किंवा युगाच्या कल्पनेप्रमाणें त्यांत गणिताचें सौकर्य नाहीं. कारण चौदा मन्वंतरें मानल्यानें १००० युगांना बरोबर भाग जात नसून ६ युगें (चतुर्युगें) बाकी राहतात. तथापि असेंही मानतां येतें कीं, या कल्पनेस आधार गणिताचाच असावा, कारण युगायुगामध्यें जसे संधि आणि संध्यंश मानले आहेत तसेच मन्वंतरांत संध्यंश मानले पाहिजेत असें मानलें जाऊन गणितानें संध्यंशासह मनूची संख्या बसवूं लागलें तर चौदांशिवाय दुसरा आंकडा बसत नाहीं. हें प्रत्यक्ष उदाहरणानें पाहतां येईल. असो. १४ मनूंची कल्पना गणितानें उत्पन्न झाली अथवा धार्मिक कल्पनेनेंच झाली याचा आपल्यास निकाल करावयास नको. पण ही १४ मनूंची कल्पना मनुस्मृतीच्या पूर्वी सांपडत नाहीं असें निश्चयानें म्हणतां येतें.

पण एका कल्पांत किंवा हल्लींच्या सृष्टींत एकापेक्षां अधिक मनु आहेत ही कल्पना फार प्राचीन आहे; किंबहुना ती ऋग्वेदकालीन आहे. ऋग्वेदांमध्यें तीन मनूंचीं नांवें आलीं आहेत. हीं नांवें वैवस्वत, सावरणि आणि सावर्ण्य हीं होत. पहिलीं दोन नांवें, ऋग्वेदाच्या आठव्या मंडळांतील ५१, ५२ सूक्तांत लागोपाठ आलेलीं आहेत. तीं वालखिल्यांत असून त्यांचे कर्ते दोन काण्व ऋषि श्रुष्टिगु आणि आयु हे आहेत. पहिल्या सूक्तांतील पहिलीच ऋचा अशी.

यथा मनौ सांवरणौ सोममिन्द्रापिबः सुतम्। नीपातिथौ मघवन् मेध्यातिथौ पुष्टिगौ श्रुष्टिगौ तथा ॥

यांत सांवरणि मनूच्या वेळीं असें म्हटलें आहे. पुढच्या सूक्तांत लागलीच पहिल्याच ऋचेंत

यथा मनौ विवस्वति सोमंशक्रापिबः सुतम्। यथा त्रितेछन् इन्द्रजुजोषस्यायौ मादयसे सचा॥

असा विवस्वानाचा पुत्र मनु याचा उल्लेख आला आहे. ऋग्वेदाच्या दहाव्या मंडळांतील ६२ व्या सूक्तांत तिसऱ्या मनूचें नांव सावर्ण्य असें एका ऋचेंत आलें आहे व दुसऱ्या ऋचेंत सावर्णि असें आलें आहे. दोन्ही नांवें एकाचींच आहेत. मनुशब्दाखालीं ही माहिती वैदिक इंडेक्समध्यें दिलेली असून मॅकडोनेल असें म्हणतो कीं, सांवरणि व सावर्ण्य हे ऐतिहासिक दिसतात आणि वैवस्वत हा काल्पनिक दिसतो. संवरण नांवाचा राजा चांद्र वंशांत आला आहे. परंतु त्याचा उल्लेख यांत नसावा. हे मनु काल्पनिक असोत किंवा नसोत एकापेक्षां अधिक मनूंची कल्पना ऋग्वेदकालीन आहे हें उघड आहे. अशी कल्पना प्रत्येक बुद्धिमान् लोकांत उत्पन्न झालीच पाहिजे. सृष्टि उत्पन्न होऊन तिचा नाश होणार ही कल्पना जितकी साहजिक आहे त्याहून एकाहून अधिक मनु असण्याची कल्पना अधिक साहजिक आहे. कारण जगताच्या अनुभवांत कित्येक वंश विस्तार पावून लयास जातात त्याचप्रमाणें मनुष्याच्या मुख्य मुख्य जाति भिन्न भिन्न एकाच वेळीं आपल्या दृष्टीस पडतात. अर्थात् निरनिराळ्या मनूंची कल्पना फार प्राचीनकाळीं असणें अशक्य नाहीं.

पण ऋग्वेदकाळीं किती मनूंची कल्पन

होती हें सांगतां येत नाहीं. महाभारतानंतरच्या मनुस्मृतींत चौदा मनूंची कल्पना असून तीच सर्व पुराणांनीं व ज्योतिषांनीं घेतली आहे एवढें निर्विवाद आहे. या कल्पनेबरोबर आणखी दोन कल्पना केलेल्या आहेत. प्रत्येक मनूच्या वेळचे सप्तर्षि निराळे आणि प्रत्येक मनूचे दहा पुत्र वंशकर्ते होतात ते वंशकर्ते निराळे. याप्रमाणें चौदा मनूंचे वेळचे सप्तर्षि निरनिराळे ९८ होतात आणि त्याचप्रमाणें चौदांचे दहादहा वंशकर्ते मिळून १४० वंशकर्ते होतात. एवढ्या सर्वांचीं निरनिराळीं नांवें पुराणांत दिलीं आहेत. विवस्वान् हा हल्लींचा मनु असून तो सातवा आहे आणि यापुढें सात मनु आणखी येणार आहेत. या प्रमाणें पुराणांची ही विस्तृत कल्पना असून निरनिराळे ऋषि व वंशकर्ते दिले आहेत त्यांचीं नांवें येथें देण्याचें प्रयोजन नाहीं. पण मनूंचीं नांवें येथें मत्स्य पुराणांत सांगितलीं आहेत तीं देऊं. १ स्वायंभुव २ स्वारोचिष ३ औत्तमि ४ तामस ५ रैवत ६ चाक्षुष ७ वैवस्वत; हे झालेले, आणि पुढें येणारे ८ सावर्ण्य ९ रौच्य १० भौत्य ११ मेरुसावर्णि १२ ऋत १३ ऋतधाम आणि १४ विष्वक्सेन. इतर पुराणांत पुढील मनूंचीं नांवें भिन्न असून त्यांत सावर्णि शब्दघटित बरींच नांवें दक्षसावर्णि रुद्रसावर्णि वगैरे आहेत. असो. येथें सांगण्याची गोष्ट ही कीं, या यादींत सांवरणि मनु ऋग्वेदांत सांगितलेला मुळींच आलेला नाहीं आणि सावर्ण्य हा मनु पुढें होणार आहे असें सांगितलें आहे. ऋग्वेदांतील उल्लेखावरून हा झालेला असून त्याचा यदुतुर्वशाशीं संबंध दिसतो. यावरून असें दिसतें कीं, ऋग्वेदांतील अनेक मनूंची कल्पना पुढें चालू राहिली; पण त्यांतील नांवें बहुधा मागें राहिलीं असावीं.

आमच्यामतें भगवद्गीतेंतील ' महर्षयः सप्त पूर्वे चत्वारो मनवस्तथा, हा श्लोक वैदिक काळच्या कल्पनेस धरून असून १४ मनूंच्या मन्वादिग्रंथांतील कल्पनेच्या पूर्वींचा आहे. ऋग्वेदांत तीन मनु उल्लिखित आहेत आणि यास्काच्या निरुक्तांत (३-१-९) ' मनुः स्वायम्भुवो ब्रवीत् या वाक्यांत चौथ्या मनूचें नांव आलें आहे. अर्थात् स्वायंभुव, सांवरणि, सावर्ण्य, आणि वैवस्वत या चार मनूंचा उल्लेख भगवद्गीतेंत वैदिक वाङ्मयास धरून आलेला आहे असें आमचें मत आहे. विवस्वान् याचा पुत्र हाच हल्लींचा मनु ही कल्पना ऋग्वेदावरून अस्पष्ट दिसते तीच भगवद्गीतेंत आहे. कारण, हा कर्मयोग मी विवस्वानाला सांगितला, त्यानें मनूला व त्यानें इक्ष्वाकूला असें वर्णन भगवद्गीतेंत आहे. अर्थात् हल्लींचा मनु वैवस्वत असें त्या वेळीं मान्य दिसतें.

१४ मनू व प्रत्येक मनूचे निरनिराळे सप्तर्षि व वंशकर्ते ही कल्पना भगवद्गीतेच्या वेळीं नव्हती ही गोष्ट चार मनु या शब्दांवरूनच निघते असें नाहीं तर सात महर्षि या शब्दांवरूनही निघते. कारण झालेले सप्त मनु व त्यांचे निरनिराळे सप्तर्षि ही कल्पना प्रचलित असती तर येथें सप्त--सप्त महर्षि सांगितले असते. (महर्षयः सप्तसप्त असा श्लोक पाहिजे होता) भगवद्गीतेंत अभिप्रेत असलेले सप्तर्षि वैदिककालीन होत असें आमचें मत आहे. हे सप्तर्षि म्हटले म्हणजे वाशिष्ठ, कश्यप, विश्वामित्र, जमदग्नि, गौतम, भरद्वाज आणि अत्रि. यांचा उल्लेख बृहदारण्यकांत आला आहे. दुसऱ्या ' ब्राह्मणांत तस्यासत ऋषयः सप्त तीरे ' या ऋग्वेदांतील ऋचेचें व्याख्यान करतांना ' प्राणावा ऋषयः । प्राणानेतदाह । इमावेव गौतमभरद्वाजौ ॥ ' ' इमावेव विश्वामित्रजमदग्नी । इमावेव वसि-

छकश्यपौ । वागेवात्रिः ॥ ' असें सांगितलें आहे. ऋग्वेदांतील सूक्तांचे कर्ते बहुतेक हेच आहेत. असो. हेच सप्तर्षि वैदिक असून उत्तरेकडे असलेले ध्रुवाभोंवतीं फिरणारे हेच सप्तर्षि आहेत असें महाभारतांतही वर्णन आहे, आणि पुराणांत हल्लींच्या मन्वन्तरांत असलेले सप्तर्षि हेच आहेत. अर्थात् ऐतिहासिक सप्तर्षि हेच होत; निरनिराळ्या मनूंना जेव्हां निरनिराळे सप्तर्षि मानले गेले तेव्हां पहिल्या स्वायंभुव मनूबरोबरचे सप्तर्षि

मरीचिरत्र्याङ्गिरसौ पुलस्त्यः पुलहः क्रतुः ।
वसिष्ठश्च महातेजास्ते हि चित्रशिखंडिनः ॥

या श्लोकांत महाभारतांत शांतिपर्व अध्याय ३३६ यांत सांगितले आहेत. यांचा उल्लेख या श्लोकांत नाहीं असें आम्हांस वाटतें; कारण हे बहुधा कल्पित आहेत. ' वैदिक इंडेक्स ' पुस्तक पाहतां पुलस्त्य, पुलह, क्रतु यांचा उल्लेख वैदिक वाङ्मयांत नाहीं. वसिष्ठ, कश्यप, भरद्वाज, गौतम, विश्वामित्र आणि अत्रि यांचा उल्लेख ऋग्वेदसूक्तांत आलेला आहे. आणि हे सर्व ऋग्वेद सूक्तांचे कर्ते आहेत. वसिष्ठ, विश्वामित्र, भरद्वाज यांचीं सबंध मण्डळें आहेत. अत्रि व आत्रेय यांचेंही मंडळ आहे. काश्यप जामदग्न्य हेही सूक्तांचे कर्ते इतर मंडळांत आहेत. एक काण्वाचें मंडळ स्वतंत्र असून त्याचें नांव महर्षींत नाहीं. परंतु कण्व हा मनूच्या वंशांत असून चांद्रवंशांतील आहे हें महाभारत व हरिवंश यांवरून दिसतें. सारांश " पूर्वे " सर्वांचे उत्पत्तिकर्ते महर्षि असे सात आहेत. ' महर्षयः सप्त पूर्वे ' यांतील पूर्वे शब्द याच आशयानें आहे. इतर महर्षि असतील पण ते पूर्वे म्हणजे सर्वांचे पूर्वींचे उत्पत्तिकर्ते नाहींत. असो. या भगवद्गीतेंतील वचनांत आलेले पूर्व सप्तऋषि हे प्रसिद्ध ऐतिहासिकच सप्तर्षि होत. ते आणि चार मनु हे आजपर्यंत झालेल्या प्रजेचे उत्पादक आहेत असें ' येषां लोकइमाः प्रजाः ' यांत सुचविलें आहे.

वरील विवेचनावरून भगवद्गीतेच्या वेळीं सात महर्षि आणि चार मनु आजपर्यंत झाले अशी कल्पना वैदिक वाङ्मयाला धरून प्रचलित असावी असें आमचें मत आहे. या काळानंतर कल्पांत चौदा मनूंची कल्पना व प्रत्येक मनूबरोबर निरनिराळे सप्तर्षि ही कल्पना प्रचलित झाली आणि हल्लींच्या काळापर्यंत सात मनु झाले असें मानलें गेलें. हा सिद्धान्त मनुस्मृतींत आणि पुराणांत स्पष्टपणें मांडला गेला आहे आणि तोच ज्योतिष्यांनीं घेतला आहे. महाभारतांत—म्हणजे—सौतीच्या महाभारतांत ही चौदा मनूंची कल्पना स्पष्टपणें उल्लिखित नाहीं तरी त्या वेळीं ती प्रचलित झाली असावी असें दिसतें. शांतिपर्व अ० ३४१ यांत भगवद्गीतेंतील हीच कल्पना प्रथम स्वायंभुव मनूला लाविली आहे आणि सप्तर्षि आणि मनु यांपासून प्रजा उत्पन्न होतात असें वर्णिलें आहे.

मरीचिरंगिराश्चात्रिः पुलस्त्यः पुलहः क्रतुः ।
वसिष्ठश्च महात्मा वै मनुः स्वायंभुवस्तथा ॥
ज्ञेयाः प्रकृतयोऽष्टौ ता यासु लोकाः प्रतिष्ठिताः ।
अष्टाभ्यः प्रकृतिभ्यश्च जातं विश्वमिदं जगत् ॥

यावरून दरमन्वंतरांत प्रजा कशा उत्पन्न होतात आणि निरनिराळे महर्षि व वंशकर्ते कसे असतात हें बहुधा महाभारतकाळीं मानलेलें असावें. भगवद्गीतेच्या आणि हल्लींच्या महाभारतकाळांत यावरून बरेंच अंतर असावें असें निष्पन्न होतें आणि भगवद्गीता ही वैदिक काळाच्या जवळ जवळ असावी असा अंदाज होतो. यावरून निश्चयात्मक काल जरी निष्पन्न होत नाहीं तरी तो फार प्राचीन असावा असें दिसतें.

भगवद्गीतेच्या काळा संबंधानें महर्षयः सप्त पूर्वे चत्वारो मनवस्तथा, हा श्लोकार्ध फार महत्त्वाचा असून वरील कल्पनेनें त्याचा अर्थही चांगला बसतो, हें आपण येथवर पाहिलें. तिसरा इतकाच महत्त्वाचा ज्योतिर्विषयक उल्लेख भगवद्गीतेंत आहे तो "**मासानां मार्गशीर्षोऽहमृतूनां कुसुमाकरः**" या श्लोकार्धांत आहे. हा श्लोक दिसण्यांत साधा आहे पण त्यांत फार ऐतिहासिक माहिती व गूढ भरलेलें आहे. महिन्यांत मार्गशीर्ष महिना व ऋतूंत कुसुमाकर यांस श्रीकृष्णानें अग्रस्थान कां दिलें हा प्रश्न आहे. त्यास ते आवडले म्हणून दिलें असें म्हटलें तर पुढें बोलण्यास जागाच नाहीं. पण अशी गोष्ट नसावी. महिन्यांत आरंभाला मार्गशीर्ष येत होता आणि ऋतूंत वसंत येत होता म्हणून त्यांस अग्रस्थान दिलें हें उघड आहे. शिवाय मार्गशीर्ष महिना आवडला तर हेमन्त ऋतु आवडावयास पाहिजे होता असेंही म्हणतां येतें. यासाठीं आम्ही म्हणतों तसाच प्रकार असला पाहिजे. हल्लीं महिन्यांत चैत्र महिना प्रथम आहे आणि ऋतूंत वसंत आहे आणि लोकगणनेंत दोघांचें ऐक्य ही आहे. वास्तविक वसंत हल्लीं फाल्गुनाच्याही मागें आला आहे तरी जेव्हां चैत्रवैशाख वसंत ऋतु ही गणना सुरू झाली तेव्हांपासून दोन्हीची जोड कायम असून ते आपआपल्या वर्गांत अग्रस्थानीं आहेत. ही गणना ख्रिस्तीसनाच्या प्रारंभाच्या सुमारास भारतीय अर्वाचीन सिद्धान्तादि ज्योतिषानें सुरू केली हें प्रसिद्ध आहे. असो. तर महिन्यांत प्रथम मार्गशीर्ष आणि ऋतूंत प्रथम वसंत ही गणना किंवा ही पद्धति भरतखंडांत केव्हां सुरू होती हें आपणास पाहिलें पाहिजे आणि हें नक्की समजलें तर भगवद्गीतेचा काळ काढतां येईल.

या प्रश्नाचा ऐतिहासिकरीत्या विचार दीक्षितांच्या प्रसिद्ध ग्रंथाच्या साहाय्यानें करूं. वैदिक वाङ्मयांत ऋतूंचा निर्देश नेहमीं वसंतापासून येतो. हे ऋतु साहा होते. क्वचित् पांच ऋतूंचा निर्देश येतो. शतपथ ब्राह्मणांत याचें कारण असें स्पष्ट सांगितलें आहे कीं, शेवटचे दोन ऋतु शिशिर आणि हेमन्त यांत एक केले आहेत. ज्या वेळेस आर्यलोक हिमालयोत्तर रहात असत त्या वेळेस वर्षाचे दहाच महिने मानीत असें रोमन लोकांच्याही पूर्वेतिहासावरून दिसतें. कारण दोन महिने सूर्य मुळींच गडप होत असे. असो. प्राचीन वैदिककाळांत उत्तरायण वसंत संपातापासून ही मानीत असावे असें दिसतें, कारण सूर्य जेव्हां क्षितिजावर येई तेव्हांच सृष्टीस चलनवलन व मनुष्यांस आनंद वाटत असे. अर्थात् दोन महिने सूर्य बिलकुल अस्त होऊन अतिशय थंडी पडून गेल्यानंतर वसंतांत वैदिक आर्यांस प्रफुल्लता व जीवंतपणा प्राप्त होत असे. यामुळें वैदिककाळीं वर्षास वसंत ऋतुपासून प्रारंभ झाला असेंच मानीत असले पाहिजेत हें साहजिक आहे. हा काळ बराच हिमालयाच्या पलीकडच्या वस्तीचा असावा. पण, जेव्हां हिंदुस्थानांत आर्य लोकांची वसति झाली आणि ज्योतिष शास्त्राचा अभ्यासही जेव्हां जास्त झाला तेव्हां ही परिस्थिति बदलली असावी. सूर्य वर्षभर क्षितिजावरच राहूं लागला आणि त्याची उत्तरेकडून दक्षिणेकडे व दक्षिणेकडून उत्तरेकडे अशी क्षितिजावर उदयाची जागा बदलूं लागली. या वेळीं वसंतसंपातापासून उत्तरायण सुरू न होतां दाक्षिणेकडून सूर्य उत्तरेकडे वळला म्हणजे उत्तरायण अशी गणना ज्योतिषांनीं सुरू केली. हा काळ वेदांगज्योतिषांत दिसतो. असो.

पण दुसरा एक मोठा फरक वैदिक-

काळांत आणि वेदांगकाळांत असा आहे कीं, वैदिककाळांत चैत्र वैशाख वगैरे महिन्यांचीं नांवें मुळींच अस्तित्वांत नव्हतीं. तीं वेदांगकाळांत अस्तित्वांत आलेलीं दिसतात. वैदिककाळांत मधु, माधव, शुक्र, शुचि हींच नांवें वसंतानुक्रमानें प्रचारांत होतीं. महिन्यांचीं हीं पर्याय नांवें अजूनही संस्कृत ग्रंथांत आहेत; पण तीं विशेष नाहींत. चैत्र वैशाख हींच नांवें मुख्यतः वैदिककाळाच्या अलीकडच्या वाङ्मयांत येतात. दीक्षितांच्या ज्योतिर्विषयक गणनेवरून हीं नांवें इ. स. पू. २००० च्या सुमारास प्रचारांत आलीं. वैदिकग्रंथांचा पुरावा ही असेंच सांगतो. वेदांगज्योतिष पाणिनिकल्पसूत्र वगैरेंत चैत्र वैशाख हींच नांवें आहेत. वेदांगज्योतिषाचा काळ दीक्षितांच्या गणनेनें इ. स. पू. १४०० निश्चित ठरतो. आतां शतपथ ब्राह्मणाच्या उत्तरकाण्डांत वैशाख हें नांव एकदां आलें आहे. (दी. ज्योतिषशास्त्राचा इतिहास पा. १३०) ११ व्या कांडापासूनचीं हीं उत्तरकांडें मागाहूनचीं आहेत. पहिल्या दहा काण्डांत हीं नांवें मुळींच येत नाहींत मधु-माधव हींच नांवें येतात आणि या शतपथाचा काळ " कृत्तिका थेट पूर्वेस उगवतात " या त्यांतील वचनावरून इ. स. पू. ३००० हा दीक्षितांनीं छातीठोक ठरविला आहे. अर्थात् इ.स.पू३००० व १४०० शतपथ व वेदांगज्योतिष यांच्या दरमियान मार्गशीर्ष पौष वगैरे नांवें प्रचारांत आलीं हा त्यांचा गणितानें आलेला सिद्धान्त योग्य आहे.

असो " मासानां मार्गशीर्षोहं " या वाक्यावरून भगवद्गीता ब्राह्मणानंतरची आहे असा सिद्धान्त काढण्यास हरकत नाहीं. अर्थात् दशोपनिषद् हे ब्राह्मणांचे भाग आहेत असें मानण्यास हरकत नाहीं. त्यानंतर किंवा त्या सुमारची भगवद्गीता आहे असें मानतां येतें. परंतु मार्गशीर्ष हा पहिला महिना आणि वसंत हा पहिला ऋतु या वाक्यांवरून भगवद्गीता वेदांगज्योतिषाच्या पूर्वीची आहे असें दिसतें. वेदांगांत पूर्वीं दाखविल्याप्रमाणें उत्तरायण वसंतसंपातापासून न धरतां मकर संक्रमणापासून धरूं लागले. हें उत्तरायण माघ महिन्यांत वेदांगकाळीं होत असे आणि त्यावरून माघापासून ज्योतिषांच्या मतानें वर्षास प्रारंभ होत असे. पांच वर्षांचें युग कल्पून दोन महिने अधिक घालावयाचे ते या हिशोबानें एक माघाच्या प्रारंभीं आणि एक अडीच वर्षांनीं श्रावणाच्या पूर्वीं. अर्थात् माघादिवर्ष मानलें तर शिशिरादि ऋतु मानले पाहिजेत हें उघड आहे. अशा प्रकारची गणना एकेकाळीं भारतीकाळांत होती ही गोष्ट महाभारतांतील अश्वमेधपर्वांतील एका श्लोकावरून दिसते.

अहः पूर्वं ततो रात्रिर्मासाः शुक्लादयः स्मृताः ।
श्रवणादीनि ऋक्षाणि ऋतवः शिशिरादयः ॥
(२ अ० ४४)

यांत ऋतु शिशिरापासून प्रारंभ होतात असें म्हटलें आहे. हा श्लोक अनुगीतेंत असून यांत ऋतु आणि महिने निराळ्या रीतीनें प्रारंभ होतात असें दाखविलें आहे. नक्षत्रें हीं श्रवणापासून सुरू होतात असें येथें मानलें आहे. असो. हा काळ इ० स० पू० ४५० सुमाराचा आहे असें दीक्षितांनीं दाखविलें आहे. महाभारतांत अन्यत्र ठिकाणीं महिने मार्गशीर्षादिच आले आहेत हें येथें सांगितलें पाहिजे. अनुशासनपर्व अध्याय १०९ यांत विष्णूच्या द्वादश नामांनीं बारा महिन्यांत उपवास केल्याचें फल वर्णन केलें आहे त्यांत महिने मार्गशीर्षापासून सांगितले आहेत. दर महिन्यास एकभुक्त उपवास केल्याचें फळ यांत

सांगितलें आहे. यावरून सामान्यतः महाभारतकाळापर्यंत मार्गशीर्षादि महिने होते असें म्हणावें लागतें. पराशरगृह्यसूक्तांत मार्गशीर्ष पौर्णिमेस वर्षाची इष्टि करावी असें सांगितलें आहे पण तेथें हेमन्त ऋतूसच प्रधान धरून हेमन्त ऋतूसच हविर्भाग द्यावा असें वर्णन आहे. अर्थात् मार्गशीर्ष महिन्याबरोबर हेमन्तादि ऋतु मानले पाहिजेत हें उघड आहे. परंतु भगवद्गीतेंत 'मासानां मार्गशीर्षोहम्' म्हणून 'ऋतूनां कुसुमाकरः' हें कसें म्हटलें आहे याचें आश्चर्य वाटतें. यावरून असें अनुमान काढतां येण्यासारखें आहे कीं, हा श्लोक ब्राह्मणानंतर लवकरच लिहिला गेला असला पाहिजे. नवीन महिने प्रचारांत आल्यानंतर पण वैदिक काळचे ऋतुच अद्याप जोंपर्यंत चालू आहेत तोंपर्यंतचा हा श्लोक आहे असें म्हणावयास पाहिजे. वेदांगज्योतिषांतील माघादि महिने अद्याप चालू नव्हते किंवा शिशिरादि ऋतुगणना चालू नव्हती, तेव्हां हा श्लोक लिहिला गेला असावा, असा निश्चय होतो.

पण येथें असा प्रश्न उद्भवेल कीं, वैदिककाळांतील ऋतुगणना कायम होती तेव्हां महिन्यांचीं नवीन नांवें प्रचारांत आलीं तीं चैत्रादिच नांवें कां प्रचारांत आलीं नाहींत? वैदिककाळांत ऋतु वसंतापासून होते हें खरें पण ज्या वेळीं आर्यलोक विशेषतः यमुनेच्या तीरावरून खालीं समुद्रापर्यंत सौराष्ट्रांत वसाहत करूं लागले त्या वेळीं या गरम मुलुखांत हिवाळ्याचे दिवस विशेष सुखकर म्हणून मार्गशीर्ष महिन्यापासून महिने मोजण्यास सुरवात झाली असावी. हा परिपाठ फार जुना आहे हें मात्र निश्चयानें सांगतां येतें. तो भाग भगवद्गीतेंत प्रथम दिसतो, महाभारतांत दिसतो, पारस्कर गृह्यसूत्रांत दिसतो, किंबहुना अमरकोशांतही दिसतो हें सांगण्यासारखें आहे. अमरकोशांत महिन्यांचीं जीं नांवें दिलीं आहेत तीं मार्गशीर्ष महिन्यापासून दिलीं आहेत. 'मार्गशीर्षः सहामार्ग' वगैरे श्लोक प्रसिद्ध आहेत. पण त्याबरोबर त्यानें ऋतुही हेमन्तापासूनच दिले आहेत. 'बाहुलोर्जौ कार्तिकिको' असें सांगितल्यावर 'हेमन्तः शिशिरो स्त्रियाम्' आणि शेवटीं 'षडमी ऋतवः पुंसि मार्गादीनां युगैः क्रमात्' असें त्यानें म्हटलें आहे. असो. अमर बहुधा ख्रिस्ती सनानंतर झाला असून तो सुद्धां चैत्रादि मास देत नाहीं यावरून एखादी गणना सुरू झाली म्हणजे ती कशी फार दिवस चालते हें लक्षांत येईल. अलबिरुनीनें असें लिहिलें आहे कीं, सिंध वगैरे प्रांतांत त्याच्या काळींही महिने मार्गशीर्षादि होते. असो; महिन्यांचीं नांवें प्रथम मार्गशीर्ष वगैरे पडलीं तेव्हां मार्गशीर्षादि महिने सुरू झाले ते शौरसेनी सौराष्ट्र वगैरे मुलुखांत सुरू झाले परंतु प्रारंभीं प्रारंभीं वैदिक काळाच्याच वसंतादि ऋतूंचेंच प्राबल्य कायम राहिलें असावें. अशाकाळीं भगवद्गीतेंतील हें वाक्य आहे. म्हणजे इ. स. पू. २००० पासून इ. स. पू. १४७० पर्यंतचें आहे. त्यानंतर वेदांग ज्योतिषांत माघादि महिने कायम झाले आणि नक्षत्रें धनिष्ठादि होतीं म्हणजे धनिष्ठांत उदगयन होतें. त्यावरून गणितानें हा काळ इ. स. पू. १४०० च्या सुमारें ठरतो. पुढें उदगयन मागें एक नक्षत्र आलें त्यावेळेस श्रवणावर उदगयन होऊं लागलें. हा काळ सुमारें इ० स० पू० ४५० चा गणितानें निघतो. या वेळचें अनुगीतेचें वाक्य 'श्रवणादीनि नक्षत्राणि ऋतवःशिशिरादयः' हें होय. अर्थात् यावेळीं माघादि महिने आणि शिशिरादि ऋतु होते. यानंतरचा काळ महाभारताच्या शेवटच्या संस्करणाचा परंतु या

सर्व काळांत भगवद्गीतेनें मार्गशीर्षादि मासगणना घालून दिली होती तीही चालू राहिली; परंतु त्याबरोबर पारस्कर गृह्यसूत्र व अमरकोश यांत दाखविल्याप्रमाणें ऋतु हेमन्तादि होते. या सर्व निरनिराळ्या ग्रंथांच्या परिणालिकेवरून असें अनुमान काढणें शक्य आहे कीं, भगवद्गीतेचा काळ इसवीसनपूर्व २००० पासून १४०० चा म्हणजे उपनिषत्काळानंतरचा व वेदांगज्योतिषापूर्वींचा असावा.

येथवर वर्णन केल्याप्रमाणें भगवद्गीतेचा काळ इ. स. पू. २०००–१५०० चा ठरतो. हा कदाचित् कोणास असंभवनीय वाटेल, पण तसें वाटण्याचें कारण नाहीं. शतपथ ब्राह्मणाचा काळ इ. स. पू. ३००० आणि भारतीयुद्धाचा काळही जर इ. स. पू. ३१०१ हा आहे तर भगवद्गीतेचा काळ वर दर्शविलेला ठरतो यांत नवल काय ? व्यासानें भारतीयुद्धानंतर लवकरच भारत रचलें असें मानलें आणि भगवद्गीता मूळ भारतांतील मानली तरीही तिचा काळ बराच प्राचीन असलाच पाहिजे. असो या काळास अन्य वचनांनीं कांहीं बाध येतो कीं काय तें पाहूं. भगवद्गीतेंत कांहीं व्याकरणविषयक वचनें आहेत. “ अक्षराणामकारोऽस्मि द्वन्द्वः सामासिकस्य च ” या वाक्यांत व्याकरणविषयक उल्लेख आहे. यावरून गीता पाणिनीनंतरची आहे असें म्हणण्याची जरूरी नाहीं. कारण पाणिनि

“ १ मध्वादि मासांच्या संज्ञा या ऋतूंशीं संबद्ध आहेत त्यांचा संबंध नक्षत्रांशीं नाहीं ” (भारतीज्योतिषशास्त्र पान ३७). हें लक्षांत ठेविलें पाहिजे. म्हणजे वैदिक काळीं मधुश्च माधवश्च वसंतः असें जरी म्हणत होते तरी त्या वेळीं त्याचा जोड नाक्षत्र महिने चैत्र वैशाख यांशीं नव्हता हें उघड आहे. हा जोड इ. सनाच्या प्रारंभीं गणना चैत्रादि आणि नक्षत्रांची अश्विन्यादि महिन्यांची गणना झाली त्या वेळीं घातला गेला आणि तेव्हांपासून मधु म्हणजे चैत्र असा नामनिर्देशही झाला. वैदिककाळीं मध्वादि संज्ञा कृत्तिकादि नक्षत्रांबरोबर प्रचारांत होत्या. त्या वेळेस नाक्षत्र महिना वसंताचा कोणता येत असावा हें काढलें पाहिजे. तो चैत्राच्या पुढचा असावा हें उघड आहे. हल्लीं वसंत चैत्राच्या मागें आला आहे. मध्वादि संज्ञा इ. स. पू. सुमारें ५००० वर्षांच्या आहेत. चैत्रादि संज्ञा इ. स. पू. २००० च्या आहेत. (पान सदर १४६) या वेळेस मार्गशीर्षांत वसंत नव्हता हें उघड आहे. या वेळेस बहुधा वसंतारंभ वैशाखांत असावा; त्या वेळेस मार्गशीर्षादि मासगणना आग्रहायणी या पूर्णिमेच्या मृगशीर्ष नक्षत्रावरून झाली असावी असाही तर्क होऊं शकतो. परंतु या विषयांत जास्त जाण्याची अवश्यकता नाहीं.

१ येथें थोडासा खुलासा करणें जरूर आहे. ऐतिहासिक प्रमाणांचा विचार करतां भारती युद्ध इ० स० पू० ३१०१ चें निश्चयानें कायम होतें. भगवद्गीता, मासानां मार्गशीर्षोहमृतूनां कुसुमाकरः या वाक्यावरून इ० स० पू० २००० नंतरची वेदांग ज्योतिषापूर्वींची म्हणजे इ० स० पू० १४०० पूर्वींची ठरते. तेव्हां भारतीयुद्धकालीन व्यासांची भगवद्गीता असें कसें म्हणतां येतें हा प्रश्न उत्पन्न होतो. आम्ही भगवद्गीतेस व्यासाची किंवा वैशंपायनाची म्हणतों याचें कारण हेंच आहे. भारतीयुद्धाचा काळ आमच्यामतें बदलूं शकत नाहीं आणि भगवद्गीतेचा काळही इ० स० पू० २००० च्या पूर्वीं जाऊं शकत नाहीं. भारतीयुद्ध व ऋग्वेदरचना किंवा व्यवस्था यांजपासून व्यासासही निराळा करतां येत नाहीं. तेव्हां वैशंपायन हा व्यासशिष्य प्रत्यक्ष नसून व्यासानंतर कित्येक शतकांनीं झाला असावा असें मानलें पाहिजे. सौति मी वैशंपायनानें महाभारत पठन केलेलें ऐकिलें असें म्हणतो पण तो वैशंपायनानंतर कित्येक शतकांनीं झाला हें आपण पाहिलेंच आहे. त्याच न्यायानें वैशंपायनही व्यासानंतर कित्येक शतकांनीं झाला असावा असें मानण्यास हरकत नाहीं. व्यासाचें भारत किंवा प्रत्यक्ष शब्द आपल्यास वैशंपायनमुखानेंच ऐकूं येतात असें म्हटलें पाहिजे.

हा कांहीं आद्य व्याकरणकार नव्हे; किंबहुना व्याकरणाचा अभ्यास वेदकालापासून होत होता हें उघड आहे. छांदोग्यउपनिषदांत स्वरांचे भेद सांगितले असून उच्चार कसे करावयाचे हें वर्णिलेलें आहे. " सर्वे स्वरा इंद्रस्यात्मानः सर्वे ऊष्माणः प्रजापतेरात्मानः सर्वे स्पर्शा मृत्योरात्मानः " वगैरे वर्णन छांदोग्य प्रपा. २ ख. २२ यांत आहे. अर्थात् व्याकरणाचा अभ्यास व संज्ञा फार जुन्या आहेत. तेव्हां भगवद्गीतेंत अकार आणि द्वंद्व, सामासिक हे व्याकरणाचे पारिभाषिक शब्द आले तर त्यांत आश्चर्य मुळींच नाहीं. छांदोग्य, बृहदारण्य इत्यादि उपनिषदांनंतरची भगवद्गीता आहे ही गोष्ट मान्य आहे. पण या उपनिषदांचा व ज्या ब्राह्मणांत तीं आहेत त्यांचाच काळ जर फार मागें जातो तर भगवद्गीतेचा काळ वर सांगितल्याप्रमाणें ठरतो यांत नवल काय? मागें सांगितल्याप्रमाणें वैदिककाळाचीच मर्यादा फार मागें गेली पाहिजे. ती मागें न नेतां तीस अलीकडे ओढण्याचा पाश्चात्य विद्वानांचा कल आहे तो चुकीचा आहे. वेदांगज्योतिषाचा व शतपथाचा काळ सुनिश्चित ज्योतिर्विषयक उल्लेखांवरून व प्रमाणांवरूनच जर इ. स. पू. १४०० व ३००० ठरतो तर त्याप्रमाणें भगवद्गीतेचाही काळ मागें गेला पाहिजे हें उघड आहे. असो. निरनिराळ्या ग्रंथांचा काळ वादग्रस्त असें जरी मानलें तरी ग्रंथांची परंपरा जी आम्ही पुढें सांगत आहों त्या परंपरेंत तर आम्हांस तिळप्राय संशय नाहीं आणि आमच्या मतें कोणास काढतांही येणार नाहीं; बहुतेक सर्वांचें मत यांत जमेल असें आम्हांस वाटतें. ती परंपरा अशी. प्रथम ऋग्वेदसंहितारंचना; नंतर भारतीयुद्ध; नंतर शतपथ ब्राह्मण पहिलीं दहा खण्डें, नंतर बृहदारण्य वगैरे दशोपनिषदें; नंतर भगवद्गीता; नंतर वेदांगज्योतिष, यास्काचें निरुक्त आणि पाणिनीचें व्याकरण; नंतर हल्लींचें महाभारत आणि त्यानंतर पतंजलीचें योगसूत्र व बादरायणाचें वेदान्तसूत्र. याप्रमाणें प्राचीन ग्रंथांची परंपरा लागते. हल्लींच्या उपलब्ध साधनांच्या परिस्थितींत अशी परंपरा लागते हें या ग्रंथांतील निरनिराळ्या ठिकाणच्या विवेचनावरून वाचकांच्या लक्षांत येईल. पतंजलीचा काळ त्याच्या महाभाष्यावरून इ. स. पू. १५० सुमारें निश्चयानें ठरतो. व बाकीच्या ग्रंथांचा काळ या मानानें पूर्वपूर्व धरावयास पाहिजे.

भगवद्गीतेची भाषा.

भगवद्गीतेच्या विचारांत येथवर ग्रंथ, कर्ता, आणि काळ या बाबतींसंबंधानें आम्हीं विवेचन केलें. आतां आपण भगवद्गीतेच्या भाषेसंबंधानें थोडासा जास्त विचार करूं. महाभारताच्या भाषेहून भगवद्गीतेची भाषा जास्त सरळ, जोरदार व गंभीर आहे; हें आपण अन्यत्र सांगितलेंच आहे. ज्याप्रमाणें कालदृष्ट्या भगवद्गीता उपनिषदांनन्तरची व जवळची आहे त्याचप्रमाणें भाषेच्या दृष्टीनेंही भगवद्गीता उपनिदांनंतरची व उपनिषदांजवळची दृष्टीस पडते. या भाषेंत क्रियापदांचें पूर्ण प्रयोग नेहमीं येतात, धातुसाधितांवर काम भागवतांना दिसत नाहीं. समासांत पदें फारच थोडीं व लहान लहान आहेत. एकंदर विवेचन बोललेल्या भाषेप्रमाणें सरळ गूढार्थरहित आहे. महाभारतांत पुष्कळ ठिकाणीं गूढार्थांचे श्लोक आहेत इतकेंच नव्हे तर गूढार्थयुक्त असे शब्दही अनेक जागीं आहेत. बोललेल्या भाषेंत अशा प्रकारचे शब्द कधींही वापरण्यांत येत नाहींत हें उघड आहे. भाषा इतकी सरळ व उत्तानार्थाची महाभारतांत

कोणत्याच तत्त्वज्ञानविषयक उपाख्यानांत नाहीं. शांतिपर्वांतील अनेक तत्त्वज्ञानविषयक संभाषणें व आख्यानें किंवा सनत्सुजात किंवा धर्मव्याधसंवाद वाचतांना विषयाची व भाषेची क्लिष्टता आपल्या प्रत्ययास येते. पण भगवद्गीतेंत तसें मुळींच होत नाहीं. तसेंच विषयाची बारीक बारीक छाननी करून त्याचे निरनिराळे पोटभेद आणि संख्यायुक्त म्हणजे अगदीं कच्चे विभाग पाडण्याची भगवद्गीतेंत मुळींच प्रवृत्ति दिसत नाहीं. कोणताही विषय सांगणें तो व्यापकदृष्ट्या मुख्य सिद्धान्तावर लक्ष देऊन आणि पाल्हाळ किंवा विस्तार व्यर्थ न करितां किंवा सूत्रमय थोडक्यांतही न सांगतां उपनिषदांप्रमाणेंच गीतेंत प्रतिपादन केलेला असतो हें सुज्ञ वाचकांच्या लक्षांत येईलच. आणि सर्वांत विशेष सांगण्याची गोष्ट ही कीं, ज्याप्रमाणें उपनिषदांमध्यें वक्तृत्वपूर्ण भाषेची छाया आपल्या मनावर उमटते त्याप्रमाणें भगवद्गीतेंतही भाषेची वक्तृत्वता आपल्या नजरेस येते. वक्तृत्व, मृत भाषेंत कधींही होऊं शकत नाहीं हें लक्षांत ठेवलें पाहिजे. डोक्यांत विषय भरला असतां सहजस्फूर्तीचा ओघ जिवंत भाषेंतच उत्तम धावूं शकतो हें प्रसिद्ध आहे. अर्थात् भगवद्गीता ही संस्कृत भाषा ज्या वेळेस जिवंत होती त्या वेळेसच तयार झाली असली पाहिजे असा आपला निश्चय होतो. यासंबंधानें थोडासा जास्त विचार येथें केला पाहिजे.

महाभारत तयार झालें त्या वेळेस संस्कृत भाषा मृत होती ही गोष्ट निर्विवाद आहे. बुद्धाच्या काळींच म्हणजे इ० स० पू० ५०० च्या सुमारास किंवा पूर्वीं संस्कृत भाषा सामान्य जनसमूहाच्या बोलण्यांतून गेली होती असें ऐतिहासिकदृष्ट्या आपल्यास म्हणतां येतें. ती किती पूर्वीं मृत झाली होती हें निश्चयानें सांगतां येत नाहीं. पाणिनि इ० स० पू० ८००–९०० च्या सुमारास झाला त्या वेळेस संस्कृत भाषा लोकांच्या बोलण्यांत येत होती. संस्कृत व प्राकृत हे त्या वेळेस शब्दच नव्हते. तो संस्कृतच्या ऐवजीं भाषा असाच शब्द वापरतो. अर्थात् आपल्यास असें म्हणतां येतें कीं, पाणिनीच्या वेळेस संस्कृत भाषा जिवंत होती. पाणिनीच्या पूर्वीं भगवद्गीता हजार आठशें वर्षें लिहिली गेली असें आपण ठरविलें आहे. अर्थात् पाणिनीच्या व्याकरणाच्या दृष्टीनें भगवद्गीतेंत कांहीं अपप्रयोग असले तरी ते चुकीचे आहेत असें मानतां यावयाचें नाहीं. पूर्वीं सांगितल्याप्रमाणें दादोबाच्या व्याकरणावरून मोरोपंतांच्या भारताच्या चुका काढण्यासारखें तें होईल. असें म्हटलें तर पाणिनीवरून दशोपनिषदांतही चुका दाखवितां येतील. एक कठोपनिषदाचा प्रथम अध्यायच घेतला तर ‘ प्रते ब्रवीमि’ ‘ तदुमे निबोध ’ यांत प्र उगीच आहे असें म्हणतां येईल. ‘ प्रबृह्य धर्ममणुमेत माप्य ’ यांत आप्य हा प्रयोग किंवा ‘ नाचिकेतंशकेमहि ’ यांत शकेमहि प्रयोग किंवा ‘ गूढोत्मा न प्रकाशते ’ यांत गूढोत्मा हा संधि चूक आहे असें म्हणतां येईल. असो. तर या दृष्टीनें पाणिनीच्या पूर्वींची बऱ्याच काळची भगवद्गीता असल्यानें त्यांतील भाषेस केवळ पाणिनीय व्याकरणानें पाहून उपयोग नाहीं. ज्याप्रमाणें दशोपनिषदांची भाषा आहे त्याप्रमाणेंच मोकळी किंवा त्याहून अधिक सरळ भगवद्गीतेची भाषा आहे असें आपल्यास दिसतें.

भाषाशास्त्राचे जाणणार असें प्रतिपादन करतात कीं, भाषेच्या स्वरूपांत दोनशें किंवा चारशें वर्षांनीं फरक पडलाच पाहिजे आणि तो तसा पडतो असें आपल्यास मराठीच्या ही इतिहासावरून दिसून येतें. महाभारताच्या

भाषेत व भगवद्गीतेच्या भाषेत इतका फरक कां दिसत नाहीं हा एक प्रश्न येथें भाषाशास्त्रकार उत्पन्न करतील त्याचा विचार आपणांस करावयास पाहिजे. किंबहुना एकंदर वैदिक वाङ्मयास जो अलीकडचा काळ पाश्चात्य पंडित देतात त्याचें एक कारण, हेंच दिलें जातें. ही त्यांची कल्पना अगदींच चुकीची आहे असें म्हणतां यावयाचें नाहीं हें खरें, तथापि दोन तीन गोष्टी लक्षांत घेतल्या पाहिजेत. प्रथम गोष्ट ही कीं, भाषा एकदां मृत झाली म्हणजे तिचें स्वरूप मुळींच बदलत नाहीं. ती भाषा मग पंडितांच्या बोलण्यांत किंवा लिहिण्यांत कायम रहाते आणि मग त्या भाषेंतील जें आप्त व्याकरण असेल त्या व्याकरणास अनुसरूनच सर्व वाग्व्यवहार होतो. याप्रमाणें आप्त व्याकरण नसेल तर ती भाषा मृत झाल्यावर पुन्हां लिहिण्यांतही यावयाची नाहीं हेंही उघड आहे. ज्या संस्कृत भाषा व्याकरण उत्पन्न होण्याइतक्या पुढें गेलेल्या असतात त्याच मृत दशेंतही पंडितांच्या लेखांत जिवत असतात. असो. पण अशा पंडितांच्या लिहिण्यानें हजारों वर्षें गेलीं तरी त्यांत अंतर पडत नाहीं हें उघड आहे. उदाहरणार्थ ल्याटिन भाषेंत ग्रंथरचना मिल्टन बेकनपर्यंतही किंबहुना अजूनपर्यंतही होत आहे. म्हणजे ल्याटिन मृत झाल्यावर १२००, १६०० वर्षेपर्यंतही ल्याटिन लिहिली जात आहे. इतकेंच नव्हे तर मिल्टनची भाषा व्हर्जिल या प्रख्यात जिवंत ल्याटिन भाषेंतील कवीच्या भाषेसारखी होती अशी त्याची तारीफ करतात. याच न्यायानें महाभारत सौतीनें संस्कृत लोकांच्या बोलण्यांतून गेल्यानंतर तयार केलें. त्याच्या भाषेंत आणि भगवद्गीतेच्या भाषेंत फार फरक असणें संभवनीय नाहीं. ग्रंथकर्ता जितका विद्वान् असेल त्याप्रमाणें त्याची भाषा हुबेहुब पूर्वकालीन ग्रंथांप्रमाणें उत्पन्न होते यांत शंका नाहीं यासाठीं पाणिनीच्या व्याकरणानंतर अथवा बुद्धानंतर जितकें संस्कृत वाङ्मय तयार होऊन चांगलें असल्यामुळें आजवर टिकलें आहे तितकें बहुतेक पाणिनीय भाषेप्रमाणेंच असणार हें निर्विवाद आहे. यामुळेंच आपल्यास संस्कृत वाङ्मयांत फारसा भाषेचा भेद दिसत नाहीं आणि भाषेच्या वाढीचा सिद्धान्त संस्कृतास फारसा लागू पडत नाहीं.

दुसरी गोष्ट अशी कीं, ज्या भाषेस व्याकरण उत्पन्न झालें नाहीं ती भाषा बरीच लवकर बदलते; आणि जी भाषा प्रौढ होऊन त्यांत व्याकरण उत्पन्न झालें. विशेषतः कोशही उत्पन्न झाला त्यांत बदल फार सावकाश होतो. आणखीही अनेक कारणें भाषेच्या कमी जास्ती बदलण्याचीं आहेत त्यांचाही विचार करावयास पाहिजे. उदाहरणार्थ, ज्ञानेश्वराच्या वेळची मराठी आणि एकनाथाच्या वेळची मराठी यांत बरेंच किंबहुना फारच अंतर दिसतें, म्हणजे दोनशें वर्षांत इतकें अंतर पडलें. परंतु मध्यंतरीं मुसलमानांचा अम्मल उत्पन्न होऊन दोन भाषांची लगट झाली यानें हा जलद फरक पडला असावा. पण एकनाथाची भाषा किंवा तुकारामाची भाषा यांत फार फरक नसून त्यांत आणि हल्लींच्या भाषेंतही विशेष फरक दिसत नाहीं. जो कांहीं थोडासा फरक पडला आहे तो इंग्रेजी भाषेच्या संपर्कानें पडला आहे. तरी पण ज्ञानेश्वरकालीन भाषा जशी आपणास अपरिचित वाटते तशी तुकारामाची किंवा एकनाथाची किंवा रामदासाची मुळींच वाटत नाहीं. अर्थात् या दोनशें तीनशें वर्षांत मराठींत विशेष फरक पडला नाहीं. हाच विचार संस्कृत भाषेला लागू करावयास पाहिजे. ऋग्वेदकालीन भाषा ही ब्राह्मणकाली-

न भाषेहून भिन्न असून बहुतेक तेव्हांच दुर्बोध झाली होती. किंबहुना ऋग्वेदांतील ऋचांचा अर्थ ब्राह्मणांत जागजागीं सांगण्याचा प्रयत्न केला आहे. ब्राह्मणांतील भाषेंत आणि दशोपनिषदांच्या भाषेंत बराच फरक दिसतो तथापि तो इतका नाहीं याचें कारण ब्राह्मणकालीं व्याकरणाचा व कोशाचा अभ्यास सुरू झाला होता. आणि व्याकरणाचे नियम बरेच शोधून तयार झाले होते. उपनिषदांच्या व भगवद्गीतेच्या भाषेंत थोडा फरक आहे याचेंही कारण हेंच आणि भगवद्गीता व पाणिनीय भाषा यांतही थोडा फरक आहे. या अवधींत कोणत्याही प्रकारचें परदेशाचें अथवा परभाषेचें वर्चस्व किंवा स्वाऱ्या वगैरे भरतखण्डांत झाल्याचें इतिहास सांगत नाहीं. अर्थात् भाषेंत प्रारंभीं इतका झपाट्यानें फरक झाला नाहीं. या दृष्टीनें पाहतां पाश्चात्य भाषाशास्त्रकार दोनदोनशें वर्षें जीं भाषेच्या फरकाला लावतात तीं फारच थोडीं असून हा काल अधिक धरला पाहिजे हें उघड आहे. वेदांगज्योतिषांत आणि पाणिनीय भाषेंत फारसा फरक नाहीं तरी त्यांत सहाशें वर्षांचें अन्तर आहे असें आपणास निश्चयानें म्हणतां येतें. अर्थात् त्याच दृष्टीनें भगवद्गीतेच्या भाषेंत आणि पाणिनीय भाषेंत आठशें वर्षांचें अंतर असणें असंभवनीय नाहीं.

यथेह क्षुधिता बाला मातरं पर्युपासते ।
एवं सर्वाणिभूतान्यग्निहोत्रमुपासते ॥

हा छांदोग्य उपनिषदांतील श्लोक वाचून पुष्कळांस असें वाटतें कीं, हा तर अगदीं संस्कृत भाषेंतील श्लोक इतका जुना कसा असेल? पण वरील सर्व गोष्टी त्यानें लक्षांत घेतल्या पाहिजेत. एक तर इ० स० पू० ६०० पासून संस्कृत भाषा बोलण्यांत सामान्यतः येण्याचें बंद झालें असून पाणिनीच्या प्रसिद्ध व वैदिकमान्य व्याकरणानें तिला पाणिनीय स्वरूप जें मिळालें आहे तें आज अडीच हजार वर्षे कायम आहे. याच्या मागें वेदांगकालांत फारसा भाषेंत फरक पडलेला नाहीं. कारण, भाषेंत अनेक व्याकरणें उत्पन्न झालेलीं असून तिला बहुतेक स्थायी स्वरूप आलें होतें. असो. तथापि, दशोपनिषदांच्या भाषेंत आणि वेदांगाच्या काळच्या भाषेंत थोडासा फरक आहे असें आपल्यास दिसून येतें आणि हा फरक हजार आठशें वर्षांचाही असू शकतो. असो. या दरमियानच्या काळांतील भगवद्गीता असून तिचें स्वरूप बोललेल्या भाषेचें पूर्णपणें आहे. एकंदर महाभारताच्या भाषेप्रमाणें कृत्रिम स्वरूप दिसत नाहीं. भगवद्गीतेंतील विषयप्रतिपादनाची शैली आणि भाषेचें वक्तृत्व बोलत्या जिवंत भाषेंतील असून तें उपनिषदांच्या विशेषतः छांदोग्यबृहदारण्याच्या धरतीवर आहे आणि भाषेच्या दृष्टीनेंही जें आपण भगवद्गीतेस उपनिषदांनंतर आणि वेदांगाच्या किंवा यास्क पाणिनीच्या दरमियान घातलें आहे तें गैरवाजवी नाहीं असें आपल्यास म्हणण्यास हरकत नाहीं.

भगवद्गीतेच्या वेळची परिस्थिति.

आतां आपण या विचाराच्या शेवटच्या मुद्याकडे वळूं. भगवद्गीतेंत मुख्यतः काय प्रतिपादन केलें आहे, भगवद्गीतेंत श्रीकृष्णांचीं कोणतीं विशिष्ट मतें आपल्यास दिसून येतात, श्रीकृष्णाचें चरित्र आणि त्याचे भगवद्गीतेंतील विचार यांत मेळ आहे कीं नाहीं आणि श्रीकृष्णाचें चरित्र आणि भगवद्गीतेचें परमतत्त्व दोन्ही उच्चतम व उदात्त कशीं आहेत याचा आपल्यास विचार कर्तव्य आहे. यासाठीं आपल्यास श्रीकृष्णाच्या काळच्या व भगवद्गीतेच्या काळच्या परिस्थितीचें थोडेंसें पूर्व स्वरूप लक्षांत आणलें पाहिजे. श्रीकृष्णाच्या

अवताराच्या वेळीं भारती आर्यांची हिंदुस्थानांत पंजाब, मध्यदेश, अयोध्या, सौराष्ट्र वगैरे प्रांतांत वसति होऊन त्यांच्या उत्तम धार्मिक व्यवस्थेनें भारती आर्यांची सर्वतोपरी भरभराट झाली होती. देशामध्यें क्षत्रियांची संख्या अतोनात वाढली होती. जिकडे तिकडे सुराज्य नांदत असल्यानें व राहणी सुव्यवस्थित असल्यानें सर्व देश प्रजेच्या वाढीनें गजबजला होता. दाक्षिणेस व पूर्वेस द्राविडी देशांत द्राविडांची पूर्ण वाढ असल्यानें तिकडे वाढ होण्यास अवकाश नव्हता. लोकांची नीतिमत्ता ही उत्तम असल्यानें आपसांतील वैमनस्यें किंवा रोगांची उत्पत्ति कमी होती. अर्थात् ज्याप्रमाणें हल्लींच्या युद्धापूर्वी युरोपांतील देशांची स्थिति झाली होती त्याप्रमाणें थोडी अधिक स्थिति श्रीकृष्णाच्या जन्माच्या वेळीं झाली होती. ब्रह्मदेवास पृथ्वीचा भार कसा कमी होईल याची काळजी पडली होती असें जें वर्णन आहे तें एका प्रकारानें असत्य नाहीं. अशा वेळीं श्रीकृष्णाच्या अवताराची व त्याच्या दिव्य उपदेशाची अवश्यकता होती हें आपण विस्तारानें सांगूं.

राष्ट्रांची उच्च नीच गति.

पण कोणताही देश उन्नतीच्या परमोच्च बिंदूंत कायमचा राहूं शकत नाहीं. चक्राच्या गतींत जसें उच्च बिंदूला पोंचल्यावर खालच्या दिशेकडे जाणें अपरिहार्य आहे, तसा हा उच्च नीच गतीचा प्रकार जगतांत सारखा चालू राहणारच. ज्याप्रमाणें हल्लीं सुधारणेच्या शिखरास पोंचलेल्या युरोपखंडांत एका मनुष्याच्या हट्टानें भयंकर रणकंदन माजलें आहे, त्याचप्रमाणें नीति, शौर्य, विद्या इत्यादिकांत संस्कृतीच्या परमोच्च बिंदूस पोंचलेल्या प्राचीन भारतवर्षांत श्रीकृष्णाच्या काळीं ही एका मनुष्याच्या हट्टानें भयंकर युद्धाचा प्रसंग ओढवला आणि त्या युद्धापासून हिंदुस्थानच्या अवनतीस प्रारंभ झाला. भारतीयुद्धापासून कलियुग सुरू झालें, अशी जी आमची समजूत आहे त्याचें तरी बीज यांतच आहे. हजारों किंबहुना लाखों मनुष्यें आपल्या शौर्यानेंच व विद्येनेंच त्या युद्धांत मृत्युमुखीं पडलीं आणि देशांत लोकसंख्या कमी झाली. हें जरी एकपरी हितावह झालें, तरी अन्यपरी दुर्बलता व त्यामागें येणारी अनीति यांचा पगडा हळूहळू देशावर बसत गेला. भारतीयआर्यांची ही परमोच्च बिंदूस गेलेली संस्कृति कशी लयास गेली, याची मीमांसा जरा जास्त केली पाहिजे. कारण श्रीकृष्णाच्या दिव्यचरित्राचें व उपदेशाचें रहस्य तिजवरून चांगलें लक्षांत येईल.

प्रवृत्तिनिवृत्तींचें योग्य सेवन.

कोणत्याही देशाची सामाजिक, नैतिक व धार्मिक उन्नति सर्वतोपरी होण्यास त्या देशाच्या लोकांत प्रवृत्ति व निवृत्ति या दोहोंचें सेवन योग्य रीतीनें होत असलें पाहिजे, ही गोष्ट विस्तारानें सांगणें जरूर नाहीं. या वृत्तींच्या यथायोग्य सेवनांत अंतर पडलें म्हणजे समाज निकृष्ट स्थितीकडे वळतो. जेव्हां कोणताही समाज केवळ प्रवृत्ति-परायण होतो, किंवा त्यांत निवृत्तीचें अत्यंत स्तोम माजून तो पोकळ निवृत्तीच्या फेऱ्यांत सांपडतो त्या वेळेस तो समाज खालीं जाऊं लागतो. भौतिक सुखाच्या अत्यंत स्वाधीन झालेला समाज किंवा मनुष्य अवनतीस गेलाच पाहिजे. उलटपक्षीं अत्यंत निरिच्छपणें किंवा निराशपणें राहणें समाजाला किंवा मनुष्याला शक्य नाहीं. सारांश, मनुष्याची उन्नति होण्यास आधिभौतिक व आध्यात्मिक दोन्हीं सद्गुण

त्याच्या अंगीं असले पाहिजेत. भारती आर्यांच्या अंगीं उत्साह, तेज, उद्योग साहस हे आधिभौतिक अथवा प्रवृत्तींतील सद्गुण आणि धर्म, नीति, तप, अनासक्तता हे आध्यात्मिक अथवा निवृत्तींतील सद्गुण त्या वेळीं सारखे वसत होते आणि म्हणूनच ते या वेळीं उन्नतीच्या परमोच्च बिंदूस पोंचले होते. या गुणांच्या समतोलपणांत या वेळीं अंतर पडलें. एकीकडे प्रवृत्तीचें प्राबल्य झालें तर दुसरीकडे निवृत्तीचें स्तोम माजलें. प्रवृत्तीच्या प्राबल्याचा पहिला परिणाम म्हटला म्हणजे लोभ होय. जगतांतील प्रत्येक वस्तु मला पाहिजे अशी इच्छा या वेळीं मनुष्यांत उत्पन्न होते. या जगतांत जेवढें धन आहे, जेवढी भूमि आहे, जेवढीं रत्नें आहेत तीं सर्व मला असावींत असें त्यास वाटूं लागतें.

यत्पृथिव्यां व्रीहियवं हिरण्यं पशवः स्त्रियः ।
नालमेकस्य तत्सर्वमिति मत्वा शमं व्रजेत् ।।

या सुप्रसिद्ध श्लोकांत मर्मज्ञ व्यासानें उपदेशिल्याप्रमाणें जगतांतील सर्व उपभोगजात एकाला मिळालें तरी पुरेसें व्हावयाचें नाहीं हें जाणून मनुष्यानें शमप्रधान वृत्तीनें राहिलें पाहिजे. पण हा विचार लोकांतून विशेषतः राजेलोकांतून नाहींसा होतो आणि सर्व उपभोग्य वस्तूंची जननी जी भूमि ती सर्व आपल्यास असावी असा हव्यास उत्पन्न होतो. या हव्यासाच्या मागून हळूहळू इतर दुर्गुण समाजांत खेळूं लागून महत्त्वाकांक्षा, कपट, जुलूम इत्यादिकांचें प्राबल्य सुरू होतें आणि शेवटीं वैर उत्पन्न होऊन समाज अथवा राष्ट्र क्षयाम जातें.

भारतीयुद्धकालीन परिस्थिति.

पृथ्वीचा भार कमी करण्यासाठीं व तदनुसारानें भारती आर्यांचा र्‍हास होण्यासाठीं ब्रह्मदेवानें या वेळीं आर्यभूमींत लोभाचें बीज पेरलें आणि नाशाचीं केंद्रस्थानें तीन ठिकाणीं उत्पन्न केलीं. कंस, जरासंध आणि दुर्योधन या तीन लोभी व महत्त्वाकांक्षी व्यक्ति उत्पन्न करून त्यानें आपलें इष्टकार्य सिद्धीस नेलें. लोभाच्या व महत्त्वाकांक्षेच्या भरीस पडून कंसानें अवरंगजेबाप्रमाणें बापास कैद करून राज्य बळकाविलें आणि नंतर या दुष्ट कृत्याच्या समर्थनार्थ तत्पक्षी लोकांवर जुलूम मांडला. जरासंधानें शेंकडों क्षत्रिय कैद करून पारमेश्वर्य संपादण्यासाठीं त्यांचा पुरुषमेध करण्याचा विचार चालविला. दुर्योधनानें पांडवांची संपत्ति व राज्य द्यूतांत हरण करून कराराप्रमाणें परत देण्याची वेळ आली तेव्हां सुईच्या अग्रानें निघेल इतकी मृत्तिकासुद्धां देण्यास मी तयार नाहीं असें साफ सांगितलें. अर्थातच भयंकर रणसंग्राम माजून अतिशय प्राणहानि झाली. लोभास बल व संपत्ति यांचा पाठिंबा असला म्हणजे हीं रणें फारच भयंकर होतात. तशांत दोन्ही पक्षांची संस्कृति उच्च असेल व शौर्यादि गुण सारखे असतील तर हीं युद्धें किती हानिकारक होतात याचा अनुभव प्राचीन काळापासून हल्लींच्या युरोपीय युद्धापर्यंत जगतास येत आहे. when Greek fights greek, then the tug of war is terrible अशी एक म्हण इंग्रजींत आहे. भारती युद्धांत याच कारणानें १८ अक्षौहिणींतून दहाच माणसें शिल्लक राहिलीं. असो; तर लोभाचें विष पेरून ब्रह्मदेवानें अथवा नियतीनें भारती आर्यांच्या नाशास सुरवात केली. अशा विलक्षण प्रसंगीं श्रीकृष्णाचा अवतार झाला होता, हें लक्षांत ठेविलें पाहिजे. प्रवृत्तीच्या नादानें लोभास व महत्त्वाकांक्षेस बळी पडून आपसांत रणें माजण्याच्या वेळेस निर्लोभतेचें उदात्त उदाहरण घाल-

न देण्यास व बुद्धि, पराक्रम आणि क्षिप्रकारित्व यांनीं सत्याची बाजू संभाळण्यास श्रीकृष्ण पुढें आला होता. अशीं निर्लोभ वृत्तीचीं उदाहरणें इतिहासांत फार थोडीं सांपडतात. जें निर्लोभतेचें काम वाशिंगटननें अमेरिकेंत स्वातंत्र्य-युद्धाच्या वेळीं केलें किंवा पुढें युनायटेडस्टेट्समध्येंच दक्षिण व उत्तर संस्थानांत गुलामगिरी नाहींशी करण्याच्या कामीं जें आपसांत रण माजलें त्या वेळीं सत्यपक्षनिष्ठ, निश्चयी ॲब्राहाम लिंकन यानें जें काम केलें तशाप्रकारचें किंबहुना त्याहून उदात्त कार्य श्रीकृष्णास राजकीय उलाढालींत करावयाचें होतें, हें लक्षांत घेतलें म्हणजे श्रीकृष्णाच्या राजकिय कामगिरीचें महत्त्व आपल्या निदर्शनास येईल.

निवृत्तीचा निरोध.

प्रवृत्तिपरायण झालेल्या लोकसमाजास निवृत्तीचा धडा शिकविणें हें महत्त्वाचें कार्य जसें श्रीकृष्णास राजकीय बाबतींत करावें लागलें, तसेंच दुसऱ्या बाजूनें भलत्याच दिशेस वाहूं लागलेल्या निवृत्तीच्या पुरासही श्रीकृष्णास यावेळीं बांध घालावा लागला. त्यावेळीं निवृत्तीचें पोकळ स्तोम कसें माजलें होतें व एकंदर धार्मिक बाबतींत गैरसमज कसे उत्पन्न झाले होते हें येथें विस्तारानें दाखविलें पाहिजे. श्रीकृष्णाचा काळ म्हणजे औपनिषद विचारांचा काळ होय. श्रीकृष्णानें उपदेशिलेल्या दिव्य भगवद्गीतेचें रहस्य नीट कळण्यासाठीं या काळीं धार्मिक समजुती कोणत्या प्रचलित होत्या हें पाहिलें पाहिजे. वेद, वेदांत, सांख्य आणि योग हीं मतें मुख्यतः त्याकालीं प्रचलित असून प्रत्येक मत सर्वच गोष्टी आपल्या बाजूला ओढीत होतें. या मताचे हल्लींचे सूत्रग्रंथ जरी अद्याप निर्माण झाले नव्हते, तथापि हीं मतें त्यांच्या त्यांच्या मुख्य मुख्य सिद्धांतांसह प्रस्थापित झालीं होतीं व तीं एकमेकांचा निषेध करून आपआपल्याच पोळीवर तूप ओढीत होतीं. कित्येक लोक वेदांत सांगितलेलीं यज्ञयागादि कर्मेंच मनुष्यानें करावीं आणि स्वर्गाची प्राप्ति करून घ्यावी असें म्हणत, तर कित्येक लोक कर्म बिलकुल न करतां " पुत्रैषणायाश्च वित्तैषणायाश्च लोकैषणायाश्च व्युत्थायाथ भिक्षाचर्यं चरंति " या बृहदारण्योक्तीप्रमाणें संसार सोडून अरण्यांत जावें, असें म्हणत. आणि हा वाद सुशिक्षित लोकांत चालला असतां बहुजनसमाज विशेषतः मिश्रसमाज आणि शूद्र व स्त्रिया यांजला कशाचाच आधार नव्हता. कारण, त्यांस वैदिककर्म करणें शक्य नव्हतें किंवा औपनिषदिक संन्यासही मोकळा नव्हता. अशा परिस्थितींत श्रीकृष्णानें भगवद्गीतेचा दिव्य उपदेश करून एकीकडे कर्माचें बंड मोडलें तर दुसरीकडे निवृत्तीचें, अर्थात् भ्रांतनिवृत्तीचें बंड मोडलें आणि **सर्व लोकांस सुगम** असा भक्तिमार्ग नवीन प्रतिपादन केला. या समाजपरिस्थितीचें स्वरूप वाचकांच्या नीट लक्षांत येण्यासाठीं या सिद्धांताचें आपण आणखी ऐतिहासिक विवेचन करूं.

वैदिक आर्यांचा स्वभाव.

प्राचीन भारतीआर्य प्रथम हिंदुस्थानांत आले त्यावेळीं त्यांची मानसिक स्थिति कशी होती हें ऋग्वेदांतील अनेक ऋचांवरून चांगलें दिसून येतें. हे ऋग्वेद-कालीन आर्य ताज्या दमाचे व नव्या जोमाचे असून आनंदी, शूर आणि जगतांतील उपभोग्य वस्तूंचा योग्य उपभोग घेणारे होते. ते इंद्र, वरुण इत्यादि देवतांपाशीं सुंदर स्त्रिया, वीरपुत्र आणि दमदार घोडे मागत. ते स्वतः सोमरस पीत आणि आपल्या प्रिय देवतांनाही सोमरस पिण्यास आव्हान करीत. ते स्वतः मांस भक्षण

करीत, आणि यज्ञांत पशु मारून देवतांस मांस अर्पण करीत. त्यांचें अंतिम साध्य स्वर्ग असून तोही अशाच प्रकारचा म्हणजे सुख व ऐश्वर्य भोगण्याचें स्थान होता. सारांश, हे प्रथमचे आर्य प्रवृत्तीचे भोक्ते होते. तरी पण त्यांच्यांत निवृत्तीचें बीज अगदींच नव्हतें असें नाहीं. कारण कित्येक वैदिक ऋचांतून त्यांच्या निवृत्तिप्रधान प्रार्थना आपल्या समोर उभ्या आहेत. हेंच निवृत्तीचें बीज भारतीआर्य हिंदुस्थानांत आल्यावर गंगासरस्वतीच्या दरम्यानच्या ब्रह्मभूमींत मोठ्या वृक्षरूपास पोंचून त्यास औपनिषत्क विचाररूपी अत्यंत मनोहर व रसभरित फळें आलीं. आणि सर्व विश्व नश्वर आहे किंबहुना स्वर्गही नश्वर आहे, असें त्यांच्या निदर्शनास येऊन तप आणि अरण्यवास यांची त्यांस गोडी लागली. यज्ञाचा मार्ग त्यांनीं सोडला नाहीं, पण यज्ञाच्या बरोबरीला तप नेऊन ठेविलें. स्वर्गापेक्षां मोक्ष हाच परमपुरुषार्थ आहे असें ते मानूं लागले. सर्व सृष्टि यज्ञ करीत आहे, प्रजापतिही यज्ञ करीत आहे, असें पूर्वी ते म्हणत. आतां सर्व सृष्टि आणि प्रजापति, इंद्रसुद्धां तप करीत आहेत अशी त्यांची भावना झाली. सर्व उपभोग्य वस्तूंचा त्याग करून सर्व कर्मांचा संन्यास करणें हाच मोक्षाचा उपाय त्यांस दिसूं लागला. कोणत्याही वस्तूची इच्छा करणें म्हणजेच दरिद्रीपणा कबूल करणें आहे व कशाचीही इच्छा नसणें हीच ऐश्वर्याची परमावधि होय, असें ते म्हणूं लागले. सारांश, संसार सोडून अरण्यांत जाऊन शमप्रधानबुद्धीनें अकाम स्थितींत राहणें हें मनुष्याचें परम कर्तव्य होय असें वेदांती तत्त्ववेत्त्यांस वाटूं लागलें. आशिष्ठ, द्रढिष्ठ, व बलिष्ठ अशा सार्वभौमाला जें सुख त्याच्या सहस्रपट सुख अकामहत श्रोत्रियाला, असा त्यांचा निश्चय झाला. ही वेदांत्याचीच कल्पना नव्हती तर जगदुत्पत्तीचा स्वतंत्र रीतीनें विचार करणाऱ्या कपिलादि द्वैतमतवाद्यांचीही कल्पना अशीच होती. सारांश, मंत्रकाळीं कर्मवाद्यांची प्रवृत्तिपरायणता कळसास गेली तर उपनिषदांच्या काळीं निवृत्तिवाद्यांची निवृत्तिपरायणता कळसास जाऊं लागली.

जगांतील प्रवृत्तिनिवृत्तींचें आन्दोलन.

जगताच्या इतिहासाकडे पाहिलें तर मनुष्यसमाज याप्रमाणें प्रवृत्तीच्या व निवृत्तीच्या प्रकृष्ट बिंदूमध्यें वारंवार हेलकावे खात आला आहे, असें दिसून येईल. घड्याळाच्या लंबकाप्रमाणें तो एकदां प्रवृत्तीच्या परम बिंदूस जातो आणि तेथून परतून हेलकावा खाऊन निवृत्तीकडे वळतो; तो जातां जातां निवृत्तीच्या परमोच्च बिंदूस जाऊन पुन्हां हेलकावा खाऊन प्रवृत्तिकडे वळतो, असाच अनुभव आजवर इतिहासांत दिसून आला आहे. ग्रीक लोकांत होमरच्या वेळेस प्रवृत्तीचें पूर्ण प्राबल्य होतें असें दिसतें; तें हळूहळू कमी होऊन पायथ्यागोरासच्या वेळेस लोक निवृत्तीकडे वळले. पायथ्यागोरासचे अनुयायी मद्यमांस वर्ज करीत इतकेंच नव्हे तर विवाह सुद्धां न करणें श्रेयस्कर मानीत. या वृत्तीचा कळस होऊन डायोजेनिस हा सर्वसंगपरित्याग करून एका पिपांत जन्मभर राहिला. साहजिकच याच्या उलट दिशेला एपिक्यूरसनें जाण्यास प्रारंभ केला. निसर्गानें प्राप्त होणारीं सुखें सदाचरणानें भोगून मनुष्यानें आनंदांत दिवस घालवावे असें त्याचें मत होतें. हेंही मत हळूहळू प्रबल होऊन प्रवृत्तीच्या दुसऱ्या टोंकास लोक गेले आणि सुखोपभोग हेंच जीविताचें इतिकर्तव्य मानूं लागले. अशा रीतीनें ग्रीक लोक व तदनुयायी रोमन लोक ऐषआरामांत दंग झाले. ख्रिस्ती धर्माचा प्रसार होण्यास

हीच त्यांची विषयलोलुपता कारण झाली. या वेळीं ख्रिस्ती धर्मांत निवृत्तीचें स्तोम शिरलें होतें. ख्रिस्ती लोक लग्न न करणें हें प्रशस्ततर मानूं लागले होते. निदान एक बायको आमरणांत करून तिचाही घटस्फोट न व्हावा अशी त्यांची शिस्त होती. तसेंच आमरणांत अविवाहित राहून शारीरिक तप करून आध्यात्मिक सामर्थ्य वाढविणारे संन्यासी अथवा मंक त्यांच्यांत होऊं लागले होते. इंद्रियासक्तांस इंद्रियांचा जय करणाऱ्या तपस्व्याचा मनोनिग्रह नेहमीं दिपवून सोडतो. अर्थातच निवृत्तिप्रधान ख्रिस्तीधर्माचा पगडा, सर्व प्रकारची अनीति बोकळलेल्या ग्रीक व रोमन लोकांवर सहजच बसला आणि त्या लोकांत ख्रिस्तीधर्माचा प्रसार झपाट्यानें झाला.

ही निवृत्तिप्रधान वृत्ति मूळ ख्रिस्तीधर्माची नव्हती. येशूख्रिस्ताचें मत ज्यू लोकांच्या निवृत्तिपर आचारांच्या विरुद्ध होतें. हे लोक उपासानें आपल्या देवता संतुष्ट करीत. मद्यमांसापासून निवृत्त होऊन अविवाहित राहून देवाची भक्ति करणें हाच मुक्तिमार्ग आहे असें ते मानीत. त्यांच्या मताच्या विरुद्ध येशूख्रिस्त होता.

कर्षयन्तः शरीरस्थं भूतग्राममचेतसः।
मां चैवांतःशरीरस्थं तान्विद्ध्यासुरनिश्चयान्॥

या गीतेंतील वचनाप्रमाणेंच येशूचेंही मत होतें. पण हळूहळू ख्रिस्ती धर्मांत निवृत्तीचें प्रस्थ शिरून वाढूं लागलें आणि मठसंस्था त्यांच्यांत अस्तित्वांत येऊं लागल्या. ख्रिस्तीधर्माधिकाऱ्यानें लग्न करूं नये असा निर्बंध तर त्यांच्यांत लवकरच उत्पन्न झाला; इतकेंच नव्हे, तर शेंकडों किंबहुना हजारों पुरुष व स्त्रिया संसार सोडून मंक्स् व नन्स् म्हणजे जोगी व जोगिणी होऊं लागल्या! कालगतीनें हे निवृत्तीचें स्वरूप केवळ पोकळ झालें. खरी विषयपराङ्मुखता नाहींशी होऊन दर्शनी मात्र राहिली आणि अनेक प्रकारचे अनाचार त्यांच्यांत चालू झाले. अखेरीस या निवृत्तीच्या पोकळ स्वरूपाचा कळस झाला, तेव्हां ल्यूथरच्या वेळेपासून ख्रिस्ती धर्माचें तोंड प्रवृत्तीकडे वळलें. प्रवृत्तीचें योग्य रीतीनें सेवन करणें म्हणजे अधर्म नव्हे असें प्रस्थापित होऊन प्रॉटेस्टंट मत जोरांत आलें. सध्या हें मत दुसऱ्या बाजूकडे म्हणजे प्रवृत्तीच्या परमोच्च बिंदूकडे जाऊं पहात आहे असें म्हटलें असतां चालेल. पाश्चात्य लोकांची हल्लींची भौतिक उन्नति व आधिभौतिक सुखांविषयींची लालसा लक्षांत आणली म्हणजे पाश्चात्य समाजांचा लंबक प्रवृत्तीच्या परमोच्च बिंदूकडे जात आहे असें म्हणण्यास हरकत नाहीं.

भरतखण्डांतील तोच इतिहास.

पाश्चात्य लोकांच्या वरील अत्यंत संक्षिप्त व त्रोटक हकीकतीवरून मनुष्य-समाज प्रवृत्ति व निवृत्ति यांच्यामध्यें कसे हेलकावे खातो व दोन्ही वृत्ति समतोल ठेवून त्यांचें योग्य रीतीनें नेहमीं सेवन करणें हें मनुष्यसमाजास किती कठीण आहे याची कल्पना वाचकांस होईल. आपल्या देशांतही जनसमाज पूर्वीपासून असेच हेलकावे खात आला आहे, असें ऐतिहासिक समालोचनानें दिसून येईल. फार प्राचीन काळीं आर्यांचे परमपूज्य ऋषि या दोन्ही वृत्तींचा योग्य आश्रय करून वागत असत, असें त्यांच्या आश्रमव्यवस्थेवरून स्पष्ट दिसतें. दोन आश्रम प्रवृत्तीचे तर दोन निवृत्तीचे; "यौवने विषयैषी" तर "वार्धके मुनिवृत्ति" अशी त्यांची राहणी होती. पण ऋग्वेद-कालाच्या अखेरीला प्रवृत्तीचें प्रस्थ माजलें. यज्ञयागादि क्रिया अत्यंत भानगडीच्या व खर्चाच्या झाल्या. यज्ञकर्में मोठ्या डामडौलानें करून स्वर्गसुख प्राप्त करून घ्यावें

हीच ब्राह्मणक्षत्रियांनीं इतिकर्तव्यता मानली; आणि वाजपेय, राजसूय, अश्वमेध किंबहुना पुरुषमेध यांचें प्रस्थ त्यांच्यांत माजलें! अशा वेळीं उपनिषदांचे उदात्त विचार सुरू झाले. संसारसुखापेक्षां आध्यात्मिक सुखाचें महत्त्व वेदांती लोकांस अधिक वाटूं लागलें. निरिच्छ वृत्तीनें अरण्यांत राहून तप करणें किंवा ब्रह्माचा निदिध्यास करणें यांतच मनुष्यजन्माचें साफल्य आहे असें विचारवंतांनीं ठरविलें. हळूहळू ही निवृत्तिवृत्तिही दुसरीकडे कळसास गेली. उठला तो वनांत जाऊन तप करूं लागला. पाहिजे त्यानें पाहिजे त्या स्थितींत संन्यास घेऊन ब्रह्मज्ञानाचा मार्ग सुधारावा असें होऊं लागलें. ह्या वेळीं श्रीकृष्णानें आपल्या दिव्य भगवद्गीतेचा उपदेश करून जनसमाजास ताळ्यावर म्हणजे प्रवृत्ति आणि निवृत्ति यांच्या मध्यवर्ती बिंदूवर आणण्याचा प्रयत्न केला. तप करूं नये किंवा संन्यास घेऊं नये असें त्याचें मत नव्हतें. तपाची किंमत श्रीकृष्ण पूर्णपणें ओळखून होता. तपनशील मनुष्यासच सुखाची खरी किंमत समजते. शारीरिक सामर्थ्य व आध्यात्मिक तेज तपानेंच संभृत होतें. पण तप हेंच अंतिम ध्येय अशा कल्पनेनें शरिराचें व्यर्थ कर्षण मात्र करणें चांगलें नव्हे हें उघड आहे. संन्यासही पाहिजे तेव्हां क्षणिक वैराग्यानें किंवा मनाच्या कमजोरपणानें घ्यावयाचा नाहीं तर अंगीं पूर्ण वैराग्य बाणलें असतां व जगताच्या नश्वरत्वाची पूर्ण जाणीव चित्तांत बिंबली असतां घ्यावयाचा आहे. असें न होतां उठला सुटला क्षणभर टिकणाऱ्या वैराग्यानें संन्यास घेऊन अरण्याश्रय करूं लागेल तर शहरांतील गर्दी मोडून अरण्यांत गर्दी होईल, किंबहुना समाजाचें नुकसान होऊन समाजांत अनीति माजेल. अशी स्थिति खरोखरच पुढें बौद्धांच्या भरभराटीच्या वेळीं झाली आणि जंगलांतील विहार शहरांसारखे मोठे होऊन दुराचारी भिक्षूंनीं व संन्यासिनींनीं भरून गेले. असो. उपनिषदांच्या निवृत्तीचें बंड वाढूं लागलें, तेव्हां तें श्रीकृष्णानें आपल्या दिव्य उपदेशानें मोडलें. वेदांत, सांख्य व योग यांच्या भ्रांत कल्पनांनीं संसारत्याग हेंच आयुष्याचें इतिकर्तव्य असें जे लोक मानूं लागले होते त्यांस त्यानें आळा घातला. संसार सोडून अरण्यांत जाऊन बसल्यानें संसार सुटत नाहीं. उलटपक्षीं संसारांत लोलुप झाल्यानेंही मनुष्यास खरें सुख मिळत नाहीं. प्रत्येक गोष्टीस मध्यबिंदु आहे व त्यांतच राहून मनुष्यास परमगति मिळूं शकते. एकेपक्षीं शारीरिक कर्माचा आत्यंतिक त्याग करणें अशक्य आहे तर दुसरेपक्षीं शारीरिक सुखांत अत्यंत निमग्न होणेंही अत्यंत हानिकारक आहे. जो योगी युक्ताहार व युक्तविहार असेल किंवा संन्यासी मनानें कर्मफलाचा त्याग करून कर्म करीत राहील तोच परम गतीला जाईल. सारांश, श्रीकृष्णानें एकांतिक निवृत्तीचा व एकांतिक प्रवृत्तीचा निषेध केला आणि लोकांस मध्यवर्ती बिंदूवर आणण्याचा प्रयत्न केला. श्रीकृष्णाच्या या दिव्य उपदेशाचाही कालक्रमानें विपर्यास झाला हें सांगणें नकोच. शेंकडों वर्षांच्या अवधींत श्रीकृष्णाच्या या उपदेशाचा भलताच अर्थ समजला जाऊन प्रवृत्तीकडे वळलेला समाज घड्याळाच्या लंबकाप्रमाणें प्रवृत्तीच्या परमावधीला गेला. असें जाणें अपरिहार्यच होतें. श्रीकृष्णाच्या नंतरच्या हजार दोन हजार वर्षांच्या काळांत जनसमाजांत प्रवृत्तीचें प्राबल्य इतकें माजलें कीं,

१ भगवद्गीतेचा उपदेश तपनशील मनुष्यासच करावयाचा आहे. ' इदं ते नातपस्काय नाभक्ताय कदाचन '

कृष्णभक्ति किंवा भागवत मत म्हणजे सुखोपभोगाचें साधनच आहे असें लोकांस वाटूं लागलें. जगतांतील भौतिक सुखें भोगणें हीच मनुष्याची इतिकर्तव्यता वाटूं लागली. अर्थातच समाज निवृत्तीकडे पुन्हां वळला आणि बुद्ध, महावीर इत्यादि धर्मोपदेशक उत्पन्न होऊन त्यांचें निवृत्तिपर मत लोकांत पसरूं लागलें; पण हळूहळू कालावधीनें जनसमाज दुसऱ्या बाजूनें निवृत्तीच्या परमावधीस गेला आणि हजारों बौद्ध आणि जैन भिक्षु आणि भिक्षुकिणी यांनीं गच्च भरलेले शहर-वजा झालेले विहार अनीतीचें माहेरघर बनले. साहजिकच समाज उलट खाऊन पुन्हां प्रवृत्तीकडे वळला. तो इतका कीं जैन व बौद्ध यांनीं वेदास झुगारून देऊन अरण्यवासास व संन्यासास गादीवर बसविलें होतें, तर मंडनमिश्रादि नवीन मंडळींनीं वेदांस पुन्हां गादीवर बसवून मद्यमांसाचें सेवन पुन्हां सुरू केलें आणि संन्यासास पदच्युत करून त्यास कलिवर्ज्य टाकलें. खोट्या संन्याशांनीं संन्यासास त्या काळीं इतक्या नीच स्थितींत आणून सोडलें होतें कीं, संन्यासी म्हटला म्हणजे मंडनमिश्राच्या डोक्याची तिडीक उठे. याप्रमाणें प्रवृत्तीकडे, कर्माकडे, सुखोपभोगाकडे झुकून समाज दुसऱ्या दिशेकडे वाहूं लागला तेव्हां लौकरच श्रीमत् शंकराचार्यांनीं निवृत्तीला पुन्हां जागृत करून व संन्यासास योग्य स्थानीं बसवून समाजास मध्यबिंदूवर आणलें. पण निवृत्तीचा पुन्हां जोर झाला, तेव्हां रामानुज, मध्व इत्यादि प्रवृत्त्यभिमानी धर्मोपदेशक उत्पन्न होऊन त्यांनीं पुन्हां समाजास प्रवृत्तीकडे वळविलें. तें इतकें कीं, पुढें वल्लभाचार्यांचें मत उत्पन्न होऊन त्याचा अन्ध व मूढ लोकांत भलताच विपर्यास झाला. असो. याप्रमाणें आपल्या देशांत लोकसमाज आजवर निवृत्ति व प्रवृत्ति यांच्यामध्यें कसे हेलकावे खात आला आहे याचें दिग्दर्शन वरील त्रोटक ऐतिहासिक समालोचनावरून होईल.

कर्मयोगाचा उपदेश.

श्रीकृष्णाच्या दिव्य उपदेशाचें ऐतिहासिक महत्त्व नीट लक्षांत येण्यासाठीं वरील समालोचन जरूर आहे. श्रीकृष्णाच्या काळीं कित्येक लोक वैदिक कर्में करणें हीच मनुष्याची इतिकर्तव्यता म्हणणारे समाजास एकीकडे ओढीत होते, तर संसार सोडून अरण्यांत जाऊन औपनिषदिक पुरुषाचा निदिध्यास करणें हाच परम पुरुषार्थ मानणारे दुसरीकडे ओढीत होते. दुर्योधन किंवा पुरुषमेध करूं इच्छिणारा जरासंध हा पूर्वोक्त मताचा निदर्शक होता, तर ऐन युद्धप्रसंगीं कर्म टाकून संन्यास घेऊं इच्छिणारा अर्जुन हा दुसऱ्या मताचा निदर्शक होता. एकास श्रीकृष्णानें बलानें ताळ्यावर आणलें तर दुसऱ्यास भगवद्गीतेच्या दिव्य उपदेशानें आणलें. पूर्वाचार्यांनीं उपदेशिलेले सिद्धांत सर्व धर्मोपदेशकांप्रमाणें श्रीकृष्णानेंही अमान्य केले नाहींत. वैदिक कर्माभिमान्यांची कर्मनिष्ठा, सांख्यांची ज्ञाननिष्ठा, योगाभिमान्यांचा चित्तनिरोध आणि वेदान्त्यांचा संन्यास हे त्यानें सर्व मान्य केले. पण इतिकर्तव्यता काय ती हीच असें जें प्रत्येक मत प्रतिपादित होतें त्याचा त्यानें निषेध केला. त्या त्या मतास योग्य महत्त्व देऊन सर्वांचा समन्वय करून त्यानें त्यांचा उपयोग आपल्या नव्या कर्तव्य-सिद्धांताकडे म्हणजे निरपेक्ष फलेच्छारहित कर्माकडे केला. मनुष्यानें आपलें कर्तव्य कसें बजावावें हें त्यानें मुख्यतः भगवद्गीतेंत प्रतिपादन केलें. आपलें कर्तव्य काय आहे हें शास्त्रानें ठरवावयाचें आहे. पण तें ठरल्यावर तें कां करावें व कसें करावें याची त्यानें फारच उ-

शम समजूत घातली. अडचणीस भिऊन किंवा मोहपाशास गुंतून कर्तव्यपराङ्मुख होणें व अरण्यांत जाऊन संन्यास घेणें म्हणजे खऱ्या मोक्षमार्गास लागणें नव्हे, हें त्यानें अर्जुनास चांगलें समजाविलें. सारांश, वेद, वेदान्त, सांख्य, योग यांस योग्य सन्मान देऊन त्यांचा आपसांतील वाद किंवा आपलीच शेखी मिरविण्याचा प्रयत्न मिटवून प्रवृत्ति निवृत्तिरूप किंवा निवृत्ति प्रवृत्तिरूप कशी करावी आणि मनुष्यानें आपलें कर्तव्य कसें बजावावें हें त्यानें अर्जुनास भगवद्गीतेंत सांगितलें. एका दृष्टीनें पाहतां सर्वांत जुनें व खरें सांख्यशास्त्र भगवद्गीता होय आणि योगशास्त्र व वेदांतशास्त्रही भगवद्गीता होय. या शास्त्रांचे मान्य सिद्धांत विलक्षण संकलित व ओजस्वी वाणीनें कोठें सांगितले असतील तर ते भगवद्गीतेंत प्रथम सांगितले आहेत आणि यासाठीं भगवद्गीतेस उपनिषद्, ब्रह्मविद्या व योगशास्त्र हीं विशेषणें यथार्थ लागू पडतात.

नवीन मार्ग–भक्ति.

पूर्वींच्या आचार्यांनीं उपदेशिलेल्या वेद व वेदांत, सांख्य व योग या मार्गांतील मान्य व उत्तम अंश आपल्या अमोघ व दिव्य वाणीनें श्रीकृष्णानें अर्जुनास याप्रमाणें समजावून दिला इतकेंच नव्हे, तर त्यानें या वेळीं आपला नवीन उपदेशिलेला भक्तिमार्गही अर्जुनास समजावून सांगितला. भक्तिमार्गाचा अथवा भागवतधर्माचा प्रथम उपदेष्टा श्रीकृष्ण आहे असें आमचें मत आहे. श्रीकृष्णापासूनच या मतास भागवत ही संज्ञा मिळाली. याचेंच एक विशिष्ट स्वरूप पांचरात्रमत होय. हें ज्ञान श्रीकृष्णानें राजविद्या राजगुह्य अशा संज्ञेनें भगवद्गीतेंत विशेषिलें आहे व तेंच शेवटीं अठराव्या अध्यायांत ‘ सर्वधर्मान् परित्यज्य मामेकं शरणं व्रज ’ या श्लोकाधींत गुह्यतम म्हणून अर्जुनास पुन्हां सांगितलें आहे. अनन्य भावानें एका परमेश्वराची प्रेमानें भक्ति करून त्याला शरण जाणें हा मोक्षाचा मार्ग सर्वांस सारखा मोकळा व सुलभ आहे. संन्यास, योग, किंवा यज्ञादि कर्में हीं साधनें सर्वांस सुलभ व मोकळीं नाहींत. यज्ञ याग हजारों रुपयांच्या खर्चाशिवाय किंवा शास्त्राच्या सूक्ष्म ज्ञानाशिवाय होऊं शकत नाहींत. तसेंच संन्यास व योग बुद्धिवानाशिवाय आणि निग्रहवानाशिवाय इतरांस प्राप्य नाहींत. द्रव्यहीन, बुद्धिहीन, संसारांत मग्न झालेल्या जीवांस कांहीं तरणोपाय आहे कीं नाहीं, हा प्रश्न मनुष्यापुढें नेहमीं उभा आहे; पण त्या वेळीं तो विशेष रीतीनें उभा होता. भारतीआर्य हिंदुस्थानांत आले, त्या वेळीं त्यांच्यांत तीन वर्ण होते. हिंदुस्थानांत आर्यांची, विशेषतः चंद्रवंशी क्षत्रियांची वस्ति सर्व ठिकाणीं पसरली, तेव्हां चौथा शूद्रवर्ण त्यांच्यांत येऊन मिळाला. याशिवाय अनेक मिश्र वर्णही उत्पन्न झाले. बहुतेक वैश्य कृषि करूं लागल्यानें वेदापासून व शिक्षणापासून हळूहळू दुरावले. स्त्रिया सर्व वर्णांच्या होऊं लागल्यानें त्याही पुष्कळशा अशिक्षितच राहिल्या. अशा प्रचंड जनसमूहास यज्ञ, संन्यास अथवा योग हे मार्ग साहजिक बंद झाले. अशा स्थितींत अज्ञ लोकांस परमपद प्राप्त होणें शक्य आहे कीं नाहीं हा प्रश्न जोरानें उपस्थित झाला आणि हे लोक मोक्षास जाण्यास योग्य नाहींत असें मत विशेषतः ब्राह्मणक्षत्रियांत प्रचलित होऊं लागलें. श्रीकृष्णाची सामान्य जनसमूहावर विलक्षण प्रीति होती. त्यांच्या उद्धाराकरितांच त्याचा धर्मदृष्टीनें अवतार होता, असें म्हटलें असतां चालेल. त्याचें आयुष्य लहानपणीं स्त्रिया, वैश्य आणि शूद्र यांतच गेलें होतें. हे लोक देवावर निःसीम, निर्हेतुक प्रेम कसें

करितात, हें त्यानें प्रत्यक्ष पाहिलें होतें. अशा स्थितींत, परमेश्वरावर किंबहुना परमेश्वराच्या कोणत्याही दिव्य विभूतीवर निरतिशय प्रेम व भक्ति ठेवल्यानें हेही लोक मोक्षास जातील असें त्यानें उदात्त मत प्रतिपादिलें यांत नवल काय ? भक्तिमार्गाचें रहस्य अर्जुनास समजावून दिल्यावर भक्तिमार्गानें स्त्रिया, वैश्य, शूद्र किंबहुना चांडाळ परमगतीला जातील असें त्यानें भगवद्गीतेंत स्पष्ट सांगितलें. पुण्य ब्राह्मण आणि भक्तराजर्षि या दोन कोट्या त्या वेळीं समाजांत निराळ्या दिसत होत्या. एक संन्यास किंवा तप यांचे अभिमानी होते तर दुसरे अश्वमेध वगैरे मोठमोठ्या यज्ञांचे अभिमानी होते. हेच मोक्षास जातील इतर जाणार नाहींत अशी त्यांची समजूत होती. हे पूर्वींच पुण्यमार्गास लागलेले लोक ईश्वराच्या भक्तीनें परमगतीला जातीलच जातील; पण जे स्त्री, वैश्य, शूद्र चांडाल वगैरे केवळ अज्ञ व मोक्षाच्या रस्त्याला अंतरलेले आहेत, तेही भक्तीनें परमगतीला जातील असें श्रीकृष्णानें छाती ठोकून सांगितलें. साहजिकच हा श्रीकृष्णाचा भक्तिमार्ग हळूहळू इतर मार्गास मागें टाकून भरतखंडांत पुढें सरसावला. त्याची छाप आज सर्वत्र भरतखंडांत दिसत आहे. ‘ रामः शस्त्रभृतामहं ’ आणि ‘ वृष्णीनां वासुदेवोऽस्मि ’ यांत सांगितलेल्या दोन विभूतींची भक्ति आज हिंदुस्थानांत सर्वत्र रूढ झाली आहे. इतकेंच नव्हे तर यज्ञ, तप, संन्यास वगैरे मार्गांसही तिनें मागें टाकलें आहे. हिंदुस्थानांतील सर्व वर्णांतील लोक श्रीकृष्णास पूज्य कां मानितात यांचें इंगित यावरून सहज लक्षांत येईल. केवळ ब्राह्मण, आणि तेही संन्यास घेऊन मोक्षास जातील असें वेदांतसूत्र अजून म्हणत आहे. मुसलमानांसच गति आहे इतरांस नाहीं, ख्रिस्त्यांसच येशू तारील इतरांस तारणार नाहीं, असें ते ते धर्मवादी अजून म्हणतात. पण कोणत्याही जातीचा किंवा मताचा मनुष्य असो तो परमेश्वराच्या कोणत्याही विभूतीच्या भक्तीनें मोक्षास जाईल हें अत्यंत उदात्त तत्त्व श्रीकृष्णानें भगवद्गीतेंत प्रतिपादिलें. भक्तिमार्गाचें अथवा ‘ रिलिजन ऑफ डिव्होशन ’ चें उदात्त स्वरूप श्रीकृष्णाच्या भक्तिमार्गांत जसें दिसतें तसें इतरत्र दिसत नाहीं असेंही म्हटलें असतां चालेल. या स्वरूपाची परमावधि तुकाराम, तुळशीदास इत्यादि भारतीय संतांनीं केली. ‘ सततं कीर्तयन्तो मां नित्ययुक्ता उपासते ’ याची मनोहर साक्ष, अयोध्या, मथुरा किंवा पंढरपूर या ठिकाणांशिवाय अन्यत्र सांपडणार नाहीं. असो. श्रीकृष्णानें हा आपला अत्यंत उदात्त तत्त्वांचा भक्तिमार्ग अर्जुनास प्रथम उपदेशिला, त्याचा उत्कर्ष तेव्हांपासून ‘ यद्गत्वा न निवर्तते ’ अशा रीतीनें हिंदुस्थानांत झाला आहे आणि या भक्तिमार्गामुळेंच श्रीकृष्णाच्या अवताराच्या मुख्य धार्मिक कामगिरीचा ठसा भरतभूमींतील लोकांच्या हृत्पटावर कायमचा उमटला आहे.

कर्मयोगाचा सिद्धान्त.

याहूनही एक महत्त्वाची कामगिरी श्रीकृष्णानें तत्त्वज्ञानाचे बाबतींत बजाविली; पण तिचा ठसा मागें दिलेल्या कारणांनीं हिंदुस्थानच्या हृत्पटावर कायमचा उमटलेला दिसत नाहीं. मनुष्याची या जगांत इतिकर्तव्यता काय आहे हा एक अति बिकट व महत्त्वाचा प्रश्न तत्त्ववेत्त्यांपुढें नेहमीं उपस्थित होतो. शेक्सपीयरनें म्हटल्याप्रमाणें To be or not to be, that is the question. या जगांत जिवंत राहण्यांत कांहीं स्वारस्य आहे किंवा मनुष्याचें जीवित निरर्थक आहे ? अर्थात् मनुष्यानें आपल्या परिस्थितीप्रमाणें कर्म करावें

किंवा अकर्म अंगीकारून जीविताचें निरर्थकत्व व्यक्त करून दाखवावें ? असा हा कर्म आणि अकर्म यांमधील वाद अनादि असून विचारवंतापुढें तो नेहमीं उभा असतो. श्रीकृष्णानें गीतेच्या एकंदर विवेचनाचा समारोप करतांना अठराव्या अध्यायांत या प्रश्नाचाच आपल्या दिव्य व अमोघ वाणीनें ऊहापोह केला आहे आणि आपला सिद्धांत अर्जुनास समजाविला आहे. वेदांतील यज्ञयाग किंवा वेदांतांतील संन्यास सांख्यमार्गांतील ज्ञान किंवा योगांतील चित्तवृत्तिनिरोध किंबहुना भक्तिमार्गांतील भजन यापैकीं कोणताही मोक्षाचा मार्ग मनुष्यानें स्वीकारला तरी त्यास कर्म केलेंच पाहिजे. तें करणें कधींही सुटणार नाहीं. सूर्य, चंद्र, नक्षत्र, सारखीं फिरत आहेत, समुद्राच्या लाटा सारख्या धांवत आहेत. कधीं मंद कधीं झपाट्यानें एवढाच फरक. मनुष्याचा श्वासोच्छ्वास कोणत्याही स्थितींत बंद पडत नाहीं; मेल्यावर बंद पडला तरीही ओली माती एका स्थितींत राहत नाहीं. सारांश, या जगांत क्रिया सातत्यानें चालू आहे व राहणार. हा लोक कर्मांशीं बांधलेला आहे. नियत किंवा प्राप्तकर्म सोडून देणें शक्य नाहीं. वेडेपणानें त्याचा त्याग करणारे तामस त्यागी होत. ऐच्छिक कर्म करणें न करणें हें आपल्या हातांत आहे, असें वाटतें. पण यांतही स्वभावप्राप्तकर्म सुटत नाहीं. तेथें सदोष निर्दोष हा विचार करणेंही व्यर्थ होय. जसा अग्नि नेहमीं धूमानें व्याप्त असतो, त्याप्रमाणेंच कर्माचा आरंभ दोषानें व्याप्त आहे. यासाठीं सदोष असलें तरीही स्वभावज किंवा सहज कर्म करणें श्रेयस्करच आहे. सारांश, कर्म सुटणें किंवा सोडणें अशक्य आहे असा श्रीकृष्णाचा सिद्धान्त आहे. हा सिद्धांत पाश्चात्य तत्त्वज्ञान्यांसही मान्य होण्यासारखा आहे. कर्म करणें हीच मनुष्यत्वाची थोरवी आहे असें त्यांचेंही मत आहे. पण श्रीकृष्णाच्या कर्मयोगाचा आणखी विशेष आहे, तो कदाचित् पाश्चात्य तत्त्ववेत्त्यांस मान्य होणार नाहीं. मनुष्यानें कर्म करावें, नियत किंवा सहज कर्म तर सुटावयाचेंच नाहीं, आणि ऐच्छिक कर्म कर्तव्य असेल तेंही केलेंच पाहिजे. आपलें कर्तव्य काय हें मनुष्यानें शास्त्रावरून ठरवावयाचें आहे, किंवा आपल्या सदसद्विवेकबुद्धीनें ठरवावयाचें आहे. मनुष्यास त्याची शुद्ध सात्त्विक बुद्धि तुझें कर्तव्य काय हें नेहमीं सांगते. " तस्माच्छास्त्रं प्रमाणं ते कार्याकार्यव्यवस्थितौ " असें सांगून श्रीकृष्णानें असेंही सांगितलें आहे कीं, मनुष्याची सात्त्विक बुद्धि " कार्याकार्ये, भयाभय " जाणते. तात्पर्य, आपलें कर्तव्य काय हें ठरविण्यास शास्त्र नको असेल तर आपल्या सदसद्विवेकबुद्धीनें तें ठरवावें. या बाबतींतही पाश्चात्य तत्त्ववेत्ते कदाचित् एकमत असतील. पण कर्तव्य करणें तें, कर्म सिद्धीस गेलेंच पाहिजे असा अहंभाव न धरतां मनुष्यानें करावें असा श्रीकृष्णाच्या कर्मयोगाचा आणखी एक विशेष आहे. मी माझें कर्तव्य करतों तें सिद्धीस जावो अथवा न जावो, अशा भावनेनें मनुष्यानें कर्म करावें असा श्रीकृष्णाचा कर्मसिद्धांत आहे. " सिध्यसिध्योः समो भूत्वा समत्वं योग उच्यते " अशी त्यानें कर्मयोगाची प्रारंभींच व्याख्या केली आहे. सिद्धि असिद्धि सारखी मानून अर्थात् फळावर नजर न देतां मनुष्यानें आपलें कर्तव्य करावें. " तस्मादसक्तः सततं कार्यं कर्म समाचार, " असा श्रीकृष्णाचा उपदेश आहे. येथें कदाचित् श्रीकृष्णाचा व पाश्चात्य तत्त्ववेत्त्यांचा मतभेद होण्याचा संभव आहे.

फलासक्ति सोडणें.

कारण, असें जर आहे तर कर्तव्याकर्तव्य ठरविणाऱ्या धर्माला अधिष्ठान काय? हा प्रश्न साहजिकच उत्पन्न होतो. विहितकर्म शुद्ध भावनेनें मनुष्यानें केलें असतांही जर सिद्धि मिळणार नाहीं, तर विहिताचरण करण्यात तात्पर्य कोणतें? धर्माचा मुख्य आधारच येथें नाहींसा होतो असें म्हटलें असतां चालेल. हा प्रश्नही अनादि आहे. धार्मिकवृत्तीचे लोक या जगतांत दुःख कां पावतात, आणि अधार्मिक दुर्वृत्त लोक वारंवार उत्कर्षास पोंचलेले कां दिसतात, हें एक जगांतील मोठें गूढ आहे. इहलोकीं नाहीं परलोकीं, या जन्मीं नाहीं तर अन्य जन्मी धर्माचें फळ सुख आणि अधर्माचें फळ दुःख मिळाल्याशिवाय राहणार नाहीं. हें समाधान अदृष्टावर रचलेलें असल्यानें पोकळ वाटतें. विहितकर्म केलें असतां जर सिद्धीस जाणार नाहीं तर त्याचें विहितत्वच कोठें राहिलें? धर्मावर निर्हेतुक प्रीति ठेवून मनुष्यानें कर्म करावें, पुढील सुखरूपी आशेनें करूं नये, हा परम सिद्धांत खरा, पण तो युक्तीनें बसत नाहीं. एके प्रसंगीं द्रौपदीनें हाच प्रश्न विचारला तेव्हां धर्मानें उत्तर केलें, "[1] सुंदरी, मी धर्माचें आचरण करतों तें धर्माच्या फलावर नजर देऊन करीत नाहीं. धर्माचा व्यापार करूं इच्छिणारा हीन मनुष्य धार्मिकांत शेवटच्या पायरीचा समजला पाहिजे." हें उत्तर योग्य आहे, पण तार्किकांचें समाधान यानें होत नाहीं. श्रीकृष्णानें या प्रश्नाचें मोठें मार्मिक उत्तर दिलें आहे. कर्माचें फल इष्ट, अनिष्ट किंवा मिश्र असें त्रिविध असतें. पण तें कोणाला? ज्याची नजर फळावर असेल त्याला. ज्यानें फलाचा त्याग केला त्याला कोणतेंही फळ मिळालें तरी सारखेंच. याशिवाय जें कांहीं कर्म मनुष्य करतो त्याच्या फळास पांच गोष्टी कारणीभूत असतात; अधिष्ठान, कर्ता, कारण, विविध चेष्टा आणि दैव अथवा ईश-इच्छा तेव्हां कर्माच्या फळास कारणीभूत अशा कित्येक गोष्टी आहेत कीं, त्या आपल्या स्वाधीन नसतात. अर्थात् कर्माचें फळ केवळ आपल्याच कर्तृत्वावर अवलंबून नसून इतर गोष्टींवरही अवलंबून असतें. यासाठीं कर्तव्य म्हणून जें कर्म आपण करतों त्याचें फळ नेहमींच इच्छिलेलें येत नाहीं यांत नवल नाहीं. मनुष्यानें कर्तेपणाचा अहंकार कधींही करूं नये, कारण, फळास कारणीभूत पांच गोष्टी असतात. त्यांत कर्ता ही एकच आहे. सारांश, कर्माच्या फळावर नजर न देतां मनुष्यानें आपलें कर्तव्य, कर्तव्य म्हणून करावें हाच शास्त्राचा सिद्धांत युक्तिदृष्ट्याही योग्य दिसतो.

ईश्वराज्ञा व ईश्वरार्पणबुद्धि.

पण, येथें आणखी असा प्रश्न उपस्थित होतो कीं, कर्तव्य नेहमीं सिद्धीस जाईल असा निश्चय नाहीं, तर मग कर्तव्याची थोरवी काय? कर्तव्याचें कर्तव्यत्व बाकी रहात नाहीं. कर्तव्य आणि कर्तव्येतर कोणतेंही केलें तरी चालेल असा प्रसंग येईल. पण थोडासा विचार केला तर ही शंका उरणार नाहीं. कर्तव्य शास्त्रानें ठरवावयाचें आहे. शास्त्र म्हणजे पूर्वीच्या शहाणे लोकांनीं अनुभवावरून घालून दिलेले नियम. अर्थात् कर्तव्याला एका प्रकारचें समंजसत्व आहे. शास्त्र बाजूस टेवून केवळ सात्त्विक बुद्धीनें कर्तव्य ठरविलें तरीही त्यांत एका प्रकारची महती व पवित्रता आहे. मनुष्याची अकलुषित सात्त्विक बुद्धि जें करावयास सांगते तें युक्त व मान्य करण्यास योग्य आहे. किंबहुना ही ईश्वरी प्रेरणाच होय. ही

---

१ धर्मं चरामि सुश्रोणि न धर्मफलकारणात् ।
धर्मवाणिज्यको हीनो जघन्यो धर्मवादिनाम् ॥

ईश्वराची आज्ञाही होय असें समजण्यास हरकत नाहीं. सारांश, कर्तव्यास कर्तव्यता येते ती याच कारणानें. आणि अशाच दृष्टीनें मनुष्य फलावर नजर न देतां कर्तव्य करूं शकेल. श्रीकृष्णानें आपल्या कर्मयोगाचा तिसरा विशेष हाच सांगितला. मनुष्यानें कर्तव्य करणें तें परमेश्वराला कर्म अर्पण करून करावें. परमेश्वराच्या आज्ञेप्रमाणें जो कर्तव्य करील त्यासच फलेच्छा सोडून कर्तव्य करणें शक्य आहे. अशा उच्च भावनेनें कर्म करणारा मनुष्य उत्साहानें आणि प्रेमानें आपलें कर्तव्य बजावील यांत संशय नाहीं. कर्तव्य सिद्धीस जाईल किंवा न जाईल अशी शंका मनांत आली तर कर्त्यास धैर्य व उत्साह राहणें अशक्य आहे. कर्तव्याच्या फलावर नजर न ठेवली तर मनुष्य निरुत्साह होईल असा सहज आक्षेप येऊं शकतो. पण तेंच मनुष्य जर ईश्वराज्ञेनें मी करतों आणि त्यालाच मी हें अर्पण करतों अशा भावनेनें कर्तव्य करील तर त्याचा उत्साह व धैर्य हीं कमी होणार नाहींत. सारांश, श्रीकृष्णाच्या कर्मयोगाचा हा तिसरा उच्चतर विशेष आहे. 'चेतसा सर्व कर्माणि मयि संन्यस्य मत्परः' अशा रीतीनें मनुष्यानें कर्तव्य-कर्म करावें असा त्याचा सिद्धांत आहे.

मुक्तसंगोऽनहंवादी धृत्युत्साहसमन्वितः।
सिध्यसिध्योर्निर्विकारः कर्ता सात्त्विक उच्यते॥

या लहानशा लक्षणांत श्रीकृष्णाच्या कर्तव्य सिद्धांताचें उच्च रहस्य संपूर्ण गोविलेलें आहे. अशा प्रकारचा कर्ता कोठें प्रत्यक्ष असेल कीं नाहीं ही शंका कदाचित् कोणास येईल. पण असे महात्मे कर्ते संसारांत वारंवार दृष्टीस पडतात हें निर्विवाद आहे. लहानसेंच उदाहरण घेणें तर एखादी शांत ज्ञानी स्त्री आपल्या अत्यवस्थ पुत्राची शुश्रूषा हा मरेल कीं जगेल या गोष्टीचा हवाला परमेश्वरावर सोंपवून धैर्यानें व उत्साहानें करतांना आपण पाहतों, तेव्हां सात्त्विक कर्ते संसारांतही कसे असतात याची आपल्यास खात्री पटते.

अहिंसामत.

याप्रमाणें श्रीकृष्णानें आपला कर्मयोग अर्जुनास योग्य रीतीनें समजावून देऊन त्याची धर्म्य व प्राप्त अशा युद्धाविषयींची पराङ्मुखता नाहींशी केली. पण यावरून श्रीकृष्ण हिंसामतास अनुकूल होता, असें मात्र समजूं नये. श्रीकृष्ण अहिंसामताचा अभिमानी असून त्यानें तेंही मत जोरानें उपदेशिलें आहे. अहिंसा मताचे प्रथमउपदेशक बुद्ध व जिन होत, अशी पुष्कळांची गैरसमजूत आहे. अहिंसामत उपनिषदांत आहे. 'अहिंसन् सर्वभूतानि अन्यत्र तीर्थेभ्यः' असा छांदोग्याचा आदेश आहे. भगवद्गीतेंत तरी अहिंसा ही ज्ञानाच्या लक्षणांत दिली आहे. शिवाय अहिंसा हें एक शारीरिक तप आहे असें सांगितलें आहे. अहिंसातत्त्व बुद्धाच्या पूर्वींपासूनच हिंदूधर्मांत आहे, याचें प्रत्यंतर परकीय इतिहासावरूनही दिसतें. पायथ्यागोरासचें अहिंसामत असून तें त्यानें हिंदुस्थानांतून घेतलें असा समज आहे. हिराडोटसच्या इतिहासांत तर अहिंसामतवादी लोक त्या वेळींही हिंदुस्थानांत होते असा स्पष्ट उल्लेख आहे. सारांश, अहिंसामत बुद्धापूर्वीचें आहे. त्याचा उगम श्रीकृष्णाच्याच उपदेशापासून झाला असें वाटतें. श्रीकृष्णाचा काळ म्हणजे उपनिषदांचा ऋग्वेदोत्तर होय. त्या काळीं यज्ञयागाचें पूर्ण प्राबल्य होतें; अशा काळीं यज्ञांतीलही हिंसा वर्ज करावी असा त्यानें उपदेश केला नाहीं याचें आश्चर्य वाटावयास नको. यामुळें पांडवांस राजसूय व अश्वमेध करण्यास त्यानें जरी प्रतिबंध केला नाहीं, तथापि

इंद्राचा यज्ञ करण्याऐवजीं गिरियज्ञ करा असा त्यानें गोपांस लहानपणींच उपदेश केला हें लक्षांत ठेविलें पाहिजे. भगवद्गीतेंतही स्वर्गाच्या इच्छेनें नानाविध काम्य यज्ञ करण्याच्या विरुद्ध श्रीकृष्णाचा कटाक्ष पूर्ण दिसून येतो. हिंसायुक्त यज्ञाच्या विरुद्ध श्रीकृष्णाच्या काळानंतर हळूहळू लोकमत वाढूं लागलें असें दिसतें. गवालंभ तर सर्व हिंदुस्थानच्या लोकांनीं श्रीकृष्णाच्याच भक्तीनें वर्ज केला असें म्हणण्यास हरकत नाहीं.

श्रीकृष्णाचें उपदेशानुरूप आचरण.

भक्तिमार्ग, कर्तव्यनिष्ठा, अहिंसा इत्यादि नवीन उच्च तत्त्वें हिंदुधर्मीत श्रीकृष्णाच्या दिव्य उपदेशामुळें समाविष्ट झालीं, या गोष्टींवरून धर्माच्या बाबतींत श्रीकृष्णानें आपल्या आयुष्यांत बजाविलेल्या कामगिरीचें महत्त्व वाचकांच्या लक्षांत येईल. श्रीकृष्णाचें उदार चरित्र त्याच्या उदात्त उपदेशास साजेल असेंच असलें पाहिजे हें कोणीही कबूल करील. “ बोले तैसा चाले, त्याचीं वंदावीं पाउलें. ” या तुकारामाच्या उक्तीप्रमाणेंच श्रीकृष्ण वंद्य होता; त्यास जें आपण पुण्यश्लोक म्हणतों तें विरोधी लक्षणेनें नव्हे; धर्मसंस्थापनेकरितांच श्रीकृष्णाचा अवतार होता; इत्यादि गोष्टी धडधडीत असून श्रीकृष्णाच्या चरित्रावर दोन कलंक उत्पन्न झाले आहेत; इतकेंच नव्हे तर ते लोकांत सर्वतोमान्य झाले आहेत याचें आश्चर्य वाटतें. हे कलंक चंद्राच्या कलंकाप्रमाणेंच रम्य जरी नसले तरी खोटे व काल्पनिक आहेत हें निःसंशय आहे. शृंगारप्रिय कवींनीं व हास्यप्रिय हरिदासांनीं त्यांचें चांगलेंच पोषण करून त्यांजवर सत्यत्वाचा आभास आणला आहे हें आपलें दुर्दैव! पण,

त्रिविधं नरकस्येदं द्वारं नाशनमात्मनः ।
कामः क्रोधस्तथा लोभस्तस्मादेतत्त्रयं त्यजेत् ॥

असा उदात्त उपदेश करणारा श्रीकृष्ण बालपणीं कां होईना, निंद्य कामचारांत सांपडला असेल किंवा प्रौढपणीं लोभाच्या मदतीस जाईल हें संभवनीय नाहीं. असें असून हे दोन्ही आरोप त्याच्या चरित्रावर लोककल्पनेंत नेहमीं येतात हें निर्विवाद आहे. यासाठीं त्यांचा येथें विचार केल्यावांचून गत्यंतर नाहीं. हे दोन्ही आरोप निराधार असून भ्रांत समजुतीनें मागाहून उत्पन्न झाले आहेत. ते कसे याचें आपण थोडक्यांत दिग्दर्शन करूं.

गोपींची केवळ भक्ति.

श्रीकृष्णानें गोपींशीं अश्लाघ्य वर्तन केलें हा आरोप श्रीकृष्णाच्या काळीं नव्हता; श्रीकृष्णावर गोपी जें प्रेम करीत होत्या, तें निर्व्याज विषयातीत ईशभावनेनें करीत होत्या, अशीच कल्पना महाभारतांत दिसते. आणि महाभारतास हल्लींचें स्वरूप इसवी सन पूर्व २५० च्या सुमारास मिळालें. त्या वेळेपावेतों अशीच कल्पना होती. द्रौपदीनें वस्त्र हरणाच्या वेळीं श्रीकृष्णाचा धांवा केला; त्यांत तिनें त्यास “ गोपीजनप्रिय ” या विशेषणानें संबोधिलें आहे. या विशेषणांत दीन अबलांचा कैवारी तो आहे एवढाच अभिप्राय आहे हें उघड आहे. त्यांत निंद्य संबंध अभिप्रेत असता तर सती द्रौपदीस तिच्या पातिव्रत्याच्या परीक्षेच्या प्रसंगीं तो आठवताना, आठवता तर ती तो उच्चारतीना आणि उच्चारती तर तो तिच्या कामास येताना. तात्पर्य, या विशेषणांत गोपींचें विषयातीत भगवत्प्रेमच गर्भित आहे हें निर्विवाद आहे. दुसरें, शिशुपालानें राजसूययज्ञांतील अर्घ्यहरणाच्या प्रसंगीं श्रीकृष्णाची मनसोक्त निंदा केली. पण त्यांत हा आक्षेप त्यानें बे-

तला नाहीं. तिसरें, श्रीकृष्ण लहानपणापासून मल्लविद्येचा चाहता होता हें प्रसिद्धच आहे. कंसानें त्यास कुस्ती खेळण्याकरितां मथुरेस बोलाविलें होतें. असा बालमल्ल कधींही कामाच्या नादीं लागत नाहीं हा सिद्धांत होय. ईश्वराच्या कल्पनेनें वाटेल तें संभवेल, पण श्रीकृष्णानें आपल्या अवतारांत मानवीकृत्येंच करून दाखविलीं आहेत; ईश्वरी सामर्थ्य उपयोगांत आणलें नाहीं आणि कोठें आणलें असलें तरी तें असल्या निंद्य कृत्यांत तर खचित आणलें नसावें. सारांश, सर्व दृष्टीनें विचार करतां हा आरोप खरा नाहीं असेंच म्हटलें पाहिजे. गोपी श्रीकृष्णावर केवळ निर्विषय प्रेम करणाऱ्या परमभक्त होत्या अशीच समजूत हल्लींच्या महाभारतापर्यंत होती. पण हळूहळू भक्तिमार्गांत भक्तीची मीमांसा होत गेली तेव्हां भक्तीस असतीच्या जारावरील प्रेमाची उपमा घेऊं लागले असावे आणि ‘ यथा स्त्रीणां तथा वाचां साधुत्वे दुर्जनो जनः ’ या भवभूतीच्या उक्तीप्रमाणें स्त्रियांविषयीं नेहमीं गैरसमज जगतांत उत्पन्न होत असल्यानें ही कल्पना रूढ झाली असावी. श्रीकृष्णाच्या प्रवृत्तीला अनुकूल असलेल्या मतामुळें या प्रवादास पुष्टि मिळाली असावी आणि रासांच्या वर्णनानें त्यास पालवी फुटली असावी. याप्रमाणें हा प्रवाद मागाहून उत्पन्न होऊन तो कालगतीनें इतका वाढला कीं, इ० स०च्या नवव्या शतकांत प्रसिद्धि पावलेल्या भागवतास तो टाकतां येईना. या अद्वितीय वेदांतपर ग्रंथानें त्यास आपल्या रम्य कवित्वानें एकेपरी अजरामर केलें तर दुसरेपरी त्यास वेदांतांत गुरफटून इतकें पवित्र केलें कीं, श्रीकृष्णाच्या व गोपींच्या लीलांचीं हजारों गीतें आम्हीं ऐकतों पण आमच्या मनांत निंद्य भावनेचा एक लेशही उत्पन्न होत नाहीं. भागवतानें या प्रवादास थारा देऊन पवित्र केल्यावर शृंगारप्रिय कवींनीं, विशेषतः जयदेवानें गीतगोविंदांत व इतर कवींनीं व्रजभाषेंतील हजारों सुंदर पद्यांत, त्यास चोहोंकडे फैलावून लोकप्रिय केलें यांत नवल काय ? किंबहुना यामुळें शृंगारांत प्राकृतांत एक प्रशस्त मर्यादा उत्पन्न झालेली दिसते. शृंगार गावयाचा तर तो गोपीकृष्णांचा, असा एक प्रशस्त कविसांप्रदाय हल्लीं दिसून येतो. असो; या आक्षेपाचें निंद्यत्व याप्रमाणें जरी भागवतानें काढून टाकिलें आहे, तरी ऐतिहासिक दृष्टच्या त्याच्या सत्यासत्यतेचा विचार करणें जरूर पडलें आणि असा विचार करतां हा प्रवाद निराधार आहे असेंच म्हणावें लागेल.

श्रीकृष्णाचें कपटी आचरण.

आतां आपण दुसऱ्या कपटीपणाच्या आक्षेपाकडे वळूं. या आक्षेपाचा उगम महाभारतांत आहे हें खरें. पण भारतांत ही कल्पना नसून ती भारती कथेच्या गैरसमजुतीमुळें मागाहून उत्पन्न झाली आहे. श्रीकृष्णानें भीष्म, द्रोण वगैरेंस कूट-युद्धानें पांडवांकडून मारविलें असें भारतांत वर्णन आहे. पण या प्रसंगांचें स्वरूप अपवादक होतें हें लक्षांत न राहिल्यानें असा आक्षेप वाचकांच्या मनांत उत्पन्न होतो. साधारण कवींच्या अतिशयोक्तीनें ही समजूत इतकी वाढली आहे कीं, श्रीकृष्णाची नीति म्हणजे पाश्चात्य देशांतील प्रसिद्ध असलेली मॅकियाव्हेलीचीच नीति होय असें वर वर विचार करणारे समजतात. पण हा समज सर्वथैव चुकीचा आहे. श्रीकृष्ण नीतीचा व धर्माचा पूर्ण अभिमानी होता. अधर्म अथवा अनीति यांचा त्यानें कधींही उपदेश केला नाहीं; किंवा आपल्या आचरणांत अवलंब केला नाहीं. अलबत् विशिष्ट

अपवादक प्रसंगीं धर्माच्या भ्रांत कल्पनेनें उत्पन्न होणाऱ्या गैरसमाजाचा त्यानें निषेध केला आहे. अशा प्रसंगीं धर्माधर्म ठरविणें बुद्धिवानांसही कठीण पडतें. असे अपवादक प्रसंग श्रीकृष्णाच्या चरित्रांत कित्येक वेळां आले. त्या वेळीं त्यानें आपल्या आचरणानें व उपदेशानें अशा प्रसंगीं मनुष्यानें कसें वागावें हें दाखविलें आहे. तें कसें याचा आपण जास्त खुलासा करूं.

सामान्यनीतीचे अपवादक प्रसंग.

अहिंसा, सत्य, अस्तेय इत्यादि नीतीचीं व धर्माचीं परमतत्त्वें सर्व लोकांस सारखींच मान्य आहेत. हिंदूधर्मांत, ख्रिस्ती धर्मांत, बौद्धधर्मांत व मुसलमानी धर्मांत याच आज्ञा प्रधान आहेत. हेच आदेश सर्व जगांतील विचारवंतांनीं घालून दिलेले आहेत. पण या सर्वमान्य तत्त्वांस कांहीं अपवादक प्रसंग आहेत कीं नाहींत? उदाहरणार्थ, एखादा आततायी अधमानें आपल्यास मारावयास येईल तर आपण त्यास मारावें किंवा आपल्यास बळी द्यावें? आपणच मरावें असें अहिंसा मताची अतिशयोक्ति करून कोणी म्हणेल; पण हिंसा दोन्ही पक्षीं होणार, तेव्हां आततायीलाच मारणें बरें; कारण आततायीच्या हातून मरणें यांत हिंसा होऊन शिवाय अधर्मास प्रोत्साहन होतें. यासाठीं 'आततायिनमायांतं हन्यादेवाविचारयन्' असा धर्मशास्त्रानें अहिंसा धर्माला अपवाद घातला. इंडियन पिनलकोडामध्यें खुनाला जे अपवाद आहेत ते सर्व धर्मशास्त्रास धरूनच आहेत, हें कोणाच्याही लक्षांत येईल. सारांश, अहिंसा, सत्यवचन, अस्तेय इत्यादि धर्मास कांहीं अपवादप्रसंग आहेत हें उघड आहे आणि त्या त्या प्रसंगीं हे धर्म सोडणें निंद्य नाहीं. आपण द्रोणवधाचा प्रसंगच विवेचनासाठीं घेऊं. अस्त्रें न जाणणाऱ्यांस द्रोण अधमानें अस्त्रांनीं ठार मारीत होता. पांचालसैन्य अधमानें सफाई नाहींसें होत होतें. अशा प्रसंगीं श्रीकृष्णानें द्रोणास छलानें मारण्याची सल्ला दिली आणि अश्वत्थामा मेला अशी खोटी हूल उठवून म्हाताऱ्याचा हात थांबविला. या वेळीं श्रीकृष्णानें धर्मास पांच प्रसंगीं खोटें बोललें असतां त्या त्या वेळीं केलेलें असत्य भाषण पुण्य नसलें तरी पाप नव्हे, असें सांगितलें तें कोणत्याही नीतीच्या अथवा धर्माच्या दृष्टीनें विचार करणारा कबूल करील, यांत शंका नाहीं.

एक ऐतिहासिक उदाहरण.

येथें द्रोणवधासारखीच मनोरंजक हकीकत आपण इतिहासांतून तुलनेकरितां घेऊं. अठराव्या शतकांत ब्रिटिश आणि फ्रेंच यांचें युद्ध सुरू झालें, त्या वेळीं ब्रिटिश शूर सेनापति जनरल वूल्फ यानें क्वेबेकची लढाई जिंकून कॅनडा प्रांत हस्तगत केला हें प्रसिद्ध आहे. या युद्धाच्या वेळीं क्वेबेक फ्रेंचांच्या ताब्यांत असून, त्या शहराबाहेर त्यांचें जय्यत सैन्य लढत होतें. त्यांच्या व ब्रिटिश सैन्याच्या मधून एक मोठी नदी वहात असल्यानें ब्रिटिश सैन्यास फ्रेंचांवर चढाई करतां येईना. त्या वेळीं जनरल वूल्फ यानें एक युक्ति योजिली. आपल्या सैन्याचे दोन विभाग करून एक विभाग त्यानें फ्रेंच सैन्याच्या पुढेंच ठेवला व दुसरा विभाग रात्रीच्या काळोखांत होड्यांतून वर नेऊन एके ठिकाणीं नदी वलांडून पलीकडे नेला. तेथें नदीकांठ कमी दरडीचा असून त्या बाजूनें कदाचित् शत्रु येईल या कल्पनेनें फ्रेंचांची एक टोळी त्या बाजूला नुकतीच गेलीही होती. ब्रिटिश शिपाई दरड चढून वर आले तों पुढील शिपायास चौकीदारानें "कोण" म्हणून हटकलें. तो शिपा-

ई एक हुषार हायलंडर होता. त्यानें तात्काळ “ लाफ्रान्स ” ‘ फ्रेंचांचा शिपाई ’ असा जबाब दिला. “ कोणती रेजिमेंट ” असें चौकीदारानें पुन्हां हटकलें. हायलंडर चांगला माहीतगार व निधड्या छातीचा होता. “ डी-लारीन ” ‘ रीन रेजिमेंट ’ असा त्याचा बेधडक जबाब ऐकून चौकीदार स्वस्थ बसला. अर्थात् दहापांच शिपाई ब्रिटिशांचे बिनहरकत वर चढून आले आणि त्यांनीं प्रथम त्या चौकीदारास व त्याच्या साथीदार शिपायांस ठार केलें. जनरल वूल्फची सर्व तुकडी साहाजिकच सुखरूपपणें वर चढून आली आणि केबेक जवळील फ्रेंच सैन्याच्या पिछाडीवर हल्ला चढवून तिचा त्यानें पराभव केला. जनरल वूल्फ या लढाईंत मारला गेला; पण आपला जय झाला हें समजेपावेतों तो जिवंत होता. असो; या हायलंडरनें खोटें बोलून चौकीदाराचा प्राण घेतला हें त्याचें कृत्य निंद्य किंवा प्रशस्त ? ‘ Every thing is Fair in war ’ या न्यायानें तर तें प्रशस्त आहेच. अशा तऱ्हेनें शत्रुसैन्यास फसवून जिंकल्याचीं शेंकडों उदाहरणें, हानिबालनें बैलांच्या शिंगांस मशाली बांधून रोमन लोकांस फसविलें तेव्हांपासून तों चालू युरोपीय युद्धापर्यंत, इतिहासांत सांपडतील. पण या न्यायाहूनही विशिष्ट न्याय या ठिकाणीं लागू पडतो. जर तो हायलंडर शिपाई खरें बोलता, तर जनरल वूल्फचा सर्वस्वी नाश झाला असता. या दृष्टीनें या वेळीं तो जें खोटें बोलला तें क्षम्यतर आहे. जनरल वूल्फप्रमाणें या वेळीं पांडव चढाई करून जात नव्हते किंवा फ्रेंच ब्रिटिशांशीं अधर्मानें लढत नव्हते. या उलट, द्रोण पांडवांवर चढाई करून त्यांचा अधर्मानें सर्वस्वी घात करीत होता. अशा वेळीं श्रीकृष्णानें खोटें बोलण्याची धर्मास जी परवानगी दिली, ती सर्वथा क्षम्य होय, असाच नीतिशास्त्रवेत्त्यांस निकाल द्यावा लागेल.

सद्गुणांचा अतिरेक सदोष.

आणखी एका दृष्टीनें या विषयाचा विचार करतां येईल. कोणत्याही गोष्टीचा अतिरेक करणें सदोष होतें; मग तो अतिरेक सद्गुणांचा कां असेना. True virtue lies in the mean between two extremes अशी एक पाश्चात्यांची म्हण आहे. अतिशय दातृत्व दाखवून स्वतांच्या पोराबाळांची उपासमार करणें, हा नीतिदृष्ट्या दुर्गुणच होय. अशा प्रकारचा अतिरेकाचा दुर्गुण महाभारताच्या कर्त्यानें त्यांतील उदात्त व्यक्तींच्या ठिकाणीं खुबीनें दाखविला आहे. द्यूत खेळण्यास ये असें कोणत्याही राजानें म्हटलें असतां, नाहीं म्हणावयाचें नाहीं हा धर्माचा दुर्गुणच होय. स्त्रीवर शस्त्र धरावयाचें नाहीं, ही उदात्त कल्पना खरी; पण “ आततायी किंवा सर्व जगतास त्रास देणाऱ्या स्त्रीवर शस्त्र धरल्यावांचून गत्यंतर नसेल तर शस्त्र धरलेंच पाहिजे. ” श्रीरामचंद्रानें ताटकेस याच न्यायानें मारलें तेव्हां शिखंडीवर मी शस्त्र धरणार नाहीं, ही भीष्माची प्रतिज्ञा अतिरेकाची होय आणि अशा वेडेपणाचा फायदा प्रतिपक्षानें घेतला तर तो गैरवाजवी नव्हे. जेव्हां द्वंद्वयुद्ध होत असेल, तेव्हांच अनेकांनीं एकावर जाऊं नये हा नियम लागू पडेल, इतर प्रसंगीं तो लावतां येणार नाहीं. असें नसेल तर संख्याबलानें शत्रूस मारणें कधींच न्याय्य होणार नाहीं. कौरवांकडे अकरा अक्षौहिणी सैन्य तर पांडवांकडे सात अक्षौहिणी, येथूनच अधर्म मानावा लागेल. सारांश, भीष्मवधाच्या प्रसंगीं जरी पांडवांनीं अधर्म केल्याचा भास होतो, तरी तेथें वास्तविक तो अधर्म नव्हता असेंच म्हटलें पाहिजे.

असो; सर्व बाजूनें सूक्ष्मविचार करतां पांडवांकडून श्रीकृष्णानें जेथें जेथें कूटयुद्ध करविलें तेथें तेथें युद्धाच्या नीतीच्या दृष्टीनें गैरवाजवी कांहीं नव्हतेंच. पण उच्च नीतीच्याही दृष्टीनें कोठें अधर्माचा नुसता भास होता तर कोठें अपवादक प्रसंगांत सर्वस्वघात वगैरे कारणासाठीं अधर्माचा अवलंब केला असल्यानें तो क्षम्य होता असें दिसून येईल. मात्र युद्ध चालू नसतां व सर्वस्वघातादि कारण नसतां इतर पाहिजे त्या प्रसंगीं अधर्माचा अवलंब करणें कधींही न्याय्य होणार नाहीं, हें लक्षांत ठेवलें पाहिजे. ही मर्यादा लक्षांत न राहिल्यानें मनुष्याचा श्रीकृष्णाविषयीं गैरसमज होतो आणि श्रीकृष्ण म्हणजे एक कपटी व्यक्ति असा भ्रम होतो. परंतु वास्तविक विचार केला तर अहिंसा, सत्य, अस्तेय इत्यादि परम धर्मास धर्मशास्त्रानें व मन्वादि स्मृतींनींही अपवाद मानले आहेत आणि अशा अपवादक प्रसंगींच श्रीकृष्णानें कूट-युद्धाचा अवलंब करण्याची सल्ला दिली आहे; इतरत्र कधींही दिली नाहीं, ही गोष्ट लक्षांत ठेविली पाहिजे.

श्रीकृष्णाचा एकंदर दिव्य उपदेश.

भ्रांत समजुतीनें उत्पन्न झालेले हे आक्षेप सूक्ष्म विचाराच्या मुशींत जळून गेले म्हणजे श्रीकृष्णाचें रम्य चारित्र तप्तसुवर्णाप्रमाणें तेजस्वी व उज्वल असेंच दिसून येतें. पण त्याच्या चरित्रांतील कित्येक गोष्टींचा अतिशयोक्तीनें किंवा गैरसमजानें कितीही विपर्यास झाला असला, तरी त्याच्या उदात्त विचारांचें निधान—दिव्य भगवद्गीता—जोंपर्यंत जिवंत आहे, तोंपर्यंत श्रीकृष्णाचें चरित्र कधींही चमकल्यावांचून राहणार नाहीं. या परमतत्त्वज्ञानाच्या ग्रंथांत जो कर्मयोग श्रीकृष्णानें उपदेशिला आहे, तो सर्व काळीं व सर्व देशांत, सर्व लोकांच्या आदरास पात्र होईल. कर्म सिद्धीस जाईल किंवा नाहीं या विचारानें मन डगमगूं न देतां, आपलें कर्तव्यकर्म परमेश्वरावर भरंवसा ठेवून परमेश्वराच्या इच्छेनें मीं करीत आहें आणि तें त्यालाच अर्पण करतों अशा भावनेनें करावें, हा सिद्धांत अत्यंत उदात्त असून इतका उदात्त कर्तव्यसिद्धांत आजपर्यंत कोणत्याही तत्त्ववेत्त्यानें उपदेशिला नाहीं असें म्हटलें असतां चालेल. हा सिद्धांत ज्याचे चित्तांत पक्का ठसला, तो दुःखोदधि उतरून निःसंशय पार झाला. दुसरें; कर्म अगदीं सोडून देणें अशक्य आहे, ही गोष्ट श्रीकृष्णानें जगताच्या निदर्शनास चांगली आणून दिली. यासाठीं धर्म व नीति यांस अनुसरून जगतांतील भौतिक सुखाचा नियमयुक्त उपभोग घेणें, अर्थात् सदाचरण—युक्त गार्हस्थ्य, संन्यासाइतकेंच पुण्यप्रद आहे, ही दैवी संपत्ति होय आणि दैवी संपत्ति मोक्षास नेणारी आहे, असें त्यानें आपलें मत स्पष्ट नमूद केलें. महाभारतांत व्यासानें एके ठिकाणीं म्हटल्याप्रमाणें, " इंद्रियांचा सर्वथैव निरोध करणें मृत्यूपेक्षांही दुःखकर आहे; दुसरेपक्षीं इंद्रियांना मनसोक्त सोडून देणें देवांनाही अधःपातास नेईल. " तात्पर्य, नीतिशास्त्रांत मनुष्यानें युक्ताहारविहार राहून उत्साह व उत्थान यांचा अवलंब करून कर्तव्यकर्म करावें असा श्रीकृष्णानें उपदेश केला. धर्माच्या बाबतींतही श्रीकृष्णानें असाच अतिरेकास सोडून न्याय्य व योग्य अशा मध्यबिंदूंत राहण्याचा उपदेश केला. संसार सोडून अरण्यांत जाऊन राहणें म्हणजे संन्यास नव्हे तर काम्यकर्मांचा न्यास म्हणजे खरा संन्यास; त्याग म्हणजे कर्म अजीबात सोडणें नव्हे तर कर्माच्या फलाच्या आसक्ती-

चा त्याग असें त्यानें बजाविलें. तप म्हणजे शरीरांतील भूतग्रामांचें हट्टानें कर्षण करून आत्म्यासही सर्व प्रकारें नाडणें नव्हे, तर योग्य नियमांनीं युक्त असें गुरु-शुश्रूषादि शारीरिक, सत्यभाषणादि वाचिक, व प्रसाद शांति इत्यादि मानसिक तप होय असें त्यानें प्रतिपादन केलें. ईश्वरसिद्धांताच्या म्हणजे ब्रह्मज्ञानाच्या बाबतींत त्यानें सुष्टांचा कैवारी आणि दुष्टाचें शासन करणारा अशा ईश्वरी अवताराचें अथवा सगुणब्रह्माचें सनातन व अव्यक्त ब्रह्माच्या अविरोधानें प्रतिपादन केलें. तसेंच परमेश्वर केवळ भक्तीनेंही साध्य असून हा भक्तिमार्ग सर्वांस सारखाच मोकळा व सुलभ आहे; किंबहुना चांडाळ आणि ब्राह्मण, स्त्री आणि पुरुष ईशभक्तीनें सारखेच मोक्षाला जातील असें उदार व उदात्त मत त्यानें बेधडक जगासमोर मांडलें. तत्त्वज्ञानाचे बाबतींत सांख्य व योग, कर्म व वेदांत, यांचा विरोध काढून टाकून त्यानें आपल्या नवीन उपदेशिलेल्या भक्तिमार्गाशीं त्या सर्वांचा समन्वय केला आणि सर्वांस आपल्या उच्च तत्त्वाचे अनुयायी केलें. राजकीय बाबतींत त्यानें निरपेक्ष स्वार्थत्यागाचा जगतास धडा घालून दिला. कंस किंवा जरासंध यांचा नाश त्यानें आपल्या स्वार्थाकरितां केला नाहीं, किंवा आपल्यास त्यापासून यत्किंचितही फायदा करून घेतला नाहीं. भारतीयुद्धांत सुद्धां त्यानें पांडवांस केवळ सत्याची बाजू पतकरून मदत केली आणि दुर्योधन पांडवांस अधर्मानें राज्यपद देत नव्हता यासाठींच पांडवांचा पक्ष हीनबल होता तरी त्यांच्या बाजूस होऊन त्यानें अर्जुनाच्या घोड्याच्या पागा हातांत धरल्या. सर्वांत मुख्य गोष्ट ही कीं, श्रीकृष्णानें आर्य व आर्येतर यांस सारख्या प्रेमानें वागवून सर्वांस ईश्वरभक्तीचा मोकळा व सुलभ मार्ग दाखवून दिला. यामुळें आज हिंदुस्थानांत जरी निरनिराळे वर्ण आपआपल्या परीनें विभक्त दिसतात तरी श्रीकृष्णाची भक्ति करण्यांत व त्याच्या गोड 'गोविंद' नांवानें कीर्तन करण्यांत सर्व जातींचे व सर्व मतांचे आबालवृद्ध स्त्रीपुरुष हिंदूलोक एका पायरीवर उभे राहून, आपला भेदभाव विसरून भगवद्भजनांत तल्लीन होतात आणि आम्ही सर्व—जातिनिरपेक्ष—मोक्षास जाऊं असा विश्वास धरतात. साहजिकच हजारों वर्षांपासून आजपर्यंत भारतवर्षीय हिंदूलोक कनिष्ठ व उच्च, अज्ञ व सुज्ञ, श्रीकृष्णास सारख्या भक्तीनें व प्रेमानें पूजित आले आहेत आणि या पुढेंही भगवद्गीतेच्या दिव्य उपदेशानें मोहित होऊन त्यास तसेंच पूजितील.

श्रीमन्महाभारत—उपसंहार.

परिशिष्ट.

(१) महाभारताची श्लोकसंख्या—पा. ३

आम्ही महाभारताच्या विस्ताराचें कोष्टक दिलें आहे. त्यांत सौतीनें सांगितलेली श्लोकसंख्या यथोक्त दिली आहे. त्यांपैकीं आश्रमवासि व महाप्रास्थानिक या पर्वांतील श्लोकसंख्या भाषांतरांत भिन्न दिली आहे, त्या संबंधानें थोडासा खुलासा करणें जरूर आहे. या पर्वांतील श्लोकसंख्या सौतीनें पुढील श्लोकांत दिली आहे

सहस्रमेकं श्लोकानां पंचश्लोकशतानि च ।
षडेव च तथा श्लोकाः संख्यातास्तत्त्वदर्शिना॥
(आदि. अ. २, ५३)

यांत पंचश्लोकशतानि याचा सहज व सरळ अर्थ ५०० असा होतो पण येथें नीलकंठ म्हणतो. "पंचश्लोकशतानिचेत्यत्र पंच च श्लोकशतं चेति समासः तेनात्र एकादशश्लोकशतीह संख्या ज्ञेया तांव त्येवपुस्तकेषूपलंभात्।" म्हणजे पंचशतानि याचा अर्थ १०५ श्रेणें प्रशस्त आहे अर्थात् षडेवचतया श्लोकाः हें पुढचें वाक्य घेऊन ११११ असा आकडा येतो. मूळ महाभारतांत थोडासा बदल होऊन प्रत्येकपर्वांत कमजास्त संख्या झाली आहे. तेव्हां सौतीचा खरा अर्थ काय होता हें सांगतां येणें शक्य नाहीं. तथापि सौतीनें या श्लोकांत संख्येचें नेहमींप्रमाणें एक कूट केलें आहे असें नीलकंठमतानें मानलें तर एकंदर श्लोकसंख्या किती येते हें पाहणें योग्य आहे. याचप्रमाणें महाप्रास्थानिक पर्वाच्या श्लोकसंख्येची व्यवस्था आहे. येथील सौतीचा श्लोक असा

यत्राध्यायास्त्रयः प्रोक्ताः श्लोकानां च शतत्रयम् । विंशतिश्च तथा श्लोकाः संख्यातास्तत्त्वदर्शिना ॥

येथेंही शतत्रयम् म्हणजे एकशेंतीन असा अर्थ घ्यावा असें नीलकंठ म्हणतो म्हणजे एकंदर संख्या १२३ येते. दोन्ही श्लोकांत तत्त्वदर्शिना हें पद घातलें आहे तेव्हां यांत कदाचित् खुबी असेल. शिवाय या श्लोकसंख्या हल्लींच्या श्लोकसंख्येला जास्त जवळ आहेत. यासाठीं या श्लोकसंख्या घेऊन एकंदर बेरजेंत **थोडासा** फरक पडतो, तो या खुलाशांत दाखविणें नीलकंठमतास धरून जरूर वाटल्यावरून दोन आंकडे येथें आम्हीं देतों. यातच गोपाळ नारायणाच्या आकड्यांच्या रकान्यांत आश्रमवासी पर्वाची श्लोकसंख्या २०८८ पडली आहे ती वास्तविक १०८८ पाहिजे त्याची ही दुरुस्ती करून आकडे येतात ते असे.

	श्लोकसंख्या सौत्युक्त.	गोपाळनारायण प्रत.
आश्रमवासि पर्व	११११	१०८८
महाप्रास्थानिक पर्व	१२३	११०
एकंदर महाभारत	८४२४४	८३५२५
हरिवंश	१२०००	१५४८५
एकूण	९६२४४	९९०१०

8/37

(२) गण अथवा प्रजासत्ताक लोक—पान २८१

महाभारतांत उत्सवसंकेत, गोपाल, नारायण, संशप्तक इत्यादि नांवांनीं जे गण येतात ते प्रजासत्ताक लोक असावे असा निश्चय होतो. ते बहुधा पंजाबांतील जारी बाजूच्या डोंगरांत राहणारे लोक होते असें दिसतें. हल्लीं वायव्य सरहद्दीवर जे आफ्रिडी वगैरे लोक आहेत ते हेच गण असावे. गणांविषयीं शांतिपर्व अ० १०७ यांत युधिष्ठिरानें स्पष्ट प्रश्न केला आहे. त्यांत ह्या लोकांत बहुत्वामुळें मंत्र होऊं शतत नाहीं व यांचा नाश भेदानें होतो असें म्हटलें आहे.

भेदमूलो विनाशो हि गणानामुपलक्षये ।
मंत्रसंवरणं दुःखं बहुनामिति मे मतिः ॥

हे लोक बहुधा एका जातीचे व कुळाचे असत यामुळें यांचा नाश केवळ भेदानेंच होत असे असें दिसतें.

जात्या च सदृशाः सर्वे कुलेन सदृशास्तथा ।
भेदाच्चैव प्रदानाच्च भिद्यन्ते रिपुभिर्गणाः ॥

हे गण द्रव्यवान् व शूर असे असत

द्रव्यवन्तश्च शूराश्च शस्त्रज्ञाः शास्त्रपारगाः ।

असे हे असत; पण

न गणाः कृत्स्नशो मंत्रं श्रोतुमर्हन्ति भारत ।

असें भीष्मानें सांगितलें. या वर्णमावरून महाभारतांतील गण म्हणजे प्रजासत्ताक लोक असें स्पष्ट दिसतें.

ग्रीक लोकांनाही पंजाबांत प्रजासत्ताक लोक आढळले. शिकंदराच्या इतिहासकारांनीं मालव क्षुद्रकाचें वर्णन केलें आहे तें असें "मालव हे स्वतंत्र इंडियन जातीचे लोक आहेत. ते अतिशय शूर व संख्येनें अधिक आहेत. "मालव व आक्सिड्रे (क्षुद्रक) यांचें निरनिराळ्या शहरांतील पुढारी व त्यांचे मुख्य शास्ते (गव्हर्नर) यांजकडून वकील आले व त्यांनीं सांगितलें कीं, आमचें स्वातंत्र्य व स्वराज्य आजपर्यंत कधीं नष्ट झालें नाहीं. यासाठीं आम्हीं शिकंदराशीं लढलों" "वरील दोन लोकांकडून शंभर दूत आले ते शरीरानें अतिशय धिप्पाड व मानी मुद्रेचें होते. त्यांनीं सांगितलें कीं, आम्ही आपलें आतांपर्यंत राखलेलें स्वातंत्र्य शिकंदराच्या हवालीं केलें" (अरायन पा. १९४) हे-लोक मुलतान जवळ (रावी आणि चंद्रभागा यांच्या संगमाजवळ) राहत. याशिवाय यांच्या पलकिडील अंबष्ट लोक "अनेक शहरांत राहतात व त्यांत प्रजासत्ताक राज्य व्यवस्था असते" असें स्पष्ट म्हटलें आहे. (सदर मॅक्क्रिंडलची शिकंदर स्वारी)

वरील ग्रीकांच्या वर्णनावरूनही गण हे प्रजासत्ताक व्यवस्थेनें राहणारे लोक ठरतात. शिलालेखांत या मालवांचा मालव गण असा उल्लेख येतो तो अशाच अर्थानें होय. या शब्दाविषयीं पुष्कळांस संदेह पडतो पण वरील महाभारताच्या गणांच्या वर्णनावरून तो नाहींसा होईल. हे पंजाबांतील मालवच माळव्यांत ग्रीकांच्या स्वारीनंतर स्वातंत्र्य रक्षणासाठी उतरले असावे आणि तेथें त्यांचें राज्य उज्जनीपर्यंत स्थापित झालें असावें. यांचाच पुढारी विक्रम असावा व त्यानें पंजाबांतील शकांचा पराभव केला. मंदोसराच्या शिलालेखांत "मालवगण स्थित्या" दिलेली वर्षगणना याच लोकांस उद्देशून आहे आणि हाच विक्रम संवत् होय. या प्रांतास यांजवरूनच मालवा हें नांव मिळालें.

(३) श्रवणावर उदगयनाचा उल्लेख पान—३९४

"धनिष्ठादिस्तदा कालः" असा महाभा-

रतांत उल्लेख आहे आणि हीच कृत्तिकादि गणना हें सांगितलें. पूर्वी रोहिण्यादि होती, हल्लीं अश्विन्यादि आहे. या मधील श्रवणावर उत्तरायण होत असल्याचाही उल्लेख महाभारतांत आहे. " श्रवणादीनि ऋक्षाणि ऋतवः शिशिरादयः " असें अनुस्मृतींत (अश्वमे०) सांगितलें आहे. ही वेदांगज्योतिषानंतरची (इ. स. पू. १४०० नंतरची) इ. स. पू. ४०० सुमारची स्थिति होय असें दीक्षित म्हणतात हें अन्यत्र दाखविलेंच आहे.

(४) गर्गसंहिताच महाभारतांत उल्लेखिली आहे—पान ४१६

या पानावरील टिपेंत " महाभारतकालीन गर्गसंहिता हल्लीं उपलब्ध असलेली निश्चयानें म्हणवत नाहीं " असें म्हटलें आहे पण याचें आणखी स्पष्टीकरण पुढीलप्रमाणें समजावें. अनुशासनपर्व अध्याय १८ यांत

चतुःषष्ट्यंगमददत्कलाज्ञानं ममाद्भुतम् ।
सरस्वत्यास्तटे तुष्टो मनोयज्ञेन पाण्डव ॥

हा श्लोक आला असून त्यांत ६४ अंगाच्या कलांचें ज्ञान वर्णिलें आहे. हा ग्रंथ हल्लीं प्रसिद्ध असलेला गर्गसंहिताच होय असा ६४ अंगांवरून निश्चय होतो. वृद्धगर्गसंहितेची प्रत डेक्कन कालेजांत आहे, त्यांत प्रथम अध्यायांत ६४ अंगें आहेत " असें सांगितलें असून त्या प्रत्येकाचा विषय सांगितला आहे. महाभारतांत येणारे ज्योतिर्विषयक उल्लेख या संहितेंतूनच घेतले असा निश्चय होतो. महाभारतांतील पुष्कळ वचनें यांतील वाक्यांशीं जुळतात. नक्षत्रें " सूर्याद्विनिःसृताः " असें यांतही म्हटलें आहे. चंद्र समुद्रांतून उत्पन्न झाला असून त्याची क्षयवृद्धि दक्षशापामुळेंच यांत सांगितली आहे. राहु तमोमय असून आकाशांत फिरतो असें यांत वर्णन आहे. यांत राहुचारही वर्णिला आहे. गुरुचार शुक्राचार वगैरे वर्णिले आहेत त्यांजवरून युद्धांत जयापजय व राजांचें जीवित यांजबद्दल अनेक शुभ अशुभ फलें सांगितलीं आहेत. मंगळाच्या वक्राचा व वक्रानुवक्राचा फार वाईट परिणाम सांगितला आहे. महाभारतांतील भीष्मपर्वाच्या प्रारंभीं, दुश्चिन्हांत मंगळाचे वक्र व वक्रानुवक्र सांगितले आहेत ते याजवरून होत. त्यांची व्याख्याही येथें दिली आहे.

अंगारराशिप्रतिमं कृत्वा वक्रं भयानकम् ।
नक्षत्रमेतियत्पश्चादनुवक्रं तदुच्यते ।
तथा वक्रानुवक्रेण भौमो हंति महीक्षितान् ॥

असो. या संहितेंत सर्व विषय नक्षत्रांवर सांगितला आहे, राशींचा यांत उल्लेख मुळींच नाहीं, यावरून हा ग्रंथ शकपूर्व निश्चयानें आहे. यांत सप्तर्षिचार सांगितला नाहीं तेव्हां ती कल्पना मागची आहे. यांत युगपुराण म्हणून एक अध्याय आहे. पण तो ६४ अंगांच्या यादींत नाहीं तेव्हां मागाहून घातलेला आहे तथापि तोही फार जुना आहे. त्यांत पाटलिपुत्राची स्थापना, शालिशुक राजा वगैरेंचें वर्णन असून सांकेते सप्तराजानो भविष्यन्ति अशा रीतीनें शकराजांपर्यंत उल्लेख आहे. युगपरिमाण दिलें नाहीं तथापि कृतयुगांत " शतवर्षसहस्राणि आयुस्तेषां कृते युगे " या वाक्यावरून बाराहजार वर्षांचें चतुर्युग निःसंशय ठरत नाहीं.

शतंशतसहस्राणामेष कालः सदा स्मृतः।
पूर्वे युगसहस्रान्तो कल्पो निःशेष उच्यते ॥

असाही एक श्लोक आहे. असो सदर वृद्ध-गर्गसंहिता ह्याच ग्रंथाचा उल्लेख महाभारतांत आहे असें वरील वरून निश्चित वाटतें. यांत ६४ अंगें असून शिवाय ४० उपागें असल्याचें वर्णन आहे.

(५) संन्याशाची अथवा योग्याची शरीरगति—पान ४५२

“संन्याशास पुरण्याची वहिवाट होती कीं, काय, हें सांगतां येत नाहीं” असें येथें म्हटलें आहे. याजबद्दल आणखी खुलासा करणें जरूर आहे. आश्रमवासि पर्वांत युधिष्ठिराच्या समक्ष विदुराचा देहान्त झाला. त्यावेळेस युधिष्ठिर त्यास गति देण्याची व्यवस्था करूं लागला. परंतु आकाशवाणीनें त्यास मना केलें असें वर्णन आहे—अर्थात् त्यास जाळलें नाहीं. पण त्यास पुरलेंही नाहीं असें दिसतें. त्याचें प्रेत तसेंच पडून वनांत हिंस्रपशूंनीं खाल्लें असें म्हटलें पाहिजे. तात्पर्य संन्याशांच्या प्रेतविधीचा नीट खुलासा लागत नाहीं. येथील मुद्याचे श्लोक असे.—

धर्मराजश्च तत्रैनं संचस्कारयिषुस्तदा ॥
दग्धुकामोऽभवद्विद्वानथ वागभ्यभाषत ॥
भो भो राजन्न दग्धव्यमेतद्विदुरसंज्ञकम्॥
कलेबरमिहैवं ते धर्म एष सनातनः ।
लोको वैकर्तनो नाम भविष्यत्यस्य भारत ॥
यतिधर्ममवाप्तोसौ नैष शोच्यः परंतप ॥

(आश्रमवासिकपर्व अ० २८, ३१-३३)

विषयसूची.